இந்திய வரலாறு

காந்திக்குப் பிறகு
(பாகம் - 2)

ராமச்சந்திர குஹா

1958ல் டெஹ்ராதூனில் பிறந்தவர். பெங்களூரில் தற்சமயம் வசித்துவருகிறார். ஓஸ்லோ, ஸ்டான்ஃபோர்ட், யேல் பல்கலைக்கழகங்களிலும் இந்திய அறிவியல் கழகத்திலும் பாடங்கள் நடத்தியுள்ளார். வரலாறு, அரசியல், சுற்றுச்சூழல், கிரிக்கெட் என்று பல துறைகளில் எழுதிவருகிறார். குஹாவின் படைப்புகள் இருபதுக்கும் அதிகமான மொழிகளில் மொழிபெயர்க்கப்பட்டுள்ளன.

நடுநிலையுடன் எழுதப்பட்ட விரிவான, சுவாரஸ்யமான புத்தகம்.

— Spectator

புத்தகங்கள், தனிப்பட்ட கடிதங்கள், பத்திரிகைச் செய்திகள், பிரசுரங்கள், அரசாங்க ஆவணங்கள் என்று அலபாமா முதல் அலகாபாத் வரை, கொல்கத்தா முதல் கலிஃபோர்னியா வரை பரவிப் படர்ந்திருக்கும் தகவல்களைத் தேடித்தேடிச் சேகரித்து இந்த சுவாரஸ்யமான புத்தகத்தை உருவாக்கியிருக்கிறார் குஹா.

— Daily Telegraph

வரலாற்றுச் செய்திகள் நிறைந்த பெரும் படைப்பு என்றாலும் ஒரு துப்பறியும் நாவலைப் போல் வாசித்து விடமுடியும்.

— Time Out Mumbai

இந்தியாவைப் பற்றி பல்வேறு புத்தகங்கள் எழுதப்பட்டிருக்கலாம். ஆனால், இதைவிடச் சிறந்த புத்தகம் இருந்துவிடமுடியாது.

— Sunday Telegraph

இந்தியாவின் ஜனநாயக வெற்றியைக் கொண்டாடும் அதே சமயம், இந்தியாவின் தோல்விகளையும் சறுக்கல்களையும் சுட்டிக்காட்டவும் இப்புத்தகம் தவறவில்லை.

— Sunday Times

இந்திய வரலாறு

காந்திக்குப் பிறகு

(பாகம் - 2)

ராமச்சந்திர குஹா

தமிழில்

ஆர்.பி. சாரதி

கிழக்கு

இந்திய வரலாறு: காந்திக்குப் பிறகு *(பாகம் 2)*
Indhiya Varalaaru: Gandhikku Piragu (Part 2)
Ramachandra Guha ©

First Edition: December 2010
496 Pages
Printed in India.

ISBN: 978-81-8493-607-0
Title No. Kizhakku 588

Kizhakku Pathippagam
177/103, First Floor,
Ambal's Building, Lloyds Road,
Royapettah, Chennai 600 014.
Ph: +91-44-4200-9603

Email : support@nhm.in
Website : www.nhm.in

Cover Image : Wikimedia Commons
Author's Email : ramguha@gmail.com

Kizhakku Pathippagam is an imprint of New Horizon Media Private Limited

This book is sold subject to the condition that it shall not, by way of trade or otherwise, be lent, resold, hired out, or otherwise circulated without the publisher's prior written consent in any form of binding or cover other than that in which it is published and without a similar condition including this the rights under copyright reserved above, no part of this publication may be reproduced, stored in or introduced into a retrieval system, or transmitted in any form or by any means (electronic, mechanical, photocopying, recording or otherwise), without the prior written permission of both the copyright owner and the above-mentioned publisher of this book.

இரா, சாஷா மற்றும் சுஜாவுக்கு

உள்ளே

பகுதி நான்கு: இலவசங்களும் கவர்ச்சி கோஷங்களும்

18. போரும் வாரிசுகளும் / 11
19. இடது பக்கத் திருப்பங்கள் / 45
20. வெற்றியின் அமிர்தம் / 79
21. போட்டியாளர்கள் / 104
22. இந்திராவின் இலையுதிர்காலம் / 134
23. காங்கிரஸ் இல்லாத வாழ்க்கை / 168
24. அலங்கோலத்தில் ஜனநாயகம் / 195
25. இந்த மகனும் எழுகிறான் / 228

பாகம் ஐந்து: நிகழ்வுகளின் வரலாறு

26. உரிமைகள் / 261
27. கலவரங்கள் / 293
28. ஆட்சியாளர்கள் / 323
29. செல்வ வளங்கள் / 359
30. பொதுமக்களின் பொழுதுபோக்குகள் / 391

நிறைவுரை: ஏன் இந்தியா பிழைத்துள்ளது! / 418
நன்றி / 449
குறிப்புகள் / 451

பகுதி நான்கு

இலவசங்களும் கவர்ச்சி கோஷங்களும்

18

போரும் வாரிசுகளும்

ஆட்சிபீடத்தில் தன் வம்சம் தொடரவேண்டும் என்ற எண்ணம் நேருவிடம் ஒருபோதும் இருந்ததில்லை. அந்த எண்ணம் அவருடைய குணத்துக்கும் வாழ்க்கைக்குமே பொருத்தமற்றதாக இருந்திருக்கும்.

- ஃப்ராங்க் மொரேஸ், அரசியல் எழுத்தாளர், 1960

I

ஜவாஹர்லால் நேரு, 27 மே 1964 காலை காலமானார். இந்தச் செய்தியை அகில இந்திய வானொலியின் 2.00 மணிச் செய்தி அறிக்கை உலகுக்குத் தெரிவித்தது. இரண்டு மணி நேரத்துக்குப் பின்னர், உள்துறை அமைச்சர் குல்சாரிலால் நந்தா தாற்காலிகப் பிரதமராகப் பதவி ஏற்றுக்கொண்டார். உடனேயே, சற்றே நிரந்தரமான பிரதமருக்குத் தேடுதல் வேட்டை ஆரம்பித்தது.

புதிய பிரதமரைத் தேர்வு செய்வதில் முக்கியமான பங்கு வகித்தவர் காங்கிரஸ் தலைவர் கே. காமராஜ். 1903-ல் தமிழகத்தில் தாழ்ந்த சாதிக் குடும்பம் ஒன்றில் பிறந்த இவர், பள்ளிப் படிப்பைப் பாதியில் விட்டுவிட்டு, தேசிய இயக்கத்தில் இணைந்துகொண்டார். இருபதாண்டுக் காலத்தில், ஆறு முறை சிறைக்கு அனுப்பப்பட்டு, சிறையில் சுமார் எட்டு ஆண்டுகள் கழித்தார்.

அவருடைய வாழ்க்கை முறை மக்களிடையே அவரது செல்வாக்கை உயர்த்தியது. எளிமையான வாழ்க்கையை வாழ்ந்த அவர், திருமணம் செய்துகொள்ளவில்லை. கட்சிப் பதவிகளில் படிப்படியாக முன்னேறி, தமிழ்நாடு காங்கிரஸ் தலைவராகவும் மதறாஸ் மாநில முதல்வராகவும் பணியாற்றியபின், காங்கிரஸ் கட்சியின் அகில இந்தியத் தலைவராக ஆகியிருந்தார்.[1]

நரை மீசையும் உறுதியான உடல்வாகும் கொண்ட காமராஜ், ஒரு பத்திரிகையாசிரியரின் குறிப்பின்படி, குத்துச்சண்டை வீரர் ஸான்னி லிஸ்டன், வால்ரஸ் மிருகம் ஆகியவற்றை நினைவுபடுத்தக் கூடியவர். குத்துச்சண்டை வீரர்போல, ஆனால் லூயிஸ் கரோலின் பாத்திரமான வால்ரஸைப் போல அன்றி, அதிகம் பேசாதவர். பத்திரிகையாளர் கேட்கும் கேள்விகளுக்கு எல்லாம் அவர், 'பார்க்கலாம்' என்ற ஒற்றை வார்த்தையை மட்டுமே பதிலாகச் சொல்வார் என்று வேடிக்கையாகச் சொல்வார்கள். நேருவின் மரணத்துக்குப் பிறகு, அவருடைய கட்சிக்காரர்கள் சொல்வதையெல்லாம் காதுகொடுத்துக் கேட்கும்போது, அவரது மௌனம் அவரைப் பெருமளவு காப்பாற்றியது. 28 மே முதல் காமராஜ் தன் கட்சி முதல்வர்களிடமும் பிற தலைவர்களிடமும் (இவர்களுக்கு சிண்டிகேட் என்று பெயர்), நேருவுக்குப் பின் பதவிக்கு வர மிகச் சிறந்தவர் யார் என்று கலந்து பேச ஆரம்பித்தார். ஆரம்பத்தில் பரிசீலிக்கப்பட்ட பெயர் மொரார்ஜி தேசாய். குஜராத்தைச் சேர்ந்தவர்; சிறந்த நிர்வாகி. தேசாயும், தான் அப்பதவியை விரும்புவதைத் தெளிவாக்கியிருந்தார்.

நான்கு நாட்களில், காமராஜ், பத்துப் பன்னிரண்டு முதல்வர்களையும், சுமார் இருநூறு நாடாளுமன்ற உறுப்பினர்களையுயும் சந்தித்துப் பேசியிருந்தார். தேசாயின் போக்கு உரசல் மிகுந்தது என்றும் அவரது தேர்வு சர்ச்சைக்குரியதாக இருக்கும் என்பதும் காமராஜுக்குத் தெளிவானது. பெரும்பான்மையினர் லால் பகதூர் சாஸ்திரியை விரும்பினர். அவரும் சிறந்த நிர்வாகி. அவரை எவரும் எளிதாக நெருங்கமுடியும். மேலும் அவர் இந்தி மொழி பேசுபவர். கடைசி நாட்களில் நேரு சாஸ்திரியை அதிகம் நம்பினார் என்பதும் அவருக்கு ஆதரவாக அமைந்தது. இவை அனைத்தையும் காமராஜ் கவனத்தில் எடுத்துக்கொண் டார். நேருவுக்கு அடுத்து வருபவர், நேருவின் தொடர்ச்சியாக அமைய வேண்டும் என்பதில் காமராஜ் கவனமாக இருந்தார்.

தன் வேட்புமனுவைத் திரும்பப் பெற்றுக்கொள்ளுமாறு தேசாய் வற்புறுத்தப்பட்டார். மே 31 அன்று காங்கிரஸ் செயற்குழு லால் பகதூர் சாஸ்திரியைப் பிரதமர் பதவிக்குத் தேர்ந்தெடுத்தது. மறுநாள் காங்கிரஸ் நாடாளுமன்றக் குழு இதற்கு ஒப்புதல் வழங்கியது. அடுத்த நாளே சாஸ்திரி பதவிப் பிரமாணம் எடுத்துக் கொண்டார். விரைவிலேயே புதிதாகப் பதவி யேற்றவர் தன் அதிகாரத்தை உறுதிப்படுத்திக்கொண்டார். தேசாய், தனக்கு மந்திரிசபையில் இரண்டாவது இடம் வேண்டும் என்று வற்புறுத்தியதால், அவர் மந்திரி சபையில் சேர்த்துக்கொள்ளப்படவில்லை. நேருவின் மகள் இந்திரா காந்தியைச் சேர்த்துக்கொள்ள வேண்டும் என்பதற்குப் பெரும் ஆதரவு இருந்தது. சாஸ்திரி அதற்கு இசைந்தார். ஆனால் அதிக முக்கியத்துவம் அற்ற செய்தி, ஒலிபரப்புத் துறையை மட்டுமே அவருக்கு வழங்கினார். இதற்கு பதிலடியாக, நேரு பிரதமராக இருந்தபோது வசித்த தீன் மூர்த்தி இல்லத்துக்கு சாஸ்திரி குடிபெயர முடியாதபடி, அந்த வீட்டைத் தன் தந்தையின் நினைவிட மாக மாற்றுமாறு இந்திரா காந்தி ஒரு கோரிக்கையை முன்வைத்தார்.[2]

சாஸ்திரியின் நியமனத்தை பத்திரிகைகளுக்கு அறிவித்த காமராஜ், ஈடு இணையற்ற ஒரு மாபெரும் மனிதரின் ஆட்சிக்கு பதிலாக இனி கூட்டுத்

தலைமையின் ஆட்சி இடம்பெறும் என்றார். ஆனால் சாஸ்திரிக்கு வேறு எண்ணங்கள் இருந்தன. பிரதமருக்கு என பிரத்யேகமாக ஒரு செயலகம் உருவாக்கப்பட்டது. இந்த அமைப்புக்கு என்று தேர்ந்தெடுக்கப்பட்ட அதிகாரிகள் குழு, கொள்கைகளைத் தயாரிக்கும்; பிரதமரின் தகவல் ஞானத்தில் உள்ள இடைவெளிகளை இட்டு நிரப்பும். அத்துடன், சுதந்தரமான, கட்சி சார்பற்ற ஆலோசனை தரும் அமைப்பாகவும் இது இருக்கும். இதனால், பிரதமர் முற்றிலுமாக மந்திரிசபையை நம்பி இருக்கவேண்டியதில்லை.[3]

நேரு இறப்பதற்குச் சற்று முன்னதாக, பிரிட்டனிலும் ஒரு வாரிசுக் குழப்பம் நடைபெற்றது. கன்சர்வேடிவ் கட்சியில், ஹரால்ட் மேக்மில்லனுக்கு அடுத்து யார் பிரதமர் ஆவது என்பதில் போட்டி. 'பல்வேறு ஆரூடங்களையும் பொய்யாக்கி, பிரிட்டனின் புதிய பிரதமரைவிட இந்தியாவின் புதிய பிரதமர் விரைவாகவும் கண்ணியத்துடனும் அறிவிக்கப்பட்டுவிட்டார்' என்று இடதுசாரி கார்டியன் செய்தித்தாள் அறிவித்தது.[4] அந்தப் பத்திரிகையின் புது தில்லி நிருபர், நேருவின் வாரிசாக வந்தவரைச் சந்தித்தார். 'தன்னைப் பற்றி திடநம்பிக்கை உள்ளவராகவும் உண்மையிலேயே வலிமையானவராகவும்' இருந்த அவர் 'குறைவாக ஆனால் கூர்மையாகப் பேசுபவராக, வார்த்தைகளை விரயம் செய்யாதவராக' தோன்றினார்.[5]

பழைய காலனிய அதிகாரிகளிடம் அவ்வளவு நம்பிக்கை இருக்கவில்லை. 'நேருவின் இறப்பால், இந்தியாவின் எதிர்காலம் நிச்சயமற்றதாகியுள்ளது' என்றார் ஓர் ஐ.சி.எஸ். அதிகாரி. ஏனெனில், 'சாஸ்திரியிடம் அனைவரையும் ஒருங்கிணைத்துச் செல்லும் திறன் இருக்கும் என என்னால் கற்பனை செய்ய முடியவில்லை. பலரும், காஷ்மீரிலிருந்து கன்னியாகுமரிவரை குழம்பிய குட்டையில் மீன் பிடிக்கப் பார்ப்பார்கள். சீனா, பாகிஸ்தான் ஆகியோரைப் பற்றிச் சொல்லவே வேண்டாம். சைப்ரஸ் பிரச்னைபோல பெரிய அளவில் இங்கே நாம் எதிர்பார்க்கலாம். எத்தனை மோசமான காலத்தில் நாம் வாழ்கிறோம்!'[6]

II

நேருவின் மரணத்தோடு, அவருடைய காஷ்மீர் முயற்சியும் மடிந்துவிட்டது. ஆனால் நாட்டின் மறுபக்கத்தில் நாகா கிளர்ச்சிக்காரர்களுக்கும் இந்திய அரசுக்கும் இடையிலான சச்சரவைத் தீர்க்க முயற்சிகள் மேற்கொள்ளப் பட்டன. பத்தாண்டு ரத்த வெள்ளத்துக்குப் பிறகு, நாகாலாந்தின் பாப்டிஸ்ட் கிறிஸ்தவ தேவாலயத்தினர், இரு தரப்புக்கும் ஏற்புடையதான ஓர் அமைதிக் குழுவை ஏற்படுத்தினர். அந்தக் குழுவில் அஸ்ஸாம் முதல்வர் பி.பி. சாலிஹா, பெரிதும் மதிக்கப்படும் சர்வோதயத் தலைவர் ஜெயப்பிரகாஷ் நாராயண், நாகா தலைவர் ஃபிஸோவுக்கு லண்டனில் அடைக்கலம் தந்த ஆங்கிலப் பாதிரியார் மைக்கல் ஸ்காட் ஆகிய மூவர் இருந்தனர்.

1964-ன் கோடையில் இந்த அமைதிக் குழு மாநிலம் எங்கும் பயணம் செய்து அரசுத் தரப்பினருடனும் நாகாலாந்து கூட்டாட்சிக் குடியரசு

உறுப்பினர்களுடனும் பேசியது. இரு தரப்பினரும் போர் நிறுத்த ஒப்பந்தம் ஒன்றில் கையெழுத்திட்டனர். செப்டெம்பர் 6 அன்று தேவாலய மணிகள் முழங்க, ஒப்பந்தம் நடைமுறைக்கு வந்தது. இரண்டு வாரங்களுக்குப் பின், கிளர்ச்சிக்காரர்களுக்கும் இந்திய அரசுக்கும் இடையே முதல் சுற்று பேச்சு வார்த்தை தொடங்கியது.[7]

கோஹிமாவிலிருந்து ஜெயப்பிரகாஷ் நாராயண் தன் நண்பருக்குக் கடிதம் எழுதினார்: 'நிலைமை இன்னமும் நிச்சயமற்றதாக இருந்தாலும், இப்போது ஒவ்வொரு நாகரின் பலமான விருப்பம் நிலையான அமைதிதான். நாகர்களுடைய பயமெல்லாம் பகைமைப்போர் மீண்டும் ஆரம்பித்துவிடுமோ என்பதைத் தவிர வேறொன்றும் இல்லை.' ஆனால் அதே கடிதத்தில், சற்று நம்பிக்கை இழந்தவராக, 'இதுவரை இந்திய அரசுக்கும் தலைமறைவு நாகர்களுக்கும் இடையிலான பேச்சுவார்த்தைகளில் மிகவும் குறைந்த அளவில் மட்டுமே முன்னேற்றம் காணப்பட்டுள்ளது' என்றும் கூறியிருந்தார்.[8]

இந்திய அரசுக்கும் கிளர்ச்சிக்காரர்களுக்கும் இடையேயான பேச்சுவார்த்தைகள் தொடர்பான ஆவணங்களைப் பரிசீலித்துப் பார்க்கும்போது அடிப்படையில் இரு பக்கமும் இணைந்துவரும் சாத்தியக் கூறுகள் எவையுமே இல்லை என்றே தோன்றுகிறது. என்.என்.சி தலைவர் ஐஸக் ஸ்வூ, 'இன்று இங்கே நாம் இந்தியர்கள், நாகர்கள் என இரு தேசங்களாக அடுத்தடுத்து நிற்கிறோம்' என்று தொடங்க, வெளியுறவுச் செயலர் ஒய்.டி. குண்டேவியா, 'நாம் அடுத்தடுத்து இரு தேசங்களாக எப்போதுமே இருந்ததில்லை. நாகாலாந்து எப்போதும் இந்தியாவின் பிரிக்கமுடியாத ஒரு பகுதியாகவே இருந்து வந்திருக்கிறது என்பதை வரலாறு வெளிப்படையாகச் சொல்கிறது' என்று பதிலளித்தார்.

இவ்விரு எதிரெதிர் நிலைகளுக்கு இடையே பி.பி.சாலிஹாவும் ஜெயப்பிரகாஷ் நாராயணும் சமரசம் காணக் கடுமையாக முயன்றனர். 'அபூர்வமான, உயர்வான குணங்களைப் கொண்ட மக்கள்' என்று சாலிஹா நாகர்களை புகழ்ந்து, 'இருவரும் தங்களுக்கு இடையே உள்ள இடை வெளியை அகற்றி ஒரு வழியைக் காணவேண்டும்' என்றார். 'இரு கட்சி யினரின் வாதங்களிலும் ஓரளவு உண்மை உள்ளது. எனவே சமரசம் ஏற்படக் கூடிய வாய்ப்புகள் உள்ளன. ஒருவர் நூறு சதவிகிதம் சரியாகவோ அல்லது நூறு சதவிகிதம் தவறாகவோ இருந்தால் சமரசம் ஏற்பட வாய்ப்பே இருக்காது' என்றார் ஜெயப்பிரகாஷ்.[9]

நாகர்களின் சுதந்தரக் கோரிக்கை இந்தியா என்ற கருத்தாக்கத்துக்கு ஒரு கடும் சவாலாக அமைந்தது. மற்றொரு சவாலை, 1964 அக்டோபரில் சீனா நிகழ்த்திய அணு ஆயுதச் சோதனை விடுத்தது. உடனே இந்தியாவும் சொந்த மாக அணுகுண்டு தயாரிக்க முற்பட வேண்டும் என்ற குரல்கள் எழுந்தன. 24 அக்டோபர் அன்று இந்திய அணு சக்தி ஆணையத்தின் இயக்குனர் டாக்டர் ஹோமி ஜே. பாபா, ஆல் இந்தியா ரேடியோவில் உரை ஆற்றினார். உலகெங்கும் உள்ள நாடுகள் அணு ஆயுதங்களைக் கைவிடவேண்டியதன்

அவசியத்தை முன்வைத்த அவர், அப்படி நடக்கும்வரையில், எதிர்கால அவசியத்தைக் கருதி, இந்தியாவும் எச்சரிக்கையாக அணு ஆயுதம் ஒன்றை உருவாக்க வேண்டியிருக்கும் என்றார். அணு ஆயுத ஓட்டப்பந்தயத்தை இடையில் நிறுத்த வழியே இல்லை என்றவர், 'அத்தகைய தாக்குதலுக்கு எதிரான ஒரே பாதுகாப்பு, பதிலுக்குத் தாங்களும் அணு ஆயுதத்தால் தாக்கப்படுவோம் என்ற அச்சம் மட்டுமே' என்றார். 'மேலும், போதிய அளவுக்கு அணு ஆயுதங்கள் வைத்திருக்கும் ஒரு நாடு, தன்னைவிட அதிகப் பலம் வாய்ந்த நாட்டின் தாக்குதலைத் தடுக்கக்கூடிய சக்தி கொண்டதாகிறது' என்றார். தேவையான அணு ஆயுதங்களைச் செய்து சேமித்து வைக்க என்ன செலவாகும் என்பதைப் பற்றியும் டாக்டர் பாபா விளக்கினார். அவரது கணக்குப்படி ஐம்பது குண்டுகளைத் தயாரிக்க ஆகும் செலவு ரூபாய் 10 கோடி. இது பல நாடுகளின் ராணுவ பட்ஜெட்டுடன் ஒப்பிடும்போது மிகவும் 'குறைவே' ஆகும்.[10]

அந்த விஞ்ஞானியின் பேச்சு ஜன சங்கம் போன்ற அரசியல் கட்சிகளின் வாய்க்கு அவலாகக் கிடைத்தது. இந்தியா சொந்தமாக அணு ஆயுதங்களைத் தயாரிக்கவேண்டும் என்று அவர்கள் வற்புறுத்தி வந்தனர். தேவாஸ் தொகுதி நாடாளுமன்ற உறுப்பினர் ஹுக்கும் சந்திர கச்வாய் என்பவர், இதை முன் னிறுத்தி மக்களவையில் ஒரு தீர்மானத்தையே கொண்டுவந்தார். அவரது எழுச்சியூட்டும் உரையில், சீனாதான் இந்தியாவின் முக்கியமான பகைவன் என்றார். 'அந்தப் பகைவனிடம் இருக்கும் ஆயுதங்கள் அனைத்தும் நம்மிடமும் இருக்கவேண்டும்' என்று முழங்கினார். 1962-ன் நினைவுகளை எழுப்பி, சீனாவிடம் நாம் இழந்த அல்லது அவர்கள் திருடிக்கொண்ட ஒவ்வோர் அங்குல இடத்தையும் மீட்கும்வரை நாம் ஓயக்கூடாது என்றார். நாம் அணு ஆயுதங்களை வைத்திருந்தால், விரிந்த உலகில் நம் கௌரவம் மேலும் உயரும் என்றார்.

சுவையான விவாதம் தொடர்ந்தது. சிலர் கச்வாயை ஆமோதித்தனர். வேறு சிலர், இந்தியா ஒரு சமாதான சக்தி என்ற புகழ் இதனால் போய்விடும் என்று சொல்லி அவரை எதிர்த்தனர். குறுக்கிட்டுப் பேசிய பிரதமர், டாக்டர் பாபாவின் பேச்சை அணு ஆயுத ஆதரவாளர்கள் தவறாகப் புரிந்துகொண்டனர் என்றார். விஞ்ஞானி பாபா, அணு ஆயுதங்கள் கூடாது என்றே வாதிட்டார் என்றும், அவர் குறிப்பிட்ட அணுகுண்டு தயாரிப்புச் செலவு, ஏற்கெனவே நிறைய குண்டுகள், அவற்றைத் தயாரிக்கும் கட்டமைப்புகள் ஆகியவற்றை உடைய அமெரிக்காவுக்கே பொருந்தும் என்றும் இந்தியாவில் அதற்கான செலவு மிகவும் அதிகமாக இருக்கும் என்றும் அத்தகைய ஆபத்துமிக்க ஆயுதங்களைத் தயாரிப்பது, காந்தி, நேரு ஆகியோரின் மரபுகளிலிருந்து விலகிச்செல்வதாகும் என்றும் சாஸ்திரி கூறினார். குறிப்பாக, பிரதமர், குறுகிய தேசியவாதத்தை முன்வைக்காமல், விரிந்த மனித இன நோக்கில் பேசினார். இந்தக் குண்டுகள் மனித வாழ்க்கைக்கே அச்சுறுத்தல் விடுகிறது என்றும் மனிதத்துவத்தையே அவமதிக்கிறது என்றும் கூறினார்.

சாஸ்திரியின் பேச்சு மறுபுறத்தின் தலைமைப் பேச்சாளரின் எழுச்சியூட்டும் உரையைப்போன்று இல்லை. ஆனாலும் மக்களவையில் இருந்த காங்கிரஸ் பெரும்பான்மை, இந்தியாவை அணு ஆயுதப் பாதையில் செல்லுமாறு முன்மொழியப்பட்ட தீர்மானத்தைத் தோற்கடித்தது.[11]

III

குடியரசு தின விழா, ஆண்டுதோறும் ஜனவரி 26 அன்று புது தில்லியில், அரசின் சார்பில் ராஜபத்தில் அணிவகுப்புடன் கொண்டாடப்படும். காண்போரைக் கவரும் ஊர்திகள், ராணுவ வாகனங்கள், ஒருவரோடு ஒருவர் போட்டியிடும் வகையில் உருவாக்கப்பட்ட பல்வேறு மாநிலங்களின் அலங்கார வாகனங்கள் ஆகியவை பங்கேற்கும். 1965-ல் குடியரசு தினம், வெறும் தேசிய கௌரவத்தின் அடையாளமாக மட்டுமல்லாமல் தேசிய ஒற்றுமையை உறுதி செய்யும் வகையிலும் கொண்டாடப்பட இருந்தது. 1949-ல் அரசியல் அமைப்புச் சபை, இந்திய யூனியனின் தேசிய மொழியாக இந்தியைத் தேர்ந்தெடுத்திருந்தது. அரசியல் அமைப்புச் சட்டத்தால் ஏற்றுக்கொள்ளப்பட்ட இது, 1950 ஜனவரி 26 அன்று நடைமுறைக்கு வந்தது. எனினும் மத்திய அரசுக்கும் மாநில அரசுகளுக்கும் இடையிலான கடிதப் போக்குவரத்தில், இந்தியோடு ஆங்கிலமும் தொடர்ந்து பயன்பாட்டில் இருக்கலாம் என்று பதினைந்து ஆண்டுகளுக்கு அனுமதி அளிக்கப் பட்டிருந்தது. இப்போது அந்தக் காலம் முடிவுக்கு வர இருந்தது. இனி இந்தி மட்டுமே இருக்கும்.

தென் மாநில அரசியல்வாதிகள் இம்மாறுதல் குறித்து நீண்ட காலமாகவே கவலை கொண்டிருந்தனர். 1956-ல் தமிழ்ப் பண்பாட்டுக் கழகம், 'யூனியனின் ஆட்சி மொழியாக ஆங்கிலம் தொடரவேண்டும்' எனவும், 'மத்திய மாநில அரசுகளுக்கு இடையிலும், மாநிலங்களுக்கு இடையிலும் ஆங்கிலமே தொடர்பு மொழியாக இருக்கவேண்டும்' எனவும் தீர்மானம் இயற்றியது. கையொப்பம் இட்டவர்களில் சி.என். அண்ணாதுரை, ஈ.வே. ராமசாமி, சி. ராஜகோபாலாச்சாரி ஆகியோர் அடங்குவர். இந்தத் தீர்மானத்தை முன்னெடுத்தது திராவிட முன்னேற்றக் கழகம் (திமுக). இந்தக் கட்சி, இந்தித் திணிப்புக்கு எதிராகப் பல கூட்டங்களை நடத்தியிருந்தது.[12]

சீனப்போர் நடைபெற்றபோது திமுக தன் பிரிவினைக் கோரிக்கையைக் கைவிட்டது. அது இப்போது தனி நாடு கோரவில்லை. ஆனால் அது தமிழ் மக்களின் மொழியையும் பண்பாட்டையும் காக்க விரும்பியது. திமுக தலைவர் சி.என். அண்ணாதுரை, அண்ணா என்றே அனைவராலும் அறியப் பட்டார். அவர் சிறந்த நாவன்மை படைத்தவர். மாநிலத்தில் மக்கள் நம்பிக்கை பெற்ற சக்தியாகத் தம் கட்சியை வளர்த்திடப் பெரும் தொண்டாற்றியவர். அவர் கருத்துப்படி, பிற மொழிகளைப்போல இந்தியும் ஒரு பிராந்திய மொழியே; அதற்கெனத் தனித்தகுதி எதுவுமில்லை; உண்மையில் அது

இந்தியாவின் மற்ற மொழிகளைவிட அதிகம் முன்னேற்றம் அடையாதது; அறிவியல், தொழில்நுட்ப முன்னேற்றத்துக்குத் தகுதியானதுமல்ல. மற்ற மொழிகளைவிட இந்தி அதிகமான மக்களால் பேசப்படுகிறது என்ற வாதத்துக்கு எதிராக, அண்ணா கிண்டலாக, 'தேசியப் பறவையைத் தேர்ந்தெடுக்க அதிக எண்ணிக்கை என்ற கோட்பாட்டை மேற்கொண்டிருந்தால், தேர்வு மயிலாக இருந்திருக்காது, காகமாக இருந்திருக்கும்' என்றார்.[13]

ஜவாஹர்லால் நேரு, தென் மக்களின் உணர்வுகளைப் புரிந்துகொண்டிருந்தார். கிழக்கிலும் வடகிழக்கிலும் உள்ள மக்களும் இதே உணர்வுகளையே கொண்டிருந்தனர். நேரு 1963-ல் ஆட்சிமொழிகள் சட்டத்தை முன்வைத்தார். அதன்படி, 1965 முதல் இந்தியுடன், ஆங்கிலமும் தொடர்புமொழியாகத் தொடரலாம். அந்த அறிவிப்பு சிக்கலாக அமைந்தது. தொடரலாம் என்பதை நேரு, 'உறுதியாகத் தொடரும்' என்று எடுத்துக்கொண்டார். மற்ற காங்கிரஸ் அரசியல்வாதிகள் 'தொடராமலும் இருக்கலாம்' என்பதாகப் பொருள் கொண்டனர்.[14]

1965 ஜனவரி 26 நெருங்க நெருங்க இந்தி எதிர்ப்பாளர்கள் தங்கள் நடவடிக்கைகளை முடுக்கிவிட்டனர். குடியரசு தினத்துக்குப் பத்து நாட்கள் முன்னர், அண்ணாதுரை சாஸ்திரிக்குக் கடிதம் ஒன்றை அனுப்பினார். அவரது கட்சி, ஆட்சி மொழி மாற்றல் தினத்தை துக்க நாளாக அனுசரிக்கும் என்று எழுதியிருந்தார். அத்துடன் மாற்று யோசனை ஒன்றையும் தெரிவித்திருந்தார். இந்தித் திணிப்பு நாளை ஒரு வாரம் தள்ளிப் போட்டால், திமுகவும் குடியரசு தினத்தை மற்றவர்களோடு சேர்ந்து மகிழ்ச்சியுடன் கொண்டாட முடியும் என்று தெரிவித்திருந்தார்.

சாஸ்திரியும் அவருடைய அரசும் ஜனவரி 26 அன்று இந்தியை ஆட்சிமொழி ஆக்கும் முடிவில் உறுதியாக நின்றனர். பதிலுக்கு, திமுக, மாநிலம் எங்கும் எதிர்ப்பு நடவடிக்கைகளை ஆரம்பித்தது. பல கிராமங்களில் இந்திப் புத்தகங்களும் அரசியல் அமைப்புச்சட்ட நூலில் ஆட்சிமொழி சம்பந்தப்பட்ட பக்கங்களும் எரிக்கப்பட்டன. ரயில் நிலையங்களிலும் அஞ்சல் அலுவலகங்களிலும் இந்திப் பெயர்ப்பலகைகள் அகற்றப்பட்டன அல்லது தார் பூசப்பட்டன. பல நகரங்களில் காவலர்களுக்கும் ஆத்திரமடைந்த மாணவர்களுக்கும் இடையே சண்டைகள் மூண்டன.[15]

மக்கள் கூட்டம் கூட்டமாக எதிர்ப்பைத் தெரிவித்தனர். வேலை நிறுத்தங்கள், ஊர்வலங்கள், கடையடைப்புகள், மறியல்கள் ஆகியவை நிகழ்ந்தன. இந்து நாளேடு, நிகழ்வின் சில பகுதிகளை இவ்வாறு கூறியது:

கோவையில் முழு கடையடைப்பு
வக்கீல்கள் நீதிமன்றப் புறக்கணிப்பு
அணி அணியாக மாணவர் உண்ணாவிரதம்
மதுரையில் அமைதியான வேலை நிறுத்தம்
விழுப்புரத்தில் தடியடி
உத்தமபாளையத்தில் கண்ணீர்ப்புகை.

மனத்துக்கு வருத்தமளிக்கும் வகையில், சில இடங்களில் தனிப்பட்ட நபர்கள் தங்கள் உயிரைப் போக்கிக்கொண்டனர். குடியரசு நாள் அன்றே மதறாஸில் இருவர் தீக்குளித்தனர். தமிழின் பலிபீடத்தில் தன் உயிரை மாய்த்துக்கொள்ள விரும்புவதாக ஒருவர் கடிதத்தையும் விட்டுச் சென்றார். மூன்று நாள்களுக்குப் பிறகு திருச்சியில் இருபது வயது இளைஞர் ஒருவர் பூச்சி மருந்து குடித்து இறந்தார். அவரும் தமிழுக்காகவே தற்கொலை செய்துகொள்வதாக ஒரு குறிப்பை விட்டுச் சென்றார். இந்த உயிர்த் தியாகங்கள் மேலும் பல வேலைநிறுத்தங்களுக்கும் புறக்கணிப்புகளுக்கும் வித்திட்டன.

கலவரத்தை அடக்க அனுப்பப்பட்ட ஒரு காவல் அதிகாரியின் உயிரோட்டமுள்ள குறிப்பு இந்தப் போராட்டத்தை விவரிக்கிறது. திருப்பூரில் கான்ஸ்டபிள்கள் குழு நுழைந்தபோது கலவரம் முடிந்திருந்தது. ஆனாலும் மக்கள் கூட்டம் அடுத்து என்ன நடக்குமோ என்று எதிர்பார்த்துக் காத்திருந்தது. தெருக்களிலும் தாலுகா அலுவலகத்தின் உள்ளும், போலீஸ் லாரிகளும் ஜீப் களும் எரிந்து கிடந்தன. காவல் நிலையம் அலங்கோலமாகக் காட்சியளித்தது. ரேடியோ டிரான்ஸ்மிட்டர், கண்ணாடி உடைந்து தலைகீழாகக் கிடந்தது. வெளி வேலி சிதைக்கப்பட்டிருந்தது. காயமடைந்த காவலர்கள் உள்ளே ஓய்வெடுத்துக்கொண்டிருந்தனர். வயிற்றுக் காயத்துடன் இன்ஸ்பெக்டர் மல் லாந்து படுத்துக்கொண்டிருந்தார். இறந்த கலவரக்காரர்களின் உடல்கள் அங்கும் இங்குமாகச் சிதறிக் கிடந்தன. ஓர் உடல் காவல் நிலையப் படிக்கட்டிலும், மற்றொன்று பின் தெருவிலும், மூன்றாவது உடல் வயிறு வழியாகக் குண்டு துளைத்த நிலையில் அருகில் உள்ள ஆற்றங்கரையிலும் கிடந்தன. துப்பாக்கி ஏந்திய காவலர்கள் கட்டுப்பாட்டில் இருந்த ஒரு குழு, கண்டபடி திட்டிக்கொண்டிருந்தது.

'இந்தித் திணிப்புக்கு எதிரான உணர்வின் ஆழத்தைச் சரியாக உணர்ந்து கொள்ளாததே உண்மையான தவறு' என்று அவர் குறிப்பிட்டிருந்தார். புது தில்லியில் இருந்த சிலர் இதனை வெறும் குறுகிய வெறியின் வெளிப் பாடாகக் கணக்கிட்டிருந்தனர். ஆனால் அது உண்மையில் உள்ளூர் தேசிய இயக்கமாக இருந்தது.[16]

இந்தி எதிர்ப்பின் தீவிரம் மத்திய அரசை எச்சரிக்கை அடையச் செய்தது. இப்பிரச்னையில் ஆளும் காங்கிரஸ் கட்சி இரண்டாகப் பிளவுபட்டு நின்றது. ஜனவரி கடைசி நாளன்று பெங்களூரில் கூடிய பல காங்கிரஸ் கட்சி முக்கியஸ்தர்கள், இந்தி பேசாத பகுதியினர்மீது இந்தியைத் திணிக்க வேண்டாம் என்ற வேண்டுகோளை விடுத்தனர். அவசரமாக இந்தியை அறிமுகம் செய்வது நாட்டின் ஒற்றுமையை அழித்துவிடும் என்றனர்.

இந்த வேண்டுகோளில் கையொப்பம் இட்டவர்களில் மைசூர் முதல்வர் எஸ். நிஜலிங்கப்பா, வங்காள காங்கிரஸ் தலைவர் அதுல்யா கோஷ், மூத்த காங்கிரஸ் மத்திய அமைச்சர் சஞ்சீவ ரெட்டி, காங்கிரஸ் தலைவர் காமராஜ் ஆகியோர் அடங்குவர். அதே நாளில் காங்கிரசின் உயர்மட்டத் தலைவர் மொரார்ஜி தேசாய், அவர்களுக்கு பதில் அளித்தார். திருப்பதியில் பத்திரிகையாளர்களிடம்

பேசும்போது, தமிழ் மக்கள் இந்தி கற்பதன்மூலம் இந்தியா முழுதும் தங்கள் செல்வாக்கை அதிகப்படுத்திக்கொள்ளலாம் என்றார். மதறாஸில் உள்ள காங்கிரஸ் தலைவர்கள் அவர்களிடம் எடுத்துச் சொல்லி, இந்தியை எதிர்க்கும் தவறை மக்கள் செய்யாவண்ணம், அவர்களைத் தங்கள் பக்கம் கொண்டு வரவேண்டும் என்றும் தேசாய் கூறினார். இந்தி எதிர்ப்பு ஒரு வடிவம் பெறும் முன்பாகவே, 1950-களிலேயே இந்தியை ஆட்சிமொழி ஆக்காமல் போன தற்கு அவர் வருத்தம் தெரிவித்தார். இந்தி மட்டுமே இந்தியாவில் இணைப்பு மொழியாக இருக்க முடியும்; ஏனெனில் 'ஆங்கிலம் நம் மொழியல்ல' என்றார் அவர். இந்தியாவை ஒன்றிணைக்கும் அரசின் இந்த முயற்சிக்குக் குறுக்கே எந்தப் பிராந்திய உணர்வும் வரக்கூடாது என்றார் தேசாய்.[17]

பிரதமர் சாஸ்திரியின் நிலை இப்போது பிரச்னைக்கு உரியதானது. அவருடைய இதயம் இந்தி ஆர்வலர்கள் பக்கம் இருந்தது. ஆனால் அவருடைய மூளை மற்ற குரல்களையும் கேட்க வற்புறுத்தியது. 11 பிப்ரவரி அன்று மதறாஸைச் சேர்ந்த இரண்டு மத்திய மந்திரிகள் பதவி விலகினர். அன்று மாலையே பிரதமர் அகில இந்திய வானொலியில் நிகழ்த்திய உரையில், நடந்துபோன சோகமான சம்பவங்களுக்குத் தன் ஆழ்ந்த வருத்தத்தையும் அதிர்ச்சியையும் தெரிவித்துக்கொண்டார். மக்கள் தேவையின்றி அச்சம் கொள்வதை அகற்றிட, நேருவின் உறுதிமொழி முற்றிலும் மதிக்கப்படும் என்று பிரதமர் வாக்களித்தார். அதாவது மக்கள் விரும்பும்வரை ஆங்கிலம் இணைப்பு மொழியாகப் பயன்படுத்தப்படும். பிறகு பிரதமர், நான்கு உறுதிமொழிகளையும் அளித்தார்.

முதலாவதாக, ஒவ்வொரு மாநிலமும் எந்தத் தடையும் இன்றி, தன் நடவடிக்கைகளைத் தான் விரும்பும் எந்த மொழியிலும் மேற்கொள்ளலாம். அது பிராந்திய மொழியாகவோ அல்லது ஆங்கிலமாகவோ இருக்கலாம்.

இரண்டாவதாக, இரு மாநிலங்களுக்கு இடையேயான கடிதத் தொடர்புகள் ஆங்கிலத்திலோ, அல்லது அதிகாரப்பூர்வ ஆங்கில மொழிபெயர்ப்புடனோ அமையும்.

மூன்றாவதாக, இந்தி பேசாத மாநிலங்கள் மத்திய அரசுடன் ஆங்கிலத்திலேயே தொடர்புகொள்ளலாம். இந்தி பேசாத மாநிலங்களின் சம்மதம் இன்றி, இந்த ஏற்பாட்டில் எந்த மாறுதலும் செய்யப்படமாட்டாது.

நான்காவதாக, மத்திய அரசின் விவகாரங்களில் ஆங்கிலம் தொடர்ந்து பயன்படுத்தப்படும்.

பின்னர் சாஸ்திரி, ஐந்தாவது உறுதிமொழி ஒன்றையும் சேர்த்தார். அகில இந்திய ஆட்சிப் பணித் தேர்வுகள், இந்தியில் மட்டுமின்றி ஆங்கிலத்திலும் நடைபெறும். (இந்திவாலாக்கள் இந்தியில் மட்டுமே இந்தத் தேர்வுகள் நடைபெறவேண்டும் என்று விரும்பினர்.)[18]

பிரதமர் வானொலியில் பேசிய ஒரு வாரத்துக்குப் பிறகு தமிழகத்தில் நடைபெற்ற கலவரங்கள் பற்றி நாடாளுமன்றத்தில் சூடான விவாதம் நடைபெற்றது. இந்தியை எதிர்ப்பவர்கள் அரசியல் அமைப்புச் சட்டத்துக்கு

எதிரானவர்கள்; தேச விரோதிகள் என்று இந்தி ஆதரவாளர்கள் குற்றம் சாட்டினர். அரசாங்கம் வன்முறைக்குப் பணிந்துபோவது, மேலும் வன்முறையை ஊக்குவிக்கும் என்றனர். தமிழ் உறுப்பினர்கள் இதற்குப் பதில் அளிக்கையில், தாங்கள் 'ஏற்கெனவே இந்தி அரக்கனுக்குப் போதுமான பலி கொடுத்துவிட்டோம்' என்றனர். அவர்களுக்கு வங்காளத்திலிருந்து இரு உறுதிமிக்க ஆதரவாளர்கள் கிடைத்தனர். இடதுசாரி ஹிரேன் முகர்ஜி, இந்தி ஆர்வலர்கள் அவர்களுடைய மொழி பேசாதவர்களிடம் வெறுப்பையும் அவமதிப்பையும் காட்டுவதாகக் குற்றம் சாட்டினார். வலதுசாரி என்.சி.சாட்டர்ஜி, 'இந்தியாவை வலுவாக ஒருங்கிணைக்கும் சக்தி, அதன் நீதிபூர்வமானதும் சட்டபூர்வமானதுமான ஒற்றுமையே' என்றார். இதனைச் செயல்படுத்த, உச்சநீதிமன்றமும், உயர் நீதிமன்றங்களும் ஆங்கிலத்தில்தான் செயல்படவேண்டும் என்றார். ஆங்கிலோ இந்திய உறுப்பினர் ஃபிராங்க் அந்தோனி, 'இந்திக்கு ஆதரவாகப் பேசுபவர்களிடம் அதிகரித்துவரும் சகிப்புத் தன்மையற்ற போக்கு, பிற்போக்குவாதம், குறுகிய மொழிவெறி' ஆகிய வற்றைக் கண்டித்தார். ஜே.பி. கிருபளானி நகைச்சுவையாகப் பேசும்போது, 'இந்தி வெறியர்கள் வெற்றிபெறவே முடியாது; ஏனெனில் இந்தியக் குழந்தைகள் அம்மா, அப்பா என்று சொல்வதில்லை; மாறாக மம்மி, பப்பா என்றுதான் சொல்லுகின்றனர். நாம் நம் நாய்களிடம்கூட ஆங்கிலத்தில்தான் பேசுகிறோம்' என்றார். மேலும் தொடர்ந்து, 'மிஸ்டர் அந்தோனி, தன் தாய் மொழி பற்றி அனாவசியமாக உணர்ச்சிவசப்படுகிறார். இங்கிலாந்தில் அது (ஆங்கிலம்) மறையலாம். ஆனால் இந்தியாவில் அது மறையாது' என்றார்.[19]

இப்போதைய பிரச்னைக்கும் 1950-களில் நடைபெற்ற மொழிப் பிரச்னைக்கும் நிறைய ஒற்றுமைகள். அப்போதும், எழுச்சியுற்ற மக்கள் போராட்டங்கள், அன்றைய பிரதமரை, அறிவிக்கப்பட்ட அதிகாரபூர்வ நிலையையும் சொந்த விருப்பங்களையும் மறுபரிசீலனை செய்யத் தூண்டின. மொழிவாரி மாநில அமைப்பை நேரு எதிர்த்தார். யூனியனின் ஒரே ஆட்சி மொழியாக இந்தி விளங்கவேண்டும் என்று சாஸ்திரி நம்பினார். ஆனால், எதிர்ப்புகள் தெருக்களுக்குப் பரவி, எதிர்ப்பாளர்கள் தங்கள் உயிரையும் தியாகம் செய்ய முற்பட்டபோது (1953-ல் பொட்டி ஸ்ரீராமுலு; 1965-ல் பத்துப் பன்னிரண்டு தமிழ் இளைஞர்கள்) பிரதமர் மறுபரிசீலனை செய்ய நேரிட்டது. குறிப்பிடத்தகுந்த வகையில் இந்தப் பிரச்னைகளின்போது காங்கிரசின் அடிமட்டத் தொண்டர்வரை தங்கள் சொந்த அரசைவிட, எதிர்ப் பாளர்களுக்கே ஆதரவாக இருந்தனர். நேருவைப் போலவே, சாஸ்திரியின் மனமாற்றமும் நாட்டின் ஒற்றுமையுடன், கட்சியின் ஒற்றுமையையும் காப்பாற்றுவதற்காக நிகழ்ந்தது.

IV

தென் இந்தியாவிலிருந்து மீண்டும் வட இந்தியாவின் சச்சரவுப் பகுதியான காஷ்மீருக்குச் செல்வோம். 1965 மார்ச்சில் ஷேக் அப்துல்லா மெக்கா

யாத்திரைக்குப் புறப்பட்டார். தன் மகன் தங்கியிருந்த லண்டன் வழியாக நீண்ட பயணத்தை மேற்கொண்டார். மாநிலங்கள் அவை உறுப்பினரும், ஒரு காலத்தில் காந்தியுடன் நெருக்கமாக இருந்தவருமான சுதிர் கோஷ் மூலம் சாஸ்திரி ஷேக் அப்துல்லாவுக்கு ஒரு செய்தியை அனுப்பியிருந்தார். அதிக பட்சம், இந்திய யூனியனுக்கு உட்பட்ட ஒரு தன்னாட்சி பெற்ற மாகாணமாக மட்டுமே காஷ்மீர் பள்ளத்தாக்கு இருக்கமுடியும். காஷ்மீர் சிங்கம் அப்துல்லாவும் கிட்டத்தட்ட அதே கருத்தை நோக்கியே வந்துகொண்டிருப்பதாக கோஷ் கருதினார்.

கோஷ், லண்டனில் உள்ள இந்தியாவின் பழைய நண்பரும் குவேக்கருமான ஹோரேஸ் அலெக்ஸாண்டருக்குக் கடிதம் எழுதி, ஷேக் அப்துல்லாமீது ஒரு கண் வைத்துக்கொள்ளச் சொன்னார். காஷ்மீர் சிக்கலுக்குத் தீர்வு காணும் நேரம் நெருங்கிவரும்போது, அப்துல்லா, பிரிட்டிஷ் பத்திரிகையாளர்களிடம் எதையாவது வாய் தவறி சொல்லப்போய், அதில் சில தவறான அம்சங்களை காங்கிரஸ் கட்சியில் இருப்போர் விடாப்பிடியாகப் பிடித்துக்கொண்டு, ஷேக்மீது கத்திகளைப் பாய்ச்ச ஆவலோடு காத்திருக்கக்கூடும் என்பது அவரது கவலை.[20]

பிரிட்டனில் ஷேக் அப்துல்லா வாய் தவறி எதையும் சொல்லி விடவில்லை. ஆனால், மெக்கா சென்று திரும்பும் வழியில் அல்ஜியர்ஸில் அதைவிட மோசமான ஒரு செயலைச் செய்துவிட்டார். அல்ஜீரியத் தலைநகரில் அப்போது தங்கியிருந்த சீனப் பிரதமர் சௌ என் லாயைச் சந்தித்துவிட்டார். அவர்கள் பேசிய விவரம் எதுவும் வெளியிடப்படவில்லை. அவர் பகைவருடன் சேர்ந்து விருந்து சாப்பிட்டதே போதுமானதாக இருந்தது. (1953-ல் ஷேக் அப்துல்லா அட்லாய் ஸ்டீவன்ஸனைச் சந்தித்தது போலவே) இப்போதும், சுதந்தர காஷ்மீர் அமையக்கூடிய வாய்ப்புகள் பற்றி அவர் பேசியிருக்கலாம் என்று கருதப்பட்டது. 1953-ல் ஷேக் சிறையில் அடைக்கப்பட நான்கு மாத காலம் அவகாசம் தேவைப்பட்டது. ஆனால் இப்போதோ, அவர் தில்லி பாலம் விமான நிலையத்தில் இறங்கிய உடனேயே சிறை செய்யப்பட்டார். தலைநகரின் அரசு மாளிகைக்கு அவர் அழைத்துச் செல்லப்பட்டு, சிறிது நேரத்திலேயே, நாட்டின் தெற்கே மலைப்பிரதேசமான கொடைக்கானலுக்கு அனுப்பி வைக்கப்பட்டார். இங்கே அவருக்கு, காஷ்மீரைப் போல இல்லாவிட்டாலும், ஓரளவுக்கு அழகிய வீடு ஒன்று அளிக்கப்பட்டது. ஆனால், அனுமதியின்றி அவரால் நகராட்சி எல்லையைத் தாண்டிச் செல்லவோ பார்வையாளர்களைச் சந்திக்கவோ முடியாது.

ஷேக் அப்துல்லா கைது செய்யப்பட்ட செய்தி நாடாளுமன்றத்தின் இரு அவைகளிலும் ஆரவாரத்துடன் வரவேற்கப்பட்டது. ஒரு சீனத்தலைவருடன் பேசினார் என்பது மட்டுமல்ல; பாகிஸ்தான் இந்தியாவின் எல்லைப் பகுதிகளைச் சிறிது சிறிதாக விழுங்கும் வேலையில் ஈடுபட்டிருந்த நேரத்தில் பேசினார் என்பதால் அவர் செய்தது தேசத் துரோகம் என்று கருதப்பட்டது. அப்துல்லா யாத்திரை சென்றிருக்கும்போது இந்தியாவுக்கும் பாகிஸ்தானுக்கும் இடையில், கட்ச் வளைகுடா என்ற உவர்நிலப் பகுதி தொடர்பாக ஒரு சச்சரவு

ஏற்பட்டிருந்தது. இரு நாடுகளுமே அந்த இடத்துக்குச் சொந்தம் கொண்டாடின. ஏப்ரல் முதல் வாரத்தில் இரு நாடுகளும் இந்த இடத்தில் பீரங்கிச் சண்டையில் ஈடுபட்டனர். பாகிஸ்தானிகள் தங்கள் அமெரிக்க பீரங்கிகளைக் கொண்டு இந்திய நிலைகள்மீது குண்டுகளை வீசினர். இதனால், இந்தியப் படைகள் சுமார் நாற்பது மைல் பின்வாங்கி, வறண்ட நிலப்பகுதியை அடைய வேண்டியதாயிற்று. பிரிட்டிஷ் ஆதரவின்கீழ் சர்வதேச மத்தியஸ்தத்துக்கு உட்படும்வரை இரு பக்கங்களும் கோபமாகத் தந்திகளைப் பரிமாறிக்கொண்டன.[21]

தேசபக்தி வெறி அதிகரித்ததால், மிகவும் ஏமாற்றம் அடைந்தார் ஹொரேஸ் அலெக்சாண்டர். அவர் இந்திரா காந்திக்குக் கடிதம் எழுதி, இந்தியத் தரப்பு பதிலையும் பெற்றார். 'ஷேக் சாஹிப் புரிந்துகொள்ளாதது இதுதான். சீனப் படையெடுப்பைத் தொடர்ந்து, பாகிஸ்தானிலும் பாகிஸ்தானாலும் மேற்கொள்ளப்பட்ட நடவடிக்கைகளால் காஷ்மீரின் நிலவரம் முழுதுமாக மாறிவிட்டது.' அம்மாநிலத்தின் எல்லைகள் சீனா, ரஷ்யா, இந்தியா, பாகிஸ்தான் ஆகியவற்றைத் தொடுகின்றன. 'தற்போதைய சூழலில் சுதந்தர காஷ்மீர் என்பது அந்நியச் சக்திகள் குழப்பம் ஏற்படுத்தும் களமாக விளங்கும். மேலே கூறப்பட்ட நாடுகள் தவிர, அமெரிக்கா, பிரிட்டன் ஆகியவையும் உளவு பார்ப்பதில் ஈடுபடும்.'[22]

அப்துல்லாவின் கைதும் கட்சி மோதலும் பாகிஸ்தான் அதிபர் அயூப் கான் சிந்தையில் ஓர் எண்ணத்தை விதைத்தது. இந்திய காஷ்மீரில் கலவரத்தைத் தூண்டி அதன் மூலம் ஒரு போருக்கு வழி செய்து அந்தப் பகுதியை பாகிஸ்தானுடன் இணைத்துக் கொள்வது அல்லது அதே முடிவுக்கு வரும் வகையில் சர்வதேச இடையீட்டுக்கு வழி செய்வது. 1965-ன் கோடைக் காலத்தில், பாகிஸ்தான் ராணுவம் 'ஆபரேஷன் ஜிப்ரால்டர்' என்ற பெயரிலான நடவடிக்கையைத் திட்டமிட்டது. ஜிப்ரால்டர் என்பது மத்திய ஸ்பெயினில் மூர் இனத்தவர்கள் ராணுவ வெற்றி பெற்ற ஒரு முயற்சியைக் குறிக்கும் பெயர். காஷ்மீர் தீவிரவாதிகளுக்கு சிறிய ஆயுதங்களில் பயற்சி அளிக்கப் பட்டது. அவர்களது குழுக்களுக்கு சுலைமான், சலாவுதீன் போன்ற பண்டைய இஸ்லாமிய வீரர்களின் பெயர்கள் கொடுக்கப்பட்டன.[23]

ஆகஸ்ட் முதல் வாரத்தில் தீவிரவாதிகள் சிலர், போர் நிறுத்தக் கோட்டைத் தாண்டி காஷ்மீருக்குள் புகுந்தனர். பாலங்களைத் தகர்த்து, ராணுவ நிலைகள் மீது குண்டு வீசி முன்னேறினர். காஷ்மீரில் குழப்பம் விளைவிக்கவும் அமைதியின்மையை உண்டாக்கவும் அவர்கள் திட்டமிட்டிருந்தனர். பள்ளத்தாக்கில் மக்கள் எழுச்சி உருவாகிவிட்டதாக பாகிஸ்தான் வானொலி அறிவித்தது. உண்மையில், உள்ளூர் மக்கள் அமைதியாகவும் அலட்சியமாகவுமே இருந்தனர். அத்துமீறி உள்ளே புகுந்த சிலரைப் பிடித்துக் காவலர்களிடம் ஒப்படைக்கவும் செய்தனர்.[24]

பாகிஸ்தான் நம்பியிருந்த கிளர்ச்சி ஏற்படாதபோது, ஆபரேஷன் கிராண்ட்ஸ்லாம் என்ற ரகசியப் பெயர் இடப்பட்ட, மாற்றுத் திட்டம்

தொடங்கப்பட்டது. ஜம்மு பிரிவில் பாகிஸ்தான் படைகள் போர் நிறுத்தக் கோட்டைத் தாண்டி, கனரகத் துப்பாக்கிகளுடனும் பீரங்கிகளுடனும் முன்னேறின. ஊரி பகுதியில் இந்தியர்கள் பதிலடி கொடுத்தனர். அத்துமீறி உள்ளே நுழைபவர்களைக் கண்காணிக்க வசதியான போர் முக்கியத்துவம் வாய்ந்த ஹாஜி பீர் கணவாயைக் கைப்பற்றுவதில் வெற்றி கண்டனர்.[25]

செப்டெம்பர் முதல் தேதி அன்று பாகிஸ்தான் படைகள் சாம்ப் பகுதியில் மிகப்பெரும் தாக்குதலைத் தொடங்கின. அமெரிக்க பேட்டன் டாங்குகள் கொண்ட இரண்டு ரெஜிமெண்டுகள், எல்லையைக் கடந்து, இந்தியர்களை வியப்பில் ஆழ்த்தி இருபத்து நான்கு மணி நேரத்துக்குள் முப்பது சதுர மைல் பரப்பைக் கைப்பற்றின. ஆக்நூர் பாலத்தைக் கைப்பற்றுவதுதான் அவர்கள் நோக்கம். அதன்மூலம் ஜம்மு காஷ்மீருக்கும் பஞ்சாபுக்கும் இடையிலான தொடர்பைத் துண்டித்துவிட எண்ணினர். இந்தியர்கள் இப்போது விமானப் படைக்கு அழைப்பு விடுத்தனர். சுமார் முப்பது விமானங்கள் பகைவர்மீது குண்டு மழை பொழிந்தன. இந்திய வேம்பயர் விமானங்களுக்கு பாகிஸ்தானின் ஸேபர் ஜெட் விமானங்கள் பதில் அளித்தன.

அக்நூர் பகுதியில் பாகிஸ்தானின் தீவிரமான தாக்குதலால் செப்டெம்பர் 5 வாக்கில் இந்தியர்களின் நிலை மிகவும் பலவீனமானது. இந்தத் தாக்குதலைச் சமாளிக்க புதிய முனை ஒன்றில் போரைத் தொடங்குமாறு வீரர்களுக்கு புது தில்லி ஆணையிட்டது. ஆறாம் தேதி காலையில் காலாட்படை பின்தொடர, பல டாங்குப் படைகள் பஞ்சாபைப் பிரிக்கும் சர்வதேச எல்லையைத் தாண்டி பாகிஸ்தானுக்குள் புகுந்தன. பாகிஸ்தானின் முதன்மை நகரான லாகூரை நோக்கி முன்னேறின. இதனால், பாகிஸ்தானிப் படைகளும் டாங்குகளும் அவசர அவசரமாகக் காஷ்மீர் முனையிலிருந்து இந்த முனைக்குத் திரும்ப அழைக்கப்பட்டனர். இரண்டாம் உலகப் போருக்குப்பிறகு இதுவரை கண்டிராத மிகத் தீவிரமான டாங்குச் சண்டை ஆரம்பமானது.

இரு தரப்பும் ஒவ்வொரு அங்குலத்துக்கும் கடுமையாகப் போரிட்டன. சில சமயம் வறண்ட நிலங்களிலும் சில சமயம் கரும்பு வயல்கள் நடுவிலும் போர் நிகழ்ந்தது. அஸல் உத்தாருக்கு அருகில் இந்தியர்கள் பாகிஸ்தானியரை வீழ்த்தினர். ஆனால் கேம்காரனைத் திரும்பப் பிடிக்கும் முயற்சி முறியடிக்கப் பட்டது. இரண்டாம் உலகப் போரில் சிறப்பாகப் பணியாற்றியிருந்த இந்தியத் தளபதி ஒருவர், இவ்வளவு அதிகமான அளவில் டாங்குகள் அழிக்கப்பட்டு, களத்தில் பொம்மைகள் போலக் கைவிடப்பட்டுக் கிடந்ததைத் தான் பார்த்திருக்கவில்லை என்று குறிப்பிட்டார்.[26]

பகைவர் தளங்களைத் தாக்கச் செல்லும் போர் விமானங்கள் தலைக்குமேல் சத்தம் எழுப்பின. இரு பக்கங்களிலிருந்தும் பெருமளவு குண்டுகள் வீசப்பட்டன. ஒருவர் குறிப்பிட்டவாறு, அதிர்ஷ்டவசமாக, வீசப்பட்ட சில குண்டுகள் வெடிக்கத் தவறிவிட்டன. அவை பழமையானவை; இரு தரப்புக்குமே, பெரும்பாலும் ஒரே இடத்திலிருந்து அளிக்கப்பட்டவை.[27]

சண்டை நடந்துகொண்டிருந்தபோது, சீனர்கள் பாகிஸ்தானுக்கு ஆதரவாகப் பேசத் தொடங்கினர். செப்டெம்பர் 4 அன்று கராச்சிக்கு வந்த சீனத் தளபதி சென்-யீ, 'போர் நிறுத்தக் கோட்டை மீறிய இந்தியச் சர்வாதிகாரத்தை' கடுமையாகக் கண்டித்தார். 'பாகிஸ்தான் அரசு இந்தியாவின் ஆத்திரமூட்டும் ஆயுத அத்துமீறல்களை எதிர்க்க மேற்கொண்ட நியாயமான நடவடிக்கை' களுக்கு ஆதரவும் அளித்தார். மூன்று நாட்களுக்குப் பிறகு பீகிங், 'இந்தியா விசாலமான சீனப் பகுதிகளை இன்னமும் தன் கைக்குள் கொண்டிருக்கிறது' என்று அறிக்கை விடுத்தது. மறுநாள் சௌ என் லாய், 'இந்தியாவின் படையெடுப்பு நடவடிக்கைகள் ஆசியாவின் இந்தப் பகுதியின் அமைதிக்கு ஆபத்தை விளைவிக்கிறது' என்று கூறினார்.[28]

இந்தியாவிலோ, மக்களிடம் தேசபக்தி அலை மேலோங்கி இருந்தது. பத்திரிகை நிருபர்கள், அரசின் செய்தித் தொடர்பாளரிடம், 'லாகூர் விமான நிலையம் கைப்பற்றப்பட்டுவிட்டதா?', 'வானொலி நிலையம் நம் கட்டுப்பாட்டுக்கு வந்துவிட்டதா?' என்று கேட்டபடி இருந்தனர். லாகூர் கைப்பற்றப்படவே இல்லை. ஆனால் ஏன் அப்படி ஆனது என்பது சர்ச்சைக்குரிய விஷயமாகவே இருந்தது. 'லாகூரைக் கைப்பற்றுவது நம் திட்டத்தில் இல்லை. நமக்கு எதிரான உணர்வுகளைக் கொண்ட ஒவ்வொரு வீட்டிலும் நுழைந்து ஏன் நடவடிக்கைகளை மேற்கொள்ள வேண்டும்?' என இந்தியர்கள் வாதிட்டனர்.

'இந்தியத் தளபதி மாலைத் தேநீரை லாகூர் ஜிம்கானாவில் பருகப் போவதாகப் பெருமை பேசினார். ஆனால் அவரை லாகூரின் தைரியசாலிகள் அவ்வாறு செய்யவிடவில்லை' என்று பாகிஸ்தானியர்கள் பேசிக்கொண்டனர்.[29]

சண்டை முற்றுவதைக் கண்ட வல்லரசுகள் பதற்றம் அடைந்தன. செப்டெம்பர் 6 அன்று ஐக்கிய நாடுகள் பாதுகாப்புக் குழு இதை விவாதிக்கக் கூடியது. ஐ. நா. பொதுச் செயலர் யூ தாண்ட் துணைக் கண்டத்துக்குப் பறந்து வந்தார். இரு தலைநகரங்களிலும் தலைவர்களைச் சந்தித்துப் பேசி, அவர்களைப் போர் நிறுத்தத்துக்குச் சம்மதிக்கச் செய்தார். பஞ்சாபில் இரு தரப்பினருக்கும் இடையேயான போரில் தேக்க நிலை ஏற்பட்டதால், முடிவெடுப்பது மேலும் எளிதானது. செப்டெம்பர் 22 அன்று சண்டை முடிவுக்கு வந்தது.

சண்டைகள் முக்கியமாக வடமேற்கே காஷ்மீர், பஞ்சாப் என்ற இரு முனைகளில் மட்டுமே நடந்தன. சிந்துப் பகுதியில் சில சிறு சண்டைகள் இருந்தன. ஆனால் வங்காளத்தை இரண்டாகப் பிரிக்கும் கிழக்கு எல்லை அமைதியாக இருந்தது. இது போன்ற நிலையில் பொதுவாக நடப்பதுபோல இரு தரப்பினரும், பகைவருடைய இழப்புகளைப் பெரிதாகக் காட்டியும், தங்கள் இழப்புகளைக் குறைத்து மதிப்பிட்டும் தாங்களே வெற்றி பெற்றதாகச் சொல்லிக்கொண்டனர். உண்மையில், போர் ஒருவருக்கும் வெற்றி தோல்வி இன்றி முடிந்ததாகவே கருதப்படவேண்டும். சுயேச்சையான, ஓரளவு நடுநிலையான கணக்கெடுப்பின்படி, பாகிஸ்தானிகள், 3,000 முதல் 5,000

வீரர்களையும், சுமார் 250 டாங்குகளையும், 50 விமானங்களையும் இழந்திருந்தனர். இந்தியத் தரப்பில் 4,000 முதல் 6,000 வரையிலான வீரர்களும், சுமார் 300 டாங்குகளும், 50 விமானங்களும் இழக்கப் பட்டிருந்தன. மிக அதிகமான மக்கள் தொகையையும் பெரிய படையையும் கொண்ட இந்தியர்களால் தங்கள் இழப்பை நன்றாகவே ஈடு செய்துகொள்ள முடிந்தது.[30]

மேற்கத்திய மக்களுக்கு ரீடர்ஸ் டைஜஸ்ட் பத்திரிகை தூரத்தில் நிகழ்ந்த போர் பற்றி வண்ணமயமான சுருக்கத்தை அளித்தது. 'பஞ்சாபின் கோதுமை வயல்களிலும் காஷ்மீர் பாறை முகடுகளிலும் இந்திய பாகிஸ்தானிய வீரர்களின் ரத்தம் படிந்தது. கிப்ளிங்கின் அழியாப் புகழ் பெற்ற கிம் இடம்பெற்ற கிராண்ட் டிரங்க் நெடுஞ்சாலையில் வல்லூறுகள் பிணங்கள்மீது வட்டமிட்டன. வீட்டுக்குத் திரும்பிச் செல்லத் தயங்கிய அகதிகள், ஆடி அசைந்து செல்லும் மாட்டு வண்டிகள்மீது சாய்ந்து உட்கார்ந்திருந்தனர்.[31]

V

போருக்கு முன், 1964 அக்டோபரில், சாஸ்திரி கெய்ரோவிலிருந்து திரும்பும் வழியில், கராச்சியில் அயூப் கானைச் சந்தித்திருந்தார். அந்த ராணுவ மனிதர் சூட் அணிந்துகொண்டு, மிக உயரமாக, வேட்டியில் இருக்கும் குள்ளமான காந்தியவாதிக்குப் பக்கத்தில் நிற்பது போன்ற படம் ஒன்று உள்ளது. இந்தியரால் சிறிதும் கவரப்பாடத அயூப் தன் மெய்க்காப்பாளரிடம் 'ஓ, இவர்தான் நேருவுக்குப்பின் வந்தவரா!' என்று கூறியிருக்கிறார்.[32]

இந்தியாவின் போரிடும் மன உறுதியை பாகிஸ்தானியத் தலைமை மிகவும் குறைத்து மதிப்பிட்டுவிட்டது என்றே சொல்லவேண்டும். இந்தியர்களது திறமையை மோசமாக வெளிச்சமிட்டுக் காட்டிய கட்ச் சண்டையின் விளைவாகவே ஆபரேஷன் ஜிப்ரால்டர் நடவடிக்கைகள் திட்டமிடப் பட்டன.[33] 1965 ஜூனில் டான் செய்தித்தாளில் உயர் அதிகாரி ஒருவர் புனைப் பெயரில் எழுதிய கட்டுரையில், இந்தியப் படைகள் தங்களைத் தீவிரமாகத் தாக்க வருமுன், முகமது அலி-க்ளே குத்துச்சண்டையில் நடைபெற்றதுபோல இந்தியாவை ஒரே அடியில் வீழ்த்தும் போர் நுணுக்கத்தை பாகிஸ்தான் மேற்கொள்ளவேண்டும் என்று பரிந்துரைத்திருந்தார்.[34] ஒரு பாகிஸ்தானி ராணுவக் குறிப்பு, 'சரியான நேரத்தில், சரியான இடத்தில் பலமாகக் கொடுக்கப் படும் ஓரிரு அடிகளுக்கு மேல் இந்துக்களால் தாங்க முடியாது' என்று சொல்லியிருந்தது.[35]

காஷ்மீரில் உள்ள தங்கள் சகோதர முஸ்லிம்கள் சார்பில், பாகிஸ்தானிய முஸ்லிம்கள் தொடங்கிய போர் நடவடிக்கையில், வெளிப்படையாகவே மதச்சார்பு இருந்தது. ஆயிரம் ஆண்டுகளுக்கு முன் முஸ்லிம்கள் போர் புரிந்து வெற்றி பெற்ற நிகழ்வுகள் எல்லாம் ஞாபகப்படுத்தப்பட்டன. பாகிஸ்தானில் இருந்த தீவிர முஸ்லிம்கள், இஸ்லாத்தின் உணர்வெழுச்சியும் அமெரிக்க

ஆயுதங்களும் ஒன்று சேர்ந்து காஃபிர்களை அழித்துவிடும் என்று நம்பினர்.[36] காஷ்மீரிகள் மட்டும் கிளர்ந்து எழுந்துவிட்டால், அவர்களுடைய சகோதரர்கள் பகைவர்களுடைய தொடர்புச் சாதனங்களை வெட்டி வீழ்த்தி, நீண்ட காலமாக எதிர்பார்த்திருந்தபடி, கிராண்ட் டிரங்க் நெடுஞ்சாலை வழியாக தில்லிவரை முன்னேறி, இந்தியர்களை அவமானகரமான சரணாகதிக்கு உட்படுத்தி விடலாம் என்று நம்பினர்.[37] பாகிஸ்தான் வீரர்களின் உதடுகளில் 'ஹஸ்கே லியே பாகிஸ்தான்; லட்கே லேங்கே இந்துஸ்தான்' (சிரித்தே பெற்றோம் பாகிஸ்தான், போரிட்டுப் பெறுவோம் இந்துஸ்தான்) ஒலித்தது.

இந்தத் தாக்குதல், உண்மையில் இந்தியர்களை ஒன்று படுத்தியது. பல காஷ்மீரிகள் முற்றுகை இட்டவர்களுக்கு எதிராகப் படையுடன் சேர்ந்துகொண்டனர். கேரளாவைச் சேர்ந்த முஸ்லிம் வீரர் ஒருவர் இந்திய ராணுவ உயர் கௌரவ விருதான பரம் வீர் சக்ராவைப் பெற்றார். ராஜஸ்தானைச் சேர்ந்த மற்றொரு முஸ்லிம் - அவருக்கும் அயூப் கான் என்றுதான் பெயர் - பாகிஸ்தான் டாங்குகள் இரண்டைத் தாக்கி அழித்தார். இந்தியா முழுவதிலும் இருந்த முஸ்லிம் அறிஞர்களும் முல்லாக்களும் பாகிஸ்தானுக்குக் கண்டனம் தெரிவித்தும், தாய் நாட்டுக்காகத் தங்கள் உயிரை அர்ப்பணிக்கும் விருப்பத்தைத் தெரிவித்தும் அறிக்கைகள் வெளியிட்டனர்.[38]

அயூபும் அவரது நண்பர்களும், 1962-ல் இந்தியா சீனாவிடம் பெற்ற படுதோல்வியால் ஊக்கம் பெற்றிருந்தனர். அது நடந்தது ஈரமான, வழுக்கக்கூடிய இமாலயப் பகுதி. இதுவோ இந்தியர்கள் நன்கு அறிந்த பிரதேசம். 1965-ன் படைத்தளபதிகள் இரண்டாம் உலகப்போரின்போது சமவெளிப் பரப்புகளில் டாங்குச் சண்டையில்தான் அனுபவம் பெற்றவர்கள். மேலும் சீனாவால் ஏற்பட்ட எதிர்பாராத சோகத்துக்குப் பிறகு அவர்களுக்கு தேவையான ஆயுதங்கள் தரமாகவும் அதிகமாகவும் கிடைத்திருந்தன. புதிய பாதுகாப்பு அமைச்சர் ஒய்.பி. சவான், 1964-ல் மேற்கத்திய நாடுகளுக்கும் சோவியத் அணி நாடுகளுக்கும் விரிவான சுற்றுப்பயணம் மேற்கொண்டு, டாங்குகள், விமானங்கள், துப்பாக்கிகள், நீர்மூழ்கிக் கப்பல்கள் ஆகியவற்றை வாங்கியிருந்தார்.[39]

இந்தப் பாதுகாப்பு அமைச்சர், 1962-ல் இருந்தவரைவிட ராணுவத்தால் அதிகமாக மதிக்கப்பட்டார். சவான், கிருஷ்ண மேனன் அல்ல; போர் நடத்துவது என்று வந்துவிட்டால் சாஸ்திரியும் நேரு அல்ல. சாஸ்திரியும் அமைதியையே விரும்பினார். கட்ச் சண்டைக்குப் பிறகு, தன் நண்பருக்கு எழுதிய கடிதத்தில், சாஸ்திரி, இந்தியா-பாகிஸ்தான் இடையிலான சிக்கல்கள் படிப்படியாக, அமைதியான முறையில் தீர்க்கப்படவேண்டும் என்றுதான் எழுதியிருந்தார். 'நம் சண்டைகளும் சச்சரவுகளும் உள்ள நிலையில், போர் என்பது தவிர்க்க முடியாதது அல்ல' என்று நம்பினார்.[40] ஆனால் போர் என்று வந்தபிறகு, அவர் தீர்மானமாக இருந்தார். விரைவாகத் தளபதிகளுடன் கலந்து ஆலோசித்தார். பஞ்சாப் எல்லையில் தாக்குதலுக்கும் உத்தரவு அளித்தார். (1962-ல் இதே போன்று ஒப்பிடக்கூடிய சூழ்நிலையில், போரின்

இறுக்கத்திலிருந்து விடுபட விமானப்படையை அழைக்க நேரு மறுத்து விட்டார்.) சச்சரவு முடிந்தபிறகு, கைப்பற்றப்பட்ட எதிரியின் டாங்க்மீது வேட்டியுடன் சந்தோஷமாகப் புகைப்படமும் எடுத்துக்கொண்டார். இதுபோன்று நேருவால் நிச்சயம் முடிந்திருக்காது.

எனினும் ஒருவிதத்தில் சாஸ்திரி நேருவைப் போலவே இருந்தார். ராஜீய விவகாரங்களை மத விவகாரங்களுடன் தொடர்பு படுத்த மறுத்துவிட்டார். போர் நிறுத்தத்துக்குச் சில நாட்களுக்குப் பிறகு, தில்லி ராம்லீலா மைதானத்தில் தேச உணர்வு பொங்க அவர் பேசினார். பிபிசி அறிக்கை ஒன்று, 'பிரதமர் லால் பகதூர் சாஸ்திரி இந்துவாக இருப்பதால், பாகிஸ்தானுடன் போரிடத் தயாராக இருக்கிறார்' என்று கூறியதை எடுத்துக்கொண்டார். 'நான் ஓர் இந்து. ஆனாலும் இந்தக் கூட்டத்துக்குத் தலைமை ஏற்றுள்ள மீர் முஷ்டாக் ஒரு முஸ்லிம். உங்களோடு பேசிய ஃபிராங்க் அந்தோனி ஒரு கிறிஸ்தவர். இங்கே பார்சிகளும் சீக்கியர்களும்கூட இருக்கிறார்கள். எங்கள் நாட்டின் தனிச் சிறப்பே, இங்கே இந்துக்கள், முஸ்லிம்கள், கிறிஸ்தவர்கள், சீக்கியர்கள், பார்சிகள் மற்றும் பிற மதத்தவர்களும் இருப்பதுதான். எங்களிடம் கோவில்கள், மசூதிகள், குருத்வாராக்கள், தேவாலயங்கள் அனைத்தும் இருக்கின்றன. நாங்கள் இவற்றை அரசியலுக்குக் கொண்டுவருவதில்லை. இதுதான் இந்தியாவுக்கும் பாகிஸ்தானுக்கும் உள்ள வேறுபாடு. பாகிஸ்தான் தன்னை இஸ்லாமிய நாடாக அறிவித்துக்கொண்டிருக்கிறது. மதத்தை அரசியல் காரணியாகப் பயன்படுத்துகிறது. ஆனால் இந்தியர்கள் எந்த மதத்தையும் தேர்ந்தெடுத்துப் பின்பற்ற உரிமை பெற்றுள்ளனர். அவர்கள் விரும்பும் வகையில் வழிபாடு செய்யலாம். அரசியலைப் பொருத்தவரையில் ஒவ்வொருவரும் மற்றவரைப்போல இந்தியரே.'[41]

VI

பாகிஸ்தான் போரின்போது பிரதமர் உருவாக்கிய கோஷம், 'ஜெய் ஜவான் ஜெய் கிஸான்' (வீரர் வாழ்க, உழவர் வாழ்க). காந்திய அமைதிக் கோட்பாட்டின் வழியாகப் பிறந்த நாட்டில், வீரர்களை வணங்குவது குறிப்பிடத்தகுந்தது. அதே போலத்தான் பெரும் உருக்காலைகளையும் நீர்மின் திட்டங்களையும் மதித்து நேசிக்கக் கற்றுக்கொடுக்கப்பட்ட நாட்டில் எளிய உழவனைப் போற்றுவதும்.

சொல்லப்போனால், பிரதமர் ஆனவுடன் சாஸ்திரியின் முதல் வேலை விவசாயத்துக்கான நிதி ஒதுக்கீட்டை அதிகப்படுத்தியதே. சமீப காலங்களில் உணவு உற்பத்தி அடைந்த வீழ்ச்சி அவரைக் கவலைக்கு உள்ளாக்கியது. உணவு தானிய உற்பத்தி அதிகரிப்பின் வேகம், மக்கள் தொகைப் பெருக்க வேகத்தின் அளவிலேயே இருந்தது. ஆனால் மழை பொய்க்கும்போதெல்லாம் கவலை ஏற்பட்டது. வியாபாரிகள் தானியங்களைப் பதுக்கினர். அரசு, அதிக தானியம் இருக்கும் இடத்திலிருந்து பற்றாக்குறைப் பகுதிகளுக்கு

தானியங்களை அனுப்பத் திண்டாடியது. 1964-லும் 1965-லும் அடுத்தடுத்து வறட்சி ஏற்பட்டது. நீண்டகாலத் தீர்வைக் காணும்பொருட்டு சாஸ்திரி, சி. சுப்ரமணியத்தை உணவு மற்றும் விவசாயத்துறை அமைச்சராக நியமித்தார். 1910-ல் விவசாயக் குடும்பம் ஒன்றில் பிறந்த சுப்ரமணியம், அறிவியலிலும் சட்டத்திலும் பட்டம் பெற்று, வக்கீலாகப் பணியாற்றி, பின் விடுதலைப் போரில் ஈடுபட்டார். அரசியல் அமைப்புச் சட்டசபையில் உறுப்பினராக இருந்தவர். மத்திய மந்திரி சபையில் மந்திரி ஆகும்முன் மதராஸில் பெரிதும் மதிக்கப்பட்ட மந்திரியாக இருந்தவர். சுப்ரமணியம் அறிவுக்கூர்மை உள்ளவராகவும், விரைந்து சுறுசுறுப்பாகச் செயல்படுபவராகவும் இருந்ததால் நேரு அவரை பெருமைக்குரிய இரும்பு உருக்குத் தொழில் அமைச்சராக்கினார். உருக்கிலிருந்து விவசாயத்துக்கு அவரை மாற்றியது பெரும் மாறுதலுக்கான ஓர் அறிகுறி.[42]

சுப்ரமணியம் தன் புதிய பணியை ஆர்வத்துடன் ஏற்றார். வேளாண்மை அறிவியல் துறையை மறுசீரமைப்பதில் தன் கவனத்தைச் செலுத்தினார். விஞ்ஞானிகளின் ஊதியத்தையும் பணிச் சூழலையும் மேம்படுத்தினார். அவர்களை அதிகார வர்க்கத்தின் குறுக்கீடுகளிலிருந்து பாதுகாத்தார். அதுவரை உறங்கிக்கொண்டிருந்த இந்திய விவசாய ஆராய்ச்சிக் கழகம் (ஐ.சி.ஏ.ஆர்), புத்துயிர் பெற்று, தனி அடையாளத்துடன் திகழ ஆரம்பித்தது. ஐ.சி.ஏ.ஆருக்கு புத்துணர்வு ஊட்டியதோடு நில்லாமல், விவசாயப் பல்கலைக்கழகங்களைத் தோற்றுவிக்க மாநிலங்களுக்கு ஊக்கம் அளித்தார். இவை, அந்தந்தப் பகுதியின் பயிர்கள் பற்றிய ஆராய்ச்சியில் தனிக்கவனம் செலுத்தும். சோதனை விவசாயப் பண்ணைகளை ஆரம்பித்தார். தீவிர விவசாயத்துக்குத் தேவைப்படும் தரமான விதைகளை பெருமளவில் உற்பத்தி செய்வதற்காக, இந்திய விதைகள் கார்ப்பரேஷன் என்ற அமைப்பை நிறுவினார்.

சுப்ரமணியத்தின் இரு உதவியாளர்களும், அவரைப் போலவே, தமிழகத்திலிருந்து வந்திருந்தனர். ஒருவர், திறமையான விவசாயத்துறைச் செயலரான பி. சிவராமன்; மற்றொருவர், விஞ்ஞானி எம்.எஸ். சுவாமிநாதன். அவர் மெக்சிகோ நாட்டு கோதுமை வகையை இந்தியச் சூழ்நிலைகளுக்கு ஏற்ப மாற்றி அமைப்பதற்கான ஆய்வுக்குழுவை வழிநடத்தி வந்தார். இந்தப் பயிரைச் சுற்றியே புதிய செயல் திட்டம் அமைந்திருந்தது. கோதுமை வட இந்தியாவின் முக்கியமான பயிராக இருந்தாலும், இந்திய விவசாயச் சிற்பிகள் மூவருமே தென் கோடியைச் சேர்ந்தவர்கள் என்பது குறிப்பிடத்தகுந்தது.[43]

இதற்கிடையே சுப்ரமணியம், இந்தியர்கள் தங்கள் உற்பத்தியைப் பெருக்கும் வரை, அமெரிக்காவை உணவுப் பொருள் வழங்கி உதவுமாறு தூண்டினார். அமெரிக்க ஜனாதிபதி லிண்டன் ஜான்சனைச் சந்தித்து நிலைமையைப் புரிய வைத்தார். அமெரிக்க விவசாய அமைச்சர் ஆர்வில் ஃப்ரீமனுடன் நெருங்கிய உறவை ஏற்படுத்திக்கொண்டார். டிசம்பர் 1965-ல் ஃப்ரிமனும் சுப்ரமணியமும் ரோம் நகரில் ஓர் ஒப்பந்தத்தில் கையெழுத்து இட்டனர். அதன்படி, இந்தியா விவசாயத்தில் முதலீட்டைக் கணிசமாக உயர்த்தும்; கிராமக்கடன் முறையைச்

சீர்திருத்தி அமைக்கும்; உர உற்பத்தியை அதிகரிக்கவும் பயன்படுத்தவும் கொள்கைகளை வகுக்கும். பதிலாக, அமெரிக்கா, தொடர்ந்து மென்கடன்களை வழங்கும்; இந்தியாவின் கோதுமைப் பற்றாக்குறையை ஈடு செய்யும் அளவுக்கு உதவும்.[44]

சுப்ரமணியம், ரோம் ஒப்பந்தம் என்று அறியப்பட்ட ஒப்பந்தத்தில் கையொப்பம் இட்டுக்கொண்டிருந்த அதே நேரம், அவருடைய பிரதமர், சோவியத் யூனியன் சென்று மற்றோர் ஒப்பந்தத்தில் கையொப்பம் இடத் தயாராகிக்கொண்டிருந்தார். அது பாகிஸ்தான் தலைவர் அயூப் கானுடனானது. போர் முடிந்தபிறகு சோவியத் யூனியன் ஓர் அமைதி ஏற்பாட்டைத் திட்டமிட முன் வந்தது. 1966 ஜனவரி முதல் வாரத்தில், சாஸ்திரியும் அயூப் கானும், மத்தியஸ்தரான ரஷ்யப் பிரதமர் அலெக்ஸி கோசிஜின் முன்னிலையில் தாஷ்கெண்டில் சந்தித்தனர். ஒரு வாரம் நடந்த கடினமான பேரத்துக்குப் பிறகு, இரு கட்சியினரும் தாங்கள் பெரிதும் மதித்துப் போற்றியதை விட்டுக் கொடுக்க இசைந்தனர். பாகிஸ்தான், காஷ்மீரில் சர்வதேச மத்தியஸ்தம் வேண்டும் என்று கேட்டுக்கொண்டிருந்ததை விட்டுக்கொடுத்தது. இந்தியாவோ போரின்போது கைப்பற்றிய ஹாஜி பீர் கணவாய் போன்ற முக்கியத்துவம் வாய்ந்த இடங்களை விட்டுக் கொடுத்தது.

தாஷ்கெண்ட் ஒப்பந்தப்படி, இரு படையினரும் 1965 ஆகஸ்டு 5-க்கு முந்தைய நிலைக்குத் திரும்பவேண்டும்; அமைதியான முறையில் போர்க் கைதிகள் அவரவர் நாட்டினரிடம் ஒப்படைக்கவேண்டும்; ராஜீய உறவுகளைத் திரும்பத் தொடரவேண்டும்; எதிர்கால சச்சரவுகளுக்கு படைகளைப் பயன்படுத்தக்கூடாது.[45]

ஒப்பந்தம் 1966 ஜனவரி 10 பிற்பகல் கையெழுத்திடப்பட்டது. அன்றிரவே சாஸ்திரி தூக்கத்திலேயே மாரடைப்பால் மரணம் அடைந்தார். 11 அன்று, சோவியத் விமானத்தில் அவருடைய உடல் புது தில்லிக்குக் கொண்டுவரப்பட்டது. மறுநாள் காலை அவருடைய உடல் பீரங்கி வண்டியில் யமுனைக் கரைக்கு ஊர்வலமாக எடுத்துச் செல்லப்பட்டது. காந்தியும் நேருவும் எரியூட்டப்பட்ட இடத்துக்கு அருகிலேயே அவர் உடலும் எரியூட்டப்பட்டது. இருபது மாதங்களுக்குமுன் முந்தைய பிரதமருக்குச் செய்தது போலவே, லைஃப் பத்திரிகை அந்தச் சம்பவத்தை அட்டைப் படக் கட்டுரையாக வெளியிட்டது. நேருவைவிடத் தங்களுக்கு நெருக்கமாக இருந்த ஒரு மனிதரைக் கௌரவிக்கக் கூடியிருந்த லட்சக் கணக்கான மக்களின் உயிரோட்டமான படங்கள் வெளியாகின. 'இந்தியாவுக்கு சாஸ்திரி என்ன வழங்கினார்? ஒரு புதிய உருக்கு போன்ற உறுதியையும் தேசிய ஒற்றுமை உணர்வையும்' என்று லைஃப் எழுதியது. சீனப் போர் நடந்தபோது நாடே பெரும் வீழ்ச்சியில் இருந்தது. அதற்கு மாறாக, பாகிஸ்தான் போரின்போது, 'அனைத்துமே செயல்பட்டன; ரயில்கள் ஓடின; ராணுவம் உறுதியாக நின்றது; இனக்கலவரம் ஏதுமில்லை. பழைய அறப் பாசாங்குகள், விரக்தி, உறுதியற்ற போக்கு, பயம், சோர்வு அனைத்தும் போய்விட்டன.'[46]

இது ஒரு பெருமைக்குரிய பாராட்டுதான். ஆனால் இதைவிடப் பெருமைக்கு உரியது, சாஸ்திரியை இடையில் வந்தவராகப் பார்த்தவர்களுடைய பாராட்டு. சாஸ்திரி பதவி ஏற்ற முதல் சில மாதங்களிலேயே, அவர் தன் தந்தையின் வழியிலிருந்து விலகிச் செல்வதாக திருமதி காந்தி குறை கூறியிருந்தார். ஒரு வருட காலத்துக்குள், 'திரு சாஸ்திரி, அதிக வலுவுடனும் உறுதியுடைய வராகவும் தோன்றுகிறார்' என்பதை ஒப்புக்கொள்ள வேண்டியதாயிற்று.[47] அடுத்தது, தன் சகோதரர் நினைவில் தீவிரமாக இருந்த விஜயலட்சுமி பண்டிட். 1964 ஜூலையில், 'இந்திய அரசாங்கத்தின் நடப்பு நிலை நம்ப முடியாத அளவுக்குத் தாழ்ந்துவிட்டது' என்று அவர் கருதினார். மேலும், 'மக்கள் மனத்தில் நம்பிக்கையைத் திரும்பக் கொண்டுவர இப்போது எழுந்து நிற்க ஜவாஹர்லால் நேரு இல்லையே' என்றார். ஆனால் சாஸ்திரி மறைவின்போது அவர் மிகவும் வருத்தமடைந்தார். 'அவர் இப்போதுதான் வளர ஆரம்பித் திருந்தார். இந்தியாவைச் சரியான பாதையில் அவர் கொண்டுசெல்வார் என்று நாம் எல்லோரும் நினைத்தோம்' என்றார்.[48] அவர்களது குறிப்புகளில் ஒருவித ஏளனத் தொனி இருந்தாலும், அவர்கள் யார் யார், எந்தக் காலத்தில் இப்படிப் பாராட்டினார்கள் என்பதைப் பார்க்கும்போது, இவை உண்மையிலேயே பெருமைக்குரிய பாராட்டுகளே.

லால் பகதூர் சாஸ்திரி, ஜவாஹர்லால் நேருவிடம் கொண்டிருந்த உறவை, ஹாரி ட்ரூமன் ஃப்ராங்க்லின் டெலானோ ரூஸ்வெல்ட்டுடன் கொண்டிருந்த உறவுடன் ஒப்பிடலாம். நேருவும் ரூஸ்வெல்ட்டும் மேட்டுக்குடிப் பின்னணியில் வந்தவர்கள்; நீண்ட காலம் பதவி வகித்தவர்கள்; சமுதாயத்தில் பெரும் அடிப்படை மாற்றங்களை மேற்கொண்டவர்கள்; அவ்வாறு செய்ததற் காக போற்றப்பட்டவர்கள். சாஸ்திரி, ட்ரூமனைப்போல சாதாரணப் பின்னணியில், சிறு நகரத்திலிருந்து வந்தவர். மக்களை எழுச்சி கொள்ள வைக்கும் தோற்றம் இல்லாததால், அவரிடம் இருந்த உறுதியான மனமும் சுதந்தரச் சிந்தனையும் வெளியே தெரியவில்லை. ட்ரூமனைப்போல சாஸ்திரியின் பின்னணி, அவருக்கு நடைமுறைக்கு உகந்த போக்கை அளித்திருந்தது. இது அவருக்குமுன் இருந்தவருடைய அறிவுஜீவித் தோற்றத் துக்கும் லட்சியவாதக் கொள்கைக்கும் முற்றிலும் மாறாக அமைந்தது. இந்த ஒப்பீடு, பதவிக்கால அளவில் பொய்த்துப்போகிறது. ட்ரூமன் முழுப் பதவிக் காலமான ஏழு ஆண்டுகளும் ஜனாதிபதியாக இருக்க, சாஸ்திரி இந்தியப் பிரதமராகப் பதவியேற்ற இரண்டு ஆண்டுகளுக்கும் குறைவான காலத்திலேயே காலமாகி விட்டார்.

VII

சாஸ்திரி மறைவால், குல்சாரிலால் நந்தா மீண்டும் இடைக்காலப் பிரதமராகப் பதவிப் பிரமாணம் செய்துவைக்கப்பட்டார். மீண்டும் ஒருமுறை காமராஜ் நிரந்தரப் பிரதமரைத் தேடும் பணியில் ஈடுபட்டார். மீண்டும் ஒருமுறை மொரார்ஜி தன் உரிமையை நிலைநாட்ட முயன்றார். மீண்டும் ஒருமுறை

காமராஜ், பரவலாக ஏற்றுக்கொள்ளப்படும் வேட்பாளருக்காக, அவரை நிராகரித்தார்.

சாஸ்திரியை அடுத்து பதவியை ஏற்க, காமராஜ் மனத்தில் இருந்த நபர் திருமதி இந்திரா காந்தி.

அவர் இளையவர். நாற்பத்தெட்டு வயதுதான் ஆகியிருந்தது. கவர்ச்சிகர மானவர். உலகத் தலைவர்கள் அனைவருக்கும் நன்கு அறிமுகமானவர். இந்தியர்களால் மிக அதிகமாக் நேசிக்கப்பட்டவரின் மகள். அடுத்தடுத்து ஏற்பட்ட இரு இழப்புகளுக்குப் பின்னர், தேசத்துக்கு ஆறுதல் அளிக்க அவரே சிறப்பான தேர்வாகத் தென்பட்டார். திருமதி காந்திக்கு நிர்வாக அனுபவம் குறைவு என்பது உண்மைதான். ஆனால் இந்த முறை, அவருடைய தலைமை, சரியான கூட்டுத் தலைமையாக இருக்கும் என்பதை காங்கிரஸ் சிண்டிகேட் உறுதி செய்யும்.

காமராஜ், முதல்வர்களைக் கலந்து ஆலோசித்தபோது அவர்களும் விரைவாக திருமதி காந்தியின் பெயரை ஏற்றனர். நடந்தவரை நல்லதாகவே இருந்தது. ஆனால் மொரார்ஜி தேசாய் தலைமைப் பதவிக்குப் போட்டியிடுவது என்று தீர்மானித்தார். எனவே புது தில்லி, 'வாக்கு சேகரிக்கும் களமாகவும், பெருமளவு சிபாரிசு சேகரிக்கும் இடமாகவும், குதிரைப் பேரச் சந்தையாகவும் மாறியது.' திருமதி காந்தியும் மொரார்ஜி தேசாயும் பெரிய தலைவர்களைச் சந்திக்க, அவர்களுடைய உதவியாளர்கள் தொண்டர்களிடம் ஆதரவு தேடினர்.[49]

அனுபவம், திறமை என்று பார்த்தால் தேசாயே விருப்பமான தேர்வாக இருந்திருக்க முடியும். ஒரு முறை, ஜவாஹர்லால் நேரு அவரைப் பற்றிக் குறிப்பிடும்போது, 'நேர்மை, திறமை, தகுதி, உறுதி ஆகியவற்றுக்காக நான் மதிப்பவர்களில் மொரார்ஜி தேசாய் போன்று வெகு சிலரே உள்ளனர்' என்றார்.[50] இதே போல முழுமையாகத் தன் சொந்த மகள் பற்றி அவர் இப்படிச் சொல்லியிருப்பாரா என்பது சந்தேகம்தான். நிச்சயமாக தனக்குப்பின் இந்திரா காந்தி பிரதமராக வருவார் என்று அவர் நம்பியிருக்க மாட்டார். எனினும் நான் இப்போது மேற்கோள் காட்டியது நேருவின் தனிப்பட்ட கடிதம். தேசாயோ அவருடைய ஆதரவாளர்களோ இந்தக் கடிதத்தை ரகசியமாகவே வைத்திருந் தனர். அவர்கள் அதை வெளிப்படுத்தியிருந்தாலும்கூட அது அவர்களுக்கு உதவியாக இருந்திருக்கும் என்று சொல்லமுடியாது. காமராஜும் சிண்டிகேட் உறுப்பினர்களும் திருமதி காந்தியை உறுதியாக ஆதரித்தனர். பிற காங்கிரஸ் உறுப்பினர்கள் தேசாய் மீது சில விமர்சனங்களைக் கொண்டிருந்தனர். காங்கிரஸ் நாடாளுமன்றக் குழுவில் நேருவின் மகளுக்குப் பெரும்பான்மை ஆதரவு இருந்தது. 1966 ஜனவரி 19 அன்று பிரதமரைத் தேர்ந்தெடுக்கக் கட்சி உறுப்பினர்கள் வாக்களித்தபோது திருமதி காந்தி, 355 வாக்குகளுக்கு 169 வாக்குகள் என்ற கணக்கில் வெற்றி அடைந்தார். காமராஜ், 'மாநிலத் தலைவர்களை திருமதி காந்திக்குப்பின் வரிசையாக நிறுத்தி வைத்து விட்டார்' என்று ஒரு தில்லிப் பத்திரிகை சற்று வேடிக்கையாக எழுதியது. ஏனென்றால்,

'மாநிலத் தலைவர்கள் ஆபத்தில்லாத ஒருவரையே மத்தியில் பிரதமராக ஏற்பார்கள்.'[51]

VIII

உலகில், விடுதலை பெற்ற தேசம் ஒன்றின் தலைமையை ஏற்று வழிநடத்திச் செல்லத் தேர்ந்தெடுக்கப்பட்ட இரண்டாவது பெண் திருமதி காந்தி. (இலங்கையின் ஸ்ரீமாவோ பண்டாரநாயகா முதல் பெண்மணி.) தன் குடும்பத்திலிருந்து இந்தியாவின் பிரதமராகத் தேர்ந்தெடுக்கப்பட்ட இரண்டாவது நபரும்கூட. அவருடைய தந்தையின் காலத்தைப் போன்றே, பதவி ஏற்ற முதல் சில மாதங்கள் தொல்லைகள் மிகுந்தவையாக இருந்தன. பிப்ரவரியில் பெரிதாக எதுவும் நடக்கவில்லை. ஆனால் மார்ச்சில் மிஸோ குன்றுகளில் பெரும் கலவரம் ஒன்று ஏற்பட்டது. வெறும் மூன்று லட்சம் பழங்குடியினர் மட்டுமே வசிக்கும், கிழக்கு பாகிஸ்தானை ஒட்டிச் செல்லும் மலை மாவட்டம் அது. ஆனால் நாகாலாந்தில் இருந்ததுபோலவே தங்களுக்கு எனச் சொந்தமான நாடு ஒன்றை உருவாக்கவேண்டும் என்ற உணர்வு கொண்ட சில இளைஞர்கள் இங்கு இருந்தனர்.

மிஸோ பிரச்னை 1959 பஞ்சத்தின்போதே தோன்றிவிட்டது. அப்போது மூங்கில்கள் பூத்துக் குலுங்கியதால் எலிகளின் தொகை பலமடங்கு அதிகரித்தது. இந்த எலிகள் வயல்களிலும் கிடங்குகளிலும் இருந்த தானியங்களைத் தின்று அழித்தன. இதனால் மனிதர்களுக்கு உணவுப் பஞ்சம் ஏற்பட்டது. மிஸோ தேசியப் பஞ்ச முன்னணி என்ற அமைப்பு உருவானது. அரசாங்கத்திடம் சரியான செயல்திறன் இல்லை என்பதை இது அறிந்துகொண்டது. இந்த அமைப்பிலிருந்து 'பஞ்சம்' கழற்றிவிடப்பட்டு, மிஸோ தேசிய முன்னணி (எம்.என்.எஃப்) உருவானது. இது முதலில் இந்திய யூனியனுக்கு உட்பட்ட தனி மாநிலம் அமையக் கோரியது. பிறகு தனி நாடு ஒன்றைக் கோரியது.

எம்.என்.எஃப்பின் தலைவர் ஒரு காலத்தில் கணக்கராக இருந்த லால்டெங்கா என்பவர். பஞ்சத்தால் வெகுவாக பாதிக்கப்பட்ட அவர், புத்தகங்கள் படிப்பதில் ஆறுதல் அடைந்தார். ஆரம்பத்தில் பீட்டர் செய்னி போன்றோர் எழுதிய துப்பறியும் கதைகளைப் படிக்க ஆரம்பித்து, படிப்படியாக வின்ஸ்டன் சர்ச்சில் போன்றோரைப் படித்து, இறுதியில் கெரில்லாப் போர் முறை பற்றிய புத்தகங்களை வந்தடைந்தார். 1963-64 குளிர்காலத்தில் லால்டெங்கா, கிழக்குப் பாகிஸ்தான் ராணுவ ஆட்சியுடன் தொடர்பு கொண்டார். அவர்கள் துப்பாக்கி, பணம், இந்தியா மீதான தாக்குதலை நிகழ்த்த ஒரு தளம் ஆகியவற்றை அளிப்பதாக உறுதியளித்தனர். அப்படிக் கிடைத்த ஆயுதங்கள் காட்டில் பதுக்கிவைக்கப்பட்டன.[52]

பல ஆண்டுகள் அமைதியாகத் திட்டமிடுவதில் செலவிட்ட அவர், பல மிஸோ இளைஞர்களை இயக்கத்தில் சேர்த்து, நவீன ஆயுதங்களைக் கையாளப் பயிற்சி

அளித்தபின், 1966 பிப்ரவரி மாதக் கடைசியில் தாக்குதலை ஆரம்பித்தார். எம்.என்.எஃப் வீரர்கள் அரசு அலுவலகங்களையும் நிலைகளையும் தாக்கினர். வங்கிகளைக் கொள்ளையடித்தனர். தகவல் தொடர்பு சாதனங்களைத் தாக்கி அழித்தனர். அந்தப் பகுதிக்கு ராணுவம் வருவதைத் தடுக்க சாலைகள் மறிக்கப் பட்டன. மார்ச்சின் தொடக்கத்தில், அந்தப் பகுதி இந்திய யூனியனிலிருந்து பிரிந்து சுதந்தரமான குடியாட்சி ஆகிவிட்டதாக எம்.என்.எஃப் அறிவித்தது.[53]

எம்.என்.எஃப், லங்க்லே என்ற ஒரு முக்கியமான நகரைக் கைப்பற்றி, அய்ஸால் என்ற மாவட்டத் தலைநகர் நோக்கி வேகமாக முன்னேறியது. இதற்கு பதிலடியாக இந்தியா, தரைப்படையையும் விமானப் படையையும் அழைத்தது. கிளர்ச்சியாளர்களை வெளியேற்ற லங்க்லேமீது விமானங்கள் குண்டு வீசின. இந்தியா தன் நாட்டுக் குடிமக்கள்மீதே விமானத் தாக்குதல் நடத்தியது இதுவே முதல்முறை. நாகாலாந்தில் நடந்ததுபோலவே கிளர்ச்சி யாளர்கள் காட்டுக்குள் பதுங்கிக்கொண்டனர். இரவு நேரங்களில் மட்டுமே கிராமங்களுக்கு வந்தனர். பதினைந்து நாள் கடுமையான சண்டைக்குப் பிறகு, அந்தப் பகுதியில் எப்படியோ மாட்டிக்கொண்ட வெல்ஷ் மிஷனரி ஒருவர் போர் நடவடிக்கைகள் பற்றி இங்கிலாந்தில் இருந்த நண்பர் ஒருவருக்கு விரிவாக எழுதி ரகசியமாக அனுப்பி வைத்தார்.

> சனிக்கிழமை காலை எங்கள் பொருட்களில் எவ்வளவு முடியுமோ அவ்வளவைப் பெட்டிகளில் அடைத்து எடுத்துக்கொண்டு, காட்டு வழியாக டர்லாங்குக்குச் செல்லக் கிளம்பினோம். நாங்கள் கிளம்புவதற்கு ஐந்து நிமிடங்களுக்கு முன்னதாக எங்கள் தலைக்கு மேலாக ஒரு விமானம் துப்பாக்கியால் சுட்டபடி பறந்தது. அவர்கள் ஏனோ தானோவென்று கண்டபடி சுடவில்லை. கிளர்ச்சிக்காரர்கள் இருந்த இடங்களைக் குறிபார்த்துச் சுட்டனர். நாள் முழுவதும் நாங்கள் அங்கே இருந்தோம். ஆட்கள் பாதுகாப்புப் பள்ளங்களை வெட்டியபடி இருந்தனர். ஜெட் விமானங்கள் சுட்டபடி வந்தபோதெல்லாம் நாங்கள் அக்குழிகளில் தங்கிக் கொண்டோம். பக்லீரா, தன் வீடு தீப்பற்றி எரிவதைக் கண்டார். ஒரு சிறு வீட்டில் அரிசியைச் சமைத்தோம். ஆனால் அந்த இடம் தூங்குவதற்குப் பாதுகாப்பான இடமல்ல என்று தீர்மானித்தோம். காட்டில் ஒரு மேடான பரப்பில் உறங்கினோம். அதிகத் தூக்கம் இல்லை. இரவில் எழுந்து பார்த்தோம். தூரத்து முனை முதல் குடியரசுச் சாலை வரை தாருபி முழுவதும் தீப்பற்றி எரிந்துகொண்டிருந்தது. அஸ்ஸாம் துப்பாக்கிப் படையினரை நகரிலிருந்து விரட்ட லால்டெங்காவின் வீரர்கள் இந்த எரியூட்டுதலில் ஈடுபட்டனர் என்று சொல்கிறார்கள்.

அரசாங்கத்துக்கும் கிளர்ச்சியாளர்களுக்கும் இடையே நடக்கும் சண்டையில் சிக்கிக்கொண்ட சாதாரண மிஸோ மக்களுடைய அச்ச நிலையை, கடிதம் உணர்ச்சிபூர்வமாகச் சித்திரிக்கிறது. சண்டையின் விளைவு பற்றி அந்தக் கடிதம் மேலும் விவரிக்கிறது.

> இந்தச் சண்டை நாட்டுக்குப் பெரும் பின்னடைவு. நாகா நாட்டில் ஏற்பட்ட மாதிரி ஆகிவிடக் கூடாதே என்பதற்காக இந்த விஷயத்தை முளையிலேயே

கிள்ளிவிட நினைத்த அரசு, படையை அனுப்பியிருக்கிறது. விரைவில் கிளர்ச்சியாளர்கள் சரணடைவார்கள் என்றும் நிலைமை சகஜமாகிவிடும் என்றும் நம்புவோம். ஆனால் கல்வியின் நிலை அடுத்த சில காலத்துக்கு மோசமாகவே இருக்கும். அடுத்த வாரம் மெட்ரிகுலேஷன் தேர்வுகள் ஆரம்பமாக வேண்டும். நாட்டை வருத்தத்துக்குரிய நிலைக்குக் கொண்டு வந்ததற்கான பொறுப்பு லால்டெங்கா, ஸக்லாலியானா போன்ற கிளர்ச்சியின் தலைவர்கள்மீதுதான் இருக்கிறது.[54]

கிளர்ச்சியாளர்கள் சரணடையாமல் சண்டையை மேலும் தொடர்ந்தனர். அந்த ஆண்டு மட்டுமல்ல, அடுத்த ஆண்டும் இதே நிலைதான். இதற்கிடையே நாகாலாந்தில் அமைதி ஏற்பாடு தோற்றுப்போனது. 1966 பிப்ரவரி கடைசி வாரத்தில், நாகர்களின் நம்பிக்கையைத் தான் இழந்துவிட்டதாகக் கூறி, ஜெயப்பிரகாஷ் நாராயண் அமைதிக் குழுவிலிருந்து விலகினார். இந்திய-பாகிஸ்தான் போருக்குப் பிறகு, நாகர்கள் சுதந்தரக் கோரிக்கையை கைவிட்டு விட்டு, இந்திய யூனியனுக்கு உட்பட்ட சுயாட்சி என்ற தீர்வை ஏற்றுக்கொள்ள வேண்டும் என்று ஜேபி. கேட்டுக்கொண்டார். கூட்டாட்சி முறையில் வெளியுறவு, பாதுகாப்பு ஆகியவை மத்திய அரசிடம் இருக்கும். ஆனால், மிகவும் அவசியமான கல்வி, சுகாதாரம், பொருளாதார மேம்பாடு, கலாசாரம் போன்றவை மாநிலங்கள் வசமே இருக்கும். எனவே ஜேபி, ஃபிஸோவின் தொண்டர்களை ஆயுதங்களைப் போட்டுவிட்டுத் தேர்தலில் போட்டியிட்டு நிர்வாகத்தை ஏற்குமாறு கேட்டுக்கொண்டார்.[55]

கிளர்ச்சியாளர்களிடம் ஜேபி நம்பிக்கையை இழந்த அதே நேரம், இந்திய அரசு மைக்கேல் ஸ்காட் மீதான நம்பிக்கையை இழந்திருந்தது. ஐ.நா சபையை அணுகி நாகா பிரச்னையை சர்வ தேசப் பிரச்னை ஆக்குவதாக அவர்கள் ஸ்காட்டைக் குற்றம் சாட்டினர். நாகாலாந்துக்குச் சரியான மாதிரி பூடான், சிக்கிம் போன்ற நாடுகளே என்றார் ஸ்காட். அவை சொந்தக் கொடி, சொந்த நாணயம், தனிப்பட்ட அரசர் ஆகியோரைக் கொண்ட மேலோட்டமாகச் சுதந்தரமான நாடுகள். ஆனால், ராணுவ விஷயத்தில் இந்தியாவுக்கு உட்பட்டு இயங்குபவை. 1966 மே மாதம், இந்திய அரசு, ஸ்காட்டை நாட்டைவிட்டுச் செல்லுமாறு கூறியது. அவர் மீண்டும் இந்தியாவில் வரவேற்கப்படமாட்டார் என்றும் சொன்னது.[56]

நாகர்கள் போராட்டத்தில் மைக்கேல் ஸ்காட் தீவிர அர்ப்பணிப்புடன் இருந்தார் என்பதில் சந்தேகமே இல்லை. 1962-க்கும் 1966-க்கும் இடையில் ஃபிஸோவின் சார்பாக அவர் பத்துப் பன்னிரண்டு முறை இந்தியாவுக்கு வந்திருப்பார். நாகர்களுக்கு அரசியல் சுதந்தரம் கொடுப்பது என்பது இந்திய அரசுக்கு ஏற்புடையதல்ல என்பதை அவர் கண்டுகொள்ளாதது வருத்தத்துக்கு உரியது. அவர்கள் ஃபிஸோவுக்கு பொதுமன்னிப்பும், நாகாலாந்துக்கு வர அனுமதியும், அவர் விரும்பினால் மாநிலத்தின் முதல்வர் பதவியும்கூடத் தரத் தயாராக இருந்தனர். ஆனால் அந்தக் கிளர்ச்சிக்காரரோ, மேலும் அதிகம் வேண்டும் எனக் கோரினார். அதை ஸ்காட்டும் ஆதரித்தார். இந்தியாவில் நீண்ட அனுபவம் பெற்ற மற்றொரு ஆங்கிலேயரான பத்திரிகையாளர் கய்

வின்ட்டின் கருத்துப்படி '(நாகா குன்றுகளில்) அமைதிக்கான முக்கியத் தடையாக இருப்பது மைக்கேல் ஸ்காட், டேவிட் ஆஸ்டர் போன்றோரின் வெறித்தனமான போக்கே. தங்களை ஃபிஸோ முழுமையாகப் பயன்படுத்திக் கொள்ள அவர்கள் இருவரும் அனுமதிக்கிறார்கள். நாகர்களின் முழுமையான சுதந்தரம் என்ற கொள்கையை ஏற்பதில் உள்ள பிரச்னைகளை இருவருமே புரிந்துகொண்டதாகத் தெரியவில்லை.'[57]

சாதாரண மக்கள்மீது நடைபெற்ற தாக்குதல்கள், அமைதிப் பேச்சு வார்த்தைகள் தோல்வி அடைந்தன என்பதைச் சுட்டிக் காட்டின. ஏப்ரல் 20 அன்று மேல் அஸ்ஸாம் பகுதியில் ரயில்மீது ஒரு குண்டு வீசப்பட்டது. ஐம்பத்தைந்து பயணிகள் உயிரிழந்தனர். மூன்று நாட்களுக்குப் பின்னர் மீண்டும் ஒரு குண்டு வெடிப்பில், நாற்பது பேர் பலியாகினர். நாகா கிளர்ச்சியாளர்கள் இப்போது சீனாவோடு தொடர்புகொண்டு போராட்டத்தைப் புதுப்பிப்பதில் இறங்கினர்.[58]

எல்லைப் பகுதிகளில் மட்டுமல்ல, நாட்டின் உள்ளேயும் பழங்குடியினர் கிளர்ச்சியில் ஈடுபட்டனர். மத்திய இந்தியாவின் பஸ்தார் மாவட்டத்தில் உணவுப் பொருள் பற்றாக்குறை, பொதுமக்கள் கிளர்ச்சியைத் தோற்றுவித்தது. பதவி இழந்த மகாராஜா ப்ரவீ சந்திர பாஞ்ச் தியோ அதற்குத் தலைமை ஏற்றார். ப்ரவீ சந்திராவும் அவரது தொண்டர்களும், அரியணைக்கு நியாயமான உரிமை படைத்த வாரிசான அவர் மீண்டும் ஆட்சிக்கு வந்தால்தான் நாட்டில் வளம் திரும்பும் என்றனர். வழிவழியாக வந்த மரபின்படி, மகாராஜா தெய்வாம்சம் பொருந்தியவராகவும், மக்களுக்கும் அவர்களுடைய கடவுள்களுக்கும் இடைப்பட்ட முக்கிய மனிதராகவும் கருதப்பட்டார். பைத்தியக்காரத் தனத்தின் விளிம்பில் இருந்த அந்த மனிதருடைய விசித்திரப் போக்கு காரணமாக, அரசு அவரை நீக்கிவிட்டு, அவருடைய இடத்தில் அவருடைய சகோதரரை நியமித்திருந்தது. ஆனாலும் ப்ரவீ சந்திரா, மக்களால் பெரிதும் மதிக்கப்பட்டார். அவரை மீண்டும் பதவியில் அமர்த்த பல கிளர்ச்சிகள் நடந்தன. மார்ச் 25 அன்று பழைய தலைநகர் ஜகதால்பூரை நோக்கிப் பல்லாயிரக்கணக்கான மக்கள் பேரணி நடத்தினர். வில் அம்புகளை ஏந்திய பழங்குடியினருக்கும் கண்ணீர்ப் புகை, துப்பாக்கி ஏந்திய காவல்துறை யினருக்கும் இடையே சண்டை ஏற்பட்டது. புகை ஓய்ந்ததும் சுமார் நாற்பது பேர் இறந்துகிடந்தது தெரியவந்தது. ஒருவர் காவலர், மற்ற அனைவரும் பழங்குடியினர். இறந்தவருள் ஒருவர் ப்ரவீ சந்திரா. மத்தியப் பிரதேச முதல்வர், புது தில்லியில் இருந்த உள் துறை அமைச்சருக்கு, நடந்த சம்பவத்தை விவரித்து எழுதும்போது 'அதிர்ச்சி அளிக்கும், வருத்தத்துக்கு உரிய துயரமான சம்பவம்' என்று குறிப்பிட்டிருந்தார்.[59]

இந்தக் கிளர்ச்சிகளிலிருந்து ஆறுதலாக புதிய பிரதமர், சீக்கியர்களுக்குத் தனி மாநிலம் அமைப்பதில் தன்கவனத்தைத் திருப்பினார். பாகிஸ்தானுக்கு எதிரான போரில் சீக்கியத் தளபதிகளும் போர் வீரர்களும் அதிகமான அளவில் சிறப்பாகப் பணியாற்றியிருந்தனர். சாதாரண பஞ்சாபிகளும் அப்படியே நடந்துகொண்டனர். விவசாயிகள் சாலையில் கடைகளைத் திறந்து

வீரர்களுக்கு சுவையான உணவு அளித்தனர். பிறர் தங்கள் வீடுகளை அளித்தனர். இன்னும் சிலர் காயம் அடைந்தவர்களுக்கு உதவிபுரிந்தனர். ஒரு போர்த் தளபதி நினைவுகூர்ந்ததுபோல, 'அந்த மாகாணத்தின் ஒவ்வொரு மனிதருமே ஆர்வத்தால் உந்தப்பட்டிருந்தார். லட்சியத்துக்காக எந்தவிதமான தயக்கமும் இன்றி உதவினார்.'[60]

போரில் அவர்கள் காட்டிய வீரம், சீக்கியர்களுடைய நீண்ட காலக் கோரிக்கைக்கு இந்திய அரசை இசைய வைத்தது. 1966 மார்ச்சில் நாடாளுமன்ற உறுப்பினர்கள் குழு அப்போதைய மாநிலத்தை மூன்றாகப் பிரிக்கப் பரிந்துரை செய்தது. மலை மாவட்டங்கள் இமாசலப் பிரதேசத்துக்குச் செல்லும். கிழக்கில் உள்ள இந்துப் பெரும்பான்மைப் பகுதி புதிய ஹரியானா மாநிலம் ஆகும். விட்டுப்போன எஞ்சிய பஞ்சாப், பஞ்சாபிய மொழி பேசபவர்களைக் கொண்டதாகவும் சீக்கியர்கள் ஆதிக்கம் உள்ளதாகவும் அமையும்.[61]

IX

மார்ச்சில்தான் பிரதமர் தன் முதல் வெளிநாட்டுப் பயணத்துக்காகக் கிளம்பினார். பாரீஸிலும் லண்டனிலும் தங்கினாலும் அவருடைய முக்கியமான பயணம் அமெரிக்காவுக்கே! புதிய விவசாய முறைகள் பயனளிக்கும்வரை, அந்நாட்டின் நல்லெண்ணமும் உணவு தானியங்களும்தான் இந்தியாவுக்குப் பெரிதும் தேவைப்பட்டன. சி. சுப்ரமணியம் தில்லியில் தன் பங்களாவின் புல்வெளியை அதிக விளைச்சல் அளிக்கும் புதிய ரகக் கோதுமையைப் பயிரிடுவதற்கு என்றே உழுது வைத்திருந்தார். உள் நாட்டுச் சூழலில் புதிய விதைகளைப் பரிசோதித்துப் பார்க்க மேற்கொண்ட பல தொடர் ஆய்வுச் சோதனைகளில் அதுவும் ஒன்று. இதற்கிடையே அமெரிக்க உழவர்கள் இந்தியர்களின் வாய்க்கு உணவளிக்க வேண்டிய கட்டாயத்தில் இருந்தார்கள்.[62]

திருமதி காந்தியின் அமெரிக்க விஜயத்தை, அலபாமா பத்திரிகை ஒன்று 'புதிய இந்தியத் தலைவர் பிச்சை எடுக்க வருகிறார்' என்று தலைப்பிட்டு எழுதியது. ஆனால், அமெரிக்காவின் கிழக்குப் பகுதியில் அவர், தன் கம்பீரமான உடையாலும் கௌரவமான நடத்தையாலும் மக்களைப் பெரிதும் கவர்ந்ததோடு, பத்திரிகைகளையும் சிறந்த முறையில் எதிர்கொண்டு அவர்களிடம் ஒரு நல்ல அபிப்பிராயத்தை உருவாக்கினார். லிண்டன் ஜான்ஸனும் அவரிடம் நல்ல முறையில் நடந்துகொண்டதாகவே தோன்றியது.[63] ஆனால் திருமதி காந்தி திரும்பியபிறகு, லிண்டன் ஜான்ஸன் தன் பிடியைத் தளர்த்தவில்லை. இந்தியர்கள் ஆண்டுக்கான உணவு அளவை உத்தரவாதமாகத் தருமாறு கேட்டிருந்தனர். அமெரிக்க ஜனாதிபதியோ, மாதா மாதம் இறக்குமதியை மட்டுமே அனுமதித்தார். புது தில்லியில் இருந்த அமெரிக்க தூதர், லிண்டன் ஜான்ஸனின் போக்கை 'கொடுமையான செயல்' எனத் தனிப்பட்ட முறையில் விவரித்தார். 'இந்தியர்கள் பணிந்துபோகவேண்டும்; அவர்களைக் கெஞ்சவைக்கவேண்டும்; அவர்கள் கர்வம் சிதைக்கப்பட வேண்டும்.'

இந்தியர்கள் ஒருபோதும் தாமாகவே தம் செயல்பாட்டில் வெற்றி அடையப்போவதில்லை என்று முடிவெடுத்த ஜான்ஸன், இந்தியர்களுக்கு விவசாயம் கற்பிக்க ஆயிரம் விவசாய நிபுணர்களை அனுப்பிவைக்க எண்ணினார். அவருடைய தூதர் அந்த யோசனையை அறிந்து 'திகைப்படைந்தார்.' ஆசியாவின் விவசாயம் பற்றி அமெரிக்கர்களுக்கு எதுவும் தெரியாது. 'அவர்கள் தங்களுடன் 950 மனைவிகளையும், 2,500 குழந்தைகளையும், 3,000 குளிரூட்டும் இயந்திரங்களையும், 1,000 ஜீப்புகளையும், 1,000 குளிர்சாதனப் பெட்டிகளையும் (பல இங்கு இயங்கா!), 800 அல்லது 900 நாய்களையும், 2,000 அல்லது 3,000 பூனைகளையும் கொண்டுவருவார்கள்.'[64]

1965, 1966 ஆண்டுகளில் இந்தியா பி.எல். 480 என்ற பொதுக்கடன் திட்டத்தில் அமெரிக்காவிலிருந்து 1.5 கோடி டன் அளவுக்கு கோதுமையை இறக்குமதி செய்தது. அது 4 கோடி மக்களுக்கு உணவாக வேண்டும். அமெரிக்க விவசாயத்துறை தயாரித்த அறிக்கை ஒன்றில் வெளிப்படையாக, 'இந்தியா அனாதை ஆகிவிட்டது' என்று குறிப்பிடப்பட்டிருந்தது. 1966-ல் மழை மீண்டும் பொய்த்தபோது, 'மீண்டும் இந்தியாவில் ஒரு பஞ்சம், மீண்டும் ஓராண்டு பி.எல். 480 இறக்குமதிகளையே நம்பியிருக்க வேண்டிய நிலை, மீண்டும் ஓராண்டு உலகின் கண்களுக்கு பிச்சைக்காரர்களாகக் காட்சியளிப்பது' ஆகியவையே எதிர்பார்க்கப்பட்டன.[65]

வாஷிங்டன் அதிகாரிகளில் ஒரு பிரிவினர் இந்தியர்களை இரட்டை நாக்கினர் என்று கருதினர். ஒரு கையால் அமெரிக்காவிடம் உதவி கோரியவாறே மறுபுறம் அமெரிக்க வெளியுறவுக் கொள்கையை இந்தியா தாக்குவதை அவர்கள் குறிப்பிட்டனர். அமெரிக்காவின் வியட்னாம் போரை புது தில்லி கண்டித்தது அவர்களை உறுத்தியது. 'அமெரிக்கா ஒருதலைப்பட்சமாக, எந்த வித நிபந்தனையும் இன்றி வடக்கு வியட்னாம்மீது குண்டு வீசுவதை நிறுத்த வேண்டும்' என்றும் 'அமெரிக்கா அப்படிச் செய்தால், மற்ற நாடுகள் அனைத்தும் சேர்ந்து, சமாதானப் பேச்சுவார்த்தைக்கு எதிராளிகளை இழுத்து வரும்' என்றும் இந்திய ஜனாதிபதி எஸ். ராதாகிருஷ்ணன் அனுப்பிய செய்தி லிண்டன் ஜான்ஸனுக்குப் பிடித்தமாக இல்லை.[66]

X

ஆயுதங்கள், உணவுப் பொருட்கள் முதலியவற்றை வெளிநாட்டிலிருந்து வாங்கியதோடு, தொழில் வளர்ச்சிக்கு என இயந்திரங்களையும் பிற பொருள்களையும் இறக்குமதி செய்ததால் 1966 மார்ச்சில் இந்தியாவின் அந்நியச் செலாவணிக் கையிருப்பு 625 மில்லியன் டாலர் என்ற அளவுக்குக் குறைந்து போயிற்று. இதை எதிர்கொள்ள அரசு, ஜூன் மாதத்தில் ரூபாயின் மதிப்பைக் குறைக்கத் தீர்மானித்தது. இதனால் ஒரு அமெரிக்க டாலருக்குச் ரூ. 4.76 என்ற மாற்று விகிதம், இப்போது, ரூ. 7.50 என்று ஆனது.[67]

உலக வங்கியும் பன்னாட்டு நிதியமும் ரூபாயின் மதிப்பைக் குறைக்க வேண்டும் என்று பரிந்துரைத்திருந்தன. ஆனால், இந்தச் செயல் அவர்கள் எதிர்பார்த்ததைவிட மிக அதிகமாக இருந்தது. ஆனால், இடதுசாரிகள் இதனை மிகக் கடுமையாக எதிர்த்தனர்.

கம்யூனிஸ்ட் நாடாளுமன்ற உறுப்பினர் ஹிரேன் முகர்ஜி, உதவிகள் செய்வதுபோல வந்த அமெரிக்கா இச்செயலை இந்தியாமீது திணித்துவிட்டது என்றார். கம்யூனிஸ்ட் தொழிற்சங்கம் ஒன்று அதை 'அவமானகரமான தேசிய துரோகச் செயல்' என்று குறிப்பிட்டது.

திருமதி காந்தியின் சொந்தக் கட்சியைச் சேர்ந்த பலரும் இந்த நாணய மதிப்புக் குறைப்புக்கு எதிராக இருந்தனர். உதாரணமாக காமராஜே இதனை தேசத்தின் தன்னம்பிக்கையைக் குறைக்கும் கொள்கை என்று கருதினார். ஆனால் சுதந்தரச் சந்தை ஆதரவுக் கட்சியான சுதந்தரா கட்சி இதனை வரவேற்றது. அக்கட்சியின் முக்கிய நாடாளுமன்றப் பேச்சாளர் மினு மஸானி, 'காங்கிரஸ் அரசின் வளைந்து கொடுக்காத முரட்டுக் கொள்கைக்கு மாற்றாக, நிதர்சனமான, உண்மையான பொருளாதாரக் கொள்கைக்கு இது முதல்படியாக அமைந்தால், ஏற்றுமதி அதிகரித்து, அந்நிய முதலீடுகள் உள்ளே வரக்கூடிய விரும்பத்தகுந்த விளைவுகள் ஏற்படும்' என்று குறிப்பிட்டார்.

பிரதமர், தன் நண்பர் ஒருவருக்கு எழுதிய கடிதத்தில், 'கடந்த இரண்டு ஆண்டுகளாக மேற்கொண்ட பல தாற்காலிக முயற்சிகள் திருப்திகரமான விளைவுகளைத் தராத நிலையில்தான், மிகக் கடினமான, வருத்தமளிக்கும் நாணய மதிப்புக் குறைப்பு முடிவை' தான் மேற்கொண்டதாகக் கூறினார்.[68] தாராளமயச் சிந்தனை கொண்ட பத்திரிகையான 'தாட்' மேலும் ஒருபடி சென்று, 'நாடு சுதந்தரம் அடைந்த நாளிலிருந்து இந்திய அரசு மேற்கொண்ட நடவடிக்கைகளிலேயே மிகக் கடினமான செயல்' என்று அதைக் குறிப்பிட்டது. அது, பொருளாதாரக் கொள்கை புதிய திசையில் செல்லவும், ஏற்றுமதிக்கென பொருள்களை உற்பத்தி செய்யவும், இந்திய வர்த்தகத்துக்கு வலுவூட்டவும் வழி வகுக்கும் என்று அந்த வார இதழ் நம்பிக்கை தெரிவித்தது. மேலும் அவ்விதழ், 'நாணய மதிப்புக் குறைப்பு, நாட்டுப் பொருளாதாரத்தை மேம்படுத்தும் நம் முயற்சிகளில் அகலக்கால் வைக்கும் முறைக்கு முடிவுகட்டுவது என்றே பொருள்' என்றும் எழுதியது.[69]

முடிவில், நாணய மதிப்புக் குறைப்பைத் தொடர்ந்து, வர்த்தகம் தாராளமயமாக்கப்படவில்லை; மூலதனம் உள்ளே வருவதன்மீது கட்டுப்பாடுகள் தொடர்ந்தன; ஏற்றுமதியை அதிகரிக்க ஊக்கம் ஏதும் அளிக்கப்படவில்லை. மேலும், இதே போக்கிலான சீர்திருத்தங்களை மேற்கொள்ள முடியாதபடி அவருடைய கட்சிக்குள்ளும் வெளியிலும் திருமதி காந்திக்கு எதிர்ப்புகள் இருந்தன என்று தோன்றுகிறது.

சுதந்தரா கட்சியின் ஆதரவால் எந்தப் பயனும் விளைந்திருக்காது. ஏதாவது இருந்தாலும், அது நேருவின் மகளை மீண்டும் இடது பக்கம் சாயவே உதவியிருக்கும்.

XI

1966 முழுதும் வழக்கத்துக்கு மாறாக அமைதியாக இருந்த ஓரிடம் காஷ்மீர் பள்ளத்தாக்கு. 1965 போர், பிரிவினைவாதிகளைப் பின்னுக்குத் தள்ளிவிட்டது. பக்ஷி குலாம் முகமதின் ஆட்சிக்கு மாறாகத் தெரியும்படி முதல்வர் ஜி.எம். சாதிக், திறமையான, நேர்மையான நிர்வாகத்தை அளித்தார். காஷ்மீரக் கைவினைப் பொருட்கள் வியாபாரம் போலவே, சுற்றுலாப் பயணிகள் வர்த்தகமும் செழித்தது.

1966 கோடைக்காலத்தின் இறுதியில், ஜெயப்பிரகாஷ் நாராயண், திருமதி காந்திக்கு ஒரு குறிப்பிடத்தகுந்த கடிதத்தை எழுதினார். பத்தொன்பது ஆண்டுகளாக நாட்டுக்குத் தொல்லை அளித்துக் கொண்டிருந்த ஒரு சிக்கலுக்கு நிரந்தரத் தீர்வு காணுமாறு அந்தக் கடிதம் கேட்டுக்கொண்டது.

'உலகில் இந்தியாவின் கௌரவத்தை காஷ்மீர் குலைத்ததுபோல வேறெதுவும் செய்யவில்லை' என்றார் ஜேபி. மேலும், இப்போது அமைதி நிலவி வந்தாலும், 'அதற்கு அடியில் பரவலாக ஆழமான அதிருப்தி மக்களிடையே நிலவி வருகிறது.' இதற்கான ஒரே வழி, சுதேச சமஸ்தான இணைப்பு ஒப்பந்தத்தில் கண்டபடி காஷ்மீருக்கு 'உள் விவகாரங்களில் முழு சுயாட்சி' வழங்க உறுதியளித்து, ஷேக் அப்துல்லாவை விடுதலை செய்வதுதான். அப்துல்லாவுடனான உடன்பாடு மட்டுமே 'காஷ்மீர் சிக்கலைத் தீர்க்க ஒரே வாய்ப்பாக அமையும்' என்று நம்பினார் ஜேபி. ஏனெனில், 'ஷேக் மட்டுமே பள்ளத்தாக்கு முஸ்லிம் மக்களின் நம்பிக்கையைத் தன் பக்கம் திருப்பக்கூடிய ஒரே காஷ்மீரித் தலைவர்.'

சௌ என் லாயுடனான ஷேக் அப்துல்லாவின் பேச்சுவார்த்தை அவரை தேசத்துரோகியாக முத்திரை குத்தியிருந்தது. ஆனால் ஜேபியின் கருத்துப்படி, அவரது செயல் சரியானதாக இல்லாவிட்டாலும், நிச்சயமாக தேசத்துரோகச் செயல் அல்ல. எப்படியும், ஷேக் தன்னைக் குறைகூறியவர்களுக்கு பதில் அளிக்க இந்தியாவுக்குத் திரும்பியிருந்தார். ஜேபியின் நண்பர் நாராயண் தேசாய் காஷ்மீரித் தலைவரை கொடைக்கானலில் சந்தித்தார். முழு சுயாட்சி யோசனை அவருக்குப் பிடித்தமானதாக இருந்துள்ளது. பாகிஸ்தானுடனான போருக்குப்பின், சுதந்தர காஷ்மீர் என்பது முற்றிலும் நடைமுறைச் சாத்தியமற்ற ஒன்று என்பதை அப்துல்லா தெளிவாகக் கண்டுகொண்டார். எனவே அரசு அப்துல்லாவை விடுவித்து, 1966-ல் வரவிருக்கும் பொதுத் தேர்தலில் போட்டியிட அனுமதிக்கவேண்டும் என்று தேசாய் ஆலோசனை சொன்னார். இதனால், 'இந்தியக் காவல்துறையின் அடக்குமுறை முடிவுக்குக் கொண்டு வரப்பட்டு, காஷ்மீரிகள் தாங்கள் விரும்பியபடி வாழும் முழுச் சுதந்தரம் உறுதி செய்யப்படும்' என்று தேசாய் கருதினார். ஷேக் போட்டியிட்டு வெற்றி பெற்றால், 'தங்களுடைய உண்மையான தலைவர்கள் நடத்திய தேர்தலில் காஷ்மீரிகளே சுதந்தரமாக அந்த முடிவை எடுத்தனர் என்று அவர்கள் காட்டிக்கொள்ள முடியும். அவர்களுடைய விவகாரங்களில் பாகிஸ்தான் தலையிட இடம் ஏதும் இருக்காது.'

'ஷேக் அப்துல்லா சிறையில் இருக்கும்போது காஷ்மீரில் தேர்தல் நடத்துவது என்பது, ஜவாஹர்லால் நேரு சிறையில் இருக்கும்போது ஆங்கிலேயர் இந்தியாவில் தேர்தலை நடத்துவது போலாகும். நியாய உணர்வுள்ள எந்த மனிதரும் அதை நேர்மையான தேர்தல் எனக் கூறமாட்டார்' என்றார் நாராயண் தேசாய். திருமதி காந்தி இந்த விஷயத்தைக் கருத்தில் கொண்டிருக்கவேண்டும். ஆனால் அப்படிச் செய்யவில்லை. ஜேபி வருத்தத்துடன் ஆருடம் கூறினார்:

> யூனியனில் காஷ்மீர் மக்கள் இடம்பெறுவதற்கான அவர்களது சம்மதத்தைப் பெற, அடுத்த பொதுத்தேர்தல் வாய்ப்பை நாம் தவறிவிட்டால், சிக்கலைத் தீர்க்க வேறு எந்த வழி இருக்கும் என்பதை என்னால் சொல்ல முடியாது. முடிவில் மக்களைத் தொடர்ந்து அடக்குமுறையால் நசுக்கி, அவர்களை அமைதியாக யூனியனை ஏற்றுக் கொள்ளக் கட்டாயப்படுத்திவிடலாம் என்று நினைப்பது நம்மை நாமே ஏமாற்றிக் கொள்வதாகும். காஷ்மீர் மட்டும் ஒருவேளை புவியியல் அமைப்பின்படி இப்போது உள்ள இடத்துக்கு பதிலாக வேறு இடத்தில் இருந்திருந்தால் இது சாத்தியமாகி இருக்கலாம். காஷ்மீர் இப்போது இருக்கும் இடத்தில், மக்களிடையே அதிருப்தி நிலவும்வரை, பாகிஸ்தான், இந்த மக்களை அமைதியாக இருக்கவிடாது.[70]

'காஷ்மீர் மற்றும் ஷேக் சாஹேப் பற்றி உங்களுடைய கருத்துகளைப் பகிர்ந்துகொண்டதற்கு நன்றி' என்று பிரதமர் ஒரு சுருக்கமான குறிப்பை அனுப்பிவைத்தார்.[71] ஆனால் நடவடிக்கை ஏதும் எடுக்கப்படவில்லை. ஷேக் அப்துல்லா சிறையிலேயே இருந்தார். எனினும், 1966 அக்டோபரில், தான் பதவி ஏற்றபிறகு முதன்முறையாக பிரதமர் காஷ்மீருக்குச் சென்றார். ஸ்ரீநகர் விளையாட்டரங்கத்தில் பேசியபோது அவர், காஷ்மீர்மீதும் காஷ்மீர் மக்கள்மீதும் தனக்குள்ள 'தனிப்பட்ட அன்பை' வெளிப்படுத்தினார். அவர் பேச்சைக் கேட்கத் திரளான மக்கள்கூடினர். சொல்லப்போனால், திருமதி காந்தி சென்ற இடம் எங்கும் அவரைக் காண மக்கள் சாலைகளில் கூடி நின்றனர்.[72]

XII

இப்போதைக்கு காஷ்மீர் அமைதியாகக் காணப்பட்டது. மக்களும் அடங்கிக்கிடப்பவர்களாகத் தோன்றினர். ஆனால் கீழே, தெற்கே, ஆந்திரப் பிரதேசத்தில் கிளர்ச்சி ஒன்று தயாராகிக் கொண்டிருந்தது. திட்டக் குழு திட்டமிட்டிருந்த விசாகப்பட்டின உருக்காலையை உடனடியாகத் தொடங்கக் கோரி மாணவர்கள் தலைமையில் கிளர்ச்சி எழுந்தது. பல ஆண்டுகளுக்கு முன்னதாகவே ஆலை அனுமதிக்கப்பட்டிருந்தபோதிலும் நிதி நெருக்கடி காரணமாக திட்டத்தை அரசு மூட்டை கட்டி வைத்துவிடும்படி நேரிட்டது.

விசாகப்பட்டின ஆலையைத் தாமதப்படுத்தும் முடிவு ஆந்திரப் பிரதேசத்தில் கோபம் ஏற்படக் காரணமாயிற்று. அரசு சார்பிலான தொழிற்சாலை என்பது இளைஞர்களுக்கு இன்னமும் கவர்ச்சிகரமாகவே இருந்தது. ஆக்கபூர்வமான வேலை வாய்ப்புகள் கிடைக்கும் என்பது அவர்களுடைய நம்பிக்கை.

எதிர்ப்பாளர்கள் சாலைப் போக்குவரத்தைத் தடுத்தனர்; ரயில்களை நிறுத்தினர்; கடைகளையும் அலுவலகங்களையும் தாக்கினர். கிளர்ச்சி மாநிலம் முழுவதும் பரவியது. 'குண்டூர் பகுதி மாணவ சமுதாயம் முழுவதுமே தெருவுக்கு வந்து விட்டது' என்றது ஓர் அறிக்கை. பல நகரங்களில் காவலர்கள் குவிக்கப் பட்டனர். விசாகப்பட்டினத்தில் கடற்படை முக்கிய நிலைகளைக் காத்தது. ஓரிடத்தில் ரயில் நிலையத்துக்குத் தீ வைக்கப்பட்டது. மற்றுமோரிடத்தில் காவலர்கள் கூட்டத்தை நோக்கிச் சுட்டனர். மாணவர் கூட்டம், விசாகப் பட்டினக் கலங்கரை விளக்கைச் சேதப்படுத்தியது; வானொலி நிலையத்தைச் செயல்படாமல் தடுத்தது. மாநிலம் வழியாகச் செல்லும் ரயில்கள் அனைத்தும் ரத்து செய்யப்பட்டன.[73]

இதற்கிடையே வடக்கே பிகாரில் பஞ்சம் ஒன்று தலையெடுத்தது. பழங்குடியினர் பகுதிகளே மிக மோசமாகப் பாதிக்கப்பட்டன. மோங்கிர் மாவட்டத்தில் பழங்குடியினர் வெறும் கிழங்குகளை மட்டுமே சாப்பிடும் நிலைக்குத் தள்ளப்பட்டனர். தண்ணீருக்கும் கால்நடைத் தீவனங்களுக்கும் கடும் பற்றாக்குறை ஏற்பட்டது. ஏழைகள் அங்குமிங்குமாக தானியங்களைக் கொள்ளையடித்தனர். கிராமப்புறத்து மேட்டுக்குடி மக்கள் கலகம் ஏற்படுமோ என்ற பயத்தில் வாழ்ந்தனர்.[74]

மாணவர் கிளர்ச்சி ஒரு பக்கம், பட்டினிச் சாவு மறுபக்கம். இவை போதாதென, அதி விநோதமான கிளர்ச்சி ஒன்றும் சேர்ந்துகொண்டது. இந்து சாதுக்கள் நீண்ட நாட்களாகவே பசு வதையைத் தடை செய்யக் கோரிவந்தனர். இப்போது அது ஜனசங்கத்தின் ஆதரவுடன் சமுதாய இயக்கமாக மாறியது.

நவம்பர் 6 அன்று மிகப் பெரும் ஊர்வலம் ஒன்று தலைநகரத் தெருக்களில் நடைபெற்றது. ஊர்வலத்தில் சென்ற ஒரு லட்சம் பேரில், கையில் திரிசூலங்களையும் வாள்களையும் உயர்த்திப் பிடித்து ஆட்டிக்கொண்டே வந்த சாதுக்கள் பலரும் இருந்தனர். ஊர்வலம் நாடாளுமன்றக் கட்டடத்துக்கு வெளியே பொதுக்கூட்டம் ஒன்றில் முடிவடைந்தது. அங்கே முதலில் பேசிய பேச்சாளர் இந்து சட்ட மசோதா புகழ் சுவாமி கற்பாத்திரி. அத்துமீறிய நடவடிக்கைக்காக மக்களவையிலிருந்து தாற்காலிகமாக வெளியேற்றப் பட்டிருந்த ஜனசங்க நாடாளுமன்ற உறுப்பினர் சுவாமி ராமேஸ்வரானந்தரின் உரை கூட்டத்தை மேலும் சூடேற்றியது. அவர் சாதுக்களைப் நாடாளுமன்றத்தைத் சூழ்ந்துகொள்ளத் தூண்டினார். 'உணர்ச்சி வசப்பட்ட கூட்டம் சாரி சாரியாக, 'சுவாமி ராமேஸ்வரானந்தருக்கு ஜே!' என்று கோஷம் இட்டபடி முன்னேறியது. இந்தத் தருணத்தில் ஜனசங்கத் தலைவர் அடல் பிகாரி வாஜ்பாய், சுவாமியிடம் போராட்ட அழைப்பைத் திரும்பப் பெறக் கோரினார். அது மிகத் தாமதமாகி விட்டது. சாதுக்கள் நாடாளுமன்ற வாயிலை நோக்கி அலை அலையாக முன்னேறினர். குதிரை மீதிருந்த காவலர்கள் அவர்களைத் பின்னே தள்ளினர். சாதுக்கள் முன்னே செல்ல, காவலர்கள் பின்னே தள்ள, போராட்டம் தொடர்ந்தது. கண்ணீர்ப் புகையும் ரப்பர் குண்டுகளும் ஒரு பக்கமும், தடிகளும் கற்களும் மறுபக்கமுமாகச் சண்டை, மாறும் வெற்றி தோல்விகளுடன் தொடர்ந்தது. நாடாளுமன்றக்

கட்டடத்தின்மீது புகை மேகம் சூழ்ந்துகொண்டதும் மக்கள் கூட்டம் பின்வாங்கியது. அதுவும்கூட அவர்களது கோபத்தை வழியெல்லாம் வெளிப்படுத்துவதற்காகத்தான்.

வானொலி நிலைய பாதுகாப்புக் கூண்டின் உட்புறம் தகர்க்கப்பட்டது. காங்கிரஸ் தலைவர் காமராஜ் இல்லம் தீயிடப்பட்டது. மேலும் 250 கார்கள், 100 ஸ்கூட்டர்கள், 10 பேருந்துகள் அழிக்கப்பட்டன. 1947-ன் இருண்ட நாட்களுக்குப் பிறகு, அன்று மாலை ராணுவம் தெருக்களில் காவல் பணியில் ஈடுபட்டது.

ஒரு பத்திரிகை, 'புனிதர்கள் தலைமையேற்று நடத்திய போராட்டம், தெரு வெங்கும் வன்முறையாகவும், பொதுச் சொத்துக்கு நாசம் விளைவிப்ப தாகவும் முடிந்திருக்கிறது' என்று கோபமாகக் குறிப்பிட்டது. வாஜ்பாய் வெளி யிட்ட அறிக்கையில், 'பசுவதைக்கு எதிரான கிளர்ச்சியில் விரும்பத்தகாத சக்திகள் வன்முறைகளில் ஈடுபட்டு புனிதமான நோக்கத்துக்குக் கேடு விளைவித்துவிட்டன' என்று நிகழ்ச்சிகளைக் கண்டித்தார்.[75]

XIII

மேற்கில் பரவலாக ஒரு சிந்தனை இருந்தது. ஜவாஹர்லால் நேருவின் தனிமனித ஆளுமையும் எடுத்துக்காட்டுமே இந்தியாவை ஒற்றுமையாகவும் குடியாட்சி முறையிலும் வைத்திருக்கின்றன என்பதே அது. அவர் மறைவுக்குப்பின் விரைவாக மாறிய தலைவர்கள், தொடர்ந்த வறட்சிகள், எண்ணிலடங்காத சிறு சிறு கிளர்ச்சிகள், பாகிஸ்தானுடனான பெரிய அளவிலான யுத்தம் எல்லாவற்றையும் ஒரு சேரக் காணும்போது அந்த அச்சங்களை அவை உறுதி செய்வனவாகவே தோன்றியது.

1965 டிசம்பரில், சிட்னி மார்னிங் ஹெரால்ட் இதழ் இந்தியாவின் எதிர்கால ஜனநாயகம் பற்றிக் கவலை தெரிவித்தது. 'இந்தியாவில் மேலோங்கும் தேசிய உணர்ச்சி, வெறி பிடித்த தன்மையாக மாறி, மேற்கத்திய நாடுகளுக்கு எதிரான கசப்புணர்வை அதிகப்படுத்தும்' என்றது. மேலும் இந்தியாவுக்குள்ளும் சகிப்பற்ற தன்மை நிலவுவதாக அது கண்டது. 'இந்தியர்கள் தாராளக் கருத்து களை வெளியிடுவதில் அபாயம் இருப்பதாக வெளிநாட்டு நோக்கர்கள் கவலைப்படுகிறார்கள்' என்றது.[76]

அதே 1965-ல் எழுத்தாளர் ரொனால்ட் சீகல், 'இந்தியாவின் நெருக்கடி' என்ற தலைப்பில் ஓர் ஆய்வை வெளியிட்டார். இந்தியாவில் சுற்றுப்பயணம் மேற் கொண்டபோது, 'இந்தியா பொருளாதாரப் பாறை விளிம்பில் இருப்பதாகவும், அதன் கீழே பூமி நிலைகுலந்து போவதாகவும்' கண்டார். இதற்கிடையே உலகில் இந்தியாவின் மதிப்பு சரிந்துபோயிருந்தது. வறுமை, பொருள்கள் தட்டுப்பாடு, பிரதேச சச்சரவுகள், ஊழல் ஆகியவை கட்டுக்கடங்காமல் போயிருந்தன. இது சீகலுக்கு, வெய்மார் ஜெர்மனியையும் குவோமிண்டாங்

சீனாவையும் நினைவூட்டியது. இந்தியாவில் ஜனநாயகம் பிழைக்கும் என்ற நம்பிக்கையே அவருக்கு இல்லை. இதற்கு மாற்று ஏற்பாடுகள் இரண்டுதான்: இடதுசாரி கம்யூனிஸம் அல்லது வலதுசாரி மதவாதம். இவை இரண்டில் ஒன்றுதான் சிறிது காலத்துக்கு நிலவப் போகிறது என்று அவர் கருதினார்.[77]

இந்தியாவின் எதிர்காலம் பற்றி நம்பிக்கை அற்றிருந்த மற்றொருவர் புனித மைக்கேல் ஸ்காட். 1966 மே மாதத்தில் அவரை ஒரு நண்பர் கண்டபோது,

> அவர் மனம் தளர்ந்து காணப்பட்டார். நாகா சிக்கலுக்குத் தீர்வு காண முடியாத தோல்வியால் அல்ல; பொதுவாக இந்தியா பற்றி. பழைய, தகுதி வாய்ந்த சந்ததி மறைந்து, அதனிடத்தில், புதிய, ஊழல் வாய்ந்த, திறமையற்ற சிறு மனிதர்கள் வந்துவிட்டார்கள் என்று அவர் நினைத்தார். விரைவாகவோ, தாமதமாகவோ இந்தியா உடைந்து உருக்குலைந்து போகப்போகிறது என்றும் வியட்னாம் புதைகுழிபோல பிரிட்டனும் அமெரிக்காவும் இதற்குள் சிக்கிக்கொள்ளப்போகின்றன என்றும் அவர் கருதினார்.[78]

1966-ல் பருவமழை மீண்டும் பொய்த்தபோது, பேச்சு இந்தியாவின் பட்டினிச் சாவுகளைப் பற்றித்தான் இருந்ததே ஒழிய, ஜனநாயகம் முடிவுக்கு வரப்போவதைப் பற்றியோ அல்லது இந்தியா சிதைந்துபோவது பற்றியோ அல்ல. ஒரு காலத்தில், மக்கள் பெருக்கம், உணவு உற்பத்தியைக் கடந்து விடும் என்ற மால்தூஸின் கொள்கைக்கு நிதர்சனமாக, அழுத்தமான நிரூபணமாக இந்தியா இருக்கும் என்றே மேற்கத்திய சூழலியல் அறிஞர்கள் பலருக்கும் தோன்றியது. ஸ்டான்ஃபோர்டைச் சேர்ந்த மதிப்புக்குரிய உயிரியல் அறிஞர் பால் எர்லிக், தான் 'மக்கள் தொகை வெடிப்புப் பெருக்கம் பற்றி நீண்டகாலமாகவே அறிவுபூர்வமாகத் தெரிந்துவைத்திருந்தாலும் சில ஆண்டு களுக்கு முன்னர் நாற்றம் பிடித்த வெப்பமான இரவு ஒன்றில் தில்லியில்தான் உணர்வுபூர்வமாக அதனை அறிந்துகொள்ள முடிந்தது' என்று குறிப்பிட்டார். தெருக்களில் அவருடைய டாக்சி மெல்லச் சென்றபோது, 'அங்கேயே சாப்பிட்டுக்கொண்டிருக்கும் மக்களை, துணி துவைக்கும் மக்களை, தூங்கும் மக்களை, மக்களைக் காண வரும் மக்களை, வாதம் செய்துகொண்டிருக்கும் மக்களை, கிறீச்சிட்டுக் கத்தும் மக்களை' சுற்றிலும் கண்டார். 'மக்கள் டாக்சி ஜன்னல் வழியாக கைநீட்டிப் பிச்சை எடுத்தனர். தெரு பெருக்கிக் கொண்டிருந்தனர். சிறுநீர் கழித்துக்கொண்டிருந்தனர். பேருந்துகளில் தொங்கிக்கொண்டு சென்றனர். கால்நடைகளை மேய்த்துக் கொண்டிருந்தனர். மக்கள், மக்கள், மக்கள்...'[79]

எர்லிக் இதை எழுதிய அதே ஆண்டில் வேறு இரு அமெரிக்க உயிரியல் அறிஞர்கள் ஒரு நூலை எழுதி முடித்துக் கொண்டிருந்தனர். அவர்கள், 'பஞ்சத்திலும் பெருந்துன்பத்தின் விளிம்பிலும் உள்ள பட்டினி நாடுகளில் முதன்மையில் நிற்பது இந்தியா' என்று வாதிட்டனர். நாளை, 'பஞ்சங்கள் வரும். அவற்றுடன் கூடவே கலவரங்கள் நிகழும். மக்கள் உணர்ச்சிக் கொதிப்பில் சவாரி செய்வார்கள். அவற்றைக் கட்டுப்படுத்த ஆற்றல் அற்ற தாக மத்திய அரசு இருக்கும்' என்று எழுதியிருந்தனர். 1975-க்குள்ளாக

'கட்டுப்பாடின்மை, அராஜகம், ராணுவ சர்வாதிகார ஆட்சி, 'கட்டுமீறும் பணவீக்கம், போக்குவரத்து சீர்குலைவு, குழப்பமான அமைதியின்மை' ஆகியவையே நடைமுறையில் இருக்கும் என அவர்கள் ஆருடம் கூறினர்.[80]

உண்மையில், விவரம் அறிந்த இந்திய நோக்கர்கள்கூட நாட்டின் தலைவிதியை எண்ணி அஞ்சினர். 1966 நவம்பர் முதல் வாரத்தில் காங்கிரஸ் சார்புப் பத்திரிகை ஒன்று, 'பத்தொன்பது ஆண்டுகளில் மிகக் கோரமான சூழ்நிலை' என்ற தலைப்பில் முக்கியமான கட்டுரை ஒன்றை வெளியிட்டது. 'ஆட்சியின் சீர்குலைவே' மாணவர் வேலைநிறுத்தங்கள், உணவுப் பற்றாக்குறை ஆகியவற்றுக்கு உண்மையான காரணம் என்று கட்டுரை சுட்டிக் காட்டியது. 'நாட்டின் வன்முறை அலை மேலும் தீவிரமாகும்' என்றும் கட்டுரை ஆருடம் கூறியது. 'மேலும் பல பகுதிகள் பிகாராக மாறும். நாட்டின் எதிர்காலம் பல காரணங்களால் இருளில் இருக்கிறது' என்ற இந்துஸ்தான் டைம்ஸ், 'அவை அனைத்துக்கும் காரணம் காங்கிரசின் பத்தொன்பது ஆண்டுக்கால ஆட்சியே' என்றது.[81]

19

இடது பக்கத் திருப்பங்கள்

வேண்டாம், ஒருபோதும் வேண்டாம். அரசியல்வாதி ஒருவர் தன் பிழைப்புக்காக எதை வேண்டுமானாலும் செய்வார் என்பதைக் குறைத்து மதிப்பிடவே வேண்டாம். காஷ்மீரி ஒருவரின் அரசியல் தந்திரத்தைக் குறைத்து மதிப்பிடும் தவறை நான் ஒருபோதும் செய்யமாட்டேன். அதுவும் அவர் ஜவாஹர்லால் நேருவின் பெண் என்றபட்சத்தில்.

— பெயர் குறிப்பிடாத அரசியல் பத்தி எழுத்தாளர்,
மே, 1966

I

1967-ன் ஆரம்பத்தில் நடைபெறத் திட்டமிட்டிருந்த பொதுத் தேர்தல், விடுதலைக்குப் பிறகு நான்காவது; ஜவாஹர்லால் நேருவின் மறைவுக்குப் பிறகு முதலாவது. 1966-ன் கடைசி வாரங்களில் அமெரிக்கப் பத்திரிகை ஒன்று நாட்டின் நிலவரத்தை மதிப்பீடு செய்ய நிருபர் ஒருவரை அனுப்பிவைத்தது. 'இந்தியாவின் தொடர்ந்த மதவெறிப் போக்கு, மொழிப் பிரிவினைகள், பிராந்தியச் சச்சரவுகள்' முதலான விநோதமான சிக்கல்கள் கொந்தளித்துக் கொண்டிருந்தது கண்டு அவர் அதிர்ச்சி அடைந்தார். இந்த அமைதியற்ற நிலையுடன், உணவுப் பற்றாக்குறை, பணவீக்கம் ஆகியவையும், கூடவே 'அனேகமாக எல்லா முன்னேற்றத்துக்கும் முட்டுக்கட்டையாக விளங்கும் தொடர்ந்த மக்கள்தொகைப் பெருக்கமும்' இருந்தன. இவைபோன்ற பல்வேறு வன்முறைக் காரணங்களால் '1967-ன் பொதுத் தேர்தல்கள் நடைபெறாமலேயே போகலாம் என்ற யூகமும் தோன்றியது.' எனவே, 'பாகிஸ்தான், பர்மா போன்ற அண்டை நாடுகளில் ஏற்பட்டதுபோல ஆட்சியை ராணுவம் கைப்பற்றிக்கொள்ளும் அளவுக்குச் சட்டம், ஒழுங்கு

முழுவதுமாகச் சீர்குலைந்துவிடும் சாத்தியக் கூறு' இருப்பதாக அந்த நிருபர் கருதினார். இதைவிட மோசமான எதிர்காலம் இருக்கலாம் என்ற எதிர்பார்ப்பும் இருந்தது. 'இந்தியாவில் தற்போதைய ஆட்சி கவிழ்ந்தால், ஆசியாவில் அரசியல் நிலைத்தன்மையையும் பொருளாதார வலுவையும் உறுதிப்படுத்தும் பொறுப்பு, வியட்நாமில் நடந்ததுபோல, அமெரிக்காவின்மீதே வந்து சேரும்' என்று அந்த நிருபர் அஞ்சினார்.¹

ஒரு சராசரி மேற்கத்தியப் பார்வையாளருக்கு இந்தியா ஒரு விநோதமான, புரிந்துகொள்ளமுடியாத நாடாகவே இருந்தது; இப்போதும் இருக்கிறது. இந்தக் குறிப்பிட்ட பத்திரிகையாளரின் பயணம், அவரது முதல்முறை; கடைசி முறையாகவும் இருந்திருக்கக்கூடும். ஆனால் இவருடைய ஆருடத்தை, இந்தியாவில் அப்போது ஆறு வருடங்களாகத் தங்கியிருந்த, சந்தேகமின்றி இந்தியாவைப் பற்றி நன்கு அறிந்திருந்த இன்னொருவரும் உறுதி செய்தார்.

இவர் லண்டன் டைம்ஸ் பத்திரிகையைச் சேர்ந்த நெவில் மாக்ஸ்வெல். இவர் 1967-ன் ஆரம்ப வாரங்களில் 'இந்தியாவின் சிதறும் ஜனநாயகம்' என்பது பற்றித் தொடர் கட்டுரைகளை எழுதினார். மாக்ஸ்வெலின் கருத்தின்படி, 'பஞ்சம் பயமுறுத்துகிறது; நிர்வாகத்தால் தாக்குப்பிடிக்க முடியவில்லை; ஊழல் நிறைந்ததாகவும் உள்ளது; அரசும் ஆளுங்கட்சியும் மக்களின் நம்பிக்கையை இழந்துவிட்டன; தன்னிடமேகூட நம்பிக்கை இழந்து விட்டன.' இந்தப் பலவிதமான ஆபத்துக்கள், 'நாடாளுமன்றக் குடியாட்சியை நிராகரிக்கும் உணர்ச்சிபூர்வமான தயார் நிலையை மக்களிடம் உருவாக்கி விட்டது.' அரசியலை நன்கு அறிந்த இந்தியர்கள் சிலரிடம் மாக்ஸ்வெல் பேசியபோது, அவர்கள், 'தோல்வி உணர்வை வெளிப்படுத்தியதோடு, எதிர் காலம் இருண்டு கிடப்பதோடு மட்டுமின்றி உறுதியற்றும் உள்ளது என்ற அச்சத்தையும் வெளிப்படுத்தினர்.'

மாக்ஸ்வெல், தனிப்பட்ட முறையிலும் இந்தியாவுக்கு ஆபத்து என்றே கருதினார். ஏற்கெனவே மாநிலங்கள் துணை நாடுகளாக இயங்கத் தொடங்கி, தேசத்திரை கிழிந்துவருவதாக அவர் கண்டார். சந்தேகத்துக்கு இடமின்றி, இந்தியர்கள் விரைவில் நான்காவதும், நிச்சயமாகக் கடைசியுமான, தேர்தலில் வாக்கு அளிக்கப்போகிறார்கள் என்றே அவர் முடிவு கட்டினார். 'இந்தியாவை ஒரு குடியாட்சிக் கட்டமைப்புக்குள் வளரச் செய்யும் மாபெரும் சோதனை தோற்றுவிட்டது' என்றே அவர் முடிவு செய்தார்.

இந்தியாவில் விரைவில் நிகழப்போகும் குடியாட்சியின் வீழ்ச்சி காரணமாக, 'சமுதாயத்தின் தொல்லைகளுக்கு மாற்று மருந்து காண' வேறுவிதமான தீவிர முயற்சிகள் மேற்கொள்ளப்படும் என்று மாக்ஸ்வெல் கருதினார். 'தற்போதைய தொடரும் உணவுப் பற்றாக்குறை, மக்கள்தொகைப் பெருக்கம் ஆகிய பிரச்னைகளால், ஒழுங்கான சமுதாய அமைப்பு, சிவில் அரசாங்க முறை யிலிருந்து நழுவி, ராணுவம் மட்டுமே ஒரே மாற்றான ஒழுங்குக் கட்டுப்பாட்டு முறையாக அமையும். ராணுவம்தான் ஆட்சியை நடத்தப்

போகிறது; ஆனால் அது எப்படி நடைமுறைக்கு வரப்போகிறது என்பதுதான் கேள்வியே' என்று அவர் நினைத்தார்.

'பஞ்சம் காரணமாக மக்களிடையே கலவரம் அதிகமாகி, இதனால் ஜனாதிபதியின் அதிகாரம் அதிகரிக்கப்படவேண்டும் என்றும் மத்திய அரசையும் நாட்டையும் ஒழுங்குபடுத்தும் அதிகாரத்தை அவர் செலுத்தவேண்டும் என்றும் குரல்கள் எழும். ராணுவம் அவருக்கு ஆதரவாக இருக்கும். கொஞ்சம் கொஞ்சமாக அது, நிர்வாக அதிகாரங்களைக் கையில் எடுத்துக்கொள்ளும். இந்நிலையில், ஜனாதிபதியே உண்மையான நிர்வாகத் தலைவராக இருப்பார், அல்லது ஒரு சில ராணுவ அதிகாரிகளையும் அரசியல்வாதிகளையும் கொண்ட குழுவுக்கு பெயரளவுக்குத் தலைவராக இருப்பார்' என்று மாக்ஸ்வெல் கருதினார்.[2]

II

1967-ன் இந்தியப் பொதுத்தேர்தல் பற்றி சில அருமையான சமூகவியல் தொகுப்புகளும், பல்வேறு தொகுதிகள் பற்றி, அந்தப் பகுதிகளின் கலாசாரத்தையும் சமூகத்தையும் மிக நன்றாக அறிந்த நிபுணர்கள் நடத்திய கள ஆய்வுகளும் கிடைக்கின்றன. இவற்றிலிருந்து, தேர்தல்கள் வெறும் மேல்பூச்சு அல்ல; அவை முழுவதுமாக உள்வாங்கப்பட்டு, இந்திய வாழ்க்கை முறையின் ஒரு கூறாக ஆகிவிட்டது; அவற்றுக்கெனத் தனிச் சடங்குகள் கொண்ட, ஐந்தாண்டுகளுக்கு ஒருமுறை நடக்கும் திருவிழா இது என்று நாம் தெரிந்துகொள்கிறோம். திரளாகக் கூடும் பேரணிகளிலும், தலைவர்கள் பேசும் கூட்டங்களிலும், வண்ண வண்ணச் சுவரொட்டிகளிலும், தங்கள் கட்சிகளைப் புகழும் அல்லது எதிர்க் கட்சிகளைத் தாக்கும் கோஷங்களிலும் மேலே சொன்னவற்றின் ஆற்றலும் தீவிரமும் திரும்பத் திரும்ப வெளிப்பட்டன. போட்டிகள் மத்தியிலும் மாநிலங்களிலும் தீவிரமாக இருந்தன. ஆளும் காங்கிரஸ் கட்சியை எதிர்த்து இடதுசாரிகளான விதவிதமான கம்யூனிஸ்ட் மற்றும் சோஷலிசக் கட்சிகளும், வலதுசாரிகளான ஜனசங்கம், சுதந்தரா போன்றோரும் போட்டியிட்டனர். சில மாநிலங்களில் காங்கிரசுக்கு பிராந்தியக் கட்சிகளிடமிருந்து எதிர்ப்பு தோன்றியது. உதாரணமாக பஞ்சாப்பில் அகாலி தளம், மதறாஸில் திமுக.

இருபதாண்டுப் பொருளாதார வளர்ச்சி, அரசியல் போட்டியை ஆழப்படுத்தி, சிக்கலாக்கியுள்ளது என்பதை சமூகவியல் ஆய்வுகள் வெளிப்படுத்தின. பெரும்பாலான சட்டமன்ற, நாடாளுமன்ற வேட்பாளர்கள், இந்த அரசியலுக்கு வருவதற்கு முன், பள்ளிகள், கல்லூரிகள், கூட்டுறவுச் சங்கங்கள் ஆகியவற்றில் நடந்த போட்டிகள் மூலம் தங்களைத் தயார்ப்படுத்தியிருந்தனர். அந்த நிறுவனங்கள் அவர்களுக்குக் கௌரவத்தையும் ஆதரவையும் அளித்தது. அந்த நிறுவனங்களைக் கட்டுப்படுத்துவது நேரடியாகப் பயன் அளித்ததோடு மட்டுமல்லாமல், வாக்காளர்களின் வாக்குகளைத் திரட்டவும் பயன்பட்டது.[3]

1967 தேர்தலே தனிப்பட்ட முறையில் என் நினைவில் முதன் முதலாக நிற்பது. நான் வசித்த, இமயமலை அடிவாரத்தில் இருந்த, சிறு நகரின் வீதிகளில் உரக்க ஒலித்த கோஷங்களே என் நினைவில் நிற்பவை: 'ஜனசங்கத்துக்கு ஓட்டு போடு, பீடி குடிக்கறத நிறுத்திப் போடு, பீடியில சுருட்டறது புகையிலை, காங்கிரஸ்காரன் திருடறது புதையலை' (ஜன சங் கோ வோட் தோ, பீடி பினா சோட் தோ, பீடி மே தம்பாகு ஹை, காங்கிரஸ் வாலா டாகு ஹை.)

காங்கிரஸ் கட்சி திருடர்களால் நிறைந்துள்ளது, பீடியில் அபாயகரமான புகையிலை உள்ளது. இரண்டையும் நிராகரித்து நகரின் முக்கிய எதிர்க் கட்சியான ஜனசங்கத்தில் சேருவதன் மூலம் வாக்காளர் தன்னையும் அரசாங்கத்தையும் தூய்மைப்படுத்திக் கொள்ளலாம். இதுபோன்ற கோஷங்களைப் பெரும்பாலான மக்களும் ஏற்றுக்கொண்டார்கள். பதிமூன்று மாநிலங்களில் நடத்தப்பட்ட கருத்துக்கணிப்பு இதைத்தான் உறுதி செய்தது. அந்தக் கருத்துக் கணிப்பை, இந்தியன் இன்ஸ்டிடியூட் ஆஃப் பப்ளிக் ஒப்பினியனைச் சேர்ந்த இந்தியாவின் முன்னணி நிபுணர் இ.பி.டபிள்யூ. டா கோஸ்டா நடத்தியிருந்தார். தேர்தலுக்குச் சற்று முன்னால் நடத்தப்பட்ட இந்தக் கணிப்பு, 'காங்கிரஸ் தன் கவர்ச்சியில் பெரும் பகுதியை இழந்துவிட்டது. காங்கிரஸ் முதன்முறையாக உறுதியான வெற்றியாளராக இல்லாமல் அரசியல் தோல்வியாளராகத் தேர்தலில் இறங்குகிறது' என்று கணக்கிட்டது.

ஆய்வின்படி, காங்கிரஸ் மத்தியில் ஆட்சியைத் தக்கவைத்துக் கொள்ளும். ஆனால் அதன் வாக்குகள் 2-3 சதவிகிதம் குறைந்து மக்களவையில் சுமார் ஐம்பது இடங்களைக் குறைவாகப் பெறும். ஆனால், மாநிலங்களில் மேலும் அதிகமான இழப்புகள் ஏற்படும். டா கோஸ்டாவின் கருத்துப்படி, கேரளா, மத்தியப் பிரதேசம், ராஜஸ்தான் ஆகிய இடங்களில் காங்கிரஸ் ஆட்சியை இழக்கும். கூடவே, ஒருவேளை ஒரிஸா, மேற்கு வங்கம், பிகார், உத்தரப் பிரதேசம், பஞ்சாப் ஆகிய மாநிலங்களிலும்கூட காங்கிரஸ் அல்லாத அமைச்சரவை அமையக்கூடும்.

காங்கிரசின் ஆதரவு சரிந்தது ஏன்? கட்சியின் நம்பிக்கைக்குரிய விசுவாசமான வாக்கு வங்கியாக இருந்த சிறுபான்மையினருக்கு காங்கிரஸ்மீது இருந்த கவர்ச்சி அகன்றுவிட்டது. அதேபோல இளைஞர்கள் மற்றும் அதிகம் படிக்காதவர்களுடைய ஆதரவும் பெரும்பாலும் குறைந்துவிட்டது. மறுபக்கத்தில் எதிர்க்கட்சிகள் முன்பைவிட அதிகமான அளவில் ஒன்றுபட்டு நின்றனர். பல மாநிலங்களில் காங்கிரஸ் அல்லாத கட்சிகள் இடப்பகிர்வு ஒப்பந்தம் செய்துகொண்டிருந்தன. அதனால் முன்போல மூன்று அல்லது நான்கு முனைப் போட்டிகளால் வாக்குகள் பிரிந்து காங்கிரஸ் எளிதாக வெற்றி பெற்றுவந்தது, இப்போது நடைபெற வாய்ப்பில்லை.

'இந்த நான்காவது பொதுத்தேர்தல் இந்தியாவின் அன்மைக்கால வரவாற்றில் நடக்கப்போகும் இரண்டாவது அகிம்சைப் புரட்சி' என்றார் டா கோஸ்டா. முதல் புரட்சியை மகாத்மா காந்தி 1919-ல் ஆரம்பித்தார். அது 1947-ல் சுதந்தரத்தில் முடிவடைந்தது. அது முதல் மத்தியிலும் மாநிலங்களிலும்,

கேரளாவில் ஒரு சிறு காலகட்டத்தைத் தவிர, காங்கிரஸே ஆட்சியில் இருந்தது. இப்போது இத்தேர்தல், 'காங்கிரசின் தொடர்ந்த ஒரே மாதிரியான அதிகாரம் சீர்குலைவதற்கு அறிகுறியாக இருக்கும்.' டா கோஸ்டாவின் இறுதி வார்த்தைகளை அப்படியே மேற்கோளாகக் காட்டுவது உபயோகமாக இருக்கும். 'வேட்பாளருக்கு இது ஒருவேளை பதவிக்கான போராட்டம்; அரசியல் விஞ்ஞானிக்கு இது அரை நூற்றாண்டு காலப் பழமையிலிருந்து மாறுபடும் போக்குக்கு ஆரம்பம். இப்போதைக்கு இது எவ்விதத்திலும் ஒரு புரட்சி அல்ல. ஆனால் வருங்காலத்தில் ஒரு புரட்சி ஆகக்கூடும்.'[4]

தேர்தல் கணிப்புகள் பொய்த்துப்போவது எங்கும் நடப்பதே, ஆனால் இந்தியாவில் சற்று அதிகமாகவே நடக்கும். உண்மையில் தேர்தல் முடிவுகள் வெளியானபோது அவை டா கோஸ்டாவின் முடிவுகளை ஒத்தே இருந்தன. மக்களவைத் தேர்தலில் காங்கிரஸ் 361 இடங்களிலிருந்து 283 இடங்களுக்குக் குறைந்தது. மாநிலச் சட்டமன்றங்களில் இழப்பு இன்னும் அதிகம். கட்சியின் வீழ்ச்சி, அட்டவணை 19.1-ல் சுருக்கமாகக் கூறப்பட்டுள்ளது.

அட்டவணை 19.1

இந்தியத் தேர்தல்கள் (1952–67) காங்கிரசின் செயல்பாடு

	மக்களவை		சட்டமன்றங்கள்	
வருடம்	வாக்குகள்%	இடங்கள்%	வாக்குகள்%	இடங்கள்%
1952	45.0	74.4	42.0	68.4
1957	47.8	75.1	45.5	65.1
1962	44.5	72.8	44.0	60.7
1967	40.7	54.5	40.0	48.5

III

காங்கிரசுக்கு ஏற்பட்ட படுதோல்வி, தென் மாநிலமான மதராஸில் ஏற்பட்டது. இங்கு திராவிட முன்னேற்றக் கழகம் (திமுக) தேர்தலில் மாபெரும் வெற்றி கண்டது. சட்டமன்றத்தின் 234 இடங்களில் அது 138-ஐக் கைப்பற்றியது. காங்கிரஸ், வெறும் 50 இடங்கள் மட்டுமே பெற்றது. திமுக தலைவர் சி.என். அண்ணாதுரை முதலமைச்சராகப் பதவி ஏற்றார்.

மதராஸ், நீண்ட நெடுங்காலமாகக் காங்கிரசின் கோட்டையாக இருந்துவந்திருக்கிறது. முன்பும், இப்போதும் பல காங்கிரஸ் தலைவர்கள் இந்த மாநிலத்திலிருந்து வந்திருக்கிறார்கள். இப்போது மாற்றுக் கட்சி பெற்ற மாபெரும் வெற்றியில் மதிப்புக்குரிய கே. காமராஜும் அடித்துச் செல்லப்பட்டார். அவருடைய சொந்த நகரமான விருதுநகரில் பி. சீனிவாசன் என்ற 28 வயது மாணவரிடம் தோற்றுப் போனார். அந்தச் செய்தி மதராஸை அடைந்ததும் வெற்றிக் களியாட்டத்தில் இருந்த திமுக தொண்டர்கள், வெற்றி பெற்றவர் பெயரைக் கொண்டிருந்த ஒருவரைக் கண்டுபிடித்து அவரை

குதிரைமீது ஏற்றி நகரில் ஊர்வலமாக அழைத்துச் சென்றனர். காங்கிரஸ் தலைவரின் தோல்வி பற்றி மதிப்புக்குரிய வார இதழ் ஒன்று, 'சுதந்தரத்துக்குப் பிறகும் அல்லது முன்னாலும், அரசியல் கௌரவம் என்ற வகையில், உள் நாட்டிலும் சரி, வெளிநாட்டிலும் சரி, சந்தேகத்துக்கு இடமின்றி திரு காமராஜ் கட்சி அனுபவித்த மிக மோசமான பலத்த அடி' என்று எழுதியது.[5]

மாநிலத்தில் காங்கிரஸ் கட்சி ஓரளவு நல்ல பெயர் எடுத்திருந்தது. அதன் நிர்வாகம் தூய்மையானதாகவும் திறமையானதாகவும் கருதப்பட்டது. சில விமர்சகர்கள், திமுக, 1965-ன் இந்தி எதிர்ப்புக் கிளர்ச்சியின் பின்னணியில் வெற்றி பெற்றதாகக் கருதினர். ஆனால், அது, கடந்த பத்து ஆண்டுகளாக, பொறுமையாக வளர்ச்சிப் பணியில் ஈடுபட்டதாலேயே வெற்றி சாத்திய மாயிற்று. திமுக, நகரங்களிலும் கிராமங்களிலும் கிளைவிட்டுப் பரவி, அங்கெல்லாம் கட்சியின் அமைப்புகளை உருவாக்கி இருந்தது. அத்துடன், அந்தக் கட்சியின் வளர்ச்சிக்கு முக்கியமாக இருந்தது, தமிழ் சினிமாவுடன் அதற்கு இருந்த தொடர்பு. அதன் முக்கியத் தலைவர்களுள் ஒருவரான மு. கருணாநிதி வெற்றிகரமான திரைப்பட வசனகர்த்தா. மேலும் முக்கியத்துவம் வாய்ந்தது பிரபல திரைப்படக் கதாநாயகனான எம்.ஜி. ராமச்சந்திரனுடைய (எம்.ஜி.ஆர்) தார்மிக மற்றும் பொருள் ஆதரவு.

எம்.ஜி.ஆரின் பூர்விகம் கேரளா. அவர் இலங்கையின் தோட்டத் தொழிலாளர் குடும்பம் ஒன்றில் பிறந்தார். அவருக்கு தமிழ்நாட்டின் கிராமப்புறங்களில் தீவிரமான ரசிகர்கள் இருந்தனர். அவருடைய படங்களில் போலீஸ், நிலப்பிரபுக்கள், வெளிநாட்டவர், ஆட்சியாளர்கள் போன்ற தீய சக்திகளை அவர் அழிப்பார். அவருடைய படங்கள் திரையிடப்படும்போது, திரும்பத் திரும்ப வந்து பார்க்கும் ரசிகர்களால் அரங்கு நிறைந்த காட்சிகளாகவே அவை ஓடும். அவருடைய அபிமான விசிறிகளில் பெரும்பான்மையானோர் பெண்கள்.

மதராஸ் எங்கும் எம்.ஜி.ஆர். ரசிகர் மன்றங்கள் நிறுவப்பட்டன. அவருடைய படங்களும் அவரது அரசியலும் அங்கு விவாதிக்கப்பட்டன. எம்.ஜி.ஆர். நீண்டகாலமாகவே திமுக ஆதரவாளராக இருந்தார். கட்சிக்கு ஏராளமாக நிதி அளித்தார். பேரணிகளிலும் மாநாடுகளிலும் பேசுவதற்கு எப்போதும் தயாராக இருந்தார்.

1967 தேர்தலுக்கு ஒரு மாதம் முன்பாக போட்டி நடிகர் எம்.ஆர். ராதா என்பவரால் சுடப்பட்டுக் காயம் அடைந்தார். காயமுற்ற எம்.ஜி.ஆர். படங்கள் தேர்தல் பிரசாரத்தில் பெருமளவு பயன்படுத்தப்பட்டன. எம்.ஜி.ஆர்., தானே தேர்தலில் நிற்க விரும்பினார், நிற்கவும் செய்தார். எளிதாகவும் வென்றார். அவருடைய கட்சியும் அவ்வாறே வென்றது.[6]

ஓர் அறிஞர் குறிப்பிட்டதுபோல, திமுக, தன் ஆட்சியின்போது 'உறுதியாக, அதே நேரம் கனிவாக' நடந்துகொண்டது. காங்கிரஸ் பெரும் தொழில் திட்டங்களைக் கொண்டுவந்திருந்தது. ஆனால் திமுக உடனடி ஆதரவை வளர்க்கும் திட்டங்களில் கவனம் செலுத்தியது. தன் முக்கிய

ஆதரவாளர்களான பிற்படுத்தப்பட்ட சாதியினருக்கு வேலைவாய்ப்பில் இட ஒதுக்கீட்டை அதிகரித்தது. பருப்பு, தானிய வணிகத்தில் கட்டுப்பாட்டை அதிகரித்தது. ஏழைகளுக்கு உணவுப் பொருள் வழங்குதலில் மானியத்தை அதிகரித்தது. இதற்கிடையே மொழிமீதான பெருமித உணர்வை மேம்படுத்த அரசாங்கம் உலகத் தமிழ் கலாசார, மொழி மாநாட்டைக் கூட்டியது. அதில் இருபது நாடுகளிலிருந்து தமிழ் அறிஞர்கள் கலந்துகொண்டனர். அப்போது பேசும்போது முதல்வர், தமிழ், இந்தியா முழுவதற்குமான இணைப்பு மொழி ஆகலாம் என்று நம்பிக்கை தெரிவித்தார்.[7]

IV

கேரளாவிலும் காங்கிரஸ், இடதுசாரிக் கூட்டணியிடம் தோல்வி அடைந்தது. 1963-ல் இந்திய கம்யூனிஸ்ட் கட்சி (சி.பி.ஐ), இரு பிரிவுகளாகப் பிரிந்தது. புதிய கட்சி, இந்திய கம்யூனிஸ்ட் கட்சி (மார்க்சிஸ்ட்) அல்லது சி.பி.எம் என்று அழைக்கப்பட்டது. இந்தப் புதிய கட்சியான சி.பி.எம்மில்தான் ஈ.எம்.எஸ். நம்பூதிரிபாட் போன்ற ஊக்கமுள்ள பல தலைவர்கள் இருந்தனர். கேரள சட்டமன்றத்தின் 133 இடங்களில் சி.பி.எம் 52 இடங்களை வென்றது. காங்கிரஸ் 30 இடங்களையும், சி.பி.ஐ 19 இடங்களையும் பெற்றன. கம்யூனிஸ்டுகள் ஒன்றிணைந்து அரசை அமைக்க முன் வந்தனர். இரண்டாவது முறையாக ஈ.எம்.எஸ். முதல்வராகப் பதவி ஏற்றார்.

காங்கிரஸ் கட்சிக்கு கேரளாவில் தோற்ற முன் அனுபவம் உண்டு. ஆனால் எதிர்ப்பே இல்லாமல் தனியாட்சி செய்து கொண்டிருந்த காங்கிரஸ் மேற்கு வங்கத்தை இழந்தது ஒரு சோகமான நிகழ்வு. வெற்றி பெற்றவர்கள், இடதுசாரி ஐக்கிய முன்னணிக் கூட்டணியினர். அதன் முக்கிய உறுப்பினர்கள் வங்காள காங்கிரஸ் (பெயரிலிருந்தே, தாய்க் கட்சியிலிருந்து பிரிந்தவர்கள் என்று அறியலாம்) மற்றும் சி.பி.எம். சட்டமன்றத் தேர்தலில் 280 இடங்களில் காங்கிரஸ் 127 இடங்களை வென்றது. மறுபுறம் சி.பி.எம். 43 இடங்களிலும் வங்காள காங்கிரஸ் 34 இடங்களிலும் வென்றன. பல்வேறு இடதுசாரிக் குழுக்களையும் சுயேச்சைகளையும் சேர்த்துக்கொண்டு அவர்கள் பெரும்பான்மையை அடைந்தனர்.

வங்காள காங்கிரஸ் தலைவர் அஜாய் முகர்ஜி முதல்வர் ஆனார். ஜோதி பாசு துணை முதல்வர் ஆனார். நாசூக்கான அவர் லண்டனில் பயின்ற வக்கீல்; வங்காள கம்யூனிஸத்தின் நாகரிக முகம். பாசுவும் மற்ற சிலரும் ஆட்சிக்கு உள்ளிருந்தபடியே அரசாங்கத்தின் கொள்கைகளை வடிவமைக்க முடியும் என்று நினைத்தனர். ஆனால், வேறு சில சி.பி.எம் தலைவர்கள், குறிப்பாக பிரதம அமைப்பாளர் பிரமோத் தாஸ்குப்தா, அரசில் சேர்ந்தே இருக்கக் கூடாது என்று கருதினர்.[8]

இந்தியக் கம்யூனிஸ்ட் இயக்கத்தின் கொள்கை மோதல்கள் குறித்து முழுமையாகப் பல புத்தகங்கள் எழுதப்பட்டுள்ளன. இந்திய கம்யூனிஸ்ட்

கட்சி 1963-ல் இரண்டு முக்கியமான கருத்து மாறுபாடுகளால் இரண்டாகப் பிளந்தது என்று மட்டும் இங்கு அறிந்துகொண்டால் போதும். ஒன்று வெளிநாட்டு விவகாரம். மற்றொன்று உட்கட்சி விவகாரம். இரண்டும் ஒன்றுக்கொன்று தொடர்புடையவை. தாய்க் கட்சியான இந்திய கம்யூனிஸ்ட் கட்சி, சோவியத் யூனியனுடன் நெருங்கிய தொடர்பு கொண்டிருந்தது. இதனால் அது ஆயுதப் புரட்சியைக் கைவிட்டிருந்தது. ஏனெனில் சோவியத் யூனியன் இந்தியாவுடன் சுமுகமான உறவை விரும்பியது. பிரிந்துசென்ற சி.பி.எம், சோவியத் யூனியன், சீனா ஆகிய இரு நாட்டு கம்யூனிஸ்டுகளுடனும் உறவுகொள்ள விரும்பியது. இந்திய அரசு, பூர்ஷ்வா-நிலப்பிரபு கூட்டால் நடத்தப்படுவது என்று அது கருதியது. நாடாளுமன்ற ஜனநாயகம் ஒரு மோசடி; சமயத்துக்கு ஏற்றாற்போல் அதைப் பயன்படுத்தலாம் அல்லது தூக்கி எறியலாம் என்றும் அது கருதியது.[9]

ஆட்சியில் சேருவதற்கு முன்பாக, சி.பி.எம். கடுமையான விவாதம் ஒன்றில் ஈடுபட்டது. ஆதரவாக ஜோதி பாசுவும் எதிர்த்து பிரமோத் தாஸ்குப்தாவும் விவாதித்தனர். முடிவில் கட்சி, ஆட்சியில் இணைந்தது. அது தொண்டர்களிடையே ஓர் எதிர்பார்ப்பு உணர்வை ஏற்படுத்தியது. ஆரம்ப அறிகுறியாக ஹாரிங்டன் சாலை, உலக கம்யூனிஸ்ட் இயக்க வீரர் ஒருவர் பெயருக்கு மாற்றப்பட்டது. வியட்னாம் போர் தீவிர உச்சத்தில் இருந்தபோது அமெரிக்க துணைத் தூதரகத்தின் முகவரி, 7, ஹோ சி மின் சாலை, கல்கத்தா என்றானது.

பெயர் மாற்றம் எளிதாக இருந்தது. ஆனால் போகப் போக நிகழ்வுகள் கடினமாயின. 1967-ன் வசந்த காலத்தில் டார்ஜிலிங் மாவட்டத்தின் நக்சல்பாரியில் ஒரு நிலத்தகராறு ஏற்பட்டது. நக்சல்பாரி, மேற்கில் நேபாளத்தையும் கிழக்கில் பாகிஸ்தானையும் ஒட்டிய பகுதி. மேலும் திபெத்தும், உள்நாட்டு விவகாரங்களில் சுதந்தரம் உள்ள பூடானும் சிக்கிமும் அதிகத் தொலைவில் இல்லை. இமாலய அடிவாரத்தில் உள்ள இந்தப் பகுதிகளில் தேயிலைத் தோட்டத் தொழில் ஆதிக்கம் செலுத்தி வந்தது. பல தோட்டங்கள் பிரிட்டிஷ் கம்பெனிகளின் நிர்வாகத்தில் இருந்தன. அங்கே எப்போதுமே நிலப் பற்றாக்குறை இருந்தது. தோட்டத் தொழிலாளர்கள் மனைகள் கோருவதும், உள்ளூர் குத்தகை விவசாயிகள் அநியாய வட்டிக் கடனிலிருந்து நிவாரணம் கோருவதுமான வரலாறு அங்கு உண்டு.

நக்சல்பாரி பகுதியில் ஏழை கிராமவாசிகளை கிருஷக் சமிதி என்ற சி.பி.எம் ஆதரவு விவசாயிகள் சங்கம் ஒன்று திரட்டியது. அதன் தலைவர், நடுத்தர வர்க்கத்தைச் சேர்ந்த புரட்சிக்காரரான கானு சன்யால். கிராமங்களில் பணியாற்ற, அவர் தன் சொந்தப் பின்புலனை உதறிவிட்டு வந்தது, அவருக்கு நிறைய ஆதரவாளர்களை ஏற்படுத்திக்கொடுத்தது. 1967 மார்ச் இறுதியிலிருந்து, குத்தகைதாரர்களை வெளியேற்றிய அல்லது தானியங்களைப் பதுக்கிவைத்த நிலப்புரபுக்களுக்கு எதிராக சமிதி பல மறியல் களை நடத்தியது. இந்த எதிர்ப்புகள் தீவிரமாக ஆகி, போலீசுடன் சிறுசிறு சண்டைகள் ஏற்பட்டு வன்முறையில் முடிந்தது. ஒரு போலீஸ் கான்ஸ்டபிள்

கொல்லப்பட்டார். போலீஸ் பதிலுக்கு மக்கள்மீது துப்பாக்கிச் சூடு நடத்தியது. விவசாயத் தலைவர்கள் ஆயுதம் ஏந்த முடிவெடுத்தனர். விரைவிலேயே நிலப்பிரபுக்களின் தலைகள் வெட்டப்பட்டன.

இந்த எதிர்ப்புகளின் வேர், வடக்கு வங்காளத்தில் நிலவிய விவசாய ஏற்றத்தாழ்வுகளில் உள்ளது. ஆனால், சி.பி.எம் ஆட்சியில் சேராமல் இருந்திருந்தால், போராட்டம் இந்த முறைக்கு மாறியிருக்காது. சில தீவிர போராட்டக்காரர்களும் பல விவசாயிகளும்கூட, அவர்கள் கட்சி ஆட்சியில் இருப்பதால் தாங்களே நில உரிமை அமைப்பைத் திருத்தி அமைத்துக் கொள்ளலாம் என்று நினைத்துவிட்டனர். ஆனால் அவர்கள் வியப்படையும்படி அந்தக் கட்சி, சட்டம் ஒழுங்கின் பக்கம் நின்றது. 1967 கோடையின் பிற்பகுதியில் நக்ஸல்பாரியில் 1,500 காவலர்கள் பணியில் இருந்தனர். கானு சன்யாலும் சகோதரத் தலைவர்களும் சிறையில் இருந்தனர். மற்ற புரட்சிக்காரர்கள் காட்டுக்குள் தஞ்சமடைந்தனர்.[10]

நக்ஸல்பாரி, இந்தியப் புரட்சியாளர்கள் இடையே விரைவாக நட்சத்திர அந்தஸ்தைப் பெற்றுவிட்டது. அந்தக் கிராமம் அந்தப் பகுதிக்குத் தன் பெயரைக் கொடுத்தது. அது மட்டுமின்றி, காலப் போக்கில், இந்திய அரசுக்கு எதிராக எங்கும், எவரும் ஒடுக்கப்பட்ட, ஆதரவற்ற மக்கள் சார்பில் ஆயுதம் ஏந்திப் போராடும்போது அந்தப் பெயரைப் பெறத்தொடங்கினர். 'புரட்சியாளர்' என்போர் சுருக்கமாக 'நக்ஸலைட்' என்று அழைக்கப்பட்டனர். அச்சொல் அரசியல் அரங்கின் ஒரு பக்கத்தில் மிகவும் விரும்பக்கூடியதாகவும் மறு பக்கம் வெறுக்கத்தக்கதாகவும் கருதப்பட்டது.[11]

நக்ஸலைட்களை அங்கீகரித்தவர்களில் சீன கம்யூனிஸ்ட் தலைவர்களும் அடக்கம். 1967 ஜூனில் பீகிங் வானொலி இவ்வாறு அறிவித்தது:

> இந்தியாவின் மேற்கு வங்க மாநிலத்தின் டார்ஜிலிங் மாவட்ட கிராமப்புறத்தில் இந்திய கம்யூனிஸ்ட் கட்சியின் புரட்சியாளர்கள் சிலரின் தலைமையில் ஆயுதம் ஏந்திய விவசாயிகள் கிளர்ச்சி உருவாகியுள்ளது. இது மா சே துங்கின் போதனைகளின் வழிகாட்டுதல்படி, இந்திய மக்கள் தொடங்கியுள்ள புரட்சிகரமான ஆயுதப் போரின் முதல் அடியாகும். இது தற்காலத்தில் இந்தியப் புரட்சி எந்தத் திசையை நோக்கிச் செல்கிறது என்பதைக் குறிப்பதாகும். ஆயுதமேந்திய இந்தப் புரட்சிப் போரை இந்திய மக்களும், சீன மக்களும், உலகின் பிற பகுதி மக்களும் வாழ்த்தி வரவேற்கின்றனர்.[12]

புரட்சித் தீயின் முதல் பொறி நக்ஸல்பாரியில் எழுந்த அதே நேரம், மற்றொரு மாவோயிஸ்ட் பிரிவு ஆந்திரப் பிரதேசத்தில் இதற்கான ஏற்பாடுகளில் இறங்கிக்கொண்டிருந்தது. ஆந்திர நக்ஸலைட்டுகள் இரு பிராந்தியங்களில் தீவிரமாகச் செயல்பட்டு வந்தனர்: 1946-49 ஆண்டுகளில் பெரும் கம்யூனிஸ்ட் கிளர்ச்சிகள் ஏற்பட்ட தெலுங்கானா மற்றும் ஒரிஸா எல்லைக்கு அருகே உள்ள ஸ்ரீகாகுளம். இவ்விரண்டு பகுதிகளிலுமே தகராறு, நிலத்தைப் பற்றியும் காடுகளைப் பற்றியும்தான். இரண்டிலுமே நிலப்புரபுக்களும் அரசும்தான்

அடக்குமுறையாளர்கள். இரண்டிலுமே பாதிக்கப்பட்டவர்கள், விவசாயிகளும் முக்கியமாகப் பழங்குடியினரும். இரண்டு இடங்களிலுமே, கம்யூனிஸ்டுகள் போராட்டத்தை ஒருங்கிணைத்து, காட்டு விளைச்சலை சுதந்தரமாகப் பயன்படுத்துவது, தொழிலாளர்களுக்கு நல்ல கூலி, நிலத்தை மறுபகிர்வு செய்வது ஆகிய வேண்டுகோள்களை முன்வைத்தனர்.

ஸ்ரீகாகுளத்தில் போராட்டத்துக்கு வெம்படாகு சத்தியநாராயணா என்ற பள்ளி ஆசிரியர் தலைமை ஏற்றார். அவர் பழங்குடியினரைக் கொண்டு பல வேலைநிறுத்தங்களை நடத்தினார்; பணக்கார விவசாயிகளிடமிருந்து தானியங்களைக் கைப்பற்றி, தேவைப்படும் ஏழைகளுக்கு விநியோகம் செய்தார். 1964-ன் இறுதியில் நிலப்பிரபுகள் போலீஸ் உதவியை நாடினர். நூற்றுக்கணக்கான கிளர்ச்சிக்காரர்கள் கைது செய்யப்பட்டனர். சத்திய நாராயணாவும் அவருடைய தொண்டர்களும் ஆயுதம் ஏந்தத் தீர்மானித்தனர். நிலப்பிரபுக்கள், வட்டிக்கடை முதலாளிகளின் வீடுகள் சூறையாடப்பட்டு, பத்திரங்களும் கடிதங்களும் எரிக்கப்பட்டன. பதிலுக்கு, அரசு மேலும் காவலர்களை அனுப்பியது. 1969-ன் ஆரம்பத்தில் ஆயுதம் ஏந்திய போலீஸ் தனிப்படையினர் ஒன்பது பிரிவுகள் அந்த மாவட்டத்தில் செயல்பட்டன.

தெலுங்கானா கிளர்ச்சிக்கு தரிமல நாகி ரெட்டி தலைமை தாங்கினார். அவர் கம்யூனிஸ்ட் இயக்கத்தில் பிரபலமானவர். பல ஆண்டுகள் விவசாய இயக்கங்களை அமைத்துச் செயல்பட்டவர். பலமுறை சட்டமன்றத்தில் உறுப்பினராக இருந்தவர். இப்போது அவர் நாடாளுமன்ற ஜனநாயகத்தின் பயனற்ற தன்மையை வெளிப்படுத்தினார். அவர் சட்டமன்றத்திலிருந்தும் சி.பி.எம் கட்சியிலிருந்தும் விலகி மீண்டும் கிராமப்பணிக்குத் திரும்பினார். விவசாய அடிமட்டத் தொழிலாளர்களை ஒருங்கிணைத்து, கூலி உயர்வு, அரசு அதிகாரிகளின் ஊழல்களை ஒழித்தல் ஆகியவற்றுக்காகப் போராடச் சொன்னார். இளம் போராளிகளுக்கு ஆயுதப்பயிற்சி அளிக்கப்பட்டது. மாவட்டம் மண்டலங்களாகப் பிரிக்கப்பட்டது. ஒவ்வொரு மண்டலத்துக்கும் பல தளங்கள் அல்லது பிரிவுகள் ஒதுக்கப்பட்டு தனித் தனியான புரட்சியாளர்கள் வசம் ஒப்படைக்கப்பட்டது.[13]

மீண்டும் மேற்கு வங்கத்துக்கு வருவோம். ஒரு வருடத்துக்கு உள்ளாகவே மேற்கு வங்கத்தில் கூட்டணி ஆட்சி கவிழ்ந்தது. மறு தேர்தலுக்கு முன்பாக ஜனாதிபதி ஆட்சி அமல் செய்யப்பட்டது. 1969-ன் ஆரம்பத்தில் நடைபெற்ற தேர்தலில் சி.பி.எம் முன்னைவிட அதிகமான இடங்களைக் கைப்பற்றியது. அது 80 இடங்களில் வென்று, வங்காள காங்கிரஸ் மற்றும் பிறருடன் சேர்ந்த புதிய கூட்டணியின் மிகப் பெரிய கட்சி ஆனது. அஜாய் முகர்ஜி மீண்டும் முதல்வர் ஆனார். சி.பி.எம் முக்கியமான உள்துறைப் பொறுப்பை எடுத்துக்கொண்டு, பொதுவாகவே தன் அதிகாரத்தை நிலைநாட்டியது.

இந்த ஆட்சிக் காலத்தில் மாநிலத்தில் பெரும் குழப்பம் நிலவியது. அதனை அப்போது எழுதப்பட்ட புத்தகங்களின் தலைப்புகளான, 'மேற்கு வங்கத்தின் வேதனை', 'கைவிடப்பட்ட மாநிலம்' போன்றவற்றிலிருந்து

தெரிந்துகொள்ளலாம். ஒருமுனையில் மத்திய மாநில அரசுகளுக்கு இடையேயான போராட்டம். இந்திய அரசு, மாநிலத்தின் சட்டம் ஒழுங்கு பற்றிக் கவலைப்பட்டது. ஆளும் காங்கிரஸ், மேற்கு வங்கத்தில் பதவி இழந்ததில் எரிச்சலுற்று இருந்தது. மத்திய அரசின் கவலைகளை (கூடவே காங்கிரஸ் கட்சியின் கவலைகளையும்) உள்ளூர் அரசியல்வாதிகளுக்கு வெளிப்படுத்தி, ஆளுநர் முக்கியமான பங்காற்றினார். சட்டமன்றக் கூட்டங்களைத் தொடரமுடியாமல் குறுக்கீடுகள் இருந்தன. ஒருமுறை ஆளுநர் தன் வழக்கமான தொடக்க உரையை ஆற்ற முடியாமல் உறுப்பினர்களால் நேரடியாகத் தடுக்கப்பட்டு, காவலர்கள் உதவியுடன் தப்பி ஓட நேர்ந்தது.[14]

இரண்டாவது முனைப் போராட்டம் ஆளும் கூட்டணியின் இரு முக்கிய கட்சிகளிடையே ஏற்பட்டது. அஜாய் முகர்ஜியும் அவருடைய வங்காள காங்கிரசும் முடிந்தவரை அரசு இயந்திரத்தை ஓடவைக்க முயன்றனர். சி.பி.எம்மோ தெருப் போராட்டங்களில் ஈடுபட்டதோடு, தனது நோக்கங்களை நிறைவேற்றிக்கொள்ள வன்முறையில் இறங்கவும் தயங்க வில்லை. கல்கத்தாவுக்கு உள்ளும் வெளியிலும் உள்ள தொழிற்சாலைகளில் தொழிலாளர்கள் முற்றுகையில் ஈடுபட்டு, அதிகக் கூலி, தரமான பணிச்சூழல் ஆகிய கோரிக்கைகளை முன்வைத்தனர். முன்னெல்லாம் நிர்வாகம் போலீஸை அழைக்க முடிந்தது. ஆனால் புதிய அரசு, அத்தகைய பணி நிறுத்தம் எதையும் முதலில் தொழிலாளர் அமைச்சருக்கு (ஒரு சி.பி.எம் காரர்) தெரிவிக்க வேண்டும் என வற்புறுத்தியது. அது ஒரு வேலைநிறுத்தத்துக்கான அழைப்பாக இருந்தது. ஒரு மதிப்பீட்டின்படி, ஐக்கிய இடதுசாரி முன்னணி ஆட்சியின் முதல் ஆறு மாதங்களில் 1,200-க்கும் அதிகமான முற்றுகைகள் நடைபெற்றன.[15]

இந்த வேலை நிறுத்தங்கள் பிரிட்டிஷ் பத்திரிகைகளில் பெரிதாக எழுதப் பட்டன. ஏனெனில், ஒரு காலத்தில் கல்கத்தா, பிரிட்டிஷ் அரசின் தலைநகராக இருந்தது. பல பெரிய நிறுவனங்கள் அப்போதும் பிரிட்டிஷ் கட்டுப்பாட்டில் இருந்தன, 'மேற்கு வங்கம் மேலும் அதிகமாக ஒழுங்கீனத்தை எதிர்பார்க் கிறது' என்றது ஒரு தலைப்புச் செய்தி. 'மேற்கு வங்க சட்டமன்றக் கூட்டம், கலவரத்தால் தடைப்பட்டது' என்றது மற்றொரு தலைப்புச் செய்தி. இதன் விளைவாக பல இந்திய, ஐரோப்பிய தொழிலதிபர்கள் தங்கள் தொழிற் சாலைகளை மூட நேர்ந்தது. மற்றவர்கள் தங்கள் தொழிலை வேறு இடத்துக்கு மாற்றிக் கொண்டனர். இத்தகைய முதலீடு மாற்றங்களால் இந்தியத் தொழில் வளர்ச்சியில் முக்கிய இடம் வகித்த கல்கத்தாவின் நிலை சீர்குலைந்தது.[16]

முதலாளிகள் தங்கள் லாபத்தைப் பற்றிக் கவலைப்பட்ட அதே நேரம், சட்ட ஒழுங்குச் சீர்கேடு முதல்வரைக் கவலைக்கு உள்ளாக்கியது. இதற்கு முழுக் காரணம் சி.பி.எம்தான் என்பதை அவர் கண்டுகொண்டார். தொல்லைகள் எழக் காரணமான நிலம் மற்றும் தொழில்துறையும், சட்டம் ஒழுங்கைக் காக்கவேண்டிய ஆனால் அதைக் கட்டுப்படுத்தாத உள்துறையும் சி.பி.எம் வசம் இருந்தன. எனவே, இந்த எதிர்ப்புகளுக்கு எதிர்ப்பாக அந்தப் பழைய காந்தியவாதி முகர்ஜி, அவருக்கே உரிய முறையில் சத்தியாக்கிரகம் நடத்த

முடிவு செய்தார். அவர் மாவட்டங்களில் சுற்றுப்பயணம் மேற்கொண்டு சமூகத்தில் சி.பி.எம் ஏற்படுத்தும் பிளவுக்கு எதிராகப் பேசினார். பிறகு, தெற்கு கல்கத்தாவில் கர்சன் பூங்காவில் எழுபத்து இரண்டு மணி நேர உண்ணா விரதத்தை டிசம்பர் முதல் தேதி தொடங்கினார். இந்திய சத்தியாக்கிரக வரலாற்றிலேயே முதல்வர் ஒருவர் தன் அரசு அமைதியை நிலைநாட்டத் தவறியதை எதிர்த்து, அதற்கு எதிராக உண்ணாவிரதம் மேற்கொண்டது மிகவும் விநோதமானது.[17]

மூன்றாவது முனைப் போராட்டம் சி.பி.எம்முக்கும் நக்ஸலைட்டுகளுக்கும் இடையிலானது. பிந்தையவர்கள் இந்திய கம்யூனிஸ்ட் கட்சி (மார்க்சிஸ்ட்-லெனினிஸ்ட்) என்ற பெயரில் புதிய கட்சியை உருவாக்கிக்கொண்டனர். ஒவ்வொரு மாவட்டத்திலும் தொண்டர்கள் தாய்க் கட்சியிலிருந்து விலகி புதிய கட்சியில் கூட்டம் கூட்டமாகச் சேர்ந்தனர். இப்படித்தான் அவர்கள் 1963-64-ல் இந்திய கம்யூனிஸ்ட் கட்சியிலிருந்து விலகி சி.பி.எம்மில் சேர்ந் திருந்தனர். இவ்விரு கட்சியினரிடையே போட்டி தீவிரமாக இருந்ததோடு அடிக்கடி வன்முறையாகவும் மாறியது. சி.பி.ஐ (எம்.எல்) தலைவர் சாரு மஜூம்தார், வர்க்க விரோதிகளான நிலப்பிரபுக்களை அழித்தொழிக்கவேண்டும் என்றார். கூடவே சி.பி.எம் தொண்டர்கள் பாதையிலிருந்து விலகியவர்கள் என்பதால், அவர்களையும் அழிக்கவேண்டும் என்றார். தங்கள் பங்குக்கு சி.பி.எம் (தொண்டர் படை என்ற பெயரில்) ஓர் ஆயுதப் படையைத் திரட்டி, தங்கள் பாணியிலான 'மக்கள் ஜனநாயகப் புரட்சி'யை விரைவுபடுத்த முனைந்தது.[18]

பிரிட்டிஷ் ஆட்சியில் இருந்ததுபோலவே, உளவுத்துறை அறிக்கைகளே அரசியல் சீர்குலைவைத் தெளிவாகக் காட்டின.

ஒரு இண்டெலிஜென்ஸ் பீரோ அறிக்கை, மேற்கு வங்கத்தில் 137 பெரிய அளவிலான கிளர்ச்சிகளைப் பட்டியலிட்டது. அனைத்துமே 19 மார்ச் முதல் 4 மே 1970 வரையிலான வெறும் ஆறு வார காலத்துக்குள் நடந்தவை. இவை பலவிதமான தலைப்புகளுக்குள் வைக்கப்பட்டிருந்தன. பல, இரு கட்சிகளுக்கு இடையிலானவை: சி.பி.எம் - சி.பி.எம்.எல்., சி.பி.எம் - காங்கிரஸ், சி.பி.எம் - சி.பி.ஐ. சில சமயங்களில் போராட்டம் அரசாங்கத்துக்கு எதிராகவும் இருந்தது: சி.பி.எம் - போலீஸ். அல்லது தீவிரவாதிகள் - கான்ஸ்டபிள்கள். இது, மால்டா மாவட்டத்தில் ஒரு காவல் நிலையத்தில் கான்ஸ்டபிள் ஒருவரை நக்ஸலைட்டுகள் கத்தியால் செருகி, ஆயுதங்களைக் கொள்ளை அடித்ததைக் குறிப்பிடுகிறது. மற்றொரு குறிப்பு, தீவிரவாத மாணவர்கள் - துணைவேந்தர் என்பது பற்றி. அச்சம்பவத்தில் கல்கத்தாவின் ஜாதவ்பூர் பல்கலைக்கழகத்தில், தீவிரவாத மாணவர்கள், துணைவேந்தரை பல மணி நேரத்துக்குச் சிறை வைத்து, அறையின் பொருள்களைச் சேதப் படுத்தியதோடு அறையின் சுவர்களில் மாவோயிச கோஷங்களை எழுதினர்.[19]

கிராமங்களில் நிலப் பிரபுக்களின் தலைகளை வெட்டிச் சாய்ப்பதன் மூலம் கிளர்ச்சிகளை அதிகப்படுத்தலாம் என்று நக்ஸலைட்டுகள் நம்பினர்.

நகரங்களில் இதையே, போலீஸ்காரர்கள்மீது அங்குமிங்கும் தாக்குதல் நடத்துவதன் மூலம் சாதிக்கலாம் என்று நினைத்தனர். கிப்ளிங் ஒருமுறை கல்கத்தாவை 'பயங்கர இரவு நகரம்' என்று குறிப்பிட்டிருந்தார். இப்போது மக்கள் பகலிலும் அச்சத்துடன் வாழ்ந்தனர். கடைகளைப் பிற்பகலில் சீக்கிரமே மூட ஆரம்பித்தனர். அந்தி சாயும்போதே தெருக்கள் வெறிச்சோடிக் கிடந்தன.[20] 'அமளியிலும் சித்திரவதையிலும் சிக்கிய இந்த நகரில், போலீஸ் ரோந்தின்மீதும் போலீஸ் நிலையங்கள்மீதும் குண்டுகள் வீசப்படாத நாள்களே கிடையாது' என்று ஒரு நிருபர் எழுதினார். போலீஸூம் தங்கள் பங்குக்கு வீடுகளையும் கல்லூரி விடுதிகளையும் சோதனை இட்டு, தீவிரவாதிகளைத் தேடினர். ஒரு தேடலில் 3,000 குண்டுகள் தயாரிக்கப் போதுமான வெடிபொருள்களைக் கைப்பற்றினர்.[21]

V

தெற்கே தமிழ்ப் பெருமை, கிழக்கே வர்க்கப் போராட்டம். மற்ற பகுதிகளிலும் காங்கிரஸ்மீதான நம்பிக்கை சரிந்து கொண்டிருந்தது. ஒரிஸாவில், சுதந்தரா மற்றும் உள்ளூர் நிலப் பிரமுகர்கள் கூட்டணி, காங்கிரஸை முறியடித்திருந்தது. அவர்களுடைய தேர்தல் பிரசாரம் பிரபல காங்கிரஸ் புள்ளிகளான பிஜூ பட்நாயக், பிரேன் மித்ரா ஆகியோர்மீது லஞ்ச ஊழல், ஆடம்பர வாழ்க்கை ஆகிய குற்றங்களைச் சாட்டியது. பட்நாயக்கும் மித்ராவும் தொழிலதிபர்களிடம் இருந்து லஞ்சம் பெற்றதாகவும், லாபகரமான அரசாங்க ஒப்பந்தங்களைத் தங்கள் நண்பர்களுக்கும் உறவினர்களுக்கும் ஒதுக்கியதாகவும் கூறப்பட்டது.[22] பிரபலமான கோஷம் ஒன்று, சற்றே மாறுபட்ட வடிவத்தில், வெகுதூரத்தில் உள்ள டேராடூனில் ஒலித்தது: *'பிஜூ பிரேன் கௌதி! மாடா போத்தல் ஜௌதி!' (எங்கே சாராயப் புட்டிகளோ, அங்கே பிஜூவும் பிரேனும்!)* சுதந்தரா - ஜன காங்கிரஸ் கூட்டணி ஆட்சிக்கு வந்தவுடன் முந்தைய காங்கிரஸ் ஆட்சியின் ஊழலை விசாரிக்கக் குழு ஒன்றை அமைத்தது.[23]

இடது, வலதுசாரிக் கட்சிகளின் சவால்களுக்கு இடையே, காங்கிரஸ் கட்சிக்குள்ளேயே ரத்தம் வடிந்துகொண்டிருந்தது. வட இந்தியாவின் பல மாநிலங்களில் அது சொற்பப் பெரும்பான்மை வெற்றியே பெற்றிருந்தது. இதனால், முதல்வராக வேண்டும் என்ற பெரு விருப்பம் கொண்டோர் சதி வலைகளைப் பின்ன ஆரம்பித்தனர். உத்தரப் பிரதேசம், மத்தியப் பிரதேசம், ஹரியானா, பிகார் போன்ற மாநிலங்களில் காங்கிரஸ் ஆட்சி அமைக்கப்பட்டு, அதிருப்தியால் கட்சி மாறியவர்களால் கவிழ்க்கப்பட்டது.

அரசியல் அகராதியில் ஏற்கெனவே இருந்த, முதல் எழுத்துகளைச் சேர்த்து அமைந்த எண்ணற்ற கட்சிகள் பட்டியலில் 'எஸ்.வி.டி' என்ற ஸம்யுக்த விதாயக் தளம் அதாவது ஐக்கிய சட்டமன்ற உறுப்பினர் கட்சி என்பதும் சேர்ந்துகொண்டது. அந்தப் பெயர் குறிப்பிடுவதுபோலவே, இடது, வலது, மையம் என அனைத்துக் கொள்கைப் பின்னணியிலிருந்தும் வந்து சேர்ந்து,

பதவி ஒன்றைக் கைப்பற்றுவதற்காகவே உருவான ஒரு கட்சியாக இது இருந்தது.

இந்த எஸ்.வி.டியில், ஜனசங்கம், சோஷலிஸ்ட், சுதந்தரா, உள்ளூர்க் கட்சிகள், காங்கிரஸ் கட்சிமாறிகள் எனப் பலரும் ஒன்றிணைந்தனர். இதில் கடைசியாகக் குறிப்பிட்ட முக்கியமானவர்களால்தான் பெரும்பான்மை எண்ணிக்கை சாத்தியமாயிற்று. நிலச்சீர்திருத்தங்களால் பயன்பெற்றிருந்தும் அரசியல் அதிகாரம் கைவரப்பெறாத பிற்படுத்தப்பட்ட சாதியினரின் எழுச்சிக்கு எஸ்.வி.டி கட்டியம் கூறியது. வடக்கே இந்தச் சாதியினரில், ஹரியானாவிலும் உ.பியிலும் ஜாட்டுகளும், பிகாரில் குர்மிகளும் கொய்ரிகளும், ம.பி.யில் லோத்துகளும், இந்த மாநிலங்கள் அனைத்திலும் யாதவர்களும் அடக்கம். தெற்கே மகாராஷ்டிராவில் மராத்தியர்களும், மைசூரில் வொக்கலிகர்களும், மதராஸில் வேளாளர்களும், ஆந்திராவில் ரெட்டியார்கள் கம்மாக்களும் அடங்குவர். இந்தச் சாதிகள் சமுதாய ஏணியில் பிராமணர்களுக்குக் கீழும், தீண்டத்தகாதவர்களுக்கு மேலும் இருந்தனர். பல பகுதிகளில் அவர்களே 'பிரதான சாதி'யினராகவும், எண்ணிக்கையில் முக்கியத்துவம் பெற்றவர்களாகவும், வலுவான அமைப்புகளைக் கொண்டவர்களாகவும் இருந்தனர். அவர்கள் நெருங்க முடியாமல் இருந்தது அரசு அதிகாரம்தான். திமுகவின் வாக்குகள் அதிகரிக்கக் காரணமாக இருந்தவர்கள் இவர்களே. வடக்கே சோஷலிஸ்டுகள் தங்கள் வாக்கு எண்ணிக்கையை அதிகரித்துக்கொண்டதும் இவர்களாலேயே. குறிப்பாக காங்கிரஸ் கட்சியிலிருந்து தாவிய பலரும் இந்த சாதிகளைச் சேர்ந்தவர்களே.

மற்றொரு வகையில் எஸ்.வி.டி அரசுகள் வெறும் தனிப்பட்ட பேராசையால் தோன்றியவையே. மத்தியப் பிரதேசத்தை எடுத்துக் கொள்வோம். வேட்பாளர் தேர்வின்போது, தன்னைக் கலந்து ஆலோசிக்கவில்லை என்று குற்றம் சாட்டி, குவாலியர் மகாராணி ராஜமாதா காங்கிரஸை விட்டு வெளியேறியதால், இங்கு தேர்தலுக்கு முன்பாகவே தொல்லைகள் ஆரம்பித்தன. அவர் தன் மகன் மாதவராவோடு சேர்ந்து காங்கிரசுக்கு எதிராகத் தீவிரமாகப் பிரசாரம் செய்தார். உளவறிக்கை ஒன்று, ராஜமாதா தேர்தலின்போது முப்பது லட்ச ரூபாய் செலவிட்டதாகக் கூறியது. காங்கிரஸ் மீண்டும் பதவிக்கு வந்தபோதிலும், குவாலியர் பகுதியில் கட்சி படுதோல்வி கண்டது. இப்போது ராஜமாதா சில காங்கிரஸ் விசுவாசிகளைத் திசைதிருப்பி, காங்கிரஸ் மந்திரிசபையைக் கவிழ்க்க மேலும் செலவிடத் திட்டமிட்டுள்ளதாக அந்த அறிக்கை மேலும் கூறியது.[24]

சாதுர்யமுள்ள முதல்வரான டி.பி. மிஸ்ரா இதற்குத் தயாராகவே இருந்தார். அவரே, பிற கட்சிகளிலிருந்து பிரிந்துவரும் உறுப்பினர்களோடு உறவாடிக் கொண்டிருந்தார். 'காங்கிரஸ் கட்சியில் சேர விரும்பும் அனைவருக்கும் கதவைத் திறந்து வைத்திருக்க விரும்புவதாக' அவர் காங்கிரஸ் தலைவருக்கு எழுதினார்.[25] இருப்பினும் முடிவில் பிரபல காங்கிரஸ்காரர் கோவிந்த நாராயண் சிங்குடன் 28 பேரைப் பிரிந்து செல்ல வைப்பதில் ராஜமாதா வெற்றி

பெற்றிருந்தார். சட்டமன்றத்தில் முக்கியமான வாக்கெடுப்புக்குமுன் அவர்களை சிங் தன் வீட்டில் தனியாக வைத்திருந்தார். அவர்கள் கடத்தப்படாமலும் ஆசை காட்டப்படாமலும் இருக்க, தானே கையில் துப்பாக்கியுடன் அவர் காவலுக்கு இருந்தார்.

எஸ்.வி.டி அரசு எத்தனை நாள் நிலைக்கும் என்று தெரியாமல் நாள்களை, அல்லது ஒவ்வொரு ஆணையையும், எண்ணிக் கொண்டிருக்க வேண்டியிருந்தது. மந்திரிகள், பணி இட மாறுதலைச் செய்துதர அல்லது ரத்து செய்ய கட்டணம் குறிப்பிட்டிருந்தனர். எனவே, 'ஆணைகள், அதுவும் குறிப்பாக மாறுதல் அல்லது ரத்து ஆணைகள் மின்னல் வேகத்தில் பிறப்பிக்கப்பட்டன.' ஜன சங்கம் கல்வித் துறையை வேண்டி எடுத்துக்கொண்டது; ஏனெனில் அதன்மூலம் 'தன் தொண்டர்களை அதிகப்படுத்திக்கொள்ள விரும்பியது.' ஆனால் அவர்களுக்கு உள்துறைதான் கிடைத்தது. தங்கள் தொண்டர்களைக் கட்டுக்குள் வைப்பதன்மூலம் அவர்களால் இனக் கலவரங்கள் இன்றி ஒழுங்கைக் காக்க முடிந்தது. ஆனால் அதே நேரம் எந்த முக்கியமான பதவிக்கும் 'முஸ்லிம்கள் வந்துவிடாதபடி கவனமாகப் பார்த்துக்கொண்டனர்.'[26]

கட்சித் தாவல்கள், ஊழல்கள் ஆகியவை இருந்தபோதிலும், ஈ.பி.டபிள்யூ. டா கோஸ்டா குறிப்பிட்டபடி, 1967 தேர்தலுக்குப் பிறகு இரண்டாவது அகிம்சைப் புரட்சிதான் நடந்து கொண்டிருந்தது. இப்போது ஒருவர் புது தில்லியிலிருந்து கல்கத்தா வரையிலான இந்தியாவின் இதயப் பகுதியின் ஆயிரம் மைல் தூரத்தை, காங்கிரஸ் ஆட்சி நடைபெறும் ஒரு மாநிலத்தைக்கூடக் காணாமல் ரயிலில் கடக்கலாம்.

VI

1960-களின் பிற்பகுதியில் புதிதாக பல இடங்களில் பிராந்திய உணர்வு மேலோங்கியது. 1956-ல் ஆந்திரப் பிரதேசத்துடன் இணைந்த பழைய ஹைதராபாத் சமஸ்தானத்தில் சில பகுதிகள், இப்போது வெளியேற விரும்பின. அதற்கான இயக்கத்தை உஸ்மானியா பல்கலைக்கழக மாணவர்கள் தலைமையேற்று நடத்தினர். கடலோர மேட்டுக்குடி மக்களின் நன்மைக்காகவே ஆந்திரா இயங்குகிறது என்று அவர்கள் குற்றம் சாட்டினர். புதிதாக உருவாக்கப்படும் மாநிலம், கவனிக்கப்படாமல் இருக்கும் உள் மாவட்டங்களைக் கொண்டதாக இருக்கும் என்று அவர்கள் கூறினர். தெலுங்கானா என்று பெயரிடப்படும் அம்மாநிலத்துக்கு ஹைதராபாத் தலைநகராக விளங்கும். வேலை நிறுத்தங்களும் ஊர்வலங்களும் நடைபெற்றன; ரயில்கள் நிறுத்தப்பட்டன. ஆந்திரர்கள் குடியேறுகிறார்கள் என்றும் காவல்துறை அடக்குமுறையைக் கட்டவிழ்த்து விட்டுள்ளது என்றும் குற்றம் சாட்டப்பட்டது.[27]

நாட்டின் கிழக்கே, அஸ்ஸாமின் பழங்குடியினர் வசிக்கும் மாவட்டங்களைக் கொண்டு ஒரு புதிய மாநிலம் உருவாக்கப்பட்டிருந்தது. இதற்கான

இயக்கத்துக்கு நீண்ட வரலாறு உண்டு. 1955-ல் கிழக்கிந்தியப் பழங்குடியினர் யூனியன் என்ற ஓர் அமைப்பு, காசி, ஜைந்தியா, காரோ மலைகளில் வாழ்வோரின் பிரதிநிதிகளைக் கொண்டு உருவாக்கப்பட்டது. ஐந்து ஆண்டு களுக்குப் பிறகு இது, அனைத்துக் கட்சி மலைவாழ் தலைவர்கள் மாநாடு (ஏ.பி.எச்.எல்.சி) என்று அழைக்கப்பட்டது. 1967 தேர்தலில் மலைப்பகுதி களில் ஏ.பி.எச்.எல்.சி கட்சியால் காங்கிரஸ் முற்றிலும் முறியடிக்கப்பட்டது. இத்துடன் நாகா, மிஸோ பிரச்னைகள்போல இங்கும் கிளர்ச்சி தோன்றலாம் என்ற பயத்தில், டிசம்பர் 1969-ல் அரசு புதிய மாநிலம் ஒன்றை அமைத்தது. இந்த மாநிலத்துக்கு மேகாலயா - மேகங்களின் உறைவிடம் - என்று பெயரிடப்பட்டது.[28]

இதற்கிடையே, உருவாகி இயங்கிவரும் மாநிலம் ஒன்று தனக்கென ஒரு தலைநகரைத் தேடிக்கொண்டிருந்தது. 1966-ல் மாநிலம் பிரிக்கப்பட்டபிறகு சண்டிகர் நகரம் பஞ்சாப், ஹரியானா இரண்டுக்கும் தலைநகராக இருந்து வந்தது. சீக்கியர்கள் வலுவான காரணத்தோடு, அந்த நகரம் தங்களுக்கே ஒதுக்கப்படும் என்று நம்பினர். மத்திய அரசும் அவ்வாறே நடக்கும் என்று கோடி காட்டியிருந்தது. இப்போது அரசு, தங்கள் உறுதிமொழியைச் செயல் படுத்தவேண்டும் என்று பஞ்சாபிகள் கோரினர். 1968, 1969 ஆண்டுகளில் இதற்கென மக்கள் கிளர்ச்சிகள் நடைபெற்றன. அக்டோபர் 1969-ல் பிரபல சுதந்தரப் போராட்ட வீரர் தர்ஷன் சிங் ஃபெருமால் சண்டிகரை புது தில்லி பஞ்சாபுக்கு அளிக்கவேண்டும் என்று கோரி உண்ணாவிரதம் இருந்து உயிர் விட்டார். பிரதமர் வருத்தமுடன் இரங்கல் அஞ்சலிச் செய்தி ஒன்றை வெளியிட்டார். ஃபெருமாலுடைய மரணம் 'பஞ்சாப், ஹரியானா மக்களின் இதயங்களையும் மனங்களையும் நெருங்கி வந்து இணைத்து, சமரசத்தை ஏற்படுத்தும்' என்று நம்பிக்கை தெரிவித்திருந்தார்.[29]

சீக்கியர்கள் சண்டிகரைத் தமக்கெனத் தனியாகக் கோரியது போலவே சில மராத்தியர்களும் பம்பாயை விரும்பினர். நகரில், மாபெரும் வீரர் சிவாஜி பெயரில் ஆரம்பிக்கப்பட்ட சிவசேனை என்ற புதிய அரசியல் கட்சி இருந்தது. இது, ஒருவகையில் பழைய சம்யுக்த மகாராஷ்டிர சமிதியின் தொடர்ச்சி யாகவே இருந்தது என்றாலும், சற்று தீவிரமானதாக இருந்தது. 'பம்பாய் மகாராஷ்டிராவுக்கே' என்ற கோஷத்துக்கு பதிலாக, 'பம்பாய் மகாராஷ்டிரர் களுக்கே' என்று ஆயிற்று. சிவசேனை கட்சி, பால் தாக்கரே என்ற கார்டூனிஸ்டின் உருவாக்கம். அவருடைய முக்கியமான குறி உள்ளூர்வாசி களின் வேலை வாய்ப்புகளைப் பறித்துக்கொள்ளும் தென்னிந்தியர்கள்மீதுதான் இருந்தது. தாக்கரே தன் எழுத்துகளிலும் கார்ட்டூன்களிலும் வேட்டி கட்டிய மதறாஸிகளைக் கிண்டல் செய்தார். அவருடைய தொண்டர்கள் உடுப்பி ஓட்டல்களையும், தமிழ், தெலுங்கு பேசும் மக்களின் வீடுகளையும் தாக்கினர். அவருடைய தாக்குதலுக்கு உள்ளான மற்றொரு இலக்கு கம்யூனிஸ்டுகள். நகரின் பருத்தி ஆலைகளின் தொழிற்சங்கங்கள் கம்யூனிஸ்ட்டுகளின் பிடியில் இருந்தன. சிவசேனை, அந்த நிர்வாகங்களுடன் பேரம் பேசி கம்யூனிஸ்டு களின் செல்வாக்கைக் குறைக்க முயற்சி செய்தது.

பம்பாய் இந்தியாவின் முதன்மையான நகரம். அதன் நிதி மற்றும் தொழில் தலைநகர். பொழுதுபோக்குத் தொழிலின் மையம். இந்தப் பன்மைத்தன்மை வாய்ந்த நகரில் உள்ளூர் உணர்வை உந்தும் நிகழ்ச்சிகள் எதிர்பாராதாவகையில் வெற்றிகரமாகப் பரவின. குறிப்பாக, இவை படித்த வேலையற்ற இளைஞர் களை வெகுவாகக் கவர்ந்தன. 1968 பம்பாய் நகரமன்றத் தேர்தலில் சிவசேனை 42 இடங்களை வென்று காங்கிரசுக்கு அடுத்து இரண்டாவது இடத்தில் இருந்தது.[30]

இந்திய இதயப் பகுதியில் இவ்வாறு அதிகமான சுயாட்சிக்கான கோரிக்கைகள் வரும் அதே நேரம், இந்திய எல்லைப் பகுதியில், ஆரம்பத்திலிருந்தே தாங்கள் இந்தியாவின் ஒரு பகுதி என்பதை முழுமையாக ஏற்காத குழுக்களும் தலைவர்களும் கிளர்ச்சிகளில் ஈடுபட்டனர். 1968 மார்ச்சில் ஷேக் அப்துல்லா கொடைக்கானல் வீட்டுச் சிறையிலிருந்து விடுவிக்கப்பட்டு, காஷ்மீர் பள்ளத் தாக்குக்குச் செல்ல அனுமதிக்கப்பட்டார். அதற்கு ஒரு வருடம் முன்பு, 1967-ல் நடந்த தேர்தல், காஷ்மீரில் சுதந்தரமாகவோ நியாயமானதாகவோ இருக்கவில்லை. 75 தொகுதிகளுள் 22-ல் போட்டியாளர்களின் வேட்பு மனுக்கள் நிராகரிக்கப்பட்டு, காங்கிரஸ் வேட்பாளர்கள் போட்டியின்றித் தேர்வு பெற்றதாக அறிவிக்கப்பட்டது.[31] திருமதி காந்தியின் ஆலோசகர்கள், அப்துல்லாவை விடுவிக்குமாறு அவரை வற்புறுத்தினர். இந்தியாவுடனான காஷ்மீரின் இணைப்பில் மாற்றம் எதையும் கொண்டுவர முடியாது என்ற உண்மைக்கு ஷேக் தன்னை 'கொஞ்சம் கொஞ்சமாக மாற்றிக் கொண்டுள்ளார்' என்று அவர்களுக்குக் கிடைத்த தகவலின் விளைவே இது.[32]

1964-ஐப் போலவே காஷ்மீர் சிங்கம் வீடு திரும்பியபோது வீர வரவேற்பு கிடைத்தது. பள்ளத்தாக்கில், திறந்த ஜீப்பில் வந்த அவருக்கு, சாலை நெடுகிலும் ஐந்து லட்சம் மக்கள் கூடியிருந்து, வரவேற்று, மாலை அணிவித்து மகிழ்ந்தனர். எப்போதும் போன்று அவருடைய அறிக்கைகள் பலவிதமான பொருள்களில் அமைந்திருந்தன. ஓரிடத்தில், இந்திய அரசுடன் 'அனைத்து சாத்தியக்கூறுகளையும்' விவாதிக்க இருப்பதாகக் கூறுவார். மற்றோர் இடத்தில் 'காஷ்மீரின் சுய நிர்ணய உரிமையை' எதற்காகவும் விட்டுக்கொடுக்க முடியாது என்பார். ஒரு பிரிட்டிஷ் பத்திரிகைக்கு அவர் மூன்று தீர்வுகளை அளித்தார். ஜம்மு இந்தியாவைச் சேரவேண்டும்; ஆனால் 'சுதந்தர' காஷ்மீர் பாகிஸ்தானுக்கு; உண்மையான பிரச்னைக்குக் காரணமான பள்ளத்தாக்குப் பகுதி ஐந்தாண்டுகளுக்கு ஐ.நா சபையின் பொறுப்பில் இருக்கவேண்டும்; அதன் பிறகு அது இந்தியாவுடன் சேரவேண்டுமா, பாகிஸ்தானுடன் சேரவேண்டுமா அல்லது சுதந்தரமாகத் தனித்திருக்க வேண்டுமா என்று வாக்கெடுப்பு நடத்தி முடிவு செய்யலாம். அரசியலில் குழப்பமான நிலையைக் கொண்டிருந்தாலும், மதச் சார்பின்மையில் ஷேக் மிகத் தெளிவாக இருந்தார். ஒரு சமயம் மாணவர்களுக்கு இடையே ஏற்பட்ட சச்சரவு இந்து-முஸ்லிம் கலவரமாக வெடிப்பதற்கு முன்னதாக, அப்துல்லா சண்டை போடுபவர் களைச் சமாதானப்படுத்தி, ஸ்ரீநகரின் வீதிகளில் மக்களை அமைதிப்படுத்திய படியே நடந்து வந்தார். காஷ்மீரின் சிறுபான்மையினரின் உயிர், கௌரவம்,

சொத்து ஆகியவற்றைக் காக்க, தங்கள் ரத்தத்தையும் சிந்தத் தயாராக இருப்போம் என்று தன் தொண்டர்களை உறுதிமொழி மேற்கொள்ளச் செய்தார்.[33]

இதற்கிடையே நாகாலாந்து கிளர்ச்சிக்காரர்கள் தாங்களாகவே ஒரு தீர்வை முடிவு செய்தனர். ஃபிஸோ லண்டனில் இருந்ததால், இயக்கம் ஐஸக் ஸ்வூ, டி. முய்வா போன்ற இளம் புரட்சியாளர்கள் கைக்கு வந்திருந்தது. வயதானவரோ, கிறிஸ்தவத்துக்கு எதிரான போக்கு கொண்ட சீனாவிடம் உதவி பெறுவதை விரும்பவில்லை. ஆனால் இளைஞர்களுக்கு அப்படி எந்தத் தடையும் இருக்கவில்லை. சீன இயந்திரத் துப்பாக்கிகள், பீரங்கிகள், ராக்கெட் லாஞ்சர்கள் ஆகியவற்றைப் பெறவும், அவற்றை எவ்வாறு பயன் படுத்துவது என்று அறிந்துகொள்ளவும் ஆயிரம் நாகர்கள் பர்மா வழியாக யூனான் சென்றிருப்பதாக அறிக்கைகள் வெளியாகின. நாகாலாந்தில், இந்தியப் படைக்கும் கிளர்ச்சிக்காரர்களுக்கும் இடையே கடும் சண்டைகள் நடந்தன.[34]

கிளர்ச்சி நாகர்கள் சீன ஆதரவைப் பெறவேண்டும் என்பதை நீண்டகால மாகவே ஆதரித்துவந்த அப்ஸர்வர் இதழின் டேவிட் ஆஸ்டர் இதனை வரவேற்றார். நாகாலாந்து, அயர்லாந்து மாதிரியைப் பின்பற்றும் என்று ஆஸ்டர் ஆரூடம் கூறினார். அங்கே, காலனிய அரசு, தீவின் தென்பகுதிக்கு வேறு வழியின்றி சுதந்தரம் அளிக்க நேரிட்டது. நாகர்களும் அயர்லாந்தவரைப் போல விடாப்பிடியானவர்கள் என்பதால் 'வெற்றியைப் பெறவும் நிலைத்திருக்கவும் சீன ஆதரவைப் பெறலாம்' என்று அவர் கருதினார். 'ஐரிஷ் பிரச்னையின்போது தாங்கள் கற்றுக்கொண்ட பாடத்தை, பிரிட்டனின் நட்பு வட்டாரங்கள் தில்லியில் உள்ளவர்களுக்குச் சொல்லித்தரலாம்' என்று அவர் நம்பிக்கை தெரிவித்தார்.[35] அவருடைய புத்திமதி, இந்திய அரசின் ஆற்றலைக் குறைத்து மதிப்பிட்டதால் எழுந்திருக்கவேண்டும்.

VII

1960-களின் பிற்பகுதியில் இந்துக்களுக்கும் முஸ்லிம்களுக்கும் இடையே வன்முறைகள் அதிகரிக்கும் அபாயகரமான போக்கு காணப்பட்டது. தேசிய ஒருமைப்பாட்டுக் குழு வெளியிட்ட புள்ளிவிவரப்படி, 1966-ல் 132 இனக் கலவரங்களும், 1967-ல் 220-ம், 1968-ல் 346-ம் நடைபெற்றன. 1969, 1970-ல் இவை மேலும் மேலும் அதிகரித்தபடியே இருந்தன. இந்தச் சச்சரவுகள் பெரும்பாலும் அற்பமான சம்பவங்களிலேயே ஆரம்பித்தன. உதாரணமாக மசூதி முன்னே பாடல்களை இசைத்தல் அல்லது பசு ஒன்றை ஆலயத்தருகே கொல்லுதல். சில நேரங்களில் பெண்கள்மீதான தாக்குதல்கள், அல்லது சொத்துத் தகராறு போன்றவை பிரச்னைகளை ஆரம்பித்தன. சம்பவங்களின் எண்ணிக்கைப்படிப் பார்க்கும்போது, பெரிதும் பாதிக்கப் பட்டவை பிகாரும் உத்தரப் பிரதேசமுமே.[36]

இதுபோன்ற கலவரங்கள் வெடிக்க ஒரு காரணம், மாநில அரசுகளின் பலவீனம்தான். அதிலும் குறிப்பாக எஸ்.வி.டி அரசுகள். கலவரத்தையும் கலகக்காரர்களையும் ஒடுக்க அடக்குமுறையைப் பயன்படுத்துவதில் அவை ஊசலாடின. 1965 போருக்குப்பின், பாகிஸ்தானுக்கு எதிரான உணர்வு அதிகமாக இருந்ததும் மற்றொரு காரணம். இந்த உணர்வை, இந்திய முஸ்லிம்கள், பகைவர்களுக்கு ஆதரவான ஐந்தாம் படையினர் என்று சொல்லி, அவர்களுக்கு எதிராக எளிதாகத் திசை திருப்ப முடிந்தது. குறிப்பாக 'ஜனசங்கத்தால் எழுச்சியூட்டப்பட்ட இந்துக்கள்' முஸ்லிம்களை இம்முறையில் தாக்குவதற்குத் தயாரானார்கள். இப்போது சண்டை தொடங்கியதும் பழைய கோஷங்களான ஹரஹர மஹாதேவ், அல்லாஹு அக்பர் ஆகியவற்றுடன் 'பாகிஸ்தான் யா கப்ரிஸ்தான்' (அதாவது 'பாகிஸ்தானுக்குப் போ அல்லது இடுகாட்டுக்குப் போ') என்ற கோஷமும் சேர்ந்துகொண்டது.[37]

மிக மோசமான கலவரம் ஒன்று, மகாத்மா காந்தி தன் இல்லம் என்று அழைத்த குஜராத்தி நகரான அகமதாபாத்தில் நடந்தது. இதில் கொடுமை, அந்த நிகழ்வு, மகாத்மா காந்தியின் பிறந்த நாள் நூற்றாண்டுக் கொண்டாட்டத்துக்குச் சற்று முன்னதாக நடைபெற்றதுதான். அது அரசாங்கத்துக்குத் தர்மசங்கடமான நிலையை ஏற்படுத்தியது. உலகெங்கிலும் இருந்து பல பெரிய மனிதர்கள் கலந்துகொள்ளும் கோலாகலமான விழா ஏற்பாடு ஆகியிருந்த நேரம் அது. 12 செப்டெம்பர் 1969 அன்று, முஸ்லிம் துறவி ஒருவரின் நினைவாக நடத்தப்பட்ட ஊர்வலம் ஒன்று, பசுக்களுடன் கோயிலுக்குத் திரும்பிக் கொண்டிருந்த சாதுக்களை எதிர்கொண்டது. காரசாரமான வார்த்தைகள் பரிமாறிக்கொள்ளப்பட்டன. சில முஸ்லிம் இளைஞர்கள் ஆலயத்துள் நுழைந்து சில சிலைகளைச் சேதப்படுத்தினர். மரியாதைக்குரிய முஸ்லிம் வக்கீல் ஒருவருடைய தலைமையில் தூதுக்குழு ஒன்று உடனே மன்னிப்பு கோர விரைந்தது. ஆனால் கோவில் பூசாரிகள் அமைதி அடையவில்லை. ஆலயத்தின் புனிதத்துக்குக் கேடு விளைவிக்கப்பட்ட செய்தி பரவியவுடன் கோபம் கொண்ட இந்துக்கள் கூட்டம் திரண்டு, எதைத் தாக்கலாம் என்று தேட ஆரம்பித்தது. ஓரிடத்தில் குர்-ஆன்கள் எரிக்கப்பட்டன. மற்றோர் இடத்தில் முஸ்லிம் கடைகள் தாக்கப்பட்டன. முஸ்லிம்கள் திரும்பத் தாக்கவே, கலவரம் நகரெங்கும் மட்டுமின்றி அகமதாபாத் அருகில் உள்ள ஊர்களிலும் பரவியது. போலீஸ் செயலாற்றாமல் அமைதியாகப் பார்த்துக்கொண்டிருக்க, அந்தப் பழைய நகரின் குறுகிய தெருக்களில் கும்பல்கள் சண்டையிட்டுக்கொண்டன. ஒரு வாரச் சண்டைக்குப்பிறகு அமைதியை நிலைநாட்ட ராணுவம் அழைக்கப்பட்டது. ஆயிரத்துக்கும் அதிகமானோர் உயிர் இழந்தனர். அதைப்போல் முப்பது மடங்கினர் வீடிழந்தனர். இவ்விரண்டிலும் மிகப் பெரும்பான்மையானோர் முஸ்லிம்களே.[38]

1967 கோடையில் பிகார் மாநிலத்தின் ராஞ்சியில் பயங்கரமான கலவரம் ஏற்பட்டது. மூன்றாண்டுகளுக்குப்பின் மகாராஷ்டிர மாநிலத்தின் ஜல்காவில் மேலும் மோசமான ஒன்று ஏற்பட்டது. இவற்றுக்கு இடையில் வடக்கு, மேற்கு இந்தியாவில் பல இனக்கலவரங்கள் ஏற்பட்டன. 'அப்போதுதான்

வயதுக்கு வந்த இந்தியர்கள் தங்கள் நாட்டின் புவியியலை, கொலைகளின் வரலாறு மூலம் கற்பதாக' எழுத்தாளர் குஷ்வந்த் சிங் வருத்தத்துடன் குறிப்பிட்டார். அலிகார், ராஞ்சி, அகமதாபாத் ஆகியவை இப்போது கல்வி, கலாசார, தொழில் மையங்களாக இல்லை; அவை இப்போது மதத்தின் பெயரால் ஒருவரை ஒருவர் வெட்டிச் சாய்த்துக்கொண்டிருக்கும் இடங்கள். சிங் குறிப்பிட்டதுபோல, இக்கலவரங்களில் 'கொல்லப்பட்டோரில் பத்துக்கு ஒன்பது பேர் முஸ்லிம்கள். வீடுகளையும், தொழில்களையும் இழந்த பத்து பேரில் ஒன்பது பேர் முஸ்லிம்கள்.' போலீசாரால் அச்சுறுத்தப்பட்டோரும் முஸ்லிம்களே. 'இந்திய முஸ்லிம்கள் மதச்சார்பற்ற இந்தியாவில் பாதுகாப்பாக இருப்பதாக உணர்வதில்லை; அவர்கள் வித்தியாசமாக நடத்தப்படுவதாக உணர்கிறார்கள்; அவர்கள் இரண்டாந்தரக் குடிமக்களாக உணர்கிறார்கள் என்பதில் ஏதேனும் ஆச்சரியம் இருக்கிறதா?' என்று கேட்டார் சிங்.[39]

1967-68-ல் இனக் கலவரங்கள் உச்சத்தைத் தொட்டபோது இந்தியாவில் ஒரு முஸ்லிம் ஜனாதிபதியும் (டாக்டர் ஜாகீர் ஹுஸேன்) ஒரு முஸ்லிம் உச்ச நீதிமன்றத் தலைமை நீதிபதியும் (எம். ஹிதாயத்துல்லா) இருந்தனர். எனினும் இந்திய வாழ்வில் முஸ்லிம்களின் எண்ணிக்கைக்கு ஏற்ற இடம் அவர்களுக்குக் கிடைத்துள்ளது என்பதை இது காட்டவில்லை என்றது ஒரு தில்லிப் பத்திரிகை. பொறியியல், மருத்துவம் போன்ற துறைகளிலும், தொழில் வர்த்தகத்திலும், ராணுவத்துறையிலும் அவர்கள் மிகவும் குறைவான பிரதிநிதித்துவமே பெற்றிருந்தனர். முஸ்லிம்களில் மேல்தட்டுப் பிரிவினர் பாகிஸ்தானுக்குச் சென்றுவிட்டதும் ஓரளவு காரணமாகும். எனினும் நுட்பமான சமுதாயப் பாரபட்சப்போக்கும் இதற்குத் துணை புரிந்தது. முஸ்லிம்கள் நீண்டகாலமாகவே ஒட்டுமொத்தமாக காங்கிரசுக்குப் பின்புலமாக இருந்துவந்தனர். ஆனால் 1967-ல் அவர்கள் தங்கள் நம்பிக்கை பொய்த்துப்போனதைக் காட்டுமாறு பெருமளவில் பிறருக்கு வாக்களித்தனர். முஸ்லிம்களின் அந்தக் கடினமான நிலை, இந்துக்களின் வெறுப்பு மற்றும் இன அரசியலாலும் முஸ்லிம் தலைவர்களின் பிற்போக்குக் கொள்கைகளாலும் விளைந்ததே.[40]

VIII

வரலாற்றாசிரியருக்கு 1960-களின் பிற்பகுதி, 1940-களின் பிற்பகுதியை நினைவூட்டுவதாக இருக்கும். அதேபோன்ற ஆபத்தான, சச்சரவு மிகுந்த, நீண்டகால இன, வர்க்க, மத, கலாசார, பிராந்திய எதிர்ப்புகள் மிகுந்த, சமாளிக்க இயலாது எனத் தோன்றக்கூடிய காலம். அந்தக் காலத்தில் வாழ்ந்த இந்தியர்களுக்கு, குறிப்பாக அதிகாரத்தில் இருந்தவர்களுக்கு, அதுவும் முக்கியமாக பிரதமருக்கு, இந்த இரு காலகட்டங்களுக்கு இடையேயான ஒற்றுமை தெரிந்திருந்ததா என்று நினைத்து வியப்படைகிறேன்.

இந்த ஒப்புமை, வெறும் தேசிய அளவில் அல்லது சமூக அளவில் மட்டுமல்ல, குடும்பரீதியில் ஆனதும்கூட. பிரிட்டிஷ் பேரரசு மரண ஓலத்தில்

இருக்கும்போது, ஜவாஹர்லால் நேரு 1946-ல் இடைக்காலப் பிரதமர் ஆனார். அடுத்த ஆண்டு இந்தியா சுதந்தரம் அடைந்தபோது அப்பதவி மேலும் வலுவானதாயிற்று. 1966-ல் இந்திரா காந்தி எதிர்பாராதவிதமாகப் பதவியில் அமர்த்தப்பட்டார். மறு ஆண்டில் அவர் தேர்தலில் கட்சிக்கு வெற்றியைப் பெற்றுத் தந்தபோது அவரது பதவி வலுவானதாயிற்று. நேருவைப் போல அவரும் தில்லியைத் தன் கட்டுப்பாட்டில் வைத்திருந்தார். நேருவைப் போன்றே, தில்லியைத் தாண்டி அவருடைய சட்டம் எவ்வளவு தூரம் செல்லுபடியாகும் என்பதில் சந்தேகம் இருந்தது. இருவருமே கம்யூனிஸ்ட் கலவரங்கள், இனச் சண்டைகள் ஆகியவற்றுடன் போரிட வேண்டியிருந்தது. நேருவுக்கு சுதேச சமஸ்தானப் பிரச்னைகளை எதிர்கொள்ளவேண்டிய நிலை இருந்தது. அவர் மகளுக்கு, காங்கிரஸ் எதிர்ப்பு மாநில அரசுகளை எதிர்கொள்ளவேண்டிய சிக்கல் இருந்தது.

இங்கே ஒப்பீடுகள் முடிவடைகின்றன. பிரிவுபட்ட இந்தியாவை ஒன்றுபடுத்த நேரு நான்கு பெருந்தூண்களில் நிலைகொண்ட சித்தாந்தத்தை வெளியிட்டார். முதலாவது, ஜனநாயகம். ஒருவர் தன் நண்பர்களைத் தேர்வுசெய்துகொள்ளவும், மனத்தில் இருப்பதை (அவர் விரும்பும் மொழியில்) வெளியே பேசவும், எல்லாவற்றுக்கும் மேலாக வயது வந்தோர் அனைவரும் வாக்குரிமை பெற்றுத் தம் தலைவர்களைத் தேர்ந்தெடுக்கவும் சுதந்தரம் பெற்றிருந்தனர். இரண்டாவது, சமயச் சார்பின்மை. மத விவகாரங் களில் அரசு நடுநிலை வகித்து, சமூக அமைதியை நிலைநாட்ட உறுதிபூண்டது. மூன்றாவது, சோஷலிஸம். உற்பத்தியைப் பெருக்கும் முயற்சிகளை மேற்கொண்டு, வருமானத்தை சம உரிமையுடன் பங்கிடுவதற்கான உறுதி, மற்றும் அனைத்து சமூகங்களுக்கும் சம வாய்ப்பு. நான்காவதாக, அணிசேராக் கொள்கை. அதன்படி மாபெரும் வல்லரசுப் போட்டிகளுக்கு அப்பாலும், அதற்கு மேலாகவும் நிற்பது. அதிகம் வற்புறுத்தப்படாத, ஆனால் அதற்காக எவ்விதத்திலும் குறைவில்லாத மற்றவை: பலகட்சி முறையை வலுப்படுத்தி, நாடாளுமன்ற விவாதங்கள் மூலம் வழிசெய்து கொடுத்தது, சுயேச்சையான நீதி அமைப்பு, நிர்வாகம் ஆகியவை.

புதிதாகச் சுதந்தரம் பெற்ற நிலையில் இவை மறுபடியும் அழுத்தமாகக் கூறப்பட்டன என்றாலும் இந்தக் கொள்கைகள் இருபதாண்டு காலமாகவே வளர்க்கப்பட்டு வந்தன. நேரு நிறையப் படித்தவர். பரவலாகப் பயணங்களை மேற்கொண்டவர். அவருடைய படிப்பு மற்றும் பயணங்கள் மூலம் சோஷலிசத்தையும் தாராளப் போக்கையும் இணைத்து, நாட்டுக்கு ஏற்றதாக ஆக்கிக் கொண்டார். வேறுவகையில் கூறினால், அவர் முன்வைத்த, இந்திய மக்களைப் பங்கு கொள்ள அழைத்த அரசியல் கொள்கைகள், அவருக்கே உரித்தானவை.

ஆனால் இந்திரா காந்தியைப் பற்றி அப்படிச் சொல்லிவிட முடியாது. அவர் படித்தவரும் அல்லர். பரவலாகப் பயணம் செய்தவரும் அல்லர். கேள்விக்கு இடமின்றி அவர் ஒரு தேசபக்தர். விடுதலை இயக்கத்தோடும் தலைவர் களுடனும் வளர்ந்தவர். உலக அரங்கில் இந்திய நலன்களுக்கான குரலை

ஓங்கி ஒலித்தவர். இவற்றை எவ்வாறு நிலைநாட்டுவது என்பதுபற்றி அவருக்கு அவ்வளவு தெளிவு இருக்கவில்லை. இத்தனை ஆண்டுகளாக அவர் அரசியலில் இருந்திருக்கிறார். ஆனால் அவருடைய முக்கியமான கொள்கைகள் எவை என்பதைப் பொதுமக்களிடமோ, கட்சியிலோ கூறியதில்லை. சந்தைப் பொருளாதாரம் பற்றியோ, பனிப்போர் பற்றியோ, மதங்களுக்கு இடையேயான உறவு பற்றியோ, ஜனநாயக அமைப்புகள் மற்றும் முறைகள் பற்றியோ அவர் உண்மையில் என்ன நினைத்தார் என்பது யாருக்கும் தெரியாது. நேருவின் தேர்ந்தெடுத்த நூல்களில் இவ்விஷயங்கள் அவர் எழுத்துகளின் அடிநாதமாக ஆங்காங்கே விரவியிருக்கின்றன. இவ்விஷயங்களில் 1967-க்குமுன் திருமதி காந்தி பேசியதே இல்லை.

சொல்லப்போனால், பிரதமர் எந்தக் கொள்கையையும் சாராதவர் என்றே கொள்ளலாம். ஆனால் அவருடைய ஆலோசகர்கள் அப்படிப்பட்டவர்கள் அல்லர். அவருடைய ஆலோசகர்களில் முக்கியமானவர், முதன்மைச் செயலர் பி.என். ஹக்ஸர். அவர் லண்டன் பொருளாதாரப் பள்ளியில் பயின்றவர். அலகாபாத்தில் வக்கீல் தொழில் செய்ய வருமுன்பே இங்கிலாந்தில் வக்கீல் தொழில் செய்ய அழைக்கப்பட்டார். சுதந்தரம் பெற்றபோது அவர் வெளிநாட்டுப் பணியில் சேர்ந்து ஆஸ்திரியாவில் இந்தியத் தூதர் ஆனார். நைஜீரியாவில் இந்தியாவின் முதல் ஹை கமிஷனராகவும் பணிபுரிந்தார். 1967-ல் லண்டனில் துணை ஹை கமிஷனராக இருந்தார். அப்போது திருமதி காந்தி அவரைத் தன் செயலகத்தில் பணியாற்ற அழைத்தார். ஹக்ஸரும் அவரும் ஒரே ஊரைச் சேர்ந்தவர்கள். இருவர் மூதாதையரும் காஷ்மீரப் பண்டிட்டுகள். இருவருக்கும் பொதுவான பல நண்பர்கள் உண்டு.

ஹக்ஸர் பலதுறை அறிவு கொண்டவர். கணிதம் கற்றவர் என்றாலும், வரலாறில், அதுவும் முக்கியமாக ராஜதந்திர, ராணுவ வரலாறில் பெரிதும் ஆர்வம் கொண்டவர். அவர் ஆர்வம் கொண்ட பிற துறைகளில் மானுட வியலும் இருந்தது. அவர் லண்டன் பொருளாதாரக் கல்லூரியில் ப்ரானிஸ்லா மாலினோவ்ஸ்கியின் கருத்தரங்கில் கலந்துகொண்டிருந்தார். அவருடைய மற்றொரு விருப்பமான விஷயம் உணவு. அவர் உயர்ந்த சமையல்காரரும் கூட. தன் சிந்தனை வளத்தாலும், தன் கருத்துகளின் வேகத்தாலும், தன் நண்பர்களையும் உடன் பணியாற்றுவோரையும் ஹக்ஸர் அடித்துச் சென்றார். ஆயினும் அவருடைய அறிவு, நுட்பமானதாக இல்லை; முரட்டுத்தனமாக இருந்தது. அவருடைய அரசியல் கருத்துகள், பிரிட்டிஷ் லேபர் கட்சியின் 1945-ன் இடதுசாரிக் கொள்கை சார்ந்து இருந்தது. பொருளாதார விஷயங் களில் அரசுச் சார்புள்ளதாகவும் சந்தைப் பொருளாதாரத்துக்கு எதிராகவும் இருந்தது. வெளியுறவுக் கொள்கையில் சோவியத் ஆதரவாகவும் அமெரிக்க எதிர்ப்பாகவும் இருந்தது. அதே நேரம், ஹக்ஸர் அசைக்க முடியாத நேர்மையாளர் என்பதையும் சொல்லத்தான் வேண்டும்.[41]

இந்நூலை எழுதுவதில் பி.என். ஹக்ஸருக்கு நான் பெருமளவு கடமைப் பட்டிருக்கிறேன். அவர் பராமரித்த 500 கோப்புகள், அந்தக் கால வரலாறை

அறியப் பெருமளவு உதவுகின்றன. ஆனால் என்னைவிட, அப்போதைய பிரதமர் ஹக்ஸருக்கு இன்னும் அதிகமாகவே கடமைப்பட்டுள்ளார். காதரீன் ஃப்ராங்க் எழுதியதுபோல, 'இந்திரா, ஹக்ஸருடைய அறிவாற்றலையும் தீர்வுகளையும் முழுமையாக மறுபேச்சின்றி நம்பினார். 1967 முதல் 1973வரை ஹக்ஸர்தான் அரசில் மிகுந்த செல்வாக்கு படைத்தவரும், அதிகாரம் உள்ளவருமாக இருந்தார்.'[42] ஹக்ஸர் தன் அதிகாரத்தையும் செல்வாக்கையும், ராஜதந்திரியாக வாழ்ந்த டி.என். கவுல், அரசியல்வாதியாகிவிட்ட ராஜதந்திரி டி.பி. தார், அலுவலக அதிகாரியாகிவிட்ட பொருளாதார அறிஞர் பி.என். தார், போலீஸ்காரராக இருந்து பாதுகாப்பு நிபுணராக ஆன ஆர்.என். காவ் ஆகியோருடன் பகிர்ந்துகொண்டார். அவர்கள் அனைவரும் கூட்டாக, (அவர்களது முதுகுக்குப்பின்), பஞ்சபாண்டவர் என்று அழைக்கப்பட்டனர். இவர்கள் அனைவருமே காஷ்மீரி பிராமணர்கள். இவர்களுக்கு வெளியேயும் திருமதி காந்திக்கு ஆலோசகர்கள் இருந்தனர். இவர்களும்கூட அறிவு ஜீவிகள்தான்; அரசியல்வாதிகள் அல்லர்.

இது ஏதேச்சையாக நிகழ்ந்ததல்ல. லால் பகதூர் சாஸ்திரி எந்த அளவுக்குத் தன்னைத் தேர்ந்தெடுத்த காங்கிரஸ் சிண்டிகேட்டிடமிருந்து தன் சுதந்தரத்தை உறுதி செய்துகொள்ள வேண்டியிருந்ததோ, அதைவிட அதிகமாக இந்திரா காந்தி செய்ய வேண்டியிருந்தது. சமூக அளவில், அவருக்கும் கட்சித் தலைவர் களுக்கும் இடையில் எந்தவித ஒட்டுறவும் இருக்கவில்லை. அவருடைய சொந்த நண்பர்கள் சமூகத்தில் மேல் மட்டத்திலிருந்து வந்தவர்கள். கட்சித் தலைவர்கள் எந்த நேரத்திலும் தன் காலை வாரிவிடலாம் என்று திருமதி காந்தி நினைத்தார். எனவே அவர் தன்னைச் சுற்றியிருந்த நிர்வாக அலுவலர்களின் ஆலோசனைகளையே நம்பினார். ஏனெனில் அவர்களுக்கு அரசியல் ஆசைகள் கிடையாது. ஆனால் அவர்களுக்கு அரசியல் கருத்துக்கள் இருந்தன. காலப்போக்கில், தன் சொந்தக் காரணங்களுக்காக திருமதி காந்தி அந்தக் கருத்துகளையே ஆதரிக்கவேண்டி வந்தது.

IX

1967 தேர்தல்களுக்குப்பிறகு, மொரார்ஜி தேசாய் மீண்டும் பிரதமராக விரும்பும் தன் ஆசையை வெளிப்படுத்தினார். அவர் நிதி அமைச்சராகவும் துணைப் பிரதமராகவும் இருக்கும்வண்ணம் ஒரு சமரச ஏற்பாடு உருவாக்கப்பட்டது. வல்லபபாய் படேலுக்குப் பிறகு வேறு யாரும் துணைப் பிரதமர் பதவியை வகித்திருக்கவில்லை.

காங்கிரஸ் சிண்டிகேட்டால் கட்டுப்படுத்தப்பட்டு, தேசாயால் அச்சுறுத்தப் பட்ட நிலையில், பிரதமர் தன்னை ஒரு சோஷலிஸ்ட்டாகக் காட்டிக்கொள்ள விரும்பினார். இது பி.என். ஹக்ஸரின் ஆலோசனைப்படி மேற்கொள்ளப் பட்டது. 1968 ஜனவரியில் ஹக்ஸர், காந்திக்குத் தயாரித்த குறிப்பு ஒன்றில், தேசாயின் சிறகுகளை வெட்டும் விதத்தில், மேலும் ஒரிரு துணைப்

பிரதமர்களை நியமிக்க ஆலோசனை கூறினார். 'அமைச்சர்களைத் தேர்ந்தெடுக்கும்போது, பரந்துபட்ட முற்போக்குக் கூட்டாளிகளை அவர் தேர்ந்தெடுக்க வேண்டும்; தானே முன்னின்று தலைமைத்துவத்தைக் காண்பிக்கவேண்டும்' என்று ஆலோசனை கூறினார். இதற்கு அவர், 'தன் சகாக்களுக்கும் கட்சியின் பிற தலைவர்களுக்கும் மேலாக, தன் கொள்கைகளை உறுதியாக, நேரடியாக மக்கள்முன் கொண்டுபோய்ச் சேர்க்கவேண்டும்.'[43]

அவருடைய தந்தையாரின் அரசியல் கோட்பாட்டின் நான்கு தூண்களில் ஒன்றான சோஷலிஸம் பற்றி, 1967-க்கு முன்பாக திருமதி காந்தி வாய் திறந்ததே இல்லை. இப்போது அந்தத் தூணைத்தான் மிகப் பேரார்வத்துடன் அவருடைய ஆலோசகர்கள் அவருக்கு ஆதரவாக முன் நிறுத்தினர். ஒரு பக்கம் அந்தத் திட்டத்தில் எதிர்மறையாக, தொழில் மற்றும் தொழிலதிபர்களுக்கு எதிரான பிராமணர்களின் வெறுப்பு இருந்தது. அதே நேரம், அதில் நேர்மறையாக, சோஷலிஸம் என்ற சிந்தனையும் இருந்தது. பொருளாதாரத்தில் அரசுக்குப் பெரும் பங்கு இருந்தால்தான், சமுதாய சமத்துவத்தையும் தேசிய ஒருமைப்பாட்டையும் முன்னெடுத்துச் செல்ல முடியும் என்று அவர்கள் நம்பினர். 'பொதுத்துறைதான் ஒன்றுபட்ட இந்தியாவுக்கான ஒரு எடுத்துக் காட்டு' என்று எழுதினார் ஓர் ஆலோசகர். தனியார் துறையில் பஞ்சாபிகள் பஞ்சாபிகளையே நியமித்தனர். மார்வாரிகள் மார்வாரிகளையே நம்பினர். ஆனால் இந்திய ரயில்வேயிலும் பெரும் உருக்காலைகளிலும் தமிழர்கள் பிகாரிகளுடன் வேலை செய்தனர். இந்துக்கள் முஸ்லிம்களுடனும், பிராமணர்கள் அரிஜனங்களுடனும் பணிபுரிந்தனர். பொருளாதாரரீதியில் சோஷலிசம் சாத்தியமாகுமோ, ஆகாதோ, அது ஒரு 'சமூக அவசியம்' ஆகிறது. ஏனெனில், 'சோஷலிசமும் பெரும் பொதுத்துறையும் சேர்ந்து, ஒன்றுபட்ட ஒருமைப்பாடு கொண்ட இந்தியாவை உருவாக்கப் பயனுள்ள ஆயுதங்கள் ஆகும்.'[44]

பி.என். ஹக்ஸர் மற்றும் அவருடைய சகாக்களின் சோஷலிஸத்துக்கு வலிமையான தார்மீகக் கூறும் இருந்தது. ஆனால் பிரதமருக்கு அந்த அறைகூவல் நடைமுறைக்கு அவசியமான ஒன்றாயிற்று. காங்கிரசின் பழைய காவலர்களிலிருந்து தன்னை வேறுபடுத்திக் காட்டும் வழி ஆயிற்று. 1967 மே மாதத்தில் அவர் தன் கட்சிக்கு பத்து அம்சச் சீர்திருத்தத் திட்டம் ஒன்றை அளித்தார். அதில் வங்கிகள்மீது சமூகத்தின் கட்டுப்பாடு, ராஜ மானிய ஒழிப்பு, கிராமப்புற மற்றும் தொழிற்சாலைத் தொழிலாளர்களுக்குக் குறைந்த பட்சக் கூலி நிர்ணயம் முதலியவை அடங்கும். காங்கிரசின் சிண்டிகேட்டுக்கு அவை ஆர்வம் ஊட்டுவதாக இல்லை. ஆனால் இளைய தலைமுறைக்கு இந்தத் திட்டம் கவர்ச்சிகரமாகக் காட்சி அளித்தது. சமீப காலத் தோல்விகளுக்கு, இத்தனை ஆண்டுகளாக நிறைவேற்றப்படாத உறுதிமொழிகளே காரணம் என்று அவர்கள் கருதினர்.[45]

மறுதேர்தலுக்குப் பிறகு இந்திரா காந்தி பேசிய பேச்சுகள், அவரை ஏழை எளிய மக்களின் தரப்பில் காட்டுவதாகவே அமைந்தன. 1968 பிப்ரவரியில் மக்களவையில் பேசும்போது நிலமற்ற விவசாயத் தொழிலாளர்களுடைய

பிரச்னைகளை வற்புறுத்திப் பேசினார்; இந்தியாவின் அனைத்துச் 'சிறுபான்மை மக்களுக்காகவும் தன் கவலைகளை வெளியிட்டார்'; பொதுத்துறை நிறுவனங்கள் லாபம் ஈட்டவில்லை என்ற குற்றச்சாட்டுக்குப் பதில் கூறினார். (அது பொருளாதார மேம்பாட்டுக்கு உதவுவதால் லாபம் அவசியமில்லை என்றார்). ஆகஸ்டில் மாநிலங்கள் அவையில் பேசும்போது அடிமட்ட மக்களுக்கு, குறிப்பாக அட்டவணை வகுப்பினருக்கும் பழங்குடி இன மக்களுக்கும், புதிய ஏற்பாடு ஒன்று தேவை என்றார். மேலும் அவர், தன் நேரம் முழுவதையும் அதில் செலுத்தப்போவதாகவும் கூறினார். சில நாள்களுக்குப் பிறகு, செங்கோட்டையில் சுதந்தர தின உரையின்போது, கொழுத்த லாபத்தையும் அதிக ஊதியத்தையும் எடுத்துக்கொள்ளும் தொழிலதிபர்களுக்கு, தொழிலாளர்களின் ஒழுங்கீனம் பற்றிப் பேச என்ன தகுதி உள்ளது என்று கேள்வி எழுப்பினார்.[46]

இந்தக் கருத்துகள், காங்கிரசுக்குள் சோஷலிச உள்குழு ஒன்றை உருவாக்கியிருந்த 'இளம் துருக்கியர்' என்போருக்கு மிகவும் பிடித்திருந்தன. இந்தக் குழுவினர், நாடாளுமன்றக் கூட்டங்களை, பழைமைவாத அமைச்சர் களைத் தர்மசங்கடத்துக்கு உள்ளாக்கும் கேள்விகளைக் கேட்கப் பயன்படுத்திக் கொண்டனர். இளம் துருக்கியரில் ஒருவரான சந்திரசேகர், மொரார்ஜி தேசாயின் மகன் காந்த்தி தேசாய்மீது ஊழல் புகார்களை எழுப்பினார். மேலும் நிதியமைச்சர், தன் பதவியைத் தவறாகப் பயன்படுத்தி, விதிகளுக்குப் புறம்பாக, பெரும் தொழில் நிறுவனம் ஒன்றுக்கு அனுமதி வழங்கியதாகவும் குற்றம் சுமத்தினார். அவர் பிரதமருக்கு பினாமியாகப் பேசுவதாகவே அனைவரும் நம்பினர். பிரதமரும் அவரைக் கண்டிக்கவே இல்லை.[47]

1968-லும் 1969-லும், திருமதி இந்திரா காந்தி 'விரக்தி அடைந்த ஒரு தலைவராகவே இருந்தார். அவரிடம் காங்கிரஸ் இயக்கத்தை எதிர்க்கும் திறனும் இல்லை, காங்கிரசிலிருந்து விலகிச் செல்லும் அவசரத்தன்மையும் இல்லை' என்று எழுதினார் அவரது வாழ்க்கை வரலாறை எழுதிய ஒருவர்.[48] 1969 கோடையில் பதவிக்காலம் முடியும் முன்னரே ஜனாதிபதி ஜாகிர் ஹுசேன் மரணம் அடைந்தபோது, இந்திரா காந்திக்கு ஒரு வாய்ப்பு கிடைத்தது. சிண்டிகேட், முன்னாள் மக்களவை சபாநாயகரும், அப்போதைய ஆந்திரப் பிரதேச முதல்வருமான என். சஞ்சீவ ரெட்டியை அந்த இடத்துக்குத் தேர்ந்தெடுக்க விரும்பியது. ஆனால், திருமதி காந்தியோ, உதவி ஜனாதிபதியும் தொழில் சங்கத் தலைவராக இருந்தவரும், தன்னோடு நல்ல, சுமுகமான உறவு கொண்டிருந்தவருமான வி.வி. கிரி அந்தப் பதவிக்கு வருவதை விரும்பினார்.

1969-ன் முதல் வாரத்தில் அகில இந்திய காங்கிரஸ் கமிட்டி பெங்களூரில் கூடியது. காலையில் கூட்டத்துக்குச் செல்லுமுன், 'சிண்டிகேட்டை வெற்றி கொள்ள, பதவிக்கான தனி நபர் போராட்டத்தை, கொள்கை ரீதியிலானதாக மாற்றுவதே மிகச் சிறந்த வழி' என்று ஹக்ஸர் பிரதமரிடம் கூறியிருந்தார்.[49] பெங்களூரில் திருமதி காந்தி, பெரும் வங்கிகளை உடனடியாகத் தேசியமயமாக்குவதை ஆதரித்து, இளம் துருக்கியர் பக்கம் தான் இருப்பதை வெளிப்படையாகவே காட்டிக்கொண்டார். மேலும் அவர், ஜனாதிபதி

பதவிக்கு சஞ்சீவ ரெட்டியின் வேட்பாளர் நியமனத்தை எதிர்த்தார். ஆனால் செயற்குழுவின் பெரும்பான்மையால் அவரது கருத்து முறியடிக்கப்பட்டது.

தில்லி திரும்பியதும் திருமதி காந்தி மொரார்ஜி தேசாயை நிதியமைச்சர் பொறுப்பிலிருந்து விடுவித்தார். அவர், வங்கிகள் தேசியமயமாவதை எதிர்ப்பவர் என்பது அனைவரும் அறிந்த விஷயம். ஒரு முறை நாடாளு மன்றத்தில், 'அவ்வாறு செய்வது, அரசின் நிதி ஆதாரங்களைக் கடுமையாகப் பாதிக்கும்; அதே நேரம் அடிப்படைப் பிரச்னைகளில் எந்த மாற்றமும் ஏற்பட் டிருக்காது' என்று அவர் சொல்லியிருந்தார். வங்கிகளை அரசு எடுத்துக் கொண்டால், பொருளாதார வளர்ச்சி ஆதாரங்கள் குறைவதோடு, அதிகார வர்க்கத்தினர் அதிகரித்து, சிவப்பு நாடாத் தாமதங்களும் அதிகமாகும் என்பது மொரார்ஜி தேசாயின் கருத்து.[50]

நிதியமைச்சகப் பொறுப்பிலிருந்து தேசாயை விடுவித்தபின் திருமதி காந்தி, தனியாருக்குச் சொந்தமான பதினான்கு வங்கிகளை அரசு மேற்கொள்ளும் என்ற அவசரச் சட்டத்தைப் பிரகடனம் செய்தார். அதனை விளக்க அகில இந்திய வானொலியில் பேசினார். 'இந்தியா ஒரு புராதன நாடு. ஆனால் இளம் குடியரசு. சமூக, பொருளாதார, அரசியல் அமைப்புகள்மீது ஒரு சிலர் ஆதிக்கம் செலுத்துவது பற்றி நாம் எப்போதும் எச்சரிக்கையாக இருக்கவேண்டும். பெரிய வங்கிகள் சமூகத்தால் கட்டுப்படுத்தப்படுவது மட்டுமின்றி அரசின் ஆளுகைக்குள்ளும் இருக்கவேண்டும். அப்போதுதான் அவற்றால், பெரிய தொழில்களுக்கு மட்டுமின்றி பல லட்சக்கணக்கான விவசாயிகள், கைவினைஞர்கள், சுயதொழில் செய்வோர்கள் ஆகியோருக்கும் கடன் உதவி செய்ய முடியும்.'[51]

பிரதமர் பத்திரிகைகளுக்கு அளித்த அறிக்கையில், வங்கிகள் தேசியமயமாதல் பற்றி நாட்டில் 'மாபெரும் உணர்ச்சி' ஏற்பட்டுள்ளது என்றும் 95% மக்கள் அதை ஆதரிக்கின்றனர், வியாபார நோக்குடைய ஒரு சில பெரிய பத்திரிகைகள் மட்டுமே எதிர்க்கின்றனர் என்றும் சொன்னார். எனினும் சுதந்தரமான சிற்றிதழ் ஒன்று, தனிப்பட்ட ஒருவருடைய வேட்கை, கொள்கைப் போராட்டமாகப் பாசாங்கு செய்யப்படுகிறது என்று எழுதியது. 'காங்கிரஸ் கட்சிக்குள் தனிப் பட்ட ஆதிக்கம் செலுத்துவதற்கு ஏற்பட்டுள்ள போராட்டத்தில் வெற்றிபெற, திருமதி காந்தி திடீரென புரட்சிகரமான நிலையை மேற்கொள்ள முடிவு செய்துள்ளார்' என்று தாட் ஏடு எழுதியது. 'அவர் இப்போது தன்னை ஒரு தேசியத் தலைவராக முன்வைக்கிறார். அவருக்கு காங்கிரஸ் தேவையாக இருப்பதைவிட, காங்கிரசுக்கு அவர் தேவையாக இருப்பதாக அவர் நினைக்கிறார்.'[52]

வங்கிகள் தேசியமயமாக்கப்பட்டதை எதிர்த்து உச்ச நீதிமன்றத்துக்கு வழக்கு வந்தது. வழக்கு, வங்கிகளுக்குச் சாதகமாகத் தீர்ப்பளிக்கப்பட்டாலும், உடனடியாக மற்றொரு அவசரச் சட்டம், ஜனாதிபதி கையொப்பத்துடன் பிறப்பிக்கப்பட்டு, நீதிமன்றத் தீர்ப்பு செயல் இழக்குமாறு செய்யப்பட்டது. அரசுக் கட்டுப்பாட்டில், முதல் ஆறு மாதங்களில் வங்கித்துறை பெரிதும்

விரிவாக்கப்பட்டது. 1,100 புதிய கிளைகள் திறக்கப்பட்டன. அவற்றுள் பெரும்பாலானவை முன்பு கடன் வசதி எதுவும் பெற்றிராத தொலை தூரக் கிராமப்புறங்களில் திறக்கப்பட்டன.[53]

X

இப்போது கவனம் புதிய ஜனாதிபதியைத் தேர்வு செய்வதில் திரும்பியது. அதில் எல்லா நாடாளுமன்ற உறுப்பினர்களும் சட்டமன்ற உறுப்பினர்களும் வாக்களிப்பார்கள். காங்கிரஸ் கட்சியின் அதிகாரபூர்வ வேட்பாளர் என். சஞ்சீவ ரெட்டி. வி.வி. கிரி சுயேச்சை வேட்பாளராகப் போட்டியிட முடிவு செய்தார். எதிர்க்கட்சிகள் ஒன்றுசேர்ந்து, முன்னாள் இந்திய ஆட்சிப் பணி உறுப்பினரும் முன்னாள் கேபினட் அமைச்சருமான சி.டி. தேஷ்முக்கை நிறுத்தின. கட்சி வழக்கத்தையும் கட்டுப்பாட்டையும்மீறி பிரதமர், வி.வி. கிரியை ஆதரிப்பதாக முடிவு செய்தார். அவரது முடிவு வெளிப்படையாகத் தெரிவிக்கப்படவில்லை. ஆனால் அது அவருடைய தொண்டர்களுக்கு அறிவிக்கப்பட்டது. அவர்கள் இளம் காங்கிரஸ் நாடாளுமன்ற உறுப்பினர் களிடம் ஆதரவு கேட்க ஆரம்பித்தனர். அப்போது காங்கிரஸ் தலைவர் எஸ். நிஜலிங்கப்பா, ரெட்டிக்கு ஆதரவாக பிரதமரை ஒரு பொது அறிக்கை வெளியிடக் கோரினார். அவர் மறுத்தபோது, நிஜலிங்கப்பா, ஜனசங்கத்தையும் சுதந்தரா கட்சியையும், தேஷ்முக்கை ஆதரிப்பதற்குபதில் ரெட்டியை ஆதரிக்குமாறு வேண்டினார். இந்தச் செய்தியைக் காரணம் காட்டி நிஜலிங்கப்பா எதிரிகளுடன் கலந்து உறவாடுவதாக திருமதி காந்தியின் ஆதரவாளர்கள் குற்றம் சாட்டினர். இந்த விவகாரத்தை விவாதிக்க, காங்கிரஸ் கமிட்டியை முறையாகக் கூட்டம் கூட்டுமாறு கோரினர். வேண்டுகோள் மறுக்கப்பட்டது.

1969 ஆகஸ்ட் 20 அன்று நடக்க இருந்த ஜனாதிபதி தேர்தலுக்கு நான்கு நாட்களுக்கு முன்பாக திருமதி காந்தி இறுதியாக வாய் திறந்தார். அவர் அனைவரும், தம் மனச்சாட்டிப்படி வாக்களிக்க வேண்டும் என்றார். அது, காங்கிரஸ் கட்சி உறுப்பினர்களை வெளிப்படையாகவே கட்சியை எதிர்த்து நடக்குமாறு தூண்டிய ஒரு செயல். பலரும் அவ்வாறே செய்தனர். பழைய கட்சிக்காரர்கள் ரெட்டிக்கே வாக்களித்தனர். ஆனால் இறுதியில், இரண்டா வது வாக்கு எண்ணிக்கையின்போது, கிரி வெற்றி பெற்றார். இதனால் காங்கிரஸ் தலைவருக்கும் பிரதமருக்கும் இடையே காரசாரமான கடிதப் போக்குவரத்து தொடர்ந்தது. முடிவில் நவம்பர் 12 அன்று, திருமதி காந்தி ஒழுங்கீனம் காரணமாக காங்கிரஸ் கட்சியிலிருந்து விலக்கப்பட்டார். இதற்குள் பல நாடாளுமன்ற உறுப்பினர்கள் பிரதமர் பக்கம் சேர்ந்துவிட்டனர். டிசம்பரில் போட்டி காங்கிரஸ் கூட்டங்கள் நடைபெற்றன: தாய்க் கட்சி அகமதாபாத்திலும் போட்டிக்குழு பம்பாயிலும் கூடின. கட்சிகள் காங்கிரஸ் ‘ஓ’ என்றும் காங்கிரஸ் ‘ஆர்’ என்றும் அழைக்கப்பட்டன. ஒரு விளக்கத்தின் படி, ‘ஓ’ என்றால் அமைப்பினர்; ‘ஆர்’ என்றால் மாற்றம் கோரியவர்கள்.

மற்றொரு விளக்கத்தின்படி, 'ஓ' என்றால் பழையவர்கள்; 'ஆர்' என்றால் புதிய புரட்சிக்காரர்கள்.[54]

திருமதி காந்தியை வெளியேற்றியபோது, நிஜலிங்கப்பா அவரை தனி நபர் வழிபாட்டை வளர்ப்பதாகவும், தன்னை கட்சிக்கும் நாட்டுக்கும் மேலான வராக முன்வைப்பதாகவும் குற்றம் சாட்டினார். இருபதாம் நூற்றாண்டின் வரலாறு பற்றி அவர் கூறும்போது:

> இருபதாம் நூற்றாண்டு, ஜனநாயகத்தைத் தாண்டிச் செல்லும் துயரமான சம்பவங்களால் நிறைந்துள்ளது. ஒரு தலைவர் பொதுமக்கள் ஆதரவாலோ, ஜனநாயக அமைப்பின் ஆதரவாலோ பதவிக்கு உயரும்போது ஒரு கட்டத்தில் தன்மீது அரசியல்ரீதியாக அதிக ஆசை கொண்டவர் ஆகிவிடுகிறார். மேலும் அவர்கள், எதிர்ப்பை அடக்க ஊழலையும் அச்சுறுத்தலையும் கையில் எடுக்கும் மோசடிப் பேர்வழிகளான துதிபாடிகளால் உந்தப்படுகிறார். அதிகாரத்தின் குரலையே பொதுக் கருத்தாக முன்வைக்கப் பார்க்கிறார். ஜனநாயகத்துக்கும் சோஷலிசத்துக்கும் தன்னை அர்ப்பணித்துக்கொண்ட ஓர் அமைப்பான காங்கிரஸ், இத்தகைய போக்குகளை எதிர்த்தாக வேண்டும்.[55]

நிஜலிங்கப்பா வாழ்நாள் முழுவதும் காங்கிரஸ்காரராகவே இருந்தவர். விவசாயக் குடும்பத்தைச் சேர்ந்த அவர் மிக இளம் வயதிலேயே விடுதலை இயக்கத்தில் சேர்ந்தார். மைசூரில் கட்சியை வளர்த்தார். மூன்று முறை மாநில முதல்வராகப் பணியாற்றினார்.[56] கட்சிமீதும் ஜனநாயகத்தின்மீதுமான அவருடைய ஈடுபாடு சந்தேகத்துக்கு அப்பாற்பட்டது. ஆனால் சோஷலிசம் என்பது வேறு விஷயம். வங்கிகளின் தேசியமயத்தை எதிர்த்தவர் என்று அவருடைய எதிரிகள் அவர்மீது முத்திரை குத்தினர். மேலும், ஜனசங்கத்துடனும் சுதந்தராவுடனும் உறவு கொள்ள முயற்சி செய்தது, அவரை பலவீனமாக்கியது. இந்த வேறுபாட்டை திருமதி காந்தியின் பெயரை ஏந்திய கடிதங்களும் பேச்சுகளும் கடும் முயற்சி செய்து பெரிதுபடுத்தின. ஆனால் இவை அனைத்துமே, பி.என். ஹக்ஸர் மற்றும் அவருடைய சகாக்களின் கைவண்ணமே. இந்தக் கடிதங்கள், பேச்சுகளின்படி, பிரதமர் பொருளா தாரத்தில் சோஷலிசத்துக்கும், மத விவகாரங்களில் மதச் சார்பின்மைக்கும், ஏழைகள் ஆதரவுக்கும், நாட்டின் ஒட்டுமொத்த முன்னேற்றத்துக்குமாகத் துணை நிற்பார். மாறாக கட்சித் தலைவர், பொருளாதாரத்தில் முதலாளித்துவத்துக்கும், மதத்தில் சார்புடைமைக்கும் ஆதரவாக இருப்பதாகக் காட்டப்பட்டது.[57]

இந்தக் கட்டமைப்பு, சிறப்பாக வெற்றிபெற்றது. காங்கிரஸ் கமிட்டியின் 705 உறுப்பினர்களில், 446 பேர் காங்கிரஸ் 'ஆர்' கூட்டத்துக்கு வந்திருந்தனர். நாடாளுமன்றத்தின் இரு அவைகளிலும் இருந்த 429 காங்கிரஸ் உறுப்பினர்களில் 310 பேர் பிரதமர் முகாமில் சேர்ந்தனர். இவர்களுள் 220 பேர் மக்களவையைச் சேர்ந்தவர்கள். இதனால் காங்கிரஸ் 'ஆர்' பெரும்பான்மை பெற 45 இடங்கள் குறைவாக விருந்தன. இதை ஈடு செய்ய, அது சுயேச்சை உறுப்பினர்கள் பக்கமும் இந்திய கம்யூனிஸ்ட் கட்சி பக்கமும்

திரும்பியது. திருமதி காந்தி இடது பக்கம் சாய்வது, தம் செல்வாக்கை விரிவாக்க ஒரு வாய்ப்பு என்று கருதி இந்திய கம்யூனிஸ்ட் கட்சி பெருமகிழ்ச்சி கொண்டது.

ஆகஸ்ட் 1969-ல் காங்கிரசுக்குள் நடந்த உட்கட்சிப் பூசலைப் பற்றி எழுதும்போது, இந்திய கம்யூனிஸ்ட் கட்சிக்கு நெருக்கமான பத்திரிகையாளர் ஒருவர், 'சிண்டிகேட்டின் பாசாங்குகள் கிழித்தெறியப்பட்டுள்ளன' என்றார். 'நாட்டின் விவகாரங்கள் மீது அலை அடிக்கிறது. இந்திரா காந்தி அந்த அலைகளைத் தனக்குச் சாதகமாக ஆக்கியுள்ளார் என்பதில் ஐயமில்லை. அந்த அலையின் அடையாளமாக ஒவ்வொரு நாளும் பல்வேறு துறை சார்ந்த மக்கள் ஆர்வப் பெருக்கில் பிரதமர் இல்லத்தின்முன் கூடுகிறார்கள். இது, வெறும் அழகான முகத்தைப் பார்க்கும் தரிசன ஆசை அல்ல. அவை மக்கள் கூட்டம் கூடுவதன் சக்தியை உறுதிசெய்யும் வெளிப்பாடு.' அந்தப் பத்திரிகையாளர், 'புரட்சிகரமான பொருளாதாரத் திட்டங்களையும் இனத் தீவிரவாதத்துக்கு எதிரான உறுதியான நிலைப்பாட்டையும்' எதிர்நோக்குவதாக எழுதினார்.[58]

1950-52-ல் இதே போன்ற சூழ்நிலையில் நேருவும் மிகச் சரியானதொரு தருணத்துக்குக் காத்திருந்தார். தாண்டன் மற்றும் அவருடைய நண்பர்களின் பிற்போக்குச் சவால்களை எதிர்கொண்டபோது கட்சியை இரண்டாக உடைப்பதைவிட அதன் போக்கிலேயே சென்று வெற்றிகண்டார். ஆனால் இங்கு திருமதி காந்தி, 'காங்கிரஸ் இதுவரை அறிந்திராத தீவிரப் போக்கைக் கடைப்பிடித்திருக்கிறார்' என்று விவரம் அறிந்த நோக்கர் ஒருவர் குறிப்பிட்டார். 'நேரு, சாஸ்திரியின் படிப்படியான போக்குக்கு மாறாக திருமதி காந்தி புதிய, இரக்கமற்ற போக்கை முன் நிறுத்தியுள்ளார். அவர், இரக்கமற்ற கணக்கீடு, சாதுர்யமான காலக்கணிப்பு, பயன்படக்கூடிய நாடக பாணி, இவை அனைத்துக்கும் மேலாக, விடுதலைக்காகப் போராடிய எண்பத்து நான்கு வருடக் கட்சியை உடைக்கக்கூடிய அளவுக்கு இறுதிவரை போராடும் திறன் ஆகியவற்றால் மக்களைத் திகைக்கவைத்துவிட்டார்.'[59]

XI

வங்கிகள் தேசியமயமாக்கப்பட்டவுடன், திருமதி காந்தி ராஜ மானிய ஒழிப்பின் பக்கம் திரும்பினார். அவர்களுடைய சமஸ்தானங்கள் யூனியனுடன் இணைக்கப்பட்டபோது, சுதேச அரசர்கள் தங்கள் விருதுகள், நகைகள், அரண்மனைகள் ஆகியவற்றை வைத்துக்கொள்ளலாம் என்ற உரிமையும், அவர்களுடைய சமஸ்தானத்தின் அளவுக்கு ஏற்றாற்போல் ஆண்டுதோறும் ஒரு மானியத் தொகை வழங்கப்படும் என்றும், அவர்களுக்கு மத்திய வரிகள், இறக்குமதி வரிகள் ஆகியவற்றிலிருந்து விலக்கு அளிக்கப்படும் என்றும் அரசியல் அமைப்புச் சட்டத்தின்மூலம் வாக்குறுதி அளிக்கப்பட்டிருந்தது. பல இந்திய மக்கள் கடும் ஏழைகளாக இருக்கும்போது இத்தகைய சலுகைகள் 'இடத்துக்கும் காலத்துக்கும் பொருத்தமற்றவை' என்று கருதப்பட்டது. இவை

பி.என். ஹக்ஸருடைய வார்த்தைகள் என்றாலும் அவருடைய வட்டத்துக்கு உள்ளும் வெளியேயும் பெரிதும் ஏற்றுக்கொள்ளப்பட்டவையாக இருந்தன.[60]

1967-ன் ஆரம்பத்திலேயே அகில இந்திய காங்கிரஸ் கமிட்டி, விருதுகளையும் மானியங்களையும் ஒழிக்க ஒரு தீர்மானத்தை நிறைவேற்றியது. உள்துறை அமைச்சகம், விரிவான குறிப்பு ஒன்றைத் தயாரித்து, அரசின் நிர்வாகச் செய்கை மூலம் இதை நிறைவேற்றுவதைவிட சட்டபூர்வமாகச் செய்யுமாறு பரிந்துரைத்தது. உள்துறை அமைச்சர் ஒய்.பி. சவான் சமஸ்தான அரசர்களுடன் பேச்சுவார்த்தை நடத்துமாறு கேட்டுக்கொள்ளப்பட்டார். பேச்சுவார்த்தையில் மகாராஜாக்கள் சார்பில் த்ரங்கதாராவின் மகாராஜா கலந்துகொண்டார். சமஸ்தான அரசர்கள் இதற்கு உடன்படுவார்கள் என்று நம்பப்பட்டது. இல்லாவிட்டால் அரசியல் சட்டத்தில் திருத்தம் கொண்டுவரப்படவேண்டும்.[61]

சவானும் த்ரங்கதாராவும் 1968-ல் நீண்ட பல சந்திப்புகளை நிகழ்த்தினர். ஆனால் சமரசம் ஏற்படவில்லை. எப்படியும், காங்கிரசுக்குள் நிலவிய அதிகாரப் போட்டி, அவசர நடவடிக்கை எதையும் அனுமதிக்கவில்லை. பல நாடாளுமன்ற உறுப்பினர்களே சுதேச அரசர்களாகவோ அல்லது அவர்களுக்குக் கட்டுப்பட்டவர்களாகவோ இருந்தனர். திருமதி காந்தியின் ஜனாதிபதி வேட்பாளருக்கு அவர்களுடைய வாக்குகள் தேவையாக இருந்தன. கிரியின் தேர்வுக்குப் பிறகு, அரசும் சமஸ்தான அரசர்களும் தொடர்ந்து பேசினர். இருவருமே பிடிவாதமாக இருந்தனர். இந்நிலையில் டிசம்பர் 1969-ல் நவநகர் ஜாம்சாஹேப், புது தில்லிக்கு ஒரு ஆர்வமூட்டும் ஏற்பாட்டை அனுப்பி வைத்தார். இது இரு கட்சியினரையும் கண்டித்தது. சுதேச அரசர்களின் 'பிடிவாதமான, சமரசத்துக்கு உடன்படாத போக்கை'யும், அரசு 'அரசியல் அமைப்புச் சட்டரீதியாகக் கொடுத்த உறுதிமொழியிலிருந்து பின்வாங்கி, கடமை தவறுவதை'யும் கண்டித்தது. ஜாம்சாஹேப் முட்டுக்கட்டையிலிருந்து மீள ஒரு வழி சொல்லியிருந்தார். அரசு, ராஜ மானியத்தை ஒழித்துவிடலாம். ஆனால் அவர்களுக்கு இருபது வருட மானியத் தொகையை அளித்துவிட வேண்டும். அதில் 25%-ஐ ரொக்கமாகவும், 25%-ஐ, இருபது வருடங்கள் கழித்து பணமாக்கக்கூடிய பத்திரங்களாகவும், மீதமுள்ள 50%-ஐ அந்த ஆட்சியாளர் தலைமையிலான பொது அறக்கட்டளைக்கு அளிக்கவும் ஆலோசனைகள் கூறியிருந்தார். அந்த அறக்கட்டளைகளின் நோக்கம், விளையாட்டை ஊக்குவிப்பது, பிற்பட்ட வகுப்பினரின் கல்வி மேம்பாடு மற்றும் இவற்றுக்கெல்லாம் மேலாக, வேகமாக மறைந்துவரும் வன விலங்குகளின் பாதுகாப்பு ஆகியவை.[62]

'இந்தத் திட்டம் நாட்டின் கௌரவத்துக்கு ஏற்றதாக இருக்கும்' என்று ஜாம்சாஹேப் கருதினார். திருமதி காந்தி அதை உள்துறை அமைச்சருக்கு அனுப்பினார். அது 'ஆக்கப்பூர்வமான நோக்கத்துடன் உருவாக்கப்பட்டுள்ளதாக' ஒரு குறிப்பையும் இணைத்திருந்தார். ஆனால் அதனால் பயன் ஏதும் விளையவில்லை. 1970 மே 18, நாடாளுமன்றத்தின் கோடைக்காலக் கூட்டத் தொடரின் கடைசி நாள் அன்று, ஒய்.பி. சவான் ராஜ மானிய ஒழிப்புக்கான அரசியல் சட்டத் திருத்த மசோதா ஒன்றை அறிமுகம் செய்தார். அடுத்த

கூட்டத் தொடரில் மசோதா விவாதத்துக்கு எடுத்துக் கொள்ளப்பட்டது. விவாதத்தின்போது, 'நம் சமுதாயத்தை மேலும் ஜனநாயகமாக்குவதற்கான முக்கியமான நடவடிக்கை' இது என்று திருமதி காந்தி பேசினார்.

மக்களவையில் இந்த மசோதா அதற்குத் தேவையான மூன்றில் இரு பங்கு வாக்குகளாக, 336 ஆதரவாகவும் 155 எதிராகவும் இருக்கும் நிலையில் ஏற்றுக்கொள்ளப்பட்டது. எனினும் மாநிலங்கள் அவையில் ஒரு வாக்கு வித்தியாசத்தில் தீர்மானம் தோற்றது. பிரதமர் இப்படி நடக்கும் என்று எதிர்பார்த்திருந்தார். எனவே விரைவிலேயே சுதேச அரசர்களின் அங்கீகாரத்தை ரத்து செய்து ஜனாதிபதி ஆணை ஒன்று பிறப்பிக்கப்பட்டது.

நான்கு நாட்களுக்குப் பிறகு, 1970 செப்டெம்பர் 11 அன்று, மகாராஜாக்கள் குழு ஒன்று உச்ச நீதிமன்றத்துக்கு வழக்கை எடுத்துச் சென்றது. தலைமை நீதிபதி தலைமையில் முழு பெஞ்ச் வழக்கை விசாரித்தது. டிசம்பர் 11 அன்று, பெஞ்சு, அந்த ஆணை தன்னிச்சையானது; அரசியல் அமைப்புச் சட்டத்தின் உணர்வு களுக்கு விரோதமானது என்று தீர்ப்பளித்தது. தீர்ப்பை, சில சட்ட நிபுணர்கள் ஜனநாயகத்துக்குக் கிடைத்த வெற்றி என்று கருதினர். ஆனால் இடதுசாரிப் புரட்சியாளர்கள், அந்தத் தீர்ப்பு, 'உச்ச நீதிமன்றம் வழக்கமாக, தனிப்பட்ட சிலரின் நலனைக் காப்பாற்றும் வழியிலேயே தரப்பட்டது' என்று கூறினர்.

வங்கிகள் தேசியமயமாக்கப்பட்டபோதும், உச்சநீதிமன்றம் தடை போட்டது. பிரதமருடைய அதிகாரத்துக்கான புதிய சவால்கள் அவரை நாடாளுமன்றத் தைக் கலைத்துவிட்டு மக்களிடம் புதிய அதிகாரத்தைப் பெறத் தூண்டின. அவைக்கு இன்னும் ஒரு வருட ஆயுள் இருந்தது. தன் முடிவை அகில இந்திய வானொலி மூலம் திருமதி காந்தி விளக்கிப் பேசும்போது, 'நம் மக்களில் பெரும்பான்மையினருக்குத் தரமான வாழ்க்கையை உறுதிசெய்து, நியாயமான சமுதாய அமைப்புக்கான அவர்களது ஆசையை நிறைவேற்றும் முயற்சியில் அவரது அரசு ஈடுபட்டாலும், பிற்போக்குச் சக்திகள் எல்லாவிதத்திலும் (இவற்றைத்) தடைசெய்யத் தயங்கவில்லை' என்றார்.[63]

XII

திருமதி காந்தியின் அரசுக்கு, குறைந்தபட்சம் ஒரு பக்கமிருந்தாவது இனிய செய்தி கிடைத்தது. புதிய விவசாய முறைகள் பலனளிக்க ஆரம்பித்திருந்தன. 1967-ல் மிக மோசமான பஞ்சம் ஏற்பட்டு, அதனால் பிகார் மோசமாக பாதிக்கப்பட்டிருந்தது. ஆனால், அடுத்த வருடமே மொத்தம் 9.5 கோடி மெட்ரிக் டன் உணவுப் பொருள் விளைச்சலால் அபரிமிதமான உற்பத்தி ஏற்பட் டது. இந்த உற்பத்தி அதிகரிப்புக்குக் காரணமாக இருந்தவை பஞ்சாப், ஹரியானா மாநிலங்கள். அம்மாநிலங்களின் விவசாயிகள், மெக்சிகோ மாதிரியில் இந்திய விஞ்ஞானிகள் வளர்த்த குட்டை வகைக் கோதுமை விதைகளை விதைத்திருந்தனர். அதுபோலவே, புதிய ரக நெல்லும், பருத்தி, நிலக்கடலையும் நல்ல பயனை அளித்தன.

நல்ல நீர்ப்பாசன வசதி உள்ள மாவட்டங்களையும், அங்கே புதிய விதைகளைப் பயன்படுத்தினால் தேவைப்படும் அதிக அளவு உரங்களைப் பயன்படுத்தக்கூடிய விவசாய சமூகத்தினரையும் தேர்வு செய்வது சி. சுப்ரமண்யத்தின் திட்டமாக இருந்தது. அதற்கு ஏற்றார்போல, விளைவும் பிரமாதமாக இருந்தது. 1963-1967 ஆண்டுகளில் புதிய முறைகள் பயன்படுத்தப்படுவதற்குமுன் இந்தியாவின் வருட கோதுமை உற்பத்தி 0.90-1.1 கோடி டன்னாக இருந்தது. 1967-1970 ஆண்டுகளில் 1.6-2.0 கோடி டன்னாக அது உயர்ந்தது. அதற்கு இணையாக அரிசி உற்பத்தி விகிதம் முதலில் 3.6-3.7 கோடி டன்னாக இருந்தது, அடுத்து 3.7-4.2 கோடி டன்னாக உயர்ந்தது.[64]

இந்தப் புள்ளிவிவரங்கள் பிராந்தியரீதியில் மிகப்பெரும் அளவில் வேறுபட்டு இருந்தன. அப்போது, மழையை நம்பி விவசாயம் நடைபெற்ற பகுதிகள் பெருமளவு இருந்தன. பல இடங்கள் ஆண்டுக்கு ஒரு போகம் மட்டுமே விளையக்கூடிய பகுதிகளாக இருந்தன. ஆனாலும் பஞ்சகாலப் பற்றாக்குறை என்பது கடந்த கால விஷயமாகி விட்டது. நவீன விஞ்ஞானம், மால்தூஸின் கொள்கைகளைக் குழிதோண்டிப் புதைத்துவிட்டது. 1969 ஆகஸ்டில், பழைய இந்தியக் கையான பிரிட்டிஷ் பத்திரிகையாளர் ஒருவர் இப்படி எழுதினார்: 'இத்தனை ஆண்டுகளாக இந்தியாவில் பயணம் செய்துவந்துள்ளேன். ஆனால் இப்போதுதான் முதல்முறையாக பொருளாதாரத்தில் ஒருமுகத்தன்மையைப் பார்க்கிறேன். பொருளாதாரம் பெரும்பாலும் பருவமழை பொழிவதை அல்லது அது பொய்த்துப்போவதைப் பொருத்தே இருக்கும் என்ற உணர்வு மறைந்துள்ள நிலையையும் பார்க்கிறேன்.'[65]

உணவுப் பிரச்னை தீர்க்கப்பட்டது. ஆனால் நெவில் மாக்ஸ்வெல்லும் பிறரும் கருதியபடி, இந்தியாவில் நிலவும் பல்வேறு வேறுபாடுகள் காரணமாக, அது சிதறுண்டுபோகும் வாய்ப்புகள் இன்னமும் இருந்தன. இந்தியா குடியரசாக இருபதாண்டுகள் தொடர்ந்து நிலைபெற்றிருந்ததை ஒட்டி நியூ யார்க் டைம்ஸ் பத்திரிகை தன் தலையங்கத்தில் அதை, 'குறிப்பிடத்தகுந்த சாதனை' என்று கூறியது. தொடர்ந்து, 'இந்த நாட்களில் ஒற்றுமையும் ஜனநாயகமும், எதிர் காலத்தைச் சந்தேகக்குறி ஆக்கும் அளவுக்குப் பலவீனப்பட்டுள்ளன' என்றும் கூறியது.[66] எனினும் பெரும்பாலான இந்தியர்கள் தங்களுக்கிடையே இருந்த வேறுபாட்டை ஓரளவுக்கு ஏற்றுக்கொண்டிருந்தனர். மதம், இனம், பிராந்தியம் என அனைத்து வேறுபாடுகளுக்கும் இடையில் தங்களை இணைப்பவை, அனைவரும் பங்குபெற்ற அரசியல் வரலாறு, பன்முகத் தன்மை கொண்ட அரசியல் அமைப்புச் சட்டம், தொடர்ந்து நடைபெறும் தேர்தல்கள் ஆகியவையே என்பதை மக்கள் கண்டுகொண்டனர். மாநிலங் களிலிருந்து எழும்பும் சவால்கள், தேசிய ஒற்றுமையை பாதிக்கப்போவ தில்லை என்றும் அவர்கள் புரிந்துகொண்டனர். மாக்ஸ்வெல் போன்ற அழிவு ஆருடக்காரர்களுக்கு மறுப்பாக ஒரு விமர்சகர் இவ்வாறு எழுதினார்: 'வலிமையான மைய அரசு இருப்பது ஒருவகையில், ஜனநாயகம் தழைப்ப தற்குச் சரியான சூழல் அல்ல.' கூட்டாட்சியும் பிராந்தியக் கட்சிகள் ஆட்சியுமே இந்தியாவில் ஜனநாயகத்தைக் காப்பாற்றி நிலைநிறுத்த முடியும்.

இந்தோனேசியாவில் சுகர்னோவும், கானாவில் என்க்ரூமாவும் வலிமையான மத்திய அரசைத் திணிக்க முயன்றது சர்வாதிகாரம் ஏற்படவே வழி செய்தது.[67]

1960-களின் பிற்பகுதிச் சம்பவங்களால் நாடு சிதறுண்டு போய்விடும் அல்லது குடியாட்சிக்கு பதிலாக ராணுவ ஆட்சி வந்துவிடும் என்பதான அச்சம் இந்தியச் சிந்தனையாளர்கள் இடையே இருக்கவில்லை. ராணுவ ஆட்சி என்ற பேச்சுக்கே இடமில்லை. ஆனால் நாட்டின் பெரும் பகுதியை, ஆயுதம் ஏந்திய கம்யூனிஸ்டுகள் கைப்பற்றிவிடலாம் என்ற அச்சம் இருக்கவே செய்தது. விவசாயப் புரட்சி, சமூகத்தில் ஏற்றத்தாழ்வை ஏற்படுத்தியிருந்ததால், பசுமைப் புரட்சி சிவப்பாக மாறிவிடக்கூடிய வாய்ப்புகள் இருந்தன. நக்ஸல்பாரி இருந்த இடம் முக்கியத்துவம் வாய்ந்ததாக இருந்தது. கிழக்கு பாகிஸ்தானுக்கும் நேபாளத்துக்கும் இடையே சிறு துண்டாக, சீனாவுக்கு அதிக தூரத்தில் இல்லாமல், வட கிழக்கு மாநிலங்களுக்குச் செல்லக்கூடிய ஒரே வழியாக அந்த இடம் இருந்தது. புரட்சி ஒன்றை ஆரம்பிக்கச் சரியான இடமாக அது இருந்தது. ஒருவர் விரும்பும்போது, பாகிஸ்தானுக்கோ நேபாளத்துக்கோ தப்பி ஓடலாம்; சீனாவிலிருந்து ஆயுதங்கள் பெறலாம். பீகிங் ஆதரவுச் சிவப்புகள், 'நக்ஸல்பாரியிலிருந்து பரவி, வங்காளத்தில் உள்ள தங்கள் ஆதரவுப் பகுதிகளுடன் இணைந்து, கல்கத்தாவின் இதயப் பகுதிவரை வந்துவிடுவார்கள். அவர்கள் பின்னே சீனப் படை, இமாலய எல்லையை அச்சுறுத்தும் வகையில் நின்றுகொண்டிருக்கும்' என்று புது தில்லியில் கவலை ஏற்பட்டது.[68]

மறுபக்கத்தில் சிலர், புரட்சி தொடங்குவதை ஆவலோடு எதிர்நோக்கினர். அவர்களில் நக்ஸலைட்டுகள் கட்டாயம் உண்டு; கூடவே சில மேற்கத்திய நாட்டினரும் இருந்தனர். 1968-69-ன் குளிர்காலத்தில், அமெரிக்காவில் பிறந்து கனடாவில் ஆசிரியராக இருக்கும் காத்லீன் கோஃப் என்ற மார்க்சிய மானுடவியலாளர் ஒரு கட்டுரை எழுதினார். இந்தியா முன்னேற மிக நம்பிக்கையான வழி, 'ஏழைகளில் பெரும்பகுதியினர் வாழும் கிராமப்புறங்களில் தானே வேர்கொள்ளும் புரட்சி இயக்கம்தான்' என்றார். நக்ஸலைட்களும் அவர்களுடைய கொள்கைகளும் அங்கொன்றும் இங்கொன்றுமாகப் பெற்ற வெற்றியைக் கருத்தில்கொண்டு கோஃப், 'நாடாளுமன்ற ஜனநாயகம் தோல்வியில்தான் முடியப்போகிறது. புரட்சிகரக் கம்யூனிஸ்டுகளின் வழி ஒன்றே நம்பிக்கையான மாற்றுவழி' என்றார்.[69]

புரட்சிகர கம்யூனிஸமே இந்தியாவின் முக்கியமான நம்பிக்கை, சொல்லப்போனால் ஒரே நம்பிக்கை என்று முடிவுகட்டியது கோஃப் மட்டுமல்ல, வேறு பலரும்கூடத்தான். அதே குளிர்காலத்தில், ஸ்வீடன் நாட்டு இளம் கணவன் - மனைவி சமூகவியலாளர்கள், 1968-ன் உணர்வுகளால் உற்சாகம் பெற்று, இந்திய கிராமப் பகுதிகளில் பயணம் மேற்கொண்டனர். தலை முதல் கால் வரை, கிழக்கு உத்தரப் பிரதேசத்தின் வறண்ட வயல்கள் முதல் தெற்கே வளமான காவேரி டெல்டாவின் நெல் வயல்கள் வரை பயணம் மேற்கொண்டனர். ஒடுக்கப்பட்ட மக்களிடையே புதிய விழிப்புணர்வை அவர்கள் கண்டனர். அது இந்திய சமூகத்தின் வளரும் எதிர்ப்புணர்வாக

வெளியானதைப் பார்த்தனர். சாதிச்சண்டை வர்க்கப் போராட்டமாக மாறிக்கொண்டிருந்தது. (மார்க்சிஸ்டுகள் அப்படி மாறும் என்று சொன்னார்கள், நம்பினார்கள்.) அறிவுஜீவிகள் இடையே நாடாளுமன்ற ஜனநாயகம் பற்றி சந்தேகங்கள் எழுந்தன. (அதை ஸ்வீடன் பயணிகள் வரவேற்றனர்) இடதுசாரி மாணவர் தலைவர் ஒருவர் குறிப்பிட்டதுபோல, 'ஐந்தாண்டுகளுக்கு ஒரு முறை நடக்கும் தேர்தல் ஏமாற்று வேலைகள் நம்மை முட்டாளாக்கிவிட அனுமதிக்கக்கூடாது.'

ஸ்வீடன் நாட்டு சமூகவியலாளர்கள், இந்த மாறுதல்கள், 'இந்தியாவின் எதிர்காலத்தைப் பெருமளவு பாதிக்கும்' என்றனர். ரத்தம் சிந்தப்பட்டது. (மார்க்சிஸ்ட் கொள்கைப்படி அது அவசியம்) 'எதிர்ப்புகள் சிலசமயம் கற்பனைக்கே எட்டாத கடுமையான வன்முறையில் முடிந்தன.' அதிர்ஷ்டவசமாக, 'புதிய புரட்சி இயக்கம் இந்தியாவில் வளர்ந்துகொண்டு இருக்கிறது.' 'இந்தியாவின் பல லட்சக்கணக்கான ஏழைகள் எதிர்காலத்தைத் தம் கையில் எடுத்துக்கொண்டால் ஒழிய இந்தியாவின் வறுமையும் ஒடுக்குமுறையும் முடிவுக்கு வராது' என்பதில் இந்த ஆசிரியர்கள் தெளிவாக இருந்தனர். 'ஒருவேளை நக்ஸல்பாரிதான் இந்தியப் புரட்சிக்கு அடையாளமாக நிற்கிறது' என்ற நம்பிக்கையை அவர்கள் வாசகர்களிடம் விட்டுச்சென்றனர்.[70]

20

வெற்றியின் அமிர்தம்

குங்கி குடியா (ஊமைப் பொம்மை)
— இந்திரா காந்தி பற்றி ராம் மனோஹர் லோஹியா,
1967 வாக்கில்

I

'தான் தேசியத்தை ஒன்றிணைக்கும் ஒரு சக்தி என்று கருதுவதை காங்கிரஸ் நிறுத்திக்கொண்டதாகத் தோன்றுகிறது' என்று தில்லி வார இதழ் தாட் 1969 நவம்பரில் எழுதியது. ஒரு காலத்தில் சக்திமிக்கக் கட்சியாக விளங்கிய அது, இப்போது சண்டை போட்டுக்கொள்ளும் பல பிரிவுகளாகச் சிதறிவிட்டது. 'அடுத்த பொதுத் தேர்தல் வரும்போது, காங்கிரஸ்காரர்களே காங்கிரஸ்காரர்களை எதிர்த்து நிற்பர்; இதனால் பிராந்திய அல்லது குறுகிய நோக்கம் கொண்டவர்களுக்கே சாதகம் ஏற்படும்' என்று தாட் மேலும் எழுதியது. அதனால், 'திருமதி காந்தியின் கட்சிக்கு நாடாளுமன்றத்தில் மூன்றில் ஒரு பங்கு இடங்கள்கூடக் கிடைக்காமல் போய்விடும். மற்றொரு காங்கிரஸ் குழுவுக்கோ, இதுகூடக் கிடைக்காது.''[1]

ஓராண்டுக்குப் பிறகு, பிரதமர், பதினான்கு மாதங்களுக்கு முன்னதாகவே தேர்தலுக்கான அழைப்பை விடுத்தார். நாடாளுமன்றத்தில் பிற்போக்குச் சக்திகளால் நிறுத்தி வைக்கப்பட்டிருந்த முற்போக்குச் சீர்திருத்தங்களைச் செயல்படுத்த, அவருடைய காங்கிரஸ் 'ஆர்' கட்சி பொதுமக்களிடமிருந்து முழுமையான ஆதரவை நாடியது. அதன் தேர்தல் அறிக்கை, 'உண்மையிலேயே பொருளாதாரத்திலும் சமூக வளர்ச்சியிலும் புரட்சிகரமான திட்டங்களை முன்வைத்தது.' சிறு விவசாயிகள், நிலமற்ற விவசாயக் கூலிகள்

ஆகியோர் நலனையும், பெருந் தொழிலதிபர்களுக்கு எதிராக சிறு தொழில் முனைவோர் நலனையும் முன்வைத்தது. தாழ்ந்த சாதியினர் முன்னேற்றத்துக்கும் சிறுபான்மையினர் பாதுகாப்புக்கும் துணை நின்றது. 'இதுவரை அதற்கு அளிக்கப்படாத உரிய இடம் இப்போது உருதுமொழிக்கு அளிக்கப்படும்' என்று தேர்தல் அறிக்கையில் குறிப்பாகக் கூறப்பட்டிருந்தது. 'வலிமையான, உறுதியான அரசாங்கத்துக்கு' உத்தரவாதம் அளித்தது. 'அடிப்படையான ஜனநாயக, சோஷலிச நோக்கங்களைச் சிதைக்கத் திட்டமிடும் இருண்ட, தீய வலதுசாரிப் பிற்போக்குச் சக்திகளுக்கு' எதிராகப் போராட மக்கள் ஆதரவை அது நாடியது.[2]

1971-ல் இந்திரா காந்தி இருந்த நிலை, பலவிதங்களில் 1952-ல் அவருடைய தந்தை இருந்த நிலையை நினைவுகூர்வதாக இருந்தது. நேருவைப் போலவே திருமதி காந்தியும் தன் கட்சியினருடன் போராடிய மனக்காயங்களுடன்தான் தேர்தலைச் சந்திக்கச் சென்றார். நேருவைப் போலவே திருமதி காந்தியும் மக்களுக்குப் புதிய, முற்போக்கு அறிக்கையை அளித்தார். நேருவைப் போலவே மகளும், தன் கட்சியின் பிரதான தேர்தல் பிரசாரகர், செய்தித் தொடர்பாளர். தன் கட்சி எந்த நோக்கங்களுக்காக நிற்பதாகக் கூறியதோ, அதன் மொத்த உருவகமாக அவர் திகழ்ந்தார்.

தேர்தலை முன்னதாக நடத்தத் திட்டமிட்ட பிரதமர், தந்திரமாகப் நாடாளுமன்றத் தேர்தலை மாநில சட்டமன்றத் தேர்தல்களிலிருந்து பிரித்துவிட்டார். முன்பெல்லாம் அவை ஒன்றாகவே நடைபெற்றன. இதனால் மாநிலத்தின் சாதி, இனப் பாகுபாடுகள், பரந்த தேசியப் பிரச்னைகளுடன் கலந்துபோய் இருந்தன. 1967-ல் இது காங்கிரசுக்குப் பாதகமாக அமைந்துவிட்டது. இப்போது திருமதி காந்தி இரண்டையும் பிரித்து, வாக்காளர்முன் தேசியத் திட்டங்களைத் தெளிவாக முன்வைக்கும் வகையில் பொதுத் தேர்தலுக்கு அழைப்பு விடுத்துவிட்டார்.

இதற்கிடையே எதிர்க்கட்சியினர் ஆளுங்கட்சிக்கு எதிராக ஐக்கிய முன்னணி ஒன்றை அமைக்க முயன்றனர். இதனைத் தூண்டியது, அப்போது 90 வயதைக் கடந்திருந்த சி. ராஜகோபாலாச்சாரி. 'பொதுவான தலைவர் ஒருவர் பற்றி உடன்பாடு ஏற்படாததால், கெரில்லாப் போர்முறை மாதிரியில் இறங்க வேண்டும். அரசியல் அமைப்புச் சட்டத்தைக் கிழித்தெறிந்து, மக்களுடைய சுதந்தர உரிமைகளை அடியோடு அழித்து, எல்லா அதிகாரங்களையும் அரசாங்கத்தின் கைகளில் அளிக்கும் சதியை முறியடிக்கும் ஒரே குறிக்கோளுடன் நாம் இந்திராவின் வேட்பாளர்களைத் தாக்கவேண்டும்' என்றார் ராஜாஜி.[3]

எதிர்க்கட்சியினர், ஜனசங்கம், சுதந்தரா, காங்கிரஸ் (ஓ), சோஷலிஸ்டுகள், பிராந்தியக் கட்சிகள் ஆகிய அனைவரையும் ஒன்றிணைத்து 'மாபெரும் கூட்டணி' ஒன்றை உருவாக்கினர். பலமுனைப் போட்டிகளைத் தவிர்ப்பதே அவர்களுடைய எண்ணம். 'இந்திராவை விரட்டு' (இந்திரா ஹடாவோ) என்ற கோஷத்தை ஒருவர் உருவாக்கினார். இதற்கான பதில், பிரதமரிடமிருந்தே

அழுத்தமாக வெளிவந்தது. 'அவர்கள், 'இந்திராவை விரட்டு' என்கிறார்கள். ஆனால் நாமோ 'வறுமையை விரட்டு' (கரீபி ஹடாவோ) என்கிறோம்.'

அது பிரதமர் யோசித்ததா, அல்லது இப்போது மறக்கப்பட்டுவிட்ட அவருடைய ஆலோசகர் ஒருவரது யோசனையா, தெரியாது; ஆனால் 'வறுமையை விரட்டு' என்ற தொடர் மக்களுக்கு எழுச்சியூட்டியது. அது அவருடைய காங்கிரஸ் (ஆர்) கட்சியை, பிற்போக்காளரின் கூட்டணிக்கு எதிராக, தான்தான் முன்னேற்றத்தின் பிரதிநிதி என்ற உயர்வான தார்மீகத் தளத்தில் வைக்க உதவியது. தனி மனிதரை முன்னிலைப்படுத்தியது எதிர்க் கட்சிகளுக்குப் பாதகமாக அமைந்தது. ஆளுங்கட்சியின் முற்போக்குத் திட்டங்களுக்கு மாறாக எதிர்க்கட்சியினரின் திட்டம் எதிர்மறையானது என்று காண்பிக்கப்பட்டது.

திருமதி காந்தி ஓய்ச்சல் ஒழிவு இன்றி தன் கட்சிக்கு வாக்கு சேகரிக்க அயராது பாடுபட்டார். 1970 டிசம்பர் கடைசி வாரத்தில் நாடாளுமன்றம் கலைக்கப்பட்டது முதல் தேர்தல் வரையிலான பத்து வாரங்களில் அவர் மொத்தம் 36,000 மைல் பயணம் செய்தார். 300 கூட்டங்களில் பேசினார். அவரைப் பார்க்கவோ, கேட்கவோ 2 கோடி மக்கள் திரண்டனர். இந்த விவரங்களை திருமதி காந்தி தன் அமெரிக்க நண்பருக்கு எழுதி மகிழ்ந்தார். 'மக்களுடைய கண்களில் பிரகாசம் ஒளி விடுவதைக் காண அற்புதமாக இருந்தது' என்று அவர் எழுதினார்.[4]

பிரதமர், தன் பேச்சுகளில், தான் விட்டுவந்த கட்சிக்கும் தான் தொடங்கியுள்ள கட்சிக்கும் இடையே இருந்த உண்மையானதும், உணரப்பட்டதுமான வித்தியாசங்களைத் தொட்டுக்காட்டினார். 'பழைய' காங்கிரஸ் கட்சி, 'பிற்போக்குச் சக்திகள்' மற்றும் 'தம் நலன் நாடுவோர்' கட்டுப்பாட்டில் உள்ளது; ஆனால் 'புதிய' காங்கிரஸ் கட்சி, ஏழைகளுக்காகத் தன்னை அர்ப்பணித்துக்கொண்டுள்ளது என்றார். வங்கிகள் தேசியமயம் ஆக்கப் பட்டதும், ராஜமானியம் ஒழிக்கப்பட்டதும் இதனைக் காட்டவில்லையா? அவருடைய செய்தி மக்கள் இதயத்தில் எதிரொலித்தது. எதன்மீதும் நம்பிக்கையற்ற பத்திரிகையாளர் ஒருவர் இவ்வாறு எழுதினார்:

> சாக்கடையில் விழுந்துகிடக்கும் ஒருவனிடம், அவன் சுகாதார ஆய்வாளரை விட மேலானவன் என்ற நம்பிக்கை திணிக்கப்பட்டு, அவனும் தன் நிலையைப் பெரிதாக எடுத்துக்கொள்கிறான். பணக்காரர்கள் கீழே இறக்கப் பட்டுள்ளது என்பது, ஏழைகளின் நிலை உயர்த்தப்படும் என்பதற்குச் சமமான உறுதிமொழியாகப் பார்க்கப்படுகிறது. உடனடி வறுமை ஒழிப்பு என்ற கோஷம், பொருளாதாரரீதியில் முட்டாள்தனமானது. ஆனால் காரண காரியம், பகுத்தறிவு ஆகியவற்றுடன் போராடும் ஒரு சமுதாயத்துக்கு, உளவியல் ரீதியாகவும் அரசியல் ரீதியாகவும், அது ஒரு தீர்மானமான வரப்பிரசாதம்.[5]

இந்தியா முழுதும் அவர் மேற்கொண்ட பயணங்கள், 1967-ல் இருந்ததைவிட பிரதமரை இப்போது நன்கு தெரிந்தவராக்கின. அவர் வாக்கு கேட்கும்போது,

தன் 'கவர்ச்சியான தோற்றம்', 'வரலாறில் தன் தந்தையின் பங்களிப்பு', இவை அனைத்துக்கும் மேலாக 'வறுமையை விரட்டு' என்ற எழுச்சியூட்டும் கோஷம் ஆகியவற்றை நன்றாகப் பயன்படுத்திக்கொண்டார். நிலம் அற்றவர்களும் தாழ்ந்த சாதியினரும் ஒட்டுமொத்தமாக காங்கிரஸ் (ஆர்) கட்சிக்கு வாக்களித்தனர். சென்ற தேர்தலில் சற்றே ஒதுங்கியிருந்த முஸ்லிம்களும் இந்தமுறை ஒட்டுமொத்தமாக அவர்களுக்கே வாக்களித்தனர். புதிய கட்சியின் அமைப்புரீதியான குறைபாட்டை, இளம் தொண்டர்கள் ஈடு செய்தனர். அவர்கள் கிராமப்புறங்களில் சுற்றிவந்து தலைவருடைய பேச்சை எங்கும் பரப்பினர். தேர்தல் நாள் அன்று காணப்பட்ட மாபெரும் மக்கள் கூட்டத்தைப் பார்க்கும்போது, 'அவர்கள் தமக்கு மீட்சி கிடைக்கும் என்ற புதியதொரு நம்பிக்கையால் உந்தப்பட்டதுபோலத் தோன்றியது.'[6]

1952-ல், காங்கிரஸ் சின்னத்தில் நிற்கும் விளக்குக் கம்பம்கூட வெற்றிபெறும் என்று சொல்லப்பட்டது. ஆனால், திருமதி காந்தியின் வெற்றி அவருடைய தந்தையின் வெற்றியைவிட மிகப் பெரியதாக அமைந்தது. அவருடைய காங்கிரஸ் (ஆர்) கட்சி, 518 இடங்களில் 352-ஐக் கைப்பற்றியது. அதற்கு அடுத்த நிலையில் இருந்த சி.பி.எம். வெறும் 25 இடங்களை மட்டுமே வென்றது. வென்றவரும் தோற்றவரும், இதற்கெல்லாம் ஒரே ஒருவர்தான் காரணம் என்பதை ஏற்றுக்கொண்டனர். குஷ்வந்த் சிங் எழுதியதுபோல, 'தேசிய அளவில் தான் மட்டும்தான் ஒரே ஒரு தலைவர் என்னும் அளவுக்கு இந்திரா காந்தி தன் உருவத்தை வெற்றிகரமாகப் பெரிதாக்கிக் கொண்டுவிட்டார்.' மேலும் அவர், எச்சரிக்கை தரும்வகையில் இவ்வாறு எழுதினார்: 'பெரும்பான்மை மக்கள், விரும்பியே, ஒரு தனி மனிதரிடம் அதிகாரத்தைக் கொடுத்து, அதே நேரம் எதிர்க்கட்சிகள் ஒன்றுமே இல்லாதபடி ஆகிவிடும்போது, நியாயமான விமர்சனங்களைக்கூட அலட்சியமாக, கடுமையாக, மிருகத்தனமாக மீறிச் செல்லும் விருப்பம் தவிர்க்கமுடியாதது ஆகிவிடும். அளவுக்கு மீறிய, கட்டுக்கடங்காத அதிகாரத்தை இந்திரா காந்திக்கு அளித்துவிடும் அபாயம் எப்போதும் இருக்கும்.'[7]

1971 தேர்தலின் விளைவுகளில் ஒன்று, ஆளுங்கட்சியின் பெயர் மாற்றம். காங்கிரஸ் (ஆர்) என்பது இப்போது காங்கிரஸ் (ஐ) என்று ஆயிற்று. 'ஐ' என்பது இந்திராவைக் குறிக்கும். பிறகு அதுவும் கைவிடப்பட்டது. அதன் வெற்றியில் ஏற்பட்ட பெரும் வித்தியாசம், இந்திரா காங்கிரஸ் என்பது எந்தவிதமான அடையாளப் பிற்சேர்க்கையும் தேவையில்லாமல், உண்மையான காங்கிரஸ் என்றே ஆயிற்று.

தேர்தலில் அவர் பெற்ற வெற்றி, சுதேச அரசர்களுக்கு எதிராக, தீர்மானமாகச் செயல்படத் தைரியமூட்டியது. 1971 முழுவதும் இரு கட்சியினரும் பலமுறை முயன்றும் முடிவு காணமுடியாமல் தோற்றனர். சுதேச அரசர்கள் தங்கள் ராஜமானியத்தை விட்டுக் கொடுக்க முடிவெடுத்தனர். ஆனால், தங்கள் விருதுகளையாவது காப்பாற்றிக்கொள்ளலாம் என்று நம்பினர். ஆனால் நாடாளுமன்றத்தில் மிக அதிகப் பெரும்பான்மை பெற்றிருந்த பிரதமருக்கு

சமரசம் செய்துகொள்ளத் தேவை இருக்கவில்லை. டிசம்பர் 2 அன்று அவர், சுதேச மன்னர்களின் அனைத்துச் சலுகைகளையும் ஒழிக்க அரசியல் சட்டத் திருத்த மசோதா ஒன்றைக் கொண்டுவந்தார். மக்களவையில் 381-க்கு 6 என்றும், மாநிலங்கள் அவையில் 167-க்கு 7 என்றும் வாக்குகள் பெற்று மசோதா நிறைவேறியது. பிரதமர் தன் உரையில், 'சுதேச அரசர்களை நவீன காலத்து உயர்ந்த மனிதர்களோடு இணைந்து, தங்களுடைய திறமை, ஆற்றல், மக்கள் முன்னேற்றத்துக்கான பங்களிப்பு ஆகியவற்றால் மதிப்பைத் தேடிக்கொள்ளுமாறு' அழைப்பு விடுத்தார். 'இது, அனைவரும் சமம் என்ற நிலையில், ஒன்றிணைந்து செய்யப்பட்டால்தான் முடியும்' என்றார்.[8]

II

தலைமைத் தேர்தல் ஆணையம், ஐந்தாவது பொதுத் தேர்தல் குறித்த புள்ளி விவரங்களை வெளியிட்டது. மொத்த வாக்காளர்களின் எண்ணிக்கை 27.5 கோடி. இது 1952-ன் முதல் பொதுத் தேர்தல் வாக்காளர்களைவிட 10 கோடி அதிகம். இருந்த போதிலும் எந்த வாக்காளரும் தன் வாக்கைச் செலுத்த, இரண்டு கிலோமீட்டருக்கு மேல் நடக்கத் தேவை இருக்கவில்லை. இந்தத் தேர்தலில் 3,42,944 வாக்குச் சாவடிகள் இருந்தன. இது 1962 தேர்தலைவிட, 1 லட்சம் அதிகம். வாக்குச் சீட்டுகள், வாக்குப் பெட்டிகள், அழியாத மை, முத்திரைக்கான அரக்கு, மெழுகுவர்த்தி உட்பட ஒவ்வொரு வாக்குச் சாவடிக்கும் கிட்டத்தட்ட 43 பொருள்கள் வழங்கப்பட்டன. 28.2 கோடி வாக்குச் சீட்டுகள் அச்சிடப்பட்டன. இது வாக்காளர்களின் எண்ணிக்கையை விட 70 லட்சம் அதிகம் (விபத்துகள், தவறுகள் ஏற்பட்டால் ஈடுசெய்ய). 17,69,802 இந்தியர்கள் தேர்தல் பணியில் ஈடுபடுத்தப்பட்டனர். இவர்களில் பெரும்பான்மையினர் மத்திய, மாநில அரசு ஊழியர்கள்.

அடுத்து தேர்தல் ஆணையம், அதிக மகிழ்ச்சியின்றி, தேர்தல் கோளாறுகள் பற்றித் தகவல் அளித்தது. 1967 தேர்தலில், 375 தேர்தல் வன்முறை போன்ற ஒழுங்கீனங்கள் நடைபெற்றன. இவற்றுள் பிகாரில் மட்டும் 98 நிகழ்ந்தன.[9] 1971-ல், தேர்தல் ஆணையம், 66 இடங்களில் வாக்குச் சாவடிகள் கைப்பற்றப் பட்டன என்றது. வாக்குப் பெட்டிகளைப் பறித்துச் சென்ற சம்பவங்களும் இதில் அடக்கம். இந்த இடங்களில், வாக்குப் பெட்டிகள் பலாத்காரமாகப் பறித்துச் செல்லப்பட்டு, ஒரு வேட்பாளருக்குச் சாதகமாக வாக்குச் சீட்டுகள் உள்ளே திணிக்கப்பட்டன. காஷ்மீர் பள்ளத்தாக்கில் அனந்தநாகில் ஒரு பெண்மணி வாக்குப் பெட்டியை பர்தாவுக்குள் வைத்து எடுத்துச் சென்று விட்டார். அதைத் திருப்பி அளிக்கும்போது, பல நூறு வாக்குச் சீட்டுகளால் அதன் எடை அதிகமாகியிருந்தது. இப்போதும், தேர்தல் வன்முறைகள் பிகாரில்தான் அதிகமாக இருந்தன. 66 வாக்குச் சாவடிக் கைப்பற்றுதல்களில் 52 பிகாரில் நடைபெற்றன. சாதிப் பிரிவுத் தலைவர்களால் அமர்த்தப் பட்டிருந்த குண்டர்கள் இதனைச் செய்திருந்தனர். 'இந்தியா முழுமையிலும் பார்க்கும்போது பிகாரில்தான் சாதி வேற்றுமைகள் மிக அதிகம்' என்று தேர்தல்

ஆணையம் நம்பியது. 'இந்த அளவுக்கு அதிகமான சாதி விஷம், அரசியல் சூழலைப் பாழாக்கிவிடும்' என்றும் தேர்தல் ஆணையம் கருதியது.

இந்த அலங்கோலங்கள் எப்படி இருந்தபோதும் ஐந்தாவது பொதுத் தேர்தலை நடத்தி முடித்ததற்கு நாடு தன்னைத்தானே பாராட்டிக்கொள்ளலாம். இவ்வாறு தேர்தல் ஆணையம் முன்னுரையில் எழுதியது. முன்னுரையில் காணப்பட்ட இலக்கிய நயம், அடுத்து வரக்கூடிய எண்களின் கடுமைக்கு முற்றிலும் மாறாக இருந்தது. முந்தைய தேர்தலுக்கும் இந்தத் தேர்தலுக்கும் இடையே, 'இந்தியா, அடர்ந்த இருண்ட காடுகளுக்கு நடுவில் வெளியேற வழியின்றி, ஒரு வழி காணத் தவித்துக்கொண்டிருந்தது.' உட்கட்சிப் பிரிவுகள் கிளைபரப்பின. உதிரிக் கட்சிக் கூட்டணி அரசுகள் வந்தன; போயின. குடியரசுத் தலைவரின் மரணம் 'ஏற்கெனவே இருண்டிருந்த அரசியல் சூழலை மேலும் இருட்டாக்கியது.' பலமான காங்கிரஸ் கட்சியும் உடைந்தது. தேர்தல் ஆணையத்தின் கருத்தில் இந்தச் சூழ்நிலை, '1796-ல் இங்கிலாந்தில் விக் கட்சியில் ஏற்பட்ட மாபெரும் பிளவுக்கு' ஒப்பாக இருந்தது. 'இந்தத் தீவிரமான, அழுத்தம் நிறைந்த, குழப்பமான வேளையில் உள்நாட்டிலும் வெளிநாட்டிலும் இருக்கும் அழிவு ஆரூடம் சொல்வோர், இம்மாபெரும் நாட்டில் ஜனநாயகம் பிழைத்திருக்குமா என்பதுபற்றித் தீவிரமான சந்தேகங்களை வெளியிட ஆரம்பித்திருந்தனர்.'

இந்த அழிவு ஆரூடக்காரர்கள், இந்தியாவின் எதிர்காலத்தை நிர்ணயிக்கும் பரம்பொருளை (பாரத பாக்ய விதாதா) புரிந்துகொண்டிருக்கவில்லை என்றது தேர்தல் ஆணையம். 'ஆதிகாலம் தொட்டே', இந்தப் பரம்பொருள், இந்தியாவின் 'ஆன்மாவுக்குள் அமிர்தமயமான உத்வேகத்தைக் கொடுத்து, இந்தியாவின் உடலுக்கும், உள்ளத்துக்கும், ஆன்மிகத்துக்கும் பலத்தை அளித்து, கெடுதல் தரும் பகைச் சூழலை உதறித் தள்ளியுள்ளது.'[10] இந்த வெற்றி, இந்தியாவின் ஆன்மிகம் பற்றியதல்ல; ஆனால் நவீன அரசியல் முறையான தேர்தல் ஜனநாயகத்தின் வெற்றி என்று கருதி, சிலர் தேர்தல் ஆணையத்தின் கருத்தை ஏற்காமல் இருந்திருக்கலாம்.

III

இந்தியா ஐந்தாவது பொதுத்தேர்தலை நடத்துவதற்கு மூன்று மாதங்களுக்கு முன்பாக, பாகிஸ்தான் முதன்முறையாக வயது வந்தோர் வாக்குரிமை அடிப்படையில் தேர்தலை நடத்தியது. தேர்தலுக்கு அழைப்பு விடுத்தவர், அயூப் கானுக்குப்பின் ஜனாதிபதியாகவும், ராணுவ ஆட்சியின் தலைமை நிர்வாகியாகவும் பொறுப்பேற்ற யாஹ்யா கான்.

இரண்டு கட்சிகள் தேர்தல் பிரசாரத்தில் முன்னிலையில் இருந்தன. மேற்கு பாகிஸ்தானில் ஜுல்ஃபிகர் பூட்டோவின் பாகிஸ்தான் மக்கள் கட்சி; கிழக்கு பாகிஸ்தானில் ஷேக் முஜிபுர் ரஹ்மானின் (முஜிப்) தேசிய அவாமி கட்சி. பூட்டோ பெருநிலக் கிழாரின் மகன். ஆக்ஸ்ஃபோர்டிலும் பெர்க்லியிலும்

கல்வி பயின்றவர். பெருநிலப் பிரபு என்ற வர்க்கத்திலிருந்து தன்னை மாறுபடுத்திக் காட்டிக்கொள்ள, குறைந்தபட்சம் பேச்சளவிலாவது, ஒவ்வொரு பாகிஸ்தானிக்கும் உணவு, உடை, வீடு அளிப்பதாக உறுதிகூறினார். முஜீபின் பிரசாரம், வங்காள மொழி ஒடுக்கப்படுவதால் ஏற்படும் கோபம், அப்பகுதியின் வளமான இயற்கை ஆதாரங்களைக் கொள்ளையிடும் மேற்கு பாகிஸ்தான் ராணுவ ஆட்சியாளர்களின் கொடுமை ஆகிய கிழக்குப் பாகிஸ்தானியரின் அவலங்களை அடிப்படையாகக் கொண்டிருந்தது.[11]

பூட்டோவின் பாகிஸ்தான் மக்கள் கட்சி வெற்றி பெறும்; தன்னையே அதிபராகத் தொடர்ந்து இருக்க அனுமதிக்கும் என்ற நம்பிக்கையில் யாஹ்யா கான் தேர்தலுக்கு ஏற்பாடு செய்திருந்தார். தேர்தல்கள், 1970 டிசம்பர் மூன்றாம் வாரத்தில் நடைபெற்றன. பாகிஸ்தான் மக்கள் கட்சி, மேற்கு பாகிஸ்தானின் 144 இடங்களில் 88-ஐ வென்றது. ஆனால் மக்கள் தொகை அதிகமுள்ள கிழக்கில், 169 இடங்களில் 167 இடங்களை அவாமி லீக் பெற்று மாபெரும் வெற்றியடைந்தது. இது முஜிபுர் ரஹ்மானுக்கு வியப்பையும், யாஹ்யா கானுக்கு அதிர்ச்சியையும் அளித்தது. புதிதாகத் தேர்ந்தெடுக்கப்படும் நாடாளுமன்றம், குடியாட்சி முறையிலான அரசியல் அமைப்புச் சட்டத்தை உருவாக்கும் என்று அவர் திட்டமிட்டிருந்தார். ஆனால் இப்போது அவர் கவலை, பெரும்பான்மை பெற்ற அவாமி கட்சி ஒரு விதமான கூட்டாட்சியை வற்புறுத்தும் என்பதே. அதில் கிழக்குப் பகுதி, மத்திய அரசிடம் பாதுகாப்பு, வெளியுறவு ஆகியவற்றை மட்டும் விட்டுவிட்டு, மற்ற எல்லாவற்றையும் தானே நிர்வகித்துக்கொள்ளும். மேலும் தாங்கள் வருமானமாகப் பெறும் அந்நியச் செலாவணியைத் தாங்களே கட்டுப்படுத்த விரும்புவதாகவும், நாணயங்களைக்கூடத் தாங்களே வெளியிடக்கூடும் என்பதையும் முஜிப் முன்னரே கோடி காட்டியிருந்தார்.

யாஹ்யாவின் தயக்கத்துக்கு பூட்டோவின் பேராசை வலுவூட்டியது. ஏனெனில் பாகிஸ்தானின் இரு பிரிவுகளுக்கிடையே ஒருவித காலனி ஆதிக்க உறவே நிலவியது. மேற்கு, கிழக்கின்மீது ராணுவ, பொருளாதார, கலாசார ரீதியில் ஆதிக்கம் செலுத்தியது. அவர்களுடைய தலைவிதியை நிர்ணயிக்கும் நிலையில் ஒரு வங்காளி இருந்தது கண்டு தளபதி, பெருநிலப் பிரபு இருவருமே அச்சமடைந்தனர். மேற்கு பாகிஸ்தானிய முஸ்லிம்கள், வங்காள முஸ்லிம்களை கையாலாகாத பேடிகள் என்றே கருதினர். மேலும் இந்துக்களின் நெருக்கத்தால், அவர்கள் கெட்டுப்போய்விட்டதாகவும் கருதினர். (அப்போது 1 கோடி இந்துக்கள் அங்கு வசித்தனர்.) இந்த இந்துக்களில் பலர் வக்கீல்கள், டாக்டர்கள், பல்கலைக்கழகப் பேராசிரியர்கள். முஜீபின் அவாமி லீக், ஆட்சி அமைத்தால் நடைமுறைக்கு வரும் 'அரசியல் அமைப்புச் சட்டத்தில் இந்துக்களின் இரும்புக்கரம் இருக்கும்' என்று மேற்கு பாகிஸ்தானிய மேட்டுக்குடியினர் பயந்தனர்.[12]

மறுபக்கத்தில் கிழக்கு பாகிஸ்தானி முஸ்லிம்கள் மேற்கு பாகிஸ்தானி முஸ்லிம்களை, 'ஆளும் வர்க்கமாக, அன்னிய ஆளும் வர்க்கமாக, கொள்ளைக்கார அன்னிய ஆளும் வர்க்கமாக' கருதினார்கள். ஆட்சியாளர்கள்

தங்கள் வங்காள மொழியை ஒதுக்குவதை அவர்கள் எதிர்த்தனர். மேற்குப் பகுதியினருக்கு உணவு அளிப்பதற்காக அவர்களுடைய விவசாயச் செல்வம் வற்றவைக்கப்படுவதாகக் குற்றம் சாட்டினர். மேலும், பாகிஸ்தானிய அதிகார வர்க்கத்திலும், நீதித் துறையிலும், மிக மிக முக்கியமாக, ராணுவத்திலும் உயர் நிலைகளில் வங்காளிகள் மிகவும் குறைவாக இருப்பதை அவர்கள் சுட்டிக்காட்டினர். பாரபட்சம் காட்டப்படுகிறது என்ற உணர்வு பல ஆண்டு களாக வளர்ந்துகொண்டே இருந்தது. 1970 தேர்தல்கள் நடந்த நேரத்தில், 'அரசியல் உணர்வு மிக்க கிழக்கு பாகிஸ்தானிய வங்காளிகள், 1,000 மைலுக்கு அப்பால் இருந்து ஆட்சி செய்யப்படுவதை ஏற்புடையதாகக் கருதவில்லை.'[13]

1971 ஜனவரியில் யாஹ்யா கானும் பூட்டோவும் கிழக்கு பாகிஸ்தான் தலைநகர் டாக்காவுக்குத் தனித்தனியே பயணம் மேற்கொண்டனர். முஜிபோடு பேச்சு வார்த்தை நடத்தினர். ஆனால் அவர் கூட்டாட்சி அரசியல் அமைப்பில் உறுதியாக இருப்பதைக் கண்டனர். தேசிய நாடாளுமன்றம் கூடுவதை அதிபர் ஒத்திவைத்தார். அதற்கு பதில் அளிக்கும்வகையில் அவாமி லீக், காலவரையரை அற்ற வேலை நிறுத்தத்துக்கு அழைப்பு விடுத்தது. கிழக்கு பாகிஸ்தான் முழுவதும் கடைகளும் அலுவலகங்களும் மூடப்பட்டன. ரயில்வேயும் விமான நிலையங்களும்கூட மூடப்பட்டன. போலீசாருக்கும் போராட்டக்காரர்களுக்கும் இடையே தினசரி மோதல்கள் நிகழ்ந்தன.

ராணுவம், கிளர்ச்சிகளை வன்முறை கொண்டு ஒடுக்கத் தீர்மானித்தது. புதிய படைகள் வான் வழியாகவும் கிழக்கு சிட்டகாங் துறைமுகத்துக்கு கப்பல்கள் மூலமாகவும் வரவழைக்கப்பட்டன. மார்ச் 25, 26-ம் தேதி இரவில் பல்கலைக்கழகத்தின்மீது ராணுவம் பெருத்த தாக்குதல் ஒன்றை தொடங்கியது. அந்தப் பல்கலைக்கழக மாணவர்களில் பலர் அவாமி லீக் கட்சியின் முக்கிய மான ஆதரவாளர்கள். கல்லூரி வளாகத்துக்குள் டாங்குகள் அணிவகுத்துச் சென்று, மாணவர் விடுதிமீது குண்டுகளை வீசியது. மாணவர்கள் சுற்றி வளைக்கப்பட்டு, சுட்டுத் கொல்லப்பட்டு, அவசர அவசரமாகத் தோண்டப் பட்ட குழிகளில் தள்ளப்பட்டு, புல்டோசர்கள் கொண்டு மண்ணால் மூடப் பட்டனர். நகரின் பிற இடங்களில் இரு படைப் பிரிவுகள் வங்காளிப் பத்திரிகை அலுவலகங்களையும் அரசியல்வாதிகள் வீடுகளையும் குறிவைத்துத் தாக்கின. அதே இரவில் முஜிபுர் ரஹ்மான், அவர் வீட்டில் கைது செய்யப்பட்டு, மேற்கு பாகிஸ்தானில் ரகசியமான ஓர் இடத்துக்கு விமானத்தில் அழைத்துச் செல்லப்பட்டார்.[14]

பாகிஸ்தான் ராணுவம் கிராமப்புறங்களில் எல்லாம் பரவி, எங்கெல்லாம் கிளர்ச்சிகள் நடந்தனவோ அங்கெல்லாம் அவற்றை நசுக்கியது. கிழக்கு வங்காளப் படைகள் எங்கெல்லாம் முடியுமோ, அங்கெல்லாம் கலகம் செய்து, பிரிந்து சென்றனர். சிட்டகாங்கில் ஒரு மேஜர், வானொலி நிலையத்தைக் கைப்பற்றி, பங்களாதேச சுதந்தர மக்கள் குடியரசு நிறுவப்பட்டுவிட்டதாக அறிவித்தார்.[15] இந்த கெரில்லாக்களை எதிர்கொள்ள ராணுவம், ரஜாக்கர்கள் என்ற உள்ளூர் விசுவாசிகளைக் கொண்ட படையை அமைத்தது. அவர்கள், மொழிக்கு அப்பால், மத அடிப்படையில் ஒன்றுபட்ட பாகிஸ்தானை நிறுவ

விரும்பினர். கிராமங்கள், சிறு நகரங்கள், அங்கும் இங்குமாக சில விமான நிலையங்கள் போன்றவை முதலில் கிளர்ச்சியாளர்கள் வசம் வந்து பின்னர் திரும்பக் கைப்பற்றப்பட்டன. பழி வாங்கும் நடவடிக்கைகள் மேலும் மேலும் கடுமையாகின. 'ராணுவ அதிகாரிகளும் படை வீரர்களும், இப்போது, இந்துக்களால் கெட்டுப்போன வங்காளிகளுக்கு எதிரான ஜிஹாதில் ஈடுபடு கின்ற அடையாளத்தைக் காட்டினர்' என்றார் ஓர் அமெரிக்க தூதரக அதிகாரி.[16]

கலவரக்காரர்களுக்கு எதிரான செயல்பாடுகளையும், எவ்வாறு அரசு தன் அதிகாரத்தை மீண்டும் நிலைநாட்டியது என்பதையும், அரசுக்கு எதிரானோர் கைப்பற்றிய இடங்கள் எப்படி மீண்டும் பெறப்பட்டன என்பதையும் பின்னாளில் படைவீரர் ஒருவர் விவரமாக எழுதிவைத்தார். அவர் நினைவு கூர்ந்ததுபோல, 'கிளர்ச்சிக்காரர்களின் எதிர்ப்பைச் சமாளிப்பதைவிட நிலப் பரப்பு தந்த சிரமங்களைச் சமாளிப்பது கடினமாக இருந்தது. தகவல் தொடர்பு சாதனங்களுக்கு ஏற்பட்ட சேதமும், கிளர்ச்சிக்காரர்கள் பொதுமக்களுடன் ஒன்று கலந்ததும் சேர்ந்து முன்னேற்றத்தைக் கடினமாக்கிவிட்டன.'[17]

முதல் அதிரடி நடவடிக்கைக்குப் பிறகு, வெளிநாட்டு பத்திரிகையாளர்கள் கிழக்கு பாகிஸ்தானை விட்டு வெளியேறுமாறு ஆணையிடப்பட்டனர். ஆனால் பிறகு ஒரு சிலர் மட்டும் திரும்பிவர அனுமதிக்கப்பட்டனர். ஒரு ஜெர்மன் பத்திரிகையாளர் எங்கு பார்த்தாலும் உள்நாட்டுப் போர் மூண்டிருப்பதாகக் கண்டார்; நகரத்தில் கடைத்தெருக்கள் தீயிடப் பட்டிருந்தன; கிராமப்புறங்களில் வீடுகள் எல்லாம் சூறையாடப்பட்டிருந்தன. 'ஒரு காலத்தில், உற்சாகமும் ஆற்றல் வேகமும் கொப்பளித்த பகுதிகள் இப்போது பாழடைந்த வெற்றிடங்களாகக் காட்சியளித்தன.' அமெரிக்க நிருபர் ஒருவர், டாக்கா நகர், 'ராணுவக் கட்டுப்பாட்டில், பலாத்காரம், அச்சுறுத்தல், பயங்கரம் ஆகியவற்றின் பிடியில்' ஆளப்பட்டு வருவதைக் கண்டார். ராணுவம் குறிப்பாக இந்துச் சிறுபான்மையினரைக் கொடுமைக்கு உள்ளாக்கியது. 'இந்துக்கள் இருக்கிறார்களா, இல்லையா என்பது பற்றி எல்லாம் கவலைப்படாமல், அவர்களது கோவில்கள் இடித்துத் தள்ளப் பட்டன.' உலக வங்கிக் குழு ஒன்று கிழக்கு பாகிஸ்தானுக்குப் பயணம் செய்து, 'நகரங்கள், மாநகரங்கள், கிராமங்கள் என அனைத்து இடங்களிலும் உடைமைகள் பொதுவாக அழிக்கப்பட்டு, மக்களிடையே எங்கும் அச்சம் நிலவியதை' கண்டனர்.[18]

டாக்காவில் நடைபெற்ற ராணுவ நடவடிக்கையால், மக்கள் அச்சத்தில் நகரை விட்டுக் கூட்டமாக வெளியேறினர். நாட்டின் உட்புறங்களிலும் வன்முறை ஏற்பட்டதால் அதிகமான இந்த வெளியேற்றம், எல்லை கடந்து இந்தியாவுக்கு அவர்களை அனுப்பியது. 1971 ஏப்ரல் கடைசியில் இந்தியாவில் 5 லட்சம் கிழக்கு பாகிஸ்தான் அகதிகள் இருந்தனர். இது மே கடைசியில் 35 லட்சமாகவும், ஆகஸ்ட் கடைசியில் 80 லட்சத்துக்கு மேலும் ஆனது. இதில் பெரும்பான்மையினர் இந்துக்கள்.[19] எல்லை நெடுகிலும், மேற்கு வங்காளம், திரிபுரா, மேகாலயா ஆகிய மாநிலங்களில் அகதி முகாம்கள் அமைக்கப் பட்டன. சுமையைப் பிரித்தளிக்கும் வகையில் மத்தியப் பிரதேசம், ஒரிஸா

ஆகிய மாநிலங்களிலும் முகாம்கள் திறக்கப்பட்டன. மூங்கில், பாலிதீன் கொண்டு அமைக்கப்பட்ட குடிசைகளில் அகதிகள் தங்கவைக்கப்பட்டனர். சில அதிர்ஷ்டக்காரர்கள் பள்ளி, கல்லூரி வராந்தாக்களில் தங்கவைக்கப் பட்டனர். அவர்களுக்கான உணவு இந்தியாவின் கிடங்குகளிலிருந்து வந்தன. பசுமைப் புரட்சிக்கு முன்பு என்றால், இந்த அளவுக்கு உணவு கிடைத்திருந் திருக்காது. மேற்கத்திய தொண்டு நிறுவனங்களும் உணவுப் பொருள்களை வழங்கின.[20]

ஆரம்பம் முதலே இந்திய அரசு 'திறந்த கதவு' கொள்கையை மேற்கொண்டது. வருபவர் அனைவரும் அனுமதிக்கப்பட்டனர். முக்கியமாக அகதி முகாம் களை நிர்வகிக்கும் பொறுப்பு மாநிலங்கள் வசம் இல்லாமல் மத்திய அரசாங்கத் தின்வசம் இருந்தது. சொல்லப்போனால், சச்சரவின் ஆரம்பம் முதலே மத்திய அரசு, அதன் ரகசியத் தகவல் தொடர்புகளில் 'பங்களாதேசத்துக்கான போராட்டம்' என்று குறிக்கப்பட்ட பிரச்னையில் தீவிர ஆர்வம் செலுத்தியது. மறுபுறத்தில் இஸ்லாமாபாத், அதுபற்றி, 'இஸ்லாமிய பாகிஸ்தானுக்கு எதிரான இந்திய-இஸ்ரேல் சதி' என்று கோபத்துடன் குறிப்பிட்டது.[21] இது அளவுக்கு மீறிய கற்பனையே. ஏனெனில் பிரச்னை முழுவதுமே பாகிஸ்தானின் உள் நாட்டு விவகாரம்தான். இதில் இஸ்ரேல் எந்தக்கட்டத்திலும் ஈடுபடவில்லை. ஆனால், சண்டை தானாகத் தோன்றிவிட்ட நிலையில், இந்தியா தனது நலன்களுக்கு ஆதரவாக நெருப்பை ஊதிவிடாமல் இல்லை.

இதில் முக்கியமான பங்கு வகித்தது 'ரா' என்னும் ஆராய்ச்சி மற்றும் பகுப் பாய்தல் பிரிவு. இது அமெரிக்காவின் உளவு அமைப்பான சி.ஐ.ஏ மாதிரியில் 1968-ல் ஏற்படுத்தப்பட்டது. அதன் நோக்கம், உலக அளவில் இந்திய நலன்களை நாடுவது. அதன் செயல்முறைகள் நாடாளுமன்ற விசாரணை களுக்கும் விவாதங்களுக்கும் அப்பாற்பட்டது. அது பிரதமர் அலுவலகத்தின் நேரடிப் பொறுப்பின்கீழ் வருவது. இந்த ரா அமைப்பின் தலைவர், தவிர்க்கமுடியாதபடி, ஒரு காஷ்மீரி பிராமணரான, ஆர்.என். காவ் என்பவர். அந்த அமைப்பின் அலுவலர்கள் காவல்துறையிலிருந்து தேர்ந்தெடுக்கப் பட்டார்கள். சில சமயங்களில் ராணுவத்திலிருந்து தேர்ந்தெடுக்கப்படுவதும் உண்டு. பாகிஸ்தானில் தேர்தல்கள் அறிவிக்கப்பட்ட உடனேயே, ரா அந்நாடு பற்றிய அறிக்கைகளை எழுதுவதில் சுறுசுறுப்பாகிவிட்டது. 1971 ஜனவரியில் எழுதப்பட்ட ஒரு குறிப்பில், பாகிஸ்தானின் ஆயுதபலம் குறித்து எச்சரிக்கை தரும் வர்ணனை ஒன்று இருந்தது. அதன் படைகள், டாங்குகள், விமானங்கள், கப்பல்கள் ஆகியவற்றின் எண்ணிக்கை விவரங்களை அளித்ததோடு, 'இந்தியாவோடு போரிடுவதற்கு ஏற்ற ராணுவ ஆயத்த நிலையை அந்த நாடு பெற்றிருப்பதாக' தெரிவித்தது. 'சீன-பாகிஸ்தான் ரகசிய உறவை நோக்கும் போது, பாகிஸ்தான் இந்தியாமீது பலமான தாக்குதல் ஒன்றை நடத்தக்கூடும் என்பது உண்மையே' என்று அந்தக் குறிப்பு கருதியது. மேலும், ஆபத்தான அரசியல் சூழ்நிலை காரணமாக, அந்த நாட்டின் தளபதிகள் வெவ்வேறு தாக்கு தல் முயற்சிகளை, 1965-ஐப் போலவே ஆரம்பத்தில் மேற்கொள்ளலாம் என்றும் ஜம்மு காஷ்மீர் பகுதியில் நுழையலாம் என்றும் அது எச்சரித்தது.[22]

யாஹ்யா கானுக்கு அத்தகைய எண்ணம் 1971-ல் இருந்ததா என்பதுபற்றி பாகிஸ்தானிய ஆவணங்களே சொல்ல முடியும். பாகிஸ்தான்மீதான தாக்குதல் பற்றிய சில திட்டங்கள் இந்தியாவுக்கு இருந்ததாக இந்தியத் தரப்பு ஆவணங்கள் தெரிவிக்கின்றன. பி.என். ஹக்ஸரும் அவருடைய சகாவும் ரஷ்யாவுக்கான இந்தியத் தூதருமான டி.பி. தாரும் அத்தகைய சிந்தனைகளில் ஈடுபட்டிருந்தனர். 1971 ஏப்ரலில் தார் ஹக்ஸருக்கு எழுதிய கடிதத்தில், இந்தியா பாகிஸ்தானுடனான பிரசார யுத்தத்தில் வெற்றி பெற்றுவருவதாக மகிழ்ச்சியுடன் தெரிவித்தார். முக்கியமாக பாகிஸ்தானின் அடக்குமுறையால் பாதிக்கப்பட்டவர்களுக்கு உதவிசெய்வதன்மூலம் இதனைச்சாதித்திருப்பதாக எழுதியிருந்தார். சில நிபுணர்கள் உடனடி ராணுவ நடவடிக்கையை விரும்பினர். ஆனால் தார் வேறுமாதிரி சிந்தித்தார். 'உடனடித் தாக்குதல் தொடர்பான கொள்கைகளையும் திட்டங்களையும் விடுத்து, மேற்கு பாகிஸ்தானின் நன்கு பயிற்சிபெற்ற சேனைகளைத் தோற்கடிப்பதை யோசிப்பதற்கு பதிலாக, மேற்கு பாகிஸ்தானின் பலத்தையும் ஆதாரங்களையும் உறிஞ்சிடும் வகையிலான பெரும் குழியாக கிழக்கு பாகிஸ்தானை ஆக்கவேண்டும். ஒரு வாரம், இரண்டு வாரம் என்ற அளவில் யோசிக்காமல் ஒரு வருடம் அல்லது இரண்டு வருடம் என்ற அளவில் யோசிக்கவேண்டும்.'[23]

IV

1971 கோடையில், நூற்றுக்கணக்கான அகதி முகாம்களை அமைத்ததோடு மட்டுமின்றி, இந்தியா, வங்காளி கெரில்லாக்களுக்கான பயிற்சி முகாம்களை நடத்திவந்தது. முக்தி வாஹினி என்ற பெயரில் அழைக்கப்பட்ட இவ்வீரர்கள் மொத்தம் சுமார் இருபதாயிரம் இருக்கலாம். ஒன்றுபட்ட பாகிஸ்தான் படையின் வீரர்கள் சிலருடன், இலகு ரகத் துப்பாக்கிகளைச் சுடக் கற்றுக் கொண்ட சில தொண்டர்களும் அதில் இருந்தனர். முதலில் இவர்களுக்கான பயிற்சியை, எல்லைக் காவல் படையினர் அளித்து வந்தனர். ஆனால் இலையுதிர் காலத்தில் இந்திய ராணுவமே நேரடி பயிற்சிப் பொறுப்பை ஏற்றுக்கொண்டது. அந்த கெரில்லாக்கள் இந்தியத் தளங்களிலிருந்து கிழக்கு பாகிஸ்தானுக்குள் ஊடுருவி, படை முகாம்களைத் தாக்கவும், தகவல் தொடர்பு சாதனங்களை அழிக்கவும் முயற்சி மேற்கொள்வார்கள்.[24]

1971 ஏப்ரலில் சீனப் பிரதமர், பாகிஸ்தான் அதிபருக்கு எழுதிய கடிதத்தில், அவருடைய நாட்டு உள் விவகாரங்களில் இந்தியாவின் அப்பட்டமான குறுக்கீட்டைக் கண்டித்திருந்தார். 'ஒன்றுபட்ட பாகிஸ்தானின் ஒற்றுமையைக் குலைக்க முயற்சி செய்யும், விரல் விட்டு எண்ணக்கூடிய ஒரு சிலரின் வேலை' என்று அவர் அங்கிருந்த எதிர்ப்பை ஒதுக்கித் தள்ளியிருந்தார். 'நாடு பிடிக்கும் இந்தியப் பேராசைக்காரர்கள், பாகிஸ்தான்மீது போர் தொடுக்கும் தைரியத்தை வரவழைத்துக்கொண்டால், எப்போதும்போலவே சீன அரசும் சீன மக்களும், பாகிஸ்தான் அரசுக்கும் அதன் மக்களுக்கும், அவர்களுடைய

இறையாண்மையையும் தேசிய சுதந்தரத்தையும் பாதுகாக்கும் நியாயமான போராட்டத்தில் உதவுவார்கள்' என உறுதியளித்தார்.[25]

சௌ என் லாயின் கடிதம் பாகிஸ்தான் பத்திரிகைகளில் வெளியிடப்பட்டது. நிச்சயம், எல்லை தாண்டியும் படிக்கப் பட்டிருக்கும். இதற்கிடையே புது தில்லி, மூத்த கேபினெட் அமைச்சர்களை ஐரோப்பிய, ஆப்பிரிக்க நாடுகளுக்கு அனுப்பி, கிழக்கு பாகிஸ்தானில் நடக்கும் அவலத்தையும், அதைச் சமாளிக்க இந்தியா எப்படிப்பட்ட முயற்சிகளை எடுத்துவருகிறது என்பதையும் விளக்கிக் கூற முற்பட்டது. பாகிஸ்தான் ராணுவத்தைக் கட்டுப்படுத்துமாறு இந்தியப் பிரதமர் உலகத் தலைவர்களுக்குக் கடிதம் எழுதினார். 1971 ஜூலை முதல் வாரத்தில், அமெரிக்க ஜனாதிபதி நிக்ஸனின் பாதுகாப்பு ஆலோசகராக இருந்த டாக்டர் ஹென்றி கிஸ்ஸிங்கர் புது தில்லியில் திருமதி காந்தியைச் சந்தித்தார். அப்போது அவருக்கு 'கிழக்குப் பாகிஸ்தான் பிரச்னையின் தீவிரம்' உணர்த்தப்பட்டது. அகதி வெள்ளம் இந்தியாவுக்குப் பெரும் சுமையை அளித்திருந்தது. 'இதுவரை மன உறுதியால் மட்டுமே தாக்குப்பிடித்துக் கொண்டுவருகிறோம். கிழக்கு வங்காளத்தின் உண்மையான தலைவர்களோடு அந்நாட்டு மக்கள் திருப்தி அடையும் வகையில் ஒரு தீர்வு காணப் பட்டால்தான், ஆபத்து முடிவுக்கு வரும்' என்றார் பிரதமர். பாகிஸ்தானுடைய ராணுவ ஆட்சியாளர்கள் அத்தகைய தீர்வு ஒன்றைக் காணுமாறு அமெரிக்கா அவர்களை வற்புறுத்தவேண்டும் என்றார் பிரதமர்.[26]

கிஸ்ஸிங்கர், புது தில்லியிலிருந்து இஸ்லாமாபாத்துக்கும், அங்கிருந்து ரகசியமாக சீனத் தலைநகர் பீகிங்குக்கும் சென்றார். நீண்ட காலமாகவே விரோதப் போக்குகொண்ட அந்த இரு நாடுகளுக்கு இடையே, பாகிஸ்தான் சமரசம் ஏற்படுத்த முயற்சி செய்திருந்தது. இஸ்லாமாபாத்தின் ராணுவத் தளபதிகளுக்குப் பக்கபலமாக அமெரிக்கா நிற்பதற்கு, சீன-அமெரிக்க உறவை ஏற்படுத்த பாகிஸ்தான் அளித்த உதவியும் ஒரு காரணமாயிற்று. எனவே, கிஸ்ஸிங்கர் ஜனாதிபதி நிக்ஸனிடமிருந்து திருமதி காந்திக்கு ஒரு கடிதத்தைக் கொண்டுவந்து கொடுத்தார். அதில், அகதிகளை அமைதியாகத் திரும்ப அனுப்பவும், பாகிஸ்தான் ஒன்றுபட்ட நாடாக இருக்கவும் இந்தியா உதவவேண்டும் என்று கேட்டுக்கொள்ளப்பட்டிருந்தது. அதனை மறுத்து பிரதமர் கோபமாக எழுதிய பதிலில், 'பாகிஸ்தானுக்கு அமெரிக்கா அளித்த ஆயுதங்கள் 1965-ல் இந்தியாவுக்கு எதிராகத் திருப்பப்பட்டன. இப்போது அதே ஆயுதங்கள் அவர்களுடைய நாட்டு மக்கள்மீது பயன்படுத்தப்படு கின்றன. அந்த மக்கள் செய்த ஒரே தவறு, ஜனநாயக ஆட்சியைத் திரும்பக் கொண்டுவருவதாக அதிபர் யாஹ்யா கான் அளித்த உறுதி மொழியைத் தீவிரமாக உண்மை என்று எடுத்துக்கொண்டதுதான்' என்றார். அமெரிக்க அதிபர், அகதிகள் திரும்ப அனுப்பப்படுவதை மேற்பார்வை செய்யுமாறு ஐ.நா. நோக்கர்களிடம் கோரிக்கை வைத்திருந்தார். 'யூதர்களும் நாஸிஸத்துக்கு எதிரானவர்களும் தொடர்ந்து படுகொலை செய்யப்பட்டுவந்த நிலையில், ஹிட்லருடைய கொடுமைகளிலிருந்து தப்பி ஓடிவந்த அகதிகளை திரும்பச்

செல்லுமாறு தூண்டுவதில் லீக் ஆஃப் நேஷன்ஸ் நோக்கர்களால் வெற்றி பெற முடிந்திருக்குமா?' என்று கேட்டார் திருமதி காந்தி.[27]

அண்மையில் ரகசிய நீக்கம் செய்யப்பட்ட கோப்புகளைப் பார்க்கும்போது, அதிபர் நிக்ஸனின் பார்வைக்கும் அவரது ஆலோசகரின் பார்வைக்கும் இடையே காணப்படும் வித்தியாசத்தைத் தெளிவாக உணரமுடிகிறது. கிஸ்ஸிங்கரின் வரலாற்றுப் பார்வை, என்றோ ஒரு நாள் சுதந்தர பங்களாதேசம் அமையும் என்பதை முன்னதாகவே கண்டது. அவர் வாஷிங்டனில் இருந்த இந்தியத் தூதரிடம், 'இந்தியா, ஆற்றல் மிகுந்த ஓர் உலக வல்லரசாக ஆகும். ஆனால் பாகிஸ்தான் எப்போதும் ஒரு பிராந்திய சக்தியாகவே இருக்கும்' என்று உணர்ந்து கூறியிருந்தார்.

எனினும் கிழக்கு வங்காளப் பிரச்னைக்கு ராணுவத் தீர்வு ஒன்றைக் காண முடியும் என்று நிக்ஸன் நம்பிக்கை கொண்டிருந்தார். அவர் ஒரு நாட்டின்மீது தீவிரமான வெறுப்பு கொண்டிருந்தார். 'இந்தியர்கள் ஒன்றுக்கும் உபயோக மற்றவர்கள்' என்று கிஸ்ஸிங்கரிடம் கூறினார். அதே நேரம், மற்ற நாட்டுத் தலைவரிடம் உணர்வுபூர்வமான நெருக்கத்தைக் கொண்டிருந்தார். நிக்ஸனுடைய கருத்தின்படி, யாஹ்யா கான் 'நியாயமான, நல்ல' மனிதர், கிழக்கு வங்காளக் கிளர்ச்சியை ஒடுக்க உதவி செய்வதன்மூலம் யாஹ்யா கானின் அமெரிக்க விசவாசத்துக்குப் பரிசளித்ததாகவும் ஆகும். 1971 ஏப்ரலில் கிஸ்ஸிங்கர் குறிப்பு ஒன்றைத் தயாரித்திருந்தார். அதில் அவர், 'கிழக்கு பாகிஸ்தானுக்கு எதிர்காலத்தில் மேலும் அதிகமான சுயாட்சி, முடிவில் ஒருவேளை சுதந்தரம்!' என்று குறிப்பிட்டிருந்தார். அதன்மீது அதிபர், 'யாஹ்யா கானுக்கு இந்த நேரத்தில் அதிகம் நெருக்கடி கொடுக்காதீர்கள்' என்று கிறுக்கியிருந்தார்.

'அதிபர் யாஹ்யா கானிடம், ஜனாதிபதி தனியான ஒரு பரிவு கொண்டிருக் கிறார். அதன்மீது ஒருவர் ஒரு கொள்கையை உருவாக்க முடியாது. ஆனாலும் இது வாழ்க்கையின் நிதர்சனமான உண்மை' என்று கிஸ்ஸிங்கர் ஓரளவு ஏமாற்றத்துடன் தன் சகாவிடம் சொன்னார். 1971 ஆகஸ்டில் நிக்ஸன் தன் ஊழியர்களிடம் தனது விருப்பு வெறுப்புகளை வெளிப்படையாகவே சொன் னார். 'பாகிஸ்தானிகள் நேர்மையானவர்கள். ஆனால் சில சமயம் படு முட்டாள்தனமாக நடந்துகொள்வார்கள். ஆனால் இந்தியர்கள் மிகவும் தந்திரக்காரர்கள். சில சமயங்களில் அவர்கள் மதிநுட்பமாக நடந்துகொள்ளும் விதத்தைக் காணும்போது நாமே அவர்கள் பக்கம் சாய்ந்துவிடுவோம்' என்றார் நிக்ஸன். 'பாகிஸ்தானை உடைக்க இந்தியா அகதிகளை ஒரு காரணமாகக் காட்டுவதை அமெரிக்கா ஏற்றுக்கொள்ளாது, ஏற்றுக்கொள்ளவும் கூடாது' என்று வலியுறுத்தினார்.[28]

இந்தியா ஒரு வல்லரசிடமிருந்து விலகிய அதே நேரம், இன்னொரு வல்லரசிடம் நெருங்கிக்கொண்டிருந்தது.[29] புது தில்லியின் மதிப்பீட்டின்படி, 'கிழக்கு மற்றும் மேற்கு பாகிஸ்தானிகள் மீண்டும் ஒன்றிணைய முடியாது' என்பதை மாஸ்கோவும் ஏற்றுக்கொண்டிருந்தது. சோவியத் ரஷ்யாவும்

இந்தியாவும் தங்களுக்கிடையே, கச்சாப் பொருள்களையும் உற்பத்திப் பொருள்களையும் அதிகமான அளவில் பரிமாற்றம் செய்துகொள்ளும்படியான நெருக்கமான பொருளாதார ஒத்துழைப்பு பற்றி யோசித்துக்கொண்டிருந்தனர். இதனை மேலும் ஊக்கப்படுத்தும்வகையில் இந்திய விமானப் படைக்கு டி.யு. 22 குண்டுவீசும் விமானங்களை விற்க சோவியத் ரஷ்யா முன்வந்தது. இதனைப் பரிந்துரைத்த இந்தியத் தூதர் டி.பி. தார், இவை மேற்கத்திய விமானங்களைவிடத் தரம் குறைந்தவை என்பதை ஒப்புக்கொண்டாலும், நேடோ நாடுகளிடம் விமானம் வாங்குவதற்கு விதிக்கப்படும் நிபந்தனைகள் 'அரசியல்ரீதியாக ஏற்க முடியாததாக இருப்பதோடு பொருளாதார ரீதியிலும் மறுக்கக்கூடிய வகையிலேயே' இருக்கும் என்று குறிப்பிட்டார்.[30]

1971 ஜூனில் இந்திய வெளியுறவுத் துறை அமைச்சர் சர்தார் ஸ்வரண் சிங் மாஸ்கோவுக்குப் பயணம் செய்வதாக இருந்தார். அவர் வருகைக்குச் சற்று முன்னதாக சோவியத் வெளியுறவு அமைச்சகம், ரஷ்யாவும் இந்தியாவும் நட்புறவு உடன்படிக்கை ஒன்றில் கையெழுத்திடலாம் என்ற யோசனையுடன் டி.பி. தாரை அணுகியது. 'அது, பாகிஸ்தான் மற்றும் சீனாவை ராணுவ நடவடிக்கை எதையும் மேற்கொள்ளும் எண்ணத்தை வலுவாகத் தடுக்கும்' என்றும் கூறியது. பாகிஸ்தானைப் பற்றி இந்தியா கவலைப்படவேண்டியதில்லை என்றாலும், வடக்கிலிருந்து வரும், எதிர்பார்க்கமுடியாமல் நடந்துகொள்ளக்கூடிய பகைவரை (சீனாவை) பற்றிக் கருத்தில் கொள்ளவேண்டும் என்று தாரிடம் கூறப்பட்டது.[31] பிறகு, இரு வெளியுறவு அமைச்சர்களும் சந்தித்தபோது, அவர்களுடைய பேச்சு வார்த்தைகளில், சீனா பற்றிய சந்தேகம் முக்கிய இடம் வகித்தது. பாகிஸ்தானின் ராணுவ ஆட்சிக்கு 'வெளிப்படையாக, சந்தேகத்துக்கு இடமின்றி, முழுக்க முழுக்க உதவி செய்யும்' ஒரே நாடு சீனா மட்டுமே என்று ஸ்வரண் சிங் குறிப்பிட்டார். 'ரஷ்யா எதைச் செய்கிறதோ, சீனர்கள் எப்போதும் அதற்கு எதிராகவே இருக்கிறார்கள். நாம் ஆதரிக்கும் எந்தப் பிரச்னையும் அவர்களுடைய எதிர்ப்பைச் சம்பாதிக்கிறது. உதவிக்குத் தகுதியற்றது என்று நாம் கருதும் எதுவும் அவர்களுடைய ஆதரவைப் பெறுகிறது. இந்தப் பொது விதிக்கு மாறாக தனி விலக்கு ஏதும் இருப்பதாக நான் நினைக்கவில்லை' என்றார் ஆண்ட்ரி குரோமிகோ.[32]

சீனாவுடனான இந்தியாவின் பகைமைப் போக்கு 1959-62 எல்லைத் தகராறு முதலே ஆரம்பமாகி விட்டது. ஆனால், சோவியத்தின் விரோதம் அண்மைக் காலத்தது. உலக கம்யூனிஸத் தலைமைப் போட்டியின் விளைவாக எழுந்தது. மா சேதுங், ரஷ்யாவின் கொள்கையில் ஏற்பட்ட மாற்றம் பற்றி வெறுப்புடன் குறிப்பிட்டிருந்தார். 1969-ல் யூரி நதிக்கரையில் இரு நாடுகளும் மோதிக் கொண்டன. இந்திய ரஷ்ய எல்லைகள் ஒன்றை ஒன்று எந்த இடத்திலும் தொட்டுக்கொள்ளாவிட்டாலும் இரு நாடுகளும் சீனாவுடன் மிக நீண்ட எல்லைகளைக் கொண்டிருந்தன. நெருக்கமான ஓர் ஒப்பந்தம், இரு நாடுகளின் நலனுக்கும் ஏற்றதாக இருந்தது. பொதுக் கருத்துக்கு மாறாக அந்த ஒப்பந்தம் வளர்ச்சி அடையாத ஏழை நாட்டினால் முன்மொழியப்படவில்லை; மாறாக

சக்தி வாய்ந்த வல்லரசால் மொழியப்பட்டது என்பதை மேலே கூறிய ரகசிய ஆவணங்கள் வெளிக்காட்டுகின்றன.

குரோமிகோவைச் சந்தித்தபிறகு ஸ்வரண் சிங், உத்தேச ஒப்பந்தம் பற்றி ரஷ்ய அமைச்சர்கள் குழுத் தலைவர் அலெக்ஸி கோஸிஜின்னுடன் விவாதித்தார். இரு நாடுகளுக்கும் இடையே ஒப்பந்த முன்வரைவு பரிமாறிக்கொள்ளப்பட்டு, 1971 ஆகஸ்ட் 9 அன்று, இரு வெளி உறவுத்துறை அமைச்சர்களாலும் புது தில்லியில் கையொப்பம் இடப்பட்டது. இந்தியக் குடியரசுக்கும் சோவியத் யூனியனுக்கும் இடையே செய்துகொள்ளப்பட்ட அமைதி, நட்பு மற்றும் கூட்டுறவு ஒப்பந்தம் மிகவும் பொதுவானது. இரு நாடுகளுக்கும் இடையே எக்காலத்திலும் நட்பு தொடரும். ஆனால் ஒப்பந்தத்தின் மிக முக்கியமான அம்சம் பிரிவு ஒன்பதில் உள்ள ஒரு வாக்கியத்தில் அமைந்திருந்தது.

> ஒப்பந்தம் செய்துகொண்டவர்களில் ஒருவர் தாக்குதல் அல்லது அச்சுறுத்தலுக்கு உள்ளானால், உடனே, இருவரும் இணைந்து ஆலோசனைகள் மேற்கொண்டு, அத்தகைய அச்சுறுத்தலை அகற்றவும், அமைதியை நிலைநாட்டவும், தம் நாடுகளின் பாதுகாப்பை உறுதிசெய்யவும் பொருத்தமான, பயனுள்ள நடவடிக்கைகளை மேற்கொள்வார்கள்.[33]

1971 கோடையின் பிற்பகுதியில் இந்த ஒப்பந்தத்தின் முக்கியத்துவம் தெளிவாகக் காணப்பட்டது. ஒருபுறத்தில் மேற்கு பாகிஸ்தான், சீனா, அமெரிக்கா. மறுபுறத்தில் கிழக்கு பாகிஸ்தான், இந்தியா, ரஷ்யா.

V

1971 செப்டெம்பர் கடைசி வாரத்தில் பிரதமர் ரஷ்யாவுக்குப் பயணம் மேற் கொண்டார். அடுத்த மாதம், அவர் வரிசையாக மேற்கத்திய நகரங்களுக்குப் பயணம் செய்து, இறுதியில் சுதந்தர உலகத்தின் தலைநகருக்குப் போய்ச் சேர்ந்தார். சென்ற இடங்களில் எல்லாம், கிழக்கு பாகிஸ்தானில் நடந்துகொண் டிருக்கும் பேரழிவைப் பற்றிப் பேசினார். வாஷிங்டனில், தேசிய பத்திரிகை யாளர் சங்கத்தில் பேசியபோது, 'இது சாதாரண உள்நாட்டுப் போர் அல்ல; ஜனநாயக முறைப்படி வாக்கு அளித்ததற்குத் தண்டனையாக அளிக்கப்பட்ட இனப் படுகொலை' என்றார். அனைத்துப் பிரச்னைகளுக்கும் மூலகாரணம், 'ஜனநாயகம் நசுக்கப்பட்டதே' என்றார். மேலும் கூறுகையில், 'உங்களுக்கு ஜனநாயகம் நல்லது என்றால் இந்தியாவில் உள்ள எங்களுக்கும் அது நல்லது. கிழக்கு பாகிஸ்தானில் உள்ள மக்களுக்கும் அது நல்லதுதான்' என்றார்.[34]

திருமதி காந்தியின் நவம்பர் பயணத்தின்போது அதிபர் நிக்ஸனை இருமுறை சந்தித்தார். கிஸ்ஸிங்கர் அந்தச் சந்திப்பை, 'செவிடர்கள் இருவருக்கு இடையே நடைபெற்ற உரையாடல்' என்று கருதினார். யாஹ்யா கானைப் பதவி யிலிருந்து அகற்ற அமெரிக்கா துணை போகாது என்று நிக்ஸன் கூறினார். மேலும், 'ராணுவ நடவடிக்கை எதுவும் கணக்கிட முடியாத அளவுக்கு

ஆபத்தை விளைவிக்கும்' என்று அவர் இந்தியாவை எச்சரித்தார். இதற்கு பதில் அளிக்கும் வகையில் திருமதி காந்தி, பாகிஸ்தான்தான் 'புனிதப் போர்' ஒன்றை நடத்தப்போவதாகக் கூறி வருகிறது என்றார். 'மேற்கு பாகிஸ்தானியர்கள் வங்காள மக்களைச் சதி செய்து, ஏமாற்றி வருவதோடு மட்டுமின்றி, அவர்களைச் சிறுமைப்படுத்திக் கீழான நிலைக்குத் தள்ளுகின்றனர். மாறாக, இந்தியா எப்போதுமே அதன் பிரிவினைச் சக்திகளிடம்கூட சகிப்புத் தன்மையையே காட்டி வருகிறது' என்றார் திருமதி காந்தி.[35]

திருமதி காந்தி வெளிநாடு சென்றிருந்தபோது போராட்டம் தீவிரம் அடைந்திருந்தது. அக்டோபர் கடைசியிலிருந்து எல்லையில் குண்டு வீச்சு மேலும் அதிகமானது. இந்த பரஸ்பர குண்டுத் தாக்குதல்களை இந்திய ராணுவம் வசதியாக எடுத்துக்கொண்டு, ஊக்கம் அளிக்கவே, கிளர்ச்சிக்காரர்கள் நாட்டுக்கு உள்ளேயும் வெளியேயும் எளிதில் சென்றுவந்தனர். நவம்பர் 3-ம் வாரத்தில் பீரங்கிச் சண்டைகள் ஆரம்பமாயின. 21 அன்று நடைபெற்ற சண்டையில் பாகிஸ்தானியர் 13 டாங்குகளை இழந்து விட்டதாகக் கூறப்பட்டது.[36] 'வரைமுறையற்ற, தூண்டுதலற்ற தாக்குதல் பாதையை இந்தியா கடைப்பிடிக்கிறது' என்று யாஹ்யா கான் நிக்ஸனிடம் முறையிட்டார். கிழக்கு பாகிஸ்தான் அருகில் 12 படைப்பிரிவுகள் நிறுத்தப்பட்டுள்ளன. இதனால் 'குறுகிய பிராந்தியத்தில் நடைபெறும் சண்டை மாபெரும் போராக மாறும்' அபாயம் உள்ளது.[37]

வரலாற்றின் அந்தக் கட்டத்தில் இரு நாடுகளின் ராணுவங்கள் ஒப்பிட முடியாத நிலையில் இருந்தன. கடந்த பத்தாண்டுகளில் இந்திய ராணுவம் படை பலத்தைப் பெருக்கியிருந்தது; அமைப்பை நவீனப்படுத்தியிருந்தது; உள் நாட்டில் ஆயுதத் தொழிற்சாலைகளுக்கு அடிக்கல் நாட்டியிருந்தது. இந்திய உளவுத்துறை பாகிஸ்தானின் பலத்தை மிகைப்படுத்திக் கூறி யிருந்தாலும், உண்மையில் இந்தியா அதன் அண்டை நாட்டைவிட இருமடங்கு டாங்குகளையும் அதிநவீன துப்பாக்கிகளையும் கொண்டிருந்தது என்று சர்வதேச போர்க்கலை ஆராய்ச்சி மையம் நடத்திய ஆய்வு ஒன்று தெரிவித்தது. மேலும் உள்நாட்டுப் போராலும், வங்காள அதிகாரிகள் விலகிப் போயிருந்ததாலும், தங்கள் நாட்டு மக்களையே தாக்கவேண்டி இருந்ததாலும், பாகிஸ்தான் படையினரின் உளநிலை மோசமாக பாதிக்கப்பட்டிருந்தது.[38]

இறுதியில், பலவீனமான அணிதான் வாய்ப்பை கெட்டியாகப் பற்றிக்கொள்ள முடிவு செய்தது. டிசம்பர் 3 பிற்பகல் பாகிஸ்தான் விமானங்கள் மேற்கு எல்லை நெடுகிலும் இந்திய விமானத் தளங்களைத் தாக்கின. அதே சமயம், 7 பீரங்கிப் படைப் பிரிவுகள் காஷ்மீரின் பல பகுதிகளைத் தாக்கின.

இந்தியர்களும் தொடர்ந்து பலத்த விமானத் தாக்குதல்களை நிகழ்த்தினர். காஷ்மீரிலும் பஞ்சாபிலும் அவர்கள் தரைவழியில் சரியான பதிலடி கொடுத்தனர். கடலிலும் முதன்முறையாக, கடல்படை கராச்சியை நோக்கிப் புறப்பட்டது. மேற்கில் வெடித்த சண்டை, இந்தியாவின் படைகளையும் டாங்குகளையும் கிழக்கு பாகிஸ்தானின் எல்லை தாண்டி உள்ளே புகுந்து

தாக்க, ஒரு நிழல் போராட்டத்தை வெட்டவெளிச்சப் போராக மாற்றிக்கொள்ள, சாக்காக அமைந்தது.[39]

இந்தியாவை மேற்குப் பக்கத்தில் தாக்க யாஹ்யா கான் எடுத்த முடிவை ஆரம்பத்திலும் பின்னரும் பார்க்கும்போது ஓரளவு வியப்பாகவே இருக்கிறது. ராணுவ வரலாற்றாளர் ஒருவர், அதை 'நம்பத் தகுதியானதாக இல்லை' என்று குறிப்பிட்டார்.[40] திடீர்த் தாக்குதல்கள் நடத்தப்பட்டால், சண்டை கைமீறிப் போவதற்கு முன்னதாக, ஒருவேளை ஐ.நா. சபையோ அமெரிக்காவோ தலையிடக்கூடும் என்று பாகிஸ்தானியர்கள் நம்பியிருக்கலாம். இஸ்லாமாபாத்தின் சில தளபதிகள் சீனாவிலிருந்து உதவி வரும் என்றும் நம்பினர். கிழக்கு பாகிஸ்தானின் படைத் தளபதி லெப்டினெண்ட் ஜெனரல் ஏ.ஏ.கே. நியாஸிக்கு படைத் தலைமையகத்திலிருந்து 'சீன நடவடிக்கைகள் விரைவில் தொடரும்' என்று தகவல் வந்தது.[41]

அப்படி ஓர் உதவி நிகழ்ந்திருக்க வாய்ப்பில்லை. ஆனால், டிசம்பரில் இமய மலையை மூடிய கடும்பனி, அதைச் சாத்தியம் இல்லாததாக ஆக்கியது. டாக்காமீது படை எடுக்க இதுவே சரியான நேரம்.

மூன்று மாதங்களுக்குமுன் என்றால், பருவ மழை தரையை மென்மையாக ஆக்கியிருக்கும். மூன்று மாதங்களுக்குப் பிறகு என்றால், சீனாவும் களத்தில் இறங்கி இந்தியா மற்றும் கிழக்கு பாகிஸ்தானுக்கும் தனக்கும் இடையேயான எல்லைக்குள் நுழைந்திருக்கலாம். தட்பவெப்ப நிலை சாதகமாக இருந்தது. உள்நாட்டு மக்களும் அதேபோல உதவினர். ஏற்கெனவே இந்தியாவிடம் இருந்த ராணுவ மேலாதிக்கத்துக்கு இது மேலும் சாதகமானது.

இந்தியப்படை டாக்காவை நோக்கி நான்கு வெவ்வேறு திசைகளிலிருந்து சென்றது. டெல்டா பகுதியில் ஆறுகள் குறுக்கும் நெடுக்குமாக ஓடின. ஆனால் பாலங்களை எங்கே அமைப்பது, நகரில் எந்தெந்த இடங்களில் எம்மாதிரியான பகைவர்கள் இருப்பார்கள் என்பதெல்லாம் முக்தி வாஹினி வீரர்களுக்குத் தெரிந்திருந்தது. வாஹினி வீரர்களுக்கு சாதாரண மக்கள் உதவி செய்தனர். பாகிஸ்தானிய தளபதி பின்னர் நினைவு கூர்ந்ததுபோல, 'உள்ளூர்வாசிகள் உதவியால், எங்கள் கடைசிப் பதுங்கு குழி வரையிலான அனைத்துப் போர் நிலைகளையும் இந்தியர்கள் அறிந்துவைத்திருந்தனர்.'[42] அவர்களுடைய பாதை அவ்வாறு எளிதாக்கப்பட்டதால், இந்தியர்கள் வேகமாக முன்னேறினர். டாக்காவுக்கும் மற்றொரு முக்கியமான நகரான சிட்டகாங்குக்கும் இடையே இருந்த தகவல் தொடர்புகள் துண்டிக்கப்பட்டன. முக்கியமான ரயில் வழித் தலைமையகங்கள் கைப்பற்றப்பட்டு எதிராளிகள் அசைய முடியாதவாறு ஆக்கப்பட்டனர்.[43]

டிசம்பர் 6 அன்று, இந்திய அரசாங்கம் அதுவரையில் மனத்துக்குள் வளர்த்து வந்த ஓர் எண்ணத்தை அதிகாரபூர்வமாக வெளியிட்டது. பழைய கிழக்கு பாகிஸ்தானுக்கு மாற்றாக புதிய தேசம் ஒன்றை உருவாக்கும் எண்ணம்தான் அது. அன்றுதான் அது, தாற்காலிக பங்களாதேச மக்கள் குடியரசின் அரசாங்கத்தை அங்கீகரித்தது. முஜிபுர் ரஹ்மான் இல்லாத நிலையில், சையத்

நஸ்ருல் இஸ்லாம், புதிய அரசின் தாற்காலிகத் தலைவர் ஆனார். அவர் ஒரு முழுமையான மந்திரி சபையை அமைத்தார். எப்படி நேசப்படைகளுக்கு டி காலின் சுதந்தர பிரெஞ்சுப் படை இருந்ததோ, அதேபோல இந்தியர்களுக்கு இந்த வங்க தாற்காலிக அரசு இருந்தது. பிரெஞ்சு தேசத்தை நேசப்படைகள் பிடித்துத் தரும்வரை அவர்கள் பொறுமை இழந்து காணப்பட்டது போன்றே, இவர்களும் பொறுமை இழந்து காணப்பட்டனர். போர் தொடங்கிய ஒரு வாரத்திலேயே இந்தியப் படைகள் டாக்காவை நெருங்கிவிட்டன. நகரின்மீது பீரங்கிகள் நெருப்பு மழை பொழிய, படைகள், வடக்கு, தெற்கு மற்றும் கிழக்குப் பக்கங்களிலிருந்து முன்னேறின. அமெரிக்காவின் ஏழாவது கடற்படைப் பிரிவின் ஒரு விமானம் தாங்கிக் கப்பல் வங்காள விரிகுடாவுக்குள் நுழைந்ததால் இந்தியர்களுக்கு தாற்காலிகப் பின்னடைவு ஏற்பட்டது. அந்தக் கடல் நடவடிக்கை மூலம் 'எங்களுடைய நிலையைப் பதிவு செய்கிறோம்' என்று கிஸ்ஸிங்கர் கூறினார்.[44]

அந்த அச்சுறுத்தல் பெயரளவுக்கு மட்டுமேயானது. வியட்நாம் போரில் சிக்கியிருந்த நிலையில், மற்றொரு போரில் இறங்குவது அமெரிக்காவுக்கு கடினமான ஒன்று. விவகாரம் கைமீறிப் போனால் இந்திய சோவியத் ஒப்பந்தம் செயல்பட வாய்ப்பு ஏற்படலாம். டாக்கா எந்த நேரமும் விழலாம் என்ற நிலையில், சரண் அடைய விரும்பிய டாக்காவின் நிர்வாக ஆளுநருக்கும், சண்டையைத் தொடர விரும்பிய ராணுவத் தளபதிக்கும் இடையே வாக்குவாதம் எழுந்தது. டிசம்பர் 9 அன்று ஆளுநர் 'உடனடியான போர் நிறுத்தம் கோரியும் அரசியல் தீர்வு காண வேண்டியும்' இஸ்லாமாபாத்துக்கு ஒரு தந்தி அனுப்பினார். இல்லாவிட்டால், 'கிழக்கு பாகிஸ்தானிலிருந்து இந்தியப் படைகள் விடுவிக்கப்பட்ட சில நாட்களில் மேற்கு பாகிஸ்தானும் தீவிர ஆபத்துக்கு உள்ளாகும்' என்று அவர் குறிப்பிட்டிருந்தார். மேலும் அவர், 'மேற்கு பாகிஸ்தானை இழப்பது அர்த்தமற்றது' என்று கருதினார். ஆனால், 'டாக்காவை இழக்கும் கடைசிக் கணம்வரை போரிடவேண்டும் என்பதே அவருக்கு இடப்பட்ட ஆணை என்பதால் தளபதி நியாஸி தன் கருத்தை ஏற்றுக் கொள்ளவில்லை' என்றும் குறிப்பிட்டிருந்தார்.[45]

ஆளுநரின் கருத்துகளை, தனித்தனியாக, பாகிஸ்தானின் நேச நாடுகளான சீனாவும் அமெரிக்காவும் உறுதி செய்திருந்தன. பத்தாம் தேதியன்று கிஸ்ஸிங்கர், தூதர் ஹுவாங் ஹுவாவை வாஷிங்டனில் சந்தித்தார். அந்த சீன ராஜதந்திரி, வங்காள தேசம் உருவாவது 'மாஞ்சூகுவோ'வின் மற்றொரு பதிப்பாக அமையும் என்றார். அதாவது, எப்படி ஜப்பானியர்கள் சீனாவில் ஒரு காலத்தில் நடத்தினார்களோ, அதேபோல ஒரு பொம்மை அரசை இந்தியர்கள் பங்களாதேசத்தில் நிகழ்த்துவார்கள். பதிலுக்கு கிஸ்ஸிங்கர், 'வருத்தம் என்னவென்றால், கிழக்கைப் போலவே மேற்கிலும் பாகிஸ்தானி ராணுவம் இரண்டே வாரங்களில் கலகலத்துப் போய்விடும்' என்றார். 'நாங்கள் பாகிஸ்தானில் மீதம் உள்ளதைக் காப்பாற்ற ஒரு வழி தேடிக்கொண்டிருக் கிறோம்' என்றவர், ஆறுதலாக, 'நாங்கள் பங்களாதேசத்தை அங்கீகரிக்க மாட்டோம். பங்களாதேசத்துடன் பேச்சுவார்த்தை நடத்தமாட்டோம்' என்றார்.[46]

பதிமூன்றாம் தேதி இரவு இந்தியர்கள் டாக்கா ஆளுநர் மாளிகைமீது குண்டு வீசினர். மேலும் எதிர்ப்பது என்பது இயலாதது என்பதால் சரண் அடையுமாறு அன்று இரவே யாஹ்யா கான் நியாஸிக்கு ஆலோசனை கூறினார். தளபதி, மேலும் ஒரு நாள் காத்திருந்துவிட்டு, வேறு வழியில்லை என்பதால் கட்டளைக்குக் கீழ்ப்படிந்தார். 15 காலை அவர் அமெரிக்கத் துணைத் தூதரைச் சந்தித்தார். அவரும் செய்தியை புது தில்லிக்கு அனுப்ப இசைந்தார். மறுநாள் 16 அன்று, இந்தியப் படையின் கிழக்குப் பிராந்தியத் தளபதி லெஃப்டினெண்ட் ஜெனரல் ஜே.எஸ். அரோரா, கையொப்பம் இடப்பட்ட சரணாகதி ஒப்பந்தத்தைப் பெறப் பறந்து வந்தார்.[47] 'டாக்கா இப்போது ஒரு சுதந்தர நாட்டின் சுதந்தரத் தலைநகர்' என்று அன்று மாலையே பிரதமர் மக்களவையில் அறிவித்தார். காங்கிரஸ் உறுப்பினர்கள் 'இந்திரா காந்தி வாழ்க!' என்று கோஷமிட்டனர். எதிர்க்கட்சி உறுப்பினர் ஒருவரும் பிரதமரின் பெயர், 'பங்களாதேச விடுதலையின் பொன் வாள்' என வரலாற்றில் நிலைத் திருக்கும் என்று கூறியதும் கேட்டது.[48] நாடாளுமன்றத்திலிருந்து அகில இந்திய வானொலி நிலையத்துக்குச் சென்ற திருமதி காந்தி, மேற்கு எல்லையில் ஒருதலைப்பட்சமான போர் நிறுத்தத்தை அறிவித்தார். 24 மணி நேரத்துக்குப் பிறகு வானொலியில் பேசிய யாஹ்யா கானும், தன் படை களையும் போர் நிறுத்தம் செய்யுமாறு அறிவுறுத்தி இருப்பதாகக் கூறினார்.[49]

இரண்டு வாரங்களுக்கும் குறைவான போரில், பாகிஸ்தானின் 86 விமானங் களின் இழப்புக்கு பதில், தான் 42 விமானங்களையும், அவர்களது 226 டாங்குகள் இழப்புக்கு பதில், தான் 81 டாங்குகளையும் இழந்ததாக இந்தியா கூறியது.[50] ஆனால் கைதிகளின் எண்ணிக்கையில் மிகப் பெரும் வேறுபாடு காணப்பட்டது. மேற்குப் பகுதியில், இருவரும் ஆளுக்கு சில ஆயிரம் போர்க் கைதிகளைச் சிறைப்பிடித்தனர். ஆனால் கிழக்குப் பகுதியில் இந்தியாவிடம் சுமார் 90 ஆயிரம் பாகிஸ்தானிய வீரர்கள் சரண் அடைந்திருந்தனர்.

அதிபர் ரிச்சர்ட் நிக்ஸனுக்கு போரின் விளைவுகள் அவ்வளவாகப் பிடிக்க வில்லை. அவர் ஹென்றி கிஸ்ஸிங்கரிடம், 'இந்தியர்கள் இழிபிறவிகள்' என்றார். 'இந்தியர்கள் பாகிஸ்தானை அப்படிச் செய்தது; அதுவும் நாம் அந்தக் கேடுகெட்டவளை அவ்வளவு எச்சரித்தபிறகும் அப்படிச் செய்தது, மனத்தை நோக அடிக்கிறது.' திருமதி காந்தி நவம்பரில் வாஷிங்டன் வந்தபோது 'அந்தப் பெண்ணிடம் அவ்வளவு நல்லபடியாக நடந்துகொண்டிருக்கக்கூடாதோ, அந்த சூனியக்காரியிடம் அப்படி வழிந்திருக்கக்கூடாதோ' என்று கருதினார். அந்த நேரத்தில் கிஸ்ஸிங்கரும் இந்தியர்களிடமிருந்து விலகிப் போயிருந்தார். அவர்களுடைய ராணுவ பலத்தைக் குறைவாக மதிப்பிட்டுவிட்டதற்காக அவர் தன்னையே நொந்துகொண்டார். அக்டோபரில் அவர், 'இந்தியர்கள் தரையில் இருக்கும் விமானங்களைக் கிளப்பக் கூடத் தெரியாத மோசமான விமான ஓட்டிகள்' என்று சொல்லியிருந்தார். 'இந்தியர்கள் கிழக்கு பாகிஸ்தானை எளிதில் கைப்பற்றிவிட்டதால், மேற்கு பாகிஸ்தான் அவர்களுக்கு சிறுபிள்ளை விளையாட்டைப் போல இருக்கும். அதனால்,

அமெரிக்காவின் லிபரல்கள், முட்டாள்கள் போலக் காட்சியளிப்பார்கள்' என்பதே அவருடைய நம்பிக்கையாக இருந்தது.[51]

அமெரிக்கப் பத்திரிகை டைம், நடுநிலையாக இரு பக்கத்தினரையும் குற்றம் சாட்டியது. 'கிளர்ச்சிக்கார வங்காளிகளுக்கு எதிரான யாஹ்யா கானின் கொலைகாரக் கொடூர நடவடிக்கையும் இந்திரா காந்தியின் முழு அளவிலான போர் நடவடிக்கையும் துணைக் கண்டத்துக்கு அதிகமான துன்பத்தையே விளைவித்துள்ளது' என்று எழுதியது. எனினும் நியூ யார்க் டைம்ஸ் பத்திரிகை யின் செல்வாக்குள்ள பத்தி எழுத்தாளர் ஜேம்ஸ் (ஸ்காட்டி) ரஸ்டன், ஒருதலைப்பட்சமாக, சதி நோக்குடன், 'இந்த நீதி குலைந்த துயரச் சம்பவத்தால் உண்மையில் பயன்பெற்றது ரஷ்யாவே' என்று எழுதினார். 'அதன் புதிய சகாவான இந்தியா, இந்தியப் பெருங்கடலில் மாஸ்கோவின் கடல் பலத்தை அதிகரித்துக்கொள்ள உதவும். சீனாவின் தெற்குப் பகுதியில் ரஷ்யாவின் அரசியல் ராணுவ நடவடிக்கைகளுக்கான தளத்தை அமைக்கவும் உதவும்' என்றார். 'சோவியத் யூனியன் இந்தியாவில் தளங்கள் அமைக்க வாய்ப்பு இருப்பதாக' அவர் கூறினார். இந்நாட்டில் நடக்கும் ஜனநாயக சோதனை ஆபத்தில் இருப்பதாக எழுதிய அவர், 'கேரள மாநிலத்தின் கம்யூனிஸ்டுகளையும் சேர்த்து, தன் நாட்டில் உள்ள சில பிரிவுகள் தனியாகப் பிரிந்து சுதந்தரம் கோருவதை ஆதரிக்காத இந்தியா எப்படி பாகிஸ்தானின் ஒரு பிரிவு சுதந்தரம் கோருவதை ஆதரிக்கமுடிகிறது' என்று வியந்தார்.[52]

VI

பாகிஸ்தான்மீது பெற்ற வெற்றி, மாபெரும் தேசபக்தி உணர்வலைகளைக் கட்டவிழ்த்து விட்டது. 'பல நூற்றாண்டுகளில் இந்தியா பெற்ற முதல் ராணுவ வெற்றி' என்று கொண்டாடப்பட்டது.[53] இந்தப் பாராட்டு இந்தியா என்ற தேசத்துக்குக் கிடைத்த வெற்றியாகக் கருதப்படாமல் இந்தியா என்ற பரந்த நிலப்பரப்புக்கும் மக்கள் தொகுதிக்கும் கிடைத்த வெற்றியாகப் பேசப் பட்டது. ஆயிரம் ஆண்டுகளுக்கு முன்பிருந்து வடமேற்குக் கணவாய் மூலம் அந்நியப் படைகள் தொடர்ந்து நாட்டைக் கொள்ளையிட்டு, வெற்றிகொண்ட வண்ணம் இருந்தன. பின்னர் வந்த ஆட்சியாளர்கள் முஸ்லிம்களாக இல்லாமல் கிறிஸ்தவர்களாக இருந்தனர்; நிலம் வழியாக இல்லாமல் கடல் வழியாக வந்தனர். மிக அண்மையில் சீனர்களிடம் படுதோல்வி ஏற்பட்டது. இத்தனை காலமாக தலைகுனிவுகளுக்கும் தோல்விகளுக்கும் உள்ளான இந்தியர்கள் கடைசியாக ராணுவ வெற்றியின் வாசனையை இப்போது நுகர முடிந்தது.

எல்லையின் மறுபக்கத்தில் நிலைமை முற்றிலும் வேறுவிதமாக இருந்தது. தம் படைகள் சரண் அடைந்துவிட்ட செய்தி கிடைத்ததும் லாகூரின் உருது நாளேடு ஒன்று, 'இன்று நாடு முழுதும் ரத்தக் கண்ணீர் வடித்து அழுகிறது. இன்று இந்தியப் படைகள் டாக்காவில் நுழைந்துவிட்டன. ஆயிரம்

ஆண்டுகளில் முதன்முறையாக இன்று இந்துக்கள், முஸ்லிம்கள்மீது வெற்றி பெற்றிருக்கிறார்கள். இன்று நாம் மனச்சோர்வில் உழன்று விழுந்து கிடக்கிறோம்' என்று எழுதியது. எனினும் சில நாட்களுக்குள் உருதுப் பத்திரிகைகள்வரலாற்றுப் பாடங்களில் ஆறுதல் தேட ஆரம்பித்தன. அத்தோல்வி நிச்சயமாக 'இஸ்லாமியக் கோட்டையில் ஒரு விரிசல்தான்' என்றாலும் மாமன்னர் கோரி முகமதுகூட துணைக்கண்டத்தின் முதல் போரில் தோல்வியுற்றிருக்கிறார். ஆனால், 'இந்திய காஃபிர் நாட்டில் இஸ்லாமியக் கொடியைப் பறக்கவிடுவதற்காக புதிய தீர்மானத்துடன் கோரி திரும்பவும் வந்தார்' என்பதை லாகூரின் மற்றொரு செய்தித்தாள் அதன் வாசகர்களுக்கு நினைவூட்டியது.[54]

இந்தியாவில், வெற்றியின் பெருமிதத்தை எண்ணற்ற, பெரும்பாலும் பெயர் தெரியாத படைவீரர்களும், தனிப்பட்ட ஒரே ஒரு அரசியல்வாதியாக பிரதமரும், பங்கிட்டுக் கொண்டனர். அமெரிக்காவின் மிரட்டல்களுக்குப் பணியாமல் எதிர்த்து நின்றதற்காவும், பகைவரைத் துண்டாக்க நிதானமாகத் திட்டமிட்டதற்காகவும் திருமதி காந்தி பாராட்டப்பட்டார். அவருடைய நாடாளுமன்ற சகாக்கள் அவரை அளவுக்கு அதிகமாகப் புகழ்ந்து போற்றினர். எதிர்க்கட்சியினரும்கூட இப்போது அவரை துர்கை வடிவானவர் என்று போற்றினர். பொதுவாகவே சந்தேக குணம் கொண்ட அறிவுஜீவிகள்கூட பிரதமரைப் புகழ்வதில் தாராள குணத்தைக் காட்டினர்.

இந்த உணர்வுகளின் எதிரொலியாகத்தான், புது தில்லியில் காந்தி அமைதி நிறுவனம் ஏற்பாடு செய்த பங்களாதேச விடுதலைக் கருத்தரங்கு அமைந்தது. 'டைம்ஸ் ஆப் இந்தியா' ஆசிரியர் கிரிலால் ஜெயினின் உரையுடன் கருத்தரங்கு ஆரம்பமானது. அவர் பேசும்போது, 'திருமதி இந்திரா காந்தியின் தலைமையில் காங்கிரஸ் கட்சி புத்துயிர் பெற்றதன் விளைவாக உலக அரங்கில் இந்தியாவின் சுய கௌரவமும் மதிப்பும் அதிகரித்துள்ளது' என்றார். அதைத் தொடர்ந்து ஆர்.எஸ்.எஸ்ஸின் சிந்தனையாளர் கே.ஆர். மல்கானி 1971-ஐ 'இந்திய அரசியல் புரட்சியின் திருப்புமுனை' என்றார். மேலும் அவர், 'அந்த ஆண்டின் சம்பவங்களால், இந்தியாவின் அமைதி உருவம் இருந்த இடத்தில் புதிய சக்தி கொண்ட உருவம் வைக்கப்பட்டுள்ளது. பழைய உருவம் ஆதரவான புன்னகையை மட்டுமே வருவித்தது. புதிய உருவமோ, கவனத்தையும் மதிப்பையும் கேட்டுப் பெறுகிறது' என்றார். பின்னர் பேசிய ராஜீயவாதி ஜி.எல். மேத்தா, 'உலக ஆரங்கில் இந்தியா புதிதாக வென்ற கௌரவம், காரணமற்ற பெருமிதம் அல்ல. மக்கள் புதிதாகத் தன்னம்பிக்கை உணர்வைப் பெற்றுள்ளனர்' என்றார். இடதுசாரி இதழாளர் ரொமேஷ் தாபர், 'வங்கதேசக் கொள்கையின் வெற்றி, சிந்திக்கும் இந்தியனுக்கு சாதனையையும் அதிகார உணர்வையும் அளித்திருக்கிறது' என்றார். இடதுசாரி சட்ட அறிஞர் வீ.ஆர். கிருஷ்ணய்யர், அண்மைக்காலச் சம்பவங்கள், இந்தியத் தலைமையில் முதிர்ச்சி அடைந்து வருவதைக் காண்பிக்கிறது என்றார். 'காந்திய நாட்களில் தெளிவற்ற கொள்கையாக இருந்து, நேருவின் காலத்தில் சமூகத் தத்துவமாக வெளிப்பட்டு, திருமதி காந்தியின் தலைமையின்கீழ் உருப்பெற்று ஆக்கப்பூர்வமான அரசின் செயல் திட்டமாக ஆகிவிட்டது' என்றார்.[55]

இந்தியாவுக்கு வெளியேயும் திருமதி காந்திக்குப் பாராட்டு கிடைத்தது. நெருக்கடியான நேரத்தில் திருமதி காந்தி காட்டிய சாந்த குணத்தை, தன் வாழ்வில் நிறைய அனுபவங்களைக் கண்டிருந்த பெண் தத்துவ அறிஞர் ஹான்னா ஆரெண்ட் வெகுவாகப் பாராட்டினார். நவம்பர் தொடக்கத்தில் ஹான்னா நியூ யார்க்கில், இருவருக்கும் தெரிந்த நண்பர் ஒருவர் வீட்டில், பிரதமரைச் சந்தித்திருந்தார். ஒரு மாதத்துக்குப் பிறகு, இந்தியப் படைகள் டாக்காவை நோக்கி முன்னேறிக்கொண்டிருந்த சமயத்தில், அவர் நாவலாசிரியை மேரி மெக்கார்த்திக்கு எழுதிய கடிதத்தில், தான் திருமதி காந்தியை விருந்து ஒன்றில் சந்தித்ததைப் பற்றிக் குறிப்பிட்டார். திருமதி காந்தி, 'பார்ப்பதற்கு நன்றாக, கிட்டத்தட்ட அழகாக, மிகவும் கவர்ச்சிகரமாக, அறையில் உள்ள அனைவருடனும் உறவாடுபவராக, பகட்டான ஆடைகளை அணியாதவராக, சகஜமாக, முழுவதும் அமைதியாக' இருப்பதைக் கண்டார். 'தான் போருக்குப் போகப்போவதை அவர் முன்னமேயே அறிந்திருக்க வேண்டும். அதை அவர் சற்றே வக்கிரமாக, விரும்பியிருக்கவும் கூடும். விரும்பியதை அடைந்துவிடும் இத்தகைய பெண்களின் வலிமை ஆச்சரியம் தரக்கூடியதே.'[56]

VII

பிரதமரும் அவருடைய கட்சியினரும், படைவீரர்கள் சாதித்த சாதனையிலிருந்து இயற்கையாகவே அரசியல் ஆதாயம் தேட விரும்பினர். 1972 மார்ச்சில் பதிமூன்று மாநிலங்களில் புதியதாகத் தேர்தலுக்கு அழைப்பு விடப்பட்டது. அவற்றுள் சிலவற்றில் காங்கிரஸ் அல்லாத அரசும், பிறவற்றில் காங்கிரஸ் தலைமை ஏற்று நடத்திவந்த அசௌகரியமான கூட்டணி ஆட்சியும் நடைபெற்றன. பதிமூன்று மாநிலங்களிலும் காங்கிரஸ் எளிதாக வெற்றி பெற்றது. இவற்றுள் பிகார், மத்தியப் பிரதேசம், மகாராஷ்டிரம் முதலிய முக்கியமான மாநிலங்களும் அடக்கம். ஜனசங்கத் தலைவர் வாஜ்பாய் சோர்வுடன் கூறியதுபோல எதிர்க்கட்சிகள் தனித்தனியாக 2,700 வேட்பாளர்களை நிறுத்திவைக்க, ஆளும்கட்சியோ ஒவ்வொரு தொகுதியிலும் அதே வேட்பாளரை, அதாவது திருமதி காந்தியை, நிறுத்தியிருந்தது.[57]

எனினும் ஒரே ஒரு மாநிலத்தில் பிரதமரை மாதிரியாகக் காட்டியது போதவில்லை. அந்த மாநிலம் மேற்கு வங்கம். அங்கு பயமுறுத்தல், வன்முறை, மோசடி ஆகியவற்றின் உதவியுடன்தான் காங்கிரஸால் வெற்றி பெற முடிந்தது. போலீஸ் வேடிக்கை பார்த்துக்கொண்டிருக்க, ரவுடிகள் வாக்குப் பெட்டிகளை நிரப்பினர். ஒருவர் குறிப்பிட்டதுபோல கல்கத்தாவில் பெரிய அளவில் 'வாக்குச் சாவடி மோசடி' நடைபெற்றது. காங்கிரஸ் கூலிப் படையினர் வாக்குச் சாவடிக்கு வெளியே கூடியிருந்த வாக்காளர்களிடம் அவர்கள் அனைவரும் வீட்டுக்குச் செல்லலாம் என்றும் அனைவரது வாக்குகளும் ஏற்கெனவே போடப்பட்டுவிட்டன என்றும் கூறினர்.[58] சி.பி.ஐ கட்சியுடன் கூட்டணி அமைத்த காங்கிரஸ் கட்சி, 280 இடங்களில் 251 இடங்களைக் கைப்பற்றி, ஐந்தாண்டுகளாக அங்கு நிலவிவந்த நிலையற்ற

அரசியலுக்கு முடிவுகட்டி, அம்மாநிலத்தை உறுதியாக புது தில்லியின் வரம்புக்குள் கொண்டுவந்தது.

உள்நாட்டில் தன் ஆட்சியை பலப்படுத்திக்கொண்ட பிரதமர், பாகிஸ்தானுடன் ஒரு தீர்வு காண விரும்பினார். யாஹ்யா கான் பதவி விலகி ஜுல்ஃபிகர் அலி பூட்டோ அவருடைய இடத்துக்கு வந்திருந்தார். இந்தியாவுடன் 'முற்றிலும் புதிய உறவு காண' ஆர்வம் கொண்டிருப்பதாகவும், திருமதி காந்தியுடன் ஓர் உயர்மட்டச் சந்திப்புடன் ஆரம்பிக்க விரும்புவதாக வும், பூட்டோ முன்னாள் பிரிட்டிஷ் பிரதமர் சர் அலெக் டக்ளஸ் ஹோமிடம் கூறியிருந்தார். காயம்பட்ட பாகிஸ்தானுடைய நிலையைக் கருத்தில் கொண்டு, பேச்சுக்கான அழைப்பு இந்தியாவிடமிருந்து வரவேண்டும் என்ற ஆலோசனை யுடன், பூட்டோவின் செய்தி இந்தியாவுக்குத் தெரிவிக்கப்பட்டது.[59]

பூட்டோவின் நம்பமுடியாத இயல்பு, இந்தியாவுக்கு எதிரான பகைமைப் போக்கு ஆகிய காரணங்களால், இதனை இந்தியர்கள் ஆரம்பத்தில் சந்தேகக் கண்ணுடனேயே பார்த்தனர். பாகிஸ்தான் அதிபரின் நம்பிக்கைக்கு உரியவர்கள் அவருடைய நல்லெண்ணத்தை உறுதிசெய்ய விரைந்தனர். இப்போது பூட்டோ திருந்திய மனிதராக, யதார்த்தத்தை உணர்பவராக உள்ளார் என்று பொருளாதார அறிஞர் மஹ்பூக்-உல்-ஹக், இந்தியப் பொருளாதார அறிஞர் ஒருவரிடம் சொன்னார்.[60] டான் பத்திரிகை ஆசிரியர் மஸார் அலி கான், தன் நண்பரும் தன்னைப் போன்றே முன்னாள் கம்யூனிஸ்டுமான சஜத் ஜகீரிடம், பூட்டோ உண்மையிலேயே பழையனவற்றை மறக்க விரும்புகிறார் என்று குறிப்பிட்டார். புது தில்லி அவருடைய கரத்தை பலப்படுத்த வேண்டும்; இல்லாவிட்டால் ராணுவமும் வலதுசாரி மதவாதிகளும் ஒன்றுகூடி அவரை அகற்றிவிடுவார்கள்; அதன் விளைவு இந்தியா, பாகிஸ்தான் இரண்டுக்குமே ஆபத்தாகி விடும் என்றும் கூறினார்.[61]

ஜகீரும் கானும் பிரிவினைக்கு முந்தைய நாட்களில் இந்திய மாணவர் கூட்டமைப்பில் சக தொண்டர்களாக தீவிரப் பணி ஆற்றியிருந்தனர். அவர்களின் சக தோழராக இருந்த பி.என். ஹக்ஸரின் தூண்டுதலின்பேரில் 1972 மார்ச் மூன்றாம் வாரம் அவர்கள் இருவரும் லண்டனில் கூடி, அவர்களுடைய நாடுகளின் தலைவர்கள் இடையே ஏற்படக்கூடிய உத்தேச உடன்பாடு பற்றிப் பேசினர். இந்தியா, பாகிஸ்தான் போர்க்கைதிகளைத் திரும்ப அனுப்புவது, அதற்கு பதிலாக பங்களாதேஷை பாகிஸ்தான் அங்கீகரிப்பது; இரு நாடுகளும் படைகளை போருக்கு முந்தைய நிலைகளுக்குக் கொண்டுசெல்வது; இரு நாடுகளும் சேர்ந்து அமைதிக்கான கூட்டு அறிவிப்பைச் செய்வது போன்றவை கானின் ஆலோசனைகளில் அடங்கும். முடிவாக, காஷ்மீர் விஷயத்துக்கு வரும்போது கூட்டறிக்கையில் அதைப் பற்றிப் பேசவே வேண்டாம் என்பதும், அப்படிப் பேசுவது, பாம்புப் புற்றுக்குள் கைவிடுவதற்கு ஒப்பானது என்பதும் கானின் கருத்தாக இருந்தது. இதற்கு பதில் அளித்த ஜகீர், காஷ்மீரில் அத்துமீறி நுழைவது, தாக்குவது, சதி வேலைகள் செய்வது, இந்தியாவுக்கு எதிரான பிரசாரங்கள் செய்வது ஆகியவற்றில் பாகிஸ்தான் இனி ஈடுபடாது என்ற உறுதிமொழியை அளிக்க

வேண்டும் என்றார். கான் இவற்றை ஏற்றுக்கொண்டார். ஆனால் இந்தியா இவற்றை செயல்ரீதியில் மட்டுமே கோரவேண்டும் என்றார். காஷ்மீரிகளின் சுய நிர்ணய உரிமையை ஒட்டுமொத்தமாக பாகிஸ்தான் விட்டுக்கொடுத்து விட்டால் அங்கு எந்த அரசும் நிலைக்கமுடியாது என்பதை நாம் புரிந்துகொள்ளவேண்டும் என்று கான் குறிப்பிட்டார்.[62]

பேச்சு விவரங்களை கான் பூட்டோவிடம் நேரில் தெரிவித்தார். ஜகீர், ஹக்ஸர்மூலம் திருமதி காந்திக்குத் தெரிவிக்கச் செய்தார். 1972 ஜூன் கடைசி வாரத்தில், உச்சகட்டப் பேச்சுவார்த்தைக்கு, பிரிட்டிஷ் ஆட்சியின் கோடைக்காலத் தலைநகர் சிம்லாவுக்கு வருமாறு பாகிஸ்தான் அதிபர் அழைக்கப்பட்டார். அவர் தன் மகள் பேநசீருடனும் பெருமளவு அதிகாரிகள் கூட்டத்துடனும் வந்து சேர்ந்தார். முதலில் அதிகாரிகளும் பிறகு தலைவர்களும் கூடிப் பேசினர். காஷ்மீர் உள்பட, நிலுவையில் உள்ள அனைத்துப் பிரச்னைகளையும் உள்ளடக்கிய உடன்பாட்டை இந்தியா விரும்பியது. ஆனால் பாகிஸ்தானோ பிரச்னைகளைத் தனித்தனியே அணுக விரும்பியது. பூட்டோ திருமதி காந்தியைத் தனியாகச் சந்தித்தபோது, வெறுங்கையோடு தான் தன் மக்களிடம் திரும்பமுடியாது என்பதைக் குறிப்பிட்டார். பாகிஸ்தானியர்கள் கடுமையாகப் பேரம் பேசினர். இந்தியர்கள் முழுமையான போர் மறுப்பு ஒப்பந்தம் ஒன்றை வேண்டினர். ஆனால் பாகிஸ்தான், எதிராளி சண்டையை ஆரம்பிக்காதவரை தாங்களும் சண்டையை ஆரம்பிக்க மாட்டோம் என்ற நிலையில் இருப்பதற்கே விரும்பியது. இந்தியர்கள் ஒரு முழுமையான ஒப்பந்தத்தைக் கோரினர். முடிவாக அவர்களுக்குக் கிடைத்தது ஓர் 'உடன்பாடு'தான். காஷ்மீர் பிரச்னையைத் தீர்க்கப் பொருத்தமான நேரம் வருவதற்குக் காத்திருக்கலாம் என்றும், அதுவரை இருநாடுகளும் கட்டுப்பாட்டுக் கோட்டை மதிக்க வேண்டும் என்றும் இந்தியா கோரியது. 'ஒவ்வொரு நாட்டின் அங்கீகரிக்கப்பட்ட நிலைக்கு ஊறு ஏற்படாத வகையில்' என்ற வாக்கியத்தை இணைப்பதில் பூட்டோ வெற்றி பெற்றார்.[63]

திருமதி காந்தியின் முக்கிய ஆலோசகர்களில் ஒருவரான டி.பி. தார், காஷ்மீர் பிரச்னைக்கு ஒரு முடிவு காண்பது பாகிஸ்தானுடன் செய்யப்படும் ஒப்பந்தத்தில் குறைக்க முடியாத, ஒன்றிணைந்த ஒரு விஷயம் என்பதை பிரதமர் வற்புறுத்தவேண்டும் எனவும், போர்க் கைதிகள் பரிமாற்றத்துக்கு அதை ஒரு முன் நிபந்தனையாக வைக்கவேண்டும் எனவும் விரும்பினார்.[64] தார் நூற்றுக்கு நூறு ஒரு காஷ்மீரி. பள்ளத்தாக்கிலேயே பிறந்து வளர்ந்தவர். பிரதமரோ பெயரளவுக்குத்தான் காஷ்மீரி என்பதால் இந்த விஷயத்தில் சற்றுக் குறைவான உணர்வையே கொண்டிருந்தார். மேலும் அவர் உலக அபிப்பிராயம் பற்றியும் நினைக்க வேண்டியிருந்தது. (மஸர் அலி கான் எச்சரித்திருந்ததுபோல) பாகிஸ்தானுக்குள் பூட்டோ இருந்த அபாயகரமான நிலை பற்றியும் பிரதமர் யோசிக்க வேண்டியிருந்தது. ஜூலை மூன்றாம் தேதி அன்று நடுப்பகலுக்குப்பின் கையொப்பமான ஒப்பந்தம், கட்டுப்பாட்டுக் கோட்டை மட்டுமே காப்பதாக அமைந்தது. அதில் இந்தியா வற்புறுத்தி சேர்த்த ஒரு ஷரத்து, 'அவர்களுக்கு இடையிலான வேறுபாடுகளை இரு

தரப்புப் பேச்சுவார்த்தைகள் மூலம் அல்லது அல்லது இருவரும் ஏற்றுக் கொள்ளும் வேறு வழி மூலம், அமைதியான முறையில் தீர்த்துக் கொள்வது' என்று குறிப்பிட்டது. இது கொள்கை அளவில், சமரசத்துக்கு மூன்றாவது நபரின் தேவையையோ அல்லது காஷ்மீரில் வன்முறைக்கு வித்திடுவதையோ தடை செய்தது.[65] எனினும் பூட்டோ திருமதி காந்தியிடம், தன் பதவி மேலும் பாதுகாப்பாக நிலையானவுடன், கட்டுப்பாட்டுக் கோட்டை சர்வதேச எல்லையாக ஏற்கத் தம் மக்களை வற்புறுத்துவதாக உறுதி கூறியிருந்தார்.

சிம்லா ஒப்பந்தத்தின் மை காய்வதற்கு முன்பாக, தான் கொடுத்த வாக்கிலிருந்து (அதிகாரபூர்வமாகக் கொடுக்கப்பட்டதல்ல என்பதை ஏற்கவேண்டும்) பூட்டோ பின்வாங்கினர். ஜூலை 14 அன்று பாகிஸ்தான் நாடாளுமன்றத்தில் பூட்டோ 3 மணி நேரம் பேசினார். அவருடைய பேச்சு நெருக்கமாக அச்சிடப்பட்ட 69 பக்கங்களைக் கொண்டது. அதில் அவர், 'என் 15 வயது முதற்கொண்டு ஒரே பாகிஸ்தான் என்ற கருத்துக்காகப் போராடி வந்திருக்கிறேன்' என்றார். துரதிர்ஷ்டவசமான கிழக்கு பாகிஸ்தான் பிரிவினைக்கு அவர் முஜீப், யாஹ்யா முதற்கொண்டு தன்னைத் தவிர அனைவரையும் காரணமாகக் காட்டினார். பிறகு அவர் இந்தியா, பாகிஸ்தான் இரண்டையும் பிரிக்கும் ஜம்மு காஷ்மீரின் எதிர்காலம் பற்றிய விஷயத்துக்கு வந்தார். 'வெற்றி பெற்ற நாடு என்ற வகையில் இந்தியாவின் கையில் அனைத்து சீட்டுகளும் இருந்தன' என்றார். ஆனாலும், சமமற்ற ஆரம்பத்தி லிருந்து, தான் ஒரு சம நிலையிலான ஒப்பந்தத்தைப் போராடிப் பெற்றதாகச் சொன்னார். சிம்லா ஒப்பந்தம் ஒரு மாபெரும் வெற்றி, ஏனெனில், இந்தியா விடம் உள்ள பாகிஸ்தான் போர்க் கைதிகளும் நிலப்பரப்பும் திரும்பக் கிடைக்கும். அதே நேரம், 'ஜம்மு காஷ்மீர் மக்களின் சுய நிர்ணய உரிமை' யையும் விட்டுக் கொடுத்துவிடவில்லை. 'எதிர்காலத்தில் காஷ்மீர் மக்கள் ஒரு விடுதலைப் போராட்டத்தைத் தொடங்கினால், அல்லது ஷேக் அப்துல்லாவோ மௌல்வி ஃபாரூக்கோ நாளையே ஒரு மக்கள் இயக்கத்தைத் தொடங்கினால் நாம் அவர்கள் பக்கத்தில் இருப்போம் என்று உறுதி கூறுகிறேன்' என்றார்.[66]

பூட்டோ வார்த்தை தவறிவிட்டதாக இந்தியர்கள் குற்றம் சாட்டினர்.[67] 1962-ன் கடைசி நாட்களில் தங்களிடம் இருந்த உணர்வுகளை அவர்கள் ஒருவேளை எண்ணிப் பார்த்திருக்கலாம். அப்போது சீனர்கள் நாட்டுக்கு ஓர் அவமதிப்பை யும், தலைவர்களுக்கும் மக்களுக்கும் களங்கத்தையும் பலத்த அடியையும் அளித்திருந்தனர். 1972-ல், அதே போன்ற ஒரு தோல்வியை இந்தியர்களிடம் அடைந்த பாகிஸ்தானியர்கள் அதே உணர்வில் இருந்தார்கள். உண்மையில் இன்னும் மோசமாகவே உணர்ந்தார்கள். ஏனெனில் சீனர்கள் இந்தியாவிட மிருந்து பெரும்பாலும் பயனற்ற சில பகுதிகளையே கைப்பற்றியிருக்க, இந்தியாவோ பங்களாதேசம் உருவாக உதவி, பாகிஸ்தானின் தேசிய அமைப்பிலேயே ஒரு பெரும் ஓட்டையை உருவாக்கியிருந்தனர். இதற்கு ஒரே ஒரு முடிவான விடைதான் இருக்க முடியும். அது, காஷ்மீரைப் பிரிக்க உதவுவது தான். அதன்மூலம் இந்தியாவின் தொடக்கக் கருத்தான மதச்சார்பின்மை என்ற கொள்கையில் சமமான ஒரு பெரிய ஓட்டையைப் போடுவதுதான்.

21

போட்டியாளர்கள்

இந்திராவே இந்தியா, இந்தியாவே இந்திரா.
- காங்கிரஸ் தலைவர் டி.கே. பரூவா, 1974

I

1972 ஆகஸ்ட் 15 அன்று இந்தியா தன் 25-வது சுதந்தர தின விழாவைக் கொண்டாடியது. மக்களவையில் நள்ளிரவு சிறப்புக் கூட்டம் ஒன்று நடைபெற்றது. அப்போது பேசும்போது பிரதமர், 1857-ன் புரட்சியிலிருந்து அண்மைக்காலம் வரையிலான முக்கியமான நிகழ்வுகளை நினைவுகூர்ந்தார். இந்தியாவின் நாட்டம் எல்லாம், 'எல்லாருடனும் நட்புறவு, எவருக்கும் அடிமையின்மை' என்பதே என்றார்.[1] மறுநாள் காலை செங்கோட்டை மேல் தளத்திலிருந்து நாட்டு மக்களுக்கு அவர் உரையாற்றினார். 'இருபத்தைந்து ஆண்டுகளுக்கு முன்பாக இருந்ததைவிட இன்று இந்தியா பலமாக இருக்கிறது. நம் ஜனநாயகம் வேரூன்றி இருக்கிறது; நம் சிந்தனைகள் தெளிவாக இருக்கின்றன; நம் இலக்குகள் நிர்ணயம் செய்யப்பட்டுள்ளன; அந்த இலக்குகளை அடைவதற்கான வழிகளும் திட்டமிடப்பட்டுள்ளன; முன் எப்போதும் இருந்ததைவிட நட் ஒற்றுமை இன்று அதிக உறுதியுடன் இருக்கிறது' என்றார். 'நாடுகள் பிற நாடுகளைப் பார்த்து முன்னேறுவதில்லை. தன்னம்பிக்கையாலும், முடிவான தீர்மானத்தாலும், ஒற்றுமையாலுமே முன்னேறுகின்றன' என்றும் திருமதி காந்தி வற்புறுத்தினார்.[2]

திருமதி காந்தியின் உரை பொருளாதாரத்தைத் தொடவில்லை என்பது குறிப்பிடத்தக்கது. சுதந்தரம் பெற்றதிலிருந்து இந்தியப் பொருளாதாரம் ஆண்டுக்கு 3-4 சதவிகித வளர்ச்சியைப் பெற்று வந்தது. தொழில்துறை

உற்பத்தியில் 250 சதவிகிதம் வளர்ச்சி காணப்பட்டது. குறிப்பாக இவ்வளர்ச்சி நுகர்பொருள் உற்பத்தியைக் காட்டிலும், கனரகத் தொழில்களிலேயே அதிகம் இருந்தது. பழைய தொழில் மையங்களைத் தாண்டி, புதிய இடங்களில் தொழில்களை உருவாக்கக்கூடிய தொழில் முனைவோர் தோன்றினர். உள்கட்டமைப்பு வசதிகளை அரசு அதிகரித்தது. 1950-ல் 66 லட்சம் கிலோவாட் என்று இருந்த மின்சார உற்பத்தி, 1971-ல் 5.6 கோடி கிலோவாட் என்று அதிகரிக்கப்பட்டது. போக்குவரத்துச் சாலைகளின் நீளம் இரு மடங்கானது. ரயில் மூலமான சரக்குப் போக்குவரத்து 3 மடங்கானது.[3]

இந்த முன்னேற்றங்கள் கிராமப்புற உற்பத்தியாளர்களுக்கும் நகர்ப்புறத் தினருக்கும் உதவியாக அமைந்தன. அணைக்கட்டு அல்லது குழாய்க்கிணறு பாசனவசதி உள்ள இடங்களில் விவசாயிகள் தானிய உற்பத்தியோடு, பருத்தி, மிளகாய், காய்கறிகள் முதலியவற்றின் உற்பத்தியையும் அதிகப்படுத்தினர். முன்பு தனித்து ஒதுங்கிக் கிடந்த கிராமங்கள் இப்போது வெளி உலகோடு இணைக்கப்பட்டன. புதிய சாலைகள் விளைபொருள்களை வெளியே எடுத்துச்செல்லவும், பொருள்களை உள்ளே கொண்டுவரவும் வாகனங்களுக்கு வசதியாக அமைந்தன. இதே சாலைகள், கிராமவாசிகள் நகரங்களுக்குச் சென்று திரும்பவும், புதிய விஷயங்களை அறிந்துகொள்ளவும் உதவின. கிராமத்துக்குள்ளேயே மெல்ல மெல்ல சைக்கிள், தொலைபேசி போன்ற புதிய கண்டுபிடிப்புகள் பரவியதோடு, அனைத்துக்கும் மேலாக பள்ளிக்கூடங்களும் பெருகின.[4]

இந்த ஒட்டுமொத்த முன்னேற்றம், வெவ்வேறு பிராந்தியங்களுக்கு இடையிலான வேறுபாடுகளை மறைக்கக்கூடும். கிராமப்புற இந்தியாவின் பத்தில் ஒரு பகுதி மாவட்டங்களையே பசுமைப் புரட்சி தொட்டது. பெரும்பான்மையான விவசாய நிலப்பரப்பு இன்னமும் மழையை மட்டுமே நம்பி இருந்தது. எனவே, தொழில் வளர்ச்சியிலும் விவசாய உற்பத்தியிலும் முன்னேற்றம் காணப்பட்டாலும் கிராமப்புறங்களில் இன்னமும் கடுமையான ஏழைமை பரவியிருந்தது. பிரதமரின் ஆண்டுவிழா உரைக்கு முந்தைய வருடம் வி.எம். தாண்டேகர், நீலகாந்தா ரத் என்ற பூனாவைச் சேர்ந்த இரு பொருளாதார வல்லுனர்கள் 'இந்தியாவில் வறுமை' என்று தலைப்பிடப்பட்ட பெரும் ஆய்வு ஒன்றை வெளியிட்டனர். குறைந்தபட்சத் தேவைகளை ஈடுகட்ட கிராமப்புறத்தில் வசிக்கும் ஒருவருக்கு ஆண்டுக்கு ரூ. 324 தேவை; நகரத்தில் அதுவே ரூ. 489. ஆனால், நாடு முழுவதும் மேற்கொண்ட கணக்கெடுப்பின்படி, 40 சதவிகித கிராமவாசிகளும், 50 சதவிகித நகரவாசிகளும் இந்த அளவு வருமானத்தைக்கூடப் பெறவில்லை என அவர்கள் எடுத்துக்காட்டினர். கடந்த பத்து ஆண்டுகளில் வறுமையின் தாக்கம் அதிகரித்திருந்தது. 1960-களின் ஆரம்பத்தில் 33 சதவிகித கிராமவாசிகளும் 49 சதவிகித நகர்ப்புற மக்களும் வறுமைக்கோட்டுக்குக் கீழே வாழ்ந்தனர். 1970 வாக்கில் 53 கோடி மக்கள் தொகையில் சுமார் 40 சதவிகிதத்தினர், அதாவது சுமார் 22.3 கோடி மக்கள் ஏழைகளாக இருப்பதாக தாண்டேகரும் ரத்தும் மதிப்பீடு செய்தனர்.

பிற பொருளாதார அறிஞர்கள் வேறு மதிப்பீடுகளை அளித்தனர். சிலர் தாண்டேகர், ரத்தின் மதிப்பீட்டைவிட அதிக ஏழைகள் இருப்பதாகச் சொன்னார்கள். வேறு சிலர், ஏழைகள் எண்ணிக்கையைச் சற்றே குறைவாகக் காட்டினர். எத்தனை ஏழைகள் இந்தியாவில் இருக்கிறார்கள் என்ற கணக்கீடு தொடர்பாக விவாதம் இருந்ததே ஒழிய, மிக அதிகமான ஏழை மக்கள் இருக்கிறார்கள் என்பதை அனைவருமே ஏற்றுக்கொண்டனர். மிகக் குறைந்த கணக்கீட்டின்படி அந்த எண்ணிக்கை சுமார் 20 கோடியாக இருந்தது. இந்த ஆய்வுகளின்படி, இந்தியாவின் கிராமப்புற ஏழைகள் சுமார் 80 சதவிகிதத்தை உணவுப் பொருள்களுக்கும், 10 சதவிகிதத்தை எரிபொருளுக்கும், மீதம் உள்ள 10 சதவிகிதத்தை மட்டுமே உடை மற்றும் பிற பொருள்களுக்கும் செலவிட்டனர்.[5]

மற்றொரு மாபெரும் தோல்வி, கல்வித்துறையில் இருந்தது. கலை, அறிவியல் கல்லூரிகளின் எண்ணிக்கை நன்கு அதிகரித்தது. மேலும் அதிக வேகத்தில் பொறியியல், மருத்துவக் கல்லூரிகள் ஆரம்பிக்கப்பட்டன. ஆனால் ஆரம்பக்கல்வி மோசமாக இருந்தது. 1947-ல் இருந்ததைவிட 1972-ல் எழுத்தறிவின்மை அதிகமாக இருந்தது. ஆயிரக்கணக்கான புதிய பள்ளிகள் திறக்கப்பட்டாலும், எழுதப்படிக்கத் தெரியாத கோடிக்கணக்கான வயது வந்தோருக்குக் கல்வி அளிக்கும் முயற்சி ஏதும் அதிகமாக எடுக்கப்பட வில்லை. பள்ளியில் சேர்ந்தவர்களிலும், மிகக் குறைவானவர்களே பட்டம் பெற்றனர். படிப்பைப் பாதியில் விட்டோர் விகிதம் அபாயகரமான அளவில் இருந்தது. அதுவும் குறிப்பாக, பிற்படுத்தப்பட்ட சாதிகளின் பெண்கள் மற்றும் சிறுவர்களில் மிக அதிகமாக இருந்தது.[6]

திருமதி காந்தியின் செங்கோட்டை உரைக்குப் பிறகு பொருளாதார அறிஞர் ஜகதீஷ் பகவதி, தென்னிந்தியாவின் ஹைதராபாத் நகரில், தேர்ந்தெடுக்கப் பட்ட சிலர் இருந்த ஒரு கூட்டத்தில் பேசினார். சுதந்தர இந்தியா, சோஷலிசம், முதலாளித்துவம் ஆகிய இரண்டும் பங்குபெறும் கலப்புப் பொருளாதாரத்தை மேற்கொண்டுள்ளது; ஆனால் இரண்டு முனையிலும் தோற்றுவிட்டது; மிக மெதுவாக வளர்ந்து வருவதால், அது முதலாளித்துவப் பொருளாதாரத்தில் சேரத் தகுதிபெறவில்லை; எழுத்தறிவின்மையை ஒழிக்கத் தவறியதன் மூலம் ஏற்றத் தாழ்வுகளைக் குறைக்க இயலாததால், சோஷலிஸ்ட் என்று சொல்லிக் கொள்ளும் தகுதியையும் இழந்துவிட்டது என்று பகவதி வாதிட்டார்.[7]

II

இந்தியாவில் ஜனநாயகம் வேரூன்றி இருப்பதாகப் பிரதமர் கூறினார். சில முக்கியமான வழிகளில், அது உறுதியாக நிலை பெற்றிருந்தது. ஐந்து பொதுத்தேர்தல்கள் வெற்றிகரமாக நடந்து முடிந்திருந்தன. ஐரோப்பிய நாடுகளுக்கு இணையான அளவு கொண்ட மாநிலங்களில் கிட்டத்தட்ட நூறு தேர்தல்கள் நடைபெற்றிருந்தன. சுதந்தரமான தேர்தல்களோடுகூட, மக்களும்

சிந்தனைகளும் தடையற்று உலவமுடிந்தனர். சிந்தனைப் பரிமாற்றம், சுதந்தரமான பத்திரிக்கைகள் மூலம் சாத்தியமாகி இருந்தது.

ஆனால், பிற விஷயங்களில் நாட்டின் ஜனநாயக அடிப்படை அவ்வளவு பாதுகாப்பாக இல்லை. ஒரு காலத்தில் அகில இந்திய காங்கிரஸ் கமிட்டியின் பிரதிநிதிகளை மாநிலங்களே தேர்ந்தெடுத்தன. மாநிலங்களின் பிரதிநிதிகளும் மாவட்ட, தாலுகா அமைப்புகள் மூலமாகத் தேர்ந்தெடுக்கப்பட்டனர். மிக முக்கியமாக, காங்கிரஸ் ஆட்சிசெய்த மாநிலங்களின் முதல்வர்கள் மாநில சட்டமன்ற உறுப்பினர்களால் மட்டுமே தேர்ந்தெடுக்கப்பட்டனர். எனினும் 1969-ல் காங்கிரஸ் பிளவுபட்டபோது முக்கியமான பதவிகளில் திருமதி காந்தி தனக்கு விருப்பமான வேட்பாளர்களையே நியமித்தார். இந்த மைய அதிகாரக் குவிப்பு, 1971-ல் அவர் பெற்ற மகத்தான வெற்றிக்குப்பிறகு மேலும் உறுதியானது. பிறகு அதே ஆண்டில் அடுத்தடுத்து ராஜஸ்தான், ஆந்திரப் பிரதேச முதல்வர்களை விலக்கிவிட்டு தனக்குப் பிடித்தமானவர்களை அவர் அந்தப் பதவிகளில் நியமித்தார். ஒரு பத்திரிகை குறிப்பிட்டதுபோல, ஆந்திராவின் புதிய முதல்வராக யார் வருவார் என்பது பற்றிக் கவலையில்லை. ஏனென்றால் 'அந்த அதிகாரத்துக்கு வருபவர் ஹைதராபாத்தில் உள்ள சட்டமன்ற உறுப்பினர்களுக்கோ, ஆந்திராவின் தொகுதி மக்களுக்கோ பொறுப்பாக இருப்பதைவிட, தில்லியில் உள்ள அந்தப் பெண்மணியின் நம்பிக்கைக்குப் பாத்திரமாக இருப்பதையே கவனமாகக் கொள்ளவேண்டும்.'[8]

1971 தேர்தல்களுக்குப் பிறகு பிரதமரின் இரண்டாவது மகன், சஞ்சய் பொதுவாழ்வில் அதிகமாகக் காணப்பட்டார். அவர் முதலில் படித்த பள்ளியிலிருந்து வெளியேற்றப்பட்டு, கஷ்டப்பட்டு இரண்டாவதிலிருந்து தேர்ச்சி பெற்று, இங்கிலாந்தில் ரோல்ஸ்-ராய்ஸில் குறுகிய காலப் பயிற்சி முடித்து, கார் தொழிற்சாலை ஒன்று தொடங்கத் தாய் நாடு திரும்பினார். அவருடைய தொழிற்சாலைத் திட்டத்துக்கு இடம் தேடிக்கொண்டிருந்தபோது அரசியலில் முதலில் காலடி வைத்தார். 1971 மே மாதம் தில்லி நகராட்சித் தேர்தல்களில் காங்கிரஸ் கட்சியின் பிரசாரத்தை ஆரம்பித்து வைக்க அவர் தன் தாயாரால் அனுப்பிவைக்கப்பட்டார். அடுத்த மாதம் அவர், பலரால் படிக்கப்படும் வார இதழ் ஒன்றுக்குப் பேட்டி அளித்தார். 'அவருக்கு விவாதங் களிலோ நீண்ட உரையாடல்களிலோ நாட்டமில்லை, விளைவுகளிலேயே நாட்டம்' என்பதாக பேட்டி கண்ட நிருபருக்குத் தோன்றியது. இந்திய இளை ஞர்கள் கோழைகள் என்றும், மன உறுதி அற்றவர்கள் என்றும், அவர்களுடைய சிந்தனைகள் அவர்களுடைய பெற்றோரின் மனப்போக்குடன் இறுக்கமாகக் கட்டிப்போடப்பட்டுள்ளது என்றும் சஞ்சய் கருத்து தெரிவித்தார்.[9]

பிரதமரின் முதல் மகன் ராஜிவ், பயிற்சி பெற்ற விமானியாக இந்தியன் ஏர்லைன்ஸில் பணியாற்றிக்கொண்டிருந்தார். பிரதமர் அதிகமாகக் கவலைப்பட்டது சஞ்சய் பற்றித்தான். 1971 பிப்ரவரியில் தன் சகாவுக்கு எழுதிய கடிதத்தில், 'ராஜிவுக்கு ஒரு வேலை இருக்கிறது; ஆனால் சஞ்சய்க்கு இல்லை. மேலும் அவன், மிகச் செலவாகும் ஒரு முயற்சியில் இறங்கியுள்ளான். நான் அந்த வயதில் எப்படி இருந்தேனே அப்படியே

அவனும் முரட்டுத்தனமாக இருக்கிறான் என்று எனக்குப் படுகிறது. அவன் படக்கூடிய கஷ்டங்களுக்காக என் மனம் வேதனைப்படுகிறது' என்று குறிப்பிட்டிருந்தார்.[10] எதிர்பார்த்ததுபோலவே சஞ்சயின் கார் திட்டத்துக்கு மிக அவசரமாக அனுமதி தரப்பட்டது. சிறிய கார்கள் உற்பத்தி செய்ய அனுமதி கோரி 18 விண்ணப்பங்கள் வந்திருந்தன. ஆனால், இத்துறையில் அனுபவம் ஏதும் இல்லாவிட்டாலும் பிரதமர் மகனின் திட்டம் மட்டுமே அங்கீகரிக்கப்பட்டது. ஹரியானாவின் காங்கிரஸ் முதல்வர் பன்ஸி லால், 300 ஏக்கர் நிலத்தை அடிமாட்டு விலைக்கு சஞ்சய் காந்திக்கு அளித்தார்.[11]

நாடாளுமன்றத்தில் எதிர்க்கட்சி உறுப்பினர்கள் எழுப்பிய கேள்விகளைத் திருமதி காந்தி நிராகரித்தார். ஆனால், அவருடைய நெருங்கிய ஆலோசகர் பி.என். ஹக்ஸரும் தன் ஆட்சேபத்தைத் தெரிவித்தார். மாருதி கார் திட்டத்தைக் கிடப்பில் போடும்படியும் மகனுடைய செயல்பாடுகளிடமிருந்து தன்னை விடுவித்துக்கொள்ளும்படியும் ஹக்ஸர் திருமதி காந்திக்கு ஆலோசனை கூறியதாகப் பத்திரிகை ஒன்று எழுதியது.[12] அவரது ஆலோசனைக்கு மதிப்பு கொடுக்கப்படவில்லை. சஞ்சய் மேலும் மேலும் அவருடைய தாயின் பக்கத்தில் அதிகமாகக் காணப்பட்டார். அதே நேரம், தலைமைச் செயலகத்தில் ஹக்ஸரின் செல்வாக்கு குறைய ஆரம்பித்தது.

1972 வாக்கில் காங்கிரசில், உறவினர்களுக்கான சலுகை அதிகமானது; ஊழல்கள் பெருத்தன. 1971 ஜூனில் 'காங்கிரஸ் ஆளும் ராஜஸ்தானில் மிகுந்து நிலைபெற்றுவிட்ட ஊழல்கள்' பற்றி ஹக்ஸர் பிரதமரின் கவனத்துக்குக் கொண்டுவந்தார்.[13] அமைச்சர்கள் அரசாங்க ஊழியர்களுடன் சேர்ந்துகொண்டு அரசுத் திட்டங்களில் ஊழல் செய்ய ஆரம்பித்தனர். மத்திய அரசிலும் இந்தப் பழக்கம் வளர்ந்துகொண்டு வந்தது. அஸ்ஸாமைச் சேர்ந்த ஒரு மத்திய மந்திரி மர்மமான முறையில் மிகப்பெரும் அளவுக்குச் சொத்து சேர்த்திருந்தார். மத்தியப் பிரதேசத்திலிருந்து வந்த மற்றொருவர் பிரெஞ்சு ஆயுத வியாபாரி ஒருவரிடமிருந்து கமிஷன் பெற்றுக்கொண்டு, வர்த்தக ஒப்பந்தங்களைப் பெற்றுத் தருவதாக உறுதியளித்து, ரகசிய வேலைகளில் ஈடுபடுவதாகக் குற்றச்சாட்டு எழுந்தது.[14]

III

சமுதாய அளவில், இந்தியாவின் தனித்துவ வெற்றியின் அறிகுறியாக, அது ஒரு பெண் பிரதமரைப் பெற்றிருந்தது. ஆனாலும் பொதுவாக இந்தியப் பெண்களின் நிலை எப்படி இருந்தது? திருமதி காந்தி தேர்தல்களிலும் போரிலும் வெற்றி பெற்றுக்கொண்டிருந்தபோது இந்திய சமுதாய அறிவியல் ஆய்வு மன்றம் (ஐ.சி.எஸ்.எஸ்.ஆர்) பெண்கள் நிலை பற்றி, சட்டம், பொருளாதாரம், வேலை, கல்வி, உடல்நலம் முதலிய துறைகளில் 75 தனித்தனி ஆய்வுகளைத் தொடங்கியிருந்தது.[15] இதன் முடிவுகள் ஊக்கம் தருவதாக இல்லை. விடுதலைக்குப் பிறகு ஏற்பட்ட நவீனமயமாக்கத்தால் ஆண்-பெண்

வேறுபாடு அதிகமாகியிருந்தது. சுகாதார முன்னேற்றங்களை முக்கியமாக ஆண்களே அதிகம் பயன்படுத்திக்கொண்டனர். இதனால், ஆண் பெண் விகிதம் அதிகமாகியது. 1971-ல் 1000 ஆண்களுக்கு 931 பெண்கள் என்று இருந்தது. ஆலைப் பெண் தொழிலாளர்கள் விஷயத்தில் இந்த விகிதம் 1961-ல் இருந்த 31.53% என்பதிலிருந்து 1971-ல் 17.35% என்றானது. முன்பெல்லாம் தொழிற்சாலைகளில் கணவன், மனைவி என இருவரும் நியமிக்கப்பட்டனர். ஆனால் தொழில்நுட்ப முன்னேற்றம் காரணமாக, முன்பு பெண்கள் மேற்கொண்ட நுட்பம் குறைவான வேலைகள் இப்போது குறைந்துவிட்டன.

பெரும்பான்மையான பெண்கள் கிராமப்புற வேலைகளுக்குச் சென்றனர். விவசாயக் குடும்பங்களில் 100 ஆண்களுக்கு 50 பெண்கள் என்ற அளவில் இருந்தனர். நிலமற்ற விவசாயிகள் விஷயத்தில் இது 78 ஆக உயர்ந்தது. அபாயகரமான நாற்று நடுதல் போன்ற பணிகள், பெண்களுக்கென ஒதுக்கப் பட்டன. இதனால் பெண்கள் வயிற்று உறுப்புகள் பாதிப்பு, நுண்கிருமித் தாக்குதல் ஆகியவற்றுக்கு உள்ளானார்கள். இந்தத் தொல்லைகளோடு மகப்பேறு, விறகு சுள்ளி பொறுக்குதல், கால்நடைத் தீவனம் சேகரித்தல் போன்று, பெண்களுக்கும் சிறுமிகளுக்கும் ஒதுக்கப்பட்ட சுமைகளும் அதிக மாயிற்று.[16]

நிலைமை பொதுவாகவே மோசமாக இருந்தது என்றாலும் பெண்கள் நிலைமை படுமோசமாக இருந்தது. 1971-ல், 39.5% ஆண்களால் எழுதவும் படிக்கவும் முடிந்தது. ஆனால் 18.4% பெண்களாலேயே எழுதப் படிக்க முடிந்தது. பிகாரின் கிராமப்புறங்களில் வெறும் 4% பெண்களால் மட்டுமே எழுதப் படிக்க முடிந்தது. பிகார், ஒரிஸா போன்ற மாநிலங்களில் இருந்த ஏழைமை காரணமாக, அங்குள்ள ஆண்கள் வேலை தேடிப் பிற மாநிலங்களுக்குச் சென்றதால், அங்குள்ள பெண்கள்மீதான சுமை மேலும் அதிகமானது.

'கொள்கை அளவில் பெண்களுக்கு என்று ஒதுக்கப்பட்டவைகூட உண்மையில் அவர்களுக்கு எட்டாக்கனிகளாகவே இருந்தன' என்று ஐ.சி.எஸ்.எஸ்.ஆரின் ஆராய்ச்சி கூறியது. 'இன்றைய இந்தியாவின் எதிர்பார்ப்புக்கு ஏற்ப பன்முகப் பணிகளைப் பெண்கள் ஏற்க ஏதுவாக அவர்களைத் தகுதி பெறச்செய்ய புதிய விதிகளையும் நிறுவனங்களையும் உருவாக்கச் சமூகம் தவறிவிட்டது' என அவர்களுடைய ஆய்வுகள் தெரிவித்தன. 'அவர்களுக்கு அரசியல் அமைப்புச் சட்டம் உறுதிசெய்துள்ள உரிமைகளையும் வாய்ப்புகளையும் பெரும்பான்மையினர் அனுபவிக்க வில்லை. வரதட்சிணை அதிகரிப்பு போன்றவை பெண்களின் நிலையை மேலும் கீழே தள்ளியிருப்பது விடுதலை இயக்க நாட்களின் கொள்கைகளி லிருந்து மேலும் பின்னோக்கிச் சென்று கொண்டிருப்பதையே காட்டுகிறது.'

சமூகச் சீர்திருத்தங்களின் விளைவு நகரங்களில் மட்டுமே உணரப்பட்டது. அங்கும்கூட, ஆங்கிலம் கற்ற உயர்சாதியினர் மட்டுமே, தங்கள் பெண்களைப்

படிக்க வைத்து தொழில் வழிக் கல்லூரிகளுக்கும் அனுப்பிவைத்தனர். தேர்ந்தெடுக்கப்பட்ட இந்தப் பிரிவுகளில் பெண்டாக்டர்கள், பேராசிரியர்கள், ஐ.ஏ.எஸ் அதிகாரிகள், விஞ்ஞானிகள் அதிகமாக விளங்கினர். மறுபக்கம், பல பிற்பட்ட சாதிகளிலும் விவசாயச் சமூகங்களிலும் பரிசம் போட்டுப் பெண் எடுக்கும் பழக்கம் மாறி, வரதட்சிணை கேட்கும் முறை வந்துவிட்டது. இது பெண்களின் நிலை தாழ்ந்துவருவதற்கான தெளிவான ஓர் அடையாளம். விரைவான நகரமயமாதலும் ஆண்கள் வெளியூர்களுக்கு வேலை தேடிச் செல்வதும், பெண்பாலியல் தொழிலாளர் எண்ணிக்கையை அதிகமாக்கியது.

மகிழ்ச்சிக்குரிய ஒரே அடையாளம், 1962-ல் 46.6 என்று இருந்த பெண் வாக்காளர் சதவிகிதம் 1967-ல் 55.4 என்றும் 1971-ல் 59.1 என்றும் அதிகரித்ததே. 1970-களின் ஆரம்பத்தில் பெண்ணிய இயக்கம் உருவாவதற்கான முதல் அறிகுறிகள் தோன்ற ஆரம்பித்தன. பெண் கூலித் தொழிலாளர்களின் உரிமைகளைப் பாதுகாக்கவும் விலை ஏற்றத்தை எதிர்க்கவும் முதன்முதலாக அமைப்புகள் தோன்ற ஆரம்பித்தன.[17]

பிற்பட்ட சாதிகளைப் போலவே, இங்கும் பிரச்னையை இரு வழிகளில் பார்க்க முடிந்தது. ஒரு பக்கம் பெண்கள் கடுமையாகச் சுரண்டப்பட்டனர். மறுபக்கம், வரலாறாலும் மரபாலும் ஏற்றுக்கொள்ளப்பட்டிருந்த பெண்கள்மீதான அடக்குமுறை காரணமாக, சுதந்தரம் அடைந்தபோது மிக மிக மோசமாக இருந்த பெண்கள் நிலையில் முன்னேற்றம் ஏற்பட்டிருந்தது என்றும் கூறவேண்டும். 1947-க்கு முன் எழுத்தறிவு விகிதம் அதிர்ச்சிதரும் வகையில் குறைவாக இருந்ததால், அதன்பின் அடைந்துள்ள முன்னேற்றம் குறிப்பிடத்தக்க வகையில் இருந்துள்ளது என்பதை அட்டவணை 21.1-ல் காணலாம்.

அட்டவணை 21.1: 100 பையன்களுக்கு எத்தனை பெண்கள் கல்வி நிறுவனங்களில் சேர்ந்துள்ளனர் என்ற விவரம், 1947-1971.

	ஆரம்பப் பள்ளி	நடுநிலைப் பள்ளி	உயர்நிலைப் பள்ளி	பல்கலைக் கழகம்
1947	36	22	14	19
1971	62	43	36	31

இந்தியாவின் தென்கோடி மாநிலமான கேரளாவில்தான் மிக அதிகப் பயன் ஏற்பட்டது. இங்கு இருந்த பெண், ஆண் விகிதமான 1.019, மிக அதிகமானது (இந்த மாநிலத்தில் மட்டும்தான் ஆண்களைவிடப் பெண்கள் அதிகம்). பெண்கள் சராசரி வயதும் இந்த மாநிலத்தில்தான் அதிகம் (60.7 வருடங்கள்). பெண் கல்வியில் தேசியச் சராசரிக்கு (20 சதவிகிதம்) மாறாக 60 சதவிகிதத் துக்கும் அதிகமாக இருந்தது. தனிநபர் சுகாதாரச் செலவு, பயிற்சி பெற்ற செவிலியர்கள் உதவியுடன் மகப்பேறு ஆகியவற்றிலும் கேரளம் முதலிடம் வகித்தது. ஆயிரம் பிறப்புகளில் 48.5 என்ற கணக்கில் இருந்த பெண் சிசு இறப்பு விகிதம், இந்தியாவிலேயே மிகக் குறைந்த அளவில் இருந்தது.[18]

கேரளா, பெண்கள் விஷயத்தில் மட்டும் விதிவிலக்காக இல்லை. ஆண்களும் நன்கு கல்வி தேர்ச்சி பெற்று நல்ல சுகாதார வசதிகளைப் பெற்றனர். புள்ளிவிவரங்கள் கணிசமான அளவு சமூக சமத்துவத்தைக் காட்டுகின்றன. கீழ்சாதியினர் தங்கள் உரிமைகளை அழுத்தமாக வலியுறுத்தினர். தீண்டாமையும் கீழ் சாதியினர்மீதான கொடுமையும் ஏறத்தாழ ஒழிக்கப்பட்டன. கேரள தொழிற்சங்க இயக்கம்தான் இந்தியாவிலேயே மிகச் சிறப்பாக முன்னேறியிருந்தது.

கேரளா அவ்வாறு வேறுபட்டு இருந்ததன் காரணம் என்ன? பதினான்காம் அத்தியாயத்தில் விவரித்தபடி, கேரளாவில், முற்போக்கு எண்ணம் கொண்ட மகாராஜாக்களும், மிஷனரிகளும், சாதி, வர்க்கப் பின்னணி கொண்ட சமூக இயக்கங்களும் இருந்தனர். 1957-1959 காலகட்டத்தின் முதல் கம்யூனிஸ்ட் அரசு இந்தச் சீர்திருத்த மரபுகளைப் பயன்படுத்திக்கொண்டது. அவை 1970-களின் தொடக்கத்தில் கம்யூனிஸ்ட் கட்சியின் சி. அச்சுத மேனன் தலைமை யிலான இந்திய கம்யூனிஸ்ட் - காங்கிரஸ் கூட்டணி ஆட்சியிலும் புதுப்பிக்கப் பட்டன. இந்த அரசு, பெருமளவு நிலங்களை, உடைமையாளர்களிடமிருந்து குத்தகைதாரர்களுக்கு மாற்றியது. புதிய விவசாயத் தொழிலாளர் சட்டம் ஒன்றை நிறைவேற்றி, நிலமற்ற விவசாயத் தொழிலாளர்களுக்கான கூலியை யும் வாழ்க்கைத் தரத்தையும் உயர்த்த முற்பட்டது. இந்தச் சீர்திருத்தங்கள், புரட்சிகர அறிவுஜீவிகள் எதிர்பார்த்த அளவுக்கு இல்லாவிட்டாலும், பிற இடங்களில் இருந்ததைவிட மிகவும் முன்னேறியவையாக இருந்தன. சரியான சம உரிமை வழங்கப்படாவிட்டாலும் நிச்சயமாக, இந்தியாவிலேயே மிகக் குறைந்த அளவில் சமூக அநீதி கொண்ட மாநிலம் என்ற அளவுக்கு கேரளாவின் புகழை அவை மேலும் அதிகப்படுத்தின.[19]

IV

1973 மார்ச்சில் அரசாங்கம் உச்ச நீதிமன்றத்துக்குப் புதிய தலைமை நீதிபதி ஒருவரை நியமித்தது. இதற்குமுன், ஒரு தலைமை நீதிபதி ஒய்வுபெற்றால் அடுத்த நீதிபதிகளில் மிக மூத்தவரே ஓய்வுபெற்றவர் இடத்துக்கு வருவார். ஆனால் இம்முறை நீதிபதி ஏ. என். ரே, தன்னைவிட மூத்த மூவருக்கு மேலாகத் தலைமை நீதிபதியாக நியமிக்கப்பட்டார். இந்தத் தேர்வு அரசியல் காரணங்களுக்காக, நீதித்துறையைக் கட்டுப்படுத்த அரசு ஆசைப்பட்டதன் விளைவாகச் செய்யப்பட்டது. இதன் காரணமாகவே, சட்ட அமைச்சர் எச்.ஆர். கோகலே, நாடாளுமன்றத்திலேயே, 'சொத்து என்பது மனிதர்களின் இயல்பான உரிமை என்ற பிளாக்ஸ்டோன் கோட்பாட்டை நீதிமன்றங்கள் அப்படியே செயல்படுத்திவருகின்றன' என்று வெறுப்புடன் குறிப்பிட்டார். 'இந்தப் போக்கு, மேலும் மேலும் அதிகமான அரசாங்கத் தலையீடுகள் வாயிலாக நாட்டின் சமூகப் பொருளாதார நிலையைச் சீராக்கும் அரசாங்கத் தின் விருப்பத்தில் குறுக்கிடுகிறது' என்று அவர் எச்சரித்தார்.[20]

அண்மைக்காலங்களில், இந்திய அரசியல் அமைப்புச் சட்டத்தின் அடிப்படை அமைப்பையே ஆட்டம் காணச்செய்யும் முயற்சிகள் பற்றி உச்ச நீதிமன்றம் கடுமையாகக் கண்டித்திருந்தது. வங்கிகள் தேசியமயம், ராஜ மானிய ஒழிப்பு ஆகிய இரு சமீபத்திய வழக்குகளில் அரசாங்கத்துக்கு எதிரான தீர்ப்புகள் வழங்கப்பட்டு, இதனால், நாடாளுமன்ற அதிகாரத்தைப் பயன்படுத்தி, அரசியல் அமைப்புச் சட்டத்தைத் திருத்தவேண்டிய நிலை ஏற்பட்டது. இதற்கிடையே பம்பாயில் பொதுக்கூட்டம் ஒன்றில் பேசும்போது, நீதிபதி கே.எஸ். ஹெக்டே, 'அரசியல் லாபங்களுக்காகவும் தனிப்பட்ட தலைவர்களின் சுய தேவைகளுக்காகவும் நிர்வாக இயந்திரத்தின் பணிகள் திருப்பிவிடப்படுவது' பற்றிக் கவலை தெரிவித்திருந்தார். 'அரசியல் அமைப்புச் சட்டத்தின்படி மாநிலங்களுக்குக் கொடுக்கப்பட்டுள்ள உரிமைகளில் மத்திய அரசு அத்துமீறித் தலையிடுவதாக' அவர் கூறியிருந்தார். 'அதிகரித்து வரும் ஊழல், அதிகமான பணத்தையும் ஆதரவையும் தேடி அவற்றின் பின்னால் ஓடும் போக்கு' ஆகியவற்றையும் அவர் விமர்சித்திருந்தார்.[21]

1973-ன் முதல் வாரங்களில் அரசியல் அமைப்புச் சட்டத்தைத் திருத்த நாடாளுமன்றத்துக்கு மேலும் அதிக அதிகாரங்களை அளிக்கும் புதிய சட்டம் ஒன்றை எதிர்த்துத் தாக்கல் செய்யப்பட்ட மனு ஒன்றை உச்ச நீதிமன்றம் விசாரித்தது. வழக்கை முழு பெஞ்சே விசாரித்தது. நாடாளுமன்றத்தின் அதிகாரத்தைக் கட்டுப்படுத்தும் வகையில் ஆறு நீதிபதிகளும், அதிகாரத்தை உறுதி செய்யும் வகையில் ஏழு பேரும் வாக்களித்தனர். அரசுக்கு ஆதரவாக வாக்களித்தவர்களில் நீதிபதி ஏ.என். ரேயும் ஒருவர். எதிர்த்தவருள் ஒருவர் நீதிபதி ஹெக்டே. ரேயின் பதவு உயர்வு இந்தக் குறிப்பிட்ட வழக்கோடு சேர்த்துப் பேசப்பட்டதோடு, நீதிபதிகளும் அதிகாரிகளும் ஆட்சியில் உள்ள அரசாங்கத்தின் கொள்கைகளுக்கும் கோட்பாடுகளுக்கும் தம்மை அர்ப்பணிப் பவர்களாக இருக்கவேண்டும் என்ற பி.என். ஹக்ஸருடைய பொதுவான கருத்தோடும் இணைத்துப் பேசப்பட்டது.

ஏ.என். ரேயின் நியமனத்தை எதிர்த்தவர்களில் பிரபல சர்வோதய இயக்கத் தலைவர் ஜெயப்பிரகாஷ் நாராயணும் ஒருவர். இந்த முறை மாறிக் கொடுக்கப்பட்ட பதவி உயர்வு, உச்ச நீதிமன்றத்தை, ஆளும் அரசாங்கத்துக்கு உட்பட்ட ஓர் அமைப்பாக மாற்றுவதற்கான திட்டமா என்று பிரதமரைக் கேட்டுக் கடிதம் எழுதினார். பிரதமர் பதில் அளிக்கையில், (ஜேபியின்) 'வருத்த மூட்டும் முடிவு' தேவையற்றது என்றும் 'இயந்திரத்தனமான, மூப்புரிமைப் பதவி உயர்வுக் கொள்கையை மேற்கொள்வதால் தேவையின்றி அதிகமான எண்ணிக்கையில் தலைமை நீதிபதிகளை நியமிக்க வேண்டியுள்ளது' என்றும் தெரிவித்தார்.[22] மற்றொரு விமர்சகர், அரசியல் சட்ட நிபுணரான ஏ.சி. நூரானி, சிந்திக்கக்கூடிய கட்டுரை ஒன்றில், நீதிபதிகள் பலர் தங்கள் வரம்புக்கு அப்பாற்பட்ட விஷயங்களைப் பற்றிப் பேசுவதையும், நீதிபதிகளும் நீதித்துறையும் அரசியல்மயமாக்கப்படுவதையும், இது ஏ.என். ரே போன்ற சில வெளிப்படையான 'முற்போக்கு' நீதிபதிகளுக்குப் பதவி உயர்வு

கொடுக்கப்பட்டுள்ளதில் வெளிப்பட்டுள்ளதையும் கண்டித்தார். பத்திரிகைகளோ வக்கீல்களோ, நீதித்துறையின் சுதந்தரத்துக்கு ஏற்படும் அபாயம் குறித்து எச்சரிக்கை உணர்வுடன் இல்லை என்று அவர் கவலை தெரிவித்தார். இந்தச் சவால்களைச் சந்திக்காவிட்டால், 'இந்தியாவில் தனி மனித சுதந்தரம் பறிக்கப்படும் நிலைக்கு நம்மைத் தயார்ப்படுத்திக் கொள்ளவேண்டியதுதான்' என்று எச்சரித்தார்.[23]

இந்தியத் தலைமை நீதிபதி தேர்ந்தெடுக்கப்படுவதற்கு முன்பாகவே பல முக்கியமான அரசுப்பதவிகள் திருமதி காந்தி மற்றும் அவருடைய ஆலோசகர்களுடைய சோஷலிச சித்தாந்தத்தை ஏற்றுக்கொண்ட அதிகாரிகளுக்கே அளிக்கப்பட்டன.[24] 1973 வாக்கில் இந்தச் சித்தாந்தம் ஒவ்வொரு புதிய துறைக்கும் பரவியது. ஏகபோக மற்றும் முறையற்ற வர்த்தக அமைப்புகளைக் கட்டுப்படுத்தும் ஆணையம் (எம்.ஆர்.டி.பி.சி) உருவாக்கப் பட்டு, பெரிய தொழில் நிறுவனங்களின் வளர்ச்சி கட்டுப்படுத்தப்பட்டு அதற்கு பதில் சிறுதொழில் முயற்சிகள் ஊக்குவிக்கப்பட்டன. பொதுத் துறை தொடர்ந்து விரிவாக்கப்பட்டது. மேலும் பல தனியார் தொழில்கள் தேசியமயமாக்கப்பட்டன. முக்கியமாக நிலக்கரி, பெட்ரோல் ஆதாரங்கள் இப்போது அரசுடைமையின்கீழ் வந்தன. 1973 ஏப்ரலின் எண்ணெய் நெருக் கடி இந்தியாவையும் தாக்கியது. அப்போது பிரதமர் அதிகம் அலட்டிக்கொள்ளாமல், விளம்பரம் தேடும்வகையில் தன் வீட்டிலிருந்து நாடாளுமன்றத்துக்கு ஒரு குதிரை வண்டியில் வந்து கண்கவர் காட்சி ஒன்றை உருவாக்கினார்.

இந்திரா காந்தி மூன்றாவது முறையாகப் பதவியேற்று ஆட்சி செய்யும்போது, மிக வலுவாக ஆட்சியைத் தன் கைக்குள் வைத்திருந்ததால், ஷேக் அப்துல்லாவுடன்கூடப் பேச்சு வார்த்தை நடத்தத் தொடங்கினார். 1971 டிசம்பர் போரில் இந்தியா பெற்ற அழுத்தமான வெற்றி மூலம் நீண்டகாலமாகவும் கசப்புணர்வுடனும் போராடிவந்த காஷ்மீர் பள்ளத்தாக்கின் நிலவரம் மாறுதலுக்கு உள்ளாகியிருந்தது. இப்போது காஷ்மீர் பிரிவினைவாத முகாமில் 'ஏமாற்றம் படர்ந்திருந்தது' என்று சொல்லப்பட்டது. பள்ளத்தாக்கில் இருந்த தீவிரப் புரட்சியாளர்கள்கூட இந்திய அரசியல் அமைப்புச்சட்டத்துக்கு உள்ளாக ஒரு தீர்வு என்பது பற்றிப் பேசிக்கொண்டிருந்தனர்.[25]

ஷேக்கின் அண்மைக்கால அறிக்கைகளில்கூட சுய நிர்ணயம் என்றால் அது சுயாட்சியா அல்லது சுதந்தரமா என்பது பற்றித் தெளிவின்றியே இருந்தது. 1971 முழுவதும் அவர் தில்லியிலேயே வசித்துவந்திருந்தார். திருமதி காந்தி ஒரு தேசியத்தலைவராக உருவாகி வருவதைத் தன் கண்ணாலேயே கண்டிருந்தார். போர் அவரது குழப்பத்தைக் குறைத்திருந்தது. சுதந்தரம் என்பது தன் மக்களுக்குச் சிந்திக்க முடியாத ஒன்று என்று அவருக்குத் தோன்றியது. 1972 ஜூனில் அவர் பிரதமரைச் சந்தித்தார். பேச்சு விவரங்கள் ரகசியமாக வைக்கப்பட்டன. ஆனால் அதன்பிறகு அவர் காஷ்மீர் திரும்ப அனுமதிக்கப்பட்டார். எப்போதும்போல் பெரும் திரளான, மகிழ்ச்சிகொண்ட மக்களால் வரவேற்கப்பட்டார். ஆனால் சில எதிர்ப்பாளர்களும் இருந்தனர்.

அவர்கள், 'காஷ்மீரை விட்டுக் கொடுக்க மாட்டோம்', 'வாக்கெடுப்பு வேண்டும்' போன்ற வாசகங்கள் அடங்கிய அட்டைகளைத் தாங்கி நின்றனர்.[26]

முன்பு 1964-ல் அயூபைச் சந்திக்குமாறு அப்துல்லாவை ஜவாஹர்லால் நேரு அனுப்பி வைத்ததன்மூலம், காஷ்மீர் விவகாரத்தில் பாகிஸ்தானும் ஒரு கட்சி என்பதை நேரு ஏற்றுக்கொண்டிருந்தார். அந்நாடு பிளவுபட்டுப் போனபிறகு திருமதி காந்தி, இப்போது அப்படி அல்ல என்பதைத் தெளிவுபடுத்திவிட்டார். பள்ளத்தாக்கு திரும்பிய அப்துல்லா தன் மக்களிடம், இஸ்லாமாபாத்திடம் உதவியை எதிர்பார்க்க வேண்டாம் என்று கூறினார். மாறாக, புது தில்லியுடன் கௌரவமான ஒரு தீர்வைத் திட்டமிடவேண்டும் என்றார். செப்டெம்பரில் அவருடைய 67-வது பிறந்த நாளை ஒட்டிய விழாவில் 'நான் ஓர் இந்தியன்; இந்தியா என் தாய்நாடு' என்று கூறும் அளவுக்குச் சென்றுவிட்டார்.[27]

அப்துல்லா இப்போது மாநிலத்தின் முதல்வராகி, அப்பதவி மூலம் மாநிலத்துக்கு மேலும் சுயாட்சி அதிகாரம் பெறமுடியும் என்று நம்பினார். மாநிலத்துக்கு இடைத்தேர்தல் நடத்தப்படவேண்டும் என்று விரும்பினார். அப்படி நடந்தால், தன் தேசிய மாநாட்டுக் கட்சி வெற்றிபெறும் என அவர் உறுதியாக நம்பினார். ஆனால், தங்கள் பதவியை எளிதாக விட்டுக்கொடுக்க விரும்பாத உள்ளூர் காங்கிரஸ் தலைவர்கள் இதனை எதிர்த்தனர்.

1972-73 ஆண்டுகளில் ஷேக்கின் சார்பில் மிர்ஸா அஃப்ஸல் பேக்கும் பிரதமர் சார்பில் ஜி. பார்த்தசாரதியும் பல சுற்றுப் பேச்சுவார்த்தைகள் நடத்தினர். காஷ்மீரிகளின் உணர்வுகளுக்கோ காங்கிரசின் ஆசைக்கே ஊறு ஏற்படாத வகையில் அப்துல்லாவை மீண்டும் பதவிக்குக் கொண்டுவருவதற்கான வழிவகைகளை விவாதித்தனர்.[28]

இமாலயத்தின் மறுமுனையில், பல நாகர்களும்கூட இந்தியாவுக்குள்ளேயே வசிப்பது பற்றி யோசித்துக் கொண்டிருந்தனர். 1963-ல் அதன் தோற்றம் முதற்கொண்டே, இந்திய அரசியல் அமைப்புக்குள் இருக்க ஆசைப்பட்ட ஒரு நாகா பிரிவினர், நாகாலாந்தை ஆட்சி செய்துவந்தனர். சில கிளர்ச்சிக்காரர்கள் காடுகளில் இருந்துகொண்டு ராணுவ வீரர்கள் மீதும், முக்கிய அரசியல்வாதிகள் மீதும் தாக்குதல் நடத்தி வந்தனர். ஆனால் அதே சமயம் அங்கு இயல்பு வாழ்க்கைக்கான அடையாளங்களும் இருந்தன. எடுத்துக்காட்டாக, 1972 நவம்பரில் கோஹிமாவுக்குப் பிரசங்கம் செய்யவந்த மதப்பிரசாரகர் பில்லி கிரஹாமின் கூட்டத்துக்கு, 25,000 நாகர்கள் மாநிலத்தின் பல பகுதிகளிலிருந்தும் பேருந்து முலம் அழைத்துவரப்பட்டனர். அவர் அடுத்தடுத்த நாள்களில் மூன்று உரைகளை வழங்கினார். ஒன்று, குன்றுகளின் எழிலைப் புகழ்ந்தது; அடுத்தது, உள்ளூர் தேவாலயங்களின் இடிந்து விழும் நிலையைக் கண்டித்தது; மூன்றாவது, நாகர்கள் தங்கள் அனைத்தையும் கடவுளிடம் ஒப்படைத்துவிடுமாறு கோரியது. ஓராண்டுக்குப்பிறகு மோகன் பகான் என்ற இந்தியாவின் முன்னணி கால்பந்துக்குழு கோஹிமாவில் பல போட்டிகளில் பங்குபெற்றது. முதல் போட்டியில், 'பதினைந்தாயிரம் பேர்

கொண்ட மக்கள் கூட்டத்தின் மகிழ்ச்சி ஆரவாரத்துக்கிடையே' கோஹிமா வீரர்கள் போட்டிக்கு வந்தவர்களை ஒரு கோல் வித்தியாசத்தில் வென்றனர். எனினும் மறுநாள் போட்டியில் மோகன் பகானின் 5-0 என்ற வெற்றிமூலம் இந்தியாவின் பெருமை மீட்கப்பட்டது.

1973 டிசம்பர் முதல் தேதியன்று, நாகாலாந்து இந்திய யூனியனில் முழு மாநிலமான பத்தாவது ஆண்டு விழாவை ஒட்டி இந்திரா காந்தி கோஹிமாவுக்குப் பயணம் செய்தார். சுமார் 15,000 மக்கள் கூடியிருந்த கூட்டத்தில் அவர் பேசும்போது, தலைமறைவாக இருக்கும் நாகர்கள் 'வெளி உலகுக்கு வந்து நாகாலாந்தின் வளர்ச்சியில் பங்கேற்கவேண்டும்' என்று வேண்டுகோள் விடுத்தார். பல நூறு கிளர்ச்சிக்காரர்கள் ஏற்கெனவே சரண் அடைந்திருந்தனர். 1973 பிப்ரவரி தேர்தலுக்கு முன்பாக மேலும் பலர் வெளியே வந்தனர். நல்லதோ கெட்டதோ, இந்தியக் குடியாட்சி முறைச் சடங்கில் நாகர்களும் ஈடுபட்டனர். தேர்தல்கள் வந்தபோது, '...க்கு ஓட்டு போடுங்கள்' என்ற கோஷம் தெருக்களைப் பெருங்குரலில் ஆக்கிரமித்தது. 'ஒரு தட்டு சோறுக்கும் கறிக்கும், ஒரு சொட்டு மதுவுக்கும், சில ரூபாய் நோட்டுகளுக்கும் ஒரு வேட்பாளருக்காக ஓலமிட்டு ஓட்டு சேகரிக்கும்' இளைஞர்கள் இருந்தனர். இதற்கிடையே அமைச்சர்களிடமிருந்து, ஒரு கிளப், ஒரு மருத்துவமனை, கவனிப்பே இல்லாத பள்ளிக்கு ஒரு கட்டடம், சாலை இல்லா ஊருக்கு ஒரு சாலை என்று வாக்குறுதிகள் அள்ளி வீசப்பட்டன. இத்தனைக்கும், கடந்த பத்தாண்டுகளில் இப்படி எதுவுமே நிறைவேற்றப்பட்டிருக்கவில்லை.[29]

இந்தத் தேர்தல்கள், கூட்டணி ஆட்சி ஒன்றைக் கொண்டுவந்தது. அதில் பழைய கிளர்ச்சியாளர்களும் இருந்தனர். அவர்கள் 'முடிவான, சமரச உடன்பாடு ஒன்றை, துப்பாக்கி மூலம் இல்லாமல் நம்பிக்கை மூலம்' கொண்டுவர விரும்புவதாகச் சொன்னார்கள். தில்லிப் பத்திரிகை ஒன்று, 'எப்படியோ நாகர்கள் சமாதானம் ஆகிவிட்டார்கள். இனி, இந்திய அரசு அதிகமான நிதியை கல்வி, வேலை வாய்ப்பு, பொருளாதார மேம்பாடு ஆகியவற்றுக்குத் திருப்பலாம். அதன்மூலம் 'கடினமான மையப்பகுதியும்' காலப்போக்கில் கரைந்துவிடும். அந்த எல்லை மாநிலத்தில் அவசரமாகவும் முக்கியமாகவும் தேவைப்படும் அமைதி நிலவும்' என்று நம்பிக்கையுடன் எழுதியது.[30]

V

இந்தியா சுதந்தரம் பெற்றபிறகு, மொழி, மதம், பிராந்தியம் ஆகியவை தொடர்பாக ஏராளமான போராட்டங்களைச் சந்தித்துள்ளது. இவற்றுள் காஷ்மீர், நாகாலாந்து சிக்கல்கள் அதிகம் கவலை அளிப்பதாக இருந்தன. 1947 முதலே இரு இடங்களிலும், தங்களுக்கென சொந்தமான நாடு ஒன்றைக் கோரும் மக்களைக் கவரும் வகையிலான தலைவர்கள் இருந்து வந்துள்ளனர்.

அவர்களுடைய கருத்துகள் மக்களிடையே பரவலாகப் பரவியிருந்தன. அவர்களுடைய விருப்பத்துக்கு அனுமதி உண்டு என்றால், பெரும்பான்மை நாகர்களும் காஷ்மீர் பள்ளத்தாக்குவாசிகளும், இந்தியாவுக்குள் ஒரு மாநிலம் என்பதைவிட சுதந்தரத்தையே விரும்பியிருப்பார்கள்.

எனினும், 1973-74-ல் ஷேக் அப்துல்லா முறையான ஆட்சியில் மீண்டும் பங்குபெறத் தயார் ஆகிக்கொண்டிருந்தார். பல கிளர்ச்சிக்கார நாகர்களும் வெளியே வந்து தேர்தலில் பங்குகொண்டனர். ஒரு காலத்தில் பயங்கரத் தீவிரவாத இடங்களாக இருந்தவை இப்போது அமைதியாக ஆயின. அதற்கு ஈடுசெய்வதுபோன்று, வரலாறு, அரசியல் மரபு, மொழி ஆகியவற்றின் அடிப்படையில் இந்தியக் குடியரசின் ஒன்றிணைந்த பகுதியாக இருந்த இதயப் பகுதிகளிலேயே பிரச்னைகள் தலைதூக்கின.

தேசப்பிதா காந்தியின் மாநிலமான குஜராத்தில்தான் தொல்லை தொடங்கியது. மாநிலம், ஊழலால் பெயர் கெட்ட காங்கிரசின் நிர்வாகத்தின்கீழ் இருந்தது. முதல்வர் சிமன்பாய் படேல், சோர் சிமன் (திருட்டு சிமன்) என்றே பொதுவாகக் குறிப்பிடப்பட்டார். 1974 ஜனவரியில் மாநில அரசைக் கலைக்கக் கோரி மாணவர்கள் இயக்கம் ஒன்றை நடத்தினர். அது 'நவ நிர்மாண்' என்று தன்னை அழைத்துக்கொண்டது. எதிர்ப்பு, வன்முறை வடிவெடுத்து, பேருந்துகளும் அரசு அலுவலகங்களும் கொளுத்தப்பட்டன. சோர் சிமன் பதவி விலக நேரிட்டது. குஜராத்தில் ஜனாதிபதி ஆட்சி ஏற்பட்டது.[31]

குஜராத் சம்பவங்களால் உந்தப்பட்ட பிகார் மாணவர்கள், தங்கள் மாநிலத்திலும், முறைகேடான ஆட்சிக்கு எதிராக ஒரு போராட்டத்தை ஆரம்பிக்க முற்பட்டனர். பிகாரில் அதிக அளவிலான கட்சித் தாவல்களால், அரசுகள் உருவாவதும் கவிழ்வதுமாக இருந்ததால், அரசாங்கம் செயல் இழந்து போயிருந்தது. 1972-ல் ஆட்சிக்கு வந்த காங்கிரசில், ஊழல் பரவலாக மலிந்து கிடந்தது. நிலவுடைமை ஏற்றத்தாழ்வுகள் அதிகமாக இருந்த கிராமப் பகுதிகளிலும், அத்தியாவசியப் பொருள்களின் விலை மிக அதிகமாக ஏறியிருந்த நகரங்களிலும் அதிருப்தி நிலவியது. இந்திய கம்யூனிஸ்ட் கட்சியின் தலைமையில் இடதுசாரியினர் சாதாரண நோக்கம் கொண்ட, ஆனால் மிகச் சிக்கலான பெயர் கொண்ட ஓர் இயக்கத்தை ஆரம்பித்தனர். பிகார் ராஜ்ய மஹங்காயி அபாப் பேஷாகார் விரோதி மஸ்தூர் ஸ்வ கரம்சாரி சங்கர்ஷ சமிதி (விலை ஏற்றத்துக்கும் தொழில் வரிக்கும் எதிரான பிகார் தொழிலாளர், ஊழியர் போராட்டக் குழு) என்பதே அதற்குப் பெயர். 1973 கடைசி வாரத்தில் அந்த அணி தொடர் போராட்டங்களுக்கு ஏற்பாடு செய்தது. 'பூரா ரேஷன் பூரா காம், நஹி தோ ஹோகா சக்கா ஜாம்' (உணவு கொடு வேலை கொடு, இல்லை எனில் நகரம் இயங்காது) என்று கோஷம் போட்டனர். அதையே அவர்கள் செய்தும் காட்டினர்.

இடதுசாரிகளின் இந்த எதிர்ப்புகள் ஜன சங்கத்தின் மாணவர் இயக்கமான அகில பாரத வித்யார்த்தி பரிஷத்தையும் (ஏ.பி.வி.பி) போட்டிப் போராட்டங்களைத் தொடங்கத் தூண்டின. ஏ.பி.வி.பியும் கம்யூனிஸ்ட்

அல்லாத மாணவர் குழுக்களும் இணைந்து தனியாக சாத்ர சங்கர்ஷ் சமிதி (சி.எஸ்.எஸ்) என்ற ஓர் அமைப்பை அமைத்துக்கொண்டன. இது வேகமாக வளர்ச்சி அடைந்து மாநிலத்தின் பல நகரங்களில் கிளைகளை அமைத்தது. கல்லூரி வளாக வாழ்க்கை கலவரமாகி, வகுப்பறைகளில் கற்பித்தல் திடீரென நின்றுபோனது.

1974 மார்ச் 18 அன்று சி.எஸ்.எஸ், பாட்னா சட்டமன்றத்தை நோக்கி ஊர்வலமாகச் சென்றது. போலீஸ் அவர்களைப் பின்னுக்குத் தள்ளியபோது பின்வாங்கிய கூட்டம், அரசு அலுவலகங்கள், இந்திய உணவு கார்ப்பரேஷனின் கிடங்கு, இரு பத்திரிகை அலுவலகங்கள் ஆகியவற்றுக்குத் தீ வைத்தது. நகரின் பல பகுதிகளில் போராட்டக்காரர்களுடன் போலீஸ் மோதியது. பல மாணவர்கள் படுகாயமுற்றனர். குறைந்தது மூவர் மரணம் அடைந்தனர். போராட்டச் செய்தி பரவியதும் மாநிலம் முழுவதும் போலீசுக்கும் மாணவர்களுக்கும் இடையே மோதல்கள் மூண்டன.[32]

மார்ச் 18 சம்பவங்களுக்குப் பிறகு மாணவர்கள், ஜெயப்பிரகாஷ் நாராயணை அந்தப் போராட்டத்துக்குத் தலைமை ஏற்க அழைத்தனர். அப்போது ஜேபிக்கு எழுபத்தோரு வயது. அமைதி வழியிலும் கிளர்ச்சி வழியிலுமான பல போராட்டங்களில் பங்குபெற்றிருந்தவர். நூற்றுக்கணக்கான லட்சியப் போராட்டங்களுக்குக் குரல் கொடுத்தவர் அல்லது உந்துசக்தியாக இருந்தவர். அண்மைக் காலங்களில் நாகாலாந்து, காஷ்மீர் ஆகிய இடங்களில் அமைதிப் பேச்சுவார்த்தைகளுக்குப் பாடுபட்டார். நக்ஸலைட்டுகளைக் கனிவுடன் புரிந்து கொள்ளுமாறு கோரினார். சம்பல் பள்ளத்தாக்குக் கொள்ளையர்களை ஆயுதங்களைக் கைவிடுமாறு தூண்டினார். மாணவர்களிடமிருந்து வந்த அழைப்பை அவரால் மறுக்க முடியவில்லை. நீண்ட காலத்துக்குமுன் அவரே புரட்சிகர மாணவனாகத்தான் தன் போராட்ட வாழ்வை ஆரம்பித்திருந்தார். ஆனால் அது அமெரிக்க மாநிலமான விஸ்கான்ஸினில். இப்போது இது, அவருடைய சொந்த மாநிலமான பிகாரில்.

ஜவாஹர்லால் நேருவின் காலத்தில், ஜேபி பிரதமருடன் பல வாதங்களில் ஈடுபட்டது உண்டு. பிரதமர் அவரை மந்திரி சபையில் சேர்க்கப் பெரிதும் விரும்பினார். ஆனால் ஜேபி வெளியில் இருக்கவே விரும்பினார். அங்கு இருந்தபடியே அவர் நேருவின் குற்றங்களை எடுத்துக்கூறிக் கண்டித்தார். ஆனால் அதே சமயம் அவர் நேருவிடம் விசுவாசமாகவும் இருந்தார். நேருவின் மரணம் அவரைப் பெரிதும் பாதித்தது. நேருவுடனான நட்பின் மூலம், அவருடைய மகளையும் ஜேபி நன்கு அறிந்திருந்தார். திருமதி காந்தி பிரதமராகப் பதவி ஏற்றபோது, அவரைப் பாராட்டிய முதல் சிலருள் ஜேபியும் ஒருவர். அதைத் தொடர்ந்து வந்த ஆண்டுகளில் கேட்கப்படாமலேயே அடிக்கடி அவருக்குத் தன் புத்திமதிகளை வழங்கிவந்தார். பங்களாதேசப் போரின்போது அவருடைய தலைமையைப் பெரிதும் பாராட்டினார். ஆனால் அவர் ஜனாதிபதி தேர்தலின்போது நடந்துகொண்ட விதத்தையும், (நாம் ஏற்கெனவே பார்த்ததுபோல்) உச்ச நீதிமன்றத் தலைமை நீதிபதி நியமனத்தையும் கண்டித்தார்.[33]

சாத்ர சங்கர்ஷ் சமிதி, அவரைத் தம் இயக்கத்துக்குத் தலைமை ஏற்கக் கோரிய போது, அவர் இரண்டு நிபந்தனைகளின்பேரில் சம்மதித்தார்: அது இம்மி பிசகாமல் அஹிம்சை வழியில் அமைய வேண்டும்; அதன் செயல்முறை பிகாருக்குள் மட்டுமே என்று கட்டுபடுத்தக்கூடாது. மார்ச் 18 நிகழ்வுகளுக்குப் பின், அடுத்த நாள், 'பாட்னாவிலோ, தில்லியிலோ, வேறு எங்கோ அராஜகம், ஊழல் முதலியவற்றைப் பார்த்துக்கொண்டு தன்னால் சும்மா இருந்துவிட முடியாது' என்று ஜேபி அறிவித்தார். 'இதற்காகவா நான் விடுதலைப்போரில் பங்குபெற்றேன்? ஊழல், அராஜகம், கறுப்புச் சந்தை, கொள்ளை லாபம் அடித்தல், பதுக்கல் ஆகியவற்றை எதிர்த்துப் போராடவும், கல்வி முறையில் சீர்திருத்தத்தைக் கொண்டுவரவும், உண்மையான ஜனநாயகத்துக்கு வழி செய்யவும் முடிவு செய்துள்ளேன்' என்று அவர் கூறினார்.[34]

ஜேபி நேர்மையானவர். விடுதலைப் போராட்ட வீரர். பிறர்போல் பதவிகளால் கிடைக்கும் ஆதாயங்களுக்காக அலைந்து தன் கௌரவத்தை அவர் கெடுத்துக்கொள்ளவில்லை. அவர் வருகை போராட்டத்துக்கு அதிக வேகத்தை அளித்தது. அதன் பெயரும் மாறியது. அதுவரை பிகார் இயக்கமாக இருந்தது, இப்போது ஜேபி இயக்கமாக மாறியது. அவர் மாணவர்களை, ஒரு வருடம் வகுப்பைப் புறக்கணித்து, படிப்பை உதறிவிட்டு மக்களுடைய மனச்சாட்சியை தட்டி எழுப்பப் பாடுபடுமாறு கோரினார். பிகார் முழுதும் பள்ளி, கல்லூரிகளை மூடச் சொன்ன மாணவர்களுக்கும், அவற்றைத் திறந்திருக்கச் செய்ய விரும்பிய நிர்வாகத்தினரால் அழைக்கப்பட்ட போலீசுக்கும் இடையே மோதல்கள் ஏற்பட்டன. நகரங்களில் போராட்டத் துக்கு ஆதரவு பரவலாக இருந்தது. உதாரணமாக, கயா நகரில் 'வீடுகளை விட்டு வெளியே வராத கௌரவமான குடும்பத் தலைவிகளும்கூட சிறுவர் களுடன் சேர்ந்து மறியல் செய்ததால்' நீதிமன்றங்களும் அலுவலகங்களும் மூடப்பட்டன. நிர்வாகம் தெருக்களைக் காலி செய்ய முற்பட்டது. ஆனால் அது வன்முறையைத் தூண்டி, மாணவர்கள் காவலர்கள்மீது பாட்டில்களையும் தடிகளையும் வீசினர். பதிலுக்கு அவர்கள்மீது துப்பாக்கிக் குண்டுகள் பாய்ந்தன. கலவரம் மூவர் உயிரைக் குடித்தது. இருபது பேர் படுகாயம் அடைந்தனர்.[35]

கயா சம்பவம் 1974 ஏப்ரல் இடையில் நடந்தது. மாநிலச் சட்டமன்றத்தைக் கலைக்கவும், குஜராத் மாதிரியில் ஜனாதிபதி ஆட்சியை நடைமுறைப் படுத்தவும் மீண்டும் குரல் எழுந்தது. ஜேபி, ஜூன் 5 அன்று பாட்னாவின் வீதிகளில் மாபெரும் ஊர்வலம் ஒன்றை நடத்தினர். ஊர்வலம் காந்தி மைதானத்தில் நடைபெற்ற பொதுக்கூட்டத்தில் முடிவடைந்தது. அங்கு ஜேபி, சுதந்தர இயக்கத்தின் நிறைவேறாத உறுதிமொழிகளை மீண்டும் புதுப்பிக்க, 'முழுமையான புரட்சி' ஒன்றைக் கோரினார். ஜேபி மேலும் கூறுகையில், 'இந்தியா இருபத்தேழு ஆண்டுகளாகச் சுதந்தரமாக இருக்கிறது. ஆயினும் பசி, விலை உயர்வு, ஊழல் ஆகியவை எங்கும் நடமாடிக்கொண்டிருக்கின்றன. எல்லாவிதமான அநீதிகளாலும் மக்கள் நசுக்கப்படுகிறார்கள்' என்றார்.

கூட்டத்தில் இருந்த மாணவர்களை நோக்கி, அவர்கள் எதிர்நோக்கியுள்ள பாதை, பாறைகளால் நிரம்பியது என்று எச்சரித்தார்: 'நீங்கள் தியாகங்கள் செய்யவேண்டியிருக்கும்; துன்பங்களை ஏற்கவேண்டியிருக்கும்; லத்திகளையும் குண்டுகளையும் எதிர்கொள்ளவேண்டியிருக்கும்; சிறைகளை நிரப்பவேண்டியிருக்கும். உங்களது சொத்துகள் பறிமுதல் செய்யப்படும்.' எனினும் இறுதியில் போராட்டம் பயனுள்ளதாக இருக்கும் என்பதில் அவர் உறுதியாக இருந்தார்: 'காந்திஜி, 'ஓர் ஆண்டில் சுயராஜ்யம்' என்றார். இன்று நான் சொல்கிறேன், ஓர் ஆண்டில் உண்மையான மக்கள் ஆட்சி ஏற்படும். இன்னும் ஓர் ஆண்டில், சரியான கல்வி முறை ஏற்படும். புதிய பிகாரை, புதிய நாட்டை உருவாக்க ஓர் ஆண்டு தேவைப்படும்.'[36]

இந்தக் கூட்டத்தில்தான் ஜேபி முதன்முறையாக 'முழுமையான புரட்சி' என்பது பற்றிப் பேசினார். அந்தப் போராட்டம், அதன் முக்கியப் பிரதிநிதிகள் என அனைத்துமே, பத்தாண்டுகளுக்கு முந்தைய சீன கம்யூனிஸ்ட்டு தலைவருடைய செயல்பாடுகளை நினைவூட்டின. மாவோ, தன் கடைசிக் காலத்தில், குவிந்திருக்கும் ஊழல்களிலிருந்து சமுதாயத்தை விடுவிக்கவும், சிறப்பான சமுதாயத்தை உருவாக்கும் முயற்சிக்குத் தடையாக இருக்கும் பிற்போக்குவாதிகள், முதலாளித்துவப் பாதையில் செல்பவர்கள் ஆகியோரை அழிக்கவும், சீனச் செங்காவல் இளைஞர்களுக்கு அறைகூவல் விடுத்தார். தன் எதிர்பார்ப்புகளுக்கும் உண்மை நிலைக்கும் இடையில் உள்ள இடைவெளியைக் கண்டு அதனால் அதன் தலைவருக்கு ஏற்பட்ட எரிச்சலாலும், தன் மறைவுக்குமுன் நாட்டை மாற்றிவிடவேண்டும் என்ற தலைவரது பொறுமையற்ற ஆசையாலும்தான் சீனாவில் கலாசாரப் புரட்சி தூண்டப்பட்டது என்று ராபர்ட் ஜே. லிஃப்டன் கருதுகிறார். இந்தக் கருதுகோள், மிகவும் ஏற்கக்கூடியதாகவே உள்ளது. இது 1974-ல் இந்தியாவிலும் பிகாரிலும் நடந்த சம்பவங்களை நன்றாகவே விளக்குகிறது. அதுவும் முக்கியமாக, இத்தனை ஆண்டுகளாக அரசியலை முழுதும் துறந்துவிட்ட ஒருவர் புரட்சியை நோக்கிச் செல்லும் அரசியல் மாற்றத்தை விளக்க இது உதவுகிறது. 1950, 1960-களில் ஜேபி ஒரு சமூகத் தொண்டராக, சமாதானம் செய்துவைப்பவராக, இணைப்புப் பாலம் உருவாக்குபவராக இருந்தார். ஆனால் இப்போது இவர், மாவோவைப் போல, தன் இளமைக் காலத்தில் கனவுகண்ட முழுமையான புரட்சியைச் செயல்படுத்த, யுவசக்தி என்று அவர் அழைத்த மாணவர்கள் பக்கம் தன் பார்வையைத் திருப்பினார்.[37]

கயா துப்பாக்கிச் சூட்டுக்கும் ஜேபியின் பாட்னா பொதுக்கூட்டத்துக்கும் இடையில் நாட்டில் ரயில்வே வேலை நிறுத்தம் ஒன்று நடைபெற்றிருந்தது. சோஷலிஸ்ட் ஜார்ஜ் ஃபெர்னாண்டஸ் தலைமையில் நடைபெற்ற மூன்றுவார வேலை நிறுத்தத்தின்போது, நாட்டில் மக்கள், பொருள்கள் போக்குவரத்தில் பெரும் முடக்கம் ஏற்பட்டது. கிட்டத்தட்ட 10 லட்சம் ரயில்வே ஊழியர்கள் வேலை நிறுத்தத்தில் ஈடுபட்டனர். நாட்டின் தொழிற்சாலைப் பகுதிகளுக்கு சேவை அளித்துவந்த மேற்கு ரயில்வேதான் பெருமளவு பாதிக்கப்பட்டது.

பல நகரங்களில் முரட்டுத்தனமான ஊர்வலங்கள் நடைபெற்றன. பல இடங்களில் அமைதியை நிலைநாட்ட ராணுவம் அழைக்கப்பட்டது.[38]

வேலை நிறுத்தம் நடந்துகொண்டிருந்தபோது இந்தியா அணுகுண்டுச் சோதனை ஒன்றை நிகழ்த்தியது. பல ஆண்டுகளாகவே விஞ்ஞானிகள் அரசை அணுச் சோதனை ஒன்றை நடத்த வற்புறுத்தி வந்தனர். முடிவில் பிரதமர், 1974 மே மாதத்தில் இதனை ஏற்றார். ரயில்வே ஊழியர் பிரச்னை, பிகார் மாணவர் பிரச்னை ஆகியவை விடுத்த சவால்களிலிருந்து கவனத்தைத் திசைதிருப்ப இது உதவியது. அணுகுண்டுச் சோதனை காரணமாக, நாட்டின் சில பிரிவினரிடையே, நாட்டுப்பற்றும் கௌரவமும் மேலோங்கியது. 'இந்தச் செய்தி வெளியானதும், தில்லியில் அதிர்ச்சிகரமான ஆனந்த வியப்பு நிலவியது' என்று ஒரு நிருபர் எழுதினார். நாடாளுமன்ற உறுப்பினர்கள், மத்திய வளாகத்தில் ஒன்றுகூடி ஒருவரை ஒருவர் பாராட்டி மகிழ்ந்தனர். அவர்களுக்கு, 'ரயில்வே வேலை நிறுத்தமும் நாட்டின் பல பொருளாதாரச் சிக்கல்களும் உடனடியாகப் பார்வையிலிருந்து மறைந்துவிட்டன.'[39]

ஆனால், மற்றவர்களை இது அவ்வளவாகக் கவரவில்லை. உலக நாடுகளில், தனிநபர் வருமானத்தில் இந்தியா 102-வது இடத்தில் இருப்பதை அவர்கள் சுட்டிக்காட்டினர். இரு நாடுகளுக்கு இடையிலான உறவுகளைச் சீர்ப்படுத்துவதில் அச்சோதனை ஒரு பின்னடைவை ஏற்படுத்தும் என பாகிஸ்தான் கண்டனம் தெரிவித்தது.[40]

அணுகுண்டுச் சோதனையை அடுத்து திருமதி காந்தியும் ஜேபியும் தொடர்ந்து கடிதங்களைப் பரிமாறிக்கொண்டனர். மரியாதையுடன் தொடங்கிய கடிதப் பரிமாற்றம் கடுமையான வெறுப்பில் போய் முடிந்தது. 22 மே அன்று, ஜேபியின் உடல் நிலை குறித்துக் கவலை தெரிவித்து பிரதமர் கடிதம் எழுதினார். அந்தக் கடிதத்தில், இரு குடும்பத்தினருக்கும் இடையே இருந்த நீண்டகால நட்புறவைக் கருத்தில்கொண்டு, அவர்களிடையே இருந்த அரசியல் வேறுபாடுகளை, 'தனிப்பட்ட கசப்புணர்வோ, உள்நோக்கம் குறித்த ஐயமோ இல்லாமல்' வெளிப்படுத்தலாம் என்று நம்பிக்கை தெரிவித்திருந்தார். திருமதி காந்தி அண்மையில் புவனேஸ்வரத்தில் பேசும்போது, ஜேபி பணக்காரர்களோடு நட்புறவு கொண்டுள்ளதாகவும், 'பெரும் தொழிலதிபர்களின் ஆடம்பர விருந்தினர் மாளிகையில் தங்குவதாகவும்' கூறியதைச் சுட்டிக்காட்டி, பிரதமர் நேர்மையற்றுப் பேசுவதாக ஜேபி பதில் எழுதினார். அந்தக் குறிப்புகள் 'என்னை வருத்தமும் கோபமும் அடையச் செய்தன' என்றார் ஜேபி. மேலும், பிரதமரின் அண்மைக்காலப் பேச்சுகள் 'என்னை மிகவும் தவறாகப் புரிந்துகொண்டதோடு, அடிமட்டத்திலிருந்து பொங்கிவரும் எழுச்சியின் அர்த்தத்தைத் தவறவிடுவதோடு துயரமான விளைவுகளைச் சந்திக்கும் அபாயத்தையும் எதிர்கொள்ளவேண்டியிருக்கும்' என்று ஜேபி எழுதியிருந்தார்.

உடன் பதிலளித்த திருமதி காந்தி, சர்வோதயத் தலைவர்களின் ஊழல் குறித்த தன் பேச்சு பற்றி விளக்கம் அளித்தார்: 'நான் உங்கள் பெயரைக் குறிப்பிடவில்லை. தனிப்பட்ட முறையில் உங்களைச் சிறுமைப்படுத்தும் விதமாக

எதையும் கூறவில்லை. சில பத்திரிகைகள் தாங்களாகவே சிலவற்றைத் திரித்துக் கூறியிருந்தால் அதுபற்றி நான் ஒன்றும் செய்வதற்கில்லை.' இது ஒரு போலியான வாதம். ஏனெனில், அப்போது, பத்திரிகைகள் வாயிலாக மட்டுமே ஒருவர் இந்த விஷயங்களை அறிந்துகொண்டிருக்க முடியும். ஜேபி ஊழலற்ற வராக இருந்தாலும் அவரோடு இருப்பவர்கள் ஒருவேளை அவ்வாறு இல்லாமல் இருக்கலாம் என்று பிரதமர் எழுதியிருந்தார். அதனால்தான் அவருடைய பல சிந்தனைகள், 'கனவுலகச் சிந்தனைகளாகத் தோன்றுகின்றன. மக்கள் அனைவருமே ஜெயப்பிரகாஷாக இருந்தால் மட்டுமே, ஒருவேளை அவை நனவாக முடியும்.' நாட்டின் மனச்சாட்சியாக இருப்பவர் அவர் என்ற வாதத்தையும் திருமதி காந்தி மறுத்தார். 'தங்களுடைய தொண்டர்களாக இல்லாத பிறரும், உங்களைப் போலவே நாட்டைப் பற்றியும், நாட்டு மக்கள் நல்வாழ்வு பற்றியும் கவலை கொள்பவர்களாக இருப்பதோடு, பொது வாழ்க்கையில் பலவீனத்தையும் ஊழலையும் நீக்கித் தூய்மைப்படுத்துவதன் அவசியம் பற்றிக் கவலைகொண்டிருக்கலாம் என்பது பற்றித் தங்களுக்கு அடக்கத்துடன் தெரிவிக்க விரும்புகிறேன்' என்று எழுதினார்.

கடிதப் பரிமாற்றம் தொடங்கிய ஆறு வாரங்களுக்குப்பின் ஜேபியே அதை முடித்துவைத்தார். புவனேஸ்வரத்தில் ஜேபியின் நேர்மைக்கும் பண்புக்கும் களங்கம் விளைவிக்கும் வகையில் தான் பேசியதை வெளியுலகுக்கு விளக்கிக் கூறும் கண்ணியம் பிரதமரிடம் இருக்கும் என்று அவர் நம்பியிருந்தார். பிரதமர் அவ்வாறு செய்யாதது அவரை வருத்தமுறச் செய்தது. 'நான் ஒரு தனியான குடிமகன் மட்டுமே. ஆனாலும் எனக்குச் சுயமரியாதை இருக்கவே செய்கிறது. நம்மிடையிலான கடிதத் தொடர்புகளால் தவறான அபிப்ராயம் வளர்கிறதே ஒழியக் குறைவதில்லை என்றே தோன்றுகிறது' என்று ஜேபி பிரதமருக்கு எழுதினார்.[41]

இப்போது இயக்கத்தைச் சற்று பார்ப்போம். ஆகஸ்டில், பெருத்த ஆரவாரமான வரவேற்புக்கு இடையே ஜேபி, பிகார் கிராமப்புறங்களில் பயணம் மேற்கொண்டார். 'ஜேபி ஊர்வலமாக அழைத்துச் செல்லப்பட்டார். ஒவ்வொரு நூறு கெஜ அடி தூரத்திலும் அலங்கார வளைவுகள் இருந்தன. மக்கள் வெள்ளத்துக்கு இடையே கார்கள் அங்குலம் அங்குலமாக மேடையை நோக்கி முன்னேறின. கூட்டத்தில் ஒவ்வொருவரையும் பார்த்தபடி ஜேபி படிகளில் ஏற அவருடைய தொண்டர்கள் உதவினர்' என்று அஜீத் பட்டாசார்ஜீ என்ற பத்திரிகையாளர் தன் டைரியில் எழுதினார். தன் பயணத்துக்குப் பிறகு, மக்களுடைய ஆர்வத்தைப் பரவலான மக்கள் இயக்கமாகத் திருப்பிவிட, எதிர்க்கட்சி மாநாடு ஒன்றை நடத்த இந்திய கம்யூனிஸ்ட் கட்சி நீங்கலாக பிற கட்சிகள் அனைத்துக்கும் ஜேபி அழைப்பு விடுத்தார். 'பிகார் போராட்டம் அகில இந்திய முக்கியத்துவம் பெற்றுள்ளது. அதன் வெற்றி தோல்வியில் நாட்டின் தலைவிதி பிணைக்கப்பட்டுள்ளது' என்று ஜேபி எழுதினார். தொழிற்சங்கங்கள், உழவர் அமைப்புகள் மற்றும் பிற தொழில் அமைப்புகள் இந்த இயக்கத்தில் சேரவேண்டும் என்று அவர் வேண்டுகோள் விடுத்தார்.[42]

ஜேபியின் இயக்கத்தில் ஏற்கெனவே ஒரு எதிர்க்கட்சியான ஜன சங்கம் இடம் பெற்றிருந்தது. அதன் மாணவர் கிளையான ஏ.பி.வி.பி. ஆரம்பம் முதலே அந்த இயக்கத்தில் இருந்தது. மூத்தவர்களும் இப்போது இயக்கத்தில் முக்கியப் பொறுப்புகளை மேற்கொண்டனர். ஜேபியின் காந்திய இயக்க கால நண்பர் ஒருவர், 'குறைந்தபட்சம் கிராம அளவில் இயக்கத்தின் தலைமை, ஜன சங்கத்தின் கைகளுக்குப் போய்க்கொண்டிருக்கிறது' என்று எச்சரித்து எழுதினார். 'சாதாரண மனிதன் நம் இயக்கத்தின் வழிமுறைகளையும் அதன் பெருமைகளையும் குறித்துச் சரியாக அறியவில்லை. அவனுடைய எதிர்பார்ப்புகள் ஆக்கபூர்வமாக அமையாமல் எதிர்மறையாகவே உள்ளது' என்றும் அவர் கவலைப்பட்டார்.[43]

முன்னாள் ஐ.சி.எஸ் அதிகாரியும், பின்னாளில் மகாராஷ்டிர கிராமங்களில் பெரிதும் மதிக்கப்பட்ட, நேசிக்கப்பட்ட சமூகத் தொண்டருமான ஆர்.கே. பாடில் என்பவர், ஜேபி இயக்கம் குறித்து விரிவான விமர்சனம் ஒன்றை அளித்தார். ஜேபியின் அழைப்பின்பேரில் பாடில் பிகாரில் இரண்டு வாரங்கள் தங்கினார். மாநிலத்தில் பரவலாகப் பயணம் செய்து பல துறை மக்களைச் சந்தித்துப் பேசினார். 1974 அக்டோபர் 4 அன்று நாராயணுக்கு எழுதிய மிக நீண்ட, மிக முக்கியமான கடிதத்தில், 'இயக்கம் அமர்க்களமான வகையில் மக்களின் ஆர்வத்தைத் தூண்டியுள்ளது என்பதில் சந்தேகம் இல்லை' என்பதை அவர் ஏற்றுக்கொண்டார். 'முன் எப்போதும் இல்லாத அளவுக்கு பெரும் கூட்டம், ஊசி விழுந்தால்கூட ஒலி கேட்கும் அளவுக்கு அமைதியாக உங்கள் கூட்டங்களில் திரண்டனர்.' எனினும் அவர்கள் அவர்களாக இருக்கவிடப் பட்டபோது, மாநில சட்டமன்றத் தாக்குதல், பிகார் ஆளுநரின் ஆண்டு உரையின்போது அவரைப் பேசவிடாமல் தடுத்தது ஆகிய நிகழ்வுகள்மூலம் அவர்களது உண்மையான சொரூபம் தெரியவந்தது.

பிகாரில் மேற்கொள்ளப்பட்ட எதிர்ப்பு முறைகள் முழுவதுமாக காந்திய அளவுகோல்களின்படி அமைந்தனவா என்பதுபற்றி பாடில் சந்தேகம் தெரிவித்தார். 'நம்மைப் போன்ற முறையான ஜனநாயகத்தில் சத்யாக்கிரகத் துக்கும் நேரடி நடவடிக்கைக்கும் இடம் உள்ளனவா? முறையாகத் தேர்ந் தெடுக்கப்பட்ட சட்டமன்றத்தைக் கலைக்கக் கோருவதால் பிகார் கிளர்ச்சி, சட்டரீதியானதும் அல்ல; ஜனநாயகரீதியானதும் அல்ல. தேர்தல் முறைகள் சீர்திருத்தப்படவேண்டும், தேர்தல்கள் வெளிப்படையாகவும், அதிகாரம், பணம் ஆகியவற்றின் செல்வாக்குக்கு அப்பாற்பட்டதாகவும் இருக்க வேண்டும் என்பது உண்மையே. ஆயினும் தேர்தல் நடந்துமுடிந்தபின் அதனுடைய முடிவு மதிக்கப்படவேண்டும். ஏனெனில் ஒரு தேசத்தில் மக்களுடைய கருத்தை உறுதிசெய்துகொள்ள சுதந்தரமான, நியாயமான தேர்தல்களைத் தவிர வேறு வழியில்லை' என்றார் அவர்.

முடிவாக அவர், 'இந்திரா காந்தி தலைமையிலான அரசின் பொதுவான குறைகள் பற்றி நான் அறிந்திருக்கிறேன்' என்று எழுதியிருந்தார். ஆனாலும் 'விவாதங்கள் மூலமான அரசு' உருவாக்கும் விதிகளை, 'நடுத்தெரு அபிப்பிராயங்களின் அரசு' உருவாக்கும் விதிகளைக் கொண்டு மாற்றுவது

புத்திசாலித்தனமானதா என்று அவருக்குப் படவில்லை. பாடில் ஜேபிக்கு எழுதினார்: ‘இன்று நீங்கள் நல்லவற்றை நாடும் சக்தியாக விளக்குகிறீர்கள். ஆனால் மக்கள் கூட்டம் ஒரு ராபஸ்பியரையும் தோற்றுவிக்கும் என்பதை வரலாறு கூறுகிறது. எனவே பிகார் மாதிரியிலான கிளச்சியை என் உள்ளுணர்வு ஏற்க மறுக்கிறது.’[44]

1974 நவம்பர் முதல் தேதி அன்று திருமதி காந்தியும் ஜேபியும் புது தில்லியில் நீண்ட நேரம் சந்தித்துப் பேசினர். பிரதமர் பிகார் மந்திரிசபையைக் கலைக்க ஒப்புக்கொண்டார். அதற்கு அவர் விதித்த நிபந்தனை, ஜேபி இயக்கம் மற்ற மாநில சட்டமன்றங்களைக் கலைக்கவேண்டும் என்ற நிபந்தனையைக் கைவிட வேண்டும். உடன்பாடு ஏற்கப்படவில்லை. சந்திப்பு கசப்பாக அமைந்துவிட்ட போதிலும், உணர்ச்சிகரமான ஒன்றாக முடிவுற்றது. அண்மையில் மறைந்த நாராயணின் மனைவி பிரபாவதிக்கு திருமதி காந்தியின் தாய் கமலா நேரு எழுதிய கடிதங்களை ஜேபி பிரதமரிடம் வழங்கினார்.[45]

மூன்று நாட்களுக்குப் பிறகு பாட்னாவில் ஒரு கூட்டத்துக்குச் சென்று கொண்டிருந்த ஜேபியை போலீஸ் முரட்டுத்தனமாகத் தாக்கியது. கழி ஒன்றின் வீச்சிலிருந்து தப்பிக்க முயன்ற அவர் தடுக்கித் தரையில் விழுந்தார். மறுநாள் அப்படம் பத்திரிகைகளில் பிரசுரமானது. அவர் வயதானவர். சர்க்கரை நோயால் பாதிக்கப்பட்டிருந்தார். காயங்கள் லேசானவை என்றாலும் அவருக்கு ஏற்பட்ட அவமரியாதை, ஆத்திரத்தைத் தூண்டியது. பிகார் நிர்வாகம், முன்னாள் காலனி ஆதிக்க அரசுடன் ஒப்பிடப்பட்டது. ‘ஜேபி சுதந்தர இந்தியாவில் முதன்முறையாக போலீஸ் அடக்குமுறைக்கு உள்ளானார்’ என்று ஒரு பத்திரிகை சற்று மிகையாகவே எழுதியது.[46]

VI

1974 செப்டெம்பரில் இந்தியக் குடியரசுக்கு, ஏறத்தாழ சுதந்தர நாடாக இருந்த சிக்கிம் என்ற ஒரு துண்டுப் பிரதேசம் கிடைத்தது. சிக்கிமுக்குச் சொந்தமாகக் கொடி, நாணயம் ஆகியவை இருந்தன. சோக்கியால் என்ற பரம்பரை மன்னர் வம்சத்தால் ஆளப்பட்டு வந்தது. ஆனால், அது பொருளாதாரரீதியாகவும் ராணுவரீதியாகவும் புது தில்லியைச் சார்ந்திருந்தது. 1973-ல் அரசின் குடிமக்கள் சிலர், பிரதிநிதிகள் அடங்கிய சட்டமன்றம் ஒன்றைக் கோரினர். கிளர்ச்சியை ஒடுக்க சோக்கியால், இந்திய அரசின் உதவியை நாடினார். மாறாக, புது தில்லி கிளர்ச்சிக்கு மேலும் உதவி செய்தது. சட்டமன்றம் உருவாக்கப்பட்டு, தேர்தல் நடைபெற்றபோது, இந்தியாவுக்கு ஆதரவான கட்சி, ஓரிடம் தவிர மற்ற எல்லா இடங்களிலும் வென்றது. சோக்கியால் முடி துறக்கக் கட்டாயப்படுத்தப்பட்டார். இந்திய அரசியல் அமைப்புச் சட்டம் திருத்தப்பட்டு, நாடாளுமன்றத்தில் பிரதிநிதித்துவம் பெறும் வகையில், அது ஓர் ‘இணை மாநிலம்’ ஆனது.[47]

சிக்கிம் ஓர் அழகிய மாநிலம். அதற்குச் சீனாவுடனும் எல்லை இருந்தது. வேறொரு சமயமாக இருந்தால், நாட்டின் எல்லையை விரிவடையச் செய்ததன்மூலம் பிரதமர் ஆதாயம் தேடியிருப்பார். ஆனால், ஜேபியுடனான சண்டையில், சிக்கிம் இணைப்பு, ஒரு தாற்காலிகத் திருப்பத்தை மட்டுமே தந்தது. ஏனெனில் 1974-ன் இறுதியில்தான் பிகார் இயக்கம், ஒரு தேசிய இயக்கமாக வளரும் நிலையில் இருந்தது. நாடெங்கிலும் இருந்து ஜேபிக்கு ஆதரவுக் கடிதங்கள் பெருகின. உதாரணமாக ஆந்திர வக்கீல் ஒருவர், 'மக்கள் பணி ஓய்வு பெறும் வயதில் புதிய களத்தை உருவாக்கியுள்ளதற்கு' வணக்கம் தெரிவித்து, அவர் நடத்தும் 'இயக்கத்துக்கு ஆச்சரியத்தையும் மரியாதை யையும்' தெரிவித்தார்.[48] பிரபல அரசியல்வாதிகள் பிகாருக்குச் சென்றனர். அந்தப் போராட்டத்தின் சிந்தனைகளைத் தம் மாநிலங்களுக்கும் எடுத்துச் செல்ல உறுதி கூறினர். நவம்பர் கடைசி வாரத்தில் ஜேபி, புது தில்லியில் எதிர்க்கட்சிகள் கூட்டம் ஒன்றைக் கூட்டினார். அந்தக் கூட்டத்தில் பேசும்போது ஜேபி, 'அமைப்புரீதியிலும் அறரீதியிலும் தீவிரமான மாற்றங்கள் தேவை; மத்தியிலும் மாநிலங்களிலும் அரசாங்கத்தின் கொள்கைகளில் மாற்றங்கள் தேவை' என்பதுதான் பிகாரிலிருந்து கிடைத்த பாடம் என்றார்.[49]

1958-59 ஆண்டுகளில் கேரளாவில் கம்யூனிஸ்ட் ஆட்சிக்கு எதிரான பொதுஜனப் போராட்டத்தின் மற்றொரு வடிவமே, அகில இந்திய அளவிலான ஜேபியின் இயக்கம் என்று ஒருவர் கருதக்கூடும். இரண்டுக்கும் பல ஒற்றுமைகள் தெரிகின்றன. ஒரு பக்கம், சட்டப்படித் தேர்ந்தெடுக்கப் பட்ட அரசாங்கம், அரசியல் அமைப்புச் சட்டத்தைத் தனக்கேற்ப மாற்ற முனைவதாகச் சந்தேகம் எழுந்தது. மறுபக்கம், ஒரு மக்கள் இயக்கம். அதில் எதிர்க்கட்சிகளும், அரசியல் அல்லாத, அரசியலே சாராத அமைப்புகளும் ஒன்று திரண்டுள்ளன. மன்னத் பத்மநாபன் போலவே ஜேபியும் சந்தேகத்துக் கிடமற்ற நாணயமான தலைவர். அரசியலை அரசியல்வாதிகளிடமிருந்து காப்பாற்றி மீட்க அழைக்கப்பட்ட ஒரு புனிதர். அவருடைய நடவடிக்கைகள், அவருடைய பிரதம விரோதியிடமிருந்து பெருமளவு மாறுபட்டிருந்தது அல்லது மாறுபட்டிருந்ததாகக் கருதப்பட்டது. 1958-59-ல் ஈ.எம்.எஸ். நம்பூதிரிபாட் போலவே, இங்கும் திருமதி காந்தி, எதிர்ப்பவர்களின் கோரிக்கைகளுக்குச் செவிசாய்த்து பதவி விலகுவதை விரும்பவில்லை.

இது ஓர் அரசியல் போட்டி மட்டுமல்ல; தனிநபர் போட்டியாகவும் இருந்தது. விடுதலைப் போராட்ட வீரர் என்ற வகையிலும், பிரதமருடைய தந்தையின் தோழர் என்ற வகையிலும் ஜேபி, திருமதி காந்தியை, களத்துக்குப் புதியவர் என்று பார்த்தார். ஆனால் அண்மையில் ஒரு தேர்தலிலும் ஒரு போரிலும் வெற்றிபெற்றிருந்த பிரதமரோ, ஜேபி அரசியல்தளத்தில் இயங்கும் தகுதி அற்றவர் என்றும் சமூகப் பணியில் அவர் தொடர்ந்து இருப்பதே நல்லது என்றும் கருதினார்.

1974-ன் கடைசியில் பிரிவுகள் முற்றுப்பெற்றிருந்தன. பல இந்தியர்கள் வலதுசாரி ஜனசங்கத்தினர் அல்லர் என்றாலும், காங்கிரசில் ஊழல் மிகுந்துவிட்டதாகவும் திருமதி காந்தி விமர்சனங்களை எதிர்கொள்ளும்

மனநிலையில் இல்லை என்றும் கருதினர். சிலர் இன்னும் மேலே சென்று, இதனை இரண்டாவது விடுதலைப் போராட்டம் என்று சிலாகித்து, முதலாவதில் முற்றுப்பெறாத பணியை முடித்துவைக்கத் தோன்றியதுதான் ஜேபி இயக்கம் என்றனர். காங்கிரஸ்காரர்கள் அல்லாத பல இந்தியர்கள், ஜேபி, பொது லட்சியம் ஒன்றை, ஜனசங்கத்துடன் இணைப்பது, இயக்கத்தின் ஜனநாயகப் பிரதிநிதித்துவத் தோற்றத்தைக் குறைத்துவிடும் என்று கருதினார். முதல் வகை இந்தியர்கள் இந்திரா காந்தியை மிகக் கடுமையாகக் குறை கூறினர். இரண்டாம் வகையினர் சற்று கடுமை குறைவாக ஜேபியிடம் குறை கண்டனர்.[50]

1975 ஜனவரி முதல் வாரத்தில் பிரதமரின் வலது கையாக இருந்த ஒருவர் ஜேபியின் மாநிலமான பிகாரில் படுகொலை செய்யப்பட்டார். எல்.என். மிஸ்ரா என்ற அவர், திருமதி காந்தியின் மந்திரி சபையில் பல துறைகளில் பணியாற்றியவர். மிக முக்கியமாக அவர் காங்கிரஸ் கட்சிக்கு நிதி திரட்டுவதில் பெரும்பங்கு வகித்தவர். கொள்கை அற்ற அரசியல்வாதியான அவர் சோவியத் ரஷ்யாவிடமிருந்தும் தொழிலதிபர்களிடமிருந்தும் அதிகமான அளவில் நிதி வசூலித்திருந்தார். அவரைக் கொன்றது யார், தனிப்பட்ட பகைவரா அல்லது 1974 ரயில்வே வேலை நிறுத்தத்தை ஒடுக்கும் பணியில் பங்கேற்றதற்காக அவர்மீது வெறுப்பில் இருந்த தொழிற்சங்கவாதியா என்று தெரியவில்லை. பிரதமர், அதற்கு ஜேபியும் அவரது இயக்கமும் ஊக்குவித்த 'வன்முறைக் கலாசாரத்தை' குறை கூறினார்.[51]

மிஸ்ராவின் மரணம், வசந்த காலத்தில் நாடாளுமன்றத்தை நோக்கிப் பேரணி நடத்தும் ஜேபியின் திட்டத்தைத் தடுத்துவிடவில்லை. அந்தக் காலம்தான் நாடெங்கிலும் இருந்து வரும் எதிர்ப்பாளர்கள் பேரணியில் பங்கேற்க வசதியானது. ஜனவரியிலும் பிப்ரவரியிலும் ஜேபி நாடெங்கும் சென்று ஆதரவு திரட்டும் முயற்சிகளை மேற்கொண்டார்.[52] தன் உரைகளில் ஜேபி, மக்களை அஹிம்சை காக்கவேண்டினார். விரும்பத்தகாத அசம்பாவிதங்கள் நடந்தால் அவை பிரதமரை சர்வாதிகார நடவடிக்கைகளை மேற்கொள்ளச் செய்துவிடும் என்று வற்புறுத்தினார். பல இடங்களில் அவர், திருமதி காந்தி தன்னைக் கைது செய்யக் காரணம் தேடிக்கொண்டிருப்பதாகக் கூறினார். 1942-ல், 'வெள்ளையனே வெளியேறு' இயக்கத்தின்போது மகாத்மா காந்தியைச் சிறைப்பிடித்ததால், போராட்டம் எப்படித் தீவிரம் அடைந்ததோ, அதேபோல, தன்னைச் சிறைப்பிடித்தால், தன் இயக்கமும் பெரிதும் பரவித் தீவிரமடையும் என்றார் அவர்.

ஜேபி உள்ளூர தன்னை காந்தியோடு ஒப்பிட்டார், ஆனால் வெளிப்படையாகவே காங்கிரஸ் கட்சியை முந்தைய வெள்ளையர் ஆட்சியோடு ஒப்பிட்டார். இந்த ஒப்பீடுகளை இயல்பாகவே பிரதமர் மறுத்து ஒதுக்கினார். ஜப்பானியப் பத்திரிகையாளர் ஒருவருக்கு அளித்த பேட்டியில், பிரதமர், ஜேபியின் இயக்கம் எதற்கு ஆதரவாக உள்ளது என்பது தனக்குத் தெரியவில்லை, ஆனால் 'எதற்கு எதிராக உள்ளது' என்பது தெளிவாகத் தெரிகிறது என்றார். அது 'என் கட்சிக்கு எதிராக, தனிப்பட்டமுறையில் எனக்கு எதிராக,

நான் எந்த லட்சியங்களுக்காக நின்றேனோ, இன்று நிற்கிறேனோ, அவற்றுக்கெல்லாம் எதிராக உள்ளது' என்றார்.

இப்போது திருமதி காந்தியின் கட்சியில் இருந்த சிலருக்குக்கூட மாற்றுக் கட்சிமீது அனுதாபம் பிறந்திருந்தது. அவர்களுள் பழைய 'இளம் துருக்கியர்கள்' சந்திர சேகரும் மோஹன் தாரியாவும் அடங்குவர். சேகரும் தாரியாவும், விலையேற்றம், ஊழல், வேலைவாய்ப்பின்மை ஆகிய 1971-ன் காங்கிரஸ் தேர்தல் அறிக்கையில் வெளியிடப்பட்ட விஷயங்கள் குறித்து தேசிய அளவில் விவாதம் தேவை என்று கோரினர்.

இப்படியும் இல்லாமல் அப்படியும் இல்லாமல் சிக்கிக்கொண்ட மற்றொருவர் ஷேக் அப்துல்லா. ஜம்மு காஷ்மீர் சட்டமன்ற காங்கிரஸ் கட்சி அவரைத் தலைவராகவும், எனவே முதல்வராகவும் தேர்ந்தெடுப்பதாக, அரசாங்கமும் அவரும் ஓர் ஒப்பந்தத்துக்கு வந்திருந்தனர். பதவி ஏற்பதற்கு இரு நாள்களுக்குமுன், தன் பழைய நண்பரும் ஆதரவாளருமான ஜேபியைச் சந்தித்து ஆசிபெற தில்லி காந்தி அமைதி மையத்துக்கு ஷேக் சென்றார். காந்தியவாதியும் காஷ்மீரியும் இறுக அணைத்தவாறு இருந்த புகைப்படங்கள் செய்தித்தாள்களை அலங்கரித்தன.

காஷ்மீருக்கு ஷேக் திரும்பியதைத் தான் வரவேற்பதாக ஜேபி பத்திரிகையாளர்களிடம் கூறினார். நிர்வாக இயந்திரத்தைச் செலுத்த மாநிலத்துக்கு அவர் தேவை என்றார். ஆனால் ஜேபியின் ஜனசங்க நண்பர்கள், காஷ்மீர் சிங்கத்தை மீண்டும் பதவிக்குக் கொண்டுவந்த ஒப்பந்தத்தை எதிர்த்தனர். கட்சித்தலைவர் எல்.கே. அத்வானி, 'ஷேக் அப்துல்லா தன் லட்சியமான சுதந்தர காஷ்மீரை அடைய அதிகாரத்தை ஒரு கருவியாகப் பயன்படுத்த விரும்புகிறார்' என்று கூறினார். மற்றவர்கள் விஷயத்தை வேறுவிதமாகப் பார்த்தனர். பிப்ரவரி 25 அன்று ஷேக் முதல்வராகப் பதவிப் பிரமாணம் செய்து வைக்கப்பட்டபோது இந்தியன் எக்ஸ்ப்ரஸ் நாளேடு அதை, 'சுதந்தர இந்திய வரலாற்றில் ஒரு மாபெரும் சகாப்தம்' என்று குறிப்பிட்டது. 'வலுக்கட்டாயமாக அவர் விலக நேரிட்ட அவருடைய பழைய பதவிக்கு இருபத்து மூன்று ஆண்டுகளுக்குப் பிறகு திரும்பியது, இந்திய ஜனநாயகம் அதன் பின்னடைவுகளிலிருந்து மீண்டு வந்திருக்கும் முதிர்ச்சியைக் காட்டுகிறது' என்று பாராட்டியது. 'ஏனென்றால் உண்மையான ஜனநாயக அமைப்பில் மட்டுமே மிகத் தீவிரமான வேறுபாடுகள் கூட ஒற்றுமைக்கு உட்படுத்தப்பட்டு, நாட்டுக்கு விசுவாசம் என்ற கட்டமைப்புக்கு உள்ளாக இணக்கத்தை ஏற்படுத்தச் செய்யமுடியும்' என்று எழுதியது.

காஷ்மீர் அத்தியாயம் ஒரு வழியாக முடிவுக்கு வந்துவிட்டதாகத் தோன்றியது. ஷேக் அப்துல்லா மீண்டும் மைய நீரோட்டத்தில் இணைந்தது ஜேபிக்கு மகிழ்ச்சி அளித்தது. இந்த விஷயத்தில், இதில் மட்டுமே, அவரும் திருமதி காந்தியும் ஒத்த கருத்து உடையவர்களக இருந்தனர். ஏனெனில் ஜம்முவில் அப்துல்லா தன் பதவிப் பிரமாணத்தை எடுத்துக்கொண்டிருந்த அதே நேரத்தில்தான், 'ஊழல் காங்கிரஸ் தலைவர்களைப் பதவியிலிருந்து வெளியேற்ற

தேசிய எழுச்சி தேவை' என்று ஜேபி அழைப்பு விடுத்துக்கொண்டிருந்தார். காஷ்மீர் விஷயத்தில் ஜேபிக்கு எதிர்ப்பு தெரிவித்துக்கொண்டே, ஜனசங்கம் அவருடைய அழைப்பில் சேர்ந்துகொண்டது. இந்திய அரசியலின் முரண் பாடுகள் இப்படித்தான் இருந்தன.

நாடாளுமன்றப் பேரணி நடத்துவதாகத் திட்டமிடப்பட்டிருந்த தினத்துக்கு நான்கு நாள்களுக்கு முன்னர், மார்ச் 2 அன்று, திருமதி காந்தி, மோஹன் தாரியாவை மந்திரி சபையிலிருந்து நீக்கினார். அவர் செய்த தவறு, ஜேபியோடு பிரதமர் பேச்சுவார்த்தையை திரும்பத் தொடங்கவேண்டும் என்று கோரியதுதான். பதிலுக்கு ஜேபி, மூத்த மந்திரிகளான ஒய்.பி. சவான், ஜகஜீவன் ராம் ஆகியோர் உடனடியாகப் பதவி விலகி, அதன்மூலம் அவர்களுடைய 'கட்சியை அழிவிலிருந்து காப்பாற்றி, வழி வழியாக வந்த அதன் பழைய மதிப்பை மீட்க' உதவுமாறு கோரினார்.

மார்ச் 3 அன்று, தில்லியின் போலீஸ் இன்ஸ்பெக்டர் ஜெனரல், கிளர்ச்சி யாளர்கள் திரண்டு வருவதை எப்படிச் சமாளிப்பது என்பதைப் பரிசீலிக்கக் கூட்டம் ஒன்றைக் கூட்டினார். 15,000 போலீஸ்காரர்கள் பணியில் அமர்த்தப் பட்டனர். பேரணியில் பங்குகொள்ள வரும் தொண்டர்களைத் தடுக்க அண்டை மாநிலங்களிலிருந்து வரும் லாரிகள், பேருந்துகள் முதலியவற்றுக் குத் தடை விதிக்கப்பட்டது.

பேருந்துகளுக்குத் தடை விதிக்கப்பட்டபோதிலும், மக்கள் வெள்ளம் தலை நகருக்குள் கால் நடையாக வந்தவண்ணம் இருந்தது. அவர்கள், செங்கோட்டைக்கு வெளியே அமைக்கப்பட்டிருந்த 'ஜெயப்ரகாஷ் நகர்' என்று பெயர் சூட்டப்பட்டிருந்த இடத்தில் கூடாரங்களில் தங்கினர். 6-ம் தேதி காலை, அவர்கள் பொதுக்கூட்டம் நடைபெற இருந்த போட் கிளப் மைதானத்தை நோக்கிச் செல்ல ஆரம்பித்தனர். அது நாடாளுமன்றத்துக்கு அருகில் இருந்தது. திறந்த ஜீப்பில் இருந்தபடி ஜெயப்பிரகாஷ் நாராயண் அவர்களுக்குமுன் சென்றார். சாலையின் இருபுறமும் கூடியிருந்த மக்கள் ஜேபியை வாழ்த்தி ஆரவார கோஷம் இட்டனர். மாலை அளித்தனர். மலர் இதழ்களைத் தூவினர். காட்சிக்கு வைக்கப்பட்டிருந்த வாக்கியங்கள் அவருடைய எதிரிக்கு அறைகூவல் விடுப்பதாக அமைந்தன. 'சிம்மாசனத் தைக் காலிசெய்; மக்கள் வருகிறார்கள்' என்றது ஓர் ஆங்கில வாசகம். ஓர் இந்தி வாசகம், 'மக்கள் இதயம் பாடுகிறது; இந்திரா ஆட்சி அழிகிறது' என்றது. ஜேபிக்குப்பின் எதிர்க்கட்சித் தலைவர்கள் ஜீப்களில் வந்தனர். 7,50,000 பேர் பங்கு கொண்ட அந்த ஊர்வலம் தில்லி இதுவரை கண்டிராத ஒன்றாக இருந்தது. இந்தியா எங்கிலும் இருந்து பிரதிநிதிகள் வந்தபோதிலும் உத்தரப் பிரதேசத்திலிருந்தும் பிகாரிலிருந்துமே அதிகமான தொண்டர்கள் வந்திருந்தனர்.

போட் கிளப் மைதானத்தில் ஜேபி உணர்ச்சிவசப்பட்ட குரலில் பேசினார். அன்றைய சம்பவங்களை அவர், வரலாற்றுப் புகழ் பெற்ற காந்தியின் உப்புச் சத்தியாக்கிரக ஊர்வலத்தோடு ஒப்பிட்டார். நீண்டதொரு போராட்டத்துக்குத்

தயாராக இருக்குமாறு மக்கள் கூட்டத்தை வேண்டிக்கொண்டார். கூட்டத் துக்குப் பிறகு, ஒரு குழுவுக்குத் தலைமை தாங்கி நாடாளுமன்றம் சென்று, அவைத்தலைவரிடம் கோரிக்கைகள் அடங்கிய பட்டியலை அளித்தார். அதில், பிகார் சட்டமன்றத்தைக் கலைக்கவும், தேர்தல் சீர்திருத்தங்களைச் செய்யவும், பெருகிவரும் காங்கிரசின் ஊழல்களுக்கு எதிரான குற்றச்சாட்டுகளை விசாரிக்கத் தீர்வாணையம் ஒன்றை அமைக்கவும் இயக்கம் கோரியிருந்தது.

இரண்டு நாள்களுக்குப் பிறகு உருக்கு நகர் ரூர்கேலாவில் கலந்துகொண்ட கூட்டம் ஒன்றில் பிரதமர், ஜேபிக்குப் பதில் அளித்தார். கிளர்ச்சியாளர்கள், இந்திய ஜனநாயக அமைப்பைச் சீர்குலைப்பதிலேயே கருத்தாக இருக் கின்றனர் என்ற அவர், எதிரியின் பெயரைக் குறிப்பிடாமல், அவருடைய இயக்கத்தை வளர்ப்பதற்கு, வெளிநாட்டு நன்கொடைகள் வருகின்றன என்று கூறினார்.

மார்ச் 18 அன்று, இயக்கத்தின் முதலாண்டு நினைவை ஒட்டி பாட்னாவில் ஜேபி பேரணி ஒன்றை நடத்தினார். அன்று ஹோலிப் பண்டிகையானதால் மக்கள் ஆடிப்பாடி, வண்ணங்களை வீசி ஊர்வலத்தில் பங்குபெற்றனர். ஜேபி தன் உரையில், எதிர்காலத்தில் காங்கிரஸை எதிர்க்க ஒற்றை எதிர்க்கட்சி ஒன்றை உருவாக்கவோ, அல்லது குறைந்தபட்சம் பொதுவான எதிர்ப்பு அணி ஒன்றை அமைக்கவோ விரும்புவதாகக் குறிப்பிட்டார்.

ஜேபியின் இயக்கம் வட இந்திய மாநிலங்களில் வலுவாக வேர் ஊன்றி யிருந்தது. மேற்கிலும், குறிப்பாக குஜராத்தில் அவருக்கு ஆதரவாளர்கள் இருந்தனர். ஆனால் அதுவரை தெற்கில், இயக்கத்தின் சுவடுகூட இல்லை. எனவே ஜேபி விந்திய மலைக்குத் தெற்கே உள்ள மாநிலங்களில் பயணம் மேற்கொண்டார். அங்கும் மாபெரும் கூட்டமாக இல்லாவிட்டாலும்கூட ஓரள வுக்கு மக்கள் கூட்டத்தை அவர் கவர்ந்தார். அவர் இந்தித் திணிப்புக்கு எதிராக இருந்ததை தமிழ்நாட்டு மக்கள் கனிவோடு நினைவுகூர்ந்தனர்.[53]

VII

ஜேபியின் இயக்கம் வலுப்பெற்றுவரும்போது பிரதமர் மற்றொருவிதமான சவாலையும் சந்தித்துக்கொண்டிருந்தார். அந்தச் சவால் தெருக்களில் உணர்ச்சிமயமாகக் கோஷமிடுவது போன்றதல்ல; கடுமையான சட்டத்தின் மொழியில் இருந்தது. அந்தக் காட்சி அலகாபாத் உயர் நீதிமன்றத்தில் நடைபெற்றது. 1971 நாடாளுமன்றத் தேர்தலில் ரே பரேலி தொகுதியில் திருமதி காந்தியிடம் தோல்வியடைந்த சோஷலிஸ்ட் ராஜ் நாராயண் தொடுத்த வழக்கு, அந்த நீதிமன்றத்தில் நடைபெற்றது. பிரதமர், முறைகேடான செயல்கள் மூலம் வெற்றிபெற்றார் என்று அந்தக் குற்றச்சாட்டு கூறியது. குறிப்பாக, அனுமதிக்கப்பட்ட அளவுக்கு அதிகமாகச் செலவிட்டது, அரசுப் பணியில் உள்ள அதிகாரிகளையும் அரசு இயந்திரத்தையும் பயன்படுத்தியது. 1973-74 ஆண்டுகளில் நீதிபதி ஜக்மோகன் லால் சின்ஹா முன்னிலையில்

நடைபெற்ற வாதப் பிரதிவாதங்களால் வழக்கு இழுத்துக்கொண்டே போனது.⁵⁴

1975 மார்ச் 19 அன்று, திருமதி இந்திரா காந்தி, நீதிமன்றத்தில் சாட்சி கூறிய முதல் இந்தியப் பிரதமர் ஆனார். அவர் சாட்சிக் கூண்டில் ஏறி, ஐந்துமணி நேரம், தன் தேர்தல் பற்றிய கேள்விகளுக்கு பதில் அளித்தார். அலகாபாத்துக்கு வந்திருந்தபோது, பிரதமர் தன் மகன் சஞ்சயை தில்லியில் விட்டுவிட்டு வந்திருந்தார். அவருடன் மூத்த மகன் ராஜிவ் வந்திருந்தார். அவருடைய அன்னை நீதிமன்றத்தில் சாட்சி சொல்லிக்கொண்டிருந்தபோது, 'அவர் தன் இத்தாலிய மனைவி சோனியாவை அழைத்துக்கொண்டு நேருவின் பூர்விக இல்லத்தைக் காணச் சென்றிருந்தார்.'⁵⁵

ஜேபியை விட திருமதி காந்தியின் மூத்த எதிரியான மொரார்ஜி தேசாய், குஜராத்தில் ஜனாதிபதி ஆட்சி தொடர்வதை எதிர்த்து ஏப்ரலில் உண்ணாவிரதம் ஒன்றை ஆரம்பித்திருந்தார். புதிய தேர்தல்களை ஜூன் மாதத்துக்குள் நடத்துவதாகச் சொல்லி, புது தில்லி அந்தப் போராட்டத்தை முடிவுக்குக் கொண்டுவந்தது. காங்கிரசை எதிர்க்க, எதிர்க்கட்சிகள் ஒன்றிணைந்து, பொதுவான எதிரணி ஒன்றை அமைக்கும் முயற்சியில் ஈடுபட்டன.

ஜூன் இரண்டாவது வாரம் குஜராத்தில் தேர்தல்கள் நடந்தபோது எல்.கே. அத்வானி, 'தேர்தல் பிரசாரம் அரசியல் கட்சிகளை ஒரு முனைப்படுத்துவதை விரைவுபடுத்தியுள்ளது என்றும், ஜன சங்கம் அதை மேலும் தீவிரப்படுத்த முயலும்' என்றும் கூறினார். தன் கட்சியின் பலம் 'மேலும் பலமடங்கு' அதிகரிக்கும் என்றும் அவர் எதிர்பார்த்தார்.⁵⁶

குஜராத்தில் வாக்குகள் எண்ணப்பட்டுக்கொண்டிருந்தபோதே கவனம் அலகாபாத் உயர் நீதிமன்றத்துக்குத் திரும்பியது. ஜூன் 12 அன்று காலை, திருமதி காந்தியின் தந்தையும் பாட்டனாரும் வழக்காடிய அறை எண் 15-ல் நீதிபதி சின்ஹா, மூன்று ஆண்டுகளுக்கு முன் ராஜ் நாராயண் கொண்டுவந்த வழக்கின் தீர்ப்பை வாசித்தார். வழக்கின் 14 குற்றச்சாட்டுகளில், 12-ல் அவர் பிரதமரை விடுவித்தார். பிரதமர் குற்றவாளி என்று முடிவு செய்யப்பட்ட இரு குற்றச்சாட்டுகளில் முதலாவது, உ. பி. அரசு, பிரதமரின் தேர்தல் கூட்டங்களில், அவர் பேசுவதற்கு என கோபுரத்துடன் கூடிய பிரும்மாண்ட மான மேடைகளை அமைத்தது; இரண்டாவது அவருடைய தேர்தல் ஏஜண்ட் யஷ்பால் கபூர், பிரசாரம் ஆரம்பித்தபோதும் அரசுப் பணியில் இருந்தது. தீர்ப்பின்படி திருமதி காந்தி நாடாளுமன்றத்துக்குத் தேர்ந்தெடுக்கப்பட்டது செல்லாது என்றாகிவிட்டது. எனினும் அவர் உச்ச நீதிமன்றத்தில் மேல்முறையீடு செய்வதற்காக நீதிபதி தன் தீர்ப்பை இருபது நாள்களுக்கு நிறுத்தி வைத்தார்.⁵⁷

ஜூன் 12, திருமதி காந்திக்கு மிக மோசமான நாளாக இருந்தது. அவருடைய நீண்டநாள் உதவியாளரான டி. பி. தார் முந்தைய இரவு காலமான செய்தி, அதிகாலையில் அவருக்குத் தெரியவந்தது. சிறிது நேரம் கழித்து, குஜராத்தில் ஜனதா அணி தேர்தல்களில் பெரும்பான்மை பெறும் நிலையை நோக்கி

முன்னேறிக் கொண்டிருக்கிறது என்ற செய்தி வந்தது. இறுதியாக, இந்த பலத்த அடி அவருடைய சொந்த நகரான அலகாபாத்திலிருந்து அவர்மீது வந்து விழுந்தது.

அந்தத் தீர்ப்பு, நீதிபதியின் நோக்கம் குறித்து ஓர் ஆரோக்கியமற்ற ஆர்வத்தைத் தூண்டியது. அலிகாரில் கல்வி பயின்ற நீதிபதி சின்ஹா, மாவட்ட நடுவர் ஆவதற்குமுன் பதினான்கு ஆண்டுகள் பரேலியில் வக்கீலாகத் தொழில் புரிந் திருந்தார். 1970-ல் அவர் உயர் நீதிமன்ற நீதிபதியாகப் பதவி உயர்வு பெற்றார். அவரும் ஜேபியும் ஒரே காயஸ்த சாதியைச் சேர்ந்தவராக இருந்ததால் தீர்ப்பு பாரபட்சமானது என்று சிலர் கருதினர். தீர்ப்புக்குச் சில தினங்களுக்குமுன் பிரதமரின் ஆட்கள், அவர்களது எஜமானிக்கு ஆதரவாக நீதிபதி தீர்ப்பு வழங்கினால், அவருக்கு உச்ச நீதிமன்றத்தில் பதவி அளிக்கப்படும் என்று கூறியதாக வேறு சிலர் நம்பினர்.[58]

திருமதி காந்தியின் தேர்தல் செல்லாது என்று மிகவும் சாதாரணமான குற்றச் சாட்டின் பேரில்தான் தீர்ப்பாகியிருந்தது. ஆனால் நீதிபதி சின்ஹாவின் தீர்ப்பு, ஏதோ ஜேபியின் இயக்கம் சுமத்திய கடுமையான குற்றச்சாட்டுகளின் மீது அளிக்கப்படுவதாக மக்கள் மனத்தைக் குவிய வைத்தது. தீர்ப்புக்கு மறுநாள் எதிர்க்கட்சியினர், குடியரசுத் தலைவர் மாளிகைக்கு வெளியே கூடி, ஊழல் பிரதமரை ஜனாதிபதி பதவி விலக்கவேண்டும் என்று தர்ணா மேற்கொண்ட னர். திருமதி காந்தியைச் சுற்றியுள்ள 'ஆமாம்சாமிகள்' சொல்வதைக்கேட்டு பிரதமர் பதவியில் தொடர்வது 'அவமானத்துக்கும் ஏளனத்துக்கும்' உரியது என்று ஜேபி பாட்னாவில் அறிக்கை ஒன்றை வெளியிட்டார். மேலும் குஜராத் தேர்தல் முடிவுகள் 'இந்திரா அலையும் இந்திரா மாயாஜாலமும்' பழைய விஷயங்கள் ஆகிவிட்டன என்பதைக் குறிக்கிறது என்றார்.

மறுபக்கத்தில் ஆமாம்சாமிகளும் சுறுசுறுப்பாகினர். 13 அன்றே ஹரியானா காங்கிரஸ் முதல்வர் பன்ஸி லால் தன் ஆதரவாளர்களை தில்லிக்கு அனுப்பி, திருமதி காந்தியிடம் அவர்களுக்கு உள்ள விசுவாசத்தை வெளியிடச் செய்தார். பிரதமர் இல்லத்துக்கு வெளியே உள்ள சாலைகள் அவருடைய விசுவாசி களால் நிரம்பி வழிந்தது. அவர்கள் பிரதமருக்கு ஆதரவாகக் கோஷங்கள் எழுப்பினர். நீதிபதி சின்ஹாவின் உருவ பொம்மையைக் கொளுத்தினர். திருமதி காந்தி வெளியே வந்து, வெளிநாட்டுச் சக்திகள் அவரை ஒழித்துக் கட்ட உள்நாட்டு எதிரிகளோடு கூடி எவ்வாறு சதிசெய்கின்றன என்பது பற்றிப் பேசினார். அவருடைய எதிரிகளிடம் 'ஏகப்பட்ட பணம் இருக்கிறது' என்றும் அவர் கூறினார்.

ஒவ்வொரு நாளும் திருமதி காந்தியின் வீட்டுக்கு வெளியே புதுப்புது ஆதர வாளர்கள் கூடினர். ஒவ்வொரு நாளும் அவர் வெளியே வந்து அவர்களிடம் பேசுவார். மூத்த காங்கிரஸ் உறுப்பினர்கள் சிலர், ஒரு தலைவருக்கு ஆதரவாக மக்களைத் திரட்டி நடவடிக்கைகள் மேற்கொள்ளப்படுவதை ரகசியமாகக் கண்டித்தனர். மற்றவர்கள் இதை வெளிப்படையாக ஊக்குவித்தனர். தில்லியில் காங்கிரஸ் பேரணி ஒன்றில் பேசிய தேவ் காந்தா பரூவா,

‘சட்டங்களை உருவாக்குபவர்கள் மக்கள். மக்களின் தலைவர் திருமதி காந்தி’ என்றார். பிரபல சட்ட நிபுணரும் முன்பு திருமதி காந்தியின் மந்திரி சபையிலேயே இருந்தவருமான எம்.சி. சாக்லா போன்ற வக்கீல்களும் நீதிபதிகளும், மேல் முறையீட்டு மனு விசாரிக்கப்பட்டு முடிவு கூறப்படும் வரையிலாவது, பிரதமர் நியாயப்படி பதவி விலகியே ஆகவேண்டும் என்று கருதினர். மறுபக்கத்தில் 516 கட்சி எம்பிக்கள் அவரைப் பதவியில் தொடர வற்புறுத்தி தீர்மானம் ஒன்றில் கையொப்பம் இட்டனர். கர்நாடகாவிலிருந்து பத்தாயிரம் காங்கிரஸ் உறுப்பினர்கள் இதே மாதிரி வேண்டுகோள் ஒன்றில் ரத்தக் கையொப்பம் இட்டு அனுப்பினர். இந்த விவாதங்களுக்கு இடையில் எல்லைக்கு அப்பாலிருந்து ஒரு குரல் பேசியது. ஜுல்ஃபிகர் அலி பூட்டோ, ‘இந்தச் சிக்கல்களிலிருந்து விடுபட திருமதி காந்தி, பாகிஸ்தானுக்கு எதிராக போர் முயற்சி ஒன்றை மேற்கொள்ளலாம்’ என்று கவலை தெரிவித்தார்.

ஜுன் 20 அன்று திருமதி காந்தி, போட் கிளப் மைதானத்தில் மாபெரும் பேரணி ஒன்றில் பேசினார். 10 லட்சம் மக்கள் திரண்டதாகச் சொல்லப்பட்டது. மூன்று மாதங்களுக்கு முன்னதாக அதே மைதானத்தில் ஜேபியின் பேச்சைக் கேட்ட மக்களைவிட அதிகமான எண்ணிக்கை. எதிர்க்கட்சிகள், தன்னைத் தீர்த்துக் கட்டிவிட உறுதியாக இருப்பதாக பிரதமர் கூறினார். அவருக்குப் பிறகு பேசிய டி.கே. பரூவா, அவரே விழாவுக்கெனப் பிரத்யேகமாக இயற்றிய கவிதை ஒன்றைப் படித்தார்.

இந்திரா தேரே சுபஹ் கி ஜெய் தேரே ஷாம் கி ஜெய்
தேரே காம் கி ஜெய் தேரே நாம் கி ஜெய்

தமிழில் இவ்வளவு கவித்துவமாக இல்லாமல், இப்படிச் சொல்லலாம்:

இந்திரா, தங்கள் காலையை வாழ்த்துகிறோம்,
மாலையை வாழ்த்துகிறோம்
தங்கள் பணியை வாழ்த்துகிறோம்
தங்கள் பெயரை வாழ்த்துகிறோம்!

இரண்டு நாட்களுக்குப் பிறகு எதிர்க்கட்சியினர் பதில் பேரணி ஒன்றை நடத்தினர். பெருமழை பெய்தது என்றாலும் லட்சக்கணக்கானவர்கள் வந்திருந்தனர். ஜேபி முக்கியமான பேச்சாளர். ஆனால் கல்கத்தாவிலிருந்து அவர் வரவேண்டிய விமானம் கடைசி நிமிடத்தில் ரத்து செய்யப்பட்டது. (இயந்திரக் கோளாறு என்றது இந்தியன் ஏர்லைன்ஸ்.) முக்கிய எதிர்க்கட்சிகளின் பிரதிநிதிகள் பேசினர். இந்திரா காந்தி ஆட்சியை நீக்குவதற்காக, ‘செய் அல்லது செத்துமடி’ இயக்கம் ஒன்றை மொரார்ஜி தேசாய் கோரினார்.

ஜுன் 23 அன்று உச்ச நீதிமன்றம் திருமதி காந்தியின் மனுவை விசாரணைக்கு எடுத்துக்கொண்டது. மறுநாள் நீதிபதி வீ.ஆர். கிருஷ்ணய்யர் அலகாபாத் நீதிமன்றத் தீர்ப்பை ஒரு நிபந்தனையுடன் நிறுத்திவைக்க உத்தரவிட்டார். பிரதமர் நாடாளுமன்றத்துக்கு வரலாம். ஆனால் அவருடைய மேல் முறையீடு முழுவதுமாக விசாரித்து முடிக்கப்படும் வரையில், அவர் வாக்களிக்க

முடியாது. இதன் பொருள், 'திருமதி காந்தி நாட்டுநலன் மற்றும் அவருடைய நலன் கருதி, உடனடியாகப் பதவி விலக வேண்டும் என்பதே' என்று எழுதியது இந்தியன் எக்ஸ்பிரஸ் நாளேடு.

அவர் அப்படிப் பதவி விலகுவது கட்சியின் நலனுக்கு உகந்தது என்று காங்கிரஸ் கட்சியின் சில மூத்த தலைவர்கள் கருதினர். நாடாளுமன்றத்தில் அவர் வாக்களிக்க முடியாது என்றால், அவரால் அரசாங்கத்தின் எந்த ஒரு செயலையும் மேற்கொண்டு வழிநடத்த முடியாது. உச்ச நீதிமன்றம் அவருடைய மனுவை ஏற்று அவர் பதவி ஏற்கத் தகுதியானவர் என்று தீர்ப்பளிக்கும்வரை (அவருடைய வக்கீல்கள் இது உறுதியாக நடக்கும் என்றே நம்பினர்) அவர் தாற்காலிகமாகப் பதவி விலகி, சர்ச்சைக்கு இடமில்லாத ஸ்வரண் சிங் போன்ற ஒருவரைப் பிரதமராக ஆக்கலாம் என்று ஆலோசனை கூறினர்.

அப்படி அவர் பதவி விலகக்கூடாது என்று அவருடைய மகன் சஞ்சய் காந்தியும் சித்தார்த்த சங்கர் ரேயும் வற்புறுத்தினர். மேற்கு வங்க முதல்வரும் பயிற்சி பெற்ற பாரிஸ்டருமான ரே, இந்தச் சந்தர்ப்பத்தில் திருமதி காந்திக்கு ஆலோசனை தருவதற்காக வந்திருந்தார். அவர்களுடைய ஆலோசனை உடனடியாக ஏற்றுக்கொள்ளப்பட்டது. பின்னர் தன் வாழ்க்கை வரலாறை எழுதிய ஒருவரிடம் திருமதி காந்தி கூறியபடி, 'நான் பதவியில் நீடிக்காமல் வேறு என்ன செய்திருக்க முடியும்? நாடு இருந்த நிலைமையை நீங்கள் அறிந் திருப்பீர்கள். நாட்டை வழி நடத்த ஒருவரும் இல்லாதிருந்தால் என்ன ஆகி யிருக்கும்? நான் ஒருத்தி மட்டுமே அந்தச் சமயத்தில் நாட்டை வழி நடத்தி யிருக்க முடியும்.'[59]

முடிவு எடுக்கப்பட்ட உடனேயே, அதிசயிக்கத்தக்க வேகத்தில் அது செயல் படுத்தப்பட்டது. 25 அன்று எஸ்.எஸ். ரே, உள்நாட்டில் நெருக்கடி நிலையைப் பிரகடணம் செய்ய அவசரச் சட்டம் ஒன்றை வரைவதற்கு உதவினார். எளிதில் வளைந்து கொடுக்கும் ஜனாதிபதி ஃபக்ருதீன் அலி அகமத், அந்தப் பிரகடனம் தன் முன் ஒப்புதலுக்கு வைக்கப்பட்ட உடனேயே கையொப்பம் இட்டார். 26 அன்று நாளேடு எதுவும் வரக்கூடாது என்பதற்காக, 25 இரவு, தில்லி செய்திப் பத்திரிகை அலுவலகங்களுக்கான மின்சார இணைப்புகள் துண்டிக்கப்பட்டன. ஜேபி, மொரார்ஜி தேசாய், மற்றும் பல தலைவர்களை போலீஸ் விரைந்து சென்று கைது செய்தது. மறுநாள், அரசாங்கக் கட்டுப் பாட்டில் இருந்த வானொலி நிலையங்கள், தில்லியிலும் இந்தியா முழு வதிலும் இருந்த மக்கள் அனைவருக்கும் அவசர நிலைப் பிரகடனத்தைப் பற்றிச் சொல்லி, குடிமக்களின் உரிமைகள் நிறுத்திவைக்கப்பட்டிருப்பதையும் அறிவித்தது.

அப்போதும் அதற்குப் பிறகும் பலர், அந்த அதிரடி நடவடிக்கை, எதிர்க் கட்சிகளின் சீண்டலுக்கு முற்றிலும் பொருந்தாத கடுமையான எதிர்வினை என்றே கருதினர். நீதிபதி சின்ஹா, திருமதி காந்தியை முற்றிலும் சாதாரண மான விதிமீறல்களுக்காகவே குற்றவாளி என்று அறிவித்திருந்தார். உச்ச

நீதிமன்றம் பிரசார மேடையின் உயரத்தை தேர்தல் விதிமீறலாகக் கருத வாய்ப்புகள் குறைவு. இரண்டாவது குற்றச்சாட்டில் யஷ்பால் கபூர், தேர்தல் பிரசாரத்தில் ஈடுபடுவதற்கு முன்னதாகவே பதவியிலிருந்து விலகியிருந்தார். ஆனால் அவருடைய பதவி விலகல் கடிதம் ஏற்கப்பட்ட தேதி பற்றி மட்டுமே சர்ச்சை இருந்தது. உச்சநீதிமன்றம் அலகாபாத் தீர்ப்பை மாற்றி எழுதும் என்றே பெரும்பான்மையான வக்கீல்கள் நம்பினர். எனினும் மரியாதைக்குரிய ஒரு தில்லி சட்ட நிபுணர் கூறியவாறு, 'பிரதமர் சாதாரணமான நீதிமன்ற மேல் முறையீட்டுக்கு மாறாக, அசாதாரணமான, ஜனநாயக முறைக்கு மாறான, அரசியல் அமைப்புச் சட்டத்தை மீறிய, அவசரநிலைச் செயல்களை மேற் கொண்டுவிட்டார்.'[60]

நெருக்கடி நிலைப் பிரகடனத்துக்கு நான்கு மாதங்களுக்கு முன்பாக இந்தியன் எக்ஸ்பிரஸ் நாளேடு, பின்னடைவுகளிலிருந்து மீண்டு செயல்படும் இந்திய ஜனநாயகத்தின் பக்குவத்தைப் பாராட்டி எழுதியிருந்தது. மிகத் தீவிரமான கருத்து வேறுபாடுகளையும் ஒற்றுமைப்படுத்தி, இணக்கத்தை மேற்கொள்ளும் ஜனநாயகம் என்று புகழ்ந்திருந்தது. பாவம் அந்த நாளேடு! 1975-ம் ஆண்டு வாக்கில், இந்திய ஜனநாயகத்தால் காஷ்மீர் பள்ளத்தாக்கையும் இந்தியக் குடியரசையும் இணங்க வைக்க முடிந்தது. ஆனால், இந்திரா காந்தியையும் ஜெயப்பிரகாஷ் நாராயணையும் இணங்கவைக்க முடியவில்லை.

22

இந்திராவின் இலையுதிர்காலம்

எத்தனை தேர்தல்களை நாம் நடத்தியிருக்கிறோம் என்பதைக் கொண்டு எதிர்காலச் சந்ததியினர் நம்மை எடைபோடப் போவதில்லை. எத்தனை முன்னேற்றத்தை நாம் அடைந்திருக்கிறோம் என்பதைக் கொண்டுதான்!

— சஞ்சய் காந்தி, டிசம்பர் 1976

I

1975 ஜூன் 26 அன்று காலை 6 மணிக்கு மத்திய மந்திரிசபை கூட்டப்பட்டது. சிந்தனை ஏதுமின்றி, தூக்கக் கலக்கத்துடன் வந்த மந்திரிகளுக்கு, முதல் நாள் நள்ளிரவு முதல் செயலில் இருந்த அவசரநிலை பற்றித் தெரிவிக்கப்பட்டது. அவர்களிடமிருந்து ஒப்புக்கு ஒப்புதல் பெறப்பட்டதும், திருமதி காந்தி அகில இந்திய வானொலி நிலையத்துக்குச் சென்றார். மக்கள் சிறிதும் எதிர்பார்த்திராத இந்தச் செய்தியை தேசத்துக்கு அறிவித்தார். 'ஜனாதிபதி அவசர நிலையை அறிவித்துள்ளார். ஆனால் கலவரப்பட ஏதுமில்லை' என்றார். மேலும் பேசுகையில், 'இந்திய ஆண்களும் பெண்களும் பயன்பெறும் அளவில் சில முன்னேற்றத் திட்டங்களை நான் அறிவித்த நாள் முதலே அவற்றை எதிர்த்துப் பரவலான சதித் திட்டங்கள் உருவாகியபடி இருந்தன. எனவே வேறு வழியின்றி இந்த நிலையை எடுக்கவேண்டி இருந்தது' என்றார் பிரதமர். 'பிரிவினைச் சக்திகளும் இனவெறி உணர்வுகளும் இந்திய ஒற்றுமையை அச்சுறுத்தின' என்ற பிரதமர், மேலும், 'இது என்னைப் பற்றிய விஷயமே அல்ல. நான் பிரதமராக இருக்கிறேனா, இல்லையா என்பது முக்கியமே அல்ல' என்று அழுத்தமாகச் சொன்னார். அதே நேரம், 'அவசர நிலையை முடிவுக்குக் கொண்டுவரும் வகையில் நிலைமை விரைவில் சீராகும்' என்றும் நம்பிக்கை தெரிவித்தார்.¹

அவர் அளித்த சாக்குகள், அவரது வாதத்தின் பலவீனத்தை எடுத்துக்காட்டின. ஏனெனில், பிரதமர் நாடாளுமன்றத்தில் வாக்களிப்பதைத் தடைசெய்யும் உச்ச நீதிமன்ற ஆணை வந்த உடனேயே அவசரநிலை பிரகடனப்படுத்தப் பட்டிருந்தது. அவசரநிலை அறிவிக்கப்பட்டபோது, பிரதமரின் நெருங்கிய நண்பரான புபுல் ஜெயகர் அமெரிக்காவில் இருந்தார். திருமதி காந்தி, 27-ம் தேதி அன்று திருமதி ஜெயகருக்கு எழுதிய கடிதத்தில், 'வெறுப்பையும் அவதூறையும் பரப்பும் வகையிலான பிரசாரங்களால் வன்முறைகள் அதிகரித்ததை ஒட்டி' அந்த நடவடிக்கையை மேற்கொண்டதாகக் குறிப் பிட்டிருந்தார். வெறும் 900 பேர் மட்டுமே கைது செய்யப்பட்டதாகவும், பலரும் சிறையில் அடைக்கப்படாமல் 'சௌகரியமான வீடுகளில்' வைக்கப் பட்டுள்ளதாகவும் எழுதியிருந்தார். பொது மக்களிடம் இதன் விளைவு நன்றாக இருப்பதாகவும் நாடெங்கும் அமைதி நிலவுவதாகவும் அதில் குறிப்பிட்டிருந் தார். 'ஜனநாயகம் சாதாரணமாக இயங்க உதவுவதற்காகவே நெருக்கடி நிலை கொண்டுவரப்பட்டதாக' பிரதமர் தன் நண்பருக்குத் தெரிவித்தார்.[2]

நாடெங்கும் பலர் சிறையில் அடைக்கப்பட்டனர். இவர்களில் காங்கிரஸ் அல்லாத பிற கட்சிகளைச் சேர்ந்த சட்டமன்ற, நாடாளுமன்ற உறுப்பினர்கள், மாணவர் தலைவர்கள், தொழிற்சங்கத்தினர் ஆகியோர் அடக்கம். சொல்லப் போனால், ஆளுங்கட்சிக்கு எதிரான ஜனசங்கம், காங்கிரஸ் (ஓ), சோஷலிஸ்ட்டுகள் ஆகியோருடன் மிகச் சிறிய அளவில் தொடர்புகொண் டிருந்தாலும், அத்தகையோர் நாடெங்கிலும் தேடிப்பிடித்துச் சிறை வைக்கப் பட்டனர். ஜெயப்பிரகாஷ் நாராயணும் மொரார்ஜி தேசாயும் தில்லியிலிருந்து அதிக தூரத்தில் இல்லாத ஹரியானா மாநிலத்தின் அரசாங்க ஓய்வு விடுதியில் தங்க வைக்கப்பட்டனர். எனினும் பெரும்பான்மையோர், ஏற்கெனவே நிரம்பி வழிந்த சிறைகளுக்கு அனுப்பிவைக்கப்பட்டனர். திருமதி காந்தி அளித்த கணக்கு விரைவிலேயே விஞ்சப்பட்டது. Maintenance of Internal Security Act (MISA) - மிசா என்ற உள்நாட்டுப் பாதுகாப்புச் சட்டத்தின்கீழ் ஆயிரக் கணக்கானோர் கைது செய்யப்பட்டனர். இந்தச் சட்டத்தால் பாதிக்கப்பட்டவர் களோ, இதனை Maintenance of Indira and Sanjay Act (இந்திராவையும் சஞ்சயையும் பாதுகாக்கும் சட்டம்) என்று கேலி செய்தனர். அரசின் கைவசம் வேறு சில சட்டங்களும் இருந்தன. திருமதி காந்தியின் அரசியல் விரோதி களான குவாலியர், ஜெய்ப்பூர் சமஸ்தான ராஜமாதாக்கள் கள்ளக் கடத்தல் காரர்களைக் கைது செய்யும் சட்டத்தின்கீழ் சிறையில் அடைக்கப்பட்டனர்.[3]

அவசரநிலைக் காலத்தின் முதல் சில மாதங்களில் அதனை ஆதரித்து பிரதமர் பல ஆவேசமான பேட்டிகளை அளித்தார். இவையும் பலவீனமான முறையிலேயே இருந்தன. லண்டன் சண்டே டைம்ஸ் பத்திரிகைக்கு அளித்த பேட்டியில், 'நான் பதவியில் இருப்பதற்காகவே அவசரநிலையைப் பிரகடனம் செய்ததாகக் கூறுவது முற்றிலும் தவறு. ஜேபி இயக்கத்தின் அரசியல் அமைப்புச் சட்டத்தை மீறிய சவால், சட்டத்தின் மூலமாகவே சந்திக்கப்பட்டது. நாட்டை சீர்குலைவிலிருந்தும் அழிவிலிருந்தும் காப்பாற்றவே அவசரநிலை பிரகடனம் செய்யப்பட்டது. இதன்மூலம் புதிய

பொருளாதாரத் திட்டம் ஒன்றை நிறைவேற்ற முடிந்துள்ளது. தேசத்தில் ஒரு புதிய நம்பிக்கை உணர்வு உருவாகியிருக்கிறது' என்றார். நியூ யார்க்கின் சாடர்டே ரிவ்யூ என்ற பத்திரிகைக்கு அளித்த பேட்டியில், 'அவசர நிலை, ஜனநாயகத்தை அழிக்கும் செயல் அல்ல; அதைக் காப்பாற்ற எடுக்கப்பட்ட ஒரு முயற்சி' என்றார். பாகிஸ்தான், சீனா போன்ற எதேச்சாதிகார நாடுகளை விட்டுவிட்டு இந்தியாவைக் கண்டனம் செய்யும் மேற்கு நாட்டுப் பத்திரிகைகளை தன் பேட்டிகளில் தாக்கிப் பேசினார்.[4]

பிரதமர் தன் பேட்டிகளிலும் வானொலி உரைகளிலும் மக்களிடையே 'கட்டுப்பாட்டையும் ஒழுக்கத்தையும்' ஊட்ட வேண்டியதன் அவசியம் பற்றிப் பேசினார். அரசாங்க எழுத்தர்கள் புதிய கோஷங்களை உருவாக்கினர்: 'கட்டுப்பாடு நாட்டை உன்னதமாக்கும்', 'பேச்சைக் குறை; செயலை அதிகப்படுத்து', 'இந்தியனாக இரு; இந்தியப் பொருள்களையே வாங்கு', 'செயல் திறனே நம் லட்சிய வாசகம்'. பிற கோஷங்கள் இப்படிப் பொதுவானவையாக அமையவில்லை. உதாரணமாக, 'அவர் கட்டுப்பாட்டுக்கும் கலவரத்துக்கும் இடையே நின்றார்', 'தைரியமே! தெளிவான பார்வையே! உன் பெயர்தான் இந்திரா காந்தி' போன்றவை. இந்தியிலும் ஆங்கிலத்திலும் இருந்த இந்த விளம்பர வாசகங்கள் பேருந்துகளிலும், பாலங்களிலும், அரசுக் கட்டடங்களுக்கு வெளியே வைக்கப்பட்ட பிரும்மாண்டான விளம்பரப் பலகைகளிலும் எழுதப்பட்டன.

இவையெல்லாம் வளர்ந்துவரும் சர்வாதிகாரத்தின் அடையாளங்கள். புரட்சியின் மூலம் ஆட்சியைக் கைப்பற்றும் ராணுவத்தினர் போல, நாட்டை அதனிடமிருந்தே காப்பாற்றவே அவ்வாறு செய்ததாக திருமதி காந்தி சொன்னார். அவர்களைப் போலவே அவரும், மக்களுக்குச் சுதந்தரம் மறுக்கப்பட்ட போதிலும், பதிலுக்கு உணவு அளிப்பார். அவசரநிலை ஆரம்பமான ஒரு வாரத்துக்குள்ளாகவே நாட்டின் பொருளாதார முன்னேற்றத்துக்காக 'இருபது அம்சத்திட்டம்' ஒன்றை அளித்தார். இந்தத் திட்டம், அத்தியாவசியப் பொருள்களின் விலை குறைப்பு, விரைவான நிலச்சீர்திருத்தம், கடன் சுமை ஒழிப்பு, கொத்தடிமை நீக்கம், தொழிலாளர் கூலி உயர்வு, நடுத்தர மக்களுக்குக் குறைவான வரிவிதிப்பு ஆகியவற்றுக்கு உத்தரவாதம் அளித்தது.[5]

பெண் சர்வாதிகாரி என்பது அரிது. இருபதாம் நூற்றாண்டில் திருமதி காந்தி ஒருவரே அவ்வாறானவராக இருப்பார். எனினும் பெண் சர்வாதிகாரியான அவருக்கு ஆண்களுக்குக் கிடைக்காத உருவகங்களும் குறியீடுகளும் கிடைத்தன. நவம்பர் 11 அன்று, அவசரகால அறிவிப்புக்கு நாலரை மாதம் கழித்து, நாட்டு மக்களுடன் வானொலியில் 'நேருக்கு நேர்' பேச முன்வந்தார். கட்டுப்பாட்டின் அவசியம் பற்றியும், அவருடைய பொருளாதாரத் திட்டம் பற்றியும், புராதன இந்தியாவின் பெரும் புகழ் பற்றியும், குடிமக்களின் தற்காலக் கடமை பற்றியும் ஒரு மணி நேரம் பேசினார்.

நம் எதிரிகள் மத்திய அரசாங்கத்தின் பணியை முடக்கி வைக்க விரும்பினார்கள். எனவே நாம் கவலைக்கிடமான சூழ்நிலையில் சிக்கிக்

கொண்டோம். எனவே நாம் சில நடவடிக்கைகளை மேற்கொண்டோம். 'இந்திராஜி என்ன செய்துவிட்டார்! இப்போது நாட்டுக்கு என்ன ஆகும்?' என்று நம் நண்பர்கள் சிலர் திகைப்பில் ஆழ்ந்தனர். நாட்டுக்கு ஒரு நோய் வந்துவிட்டது என்று நாம் தெரிந்துகொண்டோம். அந்த நோய் தீரவேண்டும் என்றால் மருந்து கொடுத்தே ஆகவேண்டும். அது எத்தனை கசப்பான மருந் தானாலும் சரி. ஒரு குழந்தை எவ்வளவுதான் செல்லமாக இருந்தாலும், மருத்துவர் கசப்பான மருந்தை எழுதிக்கொடுத்தால், அதை அந்தக் குழந்தைக் குக் கொடுத்துத்தானே ஆகவேண்டும். எனவேதான் நாம் நாட்டுக்கு இந்தக் கசப்பான மருந்தைக் கொடுத்தோம்.

.... இப்போது அந்தக் குழந்தை கஷ்டப்படும்போது தாயும் கஷ்டப் படுகிறாள். இந்த நடவடிக்கையை எடுத்ததில் நாம் சந்தோஷப்படவில்லை... ஆனால் டாக்டரின் மருந்து வேலை செய்வதுபோல, இதுவும் வேலை செய்வதைக் காண்கிறோம்.[6]

II

1975 ஆகஸ்டு 15 அன்று 'ஜேபியை விடுதலை செய்' இயக்கம் வெளியிட்ட முழுப்பக்க விளம்பரம் ஒன்று, த டைம்ஸ் ஆஃப் லண்டன் இதழில் வெளியாகியிருந்தது. விளம்பரத்துக்கான கட்டணத்தை ஏற்றுக்கொண்ட வர்கள் சில தனி நபர்கள். அதில் முதலாவர் பிஷப் ட்ரெவர் ஹடில்ஸ்டன், கடைசியில் இருந்தவர் டேம் பெக்கி ஆஷ்கிராஃப்ட். ஒப்பமிட்ட பிறரில், இந்தியாவின் நீண்ட நாளைய நண்பர்களான சோஷலிஸ்ட் ஃபென்னர் ப்ராக்வே, பொருளாதார அறிஞர் இ.எஃப். ஷுமாக்கர், அரசியல் விஞ்ஞானி டபிள்யூ.எச். மாரிஸ்-ஜோன்ஸ் ஆகியோர் இருந்தனர். இந்தியாவுடன் தொடர்பு ஏதுமற்ற பிரபலங்களான நடிகை கிளென்டா ஜாக்சன், வரலாற்றறிஞர் ஏ.ஜே.பி. டெய்லர், விமர்சகர் கென்னத் டைனான் ஆகியோரும் அந்தப் பட்டியலில் அடக்கம். அந்த விளம்பரத்தில் மகாத்மா காந்தி, ஜெயப்பிரகாஷ் நாராயண் ஆகியோரது புகைப்படங்கள் இடம் பெற்றன. ஜேபியின் பண்புநலனுக்கும் நாட்டுப்பற்றுக்கும் சாட்சிச்சான்றிதழ்களாக மகாத்மாவின் வாசகமே விளம்பரத்தில் இடம்பெற்றிருந்தது.

'இன்று இந்தியாவின் சுதந்தர தினம். இந்தியாவின் ஜனநாயக தீபத்தை அணையவிடாதீர்கள்' என்றது விளம்பர வாசகம். கையொப்பம் இட்டவர்கள், அரசியல் கைதிகளை, குறிப்பாக ஜெயப்பிரகாஷ் நாராயணை விடுதலை செய்யுமாறு திருமதி காந்தியிடம் கேட்டுக்கொண்டனர். அந்த ஒரு மனிதரைத் தனியாகக் குறிப்பிட்டதற்குக் காரணம், இந்தியாவின் எதிர்ப்பு இயக்கத்தின் தலைவராக இருந்த அவர்மீதான மரியாதையால் மட்டும் அல்ல. 'ஜேபியை விடுதலை செய்' இயக்கத்தில் பிரதானமாக ஈடுபட்டவர்கள், அவர் முழுப்புரட்சியை ஆரம்பிக்கும் முன்பிருந்தே நீண்டகாலமாக அவரை அறிவர். ப்ராக்வே போன்ற இடதுசாரி லேபர் கட்சிக்காரர்கள், சுதந்தர இயக்க

வீரரான அவரை 1930 முதலே அறிவார்கள். சூழலியல் விஞ்ஞானி இ.எஃப். ஷுமாக்கர் போன்றோர், 1950-கள் முதற்கொண்டே, மையம் சாராத முன்னேற்றம் என்ற கொள்கையில் ஜேபியுடன் ஒத்த கருத்து உடையவர்கள். அரசியல் விஞ்ஞானிகள் அவரை, இந்திய விடுதலைக்கு முன்பும், பின்பும், இந்திய அரசியலில், மாரிஸ் குறிப்பிட்டது போன்ற 'சாது' என்ற கருத்தாக்கத்தின் பிரதிநிதி என்று கருதினர்.

இந்திய விடுதலை இயக்கத்தின் இந்த வெளிநாட்டு நண்பர்கள், ஜவாஹர்லால் நேருவும் ஜெயப்பிரகாஷ் நாராயணும் எவ்வளவு நெருக்கமாக இருந்தார்கள் என்பதை அறியும் அளவுக்கு வயதில் மூத்தவர்கள். நேருவின் மகள் ஜேபியைச் சிறைவைத்தது அவர்களுக்கு அதிர்ச்சியை அளித்தது. வரலாற்றைச் சுட்டி வைக்கப்பட்ட அவர்களுடைய வேண்டுகோள், ஜேபியை விடுவிக்கும் என அவர்கள் நம்பினர். சமாதானம் நாடும் குவேக்கர் குழுவின ரும், பத்திரிகையில் தம் பெயர்களை வெளியிடுவதற்கு பதில் வேறு வழிகள் மூலம் சமாதானம் செய்துவைக்க முயற்சி செய்தனர். அந்தப் பிரிவினருக்கு இந்தியாவோடு பழைய, நேர்மையான தொடர்பு இருந்தது. அகதா ஹாரிசன், ஹொரேஸ் அலெக்ஸாண்டர் போன்ற குவேக்கர்கள், பிரிட்டிஷ் காலனி ஆட்சியாளர்களுக்கும் இந்திய தேசியவாதிகளுக்கும் இடையே முக்கியமான மத்தியஸ்தப் பணிகளைச் செய்திருந்தனர். அண்மைக் காலத்தில், இந்தியா-பாகிஸ்தான் இடையேயும், புது தில்லி அரசுக்கும் நாகர் கிளர்ச்சிக் காரர்களுக்கும் இடையேயும் சமாதான முயற்சிகளை ஏற்படுத்த ஜேபியுடன் இணைந்து பணியாற்றியிருந்தனர்.

அவசரநிலை பிரகடனம் செய்யப்பட்ட ஒரு மாதம் கழித்து, சமூகவியல் அறிஞர் ஜோ எல்டர் என்பவரை குவேக்கர்கள் உண்மை அறிந்துவரும் பணிக்காக இந்தியாவுக்கு அனுப்பிவைத்தனர். அவர், ஜேபியின் தொண் டர்கள், காங்கிரஸ் அரசியல்வாதிகள், பிரதமர் என்று பலரையும் சந்தித்தார். அவர் ஒரு கட்சியையோ, மறுகட்சியையோ குற்றம் சாட்டத் தயங்கினார். கட்டுப்பாடும் அஹிம்சையும் உள்ள முறையான தொண்டர் அணிகள் இல்லாமல், மாபெரும் பொதுமக்கள் இயக்கம் ஒன்றை ஆரம்பித்ததில் ஜேபி தவறிழைத்துவிட்டார் என்று அவர் கருதினார். ஜேபியின் கருத்துகள், 'குழந்தைத்தனமானவை, பரிசோதனை செய்யப்படாதவை, நம்பிக்கை ஏற்படுத்தாதவை' என்று பலரும் நினைத்தனர். இயக்கத்துக்கு உள்ளேயே இடது, வலதுசாரித் தீவிரவாதிகள் பங்குபெற்றதால் அவருடைய இயக்கத்தின் நம்பகத்தன்மை பலவீனம் அடைந்தது. மறுபக்கம், பிரதமர் அவசரப்பட்டு, அவசரநிலையை அமல் செய்து, அதிகப்படியான நடவடிக்கையை மேற்கொண்டுவிட்டார். இது மக்கள் மனத்தில் அச்சத்தை உண்டாக்கி, ஜனநாயக முறையையும் ஜனநாயக அமைப்புகளையும் பாதித்துவிட்டது.[7]

எல்டரின் அறிக்கை கூறுவதுபோல, அவசரநிலையை ஜேபியும் திருமதி காந்தியும் கூட்டாகவே உருவாக்கியிருந்தனர். பிரதிநிதித்துவ அமைப்புகளில் இருவருமே வேண்டிய நம்பிக்கையை வைக்கவில்லை: தேர்ந்தெடுக்கப்பட்ட அரசுகளை பதவிக்காலம் முடியும் முன்னரே பதவி விலகக் கோரியிருந்தார்

ஜேபி; திருமதி காந்தியோ சட்டபூர்வமாகத் தேர்ந்தெடுக்கப்பட்ட சட்டமன்ற, நாடாளுமன்ற உறுப்பினர்களைச் சிறைவைத்திருந்தார். இருவருமே நவீன ஜனநாயகத்தில் அரசின் பங்கைச் சரியாக மதிப்பிடவில்லை. ஜேபி, அரசே இல்லாமல் போய்விடவேண்டும் என்றும், காவல்துறையும் ராணுவமும் 'அறமற்ற கட்டளைகளுக்குக் கீழ்ப்படியக்கூடாது' என்றும் கோரினார். மறுபுறத்தில் திருமதி காந்தி, அரசாங்கத்தின் அதிகாரிகள் அனைவரும் தலைமையில் உள்ள ஒரு மனிதருக்கு மட்டுமே கீழ்ப்படியுமாறு செய்ய முனைந்தார்.

எதிரெதிராக நிற்பவர்கள் இருவரும் ஒருகாலத்தில் வரலாற்றால், மரபால், தலைமுறை தாண்டிய நெருக்கமான தனிப்பட்ட தொடர்பால் இணைந் திருந்தவர்கள் என்ற உண்மை அந்த மோதலை மேலும் அவலமானதாக ஆக்கியது. ஜேபியைச் சிறை செய்தது குறித்து திருமதி காந்தி எவ்வாறு உணர்ந் தார் என்பது பற்றித் தெரியாது. ஆனால் பிரதமரிடம் பணியாற்றியவர்களின் உணர்வுகள் வெவ்வேறு விதமாக இருந்தன. பிரதமரின் செய்தி ஆலோசகர் எச்.ஒய். சாரதா பிரசாத், ஒரு தேசபக்தர், விடுதலைப் போராட்ட வீரர். ஜேபியை தேசிய மட்டத்தில் தலைவராக்கிய, 1942-ன் வெள்ளையனே வெளியேறு இயக்கத்தில் சிறை சென்றவர். ஜோ எல்டரைப் போலன்றி, பிரதமர் அதிகப்படியான நடவடிக்கையை எடுத்துவிட்டார் என்பதை பிரசாத்தால் ஏற்றுக்கொள்ள முடியவில்லை. எனினும் தன் நண்பர் ஒருவருக்கு எழுதியதுபோல, 'மிக முக்கியமான ஒரு தருணத்தில், ஜேபியைப் போன்ற ஒரு மனிதர், காங்கிரஸைவிட ஆர்.எஸ்.எஸ்.ஸும் சி.பி.எம்.மும் ஏற்றுக் கொள்ளக்கூடியவை என்று முடிவு செய்தது வருத்தத்துக்கு உரியது. இதை என்னால் புரிந்துகொள்ள முடியவில்லை. அதைவிட, இதை என்னால் மன்னிக்க முடியவில்லை. பிரபாவதி (அவர் மனைவி) மட்டும் உயிரோடு இருந்திருந்தால் அவர் இவ்வளவு தூரம் நம்பிக்கை இழந்திருக்க மாட்டார் என்ற அற்பக் காரணத்தைக் கொண்டுதான் நான் என்னையே சமாதனப்படுத்திக் கொள்ளவேண்டும்.'[8]

பி.என். ஹக்ஸரை அடுத்து பிரதமரின் முதன்மைச் செயலராகப் பொறுப்பேற்ற பி.என். தார் என்ற பொருளாதார அறிஞரும் ஜேபியைச் சிறையில் அடைத்தது குறித்து மகிழ்ச்சி அடையவில்லை. கைதிகளை விடுதலை செய்து, அவசர நிலையை முடிவுக்குக் கொண்டுவர ஏதேனும் சமாதானம் செய்துவைக்க முடியுமா என்ற நோக்கில் அவர் ஜேபியிடம் பல தூதர்களை அனுப்பினார். அத்தூதர்கள் ஜேபி பேச முன்வர விரும்புவதைக் கண்டார்கள். அவருடைய சொந்த மாநிலமான பிகாரில் ஏற்பட்டிருந்த வெள்ளம் அவரை அமைதி இழக்கச் செய்திருந்தது. கஷ்டப்படுவோர்களுக்காக ஏதேனும் நிவாரணப் பணிகளை மேற்கொள்ள விரும்பினார். அவரது பொறுப்பற்ற தன்மையால் தான் அவசரநிலை ஏற்பட்டுவிட்டது என்ற செய்தி அவருடைய காதுகளுக்கு எட்டியிருந்தது. பொதுமக்கள் இயக்கம் ஒன்றை இனியும் நடத்த விருப்ப மில்லை என்றும், தேர்தல்கள் அறிவிக்கப்படும்போது காங்கிரஸை எதிர்க்க ஒன்றுபட்ட எதிர்ப்பு அணி ஒன்றை உருவாக்கி, அந்தக் கூட்டணி

வேட்பாளர்களுக்கு வாக்கு சேகரிக்கப் பிரசாரம் செய்ய மட்டுமே விரும்புவதாகவும் அவர் கூறினார்.[9]

ஜம்மு காஷ்மீர் முதல்வராக அப்போது இந்திய நிர்வாகத்தின் ஓர் அங்கம் ஆகிவிட்ட அவருடைய பழைய நண்பர் ஷேக் அப்துல்லா, அவருக்கும் திருமதி காந்திக்கும் இடையே சமாதானம் செய்துவைக்கவேண்டும் என்பதில் ஜேபி ஆர்வமாக இருந்தார். 'அகில இந்திய அளவில் சமரசம் ஏற்பட' ஷேக் ஆதரவாக இருப்பதாகவும் பிரதமரும் 'அவசரநிலையை முடிவுக்குக் கொண்டுவருவதில் அதி ஆர்வமாக இருப்பதாகவும்' ஷேக் கூறியதாக வந்த செய்தி ஒன்றை அவர் படித்திருந்தார். எதிர்க்கட்சிகளுக்கும் அரசாங்கத்துக்கும் இடையே உள்ள வேற்றுமைகளைக் களைய அப்துல்லா எடுக்கும் எந்த நடவடிக்கைக்கும் தாம் முழு ஆதரவு அளிப்பதாக ஜேபி அவருக்கு எழுதினார். ஆனாலும் அந்தக் கடிதம் ஆறாத காயங்களின் அடையாளங்களைக் காட்டிக் கொடுத்தன. அதில் ஜேபி, பிறர் தன்னை வில்லன், முக்கிய சதிகாரன், முதல் குற்றவாளி என்றெல்லாம் சுட்டிக்காட்டுவதைக் குறிப்பிட்டிருந்தார். கடிதத்தின் இறுதியில், 'அவசரநிலையை முடித்துவைக்கும் பிரதமரின் ஆர்வம், இந்தக் கடிதம் ஷேக்கிடம் சேர்க்கப்படுமா என்பதிலும் அவர் ஜேபியைச் சந்திக்க அனுமதிக்கப்படுவாரா என்ற சோதனையிலும் தெரியும்' என்று குறிப்பிட்டிருந்தார்.[10]

பிரதமர் சோதனையில் தவறிவிட்டார். அக்கடிதம் ஷேக்குக்கு அனுப்பப் படவே இல்லை. அத்துடன் சமாதான முயற்சிகள் முடிந்துபோயின. எனினும் 1975 நவம்பரில் ஜேபியின் உடல்நிலை மோசமானது. அவருடைய சிறுநீரகங்கள் செயலிழக்கவே, அவர் சண்டிகர் மருத்துவமனைக்கு எடுத்துச் செல்லப்பட்டார். அங்குள்ள மருத்துவர்களால் அவரைக் குணப்படுத்த முடியாததால், பரோலில் விடுவிக்கப்பட்டு பம்பாய் ஜஸ்லோக் மருத்துவ மனைக்கு மாற்றப்பட்டார். அங்கே சிறுநீரக மருத்துவ நிபுணர் எம்.கே. மானியின் கவனிப்புக்கு உள்ளானார். சிறையில் ஜேபி மரணமடைந்தால், கடுமையான விளைவுகளைச் சந்திக்கவேண்டும் என்ற அச்சத்தில் அரசாங்கம் வேகமாகச் செயல்பட்டது.[11]

ஜேபி டயாலிசிஸ் இயந்திரத்தோடு பம்பாய் மருத்துவமனையில் படுத்திருந் தாலும், பிற அரசியல் கைதிகளுக்குப் பொது பரோல் வழங்கப்படவில்லை. வழக்கு ஏதும் இன்றி, மிசாவின்கீழ் சுமார் 36,000 பேர் சிறையில் இருந்தனர். அவர்கள், கிட்டத்தட்ட பரவலாக, ஆந்திரத்திலிருந்து 1,078, பிகாரிலிருந்து 2,360 என்று, மாநிலவாரியாகத் தொடங்கி, அகர வரிசையில் இறுதியாக உத்தரப் பிரதேசத்திலிருந்து 7,049, மேற்கு வங்கத்திலிருந்து 5,320 என்று இருந்தனர்.[12]

அரசியல் பழி வாங்குவதற்கு என்றே கைது செய்யப்பட்ட அவர்கள் பொதுவான குற்றவாளிகளைப் போலவே இடமும் உணவும் பெற்றனர். அவர்களுடனேயே அறைகளைப் பங்கு போடுமாறு கட்டாயப்படுத்தப் பட்டனர். திருமதி காந்தி பெரிதும் பறைசாற்றிய மாதிரி சோஷலிசம்,

சிறைகளிலாவது நடைமுறையில் அமைந்ததே என்ற கேலிப் பேச்சு எழுந்தது. மூத்த கைதிகள் பிரிட்டிஷ் காலத்தின் நிலையை எண்ணிப்பார்த்தனர். அப்போது சிறைகள் சுத்தமாக இருந்தன. சிறை அதிகாரிகள் மொத்தத்தில் மனிதாபிமானம் மிக்கவர்களாக இருந்தனர். பெண் கைதிகள், தனிப்பட்ட முறையில் கவனிக்கப்பட்டதாகத் தோன்றியது. குவாலியர், ஜெய்ப்பூர் ராஜமாதாக்கள் பழக்கப்படாத, கடுமையான, குப்பைகளுக்கு இடையேயான இடத்தில் இப்போது இருந்தனர். இதுபோன்ற வாழ்க்கைக்குப் பழக்கப்பட்ட சோஷலிஸ்ட்டான மிருணாள் கோர், அடுத்த அறைவாசியான ஒரு பெண்ணுடன் கழிப்பிடத்தை பங்கிட்டுக்கொள்ள வேண்டிவந்தது. அந்தப் பெண் ஒரு தொழுநோயாளி. எதிர் அறையில் மனநிலை சரியற்ற ஒரு பெண் இருந்தார். அவர் ஆடைகள் அணியாமல், இரவும், பகலும் கிறீச்சிட்டுக் கத்திக்கொண்டிருப்பார்.[13]

III

1963 ஜனவரியில் இந்திரா காந்தி தன் நண்பர் ஒருவருக்கு எழுதிய கடிதத்தில், 'ஜனநாயகம் மோசமானவர்களை மேலே தூக்கிவிடுவது மட்டுமல்ல, சிறிதும் அறிவற்ற ஆனால் அதிகம் சத்தம் போடக்கூடியவர்களுக்கு வலுவூட்டி வளர்க் கிறது' என்றார்.[14] மூன்றாண்டுகளுக்குப்பின், அப்போதுதான் பிரதமராகி யிருந்த திருமதி காந்தி தன்னைச் சந்தித்த பத்திரிகையாளர் ஒருவரிடம், 'காங்கிரஸ் வலுவிழந்த நிலையில், அழியக்கூடிய நிலையில் உள்ளது; சொல்லப்போனால், நாடாளுமன்ற ஜனநாயகமே அழியும் நிலையில் உள்ளது. நம் சிவில் நிர்வாகமே பலவீனமான நிலையில் உள்ளது. உளுத்துப் போன மரங்களுக்கு மாற்றாக உளுத்துப்போன மரங்களே வருகின்றன' என்று சொல்லியிருந்தார். உலகின் மிக அதிகமான மக்கள்தொகை கொண்ட நாட்டில் புதிதாகத் தேர்ந்தெடுக்கப்பட்ட ஒரு பிரதமர் தொடர்ந்தார்: 'பிரான்ஸ் அல்லது ரஷ்யா போன்ற நாடுகளில் ஏற்பட்டதுபோல் உண்மையான புரட்சி மூலமாக நாமும் சுதந்தரம் பெற்றிருக்கக்கூடாதா என்று சில சமயங்களில் எனக்குத் தோன்றுகிறது.'[15]

சிவில் நிர்வாகம்மீதான பிரதமரின் அதிருப்தி முன்னதாகவே தோன்றி யிருந்தது. அதனால்தான் சிவில் சர்வீஸின் முக்கியப் பதவிகளிலும் நீதித் துறையிலும் தன்னுடைய விசுவாசிகளை நியமித்திருந்தார். அவசரநிலை வந்தபிறகு அது தீவிரமாயிற்று. இப்போது எதிர்க்கட்சி எம்.பிக்கள் சிறையில் அடைக்கப்பட்டவுடன், திருமதி காந்தியின் ஆட்சியை நீட்டிக்கச்செய்ய பல அரசியல் சட்டத் திருத்தங்கள் தொடர்ந்து நிறைவேற்றப்பட்டன. 1975 ஜூலை 22 அன்று நிறைவேற்றப்பட்ட 38-வது சட்டத் திருத்தம் அவசர நிலையை நீதிமன்றத்துக்கு உட்படுத்துவதைத் தடைசெய்தது. இரண்டு வாரங் களுக்குப் பிறகு கொண்டுவரப்பட்ட 39-வது சட்டத் திருத்தம், பிரதமரின் தேர்தலை உச்ச நீதிமன்றத்தால் விசாரிக்க முடியாது என்றும், நாடாளுமன்றக் கூட்டுக் குழுவால் மட்டுமே விசாரிக்க முடியும் என்றும் ஆக்கியது.

இத்திருத்தம் திருமதி காந்தியின் தேர்தல் பற்றிய மறுபரிசீலனை மேல் முறையீட்டு மனு விசாரிக்கப்பட இருந்த சரியான நேரத்தில் வந்தது. புதிய திருத்தம் முன்தேதி இடப்பட்டு, 1971-ல் நடைபெற்ற அவருடைய தேர்தல், நீதிமன்ற விசாரணைக்கு அப்பாற்பட்டது என்று முடிவு செய்யப்பட்டுவிட்ட தால், உச்ச நீதிமன்றத்துக்கு அவ்வழக்கில் வேலையில்லாமல் போனது.[16]

சில மாதங்களுக்குப் பிறகு உச்ச நீதிமன்றம் பிரதமருக்கு மேலும் பெரிய உதவியைச் செய்தது! மிசாவில் சிறையில் இருந்த ஆயிரக்கணக்கானவர்கள் சார்பில் வாதிட்ட வக்கீல்கள் ஹேபியஸ் கார்ப்பஸ் (ஆட்கொணர்வு மனு) என்ற உரிமையை அரசாங்கம் பறிக்க முடியாது என்று வாதிட்டனர். இக் கருத்தைக் கீழ் நீதிமன்றங்கள் ஏற்றுக்கொண்டன. ஆனால் உச்ச நீதிமன்றமோ, புதிய விதிகளின்படி, விசாரணையின்றிச் சிறையில் வைத்தல் சட்டபூர்வ மானதே என்று தீர்ப்பளித்தது. ஐந்து பேர் கொண்ட நீதிபதிகளின் பெஞ்சில் ஒருவர் மட்டுமே மாறுபட்டார். அவர் நீதிபதி எச்.ஆர். கன்னா. 'தனி மனித உரிமையை நேசிப்பவருக்கு, விசாரணை இன்றி ஒருவரைச் சிறையில் அடைப்பது ஏற்றுக்கொள்ள முடியாதது' என்று குறிப்பிட்டார்.[17]

அந்தத் தீர்ப்பு சட்டத்துக்கு அப்பாற்பட்ட காரணங்களால் அளிக்கப்பட்டது என்று பேசப்பட்டது. நீதிபதிகள் மூவருக்கு தாம் ஒருநாள் தலைமை நீதிபதி ஆகலாம் என்ற நம்பிக்கை. அல்லது, அவசரநிலைக் காலத்தில் செயலுக்கு வந்த, கண்காணாத இடத்துக்கு மாற்றல் ஆகக்கூடும் என்ற அச்சம். நியூ யார்க் டைம்ஸ் பத்திரிகையின், 'இந்தியாவில் மங்கும் நம்பிக்கைகள்' என்ற துயரம் தோய்ந்த தலையங்கத்தில், 'சுதந்தரமான நீதிமன்ற அமைப்பு ஒரு சர்வாதிகார அரசுக்குப் பணிந்துபோவதுதான், ஒரு ஜனநாயக சமூக அழிவின் கடைசிக் கட்டம்' என்று எழுதியது.[18]

சொல்லப்போனால், மேலும் பல நடவடிக்கைகளை மேற்கொள்ள வேண்டியிருந்தது. அவற்றுள் 42-வது சட்டத் திருத்தம் 20 பக்கங்களைக் கொண்டது. அது நாடாளுமன்றத்துக்கு முன் எப்போதும் இல்லாத அளவுக்கு அதிகாரங்களை வழங்கியது. அது தன் பதவிக்காலத்தைத் தன்னிச்சையாக நீட்டித்துக்கொள்ளலாம். அதுவும் உடனே செய்யப்பட்டது. நாடாளுமன்றம் நிறைவேற்றும் சட்டங்களை நீதிமன்றங்கள் பரிசீலனை செய்வது தடுக்கப் பட்டது. மத்திய அரசுக்கு மாநிலங்கள் மீதுள்ள அதிகாரங்கள் மேலும் அதிகரித்தன. மொத்தத்தில், 42-வது சட்டத் திருத்தம், நாடாளுமன்றத்துக்கு, அரசியல் அமைப்புச் சட்டத்தை ஆக்கவோ அழிக்கவோ தங்கு தடையற்ற அதிகாரத்தை வழங்கியது.[19]

1976 ஜனவரியில் தமிழ்நாட்டில் திமுகவின் ஆட்சிக்காலம் முடிவுக்கு வந்தது. புதிய தேர்தல்கள் நடத்துவதற்குப் பதிலாக மத்திய அரசு ஜனாதிபதி ஆட்சிக்கு உத்தரவிட்டது. இரண்டு மாதங்களுக்குப் பிறகு குஜராத்தில் கட்சித் தாவல் களால் ஜனதா முன்னணி பெரும்பான்மையை இழந்தபோதும் இதே வைத்தியம் தரப்பட்டது.

திருமதி காந்தியும் காங்கிரசும் இப்போது நாடெங்கும் உச்சகட்டத்தில் இருந்தனர். கலை, வரலாற்று அறிஞர்கள் மில்ட்ரெட், டபிள்யூ.ஜி. ஆர்ச்சர் ஆகியோர் 1976 மார்ச்சில் பிரதமரைச் சந்தித்தபோது, அவர் அவசரநிலையின் முன்னேற்றம் குறித்து திருப்தி தெரிவித்தார். 'புதிய ஆட்சி, அமைச்சர்களை அஞ்சி, நடுங்கி வேலை செய்ய வைத்திருக்கிறது. இதை எப்போதோ செய்திருக்க வேண்டும். இது மிகவும் சிறப்பானது. ஏனெனில், மிக அதிகமான அதிகாரப்பங்கீடு என்பது இந்தியாவுக்கு ஆபத்தானது. இந்தியாவை நான் ஒன்றிணைத்து வைத்திருக்கவேண்டும். அது முற்றிலும் அவசியமான ஒன்று' என்றார்.[20]

IV

அவசரநிலையின்போது ஆபத்துக்கு உள்ளானவற்றில் பத்திரிகைச் சுதந்தரமும் ஒன்று. முதல் வாரத்திலேயே அரசு, பத்திரிகைகளுக்கு முன்தணிக்கையை அறிமுகம் செய்தது. அதன்படி அரசாங்கம் அல்லது அதன் அலுவலர்கள் பற்றிக் குறைகூறும் செய்திகளை பத்திரிகை ஆசிரியர்கள் முன்னதாகவே அரசின் பார்வைக்கும் ஒப்புதலுக்கும் அனுப்பிவைக்க வேண்டும். 'செய்திகள்' என்பவை எவை என்பது குறித்து வழிகாட்டு நெறிமுறைகள் வெளியிடப் பட்டன. ஊர்வலங்கள், வேலை நிறுத்தங்கள், எதிர்ப்புகள், அல்லது சிறையின் நிலைகள் பற்றி எந்தவித மான அறிக்கைகளும் இடம் பெறக்கூடாது. வெளிப்படையான எதிர்ப்பு பற்றிய செய்திகள் இயல்பாகவே தடை செய்யப் பட்டவை. ஆனால் நிர்வாகத்தை லேசாக விமர்சனம் செய்யும் செய்திகள்கூட அனுமதிக்கப்படவில்லை.[21] பஞ்சாபின் ஒரு செய்தித்தாள் கூறியபடி, தணிக்கைக் குழு அனுமதிக்காது தடை செய்த சில செய்திகள்:

> சண்டிகர் பஜ்வாரா மார்க்கெட்டில் கடைக்காரர்களைக் கைது செய்தற்காகக் கடைகள் மூடப்பட்ட செய்தி; 6 வருடங்களாகக் காணாமல் போன சுகாதார அலுவலர், நகரின் சுகாதார நிலை, குறிப்பாகத் திறந்த சாக்கடைகள்; இமாசலப் பிரேதசத்தில் ஊதிய முரண்பாடுகள், கல்லூரி விரிவுரையாளர் களுக்குச் சம்பளம் போதாமை ஆகியவை தொடர்பாக எழுதப்பட்ட 3 ஆசிரியர் கடிதங்கள்; திருப்திகரமாக இயங்காத பேருந்துச் சேவை; சண்டிகரில் தக்காளி விலையேற்றம்; அமிர்தசரஸ் அருகே ரயில் இருப்புப் பாதைகளைக் காவல் காத்துக் கொண்டிருந்த இருவரது மரணம்; அத்தியாவசிய மருந்துகளில் கள்ளச் சந்தை பற்றிய சிறு செய்தி.[22]

தடை செய்யப்பட்ட செய்தியின் இடத்தை நிரப்பவேண்டும் என்றால், அங்கு பிரதமரின் பேச்சுக்கள் அல்லது அரசைப் புகழ்ந்து எழுதும் கதைகள் ஆகியவை மட்டுமே இருக்கலாம். (காலி இடங்களை நிரப்ப, தாகூர், காந்தி, நேரு ஆகியோருடைய சுதந்தர வேட்கை தொடர்பான கட்டுரைகளை வெளியிட்ட ஆசிரியர்கள் விரைவில் கைது செய்யப்பட்டனர்.) சிம்லா வாசகர் ஒருவர் தன் ஆங்கிலேயே நண்பருக்கு, 'எங்கள் செய்திப் பத்திரிகைகள் உலகச்

செய்திகளைச் சரியாகவே அளிக்கின்றன. ஆனால் எங்கள் பிரதமரின் பேச்சைத் தவிர எங்கள் உள்நாட்டுச் செய்திகள் எவையும் வருவதில்லை. எனவே பத்திரிகை படிக்கும் மகிழ்ச்சியையே இழக்கத் தீர்மானித்துவிட்டேன்' என்று எழுதினார்.²³ பத்திரிகையாளர்களுக்கும் இந்த வெறுப்பு இருந்தது. பம்பாய் வார இதழ் பிளிட்ஸின் நிருபர் தன் ஆங்கிலேய நண்பருக்கு, 'என்னுடைய பத்திரிகை அவசரநிலைக்கு ஆதரவான ஒன்றே. ஆனால் நாங்கள் அரசாங்கத்தின் புகழையே பாடிக்கொண்டிருந்தால் எங்கள் வாசகர்கள் எங்களைப் பற்றி என்ன நினைப்பார்கள்?' என்று எழுதினார்.²⁴

குறிப்பாக, அங்கதக் கிண்டல்கள் நிறைந்த நகைச்சுவைத் துணுக்குகள் தடை செய்யப்பட்டன. தமிழ்நாட்டு அரசியல் எழுத்தாளர் சோ ராமசாமி 'அரசியல் சட்டத்திருத்தங்கள் பற்றிய ஒரு தேசிய விவாதம்' என்ற தலைப்பிலான ஒரு கேலிச்சித்திரத்தில் பிரதமரும் அவருடைய மகன் சஞ்சயும் மட்டுமே இருப்பதாக வரைந்து, அதனைக் கொண்டுவர முயற்சி செய்தார். ஆனால் முடியவில்லை. வாசகர் ஒருவர், 'இந்திரா காந்தி யார்?' என்று கேள்வி கேட்டபோது சோவின் பதில், 'மோதிலால் நேருவின் பேத்தி, ஜவாஹர்லால் நேருவின் மகள்; சஞ்சய் காந்தியின் தாய்' என்று இருந்தது. இதுவும் நீக்கப்பட்டது. தணிக்கைக் குழுவினர் எச்சரிக்கையாக இருந்தனர். அப்படியும் ஒன்றிரண்டு துணுக்குகள் அவர்கள் பார்வையிலிருந்து தப்பி வெளிவந்தன. வீ. பால சுப்ரமணியம், ஈஸ்டர்ன் எகானமிஸ்ட் என்ற பத்திரிகையில் 'இந்தியாவில் கால்நடைகள் பிரச்னை' என்ற ஒரு கட்டுரையை எழுதியிருந்தார். அது, 'நாட்டில் இப்போது 58 கோடி ஆடுகள் உள்ளன' என்று தொடங்கியது. பெயரற்ற ஒரு ஜனநாயகவாதி 'டைம்ஸ் ஆப் இந்தியா' பத்திரிகையில் மரண அறிவித்தல் விளம்பரம் ஒன்றை வெளியிட்டார். 'டி.இ.எம். ஓ'கிரேஸி மரணம். வருத்தமுடன் அஞ்சலி செய்வோர், அவர் மனைவி டி. ருத், மகன் எல்.ஐ. பெர்ட்டி, மகள்கள் ஃபெய்த், ஹோப் மற்றும் ஜஸ்டிஸ்.' (மக்களாட்சி மரித்துவிட்டது. வருத்தமுடன் உண்மை, சுதந்தரம், நம்பிக்கை மற்றும் நீதி.)²⁵

அவசரநிலை தொடரத் தொடர அரசாங்கம் செய்திக் கட்டுப்பாட்டை மேலும் இறுக்கியது. சுதந்தரச் செய்தி நிறுவனங்களான யுனைடெட் நியூஸ் ஆஃப் இந்தியா (யூ.என்.ஐ), பிரஸ் டிரஸ்ட் ஆஃப் இந்தியா (பி.டி.ஐ) ஆகியவற்றுடன் மேலும் இரு சிறு செய்தி நிறுவனங்களும், அரசின் கட்டுப்பாட்டில் இருக்கும் 'சமாசார்' என்ற நிறுவனத்தின்கீழ் கொண்டுவரப்பட்டன. பிரஸ் கவுன்சில் என்ற சுயேச்சையான பத்திரிகைக் கட்டுப்பாட்டு அமைப்பு மூடப்பட்டது. நாடாளுமன்றச் செய்திகளை வெளியிடும் பத்திரிகையாளர்களுக்குப் பாதுகாப்பு அளித்துவந்த சட்டம் ரத்து செய்யப்பட்டது. 253 பத்திரிகையாளர்கள் கைது செய்யப்பட்டனர். அவர்களில் இந்தியன் எக்ஸ்பிரஸ்ஸின் குல்தீப் நய்யார், டைம்ஸ் ஆப் இந்தியாவின் கே.ஆர். சுந்தர் ராஜன், மதர்லாண்டின் கே.ஆர். மல்கானி ஆகியோர் அடங்குவர்.²⁶

சில பத்திரிகையாளர்கள் எதிர்ப்பு தெரிவித்தாலும், பத்திரிகை சொந்தக்காரர்கள் பெரும்பாலும் அரசுக்குப் பணிந்து நடப்பவர்களாகவே இருந்தனர். தங்கள்

அச்சகங்களை மூடி அரசு சொத்துகளைப் பறிமுதல் செய்துவிடுமோ என்று அவர்கள் அஞ்சினர். தண்டனைக்குப் பயந்தவர்கள், கிடைக்கும் ஆதாயத்துக்கு ஆசைப்பட்டனர். ஆதாயம், அரசின் ஒலி-ஒளி விளம்பர இயக்ககம் (டி.ஏ.வி.பி) அளிக்கும் விளம்பரங்கள் மூலம் கிடைத்தது. அரசுக்கு நட்பாக இருந்த பத்திரிகைகளுக்கு விளம்பரங்கள் தாராளமாக அளிக்கப்பட்டன. அரசைக் குற்றம் கூறும் பத்திரிகைகளுக்கு அளிக்கப்பட்ட சலுகைகள் திரும்பப் பெறப்பட்டன. இதனால் ஒன்றுக்கு மேற்பட்ட பத்திரிகைகளும், ஆசிரியர்களும், உரிமையாளர்களும் தங்கள் குரலை மாற்றிக் கொண்டார்கள்.[27]

புதிய விதிகளுக்கு உட்பட்டு அவற்றை விரும்பி ஏற்றுக்கொண்ட பத்திரிகைகள் இந்து, டைம்ஸ் ஆப் இந்தியா, குறிப்பாக இந்துஸ்தான் டைம்ஸ். கடைசியாகக் குறிப்பிட்ட பத்திரிகையின் பெருமதிப்புக்குரிய ஆசிரியர் பி.ஜி. வர்கீஸ், திருமதி காந்தியை மகிழ்விப்பதற்காகவே பத்திரிகை முதலாளியான தொழிலதிபர் கே.கே. பிர்லாவால் பதவி நீக்கம் செய்யப்பட்டார். (பிர்லா, பிரதமரின் விசுவாசமுள்ள தொண்டர். ஜூன் 12 அலகாபாத் உயர் நீதிமன்றத் தீர்ப்புக்குப்பின் அவர் 500 தொழிலதிபர்களை அழைத்துச் சென்று பிரதமர் தன் பதவியில் தொடரவேண்டும் என்று வேண்டுகோள் விடுத்தார்.[28]) தன் சுதந்தரத்தைப் பாதுகாக்க நேர்மையுடன் போராடிய பத்திரிகைகளில் முக்கிய மானவை இந்தியன் எக்ஸ்பிரஸ், ஸ்டேட்ஸ்மென். இரண்டும் அரசின் வழியில் செல்ல மறுத்தன. அச்சுறுத்தல்களையும் புகழுரைகளையும் ஒன்றாகவே மறுத்தன. அவர்களுக்கு மின்சாரம் நிறுத்தப்பட்டபோது, நீதிமன்றம் சென்று போராடி, திரும்பப்பெற்றனர். அவற்றின் செய்திகள் தணிக்கை செய்யப்பட்ட போது, அரசு விளம்பரங்களையும் புகழ்பாடும் செய்திகளையும் வெளி யிடாமல், வெற்றிடமாகவே பிரசுரம் செய்தனர். கெட்டிக்காரத்தனமாக 'செய்திச் சுருக்கம்' அல்லது 'சமகாலத்தவர்கள் என்ன சொல்கிறார்கள்?' என்ற நடுநிலைத் தலைப்புகளில் இந்திய நிலவரம் பற்றி வெளிநாட்டுப் பத்திரிகைகள் கூறுவதை மேலும் விளக்கமின்றி அப்படியே பிரசுரித்தனர்.[29]

பொதுஜனப் பத்திரிகைகள் பெரிதும் பாதிப்புக்கு உள்ளாகின. ஆனால் அரசாங்கம், அதிகம் விற்பனையாகாத சிறு பத்திரிகைகளின் கருத்துகளையும் விட்டுவைக்கவில்லை. தில்லியின் புகழ்பெற்ற வார இதழ் மெயின்ஸ்ட்ரீமும் மாத இதழ் செமினாரும் தணிக்கைக்கு உட்படுவதைவிட, பத்திரிகைகளை இழுத்து மூடிவிட்டன. பம்பாய் வார இதழ் ஹிம்மத், தணிக்கையை உறுதி யாக எதிர்த்தது. ஆனால் முடிவில், நன்னடத்தைக்காக அதனிடம் கோரப்பட்ட மிக அதிகமான உத்தரவாதத் தொகையைக் கட்ட முடியாமல் நின்றுபோனது. அதன்மீது விதிக்கப்பட்ட இந்த அபராதம், மற்ற சில செய்திகளுடன் சேர்த்து, மகாத்மா காந்தியின் பொன்மொழி ஒன்றை வெளியிட்டதற்காக விதிக்கப் பட்டது! தம் சுதந்தரத்தின்மீது விதிக்கப்பட்ட தடைகளால் இயங்க முடியாத நிலையில், இலக்கிய இதழ்களும்கூட நிறுத்தப்பட்டன.

ஒருவிதத்தில், அரசாங்கம் சிறு பத்திரிகைகளைக் கண்டுதான் அதிகம் பயந்தது. அவற்றின் உரிமையாளர்களை விலைக்கு வாங்க முடியவில்லை. எனவே அவர்களை பயமுறுத்த வேண்டியிருந்தது அல்லது திவால் ஆக்க

வேண்டியிருந்தது. அப்படி அரசாங்கம் வைத்துக்கொண்ட இலக்குகளில் ஒன்று, ஏ.டி. கோர்வாலா என்ற முன்னாள் ஐ.சி.எஸ் அதிகாரி பம்பாயில் நடத்திவந்த 'ஒப்பினியன்' என்ற நான்கு பக்கச் செய்தி ஏடு. நேர்மைக்குப் பெரிதும் புகழ்பெற்ற கோர்வாலா, அரசாங்கம் தனி நபர்கள்மீது நடத்தும் தாக்குதல்களை முன்னிலைப்படுத்தினர். ஊழலுக்கு எதிராக நீண்ட போராட்டம் ஒன்றை நடத்தினார். ஓராண்டு அவசரநிலைக்குப்பிறகு, ஒப்பினியன் இதழை மூடும்படி அரசு உத்தரவிட்டது. ஆனால் கோர்வாலா கடைசியாக ஓர் இதழைக் கொண்டுவந்தார். அதில்,

ஜூன் 26, 1975 அன்று தொடங்கிய இந்திராவின் ஆட்சி பொய்களில் பிறந்தது, பொய்களால் வளர்ந்தது, பொய்களால் செழிக்கிறது. அதன் இருப்பின் இன்றியமையாத சாரமே பொய்தான். அதன் விளைவாக, உண்மையை நேசிக்கும், நேர்மையான சிந்தனை உள்ள ஒரு பத்திரிகை வாராவாரம் அதைச் சோதனை செய்து, அதன் பொய்களைச் சுட்டிக் காட்டுவதை அதனால் தாங்கிக்கொள்ள முடியவில்லை.[30]

V

அவசரநிலைப் பிரகடனத்துக்கு மறுநாள் பிரிட்டிஷ் நிருபர் ஒருவர், தில்லி நகர வீதிகள் இயல்பாக இருப்பதைக் கண்டார். நகரில், சைக்கிளில் செல்வோரின் கிணி கிணி மணி ஓசை காலையிலேயே தொடங்கிவிட்டது. 'ஆவேசமான மக்கள் கூட்டம் இல்லை. கடைகளும் ஆலைகளும் வழக்கம்போல் திறந்திருந் தன. பிச்சைக்காரர்கள் பிச்சை எடுத்தனர். செல்வந்தர்களின் கொழுத்த ரேஸ் குதிரைகள் வழக்கமான பயிற்சியில் இறங்கின.'[31] பிரபல பத்திரிகையாளர் இந்தர் மல்ஹோத்ரா எழுதியதுபோல, 'ஆரம்ப மாதங்களிலாவது, அவசர நிலை, இந்தியா பல ஆண்டுகளாகக் கண்டிராத ஒருவகை அமைதியைத் திரும்பக் கொண்டுவந்தது.'[32]

இந்த அமைதி அதற்குப் பத்தாண்டுகள் முந்தைய போராட்டம் நிரம்பிய காலத்திலிருந்து முற்றிலும் மாறுபட்டு இருந்தது. அவசரநிலையை நடுத்தர வர்க்க மக்கள் பரவலாக வரவேற்றதற்கு இதுவும் ஒரு காரணம். குற்றங்களின் விகிதம் குறைந்திருந்தது. ரயில்கள் குறித்த காலத்தில் ஓடின. 1975-ல் பெய்த நல்ல மழை, விலைகளின் வீழ்ச்சிக்கு உதவின. தில்லியில் அமெரிக்கப் பத்திரிகையாளர் சந்தித்த அதிகாரி ஒருவர், 'வெளிநாட்டவர்கள்தான் பேச்சுரிமை பற்றி எல்லாம் கவலைப்படுகிறார்கள்' என்றார். 'தோற்றுப்போன ஜனநாயகமாக இருப்பதை நாங்கள் விரும்பவில்லை. நாங்கள் பெருமைப் பட்டுக்கொண்டிருக்கும் தனி மனித உரிமைகளைக் கொடுத்துவிட்டு மாற்றாக பொருளாதார வளர்ச்சியைப் பெற்றுக்கொள்ளும் காலம் வந்துவிட்டது.' குறிப்பாக, தொழில் சமூகத்தினர் அவசரநிலை குறித்து மகிழ்ச்சி அடைந்ததை அந்தப் பத்திரிகையாளர் கண்டார். ஓட்டல் முதலாளி ஒருவர் அவரிடம், 'வாழ்க்கை இப்போதுதான் அற்புதமாக இருக்கிறது' என்றார். 'தொழிற்

146

சங்கங்களோடு எங்களுக்குப் பயங்கரமான பிரச்னைகள் இருந்துகொண்டே இருந்தன. இப்போது அவர்கள் ஏதாவது தொந்தரவு கொடுத்தால் உடனே அரசாங்கம் அவர்களைச் சிறையில் போட்டுவிடுகிறது.' பம்பாயில் அந்தப் பத்திரிகையாளர், இந்தியாவின் மிக அதிகமாக மதிக்கப்படும் தொழிலதிபர் ஜே.ஆர்.டி. டாடாவைச் சந்தித்தார். டாடாவும், 'விஷயங்கள் மிகவும் எல்லை மீறிப் போயிருந்தன. நாங்கள் எத்தனை மோசமான சூழலில் இருந்தோம் என்று நீங்கள் கற்பனைகூடச் செய்து பார்த்திருக்க முடியாது. வேலை நிறுத்தங்கள், பகிஷ்கரிப்புகள், மறியல்கள்... ஏன்? நான் என் அலுவலகத்தைவிட்டு தெருவில் இறங்கக்கூட முடியாத நாட்கள் பல இருந்தன. எங்கள் தேவை களுக்கு நாடாளுமன்ற முறை பொருத்தமாக இல்லை' என்று தன் உணர்வு களை வெளிப்படுத்தினார்.[33]

அவசரநிலையை எதிர்த்து எந்த அலுவலரும் பதவி விலகவில்லை என்பதே நடுத்தர மக்கள் அமைதியாக இருந்ததற்கு முக்கியமான ஒரு காரணம் ஆகும். முன்பு பிரிட்டிஷ் ஆட்சிக்காலத்தில் ஆட்சியாளருடன் ஒத்துழைக்க மறுக்குமாறு காந்தி அழைப்பு விடுத்தபோது ஆசிரியர்கள், வக்கீல்கள், நீதிபதிகள், ஐ.சி.எஸ். அதிகாரிகள் சேர்த்து, பலரும் பதவி விலகினார்கள். இப்போது ஜனநாயகத்துக்கு முடிவு கட்டப்பட்டபோது அரசுப் பதவியில் உள்ள ஒரு சிலரே எதிர்த்தனர். இவர்களுள் கூடுதல் சொலிசிட்டர் ஜெனரல் ஃபாலி நாரிமன், ரிசர்வ் வங்கியின் ஆலோசகர் எம்.எல். டாண்ட்வாலா, பொதுத்துறை நிறுவனம் ஒன்றில் உயர் பதவியில் இருந்த பகாராம் துல்புலே ஆகியோர் அடங்குவர்.

எனினும் இந்திய நாடாளுமன்றத்தில் சிறிது எதிர்ப்பு இருந்தது. ஜூலை 23 அன்று அவசரநிலைக்கு ஒப்புதல் அளிக்க நாடாளுமன்றம் கூடியது. காங்கிரசுக்கு வசதியான பெரும்பான்மை இருந்தது. 34 உறுப்பினர்கள் சிறை யில் இருந்தனர். சுதந்தரமாக இருந்த எதிர்க்கட்சி உறுப்பினர்கள் வெளிநடப்பு செய்வதற்குமுன் அவசரநிலையை எதிர்த்துப் பேசினர். சி.பி.எம் உறுப்பினர் ஏ.கே. கோபாலன் 'கைதுகள், நாடாளுமன்றத்தை கேலிக்கூத்தாகவும் கேவல மானதாகவும் மாற்றிவிட்டன' என்றார். ஒரு ஜனசங்க உறுப்பினர், திருமதி காந்தி 'தனிப்பட்ட நலன்களுக்காக' தாய்நாட்டைக் காட்டிக் கொடுத்து விட்டார் என்று குற்றம் சாட்டினார்.[34]

எதிர்க்கட்சி உறுப்பினர்கள் பின்னர் நாடாளுமன்றத்தைப் புறக்கணித்தனர் அல்லது கைது செய்யப்பட்டனர். ஆனால் பி.ஜி. மாவ்லாங்கர் என்ற சுயேச்சை உறுப்பினர் மட்டும் தொடர்ந்து நாடாளுமன்ற நடவடிக்கைகளில் பங்கு கொண்டார். அவர் அகமதாபாத்தைச் சேர்ந்த அரசியல் விஞ்ஞானி; மக்களவையின் முதல் சபாநாயகரின் மகன். அவருடைய அந்த மரபு கருதியே அரசாங்கம் அவரைச் சிறை செய்யவில்லை. எனவே அவருக்குச் அவையில் வாய்ப்பு கிடைத்தபோதெல்லாம் தாகூர், காந்தி, நேரு என்ற இந்திய தேசியப் புனிதர்கள் மூவரின் சுதந்தரம், விடுதலை ஆகியவற்றின் உயர்வு குறித்த பொன்மொழிகளை மேற்கோள் காட்டினார். அவர்களுடைய கருத்துகள்,

அரசியல் நோக்கங்களுக்காகப் பழிவாங்கும் அரசின் கொடிய மிசா சட்டத்திலிருந்து வேறுபட்டு நின்றன. 'இந்தியாவின் அண்மைக்கால வரலாற்றில் இயற்றப்பட்ட சட்டங்களிலேயே அது மிக மிக மோசமான சட்டம்' என்று அவர் கூறினார்.[35]

தெருக்களிலும் அதற்கு எதிர்ப்பு இருந்தது. நேருவின் பிறந்த நாளான 1975 நவம்பர் 14 அன்று லோக் சங்கர்ஷ் சமிதி என்ற பெயரில் ஓர் அமைப்பு பம்பாயில் ஒரு சத்யாக்கிரகத்தைத் தொடங்கியது. ஒவ்வொரு நாளும் ஒரு எதிர்ப்பாளர் குழு மக்கள் நிறைந்த ஒரு சந்திப்பில் நின்றுகொண்டு 'சர்வாதிகாரம் ஒழிக, ஜேபி வாழ்க' என்று கோஷமிடும். ஒரு மாதத்துக்குள் 146 பெண்கள் உட்பட 1,359 பேர் கைது செய்யப்பட்டனர். பிற மாநிலங் களுக்கும் எதிர்ப்பு பரவியது. பேருந்து நிலையங்கள், ரயில் நிலையங்கள், அரசு அலுவலகங்கள் யாவும், எதிர்ப்பாளர்கள் கோஷமிட்டுச் சிறை செல்லத் தயாராகும் இடங்கள் ஆயின. ஒரு கணக்கின்படி சத்தியாக்கிரகத்தின் முதல் 3 மாதங்களில் 80,000 பேர்வரை சிறை செய்யப்பட்டனர் என்று சொல்லப் பட்டது.[36]

1976 ஆகஸ்ட் 15 அன்று அகமதாபாத்தில் மற்றொரு சத்யாக்கிரகம் ஆரம் பித்தது. இந்தியாவின் முதல் உள்துறை அமைச்சர் வல்லபபாய் படேலின் மகள் மனிபென் படேல் அதை வழிநடத்தினர். 'அவசரநிலையை அகற்று', 'அரசியல் கைதிகளை விடுதலை செய்' என்ற கோஷங்களுடன் 50 பேர், 46 ஆண்டுகளுக்கு முன்பு பிரிட்டிஷ் ஆட்சியின் உப்புச் சட்டங்களை உடைத் தெறிய காந்தி நடந்துசென்ற தண்டிக்கு அணிவகுத்துச் சென்றனர். மனிபென் படேல், ஒரு மைல் தொலைவைத் தாண்டியதும், கைது செய்யப்பட்டார். மறுநாள் நீதிபதி அவரை விடுதலை செய்ய உத்தரவிட்டார். சாதாரண உடைக் காவலர்கள் சிலர் பின்தொடர, அவர் மாத்திரம் அக்கடலுக்குத் தன் யாத்திரையைத் தொடர்ந்தார்.[37]

பம்பாய் சத்யாக்கிரகத்தின்போது, பெயர்பெற்ற மராத்திய எழுத்தாளர் துர்கா பகவத்தும் கைது செய்யப்பட்டார். பிற எழுத்தாளர்கள், அவர்களது தொழி லுக்கு ஏற்றவாறு தம் எதிர்ப்பைத் தெரிவித்தனர். கன்னட எழுத்தாளர்கள், அவசர நிலையையும் அதன் உயிர் நாடியையும் அங்கதக் கவிதைகள் மூலம் விமர்சனம் செய்தனர். 'இந்த நாட்டில்' என்ற ஜீ. எஸ். ஷிவருத்ரப்பாவின் கவிதைகள் சிலவற்றைக் கீழே காணலாம்:

இந்த நாட்டில்
வீரத்தலைவர் வழிபாடு, குடும்பப் பெருமை
எல்லாம் ஒழியவேண்டும்.
ஆனால்
என் குல தெய்வத்துக்கு மட்டும் படையல்கள்
தொடரவேண்டும்.
இந்த நாட்டில்

எல்லோரும் வாயை மூடி
மௌனமாக இருக்கவேண்டும்.
ஆனால்
அவர்கள் காதுகள் மட்டும் திறந்திருக்கட்டும்
என் வார்த்தைகளுக்காக.[38]

பிற எழுத்தாளர்கள் பிற வழிகளில் தங்கள் எதிர்ப்புகளைக் காட்டினார்கள். வங்காள எழுத்தாளர் அனாதா சங்கர் ரே, தம்முடைய கௌரவத்துக்கு இழுக்கு என்று, ஒத்துழையாமை உணர்வில், எழுதுவதை முழுதுமாக நிறுத்திவிடு வதாக அறிவித்தார். 'அவசரநிலை தொடரும்வரை காகிதத்தில் பேனாவை வைக்க' அவர் மறுத்தார். கார்ட்டூனிஸ்ட் கே. ஷங்கர் பிள்ளை முன்பொரு முறை, ஓயாமல் பேசும் நேருவை, கேலியாக நயாகரா நீர்வீழ்ச்சிக்கு ஒப்பிட்டிருந்தார். (அதற்காகச் நேருவால் பாராட்டும் பெற்றார்.) அவர் இப்போது அவருடைய பத்திரிகையை அரசு மூடுவதற்கு முன்னர் தாமாகவே நிறுத்திவிட்டார். 'சர்வாதிகாரத்தில் சிரிப்புக்கு இடமில்லை. ஹிட்லர் காலத்தில் நல்ல நகைச்சுவையோ, நல்ல கார்ட்டூனோ, நக்கல் காட்சியோ, தமாஷ் நடிப்புகளோ இருந்ததில்லை' என்று சோகமாகக் கூறினார். இந்தி நாவலாசிரியர் பானிஷ்வர் நாத் ரேணு, இந்திய அரசின் பத்மஸ்ரீ விருதைத் திருப்பி அனுப்பினார். ஜாலியன் வாலா பாக் படுகொலையை அடுத்து தாகூர் தனது கௌரவ 'நைட்' விருதைத் துறந்ததை இதனுடன் ஒப்பிட்டார். கன்னட பல்துறை அறிஞர் சிவராம காரந்த், அதைவிட உயர்ந்த பத்மபூஷன் விருதைத் திருப்பியளித்தார். முன்பு 1920-களில் காந்திஜியின் உத்வேகத்தில் அவர் விடுதலை இயக்கத்தில் சேர்ந்திருந்தார். இப்போது 50 ஆண்டுகள் கடின உழைப்புக்குப் பிறகு, விடுதலையின் மதிப்பைக் காப்பாற்ற, 'இந்திய மக்களுக்கு இழைக்கப்பட்ட அவமரியாதைகளுக்கு எதிராகத் தன் எதிர்ப்பை உணர்த்த தான் கட்டாயப்படுத்தப்பட்டுள்ளதாக' கருதினார்.[39]

முடிவாக, ரகசிய எதிர்ப்புகளும் இருந்தன. இதில் முக்கியப் பங்காற்றியவர் ஜார்ஜ் ஃபெர்னாண்டஸ் என்ற, 1974-ல் ரயில்வே ஸ்டிரைக்கை முன்னின்று நடத்திய, தீவிர சோஷலிஸ்ட். அவசரநிலை அறிவிக்கப்பட்டபோது ஃபெர்னான்டஸ் ஒரிஸாவில் கோபால்பூர்-ஆன்-ஸீ என்ற இடத்தில் இருந்தார். சில வாரங்கள் அவர் தலைமறைவாக இருந்து தாடி வளர்த்து, சீக்கியராக மாறுவேடம் பூண்டார். ஊர் ஊராகச் சென்று தோழர்களைச் சந்தித்து, அரசுக் கட்டடங்களைத் தகர்க்கத் திட்டமிட்டார். வெடிபொருள்களைச் சேகரித்து, சேமித்து வைத்து, பாலங்களையும் ரயில் பாதைகளையும் தகர்க்க இளைஞர் களுக்குப் பயிற்சி அளித்தார். அடிக்கடி மாறும் மறைவிடங்களிலிருந்து, 'அந்த சர்வாதிகாரி'யை, 'அந்தப் பெண்மணி'யை, 'நேரு வம்சத்தை' தாக்கிக் கடிதங்கள் அனுப்பி, மக்களை அந்த ஆட்சிக்கு எதிராகக் கிளர்ந்து எழ வற்புறுத்தினார்.

உண்மையில் எந்த குண்டும் வெடிக்கவில்லை. எனினும் இந்திய அரசு ஃபெர்னாண்டஸைப் பிடிக்க முடியாததால் ஆன கோபத்தில் இருந்தது.

பெங்களூரில் இருந்த அவருடைய சகோதரர் லாரன்ஸைப் பிடித்து, மிருகத் தனமாக அடித்து சித்திரவதை செய்தது. அவருடைய நண்பர், நடிகை சினேக லதா ரெட்டியும் கைது செய்யப்பட்டார். ஈர அறையில் சிறை வைக்கப்பட்டு, சரியான உணவு அளிக்கப்படாததால் அவருடைய ஆஸ்துமா அதிகமாயிற்று. பரோலில் விடுவிக்கப்பட்ட அவர் சில வாரங்களில் இறந்தார். உள்நாட்டில் தங்கியிருந்தால் கொடுமைகளுக்கு உள்ளாக நேரும் என அஞ்சி ஃபெர்னாண்டஸின் மனைவியும் குழந்தையும் நாட்டைவிட்டு ஓடிப் போயினர். சுமார் ஒரு வருடகால அவசரநிலைக்குப் பிறகு 1976 ஜுன் 10 அன்று, கல்கத்தாவில் ஃபெர்னாண்டஸ் கைது செய்யப்பட்டார்.[40]

1976 கோடையில் இன்னமும் ஆட்சியை எதிர்த்த சில எதிர்ப்பாளர்களில் 90 வயதைத் தாண்டிய ஜேபி. கிருபளானியும் ஒருவர். தம் நண்பர்கள் எல்லாம் சிறைசெல்லும் வாய்ப்பு பெற்றிருக்க, தன்னை மட்டும் விட்டுவிட்டதற்காக அவர் வருந்தினார். ஒரு சூனியக்காரி தெருவில் அனைத்தையும் அழித்து விட்டுச்போகும்போது ஒரு வீட்டை மட்டும் தொடாமல் விட்டுவிடுவாள் என்ற ஒரு சிந்திப் பழமொழியை நினைவு கூர்ந்தார்.[41] 1975 அக்டோபர் 2, காந்தி பிறந்த நாள் அன்று புது தில்லி காந்தி நினைவிடத்தில் பிரார்த்தனைக் கூட்டத்துக்கு அவர்தலைமை வகித்தார். பலர் பேசினர். பலர் கைது செய்யப்பட்டனர். ஆனால் அவரை மட்டும் கைது செய்யவில்லை. அவருடைய வயதுக்காக அல்ல, அவரு டைய புகழுக்காக. சிவராம காரந்த், மொரார்ஜி தேசாய், ஏன் ஜேபிகூட, கிருபளானியின் அளவுக்கு நாட்டுப்பற்றுக்கான பெருமை பெற்றவர்கள் அல்லர். ஜவாஹர்லால் நேருவுக்குப் பல ஆண்டுகளுக்கு முன்னதாகவே, கிருபளானி, 1917-ல் சம்பாரன் சத்யாக்கிரகத்தில் மகாத்மாவுடன் இணைந்தார். 30 ஆண்டு களுக்குப் பிறகு, இந்தியாவுக்கு சுதந்தரம் கிடைத்தபோது, அவர் காங்கிரசின் தலைவராக இருந்தார். பிறகு மூன்று வெவ்வேறு மாநிலங்கள் அவரைத் தங்கள் பிரதிநிதியாக இந்திய நாடாளுமன்றத்துக்கு அனுப்பிவைத்தன. அவருடைய தகுதிகள் அப்படிப்பட்டவையாக இருந்ததால், நாட்டின் ஒற்றுமைக்கும் உறுதிப்பாட்டுக்கும் ஊறு விளைவிப்பதாக அவரைக் கைது செய்வதற்கு பிரதமருக்கே தர்மசங்கடமாக இருந்திருக்கும்.

1976 ஏப்ரலில் கிருபளானி, அரசு சிறை வைத்திருப்பவர்களின் பெயர்களை வெளியிடுமாறு தைரியமாகக் கோரினார். அதன்பின் அவர் தீவிர நோய்வாய்ப் பட்டார். மருத்துவமனைக்கு அழைத்துச் செல்லப்பட்ட அவரது உடம்பில் எல்லாவிதமான குழாய்களும் கம்பிகளும் பொருத்தப்பட்டன. அவரை, அவரது நண்பர் ஒருவர் பார்க்கவந்தபோது, அவரிடம் கிருபளானி புகார் செய் தார்: 'எனக்கு அடிக்கட்டுமானம் (Constitution) ஏதும் இல்லை. இருப்ப தெல்லாம் வெறும் திருத்தங்களே (Amendments)'.[42]

VI

இந்தியா நம்பிக்கைக்குரிய ஜனநாயகமாக இருக்கக்கூடுமா, இருக்க வேண்டுமா, இருக்குமா என்ற வாதத்தை அவசரநிலை மீண்டும்

கிளப்பிவிட்டது. 1975 அக்டோபரில் 'டைம்' நிருபர் இந்தியாவுக்கு வந்தார். இங்கே கண்டவை அவரை மிகவும் கவர்ந்தன. 'இந்தியாவின் 60 கோடி மக்களில் பெரும்பாலானோருக்கு பத்திரிகை சுதந்தரம் போன்றவற்றில் அதிக ஆர்வமில்லை. அதைவிட பண வீக்க விகிதத்திலேயே (கடந்த ஆண்டைவிட 31 சதவிகித வீழ்ச்சி) கவலை அதிகம்' என்று கண்டார். 'பிரதமர், பல்வேறு சமூக சீர்திருத்தங்களை நிறைவேற்ற ஓர் அபூர்வமான வாய்ப்பைக் கைக்கொண்டு, பரவலான ஆதரவை வென்றுவிட்டார். இந்தக் காலத்தில், கட்டுப்பாடு, காலம் தவறாமை, சுத்தம், மரியாதையாக நடந்துகொள்வது ஆகிய பண்புகளை மக்களிடம் விரைவாகப் பரப்புவதில் இந்தியா மூழ்கியிருக்கிறது' என்று அவர் மேலும் எழுதினார்.[43]

யாரோ ஒருவராவது இந்த கோஷங்கள் உண்மையானவை என்று கண்டு கொண்டாரே! டைம் நிருபர் இந்தியாவுக்கு ஜனநாயகம் ஏற்றதல்ல என்று கருதியபோது, 'சிட்னி மார்னிங் ஹெரால்டு' என்ற பத்திரிகை, 'ஆசியாவில், ஏன் வளரும் உலகத்திலேயே, ஜனநாயகத்தின் ஒரே நம்பிக்கையாக இருந்த ஒரு நாட்டில் அது மறைந்துவிட்டது' என்று ஏமாற்றத்துடன் வருந்தியது. 'இந்தியா மீண்டும் பழைய ஆசிய சர்வாதிகாரத்துக்குத் திரும்பினால், சக்ர வர்த்தினி இந்திராவும் கன ரகத் தொழில்களை வளர்த்து சோஷலிசம் என்ற பெயரில் இந்திய முயற்சிகளில் அதிகார வர்க்கத்தைப் புகுத்தி, தேசியமய மாக்கிய அவருடைய தந்தையுமே அந்தப் பழியைப் பங்கு போட்டுக்கொள்ள வேண்டும். அவருடைய சோஷலிசத்தைச் செயல்படுத்த அவருடைய மகள் கூடுதலாக சோவியத் மாதிரியிலான அரசியல் சர்வாதிகாரத்தையும் சேர்த்துக்கொண்டுவிட்டார்.'[44]

'இந்தியாவும் ஜனநாயகமும்' என்பது தொடர்பான விவாதம், எதிர்பார்த்தது போலவே, பிரிட்டிஷ் பத்திரிகைகளில் தீவிரமாக நடைபெற்றது. இங்கிலாந்து அரசியல்வாதிகள் இதில் வேறுபட்டு இருந்தனர். 'ஜேபியை விடுதலை செய்' வேண்டுகோளில் சில நாடாளுமன்ற உறுப்பினர்கள் கையொப்பம் இட்டிருக்க, வேறு சிலரோ, திருமதி காந்தியின் ஆட்சிக்கு ஒப்புதல் அளித் திருந்தனர். இவர்களுள், லேபர் கட்சியின் மைக்கல் ஃபுட் (நேருவின் மகள் தவறு செய்ய முடியாது என்ற நம்பிக்கையில்), ஜென்னி லீ ஆகியோரும் கன்சர்வேடிவ் கட்சியின் மார்கரெட் தாட்சரும் அடங்குவர். கடைசி இருவரும் இந்தியாவுக்குப் பயணம் செய்து, அனைத்தையும் ஒப்பிட்டுப் பார்க்கும்போது அவசரநிலை மக்களுக்கு நன்மையே செய்துள்ளது என்று முடிவுகட்டினர். இந்தியாவில் பயணம் செய்து காங்கிரஸ் தலைவர்களோடு பேசிவிட்டு வந்த எல்டன் கிரிஃபித் என்ற கன்சர்வேடிவ் நாடாளுமன்ற உறுப்பினர், 'த டைம்ஸ்' பத்திரிகைக்குக் கடிதம் எழுதி, அந்தப் பத்திரிகை குறிப்பிட்டதைவிட 'மிகவும் குறைவாகவே' இந்திய அரசு அடக்குமுறையைக் கையாண்டிருப்பதாகப் புகார் சொன்னார். மேலும், வெஸ்ட்மின்ஸ்டர் மாதிரியிலான அரசாங்கம், மேற்கத்திய நாடுகள் அல்லாதவற்றுக்குப் பொருத்தமற்றது என்றும் அவர் கூறினார். இதற்கு உணர்ச்சிமிக்க பதில் அளித்த டபிள்யூ.எச். மாரிஸ்-ஜோன்ஸ், 'இத்தகைய ஏளனமான கருத்தைச் சொல்வது, எதேச்சாதிகார டோரிகளுக்கும்

புரட்சிகர மார்க்சிஸ்டுகளுக்கும் மகிழ்ச்சியூட்டும் விளையாட்டாக உள்ளது' என்றார். மாரிஸ்-ஜோன்ஸ் குறிப்பிட்டதுபோல, 'அதிகரிக்கும் எண்ணிக்கையிலான இந்தியர்கள் லிபரல் ஜனநாயகத்தை தங்கள் சொந்த நாட்டுக்கு ஏற்றதாக ஆக்கிக்கொண்டுவிட்டனர். ஐந்து பொதுத்தேர்தல்கள் வெற்றிகரமாக நடத்தப்பட்டுவிட்டன. சுதந்தரமான பத்திரிகைகளும் சுயேச்சையான நிறுவனங்களும் உருவாக்கப்பட்டுவிட்டன. அதன்பின்னரே அவசரநிலை கொண்டுவரப்பட்டது. கடந்த இருபது ஆண்டுகளாக, தலைவணங்கும் பிரஜைகளாக இருந்த பலரை, சம உரிமை உள்ள குடிமக்களாக ஆக்கிய அரசியல் வாழ்க்கைக்குப் பெரும் கேடு விளைவிக்கப்பட்டுள்ளது.'[45]

எதிர்காலம் எத்தகையது? அவசர நிலையின் ஓராண்டு நிறைவை ஒட்டி, 'அப்ஸர்வர்' பத்திரிகை, அமைதியான மேற்பரப்புக்கு அடியில் ஒரு கலவரம் உருவாகிக்கொண்டிருக்கிறது என்றது. ஒரு மோசமான பருவமழையால், பொருளாதாரம் கடுமையாக பாதிக்கப்பட்டு, பணவீக்கம் அதிகமாகலாம். அதனால், 'நீறு பூத்த நெருப்பாக மறைந்திருக்கும் அதிருப்தி, வெடித்து எழலாம். அப்படிப்பட்ட கொந்தளிப்பு, 1975 ஜூனில் ஏற்பட்டதைவிடத் தீவிரமாக இருக்கலாம்.' அடுத்து என்ன நடக்கக்கூடும் என்பது தொடர்பான அப்ஸர்வரின் கருத்தில், ஜனநாயகத்தை மறந்துவிடலாம்; ஏனென்றால் 'காங்கிரஸை அடுத்து ராணுவமே ஆட்சியைப் பிடிக்கக்கூடும்.'[46]

VII

அப்ஸர்வர் பத்திரிகை, தனிநபர்களுக்கு பதில், அமைப்புகளை முன்னிலைப் படுத்திய தவறைச் செய்தது. ஏனெனில் இந்தியாவில், காங்கிரஸ் ஆட்சி என்ற முகப்புக்குப்பின் ராணுவத்தின் எழுச்சி கண்ணுக்குப் புலப்படவில்லை. பிரதமருக்குப்பின் அவரது இடத்தைப் பிடிக்க, அவருடைய இரண்டாவது மகன் முயற்சி செய்வதாகத் தெரிந்தது.

தன் தாய் பதவி விலகுவதற்கு எதிராக பலமாக எச்சரித்தவர் சஞ்சய் காந்தி என்பதை நினைவில் கொள்ளுங்கள். அவர்தான் அவசரநிலையை பலமாக ஆதரித்தவரும்கூட. அதன் முதல் சில மாதங்களில் அவர் அதிகம் பொதுவில் காணப்பட்டார். அடிக்கடி திருமதி காந்தியின் பக்கத்தில் காணப்பட்டார். கேபினட் நியமனங்களில் ஆலோசனை அளித்துவந்தார். தாராளப்போக்கு கொண்ட ஐ.கே. குஜ்ரால் பத்திரிகையாளர்களிடம் கனிவாக இருந்த காரணத்தால், அவருக்கு பதில், கடுமையான போக்கு கொண்ட வி.சி. ஷுக்லா செய்தி, ஒலிபரப்பு அமைச்சராக ஆக்கப்பட்டார். (ஒரு காலத்தில் நேரு மந்திரி சபையில் மூத்த உறுப்பினராக இருந்த) அனுபவம் மிக்க ஸ்வரண் சிங் அவசர நிலையில் அதிக ஆர்வம் காட்டாததால், அவருக்கு பதிலாக, சஞ்சயின் நண்பர் பன்ஸி லால் பாதுகாப்பு அமைச்சராக நியமிக்கப்பட்டார்.[47]

அவசரநிலையின் ஆறாவது வாரத்தில் சஞ்சய் காந்தி 'ஸர்ஜ்' என்ற தில்லி பத்திரிகை ஒன்றுக்கு நீண்ட பேட்டி அளித்தார். தன் சொந்த வாழ்க்கை பற்றி

அதிகம் பேசினார். அவர் குடிக்கமாட்டார், புகை பிடிக்கமாட்டார். தம் தாயுடனான உறவு குறித்தும் பேசினார். (ஒரு கேள்விக்கு பதில் அளிக்கும்போது, 'ஆம், என் கருத்துகளை அவர் நிச்சயம் கேட்கிறார். நான் ஐந்து வயதாக இருக்கும்போதிலிருந்தே அவர் நான் சொல்வதைக் கேட்டுவந்தார்' என்றார்.) அவர், தன் பணி குறித்துப் பேசும்போது, மாருதி தொழிற்சாலையில் பன்னிரண்டு முதல் பதினான்கு மணி நேரம் வேலை செய்வதாகக் கூறினார். தான் விரைவில் தயாரிக்க இருக்கும் கார் பற்றிப் பேசும்போது, அது, (அப்போது இந்தியச் சந்தையை ஆக்ரமித்துக்கொண்டிருந்த இரண்டு கார்களான) 'ஃபியட்டையும் அம்பாஸிடரையும் கூடத் தோற்கடித்துவிடும்' என்றார். கட்டுகள் அற்ற தொழில் முயற்சிகளை அவர் ஆதரித்தார். அதுதான் வளர்ச்சிக்கு மிக வேகமான வழி என்றார். எங்கு, எப்படி, எந்தவிதத்தில் தொழில்கள் நிறுவப்படுகின்றன என்பதன்மீதான எல்லாவித அரசாங்கக் கட்டுப்பாடுகளையும் நீக்கிவிடவேண்டும் என்று கருதினார். ஜனநாயகம் பற்றிய அவர் கருத்தைக் கேட்டபோது, அவர், 'ஜனநாயகம் என்பது நாட்டில் உள்ள எல்லாவற்றையும் அழிப்பதற்கான சுதந்தரம் அல்ல. நாட்டை முன்னேறச் செய்வதற்காக' என்றார். காங்கிரசைப் பற்றிக் கேட்டபோது அது தொண்டர்களால் ஆன கட்சியாக இருக்கவேண்டும் என்றார். பேட்டி கண்டவர், ஜனசங்கம், கம்யூனிஸ்ட் கட்சிகள் ஆகியவை அப்படி அமைந்தவைதானே என்று கேட்டபோது, சஞ்சய் முதலாவதை, சலுகைகளின் அடிப்படையில் அமைந்தது என்று ஒதுக்கித் தள்ளினார். அடுத்தது பற்றிக் குறிப்பிடுகையில், 'கம்யூனிஸ்ட் கட்சியில் யாரை எடுத்துக்கொண்டாலும், பெரிய மனிதர்கள், அவ்வளவு பெரிய மனிதர்கள் அல்லாதவர்கள் என்று யாரை எடுத்துக்கொண்டாலும் அவர்களைவிடப் பணக்காரர்களையோ, ஊழல் மனிதர்களையோ வேறெங்கும் காணமுடியாது என்று நான் நினைக்கிறேன்' என்று கூறினார்.[48]

ஸர்ஜ், ஒரு புதிய பத்திரிகை. அந்தப் பேட்டி அதற்குப் பிரத்யேகமாகக் கிடைத்தது. அதன் ஆசிரியர் அந்தக் கதையை விரைவாக செய்தி நிறுவனங்களுக்கு விற்க, அந்தச் செய்தி இந்திய, வெளிநாட்டுப் பத்திரிகைகளுக்கு விரைவாக அனுப்பி வைக்கப்பட்டது. பத்திரிகைகள், சஞ்சய் காந்தியின் தாராளமயத் தொழில் கருத்துகளுக்கு முக்கியத்துவம் அளித்தன. இந்தக் கருத்துகள், அவருடைய தாயின் கருத்துகளிலிருந்து வேறுபட்டவை. மேலும், காங்கிரஸ் கட்சியின் தோழர்களான கம்யூனிஸ்ட்களை ஊழல்காரர்கள் என்று சஞ்சய் குறிப்பிட்டிருந்தார். அந்தச் செய்திகள் வெளியானவுடன் கலவரமடைந்த பிரதமர், தன் செயலர் பி.எம். தாருக்குக் குறிப்பு ஒன்றை அனுப்பினார். சஞ்சயின் விமர்சனங்கள், 'மிகவும் முட்டாள்தனமானவை. அது நமக்கு உதவியவர்களை மிகவும் வருத்தமடையச் செய்வதோடு சோஷலிச அணி முழுவதிலுமே தீவிரச் சிக்கல்களை உண்டாக்கும்' என்று எழுதியிருந்தார். தார் அந்தச் சிக்கலை ஓரளவுக்குக் கட்டுப்படுத்தினார். மேற்கொண்டு அது தொடர்பான செய்திகள் ஏதும் பத்திரிகைகளில் வராமல் பார்த்துக்கொண்டார். ஸர்ஜ் பத்திரிகை, அந்த நேர்காணலை வெளியிடாதவாறு செய்தார். சஞ்சயும் தன் கருத்துக்கு விளக்கம்

அளிக்குமாறு தூண்டப்பட்டார். அவர், தன் விளக்கத்தில் 'ஜனசங்கமும் சுதந்தரா கட்சியும் மிகவும் ஊழலானவை என்றும், இந்திய கம்யூனிஸ்ட் கட்சி, குறிப்பாக ஏழைகளை பாதிக்கும் விஷயங்களில் அவர்களது முன்னேற்றத் துக்கு அளித்துவரும் ஆதரவுக்காக, பாராட்டப்படவேண்டியது' என்று கூறினார்.[49]

சஞ்சய், மேலும் பேட்டிகள் அளிப்பதிலிருந்து தடுக்கப்படவில்லை. இல்லஸ்ட்ரேடட் வீக்லி ஆப் இந்தியா பத்திரிகை அவரிடம், பத்திரிகைகள் மீது விதிக்கப்பட்ட தடைகள் பற்றிக் கேட்டபோது அவர், 'பத்திரிகைகள் தொடர்ந்து கெட்ட எண்ணத்துடன் பச்சைப் பொய்களைக் கூறுகின்றன. தணிக்கை ஒன்றுதான் அதைத் தடுக்கும் வழி' என்றார். அவசரநிலையின் நன்மை, தீமை பற்றிக் கேட்டபோது 'கட்டுப்பாட்டு உணர்வும் வேலையில் விரைவும் மிகச்சிறந்த லாபங்கள்' என்றார். 'நாடு இழந்தவை எவை?' என்று கேள்வி கேட்டுக்கொண்டு, 'பதுக்கல், கறுப்புச் சந்தை, கடத்தல், பேருந்து எரிப்பு, வேலைக்குத் தாமதமாக வருதல் ஆகியவையே' என்று பதிலும் கூறினார்.[50]

வளர்ந்துகொண்டிருக்கும் மகனுக்கு உற்சாகமூட்டும் நண்பராகவும் ஊதுகுழலாகவும், வீக்லியின் ஆசிரியர் குஷ்வந்த் சிங் ஆகிவிட்டார். சஞ்சய், 'காரியத்தைச் செய்து முடிப்பவர்' என்று அழைக்கப்பட்டு, 'அந்த ஆண்டின் இந்தியர்' என்று தேர்ந்தெடுக்கப்பட்டார். அந்தப் பத்திரிகை சஞ்சய் பற்றியும், அவருடைய இளம் மனைவி மனேகா பற்றியும் விரிவான கட்டுரைகளை வெளியிட்டது. பக்கம் பக்கமாகக் கனிவான பாராட்டுகளுடன் புகைப்படங்கள் வெளியாகின. (எடுத்துக்காட்டாக: 'துணிச்சலாக முடிவெடுக்கும் குணம், நியாய உணர்வு, சாதனையில் நாட்டம், சிறிதும் பயமற்ற இயல்பு கொண்டவர் சஞ்சய்', 'சஞ்சய் காந்தி அரசியல் தலைமைக்குப் புதியதொரு பரிமாணம் சேர்த் திருக்கிறார். நேர்மைக் குறைவானவர்களோடும் முகஸ்துதி செய்பவர் களோடும் அவருக்குத் தொடர்பில்லை. அவர் குடிக்கமாட்டார். எளிய வாழ்வு வாழ்பவர். அவருடைய சொற்கள் வெற்றுப் பாசாங்குப் பேச்சுகள் அல்ல, செயல் வேகம் கொண்டவை.')[51]

ஆல் இந்தியா ரேடியோவும் அரசின் தூரதர்ஷன் தொலைக்காட்சியும் பிரதமர் மகன்மீது காட்டிய கவனம் அதிக வியப்புக்கு உரியது அல்ல. ஒரே வருடத்தில் ஆல் இந்தியா ரேடியோவின் தில்லி நிலையத்தின்வழியாக சஞ்சய் பற்றி 192 செய்திக் குறிப்புகள் வாசிக்கப்பட்டன. அதே காலகட்டத்தில் சஞ்சயின் நடவடிக்கைகள்பற்றி தூரதர்ஷன் 265 செய்திகளை ஒளிபரப்பியது. அவர் ஆந்திரப் பிரதேசத்துக்கு 24 மணி நேரப் பயணம் மேற்கொண்டபோது செய்திப் படப் பிரிவு, 'நினைவில் ஒரு நாள்' என்ற ஒரு முழு நீளச் செய்திப் படத்தை மூன்று மொழிகளில் தயாரித்தது.[52]

சஞ்சய் காந்தியின் முக்கியத்துவத்தின் வளர்ச்சிக்கு நிச்சயமானதொரு அடையாளம், மத்திய மந்திரிகளும் மாநில முதல்வர்களும் அவருக்குக் காட்டிய மரியாதை. எந்த அட்மிரலுக்கு ராணுவத்தில் பதவி உயர்வு அளிப்பது

என்று முடிவு செய்ய, பாதுகாப்பு அமைச்சர் பன்ஸி லால், இரு வேட்பாளர் களையும் சஞ்சய் காந்தியிடம் அழைத்துச் சென்றார். சஞ்சய் ராஜஸ்தான் சென்றபோது அவரை வரவேற்க முதல்வரே விமான நிலையத்துக்கு வந்தார். அவருக்கு கௌரவம் அளிக்கும்வகையில் ஜெய்ப்பூர் செல்லும் வழியில் 501 வளைவுகள் அமைக்கப்பட்டிருந்தன. அவர் உத்தரப் பிரதேசம் சென்றபோதும் இதே போன்ற ஏற்பாடுகள் செய்யப்பட்டன. லக்னோ விமான நிலையத்தில் சஞ்சய், விமான ஒடுபாதையில் தடுக்கி, செருப்பை நழுவவிட்டபோது உ.பி. முதல்வரே அதைக் குனிந்து எடுத்து மரியாதையுடன் அளித்தார்.[53]

VIII

திறமைக்கு மாறாக, பிறப்பால் உயர் பதவி பெறும் இந்திய சுதேச மன்னர்களை பிரதமர் கண்டனம் செய்திருக்கிறார். இப்போது அவரே அந்த ஆசையின் தூண்டலுக்கு உள்ளாகி இருந்தார். அவருடைய மகனின் பதவி உயர்வு நிலப்பிரபுத்துவ முறையைப் பின்பற்றியதாக இருந்தது. சிறுவயதிலேயே கோமகன், இளவரசர் என்று பட்டங்கள் வழங்கப்படுவதுபோல சஞ்சய்க்கு காங்கிரசின் இளைஞர் அணிப் பொறுப்பு அளிக்கப்பட்டது. (உண்மையில் சஞ்சய், வெறும் செயற்குழு உறுப்பினர்தான். ஆனால் நடைமுறையில் இளைஞர் அணித்தலைவர் அவரிடமிருந்து நேரடியாக உத்தரவுகளைப் பெற்றார்.) முகலாயச் சக்ரவர்த்திகள் அரசின் பொறுப்பை ஏற்பதற்குமுன் ஒரு மாகாணத்தின் பொறுப்பை ஏற்பது வழக்கம். அதேபோல, இந்தியாவின் தலைநகர் தில்லியின் பொறுப்பை ஏற்குமாறு சஞ்சய் கேட்டுக்கொள்ளப் பட்டார். அவசரநிலை தொடங்கிய சில மாதங்களுக்குள்ளாகவே, 'பிரதமரே தில்லி பற்றிய எல்லா விஷயங்களையும் அவருடைய மகன் கையாள வேண்டும் என்று விரும்புகிறார்' என்ற செய்தி பரவியது.[54]

இதற்குள்ளாக, தன் தாயின் 20 அம்சத் திட்டத்துடன் இணைந்து செல்லக் கூடிய ஓர் ஐந்து அம்சத் திட்டத்தை சஞ்சய் உருவாக்கி இருந்தார். இவை முறையே, குடும்பக் கட்டுப்பாட்டு, காடு வளர்த்தல், வரதட்சிணை ஒழிப்பு, எழுத்தறியாமையை ஒழித்தல், குடிசைகளை ஒழித்தல் ஆகியவை. இவற்றுள் தேசிய அளவில் முதலாவதும், தில்லியைப் பொருத்தவரை ஐந்தாவதும் முக்கியத்துவம் பெற்றன. அகதிகள் வருகையால் தலைநகரில் புற்றீசல்கள் போல் குடிசைகள் தோன்றின. காலனி வீடுகளிலும், அரசு அலுவலகங் களிலும் கூலிவேலைகள் செய்வோர், வீடு, வீதி பெருக்குபவர்கள், ரிக்ஷா இழுப்பவர்கள், ஆபீஸ் பையன்கள், அதிகாரிகளின் குடும்பங்களில் வேலை செய்பவர்கள் ஆகியோர் இங்கு வசித்தனர். இதுபோன்ற சுமார் 100 குடியிருப்பு களில், ஐந்து லட்சம் மக்கள் வசித்துவந்தனர்.[55]

இந்தக் குடிசைகள் இடிக்கப்பட்டு, குடிசைவாசிகளை யமுனை தாண்டி அக்கரைப் பண்ணை நிலங்களில் குடியமர்த்த சஞ்சய் காந்தி விரும்பினார். இதில் அவருடைய கருத்துக்கள், தில்லி வளர்ச்சிக் கழகத்தின் (டி.டி.ஏ)

துணைத்தலைவர் ஜக்மோகனுடைய கருத்துக்களுடன் ஒத்திருந்தன. ஜக்மோகனின் ஹீரோ, பாரன் ஹாஸ்மன் என்பவர். அந்த நகர நிர்மாணி பாரிஸுக்குச் செய்ததை ஜக்மோகன் தில்லிக்குச் செய்ய விரும்பினார். குடிசைகளை ஒழித்து இரு பக்கமும் மரங்களுடன்கூடிய அழகிய சாலைகளை அமைத்து பாரன், பிரெஞ்சுத் தலைநகரையே மாற்றியிருந்தார். ஒரு காலத்தில் விகாரமாகவும் வெறுப்பூட்டும் வகையிலும் இருந்த பாரிஸ் நகரம் ஆற்றல் மிக்க, உயிரோட்டமுள்ள பண்பாட்டின் உறைவிடம் ஆகிவிட்டது. சர்வாதிகார முறைகள்மீதான ஜக்மோகனுடைய நாட்டம் பாரபட்சம் அற்றது. அவர் ஷாங்காயில் கம்யூனிஸ்ட்டுகள் நிறைவேற்றிய சாதனைகளையும் புகழ்ந்தார். அது உறுதியான தேசியக் கொள்கையும் அர்ப்பணிப்பும் ஏற்படுத்திய விளைவு என்றும் மாறாக இந்தியா இன்னமும் தெளிவற்ற நிலையிலேயே முன்னேறிவருகிறது என்றும் டி.டி.ஏவின் துணைத்தலைவர் தன் இயலாமை குறித்து வருந்தி எழுதினார்:

நான் ஹாஸ்மனின் அவதாரம் இல்லை
லுட்யென்ஸும் இல்லை
நேருவின் கரத்துடன் கைகோர்க்கும்
கார்புஸியரும் இல்லை
நான் ஒரு அற்ப மனிதன்
இத்தெருக்களில் ஓர் அனாதை

மற்றொரு கவிதை:

என் கழுத்தைச் சுற்றிக்
கனமான கல் இருந்தாலும்,
நேராக நிற்கிறேன்
படபடப்புடனும் ஆர்வத்துடனும்
போராட விருப்பத்துடனும்
கனவு காணவும்...[56]

இவை அவசரநிலைக்கு முன், 1974-ல் எழுதப்பட்டவை. ஒரு வருடத்துக்குப் பிறகு சஞ்சய் காந்தி, அவர் கழுத்தில் கட்டப்பட்டிருந்த கல்லை அகற்றி, அவர் கரங்களை விடுவிக்க வந்து சேர்ந்தார். நீண்டகாலமாக நோயுற்று, ஆன்மாவை இழந்த நகரின் அடையாளங்களாக குடிசைகள் ஜக்மோகனை மிகவும் வருத்திக்கொண்டிருந்தன. அவற்றை அகற்றி, நகரைத் தூய்மைப்படுத்தும் முயற்சியில் ஜனநாயகம் அவருக்குத் தொல்லை கொடுத்தது. அனுமதி பெறுவது, மாற்று இடங்களை அளிப்பது, மக்களின் பிரதிநிதிகளாகத் தம்மைக் காட்டிக்கொள்ளும் அரசியல்வாதிகளைச் சமாளிப்பது போன்ற தொல்லைகள் அவருக்கு இருந்தன.

சஞ்சய் காந்தியைச் சுற்றி எழுந்த குழுவில் ஜக்மோகன் முக்கியமான உறுப்பினர். மற்றவர்கள் லெப்டினண்ட் கவர்னரின் செயலர் நவீன் சாவ்லா, மூத்த போலீஸ் அதிகாரி பி.எஸ். பிந்தர் ஆகியோர். சஞ்சயுடன் பணியாற்றிய பெண்களில், இளைஞர் காங்கிரஸ் தலைவி அம்பிகா சோனியும்

சோஷலிஸ்டும் சமூக சேவகருமான ருக்ஸானா சுல்தானாவும் முக்கியமான வர்கள். சுல்தானா குடிசைவாசிகளுடைய அதிகாரபூர்வமற்ற பிரதிநிதியாகக் கருதப்பட்டார். ஒவ்வொரு நாள் காலையும் அக்குழு சஞ்சயின் அலுவல கத்தில், உத்தரவு பெறவும் அறிக்கை அளிக்கவும் கூடியது. பிரதமரின் சுருக் கெழுத்தர் ஆர்.கே. தவானும் இந்தக் கூட்டத்தில் இருப்பார். அவர் தில்லியின் ரகசியக் கும்பலுக்கும் இந்திய அரசின் செயல்பாடுகளுக்கும் இடையே இணைப்பாக இருந்தார். இந்திராவின் யோகா ஆசிரியராக நுழைந்து அவர் மகனது அன்புக்கு உரியவராகிவிட்ட நீண்ட தலைமுடிகொண்ட தீரேந்திர பிரம்மச்சாரி இந்தக் கூட்டத்தின் ஆலோசகராக இருந்தார். இந்துப் புனிதராகக் கோலமும் பயிற்சியும் பெற்ற பிரம்மச்சாரி, காஷ்மீரில் வெடிமருந்து ஆலை நடத்தும் அளவுக்கு நவீனமாகவும் இருந்தார்.

அந்த உட்குழுவினரின் பெயர்கள் நகரில் பிரபலமாயின. அவர்களுடைய நடவடிக்கைகள் ரகசியமாகப் பேசப்பட்டன. அரசு உங்களுக்குச் சாதகமாக ஏதாவது செய்யவேண்டுமானால் நிச்சயமான வழி, அவர்களில் ஒருவரிடம் பேசவேண்டியதுதான் (திருப்திப்படுத்தவேண்டியதுதான்) என்று சொல்லப் பட்டது. உரிமங்கள் அல்லது வரிவிலக்கு பெற விரும்பும் தொழிலதிபர்கள், கேபினட்டில் இடம்பெற விரும்பும் நாடாளுமன்ற உறுப்பினர்கள் ஆகியோர் அவ்வாறே செய்தனர். பெரும்பாலும் பஞ்சாபிகள் நிறைந்த சஞ்சயின் கூட்டத்தையும் அவருடைய தாயாரைச் சுற்றியிருந்த பலம் வாய்ந்த காஷ்மீரி உட்குழுவையும் மக்கள் ஒப்புமைப்படுத்திப் பேசினர். முந்தையதன் அவசர அடாவடித்தனம், பிந்தையதன் பண்பான போக்குடன் ஒப்பு நோக்கப்பட்டது. எனினும் நோக்கத்தில் வேறுபாடுகள் அதிகம் இருக்கவில்லை, நடைமுறையில்தான். காஷ்மீரிகள் சோஷலிஸ்ட் கொள்கைகளிடமும் தங்கள் தலைவரிடம் ஈடுபாடு கொண்டிருந்தனர். ஆனால், சஞ்சயின் கூட்டம் அவருக்கு மட்டுமே ஆட்பட்டவராக இருந்தது.[57]

இந்த விதிக்கு விலக்கு ஜக்மோகன் மட்டுமே. அவர் ஏற்கெனவே தில்லியைத் தூய்மைப்படுத்தும் பணியைத் தன் வாழ்க்கையின் பணியாக ஏற்றுக் கொண்டிருந்தார். பிரதமரின் மகனும் அதற்கு ஒப்புதல் வழங்கியதால், அவர் பெருமகிழ்ச்சி அடைந்தார். இப்போது அவரது விருப்பத்தைச் சாதிக்க, சஞ்சயின் ஆதரவும், அவசரநிலைப் பாதுகாப்பும் துணைநின்றன. தூண்டித் துருவும் பத்திரிகைகளின் பார்வை இல்லாமல் குடிசைப்பகுதிகளிடையே புல்டோசர்களால் இயங்கமுடிந்தது. அவசர நிலைக்குமுன் பதினைந்து ஆண்டுகளில் டி.டி.ஏவால் 60,000 குடும்பங்களை மட்டுமே அகற்ற முடிந்தது. இப்போது வெறும் பதினைந்து மாதங்களில் இந்த எண்ணிக்கை இரண்டு மடங்கானது.[58]

ஜக்மோகனுடைய பணிகள் பழைய நகரை மையமாகக் கொண்டிருந்தன. அங்கு முகலாய நினைவுச் சின்னங்கள், மசூதிகளுடன், ஈரமான வீடுகள் இருட்டுத் தெருக்களுக்கு இடையில் மிக நெருக்கமாக அமைந்திருந்தன. 13 ஏப்ரல் 1976 அன்று காலை, பழைய தில்லியையும் புது தில்லியையும் பிரிக்கும் அஸஃப் அலி சாலைக்குப் பின் டர்க்மன் கேட் பிராந்தியத்தில் ஒரு புல்டோசர்

நகர்ந்துகொண்டிருந்தது. இரண்டு நாட்களில் அது, 40 குடும்பங்கள் வசித்த, அண்மையில் தோன்றிய குடிசைப்பகுதி ஒன்றை இடித்துத் தள்ளியது. பிறகு அது, எப்போது கட்டப்பட்டதென்று சொல்லமுடியாத பக்கா வீடுகளை நோக்கிச் சென்றது. அந்த வீட்டுவாசிகள் அவர்களுடைய தொகுதி உறுப்பினரும், காங்கிரஸ் கட்சியைச் சேர்ந்தவரும், திருமதி காந்தியோடு முன்பு இருந்தவருமான சுபத்ரா ஜோஷியைத் தொடர்புகொண்டனர். திருமதி ஜோஷி டி.டி.ஏ அலுவலர்களைத் தொடர்புகொண்டார். பிறகு ஜக்மோகனிடமே நேரடியாக வேண்டுகோள் விடுத்தார்.

பேச்சுவார்த்தைகள் செயல்பாடுகளைத் தாற்காலிகமாக நிறுத்திவைத்தன. ஆனால் சில நாட்களில் மீண்டும் பணிகள் தொடர்ந்தன. மூன்று புல்டோசர்கள் பணியில் இயங்கின. அவை ஜக்மோகனின் உத்தரவின்பேரில் செயல்படுவதாகச் சொன்னார்கள். அவை நூற்றுக்கும் மேற்பட்ட வீடுகளை இடித்திருந்தன. வேறு வழி ஏதும் தெரியாமல், பெண்கள் கூட்டம் ஒன்று சிறுவர்களோடு சாலையில் அமர்ந்தது. புல்டோசர்கள் தங்கள்மீது ஏறிச்செல்லட்டும் என்றது. அவர்கள் நகர மறுத்ததால், டி.டி.ஏ போலீஸை அழைத்தது. எதிர்ப்பாளர்களுக்கு அனுதாபம் தெரிவிக்கும் வகையில் அருகில் இருந்த கடைகள் மூடப்பட்டன.

உட்காந்திருந்தவர்களை தடிகள் உதவியுடன் போலீஸ் அகற்ற முயன்றது. அது தோல்வி அடைந்தபோது கண்ணீர்ப்புகை பயன்படுத்தப்பட்டது. எதிர்ப்பு, கற்கள் வடிவில் வந்தன. சண்டை பெரிதாகி குறுகலான சந்துகளுக்கும் பரவியது. மக்கள் எண்ணிக்கை பெருகியது. போலீஸ் கண்ணீர்ப் புகையிலிருந்து, துப்பாக்கிக் குண்டுகளுக்கு முன்னேறியது. அமைதி திரும்புவதற்கு நாளின் பெரும்பொழுது கழிந்துவிட்டது. போராட்டத்தில் இறந்தவர்களின் எண்ணிக்கை பத்து முதல் இருநூறுக்குள் இருக்கும் என்று மதிப்பிடப்பட்டது. பழைய நகரில் ஊரடங்கு உத்தரவு பிறப்பிக்கப்பட்டது. அதை நீக்க ஒரு முழு மாதம் ஆயிற்று.[59]

டர்க்மன் கேட்டுக்கு ஒரு மைலுக்கும் குறைவான தூரத்தில், பகதூர் ஷா ஜஃபர் மார்கில், இந்தியாவின் மிக முக்கியமான பத்திரிகை அலுவலகங்கள் இருந்தன. இருந்தபோதிலும் அவசரநிலை நிபந்தனைகளால் எவரும் அந்தச் சம்பவத்தைப் பற்றி எழுத முடியவில்லை. எனினும் தலைமறைவாக இருந்தவர்கள் அந்தச் செய்தியைக் கையில் எடுத்துக்கொண்டு செயல்பட்டனர். செய்தி ஷேக் அப்துல்லாவை எட்டியது. துப்பாக்கிச் சூடு அவரைப் பெரிதும் வருத்தத்துக்கு உள்ளாக்கியது. அவர் பிரதமரிடம் புகார் செய்தார். ஷேக் அப்பகுதியைப் பார்வையிட பிரதமர் ஒப்புக்கொண்டார். பிரபல காங்கிரஸ் அரசியல்வாதி ஒருவர் பின்தொடர அப்துல்லா பழைய நகரைச் சுற்றிப் பார்த்தார். அண்மை அனுபவங்கள் குறித்து மக்களிடம் பேசினார்.[60] அங்கு அந்த மக்கள், வீடுகளைவிட்டு வெளியேற இயல்பாக மறுத்ததோடு, சஞ்சய் காந்தியின் ஐந்து அம்சத் திட்டத்தின் முதலாவதான குடும்பக் கட்டுப்பாடு அவர்களை மிகவும் பாதித்திருந்ததையும் ஷேக் கண்டார். 1976 ஜுனில் ரகசிய செய்தித்தாளான 'சத்ய சமாசார்', 'இளைஞர்கள், முதியவர்கள், ஏன்

ஊனமுற்றவர்கள்கூட குடும்பக்கட்டுப்பாட்டு அறுவை முகாம்களுக்கு வலுக் கட்டாயமாக இழுத்துச் செல்லப்பட்டதனால்தான் தொல்லை ஆரம்பமாயிற்று என்று ஷேக் காங்கிரஸ் நாடாளுமன்ற உறுப்பினர்களிடம் கூறியதாக' செய்தி வெளியிட்டது. 'பிரதமரின் பொருளாதாரக் கொள்கைகளில் எவருக்கும் சர்ச்சை இல்லை. ஆனால் அவை நடைமுறைப்படுத்தப்படும் முறைகள் கொந்தளிப்பை ஏற்படுத்தும் என்பது நிச்சயம்' என்றும் அவர் கூறியதாக வெளி யானது.[61]

IX

நியாயமாகப் பார்த்தால், சஞ்சய் காந்தி மட்டும்தான் அவருடைய நாட்டின் அதிகமான, மேலும் அதிகரித்துவரக்கூடிய மக்கள் தொகை பற்றிக் கவலைப் பட்டார் என்று சொல்லமுடியாது. இப்புத்தகத்தில் ஏற்கெனவே சொல்லப் பட்டதுபோல, மால்தூஸிய பயங்கரம், இந்தியாவை நீண்டகாலமாகவே அச்சுறுத்தி வந்துள்ளது. பெருமளவில் பஞ்சம் வரும் என்று மேற்கத்திய பத்திரிகையாளர்கள் அஞ்சினர். மேற்கத்திய உயிரியலாளர்களோ, நாட்டுக்கு நம்பிக்கையே இல்லை என்று முடிவு கட்டிவிட்டனர். மக்கள்தொகைப் பெருக்கம் நாட்டின் பிற சாதனைகளைப் பாதிக்கும் என்று பல இந்தியர்களும் கவலைகொண்டனர். 1857-1947 ஆண்டுகளுக்கு இடையே நாட்டின் மொத்த உற்பத்தி (ஜி.என்.பி) தேங்கிப் போயிருந்தது. இடைப்பட்ட சில காலங்களில் அது குறையக்கூடச் செய்தது. சுதந்தரத்துக்குப் பிறகு ஜி.என்.பி, ஆண்டுக்கு 3 சதவிகிதம் அதிகரித்தது. எனினும் மக்கள்தொகை அதிகமாகப் பெருகியதால் தனிநபர் வருமானம் ஆண்டுக்கு வெறும் ஒரு சதவிகித அளவிலேயே உயர்ந்தது.

இந்திய மக்கள்தொகை பற்றிய விவாதம் நாடு விடுதலை அடைந்த ஆரம்ப நாட்கள் முதலே தொடங்கிவிட்டது. சமூகத் தொண்டர்கள், 1949-ல் இந்திய குடும்பக் கட்டுப்பாட்டுச் சங்கம் ஒன்றை நிறுவியிருந்தனர். திட்டக்குழு, அது இயங்க ஆரம்பித்த 1950-51 முதலேயே குடும்பக் கட்டுப்பாட்டின் முக்கியத்துவம் பற்றிப் பேசிவந்தது. எனினும் கலாசாரமும் பொருளாதாரமும் பெரிய குடும்பத்துக்கு ஆதரவாகவே இயங்கின. கல்வி அளித்தலில் காணப்பட்ட வேறுபாடு காரணமாக, பெண்கள், சம்பாதிப்பவர்களாகக் காணப் படாமல் குழந்தை பெறுபவர்களாக மட்டுமே பார்க்கப்பட்டார்கள். விவசாயத்தைத் தொடர்ந்து நம்பியபடி இருந்ததால், குழந்தைகள் பெரிதும் உபயோகமானவர்களாக இருந்தார்கள். இந்திய முஸ்லிம்களும் கத்தோலிக்கர் களும் குடும்பக் கட்டுப்பாட்டை ஏற்கக்கூடாது என்று மதபோதகர்களால் வற்புறுத்தப்பட்டார்கள். இந்து தம்பதிகள், பெண் குழந்தைகளைவிட ஆண் குழந்தைகளையே விரும்பியதால், ஆண் குழந்தை பிறக்கும்வரை மேலும் மேலும் முயன்றுகொண்டே இருந்தனர்.

1901-ல் இந்திய மக்கள்தொகை சுமார் 24 கோடியாக இருந்தது. 1971-ல் அது 55 கோடியை நெருங்கிவிட்டது. இந்தக் காலகட்டத்தில் ஆயிரம்

இந்தியர்களுக்கு 50 பிறப்புகள் என்ற விகிதத்திலிருந்து 40 என்ற அளவுக்கு பிறப்பு விகிதம் சற்றே குறைந்தது. எனினும் மரணவிகிதத்தில் பெரும் குறைவு ஏற்பட்டது. நூற்றாண்டின் ஆரம்பத்தில், ஆயிரத்துக்கு 42 என்று இருந்தது, 1970-களில் 15 என்று குறைந்துவிட்டது. மருத்துவ வசதி முன்னேற்றங்கள், முன்னரெல்லாம் விரைவிலேயே இறந்துவிடக்கூடிய கைக்குழந்தைகள் உட்பட அனைத்து இந்தியர்களுக்கும் கிடைத்த சத்துணவு ஆகியவை வாழ்வுக் காலத்தை அதிகமாக்கின. பிறப்பு விகிதமும் குடும்பத்தின் சராசரி அளவும் ஒப்பீட்டளவில் வீழ்ச்சி அடையாததால் மக்கள்தொகை தொடர்ந்து அதிகரித்துக்கொண்டே இருந்தது.[62]

குடும்பக் கட்டுப்பாட்டுத் திட்டத்தில் சஞ்சய் காந்திக்கு எப்போது ஆர்வம் பிறந்தது என்பதைக் கூறுவது கடினம். 1975 ஆகஸ்டில் ஸர்ஜ் பத்திரிகைக்கு அளித்த பேட்டியில் இந்த விஷயம் பற்றி அவர் குறிப்பிடவே இல்லை. எனினும் ஓராண்டுக்குப் பிறகு இல்லஸ்ட்ரேட்டட் வீக்லி ஆப் இந்தியா, 'நாடு முழுவதிலும் குடும்பக் கட்டுபாட்டுக்கு சஞ்சய் எவ்வாறு பெரும் ஊக்க சக்தியை அளித்தார்' என்று குறிப்பிட்டது. அவருடைய திட்டத்தைச் செயல் படுத்தினால், '50 சதவிகிதப் பிரச்னைகள் தீர்ந்துவிடும்' என்று அவர் கூறியிருந் தார். கட்டாயக் கருத்தடை திட்டத்துக்கு அவர் ஆதரவு தெரிவித்தார். இதற்கான வசதிகளை, 'கிராம நிலையிலிருந்தே' செய்து தரவேண்டும் என்று அவர் விரும்பினார்.[63]

சஞ்சயின் வரலாற்று ஆசிரியர், 'அவருடைய ஐந்து திட்டங்களில் மற்ற நான்கும் சாதாரணமானவை, கவர்ச்சியற்றவை, எழுச்சி ஊட்டாதவை, தலைமைத் தகுதிக்குப் பொலிவும் பலமும் ஊட்ட முடியாதவை' என்று குறிப் பிடுகிறார். 'ஆனால் குடும்பக் கட்டுப்பாட்டுத் திட்டம் அவற்றைச் செய்யக் கூடியவை. அது ஒரு ஹெர்குலியன் திட்டம். இதைச் சரியாக நடைமுறைப் படுத்தினால்தான், நாடு பிழைக்க முடியும், அதன் பின்னரே நாடு சிறந்து விளங்கமுடியும் என்று அனைவருமே அறிந்திருந்தனர். எனவேதான் குடும்பக் கட்டுப்பாட்டுத் திட்டம் சஞ்சய் காந்தியின் அவசரநிலைச் செயல்களின் அச்சாணியாக ஆனது.'[64]

தன் சுற்றுப்பயணங்களின்போது, சஞ்சய் காந்தி நாட்டின் மாநிலங்களுக்கு இடையே ஒரு போட்டி உணர்வை ஏற்படுத்தினார். ஒரு மாநில முதல்வர் இரண்டு வாரங்களில் 60,000 அறுவை சிகிச்சைகளை நடத்திக்காட்டியதை சஞ்சய் காந்தி மற்றொரு மாநில முதல்வரிடம் எடுத்துச் சொல்லி, அதனைத் தாண்டிக் காட்டுமாறு அவரிடம் சொல்வார். இந்த இலக்குகள் மாவட்ட அலுவலர்களுக்கு அறிவிக்கப்படும். அவர்கள் அதைச் செய்து முடித்தாலோ, இலக்கை விஞ்சினாலோ பாராட்டும் பரிசுகளும் கிடைத்தன. இல்லா விட்டால் பணி இடமாற்றம். இதனால், பரவலான வற்புறுத்தல்கள் நிகழ்ந்தன. அரசாங்கக் கீழ்நிலை அலுவலர்கள், தங்கள் சம்பள பாக்கிகளைப் பெறுவதற்குமுன் டாக்டர்களின் அறுவை சிகிச்சைக் கத்திக்கு இரையாக வேண்டும். டாக்சி டிரைவர்கள் அறுவை சிகிச்சை செய்துகொண்ட சான்றிதழ் களை அளிக்காவிட்டால் அவர்களுடைய உரிமங்கள் புதிப்பிக்கப்படாது.

குடிசைவாசிகள் அவ்வாறு செய்துகொள்ளாவிட்டால், அவர்களுக்கு மாற்று மனைகள் கிடைக்காது.[65]

நகரங்களில் அரசு மிகத் தீவிரமாகச் செயல்பட்டது. ஆனால் கிராமங்களையும் விட்டுவிடவில்லை. மகாராஷ்டிர மாநிலம் சதாரா மாவட்டவில் களப்பணி செய்துகொண்டிருந்த மானுடவியலாளர் ஒருவர், ‘அவசர நிலை, முதல் ஆண்டில், பெரிய மாற்றங்கள் எதையும் கொண்டுவரவில்லை. 20 அம்சத் திட்டத்தின்கீழ் நிலமற்றோருக்கு அரசு சில வீடுகளைக் கட்டித் தந்தது. சர்வாதிகாரத்துக்கு எதிராகச் சில வாசகங்கள் சுவர்களில் எழுதப்பட்டன. 1976 செப்டெம்பரில் மாநிலத்துக்கு சஞ்சய் வந்து சென்றபின், கிராமங்களில் கட்டாய குடும்பக் கட்டுப்பாட்டு அறுவை சிகிச்சை இயக்கம் ஆரம்பமாயிற்று. உள்ளூர் அதிகாரிகள் ‘தகுதியான ஆண்கள்’, அதாவது 3 அல்லது அதற்கு மேற்பட்ட குழந்தைகள் கொண்டோரின் பட்டியலைத் தயாரித்தனர். போலீஸ் வேன் அவர்களை அருகில் உள்ள சுகாதார நிலையங்களுக்கு அழைத்துச் செல்லும். அவர்களுடைய வேட்டையிலிருந்து தப்பிக்க சிலர் அருகில் உள்ள குன்றுகளுக்கு ஓடிப்போனார்கள். வாசெக்டமி செய்துகொண்டவர்கள் அதனை வெளியே சொல்லிக்கொள்ள வெட்கப்பட்டனர்’ என்று எழுதினார்.[66]

குப்பங்களை அழிப்பதன்போது நடைபெற்றது போன்றே இதற்கும் எதிர்ப்பு இருந்தது. 1976 செப்டெம்பரில், ஒரு மறைவிடப் பத்திரிகை, ‘தில்லியிலும் உத்தரப் பிரதேசத்திலும் குடும்பக் கட்டுப்பாட்டுக்கு எதிர்ப்பு அலை’ என்ற செய்தியை வெளியிட்டது. சுகாதார அலுவலர்களுக்கும் அறுவை சிகிச்சை செய்துகொள்ள மறுத்த கடைக்காரர்களுக்கும் இடையே மோதல்கள் ஏற்பட்டன. உத்தரப் பிரதேசத்தில் சுல்தான்பூர், கான்பூர், பரேலி போன்ற இடங்களில் எதிர்ப்பு பற்றிச் செய்திகள் வந்தன. குடும்பக் கட்டுப்பாட்டு இயக்கத்துக்காக வீட்டுக்கு வீடு கணக்கெடுப்பு செய்யுமாறு கோரப்பட்ட பள்ளி ஆசிரியர்கள் பெரும் எதிர்ப்பு தெரிவித்தனர். உத்தரவுக்குக் கீழ்ப்படிய மறுத்த சுமார் 150 ஆசிரியர்கள் கைது செய்யப்பட்டனர்.

தில்லிக்கு வடமேற்கே 70 மைல் தூரத்தில் முஸாபர் நகரில் குடும்பக் கட்டுப்பாட்டு விவகாரத்தில் ‘டர்க்மன் கேட்’ சம்பவம் நடைபெற்றது. இந்த ஊர் மாவட்ட மாஜிஸ்திரேட் அவருடைய ஆர்வத்துக்கும் இனவாதத்துக்கும் பெயர்பெற்றவர். அவரது ஆணையின்கீழ், பெரும்பாலும் இந்துக்களான காவலர்கள், முஸ்லிம் கைவினைஞர்களையும் தொழிலாளர்களையும் மகிழ்ச்சியுடன் தனியாகக் குறிவைத்தனர். அக்டோபர் 18 அன்று அறுவை சிகிச்சை அதிகாரிகளுக்கும் அதற்கு உட்பட வேண்டியவர்களுக்கும் இடையே பெரும் சண்டை ஏற்பட்டது. அவர்களுடைய அடக்கிவைத்திருந்த கோபம் வெடித்தது. சுகாதார சிகிச்சை மையம் தீயிடப்பட்டது. அவர்கள் பாட்டில்களையும் கற்களையும் எறிந்தனர். போலீஸ் வரவழைக்கப்பட்டு, அவர்கள் விரைவில் துப்பாக்கிச் சூட்டை மேற்கொண்டனர். 50-க்கும் மேற்பட்டவர்கள் மடிந்தனர். எதிர்க்கட்சி நாடாளுமன்ற உறுப்பினர்கள் குழு ஒன்று நகருக்கு விரைந்தது. ஆனால், நகரவாசிகளுடன் பேச அவர்கள் அனுமதிக்கப்படவில்லை. எனினும் வெளிநாட்டுப் பத்திரிகைகளுக்கு விவரங்கள்

கசிந்தன. நாடாளுமன்றத்தில் பிரதமர், முஸாபர் நகரில் 'ஒரு சம்பவம்' நடைபெற்றது என்பதை ஒப்புக்கொள்ளும் கட்டாயம் ஏற்பட்டது.[67]

சஞ்சய் காந்தியின் தீவிரக் குடும்பக் கட்டுபாட்டு இயக்கத்துக்கு ஏதேச்சை யாகப் பலியானவர், பெரும்புகழ் பெற்ற பாடகர் கிஷோர் குமார். பிற சினிமா நட்சத்திரங்களும் பாடகர்களும், கருத்தடை இயக்கத்துக்கு நிதிதிரட்ட, நிகழ்ச்சி ஒன்றில் பங்குபெறச் சம்மதித்தனர். ஆனால் கிஷோர் குமார் மறுத்துவிட்டார். அதனால் சினிமா பாடல்களை மட்டுமே ஒலிபரப்பி வந்த விவிதபாரதியில் அவருடைய பாடல்கள் தடை செய்யப்பட்டன. கிஷோர் நடித்த அல்லது பாடிய படங்களைத் திரையிட அனுமதிக்காமல் நிறுத்தி வைக்குமாறு தணிக்கைத் துறைக்கு அறிவுறுத்தப்பட்டது. கிஷோரின் ஒலித்தட்டுகளை விற்கக்கூடாது என்று ஒலிப்பதிவு நிறுவனங்களை சஞ்சயின் ஆட்கள் மிரட்டினர். அக்காலத்துக்கு ஏற்றவாறு அது ஓர் அற்பமான பழிவாங்கும் செயலாக இருந்தது.[68]

X

மிகவும் நெருக்கடியான அரசியல் முக்கியத்துவம் வாய்ந்த நேரத்தில், பி.என். ஹக்ஸர் போன்றவர்களைவிட சஞ்சயை நம்பிய பிரதமருடைய அறிவின் வெளிப்பாட்டை அவருடைய நெருக்கமான நண்பர்களால்கூடப் புரிந்து கொள்ள முடியவில்லை. இதற்குப் பல விளக்கங்கள் சொல்லப்பட்டன: வேலைக்குச் செல்லும் தாயின் மனநிலை; ஒற்றைப் பெற்றோராக இருப்பவரின் குற்ற உணர்ச்சி; அவர் தான் கொலை செய்யப்படுவோம் என்று பயந்ததால், குடும்பத்தைச் சேர்ந்தவர்களை மட்டுமே நம்பினார்; அவருடைய இருண்ட ரகசியங்கள் அனைத்தும் சஞ்சய்க்குத் தெரிந்திருந்ததனால், சஞ்சய்க்குத் தன் தாய்மீது ஒரு பிடி இருந்தது; அவசரநிலை அறிவிக்கப்பட்ட போது சஞ்சயின் ஆதரவு அவருக்கு இருந்ததால், அதற்கான நன்றியுணர்வு... வாழ்க்கை வரலாற்றாளர்கள் இவற்றை ஏற்றுக்கொள்ளலாம்; ஆனால் வரலாற்றாளர்களுக்கு இவை பயன் அற்றவை. ஏனென்றால் அவர்களுக்கு எண்ணம் முக்கியமானதல்ல; விளைவே முக்கியம். இளைய மகனை அவர் ஏன் அவ்வளவு நம்பிச் சார்ந்திருந்தார் என்பது முக்கியமல்ல; அந்த நம்பிக்கை யால் இந்தியாவுக்கும் இந்தியர்களுக்கும் ஏற்பட்ட விளைவுகளே முக்கியம்.

திருமதி காந்தியின் அரசியல் வாழ்க்கையை இரு வேறு நிலைகளாகப் பார்க்க ஒருவர் முற்படலாம். அவசர நிலையும் சஞ்சய் காந்தியும் இந்த இரு நிலை களையும் பிரிக்கும் இடைக்கோடு. சஞ்சய்க்கு முன்பு அவர் தேர்தல்களில் வென்றார், பங்களாதேசத்தை உருவாக்கினார், காங்கிரஸைச் சீர்த்திருத்தினார், பொருளாதாரத்துக்குப் புத்துயிர் ஊட்ட தைரியமான முயற்சிகளை மேற்கொண்டார் என்று சொல்லலாம். சஞ்சயின் கெட்ட செல்வாக்கினால், அவர் இந்த உயர்ந்த இலக்குகளை விட்டுவிட்டுத் தன்னையும் தன் குடும்பத்தையும் காப்பாற்றிக்கொள்வதிலேயே மூழ்கிவிட்டார்.[69]

எனினும் பிரதமரின் பணி வாழ்க்கையைச் சரியாக நோக்கினால், சஞ்சயும் அவசரநிலையும் பழைய வழக்கத்திலிருந்து புரட்சிகரமான புதிய மாறுதல் என்று சொல்ல முடியாது. பழைய வழக்கத்தின் தீவிரப்படுத்தப்பட்ட நிலைப் பாடே. காங்கிரஸ் பிளவுபட்ட நாள்முதலே திருமதி காந்தி விசுவாசம் உள்ள வர்களை அதிகாரமுள்ள இடங்களில் நியமிக்கவும், பொது நிறுவனங்களைத் தன் விருப்பத்துக்கு ஒரு கருவியாக ஆக்கவுமே முற்பட்டுள்ளார். அதிகார வர்க்கம், நீதித்துறை, ஜனாதிபதி பதவி, காங்கிரஸ் கட்சி ஆகிய அனைத் தையுமே அவசர நிலை வருவதற்குமுன்னரே அவர் படிப்படியாக அழித்து விட்டார். சஞ்சய் அவற்றைத் தீவிரப்படுத்தினார். சிலர், சஞ்சய் அவற்றை மிக விரைவாகத் தீவிரப்படுத்தினார் என்றும் சொல்லலாம். அது, இந்த மாற்றத்தை ஊழல் நிறைந்ததாகவும், மோசமானதாகவும், அதிக வன்முறை கொண்ட தாகவும் மாற்றியது. ஆனால் இம்முறைகள் சஞ்சய் இந்திய அரசியலுக்கு வருவதற்கு முன்பாகவே இருந்தன.

1975 ஜூனில் திருமதி காந்தி பத்தாண்டுக்குச் சற்று குறைவாகப் பிரதமராக இருந்துவிட்டார். அவருடைய பதவிக்காலத்தை அவருடைய தந்தையாரின் பதவிக்காலத்துடன் ஒப்பிடும் ஒருவர் குறிப்பிடத்தகுந்த வகையிலான மாறுபாடுகளைக் கண்டு ஆச்சரியம் அடைவார். படிநிலைச் சமூகத்தில், கொஞ்சம் கொஞ்சமாக ஜனநாயக அமைப்புகளை முன்னேறச் செய்ய நேரு முனைந்தார்; ஆனால் அவற்றை அவருடைய மகள் தீர்மானமாகச் செயலிழக்கச் செய்தார். கேரளாவில் கம்யூனிஸ்ட் அரசைப் பதவி நீக்கம் செய்த, வருத்தகரமான, தவறான ஒரு சம்பவத்தை விட்டுவிட்டுப் பார்க்கும் போது, நேரு எதிர்க்கட்சி என்ற கருத்தில் பெரும் நம்பிக்கை வைத்திருந்தார். ஆனால் திருமதி காந்தியோ பிற கட்சிகளுக்கு எந்தவித மரியாதையும் தரவில்லை. நேருவைவிட திருமதி காந்தி நாடாளுமன்றத்துக்குக் குறைவாகவே வந்தார்; அங்கே இருந்தபோதும் குறைவாகவே பேசினார். மற்ற கட்சி அரசியல்வாதிகளுடன் நேரு நீண்ட நட்புறவை வளர்த்துக் கொண்டார். ஆனால், திருமதி காந்தியின் விஷயத்தில் இது நினைத்துப் பார்க்கவே முடியாதது. தன் சொந்தக் கட்சியையே அவர்கள் எவ்வாறு நடத்தினார்கள் என்பது மற்றுமொரு ஒப்பீடு. நேருவின் காலத்தில் காங்கிரஸ் அதிகாரப் பகிர்வுகொண்ட, பெரிதும் ஜனநாயக அமைப்பிலான ஒன்றாக இருந்தது. அவரே விரும்பினாலும்கூட, மாநில அரசியல்வாதிகளின் விருப்பத் துக்கு மாறாக, அவரால் ஒரு முதல்வரை அங்கே திணித்திருக்க முடியாது.

இந்திய ஜனநாயக வாழ்க்கையின், அரசியலற்ற மற்ற துறைகளைப் பார்க்கும் போது இந்த வித்தியாசம் மேலும் வலுப்படுகிறது. நேரு பத்திரிகைச் சுதந்தரத்தைப் பெரிதும் மதித்தார்; அது செழித்து ஓங்க அனுமதித்தார். நேரு அதிகாரவர்க்க மற்றும் நீதித்துறையின் சுயேச்சைத் தன்மையைப் பெரிதும் மதித்தார். ஓர் அதிகாரிக்கு ஆதரவாகவோ, எதிராகவோ அவர் குறுக்கிட்டதாக எந்தத் தகவலும் இல்லை.

1969-ன் காங்கிரஸ் பிளவுக்குப் பின்னர் திருமதி காந்தி, இந்தியாவை நிர்மாணித்த பிரதமரின் அரசியல் மரபுகளிலிருந்து விலக ஆரம்பித்துவிட்டார்.

வருடங்கள் செல்லச் செல்ல விலகல் அதிகமாகி அவசரநிலைச் சட்டம் பிறப்பிக்கப்பட்டு, அடக்குமுறைகள் செயல்படுத்தப்பட்டபோது அது முழுவதுமாக வெளிப்படையாகியது. தங்களது சார்புக்கருத்துகள் காரணமாக, இந்திய எதிர்க்கட்சித் தலைவர்களால், இந்தியாவின் முதல் பிரதமருக்கும் மூன்றாவது பிரதமருக்கும் இடையிலான வேறுபாடுகளை உள்ளது உள்ளபடியே வெளியே சொல்ல முடியவில்லை. அவர்கள் முன்பு நேருவை எதிர்த்திருந்ததாலும், இப்போது அவருடைய மகளே காங்கிரசின் தலைமையை ஏற்று நடத்துவதாலும் அவர்களால் ஒருவரைப் புகழவும், மற்றவரைக் குறைத்துப் பேசவும் இயலவில்லை.

அத்தகைய விலங்குகளால் கட்டுப்படாத, இரு தலைவர்களையும் நன்கு அறிந் திருந்த மேற்கத்திய எழுத்தாளர்களால் இந்திரா காந்தி எவ்வாறு ஜவாஹர்லால் நேருவிடமிருந்து வேறுபட்டிருந்தார் என்பதைத் தெளிவாகக் காணமுடிந்தது. அவசரநிலையின் ஒரு வருடத்துக்குள் நேருவின் இரு பிரிட்டிஷ் நண்பர்கள் இந்த வேறுபாட்டை, ஆட்சி பற்றிய அவர்களது விமர்சனத்தின் மையமாகக் கொண்டனர். ஃபென்னர் ப்ராக்வே, த டைம்ஸ் பத்திரிகையில் எழுதும்போது, திருமதி காந்தி, 'உலகின் மாபெரும் ஜனநாயகத்தை அடக்குமுறைச் சர்வாதிகாரமாக மாற்றிவிட்டார்' என்று கண்டித்தார். இந்தியாவில் பிறந்திருந்த ப்ராக்வே, திருமதி காந்தியை 'தன் புகழ்பெற்ற தந்தையின் கொள்கைகளின் நினைவாக, சுதந்தரத்தை, விடுதலை உரிமைகளை மறுப்பதை முடிவுக்குக் கொண்டுவருமாறு' வேண்டுகோள் விடுத்தார்.[70] ஸ்பெக்டேட்டர் பத்திரிகையில் எழுதிய ஜான் க்ரிக், சுதந்தரமான தேர்தல்கள், சுயேச்சையான பத்திரிகைகள் ஆகியவைமீது நேருவுக்கு இருந்த பற்றை நினைவுகூர்ந்தார். இந்தியாவின் முதல் பிரதமர், 'உண்மையான நாட்டுப்பற்றுள்ளவர். ஏனெனில் அவர் ஓர் உண்மையான ஜனநாயகவாதி. அவர் பிரதமராக இருந்த நீண்ட பதவிக் காலத்தில் பல தவறுகளைச் செய்தார். ஆனாலும் மிக முக்கியமான சுதந்தர உரிமைகள் விஷயத்தில் அவர் இந்திய மக்களின் நம்பிக்கையைச் சிதைக்கவில்லை.' ஆனால் க்ரிக் வருத்தத்தோடு தொடர்ந்தார்: 'இப்போது நேருவின் 'விதியுடனான சந்திப்பு' அவருடைய சொந்த மகளாலேயே 'சர்வாதி காரத்துடனான சந்திப்பாக' மாற்றப்பட்டுவிட்டது. குடிமக்களுக்கான உரிமை களை அனுபவிக்க மக்கள் செல்வந்தர்களாக இருக்கவேண்டாம்; படித்தவர் களாகவும் இருக்கவேண்டாம் என்பதை முழு உலகத்துக்கும் நிரூபித்துக் காட்டிய இந்திய ஜனநாயகச் சோதனையைப் பெருமையுடன் நிலைநாட்டு பவராகத் திருமதி காந்தி இருந்திருக்கவேண்டும். ஆயினும், அவர் தன் மோசமான செயல்களால், சர்வாதிகார முறைகளே இந்தியாவில் செயல்பட ஏற்றவை என்ற ஏகாதிபத்தியவாதிகளின் பழைய கருத்தை உறுதி செய்து விட்டார்.' பிரதமரை, அவருடைய மகனின் செல்வாக்கிலிருந்து விடுபட்டு அவருடைய தந்தையின் தலைமுறையின் பெருமைகளுக்குத் திரும்புமாறு, க்ரிக் கோரினார். 'அவருடைய பதவிக்கு என்ன நேர்ந்தாலும், தாய்ப்பாசத்தை யும் மீறி, அவர் பறித்துக்கொண்ட சுதந்தரத்தைத் திரும்ப அளிக்குமாறு' கிரிக் கெஞ்சிக் கேட்டுக்கொண்டார். 'அவ்வாறு செய்வதுதான் அவரது

வாழ்க்கையில் மிகக் கடினமான காரியமாக இருக்கும்' என்றும் 'ஆனால் அதுதான் அவருடைய வாழ்க்கையில் அதிக தைரியமானதும் மிகச் சிறந்ததாகவும் இருக்கும்' என்றும் எழுதினார்.[71]

மற்ற பிரிட்டிஷ் நண்பர்கள் தனிப்பட்ட முறையில் திருமதி காந்திக்குக் கடிதங்கள் எழுதி, அவசரநிலையை முடிவுக்குக் கொண்டுவர வற்புறுத்தினார். அவர்களில் ஒருவர் முன்பு மகாத்மா காந்திக்கும் பிரிட்டிஷ் பேரரசுக்கும் இடையே சமரசப் பேச்சுவார்த்தைக்கு உதவியவரும் தற்போதைய பிரதமருக்கு இந்திய கிராமப்புறங்களில் பறவைகளைக் காண்பதில் உள்ள மகிழ்ச்சியை அறிமுகம் செய்துவைத்தவருமான குவேக்கர், ஹொரேஸ் அலெக்ஸாண்டர்.[72] பெரிதும் மதிப்புக்குரிய டைம்ஸ் பத்தி எழுத்தாளர் பெர்னார்ட் லெவின், தனிப்பட்ட தாக்குதலாக இல்லாமல் ஆனால் அதே நேரம் பொதுவில் விமர்சித்திருந்தார். இந்தியாவில் அண்மையில் ஜனநாயகத்தின் மீது தொடுக்கப்பட்ட தாக்குதல்கள் பற்றி அவர் இரு நீண்ட கட்டுரைகள் எழுதினார். ஹேபியஸ் கார்ப்பஸை ரத்து செய்தது. பத்திரிகைகள்மீதான கட்டுப்பாடு ஆகியவை பற்றிக் குறிப்பிடுகையில் அவர், திருமதி காந்தி நாட்டை 'அற்பமான சர்வாதிகாரமாக' மாற்றுவதாக எச்சரித்தார். 1977 ஜனவரியில் அவர் எழுதிய இரு கட்டுரைகளில், ஜனாதிபதி பதவியையும் நீதித்துறையையும் பலவீனமாக்கும் அரசியல் சட்டத் திருத்தங்களைக் கண்டித்தார். 'இந்தக் கொடுங்கோன்மை அதிகாரங்கள், முழு அதிகாரத்தையும் திறனையும் கடிவாளம் இன்றிப் பயன்படுத்த விரும்புபவர்களுக்கு அன்றி மற்றவர்க்கு முற்றிலும் தேவையற்றவை. இந்த அண்மைக்கால மாற்றங்கள், சர்வாதிகாரி திருமதி இந்திரா காந்தி ஆட்சியில் இந்தியாவை முழுமையாகச் சர்வாதிகாரம் ஆக்குவதை உறுதிசெய்துவிட்டன' என்று லெவின் எழுதினார்.[73]

1977 ஜனவரி 18 அன்று பிரதமர், நாடாளுமன்றம் கலைக்கப்பட்டு புதிதாகத் தேர்தல்கள் நடத்தப்படும் என்றார். இந்த அறிவிப்பு அகில இந்திய வானொலியில் ஒலிபரப்பப்படும்போதே, சிறைகளிலிருந்து விடுதலை செய்யப்பட்ட எதிர்க்கட்சியினருக்கு மிகவும் வியப்பாக இருந்தது. இது பற்றி முன்னதாக அறிந்திராத சஞ்சய்க்கும் இது முழு அதிர்ச்சியாகவே இருந்தது. அப்போதைய நாடாளுமன்றத்தை, வருடா வருடம் நீட்டிக்கொண்டே போயிருக்கலாம். ரகசியத் தலைமறைவு எதிர்ப்புகள் முழுமையாக அடக்கப்பட்டிருந்தன. அப்படியும் திருமதி காந்தி திடீரென எவரையும் கலந்து ஆலோசிக்காமல், ஜனநாயகத்துக்குத் திரும்பத் தீர்மானித்தார்.

பிரதமர் ஏன் அவசரநிலை ஆட்சியிலிருந்து திரும்ப மாறினார் என்பது பற்றிப் பல ஊகங்கள் இருந்தன. அவருடைய உளவுத்துறைத் தலைவர், காங்கிரஸ் வசதியான பெரும்பான்மையுடன் மீண்டும் தேர்ந்தெடுக்கப்படும் என்று உறுதி அளித்ததால்தான் இந்த மாற்றம் என தில்லி காப்பி விடுதிகளில் பேசப்பட்டது. முன்னிலை பெற விரும்பும் போட்டியின் விளைவே அது எனச் சிலர் கருதினர். வழக்கமாகச் சர்வாதிகாரத்தின்கீழ் இயங்கும் பாகிஸ்தானில், அதிபர் பூட்டோ அப்போதுதான் தேர்தல்களை அறிவித்திருந்தார். எனவே,

செயற்கையான சர்வாதிகார இந்தியாவில் திருமதி காந்தி தேர்தல்களைத் தாமதிக்க முடியுமா? மூன்றாவது விளக்கம் ஒன்றை, அவருடைய செயலர், சம்பவம் நிகழ்ந்த நீண்ட காலத்துக்குப் பிறகு எழுதினார். அவசரநிலை, திருமதி காந்தியை மக்கள் தொடர்பிலிருந்து துண்டித்துவிட்டது. அதுதான் அவரை முன்னர் வளர்த்திருந்தது. '1971 பிரசாரத்தின்போது மக்களிடம் பிரதிபலித்த உணர்வுகளை எண்ணி அவர் ஏங்கினார். அவர் மீண்டும் பல்லாயிரக் கணக்கான மக்கள் கூட்டத்தின் ஆரவாரக் கைத்தட்டல்களைக் கேட்க ஆசைப் பட்டார்.'[74]

ஒருவேளை எல்லாக் காரணங்களுமே இதற்கு உதவியிருக்கலாம். மேற்கத்திய நோக்கர்களின், அதுவும் குறிப்பாக நண்பர்களின், விமர்சனங்களும் இதனைத் தூண்டியிருக்கலாம். மேலே குறிப்பிட்ட எழுத்தாளர்கள் தவிர, முன்னாள் ஜெர்மன் சான்ஸலர் வில்லி பிராண்ட், சோஷலிஸ்ட் இன்டர்நேஷனல் அமைப்பு ('எல்லா சோஷலிஸ்ட்டுகளும், இப்போது இந்தியாவில் என்ன நடக்கிறது என்பதுபற்றிய தனிப்பெரும் துயரை உணரவேண்டும்'), ஜெனீவாவின் உலக கிறிஸ்துவ தேவாலயக் கூட்டமைப்பு ('மனித உரிமைகள் மிகக் கடுமையாகச் சுருக்கப்பட்டுவிட்டன'), முன்னணி அமெரிக்கத் தொழிற்சங்க அமைப்பான ஏ.எஃப்.எல்/சி.ஐ.ஓ. ('ஜனநாயகம் நசுக்கப்பட்ட, போலீஸ் அரசாக இந்தியா ஆகிவிட்டது') ஆகியோர் கடும் கண்டனம் தெரிவித்திருந்தனர்.[75]

முடிவாக, அவசர நிலையை திருமதி காந்தி முடிவுக்குக் கொண்டுவர எது தூண்டியது? நிச்சயமாகச் சொல்ல முடியாது. இந்தியாவின் விரோதிகள் என்று ஒதுக்கிவிடமுடியாத வெளிநாட்டு நோக்கர்களின் விமர்சனங்கள் நிச்சயம் அவரை உறுத்தியிருந்தன. ஃபென்னர் ப்ராக்வேயும் ஜான் க்ரிக்கும், ரிச்சர்டு நிக்சனோ அல்லது சி.ஐ.ஏ.வோ அல்லர். அவர்கள் இந்தியாவை வெறுத்த, இந்திய ஜனநாயகத்தில் நம்பிக்கை இல்லாத, இந்திய ஜனநாயகம் தோற்கும் என்று கருதியவர்களும் அல்லர். இவர்கள் இந்திய சுதந்தரத்தின் பழைய நண்பர்கள். பிரிட்டிஷ் எதேச்சாதிகாரம் இருந்தபோதோ பிரிட்டிஷாரை வெளியேற வற்புறுத்தியவர்கள், சுதந்தரத்துக்குப் பிறகு ஜனநாயகம் ஏற்பட்டபோது, வணங்கி வரவேற்றவர்கள். திருமதி காந்தி அவர்களுடைய கட்டுரைகளையோ பெர்னார்ட் லெவினின் பத்திகளையோ படித்தாரா என்பது நமக்குத் தெரியாது. படித்திருப்பதற்கே அதிக வாய்ப்புகள் உள்ளன. அவசர நிலையால் மகிழ்ச்சியடையாத அவருடைய பணியாளர் ஒருவரோ அல்லது உள்வட்டத்தவரோ விமர்சனங்கள் ஏதுமின்றி, இந்தக் கட்டுரைகளை பிரதமர்முன் வைத்திருக்கலாம். டைம்ஸ் பத்திரிகையில் லெவினின் இரண்டாவது தொடர் வெளியாகி இரு வாரங்களில் இந்தியாவுக்கு விமானத் தபாலில் அனுப்பப்பட்டு, அதை பிரதமர் அலுவலகத்தில் இருக்கும் ஒருவர் எடுத்து இணைத்து அவருக்கு அனுப்பி வைக்கும் நேரக் கணக்கில்தான் தேர்தலும் அறிவிக்கப்பட்டது என்பது கவனத்துக்குரியது.

இவை ஒன்றுக்கொன்று தொடர்புடைய நிகழ்ச்சிகளா, இல்லையா என்பது நமக்குத் தெரியாது. ஒரு காரணம், திருமதி காந்தியின் ஆவணங்கள்

பிரிக்கப்படாமலேயே உள்ளன. (ஒருவேளை அவை எப்போதும் அப்படியே இருக்கக்கூடும்.) எனினும், தந்தையாரின் ஜனநாயக மரபோடு மூன்றாவது பிரதமர் திணித்த சர்வாதிகாரம் எவ்வாறு மாறுபட்டிருந்தது என்பதைச் சிறிது கோடிட்டுக் காட்டி இந்த அத்தியாயத்தை முடிப்பது பொருத்தமானது. நியூ யார்க் டைம்ஸ் நிருபராக முன்பு இந்தியாவில் பணியாற்றிய ஏ.எம். ரோஸன்தால் அவசரநிலையின்போது புது தில்லி வந்திருந்தார். இந்திரா காந்தி ஆளும்போது ஜவாஹர்லால் நேரு உயிருடன் இருந்திருந்தால், இருவரும் நண்பர்களாக இன்றி அரசியல் எதிரிகளாகத்தான் இருந்திருப்பார்கள் என அவர் முடிவு கட்டினார். ரோஸன்தாலின் இந்திய நண்பர் ஒருவர் அந்தக் கற்பனைக் காட்சியை இவ்வாறு வடித்தார்: 'இந்திரா பிரதமர் இல்லத்தில் இருக்கிறார். ஜவாஹர்லால் சிறையில் இருந்தபடி, மீண்டும் இந்திராவுக்குக் கடிதம் எழுதுகிறார்.'[76]

1930-களில் பிரிட்டிஷ் சிறையில் இருந்தபோது நேரு, இந்திரா காந்திக்கு கடிதங்கள் எழுதியதை மேலே சொன்ன நிகழ்ச்சி தொடுகிறது. அந்தக் கடிதங்கள், பதின்மூன்று வயது மகளுக்கு உலக வரலாற்றின் பரந்த பார்வையை அளிப்பவை. கிரேக்கர்களைப் பற்றி ஆரம்பித்து இந்திய சுதந்தரப் போருடன் முடியும் இவற்றில், மிருகமாக இருந்த மனிதன், அதிகமான அளவில் சமூகப் பண்பும் சுதந்தர நாட்டமும் கொள்ளும் வகையிலான முன்னேற்றத்தை நேரு விளக்கியிருந்தார். பின்னர் எழுதப்பட்ட கடிதங்களில், ஒரு நூற்றாண்டுக் காலமாகவும் அதற்குமேலும், ஜனநாயகம் எவ்வாறு எண்ணற்ற மக்களின் லட்சியமாகவும் உத்வேகமாகவும் இருந்தது என்றும், அதற்காகப் பல்லாயிரம் பேர் உயிர்த் தியாகம் செய்யத் தயாராக இருந்தனர் என்றும், இப்போது அது எங்கும் ஆதரவு பெற்று வருகிறது என்றும் ஆராய்ந்து எழுதியிருந்தார். முதல் கடிதம் எழுதிய மூன்று ஆண்டுகளுக்குப்பிறகு 1933 ஆகஸ்ட் 9 அன்று எழுதிய கடைசிக் கடிதம், ரவீந்திரநாத் தாகூரின் கீதாஞ்சலியில் சுதந்தரத்தின் வெற்றி பற்றிய பாடலுடன் முடிக்கப்பட்டிருந்தது.

புத்தக வடிவில் வெளியானபோது கடிதங்கள் சுறுசுறுப்பாக விற்பனை ஆயின. எனவே பதிப்பகத்தார் விரைவில் அவரை விரிவான பதிப்பு ஒன்றை வெளியிட வேண்டினார். 1938 நவம்பர் 14 தேதி இட்டு புதிதாக எழுதிய பின்னுரையில் கடந்த பத்தாண்டின் பிற்பகுதியில் நடந்த முக்கிய அரசியல் முன்னேற்றங்களைக் அவர் கோடிட்டுக் காட்டியிருந்தார். கடைசி ஐந்து ஆண்டுகளில் பாசிஸ எழுச்சியும் ஒவ்வொரு ஜனநாயகக் கோட்பாட்டின்மீதும், சுதந்தரச் சிந்தனை, நாகரிகம் ஆகியவற்றின்மீதும் ஏற்பட்டுள்ள தாக்குதல் பற்றியும் எழுதிய ஜவாஹர்லால், ஜனநாயகத்தைக் காப்பாற்றுவதே இன்றைய முக்கியமான பிரச்னை என்றார். துரதிர்ஷ்டவசமாக 'ஜனநாயகமும் சுதந்தரமும் இன்று மரண ஆபத்தில் இருக்கின்றன. ஆபத்து இன்னும் அதிக மாகவே இருக்கிறது. ஏனென்றால் அவற்றின் நண்பர்கள் என்று சொல்லிக் கொள்பவர்களே அவற்றைப் பின்புறமாகக் குத்துகிறார்கள்.'[77]

23

காங்கிரஸ் இல்லாத வாழ்க்கை

என் தந்தையின் நூல்கள் அனைத்தும் சிறையிலேயே எழுதப்பட்டன. முன்னேறத் துடிக்கும் எழுத்தாளர்களுக்கு மட்டுமல்ல, முன்னேறத் துடிக்கும் அரசியல்வாதிகளுக்கும் நான் சிறை வாழ்க்கையைப் பரிந்துரைக்கிறேன்.

- இந்திரா காந்தி, 1962

I

1977 ஜனவரியில் புதிய தேர்தல்களைப் பிரதமர் அறிவித்தபோது, அவர் இவ்வாறு சொன்னார்: 'பதினெட்டு மாதங்களுக்கு முன்பு நாடு ஆபத்தின் விளிம்பில் இருந்தது. நம் நாடு சாதாரணமான நிலையில் இல்லாது இருந்ததால் அவசரநிலை கொண்டுவரப்பட்டது. இப்போது அது, கருத்துடன் பாதுகாக்கப்பட்டு ஆரோக்கியமான நிலைக்குத் திரும்பியிருப்பதால் தேர்தல்களை நடத்த முடியும்.'

பிரதமர் வானொலியில் பேசிக்கொண்டிருந்தபோதே நாடெங்கிலும் எதிர்க்கட்சியினர் விடுதலை செய்யப்பட்டுக் கொண்டிருந்தனர். மறுநாள் 19 ஜனவரி அன்று, நான்கு கட்சிகளின் தலைவர்கள் புது தில்லியில் மொரார்ஜி தேசாயின் இல்லத்தில் சந்தித்தனர். அக்கட்சிகள் ஜனசங்கம், பாரதிய லோக்தளம் (சரண் சிங் தலைமையிலான, பெரும்பாலும் உழவர்கள் சார்ந்த கட்சி), சோஷலிஸ்ட் கட்சி, மொரார்ஜியின் கட்சியான காங்கிரஸ் (ஓ) ஆகியவை. அவர்கள் அனைவரும் தேர்தலில் ஒரே கட்சியின் பெயரில், ஒரு சின்னத்தில் போட்டியிடப் போவதாக மறுநாள் தேசாய் பத்திரிகைகளுக்கு அறிவித்தார். 23 அன்று ஜனதா கட்சி (மக்கள் கட்சி) முறையாக, ஜெயப்பிரகாஷ் நாராயண் முன்னிலையில், ஒரு மாநாட்டில், தொடங்கப்பட்டது.[1]

ஜனதா கட்சி உருவான பத்து நாட்களுக்குப் பிறகு, ஜகஜீவன் ராம் மத்திய அரசிலிருந்து விலகுவதாக அறிவித்தார். பாபுஜி என்று அழைக்கப்பட்ட ராம், காங்கிரசின் நீண்ட நாளைய உறுப்பினர். நேரு, இந்திரா காந்தி அமைச்சரவையில் முக்கியமான மந்திரியாக இருந்தவர். மிக முக்கியமாக, வாக்காளர்களில் 15 சதவிகிதம் இருக்கும், முன்னாள் தீண்டத்தகாதவர்கள், இந்நாள் அட்டவணை வகுப்பினர்களின் ஏற்றுக்கொள்ளப்பட்ட தலைவர். ராம்தான் லோக் சபாவில் அவசர நிலைக்கு ஒப்புதல் வழங்கிய தீர்மானத்தை முன்மொழிந்தவர். அவருடைய பதவி விலகல் காங்கிரசுக்கு அதிர்ச்சியாக இருந்தது. வர இருக்கும் நிகழ்வுகளுக்கு முன்னோடியாகவும் அமைந்தது. ஏனெனில் பாபுஜி அரசியல் சாமர்த்தியத்துக்குப் பெயர்போனவர். அவர் காங்கிரஸ் கட்சியிலிருந்து விலகத் தீர்மானித்தது, அந்தக் கப்பல் மூழ்கிக் கொண்டிருப்பதன் அடையாளமாக இல்லாவிட்டாலும், குறைந்தது, மிக மோசமாக ஓட்டையாகி ஒழுகிக்கொண்டிருப்பதைக் குறித்தது. பழைய கட்சியிலிருந்து விலகிய ராம், ஜனநாயகத்துக்கான காங்கிரஸ் (சி.எப்.டி) என்ற புதிய கட்சியை உருவாக்கினார். எதிர்க்கட்சி வாக்குகள் சிதறி, காங்கிரஸ் லாபம் அடையாமல் இருக்கும்வகையில் சி.எப்.டி கட்சி, தம் வேட்பாளர்கள் குறித்து ஜனதா கட்சியுடன் கலந்து ஆலோசிக்கும் என்று அவர் கூறினார்.

மார்ச் மூன்றாம் வாரம் தேர்தல்கள் திட்டமிடப்பட்டிருந்தன. மார்ச் 6, ஞாயிறு அன்று புது தில்லி ராம்லீலா மைதானத்தில் எதிர்க்கட்சிப் பிரசாரம், பேரணி ஒன்றுடன் ஆரம்பமானது. மக்கள் கூட்டம் திரள்வதைத் தடுக்கும் தீவிர முயற்சியாக பேரணி நடக்கும் அதே நேரத்தில் 'பாபி' என்ற பிரபல இந்தி காதல் திரைப்படத்தை அரசு ஒளிபரப்பத் தீர்மானித்தது. 1977-ல், அரசின் டிவி சானல் ஒன்றுதான் இருந்தது. சாதாரணமான சூழ்நிலையில், தில்லியின் வயதுவந்தோர் பாதிப்பேர் டிவி திரைகளைச் சுற்றிக் கூடியிருப்பார்கள். ஆனால் ஜனதா சார்புள்ள ஒரு பத்திரிகை மகிழ்ச்சியோடு, பாபியை பாபுஜி வென்றுவிட்டார் என்று அறிவித்தது. பத்து லட்சம் பேர், மற்ற எதிர்க்கட்சித் தலைவர்களுடன் ஜேபியும் ஜகஜீவன் ராமும் பேசுவதைக் கேட்டனர். அனை வரும் இந்திரா காந்தியையும் காங்கிரஸையும் பொதுவாக நின்று எதிர்ப்பதாகச் சபதம் மேற்கொண்டனர்.[2]

அதே நாளில், இந்தியாவின் வணிகத் தலைநகரான பம்பாயின் புகழ்பெற்ற வார இதழ் ஒன்று, இரட்டை ஸ்கூப்களாக, இந்திரா காந்தி, ஜெயப்பிரகாஷ் நாராயண் ஆகிய இருவரது பேட்டிகளுடனும் கடைகள் அனைத்திலும் இடம் பெற்றது. பேட்டி கண்டவரிடம் பிரதமர், 'ஜனதா கட்சியினர் எனக்கு எதிராக மட்டுமே ஒன்றுசேர்ந்துள்ளனர். எந்தவிதமான ஆக்கப்பூர்வமான திட்டத்தின் மீதுமல்ல' என்றார். 'புதிய பெயரால், பழைய நோக்கத்தை, அதாவது இந்திரா காந்தியை ஒழிப்பதை, மறைக்கமுடியவில்லை' என்றார். ஜேபி தன்னுடைய பேட்டியில், 'ஜனதா கட்சி ஒன்றும் காங்கிரஸைவிடக் குழப்பமான கலவை அல்ல' என்றார். 'ஏனென்றால் ஆளுங்கட்சிக்கு உள்ளேயே, எல்லாவிதமான, தனி லாப நோக்குடையவர்களும் உள்ளனர். உள் வேறுபாடுகள் பொங்கிக் கொண்டிருக்கின்றன' என்றார். வார இதழ் வாசகர்களுக்கு என்ன சொல்ல

விரும்புகிறார் என்று கேட்டபோது, அவர், 'நீங்கள் அச்சமின்றி வாக்களிக்க வேண்டும். எதிர்க்கட்சிக்கு வாக்களித்தால் நீங்கள் சுதந்தரத்துக்கு வாக்களிக்கிறீர்கள். காங்கிரசுக்கு வாக்களித்தால் நீங்கள் சர்வாதிகாரத்துக்கு வாக்களிக்கிறீர்கள்' என்றார்.[3]

1973-75 ஆண்டுகளின் முக்கியமான கதாநாயகர்களே 1977 தேர்தல்களின் முக்கியமான பிரசாரகர்கள். தன் வயதையும் உடல் நலத்தையும் பொருட்படுத்தாமல் ஜேபி ஓயாது பயணம் செய்தார். பிப்ரவரி 21-க்கும், மார்ச் 5-க்கும் இடையே டயாலிசிஸ் இயந்திரத்துடன் செலவிட்ட நேரம் போக, மற்ற நேரங்களில் பாட்னா, கல்கத்தா, பம்பாய், சண்டிகர், ஹைதராபாத், இந்தூர், பூனா, ரத்லாம் ஆகிய இடங்களில் பேசினார். எங்கும் அவர் மக்களை, 'காங்கிரஸ் மீண்டும் ஆட்சிக்கு வந்தால் இதுதான் கடைசியான சுதந்தரத் தேர்தலாக இருக்கும். அப்படியானால் பத்தொன்பது மாதச் சர்வாதிகாரம் என்பது பத்தொன்பது வருட பயங்கரமாகிவிடும்' என்று எச்சரித்தார்.[4] திருமதி காந்தி தன் உரையில், தன் கட்சி ஒரு குடும்பத்தின் ஏகபோக உரிமை என்பதை மறுத்தார். எப்படியும் ஒப்பீட்டு நோக்கில் பார்த்தால், வேறு எந்தக் குடும்பமும், தொண்டிலும் தியாகத்திலும், சிறந்து இருந்திருக்க முடியாது என்றார். அவசரநிலையின்போது சில அத்துமீறல்கள் இருந்திருக்கலாம் என்பதை ஏற்றுக்கொண்டவர், எனினும் அவ்வாட்சி அப்போது அவசியமாக இருந்தது என்று தன் செயலுக்கு நியாயம் தேடினார். 'நம்மைக் குற்றம் காண்பவர் குறித்துக் கவலையில்லை. நம் உறுதியான கொள்கைகள், திட்டங்கள், தத்துவங்கள் ஆகியவை வழிநடத்தும் சரியான பாதையில் முன்னேறவேண்டும்' என்றார்.[5]

தவிர்க்க இயலாதபடி, குறைந்தபட்சம் வட இந்தியாவில் மட்டுமாவது, கொள்கைகள் மற்றும் திட்டங்கள்மீதான, குறிப்பாக கட்டாயக் குடும்பக் கட்டுப்பாடு என்ற ஒரு திட்டத்தின் மீதான வாக்களிப்பாகத் தேர்தல்கள் மாறின. ஒரு பத்திரிகையாளர் கூறியவாறு, 'கட்டாய வாசெக்டமி அறுவை சிகிச்சைக்கு எதிராகக் கொழுந்துவிட்டு எரியும் உணர்வுகள் இருந்தன. இந்தத் தீவிரமான, உணர்ச்சிகரமான, வெடித்துக் கிளம்பிய பிரச்னை, எல்லாவித எரிச்சல்களுக்கும் எதிர்ப்புகளுக்கும் மையம் ஆனது.' வாக்காளர்கள், காங்கிரஸ் வேட்பாளர்களின் குடும்பக் கட்டுப்பாட்டு அறுவை சிகிச்சைச் சான்றிதழ்களைக் காட்டுமாறு கேட்டனர். அப்படிக் காட்ட முடியாதவர்களை வெளியேறுமாறு கேட்டுக்கொண்டனர். எதிர்ப்பாளர்களின் தேர்தல் கோஷங்களும் இந்தப் பிரச்னையைப் பெரிதாக்கியது. இவை, காங்கிரஸை, 'அரசாங்க மலட்டு மையம்' என்று முத்திரை குத்தி, அந்தக் கட்சியை மீண்டும் தேர்ந்தெடுத்தால் கட்டாயக் கருத்தடை மீண்டும் கொண்டுவரப்படும் என்று பய முறுத்தின. மற்ற கோஷங்கள், திட்டத்தை முன்னின்று செயல்படுத்திய வர்கள்மீது திரும்பின. 'காந்தி, நேரு தேசத்தில் யார் இந்த வேடதாரி சஞ்சய் காந்தி?' என்றது ஒரு கோஷம். இந்தத் தேர்தல் பிரசாரங்களில், பதவி உயர்வு நிறுத்தப்பட்ட, மிகக்கடுமையாக இடமாறுதலுக்கு உட்பட்ட, நிர்வாகத்தால் நிர்ணயிக்கப்பட்ட அளவுக்கு ஆண்களைக் கட்டாய அறுவை சிகிச்சைக்குக்

கொண்டுவராத ஆசிரியர்களும் கீழ்நிலை அலுவலர்களும் பெரும் பங்காற்றினர்.⁶

1977 மார்ச் 29 இரவே, செய்திகள் வரும்போதே, அவை தில்லி செய்திப் பத்திரிகை அலுவலகங்களின் வெளியே ஒட்டப்பட்டன. 'காங்கிரஸ் கட்சியின் முக்கியஸ்தர்கள் ஒருவர்பின் ஒருவராகக் கவிழ்ந்தபோது, ஜனதாவுக்கு ஆதரவான ஒருதலைப்பட்சமான மக்கள் கூட்டம் மகிழ்ச்சியில் ஆரவாரித்தது' என்று மறுநாள் செய்திப் பத்திரிகைகள் செய்தி வெளியிட்டன. திருமதி காந்தி, அவருடைய பாதுகாப்பான தொகுதியான ரே பரேலியில் தோல்வியடைந்த செய்தி அறிவிக்கப்பட்டவுடன் மக்கள் கூட்டம் கூட்டமாக, உற்சாகமாகக் கோஷமிட்டு பட்டாசு வெடிக்க ஆரம்பித்தனர். சஞ்சய் காந்தியின் தோல்விச் செய்தி இதைவிட அதிகமான கோஷங்களையும் உற்சாகத்தையும் வெளிக் கொண்டுவந்தது. திருமதி காந்தி தன் பழைய பகையாளியும் எதிர் வழக்காடிய வருமான ராஜ்நாராயணிடம் தோற்றுப்போனார். பக்கத்துத் தொகுதியான அமேதியில் சஞ்சய், பெயர் தெரியாத ஒரு மாணவர் தலைவரிடம் தோற்றார்.⁷

தாய்-மகன் தோல்வி உத்தரப் பிரதேசத்தில் காங்கிரசின் படுதோல்வியின் ஒரு பகுதியே. அது மாநிலத்தின் 85 தொகுதிகளையுமே இழந்தது. பிகாரிலும் மொத்தமுள்ள 54 தொகுதிகளிலும் தோற்றது. இவை அனைத்திலும் ஜனதா-சி.எப்.டி கூட்டணி வெற்றிபெற்றது. ராஜஸ்தானில் 25 இடங்களில் காங்கிரஸ் ஒன்றை மட்டுமே வென்றது. மத்தியப் பிரதேசத்திலும் 40-க்கு ஒன்றே கிடைத்தது. இந்த இழப்புகளை, தென் இந்தியாவில் பெற்ற பெரும் வெற்றிகளால் ஓரளவு ஈடுசெய்ய முடிந்தது. அங்கு அவசரநிலை மக்களை அதிகமாக பாதிக்கவில்லை. ஆந்திரப் பிரதேசத்தில் 42 இடங்களில் காங்கிரஸ் 41 இடங்களை வென்றது. கர்நாடகாவில் 28-ல் 26-ஐயும், கேரளாவில் 20-ல் 11-ஐயும், தமிழ் நாட்டில் 39-ல் 14-ஐயும் வென்றது. தெற்கில் ஜனதா அலை எந்த பாதிப்பையும் ஏற்படுத்தவில்லை. ஆனால், வட இந்தியாவில் அதிகமான மக்கள்தொகை காரணமாக, மொத்தக் கணக்கீட்டில் காங்கிரஸ் பெரும்பான்மை பெற முடியவில்லை. அவர்கள் அவையின் 540 இடங்களில் 153 இடங்களை மட்டுமே பெற்றனர். அது 1971 தேர்தல்களில் பெற்ற இடங்களைவிட 200-க்கும்மேல் குறைவு. மறுபக்கத்தில் ஜனதா-சி.எப்.டியின் 298 வேட்பாளர்கள் வெற்றி பெற்றனர்.⁸

தேர்தல்கள் பிராந்திய அடிப்படையிலான வேறுபாட்டையும் இன, மதச் சார்புகளையும் வெளிக்காட்டின. ஆளுங்கட்சியின் விசுவாசமான ஓட்டு வங்கிகளாகக் கருதப்பட்ட இரு பிரிவுகள் காங்கிரஸைக் கைவிட்டன. ஒன்று, ஜகஜீவன் ராம் கட்சி மாறியதால், அட்டவணை வகுப்பினர் பலர், ஜனதாவுக்கு மாறியது. இரண்டாவது பிரிவினர் முஸ்லிம்கள். அவர்கள், சஞ்சயின் விருப்பமான திட்டத்தால் பெருந்துன்பத்துக்கு ஆளாகியிருந்தனர். தேர்தல் அறிவிக்கப்பட்டவுடன் தில்லியின் பெரும் மசூதியான ஜுமா மசூதியின் செல்வாக்குள்ள இமாம், முஸ்லிம்களை காங்கிரசுக்கு எதிராக வாக்களிக்கக் கோரினார். அவர்கள் பெரும்பாலும் அவ்வாறே செய்தனர். இதனால் கட்சி வட இந்தியாவில் மிக மோசமான அளவில் தோற்றது.⁹

நடுநிலை விமர்சகர்கள் 'ஜனதா அலை' பற்றிப் பேசினர். நடுநிலை அற்ற வர்கள் 'புரட்சி' என்றனர். நாட்டின் முப்பதாண்டு வரலாற்றில் காணாதவாறு, முதல் முறையாக காங்கிரஸ் அல்லாத ஒரு கட்சி மத்தியில் ஆட்சி செய்யப் போகிறது. 1977-ல் உயிரோடு இருந்த எந்த இந்தியரும், நாட்டின் பிரதான அரசியலில், காங்கிரஸ் ஆளும் கட்சியாக இல்லாததைப் பார்த்திருந்ததில்லை. நேரு அல்லது இந்திரா காந்தி அதன் முதன்மைத் தலைவராக இல்லாததை வெகு சிலரே அறிந்திருந்தனர்.

தேர்தல் முடிவுகள் பலருக்கு மகிழ்ச்சியாக இருந்தன. சிலருக்குக் கோப மூட்டின. ஆனால் எல்லோருக்கும் வியப்பை அளித்தன. தன் நண்பர் ஒருவருக்கு எழுதிய கடிதத்தில், திருமதி காந்தி, தன் தோல்விக்கு, சில தீய சக்திகளைக் காரணமாகக் காட்டினார். 'நான் அதீதமாகக் கற்பனை செய்து கொண்டு செயல்படுவதாக மக்கள் நினைத்துவந்துள்ளனர். ஆனால் தீவிரமான சதி ஒன்று இருந்துவந்தது. அது ஒரு கட்டத்தில் எங்களை வீழ்த்திவிட்டது' என்று எழுதினார்.[10] அவருடைய உறுதியான ஆதரவாளரான ஒரு பத்திரிகை ஆசிரியர் அதிக நம்பிக்கையுடன் எழுதினார். வின்ஸ்டன் சர்ச்சிலைப்போல, இந்திரா காந்தியும் தன் நாட்டை வெற்றிக்கு அழைத்துச் சென்றார். அதற்காக அவரைப்போல வாழ்த்தப்பட்டார். அவரைப் போலவே, நன்றிகெட்ட மக்களால் பதவியிலிருந்து தூக்கி எறியப்பட்டார். இதில் திருமதி காந்திக்கு ஓர் ஆறுதலும் அவரை வீழ்த்தியவர்களுக்கு ஒரு பாடமும் உண்டு. ஜனதா-சி.எப்.டி ஆட்சி, விரைவில், 'உறுதிமொழிகள் மிட்டாய்கள் போன்றவை. ஆனால் செயல்பாடு, கசப்பான மருந்தைப் போன்றது என்பதை அவர்கள் விரைவில் அறிந்துகொள்வார்கள். மக்கள் உறுதியற்று மாறக் கூடியவர்கள். இன்று ஆதரித்து ஆரவாரம் செய்வோர், நாளையே கேலி செய்து கல் எறிபவர்களாக மாறக்கூடும்.'[11]

II

காங்கிரஸைப் போலன்றி ஜனதா கட்சி ஒரு தலைவரின்கீழ் தேர்தல்களில் போட்டியிடவில்லை. தேர்தல் முடிவுகள் வந்த பிறகு யாரைப் பிரதமராகத் தேர்வு செய்வது என்பதில் சர்ச்சைகள் தோன்றின. வட இந்தியாவில் கிடைத்த பெரும் வெற்றி காரணமாக, சரண் சிங்தான் நியாயமான தேர்வு என்று அவருடைய ஆதரவாளர்கள் கருதினர். ஜகஜீவன் ராமின் கட்சி மாறுதல்தான் தேர்தல் முடிவை மாற்றியது என்பதால் அவரையே தேர்ந்தெடுக்கவேண்டும் என்று அவருடைய ஆதரவாளர்கள் விரும்பினர். மறுபக்கம், 1964-லும் 1967-லும் பிரதமர் பதவிக்கு வெகு அருகில் வந்திருந்த மொரார்ஜி தேசாய் இருந்தார்.

மார்ச் மாதக் கடைசி வாரம் மூன்று வேட்பாளர்கள் சார்பிலும் தீவிரமாக ஆதரவு திரட்டப்பட்டது. முடிவில் ஜனதாவின் பின்னணியில் இருந்த மூத்தோர் களான ஜேபி, கிருபளானி ஆகியோரிடம் தேர்வை விட்டுவிடுவது என்று

முடிவு செய்யப்பட்டது. அவர்கள் தேசாயைத் தேர்ந்தெடுத்தனர். அவரிடம் இணையற்ற நிர்வாக அனுபவம் இருந்தது; அப்பழுக்கற்றவராகவும் இருந்தார். ஜகஜீவன் ராமுக்கு மதிப்புமிக்க பாதுகாப்புத் துறையும் சரண் சிங்குக்கு சக்தி வாய்ந்த உள்துறையும் கிடைத்தது. முன்னாள் நிர்வாக அதிகாரி எச்.எம். படேலுக்கு நிதித் துறையும் ஜனசங்கத் தலைவர் அடல் பிகாரி வாஜ்பாய்க்கு வெளியுறவுத் துறையும் தரப்பட்டன.

புதிய அரசின் கொள்கைகள் எவையாக இருக்கும் என்று ஊகம் செய்வது கடினமாக இருந்தது. ஏனெனில் கட்சிகளுக்கு இடையேயும் மந்திரி சபையிலும் சிந்தனைகள் குழப்பக் கலவையாக இருந்தன: 'சிலர் நேருவைக் கண்டிப்பவர்கள், சிலர் அவரைப் புகழ்பவர்கள். சிலர் சர்வ வல்லமை படைத்த பொதுத்துறையை விரும்புபவர்கள், சிலர் ஜப்பானிய அமெரிக்க மாதிரிகளைத் தீவிரமாக முன்வைப்பவர்கள். சிலர் கனரகத் தொழில்களின் அவசியத்தை வேண்டுபவர்கள்; பிறர் 'கிராமங்களுக்குத் திரும்புங்கள்' என்ற கொள்கையால் கவரப்பட்டு, அதை விரும்புபவர்கள்.'[12] சரண் சிங்குக்கு அளிக்கப்பட்டிருந்த முக்கியத்துவம், நகரங்களுக்கு எதிரான போக்கைக் காட்டியது. தொழில்துறை நிபுணர்களைவிட அதிகமாக விவசாய நிபுணர் களால் திட்டக்குழு நிரப்பப்பட்டது. சோஷலிஸ்டுகளின் முக்கியத்துவம், அந்நிய முதலீடுகளுக்குப் போதாத காலம் என்பதைக் காட்டியது. தொழி லமைச்சராக இருந்த தீவிர தொழிற்சங்கத் தலைவர் ஜார்ஜ் ஃபெர்னாண்டஸ், அமெரிக்கப் பன்னாட்டு நிறுவனங்களான கோகோ கோலா, ஐ.பி.எம் இரண்டும் நாட்டிலிருந்து வெளியேற்றப்படும் என்று அறிவித்தார். (பிறகு அவ்வாறே நடந்தது.)

ரயில்வே அமைச்சராக நியமிக்கப்பட்டவர், நடைமுறைவாதியான மது தண்ட வதே. மற்ற எந்தத் துறையையும்விட மிக அதிகமான இந்தியர்களுக்கு இந்தத் துறை சேவை அளித்துவந்தது; அதையும் சரியாகச் செய்யவில்லை. அவரும் ஒரு சோஷலிஸ்டுதான். ஆனால் அவருடைய சோஷலிஸம் ஏழைகளுக்கு ஆதரவாக, பணக்காரர்களுக்கு எதிராக மேடையில் முழங்குவது அல்ல. அவரே சொன்னதுபோல, அவர் 'செய்ய விரும்புவது முதல் வகுப்பைத் தரம் குறைப்பதல்ல, இரண்டாம் வகுப்பை உயர்த்துவது.' ரயில்வேயில் கணினி வழியிலான பயண முன்பதிவுகளை அவர் கொண்டுவந்தார். அதன்மூலம் டிக்கட் கொடுக்கும் எழுத்தர்களின் ஊழலைக் குறைத்து, பயணிகள் அனுபவித்துவந்த நிச்சயமற்ற தன்மையைப் போக்கினார். பழுதடைந்த 5,000 கிலோமீட்டர் பாதைகளைச் செப்பனிட அல்லது புதிதாக அமைக்க முற்பட்டார். அவருடைய அதி முக்கியமானதும் நெடுநாள் பலன் விளை விப்பதுமான திட்டம், தூங்கும் வசதி கொண்ட பெட்டிகளில் மரப்பலகைப் படுக்கை மீது இரண்டு அங்குல மெத்தைகளை அமைத்ததுதான். அதன்மூலம் ரயில்களின் இரண்டாம் வகுப்புப் பிரிவில் இருப்போர், முதல் வகுப்புப் பிரிவில் இருப்போர் அனுபவிக்கும் வசதிகளுக்கு அருகில் வந்தனர். முதலில், இதை முக்கியப் பெருவழிகளில் அறிமுகம் செய்து, உரிய காலத்தில்

படிப்படியாக எல்லா ரயில்களிலும் நடைபெறச் செய்து, பல கோடி பயணிகளுக்குப் பலன் அளிக்கச் செய்தார்.[13]

அரசின் ஆரம்பக் காலங்களில் வெளியுறவுக் கொள்கைகளில் என்ன மாற்றம் நிகழும் என்பது குறித்து நோக்கர்கள் ஆர்வமுடன் காத்திருந்தனர். தேர்தல் முடிவுகள் அறிவிக்கப்பட்ட மறுநாள் நியூ யார்க் டைம்ஸ், 'மேற்கு பற்றிய காங்கிரசின் போக்கு, ஏளனமான உயர்வு மனப்பான்மையிலிருந்து, பொருட்படுத்தாத நிலைக்குத் தாவி, அங்கிருந்து கடும் பகைமையை நோக்கிச் சென்றது. ஜனதா கூட்டணியைப் பார்க்கும்போது, அவர்கள் அமெரிக்காவுடன் நட்பாக இருப்பார்கள் என்றும் சோவியத் யூனியனிடமிருந்து சற்றே விலகியே இருப்பார்கள் என்றும் எதிர்பார்க்கலாம்' என்று எழுதியது. 'அமெரிக்க நிபுணர்கள், சோவியத் யூனியனுக்கு எதிராக, சீன-இந்திய-அமெரிக்கக் கூட்டணி ஒன்றைப் பற்றி ஆவலுடன் இருக்கிறார்கள். அவர்கள் ஜனதாவின் வெற்றி, வாஷிங்டனுக்கு, காற்றடித்து விழுந்த கனி என்று கருதுகிறார்கள்.'[14]

இங்கே அவர்கள் செய்த தவறு, ஒரு குடும்பத்தை நாடு முழுவதுடனும் ஒன்றாகப் பார்த்ததுதான். ஜவாஹர்லால் நேருவும் அவருடைய மகளும் கொண்டிருந்த தனியான விருப்பமே, சோவியத் யூனியனுடனான இந்தியா வின் நட்புக்குக் காரணம் என்று வாஷிங்டன் நம்பியது. ஆனால், உண்மையில் அமெரிக்காவின் கடுமையான பாகிஸ்தான் ஆதரவுக் கொள்கையும், கடிவாளமற்ற முதலாளித்துவத்தின் மீதான இந்திய அறிவுஜீவிகளின் வெறுப் புமே, இந்தியாவை அமெரிக்காவின் உள்நோக்கங்கள் குறித்து அவநம்பிக்கை கொள்ள வைத்தன. மேலும் சீனாவிடமிருந்து அச்சுறுத்தல் என்றால் புது தில்லியால் மாஸ்கோவை ஒதுக்கிவிட முடியாது.

ஜனதா தலைவர்கள் அமெரிக்கர்களுக்காக ரஷ்யர்களை நிராகரிக்க விரும்ப வில்லை. இந்த வல்லரசுகளோடு கொள்கை ரீதியில் சமமான தூரத்தில் இருக்க விரும்பினர். செல்வாக்குள்ள பத்திரிகை ஆசிரியர் அஜீத் பட்டாச்சார்ஜி (ஜேபியின் வாழ்க்கை வரலாற்றாளர்) குறிப்பிட்டதுபோல, 'புதிய அரசின் சவால், இத்தனை ஆண்டுகளாக அணிசேராக் கொள்கை, மாஸ்கோ பக்கம் சாய்ந்திருப்பதைச் சரிசெய்வது; அப்படிச் செய்யும்போது முடிந்தவரையிலும் மாஸ்கோவுக்குக் கோபம் வராமல் பார்த்துக்கொள்வது.'[15] எனவே, 1977 அக்டோபரில் மொரார்ஜி தேசாயும் வாஜ்பாயும் சோவியத் யூனியனுக்குச் சென்று, இரு நாடுகளுக்கும் இடையே உள்ள உறவு, குடும்ப உறவைவிட மேலானது என்பதை அடிக்கோடிட்டு உறுதிசெய்ய முனைந்தனர்.

அதே சமயம், மறுபக்கத்துடன் உறவுகளைப் புதுப்பித்துக்கொள்ளும் முயற்சி களும் மேற்கொள்ளப்பட்டன. மேற்கத்திய சார்பானவரும் சுதந்தரச் சந்தையில் ஈடுபாடு கொண்டவருமான சட்ட அறிஞர் நானி பால்கிவாலா என்பவர் வாஷிங்டனுக்கான இந்தியத் தூதராக அனுப்பப்பட்டார். பதிலாக, 1978 ஜனவரியில் ஜிம்மி கார்ட்டர் இந்தியாவுக்கு வந்தார். அவரே, ஐசனோ வருக்குப் பிறகு இந்தியா வந்த முதல் அமெரிக்க ஜனாதிபதி. இந்திய நாடாளு மன்றத்தில் அவர் ஆற்றிய உரையில் 'அடிப்படை விழுமியங்களில் உள்ள

பொதுத்தன்மை' பற்றியும், எப்படி இரு நாடுகளும் 'தீவிர நெருக்கடிகளை'த் தாண்டி வந்துள்ளன (வாட்டர்கேட், அவசரநிலை) என்றும் அவற்றையும்மீறி எப்படி அவை தம்முடைய ஜனநாயக உறுதிப்பாட்டை நிலைநிறுத்தியுள்ளன என்பதையும் குறிப்பிட்டார். பிறகு தான் தயாரித்துவந்த உரையிலிருந்து விலகி, எப்படி மார்ட்டின் லூதர் கிங்கின் ஒத்துழையாமை உரிமைப் போராட்டங்கள், மகாத்மா காந்தியின் கொள்கைகளுக்குக் கடன்பட்டிருக்கின்றன என்பதைக் குறிப்பிட்டார்.[16]

ஜனதா அரசு இந்தியாவின் அண்டை நாடுகளுடனும் உறவுகளை மேம்படுத்த முனைந்தது. 1977 நவம்பரில் இந்தியாவும் பங்காளதேசமும் கங்கை நதி நீர்ப் பங்கீடு பற்றிய ஒரு ஒப்பந்தத்தில் கையெழுத்திட்டன. அதன்படி, நீர்வரத்து குறைந்த காலத்தில், இந்தியாவுக்கு 20,500 கன அடி நீரும் பங்களாதேசத்துக்கு 34,000 கன அடி நீரும் கிடைக்கும். இந்த ஒப்பந்தம், மேற்கு வங்க அரசின் எதிர்ப்பையும் மீறிக் கையெழுத்து ஆனது. கல்கத்தா துறைமுகத்துக்குப் போதிய நீர் வரத்து இல்லாவிட்டால், அது மணல் மேடாகிவிடும் என்று மேற்கு வங்கம் அஞ்சியது.[17] 1978 பிப்ரவரியில் வெளியுறவு அமைச்சர் வாஜ்பாய், பாகிஸ்தானுக்குச் சென்றார். அங்கு அவர் சர்வாதிகாரி ஜியா-உல்-ஹக் உள்பட அனைவரையும் மகிழ்வித்தார். ஜனசங்கத்தில் வளர்ந்த ஒருவர் முஸ்லிம்களிடம் வெறுப்புமிக்க போக்கை வெளிப்படுத்துவார் என்று அவர்கள் நினைத்துக்கொண்டிருந்தனர்.[18] ஓராண்டுக்குப் பிறகு வாஜ்பாய் சீனாவுக்குச் சென்றார். 1962 போருக்குப் பிறகு உயர் பதவியில் உள்ள இந்தியர் ஒருவர் சீனா செல்வது அதுவே முதல் தடவை. ஆனால், இந்தச் சமயத்தில் சீனா, வியட்நாம்மீது போர் தொடுத்திருந்தது. இந்தியாவின் நீண்டகால நேசநாடான வியட்நாம்மீதான தாக்குதல், வாஜ்பாயியின் பயணத்தில் கசப்புணர்வையே ஏற்படுத்தியது.

பொருளாதாரக் கொள்கையில், ஜனதா அரசாங்கத்தில் ஒற்றுமையின்மையே இருந்தது. வெளியுறவுக் கொள்கையில் இந்த ஒற்றுமையின்மை சற்று அதிகமாகவே இருந்தது. ஆனால், முன்னால் பிரதமரை என்ன செய்யவேண்டும் என்பதில் மாத்திரம் அதீதமான கருத்தொற்றுமை நிலவியது. அவசரநிலையை நடைமுறைப்படுத்தியதற்கான எதிர்விளைவுகளை திருமதி காந்தி அனுபவித்தே ஆகவேண்டும் என்பதில் ஜனதா தலைவர்கள் உறுதியாக இருந்தனர். எட்டுக்கும் குறையாத விசாரணை கமிஷன்கள் அமைக்கப்பட்டன. ஒவ்வொன்றுக்கும் ஓய்வு பெற்ற நீதிபதி ஒருவர் தலைவராக நியமிக்கப்பட்டார். பல, காங்கிரஸ் முதல்வர்கள்மீதான ஊழல்கள் குறித்து விசாரித்தன. ஒரு குழு, ஜேபி சிறையில் நடத்தப்பட்ட விதம் குறித்து விசாரித்தது. நகைப்புக்கு இடமாக, ஒரு குழு சோஷலிஸ்ட் தலைவர் (காங்கிரஸ் எதிர்ப்பைத் தொடங்கியவரும் இவரே) ராம் மனோகர் லோகியா 1967-ல் அரசு மருத்துவமனையில் சரியாக நடத்தப்படாததை விசாரித்தது. சஞ்சய் காந்தியின் மாருதி கம்பெனி பற்றி விசாரிக்கவும் ஒரு குழு அமைக்கப்பட்டது.

அவசரநிலையின் போது எல்லைமீறி நடந்தவர்களைத் தண்டிப்பதற்காக, மிக விரிவான விசாரணை வீச்சு கொண்டதாக அமைக்கப்பட்டது ஷா கமிஷன்.

முன்னாள் உச்ச நீதிமன்றத் தலைமை நீதிபதி ஜே.சி. ஷா, அதன் தலைவர். அது மத்திய தில்லியின் பாடியாலா இல்லத்தில் நீதிமன்ற அறையில் கூடியது. அங்கு வெள்ளைத் தலைமுடியுடன் ஷா உயர்ந்த மேடையில், பக்கத்தில் இரு உதவியாளர்களுடன் அமர்ந்திருந்தார். அவருக்குக் கீழே மேஜைமீது ஒரு மைக்ரோஃபோன்முன் அன்று சாட்சி சொல்லவேண்டியவர் உட்கார்ந்திருந் தார். பெரும்பாலும் பத்திரிகையாளர் அடங்கிய ஒரு கூட்டம் அந்த சாட்சி சொல்வதைக் கேட்டுக்கொண்டிருந்தது.[19]

முதல் சில மாதங்களில் ஷா கமிஷன் பல சாட்சிகளை விசாரித்தது: அதிகார வர்க்கத்தினர், போலீஸ் அதிகாரிகள், நகராட்சி அலுவலர்கள், திருமதி காந்தியின் மந்திரிசபை உறுப்பினர்கள். ஆனால் அந்த அம்மையார் சாட்சி சொல்ல மறுத்துவிட்டார். மூன்று முறை சாட்சிக்கூண்டுக்கு அவர் அழைக்கப் பட்டார். மூன்று முறையும் அவர் வந்தார். ஆனால், மந்திரிசபையின் ரகசிய வாக்குப் பிரமாணம் காரணமாக, கேள்விகள் எவற்றுக்கும் பதில் சொல்ல முடியாது என்று சொல்லிவிட்டார். அவசரநிலையின்போது தண்டிக்கப்பட்ட ஒரு பத்திரிகை, 'இது கமிஷன் நடவடிக்கைகளைக் கேலிக்கூத்தாக்கும் ஒரு முயற்சி' என்றது.[20] மறுபக்கத்தின்மீது கனிவுள்ள ஒரு பத்திரிகையாளர், 'ஷா கமிஷன் விசாரணை, நியூரம்பர்க் விசாரணைபோல இருக்கும் என்று அமைக்கப்பட்டது. மாறாக, இந்த விசாரணை ஒரு தமாஷா ஆகிவிட்டது. அதன் கதாநாயகி (அல்லது வில்லி) வருவதே இல்லை. மாறாக, சிறு சிறு வில்லன்களும் நகைச்சுவை நடிகர்களும் மேடையை ஆக்ரமித்துக்கொள் கிறார்கள். இந்த விசாரணை, தனது விளம்பர மதிப்பையும் இழந்து வருகிறது. தொலைக்காட்சி, வானொலி வர்ணனைகளில் மக்கள் ஆர்வம் இழந்து விட்டனர். ஷா கமிஷன் என்ற பெயரைக் கேட்டதுமே அவற்றை அணைத்து விடுகிறார்கள்' என்று குறிப்பிட்டார்.[21]

III

மத்தியில் ஆட்சி மாற்றம் மாநிலங்களிலும் ஆட்சி மாற்றத்துக்கு முன் அறிவிப்பு கூறியது. 1971-ல் திருமதி காந்தியின் வழிகாட்டலை அடியொற்றி, வட இந்தியாவின் பொதுத் தேர்தல் முடிவுகள், மாநில அரசுகள்மீது மக்கள் நம்பிக்கையை இழந்துவிட்டார்கள் என்பதைச் சுட்டுவதாகக் காரணம் காட்டி, ஜனதா அரசு, அந்த மாநில அரசுகளைக் கலைக்க உத்தரவிட்டது. உத்தரப் பிரதேசம், மத்தியப் பிரதேசம், ராஜஸ்தான், பிகார் மாநிலங்களில் நடைபெற்ற புதிய தேர்தல்களில் ஜனதா எளிதில் வென்றது.

இன்னும் சில மாநிலங்களிலும் மாறுதல்கள் ஏற்பட்டன. மேற்கு வங்கத்தில் இடதுசாரிக் கட்சிகளின் கூட்டணி, வசதியான பெரும்பான்மையுடன் ஆட்சிக்கு வந்தது. சி.பி.எம் மட்டுமே, 294-ல் 178 இடங்களை வென்றது. அதன் கூட்டணிக் கட்சிகள் மேலும் 52 இடங்களைப் பெற்றனர். முன்பு 1967, 1969 ஆண்டுகளில், சி.பி.எம் கட்சி, கம்யூனிஸ்ட் அல்லாத கட்சிகளுடன்

ஆட்சியைப் பங்கு போட்டுக்கொண்டது. உறுதியற்ற அந்தக் கூட்டணி ஆட்சிகள், புது தில்லி அனுப்பிய சாணக்கிய ஆளுநர்களிடம் விரைவிலேயே செயலிழந்து போயின. இப்போது அவர்களுக்கு அத்தகைய சிக்கல் ஏதுமில்லை. பூர்ஷ்வா அமைப்புகளுக்கு மத்தியிலேயே அவர்களால் இப்போது சீர்திருத்தத்தைச் செய்யமுடியும்.[22]

புதிய முதல்வர் ஜோதி பாசு, லண்டன் மிடில் டெம்பிலில் வக்கீலுக்குப் படித்தவர். 1960-களின் ஐக்கிய முன்னணி-இடதுசாரி முன்னணி அரசுகளில் இரண்டாம் இடத்தில் இருந்தவர். அவருடைய மந்திரி சபையில் இருந்த மற்றவர்கள் உயர் வர்க்கத்தினராக அல்லாமல் விவசாய, தொழிலாளி பின்னணிகளிலிருந்து வந்தவர்கள். விவசாயச் சீர்திருத்தமே அவர்களது முதல் இலக்காக இருந்தது. வங்காளத்தின் கிராமப் பகுதிகளில் பெரும்பாலான நிலங்களைப் பயிரிட்ட பர்காதாரர்களுடைய உரிமைகளை (நிலம் அவர்களுக்குச் சொந்தம் அல்ல, அறுவடையில் பங்கு மட்டுமே சொந்தம்) சட்டபூர்வமாக ஆக்குவதில் முனைப்பு காட்டியது. புதிய அரசின் 'ஆபரேஷன் பர்கா' என்ற திட்டம், அவர்களுடைய உரிமைகளைப் பதிவு செய்வதிலும் அவர்கள் வைத்துக்கொள்ளக் கூடிய பங்கை அதிகரிப்பதிலும் பணியாற்றியது. முன்பு, நிலத்தின் சொந்தக்காரர்கள் பர்காதாரர்களிடமிருந்து பாதியோ அல்லது பாதிக்கு மேற்பட்ட பங்கையோ எடுத்துக் கொள்வர். சீர்திருத்தங்களுக்குப் பிறகு, இது 25 சதவிகிதமாகக் குறைக்கப்பட்டு, பர்காதாரர் 75 சதவிகிதத்தை வைத்துக்கொண்டார். இந்தச் சீர்திருத்தங்களால் 10 லட்சம் ஏழை விவசாயிகளுக்கு மேலாகப் பயன்பெற்றனர்.

இதற்கிடையில் இடது முன்னணி, கிராமப் பஞ்சாயத்துத் தேர்தல்களையும் நடத்தியது. பஞ்சாயத்து ராஜ்யம் அல்லது உள்ளாட்சி என்பது அரசின் கொள்கை என்று சொல்லப்பட்டாலும், அது நடைமுறைக்கு வந்ததே இல்லை. 1974-ல் மேற்கு வங்கத்தில் நடத்தப்பட்ட பஞ்சாயத்துத் தேர்தல்களே, தீவிரமாகவும் பரந்த அளவிலும் முதன்முறையாக நடத்தப்பட்டவை. சுமார் 55,000 இடங்களுக்கு நடந்த தேர்தல்களில் இடதுசாரி முன்னணி வேட்பாளர்கள் மூன்றில் இரண்டு பங்கு இடங்களை வென்றனர். குறிப்பாக, கம்யூனிஸ்ட் கட்சி சார்பில் தேர்ந்தெடுக்கப்பட்டோரில் பெரும்பான்மையினர் பர்காதாரர்கள் அல்லர்; சிறு நிலச்சுவான்தார்கள், ஆசிரியர்கள், சமூக சேவகர்கள் ஆகியோர். மார்க்சிஸ்டுகளின் வழக்கமான மொழியில், சிறு பூர்ஷ்வாக்கள். ஆனால் அவர்கள், கட்சி உறுப்பினர்கள் அல்லது அனுதாபிகள். ஆபரேஷன் பர்காவுடன், பஞ்சாயத்துத் தேர்தல்களும் சேர்ந்து, வங்காள கிராமப்புறம் முழுவதும் இடதுசாரி முன்னணியின் பிடியை ஆழமாக வேர்கொள்ள வழிசெய்தது.[23]

தமிழ்நாட்டிலும் ஆட்சிமாற்றம் ஏற்பட்டது. இங்கு திமுக சுமார் பத்தாண்டுகளாக ஆட்சியில் இருந்தது. போலியான காரணங்களுக்காக அவசரநிலையின் போது கலைக்கப்பட்டது. இப்போது அறிவிக்கப்பட்ட தேர்தலில் அவர்களுடைய முக்கியமான எதிரி அஇஅதிமுக; தாய்க்கட்சியிலிருந்து பிரிந்து வந்த அதன் தலைவராக திரைப்பட நடிகர் எம்.ஜி. ராமச்சந்திரன் இருந்தார்.

177

தேர்தலிகளின்போது, திமுகவின் அமைப்புரீதியான வலு, எம்.ஜி.ஆரின் கவர்ச்சிக்கும் வேண்டுகோளுக்கும் ஈடுகொடுக்க முடியாமல் தோற்றுப் போனது. அஇஅதிமுக 130 இடங்களை வென்றது. திமுக 48 இடங்களைப் பெற்றது. எம்.ஜி.ஆர் விரைவாக, பழைய கோஷங்களான, 'வடக்கு/இந்தி மேலாதிக்கம்' இப்போது பொருத்தமற்றது என்பதைத் தெளிவுபடுத்தினார். அவர் மத்திய அரசுடன் நல்ல உறவை விரும்பினார். தமிழ் நாட்டின் முதல்வர், வெள்ளித்திரையில் தன்னை ஏழைகளின் தோழனாகக் காண்பித்திருந்தார். அதற்கு ஏற்ப, தமிழக அரசு, மக்கள் நலம் நாடும் திட்டங்களைச் செயல்படுத்த ஆரம்பித்தது. அவற்றுள் ஒன்று மதிய உணவுத்திட்டம். இதனால், பெண் குழந்தைகள் பள்ளிக்கு வரத் தூண்டப்படுவார்கள் என்ற நம்பிக்கை இருந்தது.[24]

கிழக்கே கம்யூனிஸ்டுகள், பூர்ஷ்வா ஜனநாயகத்துக்குத் தங்களைப் பழக்கப்படுத்திக்கொண்டுவிட்டார்கள். தெற்கே முந்தைய பிரிவினைவாதிகள் இந்திய அரசுடன் அமைதி வழியில் செல்லத் தயாராகிவிட்டார்கள். முன்பு தீவிரமாக எதிர்த்துவந்த மக்கள் இடையேயும் பிராந்தியங்கள் இடையேயும் நம்பிக்கையான முன்னேற்றம் காணப்பட்டது. 1977 கோடையில் மொரார்ஜி தேசாய், நாகா தலைவர் ஃபிஸோவை லண்டனில் சந்தித்தார். உடன்பாடு ஏதும் ஏற்படாவிட்டாலும், இருவரும் அயல்நாடு ஒன்றில் சந்தித்ததே இந்திய அரசாங்கம் அளித்த முக்கியச் சலுகையாகக் கருதப்பட்டது. அவ்வருடத்தின் பிற்பகுதியில் நாகாலாந்தில் சட்டமன்றத் தேர்தல் நடைபெற்றது. பனிமூடிய பள்ளத்தாக்குகளில் இறங்கவேண்டிய அபாயத்தையும் பொருட்படுத்தாமல், 82 வயது தேசாய் தேர்தல் பிரசாரத்துக்காக அங்கு சென்றார். ஒரு செய்திப்பத்திரிகை விமர்சித்ததுபோல, 'அவருடைய பயணம், தேர்தலுக்கு அவர் அளித்த முக்கியத்துவத்தைக் காட்டுவதோடு, பிரிவினை கோரிய ஃபிஸோவும் அவருடைய தொண்டர்களும் முன்வைத்த பிரச்னைகளுக்கு ஒருவழியாக முடிவு கட்டும் என்ற நம்பிக்கைக்குச் சான்றாகவும் அமைந்தது.'[25]

அதே போன்ற தொல்லை தந்த இமயத்தின் மற்றுமொரு மூலையிலும் புதிதாகத் தேர்தல்கள் நடைபெற்றன. அவசரநிலைக்கு முன், திருமதி காந்தியுடன் செய்துகொண்ட ஓர் உடன்பாட்டின்படி, காஷ்மீரில் ஷேக் அப்துல்லா காங்கிரஸ் ஆட்சிக்குத் தலைமை ஏற்றிருந்தார். இரு தனிநபர்கள் இடையே கையொப்பம் இடப்பட்ட ஒரு துண்டுக் காகிதத்தின் சட்டபூர்வ மான தன்மையைச் சோதிக்க, தேர்தலை நடத்துவதில் மொரார்ஜி தேசாய் ஆர்வ மாக இருந்தார். சட்டமன்றம் கலைக்கப்பட்டது. ஷேக் தன் தேசிய மாநாட்டுக் கட்சிக்கு மீண்டும் உயிர் கொடுத்தார். கட்சிக்கு மறு உயிர் கொடுக்கப்பட்டது பெரும் ஆர்வத்தை ஏற்படுத்தியது. ஒரு காஷ்மீரி குறிப்பிட்டதுபோல, 'பள்ளத் தாக்கு முழுவதும் என்.சி கட்சியின் சிவப்புக் கொடிகளால் நிறைந்திருந்தது. ஒவ்வொரு வீட்டிலும் ஒவ்வொரு சந்தையிலும் கொடிகள் இருந்தன.'[26] தேசிய மாநாட்டுக் கட்சி 75 இடங்களில் 46 இடங்களை வென்றது. இது வசதியான பெரும்பான்மை என்றாலும் உண்மை சற்றே வித்தியாசமானது. ஷேக் கட்சியினர் முஸ்லிம் ஆதிக்கம் உள்ள காஷ்மீர் பகுதியில் மாபெரும் வெற்றி பெற்றபோதிலும் இந்துப் பெரும்பான்மை ஜம்மு பகுதியில் 32-ல் 7

இடங்களே கிடைத்தன. ஆயினும், இதுவே சுதந்தரத்துக்குப்பின் மாநிலத்தில் நடத்தப்பட்ட 'உண்மையாகவே நியாயமான, சுதந்தரமான தேர்தல். தாங்களும் நாட்டின் பிற பகுதி மக்களைப் போல, அடிப்படை உரிமைகளை அனுபவிக்கலாம் என்பதை காஷ்மீர் மக்களுக்கு நிரூபித்த தேர்தல்.'[27]

IV

1978-79 குளிர்காலத்தில் ஸ்விஸ் பொருளாதார வல்லுநர் கில்பர்ட் எட்டியன் இந்தியா வந்து, தான் பதினைந்து ஆண்டுகளுக்கு முன் பார்வையிட்டிருந்த கிராமங்களை மீண்டும் சென்று பார்த்தார். ஒருபுறம் வளம் கொழித்த மேற்கு உத்தரப் பிரதேசம், தமிழ்நாட்டு காவிரி டெல்டா போன்ற பகுதிகளையும் மறுபக்கம் குறைவான வளம் கொண்ட அல்லது வளமற்ற கிழக்கு உத்தரப் பிரதேசம், ஒரிஸா போன்ற பகுதிகளையும் பார்வையிட்ட அவர் அவற்றுக்கு இடையே குறிப்பிடத்தகுந்த அளவிலான வேறுபாடுகளைக் கண்டார். கிராமப் புற வள மேம்பாட்டுக்கு முக்கியமான தேவையாக நீர் நிர்வாகம் இருந்தது. பாசன வசதி விரிவுபடுத்தப்பட்ட பகுதிகளில் உற்பத்தி அதிகரித்திருந்தது. அத்துடன் வருமானமும் வாழ்க்கை முறையும் மேம்பட்டிருந்தன. நீர் மட்டு மின்றி முக்கியமான தேவை ரசாயன உரங்கள். அவற்றைப் பயன்படுத்திய பசுமைப் புரட்சி மாவட்டங்களில், உற்பத்தி நான்கு மடங்காக உயர்ந்திருந்தது.

விவசாய வளர்ச்சி, முக்கியமாக முன்னேறி வரும் பிற்பட்ட இனத்தவரையே வளம் பெறவைத்தது என்று எட்டியன் கண்டார். அதாவது, உ.பி.யில் ஜாட் இனத்தவர், பிகாரில் குர்மிகளும் யாதவர்களும், மகாராஷ்டிராவில் மராத்தாக்கள், தமிழ் நாட்டில் வேளாளர்கள். முன்னர் அதிகமான நிலத்தை வைத்திருந்த மேல்சாதியினர் அல்லது முற்பட்ட வகுப்பினர் நகரங்களுக்குக் குடியேறிவிட்டனர். அவர்கள் விட்டுச்சென்ற இடங்களைத்தான் இந்தப் பிற்பட்ட வகுப்பினர் நிரப்ப முயன்றனர். ஆனால் அவர்களுக்குக் கீழிருந்த மக்களின் நிலை வருத்தத்துக்கு உரியதாகவே இருந்தது. சடங்குப் படி நிலையில் அடிமட்டத்தில் இருந்த அட்டவணை வகுப்பினர், முன்னர் 1960, 1970-களில் பயன் பெற்றதுபோல, இப்போது பயன் பெறவில்லை. இத்தகை யோரின் பிரதிநிதிகளாக, பிகாரின் முஸாஹர் சாதியின் குழந்தைகள் முறையான சத்துணவு பெறவில்லை என்றும், அந்தச் சாதியினர் தீவிரமான துயரத்தில் இருந்தனர் என்றும் எட்டியன் கண்டுகொண்டார்.[28]

கிராமப்புற இந்தியாவின் முக்கியமான சக்தி வாய்ந்த திட்டங்களில், பால் உற்பத்தியாளர்கள் கூட்டுறவின்மூலம் பால் உற்பத்தியை அதிகரிக்கும் திட்டம் மிகச் சிறப்பானது என எட்டியன் விவரித்தார். மத்திய குஜராத்தில் ஆனந்த் கிராமத்தில் 1940 வாக்கில் தொடங்கப்பட்ட திட்டத்திலிருந்து இது ஆரம்ப மானது. 1950-களில் ஆனந்த் கிராமம் இருந்த கைரா மாவட்டம் முழுவதும் கூட்டுறவுச் சங்கங்கள் தோன்றின. அவர்கள் உற்பத்தி செய்த பால், எக்ஸ்பிரஸ் ரயில் மூலம் 5 மணி நேரத்தில் பம்பாய் நகரத்துக்குச் சென்றது. (அது

ஆரம்பித்த கிராமத்தின் முதல் எழுத்தைக் கொண்டு, இந்தத் திட்டத்துக்கு அமுல் என்று பெயர்.) இத்திட்டத்தின் வெற்றி, 'ஆபரேஷன் வெள்ளம்' என்ற ஊக்கமூட்டும் பெயரில், நாடு முழுவதும் இதனைப் பரவச் செய்தது. அந்தப் பத்தாண்டின் ஆரம்பத்தில் 1,000 கூட்டுறவுச் சங்கங்கள் 2.4 லட்சம் விவசாயிகளைக் கொண்டு, ஆண்டுக்கு 17.6 கோடி லிட்டர் பாலை உற்பத்தி செய்தன. பத்தாண்டின் இறுதியில், 10 லட்சம் உறுப்பினர்களுடன் 9,000 கூட்டுறவுச் சங்கங்கள் மொத்தத்தில் ஆண்டுக்கு 50 கோடி லிட்டர் பாலை உற்பத்திசெய்து விற்றன.

இந்தப் புள்ளிவிவரங்கள் பசுமைப் புரட்சிபோல இதனை வெண்மைப் புரட்சி என்று பெயரிட்டு அழைக்குமாறு இதன் ஆதரவாளர்களைத் தூண்டியது. பசுமைப் புரட்சியைப் போன்றே, இத்திட்டத்தின் வெற்றிகளும் சமமற்ற முறையிலேயே படர்ந்திருந்தன. நல்ல ரயில், சாலை வசதிகளும், அதிகமான நகர்ப்புற மக்கள்தொகையும் கொண்ட தமிழ் நாட்டில் இத்திட்டம் சிறப்பாகச் செயல்பட்டது. உள்கட்டமைப்பு வசதிகள் மோசமாக இருந்த மாநிலங்களில் பயன் ஏமாற்றம் அளித்தது. எங்கும், நடுத்தர வர்க்க, பணக்கார விவசாயிகளுமே அதிகமான பயனைப் பெற்றனர். அதாவது, அதிக வைக்கோல், பசு, எருமைகளைப் பராமரிக்க அதிக இடம், கடன் பெற அதிகமான வசதி உள்ளவர்கள் மட்டுமே பெரும் பயன் பெற்றனர்.[29]

விவசாயத்தையும் பால் உற்பத்தியையும் வர்த்தகமயமாக்கியதால், கிராமப்புற இந்தியாவில் விவசாயிகளின் குறிப்பிட்ட பகுதியினர் பயன் அடைந்தனர். முக்கியமாக, பொருளாதார லாபம் அவர்களுக்கு அரசியல் ஆசையை ஊட்டியது. 1960-களில் இந்த வளர்ந்துவரும் கிராமப்புறச் சாதிகளே வட இந்திய மாநிலங்களின் நிர்வாகத்தில் கோலோச்சினர். 1970-களில் தேசிய அரசியலிலும் அவர்களுடைய பங்களிப்பு முக்கியமாக இருந்தது. ஜனதா ஆட்சிக்கு வந்ததில், சரண் சிங்கின் தனிப்பட்ட கவர்ச்சியும் கொள்கைகளும் கிராமப்புறச் சக்தியின் உறுதிப்பாட்டை அழுத்தமாகப் பிரதிபலித்தன. ஆனால் அது, ஒரு மனிதருடைய சக்தி என்பதைவிடப் பெரிதாக இருந்தது. 1977 மக்களவைத் தேர்தலுக்குபிறகு 36 சதவிகித நாடாளுமன்ற உறுப்பினர்கள் விவசாயப் பின்னணியிலிருந்து வந்திருந்தனர். இது 1952-ல் 22 சதவிகிதமாக இருந்தது. இதன் விளைவாக அரசின் கிராமப்புறப் பொருளாதாரக் கொள்கைகளில் மாற்றம் ஏற்பட்டு, கோதுமைக்கும் நெல்லுக்கும் அரசாங்கக் கொள்முதல் விலைகள் தொடர்ந்து அதிகரிப்பதிலும் எதிரொலித்தது.[30]

V

இந்த கிராமப்புறச் சக்தியின் எழுச்சியைச் சில விமர்சகர்கள் வர்க்க ரீதியாகப் பார்த்தனர். இதனை நகர-கிராமப் போராட்டமாகப் பார்த்த இவர்கள், தொழிலதிபர்கள்-உழவர்கள் இடையே போராட்டம் வலுக்கும் என்று கருதினர். தொழிலுக்கும் விவசாயத்துக்கும் இடையேயான வணிக

ஒப்பந்தங்களில், முன்னதற்கு இருந்த ஆதரவு, இப்போது பின்னதன் சார்பாகச் சாய ஆரம்பித்துவிட்டது.[31] ஆனால் இதுவும்கூட முக்கியமாக சாதி சார்ந்த போராட்டமாக இருந்தது எனலாம்.

வர்க்கப் போராட்டம் என்பதை விட சாதிரீதியிலானது என்று பார்த்தால், இரு முக்கியமான போராட்ட அச்சுகளை இனம் கண்டுகொள்ள முடியும். ஒன்று அரசியலிலும் நிர்வாகத்திலும். முன்னர், வரலாற்று அடிப்படையில், எழுத்தறிவு, புலமை, வணிகம், அரசியல் அதிகாரம் அனைத்தையும் அனுபவித்த முற்பட்ட வகுப்பினரான பிராமணர்கள், ராஜபுத்திரர்கள், காயஸ்தர்கள், பனியாக்கள் ஆகியோரது முக்கியத்துவத்தில் தலையிட இப்போது பிற்பட்டவர்கள் முயற்சி மேற்கொண்டனர்.

தேசிய இயக்கத்தில் முற்பட்ட வகுப்பினரே முன்னணியில் இருந்ததால், சுதந்தரம் வந்தபிறகு அவர்களே மத்திய, மாநில அரசுகளிலும் ஆதிக்கம் செலுத்தத் தொடங்கினர். பிரதிநிதித்துவ ஜனநாயகம் சிறிது சிறிதாக, படிநிலையில் கீழே, ஆனால் எண்ணிக்கையில் அதிகமாக இருந்தவர்களுடைய உரிமைகளை மெதுவாக முன்னே தள்ளின. பல மாநிலங்களின் முதல்வர்கள் பிற்பட்ட வகுப்பிலிருந்து வர ஆரம்பித்தனர். அதேபோல மத்திய மந்திரிசபையிலும் பல பிற்பட்ட வகுப்பினர் இடம்பெற்றனர். ஒரே ஒரு கோட்டை மட்டும் வெற்றிகொள்ளப்படாமல் இருந்தது, அதாவது பிரதமர் பதவி. நேரு, இந்திராவைப்போல மொரார்ஜியும் உயர் பிராமண குலத்தவர். (லால் பகதூர் சாஸ்திரி பிராமணர் அல்லாவிட்டாலும் காயஸ்தர் என்ற முன்னேறிய படித்த, எழுத்தர் வகுப்பைச் சேர்ந்தவர்.)

தென்னிந்தியாவில் ஆங்கிலேயர் ஆட்சியில், அரசுப்பணிகளில் முன்னேறிய வகுப்பினர் வகிக்கும் பதவி இடங்கள், இட ஒதுக்கீட்டு முறைமூலம் கட்டுப்படுத்தப்பட்டிருந்தது. இப்போது அந்த முறையை ஜனதா அரசு வட இந்தியாவில் தங்கள் கோட்டைகளில் விஸ்தரிக்க முடிவு செய்தது. பிகாரில் 1970-களின் ஆரம்பத்தில் அமைக்கப்பட்ட ஒரு கமிஷன் பிற்பட்ட இனத்தவருக்கு எல்லாப் பதவி இடங்களிலும் 26 சதவிகித ஒதுக்கீட்டைப் பரிந்துரை செய்தது. அவசரநிலையின்போது அந்த அறிக்கை புதைக்கப்பட்டுவிட்டது. 1977-ல் பிகாரில் ஜனதாவின் வெற்றியைத் தொடர்ந்து, புதிய முதல்வர் கர்ப்பூரி டாகுர் புதைக்கப்பட்ட அறிக்கையைத் தோண்டி எடுத்து அதன் பரிந்துரைகளை நடைமுறைப்படுத்த முடிவுசெய்தார்.

டாகுரின் முடிவு முற்பட்ட வகுப்பினரிடமிருந்து கடுமையான எதிர்ப்பைப் பெற்றது. ராஜபுத்திர, பூமிகர் சாதி மாணவர்கள், பேருந்துகளையும் ரயில்களையும் எரித்தனர்; அரசு அலுவலகக் கட்டடங்களைச் சேதப்படுத்தினர். பிற்பட்ட சாதித் தலைவர்கள் பணிந்துபோகத் தயாராக இல்லை. மாநிலச் சட்டமன்றத்தில், இட ஒதுக்கீட்டால் பயன்பெற இருக்கும் சாதிகளைச் சேர்ந்தவர்கள் 40 சதவிகிதம் இருந்த காரணத்தால், அவர்களுடைய முடிவு மேலும் உறுதிப்பட்டது. ஓர் அரசியல்வாதி குறிப்பிட்டதுபோல, 'எங்கள் இயக்கம் ஒதுக்கீட்டுக்காக மட்டுமல்ல. வட இந்தியாவிலும் தில்லியிலும் அரசியல்

அதிகாரத்தைக் கைப்பற்றவும்தான்.' பிற்பட்ட சாதிகளைச் சேர்ந்த ஜனதா கட்சியின் செல்வாக்கானவர்களின் வற்புறுத்தலால், மத்திய அரசுப் பணிகளிலும் ஒதுக்கீடு விஸ்தரிக்கப்படவேண்டுமா என்பது குறித்துப் பரிசீலிக்க மொரார்ஜி தேசாய் ஒரு குழுவை நியமித்தார். அரசியல் அமைப்புச் சட்டத்தின்படி, அட்டவணை சாதிகளுக்கு 15 சதவிகிதமும் பழங்குடியினருக்கு 7.5 சதவிகிதமும் ஒதுக்கப்பட்டிருந்தது. இப்போது பிற்பட்ட வகுப்பினரும் தங்கள் பங்கை வேண்டினர். இந்த விவரம் குறித்து அரசு நியமித்த கமிஷனுக்கு பிகார் அரசியல்வாதி பி.பி. மண்டல் தலைவர் ஆனார்.[32]

முற்பட்டோர்-பிற்பட்டோர் சச்சரவுக்கு அப்பாலும் பிகார், இந்தியாவில் உள்ள எல்லாத் தவறுகளுக்கும் உருவகம் ஆகியிருந்தது. மாவட்டங்களில் பெருகிவரும் சட்ட ஒழுங்குச் சீர்குலைவு, அரசு அலுவலர்களின் ஊழல் மற்றும் திறமைக் குறைவு, மாநில அரசுகளின் நிலையற்ற தன்மை (1967 முதல் 9 முதல்வர்கள் பதவி வகித்தனர்) ஆகியவை அனைத்தும் ஒன்று சேர்ந்து பிகாரைப் பரிதாபகரமான ஏழை மாநிலமாக ஆக்கிவிட்டன என்று பத்திரிகைகள் குற்றம் சாட்டின. புத்தரையும், பேரரசர் அசோகரையும், மௌரியப் பேரரசையும் தந்த பிகாரின் பழைய அமைதியான, ஆனந்தமான நாட்களிலிருந்து, இப்போதைய நிலைமை மாறுபட்டுக் கிடந்தது. இப்போதோ பரிதாபமாக, 'வெள்ளத்தாலும் பஞ்சத்தாலும் பாழ்படுத்தப்படும்போதோ அல்லது இயற்கை இடைவேளை எடுத்துக்கொள்ளும்போது நிலக்கரிச் சுரங்க விபத்துக்கள், அரிஜன மக்கள் மீதான கொடுமைகள், ஊழல்கள் ஆகியவை நிகழும்போதோ, பிகாரால் பத்திரிகைகளின் முதல் பக்கத்தைப் பிடிக்க முடிகிறது.'[33]

VI

ஒரு பக்கத்தில் பிற்பட்டோர், மறுபக்கத்தில் அட்டவணை சாதியினர் (அரிஜனங்கள்) என்று அவர்களுக்கு இடையிலான சாதிச்சண்டைகளின் விளைவாகவே இந்தக் கொடுமைகள் நிகழ்ந்தன. இந்தச் சண்டையிலும் ஒரு பொருளாதார அடிப்படை இருந்தது. முதலாமவர், பெரும்பான்மை நிலத்துக்குச் சொந்தக்காரர்களாக இருந்தனர். இரண்டாமவர், அதில் கடினமாக உழைத்தனர். கூலி, பணிச் சூழல் ஆகியவற்றையும் தாண்டி, அவர்களுடைய கண்ணியமும் பிரச்னைக்கு உள்ளானது. யாரிடமிருந்து நிலத்தைப் பெற்றிருந்தார்களோ, அவர்களுடைய அடிச்சுவட்டையே பிற்பட்டவர்கள் பின்பற்றினர். அவர்களைப் போலவே இவர்களும் அரிஜனங்களை வெறுப்புடன் நடத்தினர், அரிஜனப் பெண்களிடம் தகாது நடந்துகொண்டனர். ஒரு காலத்தில் அடிமட்டச் சாதியினர், அமைதியாகத் துன்பப்படுவதைத் தவிர வேறு எதையும் செய்ய முடியாமல் இருந்தது. ஆனால், கல்வி வளர்ச்சி, அரசியல் பிரதிநிதித்துவம், கிடைத்த வாய்ப்புகள் ஆகியவற்றால் அரிஜன இளைஞர்கள், தங்கள் முந்தைய தலைமுறையினர் அமைதியாக ஏற்றுக்கொண்ட வெறுப்பையும், வசைமொழிகளையும், அடிதடிகளையும், பிற அவமானச் செயல்களையும் இனியும் சகித்துக்கொள்ளத் தயாராக இல்லை.[34]

புது தில்லியில் புதிய அரசாங்கம் பதவி ஏற்றது முதல் குறிப்பிடும்படியான அளவுக்கு அரிஜனங்களின் மீதான தாக்குதல்களின் எண்ணிக்கை அதிகரித்தது. திருமதி காந்தி பதவியில் இருந்த பத்து ஆண்டுகளில் பதிவு செய்யப்பட்ட சம்பவங்களின் எண்ணிக்கை 40,000. ஜனதா பதவி ஏற்ற 1977 ஏப்ரலுக்கும் 1978 செப்டெம்பருக்கும் இடையிலான காலத்தில் 17,775 அரிஜனங்களுக்கு எதிரான கொடுமைகள் பதிவாகின. இதில் மூன்றில் இரண்டு பங்குக் கொடுமைகள் ஜனதா அரசு ஆட்சி செய்துகொண்டிருந்த வட மாநிலங்களில் நிகழ்ந்தவை என்று மதிப்பிடப்பட்டது.[35]

எனினும், மிக மோசமான கலவரம் மகாராஷ்டிராவின் வறண்ட உள் மாவட்டங்களான மராத்வாடா பகுதியில் நடைபெற்றது. அது ஒருகாலத்தில் நிஜாமின் அரசுக்கு உட்பட்டிருந்தது. இங்கு ஷெட்யூல்டு வகுப்பு மக்கள் டாக்டர் பி. ஆர். அம்பேத்கரால் உந்தப்பட்டிருந்தார்கள். பலர் புத்த மதத்துக்கு மாறியிருந்தனர். மேலும் பலர், காந்தி அவர்களை அழைத்த அரிஜன் (கடவுளின் குழந்தைகள்) என்ற பெயருக்குப் பதிலாக, தீவிரமாக 'நசுக்கப் பட்டவர்கள்' என்று பொருள்படும் தலித் என்ற பெயரை ஏற்றிருந்தார்கள். 'தலித் சிறுத்தைகள்' என்று தம்மை அழைத்துக் கொண்ட சில எழுத்தாளர் களும் கவிஞர்களும், அந்தப் பிராந்தியத்தின் முக்கியமான நகரான அவுரங்கா பாத்தில் உள்ள பல்கலைக்கழகத்தை அவர்களுடைய தலைவர் அம்பேத்கர் பெயரில் அழைக்கக் கோரினர். 1978 ஜூலை 27 அன்று இந்த வேண்டுகோள் இறுதியில் ஏற்கப்பட்டது. மராத்வாடா பல்கலைக்கழகம் என்பதை டாக்டர் பாபாசாஹேப் அம்பேத்கர் பல்கலைக்கழகம் எனப் பெயர் மாற்றிட ஒரு தீர்மானத்தை அரசு நிறைவேற்றியது.

பெயர் மாற்றத்தை, பிரதான மராத்தா இனத்தவர் கடுமையாக எதிர்த்தனர். மாணவர்கள் ஒரு கடை அடைப்புக்கு அழைப்பு விடுத்து அந்தப் பகுதியின் நகரங்களில் பள்ளிகள், கல்லூரிகள், அலுவலகங்கள், கடைகளை மூடிவிடக் கோரினர். அவர்கள் அதை கிராமங்களுக்கும் விரிவுபடுத்தி, தலித் குக்கிராமங் களைத் தாக்கினர், எரித்தனர். சுமார் 5,000 பேர், பெரும்பாலும் கீழ் சாதியினர், வீடு இழந்தனர். பல்கலைக்கழகப் பெயர் மாற்ற ஆணை விலக்கிக்கொள்ளப் பட்டது.[36]

மராத்வாடாக் கலவரங்களுக்கு மூன்று மாதங்களுக்கு முன்பாக, உ.பி.யின் ஆக்ராவில் தலித்துகளுக்கும் மேல் சாதியினருக்கும் இடையே கடும் மோதல் ஒன்று நடந்தது. அந்தச் சிக்கலுக்கும் காரணமாக அமைந்து பகைத்தீயை மூட்டி விட்டது, டாக்டர் அம்பேத்கர்மீது காட்டப்பட்ட மரியாதையே. ஆக்ராவில் பலம் வாய்ந்த ஜாதவ் பிரிவினர் செருப்பு வியாபாரத்தில் பெரும் பொருள் ஈட்டியிருந்தனர். அவர்கள், 1978 ஏப்ரல் 14, அம்பேத்கர் பிறந்தநாள் அன்று யானைமீது மாலையிட்ட தலைவர் படத்துடன் ஊர்வலம் வந்தனர். முந்தைய கால மரபுப்படி இந்து அரசர்கள் பயன்படுத்திய ஒரு முறையை தலித்துகள் பயன்படுத்துவதை மேல் சாதியினரால் ஏற்றுக்கொள்ள முடியவில்லை.

183

ஊர்வலம் தாக்கப்பட்டது. இதனை எதிர்த்து ஜாதவ்கள் மேல் சாதியினர் கடைகளைச் சூறையாடினர். இரண்டு வாரங்கள் சண்டை அவ்வப்போது தொடர்ந்தது. முடிவில் சட்டம் ஒழுங்கை நிலைநாட்ட ராணுவம் வரவழைக்கப் பட்டது.[37]

VII

ஜனதா ஆட்சியில் முதல் ஆண்டில் பதிவு செய்யப்பட்ட 10,000-க்கும் மேற்பட்ட சாதிக்கலவரங்களில், அது ஆரம்பித்த இடத்தையும் தாண்டி கடுமையான விளைவுகளை ஏற்படுத்திய சம்பவம் ஒன்று பிகார் மாநிலத்தில் பெல்ச்சி கிராமத்தில் நடைபெற்றது. 1977 மே 27 அன்று, மேல் சாதிக் கூட்டம் ஒன்று ஒன்பது அரிஜனங்களை உயிரோடு எரித்துக் கொன்றது. நாடாளுமன்றத் தின் எதிர்க்கட்சித் தலைவர் ஒய்.பி. சவான் அங்கு சென்று விசாரணை நடத்தப்போவதாக அறிவித்தார். சவான் தன் வாக்கை நிறைவேற்றாதபோது, அவருடைய கட்சிக்காரரும் முன்னாள் பிரதமராக இருந்தவருமான ஒருவர் அவருக்குப் பதிலாக அங்கு செல்லத் தீர்மானித்தார்.

அவருடைய தேர்தல் தோல்விக்கும் பெல்ச்சி பயணத்துக்கும் இடையிலான மாதங்களில் திருமதி காந்தி மிகவும் மனமுடைந்து காணப்பட்டார். அவரும் சஞ்சயும் அரசியலிலிருந்து ஓய்வு பெற்று இமயமலையில் ஒரு குடிசையில் ஓய்வு எடுத்துக் கொள்வது பற்றிச் சிந்தித்துக்கொண்டிருந்தனர். ஆனால், பிகார் கொலைகள் அவரைச் செயல்பட வைத்தன. அவருடைய அரசியல் உள்ளுணர்வு, இது அவர்கள் திரும்பிவருவதற்கான ஆரம்பமாக ஒருவேளை இருக்கலாம் என்று கூறியது. எனவே சவான் தன் திட்டத்தில் ஊசலாடிய போது, திருமதி காந்தி பாட்னாவுக்குப் பறந்து, பெல்ச்சிக்கு விரைந்தார். சாலைகள் மழையால் சீர்கெட்டிருந்தன. அவர் காருக்கு பதிலாக ஜீப்புக்கு மாற வேண்டியிருந்தது. பிறகு டிராக்டருக்கும், மண் மிக ஆழமாக இருந்தபோது யானைக்கும் மாறவேண்டியிருந்தது. இத்தகைய வாகனங்களில்தான் முன்னாள் பிரதமர், வன்முறையில் கொல்லப்பட்ட குடும்பங்களுக்கு ஆறுதல் கூறித் தேற்ற பெல்ச்சி சென்றார்.[38]

இந்த அசாதாரண நடவடிக்கை, இந்திரா காந்தியை மீண்டும் அரசியல் மேடை யின் மையத்துக்கு அழைத்துவந்தது. அவருடைய எதிரிகளில் ஒருவர் பின்னர் நினைவுகூர்ந்ததுபோல, 'அது பல வழிகளில் அவருக்குப் பயன்பட்டது. ஏழைகள், அரிஜனங்கள் ஆகியோர் நிலையில் ஜனதா அரசு அலட்சியம் காட்டுகிறது என்று கூறி அதன் மதிப்பைக் குலைப்பதற்கு அது உதவியது. அவருடைய 'சவாரி', இந்திரா காந்தி ஏழைகளுக்கும் கீழானவர்களுக்கும் நண்பர் என்ற தோற்றத்துக்கு வலு ஊட்டியது. இந்திரா காந்தி ஒரு செயல் வீராங்கனை, அவர் ஒருவரால் மட்டுமே மீண்டும் ஆட்சிக்கு வரும் போராட்டத்தை வழிநடத்த முடியும் என்ற நம்பிக்கையை சாதாரண காங்கிரஸ் உறுப்பினருக்கு அது கொடுத்தது.'[39]

பெல்ச்சி விஜயம் அவருடைய சொந்த முயற்சியே. ஆனால் ஆட்சியில் இருந்தவர்கள், திருமதி காந்தியின் மீட்சிக்குத் தங்களை அறியாமலேயே உதவி செய்தனர். 1977 அக்டோபர் முதல் வாரத்தில் உள்துறை அமைச்சர் சரண் சிங், முந்தைய பிரதமரைக் கைது செய்யத் தீர்மானித்தார். அவருடைய அறிவுரை யின்படி, சி.பி.ஐ, ஊழல் குற்றச்சாட்டுக் குற்றப் பத்திரிகை ஒன்றைத் தயாரித்தது. காவலர்கள், இந்தத் துண்டுக் காகிதத்தை எடுத்துக்கொண்டு திருமதி காந்தியின் வீட்டுக்குச் சென்று அவரைக் காவலில் வைக்க அழைத்துச் சென்றனர். பக்கத்தில் உள்ள ஹரியானா மாநிலத்தில் ஓர் ஓய்வு விடுதிக்கு அழைத்துச் செல்வது அவர்களுடைய திட்டம். வழியில் ரயில்வே கேட் மூடியிருந்ததால் அவர்கள் காத்து நிற்க வேண்டியதாயிற்று. திருமதி காந்தி வண்டியிலிருந்து வெளியே வந்து வாய்க்கால் மீதான பாலத்தின் பக்கச்சுவர் மீது உட்கார்ந்துவிட்டார். இதற்கிடையே அவருடைய வக்கீல்கள் காவலர் களிடம், கைதானவரை தில்லிக்கு வெளியே அழைத்துச் செல்ல அந்த வாரண்ட் அனுமதிக்கவில்லை என்று கூறினர். ஆர்வமுடன் பார்த்துக்கொண் டிருந்த மக்கள் மத்தியில், இந்த வாக்குவாதம் தொடர்ந்தது. கடைசியில் அந்த வாதத்தை ஏற்றுக்கொண்டு காவலர்கள் தலைநகருக்குத் திரும்பினர்.

திருமதி காந்தியை இரவு முழுவதும் போலீஸ் பாதுகாப்பில் வைத்திருந்தது, மறுநாள் காலை ஒரு மாஜிஸ்திரேட்முன் ஆஜர்படுத்தியபோது, அவர், போலீஸின் குற்றப் பத்திரிகை 'பலவீனமானது' என்றும் 'ஆதாரமற்றது' என்றும் வீசி எறிந்துவிட்டார். அந்தக் குழப்பமான கைது ஜனதா அரசாங்கத்தை மோசமாகத் திரும்ப வந்து தாக்கியது. அவர்களால் வெறுக்கப்பட்ட எதிரியின் புகழை மீட்க உதவியது. அவர் புதிய ஆட்சிக்கு எதிராக ஆக்ரோஷமாகப் பேச ஆரம்பித்தார். அவர் பேச்சில், புதிய ஆட்சியில் குற்றங்கள் பெருகுவதாகவும், பணவீக்கம் (இரட்டை இலக்க அளவுகளில்) அதிகரிப்பதாகவும், பொருள் களைப் பதுக்குபவர்களும் கள்ளச் சந்தைக்காரர்களும் கொள்ளை லாபம் அடிப்பதாகவும் குறிப்பிட்டார். 'பதவியிலிருந்து இறக்கப்பட்ட பிரதமர் மேலும் மேலும் தைரியமாகப் பேசிவருகிறார். தேசியத் தலைவர் தோற்றத்தை மீண்டும் மேற்கொள்ள முயற்சி எடுக்கிறார்' என்று நியூ யார்க் டைம்ஸ் பத்திரிகை அக்டோபர் மாதக் கடைசியில் எழுதியது.[40]

திருமதி காந்தியின் மறு எழுச்சி ஜனதாவுக்கு எச்சரிக்கையூட்டியது போலவே, அவருடைய சொந்தக் கட்சியின் பல தலைவர்களுக்கும் அபாய அறிவிப்பாக மாறியது. சில காங்கிரஸ் மந்திரிகள் ஏற்கெனவே ஷா கமிஷன்முன் அவருக்கு எதிராகச் சாட்சி சொல்லியிருந்தனர். 1978 ஜனவரியிலேயே காங்கிரஸ் இரண் டாகப் பிளந்து திருமதி காந்தியுடன் இருந்தவர்கள் இந்திரா காங்கிரஸைத் தோற்றுவித்திருந்தனர். அடுத்த மாதம் இக்கட்சி ஆந்திரப் பிரதேசத்திலும் கர்நாடகத்திலும் மாநிலத் தேர்தல்களை எளிதாக வென்றது. முன்னாள் பிரதமர்தான் முக்கியப் பிரசாரகர். ஏழைகள், பழங்குடியினர், அட்டவணை சாதியினர், பெண்கள் ஆகியோரின் மீட்பர் என்ற அவரது தோற்றம் தெற்கில் மட்டுமாவது உறுதியாக இருப்பதை தேர்தல் முடிவுகள் காட்டின.[41]

நாடாளுமன்றத்துக்குள் மீண்டும் நுழைய புதிய இடம் ஒன்றை திருமதி காந்தி தேடிக்கொண்டிருந்தார். முடிவாக கர்நாடகாவின் காப்பித் தோட்டப் பகுதியான சிக்மகளூர் தொகுதியை அவர் தேர்ந்தெடுத்தார். மாநிலத்தின் முதல்வர் தேவராஜ் அர்ஸ், செயல்திறனுக்குப் பெயர் பெற்றவர். அவருடைய சாதனைகளில் நூறாயிரக்கணக்கான குத்தகை விவசாயிகளுக்கு நில உடைமை உரிமை வழங்கியது குறிப்பிடத்தக்கது. அர்ஸின் புகழ், அதிகம் பாதிக்கப்படாத தன் புகழ், ஆகிய காரணங்களால், தன் சொந்த உத்தரப் பிரதேசத்திலிருந்து மறுகோடியில் இருக்கும் தென்னிந்தியாவில் திருமதி காந்தியைப் போட்டியிட வைத்தது.[42]

முன்னாள் பிரதமருக்கு எதிராகத் தேர்தலில் நின்றவர் (பெரிதும் மதிக்கப்பட்ட) கர்நாடக முன்னாள் முதல்வர் வீரேந்திர பாடில். பாடிலின் பிரசாரத்தை முன்னின்று இயக்கியவர், திருமதி காந்தியின் பழைய அவசரநிலை எதிரியும், தற்போது ஜனதா அரசில் தொழில்துறை அமைச்சருமான ஜார்ஜ் ஃபெர்னாண்டஸ். 'வாக்கெடுப்பு முடியும்வரை இந்தத் தொகுதியைவிட்டு நான் அசையமாட்டேன். அவரை நாங்கள் தோற்கடித்தே ஆகவேண்டும்' என்று அவர் ஒரு நிருபரிடம் கூறினார். திருமதி காந்தியும் அந்தச் சவாலைத் தீவிரமாக எடுத்துக்கொண்டதாக அதே பத்திரிகையாளர் கூறினார். 'திருமதி காந்தி பெண்களையும் குழந்தைகளையும் பார்த்துக் கனிவாகப் புன்னகை பூக்கிறார். நூற்றுக்கணக்கான தெருமுனைக் கூட்டங்களில் மாலைகளை ஏற்கிறார். பல வழிபடும் தலங்களில் பிரார்த்தனை செய்வதற்காக சுற்றுவழிப் பயணங்களை மேற்கொள்கிறார். பல்வேறு சாதுக்களையும் கண்டு மரியாதை செலுத்துகிறார்.'[43]

இறுதியில், திருமதி காந்தி எளிதாக வென்றார். அவர் நாடாளுமன்றத்துக்கு வந்தவுடனேயே அவருக்கு எதிரான உரிமைப் பிரச்னை ஒன்றைச் சந்திக்க வேண்டியிருந்தது. ஜனதா கட்சி உறுப்பினர்கள் நிறைந்த நாடாளுமன்ற உறுப்பினர் கமிட்டி ஒன்று, முன்பு 1974-ல் அவர் பிரதமராக இருந்தபோது சஞ்சயின் மாருதித் தொழிற்சாலை மீதான ஒரு விசாரணையைத் தடுத்ததாகவும், அவ்வாறு செய்கையில் வேண்டுமென்றே நாடாளுமன்றத்தைத் தவறாக வழிநடத்தியதாகவும் குற்றம் சாட்டியது. அவரைத் தண்டிக்கும் பொறுப்பு, 'நாடாளுமன்றத்தின் விவேகத்துக்கு' விடப்பட்டது. ஜனதா பெரும்பான்மை, அவரை ஒரு வாரம் சிறைக்கு அனுப்பவேண்டும் என்று முடிவு செய்தது. ஒரு வாரச் சிறை காரணமாக அவர் பதவி விலகவேண்டும் என்று தேர்தல் ஆணையர் உத்தரவிட்டார். இது மற்றொரு துணைத் தேர்தலுக்கு வழி செய்தது. மீண்டும் ஒருமுறை அதே சிக்மகளூரில் போட்டியிட்டு திருமதி காந்தி வென்றார்.[44]

VIII

முன்னாள் பிரதமரைக் கேவலப்படுத்த ஜனதா மேற்கொண்ட முயற்சிகள் தவறாக எடுக்கப்பட்டவை. எதிர்ப்புகளுக்கு இடையே கட்டுப்பாட்டுடன்

நின்று துன்பங்களை ஏற்ற திருமதி காந்தி பெரிதும் மதிக்கப்பட்டார். அவரை இரண்டு முறை கைது செய்தது அவரை ஒரு தியாகி ஆக்கிவிட்டது. ஆட்சியில் இருந்தவர்கள் அவசரநிலையின்போது தண்டனைக்கு உள்ளானவர்கள் என்பது உண்மையே. ஆனால் அரசாங்கத்தை நடத்துவதை விட்டுவிட்டு, தனி ஒரு நபரைத் தேர்ந்தெடுத்துக் குறிவைத்துப் அவர்கள் பழிவாங்க முயற்சி செய்தது, அவர்களது தன்மைகளை வெளிப்படுத்தியது.

ஜனதா முகாமுக்கு உள்ளேயே முன்னாள் பிரதமரைக் கைது செய்யும் பின்னணியில் தனிப்பட்ட பல போட்டிகள் இருந்தன. உள்துறை அமைச்சர் சரண் சிங் மந்திரிசபையில் இரண்டாவதாக இருப்பதை விரும்பவில்லை. திருமதி காந்திக்கு எதிரான அவருடைய செயல், மொரார்ஜி தேசாயைவிட ஒருபடி மேலே செல்லவேண்டும் என்பதால் செய்யப்பட்டது. பிரதமருடனான சண்டையில் இன்னொரு களத்தையும் அவர் தேர்ந்தெடுத்தார். தேசாயின் மகன் காந்த்தி தேசாய் தன் தந்தையுடன் இருந்து, அவருடைய பணிகளைக் கவனித்துவந்தார். அவருடைய செல்வாக்கு அதிகரித்து வருவதாகக் குற்றம் சாட்டிய சரண் சிங், சஞ்சய் காந்தி செய்த செயல்களோடு காந்த்தியை ஒப்பிட்டார்.

1978-ன் முதல் பாதியில் உள்துறை அமைச்சர் சரண் சிங்கும் பிரதமர் மொரார்ஜி தேசாயும் தொடர்ந்து பல கோபமான கடிதங்களைப் பரிமாறிக்கொண்டனர். முடிவில் 1978 ஜூனில் சரண் சிங்கையும் அவருடைய பிரதம தளபதி ராஜ் நாராயணையும் வெளியேற்ற வேண்டிய கட்டாயம் தேசாய்க்கு ஏற்பட்டது. ஜனதாவில் இருந்த மற்றவர்கள் மேற்கொண்ட சமாதான முயற்சிகள் பலன் அளிக்கவில்லை. சில மாதத் தனிமைக்குப்பின் டிசம்பரில் சிங் மீண்டெழுந்து, தலைநகரில் மாபெரும் உழவர் பேரணி ஒன்றை நடத்தினார். சுமார் 2 லட்சம் விவசாயிகள், பெரும்பாலும் வட இந்தியர்கள், பலர் சரண் சிங்கின் ஜாட் சாதியைச் சேர்ந்தவர்கள், தங்கள் தலைவர் பேசுவதைக் கேட்க டிராக்டர்களிலும் லாரிகளிலும் வந்தனர்.

சரண் சிங் இவ்வாறு தன் பலத்தைக் காட்டவே, அவரை தேசாய் மீண்டும் மந்திரிசபைக்கு அழைத்துக்கொண்டார். 1979 பிப்ரவரியில் நிதி அமைச்சராக நியமிக்கப்பட்டார். அவர் இப்போது இரண்டு துணைப் பிரதமர்களில் ஒருவர்; மற்றவர் ஜகஜீவன் ராம். சிங்கின் முதல் பட்ஜெட் விவசாயிகளுக்கு உரம், பாசனம் ஆகியவற்றுக்கான உதவித் தொகையை அதிகரிப்பது போன்ற சில சலுகைகளை அளித்தது. ஆனால் இந்தச் சமாதானம், குறைந்த ஆயுளையே கொண்டிருந்தது. ஜனதாவின் ஒரு முக்கிய கோஷ்டியான சோஷலிஸ்டுகள் சிங்கை ஆதரித்தனர். மற்றொன்றான ஜனசங்கம் தேசாயை ஆதரிக்க முடிவு செய்தது. இந்த வேறுபாட்டை மேலும் பெரிதுபடுத்தியது, இரட்டை உறுப்பினர் பிரச்னை. ஜனதா கட்சியின் ஜனசங்க உறுப்பினர்கள் ராஷ்ட்ரீய ஸ்வயம்சேவக் சங்கத்திடமே (ஆர்.எஸ்.எஸ்) முதன்மையான விசுவாசம் கொண்டிருந்தனர் என்ற எண்ணம் அதிகரித்தது. முன்பு 1977 மார்ச்சில், அடல் பிகாரி வாஜ்பாய், தம் பழைய கட்சி 'செத்துப்போய் புதைக்கப்பட்டுவிட்டது'

என்றிருந்தார். ஆனால் ஜனசங்கப் பின்னணி கொண்ட ஜனதா நாடாளுமன்ற உறுப்பினர்களையும் மந்திரிகளையும் ஆர்.எஸ்.எஸ்தான் இயக்கி வருகிறது என்ற கருத்து நிலவியது. அவர்களை ஆர்.எஸ்.எஸ்ஸுடனான தொடர்பைத் துண்டிக்குமாறு கேட்டுக்கொண்டபோது, சங்கம் ஒரு 'கலாசார அமைப்பு' மட்டுமே என்ற காரணத்தைக்காட்டி அவர்கள் மறுத்துவிட்டனர்.

1979 ஜூலை மூன்றாம் வாரத்தில் சோஷலிஸ்டுகள் நாடாளுமன்றத்தில் தனியாக உட்கார முடிவு செய்தனர். இது ஜனதாவில் ஒரு பிளவுக்கும், மொரார்ஜி பதவி விலகவேண்டிய அளவுக்கு அவர் அரசின் பெரும்பான்மை இழப்புக்கும் காரணமாயிற்று. புதிதாகப் பெரும்பான்மை பெற காங்கிரசின் ஒரு பிரிவோடு தேசாய் உறவாடினார். ஜகஜீவன் ராம் மற்றொரு பிரிவுடன் உறவு கொண்டார். போட்டிக்களத்தில் மூன்றாவதான தலைவர் சரண் சிங், அவருடைய பழைய எதிரியான இந்திரா காந்தியுடன் ஒரு சந்தர்ப்பவாதக் கூட்டணியை அமைத்தார். காங்கிரஸ் கட்சியின் ஆதரவுக் கடிதத்துடன் தான் சபையில் பெரும்பான்மை ஆதரவு பெற்றிருப்பதாக சரண் சிங் ஜனாதிபதியை நம்பவைத்தார். செங்கோட்டையிலிருந்து பிரதமர் சுதந்தர தின உரை நிகழ்த்தும் நாளுக்கு உள்ளாக, அவரால் பிரதமராகப் பதவிப் பிரமாணம் எடுத்துக்கொள்ள முடிந்தது. அவ்வாறு உரையாற்றிய முதல் விவசாயி அவர்.[45]

ஜெயப்பிரகாஷ் நாராயண், தான் ஆதரித்த தலைவர்கள்மீது நம்பிக்கை இழந்து, வருந்தி பல கடிதங்களை எழுதினார். இதன் இடையே, ஜனதா கட்சிப் பிரிவுகள் தொடர்ந்தன. மனமுடைந்த மனிதராக 1979 அக்டோபரில் ஜேபி காலமானார். தாராளச்சிந்தனை கொண்ட பத்திரிகை ஆசிரியர் ஏ.டி. கோர்வாலா ஜேபிக்கு அளித்த புகழ் அஞ்சலியில் அவரை 'நாட்டின் மாபெரும் அறச்சக்தி; சரி, தவறு என்று காட்டும் உரைகல்' என்று குறிப்பிட்டார். 'மேலும் அவருடைய மாபெரும் கடைசி முயற்சி ஜனதா கட்சியைத் தோற்றுவித்ததும் வெற்றி பெறவைத்ததும் ஆகும். குறுகிய, அறிவற்ற, பாரபட்சப் போக்குடைய மனிதர்கள் சுயநலத்திலும் சுய கௌரவத்திலும் மூழ்கி, ஜேபியின் நம்பிக்கையைப் பொய்யாக்கிவிட்டார்கள்' என்று வருந்தினார்.[46] அந்தத் தன்முனைப்பு மனிதர்கள் மொரார்ஜி தேசாய், சரண் சிங், ஜகஜீவன் ராம் ஆகியோர் ஜேபியின் இறுதிச் சடங்குக்கு பாட்னா வந்திருந்தனர். மிக முக்கியமாக சஞ்சய் காந்தியும் அவருடைய தாயும்கூட வந்திருந்தனர். பின்னர் திருமதி காந்தி தன் நண்பருக்கு எழுதிய கடிதத்தில், 'பாவம் முதியவர் ஜேபி! எத்தகைய குழப்பகரமான மனநிலை கொண்டிருந்தார்! அதனால் இப்படி ஏமாற்றகரமான வாழ்க்கையை வாழவேண்டியிருந்தது' என்று குறிப்பிட்டிருந்தார். கடிதம் மேலும் தொடர்ந்தது: மகாத்மாவின் சீடரான பிரபாவதியை ஜேபி மணந்தபோது எடுத்துக்கொண்ட பிரும்மச்சரிய விரதம் என்ற காந்தியப் பாசாங்கே அவருடைய அரசியல் கோணல்களுக்கும் திருப்பங்களுக்கும் காரணமாக இருந்தது. 'அதுவும், என் தந்தைமீது அவருக்கு இருந்த பொறாமையும் அவருடைய வாழ்க்கையை மேலும் பாதித்திருக்கவேண்டும். ஜேபி பதவியை விரும்பவில்லை என்று கூறுவது பிதற்றல்! அவருடைய

மனத்தின் ஒரு பகுதி பதவியை மிகவும் விரும்பியது. அதே நேரம், தியாகியாகவும் சாதுவாகவும் மதிக்கப்படவேண்டும் என்ற எண்ணம் மறுபக்கம். இரண்டுக்கும் இடையே அவர் அலைக்கழிக்கப்பட்டார்.'[47]

இந்த மதிப்பீட்டில் வெறுப்பும் ஏளனமும் காணப்படுகின்றன. திருமதி காந்தி இப்போது, நண்பராக இருந்து எதிரியாகிவிட்டவர் மீதுமட்டும் வெற்றி கொள்ளவில்லை; அவர் தோற்றுவித்த கட்சியின்மீதும் வெற்றிகொண்டு விட்டார். முன்பு ஜூலையில் மொரார்ஜி தேசாய் பதவி விலகி அவருக்குப்பின் புதிய பிரதமர் தேர்ந்தெடுக்கப்பட்டவுடன் ஹிம்மத் என்ற இதழ் முன்கூட்டியே எழுதியது: 'இப்போது இடைத் தேர்தலை விரும்புபவர் திருமதி காந்தி மட்டுமே. இப்போதைய சூழலில் அவர் ஒருவர் மட்டுமே லாபம் அடையக் கூடியவர். அவர் தன் நன்மைக்காகவே திரு சரண் சிங்கைப் பிரதமராக்கியிருக் கிறார். அதுவும் இரண்டு, மூன்று மாதங்களுக்கு மட்டும்தான்.'[48]

சரண் சிங் 1979 ஜூலை கடைசி வாரத்தில் பிரதமராகப் பதவிப் பிரமாணம் செய்துவைக்கப்பட்டார். ஒரு மாதத்துக்குப் பிறகு காங்கிரஸ் (ஐ) ஆதரவை விலக்கிக்கொள்வதாக ஜனாதிபதிக்குத் தெரிவித்தது. மாற்று முயற்சிகளை ஆராய ஜனாதிபதிக்கு மேலும் ஒரு மாதம் பிடித்தது. இடைத்தேர்தல் ஒன்றே தீர்வு என அவர் தீர்மானித்தபோது, தேர்தல் தயாரிப்புகளுக்காக தேர்தல் ஆணையத்துக்கு மேலும் நேரம் தேவைப்பட்டது. எனவே ஹிம்மத் பத்திரிகை அளித்திருந்த கால அவகாசத்தைவிட மேலும் இரு மாதங்கள் கூடுதலாக, அவ்வாண்டு முடியும்வரை சரண் சிங் பிரதமர் பதவியில் நீடித்தார்.

IX

சர்வாதிகாரத்திலிருந்து இரண்டாவது சுதந்தரம், ஜனநாயகத்தின் மீட்சி போன்ற உயர்வு நவிற்சி அலைகளால் ஜனதா கட்சி ஆட்சிக்கு வந்தது. பதவிக்கு வந்த முதல் வாரத்திலிருந்தே அந்தக் கட்சி, அந்த நல்ல எண்ணங்களைப் பாழடிக்கத் தீர்மானித்துவிட்டதாகத் தோன்றியது. மத்தியிலும் மாநிலங்களிலும் ஜனதா அமைச்சர்கள் மிகச் சிறந்த அரசு மாளிகைகளைக் கைப்பற்ற ஆரம்பித்தனர். பொதுப்பணித்துறையிடமிருந்து குளிர்சாதன வசதிகளையும் தரைவிரிப்பு களையும் வேண்டியபடி எடுத்துக்கொண்டனர். ஆடம்பரமாக விருந்துகளை யும் உறவினர் திருமணங்களையும் நடத்துதல், தொலைபேசிகளையும் மின் சாரத்தையும் அளவுக்கு அதிகமாக உபயோகித்தல், அற்பக் காரணங்களுக்காக (அல்லது காரணமே இன்றி) வெளிநாடுகளுக்குப் பயணம் செய்தல் என்று அரசைச் சூறையாட ஆரம்பித்தனர்.[49] வழி வழியாகக் காங்கிரஸை எதிர்த்து வந்த பத்திரிகைகள்கூட 'ஜனதா கட்சியின் லட்சியங்களின் மரணத்தை' பற்றியும், அது எப்படி 'சீக்கிரமே வழக்கமான அரசியல் கட்சிகள் மாதிரி மாறிப்போயிற்று' என்பதையும், அதன் உறுப்பினர்கள் எவ்வாறு 'மேலும் மேலும் பதவிகளிலும் ஆதாயங்களிலும் ஆர்வம் காட்டியும் சமூக நலனில் நாட்டம் குறைந்தும்' போயினர் என்பதையும் எழுதின. காங்கிரஸ் தன்

கொள்கைகளைக் கைகழுவ 30 ஆண்டுகள் எடுத்துக்கொண்ட நிலையில், ஜனதா தோன்றிய ஒரு வருடத்துக்குள்ளேயே தன் கொள்கைகளை இழந்து விட்டது என்றும் பேசப்பட்டது.[50]

ஜனதா ஆட்சியின் மூன்று ஆண்டுகளைத் திரும்பிப் பார்த்த ஓர் ஆய்வாளர் அதை, 'திருமதி காந்தியின் தோல்விக்குப் பிறகு பதவிக்கு வந்தவர்களிடம், குழப்பமான, சிக்கலான கட்சிச் சண்டைகள், உள்கட்சிப் போட்டிகள், அணி மாறுதல்கள், கட்சி மாறுதல், திறமைக்குறைவு மற்றும் ஊழல் பற்றிய குற்றச் சாட்டுகளும் எதிர்க்குற்றச்சாட்டுகளும், தனி நபர்களை அவமானப்படுத்துதல் ஆகியவையே காணப்பட்டன' என்று நினைவுகூர்ந்தார்.[51] அவ்வாண்டுகளில் வாழ்ந்த பெரும்பான்மையான இந்தியர்களும் அதே மதிப்பீட்டையே செய்திருப்பார்கள். இன்னும் சுருக்கமாக, ஜனதா கட்சியை 'கோமாளிகளின் கூட்டம்' என்று சொல்லியிருப்பார்கள். இந்த சண்டை சச்சரவுகளுக்குப் பின்னாலும், இந்திய ஜனநாயகத்துக்கு ஜனதா அரசாங்கம் குறிப்பிடும்படியாக அளித்த கொடையை ஒரு பிரபல வெளிநாட்டு நோக்கர் நினைவுகூர்கிறார். 'அவசரநிலைச் சூறையாடல்களிலிருந்து அரசியல் அமைப்புச் சட்டத்தைச் செப்பனிட்டதும், ஆலோசனைகள் மூலம் அரசியல் அமைப்புச் சட்டத்தைச் சீராக்கும்போது நாடாளுமன்ற முறைகளுக்குப் புத்துயிர் ஊட்டியதும், நீதித் துறையின் சுதந்தரத்தை மீட்டதும் குறிப்பிடத்தகுந்த வெற்றிகள்' என்கிறார் கிரான்வில் ஆஸ்டின்.[52]

இதற்கான முயற்சிகளை மொரார்ஜி தேசாய்தான் மேற்கொண்டார். 1977 தேர்தலின்போது அவர், அவசரநிலையின்போது ஜனநாயகத்துக்கும் 'வாசெக்டமி செய்யப்பட்டுவிட்டதாக' குறிப்பிட்டார். தம் கட்சி வெற்றி பெற்றால், 'மக்களைக் கவ்வியிருந்த அச்சத்தை நீக்குவதற்கு ஆவண செய்வோம்' என்று குறிப்பிட்டார். அவர்கள் 'அரசியல் அமைப்புச் சட்டத்தைச் சரிசெய்யவும்' முற்படுவர் என்றார். 'இதுபோன்ற அவசரநிலை ஆட்சி இனி எப்போதும் திணிக்கப்படாமல் இருப்பதை நாம் உறுதி செய்தாகவேண்டும். எந்த அரசாங்கமும் அதைச் செய்ய இயலாதபடி ஆக்கவேண்டும்' என்பதில் மொரார்ஜி தெளிவாக இருந்தார்.[53]

ஜனதாவின் வெற்றிக்குப் பிறகு அரசியல் அமைப்புச் சட்டத்தைச் செப்பனிடும் பணியை, கடினமாக உழைக்கும் சட்ட அமைச்சர் சாந்தி பூஷன் மேற்பார்வையிட்டார். அவற்றுள் முக்கியமாக மாற்றப்பட்டது 42-வது சட்டத் திருத்தம். அரசியல் அமைப்புச் சட்டத்தை மாசுபடுத்திய பழைய திருத்தங் களுக்குப் பதிலாக இரண்டு புதிய திருத்தங்கள் கொண்டுவரப்பட்டன. அதன்படி நாடாளுமன்றம் மற்றும் மாநில சட்டமன்றங்களின் பதவிக்காலம் மீண்டும் ஐந்தாண்டுகள் என்று மாறியது. அடுத்து (பிரதமருடைய தேர்தல் உட்பட) எல்லாத் தேர்தல் விஷயங்களையும் விசாரிக்கும் உச்ச நீதிமன்ற உரிமை மீண்டும் அளிக்கப்பட்டது. மாநிலங்களில், ஜனாதிபதி ஆட்சிக்காலம் கட்டடப்படுத்தப்பட்டது. நாடாளுமன்ற, சட்டமன்ற நடவடிக்கைகளை வெளியிடவேண்டும் என்பது கட்டாயமாக்கப்பட்டது. அவசரநிலை ஆட்சியைக் கொண்டு வருவது மேலும் கடினமாக்கப்பட்டது. அத்தகைய

நடவடிக்கைக்கு நாடாளுமன்றத்தில் மூன்றில் இரு பங்கு பெரும்பான்மை தேவை; ஆறு மாதங்களுக்கு ஒருமுறை நாடாளுமன்றத்தில் வாக்கெடுப்பு நடத்தி புதுப்பிக்கப்பட வேண்டும்; (முன்பு இருந்ததுபோல் அல்லாமல் உள் நாட்டு அமைதியின்மை என்பதற்கு மாறாக) ஆயுதமேந்திய கலகம் ஏற்பட்டால்தான் அவசரநிலையை நடைமுறைப்படுத்தலாம். இம்மாறுதல்கள் நிர்வாகத்தின் எதேச்சாதிகாரங்களைக் குறைப்பதையும் நீதிமன்றங்களின் உரிமைகளை மீட்பதையும் நோக்கமாகக் கொண்டிருந்தன. அதாவது, திருமதி காந்தியின் அவசரநிலைத் திருத்தங்களுக்கு முந்தைய காலத்தின் அரசியல் அமைப்புச் சட்டத்தை மீட்டெடுக்கவே அம்மாறுதல்கள் கொண்டுவரப் பட்டன.

இந்தத் திருத்தங்களுக்கான வரைவை எழுத அதிக காலம் ஆயிற்று. காரணம், அவற்றை எழுத கூர்மையான சட்ட நுணுக்கமும், நாடாளுமன்றத்தின் இரு அவைகளிலும் அவற்றை நிறைவேற்ற மாற்றுக் கட்சிகளின் ஆதரவும் தேவைப்பட்டதே! அந்தத் திருத்தங்கள் விவாதிக்கப்பட்டபோது பத்திரிகைகள் ஆர்வமுடன் ஷா கமிஷன் நடவடிக்கைகளைப் பிரசுரித்துக்கொண்டிருந்தன. அதே சமயத்தில், அவசரநிலை அத்துமீறல் பற்றி, பதிவுகளும் புத்தகங்களும் வெளிவந்து கொண்டிருந்தன. இத்தகைய கருத்துச்சூழலில், தன் தலைவர்கள் முன்பு கொண்டுவந்த மாற்றங்களை நியாயப்படுத்தி வாதிடும் மனநிலையில் காங்கிரஸ் இல்லை. அந்தச் சீர்குலைவு இப்போது 44-வது திருத்தத்தால் செயல் இழக்குமாறு சீர்செய்யப்பட்டது. 1978 டிசம்பர் 7 அன்று அது வசதி யான பெரும்பான்மையில் நிறைவேற்றப்பட்டபோது, அதற்குச் சாதகமாக வாக்களித்தவர்களில் இருவர், மொரார்ஜி தேசாயும் இந்திரா காந்தியும்.[54]

X

ஜனதா கட்சி தன் ஆட்சிக் காலம் முழுவதும் பதவியில் இல்லாவிட்டாலும் இந்திய அரசியலில் அவர்களுடைய வெற்றி ஒரு திருப்புமுனையாக அமைந்தது. விடுதலைக்குப்பிறகு முதல் முறையாக மத்தியில் காங்கிரஸ் அல்லாத ஒரு கட்சி ஆட்சிக்கு வந்தது. மாநிலங்களிலும் அரசியல் கட்சிகள் வேறுபட்ட வண்ணங்களுடன் ஆட்சியைப் பிடித்தன. மேற்கு வங்கத்தில் கம்யூனிஸ்டுகளும் தமிழ்நாட்டில் அஇஅதிமுகவும் வெற்றி பெற்றன.

கட்சி அடிப்படையில் மட்டுமின்றி, இந்திய அரசியல் முறையிலும் அதிகாரப் பகிர்வுகள் ஏற்பட்டன. 1970-களின் பிற்பாதியில் பல 'புதிய' சமூக இயக்கங்கள் பூத்தன. 1978-ல் பம்பாயில் சோஷியல் பெண்ணுரிமைவாதிகள் மாநாடு ஒன்று நடை பெற்றது. அது, அதிகரித்துவரும் பெண்ணுரிமை மீறல்கள்மீது கவனம் செலுத்தியது. வரதட்சிணை, பாலியல் பலாத்காரம், ஆண்கள் மதுப்பழக்கம், அதன் விளைவாக ஏற்படும் பாலியல் முறைகே டுகள் ஆகியவற்றுக்கு எதிராகவும், ஆலைகளிலும் வீடுகளிலும் வேலை செய்யும் பெண்களின் பணிச் சூழல் சீர் பெறவும் இயக்கங்கள் ஆரம்பிக்கப்

பட்டன. இந்தப் புதிய பெண்ணுரிமை அலை விரிவாகப் பரவியதுடன் பல வகைப் புதிய முயற்சிகளும் மேற்கொள்ளப்பட்டன. பல மாநிலங்களில் பொதுப் பேரணிகள், தெருமுனை நாடகங்கள், சுவரொட்டி இயக்கங்கள், வீடு வீடாகச் சென்று ஆதரவு தேடுதல் என்று பல முயற்சிகளைப் பல குழுக்கள் தீவிரமாக மேற்கொண்டன.[55]

1970-களின் பிற்பகுதியில் பல தீவிரமான சுற்றுச்சூழல் இயக்கங்களும் உருவாகின. குடியானவர்கள், காடுகள்மீதான தங்கள் உரிமைகளைக் காத்துக் கொள்ளப் போராட்டங்களைத் தொடங்கினர். மாபெரும் தொழில் திட்டங் களால் தாங்கள் இடம் பெயரவேண்டியிருப்பதை பழங்குடியினர் எதிர்த்தனர். மீனவர்கள், கடல்களில் மீன்களைப் பெருமளவில் கொள்ளை அடித்துச் செல்லும் விசைப்படகுகளை எதிர்த்தனர். இந்த எதிர்ப்புகளில் இரண்டு முக்கிய விஷயங்கள் வெளிப்பட்டன. உயிரின சுற்றுச்சூழல் பாதிப்பின் பெரும் பகுதியைப் பெண்களே தாங்கிக்கொண்டதால் அவர்கள் பங்கு முக்கியமான தாயிற்று. மேற்கில், சூழலியல் விஷயங்கள் அழகியலுடன் சேர்க்கப்பட்டு, அதன் காரணமாக நடுத்தர மக்களே அதற்கான போராட்டங்களில் ஈடு பட்டனர். ஆனால் இங்கு 'சூழலியல் பிரச்னை ஏழைகளுடையதாக' இருந்தது. இயற்கை, அவர்களுடைய வாழ்வாதாரத் தேவைகளோடு தொடர்புபட் டிருந்தது. எனவே அதனை கிராமப்புற மக்கள் தங்கள் பிரச்னையாக ஏற்றுச் செயல்பட்டனர்.[56]

பெண்ணுரிமை இயக்கமும் சூழலியல் இயக்கமும் 1970-களின் தொடக்கத் திலேயே தோன்றிவிட்டன. ஆனால் அவர்களுடைய முன்னேற்றம் அவசர நிலையால் தடைப்பட்டது. எனவே, அது முடிவுற்றதும் அவை மீண்டும் புதுப்பிக்கப்பட்ட சக்தியுடன் எழுந்தன. சிவில் உரிமை இயக்கத்தின் கதையும் அதே போலத்தான். இது, நக்ஸலைட் தீவிரவாதிகள் கல்கத்தா சிறையில் சிறைப்பட்டு இருந்தபோது நடத்தப்பட்ட விதத்தில் ஆரம்பமாயிற்று. கைதிகள் சிகரெட்டுகளையும் கடிதங்களையும் கோரி (அவை சிறை அதிகாரிகளால் மறுக்கப்பட்டன) பீடி-சிட்டி ஆந்தோலன் போராட்டத்தை ஆரம்பித்தபோது ஓய்வு பெற்ற பொறியாளர் கபில் பட்டாச்சாரியா என்பவர் ஜனநாயக உரிமை கள் பாதுகாப்புக்கு என சங்கம் ஒன்றை அமைக்க முடிவு செய்தார். இதேபோல பம்பாய், ஹைதராபாத் போன்ற பிற நகரங்களிலும் அவசரநிலையின்போது இத்தகைய குழுக்கள் அமைக்கப்பட்டன. சில, குடிமக்கள் உரிமைகளை முன்னிலைப்படுத்தின. குடிமக்களின் மனித உரிமைகளை அரசு மீறுவதைக் கண்காணிப்பதில் அவை கவனம் செலுத்தின. மற்றவர்கள் இன்னும் சற்று விரிவான அடிப்படையில், அரசியல் அமைப்புச் சட்டம் வாக்களித்திருந்த வாழும் உரிமை, சுதந்தரம் ஆகியவற்றின் அடிப்படையில் நியாயமான கூலி, பணிச்சூழல், வேலை வாய்ப்பு உரிமை முதலியவற்றுக்காகப் பாடுபட்டனர். முதல் குழு சிறைச் சீர்திருத்தங்களை எடுத்துக்கொண்டது. அரசாங்க அதிகாரிகள் (குறிப்பாக காவல்துறை) அதிகார துஷ்பிரயோகத்தில் ஈடுபடு வதைக் கருத்தில் கொண்டது. இரண்டாது பிரிவினர், வசதி குறைந்தவர்கள் வாழ்க்கையில், முக்கியமாக கீழ்ச்சாதியினர், பழங்குடியினர் ஆகியோரது

வாழும் முறையில் அரசின் கொள்கைளால் ஏற்படும் தாக்கம் பற்றிக் கவனித்தனர். இந்தக் குழுக்கள் குடி உரிமைகளும் ஜனநாயக உரிமைகளும் அரசால் மீறிப்படுவது பற்றிப் பல அறிக்கைகளைத் தயாரித்தன. அந்த அறிக்கைகள் நாட்டின் வெகு தொலைவில் உள்ள பகுதிகளிலும் பெரு நகரங்களிலும் வாழும் பொதுநல நாட்டமுள்ள அறிவாளிகளால் நடத்தப்பட்ட ஆய்வுகளின் அடிப்படையில் அமைந்தவை.[57]

இந்த இயக்கங்கள் 'புதியவை' என்று வருணிக்கப்பட்டன. ஏனெனில் அவை, முந்தைய வர்க்கரீதியிலான உழவர் தொழிலாளர் இயக்கங்கள் கவனிக்காது விட்ட, புறக்கணித்த பிரச்னைகளைக் கையில் எடுத்துக்கொண்டன. ஆனால், 1970-களின் இறுதியில் பழைய அமைப்புகளும் தங்களைப் புதிய முறையில் வெளிப்படுத்திக்கொள்ள ஆரம்பித்தன. இப்படியாக, ஆலைத் தொழிலில் மட்டுமே கவனம் செலுத்திவந்த தொழிற்சங்கங்கள், இப்போது சுரங்கத் தொழிலாளிகள், வீட்டு வேலை செய்பவர்கள், குடிசைத் தொழிலாளிகள் ஆகியோர் பற்றியும் கவனம் செலுத்த ஆரம்பித்தது. மிக முக்கியமாகக் குறிப்பிடப்படவேண்டியது, சட்டீஸ்கர் சுரங்கத் தொழிலாளர்கள் ஷமிக் சங்கம் (சி.எம்.எஸ்.எஸ்). அதன் தலைவர் ஷங்கர் குஹா நியோகி, காந்தி, மார்க்ஸ் ஆகிய இருவரது சிந்தனைகளையும் இணைக்க விரும்பினார். சி.எம்.எஸ்.எஸ் தீவிரமாகச் செயல்பட்ட சுரங்கங்கள், பிலாயில் இருந்த இரும்புத் தொழிற் சாலைக்கு தாதுக்களை அனுப்பியது. முக்கியமாக, பழங்குடியினர் வேலை செய்த அந்தச் சுரங்கத்தில், நியோகி பெண் தொழிலாளர்களுக்கும் ஆண் களுக்குச்சமமாகச்சம்பளம் தரப்படவேண்டும் என்று பிரசாரம் செய்தார். குடிப் பழக்கத்துக்கு எதிராகப் போராடினார். சிறுவர்களுக்குப் பள்ளிகளைத் தொடங்கினார். தொழிலாளர்களுக்கு போதிய கூலி தருவதைப் போலவே, அவர்களது உடல்நலத்திலும் பாதுகாப்பிலும் சுரங்கத் தொழிலதிபர்கள் கவனம் செலுத்தவேண்டும் என்று போராடினார்.[58]

இந்த இயக்கங்களுக்குத் துணையாக, புதிய வகையிலான இந்தியப் பத்திரிகைகளும் உதவிக்கு வந்தன. தேசிய சுதந்தரப் போராட்டம் முன்பு செய்ததைப் போலவே, அவசரநிலையின் முடிவு பத்திரிகையாளர்களின் ஆற்றல்களைக் கட்டவிழ்த்துவிட்டது. தணிக்கை நிறுத்தப்பட்டது. நிருபர்களும் ஆசிரியர்களும் எதைப்பற்றியும், எவ்வளவு வேண்டுமானாலும் எழுத முடிந்தது. அதே நேரத்தில்தான் ஆஃப்செட் அச்சகங்களும் இந்தியாவுக்கு வரத் தொடங்கியிருந்தன. சூடான உலோகத்தில் கஷ்டப்பட்டு டைப்செட்டிங் செய்யவேண்டியிருக்கவில்லை. பெரிய நகரங்களில்தான் பத்திரிகைகள் அச்சிடப்படவேண்டும் என்ற நிலையும் இருக்கவில்லை.

வரலாற்று அறிஞர் ராபின் ஜெஃப்ரி, மிகச் சரியாக 'இந்தியாவின் செய்தித்தாள் புரட்சி'யை வகைப்படுத்தியுள்ளார். 1977-ல் ஆரம்பமான அது, அப்போது முதல் வேகம் பிடித்தது. இந்தப் புரட்சியின் முக்கிய அம்சங்களில் ஐந்தைப் பிரித்தெடுக்கலாம். புதிய தொழில்நுட்பம் இரண்டைச் சாதகமாக்கியது. ஒரே ஏட்டின் பல பதிப்புகளை வெகுதூரத்தில் உள்ள பல ஊர்களில் ஒரேசமயத்தில் அச்சிடுவது ஒன்று. அச்சின் தரம், முக்கியமாக படங்களை அச்சிடுவதில்

ஏற்பட்ட முன்னேற்றம் இரண்டாவது. மற்ற புது முயற்சிகள் சமுதாயத்திலும் அரசியலிலும் ஏற்பட்ட மாற்றங்களின் விளைவு: பத்திரிகைத் தணிக்கை முடிவுக்கு வந்ததால், புலனாய்வு இதழியல், குற்றங்களைப் பற்றியும் அரசியல் ஊழல்களையும் கடுமையாகத் தாக்கி எழுதுவதற்கு வழி செய்தது. கல்வியில் முன்னேற்றம், நடுத்தர வகுப்பினர் வளர்ச்சி ஆகியவற்றால் இந்திய மொழிப் பத்திரிகைகள் வளர்ந்தன. 1979-ல் பெருநகரங்களிலும் நகரங் களிலும் மட்டும் நடத்தப்பட்ட நேஷனல் ரீடர்ஷிப் சர்வே கணக்கெடுப்பின் படி, 4.8 கோடி நகரவாசிகள் ஏதோ ஒரு பத்திரிகையைத் தொடர்ச்சியாகப் படித்தனர். சிறிய நகரங்களில், இந்திய மொழிப் பத்திரிகை வாசிப்பு எண்ணிக்கை வேகமாக அதிகரித்திருந்தது. 1979-ல் முதல் முறையாக, (40 சதவிகித இந்தியர்கள் பேசும்) இந்தி மொழியில் படிப்பவர்களின் எண்ணிக்கை, (வெறும் 3 சதவிகித இந்தியர்கள் மட்டுமே பேசும்) ஆங்கில மொழியில் படிப்பவர்களின் எண்ணிக்கையைத் தாண்டியது. பத்திரிகை ஆசிரியர்களும் நிருபர்களும் ஒரு காலத்தில் விரும்பிய கடுமையான, இலக்கண மொழிநடையை விட்டு புதிய பத்திரிகைகள் சாதாரண மக்கள் பேசக்கூடிய நடைமுறைப் பேச்சு மொழியைப் பயன்படுத்தின. சமஸ்கிருத மொழியிலிருந்து கையாளப்பட்ட மரபுத் தொடர்கள் கைவிடப்பட்டு, அவற்றுக்கு மாற்றாக ஒலிநயம் மிக்க அன்றாடப் பேச்சுவழக்குத் தொடர்கள் கொண்ட இனிய உரைநடை இடம் பெற்றது.[59]

இரண்டு மாறுபட்ட போக்குகள் 1970-களின் பிற்பகுதியில் இந்தியாவில் காணப்பட்டன. ஒருபுறம், அடிக்கடி மாறும் அரசியல்வாதிகளால் அரசாங்கத் தில் ஏற்பட்ட ஒருங்கிணைப்பற்ற தன்மை. மிகச் சில விலக்குகளைத் தவிர அரசியல்வாதிகளும் கட்சிகளும், சிந்தனைகளை வாய்ப்புகளுக்காகவும், கொள்கைகளை ஆதாயங்களுக்காகவும் கைகழுவிவிட்டனர். மறுபுறம், காலம் காலமாக ஒடுக்கப்பட்டு வந்த கீழ்ச்சாதியினர், பெண்கள், மரபுசாராத் தொழி லாளர்கள் ஆகியோர் தங்கள் உரிமைகளுக்காகக் கிளர்ந்தெழுந்தனர். இப்போதுதான் முதல் முறையாகத் தீவிர சிவில் உரிமை இயக்கம் தோன்றியது. அவசரநிலையின்போது எதிர்ப்பின்றி பெரும்பாலும் அடங்கிப் போயிருந்த பத்திரிகைகள், இப்போது, எப்போதும் இல்லாத அளவுக்கு உயிரோட்டம் கொண்டு எழுந்தன.

இந்திய ஜனநாயகத்தை, மரபார்ந்த அரசியல் நோக்கில் காணும்போது அது படிப்படியாகச் சிதைந்து தரம் தாழ்ந்து போய்விட்டதாகத் தோன்றியது. ஆனால் 'சமூக நோக்கில்' காணும்போது இந்திய ஜனநாயகம் ஆழமாக வேரூன்றி வளம் பெற்றதாகத் தோன்றியது.

24

அலங்கோலத்தில் ஜனநாயகம்

நம்முடைய ஜனநாயகக் கட்டமைப்பை ஒரு தனி நபரோ, கட்சியோ எப்போதும் ஆக்கபூர்வமான நோக்கங்களுக்கே பயன்படுத்துவார்கள் என்று சொல்வதற்கில்லை. சில சமயங்களில் ஜனநாயக உரிமை என்பது, அழிப்பதற்குமான சுதந்தரம் என்றாகிறது.
- ஜெயப்பிரகாஷ் நாராயணுக்கு இந்திரா காந்தி, மே 1968

I

1977 தேர்தல்களுக்குச் சற்றுப் பிறகு கார்டியன் பத்திரிகையின் இந்திய நிருபர், திரும்ப வந்த ஜனநாயகம் சிறிதுகாலமே இருக்கும் என்று கருதினார். 'பொருளாதார முன்னேற்றமும் சீர்திருத்தமும் இருந்தால் மட்டுமே ஜனநாயகம் பிழைத்திருக்க முடியும். ஏற்கெனவே புதிய (ஜனதா) அரசாங்கம் பொருளாதார ஆபத்தை எதிர்நோக்கியுள்ளது. மீண்டும், கட்டுப்படுத்தப்படாத பணவீக்கம், அளவுக்கு மீறிய கூலி உயர்வுக்காக வேலை நிறுத்தங்கள் ஆகிய வற்றை எதிர்நோக்கியுள்ளது. எதிர்ப்பு தடுக்க முடியாத அளவுக்கு அதிகரித் தால், மீண்டும் அடக்குமுறை சுழற்சி ஆரம்பமாகக் கூடும்' என்று அந்த நிருபர் எழுதினார்.[1]

முழுதுமாக அதிகமான நம்பிக்கை கொண்டவராக இருந்தவர், முன்னர் இந்தியாவுக்கு உதவியாக இருந்த, இப்போது 87 வயதான ஹொரேஸ் அலெக்ஸாண்டர். அவர் பென்சில்வேனியாவில் ஒரு குவேக்கர் இல்லத்தில் ஓய்வு எடுத்துவந்தார். நியூ யார்க் டைம்ஸில் வெளியான ஒரு கடிதத்தில் அலெக்ஸாண்டர், 'பிரமிக்க வைக்கும் இந்தியத் தேர்தல்கள், இந்தியப் பொது மக்களின் அரசியல் தைரியத்தைக் காட்டின' என்று எழுதியிருந்தார். இதை

அவர்கள் காந்தியிடமிருந்தும் விடுதலை இயக்கத்தின் பழைமை வாய்ந்த பெருமையிலிருந்தும் பெற்றனர். குவேக்கர் நண்பர் ஒருவருக்கு எழுதிய கடிதத்திலும் அவர், அத்தேர்தல் முடிவு 'இந்தியப் பொதுமக்களின் வெற்றி' என்றார். மேலும், 'ஜனநாயக உரிமை என்பது பூர்ஷ்வா கருத்து என்று நாம் இனியும் சொல்லக்கூடாது. அப்படிச் சொல்பவர்கள் ஒருசில இடதுசாரி அறிவுஜீவிகள் மட்டுமே' என்றார்.²

தளர்ச்சியடையாத அலெக்ஸாண்டர் திருமதி காந்திக்கும் எழுதினார். அவசரநிலையின்போது அவர் சிறையில் இருப்பவர்கள் பற்றியும் சுதந்தரத்தின் தலைவிதி பற்றியும் கவலை தெரிவித்து திருமதி காந்திக்கு எண்ணற்ற கடிதங்கள் எழுதியிருந்தார். இப்போது அவர் தன் பழைய நண்பர் ஜவாஹர்லால் நேருவை நினைவுகூர்ந்தார். நேரு, அரசியலிலிருந்து சற்று விலகி, படிக்கவும் வேறெதுவும் செய்யாமல் ஓய்வெடுக்கவும் விரும்பியதை நினைவுபடுத்தினார். பதவியில் இல்லாத நேருவின் மகளும் இமயத்தின் உயரத்தில் அல்லது காஷ்மீரில் பறவைகளைக் கண்டு மகிழலாமே என்று எடுத்துக்கொடுத்தார். கலை, இலக்கியம் பற்றி சில குறிப்புகள் இருந்தன. இறுதியாக, 'இந்தியா பற்றிய செய்திகளை நாம் அவ்வப்போது பரிமாறிக் கொள்வோம். இப்போதிலிருந்து இன்னும் ஐந்து ஆண்டுகளில் நீங்கள் முன் எப்போதையும்விட மிக அதிகமான பெரும்பான்மையுடன் ஒருவேளை பதவிக்கு வரலாம். ஜனநாயகம் என்பதே அதுதானே', என்று கடிதத்தை முடித்திருந்தார்.³

உண்மையில் திருமதி காந்தி மீண்டும் பதவிக்கு வர மூன்றாண்டுகளுக்கும் குறைவான காலமே ஆயிற்று. 1980 தேர்தல்களில் அவருடைய காங்கிரஸ் கட்சி 353 இடங்களை வென்றது. இது, 1971-ன் 'வறுமையை விரட்டு' கோஷத்துடன் பெற்ற இடங்களைவிட ஓர் இடம் அதிகம். தெற்கே முன்பு போலவே மிகச் சிறப்பான வெற்றியைப் பெற்றது. ஆனால், வடக்கே ஜனதா கட்சி இரு பிரிவுகளாகப் பிரிந்து, தனித்தனிக் கட்சிகளாகப் போட்டியிட்டதின் விளைவாக, காங்கிரஸ் லாபம் அடைந்தது. உதாரணமாக முக்கியமான மாநிலமான உத்தரப் பிரதேசத்தில் காங்கிரஸ் 36 சதவிகித வாக்குகளை மட்டுமே பெற்றது; ஆனால் 60 சதவிகித நாடாளுமன்ற இடங்களைக் கைப்பற்றியது. ஒரு ஜனதா பிரிவு 22.6 சதவிகித வாக்குகளையும் மற்றொரு பிரிவு 29 சதவிகித வாக்குகளையும் பெற்றிருந்தாலும், அவர்களால் 32 இடங் களையே பெற முடிந்தது. காங்கிரஸ் 50 இடங்களைப் பெற்றது.⁴

1980 தேர்தல்கள் பற்றி எழுதிய பத்திரிகை ஆசிரியர் ப்ரபாஸ் ஜோஷி, அது, இந்திய அரசியலில் 'லட்சியக் கொள்கைகள் முடிவுக்கு வந்துவிட்டதை' குறிக்கிறது என்றார். முந்தைய தேர்தல்களில் ஜனநாயகம், சோஷலிசம், மதச் சார்பின்மை, அணிசேராக் கொள்கை ஆகியவற்றின் அடிப்படையில் போட்டி நடைபெற்று, வெற்றி தோல்விகள் நிர்ணயிக்கப்பட்டன. ஆனால் 1980-ல் திருமதி காந்தி, வறுமை ஒழிப்பு பற்றிப் பேசாமல், தன் ஆட்சித்திறன் பற்றியே பேசினார், ஜனதா கட்சியால் ஆட்சியைக் கட்டிக்காக்க முடியவில்லை;

ஆனால் தன்னால் முடியும், முடிந்தது என்று வாக்காளர்களிடம் கூறினார். அதன் உட்கட்சிப் பூசல்களுக்கு அப்பாலும் ஜனதாவுக்கு எதிராகப் பல காரணங்கள் இருந்தன. அடிப்படைப் பொருள்களின் பற்றாக்குறை, இயல்பாகவே ஆட்சியில் இருந்த கட்சிக்கு எதிராகச் சென்றது. ஒரு தேர்தல் கோஷம் இப்படிச் சென்றது: 'ஜனதா ஹோ கயி ஃபெயில், கா காயி சீனி அவுர் மிட்டி கா தேல்.' அதாவது, 'ஜனதா கட்சி தோற்றுவிட்டது. வழியில் சர்க்கரையையும் மண்ணெண்ணெயையும் விழுங்கிச் சென்றுவிட்டது."[5]

ஜனதா கட்சி முழுவதுமாகக் கெட்ட பெயரைச் சம்பாதித்துக்கொண்டது. தேர்தல்களைப் பற்றிய செய்திகளைச் சேகரிக்கும் ஒரு நிருபர் கூறியவாறு, 'திருமதி காந்தி தன் தோற்றத்தைப் பாழ் ஆக்கிக்கொண்டார். அவருடைய எதிரிகளோ தம் தோற்றத்தை மட்டுமல்ல, தங்கள் உருவங்களையே பாழ் ஆக்கிக்கொண்டு விட்டனர்."[6] இதற்கிடையில் அட்டவணை வகுப்பினர்மீது மேற்கொள்ளப்பட்ட கடுமையான தாக்குதல்கள், கணிசமான இந்த வாக்கு வங்கியை மீண்டும் காங்கிரஸ் பக்கமே திருப்பியது. அவசரநிலை அத்துமீறல்களுக்காக சஞ்சய் காந்தி முஸ்லிம்களிடம் மன்னிப்பு கோரினார். இந்த வாக்கு வங்கியின் சில பிரிவுகளும் காங்கிரஸ் அணிக்கே திரும்பின.[7]

இந்தியாவின் பெரும்பான்மையான இடங்களில் தேர்தல்கள் சுதந்தரமாகவே நடைபெற்றன. ஆனால் பிகார், உத்தரப் பிரதேசத்தின் சில பகுதிகளில் சாலை வசதிகள் மோசமாக இருந்த இடங்களிலும், தொலைபேசி வசதிகள் இல்லாத இடங்களிலும், வாக்குச் சாவடிகளை ஆயுதம் ஏந்திய கூட்டங்கள் கைப்பற்றுவதை தேர்தல் ஆணையத்தால் கட்டுப்படுத்த முடியவில்லை. இப்படிப்பட்ட இடங்களில் எல்லாம் அராஜகக் கூட்டங்கள், வயது வந்தோர் வாக்குரிமைக்குப் பதிலாக போலி வாக்குரிமையைச் செயல்படுத்தின. இங்கெல்லாம் மிக அதிகமான துப்பாக்கிகளை வைத்திருக்கும் வேட்பாளரே, வாக்காளர்களுக்கு பதிலாக வாக்குகளைத் தானே போட்டுக்கொண்டார்.[8]

II

திருமதி காந்தி பதவிக்கு வந்தவுடனே காங்கிரஸ்மீது அனுதாபம் உள்ள ஒரு பிரபல அரசியல் விஞ்ஞானி, 'மீண்டும் காங்கிரஸை நேருவின்கீழ் இருப்பது போன்ற உணர்வை ஏற்படுத்தக்கூடிய அமைப்பாக மாற்றிவிடுங்கள்' என்று பிரதமரிடம் வேண்டிக்கொண்டார். ஏனென்றால், 'தனிமனித அதிகாரம் என்பதற்கு பதிலாக அதிகாரப் பகிர்வு அதன் இடத்தைப் பெறவேண்டும். தலைமை என்பது அடிமட்ட வேர்களிலிருந்து ஆற்றலைப் பெறவேண்டுமே அன்றி தனிப்பட்டவர்களுடைய அதிகாரமாக அமைந்துவிடக்கூடாது. திருமதி காந்தி திரும்பப் பெற்றுள்ள கவர்ச்சியைக் கொண்டு, நிர்வாக அமைப்புகள் மீண்டும் முன்புபோல் கரைந்துபோய்விடாமல், பலப்படுத்த உதவவேண்டும்.'[9]

இந்த உணர்வுகள் உயர்ந்தவையாகவும் அப்பாவித்தனமாகவும் இருந்தன. ஏனென்றால் திருமதி காந்தி தன்னை காங்கிரஸாக மட்டுமல்ல, இந்திய தேசமாகவே உருவகித்துக்கொண்டார். 1980 மேயில், இந்தியாவுக்கு

வந்திருந்த பத்திரிகையாளர் ஒருவரிடம் அவர், 'இந்து வெறியர்கள், முஸ்லிம் வெறியர்கள், நிலவுடைமைக்காரர்கள், அந்நியச் சிந்தனைகளின் அனுதாபிகள் என்று பல தனிநபர்களாலும், குழுக்களாலும், கட்சிகளாலும் பல ஆண்டு களாகத் தாக்குதல்களுக்கு இலக்காக இருந்து வந்திருக்கிறேன். நான், இந்தியா கட்டுப்பாடற்ற சுதந்தரச் செயல்பாடுகள் கொண்டதாகவும், தன்னம்பிக்கை உடையதாகவும், பொருளாதார பலம் கொண்டதாகவும் இருக்கவேண்டும் என்று நினைக்கிறேன். தன்னம்பிக்கை, மதச்சார்பின்மை, சோஷலிஷம் ஆகியவற்றுக்கு எதிராக உள்ளவர்கள் என்னைக் குறைகூறி இழிவுபடுத்த ஏதேனும் காரணத்தைக் கண்டுபிடிக்கிறார்கள்' என்றார்.[10]

தனக்கு எல்லா இடங்களிலிருந்து ஆபத்து வரும் என்ற மனநிலையிலேயே இந்திரா காந்தி இருந்தார். இப்படிப்பட்ட மனநிலையில், இந்திரா காந்தி தன் அதிகாரத்தை மகன் சஞ்சய் காந்தியைத் தவிர மற்றவரோடு பங்கிட்டுக் கொள்ள விரும்பியிருக்க மாட்டார். சஞ்சய் இப்போது நாடாளுமன்ற உறுப்பினரும் காங்கிரஸ் செயலாளருமாக இருந்தார். ஒரு தில்லிப் பத்திரிகை குறிப்பிட்டவாறு, 'இந்திய அரசியலில் சஞ்சய் மீண்டும் முக்கியமான காரண கர்த்தாவாக ஆகியிருந்தார்.' 1980 தேர்தல்களுக்குப் பிறகு ஒன்பது மாநில அரசு களை திருமதி காந்தி கலைத்தபோது, சட்டமன்ற இடங்களுக்கான காங்கிரஸ் வேட்பாளர்களைத் தேர்ந்தெடுத்தவர் சஞ்சயே. தேர்தலில் வென்றால், முதல்வர் யார் என முடிவு செய்தவரும் அவரே. உத்தரப் பிரதேசத்தின் முதல் வராக நியமிக்கப்பட்ட விஸ்வநாத் பிரதாப் சிங் பத்திரிகையாளர்களிடம் பேசியபோது தனக்காக மட்டும் பேசவில்லை, மற்ற பலருக்காகவும் பேசினார்: 'சஞ்சய் தன் திறமையின் அடிப்படையிலேயே ஒரு தலைவர். அவரே என் தலைவரும் கூட.'[11]

திருமதி காந்திக்கு இப்போது வயது 63. வாரிசு பற்றிய சிந்தனைகள் அவர் மனத்திலிருந்து வெகு தூரத்தில் இருக்கவில்லை. ஆனால் 1980 ஜூன் 23 அன்று ஒற்றை இயந்திர விமானம் ஒன்றில் வழக்கம்போல வேடிக்கையாகப் பறந்து சென்றபோது சஞ்சய் கொல்லப்பட்டார். அவர் வானத்தில் மூன்று முறை வட்டமிட்டு நான்காம் முறை முயன்றபோது கட்டுப்பாட்டை இழந்தார். அவர் தன் தாயுடன் வசித்த வீட்டிலிருந்து வெறும் 500 கஜ தூரத்தில் விமானம் விழுந்து நொறுங்கியது. சஞ்சயும் உடன் இருந்த துணை விமானியும் உடனடியாக உயிரிழந்தனர்.[12]

திருமதி காந்தி நான்கு நாட்களுக்குப் பிறகு பணிக்குத் திரும்பினார். அவர், செய்வதறியாத தனிமை நிலையில் இருந்தார் என்று நிருபர் ஒருவர் அவருடைய முழுமையான, தவிர்க்க இயலாத தனிமையைப் பற்றிக் கூறினார்.[13] ஆகஸ்ட் முடிவில் அவர் தன் மூத்த மகனை இடைவெளியை நிரப்புமாறு தூண்டினார். முன்னதாக, ராஜிவ் காந்திக்கு அரசியலில் விருப்பம் ஏதும் இருக்கவில்லை. அவர் தன் இத்தாலிய மனைவி சோனியாவிடமும் இரு சிறு குழந்தைகளிடமும் ஈடுபாடு கொண்ட ஒரு குடும்பஸ்தராகவே இருந்தார். முழுதும் குடும்ப வாழ்க்கையோடு அவர் இந்தியன் ஏர்லைன்ஸில் ஒரு விமானியாகப் பணியாற்றினார். ஆவ்ரோ விமானங்களை

லக்னோவுக்கும் ஜெய்ப்பூருக்கும் ஓட்டிச் சென்றார். அவருடைய லட்சியம் தில்லிக்கும் பம்பாய்க்கு இடையே போயிங் விமானங்களை ஓட்டுவதே.

ஆனால் இப்போது அரசியலில் இறங்குமாறு அவர்மீது அதிகமான வற்புறுத்தல்கள் தொடர்ந்தன. அவை பிரதமரிடமிருந்தே அதிகமாக வந்தன. 1980 ஆகஸ்டில் ஒரு பேட்டியில் ராஜிவ் காந்தி, 'சஞ்சய் வழியில் தான் வருவதற்கான பேச்சே இல்லை' என்றார். கட்சிப் பதவி எதையும் ஏற்பாரா அல்லது தேர்தலில் நிற்பாரா என்ற கேள்விக்கு, 'அதை நான் விரும்ப மாட்டேன்' என்று பதிலளித்தார். மேலும் அவர், 'தன் மனைவி தான் அரசியலில் ஈடுபடுவதை முழுக்க முழுக்க எதிர்ப்பதாக' கூறினார்.[14]

ஒன்பது மாதங்களுக்குப் பிறகு ராஜிவ் காந்தி தன் சகோதரருடைய தொகுதியான அமேதியிலிருந்து தேர்ந்தெடுக்கப்பட்டார். அவர் ஏன் மனம் மாறினார் என்று கேட்டபோது, 'எப்படியாவது என் அம்மாவுக்கு உதவ வேண்டும் என்ற நோக்கில் பார்க்கிறேன்' என்று பதிலளித்தார். ராஜிவ் அரசியலுக்கு நுழைந்தது பற்றிக் கருத்து கூறிய, அனுதாபமுள்ள ஒரு பத்திரிகையாளர், 'மறைமுகமானது என்றாலும் இந்தியாவுக்கு உறுதியான ஒரு தலைமை அளிக்கவேண்டும், அரசில் ஒரு தொடர்ச்சி அமையவேண்டும் என்ற திருமதி காந்தியின் எண்ணத்துக்கு ஏற்றதாக உள்ளது' என்றார். 'பார்க்கும் தொலைவில் எந்தத் தலைமையும் தென்படாத நிலையில் நேருவின் குடும்பத்தைச் சார்ந்தவர் என்பது மகத்தான அடையாளத்தையும் தொடக்கத்தையும் அளித்தது' என்று குறிப்பிட்டார்.[15]

அறிகுறிகளைக் கண்டுகொண்டு, அல்லது வேறு வழி ஏதும் இல்லை என்று உணர்ந்து, நாடெங்கிலும் இருந்து காங்கிரஸ் உறுப்பினர்களும் அமைச்சர்களும் ராஜிவுக்குச் சலாம் அடிக்க வரிசையில் வந்து நின்றனர். மருத்துவக் கல்லூரிகளுக்கு அடிக்கல் நாட்டவும், அரிஜனக் குடியேற்றங்களுக்கு மின் இணைப்பைத் தொடங்கி வைக்கவும், நேருவின் பிறந்த நாளன்று காங்கிரஸ் கூட்டங்களில் உரையாற்றவும் அவரை அழைத்தனர்.[16]

இந்திய அரசியலில் ராஜிவ் காந்தி முதல் அடி எடுத்து வைத்தபோது அவருடைய தாய் உலக அரங்கில் அவசரநிலையின்போது சீர்கெட்டுப் போயிருந்த உறவுகளைச் சீர் செய்வதில் முனைந்திருந்தார். மேற்கில் அவருடைய பிம்பம் திரும்பத் திரும்பத் தாக்கப்பட்டது கண்டு பெரிதும் கவலை கொண்டிருந்தார். இப்போது வாக்குப்பெட்டி மூலம் ஆட்சிக்குத் திரும்ப வந்துவிட்டதால், சீர்கேட்டைச் செப்பனிட முடிவு செய்தார். 1982-ல் பிரிட்டன், முழு எட்டு மாதங்களுக்கு இந்தியத் திருவிழா ஒன்றை அமைத்திருந்தது. விக்டோரியா ஆல்பர்ட் மியூசியத்தில் இந்திய கலைக் கண்காட்சிகளும், ராயல் ஃபெஸ்டிவல் அரங்கில் ரவி சங்கர், எம்.எஸ். சுப்புலக்ஷ்மி போன்றோரது இசை நிகழ்ச்சிகளும், மேலும் பல நிகழ்ச்சிகளும் நடைபெற்றன. அந்த நிகழ்ச்சிகளில் செவ்வியல் கலைகளும் உண்டு, நாட்டுப்புறக் கலைகளும் உண்டு. வூஸ்டர்ஷயர் உயர் நிலைப்பள்ளி சிறிய ராஜஸ்தானாக மாற்றப்பட்டது. அந்த மாநிலத்திலிருந்து வந்த நடனக் கலைஞர்களும் கதை

சொல்லிகளும் அங்கு ஒரு வாரம் முகாமிட்டு நிகழ்ச்சிகளை நடத்தினர். பதிலுக்கு அந்தப் பள்ளி, கிப்ளிங்கின் 'ஜங்கிள் புக்'கை நடித்துக்காட்டியது.

இந்திய அரசாங்கம் இந்தத் திருவிழாவுக்கு ஒரு பங்கு நிதி அளித்ததோடு, இதனை விளம்பரமும் செய்தது. திருவிழாவின் ஆரம்பத்திலும் முடிவிலும் இந்தியப் பிரதமர் கலந்துகொண்டு, அதன் நட்சத்திரமாகத் திகழ்ந்தார். அவசரநிலையின்போது சில பிரிட்டிஷ் பத்திரிகைகள் திருமதி காந்தியை அரக்கியாகச் சித்திரித்திருந்தன. இப்போது ஒரு பத்தி எழுத்தாளர், 'அவர் இப்போது பெறும் புகழ்ச்சியை வரவேற்க வேண்டும்' என்று எழுதினார். ஒரு விழாவில் அவரும் பிரிட்டிஷ் பிரதமரும் பிரதம விருந்தினர்கள். திருமதி காந்தி, 'இந்தியா ஜனநாயகத்துக்கும் சோஷலிஷத்துக்கும் தன்னை அர்ப்பணித்துக் கொண்டுள்ளது' என்றார். மேலும் அவர், 'பின்னதில் நாங்கள் திருமதி தாட்சரிடமிருந்து வேறுபடுகிறோம்' என்றார். பத்திரிகை ஆசிரியர்களைச் சந்தித்த அவர், 'இப்போது நீங்கள் என்னை இந்தியாவின் சக்ரவர்த்தினி என்று கூறுவதை நிறுத்திவிடுவீர்கள் என்று நம்புகிறேன்' என்றார்.

இந்தியத் திருவிழா ஒரு மாபெரும் வெற்றி என்று அதன் ஏற்பாட்டாளர்கள் கருதினர். இதே போன்ற நிகழ்ச்சிகள் அமெரிக்கா, ரஷ்யா, பிரான்ஸ் ஆகிய நாடுகளிலும் தொடர்வதாக இருந்தன. இந்தக் கேளிக்கைத் திருவிழாவைப் பற்றி கார்ட்டூனிஸ்ட் ஆர்.கே. லக்ஷ்மணுடைய விமர்சனத்தைக் கடைசித் தீர்ப்பாகக் கொள்ளலாம். இந்தியத் தெரு ஒன்றில் இரண்டு அரை நிர்வாண மனிதர்கள் இருக்கிறார்கள். செய்தித்தாள் படித்துக்கொண்டிருக்கும் ஒருவர், மற்றவரிடம் இவ்வாறு கூறுகிறார்:- 'இத்தகைய திருவிழா மட்டும் இல்லாவிட்டால் நாமும் நம் சாதனைகள் எவ்வளவு மகத்தானவை என்பதை அறிய மாட்டோம்.'[17]

III

சக்தி மிக்கவர்களையும்கூட கேலி செய்ய கார்ட்டூனிஸ்டுகள் தொழில்ரீதியாகக் கடமைப்பட்டவர்கள். அத்துடன் லக்ஷ்மண் பம்பாயில் வசித்துவந்தார். இந்தியாவில் வேறு எந்த இடத்தையும்விட செல்வம், வறுமை இரண்டும் அவற்றின் உச்சத்தில் வெளிப்படும் அந்த இடத்தில் வசித்ததால், அதன் எதிரொலியும் அவரது விமர்சனங்களில் காணப்பட்டிருக்கும். எதேச்சையாக, லண்டன் திருவிழாவும் பம்பாய் துணி ஆலைத் தொழிலாளர்களுடைய கால வரையற்ற வேலைநிறுத்தமும் ஒரே சமயத்தில் நிகழ்ந்தன. தத்தா சமந்த் என்ற மருத்துவர் அவர்களை வழிநடத்தினார். அவரது கொள்கை தெளிவற்றதாக இருந்தது. ஆனாலும் நகரின் தொழிற்சங்கங்களை இதுவரை வழிநடத்திய சோஷலிஸ்ட்களையும் கம்யூனிஸ்டுகளையும் மீறி, தொழிலாளர்களிடம் ஆதரவு பெறப் போதுமான கவர்ச்சியை அவர் பெற்றிருந்தார்.

பம்பாயில் எம்பயர் டையிங் தொழிற்சாலையில் வேலை செய்யும் தொழிலாளர்களுக்கு மாதச் சம்பளத்தில் ரூ. 200 அதிகம் பெற்றுத் தருவதில் தத்தா சமந்தின் வேலை ஆரம்பமாயிற்று. அவருடைய வெற்றி அவரை விரைவில்

மற்ற தொழிற்சாலைகளுக்கும் செல்லத் தூண்டியது. பம்பாயின் பரந்த துணியாலைத் தொழிலாளர்களின் பெரும் பகுதியினர் விரைவில் அவர் பக்கம் வந்தனர். அவர்களுடைய கூலி இத்தனை ஆண்டுகளாகச் சிறிது சிறிதாக உயர்ந்து வந்தது. ஆனால் அவை பண வீக்கத்துக்கு எதிராகப் போதுமான பாது காப்பு அளிப்பதாக இல்லை. எனவே அவர்கள் மாதச்சம்பளத்தை மொத்தமாக மாற்றக் கோரினர். சமந்த், குறைந்தபட்சக் கூலியை ரூ. 670-லிருந்து ரூ. 940-க்கு உயர்த்தக் கோரினார். அந்தக் கோரிக்கை மறுக்கப்பட்டபோது அவர் ஒரு வேலை நிறுத்தத்துக்கு அழைப்பு விடுத்தார். 18 ஜனவரி 1982-ல் தொடங்கிய அந்த வேலை நிறுத்தம் இரண்டு ஆண்டுகள் நீடித்தது. இரண்டு லட்சம் தொழிலாளர்களுக்கும் மேலாக அதில் பங்குகொண்டனர். 2.2 கோடி மனித வேலைநாளுக்கும் மேலான இழப்பு ஏற்பட்டது.

இது உண்மையிலேயே ஒரு மாபெரும் பொதுஜன இயக்கம். அதன் அலைகள் முழு நகரத்திலும், அதற்கு அப்பாலும் எதிரொலித்தன. ஆயிரக்கணக்கான தொழிலாளர்கள் கைதாக முன்வந்தனர். வேலை நிறுத்தத்தை உடைக்க முயன்ற ரவுடிகளுடன் மற்றவர்கள் மோதினர். இந்தப் போக்கு நகரின் பிற தொழிற் சாலை ஊழியர்களையும் பாதித்தது. குறைந்த சம்பளம் வாங்கிக்கொண்டிருந்த போலீஸ் கான்ஸ்டபிள்களும் தங்களுக்கென ஒரு சங்கத்தை உருவாக்கிக் கொண்டனர். அவர்களுடைய எதிர்ப்பு தெருக்களில் பரவியது. முடிவில் துணை ராணுவமான எல்லைக் காவல் படையினர், போலீஸ் காவலர்களின் ஆயுதங்களைப் பறித்து, அவர்களைச் சிறையில் போடவேண்டி வந்தது.[18]

கிராமப் புறங்களிலும்கூட வர்க்கரீதியாகக் கலவரங்கள் ஏற்பட்டன. அவசர நிலையின்போது சிறை வைக்கப்பட்டு, பின்னர் விடுவிக்கப்பட்ட நக்ஸலைட் தீவிரவாதிகள், ஆந்திரப் பிரதேசத்தின் பழங்குடியினர் பகுதிகளில், காட்டு இலாக்காவினராலும், பணம் கடன் கொடுப்போராலும் ஒடுக்கப்பட்ட மக்களிடையே மீண்டும் தோன்ற ஆரம்பித்தனர். பிற நக்ஸலைட் பிரிவினர் மத்திய பிகார் சமவெளிகளில் மேல்சாதி நிலச்சுவாந்தார்களுக்கு எதிராக அரிஜனத் தொழிலாளர்களை ஒன்று திரட்டி ஒழுங்குபடுத்துவதில் ஈடுபட்டனர். அவர்களுக்கு ஆதரவான ஸ்வீடன் எழுத்தாளர் யான் மிர்தால் போன்றவர்கள் இவ்வெழுச்சிகளில் சீனப்புரட்சி போன்ற ஒன்று இந்தியாவில் ஒருநாள் எழுவதற்கான வாய்ப்பு இருப்பதாக நம்பினார்கள்.[19]

1980-களின் ஆரம்பத்தில் இனக்குழுக்களை ஒன்று திரட்டும் முயற்சிகளும் ஏற்பட்டன. ஜார்க்கண்ட் என்ற பழங்குடிகளுக்கான தனி மாநிலக் கோரிக்கை இயக்கம் வன்முறை வடிவங்களை எடுத்தது. சோட்டா நாகபுரி பீடபூமிப் பழங்குடிகளின் முன்னேற்றத்துக்காக சுமார் 3 லட்சம் கோடி ரூபாய் செலவிடப் பட்டிருந்ததாக அரசின் புள்ளிவிவரங்கள் தெரிவித்தன. இந்தப் பணம் எங்கே சென்றது என்பதைக் கூறுவது கடினம். ஏனென்றால் அம்மக்கள் இன்னமும் பள்ளிகள், மருத்துவமனைகள், சாலைகள், மின்சாரம் ஆகியவை இன்றி 'ஆதிகால இருட்டி'லேயே வாழ்ந்துவந்தனர். அவர்களுடைய நிலங்கள் வெளியிலிருந்து வந்தவர்களால் பறிக்கப்பட்டது; அவர்களுடைய காடுகளே

அரசால் அவர்களுக்கு மறுக்கப்பட்டது. மகாஸ்வேதா தேவி என்ற எழுத்தாளர், ‘ஜார்க்கண்ட் கோரிக்கை இத்தகைய சூழ்நிலைகளுக்கு எதிராகத்தான் ஆரம்ப மாகி இருக்கிறது. ஒரு புறத்தில் சோகமயமான சுரண்டல்கள், மறுபுறத்தில் அதை எதிர்க்கும் உணர்வுகள்’ என்று எழுதினார்.[20]

ஜார்க்கண்டின் எதிர்ப்பை சிபு சோரன் தலைமை ஏற்று நடத்தினார். கருத்த, நீண்ட தலைமுடியுடைய இந்த இளைஞர் ஜார்க்கண்ட் பழங்குடிகளின் தலைவர் ஆனார். பழங்குடிகளிடமிருந்து வெளியார் (திகுக்கள்) திருடி வைத்திருந்த நிலங்களில் கட்டாய நெல் அறுவடையையும், பழங்குடியினர் தங்களுடையவை என்ற காடுகள்மீதான படையெடுப்பையும் அவர் தலைமை ஏற்று நடத்தினர். 1980 செப்டெம்பரில் குவா என்ற இடத்தில் கிளர்ச்சி செய்த பழங்குடியினர்மீது போலீஸ், துப்பாக்கிச் சூடு நடத்தியது. குறைந்தபட்சம் 15 பேர் உயிரிழந்தனர். இச்சம்பவம் ஜார்க்கண்ட் கோரிக்கையைத் தீவிரப்படுத்தவே உதவியது.[21]

ஜார்க்கண்ட் கோரிக்கையைப் போலவே அவ்வளவு தீவிரமாக இல்லா விட்டாலும் மேலும் இரண்டு மாநிலங்களுக்கான கோரிக்கைகள் உருவாயின. மத்தியப் பிரதேச பழங்குடியினர் பகுதிகளைப் பிரித்து சத்தீஸ்கர் என்றும், உத்தரப் பிரதேச இமாலய மாவட்டங்களைக் கொண்டு உத்தராகண்ட் என்றும் உருவாக்கக் கோரிக்கைகள் எழுந்தன. இப்பகுதிகள் மரம், நீர், உலோகங்கள் ஆகிய வளங்களைக் கொண்டிருந்தன. இவை, விரிந்த தேசியப் பொருளாதார நலன்களுக்காகவும், நாட்டு மக்களின் தேவைகளுக்காகவும் பயன்படுத்தப் பட்டன; ஆனால் அதே நேரம், உள்ளூர்வாசிகளிடமிருந்து பறிக்கப்பட்டன.[22]

1980-களில் நாகா வன்முறை மீண்டும் தலை தூக்க ஆரம்பித்தது. அவசர நிலையின்போது இந்திய அரசாங்கம் பல நாகா தேசிய கவுன்சில் உறுப்பினர் களை மறைவிடங்களிலிருந்து வெளியே வரவும் ஆயுதங்களைக் கீழே போடவும் வற்புறுத்தியது. நிர்வாகத்தில் சிலர், இந்த ஷில்லாங் ஒப்பந்தம் கிளர்ச்சியைக் கட்டாயம் முடிவுக்குக் கொண்டுவரும் என்று நம்பினர். எனினும், டி. முய்வா போன்ற நாகா புரட்சிக்காரர்கள் அந்த ஒப்பந்தம் ஓர் ஏமாற்றுவேலை என்றே கருதினார். முய்வா ஒரு தங்குல் நாகர். 1960-களில் சீனாவின் உதவியை முதலில் நாடியவர்களில் அவர் ஒருவர். முய்வா, யூனானில் நான்கு ஆண்டுகள் தங்கி மக்கள் விடுதலை ராணுவத்தினரிடம் பயிற்சி பெற்றார். சீனக் கலாசாரப் புரட்சியால் கவரப்பட்ட அவர், அதன் கொள்கைகளைத் தம் பிறவியின் நோக்கத்துடன் சேர்த்து, இவாஞ்சலிகல் கிறிஸ்தவத்தை புரட்சிகர சோஷலிசத்துடன் இணைத்துச் செயல்பட விரும்பினார்.

1980-ல் முய்வாவும் ஐசக் ஸ்வூ என்பவரும் இணைந்து நேஷனல் சோஷலிஸ்ட் கவுன்சில் ஆஃப் நாகாலாந்து (என்.எஸ்.சி.என்) என்ற அமைப்பை ஆரம்பித்தனர். இப்போது சீன உதவி நின்று போய்விட்டது. மாறாக முய்வா, இந்தியாவின் வடகிழக்குப் பகுதியிலும் பர்மாவிலும் இருந்த புரட்சிக் குழுக்களுடன் தொடர்புகளை உருவாக்கிக்கொண்டார்.

காட்டின் மறைவிடத்தில் முய்வாவைச் சந்தித்த பத்திரிகையாளரிடம் அவர் தன் கருத்தை வெளியிடும்போது, 'நாகர்கள் தங்கள் சுதந்தரத்தைப் பெறுவதற் கான ஒரே நம்பிக்கை, இந்தியாவே உடைந்து சிதறினால்தான்' என்றார். அந்த நாகா தலைவர், சீக்கியப் போராளிகளுடனும் காஷ்மீரப் பிரிவினைவாதி களுடன் தொடர்பு கொண்டிருந்தார். 'அதே போன்ற இயக்கம் ஒன்று தென்னிந்தியாவில் தமிழர்களிடம் தோன்றும் என்றும், அப்படி ஏற்பட்டால், அவர் விரும்பியபடி நாடு ஒட்டுமொத்தக் குழப்பத்தில் சிக்கிக்கொள்ளும் என்றும் அவர் நம்பினார்.'[23]

முய்வாவின் முக்கியமான ஆதரவாளர்கள் அவருடைய தங்குல் இனத்தைச் சேர்ந்தவர்களே. அவர்கள் மணிப்பூரின் மேட்டு நிலப் பகுதிகளில் வசித்தனர். எப்போதாவது சுதந்தர நாகா தேசம் உருவானால் இந்தக் குன்றுகள் அதன் பகுதியாகும். ஆனால் அப்போதைய நிலவரப்படி, மணிப்பூரின் பிரதான இனமான மெய்த்தி இந்துக்கள் தங்களை ஆள்வதை தங்குல்கள் விரும்ப வில்லை. என்.எஸ்.சி.என் ஆரம்பிக்கப்பட்டது கண்டு கவலையுற்ற இந்திய அரசாங்கம், மணிப்பூரில் உக்ருல் மாவட்டத்தில் படைகளின் எண்ணிக்கையை அதிகரித்தது. 1982 பிப்ரவரி 19 அன்று இம்பால்-உக்ருல் சாலையில் கிளர்ச்சிக் காரர்கள் ராணுவ லாரிகள்மீது ஒரு திடீர்த் தாக்குதலை நடத்தினர். சீக்கியப் படைப்பிரிவின் சில அதிகாரிகள் உட்பட 22 வீரர்கள் உயிரிழந்தனர். ராணுவம் அவர்கள் கிராமங்களைச் சூறையாடி பதிலடி கொடுத்தது. மாவட்டத்தின் ஒவ்வொரு கிராமத்திலும் புகுந்து ஆண்களைத் தாக்கி, பெண்களைக் கொடுமைப்படுத்தியது. மனித உரிமைக் குழு ஒன்று அங்கு வந்து, பாதிக்கப் பட்டவர்களுடைய சாட்சியங்களைப் பதிவு செய்தது. அவர்களில் ஒரு சிலரே தலைமறைவு நாகர்களை ஆதரித்தனர் என்றாலும், ராணுவத்தின் கண்களுக்கு அவர்கள் அனைவருமே சந்தேகத்துக்கு உரியவர்களாகத் தென்பட்டனர்.[24]

IV

புதிய மாநிலங்களுக்கான இயக்கங்கள், இந்திய யூனியனுக்கு உள்ளேயும் வெளியேயும் இயங்கின. ஏற்கெனவே உள்ள மாநிலங்களிலும், மேலும் சுயாட்சி அதிகாரம் கோரி, சில இயக்கங்கள் செயல்பட்டன. பழைய காங்கிரஸ் கோட்டையான ஆந்திரப் பிரதேசத்தில் மாநில முதல்வர்களை மத்தியிலிருந்து 'திணிக்கும்' போக்குக்கு எதிர்ப்பு அதிகரித்துக்கொண்டிருந்தது. 1972-1982 ஆண்டுகளுக்கிடையே திருமதி காந்தி நான்கு முறை முதல்வர்களை அந்த மாநிலத்தில் மாற்றினார். 1982 பிப்ரவரியில் புதிதாக நியமனம் பெற்ற முதல்வர் டி. அஞ்சய்யா, ராஜிவ் காந்தியை வரவேற்க, ஹைதராபாத் விமான நிலையத் துக்கு பெரும் ஆதரவாளர் படையுடனும் மாலைகளுடனும் சென்றார். முதல்வர் அவ்வாறு வந்ததற்காக, அவர் கண்களில் நீர் வரவழைக்கும் வகையிலான கடும் சொற்களால் ராஜிவ் கண்டித்தார்.[25]

முதல்வருக்கு தனிப்பட்ட முறையிலும், ஆந்திரர்களுக்கு மொத்தமாகவும் இழைக்கப்பட்டதாக அந்த அவமதிப்பை உணர்ந்து, அந்த இழிவு,

ஆந்திராவின் கௌரவத்துக்கு இழைக்கப்பட்டதாக தெலுங்கு ஊடகங்கள் காட்டின. இதனால் ஆத்திரம் ஊட்டப்பட்டு செயலில் இறங்கியவர், புகழ் பெற்ற திரைப்பட நடிகர் என்.டி. ராமாராவ். தமிழ்நாட்டுக்கு எப்படி ஹீரோ வாகவும் சூப்பர் ஸ்டாராகவும் எம்.ஜி. ராமச்சந்திரன் விளங்கினாரோ, அப்படிப்பட்டவர்தான் ஆந்திராவுக்கு ராமாராவ். (ராமாராவ் 150 படங்களில் நடித்தார் என்று சிலரும், 300 என்று சிலரும் சொல்வர். வேறு சிலர், மிகச் சரியாக அந்த எண்ணிக்கையை 292 என்பர்.)

ஆனால் என்.டி.ஆருக்கு, எம்.ஜி.ஆரைப்போல அரசியல் பின்புலம் இல்லை. அவருடைய படங்களிலும் சமுதாயச் செய்திகள் எவையும் கிடையாது. (அவை பெரும்பாலும் புராணக் கதைகள்.) இப்போது அவர் தன் 60-வது பிறந்தநாளை ஒட்டி, தெலுங்கு தேசம் என்ற பிராந்தியக் கட்சியை ஆரம்பித் தார். அது, 'தெலுங்கு பேசும் 6 கோடி மக்களின் கௌரவத்துக்கும் சுயமதிப் புக்கும் துணை நிற்கும்.' இனிமேல், 'ஒருபோதும் ஆந்திரப் பிரதேசம் என்ற மாபெரும் மாநிலம், காங்கிரஸ் கட்சியின் கிளை அலுவலமாக நடத்தப்பட மாட்டாது' என்று என்.டி.ஆர் கூறினார்.[26]

1982 மார்ச்சில் புதிய கட்சி தோன்றியது. அவ்வாண்டுக் கடைசியில் தேர்தல்கள் நடைபெறவேண்டும். தேர்தலுக்குத் தயாராக என்.டி.ஆர் மாநிலத்தின் பல்வேறு மாவட்டங்களுக்குப் பயணம் செய்தார். அவர் தன் உரையில், காங்கிரஸ் நிர்வாகத்தின் ஊழல்களை எதிர்த்துப் பிரசாரம் செய்தார். அவருடைய வண்டி ரதம்போலக் காட்சி தருமாறு திருத்தி அமைக்கப் பட்டிருந்தது. பொதுக்கூட்டங்களில் அவர் நாடகபாணியில், வண்டியிலிருந்து மின்சார ஜெனரேட்டரால் உயர்த்தப்படும் ஒரு மேடையின்மீது தோன்றுவார். வழக்கமாக அவர் மக்கள்முன் காவி உடையில் காணப்படுவார். தன் சினிமா வாழ்க்கையைத் துறந்துவிட்டதன் அடையாளமாக, துறவைக் குறிக்கும் அந்த ஆடையையே அவர் அணிந்தார். புராண நாயகராக நடித்திருந்த அவர், பேராசை, ஊழல் நிறைந்த உலகத்தில் நீதியை நிலைநாட்ட உண்மையாக அவதாரம் எடுக்கலானார். அவர் கூட்டங்களுக்குப் பெண்கள் திரண்டனர். அதற்குப் பதிலாக அவர், அவர்களுக்குத் தனியாகப் பல்கலைக்கழகங்களையும் அரசுத்துறையில் பணி ஒதுக்கீடுகளையும் செய்வதாக வாக்குறுதி அளித்தார்.[27]

என்.டி.ஆரின் வாய்ப்புகள் குறித்து தேசிய ஏடுகள் சந்தேகம் கொண்டிருந் தாலும், தெலுங்கு நாளேடான ஈநாடு அவரைப் பலமாக ஆதரித்தது. அதன் நம்பிக்கைக்கு ஏற்ப தெலுங்கு தேசம் சட்டமன்றத்தில் மூன்றில் இரு பங்கு பெரும்பான்மையைச் எளிதில் பெற்று, வென்றது. 1983 ஜனவரி இரண்டாம் வாரத்தில் ராமாராவ் ஹைதராபாத் ஃபதே மைதானத்தில், இரண்டு லட்சம் மக்கள் கூட்டத்துக்கிடையே முதல்வராகப் பதவிப் பிரமாணம் செய்து வைக்கப்பட்டார்.[28]

பதவி ஏற்றவுடன் என்.டி.ஆர். மேற்கொண்ட முதல் செயல், தேர்தலுக்குமுன் வாக்களித்தபடி, ஒரு கிலோ அரிசியை இரண்டு ரூபாய்க்கு விற்குமாறு தன்

உணவுத் துறையை, அறிவுறுத்தியதே. பொதுவாக அவர், தன் நண்பர் எம்.ஜி.ஆரைப் போலும், எதிரி இந்திரா காந்தியைப் போலும் நகல் எடுத்த மாதிரியில் தாமே கட்சியாகவும் அரசாங்கமாகவும் கருதிச் செயல்பட்டார். ஒரு சோஷலிஸ்ட் விமர்சித்தவாறு, 'பிரதமர் தன்னை அவரே இந்தியா என்று நினைத்தால், என்.டி.ஆர், தானே ஆறரை கோடி தெலுங்கு மக்களுக்கு ஒரே பிரதிநிதி என்ற வகையில் நடந்துகொள்கிறார். அரசாங்கத்தின் கொள்கைகளையும் திட்டங்களையும் வடிவமைப்பதில் தெலுங்கு தேச எம்.எல்.ஏக்களுக்கு எந்தவிதச் செல்வாக்கும் இல்லை. என்.டி.ஆரே முதல்வராகவும் கட்சித் தலைவராகவும் எல்லாவற்றையும் நடத்துகிறார்.'[29] என்.டி.ஆரும் திருமதி காந்தியைப் போலவே உறவினருக்குச் சலுகை காட்டுவதில் நிலை இழந்து, அங்கீகாரம் பெறாத நிலத்தில் சினிமா ஸ்டூடியோ கட்ட, தன் மகனை அனுமதித்தார்.[30]

V

மேலும் அதிகமான சுயாட்சி அதிகாரம் கோரும் தீவிரமான இயக்கம் அஸ்ஸாம் மாநிலத்தில் உருவாகிக்கொண்டிருந்தது. அது ஒரு தனிப்பட்டவரின் விருப்பமாக இல்லாமல் அடிமட்டத்தில் வேரூன்றி வளர்ந்த சிந்தனைகளால் உந்தப்பட்டது என்பதாலும், அம்மாநிலம் இந்தியாவின் மையப் பகுதியில் அமையாமல் நீண்ட நாட்களாகத் தொல்லை கொடுத்துக்கொண்டிருக்கும் மூலையில் அமைந்திருந்தது என்பதாலும், மிகத் தீவிரமாகக் கருதப்பட்டது.

அஸ்ஸாம் தன் எல்லைகளை மேற்கு வங்கத்துடனும், பல வடகிழக்கு மாநிலங்களுடனும், பங்களாதேசம், பூடான் ஆகிய நாடுகளுடனும் பங்கு போட்டுக்கொண்டிருந்தது. அஸ்ஸாமியம் அதன் மாநில மொழி. ஆனால் வங்காளியும் பரவலாகப் பேசப்பட்டது. அந்த இரு மொழிகளைப் பேசுவோரிடையே நீண்ட காலமாகப் பகைமை வரலாறு இருந்தது. காலனி ஆட்சியின்போது வங்காளிகள் நிர்வாகத்தின் மத்திய மற்றும் கீழ்நிலைப் பணிகளை ஆக்கிரமித்துக்கொண்டிருந்தனர். அதிகாரிகள், ஆசிரியர்கள், மாஜிஸ்திரேட்டுகள் ஆகிய நிலைகளில் உள்ளூர் அஸ்ஸாமியர்மீது அதிக அதிகாரம் செலுத்தி, அவர்களைத் தங்களுக்குக் கீழானவர்களாகவும் வெறுப்புடனும் நடத்தினர். 19-ம் நூற்றாண்டின் பிற்பகுதியிலிருந்து நில ஆசைகொண்ட வங்காள விவசாயிகள் அஸ்ஸாமின் வனப்பகுதிகளுக்கு உள்ளும், தாழ்நிலங்களுக்கு உள்ளும் செல்ல ஆரம்பித்தனர். சுதந்தரத்துக்குப் பிறகும் இந்த இடப்பெயர்ச்சி தொடர்ந்தது. அரசியல் நிலையின்மை, பொருளாதார அபாயநிலை ஆகியவை கிழக்கு வங்கத்தில் (பின்னர் பங்களாதேசமாக மாறிய பகுதி) நிலவும்போதெல்லாம், இந்த இடப்பெயர்ச்சி மேலும் அதிகரித்தது. உதாரணமாக 1970-களில் அஸ்ஸாமில் பதிவு செய்யப்பட்ட வாக்காளர் எண்ணிக்கை 62 லட்சத்திலிருந்து 90 லட்சமாக உயர்ந்தது. இந்த அதிகரிப்புக்கு முக்கியமான காரணம் பங்களாதேசத்திலிருந்து வந்த அகதிகளே.[31]

வங்காள நடுத்தர வர்க்கத்தால் அஸ்ஸாமிய கலாசாரம் பாதிக்கப்படும் என்றும் வங்காள விவசாயிகளால் மக்கள் தொகைப் பரவல் பாதிக்கப்படும் என்றும் அஸ்ஸாமியர்கள் பயந்தனர். 1950-கள், 1960-களில் அகதிகளை அவர்களது இடத்துக்கே திரும்பத் துரத்தும் நோக்கில் ஆங்காங்கே, அவ்வப்போது கலவரங்கள் நிகழ்ந்தன. எனினும் 1970-களின் இறுதியில்தான் இந்த உணர்வுகள் பரந்த சமூக இயக்கமாக மாறின.[32]

இம்மாறுதலில் முக்கியப் பங்கேற்ற அமைப்பு அனைத்து அஸ்ஸாம் மாணவர்கள் யூனியன் (ஏ.ஏ.எஸ்.யூ). அதன் கிளைகள் மாநிலம் முழுவதிலும் பரவியிருந்தது. பள்ளி, கல்லூரி யூனியன்கள் அதனுடன் இணைந்திருந்தன. 1979-ல் தொடங்கி, அடுத்த ஐந்தாண்டுகளுக்கு, அந்த அமைப்பு, அத்துமீறி அவர்கள் மாநிலத்தில் நுழைந்தவர்களை வெளியேற்ற மத்திய அரசை வற்புறுத்தி நூற்றுக்கணக்கான வேலை நிறுத்தங்களையும் ஊர்வலங்களையும் நடத்தியது.

அஸ்ஸாமிய தேசியவாதிகள் தங்கள் வாதங்களை, கலாசாரத்தின் மீதும், மக்கள்தொகைக் கணக்கீட்டின் மீதும் வைத்துப் பேசினர். ஏ.ஏ.எஸ்.யூ இத்துடன், மூன்றாவது காலாக, பொருளாதாரத்தையும் சேர்த்தது. அஸ்ஸாமின் பொருளாதாரம் மறுக்க இயலாதபடி வெளியார் ஆதிக்கத்துக்கு உட்பட்டிருந்தது. மாநிலத்தின் செல்வம் கொழிக்கும் தேயிலைத் தோட்டங்கள் பெரும்பாலும் லண்டன் அல்லது கல்கத்தாவில் இருந்த நிறுவனங்களுக்குச் சொந்தமாக இருந்தன. இந்தியாவின் பெட்ரோல் உற்பத்தியில் பெரும்பான்மை உற்பத்தி செய்யும் எண்ணெய் வயல்கள் அஸ்ஸாமில் இருந்தன. ஆனால் எண்ணெய் எடுத்த அரசின் பொதுத்துறை நிறுவனங்கள் சொற்பமான அளவிலேயே உள்ளூர்வாசிகளுக்கு வேலை அளித்தது. உயர் நிர்வாக நிலையில் ஒரு அஸ்ஸாமியரும் இல்லை. இதைவிட மோசம், இந்த எண்ணெய் சுத்திகரிப்புக்கு என, வெளி மாநில ஆலைகளுக்கு அனுப்பப்பட்டது. உள்ளூர் தொழில் வர்த்தகம், ராஜஸ்தான் மார்வாடிகளின் கட்டுப்பாட்டில் இருந்தது. மொத்தத்தில் அஸ்ஸாம் ஒரு உள்காலனியாக, பெருநகர இந்தியா லாபம் அடையும்வகையில் குறைந்த விலைக் கச்சாப் பொருள்களைத் தரும் இடமாக இருந்தது.

அஸ்ஸாம் இயக்கத்தின் மிகப் பெரிய கோரிக்கை, ஒரு புது பொருளாதாரக் கொள்கையை நோக்கி இருந்தது. அதன்படி, மாநிலத்தின் இயற்கை வளங் களைச் சரியாகப் பயன்படுத்தி, அந்த மாநிலத்தின் மக்கள் வேலையும் வருமானமும் பெறவேண்டும். ஆனால் அதன் மிக அவசரமான கோரிக்கை, அகதிகளை மொத்தமாக மாநிலத்தைவிட்டு வெளியேற்றுவதற்கு முன்னதாக, அவர்களுடைய பெயர்களை உடனடியாக வாக்காளர் பட்டியலிலிருந்து நீக்க வேண்டும் என்பதே. இது துரதிர்ஷ்டவசமாக ஆனால், தவிர்க்க முடியாததாக, இன அடிப்படையில் பிளவை ஏற்படுத்தியது. ஏனெனில் அண்மையில் வந்த அகதிகளில் பலர் முஸ்லிம்கள். அப்போது மத்தியில் ஆட்சியில் இருந்ததோடு, மாநிலத்திலும் நீண்டகாலமாக ஆதிக்கம் செலுத்திவந்த

காங்கிரஸ் கட்சி, தன் வாக்கு வங்கி என்பதால் அவர்களைக் காப்பாற்றுகிறது என்று குற்றம் சாட்டப்பட்டது. அனைத்து அஸ்ஸாம் சிறுபான்மை மாணவர் யூனியன் (ஏ.ஏ.எம்.எஸ்.யூ) என்ற அமைப்பு ஏற்படுத்தப்பட்டது, இந்தப் பிளவை விரைவுபடுத்தியது.[33]

1980-ன் கோடையில் அஸ்ஸாம் வந்த தில்லிப் பத்திரிகையாளர் ஒருவர், 'அந்த இயக்கம் சந்தேகத்துக்கு இடமின்றி மிகப் பெரிய அளவில் வளர்ந்துவிட்டது' என்று கண்டார். 'அது இப்போது எழுதப்படிக்க அல்லது பேசத் தெரிந்தவர்கள் அளவில் நின்றுவிடவில்லை. அஸ்ஸாமிய மக்கள் அனைவருமே எரிச்சல் அடைந்து, போராடும் நிலைக்குச் சென்றுள்ளனர். வெளியாருக்கு எதிரான இயக்கம் என்பது, வங்காளி எதிர்ப்பு, இடதுசாரி எதிர்ப்பு, முஸ்லிம் எதிர்ப்பு, அஸ்ஸாமியர் அல்லாதார் எதிர்ப்பு என்று சிறிது சிறிதாக, ஆனால் தெளிவாக இந்திய எதிர்ப்பு என்ற சிந்தனைக்கே வளர்ந்துவிட்டது' என்று அவர் கண்டார்.[34] வங்காளிகள் தாக்கப்பட்டனர். அவர்களுடைய வீடுகள் எரிக்கப்பட்டன. ஆனால், மத்திய அரசும் அவர்களுடைய தாக்குதலுக்கு உட்பட்டது. எதிர்ப்பாளர்கள் ரயில் பாதைகளைத் தகர்த்தனர். ஏ.ஏ.எஸ்.யூ.வினர் மாநிலத்திலிருந்து சணல், பிளைவுட் ஆகியவற்றின் ஏற்றுமதியைத் தடுத்தனர். எண்ணெய்க் குழாய்கள் வழியாக எண்ணெய் வெளியே செல்வதையும் அவர்களால் வெற்றிகரமாகத் தடுக்க முடிந்தது. இதனால் அரசாங்கம் எண்ணெய்க் குழாய்ப் பகுதிகளின் இரு பக்கத்திலும் அரை கிலோமீட்டர் தூரத்துக்கு உள்ள பகுதிகளை பாதுகாக்கப்பட்ட பகுதிகளாக அறிவிக்கவேண்டி வந்தது. முடிவில் அஸ்ஸாமிலிருந்து, தூரத்தில் உள்ள பிகார் சுத்திகரிப்பு ஆலைகளுக்கு எண்ணெயை அனுப்பிவைக்க ராணுவத்தை அழைக்க வேண்டியிருந்தது.[35]

1980 ஜூலை கடைசி வாரத்தில் பிரதமர், அவர்கள் செயல்களுக்கான எதிர் விளைவைச் சந்திக்கவேண்டிவரும் என்று ஏ.ஏ.எஸ்.யூ தலைவர்களை எச்சரித்தார். 'மற்ற மாநிலங்கள் அஸ்ஸாமுக்கு உருக்கு அளிக்க மறுத்தால், அஸ்ஸாம் எவ்வாறு தொழிலை வளர்க்க முடியும்?' என்று அவர் கேட்டார். மேலும், அவர் 'இந்தியக் கூட்டாட்சி, ஒன்றை ஒன்று சார்ந்திருக்கும் நிலையில் அமைந்தது. பெரிய அமைப்பின் நிழலில்தான் ஒவ்வொன்றும் வாழ முடியும்; இல்லாவிட்டால் வெளிப்புறத் தாக்கம் தாங்க இயலாத அளவுக்கு மிகப் பெரியதாக இருக்கும்' என்றார்.[36]

இந்த எச்சரிக்கை வெளியான அதே நேரம், மத்திய அரசு ஏ.ஏ.எஸ்.யூ தலைவர்களுடன் பேச்சுவார்த்தையைத் தொடங்கியிருந்தது. பேச்சுவார்த்தைகள் அடுத்த மூன்றாண்டுகளில் அவ்வப்போது நடந்தன. பேச்சு முறியும்போதெல்லாம், வேலை நிறுத்தமும் மறியலும் நடைபெற்றன. அதிகாரபூர்வமாக, பேச்சுவார்த்தை உள்துறை அமைச்சகத்துக்கும் ஏ.ஏ.எஸ்.யூ.வுக்கும் இடையில்தான். ஆனால், காந்தி அமைதி நிறுவனம், மணிப்பூர் முதல்வர் ஆர்.கே.தோரேந்திர சிங் போன்ற வேறு சிலரும் இதில் பயன்படுத்தப் பட்டனர். எந்தத் தேதிக்குப் பிறகு வந்த அகதிகள் சட்டத்துக்குப் புறம்பான

வர்கள் என்பதை முடிவுசெய்வதுதான் பேச்சுவார்த்தையில் பிரச்னைக்கு உரியதாக இருந்தது. 1951-க்குப் பிறகு வந்த அனைவரையும் வாக்காளர் பட்டியலிலிருந்து நீக்கி, வெளியேற்றவேண்டும் என்றது ஏ.ஏ.எஸ்.யூ. இந்திய அரசோ, நாட்டின் ஒரு பகுதியில் உள்ளவர்கள் இன்னொரு பகுதிக்குச் செல்லலாம் என்ற கூட்டாட்சித் தத்துவத்தின் அடிப்படைச் சுதந்தரத்தையே அது தகர்ப்பதாகக் கருதியது. ஆனால், 1971-ம் ஆண்டை ஏற்றுக்கொள்ள இந்திய அரசுதயாராக இருந்தது. ஏனெனில், அப்போது கிழக்கு பாகிஸ்தானில் ஏற்பட்ட நிகழ்வுகள், எதிர்பாராத அளவுக்கு எல்லை தாண்டிய மக்கள் வெளியேற்றத்தைத் தூண்டியிருந்தது.

ஒரு கணக்குப்படி, 1980, 1981, 1982 ஆண்டுகளில் அரசும் எதிர்ப்பாளர்களும் 114 நாட்கள் சந்தித்தனர். பல சமாதானத் திட்டங்கள் விவாதிக்கப்பட்டன. காந்தி அமைதி நிறுவனம் முன்வைத்த திட்டத்தின்படி, 1951-1961 ஆண்டுகளில் வந்தவர்களுக்கு அங்கு வாழும் உரிமையும் வாக்களிக்கும் உரிமையும் அளிக்கலாம் (குடியுரிமை); 1961-1971 ஆண்டுகளில் வந்தவர் களை இந்தியாவின் பிற மாநிலங்களுக்கு அனுப்பிவிடலாம்; 1971 மார்ச் 25-க்குப் பிறகு (பங்களாதேசம் தன்னாட்சி பெற்றதாக அறிவிக்கப்பட்ட தினம்) வந்தவர்கள் திரும்ப அனுப்பப்படலாம்.[37]

முடிவில் எந்த யோசனையும் செயல்படுத்தக்கூடியதாக அமையவில்லை. போராட்டம் மீண்டும் தொடங்கியது; இம்முறை மேலும் மோசமாக. 1983 பிப்ரவரியில் நிகழ்ந்த பயங்கரச்சம்பவம் ஒன்றில் நூற்றுக்கணக்கான வங்காள முஸ்லிம்களை அஸ்ஸாமிய இந்துக்களும் பழங்குடிகளும் சேர்ந்து படுகொலை செய்தனர். பிரபல பத்திரிகையாளர் தேவ்தத்தாவின் ஆருடம் இவ்வாறு பலித்துவிட்டது: இயக்கத்துக்கும் அரசுக்கும் இடையிலான பேச்சு வார்த்தை ஆரம்ப நிலைகளில் இருக்கும்போது, ஒரு முடிவு எட்டப்படா விட்டால், 'அஸ்ஸாமில் 450 மைல் தூரம் சீறிப் பாய்ந்துவரும் பிரம்மபுத்திரா வின் வெள்ளப்பெருக்குபோல, பொங்கி எழும் வெறுப்பும் பகைமையும்கூட பெரும் சேதத்தை விளைவித்துப் பழிவாங்கிவிடும்.'[38]

VI

அஸ்ஸாம் இயக்கம் நடந்த அதே நேரம், அதைவிடத் தீவிரமாகத் தன்னாட்சி அதிகாரம் கோரி பஞ்சாப் மாநிலத்தில் கிளர்ச்சி ஒன்று ஏற்பட்டது. 'அதைவிடத் தீவிரம்' என்று கூறுவதன் காரணம், மூன்று முறை இந்தியாவுடன் போர்செய்த நாடான பாகிஸ்தானின் எல்லையை ஒட்டி பஞ்சாபின் எல்லையும் இருந்ததுதான். மேலும் மாநில மக்களில் பெரும்பான்மையினர் இந்துக்கள் அல்ல, சீக்கியர்கள். நெடுங்காலமாகத் தொடர்ந்துவரும் மொழி, பிராந்தியப் பிரச்னைகளோடு, சக்திவாய்ந்த, அபாயகரமான மதமும் சேர்ந்துவிட்டது.

அஸ்ஸாமைப் போலவே, பஞ்சாப் 'கிளர்ச்சி' அல்லது 'இயக்கம்' அல்லது 'நெருக்கடி' (பலபெயர்களில் மூன்று மட்டும்) என்பதற்கு சமீபத்தில் நடந்த

காரணங்களும் உண்டு, வெகுகாலம்முன் நடந்த காரணங்களும் உண்டு. மகாராஜா ரஞ்சித் சிங் பத்தொன்பதாம் நூற்றாண்டின் முற்பகுதியில் ஆண்ட ராஜ்ஜியத்தை ஏதோ ஒரு வடிவத்தில் அல்லது உருவத்தில் புதுப்பிக்கலாம் என சீக்கிய அறிவுஜீவிகளில் ஒரு பிரிவினர் நம்பிக்கை கொண்டிருந்தனர். மற்றவர்கள் பிரிவினைக் காலத்தையும், அந்த சமூகத்தினர் அடைந்த துன்பங்கள், இழப்புகள் ஆகியவற்றையும் மட்டுமே கண்டனர். இந்தியா வுக்குள் ஒரு சீக்கியப் பெரும்பான்மை மாநிலத்தை அமைக்குமாறு புது தில்லியைக் கட்டாயப்படுத்த இருபதாண்டு தளராத போராட்டம் நடத்த வேண்டியிருந்தது. ஆனாலும் 1966-ல் புதிய பஞ்சாப் உருவானபிறகும், முக்கிய சீக்கிய அரசியல் கட்சியான அகாலி தளத்தால் மாநிலத்தை அதிகார பூர்வமாக ஆள முடியவில்லை. 1967, 1969 ஆண்டுகளில் அகாலி தளத்தால் இந்துக் கட்சிகளான ஜனசங்கம் போன்றவையுடன் சேர்ந்து கூட்டணி ஆட்சியே நடத்த முடிந்தது. ஆனால், 1971-ல் அதன் எதிரி காங்கிரஸால் தன் சொந்த பலத்திலேயே ஆட்சிக்கு வரமுடிந்தது. இது அகாலி தளத்துக்கு எரிச்சலை உண்டாக்கியது.[39]

1973 அக்டோபரில் அகாலி தளத்தின் செயல்குழு 'அனந்தப்பூர் சாஹிப் தீர்மானத்தை' நிறைவேற்றியது. இது இந்திய அரசை, (பஞ்சாப் அப்போது ஹரியானாவோடு பங்குபோட்டுக் கொண்டிருந்த) சண்டிகரைப் பஞ்சாபிடம் ஒப்படைக்குமாறும், அண்டை மாநிலங்களில் பஞ்சாபி மொழி பேசப்படும் இடங்களை பஞ்சாபுடன் இணைக்குமாறும், ராணுவத்தில் சீக்கியர்களின் எண்ணிக்கையை அதிகப்படுத்துமாறும் கோரியது. மேலும் இந்திய அரசியல் அமைப்புச் சட்டத்தில் மாற்றம் செய்து, உண்மையான கூட்டாட்சிக் கோட்பாட்டின்படி, மத்திய அரசு பாதுகாப்பு, வெளியுறவு, நாணயம், பொது நிர்வாகம், ஆகியவற்றை மட்டுமே வைத்துக்கொண்டு, மற்ற துறைகள் அனைத்திலும் குறுக்கிடாமல், பஞ்சாபிடமே (மற்ற மாநிலங்களிடமும் அவ்வாறே) விட்டுவிடவேண்டும். பஞ்சாபும் (மற்ற மாநிலங்களும்) அந்த மற்ற விஷயங்களில் தன்னிச்சையாகச் சட்டம் இயற்றும் அதிகாரத்தைக் கொண்டிருக்கும்.

அனந்தப்பூர் சாஹிப் தீர்மானத்தை மேலோட்டமாகப் படிக்கும்போது அது இந்திய அரசியல் அமைப்புச் சட்டம் உறுதி அளித்த மாநிலங்களின் சுய அதிகாரங்களை உண்மையாகவே அடைவதைக் குறிப்பதாக இருந்தது. ஆனால் அந்தத் தீர்மானம் மேலும் அதிக ஆபத்தான விளக்கங்களுக்கும் இடம் தருவதாக இருந்தது. அதன் முன்னுரை, அகாலி தளத்தை 'சீக்கிய தேசியத்தின் லட்சியங்களுக்கும் நம்பிக்கைகளுக்குமான மொத்த வடிவமாக'க் காட்டியது; 'பந்த்தின் (சமுதாயத்தின்) அரசியல் இலக்கு கால்ஸாவின் (சீக்கிய சகோதரத் துவத்தின்) முதன்மையே' என்று நிர்ணயம் செய்தது; 'அகாலி தளத்தின் அடிப் படைக் கொள்கை, கால்ஸாவின் பிறப்புரிமையை நிலைநாட்ட அரசியல் அமைப்புகள் மூலம் கனிவான சூழலை ஏற்படுத்துவதே' என்றது.[40]

ஆனால், 1973-ம் ஆண்டு, இந்தக் கோரிக்கைகளை வைக்க ஏற்ற நேரமாக

இல்லை. திருமதி இந்திரா காந்தி அண்மையில் போரில் வெற்றி பெற்று, உச்சத்தில் இருந்த நேரம் அது. முன்பு எப்போதும் இல்லாத அளவுக்கு மத்திய அரசு மிகவும் சக்தி வாய்ந்ததாக இருந்த நேரம் அது. அவசரநிலையின்போது, ஆயிரக்கணக்கான அகாலிகள் சிறைவைக்கப்பட்டதால், அதன் அதிகாரங்கள் மேலும் அதிகமாகியிருந்தன. ஆனால் 1977-ல் அவசரநிலை நீக்கப்பட்டு தேர்தல்கள் நடந்தபோது, காங்கிரஸ் கட்சி படுதோல்வி அடைந்தது. பஞ்சாபில் அகாலிகள் பதவி ஏற்றதும், அனந்தப்பூர் சாஹிப் தீர்மானம் புதுப் பிக்கப்பட்டு, மேலும் சில தீர்மானங்கள் சேர்க்கப்பட்டன. அந்த மாநிலத்துக்கு அதன் பெயரை அளித்த ஐந்து ஆறுகளில் இரண்டு, பிரிவினையின்போது இழக்கப்பட்டன. அது போதாதென்று இந்திய பஞ்சாப் மீதம் உள்ள மூன்று நதிகளை ஹரியானா, ராஜஸ்தான் மாநிலங்களோடு பங்கு போட்டுக்கொள்ள நேரிட்டது. இந்த நீரில் அகாலிகள் அதிகமான பங்கைக் கோரினர். இந்தப் பொருளாதாரக் கோரிக்கையுடன் இணைந்து, சீக்கியப் பொற்கோவிலின் தாயகமான அமிர்தசரஸைப் 'புனித நகரம்' என அங்கீகரிக்கவேண்டும் என்ற கலாசாரக் கோரிக்கையும் முன்வைக்கப்பட்டது.[41]

1978 ஏப்ரலில் அமிர்தசரஸில் நிரங்காரிகள் என்ற மதப்பிரிவினரின் மாநாடு கூடியது. நிரங்காரிகள் தங்களை சீக்கியர்களாகவே கருதினர். ஆனால், அவர்கள் உயிரோடு இருக்கும் ஒரு குருவின்மீது நம்பிக்கை வைத்திருந்ததால், பிற சீக்கியர்கள் அவர்களை ஏற்கவில்லை. அகாலிகள் ஆட்சியில் இருந்ததால், சில குருக்கள், புனித நகரம் நிரங்காரிகளால் அசிங்கப்படுத்தப் பட்டது வெட்கத்துக்குரியது என்று கூறினர். நிரங்காரி கூட்டத்துக்கு எதிராக இதுவரை அறியப்படாத ஜர்னைல் சிங் பிந்தரன்வாலே என்ற போதகர் கிளம்பினார். சீக்கிய ஜாட் குடும்பத்தில் பிறந்த பிந்தரன்வாலே மனைவி யையும் குழந்தைகளையும் விட்டுவிட்டு, தம்தமி தக்சல் என்ற பாடசாலையின் தலைவராக ஆனார். அவருடைய தோற்றம் கவர்ச்சிகரமாக இருந்தது. 6 அடி உயரம், மெல்லிய, வலிமையான உடல்கட்டு, ஊடுருவும் விழிகள், நீண்ட நீலமான உடை ஆகியவற்றுடன் கம்பீரமாகக் காட்சியளித்தார். சீக்கிய நூல்களில் ஆழ்ந்த அறிவுடன், நம்பிக்கையூட்டும் உணர்ச்சிகரமான போதகராக இருந்தார். சீக்கியர்கள் 'சுதந்தர இந்தியாவில் அடிமைகளாக' உள்ளனர்; சீக்கியர்களுக்கு எதிராக இந்துக்கள் பாரபட்சம் காட்டுகிறார்கள் என்றார் அவர். சீக்கியர்கள் தம்மைத் தூய்மைப்படுத்திக்கொண்டு தங்கள் மதத்தின் அடிப்படைக் கோட்பாடுகளுக்குத் திரும்பவேண்டும் என்று பிந்தரன்வாலே விரும்பினார். மதக்கோட்பாடுகளிலிருந்து விலகி பலமிழந்து வாழும் இந்துக்களைக் கண்டித்தார். ஆனால் தலை முடியை வெட்டிக் கொண்டு, புகையிலை, சாராயம் ஆகியவற்றை நுகர்ந்து, தம்மையே மறந்துவிட்ட நாகரிகச் சீக்கியர்களை மேலும் அதிகமாகச் சாடினார்.[42]

அகாலிகளின் வளர்ச்சியைத் தடுப்பதற்காக சஞ்சய் காந்தியும் மத்திய உள்துறை அமைச்சர் ஜெயில் சிங்குமே (பஞ்சாபின் முன்னாள் முதல்வர்) பிந்தரன் வாலேயை வளர்த்துவிட்டவர்கள் என்று சிலர் கூறினர். 1982 செப்டெம்பரில் பத்திரிகையாளர் ஆயிஷா ககால், 'அந்தப் போதகர், ஆரம்பத்தில் மத்திய

அரசால் வளர்க்கப்பட்டு, அகாலி தளத்தின் செல்வாக்கை உடைப்பதற் காகவே சந்தையில் விடப்பட்டவர்' என்று குறிப்பிட்டார்.[43] இதில் முக்கியமான வார்த்தை, 'ஆரம்பத்தில்' என்பது. யார் அவரை முதலில் முன்னுக்குக் கொண்டுவந்திருந்தாலும் பிந்தரன்வாலே விரைவிலேயே தன் சொந்தமான, சுதந்தரமான கவர்ச்சியையும் செல்வாக்கையும் வெளிக்காட்டினார். பசுமைப் புரட்சியின் பயன்களைப் பிறருக்குத் தராமல் அனுபவித்த நிலச்சுவாந்தார்களைப் பார்த்து வளர்ந்த விவசாயப் பிண்ணணி கொண்ட ஜாட் இனத்தவரை அவர் கவர்ந்திழுத்தார். சீக்கியக் கீழ் சாதிக் கைவினைஞர்கள், தொழிலாளர்கள் ஆகியோர் அவருடைய பிற தொண்டர்கள். தூய்மைப்படுத்தல் மூலமாகத் தங்களுக்கு சமூக முன்னேற்றம் ஏற்படும் என அவர்கள் நினைத்தனர். மற்ற இடங்களைப் போல பஞ்சாபிலும் ஏற்பட்ட வேகமான, எதிர்பாராத பொருளாதார வளர்ச்சியைப் பின்பற்றி எழுந்த தீவிர மத உணர்ச்சியால் பிந்தரன்வாலேயும் பயன்பெற்றார்.[44]

1978 ஏப்ரலில் அமிர்தசரஸில் நிரங்காரி மாநாடு நடந்துகொண்டிருந்தபோது பொற்கோவில் வளாகக் கூட்டம் ஒன்றில் பிந்தரன்வாலே கோபமாகப் பிரசங்கம் செய்துகொண்டிருந்தார். அவருடைய பேச்சால் உந்தப்பட்ட ஒரு சீக்கியர் கூட்டம் அங்கிருந்து புறப்பட்டு நிரங்காரிகள் இருந்த இடத்துக்கு வந்து தாக்கியது. நிரங்காரிகளும் திரும்பத் தாக்கினர். தொடர்ந்த சண்டையில் 15 பேர் மடிந்தனர்.

1980-ல் சீக்கியரின் கௌரவத்துக்கு மற்றொரு பலத்த அடி விழுந்தது. பஞ்சாபில் அகாலி ஆட்சி கலைக்கப்பட்டு காங்கிரஸ் மீண்டும் ஆட்சிக்கு வந்தது. அந்த ஆண்டு ஜூன் மாதத்தில் மாணவர் குழு ஒன்று பொற்கோவிலில் கூடி, சுதந்தர சீக்கியக் குடியரசு ஒன்றை அமைப்பதாக அறிவித்தது. அந்தக் குடியரசுக்கு காலிஸ்தான் என்ற பெயர் அளிக்கப்பட்டது; ஜக்ஜீத் சிங் சௌஹான் என்ற லண்டன்வாழ் சீக்கிய அரசியல்வாதி அதன் தலைவராக அறிவிக்கப்பட்டார். முக்கியமாக வெளிநாடுவாழ் சீக்கியரே இச்செயலின் பின்னணியில் இருந்தனர். இந்த அறிவிப்பு ஒரே சமயத்தில் பிரிட்டன், அமெரிக்கா, கனடா, ஃபிரான்ஸ் ஆகிய நாடுகளில் எல்லாம் அறிவிக்கப் பட்டது.[45]

தில்லி அரசாங்கம் இதுபோன்ற குழுக்கள் குறித்து எந்தவிதக் கவலையும் கொள்ளவில்லை. மாறாக அதன் கவனமெல்லாம் அகாலிகள்மீதே இருந்தது. ஆட்சியில் இல்லாத அவர்கள், கடுமையான எதிர்ப்பை மேற்கொண்டிருந் தனர். அவர்களுடைய புதிய தலைவர் சந்த் ஹர்சரண்சிங் லோங்கோவால், பொற்கோவிலில் தங்கிக்கொண்டு, சண்டிகரைப் பெறுதல், அதிக நதிநீர்ப் பங்கீடு முதலியவற்றை ஒட்டி, போராட்டங்களை அறிவித்துக்கொண்டிருந் தார். பொற்கோவிலின் மற்றொரு பக்கத்திலிருந்து பிந்தரன்வாலே செயல் பட்டுக்கொண்டிருந்தார். அவருக்கு துப்பாக்கி ஏந்திய தொண்டர் கூட்டம் ஒன்று கிடைத்தது. அவர்கள் அவ்வப்போது, கூலி வாங்காத கொலை காரர்களாகவும் நடந்துகொண்டனர்.

211

1980-களின் ஆரம்பம் முழுவதும் கிளர்ச்சி அரசியலும் படுகொலை அரசியலும் இணைந்தே இயங்கின. 1980 ஏப்ரலில் நிரங்காரித் தலைவர் பாபா குருசரண் சிங் புது தில்லியில் சுட்டுக் கொல்லப்பட்டார். அந்தக் கொலையின் பின்னணியில் பிந்தரன்வாலே இருந்ததாகப் பரவலாக நம்பப்பட்டது. ஆனால் நடவடிக்கை ஏதும் எடுக்கப்படவில்லை. அடுத்து, 1981 செப்டெம்பரில் சீக்கியத் தீவிரவாதத்துக்கு எதிராகக் கடுமையாகத் எழுதிவந்த பிரபல பத்திரிகை ஆசிரியர் லாலா ஜெகத் நாராயண் கொல்லப்பட்டார். அப்போது பிந்தரன்வாலேயைக் கைது செய்ய ஆணை பிறப்பிக்கப்பட்டது. அவரைப் பிடிக்க காவல்துறை ஹரியானா குருத்வாராவுக்குச் சென்றது. அதற்குள் அவர் பஞ்சாபில் பாதுகாப்பான தன் பாடசாலைக்குத் திரும்பிவிட்டார். முதல்வர் தர்பாரா சிங் அவரைப் பிடிப்பதற்கு மும்முரமாக இருந்தபோதும் மத்திய உள்துறை அமைச்சர் ஜெயில் சிங் அவரைப் பின்வாங்கச் செய்தார். அவரைக் கைது செய்வதால் ஏற்படும் பின்விளைவுகள் குறித்து ஜெயில் சிங் கவலைப்பட்டார். பிறகு பிந்தரன்வாலே தன்னைக் கைது செய்யச் சம்மதம் தெரிவித்துச் செய்தி அனுப்பினார். ஆனால் கைது, அவர் விரும்பிய நேரத்தில் நடக்கவேண்டும் என்றும், கைது செய்ய வருபவர்கள் தாடி வைத்த சீக்கியர்களாக இருக்கவேண்டும் என்றும் நிபந்தனை விதித்தார். அரசை அவமதிக்கும் அந்த நிபந்தனைகளுக்கு வியப்புக்குரிய வகையில் பஞ்சாப் நிர்வாகம் சம்மதித்தது. கொலை நடந்த இரு வாரங்களுக்குப் பிறகு அந்த போதகர், ஆதரவாளர் கூட்டத்தின் கோஷங்களுக்கும் போலீஸ் மீதான கல்வீச்சுக்கும் இடையே அவருடைய பாடசாலைக்கு வெளியே வந்தார். மாநிலத்தின் பல பகுதிகளில் அவருடைய தொண்டர்கள் அரசாங்கச் சொத்துகளை நாசப்படுத்தினர். இதனால், போலீஸ் துப்பாக்கிச் சூட்டில் இறங்கவேண்டியதாயிற்று. ஓர் அறிக்கையின்படி, பிந்தரன்வாலேயின் கைதை அடுத்து 12 பேர் கொல்லப்பட்டனர்.[46]

மூன்று வாரங்களுக்குப் பிறகு சாட்சிகள் போதுமானவையாக இல்லை என்று அவர் விடுவிக்கப்பட்டார். பஞ்சாப் கிளர்ச்சியின் வரலாற்றை எழுதிய இருவரில் ஒருவர், 'பிந்தரன்வாலேயின் விடுதலை அவர் வாழ்க்கையில் திருப்புமுனை ஆகியது. இந்திய அரசாங்கத்துக்கே சவால் விட்டு ஜெயித்த வீரராக அவரை அவருடைய அபிமானிகள் கருதினர்' என்றார். மற்றவர், அவருடைய கைது நாடகத்தால், 'பிந்தரன்வாலே தன்னை சந்தேகத்துக்குரிய கொலைகாரர் என்ற நிலையிலிருந்து, புதிய அரசியல் சக்தியாக மாற்றிக் கொண்டுவிட்டார்' என்றார்.[47]

1982 முழுவதிலும் மத்திய அரசுக்கும் அகாலிகளுக்கும் இடையே பல சுற்றுப் பேச்சுவார்த்தைகள் நடைபெற்றன. சண்டிகர் நகருக்கு பதிலாகப் பஞ்சாப், ஹரியானாவுக்கு அளிக்கச் சம்மதிக்கும் பகுதிகள் பற்றியும் நதிநீர்ப் பங்கீடு பற்றியும் எந்த உடன்பாட்டுக்கும் வர முடியவில்லை. 1983 ஜனவரி 26 குடியரசு தினத்தன்று அகாலி சட்டமன்ற உறுப்பினர்கள் பதவி விலகினர். அவர்கள் பதவி விலகத் தேர்ந்தெடுத்த நாள், இந்திய அரசியல் அமைப்புச் சட்டத்தின்மேல் அவர்களுக்கு இருந்த விசுவாசத்தை சந்தேகத்துக்கு

இடமாக்கியது. பிந்தரன்வாலேயின் சவால், அவர்களை தீவிரவாதத்தை நோக்கிச் செல்லவைத்தது. இப்போது அகாலிகள் காங்கிரஸ் ஆட்சியை, பழைய மொகலாயக் கொடுங்கோல் ஆட்சியுடன் ஒப்பிட ஆரம்பித்தனர். சீக்கியர்களைக் கொடுமைப்படுத்துபவர்களோடு போரிட ஷஹீத் ஜதாக்களை (தியாக அணிகள்) அமைக்க ஆரம்பித்தனர்.[48]

1983 ஏப்ரல் 22 அன்று, ஏ.எஸ். அத்வால் என்ற சீக்கிய உயர் போலீஸ் அதிகாரி, பொற்கோவிலில் வழிபாடு முடித்துத் திரும்பும்போது சுட்டுக் கொல்லப்பட்டார். அவரைச் சுட்டுக் கொன்றவன் மிகச் சாதாரணமாக உள்ளே நுழைந்திருந்தான். அத்வாலின் கொலை, சீக்கியர்கள் அதிகமாக இருந்த பஞ்சாப் போலீசையே நம்பிக்கை இழக்கவைத்தது. வரிசையாக வங்கிகள் கொள்ளையடிக்கப்பட்டன. இந்துச் சிறுபான்மையினர் மாநிலத்தைவிட்டு ஓட ஆரம்பித்தனர். மாநிலத்திலேயே தங்கிய இந்துக்கள், 'இந்து சுரக்ஷா சங்கம்' (பாதுகாப்புப் படை) ஒன்றை அமைத்தனர். பல நூற்றாண்டுகளாக இந்து-சீக்கியர் இடையே இருந்த அமைதியான நல்லுறவு இதனால் சீரழிந்தது.

பிந்தரன்வாலே தன் பேட்டிகளில், சீக்கியர்களைத் தனியான 'க்வாம்' என்று குறிப்பிட்டார். அந்தச் சொல்லுக்குச் சில சமயம் 'சமூகம்' என்று பொருள் தரலாம். அதே நேரம் அதனை 'தேசம்' என்றும் சொல்லலாம். தான் காலிஸ்தான் கேட்கவில்லை என்றும், ஆனால் கொடுத்தால் ஏற்க மறுக்கமாட்டேன் என்றும் சொன்னார். அவர் இந்தியப் பிரதமரை பண்டிதாயினி (பிராமணரின் மகள்) என்று பரிகசித்தார். ஜாட் சீக்கியர்கள் பிராமணர்களை, உடலால் உழைப்பவர் அல்லர்; வெறும் மனத்தால் சிந்திப்பவர் என்று வெறுப்புடன் குறிப்பது இதன்மூலம் வெளியானது. திருமதி காந்தியை அவர் சந்திப்பாரா என்று கேட்டபோது, 'இல்லை, நான் விரும்பவில்லை. ஆனால் அவர் என்னைச் சந்திக்க விரும்பினால், இங்கே வரலாம்' என்று கூறினார்.[49]

பிந்தரன்வாலே தன் தொண்டர்களிடம் இன்னும் வெளிப்படையாக இருந்தார். 'இந்துக்கள் உங்களைத் தேடிக்கொண்டு வந்தால் அவர்களுடைய தலைகளை தொலைக்காட்சி ஆண்டெனாக்களால் அடித்து நொறுக்குங்கள்' என்றார். சீக்கியர்களின் வீர வரலாற்றை அவர்களுக்கு நினைவுபடுத்தினார். முகலாயர்கள், குருமார்களை அழிக்க முயன்றபோது, 'நம் தந்தைமார்கள் தாக்க வந்த ஒரு லட்சம் பேருக்கு எதிராக வெறும் 40 பேர் எதிர்த்துப் போராடினர்.' அடக்கி ஆளும் புதியவர்களிடமும் அதேமாதிரி நடக்கலாம். அதே காலத்தில் அவர்களுக்கு இன்னொரு எடுத்துக்காட்டும் இஸ்ரேலில் இருந்தது. 'மிக அதிக எண்ணிக்கையிலான அரேபியர்களை சில யூதர்களே துரத்தி அடிக்கமுடியும் என்றால், இந்துக்கள் விஷயத்திலும் சீக்கியர்களால் அது முடியும்; அப்படிச் செய்யவும் வேண்டும்' என்றார் பிந்தரன்வாலே.[50]

1983 அக்டோபர் 5 அன்று, நெடுஞ்சாலையில் சென்றுகொண்டிருந்த ஒரு பேருந்தை பயங்கரவாதிகள் நிறுத்தி, அதில் உள்ள இந்துப் பயணிகளைப் பிரித்துவைத்து, சுட்டுக் கொன்றனர். மறுநாள் மாநிலத்தில் ஜனாதிபதி ஆட்சி நடைமுறைப்படுத்தப்பட்டது. 1983-ன் கடைசி வாரங்களில் பிந்தரன்வாலே

பொற்கோவிலை அடுத்து சிறப்புவாய்ந்த அகால் தக்த் என்ற இடத்துக்குக் குடிபெயர்ந்தார். பளிச்சிடும் நீல ஏரிக்கு நடுவில் அமைந்திருந்த பொற்கோவிலை சீக்கியர்கள் தங்கள் ஆன்மிக அதிகாரப் பீடமாக மதித்துப் போற்றினர். சலவைக்கல் பதித்த அகால் தக்த் கட்டடம், பொற்கோவிலின் வடக்கில் அமைந்திருந்தது. அது வரலாற்றுரீதியாக, மக்களுக்கான வாழ்க்கைக் கட்டளைகளை வெளியிடும் பீடமாக இருந்தது. அகால் தக்த்திலிருந்துதான் மகா குருமார்கள் ஹுக்கும்நாமா என்ற ஆணைகளைப் பிறப்பித்தனர். அனைத்து சீக்கியர்களும் அவற்றைக் கட்டாயமாக ஏற்று நடக்கவேண்டும். சீக்கிய வீரர்கள் தங்களை அடக்கி ஆள வந்தவர்மீது கெரில்லாப் போரைத் தொடங்குமுன் இந்த இடத்தில்தான் ஆசிபெற்றுச் சென்றனர்.[51] இப்போது பிந்தரன்வாலே அதே இடத்துக்குச் சென்றதும், அவரை யாரும் தடுக்காது இருந்ததும், மிக அபாயகரமான எதிர்காலத்தைச் சுட்டிக்காட்டியது.

VII

பஞ்சாபில் எழுந்த இன வன்முறைகள் அந்த மாநிலத்தைப் பற்றியும் அதன் மக்களைப் பற்றியும் கூறப்பட்ட பல ஆரூடங்களைப் பொய்யாக்கிவிட்டன. சீக்கியர்கள் நாளடைவில் மேலும் மேலும் இந்துக்களாக மாறிவிடுவார்கள்; இந்து மதத்தின் ஒரு பிரிவாக ஆகிவிடுவார்கள் என்று 1950-களில் நம்பப் பட்டது. பதவி சுகத்தை அனுபவித்தவுடன் அகாலி தளத்தினர் மதச் சார்பின்மையைப் பின்பற்ற ஆரம்பித்துவிடுவார்கள்; அவர்களது கொள்கை களும் கோஷங்களும் இனி மத அடிப்படையில் இல்லாது பொருளாதார அடிப் படையிலேயே இருக்கும் என்று 1960-களில் சொல்லப்பட்டது. 1970-களில், பஞ்சாபின் சமூக இயலில் கருத்தொற்றுமைக்கு மாறாக மோதலே ஏற்பட்டது. ஆனால், அந்தப் போராட்டம் பசுமைப்புரட்சியை சிவப்பாக மாற்றும் வர்க்கப் போராட்டமாக இருக்கும் என்றே எதிர்பார்க்கப்பட்டது. எனினும் அடுத்த பத்தாண்டுகளின் ஆரம்பத்தில், இந்தியாவில் சீக்கியர்களின் நிலை இலங்கையில் தமிழர்களின் நிலையுடன் ஒப்பிடுமாறு ஆயிற்று. அங்குபோல இங்கும், 'மொழி, மதம், பிராந்திய உணர்வு மூன்றும் சேர்ந்து, சக்திவாய்ந்த வெடிமருந்தாகி, அதை அடக்க, அரசியல் சக்திகள் போராடும் நிலை ஏற்பட்டுள்ளது' என்று அரசியல் விஞ்ஞானி பால் வாலஸ் 1981-ல் எழுதி னார்.[52] அடுத்த ஓரிரு ஆண்டுகளில் அம்மூன்றுடன் நான்காவதாக ஆயுத மேந்திய வன்முறையும் கலந்து அக்கலவை மேலும் அதிக அபாயகரமாகி விட்டது.

இந்திய வரலாற்றைப் பொருத்தவரை இந்து-சீக்கிய மோதல் முன் எப்போதும் நடந்திராத ஒன்று. அது உருவாகிக்கொண்டிருந்தபோது மறுபக்கம், அதிகம் எதிர்பார்த்த வேறு சில பழைய சமுதாய மோதல்கள் உருவாக ஆரம்பித் திருந்தன. பத்திரிகையாளர் எம்.ஜே. அக்பர், தன் 1980-களின் செய்திக் கட்டுரை களை ஒரே தொகுப்பாகத் தொகுத்து வெளியிடும்போது, அதற்கு 'கலவரத்தை அடுத்துக் கலவரம்' என்ற தலைப்பை வைத்திருந்தார். வருத்தமூட்டுவதாக இருந்தாலும் அந்தத் தலைப்பு பொருத்தமானதாகவே அமைந்தது.[53]

இப்போராட்டத்தின் ஓர் அச்சு இயற்கையாகவே சாதியாக இருந்தது. 1981 ஜனவரி, பிப்ரவரி மாதங்களில் குஜராத் மாநிலம் முற்பட்ட, பிற்பட்ட சாதியினரின் வன்முறையால் பாதிக்கப்பட்டிருந்தது. பொறியியல், மருத்துவக் கல்லூரிகளில் தாழ்த்தப்பட்ட சாதி மாணவர்களுக்கான தனி இட ஒதுக்கீடே பிரச்னைக்குக் காரணமாயிற்று. மாணவர்கள், ஆசிரியர்கள் இருவரிலுமே அரிஜனங்கள் மிகக் குறைவாகவே இடம் பெற்றிருந்தனர். குஜராத் மருத்துவக் கல்லூரிகளில் 737 ஆசிரியர்களில் 22 பேர் மட்டுமே அரிஜனங்கள். ஆனால் அவர்கள் அதிக இடங்களைக் கேட்டபோது அது கடுமையாக எதிர்க்கப் பட்டது. மோதல், மாணவர்களைத் தாண்டியும் பரவியது. ஒரு கொடியின்கீழ் நீண்ட காலமாக ஒன்றுபட்டிருந்த அகமதாபாத் நெசவாலைத் தொழிலாளர் களும் சாதிரீதியில் பிரிந்தனர். வன்முறையில் குறைந்தபட்சம் 50 பேர் கொல்லப்பட்டனர்.[54]

மேலும் இயல்பாக, மோதல்களின் இரண்டாவது அச்சாக மதம் இருந்தது. ஜனதா ஆட்சியின்போது மதப் பிரச்னை அபாயகரமான அளவில் அதிகரிக்க ஆரம்பித்திருந்தது. மத்தியிலும் மாநிலங்களிலும் ஆட்சியில் அவர்களுடன் இணைந்திருந்த ராஷ்ட்ரிய ஸ்வயம்சேவக் சங்கம் வலுவிலும் செல்வாக்கிலும் வளர்ந்தது. 1979-ல் உருக்கு நகர் ஜாம்ஷெட்பூரில் பெரும் கலவரம் ஒன்று ஏற்பட்டது. அரசு அமைத்த நீதி விசாரணைக் குழு, 'இனக் கலவரங்கள் வெடிப்பதற்கு மிக ஆதரவான சூழலை ஏற்படுத்துவதில் ஆர்.எஸ்.எஸ்ஸுக்குப் பெரும் பங்கு உண்டு' என்று முடிவு செய்தது.[55]

1980 தேர்தல்களில் ஜனதா கட்சியின் படுதோல்விக்குப் பிறகு ஜனசங்க உறுப்பினர்கள் தங்களுக்கு என புதிய கட்சி ஒன்றை உருவாக்கிக்கொண்டனர். புதிய கட்சி பாரதிய ஜனதா கட்சி (பாஜக) என்று அழைக்கப்பட்டது. ஆனாலும் அந்தப் புதிய பெயரால் அவர்களுடைய மிகப் பழைய நோக்கத்தை மறைக்க முடியவில்லை. 'இந்து' நலன்களை முன்னிறுத்த மீண்டுமொரு முக்கியமான அரசியல் கட்சி அமைந்தது. இந்தியாவின் வடக்கு, மேற்குப் பகுதிகளில் பாஜகவின் தோற்றம் மத வன்முறைக்கு அழைப்பு விடுத்தது. உத்தரப் பிரதேசத்தின் மொராதாபாத் (1980 ஆகஸ்ட்), மீரட் (1982 செப்டெம்பர், அக்டோபர்), பிகாரின் பிகார் ஷரீஃப் (1981 ஏப்ரல், மே), குஜராத்தின் வடோதரா (1981 செப்டெம்பர்), கோத்ரா (1981 அக்டோபர்), அகமதாபாத் (1982 ஜனவரி), ஆந்திராவின் தலைநகர் ஹைதராபாத் (1983 செப்டெம்பர்), மகாராஷ்டிரத்தின் பிவாண்டி, பம்பாய் (1984 மே, ஜூன்) ஆகிய இடங்களில் பெரும் இந்து-முஸ்லிம் கலவரங்கள் நிகழ்ந்தன. ஒவ்வோரிடத்திலும் கலவரம் நாள் கணக்கில் நடந்தது; பெரும் உயிர்ச்சேதமும் பொருட்சேதமும் ஏற்பட்டன. முடிவில் ராணுவம் வந்தே கலவரம் அடக்கப்பட்டது.[56]

இந்தக் கலவரங்கள் பற்றிய பல அறிக்கைகள், செய்திகளிலிருந்து திரும்பத் திரும்ப நிகழ்ந்த சில செயல்களை எளிதில் அடையாளம் காணலாம்.[57] கலவரங்கள் பொதுவாக அற்பமான காரணங்களுக்காகவே ஆரம்பமாகின்றன. அது இந்துக்கள், முஸ்லிம்கள் இருவருமே கோரும் ஒரு துண்டு நிலமாகவோ அல்லது அந்த இரு இனங்களைச் சேர்ந்த தெரு வியாபாரிகள் கோரும் தெருவின்

ஒரு பகுதி இடமாகவோ இருக்கலாம். மசூதிக்குள் நுழைந்த ஒரு பன்றியாலோ, கோவில் அருகே காணப்படும் இறந்த ஒரு பசுவாலோகூட கலவரம் தூண்டப் படலாம். சில சமயங்களில் ஒரே சமயத்தில் கொண்டாடப்பட வேண்டியிருக்கும் இந்து, முஸ்லிம் திருவிழாக்களின் பெரிய ஊர்வலங்கள் ஓரிடத்தில் சந்திக்க நேரும்போது சண்டைகள் மூளலாம்.

எனினும் ஆரம்பமாகியதும், பெரும்பாலான சண்டைகள் விரைவில் வேகம் கொண்டன. இதில் வதந்தியின் பங்கு முக்கியமானது. ஒரு சிறு சம்பவம் பெரிதாக்கப்பட்டு, இரு தனி நபர்களுக்கு இடையே ஏற்படும் சிறு கைகலப்பு பற்றிய செய்தி மாறி மாறிச் சொல்லப்பட்டு வரும்போது, மதங்களுக்கு இடையேயான ஒரு புனிதப் போராக உருவெடுக்கும். மத அமைப்புகள் இவற்றைப் பெரிதாக்கின. போட்டிக் கட்சிகளின் உள்ளூர் அரசியல்வாதிகள் வெவ்வேறு பக்கத்துடன் தம்மை ஐக்கியப்படுத்திக்கொண்டு பிரச்னையை மேலும் பெரிந்தாக்கினர். வார்த்தைகள் அடிகள் ஆகின; முஷ்டிச் சண்டைகள், வாள் போர் ஆகின. இவை, கையெறி குண்டுகளுக்கும் துப்பாக்கிச் சண்டை களுக்கும் இடமளித்தன. போலீஸ் இவற்றைச் சும்மா பார்த்துக்கொண் டிருந்தனர். அல்லது ஏதேனும் ஒரு பக்கத்தினருடன் சேர்ந்துகொண்டனர். பிகார், உத்தரப் பிரதேச மாநிலங்களில் அவர்கள் எப்போதுமே இந்துக்களை ஆதரித்து, அவர்களுடன் சேர்ந்துகொண்டு முஸ்லிம் வீடுகளையும், கடைகளையும் சூறையாடுவதில் பங்குபெற்றனர்.

முஸ்லிம்கள் கணிசமான அளவில், அதாவது 20-30% உள்ள நகரங்களில், அதுவும் அவர்கள் பெரிய சந்தைகளில் வாய்ப்பு பெற்று பொருளாதார ஏணி யில் அண்மையில் முன்னேறியுள்ள இடங்களில், கலவரங்கள் ஏற்பட்டன. சண்டையை யார் ஆரம்பித்திருந்தாலும் (இரு பக்கமும் எப்போதும் மற்றவரையே குற்றம் சாட்டினர்), முஸ்லிம்களும் ஏழை மக்களுமே அதிகமாக பாதிக்கப்பட்டனர். ஏனெனில், சண்டை செய்யப் போதுமான எண்ணிக் கையில் முஸ்லிம்கள் இருந்தபோதிலும், முடிவில் இந்துக்கள் அவர்களைவிட இரு அல்லது மும்மடங்கு இருந்தனர்; ஏழை மக்கள், நகரின் நெரிசலான இடங்களில், எளிதில் தீப்பற்றக்கூடிய மோசமான பொருள்களைக் கொண்ட வீடுகளில் வசித்தனர். ஓரிடத்தில் வைக்கப்பட்ட நெருப்பு வேகமாக அந்தப் பகுதி முழுவதையுமே சூழ்ந்துவிடும். இதற்கு மாறாக நடுத்தர வர்க்க மக்கள் விசாலமான குடியிருப்புகளில் வசித்ததால், தனிப்பட்ட முறையிலும் கூட்டாகவும் பாதுகாப்பு பெற முடிந்தது.

இந்தியாவின் சாதி, மதக் கலவரங்கள் வழக்கமாக ஒன்றுக்கு ஒன்று தொடர்பு இல்லாமலேயேதான் நடந்துவந்தன. ஆனால் 1980-களில் அவை ஒன்றை ஒன்று நுட்பமாக பாதிக்க ஆரம்பித்தன. முக்கியமான நிகழ்வு, தமிழ்நாட்டில் ஒரு கிராமத்தில் அரிஜன மக்கள் அனைவரும் இஸ்லாமுக்கு மாற முடிவெடுத் தது. 1981 பிப்ரவரி 19 அன்று மீனாட்சிபுரத்தின் ஆயிரம் பேர் முஸ்லிம்களாக மாறினர். அவர்கள் தங்கள் மதத்தையும் சொந்தப் பெயரையும் மாற்றியதோடு கிராமத்தின் பெயரையும் 'ரெஹ்மத் நகர்' என்று மாற்றினர்.

மீனாட்சிபுரம் சம்பவம் காரணமாக, ஆர்.எஸ்.எஸ்ஸூம் அதன் சகோதர அமைப்புகளும் 'இந்து மதத்துக்கு ஆபத்து' என்று குரல் எழுப்பின. மதமாற்றங்களில் வளைகுடாப் பணம் விளையாடுவதாகச் சந்தேகம் எழுப்பப்பட்டது. இந்திய முஸ்லிம்களின் முழு உதவியுடன், அரேபிய நாடுகள் தங்கள் பெட்ரோ டாலர்களைப் பயன்படுத்தி துணைக்கண்டத்தில் மதமாற்றத்தை ஊக்குவிப்பதாகக் கூறப்பட்டது. அந்தப் பிரதேசத்தில் இஸ்லாமிய போதகர்கள் உண்மையாகவே தீவிரமாகச் செயல்பட்டனர். ஆனால் அதே சமயம், அரிஜன மக்கள், மேல் சாதி நிலச்சுவாந்தார்களின் அடக்குமுறையை எதிர்த்தும், பள்ளிகளில் சேருவதில் அவர்கள் எதிர்கொண்ட பாரபட்சமான போக்கு, அரசு வேலைகள் பெறுவதில் படும் கஷ்டங்கள் ஆகியவற்றுக்கு எதிராகவும் மதமாற்றத்தில் ஈடுபட்டனர். அனைவருக்கும் சமத்துவம் என்று போதிக்கும் மதத்தைத் தழுவுவதன் மூலம் தாங்கள் எதிர் கொள்ளும் சமூக அவமானத்திலிருந்து தப்பித்துக்கொள்ளலாம் என்பது அவர்களது நம்பிக்கையாக இருந்தது.[58]

VIII

வரலாற்று வல்லுநர்களுக்கு, திருமதி காந்தியின் முதல் ஆட்சியின் முதல் சில வருடங்களுக்கும் இரண்டாம் ஆட்சியின் முதல் சில வருடங்களுக்கும் நம்ப முடியாத ஒற்றுமைகள் சில காணப்படும். அந்த ஆண்டுகளைப்போலவே, இப்போதும் மேலும் மேலும் தொல்லைகள் சூழ்ந்திருந்தன. 1966-1969 ஆண்டுகளில் காங்கிரஸ் கட்சியும் மத்திய அரசும் ஜனநாயக முறைக்கு உள்ளேயே தீவிரமான சவால்களைச் சந்திக்க நேரிட்டது: உதாரணம், மதறாஸில் திமுகவின் வெற்றி, வங்காளத்தில் ஐக்கிய முன்னணியின் வெற்றி. ஜனநாயகத்துக்கு வெளியே, மிஸோ கிளர்ச்சி, நக்ஸலைட் கலவரம் ஆகியவற்றைக் குறிப்பிடலாம். இவை எல்லாவற்றுடன் பெரும் பஞ்சமும் ஏற்பட்டு, அத்தியாவசியப் பொருட்களுக்குத் தீவிரப் பற்றாக்குறை தோன்றியது.

அந்தச் சிக்கல்களை திருமதி காந்தி எவ்வாறு எதிர்கொண்டார் என்பதை முன்னரே பார்த்தோம். பிரதமரின் முக்கியச் செயலர் பி.என். ஹக்ஸர் குவித்து வைத்திருந்த பதிவுக் கோப்புகள், அந்தக் காலகட்டத்தைப் புரிந்துகொள்ள உதவின. 1980-ல் ஹக்ஸர் திருமதி காந்தியை விட்டுச் சென்றுவிட்டார். அதனால், பிராந்திய, இன இயக்கங்கள் காரணமாகவும் மத சச்சரவுகள் தீவிரமானதாலும் உருவான புதிய சிக்கல்களை பிரதமர் எவ்வாறு கையாண்டார் என அறிய ஹக்ஸர் கோப்புகள் போன்ற ஆதாரங்கள் இல்லை.

1969-1970 ஆண்டுகளில் திருமதி காந்தி தேர்ந்தெடுத்த பாதை சித்தாந்த ரீதியிலானது. அப்போது அவர், தன்னை ஏழைகளின் பாதுகாவலராக அறிவித்து, புதிய கட்சியைத் தோற்றுவித்து, அது இயங்கத் தேவையான புதிய கொள்கைகளை உருவாக்கி, தம்மைத் தாமே முற்றிலும் புதியவராக மாற்றிக்கொண்டார். இப்போது, பி.என். ஹக்ஸர் உடன் இருந்திருந்தால்

அல்லது சஞ்சய் காந்தி உயிரோடு இருந்திருந்தால் அவர் எந்தப் பாதையைத் தேர்வு செய்திருப்பார்?

அத்தகைய ஊகங்கள், ஆராய்ச்சிக்கு உட்பட்டவை. ஆனால், நமக்கு ஒன்று மட்டும் தெரிகிறது. 1982-ன் பிற்பகுதி முதற்கொண்டே, தேர்தலில் மீண்டும் வெல்வது பற்றி பிரதமர் தீவிரமாக யோசிக்க ஆரம்பித்திருந்தார். 1977-ன் தோல்வி மீண்டும் ஏற்படுவதை அவர் விரும்பவில்லை. தேர்தல் வரும்போது, நாட்டின் ஒற்றுமையைக் கட்டிக் காப்பவராகவும், ஊறுதேடும் பிரிவினைச் சக்திகளுக்கு எதிராக தேசத்தின் ரட்சகராகவும் தன்னைக் காட்டிக்கொள்ளத் தீர்மானித்தார்.[59]

காங்கிரஸ் அல்லாத கட்சிகளும் அடுத்த தேர்தல் பற்றிய உணர்வுடன் இருந்தனர். பொதுவான முன்னணி ஒன்றை அமைக்கவேண்டியதன் அவசியத்தை அறிந்திருந்தனர். 1983 மே மாதம், ஒற்றுமை முயற்சிகளை வழிநடத்த முன் வந்த என்.டி. ராமாராவ், எதிர்க்கட்சிகளின் கூட்டம் ஒன்றை விஜயவாடாவில் கூட்டினார். 1982-ல் ஷேக் அப்துல்லாவின் மறைவுக்குப்பின், தந்தையின் பொறுப்பை ஏற்றிருந்த புதிய காஷ்மீர் முதல்வரான ஃபரூக் அப்துல்லாவும் அந்தக் கூட்டத்தில் கலந்துகொண்டார்.

என்.டி.ஆர் மேற்கொண்ட ஆயத்த முயற்சியும், அதில் ஃபரூக் அப்துல்லா கலந்துகொண்டதும் பிரதமரை எரிச்சலும் கோபமும் அடையச் செய்தன. 1983-ல் ஜம்மு காஷ்மீர் சட்டமன்றத்துக்குத் தேர்தல் நடைபெற்றபோது அவர், தன் காங்கிரஸ் கட்சிக்கு தீவிரமாகப் பிரசாரம் செய்தார். இந்து ஆதிக்கம் மிக்க ஜம்மு பகுதியில் பேசும்போது அவர், ஃபரூக் அப்துல்லாவை ஏறத்தாழ ஒரு பிரிவினைவாதி என்றே சித்திரித்தார். ஜம்மு-காஷ்மீர் பகுதிகளுக்கு இடையிலான பிரிவில் ஏற்கெனவே மதச்சாயம் பூசப்பட்டிருந்தது. ஆனாலும் இதற்குமுன் ஒரு பிரதமர் அதனைச் செய்ததில்லை. அது ஓர் ஆபத்தான முயற்சி, என்றாலும் அது வெற்றி பெறவில்லை. ஃபரூக்கும் அவருடைய தேசிய மாநாட்டுக் கட்சியும் எளிதில் மீண்டும் வெற்றி பெற்றனர்.[60]

இதற்கிடையே பஞ்சாப் போராட்டம் அபாயகரமான நிலையை எட்டியது. இந்துக்கள் மீதான தாக்குதல்கள் அடிக்கடி நிகழ ஆரம்பித்தன. 1984 ஏப்ரல் 30 அன்று, பயங்கரவாதிகளுக்குத் தொல்லை கொடுப்பவராக இருந்ததால் மூத்த சீக்கிய போலீஸ் அதிகாரி ஒருவர் கொல்லப்பட்டார். மே 12 அன்று, ஜகத் நாராயணின் மகனும், அவருடைய பத்திரிகையின் வாரிசுமான ரமேஷ் சந்தரும் கொல்லப்பட்டார். இதற்குள், பிந்தரன்வாலேயின் ஆட்கள் பொற்கோவிலை ஆயுதங்கள் கொண்டு பலப்படுத்த ஆரம்பித்திருந்தனர். அதை இந்தியப் படையின் முன்னாள் மேஜர் ஜெனரலும், 1971 போரின்போது முக்தி வாஹினி வீரர்களுக்குப் பயிற்சி அளித்தவருமான சுபேக் சிங் மேற்பார்வை செய்தார்.

சுபேக் சிங்கின் வழிகாட்டுதலின்படி, போராளிகள் கோபுரங்களில் மணல் மூட்டைகளை அடுக்கி பலப்படுத்தினர். கோவில் வளாகத்தைச் சுற்றியுள்ள உயர்ந்த கட்டடங்களையும் கோபுரங்களையும் ஆக்ரமிக்க ஆரம்பித்தனர். இந்த இடங்களில் இருந்த போராளிகள் அனைவரும் வயர்லெஸ் மூலமாக,

அகால் தக்த்தில் இருந்த சுபேக் சிங்குடன் தொடர்பில் இருந்தனர். அவர்கள் அரசுப் படைகளின் தாக்குதலை எதிர்நோக்கியே இருந்தனர். கிராமப் பகுதிகளில் இருக்கும் சீக்கியர்கள் கிளர்ந்தெழுந்து, முற்றுகையிடப்பட்டுள்ள கோவிலை நோக்கி பெருவாரியாகத் திரண்டுவரும்வரை தாக்குப்பிடிக்கும் அளவுக்கு பாதுகாப்பு ஏற்பாடுகளை செய்துவிட்டு, நம்பிக்கையுடன் இருந்தனர். போராளிகளுக்கு ஒரு மாதத்துக்குத் தேவையான உணவுப் பொருள்கள் சேமித்துவைக்கப்பட்டிருந்தன.

மறுபக்கத்தினரும், நடவடிக்கைக்குத் தயாரிப்பு ஏற்பாடுகளைச் செய்துகொண்டிருந்தனர். மே 31 அன்று மேஜர் ஜெனரல் ஆர்.எஸ். ப்ரார், மீரட்டில் தரைப்படைப் பணியிலிருந்து அழைக்கப்பட்டார். கோவிலிலிருந்து தீவிரவாதிகளை அப்புறப்படுத்தும் நடவடிக்கைக்கு அவர்தான் தலைமை ஏற்கப்போகிறார் என்று அவரிடம் தெரிவிக்கப்பட்டது. ப்ரார் ஒரு ஜாட் சீக்கியர். அவருடைய பூர்வீக கிராமம் பிந்தரன்வாலேயின் கிராமத்துக்குச் சில மைல் தூரத்தில் இருந்தது. அவர் சுபேக் சிங்கை நன்கு அறிவார். சுபேக் சிங், தேராதூன் ராணுவக் கழகத்தில் ப்ராருக்குப் பயிற்றுனராக இருந்திருக்கிறார். இருவரும் பங்களாதேசப் போரின்போது ஒன்றாகப் பணியாற்றியிருக் கிறார்கள்.

சுந்தர்ஜி, தயாள் என்ற இரு லெஃப்டினென்ட் ஜெனரல்கள் ப்ராருக்கு விஷயத்தை விளக்கிக் கூறினர். பஞ்சாப் நிர்வாகம், சிவிலியன் அரசின் கட்டுப்பாட்டை மீறிச் சென்றுவிட்டது; அகாலிகளுடன் மத்திய அரசு உடன்பாடு காண மேற்கொண்ட முயற்சிகள் வீணாகிவிட்டன; கோவிலை பலப்படுத்தும் முயற்சியைக் கைவிட்டு, கோவிலிருந்து பிந்தரன்வாலேயை வெளியேறச் செய்ய அகாலிகள் தவறிவிட்டனர்; அவர்களே மேலும் தீவிரவாதிகளாக மாறி வருகின்றனர்; அகாலி தலைவர் சந்த் லோங்கோவால் ஜூன் 3 அன்று மாநிலத்திலிருந்து தானியங்கள் வெளியே அனுப்பப்படு வதைத் தடுக்க இயக்கம் ஒன்றை வழிநடத்தத் திட்டமிட்டு, கிராமங்களில் கலகம் விளையும் என்ற அச்சத்தால் கைவிட்டார்; எனவே பிரதமர் 'மிகுந்த தயக்கத்துடன்' தீவிரவாதிகளை வெளியேற்றத் தீர்மானித்திருக்கிறார். ஆபரே ஷன் ப்ளூ ஸ்டார் என்று பெயரிடப்பட்ட திட்டத்தை வழிநடத்தும் பொறுப்பை ப்ரார் ஏற்கவேண்டும். நடவடிக்கை 48 மணி நேரத்துக்குள் முடிக்கப்படவேண்டும். பொற்கோவிலுக்கு எந்த விதமான சேதமும் ஏற்படாமலும், மிகக் குறைந்த உயிரிழப்புடனும் அதைச் செய்து முடிக்க வேண்டும்.[61]

விளக்கம் அளிக்கப்பட்ட 24 மணி நேரத்துக்குள் படை அமிர்தசரஸை நோக்கிச் செல்ல ஆரம்பித்துவிட்டது. துணை ராணுவத்திடமிருந்து நகரின் பொறுப்பை ராணுவம் ஏற்றது. ஜூன் 2 அன்று ஓர் இளம் சீக்கிய அதிகாரி, பயணி என்று சொல்லிக்கொண்டு கோவிலுக்குள் நுழைந்தார். ஒரு மணி நேரம் கோவிலைச் சுற்றிப் பார்த்தது, அதன் பாதுகாப்புக்கான ஏற்பாடுகளைக் கவனமாகக் குறித்துக்கொண்டார். வெளிப்புறத்தில் தீவிரவாதிகள் ஆக்ரமித்திருந்த

இடங்களைப் பார்வையிட்டுவர வீரர்கள் ரோந்து அனுப்பப்பட்டனர். தாக்குதலுக்கு முன்பாக, இந்த இடங்களில் இருக்கும் தீவிரவாதிகள் அழிக்கப்படவேண்டும்.

இரண்டாம் தேதி இரவு பிரதமர் அகில இந்திய வானொலியில் பேசினார். பஞ்சாபின் 'அனைத்துப் பிரிவு மக்களும்' ரத்தத்தைச் சிந்தாமல் வெறுப்பை உதறவேண்டும் என்றார். படை ஏற்கெனவே தாக்குதலுக்குத் தயாராகிவிட்ட நிலையில், அந்த வேண்டுகோள் அர்த்தமற்றதாக இருந்தது. மூன்றாம் தேதி அன்று பஞ்சாபின் சாலை, ரயில், தொலைபேசி இணைப்புகள் துண்டிக்கப் பட்டன. ஆனால் குரு அர்ஜுனின் தியாக தினத்தை ஒட்டி பயணிகள் நலம் கருதி ஊரடங்கு உத்தரவு திரும்பப் பெறப்பட்டது.

மறுநாள் கோவிலின் வெளி எல்லையைச் சுற்றி தீவிரவாதிகள் ஆக்ரமித்திருந்த கோபுர அமைப்புகளை வீழ்த்த ராணுவம் அவ்வப்போது துப்பாக்கிச் சூடு நிகழ்த்தியது. அன்றும் அதற்கு மறுநாளும் ஒலிபெருக்கிகள் மூலம் பயணிகள் வெளியேறுமாறு வேண்டிக்கொள்ளப்பட்டர். தாக்குதல் ஐந்தாம் தேதி இரவு தொடங்கியது. கோவிலின் அதிக முக்கியத்துவம் இல்லாத பகுதிகளை நள்ளிரவுக்குள் கைப்பற்றிவிடலாம் என்றும், அதன் பிறகு அகால் தக்த்துக்கு உள்ளேயே கைப்பற்றிய நிலைகளில் படைகள் முகாமிடலாம் என்றும், காலை படைக்கு பலம் சேர்க்கும்வகையில் புதிதாக வீரர்களை அனுப்பலாம் என்றும், மறுநாள் முழு இடத்தையும் காலி செய்துவிடலாம் என்றும் ப்ரார் கருதினார். அவருடைய திட்டம், தீவிரவாதிகளின் எண்ணிக்கையை, அவர்களுடைய துப்பாக்கிகளின் திறனை, அவர்களுடைய செயல்நுட்பத்தை, அவர்களுடைய மன உறுதியை மிகக் குறைவாக மதிப்பிட்டுவிட்டது. அகாலி தக்த்தின் ஒவ்வொரு ஜன்னலுக்கு உள்ளேயும் இருந்தபடியே ஓட்டைகள் மூலம் நீண்டதூரம் சுடுவதற்கு ஏற்றவகையில் ஆட்கள் நிறுத்தப்பட்டிருந்தனர். மற்ற தீவிரவாதிகள் இயந்திரத் துப்பாக்கிகளுடனும், சிறு துப்பாக்கிகள் அல்லது கையெறி குண்டுகளுடனும் வளாகம் முழுவதும் பரவலாக நிறுத்தப் பட்டிருந்தனர். அவர்களுக்கு அந்த இடத்தின் குறுகிய வழிகள், வராந்தாக்கள் பற்றிய விவரம் நன்கு தெரிந்திருந்ததால் முன்னேறும் படையினர்மீது திடீர்த் தாக்குதல்கள் நடத்த முடியும்.

ஆறாம் தேதி காலை 2 மணி அளவில், படைகள் திட்டமிட்ட இலக்கிலிருந்து மிகவும் பின்தங்கியிருந்தனர். 'தீவிரவாதிகளின் தீவிரமான பல திசைத் துப்பாக்கிச் சுடுதலால் எங்கள் படைகள் (அகாலி தக்த்துக்கு) மிக நெருக்க மாகச் சென்று குறி பார்த்துத் தாக்க இயலவில்லை' என்று ப்ரார் எழுதுகிறார்.[62] முடிவில் பீரங்கிகளைப் பயன்படுத்தி எதிரிகளின் பாதுகாப்புகளைத் தகர்க்க தில்லியிடமிருந்து அனுமதி பெறப்பட்டது. அதிகாலையில் ஐந்து முதல் பதிமூன்று பீரங்கிகள் கோவில் கதவுகளைத் தகர்த்து உள்ளே புகுந்தன. அன்று முழுவதும் அகால் தக்த்மீது குண்டு மழை பொழியப்பட்டது. மாலை, கட்டடத்துக்குள் படையை அனுப்பி மீதம் உள்ளவர்களைப் பாதுகாப்பாகப் பிடிக்கலாம் என்று கருதப்பட்டது. அங்கே அடித்தளத்தில் சுபேக் சிங்,

கையில் ஒரு இயந்திரத் துப்பாக்கியைப் பிடித்துக்கொண்டு இறந்து கிடந்ததைக் கண்டனர். அருகில் ஒரு வாக்கிடாக்கி இருந்தது. அதே தளத்தில் பிந்தரன்வாலே மற்றும் அவருடைய விசுவாசம் மிக்க தொண்டரான அகில இந்திய சீக்கிய மாணவர் கூட்டமைப்பைச் சேர்ந்த அம்ரிக் சிங் ஆகியோரின் உடல்கள் கிடந்தன.

அரசு மதிப்பீட்டின்படி 4 அதிகாரிகள், 79 வீரர்கள், 492 தீவிரவாதிகள் ஆகியோர் கொல்லப்பட்டதாகச் சொல்லப்பட்டது. மற்றவர்கள் மேலும் அதிகமான கணக்கைச் சொன்னார்கள். 500 அல்லது அதற்கும் அதிகமான வீரர்கள் மற்றும் 3,000 பிறர்; அதில் மூலைக்கு மூலை நடைபெற்ற துப்பாக்கிச் சூட்டில் சிக்கி இறந்த சில புனிதப் பயணிகளும் அடக்கம்.

'கடவுளின் இல்லத்தைப் போர்க்களமாக மாற்றியதோடு பத்து குருமார்களின் கொள்கைகளையும் போதனைகளையும் தூக்கி எறிந்த தீவிரவாதிகள் தங்கள் நிலைகளை விடாமல் பற்றிக்கொண்டிருந்த மன உறுதி, களத்தில் போராடிய அவர்களுடைய உறுதியான வீரம், அவர்கள் காட்டிய அதிகமான அளவு நம்பிக்கை ஆகியவை புகழுக்கும் அங்கீகாரத்துக்கும் உரியவை என்பதை ஏற்றுக்கொண்டே ஆகவேண்டும்' என்கிறார் ஆர்.எஸ். ப்ரார்.[63] அமைதிக் காலத்திலோ போர்க்காலத்திலோ இதுவரை இந்தியப் படைத்தலைவர் ஒருவருக்கு அளிக்கப்பட்ட பணிகளில் சந்தேமில்லாமல் மிகக் கடினமான பணியை ஏற்ற இந்த எழுத்தாளர்மீது பரிதாபப்படாமல் இருக்க முடியாது. பங்களாதேச விடுதலையின்போது ப்ராரும் சுபேக் சிங்கும் எந்த சீக்கியத் தளபதியின்கீழ் பணியாற்றினார்களோ, அவர் ஆபரேஷன் புளூ ஸ்டாரைப் பற்றிக் கூறும்போது, 'அரசாங்கம் தோற்றுவித்த ஒரு சிக்கலைத் தீர்க்க ராணுவம் பயன்படுத்தப்பட்டிருக்கிறது. இத்தகைய நடவடிக்கைதான் ராணுவத்தை நாசமாக்கப்போகிறது' என்றார்.[64]

IX

1919 ஏப்ரலில், ஒரு பிரிட்டிஷ் பிரிகேடியர் தன் படைகளை நிராயுத பாணிகளான இந்தியர்கள்மீது துப்பாக்கிச் சூடு நடத்த உத்தரவிட்ட ஜாலியன் வாலா பாக்கிலிருந்து, பத்து நிமிட நடை தூரத்தில்தான் பொற்கோவில் இருக்கிறது. அந்தத் துப்பாக்கிச் சூட்டில் 400 பேர் இறந்திருந்தனர். அந்தச் சம்பவம் தேசியவாதிகளின் கதையாடல்களிலும் நினைவுகளிலும் ஒரு புனிதமான இடத்தை வகிக்கிறது. அது தூண்டிய ஒட்டுமொத்தக் கோபத்தை மகாத்மா காந்தி, காலனி ஆட்சிக்கு எதிராக நாடெங்கும் ஓர் இயக்கத்தை ஆரம்பிக்க, திறமையாகப் பயன்படுத்திக்கொண்டார். ஆபரேஷன் புளூ ஸ்டார் நோக்கத்தில் வேறுபட்டது. அது ஆயுதமேந்திய கலகக்காரர்களுக்கு எதிராக நடத்தப்பட்டது; அமைதியான கூட்டத்துக்கு எதிராக அல்ல. ஆனால் அதன் விளைவுகள் வேறுபடவில்லை. அது சீக்கியர்களின் மனத்தில் ஒரு ஆழமான காயத்தை விட்டுச் சென்றது. இந்திய அரசாங்கத்தின்மீது ஒரு ஆழமான சந்தேகத்தையும் உருவாக்கிவிட்டது. முந்தைய அடக்குமுறையாளர்களும்

புனிதத்தைக் கெடுத்தவர்களுமான முகலாயர்களுடனும் 18-ம் நூற்றாண்டில் நாட்டைச் சூறையாடிய ஆப்கானிய அஹமத் ஷா அப்தாலியுடனும் தில்லி ஆட்சி ஒப்பிடப்பட்டது.[65] பஞ்சாப் கிராமப்புறங்களில் பயணம் செய்த ஒரு நிருபர், மக்களை 'இருண்ட, தனித்து வாழும் சமூகமாக' கண்டார். மூத்த சீக்கியர் ஒருவர் அவரிடம், 'எங்கள் உள்மனம் காயப்பட்டுள்ளது. எங்கள் மதத்தின் அடிப்படை தாக்கப்பட்டு உள்ளது. எங்கள் முழுப் பாரம்பரியமுமே அழிக்கப்பட்டுள்ளது' என்று கூறினார். இப்போது பிந்தரன்வாலேயை முன்பு எதிர்த்தவர்கூட அவரைப் புதிய ஒளியில் காண ஆரம்பித்தனர். ஏனெனில், அவருடைய கடந்தகாலத் தவறுகள் என்னவாக இருந்தபோதிலும், இன்று புனிதக் கோவிலை அழிக்க வந்தவர்களைத் தடுத்து, அந்தப் பணியின்போது இறந்தவர்கள்தானே அவரும் அவருடைய தொண்டர்களும்.[66]

ஆனால், பஞ்சாபுக்கு வெளியே வேறுவிதமான கருத்து நிலவியது. பாகிஸ்தானிடம் கைக்கூலி பெற்ற பயங்கரவாதிகளுக்கு எதிராக (தாமதமானாலும்) உறுதியான நடவடிக்கை எடுத்ததற்காக பலர் திருமதி காந்தியைப் பாராட்டினர். மற்ற மாநிலங்களில் அவருக்கு எதிராக இருந்த சிலருக்கு எதிராகவும் செயல்பட, பிரதமர் தூண்டப்பட்டார். சில காலமாகவே ஜம்மு காஷ்மீரில் ஃபரூக் அப்துல்லாவின் ஆட்சியை நீக்குமாறு அவர் வற்புறுத்திக்கொண்டிருந்தார். ஆனால், மாநில கவர்னரும் அவருடைய உறவினருமான பி.கே. நேரு, அது அரசியல் அமைப்புச் சட்டத்துக்கு முரணானது என்று கூறிவிட்டார். எனவே, அவருக்கு பதிலாக, சஞ்சய் காந்தியின் பழைய தளபதி ஜக்மோகன் அந்த இடத்தில் நியமிக்கப்பட்டார். 1984 ஜூலையில், ஜக்மோகன் தேசிய மாநாட்டுக் கட்சியில் ஒரு பிளவை உண்டாக்கி, பிரிந்துவந்த சிறு பகுதியின் தலைவரை புதிய முதல்வராக ஏற்றுக்கொண்டார். தங்கள் தலைவரைக் கைவிட காஷ்மீரி சட்டமன்ற உறுப்பினர்களுக்கு லஞ்சம் தருவதற்காக தில்லியிலிருந்து காங்கிரஸ் கட்சி பண மூட்டைகளை அனுப்பியது. சட்டமன்றத்தில் தன் பலத்தை நிரூபிக்க ஃபரூக்குக்கு வாய்ப்பு அளிக்கப்படவில்லை. அவருடைய பதவி நீக்க ஆணை நள்ளிரவில் அளிக்கப்பட்டது. அதே போலத்தான் முன்பு 1953-ல் அவருடைய தந்தையும் சட்டத்துக்குப் புறம்பாகவும் அறத்துக்குப் புறம்பாகவும் பதவியிலிருந்து நீக்கப்பட்டார். 'இப்போது இரண்டாவது முறையாக, தேர்ந்தெடுக்கப்பட்ட தலைவர் ஒருவரை பதவியிலிருந்து நீக்கியதிலிருந்து, காஷ்மீரிகள் தங்களைத் தாங்களே ஆளுமாறு தில்லி ஒருபோதும் அனுமதிக்காது என்பதை நிச்சயம் ஆக்கிவிட்டது' என்று பி.கே. நேரு எழுதினார்.[67]

ஒரு மாதத்துக்குப்பிறகு ஆந்திரப் பிரதேசத்திலும் ஓர் ஆட்சி மாற்றம் கொண்டுவரப்பட்டது. மீண்டும் ஒரு முறை, முன்னாள் காங்கிரஸ் உறுப்பினரான கவர்னர், மோசமான செயலில் இறங்கினார். தெலுங்கு தேசக் கட்சியின் ஒரு பிரிவினர் பிரிந்து சென்று, காங்கிரஸ் ஆதரவுடன் ஆட்சி அமைக்கத் தூண்டப்பட்டனர்.[68] ஜம்மு காஷ்மீர், ஆந்திர முதல்வர்கள்

நீக்கப்பட்டமை ஜனநாயக முறையை மீறிய வெட்கங்கெட்ட செயல் ஆகும். இவர்கள் ஆயுதமேந்திய கலகக்காரர்கள் அல்லர். சட்டபூர்வமாகத் தேர்ந்தெடுக்கப்பட்டவர்கள். இது ஒரு தனிப்பட்ட பழிவாங்கும் நடவடிக்கை. என்.டி.ஆரும் ஃபரூக்கும்தான் முதலில் எதிர்க்கட்சிகளின் ஒற்றுமை முயற்சிகளை ஆரம்பித்தவர்கள். பிரதமரும், பொதுத் தேர்தலுக்குமுன் புதிதாக அமைக்கப்பட்ட கனிவான மாற்று அரசு, தனக்கு உதவியாக அமையும் என்று கணக்கிட்டிருக்கவேண்டும். அவர் தன் நண்பருக்குக் கடிதம் எழுதுகையில், 'எதிர்க்கட்சியினர் என்னைப் பதவியிலிருந்து நீக்கும் ஒரே நோக்கம் கொண்டிருக்கிறார்கள்' என்று குற்றம் சாட்டியிருந்தார். 'அவர்களுடைய ஒட்டுவேலைக் கூட்டணி, பிராந்திய நோக்கு, இனவெறி, மதவாதம் ஆகியவற்றை அடிப்படையாகக் கொண்டது.'[69] அவரது விமர்சனத்தை அவர் மீதே திருப்பினால், 1983, 1984 ஆண்டுகளில் திருமதி காந்தியின் சொந்தக் கொள்கைகளே அடுத்த தேர்தலில் எப்படியாவது வெற்றி பெறவேண்டும் என்ற ஒரே நோக்கத்தில்தான் செயல்பட்டன என்று தோன்றியது.

ஆபரேஷன் ப்ளூ ஸ்டார் பின்விளைவாக, அவரது உயிர்மீது குறிவைக்கப் படலாம் என்று உளவமைப்புகள் எச்சரித்திருந்தன. அவருடைய மெய்க்காப் பாளர் குழுவில் உள்ள சீக்கியர்களை மாற்றிவிடவும் ஆலோசனை கூறப் பட்டது. 'நாம் மதச்சார்பு அற்றவர்கள் அல்லவா?' என்று கூறி, திருமதி காந்தி அந்த ஆலோசனையை நிராகரித்துவிட்டார்.[70] அக்டோபர் 31 அன்று காலை அவருடைய வீட்டிலிருந்து அடுத்துள்ள அவருடைய அலுவலகத்துக்குச் செல்லும் வழியில், அவருடைய பாதுகாவலர்கள் சத்வந்த் சிங், பியாந்த் சிங் ஆகியோர் மிக அண்மையில் இருந்து அவரைச் சுட்டனர். அவர்கள் இருவரும் சீக்கியர்கள். அண்மையில் வீடு சென்று திரும்பியவர்கள். அவர்கள் கண்ட துன்பம், கோபம் ஆகியவற்றால் ஆபரேஷன் புளூ ஸ்டாருக்குப் பழிவாங்கத் தூண்டப்பட்டிருந்தார்கள்.

பிரதமர், மருத்துவமனையில் சேர்க்கப்படுவதற்கு முன்பாகவே இறந்துபோய்விட்டார். பிற்பகல் தொடக்கத்திலேயே அயல் நாட்டு வானொலி நிலையங்கள் செய்தியை வெளியிட்டன. ஆனால், அகில இந்திய ரேடியோ அதன் அதிகாரபூர்வ அறிவிப்பை மாலை 6 மணிக்குத்தான் வெளியிட்டது. சிறிது நேரத்துக்குப்பிறகு, அவரது மகன் ராஜிவ் பிரதமராகப் பதவிப் பிரமாணம் செய்துவைக்கப்பட்டார். அவர் தாயார் சுடப்பட்டபோது, அவர் கல்கத்தாவில் இருந்தார். உடனே அவர் தலைநகருக்குத் திரும்பினார். மூத்த கேபினட் அமைச்சர் குழுவும் காங்கிரஸ் தலைவர்களும் ஒருமனதாக, தாய்க்குப்பின் அவர்தான் பதவிக்கு வரவேண்டும் என்று தீர்மானித்தனர்.

அன்றிரவு தில்லியில் தீ வைப்பது, சூறையாடுவது போன்ற நிகழ்ச்சிகள் நடைபெற்றன. மறுநாள் காலை, திருமதி காந்தியின் உடல், அவருடைய தந்தை பிரதமராக இருந்தபோது வசித்த தீன்மூர்த்தி இல்லத்தில் வைக்கப்பட்டது. அன்று முழுவதும் மறுநாளும் இந்தியாவின் ஒரே தொலைக்காட்சியான தூரதர்ஷன் அவர் மறைவுக்கு வருந்துபவர்கள் வெள்ளமென வரிசையாகச் செல்வதைக் காட்டியது. அவ்வப்போது

கேமராக்கள் வெளியில் கோஷமிடும் மக்கள் கூட்டத்தையும் முன்னிலைப் படுத்தியது. அவர்கள், 'இந்திரா காந்தி அமர் ரஹே' (இந்திரா காந்திக்கு அழிவில்லை) என்றும் மேலும் அபாயகரமாக, அச்சுறுத்தும் குரலில் 'கூன் கா பத்லா, கூன் சே லேங்கே' (ரத்தத்துக்கு ரத்தம்) என்றும் கோஷமிட்டனர்.

அக்டோபர் 31 இரவு தொடங்கிய வன்முறை நவம்பர் முதல் இரண்டு நாட்களில் தீவிரமடைந்தது. முதல் மோசமான சம்பவங்கள் தெற்கு தில்லியிலும் மத்திய தில்லியிலும் நடைபெற்றன. அடுத்து அந்த நடவடிக்கை, கிழக்கே யமுனையைக் கடந்து அங்கிருந்த புனர்வாழ்வுக் குடியிருப்பு களுக்குப் பரவியது. எங்கும் சீக்கியர்கள் மட்டுமே இலக்காக இருந்தனர். அவர்களுடைய வீடுகள் எரிக்கப்பட்டன. அவர்களுடைய கடைகள் கொள்ளையடிக்கப்பட்டன. அவர்களுடைய கோவில்களும் மதநூல்களும் அவமதிக்கப்பட்டன. வெறிபிடித்த மக்கள், 'சர்தார்களைத் தீர்த்துக்கட்டு', 'துரோகிகளைக் கொன்றுபோடு', 'சீக்கியர்களுக்குப் பாடம் கற்பி' போன்ற கோஷங்களை எழுப்பியதாக நேரில் கண்டவர்கள் கூறினார்கள்.

தில்லியில் மட்டும் வன்முறையில் 1,000-க்கும் மேற்பட்ட சீக்கியர்கள் மடிந்தனர். 18 வயதுக்கும் 50 வயதுக்கும் இடைப்பட்ட சீக்கிய ஆண்கள் குறிவைத்துத் தாக்கப்பட்டனர். அவர்கள் பல விதங்களில் கொல்லப்பட்டனர்; அதுவும் அவர்களுடைய தாய் மற்றும் மனைவிக்கு முன்பாக. உடல்கள் கொளுத்தப்பட்டன. ஒரு சம்பவத்தில் ஒரு சிறு குழந்தையை தந்தையுடன் சேர்த்து எரிக்கும்போது, 'ஏ சாம்ப் கா பச்சா ஹை. இஸே பீ கதம் கரோ' (இது ஒரு பாம்புக் குட்டி; இதையும் சேர்த்துத் தீர்த்துக்கட்டு) என்று கோஷமிட்டனர்.

வெறிக்கூட்டத்தில் இருந்தவர்கள் தில்லியிலும் அதைச் சுற்றிலும் இருந்த இந்துக்கள்: நகரின் துப்புறவுப்பணியில் ஈடுபட்டிருந்த அட்டவணை சாதியினர், ஜாட் விவசாயிகள், எல்லை கிராமங்களிலிருந்து வந்த குஜ்ஜார்கள் ஆகியோர். பெரும்பாலும் அவர்களை, காங்கிரஸ் அரசியல்வாதிகளான மாநகர கவுன்சிலர்கள், நாடாளுமன்ற உறுப்பினர்கள், ஏன், மத்திய மந்திரிகளேகூட, வழிநடத்தினர். இந்த வேலையைச் செய்ய விரும்பி வந்தவர்களுக்கு, காங்கிரஸ் தலைவர்கள் பணமும் சாராயமும் அளிப்பதாக உறுதிகூறினர். கூடவே அவர்கள், தாங்கள் கொள்ளையடிக்கும் பொருள் களையும் எடுத்துக்கொள்ளலாம். போலீஸ் இதனைப் பார்த்துக் கொண் டிருந்ததுடன் கொலை செய்வதற்கும் கொள்ளையடிப்பதற்கும் தீவிரமாக உதவவும் செய்தனர்.[71]

கலவரங்கள் பற்றிக் கருத்து கூறும்போது, ராஜிவ் காந்தி, 'பெரிய மரம் விழும் போது தரை அதிரத்தான் செய்யும்' என்றார். சந்தேகத்துக்கிடமின்றி, திருமதி காந்தி கொலை செய்யப்பட்டது, அவருடைய அபிமானிகளிடம் ஆழமான உணர்வுகளைத் தூண்டியிருந்தது. 1971 போரின்போது அவர் நடந்துகொண்ட விதம், அவருடைய தலைமை ஆகியவற்றுக்காக நடுத்தர மக்கள் பலரும் அவரை மதித்துப் போற்றினர். ஏழை மக்கள் பலர், அவர் மட்டும்தான், அவர் களுடன் தன்னை ஐக்கியப்படுத்திக்கொண்ட ஒரே அரசியல்வாதி என்று

நினைத்தனர். இந்துக்கள் பொதுவாக பஞ்சாப் நிகழ்ச்சிகளால் ஏமாற்றம் அடைந்திருந்தனர். நாட்டைத் துண்டு துண்டாகக் கிழிப்பதே காலிஸ்தானின் நோக்கம் என அவர்கள் நம்பினர். பிரதமரை இரண்டு சீக்கியர்கள் கொன்ற உண்மை இந்த அச்சங்களை உறுதி செய்வதாகத் தோன்றியது. திருமதி காந்தி கொல்லப்பட்ட உடனேயே வதந்திகள் பரவ ஆரம்பித்திருந்தன. பஞ்சாபி லிருந்து வரும் ரயில்களில் இந்துக்களின் உயிரற்ற உடல்கள் வருவதாகவும், தலைநகரின் தண்ணீர் விநியோகத்தில் விஷம் சேர்க்கப்பட்டுள்ளதாகவும் இந்த விஷமிகள் செய்திகளைப் பரப்பினர்.

உண்மை நிகழ்ச்சிகளாலும் கற்பனைகளாலும் தில்லியின் பொதுமக்கள் கோபமாக இருந்தனர். அப்படியே இருந்தாலும்கூட, ராஜிவ் காந்தியின் பேச்சு சிந்தனையின்றி சொல்லப்பட்டது. அந்தக் கருத்து, அவர் இப்போது தலைமை ஏற்று நடத்தப்போகும் நிர்வாகத்தின் நடத்தையின் ஒரு பகுதி. தீன்மூர்த்தி இல்ல வாயிலில் கூடியிருந்த வெறிக்கூட்டம், 'ரத்தத்துக்கு ரத்தம்' என்று கோஷமிடுவதை தூரதர்ஷன் காட்டியதன்மூலம் அந்த நிகழ்ச்சி நிஜத்தில் ஏற்பட அதுவே ஒரு காரணமாயிற்று. போலீஸின் அலட்சியம் அதிர்ச்சி யூட்டியது. காங்கிரஸ் அரசியல்வாதிகளின் பங்கு அறத்துக்குப் புறம்பானது. இந்த எல்லாத் தவறுகளையும்விட, ராணுவத்தை அழைக்க விருப்பமின்றி இருந்தது மிக மிக மோசமானது. தில்லியிலேயே பெரிய ராணுவக் குடியிருப்பு இருந்தது. தலைநகரின் 50 மைல் சுற்றுப்புறத்தில் பல தரைப்படைப் பிரிவுகள் இருந்தன. பிரதமருக்கும் உள்துறை அமைச்சர் பி.வி. நரசிம்ம ராவுக்கும் திரும்பத் திரும்ப வேண்டுகோள் விடுத்தும் அவர்கள் ராணுவத்தை அழைக்க வில்லை. 1, 2 தேதிகளில் நகரில் ராணுவ பலத்தைக் காட்டியிருந்தால் ஒரு வேளை அது கலவரத்தை அடக்கியிருக்கும். ஆனால் ஆணை வரவில்லை.

வன்முறையின் பெரும் பகுதி, தலை நகரச் சீக்கியர்கள்மீதுதான் என்றாலும், மற்ற வட இந்திய மாநகரங்களிலும் நகரங்களிலும் சீக்கிய சமுதாயத்தின்மீது தாக்குதல்கள் நடந்தன. உத்தரப் பிரதேச மாநிலத்தில் நடந்த சம்பவங்களில் 200 சீக்கியர்கள் கொல்லப்பட்டனர். இந்தூரில் 20 சீக்கியர்கள் கொல்லப் பட்டனர். தில்லியைப்போலவே, உள்ளூர் காங்கிரஸ்காரர்கள் வழிநடத்த, உருக்கு நகர் பொகாரோவில் சுமார் 60 பேர் கொலை செய்யப்பட்டனர்.

வன்முறை மிகக் குறைவாக நடந்த மாநகரம் கல்கத்தா. அங்கு, 50,000 சீக்கி யர்கள் வசித்தனர். அவர்களில் பலர் டாக்சி டிரைவர்கள். ஒவ்வொருவரையும், தலைப்பாகை, தாடி ஆகியவற்றைக் கொண்டு எளிதில் அடையாளம் கண்டுகொள்ள முடியும். ஆயினும் மிகச்சிலரே தொல்லைக்கு உள்ளாயினர். ஒருவரும் இறக்கவில்லை. மேற்கு வங்க முதல்வர் ஜோதி பாசு, 'அமைதி காக்கப்படுவது உறுதி செய்யப்படவேண்டும்' என்று ஆணையிட்டார். அறிவுரைகள் மதிக்கப்பட்டன. நகரின் சக்திவாய்ந்த தொழிற்சங்கங்கள் அதைத் திறமையாகக் கண்காணித்தன. நிர்வாகத்தின் உடனடி நடவடிக்கையால் இன வன்முறைகளைத் தடுக்க முடியும் என்பதற்கு கல்கத்தா உதாரணமாக இருந்தது. துரதிர்ஷ்டவசமாக, அந்தப் பாடத்தை நாட்டின் பிற பகுதிகள் நடைமுறைப்படுத்தவில்லை.[72]

X

அவருடைய நாட்டு வரலாற்றில் திருமதி காந்தியின் செல்வாக்கு குறிப்பிடத் தகுந்த ஒன்று. சொல்லப்போனால், அவருடைய தந்தையின் செல்வாக்கைப் போன்றது. ஜவாஹர்லால் நேரு 16 ஆண்டுகள், 9 மாதங்கள் இந்தியாவின் பிரதமராக இருந்தார். இரண்டு பகுதிகளாக அமைந்தாலும், அவருடைய மகளும் கிட்டத்தட்ட அதே ஆண்டுக் காலம் பிரதமராக இருந்தார். முதலில் ஜனவரி 1966 முதல் மார்ச் 1977 வரை. மீண்டும் ஜனவரி 1980 முதல் அக்டோபர் 1984 வரையிலும். இந்த இருவருமே, சுதந்தர இந்திய வரலாற்றில் குறிப்பிடத்தகுந்த முக்கியத்துவம் பெற்றவர்கள். ஒருவரை மற்றவருடன் ஒப்பிடுவது தவிர்க்க முடியாதது. மேலும் அவசியமானதும்கூட.

ராணுவத் தலைவராக, திருமதி காந்தி அளவிட முடியாத மேன்மை வாய்ந்தவர். ஒரு சமயம் அழிக்க முடியாத நட்பு, மறு சமயம் சரியான பின்புலம் இன்றி அச்சுறுத்துவது என்ற சீனாவுடனான நேருவின் அலைபாயும் போக்குக்கு மாறாக, பங்களாதேசப் போரின்போது திருமதி காந்தி காட்டிய சட்டென முடிவெடுக்கும் இயல்பு, அழுத்தமான வேறுபாடு கொண்டது. பொருளாதாரக் கொள்கைகளைப் பொருத்தவரை பொதுத்துறையையும் சுயச்சார்பையும் நேரு ஊக்குவித்தது அந்தக் கால உணர்வுகளை ஒட்டியது. ஆனால், 1960-களில் எச்சரிக்கையுடன் சந்தைப் பொருளாதாரத்தைத் திறப்பதற்கு பதிலாக, திருமதி காந்தி மேலும் அரசின் பிடியையே வலுவாக்கினார். சமுதாயரீதியாக இரு வருமே உண்மையிலேயே குறுகிய நோக்கம் அற்றவர்கள். பால், வர்க்கம், மதம், மொழி ஆகியவற்றைப் பார்க்காமல், எல்லா இந்தியர்களுக்கும் பிரதிநிதி களாக இருக்க விரும்பியவர்கள்.

நேருவின் சிறப்பு பெருமளவில் விளங்குவது, அவர் ஜனநாயகத்தில் மேற்கொண்ட நடைமுறைகளும் செயல்படுத்திய விதங்களுமே ஆகும். 'எகனாமிக் அண்ட் பொலிடிகல் வீக்லி' பத்திரிகை ஆசிரியர் கிருஷ்ணராஜ் திருமதி காந்தியின் மறைவுக்குப் பிறகு இதைக் குறிப்பிட்டார். தங்கள் வாழ்நாள் முழுவதும் தாங்கள் சார்ந்திருந்த கட்சியை, தந்தையும் மகளும் எவ்வாறு நடத்தினர் என்பது, அவர்களை வேறுபடுத்திக் காட்டும் ஓர் அம்சம் ஆகும். 1966-ல் இந்திரா காந்தி பொறுப்பேற்றபோது, 'காங்கிரஸ் கட்சியை நன்கு சீரமைக்கப்பட்ட ஒன்றாக இருந்தது. நாடு முழுதும் எல்லா நிலைகளிலும் பொறுப்பான பல அடுக்குத் தலைமை இருந்தது. ஆனால் அவர் கட்சியைச் சிதறடித்தார். அதையும் வேண்டுமென்றே திட்டமிட்டே செய்தார். ஏனென்றால் அவருக்கும் அவருடைய குடும்பத்துக்கும் அடங்கிச் செயலாற்றாத எவரையும் அவர் நம்பவில்லை. இடைப்பட்ட தலைமையை அவர் ஒழித்துக்காட்டினார். ஜனநாயக முறையில் அல்லாமல், கட்சியின் நிர்வாக உறுப்பினர்களை தனிப்பட்ட முறையில் தானே தேர்ந்தெடுத்ததன்மூலம், கட்சி ஜனநாயகம் வெறும் காகித அளவில் மட்டுமே இருப்பதுபோல மாற்றி அமைத்தார்' என்று கிருஷ்ணராஜ் குறிப்பிட்டார். வருத்தமான விஷயம் என்னவென்றால், காங்கிரஸ் கட்சி மட்டும் பிரதமரின் விருப்பத்துக்கு இசைந்ததாக

மாற்றப்படவில்லை; இந்திய அரசுமே அவ்வாறு மாற்றப்பட்டது. சீனப் போரால் ஏற்பட்ட தலைகுனிவுக்குப் பிறகும் 1966 ஜனவரியில் இந்திரா காந்தி ஆட்சிக்கு வந்தபோது, 'இந்தியா ஓர் ஒருங்கிணைந்த தேசமாகவே இருந்தது. சமூக உறுதிப்பாடு கொண்ட அமைதிச்சூழல் அமைந்த நாடாகவே இருந்தது.' சமூகப் பொருளாதார நோக்கங்களைக் கொண்டு அது ஒன்றுபட்டிருந்தது. வழிமுறைகளுக்கும் முடிவுகளுக்கும் இடையிலான தொடர்பை அரசியல் வர்க்கம் அறிந்திருந்தது. 'அரசாங்க இயந்திரம் என்பது தனிப்பட்ட நலன்களை முன்னேற்றுதற்கு அல்ல என்று பரவலாக, வெளிப்படையாகவாவது நம்பப்பட்டது.' ஆனால், இந்திரா காந்தி மறைந்தபோது, 'இந்தியா, வேறுபாடுகள் கொண்ட ஒரு நாடு என்றதொரு மாற்றம் ஏற்பட்டிருந்தது.' இப்போது ஆழமான காயங்களும் கருத்து வேறுபாடுகளும் நிலவின. 'நம்பிக்கைகளுக்கும் லட்சியங்களுக்குமான உண்மையான அறிக்கை' என்று ஏற்றுக்கொள்ளப்பட்டிருந்த ஐந்தாண்டுத் திட்டங்கள் இப்போது பொருளற்றதாக ஆகியிருந்தன. 'சமூக ஏணியின் உச்சத்தில் இருந்த மக்கள்தொகையின் சிறு பகுதியினர், தங்கள் விருப்பத்துக்கு ஏற்றவாறு திரித்துச் செய்யப்படும் ஒரு கருவியாக அரசு ஆகிவிட்டது. இப்போது மத்தியில் உள்ள அரசாங்கம் முழுவதும் ஊழல் நிறைந்ததாக ஆகிவிட்டது. இந்த நிலைமைக்கான காரணத்திலிருந்து இந்திரா காந்தி தப்பித்துவிட முடியாது.'[73]

மேற்கத்திய பத்திரிகைகள் சில இதற்கிடையில் இந்தியாவின் வருங்காலம் இருண்டதாக இருக்கும் என்று கருதின. 'இந்திரா காந்தி மறைவுக்குப் பின், உள்நாட்டில் அதிகமான உறுதியற்ற நிலையும், அண்டை நாடுகளுடன், குறிப்பாக பாகிஸ்தானுடன், புதிய மன உளைச்சல்களுமாக, நாடு உறுதியற்ற நீண்ட எதிர்காலத்தை நோக்கியுள்ளது' என்று நியூ யார்க் டைம்ஸ் எழுதியது. நியூ யார்க் சன், மேலும் அவநம்பிக்கையுடன் எழுதுகையில், 'பிரதமரின் படுகொலையால் இந்தியா சிதறுண்டு போகும்' என்றும் 'மேலும் மேலும் பிராந்திய உலகப் போட்டிகளுக்குக் காரணக் கருவியாகும்' என்றும் 'அதற்கான இருண்ட வாய்ப்பை பிரதமரின் படுகொலை திறந்துவிட்டது' என்றும் குறிப்பிட்டது. வாஷிங்டனில் சில அதிகாரிகள், 'பழைய பழக்க வழக்கங்கள், சமயச்சண்டைகள் ஆகியவை பொதுவான வன்முறையாக வெடிக்கும், நாடு துண்டு துண்டாகும், இந்தியாவில் நம்பிக்கை இழந்த தலைமை, மேலும் மேலும் சோவியத் யூனியனிடம் உதவியை எதிர்பார்க்கும்' என்று கவலைப்பட்டனர்.[74]

ஒன்றுபட்ட இந்தியாவுக்கு இறுதி அஞ்சலி எழுதப்படுவது இது முதல்முறை அல்ல. இது கடைசி முறையாகவும் இருக்கப் போவதில்லை. காங்கிரசின் முகத்துதி பாடுபவர்களைப்போல, மேற்கத்திய நோக்கர்களும் உண்மையில் 'இந்திராவே இந்தியா' என்று நினைப்பவர்களாகக் காணப்பட்டது குறிப்பிடத்தகுந்தது. தனக்கும் நாட்டுக்கும் இடையே இருந்த அமைப்புகளை பிரதமர் வெற்றிகரமாகச் சீரழித்ததையே, இந்த முடிவுகள் மேலும் நிரூபித்தன.

25

இந்த மகனும் எழுகிறான்

இந்தியாவில், எப்போதுமே குழப்பம் அல்லது உறுதியான நிலை என்ற இரண்டுக்கும் இடையிலான தேர்வாக இருக்க முடியாது. மாறாக, சமாளிக்கக்கூடிய அல்லது சமாளிக்க முடியாத குழப்பம், மனிதத்தன்மை யுள்ள அல்லது மனிதத்தன்மையற்ற அராஜகம், சகிக்கக்கூடிய அல்லது சகிக்கமுடியாத ஒழுங்கீனம் என்பவைக்கு இடையில்தான் இருக்க முடியும்.

– ஆஷிஸ் நந்தி, சமூகவியலாளர், 1990

I

வழக்கமான இந்திய அரசியலின்படிப் பார்த்தாலும்கூட 1984, மிகவும் அமைதியற்ற ஆண்டாகவே இருந்தது. ஜூன் முதல் வாரத்தில், ஆபரேஷன் புளூ ஸ்டார் என்ற, முன் எப்போதும் பார்த்திராத மத வழிபாட்டு இடத்தின் மீதான தாக்குதல் நடைபெற்றது. அக்டோபர் கடைசி நாள், மகாத்மா காந்தியின் கொலைக்குப் பிறகு இந்தியாவில் நடைபெற்ற மிகப் பெரும் நிகழ்வாக, இந்திரா காந்தி படுகொலை செய்யப்பட்டார். அந்தக் கொலை தாற்காலிகமாக இந்து-முஸ்லிம் வன்முறைகளை நிறுத்தி வைத்தது. மாறாக, சீக்கியர்கள்மீதான இந்துக்களின் வன்முறையைத் தூண்டிவிட்டது.

இந்த ரத்தவெள்ளப் பின்னணியில்தான் ராஜிவ் காந்தி பிரதமராகப் பதவிப் பிரமாணம் செய்துவைக்கப்பட்டார். அவர் பதவி ஏற்ற ஒரு மாதத்துக்குப் பிறகு சீக்கியர்களுக்கு எதிரான வன்முறை விளைவித்த உயிர்ச்சேதத்துக்கு இணையாக மற்றொரு துயரச் சம்பவத்தை நாடு கண்டது. 1984 டிசம்பர் 3 அதிகாலை மத்திய இந்தியாவின் போபால் நகரின் வானத்தை வெண்ணிறப் புகை மூடிக்கொண்டது. வீடுகளில் தூக்கத்தில் இருந்த நகரவாசிகள் இருமிக் கொண்டும் வாந்தி எடுத்துக்கொண்டும் விழிகளில் எரிச்சலுடனும் எழுந்தனர்.

பீதியில் படுக்கையை விட்டு எழுந்து வெளியே தெருவுக்கு வந்த மக்களை வாயுமேகம் துரத்தியது. காலைக்குள்ளாக, 'பொதுவான வழிகள் எல்லாம் முடிவே இல்லாத மக்கள் வெள்ளத்தால் நிறைந்திருந்தது. அவர்கள் பாது காப்பான சுற்றுப்புறத்தைத் தேடி ஓயாமல் நடந்துகொண்டிருந்தனர்.' மயக்கத் தாலும் மூச்சுத் திணறலாலும் பலர் தெருக்களிலேயே விழுந்துவிட்டனர். மற்றவர்கள் எப்படியோ வழி கண்டுபிடித்து நகரில் இருந்த ஒரு சில நவீன மருத்துவமனைகளுக்குச் சென்றனர். அங்கு படுக்கைகள் எல்லாம் வேகமாக நிரம்பத்தொடங்கின.[1]

அந்த பயங்கரமான வாயு, மீதைல் ஐசோ சயனேட். அது யூனியன் கார்பைட் என்ற அமெரிக்க நிறுவனத்துக்குச் சொந்தமான பூச்சிக் கொல்லி மருந்துத் தொழிற்சாலையிலிருந்து வெளியானது. பூமிக்கு அடியில் இருக்கும் பெரும் பள்ளங்களில் அது தேக்கப்பட்டிருக்கும். அந்த வாயு வெளியேறவேண்டிய சூழ்நிலை ஏற்பட்டால், ஒரு ரசாயன இயந்திரம்மூலம் செயல் இழக்கச் செய்யப்படவேண்டும். ஆயினும் அந்த இரவில் ஓர் எதிர்பாராத ரசாயன விளைவால், மீதைல் ஐசோ சயனேட், செயல் இழக்கச் செய்யப்படாமல், விஷ வடிவிலேயே வெளியேறியது. அதன் விளைவுகள் பயங்கரமாக இருந்தன. கசிவு ஏற்பட்ட ஒரு சில மணி நேரத்துக்குள்ளாகவே அதனை நுகர்ந்த 400 பேர் மடிந்துவிட்டனர். முடிவில், மொத்தக் கணக்கின்படி 2,000-க்கும் அதிகமானோர் உயிரிழந்தனர். மனித இன வரலாற்றிலேயே அது மிக மோசமான தொழிற்சாலை விபத்தானது. பலியானவர்களில் பெரும் பாலானோர், ஆலையைச் சுற்றி இருந்த குடிசைப் பகுதிகளிலும் தாற்காலிகக் குடியிருப்புகளிலும் வசித்தவர்கள். உயிர் இழந்தவர்களைத் தவிர மேலும் 5,000 பேர் அந்த விஷவாயுவை நுகர நேர்ந்ததால், தம் வாழ்நாள் முழுவதும் நோய்களாலும் ஊனங்களாலும் பாதிக்கப்பட்டனர்.

அந்தச் சோகச் சம்பவத்தை அடுத்து போபாலுக்கு பலர் வருகை தந்தனர். அனைவரது வருகையும் விரும்பத்தக்கவையாக இருக்கவில்லை. மருத்து வர்கள் உதவி செய்ய வந்தனர். ஆனால் வக்கீல்கள் சிலரும், லாப நோக்கோடு, பாதிக்கப்பட்டோர் சார்பில், அமெரிக்க நீதிமன்றங்களில் வழக்கு தொடுக்க வந்தனர். யூனியன் கார்பைட் நிறுவனத்தின் தலைமை நிர்வாக அதிகாரி வந்தார். கைது செய்யப்பட்டார். ஜாமீனில் விடுதலை செய்யப்பட்டார். உடனே நியூ யார்க்குக்குப் பறந்தும் சென்றுவிட்டார். விபத்து நடந்த பத்து நாட்களுக்குப் பிறகு இந்திய விஞ்ஞானிகள் குழு ஒன்று கார்பைட் தொழிற்சாலையில் இன்னமும் இருந்த மீதைல் ஐசோ சயனேட் வாயுவைச் செயல் இழக்கச் செய்ய வந்தனர். அந்தத் திட்டத்துக்கு ஆபரேஷன் ஃபெயித் (நம்பிக்கை நடவடிக்கை) என்று பெயர் சூட்டப்பட்டது. ஆனால் அது அவ நம்பிக்கையையே ஊட்டியது. புதிய கசிவுகளுக்கு அஞ்சி ஆயிரக்கணக்கான உள்ளூர்வாசிகள் போபாலை விட்டு வெளியேற முடிவு செய்தனர். மூட்டை முடிச்சுகளுடன் பறந்துகொண்டிருந்த மக்கள் கூட்டத்தால் பேருந்து, ரயில் நிலையங்கள் களேபரமாகக் காட்சி அளித்தன.[2]

கசிவு பற்றிய விசாரணைகள் பல காரணங்களைக் கூறின. வாயுவை வைத்திருக்கும் பள்ளங்களில் நீர் புகுந்துவிட்டது; பள்ளங்கள் சரியாகச் சுத்தம் செய்யப்படவில்லை; பரிந்துரை செய்யப்பட்ட வெப்பநிலையை விட அதிகமான வெப்பத்தில் மீதைல் ஐசோ சயனேட் வைக்கப்பட்டிருந்தது.[3] ஒன்று மட்டும் தெளிவாகப் புரிந்தது - நகருக்குள் இருக்கவே கூடாது எனப் பட்ட மிகவும் ஆபத்தான தொழிற்சாலை ஒன்று நகருக்குள் இருந்தது. 1980-ல் ஆலை உற்பத்தியைத் தொடங்குவதற்கு முன்பாகவே நகரத் திட்டமிடல் அதிகாரி எம்.என். பூச், யூனியன் கார்பைட், மக்கள் தொகை குறைவான, பாதுகாப்பான இடத்தைத் தேர்ந்தெடுக்கவேண்டும் என்று பரிந்துரைத்திருந்தார். 1984-ன் அறிக்கை, அந்த ஆலை வாயுக்கசிவு, வாயுக் குழாய்கள் வெடிப்பு ஆகியவற்றால் அதன் செயல்பாடுகள் தடைப்பட்டிருந்ததைச் சுட்டிக்காட்டியது. பின்னால் நிகழ இருந்த பெரும் விபத்துகளை அடையாளம் காட்டக்கூடிய அந்தச் சிறு விபத்துகள், அப்போது கண்டுகொண்டிருக்கப்படவில்லை.[4]

II

போபால் விபத்து டிசம்பர் முதல் வாரத்தில் நடந்தது. அந்த மாதத்தின் முடிவில் இந்தியா தன் எட்டாவது பொதுத் தேர்தலைக் கண்டது. அந்தத் தேர்தல்களை இந்திரா காந்தியின் கொலையும் நினைவுகளுமே ஆக்கிரமித் திருந்தன. ரீடிப்பூஷன் ஏஜென்சி என்ற விளம்பர நிறுவனம் காங்கிரஸ் பிரசார இயக்கத்தை மேற்பார்வையிட்டது. அந்நிறுவனம், ராஜிவ் காந்தியைத் தாயின் உரிமைக்குத் தர்க்கரீதியான வாரிசாகக் காட்டியது. காங்கிரஸ் கட்சியும், பிரிவினைச் சக்திகளுக்கு எதிரான ஒரே பாதுகாப்புச் சுவராக ராஜிவை முன் நிறுத்தியது. ராஜிவைப் பற்றிய ஒரு விளம்பரம், 'உங்கள் வாக்கு, ஒற்றுமை அல்லது பிரிவினை இந்தியா என்பதாக இருக்கலாம்' என்றது. மற்றொரு விளம்பரம், '1977-ன் ஆசாமிகள், பொதுவான கொள்கைக்காக ஒன்றுபடக் கூடியவர்களா அல்லது பொதுவான கொள்ளைக்காக ஒன்றுபடக்கூடியவர் களா?' என்று கேட்டது.[5] ஒரு விமர்சகர், 'காங்கிரஸ் பிரசாரம், அதிகரித்துவரும் பாதுகாப்பின்மையை ஆதாயம் ஆக்கிக்கொண்டது. அதனால், திருமதி காந்தியின் படுகொலையை இந்திய அரசாங்கத்தின்மீது தொடுக்கப்பட்ட தாக்குதல் என்று மக்கள் மனத்தில் செலுத்தப்பட்டது. அந்தச் சிந்தனை தொடர்ந்து வலு ஊட்டப்பட்டது' என்றார்.[6]

முடிவுகள் வெளிவந்தபோது காங்கிரஸ், பொதுமக்களின் 50 சதவிகித வாக்குகளைப் பெற்று, நாடாளுமன்றத்தில் 80 சதவிகித இடங்களைப் பிடித்து, மாபெரும் வெற்றி கண்டது. அரசியலுக்குப் புதியவரான ஒருவரின் தலைமையின்கீழ் காங்கிரஸ் 401 இடங்களை வென்றது. அது நேருவும் இந்திரா காந்தியும் பெற்ற இடங்களையெல்லாம்விட அதிகமானது. ஆனாலும் பிரதமரின் ஆலோசகர்களில் ஒருவரே ஒப்புக்கொண்டபடி, 'அந்த வெற்றி எந்த அளவுக்கு அவருடையதோ, அந்த அளவுக்கு அவருடைய தாயுடையதும் ஆகும்.'[7]

பிரிவினை பயத்தை மூட்டியே காங்கிரஸ் தேர்தலை வென்றது. இப்போது பிரதமர், வசதியான பெரும்பான்மையைக் கையில் வைத்துக்கொண்டு பஞ்சாபில் அமைதிக்காக விரைந்து செயல்பட்டார். சிறையில் இருந்த அகாலி தளத் தலைவர்கள் விடுவிக்கப்பட்டு, அவர்களுடன் பேச்சுவார்த்தை நடத்த தூதுவர்கள் அனுப்பப்பட்டனர். சந்த் ஹர்சரண் சிங் லோங்கோவால், ராஜிவ் காந்தியைப் போலவே கடந்த கால நிகழ்வுகளைப் பின்னுக்குத் தள்ளுவதில் ஆர்வமாக இருந்தார். 1985 ஜூலையில் இரு தலைவர்களும் ஓர் ஒப்பந்தத்தில் கையொப்பம் இட்டனர். அதன்படி, குறிப்பிட்ட காலகட்டத்துக்குள் சண்டிகர் பஞ்சாபுக்கு மாற்றப்படும்; பஞ்சாபுக்கு நியாயமான அளவில் நதிநீர் அளிக்கப் படும்; மத்திய மாநில உறவுகள் புதிதாகப் பரிசீலனை செய்யப்படும்; ஜனாதிபதி ஆட்சி முடிவுக்குக் கொண்டுவரப்பட்டு மாநிலத்தில் தேர்தல்கள் நடத்தப்படும்.

ஒப்பந்தத்தைத் தொடர்ந்து சந்த் லோங்கோவால் பஞ்சாபில் சுற்றுப்பயணம் செய்து, பொதுக் கூட்டங்களில் பேசினார். குருத்வாராக்களில் போதனை செய் தார். எல்லா இடங்களிலும் சமாதான ஒப்பந்தத்துக்கு மக்களின் ஆதரவைக் கோரினார். சாங்ரூ என்ற இடத்தில் பிரார்த்தனைக் கூட்டத்தில் பேசிக்கொண் டிருந்தபோது இரு இளைஞர்களால் சுட்டுக் கொல்லப்பட்டார். அவர்கள் அவரை, சீக்கியர் நலனைக் காட்டிக் கொடுத்து, தில்லி ஆட்சியாளர்களிடம் அதிகாரப் பகிர்வு செய்துகொண்டுவிட்டதாகக் குற்றம் சாட்டினர். ஆகஸ்டு 20 அன்று அந்தச் சம்பவம் நிகழ்ந்தது. அரசாங்கம் தைரியமாக செப்டெம்பர் கடைசியில் தேர்தலை நடத்த முடிவு செய்தது. சந்த்தின் மரணம், அவருடைய கட்சிக்குப் பெரும் ஆதரவு அலையை உருவாக்கியது. அகாலி தளம் மாநில வரலாற்றில் முதல்முறையாக வசதியான பெரும்பான்மையைப் பெற்று ஆட்சியைப் பிடித்தது. மூன்றில் இரு பங்கு வாக்காளர்கள் வாக்களித்ததால், அந்தத் தேர்தல் தீவிரவாதத்துக்கு எதிரானது என்று கருதப்பட்டது.[8]

இதற்கிடையே நாட்டின் மறுமுனையில் அரசாங்கம் அனைத்து அஸ்ஸாம் மாணவர் யூனியனுடன் ஓர் ஒப்பந்தம் காண்பதில் வெற்றி கண்டது. உட்புகுந்தவர் வருகை குறித்த தேதி தொடர்பாக சமரசம் காண இரு பக்கத்தினரும் ஒப்புக் கொண்டனர். 1966 ஜனவரி முதல் தேதிக்குப் பிறகு, ஆனால் 1971 மார்ச் 25-ம் தேதிக்கு முன்னால் வந்தவர்கள் (அதாவது கிழக்கு பாகிஸ்தானில் உள்நாட்டுப் போர் ஆரம்பிப்பதற்கு முன்னால்) அஸ்ஸாமில் இருக்க அனுமதிக்கப்படுவார்கள், ஆனால் அவர்கள் வாக்களிக்க முடியாது. அதற்குப்பின் வந்தவர்கள் அடையாளம் காணப்பட்டு, திருப்பி அனுப்பப் படுவார்கள். இங்கும் ஜனாதிபதி ஆட்சி முடிவுக்குக் கொண்டுவரப்பட்டு, தேர்தல்கள் அறிவிக்கப்பட்டன. மாணவர் யூனியன், ஓர் அரசியல் கட்சியாக மாற்றப்பட்டு, அதன் உறுப்பினர்களைக் கொண்டு அஸ்ஸாம் கன பரிஷத் (ஏ.ஜி.பி) என்ற கட்சி ஆரம்பிக்கப்பட்டது. 1985 டிசம்பரில் தேர்தல் நடைபெற்றபோது ஒரு காலத்தில் ஆதிக்கம் செலுத்திய காங்கிரஸ் கட்சியை, ஏ.ஜி.பி. படுதோல்வி அடையச்சேய்தது. புதிய முதல்வர் பிரஃபுல்ல மஹந்தா 32 வயதே ஆனவர். அவருடைய சட்டமன்ற உறுப்பினர்கள் மேலும்

இளையவர்கள். பஞ்சாபில் கூறப்பட்டது போலவே, இந்த வெற்றியும் ஜனநாயகத்தின் வெற்றியாகப் போற்றப்பட்டது. தில்லியில் மூத்த காங்கிரஸ் தலைவர்கள், தங்கள் கட்சி தோற்றுவிட்டாலும் இந்தியக் குடியரசு வென்றதாக வாதிட்டனர். மத்திய மந்திரி ஒருவர், 'முன்பு, வெடிகுண்டை விநியோகித்தவர்கள் இன்று சுவரொட்டிகளை ஏந்திச் செல்கின்றனர். தேசியக் கண்ணோட்டத்தில், இது வெற்றியா தோல்வியா?' என்றார்.[9]

1986 ஜூனில் இந்திய அரசாங்கம், மிஸோ தேசிய முன்னணித் தலைவர் லால்டெங்காவுடன் ஓர் ஒப்பந்தத்தில் கையெழுத்து இட்டது. அதன்படி எம்.என்.எஃப் கிளர்ச்சியாளர்கள் தங்கள் ஆயுதங்களைக் கீழே போட்டனர். அவர்களுக்கு பொது மன்னிப்பு வழங்கப்பட்டது. மிஸோரமுக்கு முழு மாநில அந்தஸ்து அளிக்க இந்திய அரசு ஒப்புக்கொண்டது. பதவியில் இருந்த காங்கிரஸ்காரர்களிடமிருந்து லால்டெங்காவே முதல்வர் பொறுப்பை ஏற்றார். இது 1975-ல் காஷ்மீர் ஒப்பந்தமாதிரியில், ஷேக் அப்துல்லா பதவிக்கு வந்ததுபோல் அமைந்தது.[10]

ராஜிவ் காந்தி சீக்கியர்களுக்கும் அஸ்ஸாமியர்களுக்கும் செய்ததுபோலவே, 'மிஸோக்களுக்கும் நாட்டின் நல்லெண்ணத்தைக் கொண்டுவந்துவிட்டார்' என்று ஒரு பத்திரிகை எழுதியது.[11] இந்த உடன்படிக்கைகளை ஜீ.பார்த்தசாரதி போன்ற ராஜதந்திர அதிகாரிகள் திட்டமிட்டு உருவாக்கியிருந்தாலும் அதற்கான பெருமை இளம் பிரதமரையே சென்று சேர்ந்தது. கட்சிப் போட்டிகளுக்கு அப்பால் நின்று தேசத்தின் அமைதி நலனை நாடியதாக அவர் கருதப்பட்டார். இந்த மூன்று உடன்பாடுகளையும் தொடர்ந்து, காங்கிரசுக்கு எதிரான கட்சிகளோ தலைவர்களோதான் அமைதியான வழிகளில் பதவிக்கு வந்தனர்.

III

ராஜிவ் காந்தி அரசியலுக்கு வெளியிலிருந்து வந்தவர் என்பது அவருக்கு அனுகூலம் ஆயிற்று. பொதுமக்கள் மனத்தில், 'அவருடைய பெயர் எந்தவிதமான பிரச்னைகளோடும் சேர்த்து எண்ணப்படவில்லை. அவர் எந்தவிதமான அரசியல் குழுவையும் சேர்ந்தவர் அல்லர். அவர் இதுவரை தனக்கென ஒரு ஜால்ராக் கூட்டத்தையும் உருவாக்கிக்கொள்ளவில்லை.' அவருடைய இளமை (1984-ல் அவருடைய வயது 40-க்கும் குறைவாகவே இருந்தது), அழகான தோற்றம், வெளிப்படையான போக்கு ஆகியவை அவரது கவர்ச்சியை மேலும் அதிகமாக்கியது. இதோ ஒரு நல்ல, நியாயமான, நேர்மையான, ஆர்வமுள்ள கண்ணியவான். அவருடைய நாட்டின் பாசத்துக்குரிய மக்கள் அவருக்கு 'தூய்மையானவர்' (மிஸ்டர் கிளீன்) என்ற முத்திரையைக் குத்தினர்.[12]

ராஜிவின் முக்கிய ஆலோசகர்களும் அரசியலுக்கு வெளியிலிருந்து வந்தவர்கள். அவர்களுள் அருண் சிங்கும் அருண் நேருவும் தொழில்துறையிலிருந்து வந்த நண்பர்கள். அவர்கள் அமைச்சர்கள் ஆக்கப்பட்டனர். அவரைப் போலவே அவர்களும் இளைஞர்கள், ஆங்கிலம் பேசுபவர்கள். அவரைப் போலவே அவர்களும் நவீனத் தொழில்நுட்பத்தில் பழக்கம்

உடையவர்கள். இந்தியாவை 16-ம் நூற்றாண்டிலிருந்து நேராக 21-ம் நூற்றாண்டுக்கு, அதாவது மாட்டு வண்டிக் காலத்திலிருந்து கணினி யுகத்துக்கு அழைத்துச் செல்லும் எண்ணத்துக்கு உருக்கொடுக்க முன்வந்தவர்கள். ஊடகங்களின் சில, அவர்களை 'ராஜிவின் கம்ப்யூட்டர் பையன்கள்' என்று கேலியாகக் குறிப்பிட்டன. மற்ற பகுதிகளில் அவர்களுக்குப் புகழும் கிடைத்தது. ராஜிவ் காந்தி, ஜான் எஃப். கென்னடியுடன் ஒப்பிட்டப்பட்டார். அவரும் இளமை, புதிய சந்ததியின் நம்பிக்கை ஆகியவற்றின் உருவகமாகவும், தன் நாட்டின் புதிய எதிர்காலத்தை உருவாக்க மிகச் சிறந்த, சாமர்த்தியமான அணி ஒன்றை உருவாக்கியவராகவும் கருதப்பட்டார்.[13]

பதவியின் முதலாண்டில் பிரதமர், நாட்டில் அவர் இதற்குமுன் பார்த்திராத பகுதிகளை அறிந்துகொள்ள அடிக்கடி சுற்றுப் பயணம் மேற்கொண்டார். ராஜிவ் காந்தியின் 'இந்தியாவைக் கண்டுணர்தல்' பத்திரிகைகளிலும் தொலைக்காட்சியிலும் சிறப்பான இடம்பெற்றது. 1980-களில் தொலைக்காட்சிப் பெட்டிகள் வைத்திருப்போர் எண்ணிக்கை பெரும் வளர்ச்சி அடைந்திருந்தது. ஒளி, ஒலிபரப்புகள் இன்னமும் அரசின் ஏகபோக உரிமையாக இருந்ததால், தூரதர்ஷன், அழகிய இளம் இந்தியப் பிரதமர் தோன்றும் காட்சிகளை நூற்றுக்கணக்கான மணி நேரம் ஒளிபரப்பியது: காஷ்மீர் படகு வீடுகளில், பழங்குடிகளின் குக்கிராமங்களில், கேரளாவின் தென்னந்தோப்புகளில். எங்கும் அவர் பாமர இந்தியர்களைச் சந்தித்தார். அவர்களுடைய கோரிக்கை மனுக்களைப் பெற்றார். நடவடிக்கைகளுக்கு என மாவட்ட நிர்வாகத்துக்கு அனுப்பிவைத்தார்.[14]

புதிய ஆட்சிக்கு முதல் ஆபத்து ஒரு மனுவினால்தான் ஏற்பட்டது. அது பிரதமருக்கு அனுப்பப்பட்ட மனு அல்ல; இந்தியாவின் உச்ச நீதிமன்றத்துக்கு அனுப்பப்பட்ட மனு. மனுவை அனுப்பியவர் முகமத் அகமத் கான் என்ற வயதான ஒருவர். விவாகரத்து செய்யப்பட்ட மனைவி ஷா பானுவுக்கு மாத ஜீவனாம்சம் அளிக்கவேண்டும் என்ற கீழ் நீதிமன்றத்தின் தீர்ப்புக்கு எதிராக அவர் மேல் முறையீடு செய்ய விரும்பினார். கான், ஷா பானுவுக்கு, இஸ்லாமியச் சட்டத்தின்படி அதில் நிர்ணயித்த மூன்று மாத கால உதவிப் பணத்தை அளித்துவிட்டதால், தன் கடமைகளை நிறைவேற்றிவிட்டதாக வாதிட்டார். குற்றவியல் சட்டத்தின் 125-ம் பிரிவின்கீழ், விவாகரத்து செய்யப்பட்ட பெண்ணின் கணவன் மறுமணம் செய்துகொண்டிருந்தால், அந்தப் பெண் மறுமணம் செய்துகொள்ளாமல் இருந்து, தன்னைப் பராமரித்துக் கொள்ளவும் வேறு வழி இல்லாதிருந்தால், அவருக்கு முன்னாள் கணவர் பரிகாரம் அளிக்கவேண்டும் என்று குறிப்பிட்டது. இந்த வழக்கில் கான் மறுமணம் செய்துகொண்டிருந்தார்; ஷா பானு மறுமணம் செய்துகொள்ளவில்லை; அவரால் தன்னைப் பராமரிக்கவும் முடியவில்லை. கானின் மனுவை நிராகரித்த உச்ச நீதிமன்றம், குற்றவியல் சட்டத்தின் 125-ம் பிரிவை முன்வைத்தது. 'தங்களைத் தாங்களே பாதுகாத்துக்கொள்ள முடியாத மக்களின் பாதுகாப்புக்காகத்தான் 125-ம் பிரிவு இயற்றப்பட்டுள்ளது. கைவிடப்பட்ட மனைவி, குழந்தை அல்லது பெற்றோர் ஆகியோரின் மதம் முக்கியமே

அல்ல.' அவர்கள் கருத்துப்படி, குற்றவியல் சட்டத்தின் 125-வது பிரிவின் விளக்கத்தின்படி, 'தனிச்சட்டம் பொதுச் சட்டத்தோடு மாறுபடும்போது, பொதுச்சட்டமே எடுத்துக்கொள்ளப்பட வேண்டும் என்பது தெளிவு.'

எம்.ஏ. கான் முதலில் 1981-ல் இந்த மேல் முறையீட்டு மனுவைச் செய்திருந் தார். வழக்கில் தீர்ப்பளிக்க நான்கு வருடங்களாயின. 1985 ஏப்ரல் 23 அன்று வழக்கைத் தள்ளுபடி செய்த உச்ச நீதிமன்றம், கான் ஷா பானுவுக்கு உயர் நீதிமன்றம் நிர்ணயித்த தொகையை (மாதத்துக்கு ரூ. 179.20 என்ற விநோதமான தொகை) தொடர்ந்து அளித்துவரவேண்டும் என்பதை உறுதி செய்தது. வழக்கின் தனிப்பட்ட அம்சங்களைத் தாண்டி நீதிபதிகள் சில கருத்துகளையும் தெரிவித்தனர். அரசியல் அமைப்புச் சட்டத்தின் 44-ம் ஷரத்து, பொது சிவில் சட்டத்தைக் கொண்டுவரவேண்டும் என்று சொன்னது, கிடப்பில் போட்ட கல்லாகவே உள்ளது என்றனர். 'தங்கள் தனிச் சட்டங்களைச் சீர்திருத்தும் முயற்சியில் முஸ்லிம் சமுதாயம்தான் இறங்கவேண்டும் என்ற நம்பிக்கை வலுப்பெற்று வருகிறது. ஆனால், பொதுச் சட்டம், நாட்டின் ஒருமைப் பாட்டுக்கு உதவும். பல்வேறு மதங்களின் தனிச் சட்டங்களில் உள்ள ஒன்றுக் கொன்று முரண்படும் மாறுபட்ட சித்தாந்தங்கள் களையப்பட இது உதவும்' என்றனர்.[15]

இந்தக் குறிப்புகள், சிறுபான்மைச் சமூகத்தினர்மீது தேவையற்று சுமத்தப்பட்ட குற்றச்சாட்டுகள் என்று சிலர் கருதினர். நீதிபதிகள் கருத்தை ஏற்காத முஸ்லிம்கள், 'இஸ்லாம் பெண்களைத் தாழ்வுபடுத்துகிறது என்று நீதிபதிகள் குற்றம் சாட்டுகிறார்கள்' என்று கருதினர். (உண்மையில் நீதி பதிகள், இந்துக்களுக்குச் சட்டம் வழங்கிய மனு, 'பெண், சுதந்தரத்துக்குத் தகுதி அற்றவள்' என்று நம்பியதையும் குறிப்பிட்டிருந்தனர்.) இஸ்லாமிய இமாம்கள், அந்தத் தீர்ப்பை இஸ்லாம் மீதான தாக்குதல் என்று கண்டித்தனர். நாடெங்கும் உள்ள மசூதிகளில், 'முல்லாக்களும் மௌல்விகளும் ஷா பானு வையும் உச்ச நீதிமன்றத்தையும் கண்டித்தனர்.'[16] மறுபக்கத்தில் சில முஸ்லிம் அறிஞர்கள் இந்தத் தீர்ப்பை ஆதரித்தனர். குறைந்தபட்சம், இந்தத் தீர்ப்பு மத நூலுக்கு உட்பட்டுத்தான் உள்ளது என்றனர். விவாகரத்து செய்யும் கணவன், தன் முன்னாள் மனைவி மரணம் அடையும்வரை அல்லது மறுமணம் செய்யும்வரை ஜீவனாம்சம் வழங்க வேண்டும் என்ற கருத்துக்கு ஏராளமான, மதிப்புமிக்க இஸ்லாமிய அத்தாட்சிகள் இருப்பதைச் சுட்டிக் காட்டினர்.[17]

உச்ச நீதிமன்றத் தீர்ப்புக்கு 3 மாதங்களுக்குப் பிறகு ஜி.எம். பனாத்வாலா என்ற நாடாளுமன்ற உறுப்பினர், முஸ்லிம்களுக்கு குற்றவியல் சட்டப்பிரிவு 125-ன் அதிகார வரம்பிலிருந்து விலக்கு அளிக்கக் கோரி தனி நபர் மசோதா ஒன்றை நாடாளுமன்றத்தில் தாக்கல் செய்தார். அவையில், உள்துறை அமைச்சர் ஆரிஃப் முகமத் கான், முற்போக்குக் கருத்துடைய முஸ்லிம்களின் பிரதி நிதியாக அந்த மசோதாவை எதிர்த்தார். அவர் மௌலானா ஆசாதை மேற்கோள் காட்டி நீதிமன்ற ஆணையை ஆதரித்தார். ஆசாத், புகழ்பெற்ற தேசியவாதி; மதநூல்களில் வல்லவரும்கூட. 'ஒவ்வொரு சூழ்நிலையிலும் விவாகரத்துக்கு உள்ளான பெண்ணுக்குச் சரியான சலுகை காட்டப்பட

வேண்டும் என்பதை குர் ஆன் மீண்டும் மீண்டும் வலியுறுத்துறது' என்று மௌலானா எழுதியிருந்தார். 'ஆணோடு ஒப்பிடும்போது அவள் பலவீனம் ஆனவள் என்பதாலும், அவளுடைய நலன்கள் முறையாகப் பராமரிக்கப்பட வேண்டும் என்பதாலும் இது செய்யப்பட்டுள்ளது. இக்காலத்தில் சிறந்த பழக்க வழக்கங்களை மட்டுமே நாம் கைக்கொள்ளவேண்டும். அடிமட்டத்தில் உள்ளவர்கள் தூக்கிவிடப்பட்டால்தான் இஸ்லாமியக் கொள்கைகள் பின்பற்றப்படுவதற்கு நியாயம் செய்ததாகும்.'[18]

ஆரிஃப் முகமத் கான் பிரதமரின் ஆதரவைப் பெற்றிருந்தார். காங்கிரஸ் அந்த மசோதாவை எதிர்த்து வாக்களித்ததால் அது தோற்கடிக்கப்பட்டது. எனினும் நாடாளுமன்றத்துக்கு வெளியே விவாதம் தொடர்ந்தது. அவருடைய சொந்த ஊரான இந்தூரில், 75 வயதான ஷா பானுவை, மத நம்பிக்கைக்குப் புறம்பானவர் என்று பழமைவாதிகள் வெளிப்படையாகவே தாக்கினர். அவர் வீட்டுக்கு வெளியே மறியல்கள் நடந்தன. அக்கம்பக்கத்தில் உள்ளவர்கள் அவரை விலக்கி வைக்க வேண்டும் என்று கோரப்பட்டனர். நவம்பர் 15 அன்று, அவர்களுடைய வற்புறுத்தலுக்கு இணங்கி ஷா பானு, உச்ச நீதிமன்றத் தீர்ப்புக்கு மாறாக ஜீவனாம்சத்தை ஏதாவதொரு அறச்செயலுக்கு நன்கொடையாக அளித்து விடுவதாகவும், முஸ்லிம்கள் தனிச் சட்டத்தில் நீதித்துறை குறுக்கிடுவதைத் தான் எதிர்ப்பதாகவும் கூறி, ஓர் அறிக்கையில் தன் விரல் ரேகையைப் பதித்தார்.[19]

1985-ன் முடிவில் வட இந்தியாவின் பல இடைத் தேர்தல்களில் காங்கிரஸ் கட்சி தொடர்ந்து தோல்வியுற்றது. இந்தத் தேர்தல்களில் ஷா பானு விவகாரம் வேலை செய்திருப்பதாக விமர்சகர்கள் கண்டார்கள். முஸ்லிம்கள் அதிகமாக உள்ள பகுதிகளில், காங்கிரசின் எதிரிகள் மத உணர்வுகளைத் தூண்டிவிட்டு, உச்ச நீதிமன்றத்தைத் தாக்கிப் பேசியிருந்தனர்.[20] இந்த மாற்றங்கள் பற்றிய அறிக்கைகள் ராஜிவ் காந்திக்கு அச்சமூட்டின. அவர் கட்சிக்குள்ளும் மந்திரிசபைக்குள்ளும் முற்போக்கு ஆரிஃப் முகமது கானின் ஆலோசனையை விட பழமைவாதி இஸட்.ஏ. அன்சாரியின் ஆலோசனையே அதிகம் கேட்கப் பட்டது. நாடாளுமன்றத்தில் 3 மணி நேரம் பேசிய அன்சாரி, உச்ச நீதிமன்றத் தீர்ப்பை, 'பாராபட்சமானது, வேறுபடுத்தும் போக்கைக் கொண்டது, முரண்பாடுகள் நிறைந்தது' என்று தாக்கிப் பேசினார். மேலும் அவர் நீதிபதிகளை 'இஸ்லாமியச் சட்டத்தை அறிந்துகொண்டு விளக்கத் தகுதியற்ற அற்ப மனிதர்கள்' என்று வன்மத்துடன் கூறினர்.[21]

இப்போது வற்புறுத்தலுக்கு அடிபணிந்தது ஷா பானு மட்டுமல்ல. காங்கிரஸ் கட்சியே. 'அடிப்படைவாதிகளே முஸ்லிம் சமூகத்தின் சார்பில் கருத்துரைக்க ஏற்ற பிரதிநிதிகள்' என்று காங்கிரஸ் அங்கீகாரம் அளித்துவிட்டது.[22] 1986 பிப்ரவரியில், முஸ்லிம் மகளிர் மசோதாவை நாடாளுமன்றத்தில் அரசு அறி முகம் செய்தது. அது உச்ச நீதிமன்றத்தின் தீர்ப்பை முழுதும் மாற்றிட முனைந்தது. குற்றவியல் சட்ட அதிகார வரம்பிலிருந்து முஸ்லிம் தனிநபர் சட்டத்தை எடுத்துவிடும் வகையில் அது அமைந்தது. அந்த மசோதா, விவாகரத்தான மனைவிக்கு ஆதரவளிக்கும் சுமையை அவளுடைய

உறவினர்கள்மீதே சுமத்தியது. மூன்று மாத ஜீவனாம்சம் வழங்குவதற்கு மட்டுமே முஸ்லிம் கணவன்மார்கள் கடமைப்பட்டவர்கள். அந்த மசோதாவுக்கு காங்கிரஸ் உறுப்பினர்கள் அனைவரும் வாக்களிக்கவேண்டும் என்று கொரடா உத்தரவு பிறப்பிக்கப்பட்டு, மே மாதம் அது சட்டம் ஆயிற்று: தன் தலைவராலும், தன் கட்சியாலும், தன் அரசாலும் கைவிடப்பட்ட ஆரிஃப் முகமது கான் பதவி விலகினார். அவர் ஒரு பேட்டியில், இந்தச் சட்டத்தால் 'உலகிலேயே இந்தியாவில் மட்டும்தான் முஸ்லிம் பெண்கள் ஜீவனாம்சம் மறுக்கப்பட்டவர்களாக இருப்பார்கள்' என்றார்.[23]

ஷா பானு வழக்கு தோற்றுவித்த சிக்கல், பல வழிகளில் முப்பது ஆண்டுகளுக்குமுன் இந்துத் தனிச்சட்டத் தீர்மானத்தின்போது நடந்த விவாதங்களின் மறுபதிப்பாகிவிட்டது. அப்போதும்கூட ஆண்-பெண் சமத்துவத்தை முன்னேற்ற மேற்கொண்ட முயற்சிகளைக் கடுமையாக எதிர்த்த சாமியார்கள், தாங்கள் தங்கள் சமுதாயம் முழுமைக்குமாகப் பேசுவதாகக் கூறினர். அந்தக் கூற்று பொய்யானது என்பதை, 1952 தேர்தல்களின்போது இந்து சட்ட மசோதாவையும் முன்வைத்துப் போராடி வென்றதன்மூலம் ஜவாஹர்லால் நேரு நிரூபித்தார்.

1985, 1986-ல் இதே மாதிரியான சூழலை எதிர்நோக்கிய ராஜிவ் காந்திக்கு 400 உறுப்பினர்களின் ஆதரவு இருந்தது. பெண்கள் உரிமைகளை அதிகரிக்கச் செய்ய மேற்கொண்ட முஸ்லிம் தனிச்சட்டச் சீர்திருத்தம் எளிதில் நிறைவேற்றப்படக்கூடிய நிலையில்தான் இருந்தது. அதேபோல்தான், (அரசியல் அமைப்புச் சட்டம் கோரிய) ஆண் பெண் சமத்துவ, பொது சிவில் சட்டமும். ஆனால், சமூகச் சீர்திருத்தத்தின்மீது பிரதமர் கொண்டிருந்த ஈடுபாடுதான் இல்லாமல் போய்விட்டது. ராஜிவ் காந்தி அரசின் உயர் அதிகாரி ஒருவர் பின்னர் நினைவுகூர்ந்தவாறு, 'ஷா பானு வழக்கின் பின்விளைவு களைக் கையாளும்போது, பிரதமர் திடீரென்று அரசியல் முறைகளைக் கண்டு மிரண்டுவிட்டார்.' பஞ்சாப், அஸ்ஸாம் விஷயத்தில் அவர் மேற்கொண்ட முயற்சிகள் அவருடைய தைரியத்தையும் சுதந்தரப் போக்கையும் வெளிப் படுத்தின. ஆனால் இங்கு முதலில் சீர்திருத்தவாதிகளை ஆதரித்துவிட்டு பின் முஸ்லிம் வாக்குகளை இழந்துவிடும் அச்சத்தில் பழமைவாதிகளுக்கு வழி விட்டுவிட்டார். எனவே 'ராஜதந்திரி ராஜிவ் காந்தி, தன்னை அரசியல்வாதியாக மாற்றிக்கொள்ள ஆரம்பித்துவிட்டார்.'[24]

IV

ஷா பானு வழக்கில் உச்ச நீதிமன்றம் ஜீவனாம்ச உரிமை வழங்கிப் பத்து மாதத்துக்குப் பிறகு கீழ் நீதிமன்றம் ஒன்று வழங்கிய தீர்ப்பு மேலும் அதிகமான சர்ச்சையைத் தூண்டியது. 1986 பிப்ரவரி 1 அன்று, உத்தரப் பிரதேசத்தின் அயோத்தி நகர் மாவட்ட நடுவர், ஒரு சிறு இந்துக் கோவிலின் கதவுகள்மீது போடப்பட்டிருந்த பூட்டுகளைத் திறந்து, வழிபாட்டை அனு மதிக்க உத்தரவிட்டார். அது அளவில் சிறியதாயினும் முக்கியத்துவம்

வாய்ந்தது. முன்பு 16-ம் நூற்றாண்டில் முகலாயப் பேரரசர் பாபரின் தளபதி ஒருவர் கட்டிய பெரிய மசூதியின் உள்ளே அது அமைந்திருந்தது. (எனவே அது பாபர் மசூதி - பாப்ரி மஸ்ஜித் என்று அழைக்கப்பட்டது.) மேலும் அந்த இடம் இந்துக் கடவுளான ராமர் பிறந்த இடம் என்றும் மசூதி கட்டப் படுவதற்கு முன்பு வழிபாட்டுக்கு உரியதாக இருந்த ஒரு கோவில் இருந்த இடம் என்றும் கூறப்பட்டது.

ராமாயண இதிகாசத்தின் கதாநாயகர், வரலாற்றில் இருந்திருக்கிறார் என்பதற்கான சான்று இல்லை. ஆனால் இந்து உணர்வும் புராணமும் அவர் அவ்வாறு இருந்தார் என்றும் அயோத்தியில் பின்னர் மசூதி கட்டப்பட்ட குறிப்பிட்ட அதே இடத்தில் பிறந்தார் என்றும் பரவலாக நம்பின. உள்ளூரில் அந்த இடம் 'ராம ஜன்மபூமி', அதாவது ராமர் பிறந்த நிலப் பகுதி என்று அழைக்கப்பட்டது. அந்த இடத்தின் உரிமையைக் கோரி 19-ம் நூற்றாண்டு முழுவதும் போட்டிக் குழுக்கள் தொடர்ந்து மோதிக் கொண்டிருந்தன. பிரிட்டிஷ் ஆட்சியாளர்கள் ஒரு சமாதான ஏற்பாட்டைச் செய்தனர். அதன்படி முஸ்லிம்கள் வழக்கம் போல் மசூதிக்குள் தொழுகையைத் தொடர்ந்தனர். இந்துக்கள் வெளியே உயர்ந்த மேடை ஒன்றில் தங்கள் பிரார்த்தனையைத் தொடர்ந்தனர்.

1947-ல் இந்தியா சுதந்தரம் அடைந்தபின், இரு ஆண்டுகள் கழித்து, இந்து நலன்களில் அனுதாபம் கொண்ட ஓர் அதிகாரி குழந்தை ராமர் உருவம் ஒன்றை (ராம் லல்லா) மசூதிக்குள் வைக்க அனுமதி தந்தார். இது இருளின் போர்வையில் வைக்கப்பட்டு, அது தானாகவே அங்கே தோன்றியது என பக்தர்களை நம்பவைக்கப்பட்டது. அப்புறப்படுத்தப்பட்ட தெய்வ வடிவம், தன் பிறந்த இடத்தை மீண்டும் பெறக் கோருவதற்கான ஓர் அடையாளமாக அது காட்டப்பட்டது. பரபரப்பான சூழல் தோன்றியது. அதைத் தொடர்ந்து, டிசம்பரில் ஒரு நாள் மட்டும் ராம் லல்லாவை வழிபட அனுமதித்துப் பிறப்பிக்கப்பட்ட ஆணையால், பரபரப்பு ஓய்ந்தது. ஆண்டின் மற்ற நாட்களில் வழிபட முடியாதபடி உருவம் பூட்டி வைக்கப்பட்டது.

30 ஆண்டுகள் இதே நிலை தொடர்ந்தது. 1980-களின் ஆரம்பத்தில் விஸ்வ இந்து பரிஷத் (உலக இந்துக் கூட்டமைப்பு - வி.எச்.பி) என்ற ஓர் அமைப்பு, 'ராமர் பிறந்த இடத்தை விடுவிக்கும் ஓர் இயக்கத்தை' தொடங்கியது. வி.எச்.பி, அயோத்தியில் சிதறிக் கிடந்த பல கோவில்களில் இருந்த நூற்றுக்கணக்கான சாமியார்களை ஒரு கொடியின்கீழ் ஒன்றுதிரட்டியது. நூற்றுக்கணக்கான பொதுக்கூட்டங்களும் ஊர்வலங்களும் நிகழ்த்தப்பட்டு, 'முஸ்லிம் சிறையில்' சிக்கியிருக்கும் கடவுளை மீட்கும்படி இந்துக்களைத் தூண்டும் ஆவேசமான பேச்சுகள் இடம்பெற்றன. உள்ளூர் வக்கீல் ஒருவர் ராமர் உருவத்துக்குப் பொது வழிபாடு நடத்த வழக்கு ஒன்றைத் தொடுத்தார். இந்த வழக்கின் தீர்ப்பாகத்தான் மாவட்ட நடுவர், 'பூட்டுகள் திறக்கப்பட்டு வழிபாடுகள் அனுமதிக்கப்படவேண்டும்' என்று உத்தரவிட்டார்.[25]

தில்லி பிரதமர் அலவலகத்தின் வழிகாட்டுதலின்படியே நீதிபதியின் உத்தரவு அமைந்ததாகப் பரவலாக நம்பப்பட்டது. உள்ளூர் நிர்வாகத்துக்கு தீர்ப்பு

முன்னதாகவே தெரிந்துவிட்டது என்றே தோன்றியது. ஏனெனில், தீர்ப்பு வழங்கப்பட்ட ஒரு மணி நேரத்துக்கு உள்ளாகவே பூட்டுகள் திறக்கபட்டன. ஆச்சரியகரமாக, தேசிய தொலைக்காட்சி சானலுக்கும் இந்தத் தகவல் சரியாகத் தெரியவந்து, பக்தர்கள் அடித்துப் பிடித்துக்கொண்டு உள்ளே நுழையும்போது அதைப் படம் எடுக்க அவர்கள் தயாராக இருந்தனர். முஸ்லிம் பெண்கள் மசோதாவுக்கும் அயோத்தித் தீர்ப்புக்கும் ஏதோ தொடர்பு இருப்பதுபோலத் தோன்றியது. தன் சகா அருண் நேருவின் ஆலோசனைப்படியே ராஜிவ் காந்தி, பூட்டுகளைத் திறந்துவிட்டார் என்று சொல்லப்பட்டது. மறுபக்கத்தில் உள்ள தீவிரவாதிகளையும் காங்கிரஸ் ஈடுசெய்யவேண்டியது அவசியம் என்று அவர் நினைத்தார்போலும். இடதுசாரி நாடாளுமன்ற உறுப்பினர் ஒருவர் பிரதமரைக் கிண்டலாக விமர்சித்தார்: 'பிரதமர் தன்னை, இந்தியாவை 21-ம் நூற்றாண்டுக்கு அழைத்துச் செல்லப் பாடுபடும் நவீன மனிதராகக் காட்டிக் கொள்கிறார். ஆனால் உண்மையில் அவர் முல்லாக்களையும் பண்டிதர்களையும் போல புராதனமான மனநிலை கொண்டவராகவே இருக்கிறார்.'[26] அரசியல் ஆய்வாளர் நீரஜா சௌத்ரி எழுதியதுபோல, 'ராஜிவ் காந்தி முயலுடன் ஓட விரும்புகிறார், நாயுடன் வேட்டையாடவும் விரும்புகிறார்.' ஒரு செயல் முஸ்லிம் வாக்கைக் குறிவைத்தால் மற்றொன்று அதைவிடப் பெரிய இந்து வாக்கு வங்கியை இலக்காகக் கொண்டது. 'இரு சமூகங்களையும் தேர்தல் லாபங்களுக்காகச் சமாதானப்படுத்தும் வகையில் அரசு மேற்கொள்ளும் கொள்கை, பின்னர் உடைக்கவே முடியாததாக மாறக்கூடிய, ஆபத்தைக் கொண்டுவரலாம்' என்று சௌத்ரி எச்சரித்தார்.[27]

பூட்டுகளைத் திறந்துவிட்டது, விஸ்வ இந்து பரிஷத்துக்குத் தைரியம் ஊட்டியது. இப்போது அவர்கள், மசூதியை இடித்துவிட்டு அந்த இடத்தில் ராமருக்கான புதிய சிறந்த கோவில் ஒன்றைக் கட்டுவதைவிடக் குறைவான எந்த ஏற்பாட்டையும் ஏற்க மறுத்தனர். வி.எச்.பி, இப்போது புத்துயிர் பெற்று வந்திருக்கும் ராஷ்ட்ரீய ஸ்வயம்சேவக் சங்கத்துடன் நெருக்கமாக ஒத்துழைக்க ஆரம்பித்தது. ஆர்.எஸ்.எஸ்ஸும் வி.எச்.பியும், இப்போது இந்தியாவில் பெரும்பான்மையினர் தங்கள் உரிமைகளுக்காக எழவேண்டும் என்று கோரி கூட்டங்களை நடத்த ஆரம்பித்தனர். பெண்கள் உரிமை மசோதா என்பது, சிறுபான்மைச் சமூகத்தினரைச் சமாதானப்படுத்தும் காங்கிரஸ் அரசின் மற்றொரு முயற்சி என்று அவை கூறின. மதச் சார்பற்ற நாடு என்ற தவறான கருத்தின்பேரில் இந்துக்கள் மட்டுமே தங்கள் நம்பிக்கையைக் கைவிடும்படிக் கோரப்படுகின்றனர் என்றும் அவ்வமைப்புகள் குற்றம் சாட்டின. புதிய கோஷம் ஒன்று உருவாக்கப்பட்டு, பரப்பப்பட்டது: 'கர்வ் சே கஹோ ஹம் இந்து ஹை(ன்)' (இந்து என்று பெருமையாகச் சொல்.)

இந்தியா டுடே வார ஏடு, 1986 மே இதழில் எழுதியது: 'இந்தச் செய்தி உணர்ச்சிகளைத் தூண்டிவிட்டது. மெதுவாக ஆனால் நிச்சயமாக ஒரு மிகப் பெரிய ரதத்தைப் போல வேகம் கொண்டு, தெளிவாகப் புத்துணர்ச்சி கொண்டு, ஒன்றுபட்டு, இந்து மறுமலர்ச்சியின் தீவிர இயக்கம் வேகமெடுத்து நாடெங்கும் பரலவாகப் பரவிக்கொண்டிருக்கிறது. இங்கே தோன்றியுள்ளது,

இழந்ததை மீட்கப் பழிவாங்கும் ஓர் இயக்கம். ஆனால் அது ஒற்றுமையால் வரக்கூடிய அரசியல் அதிகாரத்தையும் நுகர ஆரம்பித்துவிட்டது.'[28]

V

இந்து சமயத்தைப் பல கிளைகளைக் கொண்ட ஒரு நதியாகக் காணமுடியும். சில, முக்கிய நதியுடன் கலப்பதற்குமுன் துணைநதிகளாகவும், மற்றவை, பிரிந்து செல்லும் கிளை நதிகளாகவும் இருக்கும். ஒரு வேளை இந்த உருவகமே தவறாக இருக்கலாம். ஏனென்றால், பல அம்சங்களின்படிப் பார்க்கும்போது, முக்கிய நதியே இல்லை. இதனைப்போல மையம் இல்லாமல் இயங்கும் மதமே இல்லை. ஒவ்வொரு மாவட்டத்திலும் அவற்றுக்கென புனிதத் தலங்கள் உள்ளன; அவற்றுக்கென உள்ளூர் அர்ச்சகர்கள் உள்ளனர். சில சமயங்களில் ஒவ்வொரு சாதிக்கும் அல்லது பிராந்தியத்துக்கும் தனித்தனி விசுவாசங்கள் இருக்கும். உதாரணமாக வடக்குக் கன்னட மாத்வ பிராமணர்களுக்குத் தனியான கோவிலும் குருவும் உண்டு.

அயோத்திப் பிரச்னையால்தான், பல்வேறாகப் பிரிந்து சிதறிக் கிடந்த மரபுகளை ஒன்றாகத் திரட்டி ஒன்றுபட்ட இயக்கமாக மாற்ற முடிந்தது. விஸ்வ இந்து பரிஷத், தர்ம சன்சத் என்ற பெரும் இந்து மதப் பிரிவுகளின் தலைவர்களைக் கொண்ட சபை ஒன்றை உருவாக்கியது. இது, சிறிய அளவிலான ஆயிரக் கணக்கான துறவிகள், சாதுக்கள் ஆகியோரோடு தொடர்பு கொண்டது. அவர்கள் ஒவ்வொருவரும் தங்களுக்கென தனியான சீடர்களைக் கொண்டிருந்தனர். அயோத்தியில் ராமர் கோவில் கட்டுவதைத் தவிர, அனைத்து இந்துக்களையும் ஒன்றுபடுத்துவதன் மூலம் வளமான அரசியல் ஆதாயங்களைப் பெரும் முயற்சியிலும் இந்த அமைப்பு செயல்பட்டது. ஒரு முன்னணித் துறவி கூறியவாறு,

> இந்து சமூகத்தில் பல தர்மாச்சாரியர்கள் உள்ளனர். ஒவ்வொருவருக்கும் சுமார் இருபத்தைந்து லட்சம் வாக்காளர் கொண்ட வங்கி இருக்கிறது. உதாரணமாக, குஜராத்தின் சந்த் ஸ்ரீ முராரி பாபு, ராஜஸ்தானின் ஸ்ரீ ராம்சுக் தாஸ்ஜி மகாராஜ், உ.பியின் சந்த் ஸ்ரீ தேவ்ரா பாபா, ஆர்.எஸ்.எஸ்ஸின் ஸ்ரீ தேவரஸ்ஜி, அயோத்தியின் ஸ்ரீ நிருத்ய கோபால் தாஸ்ஜி மகாராஜ். இவர்களைத் தவிரவும் நூற்றுக்கணக்கான தர்மாச்சாரியார்களிடம் குறைந்தது ஒரு லட்சம் வாக்குகளாவது உள்ளன. இந்து சமூகத்தில் பத்து லட்சம் சாதுக்கள் அணி வலிமையாக உள்ளது. ஒவ்வொரு சாதுவும் நூறு பேரைத் திரட்டினால், நாட்டின் அரசியலில் புதிய திருப்பம் ஏற்பட்டு, அனைத்தும் இந்துமயமாகிவிடும்.[29]

மறுபக்கம் அயோத்தியின் பழைய மசூதிக்கு விளைந்த ஆபத்து, அதற்கு ஆதரவான முஸ்லிம் அபிப்பிராயத்தை ஒன்றுதிரட்டியது. பாபர் மசூதி செயற்குழு ஒன்று உருவானது. அது, அயோத்தியிலும் பிற இடங்களிலும் உள்ள முஸ்லிம் வழிபாட்டு இடங்களை தீவிரவாத இந்துக்கள் எடுத்துக் கொள்ளாமல் இருக்குமாறு பாதுகாக்க அரசை வேண்டியது. முஸ்லிம்

சமூகத்தின் சில பிரிவினரிடையே முரட்டு உணர்ச்சி மேலோங்கியது. இந்தியத் தொல்லியல் ஆராய்ச்சித் துறை நிர்வகித்து வந்த மசூதிகளிலும் தொழுகை நடத்த அனுமதி கோரினர். அவர்களின் கோரிக்கைகளுக்கு அரசு செவி சாய்க்கா விட்டால், குடியரசு நாள் கொண்டாட்டங்களைப் புறக்கணிக்கவும் அழைப்பு விடப்பட்டது.[30]

வளர்ந்துவரும் இந்து ஒற்றுமைக்கு உதவியாக, எதிர்பாராது நிகழ்ந்த இரு சம்பவங்கள் அமைந்தன. 1987 செப்டெம்பரில் ரூப் குன்வர் என்ற இளம் பெண், ராஜஸ்தான் கிராமம் ஒன்றில் உடன்கட்டை ஏறினார். இந்து மரபில் அனுமதிக்கப்பட்டாலும், அது நீண்டகாலமாக சட்டத்தால் தடைசெய்யப் பட்டிருந்தது. அரசாங்கமும் மகளிர் உரிமைக் குழுக்களும் அதனைக் கண்டனம் செய்தன. ஆனால், ராஜஸ்தான் கிராமப்புறங்களில் ரூப் குன்வரின் செயல் பக்தி உணர்வை ஏற்படுத்தியது. அவர் உயிர்விட்ட இடத்தில் ஒரு கோவில் கட்டப்பட்டு, அது ஆயிரக்கணக்கான பக்தர்களைக் கவர்ந்தது. கணவர் நினைவில் அவர் கொண்ட பக்தியை இந்துப் பெண்மைக்கு ஒரு சிறந்த எடுத்துக்காட்டாகப் போற்றிப் பேரணிகள் நடத்தப்பட்டன.[31]

மேலும் முக்கியமான மற்றொரு சம்பவம் தூரதர்ஷனில் தொடங்கிய கண்கவர் ராமாயண ஒளிபரப்பே. 1987 ஜனவரியில் தொடங்கி 1988 ஜூலை முடிய, நான்கு மாத இடைவெளி தவிர, ஒவ்வொரு ஞாயிறு காலையும் நிகழ்ச்சிகள் ஒளிபரப்பப்பட்டன. மொத்தமாக 78 பாகங்கள் இருந்தன.

ராமாயணம், காதல், தியாகம், வீரம், பழிவாங்கல் ஆகியவற்றுக்கு இடம் தரும் வகையிலான இதிகாசம். அதில் அதிகமான ரத்தமும் வன்முறையும்கூட இருந்தன. அதில் சிறிய, பெரிய பாத்திரங்கள் பல உண்டு. காதலும் இசையும் கலந்து தொலைக்காட்சி நாடக வடிவத்துக்குப் பெரிதும் ஏற்றதாக இருந்தது. தொலைக்காட்சியைக் காண்போர் எண்ணிக்கை வேகமாக அதிகரித்துக்கொண்டிருக்கும் சமயத்தில் அது காட்டப்பட்டது. ஒவ்வோர் ஆண்டும் 30 லட்சம் புதிய தொலைக்காட்சிப் பெட்டிகள் விற்பனை ஆகிக்கொண்டிருந்தன.[32] எனினும் அந்த நிகழ்ச்சியின் வெற்றி எல்லா எதிர்பார்ப்புகளையும்விட அதிகமாக இருந்தது. ஒரு மதிப்பீட்டின்படி, 8 கோடி பேர் அதனைப் பார்த்ததால், 'ஞாயிற்றுக்கிழமை காலை வேளைகளில் நகரின் தெருக்களும் சந்தைகளும் காலியாக இருந்தன. ஞாயிற்றுக் கிழமை பிற நிகழ்ச்சிகள் விளம்பரப்படுத்தப்பட்டபோது மிக எச்சரிக்கையாக, ராமாயணத்துக்குப் பிறகு நடைபெறும் என்று குறிப்பிடப்பட்டது. வழியெங்கும் மக்கள் தொலைக்காட்சிப் பெட்டிக்கு முன் திரண்டனர்.' ஹோட்டல்கள், மருத்துவமனைகள், தொழிற்சாலைகள் ஆகியவை, ஞாயிறு காலைகளில் அதிகம் பேர் வேலைக்கு வருவதில்லை என்று தெரிவித்தன.[33]

அதைப் பார்த்தோரின் எண்ணிக்கை போலவே அவர்களுடைய அனுபவத்தின் தீவிரமும் குறிப்பிடத்தகுந்தது. ஞாயிறு அதிகாலையே எழுந்தவர்கள், பக்தியுடன் நீராடி வழிபாடுகள் செய்வர். காட்சி ஆரம்பம் ஆவதற்குமுன் தொலைக்காட்சிப் பெட்டிகளுக்கு மாலையிட்டுச் சந்தனம்

பூசுவர். குறிப்பாக அந்தத் தொடர், மத எல்லைகளைக் கடந்து நின்றது. முஸ்லிம்கள் அதை மகிழ்ச்சியுடனும் வியப்புடனும் பார்த்தனர். கிறிஸ்தவ தேவாலயங்கள் தங்கள் பிரார்த்தனை நேரங்கள் அதே நேரத்தில் அமைவதைத் தவிர்க்க மாற்றியமைத்தனர்.[34] மானுடவியலாளர் ஃபிலிப் லுட்யெண்டார்ஃப் எழுதியதுபோல, 'இதற்குமுன் எப்போதும் இவ்வளவு பெரிய சதவிகிதத்தில் தெற்காசிய மக்கள் ஒரே செயலில் ஒன்றுபட்டு நின்றதில்லை; இதற்குமுன் எப்போதும் ஒரு செய்தி ஒரே சமயத்தில் இவ்வளவு அதிகமான மக்களைச் சென்றடைந்ததில்லை.'[35]

முஸ்லிம்களும் கிறிஸ்தவர்களும் பொழுதுபோக்குக்காக மட்டுமே ராமாயணத்தைப் பார்த்தபோது பல இந்துக்களிடம் மகிழ்ச்சியுடன் பக்தியும் கலந்திருந்தது. திட்டமிட்டு அல்லாமல் ஏதேச்சையாக ஒளிபரப்பப்பட்ட அந்த இதிகாசம், பன்முகமாகப் பிரிந்து செயல்பட்ட மதத்தில், நீண்டகாலமாகப் பிரிந்து இயங்கிய மக்கள் பிரிவுகளுக்கு இடையில், பல்வேறு தெய்வங்களை மக்கள் வணங்கி வந்த நேரத்தில், ஒரு புனித நூலை, ஒரே தனியான கடவுளை, ஒரே தனியான மதத் தலைமையைப் பெற்றிராத மக்கள் இடையில், நுட்பமான மாறுதல்களை அறிமுகம் செய்தது. இப்போது தொலைக்காட்சிப் பெட்டிகளுக்கு முன், 'நாடு முழுவதும் உள்ள இந்துக்கள் அனைவரும் ஒரே சமயத்தில் ஒரே விஷயத்தைக் கண்டும் கேட்டும் வந்தனர்; அந்தத் தொடர் உண்மையில் இந்து மதத்தில் உடனடிக் கூட்டுப் பிரார்த்தனையை அறிமுகம் செய்தது.'[36]

ராமாயணத் தொடர், அயோத்தி நிகழ்ச்சிகளின் தொடர்பின்றி, அரசாங்கத் தொலைக்காட்சி மூலம் ஒளிபரப்பப்பட்டது. அதன் கவர்ச்சியும் செல்வாக்கும் வி.எச்.பியின் ராமஜன்மபூமி இயக்கத்துக்குப் பெரிதும் உதவி செய்தது. இந்துக்கள் வணங்கும் பல கடவுள்களில் ஒருவராக மட்டுமே கருதப்பட்டுவந்த ராமர், இத்தொடரின் உதவியால் அக்கடவுளர்கள் அனைவரிலும் முக்கியமானவராகவும் கவர்ச்சிகரமானவராகவும் ஆகிவிட்டார்.

VI

புதிய பிரதமரின் மிகத் தைரியமான மாற்றங்களில் பொருளாதாரத் துறையும் ஒன்று. நேர்மைக்குப் புகழ்பெற்ற, பிரபலமாகாத உத்தரப் பிரதேச அரசியல்வாதி வி.பி. சிங்கை ராஜிவ் காந்தி தன் நிதி அமைச்சராக நியமித்தார். 1985 மார்ச்சில் தாக்கல் செய்யப்பட்ட அரசாங்கத்தின் முதல் பட்ஜெட், உலகப் பொருளாதாரத்தில் மிக இறுக்கமாக கண்காணிக்கப்பட்டு வந்த சில கட்டுப்பாடுகளையும் தடைகளையும் அகற்ற முன்வந்தது. பலவகையான இறக்குமதிப் பொருள்களுக்கு வரிகள் குறைக்கப்பட்டும் ஏற்றுமதிகளுக்கு ஊக்கம் அளிக்கப்பட்டும் வர்த்தக நிர்வாகம் தாராளமாக்கப்பட்டது. இயந்திரங்கள், நெசவுத் துணிகள், கணினிகள், மருந்துகள் ஆகியவற்றுக்கான லைசன்ஸ் முறை எளிதாக்கப்பட்டு தடைகள் நீக்கப்பட்டன. தனியார் கம்பெனிகளின் சொத்துக்கள் மீதான கட்டுப்பாடுகள் ஓரளவு நீக்கப்பட்டன.

தனியார் மற்றும் கம்பெனி வருமான வரி விகிதங்கள் குறைக்கப்பட்டன. இந்த மாறுதல்கள் உற்பத்தியைப் பெருக்கிப் போட்டியை அதிகரிக்கும் என்று சாதிக்கப்பட்டது. 1985 பிப்ரவரியில், 'இந்தியப் பொருளாதாரம் மேலும் மேலும் கட்டுப்பாடுகள் என்ற தீய வளையத்துக்குள் சிக்கிக்கொண்டுவிட்டன. கட்டுப்பாடுகள்தான் எல்லாவித ஊழல்களுக்கும் தாமதங்களுக்கும் காரணமாக உள்ளன. அவற்றைத்தான் நாங்கள் வெட்டிவிட விரும்புகிறோம்' என்றார் பிரதமர்.[37]

பட்ஜெட், செல்வந்தர்களின் விருப்பத்தையே பூர்த்தி செய்கிறது என்று கண்டித்தனர் இடதுசாரி அறிவுஜீவிகள். வர்த்தக நிர்வாகத்தை சுதந்தர மாக்குதல், இந்தியாவை வெளிநாட்டு மூலதனத்தையே அதிகம் நம்பியிருக்கச் செய்யும் என்று அவர்கள் வாதிட்டனர்.[38] எனினும் புதிய கொள்கைகளை தொழில்துறையும் நடுத்தர மக்களும் வரவேற்றனர்.[39] இந்தக் கடைசிப் பிரிவினர் மக்கள் தொகையில் இப்போது மிக அதிகமாக இருந்தனர். சில மதிப்பீடுகள் அந்த எண்ணிக்கையை 10 கோடி என்ற அளவுக்குக் குறிப் பிட்டன. குளிர்சாதனப் பெட்டிகள், கார்கள் போன்ற, முன்பு ஒரு சிலரால் மட்டுமே பயன்படுத்தப்பட்ட நுகர்பொருள்களுக்கான சந்தை பெருகியது. 1984, 1985-ல் ஸ்கூட்டர், மோட்டார் சைக்கிள் விற்பனை 25 சதவிகிதமும், கார்கள் விற்பனை 52 சதவிகிதமும் அதிகரித்தன. புதிய வணிகங்களும் தொழில்களும் தினம் தினம் தோன்ற ஆரம்பித்தன. வீடு, மனை விற்பனையில் உயர்வு ஏற்பட்டது. உணவு விடுதிகள், கடை வளாகங்கள் ஆகியவற்றிலும் முன்னேற்றம் காணப்பட்டது. நடுத்தர மக்களின் முன்னேற்றம், 'வேகமாக முன்னேறும் பொருளாதாரத்தின் மிக நன்றாகத் தெரியும் ஓர் அடையாளம் ஆகிவிட்டது' என்று ஒரு நோக்கர் எழுதினார்.[40]

1980-களின் பின்பாதி, இந்தியத் தொழிலுக்கு நல்ல காலமாக அமைந்தது. ஆலைத் தொழில்கள் ஆண்டுக்கு 5.5 சதவிகிதம் என்ற விகிதத்தில் ஆரோக்கியமாக வளர்ந்தன. உற்பத்தித்துறை இன்னும் சிறப்பாக, ஆண்டுக்கு 8.9 சதவிகிதம் என்ற அளவில் வளர்ச்சி அடைந்தது. சந்தை மதிப்பு 1980-ல் ரூ. 6,800 கோடி என்பதிலிருந்து 1989-ல் ரூ. 55,000 கோடியாக அதிகரித்தது.[41] இயற்கையாகவே சில கம்பெனிகள் மற்றவற்றைவிட வேகமாக வளர்ந்தன. ரிலையன்ஸ் குழுமத்தின் வளர்ச்சி குறிப்பிடத்தகுந்த வகையில் இருந்தது. அதன் நிறுவனர் திருபாய் அம்பானி ஒருகாலத்தில் ஏடனில் சாதாரண பெட்ரோல் பம்ப் உதவியாளராக இருந்தவர். இந்தியாவுக்குத் திரும்பிய அவர் மசாலாப் பொருள் வியாபாரத்தில் இறங்கினார். பிறகு நைலான், ரேயான் இறக்குமதிகளில் இறங்கினார். பிறகு நெசவுத் தொழிற்சாலைகள் பக்கம் திரும்பினார். பின்னர் பெட்ரோகெமிக்கல் ஆலைகள், எஞ்சினியரிங் நிறுவனங்கள், விளம்பர நிறுவனங்கள் என்று எப்போதும் வளர்ந்துகொண்டே இருக்கும், அவரது ஆர்வத்துக்கு இசைந்த துறைகளில், மேலும் மேலும் ஈடுபட்டார்.

இந்தியத் தொழில் வளர்ச்சியில் எப்போதும் கண்டிராத அளவுக்கும், உலகில் எப்போதாவது மட்டுமே நடந்திருக்கும் அளவுக்கும் ரிலையன்ஸ் வளர்ச்சி

விகிதம் இருந்தது. 1980-கள் முழுதும், கம்பெனியின் சொத்துகள் ஆண்டுக்கு 60 சதவிகித வளர்ச்சியும், விற்பனை ஆண்டுக்கு 30 சதவிகித வளர்ச்சியும், லாபம், பெரும்பாலும் 50 சதவிகித வளர்ச்சியும் கண்டன. அம்பானி ஒரு புதுமையாளர். (இறக்குமதி செய்யப்பட்ட) நவீனத் தொழில்நுட்பத்தைப் பயன்படுத்துபவர். வளர்ந்துவரும் நடுத்தர வர்க்க மக்களிடையே பங்கு விற்பனைமூலம் மூலதனம் திரட்டுபவர் (பிற இந்தியக் குடும்ப நிறுவனங்கள் இதைச் செய்ய விரும்புவதில்லை). ஆனாலும் அவருடைய கம்பெனியின் வளர்ச்சி வெறும் தொழில் சாமர்த்தியத்தைத் தாண்டி, அவருடைய நட்பு வட்டத்தையும் நம்பியிருந்தது. அவர் அரசியல்வாதிகளையும் அதிகார வர்க்கத்தினரையும் நல்ல உறவில் வைத்திருந்தார். அவர்களுக்கு அடிக்கடி விருந்துகள், விடுமுறை ஏற்பாடுகள் செய்து தந்தார். அதன் விளைவாக, அரசின் கொள்கைகளில் ஏற்படும் மாற்றங்களை, எடுத்துக்காட்டாக ஏற்றுமதி, இறக்குமதி வரிகள் ஆகியவற்றில் ஏற்படும் மாற்றங்களை, தன் தொழில் போட்டியாளர்களுக்கு முன்னதாகவே அறிந்திருந்தார்.[42]

ஆட்சியில் உள்ளவர்களுடனான ரிலையன்ஸின் நெருக்கம், அரசியல்வாதி களுக்கும் தொழிலதிபர்களுக்கும் இடையிலான கூட்டுறவின் ஓர் அங்கமே ஆகும். ஒவ்வொரு பெரும் தொழில் குடும்பமும் தில்லியில் சில தரகர்களை வைத்திருந்தது. இவர்களது வேலையே, ரகசியமாக அரசியல்வாதிகளிடமும் அதிகார வர்க்கத்தினரிடமும் பேசி, தங்கள் கம்பெனியின் நலன்களை முன்னேற்ற முயற்சி செய்வதே. இந்தச் செயல்கள் நாட்டின் தலைநகரோடு நின்றுவிடவில்லை. மாநில அமைச்சர்களும் முதல்வர்களும் பணம் பெற்றுக் கொண்டு தொழிலதிபர்களுக்குச் சலுகை அளிப்பதாகக் குற்றம் சாட்டப் பட்டது. நில விற்பனைப் பரிமாற்றங்கள்தான் குறிப்பாக லாபகரமாக விளங்கின. நிலங்களைக் கையகப்படுத்தும் சட்டத்தைப் பயன்படுத்தி, நகரங் களுக்கு அருகில் உள்ள விவசாய நிலங்களை சந்தை விலையைவிடக் குறை வான விலையில் வாங்கி, அவற்றை அரசு, தான் விரும்பும் நிறுவனங்களுக்கு, தொழிற்சாலை அல்லது அலுவலகம் கட்ட ஒப்படைத்தது. இந்த வியாபாரத்தில் பல லட்சக்கணக்கான ரூபாய்கள் கைமாறின. இதில் கொஞ்சம் அரசியல்வாதிகள் பைக்கும், மீதம் தேர்தல்களில் போட்டியிடுவதற்காக கட்சி களுக்கும் சென்றன.[43]

பெரும் பணத்தில் ஈடுபட்டது, இந்திய அரசியல்வாதிகளின் வாழ்க்கை முறையில் பெரிய மாறுதலை ஏற்படுத்தியது. ஒரு காலத்தில் தூய்மைக்கும் எளிமைக்கும் பெயர்பெற்ற அவர்கள், இப்போது பல வசதிகளுடன் கூடிய பங்களாக்களில் வாழ்ந்தனர். மின்னல் வேகத்தில் பறந்துசெல்லும் பளபளக்கும் கார்களும், ஐந்து நட்சத்திர ஓட்டல் உணவும் உண்மையில் அவர்களை 'புதிய மகாராஜா'க்களாகக் காட்டின. ஒரு நோக்கர் குறிப்பிட்டவாறு, '(மகாத்மா) காந்திக்கும் (ராஜிவ்) காந்திக்கும் இடையே உள்ள தூரம் அரசியல் ரீதியில் நீண்ட பயணமாகும். வேட்டி, கைத்தடி, மரச் செருப்பு, ரயிலில் மூன்றாம் வகுப்புப் பெட்டி என எல்லாம் போய்விட்டன. பதிலாக, குச்சி காலணிகள், கார்ட்டியே கண்ணாடிகள், துப்பாக்கி துளைக்காத

மேலங்கிகள், மெர்சிடிஸ் பென்ஸ் கார்கள், அரசாங்க ஹெலிகாப்டர்கள் ஆகியவை வந்துவிட்டன. இந்திய அரசியலில் இனி வியர்வை நாற்றம் இல்லை. ஆனால் அது தூய்மையானதாகவோ நாற்றமின்றியோ இல்லை. மாறாக ஆஃப்டர்ஷேவின் மணமே எங்கும் பரவியுள்ளது.'[44]

VII

தொழில்துறையும் நடுத்தர வர்க்கத்தினரும் கொழித்தபோது, இந்தியாவின் பெரும்பகுதி, அதற்கே வழக்கமான வறுமையிலும் சத்துணவுப் பற்றாக் குறையிலும்தான் இருந்தது. *1985*-ன் இலையுதிர் காலத்தில் ஒரிஸாவின் பழங்குடியினர் வாழும் மாவட்டங்களிலிருந்து தொடர்ந்த பட்டினிச் சாவுகள் பற்றிய செய்திகள் கிடைத்தன. மழையும் அதனுடன் பயிர் விளைச்சலும் பொய்த்தபோது, கிராம மக்கள் புளியங்கொட்டை, மாங்கொட்டை கலந்து செய்யப்பட்ட கஞ்சியைக் குடிக்க நேரிட்டது. அது பலருக்கு வயிற்றுக் கடுப்பை விளைவித்தது. முன்னரெல்லாம் காடுகள் பஞ்சகாலத்தில் உணவும் பழமும் கொடுத்தன. ஆனால், இப்போது தடையற்ற காடுகள் அழிப்பினால் அந்தப் பாதுகாப்பு கிடைக்கவில்லை. கோராப்புட், காலஹந்தி மாவட்டங் களில் ஆயிரத்துக்கும் அதிகமானவர் இறந்தனர் என்று கூறப்பட்டது.[45]

1987-ல் மற்றுமொரு தீவிரப் பஞ்சம் ஏற்பட்டது. ஒரிஸாவின் பீடபூமிப் பகுதிகளே மீண்டும் கடுமையாக பாதிக்கப்பட்டன. மேற்கு இந்தியாவில் சற்று வறண்ட பகுதிகளில், குறிப்பாக குஜராத், ராஜஸ்தான் மாநிலங்களிலும் துன்பம் தொடர்ந்தது. தங்கள் பகுதிகளில் தீவனம் இல்லாத காரணத்தால், தங்கள் ஆடு மாடுகளை லாரிகளில் ஏற்றிக்கொண்டு, மத்திய இந்தியாவின் வளமான காடுகளை நோக்கி இடையர்கள் சென்றனர். அந்தப் பஞ்சம் அந்த நூற்றாண்டின் மிக மோசமானது எனக் கருதப்பட்டது. 20 கோடி மக்கள் பாதிக்கப்பட்டனர் என்று மதிப்பிடப்பட்டது. காய்ந்து, விரிசல் கண்ட நிலங்கள்மீது சிதறிக் கிடந்த இறந்த கால்நடைகளின் புகைப்படங்களோடு அவர்களுடைய பஞ்சக் கொடுமையின் சோகம் பத்திரிகைகளில் வெளியானது.[46]

1985, 1987-ன் பற்றாக்குறைகள் பொருளாதாரம் தொடர்ந்து பருவமழையை நம்பியிருப்பதையே கோடிட்டுக் காட்டியது. அதே நேரம், பாசன விவசாயம் நடைபெற்ற பகுதிகளிலும் அதிருப்தி காணப்பட்டது. மகாராஷ்டிராவில் செயல்பட்ட ஷேத்காரி சங்கதன், ஹரியானா, பஞ்சாபில் இயங்கிய பாரதிய கிசான் யூனியன் ஆகிய இரு உழவர் அமைப்புகளும் இந்த அதிருப்தியைத் தூண்டிவிட்டன. முதல் அமைப்பைத் தலைமையேற்று வழி நடத்தியவர் முன்னாள் அரசு நிர்வாகப் பணியாளர் ஷரத் ஜோஷி. பிந்தையதன் தலைவர் ஜாட் விவசாயி மகேந்திர சிங் திகாயத். ஜோஷி, சச்சரவின் பிரதான அச்சு நகரத்தின் ஆங்கிலம் பேசும் நடுத்தரவர்க்க இந்தியாவுக்கும் கிராமவாசிகளின் பாரதத்துக்கும் இடையில்தான் இருக்கிறது என்றார். பொருளாதாரக் கொள்கைகள் தொடர்ந்து 'பாரதத்தை' விட 'இந்தியாவுக்கே' சாதகமாக இருப்பதாக அவர் வாதிட்டார். இந்தப் பாரபட்சப் போக்கை நீக்க,

திகாயத்தும் அவரும் விவசாயப் பொருட்களுக்கு அதிகமான விலையும், விவசாய மின்சாரப் பயன்பாட்டுக்குக் குறைந்த கட்டணமும் தேவை என்றனர். இரு அமைப்புகளுக்கும் பெரும் அடித்தளம் இருந்தது. ஒவ்வொருவராலும், தங்கள் தேவைகளை வற்புறுத்திக் கோஷமிட்டுப் பேரணி நடத்த, 50,000 அல்லது அதற்கும் அதிகமான விவசாயிகளை மாநிலத் தலைநகருக்குச் செல்லவைக்க முடிந்தது.[47]

ஜோஷியும் திகாயத்தும் ஒட்டுமொத்தமாக கிராமவாசிகளுக்காகப் பேசுவதாகச் சொல்லிக்கொண்டாலும், அவர்களும் டிராக்டர்களையும் மின்சார பம்ப்செட்களையும் பயன்படுத்திச் சந்தையில் விற்க உபரி தானியங்கள் வைத்திருக்கும் பணக்கார மற்றும் நடுத்தர விவசாயிகளின் பிரதிநிதிகளாகவே செயல்பட்டனர். ஏழைகள் பெரும்பாலும் அவர்களது சுற்றுவட்ட எல்லைக்கு வெளியிலேதான் இருந்தனர். கிராமப்புற இந்தியாவில் உண்மையில் வசதியிழந்த இனமாகத் தொடர்ந்து இருந்தவர்கள் அரிஜனங்கள் அல்லது அட்டவணை வகுப்பினர்தான் என்பதையே 1980-களின் ஆய்வுகள் மீண்டும் மீண்டும் உறுதிசெய்தன. கர்நாடகாவில் நடந்த ஒரு கணக்கெடுப்பு, கிராமப்புறங்களில் வசித்த 80 சதவிகித அட்டவணை சாதியினரும் நகரங்களில் வசித்த 60 சதவிகித அட்டவணை சாதியினரும், அரசாங்கம் நிர்ணயித்துள்ள வறுமைக் கோட்டுக்குக் கீழே இருப்பதை வெளிச்சமிட்டுக் காட்டியது. அவர்களுடைய மாதச் செலவு ரூ. 50-க்கும் கீழாக இருந்தது. இந்தியாவின் பிற பகுதிகளிலும் இதே போன்ற நிலைமைதான்.[48]

VIII

தன் பதவியின் முதலாண்டில் ராஜிவ் காந்தி அஸ்ஸாமிலும், மிஸோரமிலும், பஞ்சாபிலும் இனப்பிரச்னைகளைத் தீர்க்கும் பணியை மேற்கொண்டார். இரண்டாம் ஆண்டு முடிவில் அவரது அரசு மேலும் சில புதிய சவால்களைச் சந்திக்க நேரிட்டது. ஏற்கெனவே இருந்த மத, வர்க்கச் சவால்களோடு இனக்குழுச் சவால்களும் சேர்ந்துகொண்டன.

எப்போதும்போல, இந்தப் பத்தாண்டுகளில் (எல்லாப் பத்தாண்டு களிலும்தான்) சுதந்தர இந்தியாவின் வரலாற்றில் நிகழ்ந்துள்ள சமூகப் போராட்டங்களை ஓர் அத்தியாயத்திலோ, ஒரு புத்தகத்திலோ, ஓர் அறிஞராலோ சொல்லிவிட முடியாது. மிக முக்கியமானவற்றுள் சிலவற்றை மட்டும் ஓரளவுக்குச் சொல்லிச் செல்லமுடியும். முதலாவதாக, ஒரே மாநிலத்தில் மாறுபட்ட சில பிரிவினரிடையே மோதல்கள் இருந்தன. உதாரணமாக வங்காளத்தின் டார்ஜிலிங் குன்றுகளில் நேபாளி மொழி பேசுபவர்கள், தங்களுக்கெனத் தனி மாநிலம் கோர ஆரம்பித்தனர். அவர்களுடைய தலைவர், முன்னாள் படைவீரர் சுபாஷ் கைசிங். அவருடைய தொண்டர்களின் முற்றுமுழுதான, சந்தேகத்துக்கு இடமில்லாத ஆதரவை அவர் பெற்றிருந்தார். அவர் ஒரு வார்த்தை சொன்னால் போதும், மாவட்டத்தின் அனைத்துப் பள்ளி

களையும் கடைகளையும் மூடிவிடுவார்கள். அவருடைய கூர்க்கா தேசிய விடுதலை முன்னணி, ஜனநாயக முறைகளுக்கு உட்பட்டும் அதற்குப் புறம்பாகவும் இயங்கியது. சில சமயங்களில் மத்திய அமைச்சர்களிடம் மனு செய்தனர். மற்ற சமயங்களில் போலீஸுடன் சண்டையிட்டனர். 1986-ன் பிற்பகுதியில் குறிப்பாக, மோதல்கள் தீவிரமாக இருந்தன. முடிவில் பிரதமர், கைசிங்கைச் சந்தித்து, நேபாளி பேசுவோர் மாநிலம் ஒன்று தனியாக அமைக்கப்படுவதற்கு பதிலாக, சுயாட்சி கொண்ட மலைப்பகுதி ஆட்சிக்குழு ஒன்றை ஏற்றுக்கொள்ளத் தூண்டினார்.[49]

அந்த எல்லையை அடுத்த அஸ்ஸாமில், போடோ பழங்குடியினர் மாநிலத்தில் ஆதிக்கம் செலுத்திவந்த அஸ்ஸாமியரை எதிர்த்துக் கலகத்தில் ஈடுபட்டனர். அவர்களுடைய இயக்கமும், அவர்களுடைய எதிரிகளைப் போன்றே 'அனைத்து போடோ மாணவர் யூனியன்' (ஏ.பி.எஸ்.யூ) என்பதன் இளைஞர்களால் வழிநடத்தப்பட்டது. ஏ.பி.எஸ்.யூ தலைவர்கள் அஸ்ஸாமிலிருந்து பிரித்து உருவாக்கப்படும் தனி மாநிலம் ஒன்றைக் கோரினர். அதற்காகச் சாலைகளில் வழிமறித்தனர். பாலங்களை எரித்தனர். போடோ அல்லாதாரைத் தாக்கினர். அஸ்ஸாமியக் கிளர்ச்சிக்காரர்கள் இதனை எதிர்த்தபோது, வன்முறை அதிகமாகி, பலர் உயிர் இழந்தனர்.[50]

இதற்கிடையே திரிபுராவில் தீவிரவாதப் பழங்குடியினர், பிரிவினைக்குப் பிறகு பெருமளவில் அங்கு குடிபெயர்ந்திருந்த வங்காளிகளுக்கு எதிராகப் போராட்டம் ஒன்றைத் தொடங்கினர். ஏதோ காரணத்தால், திரிபுரா தேசியத் தொண்டர்கள் (டி.என்.வி), பயங்கரவாதிகளாக ஆகி, குடிமக்களைக் கடத்தியும் கொன்றும், காவலர்களைத் திடீரெனத் தாக்கியும் தங்கள் லட்சியத்தை அடையப் போராட ஆரம்பித்தனர். 1986-ல் டி.என்.வி கெரில்லாக்கள் நூற்றுக்கும் அதிகமானவர்களைக் கொன்றனர். அடுத்த ஆண்டு எண்ணிக்கை இன்னும் அதிகம். ஆனால் திடீரென, 1988 ஆகஸ்டில் டி.என்.வி தலைவர் பிஜாய் ஹ்ரங்கால் அரசோடு உடன்படிக்கை ஒன்றில் ஒப்பமிட மறைவிடத்திலிருந்து வெளியே வந்தார். அவருடைய தொண்டர்கள் மாநில சட்டமன்றத்தில் மேலும் அதிகம் இடம் பெறுவதற்காக தங்கள் ஆயுதங்களைக் கைவிட்டனர். இதற்காக அவர்களுக்கு பழங்குடி கிராமங்களில் அதிகமான அரிசியும் சமையல் எண்ணெயும், குறைந்த விலையில் அரசால் கொடுக்கப்பட்டன.[51]

இரண்டாவது போராட்டம், மாநிலங்களில் உள்ள தனி மனிதர்களுக்கும் மத்திய அரசுக்குமாக அமைந்தது. ராஜிவ் காந்தி - லோங்கோவால் ஒப்பந்தம் தோற்றுவித்த உணர்வு தாற்காலிகமாகவே இருந்தது. சந்தின் படுகொலை, வரவிருக்கும் சம்பவங்களுக்கு முன்னறிவிப்பாயிற்று. புதிய தலைமுறையினர், காலிஸ்தான் போராட்டத்தை தீவிரமாகக் கையில் எடுத்துக்கொண்டனர். ஆபரேஷன் ப்ளூ ஸ்டாரும் தில்லியில் நடந்த சீக்கிய எதிர்ப்புக் கலவரங்களும் அந்த லட்சியத்துக்குப் புதிய உறுப்பினர்களைக் கொண்டு சேர்த்தன. சண்டிகரைப் பஞ்சாபுக்கு மாற்றும் உறுதிமொழியை மத்திய அரசு நிறைவேற்றத் தவறியதும் அதற்கு உதவியது. தீவிரவாதிகள்

மீண்டும் பொற்கோவிலைத் தங்கள் வீடுகள் ஆக்கிக்கொண்டனர். சீக்கியக் குருமார்களும் ஆளும் அகாலி தளக் கட்சி உறுப்பினர்களும் காலிஸ்தானுக்கு ஆதரவாக அறிக்கைகள் விட ஆரம்பித்தனர்.[52]

பஞ்சாபின் புத்துயிர் பெற்றுவரும் பயங்கரவாதத்தைச் சமாளிக்க அதன் போலீஸ் படை இப்போது 34,000 காவலர்களுடன் பலம் பெற்றதாக ஆக்கப் பட்டது. அதன் கட்டுப்பாட்டை மேலும் உறுதிப்படுத்த, வெளிப்படையாகப் பேசும் பம்பாய் போலீஸ் அதிகாரி ஜே.எஃப். ரிபெய்ரோவும், சிறிது காலம் கழித்து, சீக்கியரான கே.பி.எஸ். கில்லும் கொண்டுவரப்பட்டனர். கில், வடகிழக்கில் தீவிரவாதிகளுக்கு எதிராகப் போர் புரிவதில் அனுபவம் வாய்ந்தவர். ரிபெய்ரோவும் கில்லும், பரிசுகளும் தண்டனையும் என்ற முறையில் செயல்பட்டனர். ஒருபுறம் சீக்கிய விவசாயிகளைப் பொதுவில் சந்திப்பது, மறுபுறம் பயங்கரவாதிகளை அழிக்க மக்கள் பங்கேற்கும் காவல் குழுக்களை உருவாக்குவது என்ற திட்டத்தைப் பின்பற்றினர். போலீஸ் குழுக்கள் கிராமப்புறங்களில் தேடுதல் வேட்டையை முடுக்கிவிட்டு, தப்பி ஓடுபவர்களைச் சுட்டுத் தள்ளினர். பல தீவிரவாதிகள் இவ்வாறு கொல்லப்பட்டனர். ஆனால் அதே நேரம் சாதாரண கிராமவாசிகளும் கொடுமைகளுக்கு உள்ளாயினர்.[53]

பயங்கரவாதச் செயல்களோ தொடர்ந்தன. பேருந்துகள் வழியில் நிறுத்தப் பட்டு, சீக்கியர்களிடமிருந்து இந்துப் பயணிகள் பிரித்து வைக்கப்பட்டு, கொல்லப்பட்டனர். 1984-ல் பிந்தரன்வாலே உயிரோடு இருந்தபோது நடைபெற்ற கொலைகளைவிட, 1986-ல் இரு மடங்கு கொலைகள் நிகழ்ந்தன. பீதியில் பல இந்துக்கள் எல்லை கடந்து ஹரியானாவுக்கு ஓடினர்.

பயங்கரவாதிகளின் நோக்கங்களில் ஒன்று, பஞ்சாபிலிருந்து சிறுபான்மை யினரை ஒழிப்பது. மற்றொரு நோக்கம், மேலும் தீமையானது; பஞ்சாபுக்கு வெளியே வசிக்கும் சீக்கியர் மனத்தில் பயத்தை ஊட்டுவது. இந்த நோக்கத் துடன் தொடர்ந்து, தில்லியிலும், பல வட இந்திய நகர்களிலும் சந்தைகள், பேருந்து நிலையங்கள் போன்றவற்றில் குண்டுகள் வைக்கப்பட்டன. இவை சீக்கியர்களுக்கு எதிராகப் பழிவாங்கும் நோக்கில் புதிய கொலைகளைத் தூண்டும் நோக்கத்தில் திட்டமிடப்பட்டவை. இதனால், உயிர் பிழைத் திருக்கும் சீக்கியர்கள் பஞ்சாபுக்குத் திரும்பி, ஒன்றுபட்ட, ஒற்றுமையான, ஒரே நோக்குடைய சமுதாயத்தை உருவாக்கி, அதன் மூலம் காலிஸ்தானுக்காகப் போராடலாம். இது 1940-ல், புனித நாட்டுக்கு வெளியே வசித்த முஸ்லிம் களுக்கு இடையே பீதியை வரவழைத்த, பாகிஸ்தான் உருவாக்கத்துக்கான வெற்றிகரமான போராட்ட மாதிரியில் ஆனது.[54]

1988 மே மாதத்தில் மேற்கொண்ட பெரும் நடவடிக்கை ஒன்றில் கமாண்டோக்கள், பொற்கோவில் வளாகத்திலிருந்து ஐம்பது பயங்கரவாதி களை வெளியேற்றினர். ப்ளூ ஸ்டார் நடவடிக்கை போல் இல்லாமல், இந்தத் தாக்குதல் பகல் வெளிச்சத்தில் நடைபெற்றது. இதனால் எதிரிகளைத் தெளிவாகக் குறிவைக்க முடிந்தது. எப்படியும், இந்தத் தீவிரவாதிகள்

பிந்தரன்வாலேயின் வீரர்களைப்போல் முழுதும் தயார் நிலையிலும் இல்லை, அவர்களைப்போல உந்தப்பெற்றவர்களும் இல்லை. அவர்கள் கோவிலின் கருவறைக்குப் பின்வாங்கினர். உணவும் நீரும் இல்லாத நிலையில், எழுபத்து இரண்டு மணி நேரத்தில் சரண் அடைந்துவிட்டனர்.[55]

பஞ்சாபில் பயங்கரவாதம் மீண்டும் தலை தூக்கியபோது, மற்றொரு எல்லை மாநிலமான ஜம்மு காஷ்மீரிலும் சிக்கல் ஆரம்பமாகியது. 1984-ல் திருமதி காந்தி, ஷேக் அப்துல்லாவின் மகன் ஃபரூக் அப்துல்லாவைப் பதவி நீக்கம் செய்திருந்தார். இப்போது அவர் மகன் ராஜிவ் காந்தி, இரு குடும்பங்களின் உறவையும் இரு கட்சிகளின் நெருக்கத்தையும் திரும்பக் கொண்டுவந்தார். 1986 நவம்பரில் காங்கிரசும் தேசிய மாநாட்டுக் கட்சியும் ஒன்றாக இணைந்து ஒரு இடைக்கால அரசை அமைத்தன. இந்தக் கூட்டை நியாயப்படுத்தி, ஃபரூக் அப்துல்லா, 'காங்கிரஸ் மத்தியில் ஆட்சி செய்கிறது. காஷ்மீர் போன்ற மாநிலத்தில், நோய்க்கு எதிராகப் போராடி ஆட்சி நடத்த வேண்டும் என்றால், மத்திய அரசின் சரியான பக்கத்தில் நான் இருந்தாகவேண்டும்' என்று கூறினார்.[56]

ஜம்மு காஷ்மீர் சட்டமன்றத்துக்கு 1987-ல் புதிதாகத் தேர்தல்கள் நடைபெற்றன. மத்திய அரசைச்சார்ந்து, அதன்கீழ் ஒரு கருவியாக இருப்பதைவிட, சுய அதிகாரத்தை நாடும் காஷ்மீரி அரசியல்வாதிகள், முஸ்லிம் ஐக்கிய முன்னணி (எம்.யூ.எஃப்) என்ற கட்சியை உருவாக்கினர். எம்.யூ.எஃப் தொண்டர்களுக்கு நிர்வாகம் தொல்லை கொடுத்தது. தேர்தல்கள் சுதந்தரமாகவும் நியாயமாகவும் நடைபெறவில்லை. தேசிய மாநாடு - காங்கிரஸ் கூட்டணி எப்படியும் வெற்றி பெற்றிருக்கும் என்றாலும், வாக்கெடுப்பில் முறைகேடுகளைச் செய்ததால் அவர்களது வெற்றி வித்தியாசம் மிக அதிகமானது. இண்டெலிஜென்ஸ் பீரோ, தேர்தல் முறைகேடுகளால் சுமார் பதிமூன்று இடங்களை எம்.யூ.எஃப் இழந்துவிட்டது என்று அறிக்கை தந்தது.[57]

காஷ்மீரில் தேர்தல்கள் நடைபெற்ற முறையால், காஷ்மீர் அரசியல்வாதிகள் பலர் வெறுப்படைந்தனர். புது தில்லி தங்களை நியாயமாக நடத்தாது என்பதால் அவர்கள் பாகிஸ்தான் உதவியை எதிர்நோக்கத் தொடங்கினர். இளைஞர் குழுக்கள் பல எல்லை கடந்து, பாகிஸ்தானின் ஆயுதப் பயிற்சி அளிக்கும் முகாம்களில் சேர்ந்தனர். ஓராண்டுக்குப் பின் மீண்டும் எல்லை கடந்து திரும்பிவந்து, பெற்ற பயிற்சியைச் செயல்படுத்த ஆரம்பித்தனர். 1989 வசந்த காலத்தில், காஷ்மீர் பள்ளத்தாக்கில் தொடர்ந்து துப்பாக்கிச் சூடுகள், குண்டு வெடிப்புகள், கிரெனேட் தாக்குதல்கள் ஆகியவை நடைபெற்றன. அழகிய பள்ளத்தாக்கு இப்போது 'கலாஷ்னிகோவ்கள், டெடனேடர்கள், மோலோடோவ் காக்டெய்ல், ஜெலடின் குச்சிகள், பீரங்கிகள், முகமூடி அணிந்த தீவிரவாதிகள்' ஆகியவற்றுக்குத் தாயகம் ஆகிவிட்டது. 1989-ன் முதல் அரையாண்டில், 97 வன்முறைச் சம்பவங்கள் நடைபெற்று, 52 பேர் கொல்லப்பட்டனர், 250 பேர் காயம் அடைந்தனர். நிருபர் ஒருவர், 'காஷ்மீர் இப்போது பஞ்சாபைப் போல ஆவதற்கான அனைத்து சாத்தியங்களும் உள்ளன' என்றார்.[58]

IX

இந்திய அரசு உள்நாட்டில் பிரிவினைகளைக் கட்டுப்படுத்த வெற்றியும் தோல்வியுமாக முயற்சிகள் மேற்கொண்டிருந்தபோதே பக்கத்து நாடான இலங்கையின் இனப் பிரச்னையைத் தீர்க்கும் பேராசை முயற்சியில் இறங்கியது. மலைப்பகுதியான காஷ்மீரைப் போன்றே தனக்கே உரிய வழியில் அழகான அந்தச் சிறு தீவில் சிங்களப் பெரும்பான்மையினருக்கும் தமிழ்ச் சிறு பான்மையினருக்கும் இடையில் உள்நாட்டுப் போர் நடந்துகொண்டிருந்தது. மோதலின் காரணங்கள், இந்தியர்களுக்கு நன்கு தெரிந்தவையே: மொழி, இனம், மதம், பிராந்தியப் போட்டி. இலங்கைப் போராட்டத்தின் விரிவான வரலாறு நம்மை வெகு தூரத்துக்கு அழைத்துச் சென்றுவிடும்.[59] சிங்கள மொழிதான் இனி அத்தீவின் 'நிர்வாக மொழி'யாக இருக்கும் என்று திணிக்கப் பட்டபோது இந்தப் போராட்டம் ஆரம்பமானது என்று குறிப்பிட்டால் போதுமானது. தமிழர்கள் தங்கள் மொழிக்கும் சம உரிமை கேட்டு, அது மறுக்கப்பட்டபோது, போராட்டம் தெருவுக்கு வந்தது. பல ஆண்டுகளாகப் பின்பற்றப்பட்ட அஹிம்சை முறைகள் பயன் அளிக்காதபோது, ஆயுதமேந்திய போராக மாறியது.

பல எதிர்ப்புத் தமிழ் அமைப்புகளில் மிகுந்த செல்வாக்கும் பலமும் வாய்ந்தது, தமிழ் ஈழ விடுதலைப் புலிகள் (எல்.டி.டி.இ) இயக்கம். அதனை, மிக வலிமையான வேகத்துடன் வேலுப்பிள்ளை பிரபாகரன் தலைமை ஏற்று நடத்தினார். இலங்கையின் தமிழர்கள் பெரும்பான்மையாக உள்ள வடக்கு, கிழக்குப் பகுதிகளை ஒன்றிணைத்து ஒரு தனி நாடாக ஆக்குவதே அவர்க ளுடைய நோக்கம். 1980-களில் அவர்கள் இலங்கைப் படை முகாம்கள்மீது தாக்குதல் நடத்தினர்; மக்களையும் கொடுமைப்படுத்தினர். சிங்களவர்களின் பதிலடி மேலும் தீவிரமாக இருந்தது. வேறுவிதமாகச் சொன்னால், அந்தப் போராட்டம் சொல்லமுடியாத அளவு மிருகத்தனமாகவும் காட்டுமிராண்டித் தனமாகவும் இருந்தது.

விடுதலைப் புலிகள், நீண்ட காலமாகவே இந்தியாவின் தமிழ்நாட்டை ஒரு பாதுகாப்பான தங்குமிடமாகக் கொள்வது வழக்கமாக இருந்தது. மாநில அரசும் அவர்களுடைய நடவடிக்கைகளுக்குத் தீவிரமாக உதவியது. புது தில்லி கண்ணை மூடிக்கொண்டது. எனினும் 1987 கோடையில் இலங்கையின் ஜனாதிபதி ஜெயவர்தனே, அந்தப் பிரச்னையில் ராஜிவ் காந்தியைச் சமாதானம் செய்துவைக்கும்படிக் கேட்டுக்கொண்டார். புது தில்லி - கொழும்பு அரசு களுக்கிடையே கையெழுத்தான ஓர் ஒப்பந்தப்படி இந்திய அமைதிப் படை அந்தத் தீவில் அமைதியை நிலைநாட்ட வரும். இலங்கைப் படைகள் முகாமுக்குத் திரும்புவர். விடுதலைப் புலிகள் ஆயுதங்களைக் கைவிடுமாறு வற்புறுத்தப்படுவார்கள்.

1987 ஜூலை பிற்பகுதியில் இந்தியப் படை, சில ஆயிரம் வீரர்களைக் கொண்ட அணிகளாக இலங்கை சென்றது. (முடிவில் சுமார் 48,000 இந்திய வீரர்கள் அங்கே அனுப்பப்படுவார்கள்.) சிங்கள தேசியவாதிகள், அவர்கள்

வருகையை விரும்பவில்லை. அவர்கள் அதைத் தங்கள் நாட்டின் இறை யாண்மையில் இந்தியா குறுக்கிடுவதாகக் கருதினர். இந்தியா தங்கள் பக்கம் இருப்பதாக எப்போதும் கருதிவந்த தமிழர்களும் அவ்வாறே கருதினர். விடுதலைப் புலிகள் ஆயுதங்களை ஒப்படைக்கவேண்டும் என்று இந்தியா கோரியபோது, புலிகள் பல முன் நிபந்தனைகளை விதித்தனர். அரசாங்கக் காவலில் உள்ள தமிழ்க் கைதிகள் அனைவரும் விடுவிக்கப்படவேண்டும்; தீவின் கிழக்குப் பகுதியில் சிங்களர்களைக் குடியமர்த்துவது நிறுத்தப்பட வேண்டும். அக்டோபர் வரை சங்கடமான அமைதி நிலவியது. இந்திய அமைதிப்படை புலிகளுக்கு எதிராகச் செயல்பட்டபோது அமைதி சீர் குலைந்தது. யாழ்ப்பாணத்தில் உள்ள விடுதலைப் புலிகள் தலைமையிடத்தை அமைதிப்படை கடுமையாகத் தாக்கிக் கைப்பற்றியது. ஆனால் அதற்கு அதிக விலை கொடுக்க வேண்டியிருந்தது. தமிழ் மக்கள் கருத்து தீர்மானமாக இந்தியாவுக்கு எதிராகத் திரும்பியது. அமைதிப்படையைத் தங்கள் இடத்தை ஆக்கிரமிக்கும் படையாக அவர்கள் கருத ஆரம்பித்தனர். விடுதலைப் புலிகள் காடுகளுக்குச் சென்று, மறைவிடங்களிலிருந்து இந்தியப் படைகள் மீது துப்பாக்கிச்சூடு நடத்தினர். கண்ணிவெடிகளைத் திறமையாகப் பயன்படுத்தி, இந்திய வீரர்கள் செல்லும் வண்டிகளைத் தாக்கினர்.

1987-ன் இறுதியில் இலங்கையை, இந்தியாவின் வியட்நாம் என்று பத்திரிகைகள் எழுதின. ஏனெனில், 'இந்தியப்படை இது போன்ற போரை இதுவரை கண்டதில்லை. அயல்நாட்டில், சீருடை அணியாத வெளிநாட்டுப் பகைவருடனான போரில், ஜெனிவா யுத்த விதிகளை அறியாத, ஆனால் பயங்கரமான, நவீன ஆயுதங்களை வைத்திருக்கும், தொடர்ச்சியாக பெண்களையும் குழந்தைகளையும் கவசமாக வைத்துக்கொண்டு அவர்கள் பின்னாலிருந்து யுத்தம் செய்யும் பகைவரை அவர்கள் கண்டதில்லை.'[60] ஓர் இந்தியத் தளபதி சற்று கனிவுடன் எழுதினார். விடுதலைப் புலிகளின் 'புத்தியற்ற, முரட்டுப்பிடிவாதமான, அழிவை வற்புறுத்தும்' ஆயுதப் போராட் டத்தைக் கண்டித்தபோதிலும், அவர்களுடைய 'கட்டுப்பாடு, அர்ப்பணிப்பு, தீர்மானத்தில் உறுதி, உந்தும் மனத்திறன், தொழில்நுட்ப நிபுணத்துவம்' ஆகியவற்றுக்கு வணக்கம் செலுத்திப் போற்றினார்.[61]

போரில் இறந்த வீரர்களின் உடல்கள் மூட்டைகளில் தாய்நாட்டுக்குத் திரும்பியபோது, உயிரோடு இருப்பவர்களைத் திரும்ப அழைக்கவேண்டும் என்ற வற்புறுத்தல் அதிகரித்தது. 1989 கோடை முதல் அவர்கள் திரும்ப வர ஆரம்பித்தனர். ஆயினும், கடைசி வீரர் திரும்ப வந்தது, 1990 வசந்த காலத்தில்தான். ஆயிரத்துக்கும் அதிகமான இந்திய வீரர்கள் போரில் இறந்தனர்.

இலங்கைக்குப் படைகளை அனுப்பும் முடிவு தென் கிழக்கு ஆசியாவில் 'நியாயமான பிராந்தியத் தலைவர் என்ற இந்தியாவின் வளர்ந்துவரும் ஆதிக்கச் சிந்தைக்கு இயைபானதே.'[62] மக்கள் தொகைக் கணக்கிலும் பொருளாதார ரீதியிலும் அது பிராந்தியத்தின் ஆதிக்கம் மிக்க நாடாகத் திகழ்ந்தது.

இப்போது அது, ராணுவத்திலும் தன் செல்வாக்கை வெளிக்காட்டத் தீர்மானித்தது. 1987 ஜனவரியில் இந்தியத் தரைப்படைப் பிரிவுகள், பாகிஸ்தான் எல்லையில் ஒரு பெரும் பயிற்சிக்காகக் குவிக்கப்பட்டன. புதிய கருவிகளைச் சோதித்துப் பார்ப்பதே நோக்கம் என்றாலும், பழைய பகைவரிடம் தன் புதிய சக்தியை வெளிக்காட்டவே அம்முயற்சி மேற்கொள்ளப்பட்டது.[63] பிறகு, 1988 மார்ச்சில் இந்தியா, நிலத்துக்கு நிலம் பாயும், 100 மைல் தூரத்தில் உள்ள இலக்குகளைத் தாக்கும் ஏவுகணை ஒன்றைப் பரிசோதனை செய்தது. ஓராண்டுக்குப் பின், மற்றொரு ஏவுகணையை வெற்றிகரமாகச் சோதனை செய்தது. அது இன்னும் பத்து மடங்கு அதிக சுமையுடன் 1,500 மைல் தூரத்தில் உள்ள இலக்குகளையும் தாக்கும். இதுவரை அமெரிக்கா, சோவியத் யூனியன், பிரிட்டன், ஃபிரான்ஸ், சீனா, இஸ்ரேல் ஆகிய நாடுகள் மட்டுமே உறுப்பினராக இருந்த தனி கிளப்பில் இந்தியாவையும் அதன் ஏவுகணை விஞ்ஞானிகள் உறுப்பினர் ஆக்கிவிட்டனர்.[64]

தெற்காசியாவில் உள்ள சிறிய நாடுகள் இந்தியாவின் இந்த முன்னேற்றங் களைக் கண்டு அஞ்சின. உலகின் பிறநாடுகள் 'அசிங்கமான அமெரிக்கன்' என்று கூறுவதைப்போல தெற்காசிய நாடுகள், இந்தியாவை 'அசிங்கமான இந்தியன்' என்று குறிப்பிட ஆரம்பித்தனர். கல்கத்தா வார இதழ் ஒன்று இதனை ஒப்புக்கொண்டு வருத்தமுடன், 'இந்தியாவை பிராந்தியத்தின் மோச மான பையன் என்று கருதுகிறார்கள்' என்றது.[65]

X

தன் தாயின் மறைவுக்குப்பின் நடந்த தேர்தலில், ராஜிவ் காந்தி மிகப் பெரும் அளவிலான வாக்குகளைப் பெற்று ஆட்சிக்கு வந்திருந்தார். ஆனாலும் 1989-ன் தேர்தல்கள் நெருங்கியபோது அவருடைய கட்சியின் எதிர்காலம் நிச்சயமற்ற தன்மையிலேயே இருந்தது. 1967, 1977 ஆண்டுகளைப் போலவே, முன்பு பிரதான ஆளும் கட்சியாக இருந்த காங்கிரஸ் அதன் நிலையைத் தக்க வைத்துக்கொள்ளப் பெரும்பாடு பட வேண்டியிருந்தது.

முதலாவதாக, பிராந்தியக் கட்சிகளின் தீவிர சவால்கள் எதிர் நின்றன. ராஜிவ் காந்தியின் ஆட்சிக்காலம் முழுவதுமே, அஸ்ஸாமில் அஸ்ஸாம் கன பரிஷத்தும், ஆந்திராவில் தெலுங்கு தேசமும் (1985-ல் என்.டி. ராமராவ் மீண்டும் ஆட்சிக்கு வந்திருந்தார்), பஞ்சாபில் அகாலி தளமும் ஆட்சி செய்தன. 1989 ஜனவரியில் திமுக தமிழ்நாட்டில் மீண்டும் ஆட்சிக்கு வந்தது. இவர்கள் அனைவரையும்விட மேலாக, மேற்கு வங்கத்தில் சி.பி.எம் மிகப் பெரும் அளவிலான வளர்ச்சியை அடைந்து, 1989-ல் பன்னிரண்டாவது ஆண்டாகத் தொடர்ந்து ஆட்சியில் இருந்தது. இந்தக் காலகட்டத்தில் அவர்களுடைய தலைவரும் முதல்வருமான ஜோதி பாசு, உயர்ந்த புகழை அடைந்திருந்தார். கிராமப்புறங்களில் அவருடைய கட்சி கொண்டுவந்த விவசாயச் சீர்திருத்தங்களுக்காக அவர் பெரிதும் மதிக்கப்பட்டார். வழக்கத்

துக்கு மாறாக, தொழிலதிபர்களால் மதிக்கப்பட்ட ஒரு கம்யூனிஸ்டாக அவர் இருந்தார். அவருடைய முதலீட்டுக் கொள்கை, ஆக்கப்பூர்வமானதாகவும் செயல்பட ஏற்றதாகவும் இருந்தது. தொழிற்சங்கப் போராட்டம் தொடர்பாக இருந்த தீவிரமற்ற தன்மையும் தொழிலதிபர்களைக் கவர்ந்தது.[66]

இந்து வலதுசாரி அமைப்புகள் ராஜிவுக்கு இரண்டாவது சவாலை அளித்தன. பழைய ஜனசங்கம், புதியதாக பாரதிய ஜனதா கட்சி (பாஜக) என்று பெயர்பெற்று, 1984 தேர்தல்களில் வெறும் 2 இடங்களை மட்டுமே பெற்றிருந்தது. ஆனால் இப்போது அது, அயோத்தி ராமர் கோவில் இயக்கத்தைக் கையில் எடுத்திருந்தது. அந்த இயக்கத்தின் செல்வாக்கு அதிகரிக்க, அதிகரிக்க அந்தக் கட்சியின் தேர்தல் வாய்ப்புகளும் அதிகரித்தன. பாஜக தொண்டர்கள், வி.எச்.பி, ஆர்.எஸ்.எஸ் தொண்டர்களுடன் இணைந்து, கட்டப்பட இருக்கும் ராமர் கோவிலுக்கான செங்கல்களுக்குப் பூஜை செய்யும் சடங்குகளில் கலந்துகொண்டனர். இந்தப் பிரச்னையை வலியுறுத்த, வி.எச்.பி நவம்பர் 2 அன்று அடிக்கல் நாட்டும் சடங்கை, சச்சரவுக்கு உட்பட்ட பகுதியில் நடத்தும் திட்டத்தை அறிவித்தது. குறிப்பிட்ட நாளில் பல்வேறு மாவட்டங்களிலிருந்து செங்கல்கள் வந்துசேர்ந்தன. தில்லியின் காங்கிரஸ் அரசு, அடிக்கல் சடங்கை நிறுத்த விரும்பியது; ஆனால் வர இருந்த தேர்தல் நேரத்தில் இந்துக்கள் மனத்தைப் புண்படுத்த அஞ்சி, முடிவில் நிகழ்ச்சியை அனுமதித்தது. வி.எச்.பி, பிகாரிலிருந்து வந்த ஒரு தலித் தொழிலாளியை முதல் கல்லை எடுத்து வைக்கச் செய்தது. அது பின்னர் ஒருநாள் ராமருக்கு அர்ப்பணிக்கப்பட்ட மிகச் சிறப்பு வாய்ந்த கோவில் ஆகும் என்று நம்பிக்கை தெரிவித்தது.[67]

செங்கல் வழிபாட்டுச் சடங்குகள் பல வட இந்திய நகரங்களில் மத மோதல்களுக்கு வழிசெய்தன. மிக மோசமாக பாதிக்கப்பட்ட நகரம் பிகாரின் பகல்பூர். அங்கு நவம்பரில் ஒரு வாரம் முழுவதும் இந்துக்களும் முஸ்லிம்களும் சண்டையிட்டனர். சண்டை கிராமப்புறங்களுக்கும் பரவியது. அங்கு ஆர்.எஸ்.எஸ். தொண்டர்கள் குழுக்களாகச் சென்று அப்பகுதியின் முஸ்லிம் நெசவாளர்களுக்குச் சொந்தமான வீடுகளையும் தறிகளையும் இடித்துத் தள்ளினர். நூற்றுக்கணக்கான முஸ்லிம்கள் இறந்தனர். மேலும் பலர் வீடுகளை இழந்தனர். இவர்கள் ஒன்று திரட்டப்பட்டு உதவி முகாம்களுக்கு அழைத்துச் செல்லப்பட்டனர். அம்முகாம்கள் அரசால் அமைக்கப்பட்டவை அல்ல. அப்பகுதியின் முஸ்லிம் வணிகர்களும் இஸ்லாமிய தொண்டு அமைப்புகளும் அமைத்த முகாம்கள். பகல்பூர் கலவரங்களும், செங்கல் பூஜைகளும் இரு சமூகங்களையும் மேலும் பிளவுபடுத்தின. முஸ்லிம்கள், காங்கிரஸ் தங்களுக்கு மோசம் செய்துவிட்டதாகக் கருதினர். பெரும்பாலான இந்து நடுத்தர வர்க்கத்தினர், வெளிப்படையாகவே பாஜகவை ஆதரிக்கத் தொடங்கினர்.[68]

முன்னாள் கேபினட் சகா வி.பி. சிங் பிரதமருக்கு மூன்றாவது சவாலானார். நிதி அமைச்சராக இருந்தபோது அவர், வரி ஏய்ப்புக் குற்றம் சாட்டப்பட்ட

தொழில் குழுமங்கள்மீது தேடுதல் வேட்டைகளை நடத்தியிருந்தார். இது, அவருக்கு ஒதுக்கப்பட்ட பணிகளின் எல்லையை மீறுவதாகக் கருதப்பட்டது. அவர் பிறகு பாதுகாப்புத் துறைக்கு மாற்றப்பட்டார். அதன்பிறகு மந்திரி சபையிலிருந்தே நீக்கப்பட்டார். சிறிது காலத்துக்குள்ளேயே இந்திய ராணுவத்துக்கு ஸ்வீடன் நாட்டு போஃபோர்ஸ் பீரங்கிகளை வாங்கியபோது, இடைத்தரகர்களுக்கு கமிஷன் அளிக்கப்பட்ட விவகாரம் வெளியே வந்தது. 1987 ஏப்ரலில் அந்தச் செய்தி முதலில் ஸ்வீடன் நாட்டு வானொலியில் ஒலி பரப்பானது. அடுத்த இரண்டாண்டுகள் பத்திரிகைகளும் எதிர்க்கட்சி அரசியல் வாதிகளும், குற்றவாளிகளின் பெயர்களை வெளியிட்டு, அவர்களைத் தண்டிக்கவேண்டும் என்று அரசாங்கத்தை வற்புறுத்தினர். அரசாங்கம் மௌனம் காத்தது. எனவே குற்றவாளிகள் ஏதோவிதத்தில் பிரதமருடன் தொடர்பு கொண்டவர்கள் என்று ஊகங்கள் எழுந்தன. பாதுகாப்புப் பரிவர்த்த னைகளில் லஞ்சம் என்பது பரவலான ஆத்திரத்தைத் தூண்டியது. படையில் உள்ள நிபுணர்கள் போஃபோர்ஸைவிட பிரஞ்சுத் துப்பாக்கிகளையே விரும்பி யிருந்தனர் என்றும் ஆனால் அரசியல்வாதிகள் அதனை ஏற்கவில்லை என்றும் விஷயம் தெரியவந்ததும், கோபம் மேலும் தீவிரமடைந்தது.[69]

போஃபோர்ஸ் சச்சரவு காரணமாகவே வி.பி. சிங் மந்திரி சபையிலிருந்து வெளியேற்றப்பட்டார் என்று பொதுமக்கள் கருதத்தொடங்கினர். 'மிஸ்டர் கிளீன்' பட்டம், ராஜிவ் காந்தியிடமிருந்து பறிக்கப்பட்டு வி.பி. சிங்குக்கு அளிக்கப்பட்டது. 1988 ஜூனில் சிங் காங்கிரஸை விட்டு வெளியேறினார். அவரை அலகாபாத் நாடாளுமன்ற இடைத்தேர்தலில் எதிர்க்கட்சிகள் கூட்டாக நிறுத்தின. அதில் அவர் வென்றார். இப்போது அவர் வளர்ந்துவரும் காங்கிரஸ் எதிர்ப்பு உணர்வுகளின் குவிமையம் ஆனார். 1988 அக்டோபரில் அவருடைய ஜன மோர்ச்சா அமைப்பு, பழைய ஜனதா கட்சியுடன் இணைக்கப்பட்டு, புதியதாக ஜனதா தளம் என்ற கட்சி உருவாகியது. இந்தக் கட்சி பிராந்தியக் கட்சிகளோடு சேர்ந்து ஒரு தேசிய முன்னணியை உருவாக்கியது. சென்னை மெரீனா கடற்கரையில் அது தொடங்கி வைக்கப்பட்டது. அதன் உறுப்பினர்களுள் ஒருவரான என்.டி. ராமராவ் அதனை வரவேற்று வாழ்த்தும்போது, 'தேசிய வரலாற்றில், கடந்த சில பத்தாண்டுகளில் கனமான இருட்டும் நிழலும் படிந்த பாதையில் விளக்கேற்றிச் செல்லப்போகும் ஏழு குதிரை பூட்டிய ரதம்' என்றார்.[70]

அரசாங்கத்தின் கடைசி வருடத்தில் ராஜிவ் காந்தி தன் சரிந்துவரும் செல்வாக்கைத் திரும்ப மீட்கும் நோக்கில் நான்கு புதிய முயற்சிகளை மேற்கொண்டார். 1988 செப்டெம்பரில் பத்திரிகைகளின் சுதந்தரத்தைக் கட்டுப்படுத்தும் ஒரு மசோதாவை அறிமுகம் செய்தார். அதன்படி, பத்திரிகை ஆசிரியர்களும் உரிமையாளர்களும் அநாகரிகமான அல்லது குற்ற நோக்கை உடைய செய்திகளை வெளியிட்டால் சிறைக்கு அனுப்பப்படலாம். குற்ற நோக்கமா, இல்லையா என்பதைத் தீர்மானிக்கும் தகுதி அரசாங்கத்துக்கு மட்டுமே உண்டு. ஊழல்கள் பற்றி அண்மையில் வெளியான செய்திகளின் காரணமாகவே அந்த மசோதா கொண்டுவரப்பட்டது என்பது தெளிவு.

'ஊடகங்கள், அரசாங்கத்தின் புகழுக்கு மேலும் கெடுதல் விளைவிக்காமல் இருக்கும்பொருட்டுக் கொண்டுவரப்பட்ட முன் எச்சரிக்கை முடிவு அது.' ஒட்டுமொத்தமாக நாடு முழுவதும் பத்திரிகை ஆசிரியர்கள் மேற்கொண்ட கூட்டு எதிர்ப்பாலும் நாடாளுமன்றத்தில் நடைபெற்ற வெளிநடப்புகளாலும் முடிவில் மசோதா கைவிடப்பட்டது.[71]

1989 ஜனவரியில், 30 ஆண்டுகளில் பயணம் செய்யும் முதல் இந்தியப் பிரதமராக ராஜிவ் காந்தி சீனா சென்றார். இது பல விஷயங்களுக்கு இடையில் தன்னை ஓர் உலக ராஜதந்திரி என்று காட்டிக்கொள்ளும் ஒரு முயற்சி. சீனத் தலைவர்களுடனான பேச்சுவார்த்தையில் எல்லைப் பிரச்னை நுட்பமாகத் தவிர்க்கப்பட்டது. ஆனாலும் புது தில்லி, சீனர்களுடைய திபெத் பற்றிய நிலையை ஏற்றது. அதற்குப் பதிலாக பீஜிங், தாம் இந்தியாவின் வடகிழக்குப் போராளிகளுக்கு உதவி செய்ய மாட்டோம் என்றது. ராஜிவ் காந்தி, 84 வயதான முதியவர் டெங் சியோ பிங்குடன் 90 நிமிடம் உரையாடினார். அப்போது டெங் அவரிடம், 'நீங்கள்தான் இளையவர், நீங்களே எதிர்காலம்' என்றார்.[72]

அடுத்து 1989 மார்ச்சில் ராஜிவ், தனது முதல் வருடத்தில் கொண்டுவந்த, வளர்ச்சி சார்ந்த, அந்நிய முதலீடு சார்ந்த பொருளாதாரக் கொள்கையிலிருந்து முற்றிலுமாகப் பின்வாங்கினார். அவரது கடைசி பட்ஜெட்டில், நுகர்வோர் பொருள்கள்மீது வரிகளை அதிகரித்தார். விமானப் பயணம், ஆடம்பர ஓட்டல்களில் முன்பதிவு முதலியவற்றின்மீது புதிதாக மேல்வரிகளை அறிமுகம் செய்தார். அதே சமயம் கிராமப்புற வேலைவாய்ப்புத் திட்டம் ஒன்றையும் அறிமுகம் செய்தார். தேர்தல்கள் நெருங்க நெருங்க, ராஜிவ் காந்தியும் தன் தாயைப் போல, 'பாமர மக்களைக் கவரும் திட்டங்களுக்குத் திரும்பினார்.'[73]

முடிவில், 1989 கோடையில் ஜவாஹர்லால் நேருவின் நூற்றாண்டு விழாவைக் கொண்டாட, பல நிகழ்ச்சிகளுக்கு அரசு ஏற்பாடு செய்தது. கருத்தரங்குகள், புகைப்படக் காட்சிகள், தொலைக்காட்சி வினாவிடை நிகழ்ச்சிகள், கவியரங்குகள், இசை நிகழ்ச்சிகள், ஏன் பனிச்சறுக்கு ஆட்டம்கூட நேருவின் பெயரால் நடத்தப்பட்டன. அவற்றுக்கான அனைத்துச் செலவுகளையும் அரசே ஏற்றது. அரசுக்குச் சொந்தமான வானொலியும் தொலைக்காட்சியும் அவற்றை விளம்பரப்படுத்தின. இந்த நிகழ்ச்சிகளை மேலோட்டமாகப் பார்க்கும்போது அவை இந்தியாவின் முதல் பிரதமரைக் கௌரவிப்பதாக மட்டுமே தோன்றின. ஆனால், 'உள்ளூர, இந்த அதிரடி நிகழ்ச்சிகள் திரும்பத் திரும்ப, நுட்பமாக, மெல்லிய குரலில், மறைந்திருக்கும் ஒரு செய்தியை வெளியிட்டன: நாட்டின் பாதுகாப்புக்கு நேருவின் குடும்பத்தைத் தவிர சிறந்த பாதுகாவலர் வேறு யாரும் இல்லை. அந்தக் குடும்பத்தை ஏமாற்றிக் கீழே தள்ளிவிட்டால், இறுதியான ஆராய்ச்சியில், ஒரு புனிதமான பாரம்பரியத்தை அவமதிப்பதாகவும் குழப்பச் சக்திகளுக்கு வரவேற்பு அளிப்பதாகவுமே அமையும்.'[74]

எனினும் ராஜிவ் காந்தி எதையும் அதிர்ஷ்டத்துக்கு விட்டுவிடவில்லை. தன் பிரசாரத்தின்போது, நாட்டின் பல பகுதிகளில் 170 கூட்டங்களில் பேசினார்.

1984-ஐப்போலவே ரிடிப்ஃயூஷன் விளம்பர நிறுவனம், நாட்டின் ஒருமைப்பாட்டுக்கு வந்துள்ள ஆபத்து, அந்த நெருப்பில் எண்ணெய் ஊற்றும் இனவாத எதிர்க்கட்சிகள், இதைத் தடுக்கச் சக்தி உள்ள ஒரே கட்சி காங்கிரஸ் என்ற அடிப்படையில் ஆலோசனை கூறியது.[75] ஆனால், இம்முறை இவை பரவலாக எதிரொலிக்கவில்லை. ஊழல் குற்றச்சாட்டுகள் அரசின் நம்பகத் தன்மையை மோசமாகத் தாக்கியிருந்தன. எதிர்க்கட்சிகள் நன்றாக ஒருங்கிணைக்கப்பட்டிருந்தன. மூன்று முக்கிய எதிர்க்கட்சி அமைப்புகளான, தேசிய முன்னணி, பாஜக மற்றும் கம்யூனிஸ்டுகள், தங்களுக்குள் உடன் பாட்டை ஏற்படுத்திக்கொண்டு, பெரும்பாலான தொகுதிகளில் காங்கிரசுக்கு எதிராக ஒரே ஒரு எதிர்க்கட்சி வேட்பாளர் மட்டுமே நிற்குமாறு செய்தன.

1989 நவம்பரில் நடந்த தேர்தல்கள் காங்கிரஸ் கட்சிக்கு பலமான அடியை அளித்தன. அவர்களால் 197 இடங்களை மட்டுமே வெல்ல முடிந்தது. இது முன்பு வென்ற இடங்களைவிட இருநூறுக்கும்மேல் குறைவு. மறுபக்கம், எதிர்க் கட்சிகளும் முழுமையான வெற்றியைப் பெறவில்லை. ஜனதா தளம் 142 இடங் களையும், பாரதிய ஜனதா கட்சி 86 இடங்களையும் இடதுசாரிகள் 50-க்குச் சற்று மேலாகவும் பிடித்தனர். வி.பி. சிங் தேசிய முன்னணி சார்பாகப் பிரதமராகப் பதவி ஏற்றார். தேசிய முன்னணிக்கு இடதுசாரிகளும் பாரதிய ஜனதா கட்சியும் வெளியிலிருந்து ஆதரவு தந்தன. இரண்டாவது காங்கிரஸ் அல்லாத இந்தியப் பிரதமரும் முதலாமவரை (மொரார்ஜி தேசாய்) போல தன் அரசியல் வாழ்வின் பெரும்பகுதியை காங்கிரஸ் கட்சியில் செலவிட்டவர்தான்.

1989-ன் பொதுத் தேர்தல்தான் முதல் முதலாக எந்தக் கட்சியும் பெரும்பான்மை வெற்றி பெறாத தேர்தல். அந்தத் தேர்தல் இந்திய அரசியல் வரலாற்றில் ஒரு திருப்புமுனை என்பது, இவ்வளவு காலம் கழித்த ஆராய்ச்சிக்குப்பின் சொல்லப்படுவதல்ல; அப்போதே சில நோக்கர்கள் அப்படிக் குறிப்பிட்டார்கள். வீர் சாங்க்வி எழுதியதுபோல, 'இந்தியா ஒரு நிலையற்ற அரசியல் தன்மைக்கு வந்துள்ளது. சர்வாதிகாரப் பிரதமர்கள் ஆண்ட ஆட்சிக்காலம் முடிந்துபோய்விட்டது. இந்தத் தேர்தல் ஒரு நிச்சய மற்ற சகாப்தத்தின் ஆரம்பமாக ஆகியுள்ளது.'[76]

XI

இந்திய வரலாற்றின் அளவுகோல்களின்படியும்கூட 1980-கள், களேபரமான ஒரு காலமே. குடியரசு, எப்போதுமே எதிர்ப்புகளை எதிர்கொண்டதாக இருந்தது. ஆனால் இத்தனை எதிர்ப்புகள், அத்தனையும் ஒரே சமயத்தில், இந்தியாவின் பல பகுதிகளில் இருந்தும், இத்தனை தீவிரமாக இதற்குமுன் இருந்ததில்லை. குறிப்பாக இரு சவால்கள் கவலை தருவதாக இருந்தன. பஞ்சாபின் தொடரும் கலவரங்கள் முதலாவது. நாகாலாந்து, காஷ்மீர் போலன்றி, பஞ்சாப், இந்தியாவின் இதயப் பகுதியாகக் கருதப்பட்ட ஒரு மாநிலம். இரண்டாவது சவால், முன்பு எப்போதும் கண்டிராத நாடெங்கும் ஒன்றுதிரண்ட இந்து அடையாளம். இது இந்தியாவின் மதச்சார்பற்ற தன்மை

என்ற அடையாளத்தை அச்சுறுத்தியது. பெரிதும் சிறிதுமான வன்முறை களோடு, அரசியல், நிர்வாக ஊழல்களும் சேர்ந்துகொண்டன. கண்குத்திப் பாம்பாகக் கவனித்துவந்த ஊடகங்கள் இந்த ஊழல்களை வெளிச்சம் போட்டுக்காட்டியது, மேலும் தொல்லை கொடுப்பதாக அமைந்தது. நாட்டின் எல்லைக்கு அப்பால் இலங்கையில் விடுதலைப் புலிகள் இந்தியப் படை களின் மூக்கை உடைத்ததால், நாட்டின் கௌரவம் மிகப் பெரும் அளவுக்குப் பாதிக்கப்பட்டிருந்தது.

1985 கோடையில், முக்கியமானதும் செல்வாக்குள்ளதுமான பத்திரிகையாக விளங்கிய கல்கத்தா வார இதழ் சண்டே, கட்டுப்படுத்த முடியாது தொடரும் வன்முறைகளைப் பற்றி ஒரு கட்டுரை வெளியிட்டது. அதில், 'எங்கு பார்த்தாலும் சமூக, பொருளாதார, அரசியல் பதற்றமும் எரிச்சலும், அவ்வப் போது வன்முறைக்கும் பொதுவான எதிர்ப்புக்கும் வழிவகுக்கின்றன. பொதுச் சொத்துக்களை நாசம் செய்வது, தீயிடுவது, கொலை, அழிவு வேலைகளை மேற்கொள்வது ஆகியவை இந்தியா எங்கும் நோய் போலப் பரவுகின்றன. விடுதலை அடைந்து முப்பத்தேழு ஆண்டுகளுக்குப் பிறகு இந்தியா அதன் வரலாற்றில் மிக முக்கியமான கட்டத்தில் உள்ளது.'

பிரபலமான இந்தியர்கள் சிலரிடம் சண்டே இதழ், 'இந்த நாட்டில் என்னதான் நடக்கிறது?' என்ற கேள்வியை முன் வைத்தது. பத்திரிகை ஆசிரியர் ரோமேஷ் தாப்பர், 'வன்முறையையும் கோபத்தையும் கட்டுப்படுத்த எவரும் இல்லை... விமான ஓட்டிகளின் பரிபாஷையில் சொல்வதானால், நாம் திரும்பி வரவே முடியாத இடத்துக்கு அப்பால் போய்க்கொண்டிருக்கிறோம் என்ற பயம் அதிகரித்துக் கொண்டிருக்கிறது. அழிவு நன்றாகத் தெரியும் அளவுக்கு உருவாகிக்கொண்டிருக்கிறது' என்றார். குல்தீப் நய்யார் என்ற பத்தி எழுத்தாளர், கலவரங்கள், கொலைகள் பற்றிய பத்திரிகைகளின் தலைப்புகள் பலவற்றைத் திரும்பக் கூறினார்: '1000 மைல்களுக்கு அப்பால் உள்ள பகுதிகளில் பலவிதமான அளவுகளில் தொல்லை', 'பேரழிவின் விளிம்பில் நீண்டகாலமாக வாழ்ந்துவரும்' மக்களின் வேலை... 'ஆனால் அவர்களுடைய வெறுப்பு வெடிக்கும் நிலையை அடைந்துவிட்டது என்று தோன்றுகிறது.' கே.எஃப்.ருஸ்தம்ஜீ என்ற காவல் அதிகாரி, 'ஜனநாயக எதிர்ப்பு என்ற பெயரில் ஆயிரக்கணக்கான மக்களுக்குச் சாவைக் கொண்டுவரும் வெறிகொண்டவர் களுக்கும் அரசியல்வாதிகளுக்கும் கீழ்ப்படிவதாக இந்திய அரசியலும் நிர்வாகமும் ஆகிவிட்டது. இறந்தவர்களை மறந்துவிடு. வாக்குகளை எண்ணிக்கொள்... என்பதே இன்றைய நிலை' என்றார். மேலும் தொடர்ந்து, 'இன்னும் சில ஆண்டுகளில் வாக்குகளை எண்ணுவதுகூடப் பயனுள்ளதாக இருக்காது. ஏனெனில் அப்போது நாம் ஜனநாயகத்தையே கொலை செய்திருப்போம்' என்றார்.[77]

அந்தக் காலத்தில் இவைதாம் பத்திரிகைகளில் அடிக்கடி வரும் விஷயங்கள்: இந்தியாதுண்டு துண்டாகச் சிதறிவிடும் அல்லது ஜனநாயகத்தை முழுதுமாகக் கைவிட்டுவிடும். 1987 ஏப்ரலில் சண்டே இதழின் அரசியல் ஆசிரியர் கேவல் வர்மா, பயங்கரமான எச்சரிக்கை ஒன்றை வெளியிட்டார்...

ராஜிவ் காந்தி தொடர்ந்து தவறு செய்துகொண்டே இருந்தால், மாற்றுக்கு இன்னொருவர் தோன்றாவிட்டால் (இதுவரை இன்னொருவர் கண்ணில் படவில்லை), அது அரசியல் நிலைத்தன்மை அற்ற பயங்கர விளைவுகளுக்கே வழி செய்யும். ஏனெனில் காலிஸ்தான் உண்மையாகிவிடும். ஏற்கெனவே பஞ்சாபின் கிராமப் பகுதிகளில் சீக்கியத் தீவிரவாதிகள் ஓர் இணை ஆட்சியை நடத்திக்கொண்டிருக்கிறார்கள். ராம ஜன்மபூமி - பாபர் மசூதிப் பிரச்னை, பெரிய அளவில் வட இந்தியாவில் ஒரு மதப் போருக்கு வழிசெய்யக்கூடும். ஒரு நீண்ட அரசியல் நிச்சயமற்ற தன்மை, நிலையற்ற தன்மை, சாகசச் செயல் சக்திகளை அச்சூழலில் தலையிடுமாறு அழைப்பதாக அமையும். உதாரணமாக, ஜனாதிபதி பிரதமரைப் பதவி நீக்கம் செய்தால், (ராணுவத் தளபதி) ஜெனரல் சுந்தர்ஜி யார் பதவியில் இருக்கலாம் என்பதைத் தீர்மானிப்பவராக ஆகலாம்.[78]

மேலே மேற்கோள் காட்டிய இந்தியர்கள் அனைவரும் 50 வயதுக்கு மேற்பட்டவர்கள். அவர்கள் அனைவரும் நேருவின் ஒளிமிக்க காலங்களில் வளர்ந்தவர்கள். புதிய தேசம் படிப்படியாக முன்னேறும் என்ற நம்பிக்கையை மனத்தில் வைத்துள்ளவர்கள். அவர்களுடைய உணர்வுகள் சந்தேகத்துக்கு இடமின்றி பழைய காலத்தை விருப்பத்துடன் பார்ப்பவை. அதில் சில நியாயங்களும் உண்டு. நேருவின் காலத்து அரசியல்வாதிகள் சமுதாய வேறுபாடுகளைத் தீவிரமாக்கி தங்கள் நலனுக்காக அவற்றை அதிகரிக்கச் செய்யாமல், அவற்றைக் கட்டுப்படுத்தப் பாடுபட்டனர். ஆனால் சில விஷயங்களில், பழங்கால நினைவுகள் தவறாகவும் இருந்தன. மாற்றம், சந்தேகத்துக்கு இடமின்றி வன்முறையைத் தோற்றுவித்தது என்றாலும், அதையும் கனிவுடன் பார்க்கலாம். அதிகாரம் ஒரு பிராந்தியத்தில் (வடக்கு), ஒரு கட்சியில் (காங்கிரஸ்), ஒரு தனிக் குடும்பத்தில் (நேரு-காந்தி குடும்பம்) குவிக்கப்பட்டதிலிருந்து வெகு தூரம் விலகி, இந்திய அரசியல் அதிகாரம் மையத்திலிருந்து விலகும் நிலை ஏற்பட்டது.

சூழல் மிகவும் இருண்டிருந்தது என்று சொல்வது நியாயமானதுதானா என்பது பற்றி இப்போது சொல்லமுடியாது. ஏனெனில் இந்தப் புத்தகத்தில் இதுவரை சொல்லப்பட்டதுபோலவே, சுதந்தரத்துக்குப் பின்னான ஒவ்வொரு பத்தாண்டுகளிலும் சூழல் மிக அபாயகரமானதாக உள்ளது என்றே ஆருடங்கள் கூறப்பட்டன. கடைசியாகக் கூறப்பட்ட ஆருடங்களில் ஏதேனும் புதுமை என்றால், இவை வெளிநாட்டவரிடமிருந்து வந்தவை அல்ல, இந்தியர்களிடமிருந்து வந்தவை.

XII

இந்த அத்தியாய முடிவுடன் இந்தப் புத்தகம் வரலாறு என்பதிலிருந்து மாறி, வரலாற்றுரீதியாக எழுதப்படும் பத்திரிகையாளரின் கட்டுரைகள் என்று ஆகிறது. அடுத்து வரும் ஐந்தாம் பகுதி கடைசி 20 ஆண்டுச் சம்பவங்களைப் பற்றியது. அவற்றின் விளைவுகள் இப்போதும் ஏற்பட்டுக்கொண்டே இருக்கின்றன. அண்மையில் நடந்த விஷயங்களைப் பற்றிப் பேசுவதால், கால வரிசைப்படி அமையாமல், சம்பவ நோக்கங்களைக் கொண்டு வரிசைப்

படுத்தப்பட்டுள்ளன. கட்டுரையின் அடிப்படையாக, ஒவ்வொரு பகுதியும், எதிர்காலம் எப்படி இருக்கும் என்று சரியாகக் கணிக்கப்பட்ட ஆருடங்களிலிருந்து ஆரம்பமாகிறது.

1983-ல் வெளியான அஸ்லாம் இயக்க ஆய்வு பற்றிய நூலாசிரியர், தன் புத்தகத்தைச் சமகால வரலாறு என்றார். 'சமகால வரலாறு, முறையான காரண காரியங்களைக் கொண்டிராது. புரிந்துகொள்வதில் தெளிவு, முறைகளில் காலப்போக்கு அளிக்கும் ஒரு சீரான ஒழுங்கு ஆகியவையும் இராது' என்றார்.[79] ஆபரேஷன் ப்ளூ ஸ்டார் என்ற 1994-ல் வெளியான புத்தகத்தின் ஆசிரியர், 'சமகால வரலாறை எழுத குறைந்தபட்சம் பத்து ஆண்டுகளாவது இடைவெளி விடவேண்டும். ஏனெனில் அப்போதுதான், சம்பவம் பற்றிய ஒருவருடைய உணர்ச்சிகள் அடங்கியிருக்கும். அதனால், சிந்தனைகளை விரிவாகப் பரிசீலனை செய்ய அதுவே ஏற்ற நேரம்' என்றார்.[80]

அரசின் பதிவுக் குறிப்பு ஆவணங்களை, பெரும்பாலான நாடுகள் 30 ஆண்டுகள் வரை வெளியிடக்கூடாது என்ற விதியைப் பின்பற்றுகின்றன. அது பெரும்பாலும் சரி என்றே தோன்றுகிறது. ஏனெனில் 30 ஆண்டுகள் கடந்து வெளியாகும் செய்திகள் எவையும் அப்போது வாழ்ந்துகொண்டிருக்கும் யாரையும் பாதிக்காது.

என் அனுபவத்தில், வரலாற்று ஆசிரியராக சம்பவங்களை எழுத, ஒரு தலைமுறை இடைவெளியாவது தேவை. சம்பவங்களை வெளியிட குறைந்தபட்சம் அவ்வளவு காலமாவது கழியவேண்டும், அப்போதுதான் அவற்றை எதிர்ப்புகளிலிருந்தும் திரும்பத் திரும்ப எழுப்பப்படும் கோஷங்களிலிருந்தும் அகன்று தூரத்திலிருந்து பார்க்க முடியும். சுமார் முப்பது வருடங்களுக்குப் பிறகுதான், மேலும் பல செய்திகள் கைக்குக் கிடைக்கின்றன. ஆவணக் காப்பகங்களிலிருந்து மட்டுமல்ல, அதுவரை வெளியான நினைவுக் குறிப்புகள், வாழ்க்கை வரலாறுகள், ஆய்வு நூல்கள் ஆகியவையும் சேர்த்துத் தான்.

அண்மைக் காலத்தின் வரலாற்றை எழுதும்போது, அடிப்படை ஆதாரங்கள் கிடைப்பதில்லை. மேலும், வரலாற்று ஆசிரியர் தனக்கும் தன் வாசகர்களுக்கும்கூட அண்மையான காலத்தைப் பற்றி எழுதுகிறார். அந்தக் காலத்து அரசியல்வாதிகள், கொள்கைகள் பற்றி அவரும் அவருடைய வாசகர்களும் வலிமையான அபிப்பிராயங்களைக் கொண்டிருக்கிறார்கள். இனி வரும் கட்டுரைகளில், என் பாரபட்சமான கருத்துகளைத் தனியாக விலக்கி வைத்திருக்கிறேன். ஆனால் என் கருத்துகளை விலக்கி வைத்திருப்பதில் நான் அடைந்துள்ள வெற்றி கொஞ்சம் குறைவுதான். புத்தகத்தின் மற்றப் பகுதிகளைவிட, இனி வரும் பகுதியில் நிச்சயமாகக் குறைவுதான். ஏனெனில், சுதந்தர இந்தியாவின் வரலாறு இந்தப் பத்தாண்டுகளிலும் மற்ற காலங்களைப் போலவே அதிகமான சம்பவங்களும் முரண்பாடுகளும் உள்ளதாகவே இருந்துள்ளது.

பகுதி ஐந்து

நிகழ்வுகளின் வரலாறு

26

உரிமைகள்

In India, you do not cast your vote: you vote your caste.

இந்தியாவில், நீங்கள் வாக்குச்சீட்டில் முத்திரை குத்துவதில்லை. உங்கள் (சாதி) முத்திரையை வாக்காக ஆக்குகிறீர்கள்.

- வி.என். காட்கில், காங்கிரஸ் அரசியல்வாதி, 1995

I

1957 ஜனவரி இரண்டாவது வாரத்தில், இந்தியாவின் முன்னணி மானுடவியல் அறிஞர், கல்கத்தாவில் நடைபெற்ற வருடாந்தர அறிவியல் காங்கிரசில், 'நவீன இந்தியாவில் சாதி' என்பது பற்றிப் பேசினார். எம்.என். சீனிவாஸ் இவ்வாறு தொடங்கினார்:

> என் உரையின் முக்கியமான நோக்கம், முந்தைய அல்லது அதற்கு முற்பட்ட நூற்றாண்டுகளில், பிரிட்டிஷ் ஆட்சிக்கு முற்பட்ட காலத்தில் எப்போதும் இருந்ததைவிட, சாதி, இன்றைக்கு மிக அதிகமான சக்தி பெற்றுவிட்டது என்பதற்கான சாட்சியங்களைத் திரட்டி உங்கள்முன் வைத்து நிரூபிப்பதே. வயது வந்த அனைவருக்கும் வாக்குரிமை, பிற்பட்ட வகுப்பினருக்கான பாதுகாப்பு ஆகிய, அரசியல் அமைப்புச் சட்டம் அளித்துள்ள உரிமைகளால் சாதி, குறிப்பிடும்படியான அளவுக்கு வலிமை அடைந்துள்ளது. அண்மைக் காலத்தில் சாதியம் வலிமை அடைந்திருப்பது, சாதி அற்ற, வர்க்கமற்ற சமுதாயத்தைக் கொண்டுவரும் காங்கிரஸ் உள்ளிட்ட பெரும்பான்மையான அரசியல் கட்சிகளின் நோக்கத்தோடு மாறுபடுகிறது.

சாதிப் பிரிவினையால் இந்திய அரசியல் எவ்வாறு பாதிக்கப்படுகிறது என்பதைக் காட்டும் வகையில் சீனிவாஸ் தன் பேச்சைத் தொடர்ந்தார்.

ஆந்திரப் பிரதேச மாநிலத்தில் ஒரு பெரும்பான்மை விவசாயக் குலமான கம்மாக்கள், வழக்கமாக இந்திய கம்யூனிஸ்ட் கட்சியை ஆதரித்தார்கள். (அதனால் உண்மையில் கட்சியின் நோக்கம் கம்மானிஸ்ட் என்று கேலியாகக் கூறப்படுவதுண்டு.) அதன் போட்டி சாதியான ரெட்டிகள் காங்கிரஸை ஆதரித்தனர். அதை அடுத்துள்ள மைசூரில், ஆட்சியில் இருந்த காங்கிரசில் லிங்காயத்துகளும் வொக்கலிகர்களும் ஆதிக்கத்தைப் பிடிக்க சண்டையிட்டுக் கொண்டனர். மகாராஷ்டிரத்திலும் சென்னையிலும் அதிகார சச்சரவின் அச்சு, பிராமணர் - பிராமணர் அல்லாதார் இடையே இருந்தது. பிகாரில், நிலத்துக்குச் சொந்தக்காரர்களாக இருந்த பூமிகர்களும் ராஜபுத்திரர்களும், படித்த காயஸ்தர்களோடு காங்கிரஸ் அமைப்பின் உயர் பதவிகளுக்குப் போட்டியிட்டனர். அண்டை மாநிலமான உத்தரப் பிரதேசத்தில், கீழ்ச்சாதியினர் சிறப்பான முறையில் ஒருங்கிணைக்கப்பட்டிருந்தனர். 'அரசியல் அதிகாரத்துக்காக, ராஜபுத்திரர்களுக்கும் சமார்களுக்கும் இடையே போட்டி விரைவில் தீவிரமடையும்.'

இந்திய அரசியல் அமைப்புச் சட்டம், சாதியற்ற சமுதாயத்துக்கு உறுதி கூறியிருந்தாலும், 'அரசர்களிடமிருந்து மக்களுக்கு அரசியல் அதிகாரம் மாற்றப்பட்டபோதே, சாதியின் அதிகாரமும் செயல்பாடும் அதே அளவுக்கு அதிகரித்துவிட்டன' என்று சீனிவாஸ் கூறினார். இவ்வாறு, சமுதாயச் செயல்பாட்டின் ஒவ்வொரு அலகிலும் சாதி இருந்தது. எனினும் ஆங்காங்கு சில பிராந்திய வேறுபாடுகள் இருந்தன. 'வட இந்தியாவில் பலமான பிராமணர்கள் பிரிவு இல்லாமையால், பிராமண எதிர்ப்பு இயக்கம் அங்கு எழவில்லை என்பது இயல்பானதே. இதனால் வடக்கைவிட விந்தியத்துக்குத் தெற்கே சாதியின் செல்வாக்கு அதிகமாக இருப்பதாக ஒரு பொது அபிப்பிராயம் தோன்றிவிட்டது.' ஆனால், 'வடக்கிலும் சாதிகள் வலுவாகிக் கொண்டு வருவதற்கான அறிகுறிகள் இருக்கின்றன' என்றார் சீனிவாஸ். மேலும், 'இன்று தெற்கில் இருப்பதுபோன்ற வலிமையான சாதிப் போராட்டம் வடக்கில் மேலும் வலுப்பெறுமா என்பதைப் பொறுத்திருந்து பார்க்க வேண்டும்.'[1]

சீனிவாஸ் அப்போது அமெரிக்காவில் இருந்தபடியால் அவர் இல்லாமலேயே, அவரது உரை வாசிக்கப்பட்டது. எனினும், ஆங்கில மொழிப் பத்திரிகைகள் இந்த உரையால் பெரிதும் பாதிக்கப்பட்டு, பல விமர்சனங்களை எழுதின. ஏனெனில் இரண்டாவது பொதுத்தேர்தல் வர இருந்தது. ஜனநாயகக் கொள்கையை வற்புறுத்துவதுபோல வாக்காளர்கள் தங்கள் தனி விருப்பத்தைப் பயன்படுத்தி வாக்களிப்பார்களா? அல்லது அந்த மானுடவியல் அறிஞர் கூறியதுபோல, அவரவருடைய சாதிகளுக்கு இசைய வாக்களிப்பார்களா?[2]

II

அடுத்து வந்த பத்து ஆண்டுகள், எம்.என். சீனிவாஸின் கோட்பாடு மிகச் சரியானதே என்பதை நிரூபிப்பவையாகவே இருந்தன. ஜனநாயகமும்

நவீனமயமாதலும் வளர வளர, சாதி மறைவதற்கு மாறாக, இந்திய சமூகத்தின் உள்ளும் (புறமும்), முடிவான தொடர்ந்த செல்வாக்கையே பெற்றிருந்தது. நகரிலும் கிராமத்திலும், ஓய்விலோ பணியிலோ, பெரும்பான்மையான இந்தியர்கள், இந்த அகமணக் குழுவைச் சேர்ந்தவர்கள் என்றே குறிப்பிடப் பட்டார்கள்.

சுதந்தரத்தால் விளைந்த பொருளாதார, சமூக மாற்றங்கள், சாதி அமைப்பு முறையை ஏதோ சில வகைகளில் பாதித்தன என்பது உண்மைதான். ஒரு காலத்தில் கடுமையாகத் தடுக்கப்பட்ட சமபந்தி போஜனம், மாநகரங்களில் மிகச் சாதாரணமாக நடைபெற்றது. அலுவலகங்களில் வேலைக்குச் செல்வோர் இடையே கலப்பு மணங்களும் நடந்தன. முன்பு கட்டுப்பாடாக இருந்த சாதிக்கும் தொழிலுக்குமான தொடர்பு பலவீனமடைந்து கொண் டிருந்தது.[3]

இதற்கு எதிரான சாதி முக்கியத்துவமும் சாதி அடையாளமும் தற்காலத் தேர்தல் அரசியலில் வளர்ந்துகொண்டு வந்தது. 1960-கள், 1970-களில் இந்திய அரசியலில் மிக முக்கியமாகக் குறிப்பிடத்தகுந்த அம்சம், அடிமட்ட அட்டவணை வகுப்பினருக்கும், மேல்மட்ட பிராமண, ராஜபுத்திரர்களுக்கும் இடைப்பட்ட பிற்பட்ட வகுப்பினரின் எழுச்சியே. உத்தரப் பிரதேசம் மற்றும் பிகாரின் யாதவர்கள், பஞ்சாப், ஹரியானாவின் ஜாட்கள், மகாராஷ்டிரத்தின் மராட்டியர்கள், கர்நாடகத்தின் வொக்கலிகர்கள், தமிழ்நாட்டின் கவுண்டர்கள் ஆகியோர், சீனிவாஸின் கூற்றுப்படி, அந்தந்தப் பிராந்தியத்தின் பிரதான சாதிகள் ஆவர். அவர்கள் எண்ணிக்கையில் அதிகமானவர்கள். ஒழுங்கான கட்டமைப்பு கொண்டவர்கள். சமூக, பொருளாதார அதிகாரம் செலுத்து பவர்கள். அந்த மானுடவியல் அறிஞரின் மற்றொரு சிந்தனையைப் பயன் படுத்திப் பார்த்தால், அவர்கள் வாக்கு வங்கிகளாகச் செயல்பட்டனர். அவர்கள் சாதியைச் சேர்ந்த அரசியல்வாதியின் பின்னால் ஒட்டுமொத்தமாக நின்றனர்.

இந்தியச்சட்டப்படி, அட்டவணைப் பிரிவினர் (எஸ்.சி), பழங்குடி வகுப்பினர் (எஸ்.டி) ஆகியோரிடமிருந்து இவர்களை வேறுபடுத்திக் காட்ட, இவர்கள் ஓ.பி.சி. (பிற பிற்பட்ட வகுப்பினர்) என்று குறிக்கப்பட்டனர். இந்த ஓ.பி.சிக்களே, வலுவான சமூக அடித்தளத்தை அமைத்து காங்கிரசின் ஆதிக்கத்தை வெற்றிகரமாக எதிர்த்து வென்ற கட்சிகளுக்குத் தலைமை அளித் தனர். 1967 தேர்தல்களுக்குப் பிறகு சென்னையில் பதவிக்கு வந்த திமுக, வடக்கே பதவிக்கு வந்த எஸ்.வி.டி அரசுகள் ஆகியவை முக்கியமாக ஓ.பி.சி கட்சிகளே. பத்தாண்டுகளுக்குப் பிறகு, இந்த ஓ.பி.சி கட்சிகள் மத்தியிலும் ஆட்சியைப் பிடித்தன. ஜனதா குழுவின் இரண்டு முக்கிய அங்கங்களான லோக் தளம், சோஷியலிஸ்ட் கட்சி ஆகியவை ஓ.பி.சி கட்சிகளே.[4]

நிலச் சீர்திருத்தம், பசுமைப்புரட்சி ஆகியவைமூலம், ஓ.பி.சிக்களுக்குப் பொருளாதார அதிகாரம் கிடைத்திருந்தது. வாக்குப் பெட்டி மூலம் அவர்களுக்கு அரசியல் அதிகாரம் கிடைத்தது. அவர்களிடம் இல்லாதது நிர்வாக அதிகாரம் ஒன்று மட்டும்தான். அதற்காகத்தான், ஜனதா அரசாங்கம்,

அவர்கள் நலனுக்காக, மண்டல் என்பவர் தலைமையில் மண்டல் கமிஷன் என்று அழைக்கப்பட்ட பிற்பட்டோர் கமிஷனை அமைத்தது. 'இன்னமும், சாதியே 'பிற்பட்ட' தன்மைக்கான அடையாளமாக இருந்து வருகிறது' என்று கமிஷன் முடிவு செய்தது. மாநிலக் கணிப்புகளின் அடிப்படையில் சுமார் 3,743 குறிப்பிட்ட சாதிகள் இன்னமும் பிற்பட்ட நிலையில் இருப்பதாக இந்த கமிஷன் கூறியது. இவை ஒட்டுமொத்தமாக இந்திய மக்கள்தொகையில் 50 சதவிகிதத்துக்கும் அதிகமாக இருக்கும் என்று மதிப்பிடப்பட்டது. ஆனாலும் இந்த சாதியினர், நிர்வாகத்தில், அதுவும் குறிப்பாக உயர் நிலைகளில், மிகக் குறைவான அளவிலேயே பிரதிநிதித்துவம் பெற்றிருந்ததாக கமிஷன் கண்டது. கமிஷனின் கணக்குப்படி, 1980 வாக்கில், மத்திய அரசின் எல்லாப் பதவிகளிலும் 12.55 சதவிகித அளவிலும், முதல் நிலைப் பதவிகளில் வெறும் 4.83 சதவிகித அளவிலும் மட்டுமே ஓ.பி.சிக்கள் இடம்பெற்றிருந்தனர்.

இந்த முரண்பாட்டை நீக்குவதற்கு, அட்டவணை சாதியினர், பழங்குடியினர் ஆகியோருக்கு ஏற்கெனவே ஒதுக்கப்பட்ட 22.5 சதவிகிதத்தைத் தவிர, மத்திய அரசுப் பதவிகள் அனைத்திலும் 27 சதவிகிதத்தை ஓ.பி.சிக்களுக்கு ஒதுக்கீடு செய்யுமாறு மண்டல் கமிஷன் பரிந்துரைத்தது. ஏனென்றால்,

> சமுதாயத்தின் பிற்பட்ட தன்மைக்கு எதிரான போரின் முக்கியமான பகுதியை, அந்தப் பிற்பட்ட மக்களின் மனங்களில் போராடி ஆகவேண்டும் என்பதை நாம் புரிந்துகொள்ள வேண்டும். இந்தியாவில், அரசுப்பணி என்பது எப்போதுமே கௌரவத்துக்கும் அதிகாரத்துக்கும் அடையாளமாகக் கருதப் பட்டு வந்துள்ளது. அரசுப் பணிகளில் ஓ.பி.சிக்களின் பிரதிநிதித்துவத்தை அதிகப்படுத்துவதன் மூலம், நாட்டின் ஆட்சியில் பங்கு பெறும் உடனடி உணர்வை அவர்களுக்கு நாம் அளித்தவர்கள் ஆகிறோம். ஒரு பிற்பட்ட சாதியைச் சேர்ந்தவர் மாவட்ட ஆட்சியராகவோ, காவல்துறைக் கண்காணிப் பாளராகவோ ஆகும்போது, அதன் பொருள்ரீதியிலான பயன்கள் அவருடைய குடும்பத்துக்கு மட்டுமே உரியனவாகின்றன. ஆனால் உளவியல்ரீதியிலான பயன்கள் உன்னதமானவை. இதனால், அவரது பிற்பட்ட சமுதாயமே உயர்ந்துவிட்டதாக உணர்கிறது. உண்மையில் சமுதாய முழுமைக்கும் உபயோகமான பயன் ஏதும் கிடைக்காதபோதிலும், அவர்களுடைய ஆள் ஒருவர் அதிகார வாசலில் இருக்கிறார் என்ற உணர்வே அவர்களுக்குத் தன்னம்பிக்கைக்கான உந்து சக்தியாகிறது.[5]

மண்டல் கமிஷன் அதன் அறிக்கையைச் சமர்ப்பித்தபோது ஜனதா அரசாங்கம் கவிழ்ந்திருந்தது. அதனைத் தொடர்ந்து வந்த காங்கிரஸ் அரசுகளுக்குத் தலைமை ஏற்றிருந்த இந்திராவும் ராஜிவ் காந்தியும் அந்த அறிக்கையைச் சத்தமின்றிக் கிடப்பில் போட்டனர். ஆனால் 1989 தேர்தலுக்குப்பின் தேசிய முன்னணி அரசு பதவி ஏற்றபோது அந்த அறிக்கை தூசு தட்டி எடுக்கப்பட்டது. புதிய பிரதமர் வி.பி. சிங், ஓ.பி.சிக்களின் அரசியல் அதிகார எழுச்சி பற்றியும், தன் சிறுபான்மைக் கூட்டணி அரசின் உறுதிக்குறைவான நிலைபற்றியும் நன்கு அறிந்திருந்தார். அதனால் ஆகஸ்ட் 13 அன்று, மண்டல் அறிக்கையின்

அடிப்படைப் பரிந்துரையைச் செயல்படுத்துவதாக 4 பத்தி கொண்ட ஓர் அரசாணையை வெளியிட்டார். அதன்படி கமிஷன் இனம்காட்டிய, சமூகரீதியாகவும் கல்விரீதியாகவும் பிற்பட்ட வகுப்பினருக்கு இந்திய அரசுப் பணியில் காலியாக உள்ள இடங்களில் 27 சதவிகிதம் ஒதுக்கி வைக்கப்படும்.

அந்த ஆணை, அறிவுஜீவி வட்டங்களில் கடும் வாதத்தைக் கிளப்பியது. ஒரு குறிப்பிட்ட சாதியினருக்கு என்று இல்லாமல், குடும்ப வருமானத்தை அடிப்படையாகக் கொண்டே வேலை ஒதுக்கீடு இருக்கவேண்டும் என சில அறிஞர்கள் வாதிட்டனர். மற்றவர்கள் முதலில் இட ஒதுக்கீட்டை விரிவு செய்வதையே கண்டித்தனர். தகுதி, திருப்திகரமாகச் செயலாற்றும் திறன், நம்பகத்தன்மை ஆகியவற்றுக்கும் மேலாக, வேறு அடிப்படையில் பதவிகளை ஒதுக்குவது, பொது அமைப்புகளின் செயல்திறனுக்குப் பாதகம் விளைவிக்கும் என்று அவர்கள் கண்டித்தனர். எனினும் சில அறிஞர்கள், மண்டல் கமிஷன் சிபாரிசுகள் நடைமுறைப்படுத்தப்படுவதை வரவேற்றனர். அது, பொதுப் பணிகளில் மேல்சாதியினரின், குறிப்பாக பிராமணர்களின், ஆதிக்கத்துக்கு ஒரு திருத்தமாக அமையும் என அவர்கள் கருதினர். தென் மாநிலங்களில் அரசுப்பணிகளில் மூன்றில் இரண்டு பங்குக்கும் மேலாக சாதி அடிப்படையில் ஒதுக்கீடு செய்யப்பட்டிருந்தும், செயல்திறன் பாதிக்கப் படாமல் இருப்பதை அவர்கள் சுட்டிக்காட்டினர்.[6]

1990 செப்டெம்பரில் இந்திய உச்ச நீதிமன்றத்தில், மண்டல் கமிஷன் பரிந்துரைகள், அரசியல் அமைப்புச் சட்டத்துக்கு உட்பட்டவையா என்பது பற்றி ஒரு வழக்கு தொடரப்பட்டது. வழக்கு தொடுத்தவர் மூன்று முக்கியமான வாதங்களைக் முன் வைத்தார்: ஒதுக்கீட்டை நீட்டிப்பது, சம வாய்ப்பு என்ற அரசியல் அமைப்புச் சட்ட உத்தரவாதத்தை மீறுவதாகும்; பிற்பட்ட நிலை யைக் காட்டும் நம்பகமான அடையாளமாகச் சாதியை எடுத்துக்கொள்ள முடியாது; பொது நிறுவனங்களின் செயல்திறன் பாதகத்துக்கு உள்ளாகிறது. வழக்கு நிலுவையில் இருக்கும்போது, ஆகஸ்ட் 13 நாளிட்ட அரசு ஆணைக்குத் நீதிமன்றம் தடை விதித்தது.

இந்தியாவில் எப்போதும் நடப்பதுபோல, பொதுக்கொள்கை பற்றிய வாதங்கள் செய்தித்தாள்களிலும் நீதிமன்றங்களிலும் நடப்பதுபோன்றே, தெருக்களுக்கும் பரவியது. செப்டெம்பர் 19 அன்று ராஜிவ் கோஸ்வாமி என்ற தில்லி பல்கலைக்கழக மாணவர், மண்டல் கமிஷன் அறிக்கையை எதிர்த்து, தனக்குத் தீ வைத்துக்கொண்டார். மோசமாக எரிக்கப்பட்டிருந்தாலும், அவர் பிழைத்துக்கொண்டார். அவருடைய மாதிரியைப் பின்பற்ற மற்ற மாணவர் களும் உந்தப்பட்டார்கள். இவர்கள் அனைவருமே மேல் சாதிகளைச் சேர்ந்தவர்கள். மண்டல் கமிஷன் பரிந்துரை நடைமுறைக்கு வந்தால், அரசுப் பணிகள் பெறும் அவர்களுக்கு வாய்ப்புகள் குறைந்துவிடும். மொத்தம் நடைபெற்ற 200 தற்கொலை முயற்சிகளில், 62 சாவில் முடிந்தன.

மற்ற எதிர்ப்புகள் கூட்டாக நடைபெற்றன. வட இந்தியா எங்கும் மாணவர் கூட்டங்கள் பேரணிகளையும் கடை அடைப்புகளையும் நடத்தின. பள்ளி,

கல்லூரி, கடைகள் ஆகியவை மூடப்பட்டன. அரசுக் கட்டடங்கள் தாக்கப்பட்டன. போலீசோடு மோதல்கள் நிகழ்ந்தன. சட்டத்தின் காவலர்கள் தங்களைப் பாதுகாத்துக்கொள்ள முயன்றனர். சில சமயங்களில் அதனால் பயங்கரமான விளைவுகளும் ஏற்பட்டன. 50-க்கும் மேலான உயிர்களைப் பறித்த போலீஸ் துப்பாக்கிச் சூடு பற்றிய விவரங்கள் யூனியனின் 6 மாநிலங்களிலிருந்து கிடைத்தன.[7]

மண்டல் கமிஷனால் விளைந்த போராட்டங்கள் வட இந்தியாவில் அதிகத் தீவிரமாக இருந்தன. ஏனெனில், தெற்கில் நீண்ட காலமாகவே இட ஒதுக்கீடு நடைமுறையில் இருந்துவந்தது. மற்றொரு காரணம், அந்தப் பிராந்தியம் தொழில்துறையில் செழித்திருந்தது. அதனால் படித்த இளைஞர்கள் அப்போது அரசாங்க வேலைகளை நம்பி இருக்கவில்லை. மேலும், தெற்கே, மக்கள் தொகையில் மேல்சாதியினர் பத்து சதவிகிதத்துக்கும் குறைவாகவே இருந்தனர். ஆனால் வடக்கே புள்ளிவிவரப்படி அவர்கள் 20 சதவிகிதத்துக்கும் அதிகமாக இருந்தனர். அதனால் பாதிப்புக்கு உள்ளானோர் எண்ணிக்கை அதிகமாக இருந்ததால் இயற்கையாகவே எதிர்ப்பு தீவிரமாக இருந்தது.

மண்டல் கமிஷனின் சக்தி வாய்ந்த ஆதரவாளர்கள், அப்போது எழுந்துவரும் அரசியல் சக்திகளான இருவர். ஒருவர் 1989-ன் பிற்பகுதியில் உத்தரப் பிரதேசத்தின் முதல்வரான முலாயம் சிங் யாதவ். மற்றொருவர் 1990-ன் ஆரம்பத்தில் பிகாரின் முதல்வரான லாலு பிரசாத் யாதவ். இருவரும் விவசாயக் குடும்பங்களில் பிறந்து, பல்கலைக்கழகங்களில் அரசியலில் தீவிரமாகி, அதிகமான செல்வாக்குள்ள சோஷலிஸ்ட் இயக்கத்தில் சேர்ந்தவர்கள். அவசரநிலையின்போது இருவரும் சிறை சென்றவர்கள். அவசர நிலைக்குப்பின் ஜனதா கட்சியில் சேர்ந்தவர்கள்.

அவர்களுடைய குடும்பப் பெயர் காட்டுவதுபோல முலாயமும் லாலுவும் வடக்கு, மேற்கு இந்தியாவில் பரவிக்கிடந்த விவசாய இடையர் குலத்தைச் சேர்ந்தவர்கள். காலனி ஆட்சியின்போது, யாதவர்கள் பெரும்பாலும் மேல்சாதி நிலப்பிரபுக்களுக்கு வலிமையான காவலர்களாகப் பணி செய்து வந்தவர்கள். சுதந்தரத்துக்குப் பிறகு, அவர்களுக்கே சொந்தமான நிலங்களுடன் உறுதியான பொருளாதார பலத்தையும், சமூக கௌரவத்தையும், அரசியல் அதிகாரத்தையும் பெறலாயினர். முலாயம், லாலு இருவரும் தீவிரமாக, உத்தரப் பிரதேசத்திலும் பிகாரிலும் அதிகமான எண்ணிக்கையில் (அதிக ஏழைகளாகவும் இருந்த) முஸ்லிம்களை அணுகினர். அவர்களுடைய முயற்சியின் பின்னணி தேர்தல்ரீதியிலானது. முஸ்லிம்கள், யாதவர்கள் இருவருமே மக்கள் தொகையில் ஆளுக்கு 10 சதவிகிதம் இருந்தனர். பலமுனைப் போட்டி என்று வந்தால், வெற்றிக்கு 40 சதவிகித வாக்குகளே போதும். பிற பிற்பட்ட பிரிவுகள் சிலவற்றுடன் சேர்ந்துகொண்டால், தேர்தல்களின் வெற்றிபெற நல்ல வாய்ப்பு உண்டு.[8]

இந்தியாவின் மிக அதிகமான மக்கள்தொகை கொண்ட மாநிலங்களான பிகாரும் உத்தரப் பிரதேசமும் ஒன்றிணைந்து நாடாளுமன்றத்துக்கு 139

உறுப்பினர்களை அனுப்பிவைக்கிறது. பொதுத் தேர்தல்கள் இங்குதான் பெரும்பாலும் முடிவு செய்யப்படுகின்றன. முதல் நான்கு பொதுத்தேர்தல்களிலும் உ.பி, பிகார் மாநிலங்களில் காங்கிரஸ் பெரும்பான்மை இடங்களைப் பெற்றது. 1977-ல் அவசரநிலைக்குப் பிறகு கட்சி ஒட்டுமொத்தமாக இங்கு அழிக்கப்பட்டது. 1980, 1984-ல் மீண்டும் புத்துயிர் பெற்று, முறையே 81, 131 இடங்களை வென்றது. கடைசியில் கூறப்பட்டது ஒரு விதிவிலக்கு, இந்திரா காந்தியின் தியாகத்தின் விளைவு. 1989-ல் காங்கிரஸ் மிக மோசமான தோல்வியை அடைந்தது. இரண்டு மாநிலங்களிலும் சேர்த்து வெறும் 19 இடங்களையே பெற்றது. இரண்டு வருடம் கழித்து, மறு தேர்தல் நடந்தபோது முடிவுகள் இன்னும் மோசமாக இருந்தன. உத்தரப் பிரதேசத்தில் ஐந்து இடங்களையும் பிகாரில் ஒரே ஒரு இடத்தையும் மட்டுமே பெற்றது.

வி.பி. சிங் மண்டல் அறிக்கையை நடைமுறைப்படுத்துவதாக அறிவித்த போது, எதிர்க்கட்சியில் இருந்த காங்கிரஸ் உற்சாகம் காட்டவில்லை. 1991 தேர்தல்களில் காங்கிரஸ் ஆட்சிக்குத் திரும்பியது. உத்தரப் பிரதேசத்திலும் பிகாரிலும் ஏற்பட்ட கடுமையான தோல்விகளை தெற்கில் வலிமையான வெற்றி ஈடு செய்திருந்தது. முந்தைய பத்தியில் கூறப்பட்ட எண்ணிக்கை, வேகமான மறுமதிப்பீட்டை வற்புறுத்தியது. காங்கிரஸ் மீண்டும் வடக்கில் அதிகாரத்தை மீட்கவேண்டும் என்றால், அது மீண்டும் பிற்பட்ட வகுப்பினரோடு சமாதானம் செய்துகொள்ளவேண்டும். அதன்படி புதிய காங்கிரஸ் பிரதமர் பி.வி. நரசிம்ம ராவ், செப்டெம்பர் 26 அன்று மண்டல் அறிக்கையை ஏற்று, ஆனால் அதில் புதிய ஷரத்து ஒன்றைச் சேர்த்து, ஓர் அரசாணையை வெளியிட்டார். அதன்படி, ஓ.பி.சிக்களுக்கு 27% இட ஒதுக்கீடு செய்யும்போது, அவர்களுள் ஏழைகளுக்கு முன்னுரிமை அளிக்கப்படும்.

இதற்கிடையே, தன்முன் இருந்த வழக்கை விசாரித்துக்கொண்டிருந்த உச்ச நீதிமன்றம், 1992 நவம்பர் 16 அன்று தீர்ப்பை வழங்கியது. ஏழு நீதிபதிகள் மனுவைத் தள்ளுபடி செய்தனர். மண்டல் கமிஷனின் அமைப்பும் அதன் பரிந்துரையைச் செயல்படுத்தும் ஆணையும் அரசியல் அமைப்புச் சட்டரீதியில் ஆனவையே என உறுதி செய்தனர். மூன்று நீதிபதிகள் அந்தத் தீர்ப்பிலிருந்து மாறுபட்டனர். தீர்ப்பு விவரம் மிக நீண்டதாக, நெருக்கமாக அச்சிடப்பட்ட சுமார் 500 பக்கங்களைக் கொண்டிருந்தது. எதிர்க்கருத்து கொண்ட நீதிபதிகள், 'சாதிகளைக் கூட்டாக்கிக் காண்பது' அரசியல் அமைப்புச் சட்டத்துக்கு முரணானது என்றனர். வசதி அற்றவர்களை முடிவு செய்யும்போது, வருமானம் போன்ற தகுதிகளைப் பயன்படுத்தவேண்டும் என்றனர். மறுபுறம், பெரும்பான்மையோர் சார்பில் பேசிய நீதிபதி ஜீவன் ரெட்டி, பழைய தீர்ப்பு ஒன்றை மேற்கோள் காட்டி, அதில் பிற்பட்ட தன்மைக்கு சாதி பயன்படுத்தப்பட்டிருந்ததைச் சுட்டிக் காட்டினார். அமெரிக்காவில் கறுப்பர்களுக்கு அஃபர்மேடிவ் ஆக்ஷன் என்ற பெயரில் உதவிகள் வழங்கப்படுவதைச் சுட்டிக்காட்டி, அந்த உதாரணம் ஏற்புடையதாக இருக்கும் என்றார். ஏனெனில்,

இந்தியச் சூழலில், சமூகத்தில் பின்தங்கிய நிலை, கல்வியில் பின்தங்கிய நிலைக்கு வழிவகுக்கும், அவை இரண்டும் ஒன்றாகச் சேர்ந்து, வறுமைக்கு வழிவகுக்கும். அது முறையாக, சமூகத்திலும் கல்வியிலும் பின்தங்கிய நிலைகளை வளர்த்து, நீடிக்கச் செய்யும். அவை ஒன்றை ஒன்று வளர்த்து தீயதொரு வட்டத்தை உருவாக்கிவிடும். சுதந்தரம் பெறும்வரை நிர்வாக இயந்திரம், மேல் சாதியினர் கைகளில் மட்டுமே இருந்துவந்தது என்பது வெளிப்படை. சூத்திரர்கள், அட்டவணை வகுப்பினர்கள், பழங்குடியினர், அதேபோன்ற முஸ்லிம், கிறிஸ்தவ பிற்பட்ட சமூகத்தினர் ஆகியோர் நிர்வாக இயந்திரத்தில் இடம்பெறவே இல்லை. அத்தகைய பிற்பட்ட வகுப்பினருக்கு ஒதுக்கீடு அளித்து இந்த சமச்சீரற்ற நிலையிலிருந்து அவர்களை மீட்பதே நோக்கம்.[9]

அரசின் ஆணையை ஏற்றுக்கொண்ட உச்ச நீதிமன்றம் இரண்டு நிபந்தனைகளை விதித்தது. அரசின் வேலைகளில் மொத்த ஒதுக்கீடு 50%-க்கு மிகாமல் இருக்கவேண்டும். சாதித் தகுதி பணி நியமனத்துக்கு மட்டுமேயன்றி, பதவி உயர்வுக்கு அல்ல.

ஜனதா கட்சிதான் 1978-ல் மண்டல் கமிஷனை நியமித்தது. அந்தக் கட்சியின் மறு அவதாரமான ஜனதா தளம்தான் 1990-ல் அதன் பரிந்துரைகளை நடைமுறைப்படுத்தியது. அதன் பேரார்வத்தை, பிற போட்டிக் கட்சிகள் பின்பற்றவில்லை. சி.பி.ஐ, சி.பி.எம் ஆகியவை சாதிக்கு பதிலாக, வர்க்கத்தையே அவற்றின் அரசியலுக்கு அடித்தளமாக எடுத்துக்கொண்டிருந்தன. பாரதிய ஜனதா கட்சி, (இந்து) மதத்துக்குக் கௌரவமான முதலிடத்தை அளித்தது. காங்கிரஸோ, நாடு முழுமைக்குமாகப் பேசுவதாகச் சொல்லிக்கொண்டது. எனினும் உச்ச நீதிமன்றம் தன் தீர்ப்பை வெளியிட்டபோது, இக்கட்சிகள் அனைத்தும் அதற்கு ஒப்புதல் அளிக்கத் தயாராகிவிட்டன. ஏனெனில், அவர்கள் மண்டல் கமிஷனின் பரிந்துரைகளின் அரசியல் விளைவுகளையும், அவற்றை எதிர்ப்பதால் கொடுக்க நேரும் விலையையும் சீக்கிரம் உணர்ந்துகொண்டனர்.

மண்டல் கமிஷனைச் சுற்றியிருந்த விவாதங்கள், சில விதங்களில் (1950-களின் பின்பகுதியில்) மாநிலச் சீரமைப்புக் குழு அறிக்கையை ஒட்டி நடைபெற்ற விவாதங்களை நினைவூட்டின. சாதியும் மொழியைப் போலவே ஒரு வலிமையான அடையாளக் குறியீடு; நவீனத்துவ அறிவுஜீவிகளால் தாக்குதலுக்கு உள்ளானாலும், சமூக, பொருளாதார அடிப்படையில் மக்களை ஒன்றுதிரட்ட இசைவானதாக இருந்தது. அப்போதுபோலவே இப்போதும் எண்ணிக்கைக்கு முன்பாக, வாதங்களின் சக்தி எடுபடவில்லை. அப்போதுபோலவே இப்போதும், எதிர் எதிர் நிலையில் இருந்த கட்சிகளும்கூட ஒருமித்த முடிவுக்கு வந்துவிட்டன.

இந்திய அரசின் கமிஷன் அறிக்கைகள் பெரும்பாலானவற்றை வெகு சிலரே படிப்பர்; இன்றும் மிகச் சிலரே விவாதிப்பர். மாநிலச் சீரமைப்புக் குழு அறிக்கையும் மண்டல் கமிஷன் அறிக்கையும் விதிவிலக்கானவை. பலரால்

படிக்கப்பட்டன. இன்னும் மிகப் பலர் விவாதித்தனர். அனைத்துக்கும் மேலாக, உண்மையில் நடைமுறைக்கும் வந்தன. அவற்றால் பாதிக்கப்பட்ட மக்கள் எண்ணிக்கையைக் கருத்தில் வைத்துப் பார்க்கும்போது, உலகின் எந்த அரசாலுமே செயல்படுத்தப்பட்ட இரு முக்கியமான கமிஷன் அறிக்கைகள் அவை என்று சொல்லலாம்.

மாநிலச் சீரமைப்புக் குழுவின் விளைவு நேரடியானது. அது மொழிவழியில் இந்தியாவின் வரைபடத்தைப் புதிதாக வரைய வழிவகுத்தது. மண்டல் கமிஷன் விளைவு பெரும்பாலும் மறைமுகமானது. அதன் நிபந்தனைகளின் படி சில ஆயிரம் வேலைகளே ஓ.பி.சி ஒதுக்கீட்டில் கிடைத்தன. ஆனால் அறிக்கை கிளப்பிய விவாதமும் முடிவில் அது ஏற்கப்பட்டதும் ஓ.பி.சியின் கௌரவத்துக்கும் ஒற்றுமைக்கும் மகத்தான தூண்டுகோலாக அமைந்தது. இதனால் பயன்பெற்ற இரு யாதவர்கள், லாலுவும் முலாயமும். இருவரும் ஜனதா தளத்தை விட்டு விலகி, வெற்றிகரமான தனிக் கட்சிகளை ஆரம்பித்தனர். லாலுவின் ராஷ்ட்ரிய ஜனதா தளம் பத்தாண்டுகளுக்கும் மேலாக (2005 வரை) பதவியில் இருந்தது. முலாயமின் சமாஜ்வாதிக் கட்சி, உத்தரப் பிரதேசத்தில் 1990-களில் பெரும்பாலும் பதவியில் இருந்தது. இந்நூலை எழுதும் 2007-ல் அவரே மீண்டும் முதல்வர்.

III

இப்போது தலித்துகள் என்று தம்மை அழைத்துக்கொண்ட முன்னாள் தீண்டத்தகாதவர்களும் 1990-களில் கிளர்ச்சியில் ஈடுபட்டனர். இதனைத் தலைமை ஏற்று வழிநடத்திய பகுஜன் சமாஜ் கட்சியை நிறுவியவர், மிகச் சிறந்த அரசியல் சாமர்த்தியம் உடைய கன்ஷி ராம்.

1956-ல் டாக்டர் பி.ஆர். அம்பேத்கரின் மறைவுக்குப் பிறகு தீண்டத்தகாத சாதிகளின் மிக முக்கியமான தலைவராக ஜகஜீவன் ராம் இருந்தார். அவர் காங்கிரஸ் கட்சியில் இருந்தார். அதன் காரணமாகவே, தாழ்ந்த சாதிகள் காங்கிரசின் வாக்கு வங்கியாக இருந்தன. மகாராஷ்டிரத்தில் மட்டும்தான் இந்த வாக்கு வங்கிக்குச் சவால் எழுந்தது. முதலில் அம்பேத்கர் தொடங்கிய குடியரசுக் கட்சியும், பின்னர் தீவிர எண்ணம் கொண்ட தலித் சிறுத்தைகள் அமைப்பும் இந்தச் சவாலை எழுப்பின. இதன் ஒரு விளைவாக, அலுவலக ரீதியான 'ஷெட்யூல்ட் காஸ்ட்' (அட்டவணை வகுப்பினர்) என்ற பெயருக்கும் காந்தி கொடுத்திருந்த அரிஜன் என்ற பெயருக்கும் பதிலாக, ஒடுக்கப்பட்ட வர்கள் என்று பொருள்படும் 'தலித்' என்ற சொல் புழக்கத்துக்கு வந்தது. ஆயினும் அவர்கள் 1950-க்கும் 1980-க்கும் இடைப்பட்ட ஆண்டுகளில் பெரும்பாலும் காங்கிரசுக்கே வாக்களித்தனர்.

பல ஆண்டுகளாக ஜகஜீவன் ராம், 'தாழ்த்தப்பட்டவர்கள் நலனுக்காகக் கொடி பிடித்து நின்றார்.' 1988-ல் அவரது மறைவு, 'நிரப்ப முடியாத ஒரு பள்ளத்தை

விட்டுச்சென்றுவிட்டது' என்று ஒரு பத்திரிகையாளர் இரங்கல் தெரிவித்தார். 'சிதறி, ஒழுங்கற்று, தலைவர் இன்றி, ஒடுக்கப்பட்டுக் கிடக்கும், மக்கள் தொகையில் 15 சதவிகிதம் உள்ள அட்டவணைப் பிரிவினரின் தலைவிதி, எதிர் எதிராக நிற்கும் சக்திகளிடையே சிக்கிக்கொண்டு அபாயகரமாகத் தொங்குகிறது' என்றார் அவர்.[10]

ஏறக்குறைய இதே நேரத்தில், கன்ஷி ராமும் பத்தாண்டுகளாகத் தீவிரமாகச் செயல்பட்டுவந்தார். 1932-ல் பஞ்சாபில் பிறந்த அவர் மகாராஷ்டிரத்தின் பல்கலைக்கழகம் ஒன்றில், ஆராய்ச்சிக்கூடத்தில் பணியில் சேர்ந்தார். அப்போதுதான் இவருக்கு அம்பேத்கரின் நூல்கள் அறிமுகமாயின. அதன்மூலம் தீவிர உத்வேகம் பெற்ற அவர், 1971-ல் தன் பணியை விட்டு விலகி, பிற்படுத்தப்பட்ட அரசுப் பணியாளர்களின் முன்னேற்றத்துக்காக ஓர் அமைப்பை நிறுவினார். அதற்கு அனைத்திந்திய பிற்படுத்தப்பட்டோர் மற்றும் சிறுபான்மையினர் பணியாளர் கூட்டமைப்பு (பி.ஏ.எம்.சி.ஈ.எஃப்) என்று பெயர். அடுத்த பத்தாண்டுகளில், இந்தியா முழுவதும் பயணம் செய்து அந்த அமைப்பின் மாநில, மாவட்டக் கிளைகளை உருவாக்கினார். 1980-களின் தொடக்கத்தில் அந்த அமைப்பு, இரண்டு லட்சம் உறுப்பினர்களைக் கொண்டிருந்தது. அவர்களில் பலர் இளநிலை, முதுநிலைப் பட்டதாரிகள். அது அட்டவணைப் பிரிவினரின் மேல்மட்டத்தினருக்கான தொழிற்சங்கம். அவர்களுடைய தலைவரின் மொழியில், 'அது தாழ்த்தப்பட்டவர்களுக்கான சிந்தனை, திறமை, நிதி ஆகியவற்றின் வங்கியாகச் செயல்படும்.'[11]

பி.ஏ.எம்.சி.ஈ.எஃப்பின் வளர்ச்சி வட இந்தியாவில், குறிப்பாக உத்தரப் பிரதேசத்தில் இருந்தது. அங்கு அதன் பேரணிகளில் ஒரு லட்சத்துக்கும் அதிகமான மக்கள் எளிதாகக் கூடினர். அந்த அமைப்பின் வெற்றி, கன்ஷி ராமுக்கு அரசியல் கட்சி ஒன்றை ஆரம்பிக்கத் தைரியம் அளித்தது. பல பெயர்கள் ஆலோசிக்கப்பட்டு, இறுதியில் பகுஜன் சமாஜ் கட்சி என்று அழைக்கப்பட்டது. தலித் என்ற பெயரைவிட பகுஜன் என்ற தொடர் பலரை இணைப்பதாக அமைந்தது. தலித் என்பது அட்டவணைச் சாதிகளை (முந்தைய தீண்டாதார்) மட்டுமே குறித்தது. ஆனால், பகுஜன், அவர்களோடு பிற்பட்ட வகுப்பினரையும் முஸ்லிம்களையும் சேர்த்துக் குறிப்பதாக இருந்தது.

40 ஆண்டுகள் இட ஒதுக்கீடு திறம்பட தங்கள் கருத்துகளை எடுத்து வைக்கக்கூடிய ஒரு வலிமையான நடுத்தர வகுப்பை அட்டவணைப் பிரிவினரிடையே உண்டாக்கியிருந்தது. ஆரம்பத்தில் அட்டவணைப் பிரிவினர், அரசு இயந்திரத்தின் கடைநிலைப் பணிகளுக்கு மட்டுமே நியமிக்கப்பட்டனர். ஆனால், காலப்போக்கில் உயர்நிலையிலும்கூட, முதல் வகுப்பு மாஜிஸ்திரேட்களாகவும் தலைமைச் செயலக அதிகாரிகளாகவும் நியமிக்கப்பட்டனர். அட்டவணை 26.1-ல் கொடுக்கப்பட்டுள்ள விவரம் இதனை வெளிப்படையாக்கும்.

அட்டவணை 26.1:
இந்திய அரசுப் பணியில் அட்டவணை சாதியினர் பணி விவரம்

பணியிலுள்ள சாதியினர்	அட்டவணை எண்ணிக்கை		மொத்த வேலையில் அட்டவணை சாதியினர் %	
பிரிவு	1965	1995	1965	1995
முதல்நிலை	318	6,637	1.64	10.12
2-ம் நிலை	864	13,797	2.82	12.67
3-ம் நிலை	96,114	3,78,172	8.88	16.15
4-ம் நிலை	1,01,073	22,21,380	17.75	21.60
மொத்தம்	1,98,369	2,619,986	13.17	17.43

ஆதாரம்:- நீரஜா கோபால் ஜயால், சமூக சமத்துவமின்மையும் அமைப்பு ரீதியான தீர்வுகளும். அட்டவணை சாதியினர், பழங்குடியினர் தேசிய கமிஷனின் ஆய்வறிக்கை, NETSAPP *மாநாடு, பெங்களூர் ஜூன் 2003-ல் வாசிக்கப்பட்டது.*

அரசுப்பணி, பொருளாதாரப் பாதுகாப்பு, சமூக கௌரவம் என இரண்டையும் அளித்தது. 1995-ன்போது இருபது லட்சம் தலித்துகள் இவ்வாறு பயன்பெற்றனர். எனினும் அந்த சாதிகளைச் சேர்ந்த பெரும்பாலானோர், பொருளாதார ரீதியில் வறுமையிலும் சமூக ரீதியில் தாழ்நிலையிலுமே தொடர்ந்து வசித்தனர். விவசாயத் தொழிலாளர்களாகவும், துப்புரவும் பணியாளர்களாகவும், கட்டடப் பணியாளர்களாகவுமே அவர்கள் பணியாற்றினர்.[12] எனினும், தலித்துகளின் நிலையை எடுத்து முன்வைக்க, அச்சமூகத்தில் இப்போது குறிப்பிட்ட எண்ணிக்கையிலான நடுத்தர மக்கள் இருந்தனர். அவர்கள்தான் பி.ஏ.எம்.சி.ஈ.எஃப்பில் பணியாற்றி, பின்னர் பகுஜன் சமாஜ் கட்சியில் முக்கியமான பொறுப்புகளை ஏற்றுக்கொண்டனர். இவ்வகையில் அவர்கள் சென்ற வழி, ஓ.பி.சிகள் சென்ற வழிக்கு வெகுவாக மாறான, வழி. அரசியல் அதிகாரச் சுவை கண்ட ஓ.பி.சிக்கள் மண்டல் அறிக்கை மூலம் நிர்வாக அதிகாரத்தைக் கோரினார். அட்டவணை வகுப்பினரோ, கட்சி அரசியலில் பெரும்பங்கை நாடும்முன், நிர்வாக ஆதரவைப் பெற்றிருந்தனர்.

1984 பொதுத்தேர்தலில் பகுஜன் சமாஜ் கட்சி காலடி எடுத்து வைத்தது. பத்து லட்சம் வாக்குகளுக்கு மேலாகப் பெற்றது, ஆனால் ஓரிடத்தையும் கைப்பற்றவில்லை. அடுத்து வந்த தேர்தல்களில் அதன் வெற்றி அதிகமாக இருந்தது. 1996-ல் 11 இடங்களையும், 1999-ல் 14 இடங்களையும் வென்றது. ஆனால் அது உண்மையில் தன் முத்திரையைப் பதித்தது, உத்தரப் பிரதேச சட்டமன்றத் தேர்தலில்தான். இந்தத் தேர்தலின்போது, கட்சியின் தொண்டர்கள், தலித்துகளை வெற்றிகரமாகத் தங்கள் பக்கம் கொண்டுவந்தனர். தலித்துகள் கீழ்ப்படியும் அடிமைகளாக இருப்பதையே காங்கிரஸ் விரும்புகிறது; ஆனால் பகுஜன் சமாஜ் கட்சியோ, சமுதாய நீதிக்கும் சமுதாய

மாற்றத்துக்கும் பாடுபடுகிறது; அவர்களுக்கான ஒரு கட்சிதான் தலித்துகளின் கௌரவம், பெருமை, எதிர்காலம் ஆகியவற்றை முன்னேற்றம் அடையச் செய்யும் என்று அவர்கள் கூறினர்.[13]

இச்செய்தியை தலித் வக்கீல்கள், ஆசிரியர்கள், அலுவலர்கள் ஆகியோர், தம் அளவுக்கு வாய்ப்பில்லாத தங்கள் சகோதரர்களிடம் எடுத்துச் சென்றனர். கூட்டங்கள், பேரணிகள் ஆகியவற்றை நடத்துவதைத் தவிர இந்த அறிவுஜீவிகள், தம் சாதியினரின் சொந்த வீர வரலாறுகளைத் துண்டுப் பிரசுரங்களாக வெளியிட்டனர். 'இதுவரை இந்திய வரலாறு பெரும்பாலும் பிராமணர்களால் மட்டுமே எழுதப்பட்டது' என்ற புரிதலால் உந்தப்பட்டு, அந்தச் சிறு வெளியீடுகள் தோன்றின. இப்போது ஒரு புதிய மாறுபட்ட உரையாடல் உருவாயிற்று. ஹரப்பா, மொகஞ்சதாரோ கலாசாரங்களை உண்மையில் தலித்துகளே உருவாக்கினார்கள். ஆனால் படையுடன் வந்த ஆரியர்கள், 'அவர்கள் நிலங்களைக் கைப்பற்றிக்கொண்டு அவர்களைப் பலாத்காரமாக வெளியேற்றிவிட்டு, அவர்களுடைய கலாசாரத்தையும் கடத்திக்கொண்டுபோய், அவர்களை அடிமை நிலைக்கு உள்ளாக்கிவிட்டனர்.' வரலாறு முழுவதும் தலித் விவசாயிகள், வேலையாட்கள், பாடகர்கள், கவிஞர்கள் ஆகியோர் தாம் ஒடுக்கப்படுவதைக் கடுமையாக எதிர்த்தனர். அவர்களுடைய உண்மையான மற்றும் மிகைப்படுத்தப்பட்ட செயல்கள் சிறு புத்தகங்களில் அச்சிடப்பட்டு நினைவுகூரப்பட்டன. 1990-களில் உத்தரப் பிரதேசத்தில், அவை ஆயிரக்கணக்கில் விநியோகிக்கப்பட்டன.[14]

அரசியல் அமைப்பும் சமூகப் புரிதலும் ஒன்றிணைந்து வேலை செய்ததால் பகுஜன் சமாஜ் கட்சி, உத்தரப் பிரதேசத்தில் உறுதியாக முன்னேறியது. 1989-க்கும் 2002-க்கும் இடையே இடையே 5 சட்டமன்றத் தேர்தல்கள் மாநிலத்தில் நடைபெற்றன. இத்தேர்தல்களில் பகுஜன் சமாஜ் கட்சி வென்ற இடங்கள் முறையே, 13, 12, 69, 67, 98. இறுதியில் அது மக்கள் வாக்கில் 20 சதவிதத்தைப் பெற்றிருந்தது. பகுஜன் சமாஜ் கட்சியின் லாபங்கள் எல்லாம் பெரும்பாலும் காங்கிரசின் இழப்பில்தான் வந்தன. இக்கட்சி தலித்துகளால் பலம் ஊட்டப்பட்டு மாநிலத்தின் மூன்று முக்கிய அரசியல் பிரிவுகளில் ஒன்றாக எழுந்து நின்றது. மற்றவை முலாயமின் சமாஜ்வாதிக் கட்சி, இந்து நம்பிக்கையில் செயல்பட்டுவந்த பாரதிய ஜனதா கட்சி ஆகியவை.

அதற்குள், கன்ஷி ராமின் பிரதான சீடராக இருந்த மாயாவதி, கட்சியின் தலைமைப் பொறுப்பை ஏற்றுக்கொண்டிருந்தார். அவர் புது தில்லியில், 1956-ல் அரசாங்க எழுத்தர் ஒருவரின் மகளாகப் பிறந்தார். அவருடைய லட்சியம், பெருமைமிக்க இந்திய ஆட்சிப் பணியில் சேரவேண்டும் என்பதே. ஆனால் பி.ஏ.எம்.சி.ஈ.எஃப் பேரணி ஒன்றில் கன்ஷி ராமுடன் எதேச்சையாகச் சந்தித்ததால், ஐ.ஏ.எஸ்ஸுக்கு பதிலாக அரசியலுக்கு வந்துவிட்டார். அவருடைய கேலியும் கிண்டலும் கடுமையும் நிறைந்த பேச்சுத்திறன் பொதுக்கூட்டங்களில் மக்களைக் கவர்ந்தது. 1990-களில் கட்சியின் மிக முக்கியமான தலைவர் ஆனார். தலித்துகளின் சொந்த பலத்தால் மட்டுமே ஆட்சிக்கு வரமுடியாது என்று அறிந்துகொண்ட அவர் பிற சாதிகளுடனும்

கட்சிகளுடனும் கூட்டணிகளை நாடினார். சமாஜ்வாதி அல்லது பாஜகவுடன் கூட்டணி சேர்ந்துகொண்டு, மூன்று குறுகிய காலக் கூட்டணி அரசுகளின் முதல்வராகும் வாய்ப்பைப் பெற்றார்.[15]

பத்திரிகையாளர் ஜேம்ஸ் கேமரூன், 1970-களில் எழுதும்போது, இந்திய அரசியல் வாழ்வில் ஈடுபட்டிருக்கும் பெண்கள் எப்போதும் ஆங்கிலம் பேசும் உயர் வகுப்புப் பின்னணியிலிருந்தே வந்துள்ளனர் என்பதைச் சுட்டிக்காட்டி யிருந்தார். 'இந்திய அரசியலில் பணியாற்றும் எந்தப் பெண்ணுமே, நடுத்தர வர்க்கத்திலிருந்து வந்ததில்லை. இனி வருவார்களா என்று சொல்வதும் கடினம்' என்றார். இருபது ஆண்டுகளுக்குள்ளாக, ஒரு விடை கிடைத்தது. இந்தியாவின் மிக அதிகமான ஜனத் தொகை உள்ள மாநிலத்தில், தலித் வீட்டில் பிறந்த பெண் ஒருவர், முதல்வர் ஆனார்.[16]

இந்தியாவின் பிற பகுதிகளிலும் தலித் குரல்கள் எழும்பின. 'தற்கால இந்தியா வின் மிக முக்கியமான அம்சம், தலித்துகள் அதிகமாகக் காணப்படுவதுதான். அவர்கள் இன்னமும் ஏமாற்றப்படுகிறார்கள். ஒடுக்கப்படுகிறார்கள். எதற்கும் தகுதி அற்றவர்கள் என்று முத்திரை குத்தப்படுகிறார்கள். ஆனாலும் இந்தியச் சமூகத்தில் அவர்களுடைய இருப்பை இனியும் ஒதுக்கித் தள்ளிவிட முடியாது' என்று சமூகவியல் அறிஞர் ஆந்த்ரே பெதைல் எழுதினார்.[17]

ஒரு காலத்தில் அடக்கி, ஒடுக்கப்பட்டுக்கிடந்த தலித்துகள் இப்போது இந்திய அரசியல் அமைப்புச் சட்டம் அளித்துள்ள உரிமைகளை அறிந்திருந்தனர். அவற்றுக்காகப் போராடவும் தயாராக இருந்தனர். அரசியல் அமைப்புச் சட்டத்தை முன்னின்று இயக்கிய பி.ஆர். அம்பேத்கர்தான், எல்லா இடத்திலும் தலித்துகளுக்கு உணர்ச்சி ஊட்டும் அடையாளமானார். 'தமிழ்நாடு எங்கும் டாக்டர் அம்பேத்கரின் மறுபதிப்பாக, சிலைகள், புகைப் படங்கள், சுவரொட்டிகள், அவர் உருவம் பதிக்கப்பட்ட பெயர்ப் பலகைகள் ஆகியவை காணப்படுகின்றன. அவர் பெயரில் கூடங்கள், பள்ளிகள், கல்லூரிகள் அதிகரித்துள்ளன. அவருடைய கொள்கைகளுக்கு எதிரானவர் களும்கூட அவருடைய படத்தை வெளியிட்டு அவரைப் பின்பற்றுவதாக உரிமை கோருகின்றனர்' என்றார் ஒரு மானுடவியல் அறிஞர்.[18] யூனியனின் மற்ற மாநிலங்களிலும் இதுதான் நிலைமை. தலித்துகள் வாழும் இடங்களி லெல்லாம், சிற்றூர்களில், வீடுகளில், கடைகளில், அலுவலகங்களில் எல்லாம் அம்பேத்கரின் புகைப்படங்கள் நேர்த்தியாகச் சட்டம் இடப்பட்டு, அழகாக மாலை சூட்டப்பட்டு, முக்கியமான இடங்களில் வைக்கப்பட்டன. இதற்கிடையே தலித் பிரிவினரின் வற்புறுத்தல்களால் அவருடைய சிலைகள் நகரங்களிலும் மாநகரங்களிலும், பெருஞ்சாலைகளின் சந்திப்புகளில், ரயில் நிலையங்களில், பூங்காக்களில் வைக்கப்பட்டன. அத்தலைவர் நேராக, கம்பீரத்துடன், வலது கையில் தான் உருவாக்கிய அரசியல் அமைப்புச் சட்ட நகலுடன் நிற்கும் நிலையில் சிலையாக வடிக்கப்பட்டுள்ளார்.

பி.ஆர். அம்பேத்கரின் மறைவுக்கு ஐம்பதாண்டுகளுக்குப்பின், அவர் சென்றே இராத, அவர் வாழும்போது அவரைச் சிறிதும் அறிந்திராத இந்தியாவின் பல

பகுதிகளிலும் அவர் வணங்கப்படுகிறார். தலித்துகள் எங்கெல்லாம் இருக்கிறார்களோ, அதாவது இந்தியாவின் ஒவ்வொரு மாவட்டத்திலும், அம்பேத்கர் நினைவுகூரப்படுவதுடன் மரியாதை செலுத்தவும் படுகிறார்.[19]

IV

தலித்துகளின் மன எழுச்சியுடன் சேர்ந்து, சாதிச் சண்டைகளும் அதிகரிக்க ஆரம்பித்தன. *1990*-களில் கிராமப்புறங்களில் பலத்த மோதல்கள் ஏற்பட்டன. இவற்றில் பெரிதும் தாக்குதலுக்கு உள்ளானவர்கள் தலித்துகள்தாம். மோதலின் வேர், பணம் தொடர்பானது. ஓ.பி.சிக்கள் அல்லது மேல்சாதியினர் நிலத்துக்குச் சொந்தக்காரர்களாக இருந்தனர். தலித்துகள் அந்த நிலத்தில் பயிர் செய்தனர். ஆனால், மோதல்கள் கருத்துரீதியில் ஆனதாகவே வெளிப்படுத்தப் பட்டன. தலித்துகள், கூலியை அதிகரிக்குமாறும் தங்களை மனிதத்தன்மை யுடன் நடத்துமாறும் கேட்பதை, அவசரமாக, தேவையானால், வன்முறை மூலமாக, தலித்துகளை அவர்களுக்குரிய இடத்தில் வைத்தாக வேண்டும் என்பதாக மேல் சாதியினர் எடுத்துக்கொண்டனர்.

தென்மாநிலமான தமிழ்நாட்டின் தென்கோடி மாவட்டங்கள் இம்மோதல் காட்சிகளின் ஓர் அரங்கமாகத் திகழ்ந்தன. இந்த மோதல்கள், வளர்ந்துவரும் நடுத்தர சாதி நிலச் சொந்தக்காரர்களான தேவர்களுக்கும் நிலமற்ற தலித்து களுக்கும் இடையே நடைபெற்றன. இந்த மோதல்கள் கூலி தொடர்பாகவோ, அல்லது ஒரு காலத்தில் துப்புறவுப் பணியில் மட்டும் ஈடுபட்ட சாதியினர் இன்று இந்திய ஆட்சிப் பணியில் சேரும் காரணத்தால் ஏற்பட்ட கௌரவ பாதிப்பினாலோ நிகழும். தைரியம் பெற்ற தலித்துகள், வெகு நாள்களாக கிராம டீக்கடைகளில் தங்களுக்கென தனி குவளைகளில் தேநீர் வழங்கப்படுவதை ஏற்க மறுத்தனர். தேவர்கள் தங்கள் மதிப்புக்குரிய தலைவர் முத்துராமலிங்கத் தேவருக்கு *(1908-1965)* எடுக்கும் ஒவ்வொரு சிலைக்கும் பதிலாக தலித்துகள், அம்பேத்கருக்கு மாற்றுச்சிலை அமைப்பர். (ஒரு குழுவினர் அமைத்த சிலையை மறு குழுவினர் சேதப்படுத்துவதால் மோதல்கள் தோன்றின.) மோதல்கள், பொருள்ரீதியிலும் கொள்கைரீதியிலும் ஆனவை. இவை அடிக்கடி நடந்தன. சேதமும் அதிகமாக இருந்தது. தமிழ்நாட்டில் பத்தாண்டுகளில் நடந்த சாதி மோதல்களில் நூற்றுக்கும் மேலானோர் இறந்தனர்.[20]

இதற்கு இணையான மோதல்கள் வட இந்தியாவிலும் நிகழ்ந்தன. உதாரணத்துக்கு, ஜாஜர் என்ற ஹரியானா கிராமத்தில் நடந்த சம்பவத்தை எடுத்துக்கொள்ளலாம். *2002* அக்டோபர் *15* அன்று, தலித்துகள் சிலர் அடித்துக் கொல்லப்பட்டனர். அதற்கு முன்பாக, அன்று காலை அவர்கள் தாங்கள் சேகரித்த பசு மாட்டுத் தோலை விற்கச் சந்தைக்குச் சென்றுகொண் டிருந்தார்கள். ஒரு கூற்றின்படி, போலீஸ் அவர்களை நிறுத்தி, தோல் அவர்களுக்கு எப்படிக் கிடைத்தது என்று கேட்டதாம். மற்றொரு கூற்றின்படி, சாலையில் சென்றுகொண்டிருந்த ஒரு பசுவை அவர்கள் கொன்று, அதன்

தோலை உரித்தார்களாம். இந்த, சாத்தியக்கூறு குறைவான, இரண்டாவது கூற்றுதான் செல்லுபடியானது. ஒரு பசு கொலைசெய்யப்பட்ட வதந்தி அந்தப் பிராந்தியத்தில் பரவியபோது, பசுவைப் புனிதமெனக் கருதிய மேல்சாதி இந்துக்கள் கோபம் கொண்டனர். மிகப் பெரும் மக்கள் கூட்டம் ஒன்று காவல் நிலையத்துக்கு வந்து, காவலர்கள் முன்னிலையிலேயே தலித்துகளைப் பிடித்திழுத்து, அந்தப் பிரதான சாலையிலேயே அடித்துக் கொன்றது.[21]

தலித்துகளுக்கு எதிரான கொடுமைகள், சாதி இந்துக்களால் மட்டுமே நிகழ்த்தப்படவில்லை. பஞ்சாபில் நிலம் வைத்திருந்த ஜாட் சீக்கியர்கள், கூலிவேலை மற்றும் கைவினைஞர் தொழில் செய்யும் சாதிகளிடையே வளரும் தன்னம்பிக்கை கண்டு, அவர்களை எதிர்த்தனர். 20-ம் நூற்றாண்டின் ஆரம்பத்திலிருந்தே தலித் சீக்கியர்கள் (ஜாட்களின் கட்டுப்பாட்டில் இருந்த) நிலத்தில் பங்கு உரிமையும் சீக்கியக் கோவிலுக்குள் வருவதற்கான உரிமையும் கோரிப் போராடி வந்தனர். சில தலித்துகள் தங்களுக்கென்று ஆதி தர்மம் என்ற ஒரு மதத்தை நாடி, தப்பித்துக்கொண்டனர். மிக அண்மையில் பசுமைப் புரட்சி விளைவித்த வளம் கீழ்சாதியினருக்குப் புதிய வாய்ப்புகளைத் தேடித் தந்தது. அவர்கள் நகரங்களில் வேலை செய்யவும், புதிய தொழில்களைத் தொடங்கவும், தொழிற்சாலைகளில் பணி புரியவும் வாய்ப்புகள் பெற்றனர். வெளிநாடுகளுக்குப் பரவலாகச் சென்ற சீக்கியர்கள் கிராமத்தில் உள்ள உறவினர்களுக்குப் பணம் அனுப்பத் தொடங்கினர்.[22]

இங்கும், ஒரு மோதலை எடுத்துக்காட்டாகக் கொள்ளலாம். இது தொழில் நகரமான ஜலந்தரின் புறநகர் எல்லைப்பகுதியான தல்ஹான் கிராமத்தின் கோவில் நிர்வாகம் பற்றியது. அந்தக் கோவில், கைவினைஞராக இருந்து துறவியாக மாறிய பாபா நிஹால் சிங் என்பவர் நினைவாகக் கட்டப்பட்டது. எல்லா சாதிச் சீக்கியர்களும் அங்கு அதிகமான எண்ணிக்கையில் வழிபாடு நடத்தினர். அவர்களுடைய காணிக்கைகளால் அக்கோவில் மாவட்டத்திலேயே மிக அதிகமான செல்வம் படைத்த கோவிலாக விளங்கியது. (கோவிலின் வசூல் ஆண்டுக்கு 5 கோடி ரூபாய் என்று மதிப்பிடப்பட்டது) எனினும் ஜாட் இனத்தவரே கோவில் நிர்வாகக் குழுவில் இருந்தனர். பணத்தை எவ்வாறு செலவிடுவது என்பதை அவர்களே முடிவுசெய்தனர். கோவிலை அழகுபடுத்துவதோ, சாலைகள் அமைப்பதோ, விருந்துகள் நடத்துவதோ, அனைத்தையும் அவர்களே முடிவுசெய்தனர். தலித்துகள் நீண்ட காலமாகவே கமிட்டியில் பிரதிநிதித்துவம் கோரி வந்தனர். அது மறுக்கப் பட்டதால் அவர்கள் நீதிமன்றத்துக்குச் செல்ல முடிவெடுத்தனர். 2003 ஜனவரியில் வழக்கு விசாரணையில் இருந்தபோது ஜாட்டுகள், தலித்துகளை சமூகத்திலிருந்து விலக்குவதாக அறிவித்தனர். அவர்களும் பதிலுக்கு எதிர்ப்பு வேலைநிறுத்தங்களை அறிவித்தனர். 6 மாதங்களுக்குப் பிறகு கிராமச் சந்தை ஒன்றில் இரு பிரிவுகளுக்கும் இடையே கடும் மோதல் ஏற்பட்டது. நிர்வாகம் தலையிட்டு ஒரு சமரச ஏற்பாட்டைச் செய்தது. அதன்படி நிர்வாகக் குழுவில் இரண்டு தலித்துகள் தேர்ந்தெடுக்கப்படுவர். ஆனால் அவர்கள் சீக்கிய மரபுப்படி தலைமுடியும் தாடியும் வளர்க்கவேண்டும்.[23]

V

பிகாரைப்போல வேறெங்கும் தலித்துகள் கடுமையாக ஒடுக்கப்படவில்லை; வேறெங்கும் ஒடுக்குதல்களை எதிர்க்கும் அளவுக்கு அவர்கள் கட்டமைக்கப் படவில்லை; வேறெங்கும் சாதி மோதல்கள் அவ்வளவு அடிக்கடியும், கடுமையாகவும், கோரமாகவும் இருக்கவில்லை.

கிழக்கு இந்தியாவின் விவசாயமுறை, வரலாற்றுரீதியாகவே மோசமான நிலப்பிரபுத்துவ முறைக்கு எடுத்துக்காட்டாக இருந்தது. அண்டை மாநில மான மேற்கு வங்கத்தில் இந்த சமத்துவமற்ற நிலை, நிலச் சீர்திருத்தங்களால் ஓரளவுக்கு குறைக்கப்பட்டது. ஆனால் பிகாரில் இந்நிலை தொடர்ந்தது. நடுத்தர, மேல் சாதியினர் நிலத்துக்குச் சொந்தக்காரர்களாக இருந்தனர். தலித்து கள் நிலங்களை உழுதனர். 1970-கள் தொடங்கி மாவோயிஸ்டுகள் அவர்களுடைய பிரச்னையை முன்னெடுத்தனர். பத்தாண்டுகளுக்குமுன் அது செயல்படத் தொடங்கிய மேற்கு வங்கத்தில் ஏறத்தாழ மறைந்துவிட்ட போதிலும், நக்ஸலைட்டுகள் பிகாரின் மத்திய மாவட்டங்களில் உறுதியாக பலம்பெற ஆரம்பித்தனர். அவர்கள் விவசாயத் தொழிலாளர் முன்னணியை உருவாக்கி, அதிகக் கூலி, வேலை நேரக்குறைப்பு, சில சமூக வழக்கங்களுக்கு முடிவு கட்டுதல் ஆகியவற்றைக் கோரினர். (சமூக வழக்கங்களில் ஒன்று, சில பகுதிகளில் மண நாளன்று இரவில் கீழ்சாதி மணப்பெண்மீது நிலச்சொந்தக் காரருக்கும் உரிமை உண்டு.) அவர்கள் கிராமப் பொது நிலங்களில் ஒரு பங்கையும் குளங்களில் மீன் பிடிக்கும் உரிமையையும் கேட்டனர். அவை பொதுவாக சமூகம் முழுமைக்குமானவை என்று சொல்லப்பட்டாலும், நடை முறையில் மேல்சாதியினர் மட்டுமே அவற்றை அனுபவித்துவந்தனர்.[24]

மத்திய பிகாரில் இடதுசாரித் தீவிரவாதிகள், தலித்துகளை ஒன்று திரட்டி ஒரு சக்தியை உருவாக்கியதால், அவர்களிடத்தில் சுயமரியாதை உணர்வு ஓங்கியது. 1999-ல் அப்பகுதியில் பயணம் மேற்கொண்ட பத்திரிகையாளர் முகுல், அவர்களிடம் புதிதாகத் தோன்றியுள்ள நம்பிக்கையைக் கண்டார். பார்வையாளர்களைச் சமமாகக் கருதிச் சந்தித்து, 'வணக்கம் சகோதரரே' (நமஸ்கார் பாயிஜி) என்று வணக்கம் கூறி வரவேற்றனர். 'முன்புபோல அவர் கள் கைகளை மார்பில் கட்டிக்கொண்டு, உடலை வளைத்து, 'அய்யா, எஜமானே' (ஹுஸூர், ஸாஹேப், சார்) என்றெல்லாம் அழைக்கவில்லை. புதிதாகக் கண்டுபிடிக்கப்பட்ட பாயிஜி (சகோதரர்) என்ற வார்த்தை பிராந்தியம் முழுதும் கிராமம் கிராமமாக ஒலித்து இதயத்தை நிறைத்தது.'[25]

பேலா பாட்டியா என்ற மானுடவியலாளர், 'இந்தக் கௌரவ உணர்வு நக்ஸலைட் இயக்கத்தின் முக்கிய சாதனைகளில் ஒன்று' என்று எழுதுகிறார். மற்ற சாதனைகள்: கட்டாய வேலைக்கு முடிவு கட்டியது, குறிப்பிடும் அளவுக்குக் கூலி விகித உயர்வு ஆகியவை. சாதாரணமாக, விளைபொருளாகக் கொடுக்கப்படும் கூலி இப்போது இரண்டு மடங்கானது. மேலும், கொடுக்கப் படும் தானியத்தின் தரம் முன்பைவிடச் சிறப்பானதாக இருந்தது.

இடைவெளியே இல்லாமல், தொடர்ந்து பன்னிரண்டு மணி நேரம் வேலை செய்த தொழிலாளர்களுக்கு, இப்போது முறையான ஓய்வு அளிக்கப்பட்டது. பதிவு செய்த அல்லது பதிவு செய்யப்படாத வரலாற்றில் முதல்முறையாக பெண்களுக்கும் ஆண்களைப்போலவே கூலி அளிக்கப்பட்டது; பெண்களும் ஆண்களைப் போலவே நடத்தப்பட்டனர்.

ஆனால், இந்தத் தீவிரவாதிகளின் நீண்டகால நோக்கம் இந்திய அரசாங்கத்தை வீழ்த்துவதே. மறைவாகவும் வெளிப்படையாகவும், சட்டபூர்வமானதாகவும் சட்டத்தை மீறியதாகவும் அடுத்தடுத்து செயல்கள் மேற்கொள்ளப்பட்டன. ஒரு பக்கம் ஊர்வலங்களும் வேலை நிறுத்தங்களும் நடைபெற்றன. மறுபக்கம் ஆயுதச் சேகரிப்பும் பகைவர்மீது வரிவிதிப்பும் நடைபெற்றன. நக்ஸலைட்டுகள் தங்களுக்கென செம்படை (லால் சேனா) ஒன்றை வைத்திருந்தனர். அவர்களுக்கு துப்பாக்கி சுடுதல், குண்டெறிதல், கண்ணிவெடி வைத்தல் ஆகியவற்றில் பயிற்சி அளிக்கப்பட்டது. அவர்களிடம் 'ஸஃபாயா' (துப்புறவு வீரர்கள்) என்ற குழுவும் இருந்தது. இந்த வீரர்கள், குறிப்பாக விவசாயத் தொழிலாளர்களை அடிமையாக அடக்கி ஒடுக்கும் நிலப்பிரபுக்களைப் படுகொலை செய்யப் பயிற்சி பெற்றிருந்தார்கள்.[26]

இதற்குப் பதில் அளிக்கும்வகையில், ஆளும் மேட்டுக்குடியினர் தங்களுக்கென சொந்தமான படை ஒன்றை வைத்திருந்தனர். நிலச் சொந்தக்காரச் சாதிகள் ஒவ்வொன்றும் தனித்தனிப் படை ஒன்றைப் பராமரித்து வந்தது. பூமிஹார்களிடம் ரணவீர் சேனை, குர்மிகளிடம் பூமி சேனை, ராஜபுத்திரர்களிடம் குன்வர் சேனை, யாதவர்களிடம் லோரிக் சேனை ஆகிய தனிப் படைகள் இருந்தன. 1980 தொடங்கி, தற்போதைய 2007 வரை பிகாரின் நவீன வரலாற்றில், ஒவ்வொரு சாதியும் பிரிவும் மற்றொன்றுடன் நடத்திய படுகொலைப் போர்கள் விரவியுள்ளன. சில சமயம் பூமிஹார் அல்லது யாதவ சேனை ஒரு தலித் குழுவைச் சுற்றி வளைத்து எரிக்கும். மற்றும் சில சமயங்களில் நக்ஸலைட்டுகள் மேல் சாதியினர் சிற்றூரைச் சூறையாடி ஊர்வாசிகளைத் துப்பாக்கியால் சுடுவர். ஒரு பட்டியலின்படி (முழுதானதல்ல) 1996, 1997 ஆண்டுகளில் இதுபோல் பதிமூன்று சம்பவங்கள் நடந்தன. 150-க்கும் அதிகமானோர் கொல்லப்பட்டனர்.[27] இந்த வன்முறையின் பின்னணியில் மிருகத்தனமான, பெரும்பாலும் நினைத்தே பார்க்கமுடியாத வெறுப்பு படிந்துள்ளது. 'மேரா இதிஹாஸ் மஸ்தூரோன் கி சிதா பர் லிக்கி ஹோகி' ('என் வாழ்க்கை வரலாறு (தலித்) தொழிலாளர்களின் சிதையைச் சுற்றி எழுதப்படும்') என்று ஒரு பூமிஹார் நிலப்பிரபு கூறினார். அதற்கு பதில் அளிக்கும்வகையில் நக்ஸலைட்டுகள் 'ஆட் கா பத்லா அஸ்ஸி சே லேங்கே' ('நீ 8 பேரைக் கொன்றால் நாங்கள் 80 பேரைக் கொன்று பழிதீர்ப்போம்') என்று முழக்கமிட்டனர்.[28]

1990-களின் இடைப்பகுதியில், பிகாரில் அரசு எங்குமே காணப்படவில்லை. மேல்சாதி தனிப்படைக்காரர் ஒருவர், அங்கு வந்திருந்த பத்திரிகையாளர் ஒருவரிடம், 'போலீஸ்காரர்கள் பேடிகள். அவர்கள் வளையலும் சேலையும்

அணியவேண்டும். அவர்கள் கண்ணெதிரே இங்கு எங்காவது ஒரு கொலை நடந்தால் முதல் தகவல் அறிக்கை தயாரிக்கக்கூட தைரியம் அற்றவர்கள். இங்கு அரசாங்கமோ போலீஸோ இல்லை, இங்கு எங்கள் ரணவீர் சேனையும் மார்க்சிஸ்ட் லெனினிஸ்ட்காரர்கள் (நக்ஸலைட்டுகள்) மட்டும்தான் என்றார்.[29]

பிகாரில் நக்ஸலைட்டுகள் குறிப்பிடத்தகுந்த வகையில், ஆதிக்கம் பெற்றிருந்ததை, 2005 நவம்பரில் ஜகானாபாத் என்ற நகர்மீது நடந்த தாக்குதல் காட்டும். நூற்றுக்கணக்கான துப்பாக்கி வீரர்கள் நகரைத் தாக்கி அரசு அலுவலர்கள்மீது குண்டு மழை பொழிந்தனர். சிறையைத் தாக்கி, 200 கைதிகளை விடுவித்தனர். அவர்களில் பெரும்பான்மையினர் அவர்களுடைய கட்சியைச் சேர்ந்தவர்கள். அவர்களுள் அவர்களது பிராந்தியத் தளபதியும் இருந்தார். தேர்தல் பணிக்காக பெரும்பாலான மாவட்ட போலீஸ்காரர்கள் வேறு இடங்களுக்குச் சென்றது, நக்ஸலைட்டுகளின் வேலையை எளிதாக்கியது. எனினும் இந்தச் செய்கை சட்டபூர்வமாக பிகாரின் நிர்வாகம் நொறுங்கிப்போய்க் கிடந்ததையே வெளிச்சமிட்டுக் காட்டியது. ஏனென்றால், ஜகானாபாத், மாநிலத்தின் தலைநகரான பாட்னாவிலிருந்து வெறும் 40 மைல் தூரத்திலேயே இருந்தது.[30]

VI

பழங்குடியினர் இடையேயும் நக்ஸலைட்டுகள் தீவிரமாகச் செயல்பட்டனர். அவர்களும் வரலாற்றுரீதியாக, பிற்பட்டவர்கள் என்று இந்திய அரசியல் அமைப்புச்சட்டத்தால் அங்கீகரிக்கப்பட்டவர்கள். இந்தப் பழங்குடியினர், மிக அதிக வளம் உடைய இந்தியப் பகுதிகளில் வசித்தனர். அப்பகுதிகள் மிகச்சிறந்த காடுகளையும், மதிப்புமிக்க கனிமங்களையும், சுதந்தரமாக ஓடும் ஆறுகளையும் கொண்டவை. பல ஆண்டுகளாக அவர்கள், வளமான பல ஆதாரங்களை அரசிடமோ அல்லது வெளியில் இருந்து வந்தவர்களிடமோ இழந்து, மீதம் இருப்பதையாவது காப்பாற்றிக்கொள்ளக் கடினமாகப் போராடினர்.

அந்தப் பழங்குடியினரின் கோபத்துக்கு மிகக் குறிப்பான இலக்கு வனத் துறையினர். அவர்கள், மரங்களையும் மரமல்லாக் காட்டு விளைபொருட்களான தேன், மூலிகைகள் ஆகியவற்றையும் பழங்குடியினர் சேகரித்து விற்பதைக் கட்டுப்படுத்தினர். பீடி, சுருட்டு சுற்றப் பயன்படும் தெந்து இலைகள் மத்தியப் பிரதேசத்தில் லாபகரமானவை. அரசாங்கம் அந்த வியாபாரத்தைத் தனி ஒப்பந்தக்காரர்களிடம் கொடுத்திருந்தது. ஆனால், அந்த இலைகளைச் சேகரித்தவர்கள் பழங்குடியினர். அவர்களுக்கு அளிக்கப்பட்ட கூலி மிகக் குறைவு: 5,000 இலைகளுக்கு ரூ. 30. 1990-களின் ஆரம்பத்தில், பழங்குடியினர் அதிகக் கூலி கேட்டனர். அது மறுக்கப்பட்டபோது, அவர்கள் முக்கியமான பெரும் சாலைகளில் தடைகளை ஏற்படுத்தினர்.[31]

பழங்குடிப் பிரதேசங்களில் பலதரப்பட்ட சமூகத் தொண்டர்கள் பணியாற்றி வந்தனர். சிலர் காந்தியவாதிகள். சிலர் மார்க்சிஸ்டுகள். நிலங்களுக்கும்

காடுகளுக்கும் அனுமதி கோரியும், பள்ளிகள், மருத்துவமனைகள் கேட்டும் அவர்கள் கோரிக்கை விடுத்தனர். இந்த மக்கள்தான், இந்திய அரசால் மோசமாகப் புறக்கணிக்கப்பட்ட பிரிவினர்; தாழ்வாகக் கருதப்பட்ட பிரிவினர். காலனி ஆட்சியின்போது, சில பழங்குடிப் பிரிவுகள் குற்றப் பிரிவினர் என்று கருதப்பட்டனர். அவர்களின் ஒரே குற்றம், அவர்கள் குறிப்பிட்ட ஓரிடத்தில் வசிக்காமல் நாடோடிகளாக அங்கும் இங்கும் அலைந்துகொண்டிருந்தது தான். சுதந்தரத்திற்குபிறகு அந்தப் பிரிவினர்மீது குத்தப்பட்ட முத்திரை அழிக்கப்பட்டாலும், பொதுக்கருத்து அவர்களுக்கு எதிராகவே இருந்தது. பழங்குடி மாவட்டங்களில் நியமிக்கப்பட்ட அதிகாரிகள், யாருக்காக வேலை செய்ய ஊதியம் பெறுகிறார்களோ, அவர்களைக் கீழானவர்களாகக் கருதுபவர்களாக இருந்தார்கள். ஒரு காலத்தில் கீழ்ப்படிந்தவர்களாக இருந்த பழங்குடியினர், தீவிரவாதிகளின் செல்வாக்குக்கு உட்பட்டபின் எதிர்ப்பில் இறங்க ஆரம்பித்தனர். விளைவாக, காவலர்களுடன் தொடர் மோதல்கள் ஏற்பட்டன.[32]

பழங்குடியினரின் புகழ்பெற்ற போராட்டம், 1990-களின் 'நர்மதையைக் காப்பாற்று இயக்கம்' (நர்மதா பச்சாவோ ஆந்தோலன்). அதன் தலைவர், மேதா பட்கர் என்ற பெண். அவர் பழங்குடியினர் அல்லர்; ஒரு சமூகத் தொண்டர். பம்பாயில் வளர்ந்து, போராட்டப் பாதையைத் தேர்ந்தெடுத்தவர். நர்மதை நதியின்மீது கட்டப்பட இருந்த மாபெரும் அணை, பெரும்பாலும் பழங்குடியினரான சுமார் இரண்டு லட்சம் பேர்களை வீடற்றவர்கள் ஆக்கிவிடும். இதனால் அணையைத் தடுத்து நிறுத்துவது அந்த இயக்கத்தின் நோக்கம். பட்கர், குஜராத்தின் அணைப் பகுதி, போபால் நகர் (மத்தியப் பிரதேசத் தலைநகர். பாதிக்கப்படும் பழங்குடியினர் பெரும்பான்மையோர் வாழிடம்), நாட்டின் தலைநகரான தில்லி ஆகிய இடங்களில், சக்தி வாய்ந்த அரசாங்கத்திடம் நீதி கோரி, பழங்குடிகளின் வண்ணப் பேரணிகளை நடத்தினார். தலைவரும் பல நீண்ட உண்ணா விரதங்களை மேற்கொண்டு, தம் மக்களின் துயரத்தை அரசின் கவனத் துக்குக் கொண்டுவர முயன்றார்.[33]

அந்தக் குறிப்பிட்ட அணையை நிறுத்துவதில் பட்கர் வெற்றிபெறவில்லை. ஆனாலும், வளர்ச்சித் திட்டங்களால் வீடிழந்து நிற்கும் பல லட்சக்கணக் கானோரின் மறுவாழ்வமைப்பில் அரசின் அவமானகரமான செயல்பாடு களைப் பரவலாக வெளியே கொண்டுவந்தார். இதற்கிடையே பழங்குடி யினரின் நீண்டகாலத் துயர வரலாற்றை அரசு ஏற்றுக்கொண்டதன் அறிகுறியாக, பிகார், மத்தியப் பிரதேச மாநிலங்களின் பழங்குடி மாவட்டங் களை உள்ளடக்கி ஜார்க்கண்ட், சத்தீஸ்கர் மாநிலங்கள் 2000-ல் தோற்றுவிக்கப் பட்டன. அதேபோல், வளமான இயற்கை ஆதாரங்கள்கொண்ட, சக்தி வாய்ந்த வெளியார் அமைப்புகளால் கொள்ளையடிக்கப்பட்ட உத்தரப் பிரதேச மலை மாவட்டங்களைக் உள்ளடக்கி உத்தராகண்ட் என்ற மாநிலம் அமைக்கப் பட்டது. (பின்னர் உத்தராஞ்சல் என்று பெயர் மாற்றப்பட்டது.)

VII

இந்தியாவின் இதயப்பகுதி மோதல்களிலிருந்து நாம் இப்போது தூரப் பகுதி மோதல்கள் பற்றிப் பார்க்கச் செல்கிறோம். இதில் முக்கியமானது பழைய புண்ணான காஷ்மீர். அமைதியான ஓரிரு பத்தாண்டுகளுக்குப் பிறகு, 1989-ன் ஆரம்பத்தில் பள்ளத்தாக்கில் மோதல்கள் வெடித்தன. நவம்பரில் ராஜிவ் காந்தியை அடுத்து வி.பி. சிங் பிரதமரானார். சிங், காஷ்மீரின் 'மைய நீரோட்ட' அரசியல்வாதி முஃப்டி முகமது சயீதை, அதிகாரம் மிக்க உள்துறை அமைச்சராக்கினார். இது பொதுவாக, இந்தியாவில் உள்ள முஸ்லிம்களைத் திருப்தி செய்யவும், குறிப்பாக, பள்ளத்தாக்கு முஸ்லிம்களை மகிழச் செய்யவும் செய்யப்பட்டது. அவர்களில் ஒருவர் சட்டம் ஒழுங்குக்குப் பொறுப்பாக இருக்கும்போது, நிச்சயமாக போலீஸ் அவர்களை முன்பைவிடக் குறைந்த கடுமையுடன் கையாளும்.

சோதனை விரைவிலேயே தொடங்கியது. 1989 டிசம்பர் 8 அன்று, ஸ்ரீநகரில் பணிபுரியச் சென்ற ஒரு பெண் மருத்துவர் கடத்திச் செல்லப்பட்டார். அவர் சாதாரண ஆள் அல்லர்; ரூபையா சயீத், உள்துறை அமைச்சர் மகள். ஜம்மு காஷ்மீர் விடுதலை முன்னணியின் தீவிரவாதிகளால் கடத்திச் செல்லப் பட்டிருந்தார். அவரை விடுதலை செய்ய, ஐந்து ஜே.கே.எல்.எஃப் தீவிர வாதிகளை விடுவிக்கவேண்டும் என்று அவர்கள் கோரினர். முதல்வர் ஃபரூக் அப்துல்லா, அந்த அச்சுறுத்தலுக்கு இணங்க விரும்பவில்லை. அதை மறுத்து, தில்லியில் இருந்த பிரதமர், 13-ம் தேதி அன்று சிறைப்பிடிக்கப்பட்ட தீவிரவாதிகளை விடுத்தார். பெரும் ஜனத்திரள் அவர்களை வரவேற்று, ஊர்வலமாக ஸ்ரீநகர் வீதிகள் வழியே அழைத்துச் சென்றது. அவர்கள் முழக்க மிட்ட கோஷங்களில் ஒன்று அபாயகரமானது: 'ஜோ கரே குதா கா கௌஃப், உடா லே கலாஷ்னிகவ்' (கடவுள் பணியை மேற்கொள்ள விரும்பினால் கலாஷ்னிகவ் துப்பாக்கியைக் கையில் எடுங்கள்). பிறகு ரூபையா சயீத் தன் குடும்பத்துடன் சேர்ந்துகொண்டார்.[34]

அரசாங்கத்தின் சரணாகதியை, தீவிரவாதிகள் தங்கள் பெரும் வெற்றியாகக் கருதினர். தொடர்ந்து கடத்தல்கள் நடைபெற்றன: பி.பி.சி நிருபர் ஒருவர், மூத்த அதிகாரி ஒருவர், பிரபல அரசியல்வாதி ஒருவரின் மகள். காஷ்மீர் பல்கலைக்கழகத் துணைவேந்தர், உள்ளூர் தொலைக்காட்சி நிறுவனத் தலைவர் உட்பட, பல படுகொலைகளும் நிகழ்த்தப்பட்டன.[35]

இந்நிலையில், 1989-1990 ஆண்டுகளின்போது, முப்பத்திரண்டு பிரிவினை வாதக் குழுக்கள் பள்ளத்தாக்கில் தீவிரமாகச் செயல்பட்டு வருவதாக இந்திய உளவுத்துறை கூறியது. இவற்றுள் இரண்டு முக்கியமானவை. முதலாவது ஜே.கே.எல்.எஃப். அது சுதந்தரமான, மதச்சார்பற்ற, முஸ்லிம்கள் போலவே இந்துக்களுக்கும் சீக்கியர்களுக்கும் சம உரிமை உள்ள நாட்டை அடையப் போராடியது. அவர்களுடைய லட்சியம் பிரபலமான அவர்களது கோஷத்தில் வெளியானது: 'ஹமே க்யா சாஹியே? ஆசாதி! ஆசாதி!' (நம் தேவை என்ன? விடுதலை! விடுதலை!) இரண்டாவது, ஹிஸ்புல் முஜாஹிதீன். அதன் பெயரே

சொல்வதுபோல, அது இஸ்லாமிய அரசை ஏற்படுத்த முனைந்தது. பாகிஸ் தானுடன் இணைவதிலும் அவர்களுக்குப் பிரச்னை இல்லை. ஹிஸ்புல் முஜாஹிதீன் அமைப்பை சையத் சலாவுதீன் என்பவர் தலைமை ஏற்று நடத்தினார். அது அவரது இயக்கப் பெயர். அவர் ஒரு காலத்தில் ஜனநாயக அரசியல்வாதியாக இருந்தவர். 1987 தேர்தலில் போட்டியிட்டவர். ஆனால் வெட்கக்கேடான வாக்குச்சீட்டுப் பறிப்பு போன்ற தேர்தல் ஊழல்களால் வெற்றிவாய்ப்பை இழந்தவர். அப்போதுதான் அவர் பல இளைஞர்களைத் தன்னோடு அழைத்துக்கொண்டு, துப்பாக்கியின் பக்கமும் பாகிஸ்தான் பக்கம் திரும்பினார்.[36]

ஜே.கே.எல்.எஃபும் ஹிஸ்புல்லும் பலவிதமான ஆயுதங்களைக் குவித் திருந்தன. அவற்றைக் கொண்டு, சிறிதும் பெரிதுமான கொலைகளைச் செய்தனர், வங்கிகளைக் கொள்ளையடித்தனர், போலீஸ் நிலையங்களுக்கு முன் குண்டுவீசினர். பின், மேலும் தைரியமடைந்து, 1990 நவம்பரில் அகில இந்திய வானொலி நிலையத்தின்மீது ராக்கெட் தாக்குதல் நிகழ்த்தினர். அரசாங்கம் இப்போது கடுமையான நிலையை எடுத்தது. ஒழுங்கை நிலை நாட்ட, துணை ராணுவப் படைகளையும் சில ராணுவப் பிரிவுகளையும் அனுப்பியது. 1990-ல் பள்ளத்தாக்கில் சுமார் 80,000 இந்தியப் படைகள் இருந்தன. இவ்வாறு, 'அரசியல் தீர்வுகாணும் முயற்சி ஒதுக்கிவைக்கப்பட்டு அடக்குமுறைக் கொள்கை மேற்கொள்ளப்பட்டது.'[37]

1990-ல் காஷ்மீரின் நிலையை செய்தித்தாள் தலைப்புச் செய்திகள் இவ்வாறு பிரதிபலித்தன:

> பிரிவினைக் கோரிக்கை முன்னணியில் இளைஞர்கள்
> குண்டு வெடிப்பில் காஷ்மீர் அதிர்கிறது
> ஸ்ரீநகரில், காஷ்மீர் தீவிரவாதிகள் காவலரைத் தூக்கிலிட்டனர்
> ஜம்மு காஷ்மீரில் கிளர்ச்சிக்குக் காரணம் பாகிஸ்தானே
> காஷ்மீர் தீவிரவாதிகளுடன் ராணுவம் கடும் சண்டை
> அனந்த்நாகில் ராணுவம் அழைப்பு; ஊரடங்கு உத்தரவு அமல்
> பாதுகாப்புப் படைகள் 81 தீவிரவாதிகளைக கொன்றனர்
> ஜம்மு காஷ்மீர் ஊர்வலத்தில் துப்பாக்கிச் சூடு, மூவர் மரணம்
> காஷ்மீரில் முழுக் கடையடைப்பு. தலையற்ற உடல்கள் கிடைத்தன
> ஜம்மு காஷ்மீர் கலவரம். செப்டெம்பர்வரை 1,044 பேர் பலி
> ஸ்ரீநகரில் 'மக்கள் சக்தி', ஊரடங்கு வாபஸ், கடைகள் மூடல்
> ஐ.நா அலுவலகத்தில் மூவர்ணக்கொடி எரிக்கப்பட்டது
> ஜம்மு காஷ்மீர் 'சுதந்தர' பேரணியில் 5 லட்சம் பேர்
> சுதந்தரம் ஒன்றே காஷ்மீர் காயங்களை ஆற்றும்[38]

பள்ளத்தாக்குவாசிகள், துப்பாக்கிச் சண்டையின் இடையில் சிக்கிக் கொண்டனர். ஆனால் கடைசி சில தலைப்புச் செய்திகள் குறிப்பிடுவதுபோல், அவர்களது அனுதாபம், தீவிரவாதிகளிடமே இருந்தது. நடுநிலையில் இருந்தவர்களும், 1990 மே மாதம் மதிப்புமிக்க மீர்வாய்ஸ் முகமது ஃபரூக்

கொலை செய்யப்பட்டதும், ஏதோ ஒரு பக்கம் சேருமாறு வற்புறுத்தப்பட்டனர். பெருங்கூட்டம் ஒன்று அவர் உடலுடன் இடுகாட்டுக்குச் சென்றது. என்ன நடந்தது என்பது பற்றிய விவரங்கள் இன்னும் மர்மமாகவே இருக்கின்றன. எங்கோ எப்படியோ மத்திய ரிசர்வ் போலீஸுக்கும் கூட்டத்தினருக்கும் இடையே சச்சரவு ஏற்பட்டது. கலவரத்தில், போலீஸ் படை ஊர்வலத்தின்மீது துப்பாக்கிச் சூடு நடத்தியது. 30 பேர் இறந்தனர். 300 பேருக்கு குறையாமல் காயமடைந்தனர். மீர்வாய்ஸின் கொலையாளிகள் நிச்சயமாக பாகிஸ்தானின் கைக்கூலிகள்தான். ஆனாலும் அன்று மாலை முடிவில், பொய்ப் பிரசாரப் போரில் இந்தியா முடிவாக தோற்றே போனது.[39]

காஷ்மீரிகளைக் காப்பாற்ற என்று அனுப்பப்பட்டவர்களின் நடத்தையால், அவர்கள் மேலும் தீவிரமாகத் தனிமைப்படுத்தப்பட்டனர். இந்திய வீரர்கள், குறிப்பாக ரிசர்வ் போலீஸ், பெரும்பான்மை மக்களை தீவிரவாதிகளின் அனுதாபிகளாகவே கருதினர். அவர்களுடைய நடவடிக்கைகளை ஆம்னெஸ்டி இண்டெர்நேஷனல் பதிவு செய்துள்ளது[40], இந்திய மனித உரிமை அமைப்புகளும் பதிவு செய்துள்ளன. 1990 வசந்த காலத்தில் மதிப்புக்குரிய நீதிபதி வி.எம். தார்க்குண்டே தலைமையில் ஒரு குழு, பள்ளத்தாக்கு முழுதும் சுற்றுப்பயணம் செய்து, அரசாங்க அதிகாரிகள், போராளிகள், சாதாரண கிராமவாசிகள் ஆகியோரைச் சந்தித்து உரையாடியது. போலீஸ் மற்றும் ராணுவத்தின் அத்துமீறல்கள் பற்றிப் புகார் செய்யப்பட்டது: அடித்தல் (சில சமயங்களில் சிறுவர்களையும்கூட), சித்திரவதை (ஒரு குற்றமும் அறியாத மனிதர்களையும்), வரம்பு மீறிய, நீதிக்குப் புறம்பான கொலைகள் (என்கவுண்டர்), பெண்கள்மீதான வரம்புமீறிய செயல்கள் முதலியவை. 'எங்கள் கவனத்துக்குக் கொண்டுவந்த எல்லா வழக்குகளையும் பட்டியலிட முடியாது' என்று தார்க்குண்டே குழு அறிவித்தது. ஆனால்,

> செயல்முறை தெளிவாக உள்ளது. போராளிகள் அங்கும் இங்குமாகச் சில வன்முறைச் சம்பவங்களை நடத்துவர். பாதுகாப்புப் படைகள் எதிர் நடவடிக்கைகளை மேற்கொள்ளும். இடையில், பல அப்பாவி மக்கள் முரட்டுத்தனமாகக் கையாளப்படுவர்; அடிக்கப்படுவர்; கொடுமைப்படுத்தப் படுவர்; கொல்லப்படுவர். சில நேரம், பாதிக்கப்பட்டோர் துப்பாக்கிச் சூட்டின் இடையில் மாட்டிக்கொண்டவர்கள். பல நேரங்களில், மாண்டவர்கள் எதிலும் சம்பந்தப்படாதவர்கள், சண்டை எதிலும் மாட்டாதவர்கள். இது மக்களை மேலும் தனிமைப்படுத்துகிறது. முஸ்லிம்கள், தாங்கள் முஸ்லிம்களாக இருப்ப தாலேயே கொன்று அழிக்கப்படுவதாகக் குற்றம் சாட்டினர்.[41]

VIII

1950-ஐப் போன்றே, 1990-லும் காஷ்மீர் தீவிரவாதிகள், தில்லி அரசியல்வாதிகளுக்குக் கடும் தலைவலியைக் கொடுத்தனர். எதிர்பார்த்தபடி, வடகிழக்கிலும் தீவிரவாதிகளின் செயல்கள் அப்படியே இருந்தன.

அப்பிராந்தியத்தின் மிகப்பெரும் மாநிலமான அஸ்ஸாமிலிருந்து நல்ல செய்தி ஒன்று கிடைத்தது. போடோக்களுடன் ஒரு உடன்பாடு எட்டப்பட்டிருந்தது. அதன்படி அந்த இனக்குழு மக்கள் அதிகமாக இருக்கும் மாவட்டங்களில் தன்னாட்சி கவுன்சில்கள் அமைக்கப்படும்.[42] ஆனால், கெட்ட செய்தி, பிரிவினைவாத அஸ்ஸாம் ஐக்கிய விடுதலை முன்னணி (உல்ஃபா) மிகத் தீவிரமாகச் செயல்பட்டு வந்தது. மாநிலத்தின் சில பகுதிகள், அதிகாரபூர்வமான நிர்வாகக் கட்டுப்பாட்டில் பாதுகாப்பாக இருந்தது. ஆனால் சில பகுதிகளில் உல்ஃபாவின் உத்தரவுதான் செல்லுபடியானது. ஒவ்வொரு தேயிலைத் தோட்டமும் தீவிரவாதிகளுக்கு ஆண்டுதோறும் கப்பம் கட்டி வந்தனர். இந்தத் தொகை, அங்கு பணிபுரியும் தொழிலாளர் எண்ணிக்கை அடிப்படையிலும், கிடைக்கும் லாபத்தின் அடிப்படையிலும் இருந்தது. தங்கள் கஜானாக்களை மேலும் நிரப்பிக்கொள்ள அந்தத் தீவிரவாதிகள் வங்கிகளையும் கொள்ளையிட்டனர். சட்டம் ஒழுங்கை நிலைநாட்ட அழைக்கப்பட்ட ராணுவம், உல்ஃபாவின் உயர்மட்டத் தலைவர்கள் சிலரைக் கொன்றது. மற்றவர்கள் எல்லை வழியாக பங்களாதேசத்துக்கு ஓடிவிட்டனர்.[43]

1990-கள், அருகில் இருந்த திரிபுரா மாநிலத்துக்கும் போதாத காலமாகவே இருந்தது. பழங்குடியினர் உரிமைக்காகப் போராடிவந்த ஆயுதமேந்திய குழுக்கள், திரிபுராவில் வந்து தங்கியிருந்த வங்காளிகளைத் தாக்கின. இங்கும் தீவிரவாதிகளின் போராட்டத்தை, வெறும் குற்றச் செயல்களிலிருந்து வேறுபடுத்திக் காண்பது கடினமாக இருந்தது. 2001-ல், ஆராய்ச்சியாளர் ஒருவர் எழுதியதுபோல, 'அப்பாவிகளின் மரணம், கடத்தல்கள், கொள்ளை ஆகியவை திரிபுராவின் வாழ்க்கையில் முறையான ஒரு பகுதி ஆகிவிட்டது. இது பல ஆண்டுகளாக நடைபெற்று வருகிறது.' 1993-2000 காலத்தில் ராணுவத்தினர், தீவிரவாதிகள், மிக அதிகமான அளவில் குடிமக்கள் என்று சுமார் 2,000 பேர் கொல்லப்பட்டனர்.[44]

ஒரு காலத்தில் சுதந்தரமான சுதேச அரசாக இருந்த மணிப்பூரிலும் எங்கும் துப்பாக்கிகள் காணப்பட்டன. வன்முறை, பெரும்பாலும் இனக்குழுக்களுக்கு இடையே இருந்த போட்டியால் ஏற்பட்டது. பள்ளத்தாக்கில் வசித்த பெரும்பான்மை இன மெய்த்திகள் மேற்பகுதிகளில் வாழ்ந்த பழங்குடியினருடன் மோதினர். குன்றுகளிலும்கூட பிரிவினைகள் இருந்தன. அவற்றுள் முக்கியமானது, தங்குல் நாகர்களுக்கும் குக்கிகளுக்கும் இடையிலானது. 1992 மே மாதத்தில் நாகா தீவிரவாதிகள் குக்கி கிராமங்களை எரித்தனர். விளைவாக, தீவிரப் படுகொலைகளும் எதிர்க்கொலைகளும் மாறி மாறித் தொடர்ந்தன. தங்களுக்குள் சண்டையிட்டுக் கொண்டிருந்த அப்பிரிவுகள் இந்திய அரசாங்கத்துக்கும் எதிராக இருந்தனர். சில குக்கிகளும் பல தங்குல்களும் மெய்த்திகளும் தங்களுக்குச் சொந்தமாக, சுதந்தர நாடுகளை அமைக்கும் கனவில் இருந்தனர்.[45]

அப்பிராந்தியத்தின் பல நகரங்களில் பிரிவினைவாதிகள், இந்திப் படங்களைத் திரையிடுவதைத் தடைசெய்தனர். அவைதான் துணைக்கண்டத்தின் கலாசாரத்தை அவர்களுடன் இணைக்கும் பிரபலமான சாதனங்கள். தங்களை

'இந்தியர்கள் அல்லாதவர்கள்' என்று தெரிவித்துக்கொள்ளும் முரட்டுப் பிடிவாதமான செய்கையாக இது இருந்தது. இந்த எதிர்மறைப் போக்கில், உல்ஃபா, திரிபுரா தேசியத் தொண்டர்கள், குக்கி தேசியப் படை, மெய்த்தி கிளர்ச்சிக்காரர்கள் என அனைவரும் நாகர்களிடமிருந்து உத்வேகம் பெற்றனர். அவர்கள்தான் வடகிழக்கில் இந்தக் கிளர்ச்சி முறையை உருவாக்கியவர்கள். 1962-ல் ஒரு நாகர் பரிவு இந்திய அரசாங்கத்துடன் சமரசம் செய்துகொண்டது. 1975-ல் மற்றொரு பிரிவும் அவ்வாறே செய்தது. ஆனால் சுதந்தரமான, சுய உரிமை பெற்ற தனியான நாகாலாந்து திட்டத்துக்கு உறுதியான அர்ப்பணிப் புடன் ஒரு பிரிவு நின்றது. அதுதான், ஐசக் ஸ்வூ, டி. முய்வா தலைமையிலான நாகாலாந்து தேசிய சோஷலிஸ்ட் கவுன்சில் (என்.எஸ்.சி.என்).

என்.எஸ்.சி.என், பல ஆயிரம் பயிற்சி பெற்ற போராளிகளைக் கொண்டிருந்தது. அவர்கள் பர்மாவின் தளங்களிலிருந்து இயங்கி வந்தனர். அவர்கள் எல்லைகளில் அவ்வப்போது நுழைந்து இந்தியப் படைகளை எதிர் கொண்டனர். நாகாலாந்துக்குள் கிளர்ச்சிக்காரர்களுக்கு ஆதரவும், மரியாதை யும், ஒருவேளை பயமும்கூட இருந்தது. அவர்கள் பொது மக்களிடமிருந்து வசூலிக்கும் பொருள் மூலமாகவே தங்கள் வாழ்க்கையை நடத்தினர். விநோத மாக, இந்திய அரசு அதிகாரிகள்கூட இந்தப் போராளிகளுக்கு மாத வரி கட்டினர். தங்களை அழிக்க நினைக்கும் எதிரிகளுக்கும் மாதாமாதம் பணம் தருவது ஆச்சரியம்தான்.

1990-களின் இடைப்பகுதியில், நாகாலாந்து தேவாலயங்களின் கூட்டமைப்பும் சிவில் சமூக அமைப்புகளும் பங்குபெற்ற நாகா ஹோஹோ என்ற அமைப்பு, இந்திய அரசையும் கிளர்ச்சிக்காரர்களையும் போர் நிறுத்தத்துக்கு ஒப்புக்கொள்ளச் செய்தது. 1997-ல் துப்பாக்கிகள் ஓய்ந்து, இரு பக்கத்தினரும் பேச்சுவார்த்தைக்கு ஒப்புக்கொண்டனர். தொடக்கத்தில் பேச்சு வார்த்தைகள் பாங்காக்கிலும் ஆம்ஸ்டர்டாமிலும் நடைபெற்றன. பின்னர் இந்தியா வர, முய்வாவும் ஸ்வூவும் ஒப்புக்கொண்டனர். அவர்கள் பிரதமரைச் சந்தித்தனர்; வட கிழக்குக்கும் பயணம் மேற்கொண்டனர். ஆனால் பேச்சு வார்த்தையில் முடிவு எட்டப்படவில்லை. இரண்டு முட்டுக்கட்டைகள் இருந்தன. தீர்வு, இந்திய அரசியல் அமைப்புச் சட்டத்துக்கு வெளியில் இருக்க வேண்டும் என்று கிளர்ச்சிக்காரர்கள் வற்புறுத்தினர். நாகர் இனக்குழுக்கள் வாழும் மணிப்பூர், அஸ்ஸாம், அருணாசலப் பிரதேசம் ஆகிய மாநிலங்களின் பகுதிகளும் நாகாலாந்து மாநிலத்துடன் இணைக்கப்பட்டு, பெரும் நாகாலிம் என்ற பகுதி உருவாக்கப்படவேண்டும் என்றும் அவர்கள் எதிர்பார்த்தனர்.

ஜூலை 2008 வரையில், போர் நிறுத்தம் கிட்டத்தட்ட பதினொரு ஆண்டு களாக நடைமுறையில் இருந்தது. ஆயினும் இரு பக்கமும் ஒப்புக்கொள்ளக் கூடிய ஒரு தீர்வு, சாத்தியமே என்றாலும், கண்ணுக்கு எட்டிய தூரத்தில் இல்லை. நாகர்களுக்கு முடிந்த அளவுக்கு சுயாட்சி அதிகாரம் கொடுப்போம்; ஆனால் அது இந்திய அரசியல் அமைப்புச் சட்டத்துக்கு உட்பட்டதாக மட்டுமே இருக்கமுடியும் என்கிறது இந்திய அரசு. எந்தத் தீர்வும், நாகர்களின் இறையாண்மையை ஏற்றுக்கொள்ளவேண்டும் என்கிறது என்.எஸ்.சி.என்.

ஏனெனில், அவர்கள் கருத்துப்படி, 'நாகர்கள் எப்போதும் - போர்கள் மூலமோ அல்லது நாகர்களின் சம்மதத்தாலோ - இந்தியாவின் ஒரு பகுதியாக இருந்ததே இல்லை.'[46] அவர்கள், தங்களுக்கென தனியாக ஒரு நாகர் படையையும் வேண்டினார்கள். அதற்குக் குறைவான எதுவும் தங்கள் லட்சியத்துக்காக உயிர் விட்டவர்களுக்கு நம்பிக்கைத் துரோகம் செய்வதாகும் என்பது அவர்கள் கருத்து. ஃபிஸோவின் சொந்தக் கிராமத்தில் ஒரு நினைவுச் சின்னம் அமைந்துள்ளது. அதில், 'கொனோமாவைச் சேர்ந்த ஆண்களும் பெண்களும் சுதந்தர நாட்டைக் காண தங்கள் உயிர்களை அளித்தனர். நாங்கள் அவர்களை நினைவில் வைத்திருக்கிறோம். அவர்களுடைய நோக்கத்தில் நாங்கள் உறுதியாக நிற்கிறோம்' என்று பொறிக்கப்பட்டிருந்தது.[47]

பெரும் நாகாலிம் கோரிக்கையால், பிரதேசங்களை இழக்க வேண்டியுள்ள மாநிலங்கள் அதைக் கடுமையாக எதிர்க்கின்றன. மணிப்பூர் மெய்த்திகள், இந்தக் கோரிக்கையைக் கடுமையாக எதிர்த்து, தங்கள் மாநிலம் ஆயிரம் ஆண்டுகளுக்கும் மேலாக சுதந்தரமாகவும் ஒருமைப்பாட்டுடனும் இருந்து வந்திருப்பதைச் சுட்டிக் காட்டுகின்றனர். 2001-ன் கோடையில் மெய்த்தி புரட்சியாளர்கள், அரசாங்கம் நாகர்களுடன் பேச்சுவார்த்தை நடத்துவதை எதிர்த்து அரசாங்கக் கட்டடங்களைத் தீயிட்டனர்; காவல் நிலையங்களைத் தாக்கினர். வீடுகள், அலுவலகங்கள், ஆகியவற்றின் சுவர்களில், 'மணிப்பூரை உடைக்காதே! எங்கள் பிராந்தியத்தின்மீது சமரசம் வேண்டாம்' என்ற வாசகம் கொண்ட சுவரொட்டிகள் ஒட்டப்பட்டன.[48]

வடகிழக்குப் பகுதி, வன்முறையும் போராட்டமும் நிறைந்த பகுதியாக இருப்பதோடு, மக்கள் குடியேறும் அல்லது வெளியேறும் பகுதியாகவும் இருக்கிறது. அதன் சில பகுதிகள் தேசிய எல்லைகளின் குறுக்கே அமைந்துள்ளன. அதனால் பங்களாதேசத்திலிருந்து அகதிகள் வந்தபடி இருக்கிறார்கள். சிலர், வேலை தேடியும், இனக் கொடுமைகளுக்கு அஞ்சியும் பிராந்தியத்துக்குள்ளேயே இடம் மாறுகின்றனர். சூழல் அகதிகள் எண்ணிக்கையும் அதிகரித்துக்கொண்டே வருகிறது. 1960-களில் கிழக்கு பாகிஸ்தானின் சிட்டகாங் மலைத்தடங்களில் மாபெரும் அணை ஒன்று கட்டப் பட்டதால், சுமார் 60,000 சக்மாக்கள் வீடுகளை இழந்தனர். முஸ்லிம்கள் நிறைந்துள்ள பகுதியில், புத்த மதத்தைச் சேர்ந்த அவர்கள் இரண்டாம் தரக் குடிமக்களாக இருந்ததால், இந்தியாவின் அருணாசலப் பிரதேசத்தில் அடைக் கலம் கோரினர். ஆயினும் அவர்களுக்கு இந்திய பாஸ்போர்ட்டுகள் மறுக்கப் பட்டு இங்கும் இரண்டாம் தரக் குடிமக்களாகவே வாழ்ந்து வருகின்றனர். இதற்கிடையே அருணாசலப் பிரதேசம், நாகாலாந்து பகுதிகளில் அடுத்தடுத்து அணைகள் கட்டப்பட்டு வருவதால் ஒரு லட்சம் கிராமவாசிகள் இடம் இழந்து தவிப்பார்கள். இவர்களும்கூட தெற்கு ஆசியாவில் மிகவும் அபூர்வமாக உள்ள, அத்தியாவசிய ஆதாரமான விவசாய நிலத்தைத் தேடிப் எங்காவது போகவேண்டும்.[49]

வடகிழக்கில் பெரும் ராணுவம் நிலை கொண்டுள்ளது. இப்பகுதியின் மாநிலங்கள், பல இடங்களில் சீனாவுடனும் பங்களாதேசத்துடனும்

பர்மாவுடனும் எல்லைகளைக் கொண்டுள்ளன. சீனாவுடன் இந்தியா பெரும் இழப்பைக் கொடுத்த ஒரு போரை நடத்தியிருக்கிறது. பங்களாதேசத்துடன் இந்தியாவின் உறவு, நட்பும் பகையும் கலந்த சந்தேகமான உறவாகும். இந்தியப் படையின் பல வீரர்கள் வட கிழக்கில் இருப்பது, எல்லைகளைப் பாதுகாக்க மட்டுமல்ல; அத்தியாவசியப் பொருள்களின் போக்குவரத்து, சாலை, ரயில் இணைப்பு ஆகியவற்றுக்கும், மேலும் முக்கியமாக, எதிர்ப்பை ஒடுக்குவதற்குமே. மணிப்பூரில் நீண்டகாலமாக முதல்வராகப் பணியாற்றும் ஒருவர், 'ராணுவத்துடன் எங்களுக்கு நேர் உறவு கிடையாது. அவர்கள் தங்களுக்கென்று ஒரு முறை வைத்துள்ளனர். அவர்கள் எதையும் சொல்ல மாட்டார்கள். நாங்கள் சொல்வதையும் கேட்கமாட்டார்கள். ஆனாலும் எங்கள் சிவில் நிர்வாகத்துக்கு உதவவே அவர்கள் இருப்பதாகச் சொல்லப்படுகிறது' என்றார்.[50]

வடகிழக்கில் ராணுவம், ஆயுதப்படைகள் (சிறப்பு அதிகாரம்) சட்டத்தின்கீழ் (AFSPA) இயங்குகிறது. அதன்கீழ், ராணுவ அதிகாரிகள், வீரர்கள் ஆகியோர் மீது, மத்திய அரசின் அனுமதி இன்றி, சிவில் நீதிமன்றங்களில் நடவடிக்கை எடுக்க முடியாது. மேலும் அந்தச்சட்டம், வீரர்களுக்கு, துப்பாக்கியால் சுடும் அதிகாரம், உயிர் போகும் அளவுக்கு யார்மீதும் தாக்குதல் நடத்தும் அதிகாரம் ஆகியவற்றை வழங்கியிருப்பதால், சந்தேகத்துக்கு இடமளிக்கும் யார்மீதும் இந்த அதிகாரங்களைப் பிரயோகிக்க வீரர்கள் தயங்குவதில்லை.

ராணுவத்துக்கு அந்த உரிமைகளை அளித்துள்ள சட்டத்தை விலக்கிக்கொள்ள வேண்டும் என்று மனித உரிமை அமைப்புகள் பல ஆண்டுகளாகவே கோரிவருகின்றன. இதில் முக்கியமானவர்கள், அனைத்துவித ஆண்பால் வன்முறைகளைத் தீவிரமாக எதிர்த்துவரும் மணிப்பூர் பெண்களே. அம்மாநிலத்தில் பல 'மீரா பாய்பிஸ்' பெண்கள் குழுக்கள் உள்ளன. இவை குடிக்கு எதிரான பிரசாரங்களை வெற்றிகரமாகச் செய்துவந்தன. பின்னர் பாது காப்புப் படைகளின் அத்துமீறல்கள்மீது கவனத்தைத் திருப்பின. பள்ளிகள், சந்தைகள் ஆகியவற்றிலிருந்து படைகள் விலகிச்செல்லவேண்டும்; இளம் சிறுவர்களைப் பிடித்துச் செல்வது நிறுத்தப்படவேண்டும்; சிறையில் இருப் போரைப் பொதுமக்கள் பார்வையிடும் அதிகாரம் வேண்டும் என்ற கோரிக்கைகளை மீரா பாய்பிஸ் முன்வைத்தனர்.[51]

2004 ஜூலையில், மணிப்பூரின் இல்லத்தலைவி ஒருவர் தீவிரவாதிகளுக்கு உதவுவதாகக் குற்றம் சாட்டப்பட்டு பிடித்துச் செல்லப்பட்டார். அவர் சித்திரவதை செய்யப்பட்டு, பாலியல் வன்முறைக்கு ஆளாகி, கொலை செய்யப்பட்டு, உடல் அழுகிக் கிடக்குமாறு சாலை ஓரத்தில் வீசப்பட்டிருந் தார். இச்சம்பவம் மணிப்பூர் பள்ளத்தாக்கில் கடுமையான எதிர்ப்பு அலைகளைக் கிளப்பியது. ஒரு பெண்கள் கூட்டம் இம்பாலில் படைவீரர் முகாமை நோக்கிச் சென்றது. அங்கு அவர்கள் தம் உடைகளைக் களைந்து விட்டு 'இந்தியப் படையே, எங்கள் உடலை எடுத்துக்கொள்' என்று எழுதி யிருந்த வெள்ளைத்துணியை உடலில் சுற்றிக்கொண்டனர். சுதந்தரதினத்தன்று மாணவர் தலைவர் ஒருவர் தன்னைத் தீயிட்டுக்கொண்டார். அவர் ஒரு

குறிப்பை விட்டுச் சென்றிருந்தார். அதில், 'ஆயுதப்படைகள் (சிறப்பு அதிகாரம்) சட்டத்தின்கீழ் பாதுகாப்பு வீரர்கள் கையில் இறப்பதைவிட, ஒரு மனிதத் தீவர்த்தியாகத் தற்கொலை செய்து கொள்வதே மேலானது' என்று எழுதப்பட்டிருந்தது. ஒரு மாணவி கால வரையற்ற உண்ணாவிரதத்தை மேற்கொண்டார். மருத்துவமனைக்கு எடுத்துச் செல்லப்பட்ட பிறகும் சாப்பிட மறுத்தார். பல ஆண்டுகளுக்குப் பிறகும் அவர், 'ராணுவ ஆட்சியில் உயிர் வாழ்வதைவிட இறப்பதே மேல்' என்று கூறி படுக்கையில் கிடந்தார். ஆனால், அரசால் தொடர்ந்து வலுக் கட்டாயமாக உணவு கொடுக்கப்பட்ட நிலையிலேயே இருந்தார்.[52]

IX

மே 2000-ல் இந்திய மக்கள் தொகை 100 கோடியை எட்டியது. தில்லியில் பிறந்த பெண் குழந்தை ஒன்றை அரசு அதிகாரபூர்வமாக 100 கோடியாவது குழந்தையாகத் தேர்ந்தெடுத்தது. உணர்ச்சிவசப்பட்ட பத்திரிகை நிருபர்களும் தொலைக்காட்சி கேமராக்களும், ஆஸ்தா அரோராவின் வருகையை, ஆரவாரத் துடன் படுக்கைகளின் மீதெல்லாம் ஏறி, படம் எடுக்க முயன்றனர். '100 கோடியாவது குழந்தை, பல்லாயிரம் ஃபிளாஷ் விளக்குகளால் வரவேற்கப் பட்டதால் அதன் தோல் பாதிக்கப்படும் என்று டாக்டர்கள் கருதினர்' என்று ஒரு பத்திரிகை குறிப்பிட்டது.[53]

ஆஸ்தாவைத் தேர்ந்தெடுத்தது, அரசியல்ரீதியான செயல். ஏனெனில், ஐக்கிய நாடுகள் சபை அந்த ஆண்டை பெண் குழந்தைகளுக்கான ஆண்டாக அறிவித் திருந்தது. எனினும், இந்தியா முழுமையிலும், முக்கியமாக தில்லியைச் சுற்றியுள்ள கிராமப்புறங்களில், பிறந்த அல்லது பிறக்க அனுமதிக்கப்படாத பெண் குழந்தைகள் நடத்தப்படும் முறை முற்றிலும் மாறாக இருந்தது. முந்தைய நூற்றாண்டு முழுவதிலுமே பெண் ஆண் விகிதம் குறைந்து கொண்டே வந்தது. 1901-ல் 1,000 ஆண்களுக்கு 972 பெண்கள் என்று இருந்தது, 1951-ல் 947 என்றும், 1991-ல் 927 என்றும் விழுந்தது. சிசு மரணமும் ஆண் பெண் விகித அளவில் அதிக வேறுபாடு கொண்டதாக இருந்தது. பெரும்பான்மை இந்திய வீடுகளில் பெண்களைவிட ஆண்கள் நன்றாக நடத்தப்பட்டனர். ஆண்களுக்கே நல்ல சத்துணவு அளிக்கப்பட்டது; உடல்நலம் கவனிக்கப்பட்டது; வயல்களிலும் காடுகளிலும் அவர்களுடைய சகோதரிகள் வேலை செய்யும்போது இவர்கள் மட்டும் பள்ளிகளுக்கு அனுப்பப்பட்டனர். 1980-கள் முதற்கொண்டு, மருத்துவ நுட்பத்தில் ஏற்பட்ட முன்னேற்றம் காரணமாக, ஏற்கெனவே மோசமாக இருந்த பாரபட்சமான போக்கு மேலும் கொடுமையாக மாறியது. கருப்பையில் இருக்கும் குழந்தை ஆணா, பெண்ணா என்று கண்டுபிடிக்கும் பரிசோதனை வசதியால், பெண் குழந்தைகள் கருக்கலைப்பு செய்யப்பட்டனர். சட்டப்படித் தடை செய்யப் பட்டது என்றாலும்கூட இந்த வசதி, பரிசோதனை நிலையங்களில் கிடைத்தது.

நூற்றாண்டின் திருப்பத்தில் மக்கள்தொகை அறிஞர்கள், அதிர்ச்சியூட்டும் தகவல்களை வெளியிட்டனர். 1981-2001 ஆண்டுகளில், 0-6 வயதுப் பிரிவில் பெண்கள் தொகை ஆந்திராவில் 1000-க்கு 992 என்ற விகிதத்திலிருந்து 964-க்கும், கர்நாடகாவில் 974-லிருந்து 949-க்கும், தமிழ்நாட்டில் 967-லிருந்து 939-க்கும், கேரளாவில் 970-லிருந்து 963-க்கும் வீழ்ந்திருந்தது. வட இந்தியாவின் மாற்றம் மேலும் வியப்பானது. 1981-2001 ஆண்டுகளில் ஹரியானாவில் சிறுமியர் விகிதம் 902-லிருந்து 820-க்கும், பஞ்சாபில் இன்னும் மோசமாக 908-லிருந்து 793-க்கும் வீழ்ந்திருந்தது.[54]

பெண், ஆண் விகிதத்தின் வீழ்ச்சி ஹரியானா, பஞ்சாப் மாநிலங்களில் ஆண்களுக்கு ஒரு நெருக்கடியைத் தோற்றுவித்தது. பாரம்பரிய திருமண விதிகளின் படி ஒருவனுடைய மனைவி அதே சாதி, மொழிப் பிரிவிலிருந்து அமைய வேண்டும். அதே கிராமத்தில்தான் இருக்கவேண்டும் என்ற அவசியம் இல்லை. சிறுவர்கள் இளைஞர்களாக ஆனபோது, அவர்கள் பகுதிகளில் மணமகள் கிடைக்கவில்லை. எனவே அவர்கள் நூறு மைல்களுக்கு அப்பால், வேறு மாநிலம், சாதி, மொழிப் பிரிவுகளிலிருந்து பெண் எடுக்க முற்பட்டனர். 1990-களில், ஹரியானா, பஞ்சாப் மாநில ஆண்கள், அஸ்ஸாம், பிகார், மேற்கு வங்கம் ஆகிய இடங்களிலிருந்து பெண்களைத் தேடினர்; சில சமயங்களில் விலை கொடுத்து வாங்கினர். இந்தத் தொடர்புகள் பல நேரங்களில் சட்ட அங்கீகாரம் அற்றதாகவும், பிற நேரங்களில் திருமணச் சடங்குகள் மூலம் சட்டபூர்வமானதாகவும் அமைந்தன. மிகவும் அசாதாரணமான இந்தப் புதிய இணைப்புகள், பிற விஷயங்களில் சாதி, உறவுக் கட்டுப்பாடுகள் வயப்பட்டிருந்த சமூகத்தால் எவ்வாறு ஏற்றுக்கொள்ளப்படும் என்ற கேள்வி இருந்தது.[55]

இந்த ஆண்-பெண் உறவுகள் இடம் மற்றும் கலாசாரம் பொருத்து மாறின.[56] இந்தியப் பெண்கள் வடக்கைவிடத் தெற்கேயும், கிராமங்களைவிட நகரங்களிலும் நன்றாக (அல்லது குறைவாக மோசமாக) நடத்தப்பட்டனர். நகரத்தில் அவர்கள் சற்றே சுதந்தரமாக, பள்ளிகளுக்குச் செல்ல முடிந்தது; வேலையில் சேர முடிந்தது; வாழ்க்கைத் துணையைத் தேர்வுசெய்ய முடிந்தது. தங்கள் அடையாளத்தைப் பதிக்கும் வகையில், சில சமயங்களில் சிறப்பாகவே பதிக்கும் வகையில், நீதிமன்றங்களில், மருத்துவமனைகளில், பல்கலைக்கழகங்களில், பெண்கள் சமூகம் அதிகரித்திருந்தது. வெற்றிகரமான வகையில் பெண் தொழில்முனைவர்கள் விளம்பர நிறுவனங்கள், மருந்து உற்பத்தி நிறுவனங்கள் ஆகியவற்றை நடத்தினர்.

பெண்ணிய இயக்கமும் விறுவிறுப்பாகச் செயல்பட்டது. இதனை எழுத்தாளர்களும் பெண்ணியவாதிகளும் நகரங்களில் முன்னின்று நடத்தினர். நவீன இந்தியாவில் மகளிர் வாழ்வும் போராட்டங்களும் பற்றிய பல உயர்ந்த தரமுள்ள கட்டுரைகளையும் நூல்களையும் அவர்கள் வெளியிட்டனர்.[57] பல ஆண்டுகளாக அரசியல்வாதிகளிடம் உரையாடி, இந்தப் பெண்ணிய ஆதரவாளர்கள், வாய்ப்புக் குறைவான கிராமப்புறப் பெண்கள் வாழ்க்கையில் மாறுதல் ஏற்படும் வகையில் சட்ட மாறுதல்களைக் கொண்டுவரச் செய்தனர்.

1956-ன் இந்து வாரிசுச் சட்டத்தில் ஏற்பட்ட மாறுதல், ஆண் வாரிசுகள் பெறும் நிலத்தின் பங்கு அளவுக்கே, பெண் வாரிசுகளும் பெறும் வாய்ப்பை அளித்தது. இந்துக் கூட்டுக்குடும்பங்களில் ஆண்களுக்குச் சமமான உரிமையைப் பெண்களும் பெற மற்றொரு திருத்தம் வழி செய்தது (முன்னர் மகள்களைவிட மகன்கள் அதிகமான பங்கைப் பெற்று வந்தனர்). பீனா அகர்வால் என்ற பொருளியல் அறிஞர், இம்மாறுதல்கள் பற்றிப் பேசும்போது, 'சட்டத்தின் கண்களில் (இந்துப்) பெண்களை எல்லாவிதத்திலும் சமமாக ஆக்குவதற்கு இந்த மாற்றம் மாபெரும் வழி' என்றார்.[58] ஆனால், சமூக வழக்கம் வேறுமாதிரியாக இருந்தது என்பது பெரும் சோகம்.

X

'இந்தியா, துயரங்களைச் சேகரிப்போரின் நாடு' என்று என் ஆசிரியர் ஒருவர் சொல்வார். அந்தச் சித்திரிப்பு முழுமையானதல்ல. ஏனெனில் இந்தியர்கள் துயரங்களைச் சேகரிப்பது மட்டுமல்ல, அவற்றைப் பற்றி விரிவாகப் பேசவும் செய்வார்கள். 1990-களில் பல இந்தியர்கள், பல வழிகளில், பல உரிமைகளை வற்புறுத்தினர். எனினும் எப்போதும்போல் சில பிரச்னைகள் தீவிரமாகவும் வன்முறை மூலமும் வெளிப்பட்டன; பிற பிரச்னைகள் அதிக வன்முறை ஏதும் இன்றி வெளிப்பட்டன; வேறு சிலவற்றுக்கு முடிவுகூடக் காணப் பட்டது.

உதாரணமாக, மிஸோரம் மாநிலத்தில் அமைதி திரும்பியது. மிஸோ தேசிய முன்னணித் தலைவர்கள் அற்புதமான மாறுதல் ஒன்றை வெற்றிகரமாகச் செய்துகாட்டினர். ஒரு காலத்தில் காடுகளில் போராளிகளாக வாழ்ந்த அவர்கள், இப்போது வாக்குப் பெட்டிகளால் தேர்ந்தெடுக்கப்பட்டு, தலைமைச் செயலகத்தில் அமர்ந்தனர். அமைதி, அவர்களுக்கு, தண்ணீர்க் குழாய்கள், சாலைகள், அனைத்துக்கும் மேலாகப் பள்ளிகள் ஆகிய லாபங்களை ஈட்டியது. 1999 வாக்கில் மிஸோரம், இந்தியாவின் மிக அதிகமான எழுத்தறிவு பெற்ற மாநிலம் என்ற வகையில், கேரளாவை விஞ்சியது. இந்திய இதயப் பகுதியுடனான ஒருங்கிணைப்பு வேகமாக முன்னேறியது. மிஸோக்கள் தேசிய மொழியாகிய இந்தியைக் கற்றனர். தேசிய விளையாட்டான கிரிக்கெட்டைப் பார்த்தனர்; விளையாடினர். (மாநிலத்தின் சொந்தத் தாய் மொழியாகவும் அரசு மொழியாகவும் இருந்த) ஆங்கிலத்தை அவர்கள் தங்கு தடையின்றிப் பேசியதால், இளம் மிஸோ ஆண்களும் பெண்களும் வளரும் துறைகளான ஹோட்டல்களிலும் விமானத் துறையிலும் லாபகரமான வேலை வாய்ப்பு களைப் பெற்றனர். மிஸோரத்தின் முதல்வர் ஸோரம்தங்காதன் பிராந்தியத்தை கிழக்கின் சுவிட்சர்லாந்தாக ஆக்குவது பற்றிப் பேசினார். சுற்றுலாப் பயணிகள் ஐரோப்பாவிலிருந்தும் இந்தியாவின் முக்கியப் பகுதிகளிலிருந்தும் வருவார்கள். அண்டை நாடுகளான பர்மா, பங்களாதேசம் ஆகியவற்றுடன் வர்த்தகம் மேற்கொள்வதால் பொருளாதாரம் அதிகரிக்கும். மிஸோக்கள் இந் நாடுகளுக்குக் காய்கள், பழங்கள் ஆகியவற்றை அளித்து, பதிலாக மீன்,

கோழிகளை வாங்கிக்கொள்வார்கள். மேலும் இந்திய அரசுக்கும், நாகர், அஸ்ஸாமிய கிளர்ச்சிக்காரர்களுக்கும் இடையே ஒரு சமரச உடன்பாடு காணும் முயற்சியிலும் ஸோரம்தங்கா ஈடுபட்டார். ஒரு காலத்தில், வெளியில் அமைக்கப்பட்டிருந்த மிஸோ அரசின் துணை ஜனாதிபதியாகவும் பாதுகாப்பு அமைச்சராகவும் இருந்துகொண்டு, இந்தியாவிடமிருந்து சுதந்தரம் கோரிய புரட்சிகரமான பிரிவினைவாதி இவர் என்ற தோற்றத்தை ஒருவர் எளிதில் மறந்துவிடக்கூடும்.[59]

பஞ்சாப் மாநிலத்திலும் ஏறத்தாழ தொல்லைகளுக்குத் தீர்வு காணப்பட்டது. இங்கு, வழிமுறை சற்றுக் கடினமாக இருந்தது. இங்கு 1987-ல் ஜனாதிபதி ஆட்சி கொண்டுவரப்பட்டு, ஆறு மாதங்களுக்கு ஒருமுறை நீட்டிக்கப்பட்டு வந்தது. பதில் சொல்ல, தேர்ந்தெடுக்கப்பட்ட அரசியல்வாதிகள் இல்லாத நிலையில், காவல்துறை, நியாயமாகவும் நியாயம் இல்லாமலும் போராளிகளை அணுகியது. போலீஸ் நிலையங்களைச் சுற்றியும் கிராமப்புறங்களிலும் துப்பாக்கிச் சண்டை, அடிக்கடி நிகழ்ந்தன. 1990-ல் ராணுவம் அழைக்கப்பட்டு, அடுத்த ஆண்டு திரும்பப் பெறப்பட்டது. இறுதியாக, 1992-ல் மாநில சட்டமன்றத்துக்கு தேர்தல்கள் நடத்தப்பட்டன. அகாலி தளம் தேர்தல்களைப் புறக்கணித்தது. புதிதாகத் தேர்ந்தெடுக்கப்பட்ட காங்கிரஸ் முதல்வர் பியந்த் சிங் பதவி ஏற்ற உடனேயே தற்கொலைக் குண்டுத் தாக்குதலில் கொல்லப்பட்டார்.

எனினும் 1993-ல், அகாலிகள் கிராம கவுன்சில் தேர்தல்களில் பங்குகொண்டு ஜனநாயக அரசியலுக்குத் திரும்பினர். நான்கு ஆண்டுகளுக்குப்பிறகு அவர்கள், சட்டமன்றத் தேர்தல்களில் உறுதியான வெற்றியைப் பெற்றனர். இதற்குள் வன்முறை மறைந்துவருவது தெளிவாகவே புலப்பட்டது. சில தீவிரவாதிகள், சீக்கிய நடுத்தர வர்க்கத்தினருடமிருந்தும் சாதாரண விவசாயிகளிடமிருந்தும் மிரட்டிப் பணம் பிடுங்க ஆரம்பித்தனர். பொதுமக்கள், தனி காலிஸ்தான் என்ற எண்ணத்திலிருந்து விலகியிருந்தனர். மீண்டும் இந்தியாவின் ஒரு பகுதியாக இருப்பதன் நன்மைகளை சீக்கியர்கள் கண்டுகொண்டனர். விவசாய வளர்ச்சி குறைந்தது. ஆனால் வர்த்தகம் செழித்தது. மாநிலத்தில் தேய்ந்துகொண்டிருந்த தொழில்துறை புத்துயிர் பெறத் தயாராகிக் கொண்டிருந்தது.[60]

மாநிலம் சாதாரண நிலையை அடைந்துவிட்டது என்பதற்கு அடையாளமாக, ஆட்சியில் இருக்கும் அகாலிகள் தனி நபர்களாகவும் குழுக்களாகவும், பெருமைக்குரிய அல்லது லாபகரமான மந்திரிப் பொறுப்புகளைப் பெற சண்டையிடத் தொடங்கினர். பஞ்சாப் முதல்வர் பிரகாஷ் சிங் பாதல், சீக்கிய சகோதரத்துவமான கால்சாவின் பத்தாவது குருவாகிய கோவிந்த் சிங்கின் 300-வது பிறந்த நாளைக் கொண்டாடுவதன்மூலம் இந்த சச்சரவுகளை மாற்றிடத் தீர்மானித்தார்.[61] அவருடைய அரசாங்கம் அந்தக் கொண்டாட்டங்களுக்காக ரூ. 300 கோடியை ஒதுக்கியது. மத்திய அரசும் தன் பங்காக, ரூ. 100 கோடியை அளித்தது. சீக்கிய நாயகர்கள் நினைவாக நினைவுச் சின்னங்கள், புதிய விளையாட்டரங்கங்கள், கோவில்கள், விருந்தினர்

இல்லங்கள் ஆகியவை கட்டப்பட்டன. அனந்தப்பூர் சாஹப் குருத்வாராவில் முதல்வரும் பிரதமரும் கலந்துகொண்ட சிறப்பான கொண்டாட்டத்தில் சீக்கிய அறிஞர்களும் எழுத்தாளர்களும் கௌரவிக்கப்பட்டனர். பாராட்டப் பட்டோரில் ஒருவரான நாவலாசிரியரும் பத்திரிகையாளருமான குஷ்வந்த் சிங் மன நிறைவோடு குறிப்பிடுகையில், 'முன்பு தனித்து ஒதுக்கிவைக்கப்பட்ட சமுதாயம் தன் சுயமரியாதையை மீட்டுக்கொண்டதோடு நாட்டை வளப்படுத்தும் பணியில் முன்னணிப் பங்கைத் திரும்பவும் அளிக்க ஆரம்பித்து விட்டது' என்றார்.[62] அதற்கு அளிக்கப்பட்ட விலை மிக அதிகமானது. ஒரு கணக்கீட்டின்படி, 1981-1993 ஆண்டுகளுக்கு இடையே பஞ்சாபில் 20,000-க்கும் அதிகமான பேர் உயிரிழந்தனர். இதில், 1,714 போலீஸ் காரர்களும், 7,946 தீவிரவாதிகளும், 11,690 குடிமக்களும் அடங்குவர்.[63]

2005 பிப்ரவரியில் முப்பதாண்டுகளில் முதல் முறையாக நான் பஞ்சாபுக்குச் சென்றேன். அந்தச் சமயத்தில் இந்தியப் பிரதமர் ஒரு சீக்கியர், ராணுவத் தளபதியும் சீக்கியரே, திட்டக் குழுவின் துணைத்தலைவரும் அப்படியே. சீக்கியர்கள் அவ்வாறு நாட்டின் முக்கியமான பணிகளை மேற்கொண் டிருப்பது, பஞ்சாப் இந்தியாவுடன் வெற்றிகரமாக சமரசம் செய்து கொண்டுள்ளதற்கு அறிகுறியாக வரவேற்கப்பட்டது. மாநிலத்தில் நான் பயணம் மேற்கொண்டபோது, அந்த இடத்தில் பெரும் தீவிரவாதக் கிளர்ச்சி ஏற்பட்டிருந்தது என்றோ, அது அத்தனை ஆண்டுகளுக்குத் தொடர்ந்து நடந்தது என்றோ கூற முடியவில்லை. ஏகப்பட்ட புது முதலீடுகள், நிலவரம் இப்போது உறுதியாக இருப்பதாக அறிவித்தன. எங்கு பார்த்தாலும் புதிய பள்ளிகள், கல்லூரிகள், தொழிற்சாலைகள் ஆகியவற்றுடன் நெடுஞ்சாலையில் புதிய, நேர்த்தியான, மரபு கிராமம் ஒன்று தென்பட்டது. அது, பஞ்சாபிய இசையுடன் பஞ்சாபிய மரபு உணவையும் வழங்கியது.

பாட்டியாலாவிலிருந்து அமிர்தசரஸ்வரை மாநிலம் எங்கும் பயணம் செய்தேன். நான் கடைசியாகச் சென்றது, பொற்கோவில். பிரார்த்தனை செய்யு மிடம் எவ்வளவு அமைதியாக இருக்கவேண்டுமோ அப்படியாக, அக்கோவில் இருந்தது. அழுக்கு ஏதும் இன்றி தூய்மையாக இருந்தது. ஆலய விதானத் தின் மையப்பகுதியிலிருந்து இசை மிதந்துவர கண்களில் பக்தி ஒளி பிரகாசிக்க யாத்திரிகர்கள் ஒழுங்காக வரிசையில் வந்து கொண்டிருந்தனர்.

ஆலயத்தின் பிரதான வாயிலுக்குமேல் அமைந்திருந்த சீக்கிய வரலாற்றின் பொருட்காட்சிச் சாலைக்குள் நுழைந்தபோதுதான் இந்த இடத்தில், என் வாழும் காலத்திலேயே, எத்தனை ரத்தம் சிந்தப்பட்டது என்ற நினைவு தோன்றியது. பொருட்காட்சிச் சாலையில் பல அறைகளில், காலவரிசையில், அந்தந்தக் காலங்களில் சீக்கியர்கள் செய்துள்ள தியாகங்களைக் காட்டும் வண்ண ஓவியங்கள் இடம்பெற்றிருந்தன. பல தியாகிகள் சுவர்களில் நினைவுகூரப்பட்டிருந்தார்கள். கடைசியாக இருந்த ஷாஹீதுகள், சத்வந்த் சிங், பியாந்த் சிங், கேஹார் சிங் ஆகியோர். அவர்களுக்குக் கீழே, சிதைந்த வடிவிலான அகால் தக்த் காணப்பட்டது. இதன்கீழ் எழுதப்பட்ட விளக்கத்தில், 'இதுதான் இந்திரா காந்தியின் திட்டமிட்ட செயலின் விளைவு'

என்று இருந்தது. ராணுவ நடவடிக்கையால் இறந்த யாத்திரிகர்களின் குறிப்புகளை அடுத்து, 'எனினும் சீக்கியர்கள் தங்கள் பழிவாங்குதலைச் செய்துவிட்டனர்' என்றும் எழுதப்பட்டிருந்தது. எந்த வழியில் இது நடைபெற்றது என்று எழுத்தில் சொல்லப்படவில்லை. ஆனால், பட வடிவில், சத்வந்த், பியாந்த், கேஹார் ஆகியோர் இருந்தனர்.

இந்திரா காந்தியைக் கொன்றவர்கள் இவ்வாறு சிறப்பிக்கப்படுவது அச்சத்தை ஏற்படுத்துகிறது. ஆனாலும் கீழே ஆலயத்தில் முக்கியமாக, இதற்கு மாறான பல அடையாளங்கள் சீக்கியர்கள் இப்போது இந்திய அரசாங்கத்துடன் முழுதும் சமாதானமாக இருக்கின்றனர் என்பதைக் காட்டியது. இந்து கர்னல் ஒருவர் தனக்கும் தன் வீரர்களுக்கும் அளிக்கப்பட்ட பாதுகாப்புக்கு நன்றி அடையாளமாக தன் செலவில் பதித்துள்ள சலவைக்கல் காணப்படுகிறது. மற்றொரு சலவைக்கல் பதிவு இன்னும் அர்த்தம் நிறைந்ததாக உள்ளது. காஷ்மீர் பள்ளத்தாக்கில் இரண்டாண்டுப் பணியை வெற்றிகரமாக நிறைவு செய்ததைக் கூறும் அப்பதிவுக் கல்லை, சீக்கிய கர்னல் ஒருவர் தன் செலவில் நிறுவியுள்ளார்.

27

கலவரங்கள்

ரவுடிக் கூட்டத்தின் மொழி என்பது பொதுக்கருத்தின் மொழிதான்! என்ன, பூடகமாக இல்லாமல் வெளிப்படையாக உள்ளது. அடக்கி வைப்ப தில்லை; அடித்து நொறுக்கிவிடுகிறது.

-ஹான்னா ஆரெண்ட்

I

1952 அக்டோபரில் ராஷ்ட்ரிய ஸ்வயம்சேவக் சங்கத்தின் தலைவர், அபூர்வமாக, தன் கையொப்பம் இட்டு ஆங்கில மொழிப் பத்திரிகைகளுக்கு ஒரு கட்டுரை எழுதினார். 'தன் ஆதாரங்களிலிருந்து வெட்டப்பட்ட ஒரு தேசம் முழுவதுமாகப் புத்துரு பெறுவது நடக்கக்கூடியதல்ல' என்று எம்.எஸ். கோல்வால்கர் வற்புறுத்தினார்.

> எனவே அடிப்படையான மதிப்புகளுக்கும் சிந்தனைகளுக்கும் புத்துயிர் ஊட்டுவதும், பழைய அடிமைத்தனத்தையும் அவமானங்களையும் நினைவூட்டும் அடையாளங்களை அழித்துவிடுவதும் அவசியமாகும். நம்மை நாமே மாசற்ற தூய்மையில் காண்பது முதலாவது தேவை. நம் நிகழ்காலமும் எதிர்காலமும் நம் மகத்தான கடந்த காலத்துடன் நன்றாக இணைக்கப்படவேண்டும். அறுக்கப்பட்ட சங்கிலிகள் மீண்டும் இணைக்கப் படவேண்டும். அது மட்டுமே சுதந்தர இந்தியாவின் இளைஞர்களுக்கு, பக்தி உணர்வுடன் ஒரு புதிய தொண்டு உணர்வையும் கொழுந்துவிடச் செய்யும். நம் தாய்நாட்டின் பெருமைக்கும் கௌரவத்துக்கும் நம் அனைத்தையும் தியாகம் செய்யத் தயாராகச் சொல்லி நமக்குக் கிடைக்கும் அழைப்பைவிட தேசிய ஒற்றுமைக்கு வேறு உயர்ந்த எதுவும் இருக்க முடியாது. அதுதான் மிக உயர்ந்த தேசபக்தி.

இந்த மிக உயர்ந்த சிந்தனைக்கு ஒருவர் எவ்வாறு வடிவமும் அர்த்தமும் அளிக்க முடியும்? இளைஞர்களை அனைத்தையும் தியாகம் செய்யுமாறு உணர்ச்சி ஊட்டக்கூடிய தனியான பிரச்னை என்ன? ஆர்.எஸ்.எஸ் தலைவர் சொன்னார்: 'நம் தேசிய வாழ்க்கையின் கௌவரமான அம்சம்,

> தாய்ப் பசுவே அன்றி வேறு எதுவும் அல்ல. அது தாய் மண்ணின் வாழும் அடையாளம். அது நம் பக்திக்கும் வழிபாட்டுக்கும் உரிய முழுமையான பொருள். நம் சிறப்பான இந்த தேசிய கௌரவ விஷயத்தில் கௌர வத்தின்மீது ஏற்படும் எந்தத் தாக்குதலையும் உடனடியாக நிறுத்துவதும் நம் தாய்நாட்டின் மீதான பக்தி உணர்வை வளர்ப்பதும், அதற்காகப் பசு வதை யைத் தடை செய்வதும் நம் சுயராஜ்யத் திட்டத்தில் உச்சகட்ட முக்கியத்துவம் பெறவேண்டும்.[1]

கோல்வால்கர் மற்றும் சங்கத்தின் கருத்தின்படி இந்தியா ஒரு 'இந்து' தேசம். ஆனால் இந்துக்களோ சாதியால், உட்பிரிவால், மொழியால், பிராந்தியத்தால் பிரிந்துகிடந்தனர். 1925-ல் அது ஆரம்பிக்கப்பட்ட நாள் முதல் ஆர்.எஸ்.எஸ் ஸின் லட்சியம், இந்துக்களை ஒன்றுபட்ட, வலிமையான சக்தியாக ஆக்குவ தாகவே இருந்துவந்துள்ளது. சங்கத்தின் உறுப்பினர்கள் அனைவருக்கும், மத உணர்வும் அரசியல் ஆசைகளும் இணைந்தே இருந்துவந்துள்ளன. கோல்வால்கருக்கு பசுமீது இருந்த பக்தியை நாம் சந்தேகிக்கவேண்டிய தில்லை. ஆனால் பசு வதைத் தடுப்பை அவர் முன்வைத்ததற்கு, அதையும் தாண்டிப் பெரிய நோக்கம் இருந்தது: இந்துக்களை ஒன்றிணைப்பது.

இந்தியா எங்கிலும் பசு உள்ளது. இந்துக்களும் எங்கும் இருக்கின்றனர். இந்துக்கள் பசுவை வணங்குகிறார்கள். ஆனால் முஸ்லிம்களும் கிறிஸ்தவர் களும் பசுவைக் கொன்று தின்னவே விரும்புகின்றனர். அந்தக் காரணத்தால் தான் ஆர்.எஸ்.எஸ் ஒரு தேசிய இயக்கத்தை அமைக்க முயற்சி செய்தது. கோல்வால்கர் கட்டுரைக்கு 14 ஆண்டுகளுக்குப்பிறகு ஒரு பெருங்கூட்டம் நாடு முழுமையிலும் பசு வதையைத் தடுக்கக் கோரி நாடாளுமன்றம் நோக்கிப் பேரணி ஒன்றை நடத்தியது. அதுதான் அந்த இயக்கத்தின் உயர்ந்த நோக்கம். அதன்பின் அதன் கவர்ச்சி படிப்படியாகக் குறைந்துவிட்டது. அந்தக் கவர்ச்சியின் உச்ச நிலையிலும்கூட இந்து சாமியார்களும் ஆர்.எஸ்.எஸ் தொண்டர்களும் மட்டுமே அதனால் ஈர்க்கப்பட்டார்கள். அதன் அமைப்பாளர் கள் எதிர்பார்த்தபடி அதற்குப் பொதுமக்கள் ஆதரவு இல்லை.

எனினும் அந்தப் புனித விலங்கால் இந்தியா முழுமையிலும் பெறமுடியாத வெற்றியை, 1980-களில் ஒரு சிறு நகரத்தின் ஒரு சிறிய புனித இடம் பெற்றுத் தந்தது. அயோத்தியில் ஒரு மசூதி இருந்த இடத்தில் கோவில் ஒன்றைக் கட்ட வேண்டும் என்ற இயக்கம் பரவலான ஆதரவைப் பெற்றது. இந்தியா எங்கும் உள்ள பல சாதிகளைச் சேர்ந்த இந்துக்களும் இதனைத் தங்கள் 'தேசிய வாழ்க்கையின் கௌரவத்தைப் பாதிக்கும் பிரச்னை'யாகப் பார்த்தனர். இந்த மக்களுக்கு அயோத்தியின் பாபர் மசூதி உண்மையில் 'நம் பழைய அடிமைத் தனத்தின் அடையாளமாக' தோன்றியது. அந்த இடத்தில் ராமருக்குக் கோவில்

கட்டுவதே, ஆயிரக்கணக்கான இந்து இளைஞர்களுக்கு வாழ்க்கையின் உயர்ந்த லட்சியம் ஆகிவிட்டது. இந்த நோக்கத்துக்கென விரயமான சக்தி, கோல்வால்கரேகூட எதிர்பார்க்காத ஒன்று! அவர் மட்டும் உயிரோடு இருந்திருந்தால், அவரே வியப்பு அடைந்திருப்பார். நிச்சயமாக சந்தோஷமும் பட்டிருப்பார்.

II

1984-ல் பழைய ஜனசங்கத்தின் வாரிசான பாரதிய ஜனதா கட்சி எட்டாவது பொதுத் தேர்தலில் வெறும் இரண்டு இடங்களை மட்டுமே வென்றது. ஐந்தாண்டுகளுக்குப் பிறகு அந்த எண்ணிக்கை 86. இந்த அதிகரிப்புக்கு முக்கியக் காரணம் அயோத்தி இயக்கத்தில் அதன் ஈடுபாடு.

காங்கிரஸைப் பதவிக்கு வரவிடாமல் தடுக்கும் ஆர்வத்தில் பாஜக, ஆட்சியில் பங்கு பெறாமல் வெளியில் இருந்தபடி வி.பி. சிங்கின் தேசிய முன்னணியை ஆதரித்தது. எனினும் மண்டல் கமிஷன் அறிக்கையை 1990 ஆகஸ்டில் அரசு செயல்படுத்தத் தீர்மானித்தது, பாஜகவைக் கடும் சிக்கலில் ஆழ்த்தியது. இதனை, இந்து சமூகத்தை உடைக்கும் மிக மோசமான திட்டம் என்று சில தலைவர்கள் கருதினார்கள். பிறர், இட ஒதுக்கீட்டை விரிவாக்குவது, பிற்பட்ட சாதியினரின் விருப்பத்துக்குத் தலைவணங்குவது என்று வாதிட்டனர். மண்டல் பரிந்துரைகளை ஏற்கவேண்டுமா, கூடாதா என்பது பற்றி கட்சிக்குள்ளும் ஆர்.எஸ்.எஸ்ஸின் ஷாகாக்களிலும் தீவிரமான விவாதம் நடைபெற்றது.

இதில் ஒரு நிலையை எடுப்பதைவிட, மண்டல், சாதிகள் ஆகியவை பற்றிய அரசியல் விவாதங்களுக்கு அப்பால், மதம்- கோவில்-மசூதி பிரச்னைக்குள் நுழைய பாஜக முற்பட்டது. குஜராத், சோமநாதபுரத்தின் புராதன ஆலயத் திலிருந்து அயோத்தி நகருக்கு ஒரு யாத்திரையைக் கட்சி அறிவித்தது. அடல் பிகாரி வாஜ்பாயைவிடத் தீவிரநிலை எடுப்பவரும், உறுதி மிக்கவரும், புன்முறுவல் பூக்காதவருமான எல்.கே. அத்வானி ஊர்வலத்துக்குத் தலைமை தாங்குவார். தேர் போலக் காட்சி அளிக்கும்படி மாற்றம் செய்யப்பட்ட டொயோடா வேனில் அவர் பயணம் செய்வார். வழியில் நின்று பொதுக் கூட்டங்களும் நடத்துவார்.

1990 செப்டெம்பர் 25 அன்று ஆரம்பித்து, எட்டு மாநிலங்கள் வழியாக, 6,000 மைல்களுக்கும் அதிகமாகப் பயணம் செய்து ஐந்து வாரங்கள் கழித்து அயோத்தியை அடைய அவர் திட்டமிட்டிருந்தார். அந்த வேனின் இரு பக்கங்களிலும் விஸ்வ இந்து பரிஷத்தின் ஆயுதமேந்திய தீவிரத் தொண்டர்கள் அணிவகுத்து வந்தனர். அவர்கள் அதை ஒரு நகரிலிருந்து வழியனுப்பி, அடுத்த நகரில் வரவேற்றனர். பொதுக்கூட்டங்களில், காவி அணிந்த சாதுக்கள் அவர்களோடு சேர்ந்துகொண்டனர். அவர்களுடைய ஜபமாலைகளும், நீண்ட தாடியும், திருநீறு பூசிய நெற்றியும், வலுவான அந்த ஆயுதமேந்திய

இளைஞர்களுக்கு மாற்றாக அமைந்தன. அந்த ஊர்வலத்தின் தோற்றம், மதச் சார்புடையதாக, தீவிரமானதாக, ஆண்மைத்தன்மை கொண்டதாக, முஸ்லிம் களுக்கு எதிரானதாக அமைந்திருந்தது. அத்வானியின் பேச்சுகள் இதற்கு மேலும் வலுவூட்டின. முஸ்லிம் சிறுபான்மையினரை அரசு தாஜா செய்கிறது; இந்துப் பெரும்பான்மையினரின் நியாயமான நலன்களையும் லட்சியங்களையும் மறுத்து, போலி மதச்சார்பின்மையை மேற்கொண்டுவருகிறது என்று அவர் குற்றம் சாட்டினார். அந்த நலன்களும் லட்சியங்களும் நிறைவேற ஒரு சின்னமாக, அயோத்தியில் ராமர் கோவில் கட்டுவது முன் நிறுத்தப்பட்டது.[2]

அத்வானியின் ஊர்வலம் வடமேற்கு இந்தியா வழியாகச் செல்வது வி.பி. சிங் அரசுக்குப் பெரும் தலைவலியாக அமைந்தது. ஏனெனில் அந்த ஊர்வலம், 'கலவரத்தைத் தூண்டக்கூடும் என்பதைக் கண்டுகொள்ளாமல் விட முடியாது. அதிகரித்துவரும் ஒழுங்கீனம், கலவரங்கள், முடிவில் மசூதி இடிப்பு ஆகியவை கண்முன்னே காட்சி அளித்தன. அதே நேரம், அந்த ஊர்வலத்தைத் தடுத்து நிறுத்தினாலும் பயங்கர விளைவுகள் ஏற்படும்:- சிங், மதிப்புக்குரிய கடவுளான ராமருக்கு எதிராகச் செயல்படுமாறு ஆகும்; கூடவே அவருடைய சொந்தக் கூட்டணி ஆட்சி கவிழக்கூடிய அபாயம் நேரும்.'[3] யாத்திரை தில்லியை அடைந்தது. அரசாங்கம் தம்மைக் கைது செய்வதைத் தைரியமாக எதிர்நோக்கி அத்வானி பலநாட்கள் அங்கு முகாமிட்டார். சவால் ஏற்றுக்கொள்ளப்படவில்லை. எனவே ஊர்வலம் மீண்டும் கிளம்பியது. எனினும் அது தன் பயணத்தின் இறுதி இடத்தை அடைய ஒரு வாரம் இருக்கும்போது, நிறுத்தப்பட்டது. அத்வானி கைது செய்யப்பட்டார். அந்தக் கைதை மேற்கொண்டவர், ஊர்வலம் அப்போது சென்றுகொண்டிருந்த பிகாரின் முதல்வர் லாலு பிரசாத் யாதவ்.

பிகார் அரசாங்க விடுதியில் அத்வானி ஓய்வு எடுத்துக்கொண்டிருந்தபோது அவருடைய தொண்டர்கள் அயோத்தி நோக்கிச் சென்றுகொண்டிருந்தனர். ஆயிரக்கணக்கான கர சேவகர்கள் நாட்டின் எல்லாப் பகுதிகளிலிருந்தும் அயோத்தியை நோக்கி வந்துகொண்டிருந்தனர். உத்தரப் பிரதேச முதல்வர் முலாயம் சிங் யாதவும், லாலுவைப் போலவே, பாஜகவின் கடுமையான எதிரி. அவர், வெளி மாநிலத்திலிருந்து வந்த அனைத்துத் தொண்டர்களையும் ஒட்டுமொத்தமாகக் கைது செய்ய உத்தரவிட்டார். சுமார் 1,50,000 கர சேவகர்கள் கைது செய்யப்பட்டனராம். ஆனாலும் அதே அளவுக்கான பிற கர சேவகர்கள், அயோத்தியில் நுழைந்துவிட்டனர். ஏற்கெனவே 20,000 காவலர்கள் கோவில் நகரில் இருந்தனர். சிலர் வழக்கமான போலீஸ்காரர்கள், மற்றவர்கள் எல்லைக் காவல் படை போன்ற துணை ராணுவத்தினர்.

அக்டோபர் 30 அன்று காலை, பெருந்திரளான கர சேவகர்கள் அயோத்தியின் பழைய நகரையும் புதிய நகரையும் இணைக்கும் சரயு நதிப் பாலத்தின் அருகில் போலீஸால் தடுக்கப்பட்டனர். தொண்டர்கள் போலீஸைத் தள்ளிவிட்டுவிட்டு பாபர் மசூதி நோக்கித் திரண்டனர். அங்கே அவர்களை எல்லைக் காவல் படை எதிர்கொண்டது. சில கர சேவகர்கள் அவர்களை ஏமாற்றிவிட்டு மசூதியை அடைந்தனர். ஒருவர் காவிக் கொடியை அதன்மீது ஏற்றினார். மற்றவர்கள்

அதைக் கோடரிகளாலும் சூத்திகளாலும் தாக்கினார். மக்கள் படையெடுப்பை நிறுத்த வீரர்கள் கண்ணீர்ப் புகையையும், பிறகு துப்பாக்கிக் குண்டுகளையும் பயன்படுத்தினர். குறுகலான சந்துகளிலும் கோவில் வராந்தாக்களிலும் கர சேவகர்கள் துரத்தப்பட்டனர். அவர்களில் சிலர் தடிகளாலும் கற்களாலும் எதிர்த்தனர். உள்ளூர்வாசிகளும் அவர்களுக்கு ஆதரவாக போலீஸ்மீது தாக்குதல் தொடுத்தனர்.[4]

பாதுகாப்புப் படையினருக்கும் தொண்டர்களுக்கும் இடையே மூன்று நாள்கள் சண்டை நடந்தது. அதில் இருபது கர சேவகர்களாவது மடிந்திருப்பர். அவர்களுடைய உடல்களை வி.எச்.பி தொண்டர்கள் எடுத்து, எரியூட்டி, சாம்பலைப் பாத்திரங்களில் பத்திரப்படுத்தினர். அவற்றை அவர்கள் வட இந்தியா எங்கும் எடுத்துச் சென்று, மக்களிடையே உணர்ச்சிகளைத் தூண்டினர். இந்தத் தியாகிகளின் ரத்தத்துக்குப் பழிவாங்க இந்துக்கள் தூண்டிவிடப்பட்டனர். உத்தரப் பிரதேசத்தைப் பல மதக் கலவரங்கள் உலுக்கியெடுத்தன. இந்துக் கூட்டங்கள் முஸ்லிம்கள் வாழும் பகுதிகளைத் தாக்கின. பிரிவினையின்போது நடந்த படுகொலைகளை நினைவுபடுத்தும்வகையில் ரயில்கள் நிறுத்தப்பட்டு, முஸ்லிம்கள் என்று அடையாளம் காணப்பட்டவர்கள், வெளியில் இழுத்துப் போடப்பட்டு, கொலை செய்யப்பட்டனர். சில இடங்களில் பாதிப்புக் குள்ளானவர்கள் எதிர்த்து நின்றனர். அவர்கள்மீது, மாநில ஆயுத போலீஸ் படை ஏவப்பட்டது. இந்தப் படை, சிறுபான்மையினர்மீது நீண்டகாலமாகவே அடக்குமுறையைச் செயல்படுத்திவந்தது என்று பெயர் பெற்றிருந்தது.[5]

ஒரு விமர்சகர் விமர்சனம் செய்தவாறு, எல்.கே. அத்வானியின் ரத யாத்திரை, விரைவில் ரத்த யாத்திரையாக ஆகிவிட்டது.[6]

III

ரத யாத்திரையால் ஆபத்துக்கு உள்ளானவர் பிரதமர் வி.பி. சிங். பாஜகவின் ஆதரவற்ற நிலையில், 1990 நவம்பரில் சிறுபான்மை அரசை நிலைநிறுத்த முடியாமல் பதவி விலகினார். 1979-ல் மொரார்ஜி தேசாய் ஆட்சி கவிழ்ந்தபோது செய்ததுபோன்றே, காங்கிரஸ் ஒரு பொம்மை அரசைக் கொண்டுவந்தது. இம்முறை பிரதமர் பதவிக்கு வந்தவர் சந்திரசேகர். காங்கிரஸ், 1991 கோடையில் நடக்கவிருந்த இடைத்தேர்தல்களுக்குத் தம்மைத் தயார்படுத்திக்கொண்டிருந்தது. தேர்தல் பிரசாரத்தின் இடையில், தமிழ் நாட்டின் ஸ்ரீபெரும்புதூரில் ராஜிவ் காந்தி படுகொலை செய்யப்பட்டார். தற்கொலை குண்டுவெடிப்பை நிகழ்த்திய பெண், தமிழ் ஈழ விடுதலைப் புலிகளின் போராளி என்பது பின்னர் தெரிந்தது. அந்தக் கொலை ஒரு பழிவாங்கும் செயல். 1987-ல் அவர்களுக்கு எதிராக ராஜிவ் காந்தி படைகளை அனுப்பியதை விடுதலைப் புலிகள் மறக்கவில்லை.

ராஜிவ் காந்தி கொலை செய்யப்பட்டபோதிலும், தேர்தல்கள் திட்டமிட்டபடி நடைபெற்றன. எந்தக் கட்சிக்கும் பெரும்பான்மை இல்லாத தொங்கு

நாடாளுமன்றம்தான் அமையும் என்று கருத்துக்கணிப்பாளர்கள் ஆருடம் கூறினர். எனினும் கொலையினால் ஏற்பட்ட அனுதாபத்தால், காங்கிரசுக்கு 244 இடங்கள் கிடைத்தன. சுயேச்சைகள் ஆதரவுடன் அவர்களால் ஆட்சி அமைக்க முடிந்தது. ராஜிவ் காந்தி மந்திரிசபையில் முக்கியத் துறைக்குப் பொறுப்பு வகித்த, ஆந்திரப் பிரதேசத்திலிருந்து வந்த பிரபல காங்கிரஸ்காரர் பி.வி. நரசிம்ம ராவ், பிரதமராகப் பதவிப் பிரமாணம் செய்துவைக்கப்பட்டார்.

1991 நாடாளுமன்றத் தேர்தல்களில் பாஜக, கடந்த முறையைவிட 35 இடங்கள் கூடுதலாகப் பெற்று, 120 இடங்களை வென்றது. அது உத்தரப் பிரதேச சட்டமன்றத் தேர்தலிலும் வென்றது. வட இந்தியாவில் நான்கு மாநிலங்களில் (மத்தியப் பிரதேசம், ராஜஸ்தான், இமாசலப் பிரதேசம் மற்றவை) இப்போது அது ஆட்சியில் இருந்தது. ராமர் இயக்கம் தெளிவாக அரசியல் ஆதாயத்தை அளித்திருந்தது. கலவரங்கள், திறமையாக, வாக்கு களாக மாற்றப்பட்டிருந்தன. அதே நேரம், இத்தேர்தல் வெற்றிகள் அதன் அடையாளத்துக்கு ஆபத்தை ஏற்படுத்தியிருந்தது. பாஜக ஓர் அரசியல் கட்சியா அல்லது சமூக இயக்கமா? இப்போது, மசூதி-கோவில் மோதலைப் பின்னுக்குத் தள்ளவேண்டும் என்று சில தலைவர்கள் கருதினர். மாறாக, விரிவான பொருளாதார, அயலுறவுக் கொள்கைகளை உருவாக்கி, தென் இந்தியாவில் கட்சியின் செல்வாக்கை விரிவுபடுத்தவேண்டும் என்றார்கள் அவர்கள். மறுபுறம் வி.எச்.பி.யும் ஆர்.எஸ்.ஸூம் அயோத்தியின் சர்ச்சைக் குரிய பகுதியில் முக்கிய கவனத்தைச் செலுத்தவேண்டும் என்பதில் தீவிரமாக இருந்தன. 1991 அக்டோபரில், மசூதியைச் சுற்றியிருந்த நிலத்தை விலைக்கு வாங்கி, நிலத்தைச் சமன் செய்து, கோவில் கட்டத் தயாராகிக் கொண்டிருந் தனர்.

1992 ஜூலையில், நிலைமையை ஆராய மத்திய அரசு ஒரு குழுவை அனுப்பியது. 'இருந்தநிலை அப்படியே தொடரவேண்டும்' என்று நீதிமன்றம் கொடுத்திருந்த தீர்ப்புக்கு விரோதமாக, சர்ச்சைக்குரிய இடத்தின் பல பகுதிகள் இடிக்கப்பட்டும் அருகில் ஒரு பெரிய காங்கிரீட் மேடை கட்டப்பட்டும் இருப்பதை அந்தக் குழு கண்டது. உத்தரப் பிரதேச அரசின் தலைமையை ஏற்றிருந்த ஆர்.எஸ்.எஸ்காரரான கல்யாண் சிங், இந்த நடவடிக்கைகளைக் கண்டுகொள்ளாமலேயே இருந்தது கண்டு குழு வருத்தம் அடைந்தது. மொத்தத்தில், 'அயோத்தியில் வரம்பற்ற விதத்தில் சட்டம் மீறப்பட்டிருக் கிறது'.

சிக்கல் அதிகரிக்கும் என்று கவலையுற்ற தில்லியின் உள்துறை, ஓர் அவசரத் திட்டத்தைத் தயாரித்தது. அதன்படி, உத்தரப் பிரதேசத்தில் குடியரசுத் தலைவர் ஆட்சி கொண்டுவரப்படும்; மசூதி-கோவில் நிலங்களை மத்திய அரசு கையகப்படுத்தும். இருந்தபோதிலும், பிரதமர் ராவ் பேச்சுவார்த்தை மூலம் பிரச்னைக்குத் தீர்வு காணமுடியும் என நம்பினார். வி.எச்.பி. தலைவர்களைப் பலமுறை சந்தித்துப் பேசினார். பாபர் மசூதிச் செயல் குழுவுடனும் ஆலோச னைகள் நடத்தினார். பிரச்னையை உச்ச நீதிமன்றத்திடம் விடுவதற்கான சாத்தியக் கூறுகளும் ஆராயப்பட்டன.[7]

இதற்கிடையே வி.எச்.பி, கோவில் கட்டுவதற்கான ஆரம்ப தினத்துக்கேற்ற நல்ல நாளாக டிசம்பர் 6-ஐ அறிவித்தது. மாநில அரசின் பொறுப்பு இப்போது பாஜகவிடம் இருக்கும் தைரியத்தில், நவம்பர் மாத நடுவிலிருந்தே தொண்டர்கள் அயோத்தியில் கூட ஆரம்பித்தனர். முதல்வர் கல்யாண் சிங் புது தில்லிக்கு அழைக்கப்பட்டார். உச்ச நீதிமன்றம் இதற்கு ஒரு முடிவு காண்பதற்குச் சம்மதிக்குமாறு நரசிம்ம ராவ் அவரைக் கோரினார். 'அயோத்திப் பிரச்னைக்கு ஒரு முடிவான தீர்வு சர்ச்சைக்கு உரிய இடத்தை இந்துக்களிடம் ஒப்படைத்துவிடுவதுதான்', என்று சிங் பிரதமரிடம் கூறினார்.[8]

மாநிலத்துக்கு வெளியிலிருந்து வரும் ஆயிரக்கணக்கான தொண்டர்களைத் தங்கவைத்து உணவளிக்குமாறு கல்யாண் சிங் தன் அரசை முடுக்கிவிட்டார். பெருமளவிலான மக்கள் வெள்ளம் பற்றிய செய்தி உள்துறையை எச்சரிக்கை அடையச் செய்தது. அவர்கள் புதியதோர் அவரசத் திட்டத்தைத் தயாரித்தனர். அதன்படி, துணை ராணுவப் படைகளை அயோத்திக்கு அனுப்பத் திட்டமிடப் பட்டது. மாத முடிவுக்குள் 20,000 படைவீரர்கள், தேவைப்பட்டால் செயல்படத் தயார் நிலையில், ஊருக்கு ஒரு மணிப் பயண நேரத்தில் இருக்குமாறு தங்கவைக்கப்பட்டனர். அப்போதைய உள்துறைச் செயலர், 'சுதந்தரத்துக்குப் பிறகு இத்தகைய நடவடிக்கை ஒன்றுக்காக இப்படிப் பெருமளவில் படைகள் குவிக்கப்பட்டிருப்பது இப்போதுதான்' என்றார்.[9]

மறுபக்கம் சூலம், வில் அம்புகளுடன் ஒரு லட்சம் கர சேவகர்கள் அயோத்தி நகரை அடைந்துவிட்டனர். நவம்பர் மாதக் கடைசி தினத்தன்று அயோத்திக்குப் புறப்பட்ட அத்வானி, 'டிசம்பர் ஆறாம் தேதி என்ன நடக்கும் என்று இந்தக் கணத்தில் என்னால் உத்தரவாதம் ஏதும் அளிக்க முடியாது. எனக்குத் தெரிந்ததெல்லாம், நாங்கள் அந்த தினத்தில் கர சேவை செய்யப்போகிறோம் என்பதுதான்' என்றார்.[10]

ஆறாம் தேதி காலை பற்றி ஒரு பத்திரிகையாளர், 'மசூதியைச் சுற்றிலும் பாதுகாப்புச் சுவர்மீது இரு கால்களையும் அகல விரித்தவாறு போலீஸ் ஆயுதப்படை வீரர்கள் கையில் லத்தியுடன் உட்கார்ந்திருந்தனர். ஆர்.எஸ்.எஸ் தொண்டர்கள் கையில் துணிப்பட்டை கட்டியிருந்தனர்' என்று குறிப்பிட்டார். அயோத்தியைச் சுற்றிலும் தங்கவைக்கப்பட்டிருந்த மத்தியப் படைகள் ஊருக்குள் செல்லும்படிக் கோரப்படவில்லை. பொறுப்பு உத்தரப் பிரதேசக் காவல்துறையிடம் மட்டுமே ஒப்படைக்கப்பட்டிருந்தது. காலை 11.30 மணிக்கு, அதற்கென முன்னரே அமைக்கப்பட்ட காங்கிரீட் மேடையில் வழிபாட்டை ஆரம்பிக்க வி.எச்.பி திட்டமிட்டிருந்தது. ஆனாலும் அதற்குள் சில கர சேவகர்கள் மசூதியை நோக்கி அபாயகரமாகச் செல்ல ஆரம்பித்தனர். ஆர்.எஸ்.எஸ் தொண்டர்களும் போலீஸும் அவர்களை நிறுத்த முயன்றனர். அப்போது, பொறுமை இழந்த கூட்டம் கூக்குரல் இட்டபடி அவர்கள்மீது கற்களை வீசத் தொடங்கியது. 'மந்திர் யஹீ(ன்) பனாயேங்கெ' (கோவிலை இங்கேயே கட்டுவோம்) என்று பாபர் மசூதியைச் சுட்டிக் காட்டியபடியே அவர்கள் கூச்சலிட்டனர். தைரியமான இளைஞர் ஒருவர் மசூதியைச் சுற்றிப் போடப்பட்டிருந்த பாதுகாப்பு வளையத்தின்மீது ஏறி, ஒரு குவிந்த

கோபுரத்தின் உச்சியின்மேல் ஏறினார். அதையே சமிக்ஞையாக எடுத்துக் கொண்டு, மக்கள் கூட்டம் ஒன்று அலையென உள்ளே நுழைந்தது. காவலர்கள் அங்கிருந்து ஓடினர். நூற்றுக்கணக்கான கர சேவகர்கள் மசூதியைக் கோடரிகளாலும் இரும்புத் தடிகளாலும் தாக்கத் தொடங்கினர்.

நடுப்பகல் அளவில் தொண்டர்கள் மசூதி எங்கும் பரவி, காவிக் கொடிகளுடன் வெற்றி எக்காளமிட்டனர். கோபுரங்களில் கொக்கிகள் பொருத்தப்பட்டன. அடிப்பகுதி சுத்திகளாலும் கோடரிகளாலும் சிதைக்கப்பட்டது. பிற்பகல் இரண்டு மணிக்கு ஒரு கோபுரம் கீழே விழுந்தது. அத்துடன், 12 பேரும் கூட விழுந்தனர். 'ஏக் தக்கா அவுர் தோ, பாப்ரி மஸ்ஜித் தோட் தோ' (இன்னொரு அடி சேர்த்துக் கொடு, பாபர் மசூதியை உடைத்துப் போடு) என்று சாத்வி ரிதாம்பரா கூவினார். மதியம் 3.30-க்கு இரண்டாவது கோபுரமும் விழுந்தது. ஒரு மணி நேரம் கழித்து மூன்றாவதும் கடைசியுமான ஒன்றும் இடிக்கப் பட்டது. 'பல அரசர்களும் வம்சங்களும் வந்து சென்றதைக் கண்ட ஒரு கட்ட டம், 400-க்கும் அதிகமான பருவமழைக் காலங்களைக் கண்ட ஒரு கட்டடம், ஒரு பிற்பகலில் கல் துண்டுகள் ஆகிவிட்டது.'[11]

பாபர் மசூதி இடிப்பு, முன்னதாகத் திட்டமிடப்பட்டதா அல்லது திடீரென எழுந்த பொது உணர்ச்சியின், கோபத்தின் விளைவா? நிச்சயமாக, சில பாஜக தலைவர்கள் சம்பவங்கள் திசைமாறியது கண்டு திகைத்துப்போயினர். கடந்த வாரத்தில் அச்சுறுத்தும் வகையில் பேசியிருந்தபோதிலும், பாபர் மசூதியை நோக்கித் கர சேவகர்கள் முன்னே சென்றபோது, அத்வானி அவர்களைத் திரும்பிச் செல்லுமாறு கேட்டுக்கொண்டார். கோபுரங்கள் சரிந்து விழுந்த போது அவர் மூத்த ஆர்.எஸ்.எஸ் முக்கியஸ்தர்களான எச்.வி. சேஷாத்திரி, கே.எஸ். சுதர்சன் ஆகியோருடன் காரசாரமாக விவாதித்துக் கொண்டிருந்தார். செயல் நடந்துமுடிந்துவிட்டதால் ஆர்.எஸ்.எஸ், பாஜக இரண்டுமே பொறுப்பை ஏற்கவேண்டும் என்று அவர்கள் கருதினர். 'சரித்திரத்தின் போக்கு முன்னதாக நிச்சயிக்கப்படுவதில்லை; எனவே நடந்ததை ஏற்றுக் கொள்ளுங்கள்' என்று சுதர்சன் அத்வானியிடம் கூறினார். மாறாக அத்வானி, வெளிப்படையாக வருத்தம் தெரிவிக்கப்போவதாகக் கூறினார்.[12]

நிகழ்வுகளை அடுத்த பத்திரிகையாளர் சந்திப்புகளின்போது, பாஜக பத்திரிகைத் தொடர்பாளர்கள், அயோத்தி நிகழ்வுகள் பற்றிப் பயன்படுத்திய வார்த்தை 'துரதிர்ஷ்டவசமானது' என்பது. ஜனநாயகத்தில், சட்டத்துக்குக் கட்டுப்பட்டு நடக்கவேண்டிய முக்கியமான எதிர்க்கட்சி ஒன்று, பொதுச் சொத்தை அடித்து நொறுக்கியதை யாரும் மன்னிக்க மாட்டார்கள். தில்லி கட்சித் தலைமையகத்தில் 6-ம் தேதி அன்று மாலை பத்திரிகையாளர்களைச் சந்தித்தபோது, சிந்தனையாளர் கே.ஆர். மல்கானி, 'நாங்கள் அந்தக் கட்டடம் போயே ஆகவேண்டும் என்றுதான் இருந்தோம்; ஆனால் அது சட்டரீதியாகப் போவதையே விரும்பினோம். இதில் வருத்தத்துக்குரிய விஷயம், அது ஒழுங்கற்ற முறையில் இடிக்கப்பட்டதுதான்' என்று தெளிவுபடுத்தினார். அச்செயலிலிருந்து பாஜகவை விலக்கி வைக்கும் நோக்கத்தில், மசூதியைத் தாக்கிய கர சேவகர்கள் பெரும்பாலும் சிவசேனையிலிருந்து வந்தவர்களாக

இருக்கவேண்டும்; ஏனெனில் அவர்கள் மராத்தியில் பேசுவதைப் பலர் கவனித்தனர் என்றார்.[13]

இயக்கத்தில் தீவிரமாக இருந்தவர்கள் இந்த அளவு வெட்கப்படவில்லை. செப்டெம்பரிலேயே, கட்டடத்தின் பலவீனமான பகுதிகளைக் கண்டறிந்து சொல்லுமாறு இஞ்சினியர்கள் கேட்டுக்கொள்ளப்பட்டதாகவும், தொண்டர் களுக்கு இடித்துத் தள்ளுவதற்கான பயிற்சி கொடுக்கப்பட்டதாகவும் ஒரு வி.எச்.பி தலைவர் பெருமை அடித்துக்கொண்டார். 'திட்டமிடாமல், ஆறு மணி நேரத்தில் எப்படி அந்த மசூதியைத் தரைமட்டம் ஆக்கியிருக்க முடியும் என்று எதிர்பார்க்கிறீர்கள்? உணர்ச்சிவசப்பட்ட கர சேவகர்கள் கூட்டம் ஒன்று அவ்வளவு முறையாகச் செயல்பட்டிருக்க முடியும் என்று நீங்கள் நினைக் கிறீர்களா?' என்று அவர் ஒரு நிருபரைக் கேட்டார்.[14] இடிப்புக்குப்பின் சென்னையில் கூட்டம் ஒன்றில் பேசிய அருண் ஷோரி, 'நடந்தவை பற்றிக் கை கழுவிட்டு விலகிச் செல்ல பாஜக முயன்றாலும், இந்தியாவில் உள்ள இந்துக்கள் இடிப்பில் சொந்தம் கொண்டாடி, முழுமையாக உரிமை பாராட்டினர். அயோத்திச் சம்பவங்களுக்குப் பிறகு, இந்துக்கள், தாங்கள் எண்ணிக்கையில் அதிகமாக இருப்பதை உணர்ந்துகொண்டுள்ளனர். அவர்களுடைய உணர்வுகளை அரசு நிர்வாகத்தில் உள்ளவர்களும் ஏற்றுக் கொள்கின்றனர். அவர்கள் தங்கள் விருப்பம்போல் அரசை வளைக்கக்கூடிய வர்கள். இந்திய நாகரிகத்தின் தொன்மைக்கு ஏற்றபடி இந்தியப் பொது வாழ்க்கையை முற்றிலும் புனரமைக்க வழி செய்யும் வகையில், அயோத்தி இயக்கத்தை ஒரு கலாசார விழிப்புணர்வுக்கும் புரிதலுக்குமான ஆரம்பமாகக் கொள்ளவேண்டும் என்பதே என் சொந்த நம்பிக்கை' என்றார்.[15] பாபர் மசூதி இடிப்பு என்பது, இந்தியாவை ஓர் இந்து தேசமாகப் புதிதாக வடிவமைக்க ஓர் ஆரம்பமாக இருக்கும், இருக்கவேண்டும் என்பதையே ஷோரி ஒருவகையில் சுற்றி வளைத்துச் சொன்னார்.

ஷோரி நினைத்ததுபோல, இந்துக்கள் அனைவருமே இந்த உணர்வுகளைப் பங்கிட்டுக்கொண்டனர் என்று நாம் கருதக்கூடாது. ஆனால் டிசம்பர் 6 அன்று மசூதியை இடித்துத் தள்ளிய இந்துக்கள், இந்திய அரசாங்கத்தை நிச்சயமாகத் தங்கள் விருப்பத்துக்கு இசைய வளைத்துவிட்டார்கள். அவர்களைத் தடுத்து நிறுத்தக்கூடிய படைகள் அருகில் இருந்தன. ஆனால் அவர்களைச் செயல்படச் செய்ய ஆணைமட்டும் வரவே இல்லை. தாம் இந்துக்களுக்கு எதிரானவர்கள் என்று குற்றம் சாட்டப்பட்டுவிடுவோமோ என்ற கவலையில், 'மசூதி இடிப்பு சற்றுக் குறைவான தீமை' என்று நினைத்துவிட்டது பிரதமர் நரசிம்ம ராவின் அரசு. செயல் நடந்து முடிந்தபின்னரே நடவடிக்கை எடுக்கப்பட்டது. உத்தரப் பிரதேச அரசு கலைக்கப்பட்டு ஜனாதிபதி ஆட்சி அமல் செய்யப்பட்டது.[16]

IV

பாபர் மசூதி கோபுரங்கள் விழுந்தபோது அவற்றின்மேல் இருந்தவர்களும் கீழே விழுந்தனர். 50-க்கும் மேற்பட்ட கர சேவகர்கள் காயமடைந்தனர்.

சிலருக்கு மோசமான காயங்கள் ஏற்பட்டன. குறைந்தபட்சம் 6 பேர் உயிரிழந்ததாக அறிவிக்கப்பட்டது. சம்பவத்துக்குப் பிந்தைய விளைவுகள் மேலும் பயங்கரமானதாக இருந்தன. எல்.கே. அத்வானி போன்ற பாஜகவின் முக்கியத் தலைவர்கள் பாதுகாப்புக் காவலில் வைக்கப்பட்டனர். நகரை அடுத்து நகரில் கலவரங்கள் வெடித்தன. வன்முறைக் கலவரங்கள் இரண்டு மாதங்கள் நீடித்தன. 2,000-க்கும் அதிகமான உயிர்கள் அழிக்கப்பட்டன.

அயோத்தியை அடுத்த சுற்றுப்புறத்தில்தான் மோதல்கள் தொடங்கின. செல்வாக்குள்ள உள்ளூர்க் கோவில் பூசாரி ஒருவர், அயோத்தி, 'இந்துக்களின் வாட்டிகன்' ஆகவேண்டும் என்ற விருப்பத்தைத் தெரிவித்தார். அந்தப் பெரும் இலக்கின் முதல் படி, நகரில் சிறுபான்மையினரே இல்லாமல் ஆக்குவது. மசூதியின் வீழ்ச்சியைக் கொண்டாடிய கர சேவகர்கள் முஸ்லிம் இல்லங்களையும் சுற்றியுள்ள பகுதிகளையும் தீக்கிரையிட்டனர். பிற நகரங்களில் விஸ்வ இந்து பரிஷத் ஏற்பாடு செய்த ஊர்வலங்களின் விளைவுகளாகக் கலவரங்கள் மூண்டன. பிற இடங்களில், இடித்ததை எதிர்க்க வீதிக்கு வந்த முஸ்லிம்கள் போலீஸ் நிலைகளைத் தாக்கினர். அரசுக் கட்டடங்களை எரிக்க முயன்றனர்.

சில சமங்களில் வெற்றியின் தூண்டலால் இந்துக்களும், பிற சமயங்களில் எதிர்ப்பை வெளிக்காட்டும் முஸ்லிம்களும் வடக்கு, மேற்கு இந்தியாவின் பெரும்பகுதிகளில் கலவரங்களில் ஈடுபட்டனர். குஜராத்தில் 246 பேரும், மத்தியப் பிரதேசத்தில் 120 பேரும், அஸ்ஸாமில் 100 பேரும், உத்தரப் பிரதேசத்தில் 201 பேரும், கர்நாடகத்தில் 60 பேரும் உயிரிழந்தனர். திராவகம், உண்டி வில் முதல் வாள்கள், துப்பாக்கிகள்வரை பயன்படுத்தப்பட்டன. குழந்தைகள் எரிக்கப்பட்டனர். பெண்கள் போலீஸால் சுடப்பட்டனர். இந்த வன்முறைப் பரவலில், மனித இனத்தின் இரக்கமற்ற தன்மையின் நுட்பமான வளர்ச்சி ஒவ்வொன்றும் வெளிக்காட்டப்பட்டது.[17]

மிகவும் மோசமாக பாதிக்கப்பட்ட இந்திய மாநகரம் வர்த்தகத் தலைநகரான பம்பாய். டிசம்பர் 7 காலை முஸ்லிம் பகுதியான முகமது அலி சாலையில், ஒட்டு மொத்தக் கோபமும் வெளியே பொங்கி இந்துக் கடைகள் சூறையாடப் பட்டன. பாஜக தலைவர்களின் கொடும்பாவிகள் கொளுத்தப்பட்டன. கோவில் ஒன்றும் தரைமட்டமாக்கப்பட்டது. போலீஸ் படைகள் வந்தும் அவர்கள் பயப்படவில்லை. 'அயோத்தியில் மசூதியை இடிக்கும்போது காவலர்கள் பார்த்துக்கொண்டே நின்றார்கள். இப்போது நாங்கள் உங்களைத் தாக்கப் போகிறோம்' என்று கத்தினர். அன்றும், மறு நாளும் மக்கள்கூட்டம் போலீஸுடன் சண்டையிட்டது. வன்முறையில் குறைந்தபட்சம் அறுபது பேர் மடிந்தனர்.

இதற்கு இடையே மாநகரின் வடக்கே குப்பமான தாராவி, இந்துக்களின் வெற்றிக்களிப்பால் துன்பத்தை அனுபவித்துக்கொண்டிருந்தது. பாஜக, சிவசேனை ஏற்பாடு செய்த வெற்றி ஊர்வலம் ஒன்று, முஸ்லிம் வீடுகளையும் கடைகளையும் தாக்குவதில் முடிந்தது. அதற்குப் பழிவாங்க, முஸ்லிம்கள் அர்ச்சகர் ஒருவரைக் கொன்று அவருடைய கோவிலை எரித்தனர். பிற

இடங்களில் கோபம் எதிர் சமுதாயத்தின்மீது அல்லாமல், அரசாங்கத்தின்மீது காட்டப்பட்டது. பல அரசாங்கப் பேருந்துகள் நொறுக்கப்பட்டன, எரிக்கப் பட்டன. அதே போலத்தான் குறைந்தபட்சம் 130 பேருந்து நிலையங்களும்.[18]

டிசம்பர் 9 அன்று, அயோத்தியில் தங்கள் தலைவர்கள் கைது செய்யப்பட்டதை எதிர்த்து, சிவசேனையும் பாஜகவும் நகர் முழுவதும் வேலைநிறுத்தம் செய்யப் போவதாக அறிவித்தன. இது, 'தொண்டர்களைச் சூறையாடச் சொல்லிய ஓர் அழைப்பு. அவர்கள் மசூதிகளையும் முஸ்லிம் நிறுவனங்களையும் தாக்கினர். ஒவ்வொரு முஸ்லிம் வீட்டையும் அடையாளம் காட்டுபவருக்கு ரூ. 50,000 பரிசளிப்பதாக சிவசேனை ஒரு பகுதியில் அறிவிப்பு வெளியிட்டிருந்தது' என்று ஒரு பத்திரிகையாளர் எழுதினார்.[19] சிவசேனைக்காரர்களை அவர் களுடைய தலைவரும் வழிகாட்டியுமான பாலாசாகேப் தாக்கரே தைரியமூட்டி னார். சாம்னா என்ற தன் கட்சிப் பத்திரிகையில் டிசம்பர் 10 அன்று வெளியான தலையங்கத்தில் அவர் எழுதினார்:

> கடந்த சில நாட்களாக நடந்த வன்முறைகள், திரும்பத் தாக்கும் சகாப்தத்தின் ஓர் ஆரம்பமே. இந்த யுகத்தில், இந்த தேசத்தின் வரலாறும் புவியியலும் மட்டுமின்றி உலகத்தின் வரலாறும் புவியியலுமே மாறப்போகின்றன. அகண்ட இந்து தேசக் கனவு உண்மையாகப்போகிறது. வெறி கொண்ட பாவி களின் (அதாவது முஸ்லிம்களின்) நிழல்கூட நம் மண்ணிலிருந்து மறைந்து விடும். நாம் இனி சந்தோஷமாக வாழ்வோம். சந்தோஷமாகச் சாவோம். கண்ணீர் சிந்துவதால் புரட்சி சாத்தியமில்லை. புரட்சிக்கு ஒரே ஒரு காணிக்கைதான் தேவை. அது பக்தர்களின் ரத்தம்.[20]

ஊடரங்கு உத்தரவு பிறப்பிக்கப்பட்டது. ராணுவம் அழைக்கப்பட்டது. எனினும் நகரம் சகஜ நிலைக்குத் திரும்பவும், தூர ரயில்கள் ஓடவும், அலுவல கங்களும் தொழிற்சாலைகளும் முன்புபோல் வேலை செய்யவும் பத்து நாட்கள் பிடித்தன. மூன்று வாரங்களுக்கு அமைதி நீடித்தது. ஆனால் ஜனவரி தொடக்கத்தில் புதிய கலவரம் மூண்டது. 5-ம் தேதி காலை, ஒரு முஸ்லிம் பகுதியில் இரண்டு இந்து துறைமுகத் தொழிலாளர்கள் கத்தியால் குத்தப்பட்டு இறந்துகிடந்தனர். காரணம் தெளிவாகத் தெரியவில்லை. அது யூனியன் போட்டியின் விளைவாகக்கூட இருக்கலாம். ஆனால் முஸ்லிம் பகுதியில் இந்துக்கள் கொல்லப்பட்டது, நகரெங்கும் பரவிய வன்முறைகளுக்கு வித்திட்டது. தாராவியில், கோபம் கொண்ட இந்துக்கள் முஸ்லிம்களுக்குச் சொந்தமான கடைகளையும் கிடங்குகளையும் சூறையாடினர். ஜோகேஸ்வரி என்ற குப்பத்தில் இந்துக் குடும்பம் ஒன்று உயிரோடு எரிக்கப்பட்டது. பால் தாக்கரே, சாம்னா தலையங்கத்தில் 'வெறியர்களுக்கு ஒரு பாடம் புகட்டப்பட்டு விட்டதால்' தாக்குதல்கள் நிற்கலாம் என்று அறிவிக்கும்வரை, வன்முறை ஒரு வாரத்துக்குத் தொடர்ந்தது. சிறுபான்மையினரே வன்முறையின் பெரும்பான் மைக் கொடுமைகளை அனுபவித்தனர். நகர ஜனத்தொகையில் வெறும் 15% மட்டுமே இருந்தாலும், கலவரங்களில் இறந்த சுமார் 800 பேரில், மூன்றில் இரண்டு பங்கு முஸ்லிம்கள்.

பம்பாய் மீண்டும் நொண்டி நொண்டி சகஜநிலைக்குத் திரும்பியது. இம்முறை அமைதி முழுமையாக இரண்டு மாதங்களுக்கு நீடித்தது. 1993 மார்ச் 12 அன்று தெற்கு பம்பாயில் தொடர் குண்டு வெடிப்பு நிகழ்ந்தது. ஒன்று பங்குச்சந்தைக் கட்டடத்துக்கு வெளியில்; மற்றவை ஆடம்பர ஓட்டல்கள், கம்பெனி அலுவலகங்கள் ஆகியவற்றுக்கு உள்ளே வெடித்தன. குண்டுவெடிப்புகள், நகரின் மிக அதிகச் செல்வச் செழிப்புள்ள பகுதியில், மிகச் சுறுசுறுப்பாக இயங்கும் நேரத்தில் வெடித்ததன் நோக்கம், மிக அதிகமான அளவில் உயிரிழப்பு ஏற்படவேண்டும் என்பதே. 300 பேருக்கும் மேலானோர் கொல்லப்பட்டனர். குண்டு வெடிப்புக்குப் பயன்படுத்தப்பட்ட வெடிபொருள் மிகச் சக்தி வாய்ந்த ஆர்.டி.எக்ஸ் என்பது. சில வாரங்களுக்குமுன் தம் மதத்தினர் கொலை செய்யப்பட்டதற்குப் பழி வாங்கும் முகமாக, துபாயைச் சேர்ந்த இரு நிழலுலகத் தலைவர்கள் அந்தக் குண்டுவெடிப்புகளை வழிநடத்தியிருந்தனர்.

பல இனங்களும் கலாசாரங்களும் இணைந்து வாழும் நகரம் என்ற பம்பாயின் பெருமை, சிவசேனையின் எழுச்சியால் சில ஆண்டுகளாகவே கறைபடிந்திருந்தது. 1992-93 கலவரங்கள், குண்டுவெடிப்புகளால் அந்தத் தோற்றத்துக்கு இப்போது பலத்த அடி விழுந்துவிட்டது. இது இப்போது, 'நிரந்தரமாக மாறிவிட்ட நகரம்', 'பெரிதும் பிளவுபட்ட நகரம்', 'தனக்குள்ளேயே போரிட்டுக் கொள்ளும் நகரம்' என்று ஆகிவிட்டது.[21]

பாபர் மசூதி இடிப்பே ஆழ்ந்த மனவருத்தத்தைத் தரக்கூடிய ஒரு செயல். ஆனால் பெஹ்ரம் காண்ட்ராக்டர் என்ற அரசியல் பத்தி எழுத்தாளர் எழுதியவாறு, 'இந்தியா இனி ஒரு மதச்சார்பற்ற நாடல்ல என்பதுகூடப் பெரிய வருத்தமல்ல. ஆனால் பம்பாய் இனி பல இன, பல கலாசார மக்கள் சேர்ந்து வாழும் நகரம் அல்ல என்பதே. இனி என்ன நடந்தாலும், ராமஜன்மபூமிப் பிரச்னைக்குத் தீர்வு கண்டாலும், இந்துக்களும் முஸ்லிம்களும் மீண்டும் ஒன்றாக வாழக் கற்றுக்கொண்டாலும், இந்தியாவின் எல்லாப் பகுதிகளில் இருந்தும் வரும் மக்களை அரவணைத்துக் கொள்ளும், சுதந்தரமான வாழ்க்கை நடத்தும் மாநகரம் என்ற பம்பாயின் புகழ், மீள இயலாதபடிப் போய்விட்டது.'[22]

V

1994-ல், வி.எச்.பி தலைவர் அசோக் சிங்கல், பாபர் மசூதி இடிப்பு என்பது, 'சிந்தனைரீதியில் இந்துக்களை ஒருமுகப்படுத்தும் ஒரு சக்தி; அது தன் பணியைச் செய்து முடித்துவிட்டது' என்று குறிப்பிட்டார்.[23] இரண்டு ஆண்டுகளுக்குப் பிறகு, பாரதிய ஜனதா கட்சி அதன் பயன்களை, பதினோராம் பொதுத்தேர்தலில் பெற்றது. அது 161 இடங்களை வென்று, நாடாளுமன்றத்தில் அதிக இடங்கள் பெற்ற தனிக்கட்சியாக இருந்தது. இருபத்தொரு இடங்கள் குறைவாகப் பெற்ற காங்கிரஸ், இரண்டாம் இடத்துக்குத் தள்ளப்

பட்டது. பாஜக தலைவர் அடல் பிகாரி வாஜ்பாய் அரசை அமைக்க அழைக்கப் பட்டார். பெரும்பான்மையைத் திரட்ட இயலாமல், இரு வாரங்களுக்குப் பிறகு பதவி விலகினார். அடுத்த இரண்டு ஆண்டுகளுக்கு, பாஜக எதிர்க் கட்சியில் அமர்ந்தது. தேசிய முன்னணி என்று அழைத்துக்கொண்ட, பிராந்தியக் கட்சிகள் அடங்கிய கூட்டணி ஆட்சி நாட்டில் நடைபெற்றது. 1998-ல் இடைத்தேர்தல் நடந்தபோது, பாஜக, மேலும் வளர்ச்சி பெற்று, 182 இடங்களை வென்றது. இப்போது, சிறிய கட்சிகளும் சுயேச்சைகளும் ஆட்சி ஏற்கப் போதுமான எண்ணிக்கையை அளித்தன. எனினும், இன்னும் சிறப்பாக வெற்றி பெறமுடியும் என்று நம்பி ஓர் ஆண்டுக்கு உள்ளாகவே புதிய தேர்த லுக்கு அது அழைப்பு விடுத்தது. ஆனால் அதே எண்ணிக்கையிலான இடங் களையே (182) அது வென்றது. காங்கிரஸோ எப்போதும் இல்லாத அளவுக்குக் குறைவாக 114 இடங்களை மட்டுமே பெற்றது. பாஜகவின் கூட்டணிக் கட்சிகள் பெற்ற சிறப்பான வெற்றியால், அதனால், மேலும் ஐந்து ஆண்டுகளுக்கு ஆட்சி செய்ய முடிந்தது. இவ்வாறு பாஜகவின் அடல் பிகாரி வாஜ்பாய் நாட்டின் காங்கிரஸ் அல்லாத பிரதமராக மொத்தம் 6 ஆண்டுகள் பதவி வகித்தார்.

சுதந்தரம் பெற்ற முதல் சில ஆண்டுகளில், பிரிவினையின் காயங்கள், இந்து வலதுசாரிகள் தங்களை வலிமையாக முன்வைக்கக் காரணமாக அமைந்தன. குறிப்பாக ஆர்.எஸ்.எஸ் தீவிரமாகச் செயல்பட்டது. ஆனால், 1952 தேர்தல்களில் ஜனசங்கம் வெறும் 3 இடங்கள் மட்டுமே வென்றபோது விமர்சகர்கள், நவீன மதச்சார்பற்ற ஜனநாயக நாட்டில் மதத்தின்மீது அரசியலை அமைக்கத் துணிந்த அக்கட்சிக்கு அஞ்சலி செலுத்தத் தயாராக இருந்தனர். சோஷலிச அரசியல்வாதி அசோக் மேத்தா, இந்து மதவாதம் 'இரு முறை தான் பலவீனமானது என்று நிரூபித்துவிட்டது. ஒருமுறை 1946-ல், மீண்டும் 1951-52-ல். இப்போது அதன் ஆவி நல்லடக்கம் செய்யப்படுகிறது' என்றார்.[24] நீண்டநாள் இந்தியவாசிகளான தாயா ஸின்கின், மாரிஸ் ஸின்கின் தம்பதிகள், 'இந்துக்கள் சகிப்புத்தன்மை வாய்ந்தவர்கள். இந்து மதவாதம் முழுமையாகத் தோற்கடிக்கப்பட்டுவிட்டது என்பதைத் தேர்தல்கள் காட்டுகின்றன. உண்மையாகவே மதவாதம் முற்றிலும், முடிவாகவும் தோற்று விட்டது' என்று குறிப்பிட்டனர்.[25]

காஷ்மீர் தலைவர் ஷேக் அப்துல்லா போன்ற பிற நோக்கர்கள், பெரும்பாலும் ஜவாஹர்லால் நேருவே இந்திய அரசையும் இந்திய அரசியலையும் மதச்சார் பற்ற பார்வையில் செலுத்தினார் என்று கருதினர். நேருவின் மறைவுக்குப்பின் என்ன ஆகுமோ என்று அவர்கள் கவலைப்பட்டனர். நேரு இறந்தபின் ஜனசங்கம் சிறிது சிறிதாக செல்வாக்கு பெற ஆரம்பித்தது. 1967-ல் அது மக்களவையில் 25 இடங்களையும், 1971-ல் 'இந்திரா அலை' இருந்தபோதும், ஏறத்தாழ தன் இடங்களைக் காப்பாற்றி, 22 இடங்களையும் வென்றது. பிறகு ஜேபி இயக்கத்தில் கலந்து கொண்டும், அவசரநிலையின்போது அதன் தலைவர்கள் சிறையில் அடைக்கப்பட்டதாலும், பின்னர் ஜனதா ஆட்சியில் பங்காற்றியும், கட்சியின் லாபத்தையும் இருப்பையும் அதிகப்

படுத்திக்கொண்டது. மீண்டும் அது சரிந்தது. 1984 தேர்தலில் பாரதிய ஜனதா கட்சி என்ற புதுப் பெயரில் இரண்டு இடங்களை மட்டுமே வென்றது. 1957 முதல் நாடாளுமன்ற உறுப்பினராக இருந்த அடல் பிகாரி வாஜ்பாயால்கூட வெற்றிபெற முடியவில்லை. மீண்டும் ஒருமுறை, மத அடிப்படையிலான அரசியலுக்கு இரங்கல் செய்திகள் வரையப்பட்டன. மறுபடியும், இந்துக்கள் மதவெறுப்பைச் சகித்துக்கொள்ள மாட்டார்கள் என்று கூறப்பட்டது. இரு அமெரிக்க அரசியல் விஞ்ஞானிகள், 'இந்திய அரசியலின் மிக முக்கியமான அம்சம், அதன் தொடர்ந்த அரசியல் நடுப் பாதையே' என்று எழுதினர். இந்தியர்களின் இயல்பான மிதவாதப் போக்கைத்தவிர, வாக்காளர்கள், சாதி, பிராந்தியக் காரணங்களால் பிளவுபடுவதையும் பாஜக ஏற்கவேண்டியிருந்தது. எனவே, 'இந்துப் பெரும்பான்மையின் பிரதிநிதியாக ஒரு தேசியக் கட்சி உருவாக்கும் கொள்கைக்கு அடிப்படை ஆதரவு பெறுவது என்பது கற்பனையே என்ற முடிவுக்கு வரவேண்டியதாயிற்று' என்று அவர்கள் எழுதினர்.[26]

1990-களில் நிகழ்ந்த சம்பவங்கள் இந்த ஆருடங்களைப் பொய்யாக்கின. இந்தப் பத்து ஆண்டுகளின் பெரிய கதை, உண்மையில் இந்து மதவாத எழுச்சியே. தொடர்ந்து நடந்த பொதுத் தேர்தல்களில் பாஜக வென்ற இடங்களின் எண்ணிக்கை மிக முக்கியமாக இதை வெளிப்படுத்தும். கட்சி அரசியல் அரங்குக்கும் அப்பால், களத்தில் பல மாறுதல்கள் நடைபெற்றுக் கொண்டிருந்தன. வட இந்தியா நெடுகிலும், நகரங்களிலும் கிராமங்களிலும், இந்து-முஸ்லிம் உறவுகள் மாற்றம் அடைந்தன. ஒருகாலத்தில் இரு மத மக்களும் அடுத்தடுத்து வாழ்ந்தனர். ஒருவரோடு ஒருவர் வர்த்தகத் தொடர்பு கொண்டனர். ஒருவர் மற்றொவருடன் நட்புடன் இருந்து, விளையாடவும் செய்தனர். போட்டியும் சச்சரவும் கூட இருந்தன என்பதும் உண்மையே. ஒவ்வொரு சமுதாயமும் மதரீதியாகத் தன்னை உயர்வாகக் கருதியதுண்டு. ஒவ்வொன்றும் மற்றவரால் (உண்மையாகவோ, கற்பனையாகவோ) தண்டிக்கப்பட்டதாக நினைத்ததுண்டு. எனினும் ஒன்றாக வாழவேண்டிய கட்டாயத்தாலும் பொது நிகழ்ச்சிகளாலும், அந்த வேற்றுமைகள் பின்னுக்குத் தள்ளப்பட்டு, அவர்களை ஒன்றுசேர வைத்தது. ஆனால் அயோத்தி இயக்கத்தால், ஒன்று கலந்த நட்புணர்வுகள் இடம் கொடுத்து, அந்த இடத்தில் வெளிப்படையான பகைமை வந்து சேர்ந்தது. பகையும் சந்தேகமும்தான் இப்போது ஆட்சி செய்தன. இந்து முஸ்லிம் உறவில் இப்போது அவை மட்டும்தான் இருந்தன என்றுகூடச் சொல்லலாம்.[27]

உறவுகள் கசந்துகொண்டே வந்ததால், எண்ணிக்கையில் குறைவாகவும், பொதுவாக பொருளாதாரரீதியில் மிகவும் ஏழைகளாகவும் இருக்கும் முஸ்லிம்களே பெரிதும் இழப்புக்கு உள்ளாக வேண்டியிருந்தது. பெரும்பான்மைக்கலவரங்களில் முஸ்லிம்களே அதிகம் மடிந்தனர்; முஸ்லிம் வீடுகளே இந்துக்களின் வீடுகளைவிட அதிகமாகக் கொளுத்தப்பட்டன. முழுச் சமுதாயமும் தீவிரமான பாதுகாப்பின்மைக்கு உள்ளானது. அவர்கள் பாகிஸ்தானுக்குச் செல்லவேண்டும் என்ற இந்துத் தீவிரவாத அச்சுறுத்தல்கள்,

அவர்களை எளிதில் காயப்படுத்தி, தனிமைப்படுத்தின. 1995-ஐ ஒட்டிய காலத்தில், சாதாரண இந்திய முஸ்லிம்கள் எப்படி உணர்ந்தனர் என்பதை காதர் மொஹியுத்தீன் என்ற தெலுங்குக் கவிஞர் உருக்கமாக வெளியிட்டார். ஒருபுறம் இந்துக்கள், முஸ்லிம்களை இவ்வாறு நினைக்கும்படிச் செய்கின்றனர்:

என் மதம் ஒரு சதி
என் தொழுகைக் கூட்டங்கள் ஒரு சதி
நான் அமைதியாக வீழ்ந்திருப்பது ஒரு சதி
நான் எழும் முயற்சி ஒரு சதி
நண்பர்களைப் பெற விழைவது ஒரு சதி
என் அறியாமை, என் பிற்பட்ட தன்மை, ஒரு சதி

மாறாக காதர் இவ்வாறு கூறினார்:

நான் பிறந்த நாட்டிலேயே
(இந்துக்கள்) என்னை அகதியாக்குவது
அது ஒரு சதியல்ல
நான் சுவாசிக்கும் காற்றை
நான் வசிக்கும் இடத்தை நஞ்சாக்குவது
அது ஒரு சதியல்ல
என்னைத் துண்டு துண்டாக்குவதும்
பாரதம் துண்டாகாமல் இருப்பதாகக் கற்பனை செய்வதும்
நிச்சயமாக அது ஒரு சதியல்ல

முஸ்லிம்கள் தொடர்ந்து தங்களுக்கு இந்தியாமீது உள்ள விசுவாசத்தை நிரூபிக்குமாறு கோரப்பட்டனர். 'கிரிக்கெட் பந்தயங்கள் என் தேசபக்தியை எடைபோட்டு, அளவு பார்க்கின்றன' என்றார் காதர் மொஹியுத்தீன். இந்தியா பாகிஸ்தானோடு விளையாடும்போது, முஸ்லிம்கள் தங்கள் வீடுகளுக்கு வெளியே தேசியக் கொடியைப் பறக்கவிடவேண்டும் எனவும், அவர்கள் வெளிப்படையாகவும் உரத்தும் நாட்டின் பக்கம் கோஷமிடவேண்டும் எனவும் நிர்பந்தப்படுத்தப்பட்டனர். கவிஞர் கூறுவதுபோல, 'என் தாய் நாட்டின் மீதான என் பற்றுதல் முக்கியமல்ல; பிற நாட்டை நான் எப்படி வெறுக்கிறேன் என்பதுதான் முக்கியம்."[28]

இரு சமுதாயங்களையும், முற்றிலும் விலகிய இருவேறு பிரிவுகளாக ஆக்கியது, ஆர்.எஸ்.எஸ், பாஜக அமைப்புகளின் கூட்டுக் குடும்பத்தின் (சங்க பரிவாரத்தின்) வெற்றி. இந்திய சுதந்தரத்தின் முதல் ஐம்பது ஆண்டுகளில் சங்க பரிவாரத்தின் சித்தாந்தம், மாறாமலேயே இருந்துவந்துள்ளது. நான் அறிந்தவரை, இந்த சித்தாந்தத்தின் சுருக்கம், டி.ஆர். கோயலின் ஆர்.எஸ்.எஸ்ஸின் அதிகாரபூர்வ வரலாறில் காணப்படுகிறது. சங்க பரிவாரத்தின் இந்துத்துவம் என்பது, கோயலின் விளக்கப்படி இதுதான்:

இந்துக்கள் இந்தியாவில் தொன்றுதொட்டு வசித்து வந்துள்ளனர். இந்துக்களே தேசம்; ஏனெனில் கலாசாரம், நாகரிகம், வாழ்க்கை என அனைத்துமே அவர் களது கொடைகளே. இந்து அல்லாதோர் வெளியிலிருந்து படையெடுத்து வந்தவர்கள் அல்லது விருந்தாளிகள். அவர்கள் இந்து மரபுகளையும் கலாசாரத்தையும் ஏற்றுக்கொண்டால் அன்றி, அவர்களை இணையானவர் களாகக் கருதமுடியாது. இந்து அல்லாதவர்கள், குறிப்பாக முஸ்லிம்களும் கிறிஸ்தவர்களும், ஒவ்வோர் இந்து அம்சத்துக்கும் விரோதிகள்; எனவே அச்சுறுத்தல்களாகக் கருதப்பட வேண்டியவர்கள். இந்த நாட்டின் சுதந்தரம், முன்னேற்றம் ஆகியவை இந்துக்களின் சுதந்தரமே, முன்னேற்றமே. இந்திய வரலாறு என்பது இந்துக்களின் மதம், கலாசாரம் ஆகியவற்றை இந்த அயல் நாட்டவருடைய தாக்குதலிலிருந்து காக்கவும், நிலைநிறுத்தவுமான இந்துக்களின் போராட்டமே. இந்த நாட்டை இந்து தேசம் என்று நம்பாத வரின் கைகளில் அதிகாரம் இருப்பதால், இந்த அச்சுறுத்தல் இன்னும் தொடர்ந்து இருந்துவருகிறது. நாட்டில் உள்ள அனைவருடைய ஒற்றுமையே தேச ஒற்றுமை என்று பேசுபவர்கள், சிறுபான்மையினரின் வாக்குகளை வளைத்துப் பிடிக்கும் சுயநல ஆசையால் உந்தப்பட்டவர்கள்; எனவே அவர்கள் துரோகிகள். இந்துக்களின் ஒற்றுமையும் ஒருமைப்பாடும் இப்போதைய மிக முக்கியமான கட்டாயத் தேவை. ஏனெனில் இந்துக்களை எல்லாப் பக்கங்களிலும் பகைவர்கள் சூழ்ந்திருக்கிறார்கள். இந்துக்கள் ஒட்டு மொத்த எதிர்ப்புத்திறனை வளர்த்துக்கொள்ளவேண்டும். தாக்குதலே சிறந்த தற்காப்பு. இந்துக்களின் எல்லாத் தொல்லைகளுக்கும் காரணம் ஒற்றுமை யின்மையே. ஒற்றுமையை உருவாக்கும் இந்த தெய்வீகப் பணிக்காகவே சங்க பரிவாரம் உருவாகியுள்ளது.[29]

கோயல் மேலும் கூறுகையில், 'இதற்கும் மேலாக, ஆர்.எஸ்.எஸ் ஷாகாக்களில் அதன் கடந்த 74 ஆண்டுகளில், வேறெதுவும் கூறப்படவில்லை என்று சொல்லிவிடலாம்' என்றார்.

அதன் சித்தாந்தம் மாறுதலுக்கு உட்படாவிட்டாலும், காலப்போக்கில் ஆர்.எஸ்.எஸ் பலத்திலும் செல்வாக்கிலும் வளர்ச்சி கண்டது. ஒரு காலத்தில் அது முழுதும் ஆண்கள் அமைப்பாக இருந்தது. பின்னர் பெண்களுக்கு என தனிப்பிரிவு தொடங்கி, குடும்பத் தலைவிகளும் பள்ளி மாணவிகளும் அதில் சேர ஊக்குவிக்கப்பட்டனர். ஒரு காலத்தில் வட இந்தியாவில் மட்டுமே இருந்த அது, முன்பு கால்வைத்திராத மாநிலங்களில் செயல்திறன் உள்ள கிளைகளைத் தோற்றுவித்தது. எல்லா இடத்திலும், உள்ளூர்ச் சூழலுக்கு ஏற்ப சங்க பரிவாரத்தின் முக்கியக் கொள்கைகள், சில மாறுதல்களுடன் ஏற்கப்பட்டன. இப்படியாக, குஜராத்தில் புராதன சோமநாதபுர ஆலயப் புனரமைப்பு இந்து மதத்தின் ஒன்றுபட்ட உறுதியான வெளிப்பாடாகக் கொண்டாடப்பட்டது. ஒரிசாவில் ஜகந்நாதர் ஆலயம் முக்கியத்துவம் பெற்று, உள்ளூர் இந்துக்களையும் துணைக்கண்ட இந்துக்களையும் இணைக்கும் பாலமாக ஆர்.எஸ்.எஸ்ஸால் பயன்படுத்தப்பட்டது. பழங்குடிப் பகுதிகளில் அவர்களை மீண்டும் இந்து மதத்துக்குள் கொண்டுவருவதில் கவனம்

செலுத்தப்பட்டது. பழங்குடி இளைஞர்களுக்குக் கல்வி கற்பிக்க, பள்ளிக் கூடங்கள் திறக்கப்பட்டன; அங்கு சமஸ்கிருதம் கற்பிக்கப்பட்டது. அவர்களுக்கு இந்துப் புராணங்கள், இதிகாசங்கள் அறிமுகம் செய்துவைக்கப் பட்டன. இயற்கைப் பேரிடர் ஏற்படும்போது ஆர்.எஸ்.எஸ் கடினமாக உழைத்தது. மழை பொய்த்தபோது தானியங்கள் தருதல், நில நடுக்கத்துக்குப் பின் வீடுகளைத் திரும்பக் கட்டிக் கொடுத்தல் ஆகிய உதவிகளை ஆர்.எஸ்.எஸ் செய்தது.[30]

அதன் அமைப்பு வளர்ச்சி பெற்றதும், ஆர்.எஸ்.எஸ் சித்தாந்தம் புதிய அணுகுமுறையில், முழுமையாக வெளிவர வாய்ப்பைக் கண்டது. பசு வதைத் தடையை முன்வைத்து நாடு எங்கிலும் ஒரு போராட்டத்தை சங் பரிவார் தொடங்கலாம் என்று எம்.எஸ். கோல்வால்கர் நினைத்தார். அது தோற்றுப் போனது. ஆனால் காங்கிரசின் மிக மோசமான தவறு ஒன்று, இன்னும் அதிக உணர்ச்சிகரமான பிரச்னை ஒன்றை அவர்கள் மடியில் போட்டது. ராஜிவ் காந்தியின் அரசு, தீவிர முஸ்லிம்களைச் சமாதானப்படுத்த, உச்ச நீதிமன்றம் ஷா பானு வழக்கில் அளித்த தீர்ப்பை நாடாளுமன்றத்தில் மாற்றியபோது, தீவிர இந்துக்கள் எப்போதையும்விட அதிகமாகத் தங்கள் வாதத்தை வலியுறுத்த முடிந்தது. இப்போதைய ஆட்சியாளர்கள், 'சிறுபான்மையினரின் வாக்குகளை வளைத்துப் பிடிக்கும் சுயநல ஆசையால் உந்தப்பட்டவர்கள்'; அதனை எதிர்க்க, 'இந்துக்களிடையே ஒற்றுமையும் ஒருமைப்பாடும் இப்போதைய மிக முக்கியமான கட்டாயத் தேவை' (முன்னர் குறிப்பிட்ட டி.ஆர். கோயலின் வார்த்தைகள்). அந்த 'இந்து அல்லாதவர்கள் வெளியிலிருந்து படையெடுத்து வந்தவர்கள்' என்பது பாபர் மசூதியை முஸ்லிம்கள் பிடிவாதமாகக் கொடுக்க மறுப்பதால் நிரூபணம் ஆகிறது. அந்த நினைவுச் சின்னமே இந்துக்களின் கௌரவத்துக்கு நிலையான அவமானம். கடந்த காலங்களின் அடிமைத் தனத்திலிருந்து இன்னமும் முழுமையாக விடுபடாமல் இருக்கும் விரும்பத் தகாத நினைவூட்டல். தங்கள் அன்புக்குரிய கடவுள் ராமருக்கு ஆலயம் அமைக்கத் தாம் இன்னும் அனுமதிக்கப்படவில்லை; ஏனெனில், 'இந்துக்களை எல்லாப் பக்கங்களிலும் பகைவர்கள் சூழ்ந்திருக்கிறார்கள்.' உதாரணமாக முஸ்லிம்களை தாஜா செய்யும் அரசியல்வாதிகள் உள் பகைவர்கள். இந்தியாவுடன் மூன்று முறை போரிட்ட, அடுத்தவருக்குத் தீங்கு நினைக்கும் முஸ்லிம் தேசமான பாகிஸ்தான், வெளிப் பகைவர்கள். ராமர் கோவிலைக் கட்ட மட்டுமின்றி, பொதுவாக தங்களைக் காப்பாற்றிக்கொள்ளவும் 'இந்துக்கள் ஒட்டுமொத்த எதிர்ப்புத்திறனை வளர்த்துக்கொள்ள வேண்டும்.' 'தாக்குதலே சிறந்த தற்காப்பு' என்பதைப் புரிந்துகொள்ள வேண்டும்.

டி.ஆர். கோயலின் முக்கியமான இறுதி வாக்கியத்தையும் இங்கு சேர்த்துக்கொள்ளவேண்டும். 'இந்துக்களின் எல்லாத் தொல்லைகளுக்கும் காரணம் ஒற்றுமையின்மையே. ஒற்றுமையை உருவாக்கும் இந்த தெய்வீகப் பணிக்காகவே சங்க பரிவாரம் உருவாகியுள்ளது.'

ராமர் இயக்கத்தில் ஆர்.எஸ்.எஸ்ஸின் பணியை, அதன் சகோதர அமைப்பான விஸ்வ இந்து பரிஷத் மேலும் முன்னெடுத்துச் சென்றது. அடுத்து ராமருடைய புகழ்பெற்ற பக்தரான அனுமன் சேனை - அவருக்கு பஜ்ரங் பலி என்ற பெயரும் உண்டு. அந்தப் பெயரிலான பஜ்ரங் தளம். கோபம் கொண்ட இளைஞர்கள் இதில் உறுப்பினர்களாக இருந்தார்கள். அனுமன் செய்ததுபோல் தங்கள் தெய்வத்தைக் காப்பாற்றும் தயார்நிலையில் இருக்க அல்ல; ஆனால் வழியில் குறுக்கே நிற்கும் எவரையும் அடித்து நொறுக்கவே இவர்கள் ஆயுதம் ஏந்தியிருந்தனர். முடிவாக சிவசேனை - உண்மையில், அது முற்றிலும் வேறான ஒரு கட்சி. அவர்களின் சிந்தனைகளும் முறைகளும் வி.எச்.பி, பஜ்ரங் தளத்தைவிடத் தீவிரமானவை. அவர்கள் முஸ்லிம்களை விஷப்பாம்புகள் என்றும் துரோகிகள் என்றும் அழைத்து, அவர்களை பாகிஸ்தானுக்குச் சென்றுவிடும்படி அறிவுரை சொல்வதில் ஆர்வமுடையவர்கள்.[31]

1980-களில் ஆர்.எஸ்.எஸ்ஸை, ஆண்கள் அமைப்பு என்றோ வட இந்திய அமைப்பு என்றோ சொல்லியிருக்க முடியாது. அது பெண்களுக்கும் நாட்டின் பிற பகுதிகளுக்கும் பரவியிருந்தது. எனினும் ராமர் இயக்கத்தின் மூலமே அது ஒரு பிராமண-பனியா (படித்த, பரம்பரையாகக் கல்வி பயின்ற இந்து சாதியினரின்) அமைப்பு என்ற அடையாளத்தை வெற்றிகரமாகக் கழற்றி எறிய முடிந்தது. அதன் முதல் 60 வருடங்களில் கே.பி. ஹெக்டேவர் என்ற மராத்திய பிராமணராலும், பிறகு எம்.எஸ். கோல்வால்கராலும், முடிவில் பாலா சாகேப் தேவரஸ் என்பவராலும் வழிநடத்தப்பட்டு வந்தது. 1994 மார்ச்சில் உத்தரப் பிரதேசத்தைச் சேர்ந்த பிராமணரல்லாதவரான ராஜேந்திர சிங் அமைப்பின் தலைவராக நியமிக்கப்பட்டார். இது மண்டல் விவாதத்துக்குத் தலை வணங்குவது மட்டுமல்ல; அயோத்தி இயக்கத்தில் பிற்பட்ட வகுப்பினரின் பெரும் பங்குக்கு ஒரு அங்கீகாரமாகவும் அமைந்தது. சிவசேனை, வி.எச்.பி. தொண்டர்களில் பெரும்பான்மையினர் நடுத்தர சாதியினர்; சில தலித்துகளும் அவற்றில் இருந்தனர்.

பிராந்தியம், பால், எல்லாவற்றுக்கும் மேலாகச் சாதி எனப் பல துறைகளிலும் அதன் அடித்தளத்தை விரிவுபடுத்தியதை 'வாக்குவங்கிகளின் தாய்' என உருவகிக்கலாம். அயோத்தி விவகாரத்தின் ஆரம்ப நாட்களில், 1985-86 வாக்கில், வி.எச்.பி தலைவர்கள், அதனை 'அறுபது கோடி மக்களின் உணர்வு களைப் பாதிக்கும் பிரச்னை' என்று சொல்லி வந்தனர். காலம் சென்றும் பிரச்னை தீராமல் அப்படியே இருந்ததால், மக்கள் தொகை மாற்றத்தால், அறுபது கோடி, எழுபது கோடியாகவும், ஏன், எண்பது கோடியாகவும்கூட அதிகரித்தது. உண்மையில் இது ஓர் ஏமாற்று வேலையே. வி.எச்.பி.யும் ஆர்.எஸ்.எஸ்ஸும் பெரும்பான்மை இந்துக்களுக்காகப் பேசவில்லை. உண்மையில் அவர்கள், தங்கள் அரசியல் முகத்துக்குப் போதுமான இந்துக் களுக்காக, பாஜகவை நாடாளுமன்றத்தில் பெரும்பான்மை உறுப்பினர்களைக் கொண்ட ஒரு தனியான கட்சி ஆக்கவே பேசினர்.

1950-களிலும் 1960-களிலும் காங்கிரஸ் செய்ததுபோல, 1990-களில் பாஜக, இந்திய அரசியலின் போக்கை முடிவுசெய்ய ஆரம்பித்தது. இப்படித்தான், ஒரு

சிறிய வட இந்திய நகரின் சொத்துத் தகராறு நாட்டின் வாழ்க்கையிலேயே மிக அதிகமான முக்கியத்துவம் பெற ஆரம்பித்தது. இப்படித்தான், அரசியல் சொல்லாடல்களில், பொருளாதார முன்னேற்றம் அல்லது சமூகச் சீர்திருத்தம் ஆகியவற்றைவிட மத அடையாளப் பிரச்னை முன்வைக்கப்பட்டது. அரசாங்கத்தில் தன் பிடிப்பை இழந்து, முன் எப்போதும் இல்லாத அளவுக்கு நாடாளுமன்றத்தில் குறைவான இடங்களைப் பெற்ற காங்கிரஸ் கட்சி, இப்போது பாஜக தொடங்கிய விவாதங்களுக்கு எதிர்வினைகளை மட்டுமே அளித்து வந்தது. நம்பிக்கை இழந்தநிலையில் அது, தில்லியில் தன் குடும்பத்துடன் தனி வாழ்வு வாழ்ந்துகொண்டிருந்த ராஜிவ் காந்தியின் விதவை சோனியாவை, காங்கிரஸ் தலைமையை ஏற்க அழைத்தது. 1998-ல் அவர் காங்கிரஸ் தலைவராகப் பொறுப்பேற்றபின் தன் கட்சியின் இந்து விரோதத் தோற்றத்தை ஒழித்துக்கட்ட அதிக நேரம் உழைத்தார். கோவில்களுக்கு தொடர்ந்து சென்றார்; அலகாபாத்தில் 12 ஆண்டுகளுக்கு ஒரு முறை நடைபெறும் மஹா கும்பமேளா என்ற ஒரு கோடி இந்துக்கள் கலந்துகொண்டு கங்கையில் நீராடும் நிகழ்ச்சியிலும் கலந்துகொண்டார்.[32]

அயோத்திப் பிரச்னை கவனத்தின் குவிமையத்தில் இருந்தாலும், சங்க பரிவாரம், மற்ற விஷயங்களையும் கையில் எடுத்துக் கொண்டது. மதுராவில், காசியில், மத்தியப் பிரதேசத்தின் தாரில், கர்நாடகத்தின் சிக்மகளூர் மாவட்டத்தின் பாபா புதான் குன்றுகளில் என முஸ்லிம்களால் ஆக்கிரமிக்கப்பட்டதாகச் சொல்லப்பட்ட இந்துக் கோவில்கள் உள்ள இடங்கள் பல இனம் காணப்பட்டன. ஆக்ரமிப்பாளர்களிடமிருந்து இந்த இடங்களைக் கைப்பற்ற பல இயக்கங்கள் உருவாக்கப்பட்டன. அதே சமயம் கிறிஸ்தவ மிஷினரிகள்மீது, குறிப்பாக பழங்குடிகளின் இடங்களில் இயங்கியவர்கள்மீது, தொடர்ந்த தாக்குதல்கள் தொடுக்கப்பட்டன. குஜராத்திலும் மத்தியப் பிரதேசத்திலும் கிறிஸ்தவ தேவாலயங்கள் எரிக்கப்பட்டன; பாதிரியார்கள் அடித்து நொறுக்கப்பட்டனர். ஒரிஸாவில் ஆஸ்திரேலியப் பாதிரியார் ஒருவர், அவருடைய இரு மகன்களுடன் உயிரோடு கொளுத்தப்பட்டார். அந்த செயலைச் செய்தவர் பஜ்ரங் தளத்தின் உறுப்பினர் தாரா சிங் என்று பின்னர் கண்டறியப்பட்டது.[33] இந்தியாவில் இந்துக்கள் வசதியான பெரும்பான்மையில் இருந்தனர் என்றாலும், ஒருபுறம் கிறிஸ்துவ மதப் பிரசாரங்களாலும், மறுபுறம் முஸ்லிம்களின் பல தார மணம் காரணமாக அவர்களது குடும்பங்கள் பெரிதாக இருப்பதாலும் இந்துக்களின் நிலை அச்சுறுத்தலுக்கு உள்ளாகி வருகிறது என்று ஆர்.எஸ்.எஸ் வற்புறுத்தியது.[34]

சில சமயங்களில் ஆர்.எஸ்.எஸ்ஸினால் வழி நடத்தப்பட்ட, பிற சமயங்களில் வி.எச்.பி, சிவசேனையால் தொடங்கப்பட்ட இந்த இயக்கங்களின் அடிப்படையில் ஒருசில அமைப்புமுறைகள் தெளிவாகத் தெரிந்தன. இவை ஒவ்வொன்றிலும் ஒரு மதச் சிறுபான்மைக் குழு - முஸ்லிம்களோ கிறிஸ்தவர்களோ - குறிவைக்கப்பட்டது. இந்து உணர்வுகளைப் புண்படுத்தியதாகவோ அல்லது அயல்நாட்டுச் சக்தி ஒன்றுக்குக் கைக்கூலியாக இருப்பதாகவோ குற்றம் சாட்டப்பட்டது. அடுத்தவர்களை மோசமாகக் காட்டுவது,

ஒருவருடைய சொந்தச் சக்திகளை ஒன்று திரட்ட, நீண்டகாலமாகப் பிரிந்து கிடக்கும் இந்து சமுதாயத்தின் கூட்டு ஒருமைப்பாட்டுணர்வை மேம்படுத்த ஒரு முன்தேவையாக இருந்தது. முன்கூட்டியே இவையெல்லாம் திட்டமிடப்பட்டது. சிலசமயம் இவர்கள் எடுத்துக்கொள்ளும் பிரச்னைகள், தீவிரமானதாக இல்லாமல் சிரிப்புக்கு இடமானதாக இருக்கும். உதாரணமாக 2000-ன் கோடையில் ஆர்.எஸ்.எஸ் பத்திரிகை பாஞ்சஜன்ய, இந்தி சினிமாவின் மூன்று முன்னணி நடிகர்களும் (ஷாருக் கான், அமீர்கான், சல்மான் கான்) முஸ்லிம்கள் என்று குற்றம் சாட்டியது. அப்பத்திரிகை இத்துடன் தொடர்புடையதாக ஒரு மறைவான சதியையும் குறிப்பிட்டது. மாஃபியா தலைவர்கள் இந்த நடிகர்களுடைய படங்களுக்குப் பண உதவி அளிப்ப தாகவும் இந்த நடிகர்கள் பன்னாட்டு நிறுவனங்களின் பொருள்களை விளம்பரப்படுத்துவதாகவும் அந்தப் பத்திரிகை மேலும் குறிப்பிட்டது. இந்தச் சதியை முறியடிக்க, கான்களின் ஆதிக்கத்துக்கு சவால் விடுத்து முன்னுக்கு வந்துகொண்டிருக்கும் ரித்திக் ரோஷன் என்ற இந்துவுக்கு ஆதரவு தருமாறு தன் வாசகர்களுக்கு பாஞ்சஜன்ய அழைப்பு விடுத்தது.[35]

VI

ஒரு விதியாகவே, இந்தியாவில் முஸ்லிம்கள் இந்துக்களைவிட ஏழை களாகவும் குறைவான கல்வி அறிவு உடையவர்களாகவும் இருந்தனர். ஒருசில முஸ்லிம் தொழில்முனைவர்கள் இருந்தாலும், முஸ்லிம் நடுத்தர வர்க்கம் என்பது கிடையாது. அரசு வேலைகளிலும் உயர்கல்வி சார்ந்த வேலைகளிலும் அவர்கள் குறைவாகவே இருந்தனர். நகரங்களில் வசித்த முஸ்லிம்களில் 40 சதவிகிதத்தினர் வறுமைக்கோட்டுக்குக் கீழே வாழ்ந்தனர். கிராமப்புறங்களில் இருந்த நிலைமை இதைவிடச் சிறப்பானதாக இல்லை. முஸ்லிம்களின் படிப்பறிவு விகிதம் தேசியச் சராசரியைவிடவும் குறைவாக இருந்தது. அவர்களுக்கும் மற்ற சமூகத்தினருக்குமான இடைவெளி அதிகரித்துக்கொண்டே இருந்தது. மிகக் குறைந்த முஸ்லிம் பெண்களே பள்ளிகளுக்கு அனுப்பப்பட்டனர். ஆண்கள் பெரும்பாலும் மதரஸாக்களுக்கே அனுப்பப்பட்டனர். அவற்றின் பிற்போக்குக் கல்விமுறை, நவீனப் பொருளா தாரத்தின் வேலைகளுக்கு ஏற்ற தகுதியை மாணவர்களுக்குத் தரவில்லை. இதற்கிடையே, சங்க பரிவாரத்தின் சீண்டுதல்கள், முஸ்லிம் அறிவுஜீவிகளி டையே, ஒருவித முற்றுகை மனப்பான்மையை ஏற்படுத்தின. இளைஞர்கள் மதத்திடம் ஆறுதல் தேடினர். வெளிப்புற உலகின் வறுமைக்கும் கொடுமைக்கும் மாற்றாக, இஸ்லாத்தின்மீது புதுப்பிக்கப்பட்ட அர்ப்பணிப்பைச் செலுத்த ஆரம்பித்தனர். மதத்தில் மனத்தைத் திருப்புவது, எப்போதும் அமைதியான முறையில் இருக்கவில்லை. இந்திய இஸ்லாமிய மாணவர் இயக்கம் (சிமி) உருவானது. அதன் தலைவர்கள், போட்டி மதத்தவரின் அச்சுறுத்தல்களை ஆயுத பலத்தின் மூலமாகவே சந்திக்க முடியும் என்று வாதிட்டனர்.[36]

1990-களின் இந்து அடிப்படைவாத எழுச்சி, ஏற்கெனவே அழுத்தப்பட்டுக் கிடந்த சிறுபான்மைச் சமூகத்தை மேலும் பின்வாங்கச் செய்தது. ஆனால், எல்லை மாநிலமான ஜம்மு காஷ்மீரில் விவகாரம் நேர்மாறாக இருந்தது. இங்கு முஸ்லிம் பெரும்பான்மையினர் மதரீதியாக தங்கள் விருப்பங்களை மேலும் மேலும் வெளிப்படுத்த, இந்துச் சிறுபான்மையினர் சோதனை களுக்கு உள்ளாயினர்.

1989-ல் பள்ளத்தாக்கில் ஏற்பட்ட கிளர்ச்சிகளை ஜம்மு காஷ்மீர் விடுதலை முன்னணி தலைமையேற்று வழிநடத்தி வந்தது. ஆனாலும் ஓராண்டுக் குள்ளாக, ஜே.கே.எல்.எஃப் வழிவிட்டு, விலகி, அந்த இடத்துக்கு ஹிஜ்புல் முஜாஹிதீன் வந்துவிட்டது. காஷ்மீரில் பல மதத்தவரும் சேர்ந்திருப்பதை ஹிஜ்புல் அதிகம் விரும்பியதாகத் தெரியவில்லை. 'ஆசாதி' என்ற விடுதலை முழக்கத்துக்கு மாறாக 'ஜிஹாத்' என்ற புனிதப் போர் முழக்கம் இடம்பெற்றது. ஹிஜ்புல் தொண்டர்களின் பிரபல கோஷம் இப்படிச் சென்றது: 'ந கெரில்லா ஜங், ந க்வாமி ஜங்... அல் ஜிஹாத் அல் ஜிஹாத்' (கெரில்லாப் போருமல்ல... விடுதலைப் போருமல்ல... புனிதப் போர்... புனிதப் போர்...)[37]

போராட்டம் மதத்தை நோக்கிச் சென்றதால், போராளிகளின் கண்களுக்கு காஷ்மீர் பண்டிட் சமூகம் சந்தேகத்துக்கு உரியதாயிற்று. அவர்கள் இந்துக்கள். ஆனால் மற்ற விஷயங்களில் முஸ்லிம் சகோதரர்களைப் போன்றே அதே மொழியைப் பேசினர்; அதே உணவை உண்டனர்; பள்ளத்தாக்கின் கூட்டுக் கலாசாரத்தில் பங்கேற்றனர். கடந்த காலத்தில், இந்து, முஸ்லிம்கள் இடையே பொருளாதாரப் போட்டி இருந்தது. ஷேக் அப்துல்லா, அரசு நிர்வாகத்திலும் விவசாயத்திலும் பண்டிட்டுகளின் கட்டுப்பாட்டை எதிர்த்தார்; அதற்கு முடிவும் கட்டினார். ஆனால் சமூக ஒற்றுமை ஏறத்தாழ நிலவிவந்தது. 1947-ல் பிரிவினைக் கலவரங்கள் நடந்தபோதுகூட காஷ்மீர் பாதிக்கப்படவில்லை. மகாத்மா காந்தியே பாலைவனத்தின் இடையே இருந்த அந்த அமைதிப் பசுஞ் சோலையைப் பாராட்டினார்.

1989-90 குளிர்காலத்தில் ஜே.கே.எல்.எஃப்புக்கு பதிலாக ஹிஜ்புல் போராட்ட முன்னணிக்கு வந்தபோது பண்டிட்டுகள் தாக்குதலுக்கு இலக்காயினர். அவர்கள் இந்துக்கள் என்ற ஒரே காரணத்துக்காக, காஷ்மீரிகளை இத்தனை காலமாக அடக்கி ஒடுக்கிவந்த அரசாங்கத்தின் பிரதிநிதிகளாக பண்டிட்டுகள் பார்க்கப்பட்டனர். 1989-90 ஆண்டுகளில் நூற்றுக்கணக்கான பண்டிட்டுகள் கொல்லப்பட்டனர். அவர்கள் கொல்லப்பட்ட விதம், உயிரோடு இருப்பவர் களை பாதுகாப்பற்றவர்களாக உணரச் செய்தது. நிருபர் ஒருவர், இக்கொலைகள் பற்றிப் பின்னர் எழுதினார்:

> இந்தப் பெண்களும் ஆண்களும் துப்பாக்கிச் சூட்டின் குறுக்கே தெரியாத் தனமாக மாட்டிக்கொண்டு இறக்கவில்லை. அவர்கள் முறையாக, மிருகத் தனமாகக் குறிவைக்கப்பட்டனர். பல பெண்கள் கொல்லப்படுமுன் பலரால் வன்புணரப்பட்டனர். ஒரு பெண் மரம் அறுக்கும் ரம்பத்தால் இரு துண்டு களாக வெட்டப்பட்டார். ஆண்களின் உடல்களில் சித்திரவதை

செய்யப்பட்டதற்கான அடையாளங்கள் இருந்தன. கழுத்தை நெறித்துச் சாகடித்தல், தூக்கிலிடல், உறுப்புகள் அறுத்தல், கண்களைப் பிடுங்குதல் ஆகியவை சர்வசாதாரணமாக இருந்தன. 'இவற்றை யாரும் தொடக்கூடாது; தொட்டால் கொல்லப்படுவர்' என்ற குறிப்புடன், இந்த உடல்கள் குப்பைகள் போல வீசி எறியப்பட்டன.[38]

பீதியில், பண்டிட் குடும்பங்கள் பள்ளத்தாக்கை விட்டு, இந்துப் பெரும் பான்மையினர் வசித்த ஜம்முவுக்கு வர ஆரம்பித்தனர். மற்றவர்கள் இன்னும் வெகுதூரம் தள்ளி தில்லிக்கும் பம்பாய்க்கும்கூட ஓடினர்.

காஷ்மீர் பள்ளத்தாக்கில், 2 லட்சம் பண்டிட்டுகள் வசித்ததாக மதிப்பிடப் பட்டது. 1990 கோடையில், குறைந்தது பாதிப்பேர் அங்கிருந்து சென்று விட்டனர். அவர்கள் அரசு முகாம்களிலும் ஆர்.எஸ்.எஸ் முகாம்களிலும் தங்கினர். முதலில் அரசாங்கமும் அகதிகளும், இடமாற்றம் தாற்காலிகமானது; அமைதி திரும்பியதும் பள்ளத்தாக்குக்குத் திரும்பிவிடலாம் என்றே நினைத்தனர். இறுதியில் அவர்கள் முகாமிலேயே இருக்க நேரிட்டது.[39]

1990-கள் முழுவதும், ஓடாது அங்கேயே வசித்துவந்த பண்டிட்டுகள்மீது மேலும் பல தாக்குதல்கள் தொடர்ந்தன. சில சமயங்களில் முழு கிராமங்கள் எரிக்கப்பட்டன. நூற்றாண்டுகளாக ஒரே இடத்தில் நெருக்கமாக வாழ்ந்ததன் சோக நினைவாக, அந்தப் பத்தாண்டின் இறுதியில் 4,000 பண்டிட்டுகள் மட்டுமே பள்ளத்தாக்கில் மீதம் இருந்தனர்.[40]

வளர்ந்துவரும் காஷ்மீர் தீவிரவாதத்துக்கு பாகிஸ்தான் தீவிர உதவி அளித்தது. அந்த நாட்டின் உளவு அமைப்பான ஐ.எஸ்.ஐ, முகாம்கள் அமைத்து, பயங்கர வாதிகளுக்கு ஆயுதப் பயிற்சி கொடுத்து, அந்தப் பகுதியின் வரைபடங் களையும் அளித்து உதவியது. ஐ.எஸ்.ஐ உதவியுடன் காஷ்மீர் பயங்கரவாதிகள், சுதந்தரமாக எல்லையைத் தாண்டி, இந்தியா வந்து, கொலை செய்துவிட்டு அல்லது குண்டு வீசிவிட்டு, பாகிஸ்தானுக்குத் திரும்பி, ஓய்வு எடுத்துக் கொள்வர்; அடுத்த தாக்குதலுக்குத் தங்களைத் தயார் செய்துகொள்வர். இப்போது உள்ளூர்ப் போராளிகளுடன், அராபிய, செச்சென், உஸ்பெக் கூலிப் படையினரும் சேர்ந்துகொண்டனர். ஆப்கனிஸ்தானில் சோவியத் ஆதரவு அரசப் படைகளுக்கும் இந்த வீரர்களுக்கும் இடையே நடந்துகொண்டிருந்த போர், சோவியத் படைகள் தாய்நாடு திரும்பியதால் முடிவடைந்திருந்தது. இந்த வீரர்களுக்கு இப்போது 'காஷ்மீர் விடுதலை' என்ற புனிதக் காரணம் கிடைத்துவிட்டது.

1990-களின் இடையில் பல நூறு 'விருந்தினர்' முஜாஹிதீன் வீரர்கள் ஹிஜ்புல் குழுக்களோடு சேர்ந்துகொண்டனர். இவர்கள் அனைவரும் பாகிஸ்தானில் இருந்த பல்வேறு குழுக்களுக்கு விசுவாசமாக இருந்தனர். அந்தக் குழுக்களைச் சேர்ந்தவர்கள் அனைவரும், பாகிஸ்தானின் பல மதரஸாக்களும் கற்றுக் கொடுத்த கடுமையான, அடிப்படைவாத இஸ்லாத்தைப் பின்பற்றுபவர்களாக இருந்தனர். 1980-களில் பாகிஸ்தானிய சமூகம் வேகமாக இஸ்லாமியப் படுத்தப்பட்டது. தேசம் உருவானபோது அங்கு 136 மதரஸாக்கள் மட்டுமே

இருந்தன. 2000-ல், அதுவே 30,000 ஆக அதிகரித்திருந்தது. 'இந்த மதரஸாக்கள், மதவெறியர்களை உருவாக்கும் பண்ணைகள். பாகிஸ்தானில் இப்போது 58 இஸ்லாமிய அரசியல் கட்சிகளும், 24 ஆயுதமேந்திய மதப் போராளிக் குழுக்களும் உள்ளன. இந்தக் கட்சிகளின், குழுக்களின் உறுப்பினர்கள் அனைவரும் மதரஸாக்களின் வழி வந்தவர்கள்' என்று தாரிக் அலி எழுதுகிறார்.[41]

பாகிஸ்தானில் மத உணர்வுகள் தீவிரப்படுத்தப்பட்டதால், காஷ்மீர் விடுதலையில் அதன் அர்ப்பணிப்பு தீவிரமடைந்தது. மசூதிகளிலும் மதரஸாக்களிலும் போதகர்கள், காஷ்மீர் பள்ளத்தாக்கில் இந்தியாவின் 'ஜுல்ம்' (பயங்கரம்) பற்றித் திரும்ப திரும்பப் பேசி, தங்கள் தொண்டர்களை அங்கு நடக்கும் ஜிஹாதில் பங்கெடுக்குமாறு வற்புறுத்தினர். இதனால் உந்தப்பட்ட இளைஞர்கள், ஆயுதப் போராட்டத்தில் முன்னணிப் பங்காற்றிவரும் லஷ்கர்-இ-தோய்பா போன்ற குழுக்களில் சேர்ந்தனர். உடனடி நோக்கம், காஷ்மீரை பாகிஸ்தான் தேசத்துடன் இணைப்பது. 'இது பாகிஸ்தானிகளுடைய மதக் கடமை மட்டுமல்ல, முழு முஸ்லிம் சகோதர உலகத்தின் பணியும் ஆகும்.' ஆனால், பரந்த லட்சியம், இந்தியாவில் ஓர் உள்நாட்டுப் போரை உருவாக்குவதே. லஷ்கர் தலைவர் ஹபீஸ் முகமது சயீத் சொன்னதுபோல, 'இந்தியா எங்கும் முஜாஹிதீன் வலையைப் பின்னி, அது வளர்ந்து விரைத்து செயல்படும்போது இந்தியாவின் பிரிவினையின் ஆரம்பத்துக்கு வழிவகுக்கும்.'[42] 'பழி வாங்குவதே எங்கள் மதக் கடமை' என்று ஓர் அமெரிக்கப் பத்திரிகையாளரிடம் சயீத் கூறினார். மேலும் 'ஆப்கனிஸ்தானில் ரஷ்ய வல்லரசைத் தோற்கடித்தோம். இந்தியப் படைகளையும் எங்களால் வெல்ல முடியும். நாங்கள் அல்லாவின் உதவியோடு போராடுகிறோம். நாங்கள் ஜிஹாத்தைத் தொடங்கிவிட்டால் எந்தச் சக்தியாலும் எங்களைத் தடுக்க முடியாது' என்றார். பாகிஸ்தானி நிருபர் ஒருவரிடம் பேசும்போது, 'காஷ்மீர் விடுதலை முழுமை அடைந்தாலும், எங்கள் போராட்டம் தொடரும். கிழக்கு பாகிஸ்தான் இழப்புக்கு நாங்கள் இன்னும் பழி தீர்த்துக்கொள்ள வேண்டியிருக்கிறது' என்றார்.[43]

இந்தப் பகையும் வெறுப்பும் எதிர்பாராதவை அல்ல. ஏனெனில் புனிதப் போராளிகளுக்கு இந்தியா ஒரு காஃபிர் தேசம். ஆனால் அவர்கள் கோபம், தங்கள் மதத்தைச் சேர்ந்த சிலர்மீதும் இருந்தது. இந்தியாவுக்குள் சுயாட்சி விரும்பிய தேசிய மாநாட்டுக் கட்சியினர் சிலரையும், பாகிஸ்தானுடன் இணைய விரும்பாமல், சுதந்தரத்தை நாடிய ஜம்மு காஷ்மீர் விடுதலை முன்னணியினர் சிலரையும், அகிம்சையை முன்வைத்த மக்கள் மாநாட்டுக் கட்சியினர் சிலரையும் தீவிரவாதிகள் கொலை செய்தனர்.[44] மக்களுடைய சந்தோஷமான பொழுதுபோக்குகளையும் அடிப்படைவாதிகள் கடுமையாகக் கண்டித்தனர். சினிமா அரங்குகளும் வீடியோக் கடைகளும் மூடப்பட்டன. குடித்தல், புகைபிடித்தல் தடைசெய்யப்பட்டன. பெண்கள் தலை முதல் கால்வரை நீண்ட கருப்பு அங்கி (புர்க்கா) அணியுமாறு ஆணை இடப்பட்டனர். புர்க்கா அணிவது, காஷ்மீர் பழக்கவழக்கங்களுக்கு மாறானது. பல பெண்கள்

தலைமீது துணிப்பட்டைகூட அணிவதில்லை. மேலும் அவை ஒவ்வொன்றும் ரூ.2,000-க்கு விற்கப்பட்டது. இதன் பின்னணியில் தையல்காரர்களும் துணி வியாபாரிகளும் இருப்பதாகச் சிலர் கருதினர். இந்தத் தடைகளை வலியுறுத்த மிருகத்தனமான முயற்சிகளும் மேற்கொள்ளப்பட்டன. தடைகளை மீறிய பெண்கள்மீது அமிலம் வீசப்பட்டது.[45]

ஆனாலும் அடிப்படைவாதிகளின் தாக்குதல்களுக்கு முக்கிய இலக்கு இந்திய அரசாங்கமும் அதன் அடையாளங்களுமே. பள்ளத்தாக்குப் பகுதியில், ராணுவ நிலைகள்மீதோ, போலீஸ் முகாம்கள்மீதோ தற்கொலைத் தாக்குதல்கள் நடைபெறாத வாரமே இல்லை. இவற்றைத் தடுக்க, மேலும் பல படையினர் அங்கு அனுப்பப்பட்டனர். ஸ்ரீநகரின் ஒவ்வொரு தெரு முனையிலும் பதுங்கு குழிகள் அமைக்கப்பட்டன. காஷ்மீரில் இந்தியப் படைகள், வலுவான முறையில் எங்கும் காணப்பட்டது; கிட்டத்தட்ட ஒரு மாற்று அரசையே நடத்தியது. சட்டம் ஒழுங்கைப் பாதுகாப்பதோடு மட்டுமின்றி, மருத்துவமனைகள், விமான நிலையங்கள், பேருந்து நிலையங்கள், சுற்றுலா மையங்கள் ஆகியவற்றையும் நடத்துமாறு ராணுவம் பணிக்கப்பட்டது. மாநில அரசு, தன் பெரும்பான்மைப் பணிகளை கைகழுவி விட்டது. 1995 வாக்கில், காஷ்மீரில் இரண்டே இரண்டு அமைப்புகள்தாம் இயங்கின. ஒரு பக்கம் இந்திய ராணுவம்; மறுபக்கம் புனிதப் போராளிகள்.[46]

பள்ளத்தாக்கு ராணுவ மண்டலமாகக் காணப்பட்டதால் பொதுமக்கள் உணர்வும் புனிதப் போராளிகள் பக்கம் சென்றது. பயங்கரவாதிகள் உள்ளூர் வாசிகளுடன் எளிதில் கலந்தனர். தம் நடவடிக்கைகளுக்கு முன்பாகவோ, பின்னரோ அவர்களுக்கு எளிதில் அடைக்கலம் கிடைத்தது. குண்டுத் தாக்குதலில் தம் வீரர்கள் கொல்லப்பட்டபோது, இந்தியப் ராணுவத்தினரின் பதிலடி கொலை வெறித்தனமாக இருந்தது. படைவீரர்கள் பயங்கரவாதிகளைத் தேடி, தொலைதூரக் கிராமங்களில் முன் அறிவிப்பு ஏதுமின்றி இறங்கினர். அவர்கள் கிடைக்காதபோது விவசாயிகளை அடித்து நொறுக்கினர். காவலில் வைக்கப்பட்டோர் மரணமாகும் எண்ணிக்கையும் அதிகமாக இருந்தது.

இந்த முடிவு பெறாத போரின் விலை கடுமையாக இருந்தது. 1990 ஜனவரிக்கும் ஆகஸ்டு 2001-க்கும் இடையில் 12,000 குடிமக்கள் கொல்லப்பட்டனர். முக்கால்வாசிப் பேர் போராளிகள் கையிலும், மீதம் துப்பாக்கிச் சூட்டில் சிக்கியும். பாதுகாப்புப் படையினர் 13,400 போராளிகளைக் கொன்றதாகவும், 3,100 ராணுவத்தினர் கொல்லப்பட்டதாகவும் அறிவித்தனர். காஷ்மீரின் குறைந்த மக்கள்தொகைப் பரவலை ஒப்பிடும்போது, இது இந்தியாவில் 40 லட்சம் பேரைக் கொல்வதற்குச் சமம்.[47] இந்த சாவுகள், தனிமை படர்ந்த அழகிய பள்ளத்தாக்கு முழுவதுமாகப் பரவியிருந்தன. எனினும், இறந்துபோனோரில் அதிகமானவர்கள் அந்தப் பத்தாண்டுகளில் வயதுக்கு வந்த காஷ்மீரி இளைஞர்கள். தானே கிட்டத்தட்டப் போராளியாக ஆக இருந்த பத்திரிகையாளர் முஸாமில் ஜலீல், பின்னர் தன் சொந்தக் கிராமத்துக்கு அருகே

ஒரு இடுகாட்டுக்குச் சென்றிருந்தபோது தன் நண்பர்கள், சக மாணவர்கள் 21 பேரின் சமாதிகளைக் கண்டார்.[48]

ஜேம்ஸ் புக்கான் எழுதினார்:

> 1990 தொடங்கி, காஷ்மீர் முஸ்லிம்களும் இந்திய அரசும் காஷ்மீர் நாகரிகத்தின் அழகிய தோற்றத்தை அழிக்கச் சதி செய்துவிட்டனர். அது பரவியிருந்த உலகம் அழிந்துவிட்டது: மாநில அரசும் அரசியல் வகுப்பினரும்; சட்டத்தின் ஆட்சி; பள்ளத்தாக்கின் அனைத்து இந்துக்கள்; மது, சினிமா, கிரிக்கெட் ஆட்டங்கள், குங்குமப்பூ தோட்டங்களில் நிலவொளிச் சுற்றுலாக்கள், பள்ளிகள், பல்கலைக்கழகங்கள், சுதந்தரமான பத்திரிகைகள், சுற்றுலாப் பயணிகள், வங்கிகள். குடிமக்களின் வாழ்க்கை மாற்றத்தில், காஷ்மீர் காட்சிகள் அனைத்தும் மாற்றி வரையப்பட்டுள்ளன: ஏரிகளை, முகல் தோட்டங்களை, காஷ்மீர் வேளாண்மை, கைவினைத் தொழில்கள், சமையல்கள் ஆகியவற்றின் வெற்றிகளைக் காண முடியவில்லை; ஆனால் சமரசம் செய்துவைக்க எவரும் இல்லாமல், ஒருவரை ஒருவர் எதிர்கொள்ளும் மசூதியும் ராணுவமும் மட்டுமே காணப்படுகின்றன.[49]

1990-களில் இந்தியாவின் பிறபகுதிகளில் இந்து அடிப்படைவாதம் பலத்தைப் பெருக்கிக்கொண்ட அதே நேரம், காஷ்மீரில் இஸ்லாமிய அடிப்படைவாதம் உச்ச நிலையை அடைந்தது. இரண்டும் தனித் தனியாக, ஒன்றை ஒன்று சாராமல் தொடங்கின என்றாலும், தன்னை நியாயப்படுத்திக்கொள்ள அடுத்ததைத் துணைக்கு அழைத்தன. அயோத்தி இயக்கம் கிளப்பிவிட்ட ஒவ்வொரு இனக்கலவரத்தையும், இந்தியா இந்துக்களால், இந்துக்களுக்காக நடத்தப்படும் ஓர் அரசு என்பதற்கு எடுத்துக்காட்டாக பள்ளத்தாக்கின் தீவிரவாதிகள் காட்டினர். அப்பாவிக் குடிமகனோ, இந்திய வீரர்களோ பள்ளத்தாக்கில் கொல்லப்படும்போது, எல்லாமே இந்தியாவில் பிரச்னையை ஏற்படுத்த முயலும் பாகிஸ்தானின் வேலை என்று ஆர்.எஸ்.எஸ்ஸால் சொல்ல முடிந்தது. இந்தப் போட்டி போடும் அடிப்படைவாதங்களை விளக்க இரண்டு சம்பவங்கள் முக்கியமானவை: ஒன்று பாபர் மசூதி இடிப்பு, மற்றொன்று காஷ்மீரி பண்டிட்டுகளின் இடப்பெயர்ச்சி. புராதன வழிபாட்டு இடம் ஒன்றைப் பாதுகாக்க அளித்த உறுதிமொழியைக் காப்பாற்ற இயலாத ஒரு அரசாங்கத்தை நம்ப முடியுமா? மற்ற மதத்தைச் சேர்ந்த மக்களை மிருகத்தனமாக வெளியேற்றிய ஒரு சமுதாயத்தை நம்ப முடியுமா? மதம், நம்பிக்கை ஆகியவற்றின் அடிப்படையில் முன்னர் யோசித்திராத எண்ணற்ற இந்தியர்கள் கேட்ட இத்தகைய கேள்விகள் துணைக்கண்டம் முழுதும் எதிரொலித்தன.

VII

பாபர் மசூதி இடிந்தவுடன் அந்த இடத்தில் மிக நேர்த்தியான ஒரு கோவிலைக் கட்டலாம் என்று இந்துத் தீவிரவாதிகள் நம்பினர். சலவைக் கல்லில் ஒரு

கட்டடத்தை நிறுவ வரைபடம் தயாரிக்குமாறு கட்டடக் கலைஞர்கள் கோரப்பட்டனர். கல்லை அறுக்கவும் மெருகேற்றவும் கைவினைஞர்கள் நியமிக்கப்பட்டனர். எனினும் நிலம் அரசாங்கத்தின் பொறுப்பில் இருந்தது. ராமர் கோவில் ஒன்று எப்போதாவது அங்கு இருந்ததா என்றும், மசூதியைச் சுற்றியுள்ள இடத்தின்மீது வி.எச்.பிக்கு ஏதேனும் உரிமை உண்டா என்றும் முடிவுசெய்ய அலகாபாத் உயர் நீதிமன்றத்திலும் உச்ச நீதிமன்றத்திலும் வழக்குகள் நடைபெற்றுக்கொண்டிருந்தன. நீதிமன்றத்துக்கு வெளியிலும் தீர்வுகாண முயற்சிகள் மேற்கொள்ளப்பட்டன. முஸ்லிம்களிடமிருந்து வேறு எதுவும் கோரப்படாது என்ற நிபந்தனையின்பேரில் அந்த ஒரு நிலத்தை மட்டும் அளித்துவிடுமாறு, செல்வாக்குள்ள காஞ்சி சங்கராச்சாரியார் பாபர் மசூதி செயற்குழுவை வற்புறுத்தினார்.

அயோத்தியில் ராமர் கோவில் கட்டுவதில் பாஜக உறுதியாக இருந்தது. 1998-ல் அது ஆட்சிக்கு வந்தபோது, அப்பிரச்னையில் நாடு முழுமைக்குமான ஒருமித்த கருத்து ஒன்றை உருவாக்கும் என்றும், அப்படிச் செய்ய முடியாவிட்டால் அதற்கான சட்டம் ஒன்றை இயற்றும் என்றும் கட்சி கூறியது. பிரதமர் அடல் பிகாரி வாஜ்பாய், 'இந்தியக் கலாசாரத்தில் ராமர் மிக உயர்ந்த இடத்தை வகிக்கிறார். நாடு முழுதும், அயோத்தியில் ராமர் கோவில் ஒன்றைக் கட்ட விரும்புகிறது. அதை எங்கு கட்டுவது, எப்படிக் கட்டுவது என்பதுதான் பிரச்னையே' என்றார்.[50]

எனினும் 'உள்ளது உள்ளபடி' என்ற நிலையே அந்த இடத்தில் தொடர்ந்தது. வழக்குகளின் முடிவைக் காண, நீதிமன்றங்கள் அவற்றுக்கு உரிய நேரத்தை எடுத்துக்கொண்டன. வெளியிலும் பிரச்னைக்கான சமரசத் தீர்ப்பு ஏதும் நிகழவில்லை. இதற்கிடையே விஸ்வ இந்து பரிஷத், நாடெங்கிலும் இருந்து கர சேவகர்களை அயோத்தி வந்து செல்லுமாறு செய்தது. கோவில் கட்டுவதை எதிர்நோக்கி மதச் சடங்குகளையும் நடத்தியது. பிப்ரவரி 2002-ல் நடந்த யாகத்தில் கலந்துகொள்ள குஜராத் மாநிலத்திலிருந்து நூற்றுக்கணக்கான தொண்டர்கள் வந்திருந்தனர். அந்தக் கர சேவகர்கள் ரயிலில் திரும்பியபோது, கோத்ரா ரயில் நிலையத்தில், பண்டங்கள் விற்கும் முஸ்லிம் வியாபாரிகளுடன் சண்டையிட்டனர். ராமர்மீதான வழிபாட்டுப் பாடல்களை வியாபாரிகள் பாடவேண்டும் என்று வற்புறுத்தப்பட்டனர். அவர்கள் மறுத்தபோது, அவர் களுடைய தாடி பிடித்து இழுக்கப்பட்டது. சண்டை பற்றிய செய்தி பரவியது. ரயில் நிலையத்துக்கு வெளியே உள்ள பகுதிகளில் இருந்த முஸ்லிம் இளைஞர்கள் சேர்ந்துகொண்டனர். கற்கள் வீசப்பட்டதும், கர சேவகர்கள் ஓடும் ரயில் பெட்டிக்கு உள்ளே கஷ்டப்பட்டு ஏறிக்கொண்டனர். ரயிலின் ஒரு பெட்டியில் தீ பிடித்துக்கொண்டதால் ரயில் நிலையத்தைத் தாண்டி ரயில் நிறுத்தப்பட்டது. அந்த கோரத் தீயில் 58 பேர் மடிந்தனர்.

கோத்ரா, மத வன்முறைகளின் நீண்ட வரலாறு கொண்ட ஒரு நகரம். அங்கே 1949, 1981 ஆண்டுகளில் தீவிரமான கலவரங்கள் நடைபெற்றிருந்தன. இந்துக்களும் முஸ்லிம்களும் அங்கு சுமுகமான உறவில் இல்லை என்பதும் அவர்கள் உறவை அயோத்திப் பிரச்னை மேலும் பலவீனமாக்கியது என்பதும்

தெளிவு. கர சேவகர்கள், முஸ்லிம் வியாபாரிகளை வெறுப்பூட்டியதால்தான் ரயில் நிலையச் சம்பவங்கள் எழுந்தன என்பதிலும் விவாதத்துக்கு இடமில்லை. பின்னர் மூண்ட தீக்கான காரணம் தெளிவாகத் தெரியவில்லை. அது முஸ்லிம்களின் வேலை என்று வி.எச்.பி கூறியது. மாறாக, தடய அறிவியல் சாட்சி, ரயில் பெட்டிக்குள் கேஸ் சிலிண்டரோ, மண்ணெண்ணெய் அடுப்போ எதேச்சையாகத் தீப்பிடித்ததன் விளைவு என்று கூறியது.⁵¹

கோத்ராவில் கர சேவகர்கள் குழு ஒன்று எரித்துக் கொல்லப்பட்டது என்ற செய்தி குஜராத் முழுவதும் வேகமாகப் பரவியது. பதிலடி வன்முறை அலை தொடர்ந்தது. அகமதாபாத், பரோடா மாநகரங்களில் அது அதி தீவிரமாகவும் பயங்கரமாகவும் இருந்தது. ஈகைக்குணம் கொண்ட தொழிலதிபர்கள், முற்போக்கு அறிவுஜீவிகள் வசிக்கும் இடம், தொழில் நுட்பப் புதுமைக்கும் கலை நேர்த்திக்கும் புகழ் பெற்ற மையம் என்று ஒரு காலத்தில் பெருமை பெற்றிருந்த அந்த இரு நகரங்களும் நீண்டகாலப் பொருளாதாரச் சீரழிவைச் சந்தித்திருந்தன. அதனுடன், இரு சமுதாயங்களுக்கு இடையேயான உறவுகளும் மோசமாக இருந்தன. இந்துக்களும் முஸ்லிம்களும் இணைந்து வேலை செய்வதோ, விளையாடுவதோ அபூர்வமாகிவிட்டது. இந்தப் பிரிவு, மத வன்முறை மோதல்களாக வெளிப்பட்டும் இருந்தது.⁵²

பரோடா, அகமதாபாத்தில் நடைபெற்ற மிருகத்தனமான கலவரங்கள் முன் எப்போதும் கண்டிராதவை. முஸ்லிம் கடைகளும் அலுவலகங்களும் தாக்கப்பட்டன. மசூதிகள் எரிக்கப்பட்டன. கார்கள் நொறுக்கப்பட்டன. முஸ்லிம் பெண்கள் வன்புணரப்பட்டனர். முஸ்லிம் ஆண்கள் கொலப்பட்டு, கொளுத்தப்பட்டனர். வெறிக்கும்பல்களை வி.எச்.பி தொண்டர்களே பெரும் பாலும் வழி நடத்தினர். அவர்களுக்கு உள்ளூர் நிர்வாகத்தினர் ஆதரவளித்தனர். வாள்கள், துப்பாக்கிகள் முதல் பெட்ரோல் குண்டுகள், கேஸ் சிலிண்டர்கள் வரை அவர்களுடைய ஆயுதங்கள் இருந்தன. வன்முறையாளர்கள், வாக்காளர் பட்டியல்களைக் கையில் வைத்துக்கொண்டு, முஸ்லிம்களின் வீடுகள் எவை என்று அறிந்துகொண்டனர். மாநில அமைச்சர்கள் காவல்துறைக் கட்டுப்பாட்டு அறைகளில் இருந்துகொண்டு நடவடிக்கைகளை இயக்கினர். வி.எச்.பி, பஜ்ரங் தளத்தினர் சாலைகளில் தாராளமாகச் செல்ல அனுமதிக்குமாறு காவலர்களுக்கு அறிவுரை வழங்கப்பட்டது.⁵³

பரோடா, அகமதாபாத்தைத் தாண்டி, வன்முறைகள் சிறு நகரங்களுக்கும் கிராமக் குடியிருப்புகளுக்கும் பரவின. சபர்காந்தா மாவட்டத்தில், வெறிக் கூட்டத்தினர் கிராமப்புறங்களில் டிராக்டர்களிலும் ஜீப்புகளிலும் திரிந்து, முஸ்லிம்களின் சொத்துகளைக் குறிவைத்தனர். அவர்களுடைய நடவடிக்கை களின் விவரங்கள் கிடைத்தள்ளன: 'மொத்தத்தில் 2,161 வீடுகள், 1,461 கடைகள், 304 சிறு தொழில் நிறுவனங்கள், 71 தொழிற்சாலைகள், 38 ஓட்டல் கள், 45 மத வழிபாட்டு இடங்கள், 240 வண்டிகள் ஆகியவை முழுமை யாகவோ, பகுதியாகவோ அழிக்கப்பட்டன.'⁵⁴ சபர்காந்தாவில் நடந்தது எவ்வளவு உண்மையோ, கிட்டத்தட்ட மாநிலம் முழுதுமே பரவலாக

அப்படியேதான் நடந்திருக்கும். முஸ்லிம்களை நம்பிக்கை அற்றவர்களாகவும் வீடு அற்றவர்களாகவும் ஆக்கவேண்டும் என்பதையே வி.எச்.பி நோக்கமாகக் கொண்டிருந்தது என்பது தெளிவானது. இப்படித்தான், கலவரம் முடிந்து பல வாரங்களுக்குப் பின்னரும் அகமதாபாத்தில் வங்கிகளில் கடன் பெறுவதோ, கேஸ், ஃபோன் இணைப்பு பெறுவதோ, பள்ளிகளில் குழந்தைகளைச் சேர்ப்பதோ முஸ்லிகளுக்கு எளிதாக இல்லை. கிராமங்களை விட்டு வெளியேறிய முஸ்லிம்கள், மீண்டும் திரும்ப விரும்பினால், கலவரக் காரர்களுக்கு எதிரான குற்றச்சாட்டுகளை அவர்கள் கைவிட வேண்டும் என்று வற்புறுத்தப்பட்டது. சில நேரங்களில், அவர்கள் இந்து மதத்துக்கு மாறினால் தான், பாதுகாப்புக்கு உத்தரவாதம் என்றும் நிபந்தனை விதிக்கப்பட்டது.[55]

2002 கலவரத்தின்போது குஜராத்தின் முதல்வராக இருந்தவர் நரேந்திர மோடி. அவர் ஆர்.எஸ்.எஸ்ஸின், கடினமான, வளைந்துகொடுக்காத இந்துத்துவ சித்தாந்தப் போக்கின் வழியில் வந்தவர். இப்போது அவர், முஸ்லிம்கள் மீதான வன்முறையை, கோத்ரா ரயில் பெட்டி எரிப்பைக்கொண்டு நியாயப் படுத்தினார். அதையே, 'நடிவடிக்கைகளுக்கும் தொடர் நடவடிக்கை களுக்கும்' காரணமாகச் சொன்னார். உண்மையில் முதல் நடவடிக்கையை விட, பின் விளைவுகள் பல மடங்கு அதிகமாக இருந்தன. 2,000-க்கும் அதிகமான முஸ்லிம்கள் கொல்லப்பட்டனர். குறைந்தது அதைவிட ஐம்பது மடங்கினர் வீடு இழந்து அகதி முகாம்களில் தங்கினர். அவர்களுடைய பரிதாப கரமான நிலையை, பிரதமரும் குடியரசுத் தலைவருமே உணர்ந்து கொண்டனர்.[56]

ஆக்ஸ்ஃபோர்டு ஆங்கில அகராதி, 'போக்ரம்' (Pogrom) என்ற ஆங்கிலச் சொல்லை, 'ஒரு குறிப்பிட்ட இனக்குழு மக்கள்மீது நடத்தப்படும் திட்டமிட்ட படுகொலை' என்று விளக்குகிறது. சுதந்தர இந்தியாவின் வரலாற்றில் பல நூறு மதக்கலவரங்கள் நடந்திருந்தபோதிலும், இந்த விளக்கத்தின்படி நடந்தவை இரண்டே இரண்டு இனப்படுகொலைகள் மட்டுமே. ஒன்று, 1984-ல் தில்லியில் சீக்கியர்களுக்கு எதிராக நடத்தப்பட்டது. இரண்டாவது, 2002-ல் முஸ்லிம்களுக்கு எதிராகத் தெற்கு குஜராத்தில் நடைபெற்றது. இரண்டுக்கும் குறிப்பிடத்தக்க ஒற்றுமைகள் உண்டு. இரண்டுமே, சிறுபான்மை இனத்தவர் சிலர் நடத்திய ஏதேச்சையான, தனியான வன்முறைச் செயலின் எதிரொலி யாகத் தொடங்கியவை. இரண்டிலும், அந்தச் சிறுபான்மை இனத்தவர் அனைவர் மீதுமாக, பொதுவாகப் பழி தீர்க்கப்பட்டது. படுகொலை செய்யப் பட்ட சீக்கியர்கள், எந்த விதத்திலும் திருமதி காந்தியைக் கொலை செய்த சீக்கியர்களோடு தொடர்பு கொண்டவர்கள் அல்லர். இந்து வெறிக்கூட்டத்தால் கொல்லப்பட்ட முஸ்லிம்கள், கோத்ரா குற்றம் பற்றி ஏதும் அறியாத அப்பாவி கள். (கோத்ரா ரயில் எரிப்பு ஒரு விபத்தாகக்கூட இருக்கலாம்.)

இந்த இரண்டு வழக்குகளிலும், வேண்டுமென்றே சட்டம் ஒழுங்கின் ஆட்சி செயலற்று நின்று, படுகொலைகளை நிகழ்த்த வசதியாக இருந்திருக்கிறது. 1984-ல் தில்லியில் பிரதமரும், 2002-ல் குஜராத்தில் முதல்வரும் கண்ணிய மற்ற அறிக்கைகளை வெளியிட்டு அதன் விளைவாக, கொலைகளை நியாயப்

படுத்தினர். ஆட்சிப் பணியில் இருந்த மந்திரிகள் கலகக்காரர்களுக்கு உதவவும், அவர்களை இயக்கவும் துணை போயினர்.

முடிவாக, மற்றொரு ஒற்றுமை மிக முக்கியமானதும், வருத்தம் தரக்கூடியதும் ஆகும். இரண்டு கட்சிகளும் தலைவர்களும், தாம் மேற்பார்வையிட்ட, அங்கீகரித்த வன்முறையால் தேர்தல் வெகுமதிகளை அறுவடை செய்தனர். ராஜிவ் காந்தியின் கட்சி 1984 பொதுத் தேர்தலில் பெரும் வித்தியாசத்தில் வெற்றிபெற்றது. 2002 டிசம்பரில் நரேந்திர மோடியின் கட்சி சட்டமன்றத் தேர்தல்களில் மூன்றில் இரு பங்குப் பெரும்பான்மையை பெற்று, அவர் மீண்டும் குஜராத் முதல்வர் ஆனார்.

VIII

பொதுவாக இந்து வலதுசாரிகளின் எழுச்சியும், குறிப்பாக அயோத்திச் சம்பவங்களும், இந்தியாவின் எதிர்காலம் பற்றி புதிய பயத்தை உருவாக்கியது. ஃபிரண்ட்லைன் என்ற சென்னை இதழ், 'நாட்டின் மதச்சார்பின்மை என்ற அமைப்பு மோசமாகப் பழுதாக்கப்பட்டுவிட்டது. இனி இந்தியா எப்போதும் முன்போல் இராது. ஏனெனில், டிசம்பர் 6, 7 சம்பவங்கள் இந்துத்துவமும் இந்து தேசமும் ஒன்றிணைந்தால் என்ன ஆகும் என்ற அனுபவத்தை இந்தியா வுக்கு அளித்துவிட்டது. சிறுபான்மை இனத்தவர் வாழ உரிமை இருக்காது; சமூக உறவுகள் பற்றிப் பேசவே வேண்டாம். கருத்தை வெளியிடும் சுதந்தரம் இல்லாத ஒன்றாகிவிடும். ஆட்சியாளர்கள் நினைப்பதுதான் உண்மை என்றாகி விடும்' என்று எழுதியது. கல்கத்தா வார இதழ் சண்டே, '6 டிசம்பர் 1992-ஐ அடுத்த வாரத்தில் இந்தியா மாறிவிட்டது. ஒருவேளை நிரந்தரமாகவே. அதிகாரமும் சட்டத்தின் ஆட்சியும் சீர்கெட்டுப்போய், உலகின் கண்களுக்கு இந்தியா, ஆப்பிரிக்காவின் தகரடப்பாக் குடியரசு போன்று காட்சி அளிக்கிறது' என்று விமர்சித்தது. இந்தியா டுடே என்ற தில்லிப் பத்திரிகை, 'அயோத்தியில் கட்டவிழ்த்து விடப்பட்ட வன்முறைச் சக்திகள், பயங்கரமான உயிர்ப்பலி வாங்குவதை மட்டும் ஆரம்பிக்கவில்லை! நம் மக்கள், நம் தேசம் என்ற லட்சிய அஸ்திவாரத்தை உடைத்துச் சுக்குநூறாக்கவும் ஆரம்பித்துவிட்டன' என்று வருந்தியது.[57]

மேற்கத்தியப் பத்திரிகைகளும் இந்தக் கவலைகளில் பங்கு கொண்டன. டைம் பத்திரிகை, 'பாபர் மசூதியை 464 ஆண்டுகளாக மணிமுடிகளாக அலங்கரித்த மூன்று கோபுரங்கள் போல, இந்திய அரசின் ஜனநாயகம், மதச்சார்பின்மை, சட்டத்தின் ஆட்சி என்ற மூன்று தூண்கள் மத தேசியத்தின் கோபப் பிடியில் சிக்கியுள்ளன' என்று எழுதியது.[58] மசூதி இடிந்து வீழ்ந்த மறுநாள், 'த டைம்ஸ் ஆஃப் லண்டன்' பத்திரிகை, 'தீவிரவாதிகள், இந்தியாவின் இணைந்துவாழ்தல் என்ற நம்பிக்கையை இந்திய மசூதியின் இடிபாட்டுக் கற்கள் இடையே புதைக்கின்றனர்' என்ற தலைப்பிட்டுச் செய்தி வெளி யிட்டது. மறுநாள் அந்தப் பத்திரிகை, பம்பாயில் பயணம் மேற்கொண்டிருந்த

லேபர் கட்சி அரசியல்வாதி ஜாக் ஸ்ட்ராவின் கருத்துகளை மேற்கோள் காட்டியது. இந்தியா 'பிரிவினைவாதப் பெரும் பள்ளத்தில்' விழுந்துவிடும் உண்மையான அபாயத்தில் இருப்பதாக ஸ்ட்ரா கருதினார். அதே இதழில் ஐரிஷ் அறிஞர் கானர்க்ரூயிஸ் ஓ ப்ரையன், 'இந்தியா ஒரு மதச் சார்பற்ற நாடு என்ற வரலாறு முடிவுக்கு வருவதாகத் தோன்றுகிறது' என்று முழு நம்பிக்கை யுடன் கூறினார். முஸ்லிம்கள் ஒட்டுமொத்தமாக பாகிஸ்தானுக்கு ஓடிவிடு வார்கள்; படித்த இந்துக்கள் ஐரோப்பாவுக்கும் வட அமெரிக்காவுக்கும் சென்றுவிடுவார்கள் என்று ஓ ப்ரையன் ஆருடம் கூறினார்.[59]

இவை, சந்தேகப் பேர்வழிகளின் உடனடி எதிர்வினைகள். (பெர்லின் சுவரை இடித்தால் ஹிட்லர் வழிமுறையிலும் நாஸிச் சிந்தனைகளைப் பின்பற்றியும் ஒரு கட்சி மீண்டும் தோன்றும் என்று ஓ ப்ரையன் முன்னதாக ஆருடம் கூறியிருந்தார்.) ஆனால், நீண்டகால நோக்கில் சிந்திக்கும் எழுத்தாளர்களும் இதே அச்சத்தை எதிரொலித்தனர். துணைக்கண்டம் பற்றிக் கனிவான நூல்கள் பல எழுதிய பிரிட்டிஷ் எழுத்தாளர் ஒருவர், 'அந்த நாட்டைப் பற்றிக் கவலைப்படுவோர் அனைவரும் அதன் மதச் சார்பற்ற ஜனநாயகத்துக்காக அஞ்சியே ஆகவேண்டும்' என்று குறிப்பிட்டார்.[60] வாழ்நாள் முழுதும் இந்தியாவைப் பற்றி ஆராய்ச்சி செய்த ஓர் அமெரிக்க அறிஞர், சங்க பரிவாரத்தை நாஸிக்களோடு ஒப்பிடும் அளவுக்கே சென்றார். பால் ப்ராஸ் இவ்வாறு எழுதினார்: 'இந்திய அரசியலும் சமூகமும், ஃபாசிஸத்துக்கு முந்தைய கொலைகார அடையாளங்கள் பலவற்றை வெளிக்காட்டியுள்ளன. அது, ஏற்கெனவே பல நகரங்களில் உள்ளூர்மயமாக்கப்பட்ட 'க்ரிஸ்டல் நாக்ஸ்' வகைக் கலவரங்களைக் கட்டவிழ்த்து விட்டுள்ளது என்பதை நாம் கவனிக்கத் தவறக்கூடாது. உள்ளூர்மட்டத்தில் வன்முறைகள் பரவுதல், சட்டம் செயல்படாதிருத்தல், ஒழுங்கீனம் ஆகியவை, (அப்போது காங்கிரஸ் கட்டுப்பாட்டில் இருந்த) மத்திய அரசை மற்றொரு சர்வாதிகார முறைக்கு முயற்சி செய்யத் தூண்டும். 20-ம் நூற்றாண்டின் சர்வாதிகார அரசுகள் அனைத்தும் விரும்பிய தேச ஒற்றுமை, புகழ் என்ற குறியீட்டுக் கனவுகளையும் கற்பனைகளையும் தேடிச் செல்லும் முயற்சியில், தம்மைப் பிணைத்துக்கொண்டிருக்கும் மதச்சார்பற்ற சந்தர்ப்பவாதிகளுக்கும் மதவாத தேசியவாதிகளுக்கும் இடையில் ஏற்படும் போராட்டத்தில், இந்திய தேசமே துண்டு துண்டாகிவிடும்.'[61]

இந்தப் பயங்கரமான ஆருடங்கள் எவையும், (2008-ல்) இதை எழுதும்போது நடந்துவிடவில்லை. நடைமுறை அளவில் சற்றுக் குறைவாக இருந்தாலும், கோட்பாட்டு அளவில் இந்தியா இன்னும் மதச்சார்பற்ற நாடாகவே உள்ளது. சட்டத்தின் ஆட்சி எப்படி இருக்கவேண்டுமோ, அப்படி இல்லை என்றாலும், மத்திய அரசாங்கத்தின் சட்டம் இன்னமும் இந்தியாவின் பெரும்பான்மையான பகுதிகளில் செல்லுபடி ஆகிறது. இந்தியா (இன்னமும்) ஆப்பிரிக்க மாதிரி யிலான தகரடப்பாசர்வாதிகாரமாகவோ, ஐரோப்பிய மாதிரியிலான ஃபாசிஸ அரசாகவோ ஆகிவிடவில்லை.

28

ஆட்சியாளர்கள்

பெரும்பான்மையான நாடாளுமன்ற உறுப்பினர்கள், தம் பதவிப் பிரமான உறுதிமொழியை எடுத்துக்கொள்ளும்போதுதான், அரசியல் அமைப்புச் சட்டப் புத்தகத்தை முதல்முறையாகக் கண்ணால் பார்க்கிறார்கள் என்று நான் அறிவேன்.

- பிரமோத் மகாஜன், மத்திய அமைச்சர், 2000

சமீபகாலமாக வளர்ந்துவரும் அடையாள அரசியல், அல்லது சாதி, இன அரசியல் என்பது தனிநபருக்கு மேலாக ஒரு கூட்டத்தை முன்வைக்கிறது. இது இந்தியாவின் லிபரல் குடியாட்சி முறைக்கு நல்லதல்ல.

- ஆந்த்ரே பெதைல், சமூகவியலாளர், 2002

I

1958 ஜூலையில், முன்னணிப் பத்திரிகை ஒன்று, 'நேருவுக்குப் பிறகு...' என்ற தலைப்பில் பெயர் கூற விரும்பாத ஆசிரியர் ஒருவர் எழுதிய கட்டுரையை வெளியிட்டிருந்தது. அப்போது ஜவாஹர்லால் நேரு இந்தியா வின் பிரதமராக முழுதாக பதினொரு ஆண்டுகள் பதவி வகித்திருந்தார். அவருக்கு அப்போது 70 வயது நடந்துகொண்டிருந்தது. காங்கிரஸ் கட்சியில் பழம்பெரும் தலைவர்களின் கடைசிப் பிரதிநிதியாக அவர் இருந்தார். வல்லபபாய் படேலும் மௌலானா ஆசாதும் இறந்துபோயிருந்தனர். கோவிந்த வல்லப பந்த் உடல் நலமின்றி இருந்தார். சி. ராஜகோபாலாச்சாரி, கோபித்துக்கொண்டு, சென்னையில் இருந்தார். கட்சியும் தேசமும் பிரதமரின் தார்மீக அதிகாரத்தால் உந்தப்பட்டே இயங்கிக்கொண்டிருந்தன. காங்கிரஸ்

அரசியல்வாதிகளிடையே அடுத்த தலைமுறை வாரிசு என்று தெளிவாக எவரும் இல்லை. அவர் போன பிறகு என்ன ஆகும்?

1958 ஜூலையில், கேள்வி எழுப்பிய கட்டுரை விடையையும் அளித்தது:

> திலகர், காந்தி, நேரு ஆகியோரின் வாரிசு என்ற பெருமை கட்சிக்கு இருப்பதால், முதல் சில ஆண்டுகளில் வலுவான எதிர்க்கட்சி ஒன்று உருவாவது தடைப்படும். பிந்தைய ஆண்டுகளில், புதிய தலைமுறை கட்சித் தலைவர்கள் மீது பொதுவான அதிருப்தி அதிகரிக்கும் காரணத்தால், தங்களைக் காத்துக் கொள்ள, வாக்குகளைப் பெற, அவர்கள் சாதி, மத, பிராந்தியக் குழுக்களைத் திருப்தி செய்வார்கள்; பின்னர் தேர்தல்களில் மோசடி செய்யவும் முனைவார்கள்.

இந்தச் சூழ்நிலையில், காங்கிரஸ் கட்சி, பண விவகாரங்களில் ஈடுபடுவதைத் தடுப்பது கடினம் என்றார் கட்டுரையாளர். ஏனெனில்,

> கலப்புப் பொருளாதார முறையில், மெர்கண்டலிசம் என்ற லாபத்தை மட்டுமே முன்வைக்கும் பொருளாதாரக் கொள்கையையும் சோஷலிசத்தையும் பிரிக்கும் கோடு இன்னமும் தெளிவின்றியே உள்ளது. அரசு இயந்திரத்தைக் கட்டுப்படுத்துவதன்மூலம், தொழில்துறையும் நிர்வாகத்தினரும் கவர்ச்சிகரமான பரிசுகளைப் பெறமுடியும். எனவே, விரைவாகவோ, தாமதமாகவோ, கட்சியின் பல மட்டங்களிலும், பணம் படைத்தோரும் செல்வாக்கு படைத்தோரும் நுழைந்துவிடுவார்கள்.

முடிவாக, சாதி, மத, பிராந்தியக் குழுக்கள், முதலில் மாநில அரசிலும் பிறகு மத்தியிலும், உறுதியற்ற தன்மைக்கு வழிவகுக்கும் என்றார் ஆசிரியர். இந்த உறுதியற்ற தன்மை, பல்வேறு கட்சிகளிடையே போட்டி தேசபக்திக்கு வழிவகுக்கும்.

> உதாரணமாக, தேசம் பிளவுபட்டுவிடக்கூடும் என்று சுட்டிக் காட்டி, நாட்டைத் தன் பின் கொண்டுவர காங்கிரஸ் கட்சி முயலும். பாகிஸ்தான் நம்மீது படை எடுக்கலாம் என்ற பயத்தை ஜனசங்கம் முன்வைக்கும். இந்தியா, சீனாவுக்கு இடையேயான போட்டியை, பிரஜா சோஷலிஸ்ட் கட்சி முன்வைக்கும். டாலர் (அமெரிக்க) ஏகாதிபத்தியத்தை கம்யூனிஸ்ட் கட்சி முன்வைக்கும்.[1]

இந்தப் பக்கங்களில் கூறப்பட்டுள்ள ஆருடங்களில், காலப் போக்கில் மிகச் சிறந்ததாக, இந்த ஒன்றைத்தான் சொல்லவேண்டும். நேருவின் மறைவுக்குப் பிறகு நடைபெற்ற 1967-ன் தேர்தல்களில் மத்தியிலும் மாநிலங்களிலும் உறுதியற்ற நிலை ஏற்பட்டது. பிராந்தியம், மதம், சாதி ஆகிய உணர்வுகள் முன்னுக்கு வந்து, ஆளும் கட்சிக்கு உள்ளும் குழுக்கள் தோன்றின. இது கட்டுரையாளரே எதிர்பார்த்திராதது. அரசியல் போட்டிகள் அதிகமாக, அதிகமாக, இந்திரா காங்கிரஸ், உண்மையாகவோ கற்பனையாகவோ, நாடு பிளவுபட்டுவிடும் என்ற பயத்தை முன்வைத்தது. ஜனசங்கம் உண்மையாகவோ கற்பனையாகவோ, பாகிஸ்தான் படையெடுப்பு என்ற அச்சுறுத்தலை முன்வைத்தது. கம்யூனிஸ்டுகள், உண்மையாகவோ கற்பனையாகவோ,

அமெரிக்காவின் கெட்ட எண்ணங்களைச் சுட்டிக் காட்டினர். அரசியலில் பண வெள்ளத்தின் பாய்ச்சலும், தேர்தலில் பல விதமான முறைகேடுகளும் அதிகரித்தன.

இவ்வளவு சரியாகக் கணித்த இந்த அரசியல் சோதிடர் யார்? பின்னர் நடந்த நிகழ்வுகள், அவருடைய கணிப்புகள் மிகச் சரியே என்று காட்டின. இன்னொரு நாடு பற்றிய சர்ச்சைக்குரிய விஷயங்களை அநாமதேயமாக, பெயரை மறைத்துக்கொண்டு எழுதியவர் ஒரு மேற்கத்திய அரசியல் விஞ்ஞானியாக இருக்கலாம். அல்லது ஒருவேளை இந்திய அரசின் நிர்வாகத்தில் வேலை செய்யும் காரணத்தால், பெயரை மறைத்துக்கொண்டு எழுதவேண்டிய கட்டாயத்தில் இருந்தவராக இருக்கலாம். மூத்த சிவில் சர்வீஸ் அதிகாரிகள், நேருவின் மறைவுக்கு முன்னரே ஓய்வு எடுத்துக் கொள்வது நல்லது என்று அவர் குறிப்பிட்டிருந்தபடியால், அவர் அப்படி நிர்வாகத்தைச் சேர்ந்தவராக இருக்கக்கூடும் என்று நாம் கணிக்கலாம். நேருவை விடத் தகுதி குறைந்த, நேரு அளவுக்குப் பரந்த மனம் அற்ற ஒருவரிடம் வேலை செய்வதற்குபதில், ஓய்வு பெறுவதே மேல் என்று நினைக்கக்கூடியவராக அவர் இருந்திருக்கலாம்.[2]

II

ஜவாஹர்லால் நேரு உயிரோடிருந்தவரை, மத்தியில் காங்கிரஸ் கட்சியே ஆட்சி செய்தது. அனைத்து எதிர்க்கட்சிகளிலும் கம்யூனிஸ்டுகளால் மட்டுமே கேரள மாநிலத்தில் ஆட்சியைப் பெற முடிந்தது. 1967-ன் தேர்தல்களிலிருந்து இந்தியாவின் அரசியல் களத்தில் பல மாற்றங்கள் ஏற்பட ஆரம்பித்தன. அதிக எண்ணிக்கையிலான மாநில அரசுகள் காங்கிரஸ் அல்லாத கட்சிகளின் கைக்கு வந்தன. 1977-ல் புது தில்லியில் முதல் காங்கிரஸ் அல்லாத அரசு அமைந்தது. 1980-ல் காங்கிரஸ் மீண்டும் மத்தியில் ஆட்சிக்கு வந்தது. அந்தப் பத்தாண்டின் இறுதியில் மீண்டும் ஆட்சியை இழந்தது.

இவ்வாறு மையத்திலிருந்து விலகுதல் அதிகமாக நடக்க ஆரம்பித்ததால், கூட்டணி ஆட்சிகள் ஏற்பட ஆரம்பித்தன. 1977-ல் பதவிக்கு வந்த ஜனதா கட்சியே, நான்கு வேறுபட்ட கட்சிகளின் கூட்டணிதான். 1989-ல் ஆட்சிக்கு வந்த, காங்கிரஸ் அல்லாத தேசிய முன்னணி, ஏழு குறிப்பிடத்தக்க உறுப்பினர் களைக் கொண்டிருந்தது. அப்படியும்கூட அது ஒரு சிறுபான்மை அரசாகத் தான் இருந்தது. அன்றுமுதல் புது தில்லியில் தனிக் கட்சி ஒன்றின் ஆட்சி அமையவில்லை.[3]

இந்தக் கூட்டணி அரசுகள் மூன்று வகையிலானவை. முதல் வகைக் கூட்டணி, பழைய ஜனசங்கத்தின் வாரிசான பாரதிய ஜனதா தலைமையிலானது. 1996-ல் இரண்டு வாரங்களும், 1998-2004-ல் ஆறு ஆண்டுகளும் பாரதிய ஜனதா கட்சி, கூட்டணி ஆட்சிகளுக்குத் தலைமை ஏற்றது. இந்த தேசிய ஜனநாயகக் கூட்டணியில் பாஜக, பிரதமர் பொறுப்போடு, முக்கியத் துறைகளான உள்

துறை, நிதி, வெளியுறவு ஆகியவற்றை வைத்துக்கொண்டு, இதர துறைகளை பெரும்பாலும் பிராந்தியக் கட்சிகளான கூட்டணிக் கட்சிகளுக்கு ஒதுக்கியது.

சொந்தமாக ஆட்சி அமைக்க முடியாது என்ற திடமான நம்பிக்கையால் பாஜக, கூட்டணி அரசியலை மேற்கொண்டது. பாஜக வட இந்தியாவில் பலமாக வேர் ஊன்றி இருந்தது; ஆனால் பிற மாநிலங்களில் தன் விரிவாக்கத்துக்கு, மற்ற பிராந்தியக் கட்சிகளையே பெரிதும் நம்பவேண்டியிருந்தது. மகாராஷ்டிரத்தில் சிவ சேனையைத் தவிர, பிற கட்சிகள், இந்துத்துவக் கொள்கைக்கு ஆதரவளிக்கவில்லை. எனவே, அயோத்தியில் ராமர் கோவில், (ஜம்மு காஷ்மீர் மாநிலத்துக்குத் தனி அந்தஸ்து வழங்கும்) அரசியல் அமைப்புச் சட்டத்தின் 370-வது ஷரத்தை நீக்குதல் போன்ற சர்ச்சைக்குரிய பிரச்னைகளை ஒருபக்கம் ஒதுக்கிவைப்பதாகச் சொல்லியே பாஜக தன் கூட்டணியை அமைக்கவேண்டியிருந்தது.[4]

இரண்டாவது வகைக் கூட்டணி, ஜனதா சோதனையில் மிச்சம் மீதி இருந்த சோஷலிஸ்டுகளால் அமைக்கப்பட்டது. இவர்கள் 1989-91 தேசிய முன்னணி அரசையும் 1996-98 ஐக்கிய முன்னணி அரசையும் தலைமை ஏற்று நடத்தினர். இரண்டுமே சிறுபான்மை அரசுகள். அதனால் அதிகாரங்கள் விரிவாகப் பகிர்ந்து அளிக்கப்பட்டன. ஜனதா தளத்திலிருந்து பிரதமர் வந்தாலும், முக்கியப் பொறுப்புகளான உள்துறை, பாதுகாப்பு போன்றவை, கூட்டணிக் கட்சிகளுக்கு ஒதுக்கப்பட்டன.

மூன்றாவது வகைக் கூட்டணி அரசுக்கு காங்கிரஸ் தலைமை ஏற்றது. 1991-ல் ராஜிவ் காந்தி படுகொலைக்குப்பின் நடைபெற்ற தேர்தல்களில் காங்கிரஸ் 244 இடங்களை வென்றது. அதுதான் அதிக இடங்கள் பெற்ற தனிக்கட்சி; ஆனாலும் ஆட்சி அமைக்க மேலும் 30 இடங்களே தேவைப்பட்டன. தூண்டுதல் மூலமாகவோ, வேறு பிற வழிகளாலோ சுயேச்சைகளும் ஜார்க்கண்ட் முக்தி மோர்ச்சா கட்சியினரும் ஆதரவு தர, முழு ஐந்தாண்டுக் காலம் காங்கிரஸால் பதவியில் இருக்க முடிந்தது.

1996 தேர்தல்களில் காங்கிரசின் எண்ணிக்கை 140-க்குச் சரிந்தது. பி.வி. நரசிம்ம ராவ், பிரதமர் பொறுப்பிலிருந்தும் சிறிது காலத்துக்குப் பிறகு கட்சித் தலைமை பொறுப்பிலிருந்தும் விலகிக்கொண்டார். இப்போது கட்சியின் பெருந் தலைவர்கள் ராஜிவின் மனைவி சோனியா காந்தியின் பக்கம் திரும்பினர். இத்தாலியில் பிறந்த, கத்தோலிக்கக் கிறிஸ்தவரான அவர், இந்தியாவின் தலைமை அரசியல் குடும்பத்தில் வாழ்க்கைப் பட்டவர்; ஆனால் அரசியல் ஆசைகள் இல்லாதவர். 1981-ல் தன் கணவர் அரசியலுக்குச் செல்வதைத் தீவிரமாக எதிர்த்தவர். பத்தாண்டுகள் கழித்து, கணவர் மறைவுக்குப்பின், அவர் பொதுவாழ்வில் காணப்படாமல், தன் வீட்டுக்குள்ளும் குடும்பத்துக்குள்ளும் அடைந்து கிடந்தார்.[5]

1998 தேர்தல்களுக்குமுன், சோனியா காந்தி அவருடைய கணவருடனும் மாமியாருடனும் முன்பு பணியாற்றியவர்களின் தொடர் வற்புறுத்தலுக்கு இணங்கி, தேர்தல் பிரசாரத்தில் பங்கு கொண்டார். கட்சி 141 இடங்கள்

மட்டுமே வென்றதால் அப்போதைய தலைவர் சீதாராம் கேசரிக்குப் பதிலாக ராஜிவின் விதவை கட்சியின் தலைவரானார். ஓராண்டுக்குப் பிறகு நடைபெற்ற இடைத்தேர்தல்களில் காங்கிரஸ் மேலும் சரிந்து 114 இடங்களை மட்டுமே பெற்றது. அந்த நிலையில் நிபுணர்கள், அரசியல்வாதியாக மாறிய குடும்பத் தலைவியைக் கைகழுவி விடத் தயாராக இருந்தார்கள். இருப்பினும், சோனியா காந்தி பணியில் தொடர்ந்தார். தொடர்ந்து, பல சட்டமன்றத் தேர்தல்களில் தீவிரமாகப் பிரசாரம் செய்தார். அவரது விடாமுயற்சி பரிசளித்தது. ஒரு சமயத்தில் பாஜக தலைமையிலான தேசிய ஜனநாயகக் கூட்டணி மத்தியில் ஆட்சியில் இருந்தபோதிலும், 15 மாநில அரசுகளுக்கு காங்கிஸ் தலைமை ஏற்றது.[6]

சோனியா காந்தி தலைமையிலான காங்கிரஸ், அதன் ஆரம்பகாலத்தில், விரிவான கூட்டணி அமைக்கும் யோசனையை வெறுத்தது. கடந்த காலத்தைப் போலவே எதிர்காலத்திலும் காங்கிரஸ் சொந்த பலத்திலேயே ஆட்சிக்கு வரும் எனப் பழைய தலைவர்கள் உறுதியாக நம்பினர். ஆனால் களத்தில் நிலவிய உண்மை, புதிய சூழலுக்கு ஏற்ப மாறவேண்டியதைக் கட்டாயப்படுத்தியது. 2004 தேர்தல்களுக்குமுன், காங்கிரஸ், பல கட்சிகள் சேர்ந்த வலுவான கூட்டணியை ஏற்படுத்தியது. தேர்தல்களில், காங்கிரஸ் 145 இடங்களை வென்றது. ஆனால், அவர்களுடைய ஐக்கிய முன்னணிக் கூட்டணி மொத்தம் 222 இடங்களை வென்றது. பாஜக தலைமையிலான தேசிய ஜனநாயகக் கூட்டணி 189 இடங்களை மட்டுமே வென்றதால், கம்யூனிஸ்ட் கட்சிகள் வெளியிலிருந்து தந்த ஆதரவுடன் ஐக்கிய முற்போக்குக் கூட்டணி, ஆட்சி அமைத்தது. சோனியா, பிரதமர் பதவியை மறுத்துவிட, அது அவருடைய நம்பிக்கைக்குரிய சகா, மன்மோகன் சிங்குக்குக் கிடைத்தது. தேசிய ஜனநாயகக் கூட்டணி மாதிரியில், காங்கிரஸ் நிதி, உள்துறை, வெளியுறவு அமைச்சகங்களைத் தன்னிடம் வைத்துக்கொண்டது. எனினும் முக்கியமான பொருளாதார அமைச்சகங்களான செய்தி, தொழில் நுட்பம், விவசாயம் முதலியவை கூட்டணி கட்சிகளுக்கு ஒதுக்கப்பட்டன.[7]

1989-ம் ஆண்டு, இந்திய அரசியல் வரலாற்றில் முக்கியத்துவம் பெற்ற ஒன்று. அதற்குமுன், காங்கிரஸ் ஒரு மாபெரும் சக்தி. அதன்பிறகு ஒரு கட்சி ஆதிக்கம் நீங்கி, பலமுனை முறை ஏற்பட்டது. கடந்த காலங்களில், 40% வாக்குகள் காங்கிரஸ் கட்சிக்கு நாடாளுமன்றத்தில் 60% இடங்களைப் பெற்றுத்தந்தது. இப்போது காங்கிரஸ் பெற்ற இடங்கள் குறைந்ததோடு அட்டவணை 28.1-ல் கண்டவாறு, வாக்குகளின் பங்கிலும் தொடர்ந்து வீழ்ச்சி காணப்பட்டது.

அட்டவணை 28.1:

1989-2004-ல் காங்கிரஸ், பாஜக பெற்ற வாக்கு சதவிகிதம்					
1989	1991	1996	1998	1999	2004
காங்கிரஸ்	39.5	36.5	28.8	25.8	28.3	26.4
பாஜக	11.5	20.1	20.3	25.6	23.8	22.2

1989-2004-க்கு இடையே காங்கிரசின் வாக்குகள் 10 சதவிகிதத்துக்கும் அதிகமாக வீழ்ச்சி அடைந்தன. பாஜகவின் வாக்குகள் கிட்டத்தட்ட அதே அளவு அதிகரித்தன. இருப்பினும் கடந்த சில தேர்தல்களில் இந்த இரு பெரும் கட்சிகளும் வெறும் 50 சதவிகித வாக்குகளை மட்டுமே தங்களுக்கிடையே பங்கிட்டுக் கொண்டன. மீதிப் பாதி எங்கே சென்றது? மேற்கு வங்கத்திலும் கேரளத்திலும் மட்டுமே குவிந்திருக்கும் கம்யூனிஸ்ட் கட்சிகள் 8 சதவிகிதத்தை வென்றுள்ளன. பிற்பட்ட சாதி, தலித் கட்சிகள் வட இந்தியாவில் பலம் பெற்று, சுமார் 16 சதவிகிதத்தை வென்றுள்ளன. தெற்கு, கிழக்கு இந்தியாவில் முக்கியத்துவம் பெற்றுள்ள பிராந்தியக் கட்சிகள் சுமார் 11 சதவிகித வாக்கு களைப் பெற்றுள்ளன.

காங்கிரசின் வீழ்ச்சி இரண்டு கட்டங்களாக அமைந்துள்ளது. முதல் கட்டமாக, 1957-ல் கேரளாவில் தொடங்கி, 1983-ல் ஆந்திரப் பிரதேசத்தில் உச்ச நிலையை அடைந்தது. இவ்வாறு பிராந்தியம், மொழி, வர்க்கம் ஆகியவற்றின் அடிப்படையில் கட்சிகள், காங்கிரசின் ஏகபோகத்துக்குச் சவால் விட்டன. இரண்டாவது கட்டம், 1967-ல் வட இந்தியாவில் தொடங்கி, அதே பகுதியில் கடைசிப் பத்தாண்டுகளில் மிக அதிக வீழ்ச்சியைச் சந்தித்தது. சாதி, மத அடிப்படையிலான கட்சிகளிடம் காங்கிரஸ் தன் களத்தை இழந்தது. ஒரு பக்கம், குறிப்பாக மேல் சாதியினரும், பொதுவாக இந்துக்களும் காங்கிரஸ் கட்சியைக் கைவிட்டுவிட்டு பாஜக பக்கம் சென்று விட்டனர். மறுபக்கம், கீழ்ச் சாதியினர் மாயாவதியின் பகுஜன் சமாஜ் கட்சியையும் முலாயம் சிங்கின் சமாஜ்வாதி கட்சியையும் விரும்பி ஆதரிக்கத் தலைப்பட்டனர். வழிவழியாக காங்கிரசின் வலிமையான ஆதரவாளர்களாக இருந்த முஸ்லிம்கள்கூட, பாபர் மசூதி இடிப்புக்குப் பிறகு, பிற கட்சிகளுக்கு வாக்களிப்பவர்களாக மாறிவிட்டனர்.

பிளவுபட்டிருக்கும் கட்சிமுறை காரணமாகவே, கூட்டணி ஆட்சிகள் உருவாகின்றன. இந்தக் கூட்டணிகள் உண்மையிலேயே பல வண்ணங்கள் கொண்டவை: பாஜக தலைமையிலான 1999-2004 தேசிய ஜனநாயகக் கூட்டணி, 16 தனிக்கட்சிகளை ஒருங்கே ஒன்று சேர்த்தது. கடந்த தேர்தலில் போட்டியிட்டு வென்ற காங்கிரஸ் தலைமையிலான ஐக்கிய முற்போக்குக் கூட்டணியில் 19 கட்சிகள் இடம் பெற்றிருந்தன. இந்தக் கட்சிகள் யாவும் பலவகைப்பட்டு இருப்பதால் இந்தக் கூட்டணிகள் உறுதியற்று உள்ளன. 1947-1989-க்கு இடையிலான 42 ஆண்டுகளில், இந்தியாவில் பத்து வெவ்வேறு அரசுகளும், 6 வேவ்வேறு பிரதமர்களும் ஆட்சி செய்தனர். 1989-2004 ஆண்டுகளுக்கு இடையிலான 15 ஆண்டுகளில், 7 வெவ்வேறு அரசுகளும் 6 வெவ்வேறு பிரதமர்களும் ஆட்சி செய்துள்ளனர். அதாவது, சராசரியாக சுமார் இரண்டு ஆண்டுகளுக்கு ஒருமுறை அரசு மாற்றமும் (புதிய பிரதமரும்) ஏற்பட்டுள்ளது.[8]

இந்தக் கூட்டணி ஆட்சிகளின் எழுச்சி, இந்தியாவில் ஜனநாயகம் விரிவாக வும் ஆழமாகவும் ஆனதால்தான். இம்முறையில், பல பிராந்தியங்களும் குழுக்களும் அதிக முக்கியத்துவம் பெற்று, அதிக எண்ணிக்கையிலான

இடங்களை வென்று, தங்கள் பிரதிநிதித்துவத்தைக் காட்டுகின்றன. சுதந்தரம் பெற்ற முதல் 20 ஆண்டுகளில் காங்கிரஸ் கட்சி, தான் குறிப்பாக இந்தியாவின் எந்தப் பகுதிக்கும் பிரதிநிதியாக இல்லாமல், இந்தியா முழுமைக்குமான பிரதிநிதியாக இருப்பதாக, வெற்றிகரமாகக் காட்டிக்கொண்டது. காங்கிரஸ் இழந்த செல்வாக்கைத்தான் இந்தப் பிராந்தியக் கட்சிகள் பெற்றுக்கொண்டன.

ஜனநாயகம் ஆழமாக வேறூன்றும் இந்த முயற்சிக்குப் பெரும் விலையும் கொடுக்கவேண்டியுள்ளது. ஒருங்குபடுத்தப்பட்ட பொதுக்கொள்கை என்பது இல்லாமல் போகிறது. 1950-களில் ஜவாஹர்லால் நேரு வடிவமைத்து செயல்படுத்திய கனரகத் தொழிற்சாலைகள் அமைத்தல், பழமையான தனிநபர் சட்டங்களின் சீர்திருத்தம், சுதந்தரமான வெளியுறவுக் கொள்கை ஆகிய சமூகப் பொருளாதாரச் சீர்திருத்தங்களை இன்றைய சிதறிய, பிளவுபட்ட அரசியல் சூழ்நிலையில் செயல்படுத்தவே முடிந்திருக்காது. 1960-களில் லால் பகதூர் சாஸ்திரியும் இந்திரா காந்தியும் கவனம் செலுத்திய விவசாய முன்னேற்றம் போன்றவற்றைக்கூட இன்று செயல்படுத்த முடிந்திருக்காது. கடந்த காலத்தில் மந்திரி சபைகளை ஒதுக்கீடு செய்யும்போது, பொருத்தமான அனுபவம், திறமை ஆகியவை கணக்கில் எடுத்துக்கொள்ளப்பட்டன. இப்போது கூட்டணிக் கட்சிகளைத் திருப்திப்படுத்த, அவர்கள் கோரும் மதிப்புக்குரிய அல்லது லாபகரமான துறைகளை அவர்களுக்கு ஒதுக்கவேண்டி உள்ளது. இந்தியாவின் மொத்தமான நன்மை என்பதைவிட, கேபினட் அமைச்சர்கள், தம் கட்சி அல்லது தம் மாநிலத்தின் நலன்களையே முன்வைக்கின்றனர்.

III

நாடாளுமன்றத் தேர்தல்களை விட்டுவிட்டு, மாநிலங்களில் நடைபெறும் கட்சி அரசியலை நோக்கி நம் பார்வையைத் திருப்புவோம். காங்கிரசின் வாய்ப்புகள் சரிந்து வரும்போதிலும் அது ஒன்றே உண்மையான தேசியக் கட்சியாகவும், நாட்டின் பெரும்பான்மை மாநிலங்களில் வலுவான சக்தியாகவும் இருக்கிறது. பல மாநிலங்களில் உறுதியான இரு கட்சி முறை இருந்து வருகிறது. ஒரு பக்கம் காங்கிரஸ் கட்சியும், மறுபுறம் பாஜக, கம்யூனிஸ்டுகள் அல்லது ஏதேனும் ஒரு பிராந்தியக் கட்சி என்று இயங்கி வருகின்றன. எனினும் பிகார், உத்தரப் பிரதேசம் போன்ற பரந்த மாநிலங்களில் காங்கிரஸ் தன் முக்கியத்துவத்தை இழந்துவிட்டது. இங்கு, சாதி அடிப்படையிலான கட்சிகளும் பாஜகவுமே முக்கியப் பங்கு வகிக்கின்றன.

கடந்த இருபது ஆண்டுகளில், மாநிலத் தேர்தல்களில் பல குழப்பமான மாற்றங்கள் நிகழ்ந்துள்ளன. ஆட்சியில் இருப்போருக்கு எதிரான மனநிலை காரணமாக, ஆட்சியில் இருக்கும் கட்சியைப் பதவியிலிருந்து இறக்குவது அடிக்கடி நிகழும் ஒரு நிகழ்ச்சி. ஆக, இமாசலப் பிரதேசம், மத்தியப் பிரதேசம், ராஜஸ்தான் ஆகிய மாநிலங்களில் காங்கிரசும் பாஜகவும் ஆட்சியை மாற்றிக் கொள்கின்றன. ஆந்திரப் பிரதேசத்தில் காங்கிரஸ் தெலுங்கு தேசத்துடனும்,

கேரளாவில் கம்யூனிஸ்டுகளுடனும் ஆட்சியை மாற்றிக்கொள்கிறது. ஒரே கட்சி ஒரு முறைக்கு மேல் ஆட்சியில் தொடர்வது அபூர்வம். விதிவிலக்காக பிகாரில் ராஷ்ட்ரிய ஜனதா தளம் 1989 முதல் 2005 வரை தொடர்ந்து பதவி வகித்தது. இதையும்விட முக்கியமாக சி.பி.எம் தலைமையிலான இடதுசாரி முன்னணி மேற்கு வங்கத்தில் 1977 முதல் பதவியில் இருந்து வருகிறது.

சுதந்தரத்துக்குப் பிறகு 20 ஆண்டுகள், மத்தியிலும் கிட்டத்தட்ட எல்லா மாநிலங்களிலும் காங்கிரஸ் கட்சியே ஆட்சியில் இருந்தது. 1967 முதல் 1989 வரை (குறுகிய இடை வெளியில் ஆட்சி செய்த ஜனதாவைத் தவிர) புது தில்லியில் மத்திய ஆட்சியை காங்கிரசே நடத்தி வந்துள்ளது. மாநிலங்களில் போட்டிக் கட்சிகளுடன் அவ்வப்போது ஆட்சியைப் பங்கிட்டுக்கொண்டிருக்கிறது. அண்மைக் காலத்தில் மத்தியிலும்கூட நீண்ட இடைவெளிகளில் காங்கிரஸ், ஆட்சியில் இல்லாது இருந்துள்ளது.

இந்த மாற்றங்கள் இந்தியக் கூட்டாட்சி முறையையும் செயல்பாட்டையும் பெருமளவு மாற்றியுள்ளன. இப்போது, பொதுத்தேர்தலுக்குமுன், ஒவ்வொரு மாநிலத்திலும் உள்ள சிறு கட்சிகளுடன் சமரசம் செய்துகொண்டு, அகில இந்திய அளவில் கூட்டணியில் அவர்களை சேர்த்துக்கொள்ள வேண்டிய கட்டாயம் ஏற்பட்டுள்ளது. எனவே, 'தேசியக் கட்சிகளான காங்கிரசும் பாஜகவும், துரித உணவுச் சங்கிலிக் கடைகள் போலச் செயல்பட வேண்டியுள்ளது. அவர்கள் தங்கள் பொருள்களை உள்ளூர்ப் பிரதிநிதிகளிடம் காண்பிக்கிறார்கள். உள்ளூர்ப் பிரதிநிதிகள், அவற்றை எடுத்துக்கொள்ளலாம்; நிராகரிக்கலாம்; பேரம் பேசலாம்; உள்ளூர் நிலவரத்துக்கு ஏற்பக் கட்சி மாறலாம்.'⁹ இந்தப் பேரங்களில் கொள்கைகளுக்கு இடமில்லை. தேசியக் கட்சியிடமிருந்து மத்திய அரசில் எந்த அளவுக்கு மந்திரிப் பொறுப்புகளைப் பெற முடியும் அல்லது அவர்கள் மாநிலத்துக்கு எவ்வளவு மானியங்களைப் பெற முடியும் என்ற கணக்குகளின் அடிப்படையில்தான் பேரங்கள் அமைகின்றன. இப்படித்தான் திமுகவும் அஇஅதிமுகவும், காங்கிரஸ் அல்லது பாஜக கூட்டணியில் பங்காளிகளாக இருந்து வந்துள்ளன. இதேபோல்தான் தெலுங்கு தேசமும் பாஜகவுடனோ தேசிய முன்னணியுடனோ இருந்து வந்துள்ளது.

புது தில்லியில் ஆளும் கூட்டணி அரசு, தம் கூட்டணிக் கட்சியினர் ஆட்சி செய்யும் மாநிலங்களுக்கு மட்டுமே உதவுகிறது. 1972-95-ல் உலக வங்கி செய்த ஆய்வில், மாநிலத்தில் உள்ள கட்சிகள் மத்தியிலும் ஆளும்போது, அவர்களுக்கு, பிற மாநிலங்களைவிட, 4% முதல் 18% வரை அதிக நிதியுதவிகள் கிடைத்துள்ளன என்பது தெரியவந்துள்ளது. வேறு இரு பொருளாதார வல்லுநர்கள் செய்த மற்றொரு ஆய்வில், அண்மைக் காலத்தில், மத்தியில் ஆளும் கட்சியே மாநிலத்திலும் ஆளும்போது அம்மாநிலம் மற்ற மாநிலங்களைவிட 30% அதிக உதவி பெறுகிறது என்பது தெரியவந்துள்ளது.¹⁰

இந்தத் துண்டாடலின் விளைவாக, முன்பு நடந்ததுபோல, மத்திய அரசின் அதிகாரம் எல்லா இடங்களிலும் இப்போது முழுதாகச் செல்லுபடி ஆவதில்லை. எல்லா மாநில முதல்வர்களும் பிரதமரின் கட்சியைச்

சேர்ந்தவர்களாக இருந்தபோது, பரந்த தேசிய நலனுக்காக அவர்களுடைய மாநில நலன்களைச் சிறிது தியாகம் செய்ய வைப்பது எளிதாக இருந்தது. இப்போது முதல்வர்கள், பிரதமர் ஆணையை அப்படி எளிதாக ஏற்பதில்லை. முன்னர், இரு மாநிலங்களுக்கு இடையிலான ஒரு சச்சரவு, நேரு அல்லது இந்திரா காந்தி நேரடியாகப் பேசியவுடனேயே அமைதியாகத் தீர்க்கப்பட்டு விடும். இப்போது ஒரு தகராறு ஆரம்பமாகிவிட்டால், அதைத் தீர்த்து வைப்பது மிகக் கடினமாகிறது.

இதற்குச் சரியானதோர் உதாரணம், கர்நாடகத்துக்கும் தமிழ்நாட்டுக்கும் இடையிலான காவிரி நதி நீர்ப் பிரச்னை. காவிரி, கர்நாடகத்தில் உற்பத்தியாகி, ஓடி வந்து, தமிழ்நாட்டில் பாய்ந்து வங்காள விரிகுடாவில் கலக்கிறது. டெல்டாவின் கீழ்ப் பகுதிகள் பல நூற்றாண்டுகளாக நல்ல பாசன வசதியைப் பெற்று, விவசாயிகள் அதிக அளவில் நெல் பயிரிட வசதியாக இருந்தது. மாறாக, கர்நாடகத்தின் பாசனத் திட்டங்கள் அண்மைக் காலத்தவை. இருபதாம் நூற்றாண்டின் ஆரம்பத்தில்தான் முதல் கால்வாய்கள் அமைக்கப் பட்டன. 1970-களில்தான் முயற்சிகள் மேற்கொள்ளப்பட்டு மேலும் பல கால்வாய்கள் அமைந்தன.

1928-ல், காவிரி, இப்போதைய கர்நாடகத்தின் 1.1 கோடி ஏக்கர் விவசாய நிலங்களுக்கும், இப்போதைய தமிழ்நாட்டின் 14.5 கோடி ஏக்கருக்கும் பாசன வசதி அளித்தது. 1971-ல் இடைவெளி மேலும் அதிகரித்தது. புள்ளிவிவரப் படி, கர்நாடகத்தில் 4.4 கோடி ஏக்கரும் தமிழ்நாட்டில் 25.3 கோடி ஏக்கரும் பாசன வசதி பெற்றன. எனினும், இருபதாம் நூற்றாண்டின் இறுதியில் நதியின் மேல்பகுதி, நதியின் கீழ்ப்பகுதியை ஏறத்தாழப் பிடித்துவிட்டது. இப்போ தைய புள்ளிவிவரப்படி, கர்நாடகத்தில் 21.3 கோடி ஏக்கர், தமிழ்நாட்டில் 25.8 கோடி ஏக்கர். இந்த மகத்தான பாசன வசதி விஸ்தரிப்பு, கர்நாடகத்தின் மாண்டியா, மைசூர் மாவட்ட விவசாயிகளுக்கு அதிகப் பொருள் வளத்தை அளித்தது. ஒரு காலத்தில் மதிப்பு குறைவான சோளம் போன்ற பயிர்களை ஒரு போகம் மட்டுமே பயிர் செய்தவர்கள், இப்போது இரண்டு, மூன்று போகம் நெல், கரும்பு போன்ற உயர் மதிப்புப் பயிர்களைச் சாகுபடி செய்ய முடிந்தது.

1970, 1980-களில் இரு மாநிலங்களும் சமரசமாக ஏற்கக்கூடிய வகையிலான காவிரி நதி நீர்ப் பங்கீட்டை முடிவு செய்ய மத்திய அரசு பல கூட்டங்களைக் கூட்டியது. 1968-1990 ஆண்டுகளுக்கு இடையே 26 அமைச்சர்கள் நிலைப் பேச்சுவார்த்தைகள் நடைபெற்றன. அவை அனைத்துமே, ஏகமனதான முடிவைக் காணத் தவறிவிட்டன. மேல் பகுதியில் விரைவான கால்வாய் அமைக்கும் பணிகள், தம் பகுதியில் உள்ள விவசாயிகளைப் பாதிக்கும் எனத் தமிழ்நாடு அஞ்சியது. காலம் கடந்து ஆரம்பித்ததால், தம் பகுதியின் பாசன வசதி மேம்பாடு, எந்தவிதத்திலும் பாதிக்கப்படக்கூடாது என்று கர்நாடகம் வாதிட்டது.

1990 ஜூனில், உச்ச நீதிமன்ற ஆணைப்படி காவிரி நதி நீர் தீர்ப்பாயம் ஒன்று அமைக்கப்பட்டது. (பாரபட்சம் அற்றவர்கள் என்று கருதப்படும்) மூன்று

நீதிபதிகள் அதன் உறுப்பினர்கள். முடிவான தீர்ப்பு அளிக்கும்வரை, 1991 ஜூன் 25 அன்று தீர்ப்பாயம், இடைக்கால உத்தரவாக, கர்நாடகம் தமிழகத் துக்கு 20.5 கோடி கன அடி நீரை ஆண்டுதோறும் திறந்துவிடவேண்டும் என்று ஆணையிட்டது. பத்து நாட்களுக்குப் பிறகு கர்நாடகச் சட்டமன்றம், தீர்ப் பாயத்தின் உத்தரவை ஏற்க மறுத்து, ஒருமனதாகத் தீர்மானம் ஒன்றை நிறைவேற்றியது. பிறகு, கர்நாடக அரசு, மாநில விவசாயிகளுக்காகக் காவிரி நீரைக் காப்பாற்றிப் பத்திரமாகப் பாதுகாக்குமாறு அதன் அலுவலர்களுக்கு ஆணை ஒன்றைப் பிறப்பித்தது.

விவகாரம் உச்ச நீதிமன்றத்துக்குச் சென்றது. அது, கர்நாடகத்தின் தீர்மானம், அரசியல் அமைப்புச் சட்டத்தின் வரம்பை மீறுவது என்று கருதியது. அப்போது மத்திய அரசு, தீர்ப்பாயத்தின் இடைக்கால உத்தரவை அரசாங்க கெஜட்டில் வெளியிட்டு, அதை அதிகாரபூர்வமாக்கியது. அதற்குப் பதிலளிக்கும் வகையில் கர்நாடக முதல்வர் எஸ். பங்காரப்பா அம்மாநிலத்தில் பொது வேலை நிறுத்தம் ஒன்றை அறிவித்தார். எல்லாப் பள்ளிகளும் கல்லூரிகளும் மூடப்பட்டன. மாநிலத் தலைநகர் பெங்களூரில் தமிழர் பகுதி களில் வெறிக்கும்பல் சூறையாடுவதை அனுமதித்து, நிர்வாகம் வேடிக்கை பார்த்தது. வன்முறை பல நாள்கள் தொடர்ந்தது. 50,000 தமிழர்கள் மாநிலத்தை விட்டு ஓடும் அளவுக்கு அது நீடித்தது.

கர்நாடகத்தின் வெளிப்படையான சட்டமீறல் காரணமாக, தமிழ்நாடு முதல்வர் ஜெ. ஜெயலலிதா, ஆத்திரமூட்டும் சொற்களைப் பேசினார். பதிலுக்கு அவருடைய நிர்வாகமும், தமிழ்நாட்டில் கன்னட வீடுகளையும் தொழில்களையும் குறிவைத்துத் தாக்க ஆதரவளித்தது. மொத்தத்தில் 20 கோடி ரூபாய் மதிப்புள்ள சொத்துகள் அழிக்கப்பட்டன.

காவிரி நதி நீர் தீர்ப்பாயத்தை அமைக்க உத்தரவிட்டபோது உச்ச நீதிமன்றத் தலைமை நீதிபதி, ‘இவ்வகையிலான சச்சரவுகள், சம்பந்தப்பட்ட மக்களிடையே, தவிர்க்கக் கூடிய கசப்பு உணர்வுகளை உருவாக்கும் வல்லமை படைத்தவை. சச்சரவுகள் அதிக காலம் நீடித்தால், கசப்புணர்வும் அதிகமாக இருக்கும். எனவே எல்லா மாநில மக்களின் நலன்களைக் காக்கும் பாது காவலர் என்ற முறையில், மத்திய அரசு அத்தகைய சமயங்களில் அரசியல் அமைப்புச் சட்ட இயந்திரத்தைப் பயன்படுத்தி, உடனடியாக நடவடிக்கை எடுக்கத் தயாராக இருக்கவேண்டும்’ என்றார்.

இருப்பினும், மத்திய அரசு தன் இயந்திரத்தை முடுக்கிவிட்டபோது, தன் பரிந்துரைகளை மாநிலங்கள் ஏற்குமாறு கட்டாயப்படுத்த அதனிடம் தேவை யான அதிகாரங்கள் இல்லை. காவிரி நதி நீர் தீர்ப்பாயம் அமைக்கப்பட்ட 15 ஆண்டுகள் கழிந்தும், அதனால் ஒரு முடிவான தீர்மானத்துக்கு வர முடியவில்லை. பருவமழை நன்றாக இருக்கும்போது தமிழ் நாட்டுக்கு 20.5 கோடி கன அடி நீரை வெளிவிட கர்நாடகத்துக்குச் சிக்கல் எதுவும் இல்லை. ஆனால் மழை பொய்க்கும்போது எங்கும் பீதிதான். தமிழ்த் திரைப்பட நடிகர்கள், போராட்டத்தில் ஈடுபட்டு, கர்நாடகத்தை வற்புறுத்த

உண்ணாவிரதம் மேற்கொள்வர். அண்மைக் காலத்தில் முதல்வராக இருந்த ஜெயலலிதா, தானே உண்ணாவிரதத்தை மேற்கொண்டார். மாநிலத்தின் கோரிக்கைகளை மத்திய அரசு நிறைவேற்றவேண்டும் என்பதை வற்புறுத்த மேற்கொள்ளப்பட்ட இந்த வழி, அரசியல் அமைப்புச் சட்டத்துக்கு உட்பட்டதல்ல! இதற்கிடையே, விவசாயிகள் சம்மதமின்றித் தண்ணீரைத் திறந்துவிட்டால் கடுமையான விளைவுகளைத் தாங்கள் சந்திக்க வேண்டியிருக்கும் என்று கர்நாடக அரசு எச்சரிக்கிறது.

ஜூன்-செப்டெம்பர் மாதங்களில், மழை தவறிய ஆண்டுகளில், தமிழ் நாடு, கர்நாடக நாளேடுகளில் காவிரிப் பிரச்னை, முதல் பக்கச் செய்தியாக இல்லாமல் இருப்பதில்லை. தமிழ் நாட்டில் வளர்ந்து நிற்கும் பயிர்களைக் காப்பாற்ற இத்தனை கோடி கன அடி நீரை விடுவிக்குமாறு மத்திய அரசு கர்நாடகத்துக்கு உத்தரவிடுவதும், அதைத் தொடர்ந்து எதிர்ப்புகளும், எதிர்ப்புக்கு எதிரான எதிர்ப்புகளும் நடப்பதும் தொடர் கதை. தமிழ் நாடு முதல்வர் குறிப்பிட்ட அளவுக்கு மேலாகக் கோருவார்; கர்நாடக முதல்வரோ, அந்தக் குறிப்பிட்ட அளவுக்குக் கீழாகத்தான் திறந்துவிட முடியும் என்பார். நடவடிக்கைகளைப் பார்வையிட மத்தியக் குழு ஒன்று காவிரிப் பள்ளத் தாக்குக்கு விரைந்து வரும். கடைசியில் திறந்து விடப்படும் நீரின் அளவு எப்போதும் வெளியிடப்படாது. ஆனால் ஒன்று மட்டும் நிச்சயம். திறந்து விடப்படும் தண்ணீரின் அளவு, அறிவியல் காரணமானதோ, சட்டம் தீர்மானித்ததோ அல்ல. கட்சிகள் இடையிலான அரசியலைப் பொருத்ததே அது.[11]

இதற்கிடையே, நாட்டின் மற்றொரு மூலையில் ஜூலை 2004-ல் பஞ்சாப் சட்டமன்றம், மற்ற மாநிலங்களோடு செய்திருந்த நதி நீர்ப் பங்கீட்டு ஒப்பந்தங் களை ரத்து செய்து ஒரு தீர்மானத்தை நிறைவேற்றியது. அத்தீர்மானப்படி ராவி, பியாஸ் நதிகள், ஹரியானா, ராஜஸ்தான் மாநிலங்களுக்குப் பாய்வதற்கு முன், பஞ்சாப் விரும்பும் அளவுக்கு அவற்றின் நீரை எடுத்துக்கொள்ளும். அத்தீர்மானம் இந்தியக் கூட்டாட்சி உணர்வுக்கு முற்றிலும் மாறானது. மேலும், காங்கிரஸே மத்திய அரசில் பதவியில் இருந்தபோது, காங்கிரஸ் முதல்வர் ஒருவராலேயே அந்தத் தீர்மானம் கொண்டுவரப்பட்டிருந்தது.

பஞ்சாப் சட்டமன்றத்தின் அந்தச் செயல், தார்மீகத்துக்குப் புறம்பானதாக இருக்கலாம்; சட்டத்துக்கு எதிரானது என்றுகூடச் சொல்லலாம்; ஆனால் நிச்சயமாக அரசியல் அமைப்புச் சட்டத்துக்கு முரணானது.[12] மற்ற மாநிலங்கள் அதை உற்சாகமூட்டும் முன்மாதிரியாக எடுத்துக்கொள்ளக்கூடும். ஏனெனில் தண்ணீர்தான், பெட்ரோலைவிட இந்தியாவின் பொருளாதார மேம்பாட்டுக்கு இன்றியமையாத அடிப்படை ஆதாரம். மாநகரங்களில் அளவுக்குமீறி அதிகரித்துவரும் மக்களைத் தாங்குவதற்கும் விவசாயத்துக்கும் நீர் இன்றியமையாத ஒன்று. நிர்வாகம் மேலும் மேலும் துண்டாவதாலும், மத்திய அரசின் திறமையில் ஏற்படும் சரிவாலும், பல மாநிலங்கள் தாமே ஒருதலைப் பட்சமாக அத்தகைய நடவடிக்கைகளை மேற்கொள்ளத் தூண்டப்படலாம்.

IV

1993-ல் நாடாளுமன்றம், அரசியல் அமைப்புச் சட்டத்தில் 73-வது, 74-வது திருத்தங்களை நிறைவேற்றியது. 73-வது திருத்தம், கிராம, தாலுக்கா, மாவட்ட அளவில் உள்ளாட்சி அமைப்புகளை நிறுவச் சொன்னது. 74-வது திருத்தம், நகரங்களிலும் மாநகரங்களிலும் அதே மாதிரியான உள்ளாட்சி அமைப்புகளை உருவாக்க வழிசெய்தது. வயது வந்த அனைவருக்கும் வாக்குரிமை என்ற அடிப்படையில் தேர்தல்கள் நடக்கும். எல்லா அமைப்பு களிலும் மூன்றில் ஒரு பங்கு இடம் பெண்களுக்கு ஒதுக்கப்படும்; தவிர, அட்ட வணைப் பிரிவினர், பழங்குடியினர் ஆகியோருக்குத் தனி ஒதுக்கீடு உண்டு.

பஞ்சாயத்து ராஜ்ஜியம் அல்லது கிராமத் தன்னாட்சி, மகாத்மா காந்திக்கு மிகவும் விருப்பமான ஒன்று. எனினும் ஜவாஹர்லால் நேருவும் இந்திரா காந்தியும் கீழ்மட்டங்களில் அதிகாரத்தைப் பரவலாக்க, வெவ்வேறு காரணங் களுக்காகத் தயங்கினர். அது பொருளாதார வளர்ச்சிக்கு ஊறு செய்யும் என்று நேரு கருதினார். இந்திரா, பொதுவான அதிகாரக் குவிப்பையே விரும்பினார். *1960*-களில் ராஜஸ்தானும் மகாராஷ்டிரமும் கிராம, மாவட்ட கவுன்சில்களைப் பரிசோதனை செய்து பார்த்தன. எனினும் 1977-ல், மேற்கு வங்கத்தில் இடது சாரி முன்னணி ஆட்சிக்கு வந்தபோதுதான், முதல் முதலாக கிராமப் பஞ்சாயத் துக்கள் அமைக்கும் முயற்சிகள் மேற்கொள்ளப்பட்டன. இம்முறை, கர்நாட கத்தில் ஜனதா ஆட்சியின்போது மேலும் விரிவாக்கப்பட்டு, *1983-87* ஆண்டு களுக்கு இடையே உள்ளாட்சி அமைப்புகளுக்குக் குறிப்பிடத்தகுந்த பொறுப்புகள் வழங்கப்பட்டன.

1984-89-ல் பிரதமர் ராஜிவ் காந்தி, அகில இந்திய அடிப்படையில் உள்ளாட்சி யில் தன்னாட்சி முறையை ஏற்படுத்த விரும்பினார். அவரது நோக்கம், உள்ளாட்சியில் சுய அதிகாரங்கள் அதிகரிக்கப்படவேண்டும் என்று போராடிய இயக்கங்களுக்கு செவிசாய்ப்பது மட்டுமல்ல; அதில் சில அரசியல் கணக்கு களும் இருந்தன. காங்கிரஸ் மத்தியில் ஆட்சி செய்தபோது அதற்கு எதிரான கட்சிகள் மாநிலங்களில் அதிகாரம் செலுத்தின. இந்தப் பஞ்சாயத்து ராஜ்ஜிய முறையில், புது தில்லி, இந்த மாநிலக் கட்சிகளை மீறி, மக்களோடு நேரடி யாகத் தொடர்புகொண்டு, முன்பு மாநில அரசுகளின் கட்டுப்பாட்டில் இருந்த நிதியில் ஒரு பங்கை நேரடியாக (உள்ளாட்சி அமைப்புகளுக்கு) அளிக்க முடியும்.[13]

ராஜிவ் காந்தி தொடங்கிய அந்த முறை அவர் மறைவுக்குப்பின் மத்தியில் காங்கிரஸ் மீண்டும் பதவிக்கு வந்தபிறகு பலனளிக்க ஆரம்பித்தது. இந்தத் திருத்தங்களைக் கொண்டுவருவதற்கு முன் நடைபெற்ற விவாதங்களில், மாநில அரசுகள் தங்கள் அதிகாரம் குறைக்கப்படுவது பற்றிக் கவலை தெரிவித்தன. முடிவாக நிறைவேற்றப்பட்ட திருத்தங்கள், மாநிலங்களின் எல்லைக்குட்பட்ட பஞ்சாயத்துக்களின் செயல்கள், அதிகாரங்கள் ஆகிய வற்றை நிர்ணயிக்கும் அதிகாரத்தை மாநில அரசுகளுக்கே அளித்தன. மாநிலச் சட்டங்கள், நோக்கத்திலும் பயன்பாட்டிலும் பரவலாக வேறுபட்டிருந்தன.

சில மாநிலங்கள், பாசனம், கல்வி, நல்வாழ்வு, சாலை அமைப்பு உள்ளிட்ட அனைத்து மேம்பாட்டு அம்சங்களிலும் முழு அதிகாரத்தையும் உரிய நிதியையும் உள்ளாட்சி அமைப்புகளுக்கு வழங்கின. பிற மாநிலங்கள் தங்கள் உள்ளாட்சி அமைப்புகளுக்கு, பணிகள், நிதி இரண்டையுமே குறைவாகவே வழங்கின.[14]

1980-களில், பஞ்சாயத்து ராஜ்ஜிய விஷயங்களில் மேற்கு வங்கமே முன்னணியில் இருந்தது. பிறகு, தலைமை இடத்தை கம்யூனிஸ்டுகள் அதிகம் உள்ள மற்றொரு மாநிலமான கேரளா பற்றிக்கொண்டது. இடதுசாரி ஜனநாயக முன்னணி (எல்.டி.எஃப்) 1996-ல் ஆட்சிக்கு வந்துபோது, உள்ளாட்சி அமைப்புகள் நிறைவேற்றும் பணிகளுக்கு 35-40% திட்ட நிதியை ஒதுக்கீடு செய்தது. அந்தப் பஞ்சாயத்துகளில், கிராமவாசிகள் கூட்டம் போடுவதற்கும், தங்கள் பகுதிகளுக்கான தேவைகளைத் திட்டமிடவும், அதிகாரிகளும் தொழில் நுட்ப நிபுணர்களும் உதவினர். நூற்றுக்கணக்கில் உள்ளூருக்கான தனித் திட்டங்கள் தயாரிக்கப்பட்டன. அவை மண், நீர், காடுகள் போன்ற இயற்கை ஆதாரங்களை கவனமாக நிர்வகிப்பதை வெளிப்படுத்தின.[15]

வங்காளத்தைப் போலவே கேரளத்திலும் பஞ்சாயத்து ராஜ்ஜிய மேம்பாடு என்பது லட்சியம், ஆதாயம் ஆகியவற்றின் கலவையாகவே இருந்தது. அதிகாரங்களைக் கீழ்மட்டத்துக்குப் பகிர்ந்து அளிப்பதால், மேலிருந்து வரும் அறிவுறுத்தலுக்கு இசைய பொதுப் பணம் செலவிடப்படாமல், கிராமவாசிகளின் தேவைக்கேற்றவாறு பயன்படுத்தப்படலாம் என ஒருபுறம் இடதுசாரி அறிவுஜீவிகளும் தொண்டர்களும் நம்பினர். அதிகாரத்தைக் கீழ் மட்டம்வரை பகிர்ந்தளித்தால் திட்டத்தின் ஓட்டைகள் குறைக்கப்பட்டு, ஊழல் குறைகிறது; வளர்ச்சிப் பணிகளுக்கு அதிக அளவில் பணம் செல விடப்படுகிறது என்பதற்கு சில சாட்சிகள் கிடைத்துள்ளன. மறுபுறம், காந்திய நோக்கத்தின்படி, பஞ்சாயத்து ராஜ்ஜியம் என்பது கட்சியற்ற ஜனநாயகமாக இருக்கும்; அதில் கட்சிச் சார்பற்ற, பெரிதும் மதிக்கப்பட்ட (அல்லது திறமையான) கிராமவாசிகள் தேர்ந்தெடுக்கப்படுவர். நடைமுறையில், இது தீவிர அரசியலாக்கப்பட்டது. கேரளத்திலும், இன்னும் அதிகமாக மேற்கு வங்கத்திலும், பஞ்சாயத்து ராஜ்ஜிய முறையை, கிராமப் புறங்களில் தங்கள் கட்சியின் பிடியை மேலும் இறுக்கமாக்கும் ஒரு கருவியாக சி.பி.எம் கண்டது. பஞ்சாயத்து ராஜ்ஜிய அதிகாரமும் அதன் அலுவலர்களும் கிராமத்துக்கும் கிராமவாசிகளுக்கும் என்பதாக மட்டும் அல்லாமல், முக்கியமாக சட்டமன்ற, நாடாளுமன்றத் தேர்தல்களில் வாக்குகளைச் சேகரிக்கவும் பயன்படுத்தப் பட்டது.[16]

இந்த எச்சரிக்கைகளையும் தாண்டி, 73-வது திருத்தம் கொண்டுவந்துள்ள மாற்றங்கள், இந்திய ஜனநாயகத்தின் எதிர்காலத்தையே மாற்றக்கூடிய தன்மை வாய்ந்தவை. சட்டம் இயற்றப்பட்டுப் பத்தாண்டுகளுக்குப்பின் உள்ளாட்சி அமைப்புகளில் 30 லட்சம் தேர்ந்தெடுக்கப்பட்ட உறுப்பினர்கள் உள்ளனர். அதில் மூன்றில் ஒரு பங்கு, பெண்கள். அவர்கள் கடுமையான போட்டியில்

தேர்வு பெற்றவர்கள். அதுவும் பஞ்சாயத்துத் தேர்தல்களில் வாக்களித்தோர், 70 சதவிகிதத்துக்கும் அதிகம்.

பஞ்சாயத்து ராஜ்ஜியத்தில் சுவையான விஷயம், சாதிகளுக்கு இடையிலான தொடர்பு. உத்தரப் பிரதேசத்தில் தலித்துகள் வலுவாகவும் கட்டுப்பாடாகவும் இருக்கும் காரணத்தால், ஆதிக்க சாதியினர் இப்போது உள்ளூர் அளவில் வரலாற்றுரீதியாகப் பின்தங்கிய அவர்களோடு அதிகாரத்தைப் பங்கு போட்டுக் கொள்ளவேண்டிய கட்டாயம் ஏற்பட்டுள்ளது. ஒரிஸாவில், தலித்துகள் பணிந்துபோகும் இயல்பு உடையவராக இருப்பதால், (சட்டத்துக்குப் புறம்பாக) அவர்கள் பஞ்சாயத்துகளில் பங்குபெற விடாமல் ஒதுக்கி வைக்கப்பட்டுள்ளனர். தமிழ்நாட்டில் கிராமக் கவுன்சில்கள் அமைப்பு, நிலம் படைத்த தேவர் சாதிக்கும் நிலமற்ற தலித்துகளுக்கும் இடையிலான சச்சரவு களைத் தீவிரப் படுத்தியுள்ளது. பஞ்சாயத்துத் தலைவர்களில் ஐந்தில் ஒரு பகுதியினர் தலித்துகளாக இருக்கவேண்டும். ஆனால் அவர்களது அதிகாரம் மேல்சாதியினதால் குறைக்கப்படுகின்றன. இதே போல, சில பெண் தலைவர்கள் சுதந்தரமாகச் செயல்பட்டாலும் மற்றவர்கள் அவர்கள் குடும்பம் அல்லது சாதியைச் சேர்ந்த ஆண்களின் ஊதுகுழல்களாக மட்டுமே செயல் படுகின்றர்.

குறிப்பிடத்தகுந்த வகையில் நாடாளுமன்ற உறுப்பினர்களும் பல மாநில சட்டமன்ற உறுப்பினர்களும் பெரும்பாலும் பஞ்சாயத்து ராஜ்ஜியப் பரிசோதனைகளுக்கு எதிராகவே இருக்கின்றனர். இந்திய ஆட்சிப் பணியில் இருப்பவர் பலரும் அவ்வாறே உள்ளனர். அது ஊழலை மட்டுமே பகிர்ந்தளிப்பதாக அவர்கள் வாதிடுகின்றனர். இந்தக் குற்றச்சாட்டுக்குப் பதில் அளிக்கும் ஆதரவாளர்கள், நிர்வாக, பொருளாதார அதிகாரங்கள் மேலும் பகிர்ந்தளிக்கப்பட்டதால் பாதிக்கப்படுவோரே இத்தகைய விமர்சனங்களை முன்வைக்கிறார்கள் என்பதைச் சுட்டிக்காட்டுகின்றனர்.[17]

V

1990-களில், மூன்றாவது அடுக்கு நிர்வாகமும் அறிமுகப்படுத்தப்பட்டதால், இந்திய அரசியலில் கட்சிகளுக்கு இடையே மேலும் அதிகமான போட்டி உருவானது. எனினும் உலகின் பிற நாடுகளுடனான உறவு என்பதில், கட்சிகளுக்கு இடையே கருத்து ஒற்றுமை ஏற்படத் தொடங்கியது. பாஜகவோ காங்கிரஸோ, எது ஆளும் கூட்டணிக்குத் தலைமை ஏற்றாலும் ராணுவத்தின் திறனை அதிகரிக்கவும் உறுதியான வெளியுறவுக் கொள்கைகளை மேற்கொள்ளவும் உறுதி பூண்டன.[18]

இந்தப் புதிய அணுகுமுறையின் வெளிப்பாடாக ராணுவத்தின் அளவும் சக்தியும் அதிகரித்தன. ‘ராஜதந்திரத்தை நம்பிய தற்காப்பு நிலை என்பதிலிருந்து, ராஜதந்திரத்தை வலிமையாக்கும் தற்காப்புத் திறன்’ என்ற நிலைக்கு இந்தியா நகரத் தொடங்கியது.[19] *1991-99* பத்தாண்டில் ராணுவச்

செலவு, ஆண்டுக்கு 7 பில்லியன் அமெரிக்க டாலர் என்பதிலிருந்து 12 பில்லியன் அமெரிக்க டாலராக அதிகரித்தது. ஒரு பகுதி சம்பளத்துக்குச் சென்றது. இப்போது பத்து லட்சம் இந்தியர்கள் காலாட்படை, கடற்படை, விமானப்படையில் இருந்தனர். மேலும் பத்து லட்சம் பேர் துணை ராணுவப் படைகளில் இருந்தனர்.

வளர்ந்து வரும் புதிய தொழில்நுட்பத்துக்கு ஏற்ற ஆயுதங்களை வாங்க மீதிப் பணம் செலவழிக்கப்பட்டது. மேலும் கொஞ்சம் பணம், மேற்கு நாடுகள் இந்தியாவுக்கு விற்கத் தயங்கிய கருவிகளை உற்பத்தி செய்யச் செலவிடப் பட்டது. 1980-களில் தயாரித்திருந்த அக்னி, பிருத்வி ஏவுகணைகளுடன், இப்போது, கண்டம் விட்டுக் கண்டம் பாயும் நீண்ட தூர ஏவுகணை சூர்யா (12,000 கிலோமீட்டர்), சாகரிகா என்ற கடலிலிருந்து ஏவப்படும் ஏவுகணை ஆகியவற்றையும் இந்தியா பெற்றிருந்தது. மேலும் எதிரிகள் ஏவும் ஏவுகணைகளைக் குறிபார்த்துத் தாக்கவல்ல குறைந்த தூரத் தடுப்பு ஏவுகணை களையும் இந்திய விஞ்ஞானிகள் உருவாக்கியிருந்தனர்.[20]

பாதுகாப்புத் துறையில் முன்னணிப் பங்காற்றும் இரு விஞ்ஞான அமைப்பு களில் ஒன்றான பாதுகாப்பு ஆராய்ச்சி மற்றும் வளர்ச்சி நிறுவனம் (டி.ஆர்.டி.ஓ), இந்த ஏவுகணைகளை வடிவமைத்து உருவாக்கியிருந்தது. மற்றோர் அமைப்பான அணு சக்திக் குழுமம் (ஏ.இ.சி), அணு மின்சாரம் மற்றும் அணு ஆயுதங்களை உற்பத்தி செய்யும் பணியை மேற்கொண் டிருந்தது. 1974-ல் அணுக் கருவி ஒன்று பரிசோதனை முயற்சியாக வெடிக்கப் பட்டது. ஆனால் அடுத்து வந்த ஆண்டுகளில் ஏ.இ.சி விஞ்ஞானிகள் கணிசமான அளவில் அதன் சக்தியை மேம்படச் செய்தனர். 1990-களின் ஆரம்பத்திலிருந்தே இந்த அணுகுண்டை வெடித்துச் சோதனை செய்யுமாறு அரசை அவர்கள் வற்புறுத்தி வந்தனர்.

இந்தியாவின் அணு வரலாற்றில், விஞ்ஞானிகளின் விடாமுயற்சி பற்றி ஜார்ஜ் பெர்க்கோவிச் எழுதுகிறார். ஏவுகணை மற்றும் அணுசக்தித் திட்டங்களில் தலைமை வகித்தவர்கள் அடுத்தடுத்து வந்த பிரதமர்களிடம், சோதனைகளைச் செய்து முடிவுகளை அறியாவிட்டால், திறமை மிக்க இளம் விஞ்ஞானிகள் அரசுப் பணியைவிட அதிகச் சம்பளம் தரும் தனியார் துறைக்குச் சென்று விடுவர் என்று கூறி வந்தனர். 'முழு அளவுச் சோதனைகள் நடக்காவிட்டால், இளைஞர்களின் பணி ஈடுபாடு குறையும். 1974-ல் முதல் அணுகுண்டைத் தயாரித்த வயது முதிர்ந்த குழுவினருக்கு மாற்றாக புதிய விஞ்ஞானிகளைக் கொண்டுவருவது கடினமாகிவிடும்' என்று அவர்கள் வாதிட்டனர். 1995-ன் பிற்பகுதியில் பிரதமர் நரசிம்ம ராவ் சோதனைகளுக்கு அனுமதி அளித்தார். ஆனால், அமெரிக்கச் செயற்கைக்கோள்கள் இந்த முயற்சிகளை வேவு பார்த்துக் கண்டுபிடித்துவிட்டதால், அமெரிக்க அரசு கடுமையான எச்சரிக்கை விட, பிரதமர் பின்வாங்கினார். 1996-ல் ஐக்கிய முன்னணி அரசு பதவிக்கு வந்தபோது, விஞ்ஞானிகள் புதிய பிரதமர் எச்.டி. தேவகவுடாவைப் பச்சைக் கொடி காட்ட வற்புறுத்தினர். கவுடா மறுத்துவிட்டார். அமெரிக்க அபிப் பிராயத்தைப் பற்றிக் கவலைப்படாவிட்டாலும், ராணுவ பலத்தைக்

காட்டுவதைவிடப் பொருளாதார மேம்பாட்டுக்கே அதிக முக்கியத்துவம் கொடுக்கப்போவதாக அவர் சொல்லிவிட்டார்.[21]

பாஜக தலைமையிலான தேசிய ஜனநாயக் கூட்டணி 1998 மார்ச்சில் பதவி ஏற்றது. அடுத்த மாதம், பாகிஸ்தான், அதிக தூரம் செல்லக் கூடிய, கோரி என்று வேண்டுமென்றே பெயர் இடப்பட்ட, ஏவுகணை ஒன்றைச் சோதனை செய்தது. வட இந்தியாவின் பெரும்பகுதியை வென்று பாழாக்கிவிட்டுச் சென்ற முஸ்லிம் வீரர் பெயர்தான் கோரி என்பது. பாகிஸ்தானின் புதிய அச்சுறுத்தலுக்குத் தீர்மானமான ஒரு பதிலை இந்திய அரசு அளிக்காவிட்டால், 'பாஜகவின் தேசியப் பாதுகாப்பு பற்றிய வரலாற்றுக் கடுமை, வெற்றுப் பேச்சாகிவிடும் என்பதால் உடனடியாகப் பதில் நடவடிக்கை தேவையாக இருந்ததது.'[22] அணு ஆயுதச் சோதனை ஒன்றே மிகச் சரியான பதிலடியாக இருக்கும் என்று ஏ.இ.சி, டி.ஆர்.டி.ஓ நிறுவனத் தலைவர்கள் வற்புறுத்தினர். 1974-ன் சோதனைகளுக்குத் தந்தையான, பெரும் புகழ் பெற்ற அணு விஞ்ஞானி ராஜா ராமண்ணாவும் இந்த ஆலோசனைக்கு உடன்பாடு தெரிவித்தார். ராமண்ணா பிரதமர் வாஜ்பாயைச் சந்தித்து, அவரிடம், 'இந்தியாவை மென்மையான நாடாக அன்றி வலிமையான நாடாகக் காண' விரும்புவதாகத் தெரிவித்தார். ஓர் உறுதியான எச்சரிக்கையையும் வெளி யிட்டார். 'விஞ்ஞானிகளை 24 ஆண்டுகளாகச் செயலற்று நிறுத்திவைக்க முடியாது. அவர்கள் அப்படியே மறைந்து போவர்கள்.'[23]

1998 மே இரண்டாம் வாரத்தில் ராஜஸ்தான் பாலைவனத்தில் இந்தியர்கள் ஐந்து அணு ஆயுதச் சோதனைகளை நடத்தினர். மூன்று விதமான குண்டுகள் சோதனை செய்யப்பட்டன. ஒன்று அணுப் பிளப்பு வகையிலான ஆயுதம். இரண்டாவது தெர்மோ நியூக்ளியர் அணுச்சேர்க்கை ஆயுதம். மூன்றாவது, ஒரு கிலோ டன்னுக்கும் குறைவான சிறிய ஆயுதம். சோதனைகளுக்கு முன் னும் பின்னும், மூத்த தேசிய ஜனநாயகக் கூட்டணி உறுப்பினர்கள் இந்தியா வின் அண்டை நாடுகளைக் குறிவைத்துக் கடுமையான அறிக்கைகளை விடுத்தனர். 'சீனாதான் இந்தியாவின் முதன்மை அச்சுறுத்தல்' என்று பாதுகாப்பு அமைச்சர் ஜார்ஜ் பெர்னாண்டஸ் விவரித்தார். காஷ்மீரில் தொல்லை கொடுக்க, பாகிஸ்தான் எல்லை தாண்டி அனுப்பி வைக்கும் எந்த பயங்கரவாதிகளுக்கும் சூடாகப் பதிலடி கொடுக்கத் தயாராக இருப்பதாக உள்துறை அமைச்சர் எல்.கே. அத்வானி தெரிவித்தார்.

சோதனைகளுக்குப்பின் நடந்த கருத்துக்கணிப்பில் நகரவாசிகளில் பெரும்பான்மையினர் அவற்றை ஆதரிப்பது தெரியவந்தது. அதிகமான பாராட்டு, பாஜகவின் சகோதர அமைப்புகளான வி.எச்.பி, ஆர்.எஸ்.எஸ் ஆகியோரிடமிருந்து வந்தது. சோதனை நடந்த இடத்தில் ஒரு கோவில் கட்டப்போவதாகவும் கதிர்வீச்சு இருந்தாலும், புனிதமான அந்த மணலை இந்தியா எங்கும் வழிபடுவதற்கு என எடுத்துச் செல்லப் போவதாகவும் அவர்கள் அறிவித்தனர். சிவ சேனைத் தலைவர் பால் தாக்ரே, இந்திய ஆண்கள் பேடிகள் அல்லர் என்று காட்டியதற்காக அந்த விஞ்ஞானிகளுக்கு வணக்கம்

தெரிவித்தார். விஞ்ஞானிகளே கூட ராணுவச் சீருடை அணிந்து வெற்றிகரமாக கேமராக்களுக்கு போஸ் கொடுத்தனர்.[24]

இரண்டு வாரத்துக்குப்பின் இந்த தேசிய கௌரவத்தில் ஓட்டை விழுந்தது. மே 28 அன்று, பாகிஸ்தானும் அதன் சொந்த அணு ஆயுதச் சோதனையை நடத்தியது. அவர்களுடைய அணு விஞ்ஞானி ஏ.க்யூ. கான் டச்சு ஆய்வகத்திலிருந்து சந்தேகத்துக்கு இடமான சூழலில் பெற்ற திட்டங்களின் அடிப்படையிலும், சீனாவின் தொழில்நுட்ப உதவியாலும் அவர்களுடைய அணு குண்டுகள் உருவாக்கப்பட்டன. இந்திய அணுகுண்டு முழுவதும் சொந்த நாட்டுத் தயாரிப்பில் ஆனது. ஆனால் இந்த வித்தியாசங்கள் எல்லாம் பொருளற்றுப் போயின. வேண்டுமென்றே இந்தியாவைவிட ஒன்று அதிகமாக, ஆறு அணு குண்டுகளை பலூசிஸ்தான் மாகாணத்தின் சகாய் குன்றுகளில் பாகிஸ்தான் வெடித்தது. பாகிஸ்தானியப் பொது மக்கள் தெருக்களில் ஆடியும் பாடியும் இந்தச் செய்தியை மகிழ்ச்சியுடன் வரவேற்றனர். குண்டின் தந்தை ஏ.க்யூ. கான் பத்திரிகையாளர்களிடம் பேசுகையில், 'எங்கள் குண்டுகள் இந்தியர்களிடம் உள்ளவற்றைவிட உறுதியானவை, கைக்கு அடக்கமானவை, அதிகத் தரம் வாய்ந்தவை, அதிகம் நம்பக்கூடியவை' என்று கூறினார்.[25]

வேறு எந்த முஸ்லிம் நாட்டிடமும் அணுகுண்டு இல்லாததால் பாகிஸ்தானின் சாதனை, 'இஸ்லாமிய குண்டு' என்று பேசப்பட்டது. இந்தியாவில்கூட சோதனைகளின் ஆதரவாளர்களும் எதிர்ப்பாளர்களும் 'இந்து' குண்டு என்றே அதனைக் கருதினர். உண்மையில் மே 1998-ல் பாஜக ஆட்சியில் இருந்தாலும், அதற்குமுன் ஆட்சியில் இருந்த பல்வேறு காங்கிரஸ் அரசுகளுமே அதற்கான ஏற்பாடுகளைச் செய்திருந்தன. 'எங்களிடம் குண்டு இருக்கிறது. ஆனால் சோதனை செய்ய மாட்டோம்...' என்ற குழப்பமான அணுகுமுறை, தொடரக்கூடிய ஒன்றல்ல என்று ஆகி விட்டது. விரிவான அணு ஆயுதச் சோதனைத் தடை ஒப்பந்தத்தில் கையெழுத்து இடுமாறு மேலை நாடுகள் வற்புறுத்தியபோதும் இந்தியா, தன் அணு ஆயுத நிலையைப் பொதுவில் பதிவு செய்ய வேண்டிய விஷயமாகத் தீர்மானித்தது.[26]

இந்தச் சோதனைகள்மூலம் பாஜக இயல்பாகவே அரசியல் ஆதாயம் தேட முயன்றது. ஆனால் அணு ஆயுதத் தடை ஒப்பந்தத்தில் கையெழுத்திடுமாறும், மேற்கொண்டு சோதனைகளைச் செய்யாமல் இருக்குமாறும் வற்புறுத்தலுக்குத் ஆட்பட்டது. காங்கிரஸ் அரசும் இதையேதான் செய்திருக்கும். உண்மையில், கடந்த காலத்தில், காங்கிரஸ் பிரதமர்கள்தான் இந்தியாவுக்கு 'வல்லரசு' பட்டம் வேண்டும் என்ற கோரிக்கையை வலுவாகத் தூக்கிப் பிடித்தார்கள். பனிப் போரின் முடிவுக்குப் பின் இந்தக் கோரிக்கைகள் அதிகம் வற்புறுத்தப் பட்டன. இந்தியாவின் பெரும் பரப்பு, ஜனநாயக வரலாறு, பொருளாதார வளம் ஆகியவற்றைக் கருதி, ஐக்கிய நாடுகள் சபையின் பாதுகாப்புச் சபையில் இந்தியாவை ஒரு நிரந்தர உறுப்பினர் ஆக்கவேண்டும் என்று இந்தியத் தலைவர்கள் கோரினர். அந்தக் கோரிக்கை மறுக்கப்பட்டதால், அணு ஆயுதச்

சோதனை அதிக அவசரம் கொண்டதாக ஆனது. அணு ஆயுதங்கள் இருப்பதை வெளிப்படையாகச் சொல்லிவிடுவது, மேலை வல்லரசுகளை ஆழ்ந்து கவனிக்கச் செய்யும் என்று சிந்தனையாளர்கள் வாதிட்டனர். நியாயமும் வாதமும் தோற்றுப்போனதால் குண்டு வெடித்து, உலகின் கவனத்தைத் திருப்பவேண்டி இருந்தது.[27]

VI

ஐக்கிய நாடுகள் சபையின் பாதுகாப்புக் குழுவின் நிரந்தர உறுப்பினர்களாக இருக்கும் ஐந்து நாடுகளான அமெரிக்கா, ரஷ்யா, சீனா, பிரான்ஸ், இங்கிலாந்து ஆகியவை மட்டுமே அணுசக்தி நாடுகளாக ஏற்றுக்கொள்ளப்பட்டிருந்தன. இஸ்ரேலும் அணுத்திறன் பெற்றிருந்ததாகச் சொல்லப்பட்டது. *1998* கோடையில் ஒரே நேரத்தில் இந்தியாவும் பாகிஸ்தானும் இந்த அணுக் கோட்டைக்குள் அதிரடியாக நுழைந்தபோது ஏற்கெனவே உள்ளே இருந்த வர்கள் கலக்கமுற்றனர். காஷ்மீர் சச்சரவு, வரலாற்றில் முதல் அணுப்போராக வெடிக்குமோ என்ற அச்சம் ஏற்பட்டது. தங்கள் பிரச்னைகளை சமரசப் பேச்சு வார்த்தைகள் மூலம் தீர்த்துக்கொள்ளுமாறு இரு நாடுகள்மீதும் அழுத்தம் தரப் பட்டது.

1999 பிப்ரவரியில் பாகிஸ்தான் பிரதமரைச் சந்திக்க இந்தியப் பிரதமர், பேருந்துமூலம் லாகூர் சென்றார். அடல் பிகாரி வாஜ்பாய், நவாஸ் ஷரீஃப் இருவரும், இரு நாடுகளுக்கும் இடையே வர்த்தகத்தை வளர்ப்பது பற்றியும், விசா வழங்குதலை தாராளமாக்குதல் பற்றியும் பேசினர். காஷ்மீர் விவகாரத்தில் முன்னேற்றம் ஏதும் இல்லை என்றாலும் இரு கட்சியினரும் பேசினார்கள் என்பதே துணைக் கண்டத்துக்கும் மேற்கத்திய நாடுகளுக்கும் அதிக நம்பிக்கை ஊட்டும் அடையாளமாகத் தெரிந்தது.[28]

வாஜ்பாய், ஷரீஃப் பேச்சு நடந்து மூன்று மாதங்கள்கூட ஆகாத நிலையில், இந்தியா பாகிஸ்தான் உறவு மீண்டும் சிக்கலான நிலைக்குச் சென்றது. ஆயுதம் ஏந்திய நூற்றுக்கணக்கானோர் ஜம்மு காஷ்மீரின் கார்கில் மாவட்டத்துக்குள் நுழைந்ததே காரணம். அவர்களில் சிலர் காஷ்மீரிகள். ஆனால் அடையாளம் தெரியாத பலர், பாகிஸ்தானியர்கள். பாகிஸ்தான் ராணுவம் அந்த நடவடிக் கையைத் திட்டமிட்டே செய்தது; பாதிச் செயல்பாட்டில் இருக்கும்போது தான், பிரதமருக்கே தெரிவித்தது. ஸ்ரீநகரிலிருந்து லே செல்லும் ஒரு நெடுஞ் சாலைதான் எல்லாத் தட்பவெப்பநிலைக் காலத்திலும், அந்த இரு முக்கிய மான நகரங்களையும் இணைக்கும் போக்குவரத்து. அந்தச் சாலையைப் பார்வையிடும் வகையில் அமைந்த மலை உச்சிகளைப் பிடித்துக் கொள்வதே ஆக்ரமிப்பாளர்களின் நோக்கம். அத்துமீறி நுழைவோருக்கு எதிராக இந்தியர்கள் தடுப்பு நடவடிக்கை எதனையும் மேற்கொள்ளாது இருக்க, அந்த மலை உச்சிகள் தங்களுக்குக் கவசமாக உதவும் என்று பாகிஸ்தான் தளபதிகள் உறுதியாக நம்பினர்.[29]

அவர்கள் அவ்வாறு அத்துமீறி நுழைந்தது பற்றி ஆட்டு இடையர் கூட்டம் ஒன்று இந்தியப் படைகளுக்கு எச்சரிக்கை அளித்தது. காட்டு ஆடுகளை வேட்டையாடுவதற்கு பைனாகுலர் மூலமாக மலைகளை உற்றுக் கண்காணித்துக்கொண்டிருக்கும்போது, ஆடுகளுக்குப் பதிலாக, பதுங்கு குழிகளைத் தோண்டி அதில் மறைந்துகொண்டிருக்கும் பதான் உடை அணிந்த வீரர்களை அவர்கள் கண்டனர். அச்செய்தியை அவர்கள் அருகில் உள்ள ராணுவப் பிரிவுக்குத் தெவித்தனர். மேற்கில் முஷ்கோ பள்ளத்தாக்கிலிருந்து கிழக்கே சோர்பத்லாவரை உள்ள கார்கில் பிரிவின் அகன்ற பாதைகளில் பாகிஸ்தானிகள், நிலைகள் அமைத்துத் தங்கியிருப்பதை இந்தியப் படை விரைவில் கண்டறிந்தது. அவர்களை வெளியேற்ற முடிவுசெய்தது.[30]

அந்த இடையர்கள் பதான்களைப் பார்த்தது 1999 மே 3 அன்று. இரு வாரங்களுக்குப் பிறகு பகைவர் நிலைகள்மீது இந்தியர்கள் பீரங்கித் தாக்குதலைத் தொடங்கினர். விமானப் படை விமானங்கள் தலைக்குமேல் சப்தமிட்டுப் பறந்தன. மலைச் சரிவுகளின்மீது ஜவான்கள் கஷ்டப்பட்டு ஏறத் தொடங்கினர். வெப்ப மண்டலத்தில் வளர்ந்த வீரர்கள் இப்போது கடுங்குளிர் மலைச் சரிவுகளில் மேல் நோக்கிச் செல்லவேண்டியிருந்தது. ‘இந்தியக் காலாட்படை வீரர்கள், இரவு முழுவதும், உறைய வைக்கும் கடுங்குளிரில், செங்குத்தான மலை உச்சிக்கு, கைகளால் பாறைகளைப் பற்றிக்கொண்டே ஏறிவந்து, உதயத்தின் முதல் ஒளிக்கதிர் தோன்றும்போதே, சண்டை மாற்றி சண்டையாக, அத்துமீறி நுழைந்தவர்களோடு மூச்சு இறைக்கப் போராடினர்.’[31]

தாக்குதல்கள் பயங்கரமானதாகவும் இருபுறத்துக்கும் இழப்பு மிக்கதாகவும் இருந்தன. இயந்திரத் துப்பாக்கிகளின் பாதுகாப்பில் இருந்த பல மலை உச்சிகளை ஒவ்வொன்றாக மீண்டும் கைப்பற்ற வேண்டியிருந்தது. திராஸ் பகுதியில் இருந்த டைகர் ஹில்ஸ் மலைக் குன்றைக் கைப்பற்றியது மாபெரும் வெற்றி. ஜூன் மாதம் முழுதும் சண்டை தொடர்ந்தது. அம்மாத முடிவுக்குள், இந்தியப் பகுதியின் சுமார் 1,500 சதுர கிலோமீட்டர் பரப்பிலிருந்து பாகிஸ்தானிகள் வெளியேற்றப்பட்டனர். இந்தியப் படைகள் மீண்டும் கைப்பறிய அப்பகுதிகளில், ஸ்ரீநகர் - லே நெடுஞ்சாலையைக் கண்காணிக்கும் மலை உச்சி முனைகளும் அடங்கியிருந்தன.[32]

ஜூன் கடைசி வாரத்தில் அமெரிக்க ஜனாதிபதி பில் கிளிண்டனுக்கு பாகிஸ்தான் பிரமரிடமிருந்து எதிர்பாராத தொலைபேசி அழைப்பு ஒன்று வந்தது. இரு நாடுகளும் நெருங்கிய நண்பர்கள். இப்போது இளைய பங்காளி, தானே உண்டாக்கிக்கொண்ட சிக்கலிலிருந்து வெளியே வர உதவி கோரினார். சண்டையில் 2,000-க்கும் மேற்பட்ட பாகிஸ்தானிகள் ஏற்கெனவே உயிர் இழந்திருந்தனர். நவாஸ் ஷரீஃப் போரை நிறுத்திக்கொண்டு கௌரவத்தைக் காப்பாற்றிக்கொள்ள ஒரு வழியைத் தேடினார். அமெரிக்க சுதந்தர தினமான ஜூலை 4 அன்று தன்னைச் சந்திக்க நவாஸ் ஷரீஃபுக்கு கிளிண்டன் அவகாசம் அளித்தார். அந்தச் சந்திப்பில் காஷ்மீர் சச்சரவைத் தீர்க்க இந்தியாமீது அமெரிக்கா அழுத்தம் கொடுத்தால், ஷரீஃப் பாகிஸ்தான் படைகளைத் திரும்ப அழைத்துக்கொள்வதாக உறுதி அளித்தார். அப்பிரச்னையில் தீவிரக் கவனம்

செலுத்துவதற்கு கிளிண்டன் சம்மதித்தார். இந்த உறுதிமொழியோடு ஷரீஃப், இஸ்லாமாபாத் திரும்பி, போரை நிறுத்துவதாக அதிகாரபூர்வமாக அறிவித்தார்.[33]

சுமார் 500 இந்திய வீரர்கள் கார்கில் சண்டையில் இறந்தனர். அவர்கள் இந்தியாவின் பல பகுதிகளிலிருந்தும் வந்தவர்கள். அவர்களுடைய சவப் பெட்டிகள் வீடு வந்து சேர்ந்தபோது, அங்கு சோகத்துடன் பெருமிதமும் கலந்திருந்தது. பள்ளிகள், கல்லூரிகள், விளையாட்டு அரங்கங்கள் முதலிய பொது இடங்களில் அவர்களது உடல்கள் வைக்கப்பட்டிருந்தன. அங்கு நண்பர்களும், குடும்பத்தவரும், ஊர்வாசிகளும் இறுதி (பெரும்பாலும் முதலாவதும்கூட) மரியாதை செலுத்த வந்தனர். முழு ராணுவ மரியாதையோடு உடல்கள் எரிக்கப்பட்டன அல்லது புதைக்கப்பட்டன. அக்கூட்டங்களில் ஆயிரக்கணக்கான மக்கள் கலந்துகொண்டனர். கூட்டங் களுக்கு அப்பகுதி முக்கியஸ்தர்கள், மாநில முதல்வர் அல்லது ஆளுனரேகூட, தலைமை ஏற்றனர். மறைந்த அதிகாரிகளும் வீரர்களும் கௌரவிக்கப்பட்ட னர். நாட்டின் வடக்கு, மேற்கிலிருந்து வழக்கமாக இந்தியப் படைக்கு வீரர்களை அளிக்கும் பகுதிகளோடு, போர் முறைகளில் அதிகம் ஈடுபடாத ஒரிஸாவின் கஞ்சாம், கர்நாடகாவின் கூர்க் போன்ற இடங்களிலிருந்தும் பலர் அந்த வீரர்களில் இருந்தனர்.[34] இந்தியாவைப் பாதுகாப்பதில் பங்குகொண்டு மறைந்த சிலர், இந்தியா என்ற எண்ணமே இல்லாமல் நீண்டகாலமாக விலகி இருக்கும் பகுதிகளைச் சேர்ந்தவர்கள். கார்கில் சிகரங்களை மீண்டும் கைப்பற்றுவதில் குறிப்பாக முக்கியப் பங்காற்றிய வீரர்கள் நாகர் பிரிவைச் சேர்ந்தவர்கள். இமாலயத்தின் மற்றொரு முனையில் தைரியமிக்க நாகர்கள் காட்டிய வீரம் முடிவில் இந்தியர்கள் என்ற அடையாளத்தைப் பெற அவர் களுக்கு உதவும் என்று ஒரு படைத் தளபதி நம்பினார். அவர்களுடைய உறவினர்கள் நிச்சயமாக அவர்களுடைய வீரத்துக்கு வணக்கம் செலுத்தியிருப் பார்கள். நாகர் லெஃப்டினண்ட் ஒருவரது உடல் கோஹிமாவுக்கு வந்து சேர்ந்தபோது விமான நிலையத்தில் உடலைப் பெற ஆயிரக்கணக்கான மக்கள் திரண்டிருந்தனர்.[35]

கார்கில் மோதல்கள், பஞ்சாபையும் பஞ்சாபியர்களையும் மீண்டும் ஒன்றிணைத்து உறவுகளை மேம்பட வைத்தன. எல்லை நெடுகிலும் இருந்த விவசாயிகள், அச்சண்டை முழு யுத்தமாக மாறும் பட்சத்தில் இந்தியப் படைக்கு உதவியாக இருந்து உணவும் தங்குமிடமும் அளிப்பதோடு வேண்டு மானால் ராணுவ உதவியும் செய்யத் தயாராக இருப்பதாக வற்புறுத்தினர். 'ஜவான்களோடு சேர்ந்துகொண்டு சண்டையிட்டு, நம் எல்லையை மீறிய தற்காக பாகிஸ்தானிகளுக்கு ஒரு கடுமையான பாடம் புகட்டுவோம்' என்று ஒரு சீக்கிய விவசாயி கூறினார்.[36]

பாகிஸ்தானுடனான சண்டை, இந்தியா எங்கும் தேசபக்தி அலையைக் கட்டவிழ்த்து விட்டது. ராணுவத்துக்கு ஆள் சேர்க்கும் மையங்களைச் சுற்றி ஆயிரக்கணக்கானோர் சூழ்ந்தனர். பல இடங்களில் போலீஸ் துப்பாக்கிச் சூடு நடத்தி, அவர்களைக் கலைக்கவேண்டியிருந்தது.[37] சீனாவுடனான போரும்

இதே போன்ற விளைவுகளை ஏற்படுத்தி, வேலையற்ற இளைஞர்களைப் படையில் சேரத் தூண்டியது. எனினும் ஒரு முக்கிய வேறுபாடு இருந்தது. அப்போது, படை எடுத்தவர்கள், ஆயிரக்கணக்கான சதுர மைல் நிலப் பரப்பைக் கைப்பற்றியபின், தாங்களாகவே திரும்பிச் செல்லத் தீர்மானித் தார்கள். இம்முறை பகைவர்கள் பலப் பிரயோகத்தால் வெற்றிகரமாகத் துரத்தி அடிக்கப்பட்டார்கள்.

இவ்வாறாக, கார்கில் போர், சீருடை வீரர்களுக்கு மட்டுமல்ல, ஒட்டுமொத்த நாட்டு மக்களுக்குமே உணர்ச்சிகளின் வெளிப்பாட்டு அனுபவமாக இருந்தது. இந்திய ராணுவம் இறுதியில் தன்னை மீட்டெடுத்து விட்டது. 1962-ல் சீனர்களை விரட்டி அடிக்கத் தவறிய அவமதிப்பை, ஒரு வழியாகத் துடைத்து விட்டது. அதே சமயம், பொதுமக்களிடம் ஏற்பட்ட உறுதியான, புதிய தேசிய உணர்வுக்குச் சாட்சியாகவும் விளங்கியது. இதற்குமுன், போரில் மரண மடைந்த வீரர்களின் உடல்களுக்கு இந்த அளவு உணர்ச்சி வெளிப்பாட்டுடன் வரவேற்பு அளிக்கப்பட்டிருக்கவில்லை. ஒவ்வொரு மாவட்டமும் தேசத்துக்காகத் தன் பங்களிப்பைச் செலுத்தத் தீர்மானித்திருந்ததாகத் தோன்றியது. பத்திரிகை, தொலைக்காட்சி நிருபர்களும் இந்த உணர்வுக்கு நெய்யூட்டி வளர்த்தனர். அந்த அளவுக்கு, போட்டி தேசியத்தை முன்வைப்பதில் அவர்களுக்கு இடையே இருந்த அடிதடி, இந்தத் தொழிலில் உண்மைதான் முதல் பலி என்பதை நன்கு உணர்ந்திருந்தவர்களுக்கும்கூட ஆச்சரியத்தை அளித்தது.

VII

1999 அக்டோபரில் ஜனநாயகத்துடன் பாகிஸ்தான் கொண்டிருந்த குறுகிய கால உறவு முடிவுக்கு வந்தது. ராணுவத் தலைமைத் தளபதி பர்வேஸ் முஷரஃப் தலைமையில் நடந்த ராணுவப் புரட்சியில் நவாஸ் ஷரீஃப் பதவி நீக்கம் செய்யப்பட்டார். இந்தியர்களுக்கு அது மகிழ்ச்சி அளிக்கவில்லை. ஏனெனில் கார்கில் நடவடிக்கைகளைத் திட்டமிட்டவர் முஷரஃப்தான் என்று நம்பப்பட்டது.

மார்ச் 2000-ல் அதிபர் கிளிண்டன் தெற்கு ஆசியாவுக்குப் பயணம் செய்தார். வழிவழியாகச் சிறிய நாட்டிடம் கொண்டிருந்த கனிவான போக்குக்கு மாறாக, அவர் இந்தியாவில் ஐந்து நாட்களும் பாகிஸ்தானில் ஐந்து மணி நேரமும் செலவிட்டார். இது இந்தியாவின் பொருளாதார வளர்ச்சியை அங்கீகரிப்பது மட்டுமல்ல, பாகிஸ்தானில் ராணுவ ஆட்சி திரும்பியதற்குக் கண்டன மும்கூட. கிளிண்டன் புது தில்லியில் இறங்கிய மறுநாளே இந்திய வீரர்களின் உடைகளை அணிந்த பயங்கரவாதிகள் காஷ்மீரில் சிட்டிசிங்போரா கிராமத்தின் வீடுகளில் இருந்த சீக்கியர்களை வெளியே இழுத்து சுட்டுத் தள்ளினர். '300 வீடுகள் அடங்கிய அந்த கிராமத்தில் ஒவ்வொரு வீட்டவரும் ஓர் உறவின ரையோ, அண்டை வீட்டாரையோ அல்லது நண்பரையோ இழந்திருந்தனர்.'

அக்குற்றத்தைச் செய்தவராகக் கருதப்பட்ட ஐவரை பாதுகாப்புப் படையினர் சுட்டுக்கொன்றனர். பின்னர், அவர்கள் உண்மையில் அப்பாவிகள் எனக் கண்டறிப்பட்டது. அச்சம்பவம் ஏற்கெனவே நடந்திருந்த சோகத்தை மேலும் அதிகமாக்கியது.[38]

ஒரு வேளை, சிட்டிசிங்போராக் கொலையாளிகள், பாகிஸ்தான் அரசு அனுமதி பெறாமல், தாமே செயல்பட்டவர்களாக இருக்கலாம்.[39] இருந்தபோதிலும் காஷ்மீர் பிரச்னைதான் இரு நாடுகளையும் தீவிரமாகத் தொடர்ந்து பிரித்துக் கொண்டிருந்தது என்பதில் சந்தேகத்துக்கு இடமில்லை. அதிபர் முஷரஃப், காஷ்மீரிகளின் விடுதலைப் போராட்டத்தில் பாகிஸ்தானின் ஓயாத ஈடுபாடு பற்றி அவ்வப்போது நினைவூட்டிக்கொண்டே இருந்தார். பிரிவினைக்கு வித்திட்ட அபாயகரமான இரு நாட்டுக் கொள்கையை பாகிஸ்தான் அதிபர் விடாமல் பற்றிக்கொண்டிருப்பதை, இந்தியப் பிரதமர் வன்மையாகக் கண்டித்துக்கொண்டே இருந்தார்.[40]

காஷ்மீர் பற்றிய ஒரு நாட்டின் கொள்கையை இன்னொரு நாடு ஏற்கத் தயாராக இல்லை. எனினும் இரு நாடுகளுக்கும் இடையே பேச்சுவார்த்தை மீண்டும் தொடங்கியது. தாங்கள் பொறுப்புள்ள அணுசக்தி நாடுகள் என்பதை உலகத்துக்குக் காட்டிக்கொள்ளவேண்டி ஒரு வேளை இது நடந்திருக்கலாம். ஜூலை 2001-ல், அதிபர் முஷரஃப் இந்திய அரசின் அழைப்பின்பேரில் ஆக்ரா வுக்கு வந்தார். தாஜ்மஹாலைப் பார்த்தபடி இருக்கும் ஆடம்பர ஓட்டல் ஒன்றில் முஷரஃபும் அவர் மனைவியும் தங்கவைக்கப்பட்டனர். உதவியாளர் களுடனும் உதவியாளர்கள் இன்றியும் தளபதியும் வாஜ்பாயும் நீண்ட நேரம் பேசினர். கூட்டறிக்கையின் வரைவு இரு பக்கத்துக்கும் திருப்தி அளிக்காத தால், கூட்டம் முடிவுக்கு வந்தது. இந்தியா, எல்லை தாண்டிய பயங்கர வாதத்தை ஒழித்துக்கட்ட அதிக முக்கியத்துவம் அளிக்கக் கோரியது. பாகிஸ்தான், காஷ்மீர் மக்களின் நியாயமான ஜனநாயக ஆசைகளை வெளிப்படையாக ஏற்கக் கோரியது.

ஜெனரல் முஷரஃப் ஆக்ராவில் இருந்தபோது பயங்கரவாதிகள் பள்ளத்தாக்கில் மறுபடியும் தாக்குதலைத் தொடர்ந்தனர். பத்துப் பன்னிரண்டு தனித்தனி தாக்குதல்களில் குறைந்தபட்சம் எண்பது பேர் கொல்லப்பட்டனர். எப்போதெல்லாம் மிக முக்கியமான பெரிய மனிதர்கள் புது தில்லி வந்தாலும் அப்போதெல்லாம் காஷ்மீரில் வன்முறை அதிகரிக்கும். அமெரிக்க வெளியுறவுச் செயலர் காலின் பவல் அக்டோபர் 2001-ல் வந்தபோதும் பயங்கரவாதிகள் ஜம்மு காஷ்மீர் சட்டமன்றக் கட்டடத்தின்மீது கையெறி குண்டு வீசித் தாக்குதலை நடத்தினர். இரு மாதங்களுக்குப் பிறகு, இதைவிட அதிகமான தைரியத்துடன் அவர்கள் மற்றொரு நடவடிக்கையை மேற்கொண்டனர். நான்கு தற்கொலைப் படை வீரர்கள் குண்டுகளுடன் காரில் இந்திய நாடாளுமன்றத்துக்குள் நுழைந்து அதைத் தகர்க்க முயன்றனர். அவர் களைக் காவலர்கள் சுட்டுக் கொன்றனர். அவர்கள் பாகிஸ்தானிகள் என்று பின்னர் அறிவிக்கப்பட்டது.[41]

ஸ்ரீநகர் சட்டமன்றக் கட்டடம், மாநிலம் இந்தியாவுடன் இணைந்திருப்பதன் சின்னம். புது தில்லி நாடாளுமன்றக் கட்டடமோ இந்திய ஜனநாயகத்தின் அடையாளம். அந்தக் கட்டடத்தில் நூறு கோடி மக்களின் பிரதிநிதிகளாகத் தேர்ந்தெடுக்கப்பட்டவர்கள் சந்தித்துக்கொள்வர். இந்த இரு இடங்கள்மீதான தாக்குதல்கள் இரு நாடுகள் இடையேயான பேச்சுவார்த்தைகளுக்கு ஒரு முற்றுப்புள்ளி வைத்துவிட்டது. பயங்கரவாதிகளுக்கு உதவுவதாக இந்தியா பாகிஸ்தான்மீது குற்றம் சாட்டியது. தன் பழைய கூட்டாளியைக் கட்டுக்குள் வைத்திருக்குமாறு அமெரிக்க அரசுக்கு இந்தியா வேண்டுகோள் விடுத்தது. செப்டெம்பர் 11, 2001 சம்பவத்தை ஒட்டி, அமெரிக்காவுக்கு இந்தியா ஆறுதல் தெரிவித்ததோடு, தங்கள் வருத்தம் இதயபூர்வமானது, ஏனெனில் தாங்கள் பல காலமாகவே பயங்கரவாதத்தால் பாதிக்கப்பட்டு வருகிறோம் என்றும் இந்தியா குறிப்பிட்டது.

2002-ன் வசந்த காலத்தில் இந்திய பாகிஸ்தான் படைகளுக்கு இடையில் அடிக்கடி மோதல்கள் நிகழ ஆரம்பித்தன. வசந்தம் கோடையாக மாறியபோது பகைக் குவிப்பு தீவிரமாயிற்று. 1998-ன் கவலைகள் மீண்டும் திரும்பின. துணைக்கண்டம் முதன் முதலாக அணு ஆயுதப் போருக்குச் சாட்சியாக நிற்குமா? மதிப்பு வாய்ந்த ஒரு நேபாளி மாதப் பத்திரிகை, 'அப்பிராந்தியம் மீண்டும் போர் முனைகளின் சந்திப்புக்குத் தயாராகி வருகிறது' என்று எழுதியது. 'இந்தியா, பாகிஸ்தான் இடையிலான பிரச்னை, 1962-ல் கியூபாவில் அமெரிக்கக் கப்பல் படைத்தளத்தை சோவியத் கப்பல்கள் சூழ்ந்துகொண்டபிறகு நடைபெறும் மிக உக்கிரமான மோதல்' என்று தான் நம்புவதாக ஒரு முன்னணி அமெரிக்க ஆய்வாளர் குறிப்பிட்டார்.[42]

முடிவில் போர் நடைபெறவில்லை. ஒரு வேளை அது திட்ட மிடப்படாமலேயே இருந்திருக்கலாம். இந்தியாவினுள் வர இருக்கும் காஷ்மீர் சட்டமன்றத் தேர்தல்கள் பக்கம் கவனம் முழுதும் திரும்பியிருந்தது. தில்லிப் பத்திரிகை ஒன்று 'அம்மாநிலத்தின் தேர்தல்கள் அனைத்துமே முறைகேடுகள் நிரம்பியவை, 1977-ன் தேர்தல்கள் தவிர' என்று வெளிப்படையாகக் குறிப் பிட்டது.[43] கடந்த காலத்தில் காஷ்மீரில் தேர்தல் கமிஷன் 'எப்போதும் பாதுகாப்புப் படைகளுடனும் பாரபட்சம் கொண்ட மாநில அரசு அதிகாரிகளுடனும் கூட்டாக இருந்து வந்திருக்கிறது.' இப்போது அது தன் புகழை மீட்க அதிகப் பாடுபட்டது. 1988 முதல் மாற்றப்படாமல் இருந்த வாக்காளர் பட்டியலை தலைமைத் தேர்தல் ஆணையர் முழுமையாகத் திருத்த உத்தரவிட்டார். எல்லா வீடுகளிலும் ஒரு விரிவான கணக்கெடுப்பு எடுக்கப் பட்டதன் விளைவாக, புதிய, விரிவான வாக்காளர் பட்டியல் ஒன்று 35 லட்சம் பக்கங்களுடன், நேர்த்தியாக ஆனால் அச்சிடக் கஷ்டமான உருதுமொழியில் தயாரிக்கப்பட்டு, எல்லா அரசியல் கட்சிகளுக்கும் நகல்கள் அளிக்கப்பட்டன. இந்த வாக்காளர் பட்டியல், மாநிலத்தின் பள்ளிகள், மருத்துவமனைகள், அரசு அலுவலகங்கள் ஆகியவற்றில் பார்வைக்கு வைக்கப்பட்டன. வாக்குப் பெட்டிகள் கைப்பற்றப்படுதலையும் தேர்தல் முறைகேடுகளையும் தவிர்க்க,

முன் எச்சரிக்கை நடவடிக்கையாக 8,000 மின்னணு வாக்கு இயந்திரங்கள் இறக்குமதி செய்யப்பட்டன.[44]

செப்டெம்பர் 2002-ல் சட்டமன்றத் தேர்தல்கள் நடைபெற்றன. வாக்கெடுப்புக்கு முன்பாக, தீவிரவாதிகள் பிரபல அரசியல் தலைவர் ஒருவரைக் கொன்று, பொதுமக்கள் தேர்தலைப் புறக்கணிக்குமாறு அச்சுறுத்தினர். இந்த அச்சுறுத்தல்கள் இருந்தபோதும் 48% காஷ்மீரிகள் வாக்களித்தனர். இது இந்தியாவின் பிற பகுதிகளில் வழக்கமானதைவிடச் சற்றுக் குறைவானது. ஆனால் இங்கு எதிர்பார்த்ததைவிட அதிகம். தேர்தல்கள் நியாயமாக நடைபெற்றதை உறுதி செய்ய சர்வதேச நோக்கர்கள் அங்கு இருந்தனர். ஆளும் தேசிய மாநாட்டுக் கட்சி ஆட்சியிலிருந்து வெளியேற்றப் பட்டது. காங்கிரசும் மக்கள் ஜனநாயகக் கட்சியும் சேர்ந்த கூட்டணி வெற்றி பெற்றது. மாநில அரசியலின் இரு நீண்ட நாள் மாணவர்கள், 2002-ன் ஜம்மு காஷ்மீர் தேர்தல், 'ஜனநாயக வெளியைத் தூய்மைப்படுத்தி, பிரிவினை அரசிய லுக்கு மாற்று மருந்தாகி, 1987 சட்டமன்றத் தேர்தல்களைத் திருத்தி அமைத்த தாகக் காணலாம்' என்று எழுதினர். மேலும், 'இத்தேர்தல், பொதுமக்கள் தீர்ப்பின் வழியாக ஆட்சி மாற்றம் ஏற்டக் காரணமாக இருந்துள்ளது. அந்த அளவுக்கு மக்களுக்கும் அரசுக்கும் இடையே தொடர்புக்கான கருவியாக ஆகியுள்ளது.'[45] புதிய முதல்வர் முஃப்தி முகமது சயீது இதே கருத்தை மிகச் சுருக்கமாக வெளியிட்டார்: '1953-க்குப்பிறகு முதல் முறையாக (காஷ்மீர்) மக்கள் பார்வையில் இந்தியா அங்கீகாரம் பெற்றிருக்கிறது.'[46]

2003 கோடையில், பத்தாண்டுகளுக்கு மேலான காலத்துக்குப் பிறகு முதல் முறையாக, இந்தியாவின் பிற பகுதிகளிலிருந்து சுற்றுலாப் பயணிகள் காஷ்மீருக்குக் கூட்டம் கூட்டமாக வந்தனர். 50,000 சுற்றுலாப் பயணிகள், மே, ஜூன் மாதங்களில் மகிழ்ச்சியை நாடி பள்ளத்தாக்கின் ஓட்டல்களையும் ஸ்ரீநகரின் தால் ஏரிப் படகுகளையும் நிரம்பி வழியச் செய்தனர்.

இந்தியன் ஏர்லைன்ஸ் நிறுவனம் தில்லி-ஸ்ரீநகர் இடையே மற்றொரு கூடுதல் விமானச் சேவையை அறிவித்தது. இந்த வளர்ச்சியால் ஆத்திரம் அடைந்த பயங்கரவாதிகள் வணிக மையங்கள்மீது குண்டு வீசித் தாக்கினர்; மக்களைக் கடத்தினர்; முதல்வர் இல்லத்தின்மீது தற்கொலைக் குண்டுத் தாக்குதலை நடத்தினர்.[47] ஆனால் அடுத்த ஆண்டு மேலும் அதிகமான சுற்றுலாப் பயணிகள் வந்தனர். மேலும் அதிகமான ஏர்லைன்ஸ் நிறுவனங்கள் ஸ்ரீநகருக்கு விமானச் சேவைகளை அதிகரித்தன.

30 ஆண்டுகளுக்குப் பிறகு, ஜனவரி 2005-ல் ஜம்மு காஷ்மீரில் உள்ளாட்சித் தேர்தல்கள் நடைபெற்றன. பயங்கரவாதிகளின் அச்சுறுத்தல்கள், பல வேட்பாளர்களின் படுகொலை ஆகியவற்றைத் தாண்டி, கணிசமாக 60 சதவிகித வாக்காளர்கள் வாக்களித்தனர். புதிய சாலைகள், சுத்தமான குடிநீர், நல்ல சுகாதாரம் ஆகியவற்றை புதிய கவுன்சிலர்கள் அளிக்கவேண்டும் என்று வாக்களித்தவர்கள் விரும்பினர். தீவிரவாதிகளின் கோட்டையான சோபோர் நகரில் பாகிஸ்தான் தீவிரவாதிகளுக்கு ஆதரவான ஒரு கடைக்காரர், 'சுதந்தரம்

கிடைக்கும்வரை நகரத் தேவைகளுக்கு நாம் காத்திருக்க முடியாது' என்று கூறியதாகச் சொல்லப்பட்டது.[48]

அதிகாரப்பூர்வ கணக்கின்படி ஜம்மு காஷ்மீர் வன்முறைச் சம்பவங்கள் 2002-ல், 3,505 என்று இருந்தது, 2005-ல் 2000-ஐவிடக் குறைந்திருந்தது.[49] மாநிலம் அமைதியாக இருந்தது என்று சொல்ல முடியாது. ஆனால், பல ஆண்டுகளில் முதன் முறையாக இந்தப் பிராந்தியத்தின்மீதான இந்திய அரசின் உரிமை முழுவதுமாக ஒன்றுமே இல்லை என்று சொல்வதற்கு இடமளிக்க வில்லை. பாகிஸ்தானுடனான பேச்சு வார்த்தைகளில் நம்பிக்கையை அதி கரிக்கச் செய்யும் நடவடிக்கைகளை இப்போது புது தில்லியால் வற்புறுத்த முடியும். உதாரணமாக காஷ்மீரின் இரண்டு பகுதிகளை இணைக்கும் பேருந்துச் சேவை அறிமுகம் செய்யப்பட்டது. 2005 ஏப்ரல் 7 அன்று முதல் பேருந்து ஸ்ரீநகரிலிருந்து முசாஃபராபாத்துக்குக் கிளம்பத் திட்டம் இடப் பட்டது. 6-ஆம் தேதி பிற்பகல், பயணிகள் தங்கியிருந்த வளாகத்தை பயங்கர வாதிகள் கடுமையாகத் தாக்கினர். அவர்களுக்குப் பதிலடி கொடுக்கப்பட்டது. திட்டமிட்டபடி மறுநாள் இரண்டு பேருந்துகள் கிளம்பின. ஒரு வண்டியில் பயணம் செய்த நிருபர் ஒருவர், அந்தப் பேருந்து புதிதாகக் கட்டப்பட்ட அமான் சேதுவை (அமைதிப் பாலத்தை) கடந்து பாகிஸ்தான் எல்லைக்குள் நுழைந்தபோது, 'பிரிந்த குடும்பங்கள் மீண்டும் ஒன்று சேர்ந்தன. கண்ணீர்த் துளிகளும் ரோஜா இதழ்களும் அவர்களுடைய முகங்களில் உதிர்ந்தன. இந்த அசாதாரணமான கணம், மிகச் சாதாரணமான ஒரு பின்னணியில் இருந்தது. 49 பயணிகளுடன் இரு பேருந்துகள் எல்லை கடந்தன; ஐம்பது ஆண்டுகளாக ரத்தத் தாலும் வெறுப்பாலும் உருவாக்கப்பட்டிருந்த கோடுகளை அழித்துவிட்டன.[50]

ஆயினும் அந்த வெறுப்பு தொடரவேண்டும், ரத்தம் சிந்தப்பட வேண்டும் என்று சிலர் தொடர்ந்து சிந்தித்தனர். 11 ஜூலை 2006-ல் காஷ்மீர் சுற்றுலாப் பயணிகள்மீது இரு பயங்கரவாதத் தாக்குதல்கள் நடைபெற்றன. எட்டு வங்காளிகள் கொல்லப்பட்டனர். அதே நாளில், ஒரே நேரத்தில் மும்பை என்று பெயர் மாற்றப்பெற்ற பம்பாயில் அலுவலகப் பயணிகள் செல்லும் 7 வெவ்வேறு ரயில்களில் பயங்கரமான குண்டுகள் வெடித்தன. இங்கு இழப்பு அதிகமாக இருந்தது. 200-க்கும் அதிகமான அப்பாவிகள் கொல்லப்பட்டனர். 1,000-க்கும் அதிகமானோர் காயமுற்றனர். வரலாற்றில் மிகக் கோரமான பயங்கரவாதச் சம்பவங்களில் இது ஒன்று. குற்றவாளிகளை அடையாளம் காண முடியாவிட்டாலும் அவர்களுடைய நோக்கத்தைப் பற்றி விளக்கம் ஏதும் தேவை இருக்கவில்லை: இந்துக்களை முஸ்லிம்களுக்கு எதிராகவும், காஷ்மீரை இந்தியாவின் மற்ற பகுதிகளுக்கு எதிராகவும், இந்தியாவை பாகிஸ்தானுக்கு எதிராகவும் தூண்டிவிடுவதே.

VIII

புகழ் பெற்ற சமூகவியலாளர் மேக்ஸ் வெபர், ஒருவர் அரசியலில் ஈடுபட இரு வழிகள் உள்ளன என்றார். ஒன்று, அரசியலுக்காக வாழ்வது. மற்றொன்று,

அரசியல் மூலம் வாழ்வது.[51] முதல் தலைமுறை இந்தியத் தலைவர்கள் பெரும்பாலும் அரசியலுக்காக வாழ்ந்தனர். தாம் செலுத்தக்கூடிய அதிகாரம் அவர்களைக் கவர்ந்தபோதிலும் பெரும்பாலும் அவர்கள் தொண்டு, தியாகம் ஆகிய உணர்வுகளால் தூண்டப்பட்டிருந்தனர். இன்றைய தலைமுறை அரசியல்வாதிகள், பெரும்பாலும் அரசியலுக்குள் நுழைவது, அதன்மூலம் வாழ்வதற்கே. அதிகாரமும் கௌரவமும் அவர்களைக் கவர்வதோடு, பொருளாதார வாய்ப்புகளும் காரணமாகின்றன. ஆட்சியைக் கட்டுப்பாட்டில் வைத்திருப்போருக்கு, கவர்ச்சிகரமான பரிசுகள் காத்திருப்பதை அவர்கள் அறிவார்கள்.

1950-களில்கூட அரசியல் ஊழல் என்பது இல்லாத ஒன்று அல்ல. உதாரணமாக முந்த்ரா ஊழல், பஞ்சாப் நிர்வாகத்தில் நிரூபிக்கப்பட்ட கைரோன் ஊழல் ஆகியவற்றைக் குறிப்பிடலாம். ஆனால் அவை கட்டுப்படுத்தப்பட்டன. நேரு, சாஸ்திரி மந்திரி சபைகளில் இருந்த பெரும்பான்மையினர், பணத்துக்காகத் தங்கள் பதவியை துஷ்பிரயோகம் செய்யவில்லை. இருப்பினும் சில காங்கிரஸ் தலைவர்கள் கட்சிக்காக தொழில்துறையிடமிருந்து பணம் திரட்டினர். 1970-களில் அரசியல்வாதிகள், ராணுவத்துக்கு ஆயுதங்கள் வாங்க ஒப்பந்தம் செய்யும்போது, வெளிநாட்டு விற்பனையாளர்களிடம் கமிஷன் கேட்க ஆரம்பித்தனர். அதில் பெரும்பாலான பணம், அடுத்த தேர்தல்களில் பயன்படுத்துவதற்காகக் கட்சி நிதியாகச் சென்றது. 1980-களில், அரசியல் ஊழல், நிறுவன மட்டத்திலிருந்து தனியார் மட்டத்துக்குச் செல்ல ஆரம்பித்தது. இவ்வாறு அதிகமான அளவில் மத்திய, மாநில அமைச்சர்கள், அரசாங்க ஒப்பந்தங்கள், அதிகாரிகளின் நியமனங்கள், இன்னும் பிற வழிகள் ஆகியவற்றில் பணம் செய்ய ஆரம்பித்தனர்.

அரசியல் ஊழலுக்கான சாட்சிகள் இயல்பாகவே அதிகாரபூர்வமான பதிவுகளாக இல்லாமல், வாய்வழிக் கதைகளாகவே இருந்தன. கமிஷன் கொடுப்பவரோ வாங்குபவரோ ஆவணங்களாக சாட்சிகள் எதையும் விட்டுச் செல்வதில்லை. எனினும் 1990-களில் மத்தியப் புலனாய்வுத் துறை (சிபிஐ), பதவியில் இருப்போர், தங்கள் வருமானத்துக்கு மேலான சொத்துகளைச் சேர்த்திருப்பதாக, பல பிரபல அரசியல்வாதிகள் மீது குற்றம் சாட்டியது. அவர்களில் பிகார் முதல்வர் லாலு பிரசாத் யாதவும் தமிழ்நாடு முதல்வர் ஜெ.ஜெயலலிதாவும் அடக்கம். ஒவ்வொருவரும் அரசாங்க ஒப்பந்தங்களின் ஒதுக்கீட்டிலிருந்து பல கோடி ரூபாய் சேர்த்துவிட்டதாகக் குற்றம் சாட்டப்பட்டனர். மற்றொரு வழக்கில், சிபிஐ, மத்தியத் தகவல் தொடர்பு அமைச்சர் சுக்ராம் வீட்டில் சோதனை நடத்தி, 3.6 கோடி ரூபாய் ரொக்கம் இருப்பதைக் கண்டுபிடித்தது. இது, தொலைத்தொடர்பு நிறுவனங்களுக்கு உரிமங்கள் தர வழங்கப்பட்ட கமிஷன் என்று குற்றம் சாட்டப்பட்டது.

இந்தக் குற்றச்சாட்டுகள் எல்லாம் தண்டனைகளாக மாற்றப்படவில்லை. சிலவற்றில் சாட்சிகள் இல்லை; வேறு சிலவற்றில், நீதி நிர்வாகம் தைரியம் இன்றி நடந்துகொண்டது. மேலும், 'திருடர்களுக்கு இடையே ஒருவித

கண்ணியம்' இருந்தது. தேர்தலில் நிற்கும்போது எதிர்க்கட்சியினர் ஆளும் நிர்வாகத்தில் ஊழல் பற்றி பெருங்கூச்சல் எழுப்புவார்கள். ஆனால் தேர்ந் தெடுக்கப்பட்டால், முந்தைய அரசின் மீது வழக்கு தொடரமாட்டார்கள். ஏனெனில் தாங்கள் பதவி இழக்கும்போது, தாங்களும் இதேபோல் கனிவாக நடத்தப்படலாம் என்ற நம்பிக்கைதான்.[52] உண்மையில், பல மாநிலங்களில் பல கட்சிகள் பெரும்பாலும் சலுகைகளைப் பரிமாறிக் கொள்கின்றன. பதிவு செய்யப்பட்ட ஒரு வழக்கில் ஹரியானா முதல்வர், அரசாங்க மனை ஒன்றை பஞ்சாப் முதல்வர் மகனுக்கு விற்பனை செய்ய அனுமதித்தார். நிலத்தின் சந்தை மதிப்பு 50 கோடி ரூபாயாக இருந்தபோது, கொடுக்கப்பட்ட பணம், 2.5 கோடி ரூபாய் மட்டுமே.[53]

அரசியல் விஞ்ஞானி பீட்டர் டிசௌஸா கூறியதுபோல ஊழல் என்பது இந்திய ஜனநாயகத்தில் 'அசௌகர்யமான உண்மை.' புது தில்லியில் ஆட்சியில் இருக்கும் அரசுகள், வெளிநாடுகளில் இருந்து வாங்கும் பொருள்களுக்கு, குறிப்பாக ஆயுதங்களுக்கு, கமிஷன் பெறுகின்றன. வெளிநாட்டு ஒப்பந்தங் களில் பெறப்படும் கமிஷன் 20 சதவிகிதம். பெரும்பான்மை மாநிலங்களில் பெரும்பான்மை அமைச்சர்கள், கம்பெனிகளுக்கு உரிமங்கள் வழங்குதல், உயர் அதிகார நியமனங்கள், நில பேரங்கள் மற்றும் பிற விவகாரங்களில் லஞ்சம் பெறுகின்றனர்.

திட்டக்குழுவின் மதிப்பீட்டின்படி, கிராம வளர்ச்சி நிதியில் 70 முதல் 90 சதவிகித நிதியை பஞ்சாயத்துத் தலைவர் முதல் உள்ளூர் நாடாளுமன்ற உறுப்பினர்வரை தாங்களே எடுத்துக்கொள்கின்றனராம். இதில் அதிகாரி களுக்கும் பங்குண்டு. நகரச் சாலைகள் இவ்வளவு மோசமான நிலையில் இருப்பதற்குக் காரணம், அவற்றுக்கென ஒதுக்கப்படும் நிதியில் பெருமளவு வேறு வகைகளில் செலவிடப்படுவதே. உதாரணமாக, பெங்களூர் மாநக ராட்சியில், சாலை போட ஒதுக்கப்படும் நூறு ரூபாயில் 40 சதவிகிதம் அரசியல்வாதிகளுக்கும் அதிகாரிகளுக்கும் போய்விடும். மற்றொரு 20 சதவிகிதம் ஒப்பந்தக்காரர்களின் சராசரி லாபம். ஆக 40 சதவிகிதம் மட்டுமே வேலைக்குச் செலவிடப்படுகிறது. எனவேதான் அது மோசமாகச் செய்யப்படுகிறது அல்லது செய்யப்படுவதே இல்லை.[54]

அதிகாரத்தில் இருப்பது லாபகரமாக இருப்பதால், இப்போது அரசியல்வாதிகள் விலைக்கு வாங்கப்படுகிறார்கள். சட்டமன்றத்தில் பெரும்பான்மை பெற, உறுப்பினர்கள் எண்ணிக்கை தேவைப்படுவதால், அவர்கள் (வழக்கமாக அதிக) விலை கொடுத்து வாங்கவும் விற்கவும் படுகிறார்கள். சிறுபான்மைக் கூட்டணி ஆட்சிகள் உள்ள இடங்களில் இந்த வியாபாரம் சுறுசுறுப்பாக நடைபெறுகிறது. சட்டமன்ற உறுப்பினர்கள் வாடிக்கையாக கட்சி மாறுகின்றனர். அரசியல் நிலையற்ற காலங்களில், ஒரு குறிப்பிட்ட கட்சியின் சட்டமன்ற உறுப்பினர்கள் ஒட்டுமொத்தமாக கோவாவுக்கு அழைத்துச் செல்லப்படுவது சர்வசாதாரணம் ஆகிவிட்டது. இல்லாவிடில் அவர்கள் மற்றொரு பக்கம் மாறிவிடுவார்கள். சில சமயங்களில் இவர்களில் 50 பேர் வரையில்கூட ஒரு ஹோட்டலில் தங்க வைக்கப்

படுகிறார்கள். அவர்கள் குடித்துக்கொண்டும் சீட்டாடிக்கொண்டும் இருக்க, ஆயுதமேந்திய காவலர்கள் திருட்டுத்தனமான தொலைபேசி அழைப்புகள் வருகின்றனவா அல்லது முகம் தெரியாத பார்வையாளர்கள் வருகிறார்களா என்று கண்காணிக்கிறார்கள். இந்த அபாயம் நீங்கும்வரை, அதாவது பல வார காலம், அந்த விடுமுறையும் நீள்கிறது.

அரசியல் அவ்வளவு கொழுத்த வியாபாரமாக இருப்பதால் அது அழுக்கடைந்ததாகவும் ஆகிவிடுகிறது. 1985-ல் சண்டே வார இதழ், இந்திய அரசியலின் நிழல் உலகம் பற்றி ஓர் அட்டைப்படக் கட்டுரையை வெளியிட்டது. அதில் குறிப்பாக உத்தரப் பிரதேசம், பிகார் மாநிலங்களில் எவ்வாறு குற்றப் பின்னணி உடைய சில வேட்பாளர்கள் தேர்தலில் போட்டி யிட்டு, சில சமயம் வென்று, சில சமயம் அமைச்சர்களாகவும் ஆகியுள்ளனர் என்பது குறிப்பிடப்பட்டிருந்தது. இந்த மனிதர்கள் மீது சாட்டப்பட்ட குற்றச்சாட்டுகளில் கொலை, கொள்ளை, கடத்தல், பாலியல் வல்லுறவு முதலியவையும் அடங்கும்.⁵⁵ அடுத்த பத்தாண்டுகளில் இன்னும் அதிகமான குற்றவாளிகள் அரசியலில் புகுந்தனர். இதனால், குடிமக்கள் குழு ஒன்று உச்ச நீதிமன்றத்தில், கட்சிகள் தங்கள் வேட்பாளர்கள் பற்றிய விவரங்களை வெளியிடக் கோரி பொது நல வழக்கு ஒன்றைத் தாக்கல் செய்தது. 2002 மே மாதத்தில், உச்ச நீதிமன்றம், மாநில அல்லது தேசிய அளவில் தேர்தலில் போட்டியிடுபவர்கள் தங்கள் சொத்துகளையும், தங்கள்மீது ஏதேனும் கிரிமினல் வழக்கு இருந்தால் அதைப் பற்றியும் கட்டாயம் வெளியிட வேண்டும் என்று ஆணையிட்டது.

இந்தப் பொதுநல வழக்கைத் தாக்கல் செய்த ஜனநாயக சீர்திருத்தச் சங்கம், மாநிலங்களில் தேர்தல் கண்காணிப்புக் குழுக்களை நியமித்தது. இக்குழுக் களில் உள்ளூர் வக்கீல்கள், ஆசிரியர்கள், மாணவர்கள் ஆகியோர் அடங்கி யிருந்தனர். இக்குழு 2002-2003-ல் நடைபெற்ற ஐந்து மாநிலத் தேர்தல்களில் போட்டியிட்ட வேட்பாளர்களின் வேட்புமனுக்களை அலசி, ஒப்பிட்டு, ஆராய்ந்தது. பெரிய கட்சிகளான பாஜக, காங்கிரஸ், உத்தரப் பிரதேசத்தின் சமாஜ்வாதி கட்சி, பிகாரின் ராஷ்ரிய ஜனதா தளம் ஆகியவற்றின் வேட்பாளர்களில் 15-20 சதவிகிதம் வரை குற்றப் பின்னணி உடையவர்கள் இருந்தனர். 2003 ராஜஸ்தான் சட்டமன்றத் தேர்தலில் போட்டியிட்டோரில் பாதி வேட்பாளர்கள், இந்திய அளவுகோல்படி மிகப் பெரும் பணக்காரர்கள். ஒவ்வொருவரும் தலா 30 லட்ச ரூபாய்க்கும் அதிகமான சொத்து இருப்பதாக அறிவித்திருந்தனர். சுமார் 124 வேட்பாளர்கள் குற்றப் பின்னணி கொண்டவர்களாக இருந்தனர். இவர்களில் 40 சதவிகிதத்தினர், மிக மோசமானவை என்று கருதப்பட்ட குற்றங்களான ஆயுதமேந்திய கொள்ளை, கொலை முயற்சி, வழிபாட்டு இடங்களை மாசுபடுத்துதல், தீயிடல் ஆகிய குற்றச்சாட்டுகளுக்கு ஆளானவர்கள்.⁵⁶

2004 நாடாளுமன்றத் தேர்தலில் வெற்றிபெற்ற 541 வேட்பாளர்களின் வேட்புமனுக்களை ஆராய்ந்தபோது, இதே மாதிரியான தகவல்களே

வெளியாகின. காங்கிரசில்தான் பெரும் பணக்காரர்கள் இருந்தனர். ஒவ்வொரு எம்.பி.க்கும் சராசரியாக 3.1 கோடி ரூபாய் மதிப்புள்ள சொத்துகள் இருந்தன. பெரும்பான்மை உறுப்பினர்களுக்கு 1 கோடி ரூபாய்க்கும் மேலான சொத்துக்கள் இருந்தன. இந்த அளவுகோலில் மிகக் கீழாக இருந்தவர்கள் கம்யூனிஸ்ட்டுகளே. கிரிமினல் குற்றங்கள் விஷயத்தில், உத்தரப் பிரதேசத்திலும் பிகாரிலும் சக்தி வாய்ந்த கட்சிகள் முன்னணியில் நின்றன. ராஷ்ரீய ஜனதா தள உறுப்பினர்கள் 34.8 சதவிகிதம், பகுஜன் சமாஜ் கட்சி உறுப்பினர்கள் 27.8 சதவிகிதம், சமாஜ்வாதி உறுப்பினர்கள் சுமார் 20 சதவிகிதம் என்ற அளவில், சட்டத்தை மீறிய வழக்குகளில் குற்றம் சாட்டப்பட்டிருந்தனர். காங்கிரஸ் உறுப்பினர்கள் 17 சதவிகிதம், பாஜக உறுப்பினர்கள் 20 சதவிகிதம் என்று சற்றே முன்னேறிய நிலையில் இருந்தனர். பொது நிதி நிறுவனங்களுக்குக் கடன் பாக்கி என்ற அளவில் நிலைமை நேர்மாறாக இருந்தது. அத்தகைய கடன்களில் காங்கிரஸ் உறுப்பினர்கள் 45 சதவிகிதத்தினரும், பாஜக உறுப்பினர்கள் 23 சதவிகிதத்தினரும் பணம் செலுத்த வேண்டியிருந்தது. மறுபடியும் கம்யூனிஸ்ட் உறுப்பினர்களே இவ்விஷயத்திலும் மிகச் சிறந்தவர்களாக இருந்தனர். அவர்கள் செலுத்தவேண்டிய கடன் பாக்கி ஏதுமில்லை என்று அறிவித்திருந்தனர்.[57]

இந்தப் புள்ளிவிவரங்களிலிருந்து, மத்தியில் அதிகாரத்தில் இருக்கும்போது காங்கிரசும் பாஜகவும் ஆட்சியிலிருந்து அதிகம் கறந்துகொண்டனர் என்பதை நாம் முடிவு செய்து கொள்ளலாம். நீண்ட காலம் ஆட்சியில் இருந்ததால் காங்கிரஸ் சற்று அதிகமாகவே பயன் பெற்றுள்ளது. இதற்கிடையே, மாநிலங்களில் ஆட்சியைப் பெறவும், அதைத் தக்க வைத்துக் கொள்ளவும், சமாஜ்வாதி, பகுஜன் சமாஜ், ராஷ்ரிய ஜனதா தளம் ஆகியவை மிக அதிகமான அளவில் குற்றவாளிகளையே நம்பியிருக்கின்றன என்றும் யூகிக்கலாம்.[58]

ஊழல், குற்றங்கள் ஆகியவற்றுடன், இந்திய அரசியலில், வேண்டப்பட்டவர்களுக்குச் சலுகை அளிப்பது என்பதும் அதிகமாகியுள்ளது. ஒரு காலத்தில் பெரும்பான்மைக் கட்சிகள் சீரான கொள்கைகளையும் அடிப்படை அமைப்பையும் பெற்றிருந்தன. இப்போது அவை குடும்ப நிறுவனங்களாகத் தரம் தாழ்ந்து விட்டன.

இந்தப் போக்கு, அந்தப் பழம் பெரும் கட்சியான இந்திய தேசிய காங்கிரசில்தான் ஆரம்பமாயிற்று. அதன் வரலாற்றின் பெரும் பகுதியில், காங்கிரஸ், ஜனநாயக சக்திகளால் ஜனநாயகத்துக்காக நடத்தப்படும் கட்சியாக, முறையான, மாவட்டரீதியிலான அமைப்புகளுக்குத் தேர்தல்களுடன் இயங்கி வந்தது. 1969-ல் திருமதி இந்திரா காந்தி காங்கிரஸை உடைத்தபிறகு, உள்கட்சித் தேர்தல்களுக்கு முடிவு கட்டினார். அதுமுதல், காங்கிரஸ் முதல்வர்களும் மாநில காங்கிரஸ் தலைவர்களும், புது தில்லித் தலைவரால் நியமிக்கப்பட்டனர். அவசர நிலையின்போது திருமதி காந்தி, தன் மகன் சஞ்சயைத் தன் வாரிசாக முடிசூட்டி, காங்கிரஸ் மரபுக்கு இரண்டாவது மரண அடியை வழங்கினார்.

சஞ்சயின் மரணத்துக்குப் பிறகு, அவரது மூத்த சகோதரர் கட்சியையும் பிறகு அரசையும் ஏற்கத் தயார் செய்யப்பட்டார். 1998-ல் காங்கிரஸ் தலைவர்கள் சோனியா காந்தியைத் தலைமை ஏற்க அழைத்தபோது கட்சி, அந்த வம்சத்திடம் சரணடைந்ததை ஏற்றுக்கொள்வதாக ஆயிற்று. சோனியாவும் அவர் பங்குக்கு, 2004-ல் தன் மகன் ராகுலை அரசியலுக்கு அழைத்தார். அவருக்கு, குடும்பத்தின் பாதுகாப்பான அமேதித் தொகுதி ஒதுக்கப்பட்டது. 2009-ல் காங்கிரஸ் வென்று, ராகுல் காந்தியும் பிரதமராக விரும்பினால், மற்ற உறுப்பினர்களைவிட, அவருக்கே முன்னுரிமை தரப்படும்.

திருமதி இந்திரா காந்தியின் வம்ச வாரிசுக் கொள்கை, இந்தியாவின் சக்தி வாய்ந்த முன்னோடி அரசியல் கட்சியின் இயல்புகளைச் சீரழித்ததோடு மட்டுமல்லாமல், மற்றவர்களையும் பின்பற்றச் செய்தது. தொண்டர்கள் அடிப்படையிலான இடது, வலதுசாரிக் கட்சிகளான கம்யூனிஸ்டுகள், பாஜக ஆகியவற்றைத் தவிர்த்து, இந்தியாவின் அனைத்து அரசியல் கட்சிகளும் குடும்ப நிறுவனங்களாக ஆக்கப்பட்டு விட்டன.

திராவிட தேசியம், சமூகச் சீர்திருத்தம் ஆகியவற்றின் பெருமைக்குரிய கட்சியாக திமுக ஒரு காலத்தில் இருந்தது. ஆனால், இப்போது அக்கட்சியின் தொண்டர்கள், கருணாநிதியின் மகனோ, மருமகனோ அவருக்கு வாரிசு ஆவார் என்பதை ஏற்கும்படி ஆகிவிட்டது. மகாராஷ்டிரர்களின் கௌரவத்துக்கும் இந்து தேசியத்துக்கும் தன்னை அர்ப்பணித்த சிவ சேனைத் தலைவர் பால் தாக்கரேயால், அவருடைய மகன் உத்தவைத் தவிர வேறு எவரையும் வாரிசாக்க முடியவில்லை. சமாஜ்வாதிக் கட்சியும் ராஷ்ட்ரிய ஜனதா தளமும் தாங்கள் சமுதாய நீதிக்காக இருப்பதாகச் சொல்லிக்கொள்கின்றன. ஆனால், முலாயம் சிங், தனக்குப் பின் தன் மகன் அகிலேஷே தலைவர் ஆவார் என்று அறிவித்து விட்டார். ஒரு ஊழல் புகாரில், லாலு பிரசாத் யாதவ் பதவி விலகும் கட்டாயம் ஏற்பட்டபோது அவருடைய மனைவி ராப்ரி தேவியே முதல்வராகத் தேர்ந்தெடுக்கப்பட்டார். இத்தனைக்கும், வீட்டிலும் சமையலறையிலும் வேலை செய்ததைத் தவிர அவரிடம் முன் அனுபவம் ஏதும் இல்லை. இந்த வழக்கம் கீழ் நிலைகளிலும் நீட்டிக்கப்பட்டு, பதவியில் இருக்கும் ஓர் உறுப்பினர் இறந்தால் அவருடைய மகனோ மகளோ அந்தப் பதவிக்கு வேட்பாளராக நியமிக்கப்படும் அளவுக்கு வந்து விட்டது.

நார்வேயைச் சேர்ந்த மானுடவியல் அறிஞர் ஒருவர் வங்காள கிராமங்களில் நடத்திய ஆய்வில், அரசியல் என்பதை விளக்க கிராமவாசிகள் 'நுங்ரா' (அழுக்கு) என்ற சொல்லைப் பயன்படுத்துவதாகக் காண்கிறார். அரசியல்வாதிகள் என்றால் முறையற்ற பரிமாற்றங்களை ஊக்குவிப்பவர்கள் (காலாகாலி), முஷ்டிச் சண்டைகள் போடுபவர்கள் (மாராமாரி), தொந்தரவு களை ஊக்குவிப்பவர்கள் (கந்தாகோல்). மொத்தத்தில் அரசியல் என்பதே சமூகத்தில் நஞ்சை (விஷம்) பரப்பவே. இது எப்போதும் அப்படி அல்ல என்றனர் கிராமவாசிகள். சுதந்தரத்தின்போது அரசியல்வாதிகள் நேர்மையானவர்களாக, கடினமாக உழைப்பவர்களாக, அர்ப்பணிப்பு உணர்வு

உள்ளவர்களாக இருந்தனர். ஆனால் இப்போது, 'திட்டமிட்டு சதி செய்யும், கொள்கையற்ற நபர்கள்' நிறைந்ததாக ஆகிவிட்டது.[59]

இந்த விளக்கங்கள் ஏறத்தாழ நாடு முழுமைக்கும் பொருந்தும் எனலாம். 60 நாடுகளில் கணக்கெடுப்பு மேற்கொண்ட கேல்லப் நிறுவனம் இந்தியாவில் தான் மக்களுக்கு அரசியல்வாதிகள்மீதான நம்பிக்கை மிக மிகக் குறைவு என்றது. வாக்களித்த மக்களில் 91 சதவிகிதத்தினர் தாங்கள் தேர்ந்தெடுத்த பிரதிநிதிகள் நேர்மையற்றவர்களாக இருப்பதாகக் கருதினர்.[60]

பிற சமுதாயங்களில் வேறு கட்டங்களில் நிகழ்ந்தவற்றைப் பற்றி சில அறிஞர்கள் கூறியுள்ள கருத்துகள் ஒரளவு ஆறுதல் அளிக்கலாம். 1940-களில் தன் நாடு பற்றி எழுதிய ஜோர்ஜ் லூயி போர்ஹேஸ், 'ஆட்சி இயந்திரம் என்பது உணர்ச்சியற்ற உயிரற்ற ஓர் அமைப்பு. அர்ஜெண்டைனாக்காரர்கள் உயிருள்ள சக மனிதர்களுடனான உறவுகளைப் பற்றித்தான் சிந்திக்கிறார்கள். எனவே, அரசு நிதியைத் திருடுதலை அவர்கள் குற்றமாகப் பார்ப்பதில்லை. நான் நிலவிவரும் உண்மையைத்தான் சொல்கிறேன். அதை நியாயப்படுத்தவோ மன்னிக்கவோ இல்லை' என்றார். வரலாற்றாளர் ஆர்.டபிள்யூ. சதர்ன் தன் கண்டமான ஐரோப்பா பற்றிக் கூறுகையில், 'உறவினருக்குச் சலுகை, அரசியலில் லஞ்சம், நிறுவன நிதியை சொந்தக் குடும்பத்துக்குப் பயன் படுத்தும் நிதி மோசடி முதலியவை மத்திய கால ஆளும் வர்க்கத்துக்குக் குற்றங்களாகவே இல்லை. நிர்வாகத்தின் ஓர் அங்கமாகவே இருந்தன. சாதாரண மனிதர்களிடம் மட்டுமல்ல, மதத் தலைவர்களான போப்புகளிடமும் கூடத்தான்.'[61]

IX

தற்கால இந்தியாவில் ஊழல் என்பது சட்டமன்ற, நாடாளுமன்ற அளவில் மட்டுமல்ல, நிர்வாகக் கிளையிலும் பரவியுள்ளது. கடந்த காலங்களில், அதிகார வர்க்கத்தின் கீழ்நிலையில் உள்ள ஊழியர்கள், இளநிலை அதிகாரிகள் ஆகியோரிடத்தால்தான் வீட்டுமனை வழங்க, மின் இணைப்பு வழங்க, வேலை நியமன இறுதிப் பட்டியலில் பெயர்களைச் சேர்க்க லஞ்சம் பெறுதல் நடைபெற்றதுண்டு.[62] அண்மைக் காலங்களில் உயர்நிலை அதிகாரிகளிடத்தும் இது பரவி விட்டது. இந்திய அரசின் செயலர்களும் மாநில அரசின் தலைமைச் செயலர்களும்கூட வருமானத்துக்கு அதிகமாக சொத்து சேர்த்திருப்பதாக சிபிஐ குற்றம் சாட்டியுள்ளது. சில அதிகாரிகளின் வாழ்க்கை முறை - தனிப் பண்ணை வீடுகள் வைத்திருப்பது, வெளிநாடுகளுக்குச் சென்று ஆடம்பரமாக விடுமுறையைக் கழிப்பது - ஆகியவற்றுக்கு ஆகும் செலவு, அவர்கள் வாழ்நாள் வருமானத்தைவிடப் பல மடங்கு அதிகமாக உள்ளது.[63]

ஜவாஹர்லால் நேருவின் காலத்தில் உயர் நிர்வாகப் பணி, அரசியலிருந்து பாதுகாக்கப்பட்டிருந்தது. இட மாறுதல், பதவி உயர்வு போன்றவையெல்லாம் நிர்வாகத்துக்கு உள்ளாகவே முடிவு செய்யப்பட்டன. 1970-கள் தொடங்கி,

சில அதிகார வர்க்கத்தினர், குறிப்பிட்ட அரசியல்வாதிகளிடம் அல்லது கட்சி களிடம் நெருங்கிய உறவு கொள்ள ஆரம்பித்தனர். அவர்கள் உறவு கொண்ட கட்சி, ஆட்சியில் அமரும்போது, அவர்களுக்கு சிறந்த பதவி நியமனங்கள் கிடைத்தன. அதற்கு பதிலாக, அவர்கள் முழு பலத்துடன் அந்த அரசியல் கட்சியின் திட்டங்களை நடைமுறைப்படுத்தினர். பெரிய, சிறிய பேரங்களில் அவர்கள் அமைச்சர்களுடன் நெருக்கமாக வேலை செய்கின்றனர்; அதன் வரு மானத்திலும் ஒரு பங்கைப் பெறுகின்றனர். இச்சீர்குலைவு அடிமட்டம்வரை தொடர்கிறது. இப்படியாக, ஒவ்வொரு எம்.எல்.ஏவும் அவருக்குச் சாதகமான மாவட்ட மாஜிஸ்ட்ரேட், போலீஸ் அதிகாரி என்று ஒவ்வொருவரை வைத்துக் கொண்டுள்ளார்.

பி.எஸ். அப்பு கூறுவதுபோல, இந்திய தேசிய அரசை உருவாக்கியவர்கள், உயர் நிர்வாக அதிகாரிகளின் சுதந்தரத்தையும் நேர்மையையும் மதித்தனர். வல்லபபாய் படேல், தன் செயலர்கள் அனைவரும் அவருடைய கருத்துகளைச் சுதந்தரமாக விமர்சனம் செய்யவும், திருத்தவும் வேண்டும் என்று வற்புறுத்தினார். அப்படிச் செய்வதன்மூலமே அந்தந்தச் சூழ்நிலைகளில் மிகச் சிறந்த முடிவுக்கு அமைச்சரும் அரசும் வர முடியும் என்று அவர் கருதினார். ஆனால் இந்திரா காந்தி, முதல்வர்களை, அவர்கள் தனக்குக் காட்டும் விசுவாசத்தின் அடிப்படையில் தேர்ந்தெடுக்க ஆரம்பித்ததும், அந்த ஆட்களும் இதே மாதிரி, தங்கள்கீழ் உள்ள அலுவலர்களையும் தேர்ந்தெடுக் கத் தொடங்கினர். இப்படியாக, காலம் செல்லச் செல்ல, ஓர் அரசுத் துறையின் செயலர், அவருடைய அமைச்சரின் குரலாகவும் விருப்பமாகவும், ஆர்வத்துடனேயே மாறி விடுகிறார்.[64]

ஓய்வு பெற்ற உயர் நிர்வாக அதிகாரி எம்.என். பூச், நிர்வாகத்தை அரசியல் ஆக்குவதன் சீர்கேடுகளை பிரதமருக்கு எழுதிய கடிதங்களில் வெளிப் படுத்தினார். இப்போது அரசு நடைபெறும் விதத்தில், '(போலீஸ் உட்பட) கட்டுப்பாடான ஆட்சிப் பணி அதிகார ஏணி முழுவதுமாக உடைந்து விட்டது. ஒரு கீழ் அதிகாரி அவருக்குரிய பணிகளை சரியாகச் செய்யாமல் இருக்கும் போது மேலதிகாரி அவரைத் தட்டிக் கேட்டால் அக்கீழ் அதிகாரி ஓர் அரசியல்வாதியை அணுகி, தன் தவறான செயல்களுக்கான விளைவு களிலிருந்து தப்பித்துக் கொள்வதோடு அந்த மேலதிகாரிக்கும் கேடு விளை விக்க முடியும் என்பதை அறிவார். தவறுகள் தண்டிக்கப்பட முடியாமல் போகும்போது ஒரு செயல் சரியாகச் செயல்பட எவருக்கும் பொறுப்பு இல்லாமல் போகிறது. வேலையைச் செய்ய வழிகாட்டல் இல்லை. பொருளா தாரக் கட்டுப்பாடு ஒழுங்கும் இல்லை. நிர்வாக முறைச் சீர்கேடு வெளிப்படுகிறது' என்று எழுதியிருந்தார்.[65]

குறிப்பாக வட இந்தியாவில், அரசியல்வாதிகளுக்கும் ஆட்சிப் பணியாளர் களுக்கும் இடையிலான உறவுகள் சாதி அடிப்படையிலேயே அமைகின்றன. உதாரணமாக, உத்தரப் பிரதேசத்தில் சமாஜ்வாதிக் கட்சி ஆட்சியில் இருக்கும்போது, குறிப்பாக யாதவ அலுவலர்கள் மிக அதிகமான

செல்வாக்கும் லாபமும் பெறக்கூடிய பதவிகளைப் பெறுவதாகத் தோன்றுகிறது. அடுத்த தேர்தலில் பகுஜன் சமாஜ் கட்சி வென்றால், இந்த அதிகாரிகள் தலித்துகளுக்கு இடம் அளித்துவிடுவர். சில சமயங்களில் சாதி அடிப்படையில் ஊழல் குற்றச்சாட்டுகள் எடுத்துக்கொள்ளப்படும்போது, குடும்பம் என்ற அடிப்படையில் நியாயப்படுத்தப் படுகிறது. சட்டத்துக்குப் புறம்பான வழிகளில் ஈட்டப்படும் பணம் அவர்களுடைய குழந்தைகளை மிக அதிகச் செலவாகும் பள்ளிகளிலும் வெளிநாட்டுக் கல்லூரிகளிலும் படிக்கவைக்கப் பயன்படுத்தப்படுகிறது; எதிர்காலச் சந்ததிகள் வளமாக வாழ வழி செய்யப்படுகிறது.

விநோதமாக, இந்திய அரசில் நடைபெறும் ஊழல்களை, இந்திய அரசையே முற்றிலுமாக ஒழித்துக்கட்ட விரும்பும் கோஷ்டிகளும்கூட அப்படியே நகல் எடுக்கின்றன. வடகிழக்குக் கலவரக்காரர்கள், தங்கள் இன, தேச விடுதலைக்காகப் போராடுவதற்கு பதிலாக, ஆட்களைக் கடத்திப் பிணைத்தொகை பிடுங்குவதை லாபகரமானதாகக் காண்கின்றனர். திரிபுரா என்னும் மிகச் சிறு மாநிலத்தில், 1997-2000-க்கு இடையே 1,394 கடத்தல்கள், ஆண்டுக்குச் சராசரியாக 300-க்கும் மேல், என்ற அளவில் பதிவு செய்யப்பட்டுள்ளன. பிணைத்தொகை, மிகக் குறைவாக, குழந்தைகளுக்கு 20,000 ரூபாய் என்ற அளவிலும், மிக அதிகமாக, தேயிலைத் தோட்ட நிர்வாகிக்கு 30 லட்ச ரூபாய் என்ற அளவிலும் இருந்தது.[66]

1997-ல் மேகாலயா முன்னாள் முதல்வர் பி.பி. லிங்டோ, ஒரு பத்திரிகையாளர் கூட்டத்தில், கெரில்லாக்களை மாவீரர்களாகச் சித்திரிக்கும் ஊடகங்களைக் கடுமையாகச் சாடினார். 'அவர்கள் கோழைகள், அற்பத் திருடர்கள், கொள்ளைக்காரர்கள், கடத்திப் பணம் பறிப்பவர்கள். வடகிழக்கே கலகங்கள் 20 ஆண்டுகளுக்கு முன்னரேயே ஒழிந்துவிட்டன' என்றார்.[67] பிற கட்சி அரசியல்வாதிகள் இந்த அளவு தைரியம் இல்லாதவர்கள். நாடாளுமன்றத் தேர்தலில் நிற்க இருந்த ஒரு பாஜக தலைவர்மீது மணிப்பூரின் கே.ஒய்.கே.எல் என்ற போராளிக் குழுவுக்கு ஏதோ கோபம். பயந்து நடுங்கிய அவர், தன் பழைய 'தவறுகளுக்கு' வருத்தம் தெரிவித்து, அவர்களிடம் மன்னிப்பு வேண்டி, பத்திரிகைகளில் விளம்பரம் வெளியிட்டார். இந்த மன்னிப்பு கேட்பதைத் தாண்டி, அந்த அரசியல்வாதிக்கும் போராளிகளுக்கும் இடையே ஒரு தனி உடன்பாடும் ஏற்பட்டிருந்தது. இச்சம்பவத்தைக் குறிப்பிட்ட அரசியல் எழுத்தாளர் ஹரீஷ் கரே, வடகிழக்கில் உள்ள பிறவற்றைப் போல, 'போராளிகளின் இரக்கம்கூட விற்பனைக்குரியது' என்று கூறினார்.[68]

X

இப்போதும் இந்திய ஆட்சிப் பணியிலும் காவல் பணியிலும் நேர்மை யானோர் இருக்கத்தான் செய்கின்றனர். வாய்மொழிக் கதைகளின்படி, ஊழல் அரசியல்வாதிகளின் சதவிகிதத்தைவிட, ஊழல் அதிகாரிகளின் சதவிகிதம்

குறைவாகவேதான் உள்ளது. அரசின் மூன்றாவது கரமான நீதித்துறை எப்படி இருக்கிறது? இங்கேயும்கூட ஊழலும் பணியில் ஈடுபாடு இன்மையும் இல்லாமல் இல்லை. ஆயினும், 'பாமர மக்கள், நீதிபதிகளை எம்.எல்.ஏ, எம்.பி.க்களைப் போலவோ, மந்திரிகளைப் போலவோ, நிர்வாக அதிகாரிகளைப் போலவோ பார்ப்பதில்லை.' இது புகழ்பெற்ற சமூகவியலாளர் ஆந்த்ரே பெதைலின் கூற்று. அவர் மேலும் கூறுகையில், 'நீதிபதிகள், குறிப்பாக உயர் நீதிமன்றங்களைச் சேர்ந்தவர்கள், பெரும்பாலும் கற்றோராக, உயர்வான உள்ளம் படைத்தோராக, சுதந்தரமானோராக, கடமை உணர்வும் நேர்மையும் கொண்டோராக, மொத்தத்தில் அமைச்சர்களிடமோ அவர்களுடைய செயலர்களிடமோ காண இயலாத பண்புகளை உடையோராகவே இருக்கின்றனர்' என்கிறார்.[69]

அரசியல்வாதிகளை நம்பமுடியாதபோது, சாதி, மத, இனப் பிரிவு அடையாளங்களே பொதுக் கொள்கைகளைப் பெருமளவு தீர்மானிக்கும் போது, சிவில், கிரிமினல் சட்ட அல்லது அரசியல் அமைப்புச் சட்ட வரம்புகள் மீறப்படுவதைத் தடுத்த நிறுத்த, உயர் நீதிமன்றங்களில் பொது நல வழக்குகள் மிகுதியாகத் தொடுக்கப்படுகின்றன. அத்தகைய பொது நல வழக்கு ஒன்றுதான் வேட்பாளர்களை, தம் சொத்து விவரங்களையும் தம் மீதான கிரிமினல் வழக்கு விவரங்களையும், வெளியிடச் செய்தது. மற்ற பொது நல வழக்குகள், பல விதமான பிரச்னைகள் பற்றியவை. சில, தொழிற் சாலைக் கழிவுகளால் சுற்றுப்புறம் மாசுபடுவதைத் தடுப்பது பற்றியவை; பிற, பின்தங்கிய நிலையில் இருக்கும் பழங்குடியினர், ஊனமுற்றோர், நடைபாதைவாசிகள் ஆகியோரின் உரிமைகள் பற்றியவை.

எதிர்ப்புகள், வற்புறுத்தல்கள் ஆகியவை தோற்கும்போது, மீதமிருக்கும் கடைசிப் புகலிடம், உச்ச நீதிமன்றம்தான். அதன் சில தீர்ப்புகள் சமுதாய விடுதலை அளிப்பனவாக இருந்துள்ளன: கொத்தடிமைகளுக்கு விடுதலை பெற்றுத் தந்தது, மிக மோசமான முறையில் இயங்கிவந்த கொடிய சிறைச் சாலைகளை பொது மக்கள் கண்காணித்திட அனுமதித்தது ஆகியவை. மற்றவை, அரசியல் ஊழலைக் குறைத்தவை: சந்தேகத்துக்கு இடமான நிலையில் வழங்கப்பட்ட உரிமங்களை ரத்து செய்தது, எம்.பி.க்கள், மந்திரிகள் ஆகியோர் பறித்துக்கொண்ட நிலங்களை மீட்டளித்தது ஆகியவை. எனினும் நீதிமன்றமும் சில சமயங்களில் அதன் வரம்பை மீறி, சிக்கலான நுட்பவியல் சார்ந்த விஷயங்களில் தீர்ப்பளித்து விடுவதும் உண்டு. உதாரணமாக, அணை கட்டும் விஷயத்தில் முடிவு செய்வதற்கான அதன் தகுதி கேள்விக்குரியது. சில நீதிபதிகள் தங்கள் பங்கை அதி தீவிரமாக எடுத்துக்கொண்டு, நடைமுறைப் படுத்த இயலாத உரிமைகளை நிலை நாட்டுவது, வேலைகள் பறிபோவதைப் பற்றிக் கவலைப்படாமல், அது ஏற்படுத்தக்கூடிய அதிருப்தி பற்றிய சிந்தனை இல்லாமல் பொருளாதாரச் செயல்பாடுகளை நிறுத்தி வைக்கச்சொல்வது ஆகிய உத்தரவுகளை வழங்கிவிடுவார்கள். இன்னும் சிலர் தங்களைப் பிரபலப்படுத்திக்கொள்ள விரும்புவார்கள். உதாரணமாக, ஒரு மதுரை நீதிபதி, கிரிமினல் மிரட்டல் வழக்கில் குற்றம் சாட்டப்பட்ட

எம்.எல்.ஏவுக்கு முன் ஜாமீன் வழங்கியதுடன், அவரை நகரின் காந்தி மியூசியத்தில் ஐந்து நாள்களுக்கு காந்திய இலக்கியம் படிக்குமாறும் உத்தரவிட்டார்.[70]

XI

முறையான தேர்தல்கள் நடத்துவது, பல கட்சி முறை கொண்டிருப்பது, சுதந்தரமான பத்திரிகைகளை அனுமதிப்பது என்ற வகையில், இந்தியா உறுதியாக ஒரு ஜனநாயகமே. ஆனால் காலம் செல்லச் செல்ல, இந்த ஜனநாயகத்தின் இயல்பு பெருமளவு மாறியுள்ளது. இந்தியா, ஏறத்தாழ அரசியல் அமைப்புச் சட்ட வரம்புக்கு உட்பட்ட ஜனநாயகமாக இருந்தது. நாடாளுமன்றத்தில் விவாதம் நடைபெற்று, மசோதாக்கள் நிறைவேற்றப் பட்டுச், சட்டம் கொண்டுவரப்பட்டது. விவாதத்தில் பங்கு பெற்ற கட்சிகளே, உள்ளுக்குள் விவாதம் செய்தபடியே இயங்கி வந்தன. சுதந்தரம் பெற்றபின்னான மூன்றாவது, நான்காவது பத்தாண்டுகளில் பெரும் மாற்றங்கள் ஏற்பட்டன. காங்கிரஸ் கட்சி, மேலும் மேலும் அதிக அதிகாரம் பெறும் வகையில், அரசியல் அமைப்புச் சட்டத்துக்குப் புது வடிவம் கொடுக்க முனைந்தது. அதே நேரம், உட்கட்சி ஜனநாயகத்திலிருந்து மேலான தலைவர் ஒருவருக்கு முடி சூட்டும் போக்கை நோக்கியும் சென்றது. எதிர்க் கட்சிகளும் அதற்கு பதில் அளிக்க, அரசியல் அமைப்புச் சட்டத்துக்கு வெளியே செயல்களை எடுத்துச் சென்றன. தேர்ந்தெடுக்கப்பட்ட உறுப்பினர்களின் அங்கீகாரம் கொண்ட அரசை ஏற்காமலும் அவர்களுடைய ஆளும் உரிமையை மதிக்காமலும் நாடெங்கும் கிளர்ச்சிகளை நடத்தின.

முன்பு 1949-ல், அரசியல் அமைப்புச் சட்ட சபையின் முடிவுரையில் பி.ஆர். அம்பேத்கர், சச்சரவுகளைத் தீர்க்கப் பொது எதிர்ப்புகளில் இறங்காமல், அரசியல் அமைப்புச் சட்ட ரீதியாகவே முயற்சி செய்ய வற்புறுத்தினார். தனி நபர் மீதான பக்தி, வழிபாடு ஆகியவற்றின் அபாயங்களுக்கு எதிராகவும், தனிப்பட்ட தலைவர்களை விமர்சனங்களுக்கு அப்பாற்பட்ட மிக உயரமான பீடத்தில் ஏற்றிவைப்பதற்கு எதிராகவும் அவர் எச்சரித்தார்.

அம்பேத்கரின் எச்சரிக்கைகள் புறக்கணிக்கப்பட்டுவிட்டன. இதன் மிகப்பெரிய எடுத்துக்காட்டு, மண்டல், மந்திர் அரசியல் சச்சரவுகள் சட்டமன்றங்களில் தீர்த்துக்கொள்ளப்படுவதற்குபதில், நாடகபாணியில் வீதிகளில் தீர்த்துக் கொள்ள முயன்றதில் வெளியானது. அடையாள அரசியல் முன்னுக்கு வருவதால், இந்த முறை மேலும் ஆதரிக்கப்படுகிறது. கூட்டங்கள், தங்களை சாதி, மத அடிப்படையில் சேர்த்துக்கொண்டு, விவாதத் தரத்தால் அன்றி எண்ணிக்கை பலத்தைக்கொண்டு போராடுகின்றன. ஒரு காலத்தில் உயர்ந்த தரத்தில் இருந்த நாடாளுமன்ற விவாதங்கள், இப்போது வாய்ச் சண்டைகளாக மாறிவிட்டன. மிக அற்பமான காரணங்களுக்காக அரசியல் கட்சிகள் வேலை நிறுத்தம், கடை அடைப்பு, பேரணிகள், உண்ணாவிரதம் ஆகியவற்றில்

இறங்குகின்றன. விவாதங்களுக்கு பதில், பயங்கரமான அச்சுறுத்தல்களையே சிறந்த வழிகளாகக் கொண்டு தங்கள் காரியங்களைச் சாதித்துக்கொள்ளப் பார்க் கின்றனர். எப்போதும் என்று இல்லாவிட்டாலும், மிகப் பெரும்பாலும் இந்தியச் சட்டங்களை உருவாக்குபவர்களே அவற்றை உருக்குலைப்பதில் முன்னணி வகிக்கின்றனர்.

நாடாளுமன்றத்தின் வீழ்ச்சி, ஏன், அறிவார்ந்த பொது உரையாடலின் வீழ்ச்சி, இதைத்தான் நமக்குச் சொல்கிறது:

> தேர்தல் முடிவுகள் அறிவிக்கப்பட்டவுடன் எதிர்க்கட்சிகள் அரசின் துறைகளை அப்படியே மொய்க்கின்றன. நாட்டை ஆள நாடாளுமன்றத்துக்கோ, சட்டமன்றத்துக்கோ வாக்காளர் அளித்த தீர்ப்பின் நம்பகத்தன்மையை மதிக்க அரசுக்கோ எதிர்க்கட்சிக்கோ பொறுமையில்லை. நாடாளுமன்றத்தில் எதிர்க் கட்சிகளின் நியாயமான கோரிக்கைகளுக்கும் மதிப்பளித்து வளைந்து கொடுக்காத அரசின் நிலை, பிரச்னைகளைத் தெருவுக்கு எடுத்துச் செல்லுமாறு அவர்களைச் செய்துவிடுகிறது. வாக்களிக்கும் மக்கள் கூட்டத்தின் எழுச்சியை அனுபவித்துள்ள எதிர்க்கட்சிகள், அதற்கு அடிமையாகிவிட்ட நிலையில் அறிவார்ந்த ஆனால் மந்தமான நாடாளுமன்ற ஜனநாயகத்துக்குத் திரும்பி, தங்கள் குறைகளை அங்கு வெளிப்படுத்த விரும்புவதில்லை.[71]

அதே நேரம், பெரும்பான்மையான அரசியல் கட்சிகள் ஒரு தலைவருடைய விருப்பமாகவும் மனப் போக்கின் நீட்சியாகவும் மாறிவிட்டன. இந்திரா காந்தியின் காங்கிரஸ், அரசியலில் தனி நபர் வழிபாடு என்பதை ஆரம்பித் திருக்கலாம். ஆனால் அது, அங்கேயே நின்றுவிடவில்லை. முலாயம், லாலு, ஜெயலலிதா ஆகிய பிராந்தியத் தலைவர்களும் தனி நபர் வழிபாட்டைக் கொண்டாடி, அதை ஊக்குவித்து, கட்சி உறுப்பினர்கள், அரசு அதிகாரிகள், இறுதியில் பொது மக்கள் ஆகியோரிடமும் அதனை எதிர்பார்க்கிறார்கள். அம்பேத்கரும்கூடத் தனி நபர் வழிபாட்டிலிருந்து விடுவிக்கப்படவில்லை என்பது சோகமே. இப்போது அவர் உயிரோடு இல்லாவிட்டாலும், எந்தக் கட்சியுடனும் தொடர்பு அற்றவராக இருந்தாலும், அவர் நினைவின்மீதான மரியாதை அவ்வளவு முழுமையாகவும் அதிகமாகவும் இருப்பதால், அவருடைய பணி, அவர் விட்டுச் சென்ற படைப்புகள் ஆகியவைமீது பாரபட்சம் இன்றி விவாதிப்பதுகூட இன்று சாத்தியமற்றது.

விடுதலை பெற்று அறுபதாண்டுகளுக்குப் பின்னரும் இந்தியா ஜனநாயகமாக இருக்கிறது. ஆனால் கடந்த இருபதாண்டுகளாக நடந்த சம்பவங்கள் அதற்கான புதியதொரு உரிச் சொல்லை நாடச் செய்கின்றன. இந்தியா இப்போது அரசியல் அமைப்புச் சட்ட ஜனநாயகமாக இல்லை; பெரும் பான்மையோர் விருப்பத்தை மட்டும் பூர்த்தி செய்யும் ஜனநாயகமாக ஆகிவிட்டது.

29

செல்வ வளங்கள்

கொதித்துப் போயிருக்கும் (அமெரிக்க) கம்ப்யூட்டர் புரோகிராமரைச் சந்தியுங்கள்... அவர்தான், ஆம், yourjobisgoingto india.com, nojobsforindia.com போன்ற இணையத்தளங்களை உருவாக்கும் அவரேதான். அவர் பல கதைகளைச் சொல்கிறார். சில உண்மையானவை. சிலவோ கட்டுக் கதைகள். தங்கள் வேலைகளைப் பிடுங்கிக்கொள்ளப் போகும் இந்திய புரோகிராமர்களுக்கு தாங்களே பயிற்சி அளிக்குமாறு கட்டாயப்படுத்தப்படுவது பற்றிய கதை அப்படிப்பட்ட ஒன்று.

– வயர்ட் இதழில் வெளியான கட்டுரை, பிப்ரவரி 2004

I

1954-ல் ஏ.டி. ஷ்ராஃப் என்ற பம்பாய் பொருளாதார அறிஞர், கட்டற்ற தொழிலமைப்புகள் கூட்டமைப்பு ஒன்றைத் தொடங்கினார். அந்த அமைப்பின் பொருளாதார வளர்ச்சி குறித்த கருத்துகள், அப்போது இந்திய அரசின் திட்டக் குழு கூறிவந்த சிந்தனைகளிலிருந்து மாறுபட்டு நின்றன. அரசு, தொழில்முனைவோரைத் தடுக்காவிட்டாலும், அவர்களிடம் காட்டிவந்த அலட்சியப் போக்கை ஷ்ராஃப் குற்றம் கண்டார். இந்திய அரசு, 'நடைமுறைச்சாத்தியமற்ற சில சித்தாந்தங்களைக் கைவிட்டு, தனியார்துறைக்குத் தன் தீவிரமான ஆதரவை அளித்தால், அடுத்த பத்தாண்டுகளில் மிக வேகமாக இந்தியாவைத் தொழில்மயம் ஆக்கிவிடலாம்' என்றார் அவர்.[1]

அதே சமயம் ஷ்ராஃபைப் போலவே, தன்னிச்சையாக, பிலிப் ஸ்ப்ராட் என்ற பத்திரிகையாளர், கட்டற்ற தொழில் முயற்சிகளை ஆதரித்துத் தொடர் கட்டுரைகள் எழுதிவந்தார். ஸ்ப்ராட், கேம்பிரிட்ஜில் உருவான ஒரு கம்யூனிஸ்ட். 1920-களில், துணைக் கண்டத்தில் புரட்சியை ஊக்குவிக்க அவர் கட்சியால் அனுப்பி வைக்கப்பட்டார். நடவடிக்கையில்

ஈடுபட்டிருந்தபோது கண்டுபிடிக்கப்பட்டு, சிறையில் அடைக்கப்பட்டார். சிறையில் அவர் படித்த புத்தகங்களும், பின்னர் ஓர் இந்தியப் பெண்ணை மணந்ததும், அவரை வலதுபக்கம் கொண்டுசென்றது. 1950-ல், Mys India என்ற அமெரிக்கச் சார்புடைய ஆங்கில வார இதழ் ஒன்றை பெங்களூரிலிருந்து நடத்தி வந்தார். அதில், இந்திய அரசின் பொருளாதாரக் கொள்கைகளை மிகக் கடுமையாகத் தாக்கி எழுதி வந்தார். 'தம் மூளையை தைரியமாக, சுதந்தரமாகப் பயன்படுத்தி, வேலை வாய்ப்பை அளித்து, செல்வ வளத்தை உருவாக்கும் தொழில்முனைவோரை இந்திய அரசு குற்றவாளியாகக் கருதுகிறது' என்றார். அரசின் தலைமைத் திட்டமிடுபவரான பி.சி. மஹலனோபிஸைச் சுற்றிலும், மேற்கத்திய இடதுசாரிகளும் சோவியத் கல்வியாளர்களுமே சூழ்ந்துள்ளனர். அனைத்துச் செயல்களிலும் அரசின் கட்டுப்பாடு இருக்கவேண்டும் என்ற அவரது கருத்தை அவர்கள் மேலும் மேலும் உறுதிப்படுத்துகின்றனர். விளைவாக, 'கட்டற்ற தொழில் முயற்சிகள் அழிக்கப்படும். நுகர் பொருள்களுக்குப் பற்றாக்குறை ஏற்படும். பல லட்சக்கணக்கான தொழிலாளர்கள் உடலை வருத்தும் பழைய தொழில் நுட்பங்களிலேயே சிக்கிக்கொள்வார்கள்' என்றார் ஸ்ப்ராட். 'தனியார் துறையை முன்னேற்றப் பாதைக்குக் கொண்டுசெல்லும் உளவியல் மற்றும் பொருளியல்ரீதியிலான சூழலை உருவாக்குவதே' அவர் விரும்பும் திட்டம்.[2]

ஸ்ப்ராட், ஷ்ராஃப் ஆகியோரின் குரல்கள், அரசு நிதியில் இயங்கும் கன ரகத் தொழில்கள் மீதான பெரும்பான்மை ஆதரவில் அப்படியே அமுந்திப் போய்விட்டன. இந்தியாவில், 1950-கள், கட்டற்ற சந்தைப் பொருளா தாரத்துக்கு ஏற்ற நேரமாக இல்லை. ஆனால் அவ்வப்போது, அவர்களுடைய கருத்துகள் புதுப்பிக்கப்பட்டன. 1966-ல் ரூபாயின் மதிப்பு குறைக்கப்பட்ட போது, தொழில்துறையை கட்டற்றதாக்கும் முயற்சிகள் மேற்கொள்ளப் பட்டன. லைசன்ஸ் முறையும் தாராளமயம் ஆக்கப்படும் என நம்பப்பட்டது.[3] எனினும் இந்திரா காந்தி 1969-ல் காங்கிரஸ் கட்சியை உடைத்தபோது, அவருடைய அரசு இடது பக்கம் திரும்பியது. பல புதிய தொழில்கள் தேசிய மயமாக்கப்பட்டன. இறக்குமதியை நிராகரித்து சுயச்சார்பை நோக்கிப் பொருளாதாரம் செலுத்தப்பட்டது. 1970-களின் பிற்பகுதியில் ஜனதா ஆட்சி யில் சோஷலிஸ்டுகள் வெளிப்படையாகவே இந்தியாவின் பொருளாதார சுதந்தரத்தை உறுதி செய்யும் வகையில் அந்நிய நிறுவனங்களான ஐ.பி.எம், கோக கோலா போன்றவற்றை வெளியேற்றினர்.

1980-ல் திருமதி காந்தி மீண்டும் பதவி ஏற்றார். மறு ஆண்டில், டாடா குழுமத் தலைவர் ஒரு முன்னணிப் பத்திரிகைக்குப் பேட்டி அளித்தார். '1950-களின் நடுப்பகுதியிலிருந்து, 1960-களின் நடுப்பகுதி வரை, இந்தியப் பொருளாதாரம் ஆரம்ப காலத்தில் திட்டமிட்டவாறு கலப்புப் பொருளாதாரத்தில் இயங்கியது. தொழில் உற்பத்தி ஆண்டுக்கு 8% என்ற அளவில் வளர்ந்தது. 1960-களின் பிற்பகுதியில், பொருளாதாரத்தைப் போட்டிக்குத் திறந்துவிடும் வாய்ப்பு கிடைத்தது. இது மட்டும் நடைபெற்றிருந்தால் வேலை வாய்ப்பு எல்லாத் துறையிலும் வேகமாகப் பெருகி இருக்கும். பற்றாக்குறை கணிசமாகக்

குறைந்திருக்கும். அரசு வருமானமும் பெருகியிருக்கும். அதனை வளர்ச்சித் திட்டங்களுக்குப் பயன்படுத்தியிருக்கலாம். ஆனால் அரசோ, பிறர் வளர்த்த துறைகளைத் தான் கையகப்படுத்தி, அனைத்தையும் தேசியமயம் ஆக்கி விட்டது' என்றார் ஜே.ஆர்.டி. டாடா.

வரலாற்றிலிருந்து நிகழ்காலத்துக்கு வந்த அந்தத் தொழிலதிபர், அரசை, 'பொருளாதாரத்தைக் கட்டற்றதாக்கி, அதனால் ஏற்படும் மாறுபாட்டை' காணுமாறு வற்புறுத்தினார். தென் கொரியா, ஸ்பெயின், சிங்கப்பூர், தைவான் ஆகியவற்றின் அண்மைக்காலப் பொருளாதார வெற்றிக்குக் காரணம், 'இந்த நாடுகள் பொருளாதார வளர்ச்சிக்கு முக்கியமாகத் தனியார் முயற்சிகளை மட்டுமே நம்பியுள்ளன. அந்த நாடுகளின் அரசுகளும் அவற்றை ஊக்குவித்து, ஆதரவு காட்டிவருகின்றன' என்பதுதான்.[4]

II

1980-களில், இந்திய அரசு, தொழில்துறை மீதான வெறுப்பை ஓரளவு கைவிட்டிருந்தது. தனியார் துறைக்கு அதிகமான ஆதரவு அளிக்கப்பட்டு, முக்கியமான துறைகளில் லைசன்ஸ் முறை ரத்து செய்யப்பட்டது. இவ்வாறு தொழில் துறைக்கு அளிக்கப்பட்ட ஆதரவால், இந்தியத் தொழில்கள் உற்பத்தியைப் பெருக்கி, லாபத்தை அதிகரிக்கச் செய்தன. ஆனால், மேலும் புதிய இந்திய நிறுவனங்கள் அல்லது அந்நிய நிறுவனங்கள் நுழையும் அளவுக்கு இந்தக் கொள்கைகள் இல்லை. இதனால், போட்டிகளை ஊக்கு வித்து நுகர்வோர் வாய்ப்புகளை அதிகப்படுத்துவது நடைபெறவில்லை.[5] மாபெரும் சிக்கல் ஒன்று ஏற்பட்டதால்தான், இந்திய அரசு, பொருளாதாரத்தை முழுமையாக தாராளமயமாக்க முன்வந்தது.

இந்தச் சிக்கல், இந்திய அரசின் அதிகரித்துவரும் வெளிநாட்டுக் கடனோடு தொடர்புடையதாக இருந்தது. இந்தியா, உலக வங்கி போன்ற நிறுவனங் களிடமிருந்து நீண்ட காலமாகக் கடன் பெற்று வந்தது. ராஜிவ் காந்தி ஆட்சிக் காலத்தில், நிதிச் சந்தையிலிருந்து கடன் பெறுவதும் அதிகரித்தது. 1991 கோடையில், கடன், 70 பில்லியன் டாலரைத் தொட்டது. இதில் 30 சதவிகிதம், தனியாருக்குத் தரவேண்டியது. ஒரு சமயத்தில், அந்நியச் செலாவணிக் கையிருப்பு, இரண்டு வார இறக்குமதி அளவுக்குக் கீழே இறங்கி விட்டது.

1991-ல் பி.வி. நரசிம்ம ராவ் பிரதமராக இருந்தார். அமைதியானவர், குறைவாக மதிப்பிடப்பட்டவர். இந்திரா காந்தி மற்றும் அவரது மூத்த மகன் நிழலிலேயே ஒதுங்கியிருந்து பணியாற்றியவர். ராஜிவ் காந்தி மறைவுக்குப் பிறகு உயர் பதவியில் திணிக்கப்பட்ட அவர், முன்னர் அவரிடம் கண்டிராத அளவுக்கு தைரியத்தைக் காட்டத் தொடங்கினார். அரசியல் சார்பற்ற பொருளாதார வல்லுனர் டாக்டர் மன்மோகன் சிங்கைத் தன் நிதியமைச்சராக நியமித்துக்கொண்டார். முன்னதாக சிங், நிதித்துறைச் செயலராகவும் ரிசர்வ் வங்கி கவர்னராகவும் பொறுப்பு வகித்திருந்தார். மேலும் ராவ் அவருக்கு,

விருப்பம் போல் சீர்திருத்தங்களை மேற்கொள்ள முழுச் சுதந்தரமும் அளித்தார்.

அரசுப் பணிக்கு வருவதற்கு முன்பாக, மன்மோகன் சிங், ஆக்ஸ்ஃபோர்ட் பல்கலைக்கழகத்தில் முனைவர்பட்டத்துக்காக எழுதிய ஆய்வுக்கட்டுரையில், இந்தியா மேலும் அதிகமான, வெளிப்படையான வர்த்தக முறையை மேற்கொள்ளவேண்டும் என வற்புறுத்தியிருந்தார். அவருடைய கட்டுரை 1960-களில் எழுதப்பட்டது. 30 ஆண்டுகளுக்குப் பிறகு, தான் எழுதியவற்றை நடைமுறைப்படுத்த அவருக்கு வாய்ப்பு கிடைத்தது.

ரூபாயின் மதிப்பு குறைக்கப்பட்டது. இறக்குமதி கோட்டா நீக்கப்பட்டது. இறக்குமதி வரிகள் குறைக்கப்பட்டன. ஏற்றுமதிகள் ஊக்குவிக்கப்பட்டன. அந்நிய முதலீடுகள் வரவேற்கப்பட்டன. உள்நாட்டுச் சந்தைமீதான கட்டுகளும் அகற்றப்பட்டன. லைசன்ஸ் பர்மிட் கோட்டா ராஜ்ஜியம் பெரும்பாலும் முடிவுக்குக் கொண்டுவரப்பட்டது. பொதுத்துறை நிறுவனங்களின் விரிவாக்கம் ஆதரிக்கப்படவில்லை. முடிவாக அரசின் வீண் செலவுகளைக் குறைப்பதற்கான சீர்திருத்தங்கள் மேற்கொள்ளப்பட்டன. அரசின் நிதிப் பற்றாக்குறை அபாயகரமாக, ஜி.டி.பி.யில் 8 சதவிகிதமாக இருந்தது. அதனைக் குறைக்க முயற்சிகள் மேற்கொள்ளப்பட்டன.[6]

ஜூலை 1991-ல் புதிய தொழில் கொள்கை ஒன்று வகுக்கப்பட்டது. அதன்படி, குறிப்பிட்ட சில துறைகள் தவிர்த்து, மீதி அனைத்துக்கும், முதலீட்டின் அளவைப் பற்றிய கவலை இல்லாமல், லைசன்ஸ் முறை முற்றிலுமாக ஒழிக்கப்பட்டது. நாட்டின் பாதுகாப்பு சார்ந்த தொழில்கள், சுற்றுச்சூழலுக்குக் கேடு விளைவிக்கக்கூடியவை, மனித ஆரோக்கியம் சார்ந்த சிகரெட், சாராய உற்பத்தி முதலிய துறைகள் ஆகியவை மட்டுமே விதிவிலக்கு. இது, நடைமுறையில் மேற்கொள்ளப்பட்டுவந்த கொள்கைக்கு முற்றிலும் மாறானது. அதுவரை பல தொழில்கள், பொதுத்துறைக்கு மட்டும் என்றும், மேலும் பல, சிறுதொழில்களுக்கு மட்டும் என்று ஒதுக்கப்பட்டிருந்தன.[7]

சேவைத் துறையும் தாராளமயமாக்கப்பட்டது. இன்ஷூரன்ஸ், வங்கிகள், தகவல் தொடர்பு, விமானச் சேவை என முன்பு அரசுக் கட்டுப்பாட்டில் இருந்த பல துறைகளிலும் தனியாருக்கு அனுமதி அளிக்கப்பட்டது. சில பொருளாதார அறிஞர்கள், இந்தச் சீர்திருத்தங்கள் போதுமான அளவுக்கு இல்லை என்றே கருதினர். உதாரணமாக, தொழிலாளர் சட்டங்கள் கடுமையாகவே இருந்தன (தொழிலாளர்களை வேலையை வீட்டு நீக்குவது, நிர்வாகிகளால் எளிதில் முடியாததாகவே இருந்தது). தொழில்களை ஆரம்பிப்பது எளிதாக்கப் பட்டாலும், தொழில்களை மூடுவது எளிதாக இல்லை (லாபம் ஈட்டாத தொழில்ளை மூட, தொழில்முனைவோருக்கு அரசின் அனுமதி தேவையாக இருந்தது). நிர்வாகத்தின் எதேச்சாதிகாரம் குறைக்கப்பட்ட போதிலும், முழுவதுமாக நீக்கப்படவில்லை. சீனா, மலேசியா போன்ற நாடுகளில் சில நாட்களிலேயே தொழில் தொடங்க முடிந்தபோது, இந்தியாவில் தொழில் தொடங்க வாரங்கள், மாதங்கள் தேவைப்பட்டன.[8]

எப்படியும் புதிய ஆட்சியில் அறிமுகம் செய்யப்பட்ட மாற்றங்கள், கடந்த காலக் கொள்கைகளிலிருந்து விலகி, வேறுபட்டே இருந்தன. இச்சீர் திருத்தங்கள் மேற்கொள்ளப்படுவதற்கு ஓரிரு ஆண்டுகள் முன்புவரைகூட இதற்கான சாத்தியக் கூறுகள் குறைவு அல்லது இல்லவே இல்லை என்றே கருதப்பட்டது. 1989-ல் வெளியான ஒரு புத்தகத்தில் ஹார்வர்ட் நிர்வாகக் கல்லூரியின் பேராசிரியர் ஒருவர், சில சுயநல சக்திகளான அரசியல்வாதிகள், அதிகார வர்க்கம், உள்ளூர் தொழில்முனைவோர் போன்றோர் நாட்டின் பொருளாதாரத்தைத் தம் கட்டுப்பாட்டுக்குள் வைத்துக்கொண்டு ஆட்டிப் படைப்பதைக் குறிப்பிடுகிறார். இச்சக்திகள் கொண்டிருக்கும் அழிக்கமுடியாத கிடுக்கிப்பிடி காரணமாக, 'நாட்டின் பொருளாதாரக் கொள்கைகளில் அடிப் படைச் சீர்திருத்தங்களைக் கொண்டுவர வாய்ப்புகள் இல்லை' என்று அந்தப் பேராசிரியர் எழுதினார். 'தென் கொரியா போன்ற நாடுகளில் சந்தைகளின் ஒழுங்கும் வெளிநாட்டு மூலதனத்துக்கான வெளிப்படையான வரவேற்பும், பொருளாதார உற்பத்திப் பெருக்கத்துக்கு வழி செய்கின்றன. இந்தியாவில் அரசாங்கம் செயல் இழந்துள்ளது. உள்ளூர் தொழில்முனைவோர்கள் சீர் திருத்தத்துக்கான அவசியம் பற்றிய எண்ணமே இல்லாமல் இருக்கின்றனர். அதற்கான வாய்ப்பு இருண்டே காணப்படுகிறது. தொழில்மயம் ஆகிவிட்ட அந்நாடுகளின் அற்புத வளர்ச்சியும் இந்தியாவை ஏமாற்றிக்கொண்டே வருகிறது.'[9]

III

பல ஆண்டுகளாக இந்தியப் பொருளாதாரம், இந்து வளர்ச்சி விகிதம் என்று கேலியாகக் கூறப்படும் விகிதத்திலேயே வளர்ந்து வந்திருக்கிறது. 1980-களின் தொழில்துறைக்கு ஆதரவான சீர்திருத்தங்களால் வளர்ச்சி விகிதம் அதிகரித்தது. 1990-களின் சந்தை ஆதரவுச் சீர்திருத்தங்கள், இந்த வளர்ச்சியை மேலும் கூட்டின. இந்தியப் பொருளாதாரத்தின் தொடர்ந்த வளர்ச்சி விவரங் கள் அட்டவணை 29.1 ல் அளிக்கப்பட்டுள்ளன.

அட்டவணை 29.1: இந்தியப் பொருளாதாரம், 1972-2002

காலம்	ஜி.டி.பி. வளர்ச்சி சதவிகிதம்	தனிநபர் வருமான வளர்ச்சி சதவிகிதம்
1972-82	3.5	1.2
1982-92	5.2	3.0
1992-2002	6.0	3.9

ஆதாரம்: விஜய் எல். கேல்கர், வளர்ச்சிப் பாதையில் இந்தியா, கே.ஆர். நாராயணன், ஆஸ்திரேலிய தேசியப் பல்கலைக்கழகம், கான்பெரா, 2004 சொற்பொழிவு

இயல்பாகவே, வளர்ச்சி சமமாக இல்லை. பொருளாதாரத்தின் சில பகுதிகள் மற்ற பகுதிகளைவிடச் சிறப்பாக வளர்ந்தன. மிக முக்கியமான விரிவாக்கம்

சேவைத் துறையில் இருந்தது. 1990-களில், அதன் சராசரி வளர்ச்சி விகிதம், ஆண்டுக்கு 8.1 சதவிகிதமாக இருந்தது. இதன் பெரும்பான்மைப் பகுதி கம்ப்யூட்டர் மென்பொருள் துறையில் அமைந்தது. 1990-ல் அதன் வருமானம் வெறும் 197 மில்லியன் டாலராக இருந்தது, 2000-ல், 8,000 மில்லியன் டாலராக உயர்ந்தது. சில ஆண்டுகளில் இந்த வளர்ச்சி 50 சதவிகிதத்துக்கும் அதிகமாக இருந்தது. இந்த வளர்ச்சி பெரும்பாலும் அந்நியச் சந்தையை நோக்கமாகக் கொண்டிருந்தது. 1990-ல் இந்திய மென்பொருள் ஏற்றுமதி, 100 மில்லியன் டாலரிலிருந்து அப்பத்தாண்டு முடிவில், 6,300 மில்லியன் டாலர் அளவுக்கு எகிறிப் பாய்ந்தது.

2000-ல் இந்தியாவில், 3.4 லட்சம் பேர் மென்பொருள் தொழிலில் ஈடுபட்டிருந்தனர். ஒவ்வோர் ஆண்டும் 50,000 புதிய இன்ஜினியரிங் பட்டதாரிகள் சாஃப்ட்வேர் பணியில் சேர்ந்தனர். இவர்களில் சுமார் 20 சதவிகிதம், பெண்கள். புதிய நூற்றாண்டின் தொடக்கத்தில் இத்தொழில் மேலும் வேகமாக வளர்ந்தது. 2004-க்குள் 6 லட்சம் பேரை வேலைக்கு வைத்துக்கொண்டு, 13 பில்லியன் டாலர் அளவுக்குச் ஏற்றுமதி செய்தது.

மென்பொருள் தொழில், பொதுவாக முன்மாதிரிச் சீர்திருத்தமாக இந்தியாவிலும் வெளிநாட்டிலும் ஏற்றுக்கொள்ளப்பட்டுள்ளது. இத்தொழில் பெரும்பாலும் இந்தியாவின் சொந்தத் தொழிலாக உருவானது. இந்தியத் தொழில்முனைவோரால் தொடங்கப்பட்டு, இந்தியப் பல்கலைக்கழகங்களில் பயிற்சி பெற்ற இந்திய இஞ்சினியர்களே இதில் வேலை செய்தனர். ஆயினும் அவர்கள் வெளிநாட்டு வாடிக்கையாளர்களுக்காகவே இந்தப் பணிகளை மேற்கொண்டனர். இதில், ஃபார்ச்சூன் 500 கம்பெனிகள் பலவும் அடங்கும். இதில் சில பணிகள் மிகச் சாதாரணமானவை: கணக்குப் பராமரிப்பு, பணி புரிவோர் ஆவணங்களைப் பராமரித்தல் முதலானவை. சில வேலைகளில் புதுமைகளும் உண்டு; உதாரணமாக, புதிய மென்பொருள்களை உரு வாக்குதல். இவை காப்புரிமை பெறப்பட்டு, பல நாடுகளிலும் விற்கப்படும். (ஃப்லெக்ஸ் என்ற நிதி மென்பொருள் இந்திய நிறுவனத்தால் உருவாக்கப் பட்டு, இப்போது 70-க்கும் மேற்பட்ட நாடுகளில் பயன்படுத்தப்படுகிறது.) ஆரம்ப காலங்களில் இத்தொழிலில் ஆன்சைட் என்ற முறையில், இந்திய மென்பொருளாளர்களை, ஐரோப்பிய அமெரிக்க கம்பெனிகளுக்கு குறுகிய கால விசாவில் அனுப்பிவைக்கும் பாடி ஷாப்பிங் வேலைகளே எடுத்துக் கொள்ளப்பட்டன. எனினும் செயற்கைக்கோள், இணையம் ஆகிய வளர்ச்சிகளுக்குப்பின், மென்பொருள் நிரலிகள், அவுட்சோர்சிங் என்ற முறையில் இந்தியாவில் எழுதப்பட்டு, இணையம் மூலமாக அந்நிய நாடுகளுக்கு அனுப்பிவைக்கப்பட்டன.

மென்பொருள் நிறுவனங்களான இன்ஃபோசிஸ், டி.சி.எஸ், விப்ரோ முதலியவை அனைவருக்கும் தெரிந்த பெயர்கள் ஆகிவிட்டன. இவை அந்நியத் தொழில் வட்டாரங்களிலும் நன்கு அறியப்பட்டு மதிக்கப்படும் பெயர்களாக உள்ளன. இவை நியூ யார்க் பங்குச்சந்தைகளில் பட்டியல்

இடப்பட்டு, உலகின் பல பகுதிகளில் துணை நிறுவனங்களை இயக்கிவருகின்றன. அதே நேரம், இந்தத் தொழிலில் பல சிறு மற்றும் நடுத்தர கம்பெனிகளும் இயங்கிவருகின்றன. இவற்றின் செயல்பாட்டால், கடந்த பத்தாண்டுகளில் பெரும் நிறுவனங்களின் சந்தை விகிதம் கொஞ்சம் கொஞ்சமாகக் குறைந்துவருகிறது.[10]

மென்பொருள் தொழில்கள் ஒரு சில பெரு நகரங்களிலேயே குவிந்துகிடக்கின்றன. தில்லி, சென்னை, ஹைதராபாத், இவை அனைத்தையும்விட, ‘இந்தியாவின் சிலிகான் பள்ளத்தாக்கு’ எனப்படும் பெங்களூர் ஆகியவை குறிப்பிடத்தக்கவை. பெங்களூரில்தான், இந்தியாவின் மிகச் சிறந்த ஆராய்ச்சிப் பல்கலைக்கழகமான, *1909*-ல் நிறுவப்பட்ட, இந்தியன் இன்ஸ்டிட்யூட் ஆஃப் சயன்ஸ் உள்ளது. சுதந்தரத்துக்குப் பிறகு அந்நகரம், இந்தியத் தொழில் துறையில், மிக முக்கியமானதாக ஆகிவிட்டது. அரசின் இயந்திரத் தொழில்நுட்ப ஆலைகளான விமானத் தொழிற்சாலை, தொலைபேசித் தொழிற்சாலை, மின்னணுக் கருவித் தொழிற்சாலைகள் போன்றவை இங்கு செழித்தோங்கி வளர்கின்றன. இந்த வளமான விஞ்ஞானப் பின்னணியுடன், பெங்களூரின் இனிமையான தட்பவெப்ப நிலையையும் பன்மைக் கலாசாரத்தையும் சேர்த்தால், ஏன் பலவகை முதலீடுகளும் இங்கு வந்து குவிகின்றன என்பதைப் புரிந்துகொள்ளலாம். விப்ரோ, இன்ஃபோசிஸ் ஆகியவை தவிர, வேறு பல மென்பொருள் நிறுவனங்களும் பெங்களூரைத் தலைமை இடமாகக் கொண்டுள்ளன.

மென்பொருள் வளர்ச்சிக்கான காரணிகளை, அண்மை, சேய்மை என்று இரு கோணங்களில் பார்க்கவேண்டும். வெற்றிக்குப் பல தந்தையர் உண்டு என்றார் ஜான் எஃப். கென்னடி. இங்கு, நாம் சொல்லப்போகும் அனைத்துக் காரணங்களுக்கும் அடிப்படை உண்டு. *1991*-ன் சீர்திருத்தங்களுக்கு நிச்சயம் மதிப்பு அளிக்க வேண்டும். அப்போதுதான், முதல் முறையாக அயல் நாட்டுச் சந்தைக்கான கதவுகள் திறக்கப்பட்டன. ராஜிவ் காந்தியின் அரசுக்கும் கணிசமான மதிப்பை அளிக்கவேண்டும். அந்த அரசுதான் புதிதாக முக்கியத்துவம் பெற்றிருந்த மின்னணு, தொலைத்தொடர்புத் தொழில்களுக்கு முன்னுரிமை அளிக்க ஆரம்பித்தது. இன்னும் பத்தாண்டு பின்நோக்கிச் சென்று பார்த்தால், ஜனதா அரசு ஐ.பி.எம்மை வெளியேற்றியதால், சொந்த நாட்டின் கணினி வளர்ச்சிக்கு ஊக்கம் ஏற்பட்டது. ஆனால் இம்முன்னேற்றங்களின் முன்னோடியாக ஜவாஹர்லால் நேருவின் ஆட்சியிலேயே ஆரம்பப் பணிகள் தொடங்கிவிட்டன என்று கொள்ளலாம். உயர்ந்த, தரம் வாய்ந்த பொறியியல் கல்வி நிறுவனங்கள் நாடெங்கும் ஆரம்பிக்கப்பட்டன. உயர் கல்வியின் பயிற்றுமொழியாக ஆங்கிலத்தைத் தொடரச் செய்ததும், அதனை வெளிநாட்டுத் தொடர்பு மொழியாகத் தொடர்ந்து மேற்கொண்டதும் முக்கியமான நடவடிக்கைகளாகும். மதிப்புமிக்க தொலைத்தொடர்புத் துறை ஆராய்ச்சியாளர் ஒருவர் கூறியது போல, ‘இந்தியாவின் மிகப் பெரிய வரப்பிரசாதம், அதிகமான, படித்த, ஆங்கிலம் பேசவல்ல, குறைவான கூலிக்கு வேலை செய்யத் தயாராக இருக்கும் மக்கள் சக்தியே ஆகும்.’[11] தாராளச் சந்தைப்

பொருளாதாரத்தின் காரணகர்த்தா, அரசுத்துறையின் பொருளாதார வளர்ச்சிக்காகத் தம்மை அர்ப்பணித்துக்கொண்ட ஒருவர் என்பது ஒரு பெரும் முரண்.

இந்தக் காரணிகளோடு புவியியல் நிகழ்வும் இந்த வளர்ச்சிக்குத் துணை நிற்கிறது. அமெரிக்கா ஒரு புறம் இருக்க, இந்தியா உலகின் மறுபுறத்தில் உள்ளது. இதனால் இந்தியாவில் பகல் பொழுதில் செய்து முடிக்கும் பணிகள் அமெரிக்கர்கள் படுக்கையை விட்டு எழுந்திருக்கும்போது அவர்கள் கைக்குக் கிடைத்து விடுகின்றன.

ஆங்கிலம் நன்கு தெரிந்திருத்தல், மேற்கத்திய நாடுகளின் நேரத்தைவிட 5 அல்லது 10 மணி நேரம் தள்ளி இருக்கும் அதிர்ஷ்ட வாய்ப்பு ஆகியவற்றால், பல விதமான பணிகளை இந்தியாவுக்கு அனுப்பி, குறைந்த செலவில் செய்து முடித்து, திரும்பப் பெற முடிகிறது. அதிக மதிப்பு கொண்ட வேலையாக, அமெரிக்க மருத்துவமனைகளில் பரிசோதனைகள் செய்யப்பட்டு, இந்திய ரேடியாலஜிஸ்ட்களாலும் பாதாலஜிஸ்டுகளாலும் ஆய்வு முடிவுகள் அறியப்பட்டு, அறிக்கைகள் அமெரிக்க மருத்துவமனைகளுக்குத் திரும்ப அனுப்பப்படுகின்றன. குறைந்த மதிப்பு வேலைகளாக, கால் செண்டர்கள் எங்கு பார்த்தாலும் முளைத்துள்ளன. இளம் இந்தியர்கள் இரவு முழுவதும் விழித்திருந்து, மேற்கத்திய கிரெடிட் கார்டுதாரர்களின் அழைப்புகளை ஏற்று, மேற்கத்திய விமானங்களிலும் ரயில்களிலும் இடங்களைப் பதிவு செய்கின்றனர். இந்த மையங்களில் பெரிதும் பணிசெய்பவர்கள் பெண்களே. இந்தப் பெண்கள் இலக்கண சுத்தமாக, எளிதாகப் புரிந்துகொள்ளும் ஆங்கிலத்தில் உரையாடுகின்றனர். அமெரிக்கப் பெண்களைவிடப் பத்தில் ஒரு பங்கு சம்பளத்தில், மேலும் திறமையாகப் பணிபுரிகின்றனர். 2002-ல் இந்தியாவில் 300 கால் செண்டர்களில் 1.1 லட்சம் பேர் பணியில் ஈடுபட்டிருந் தனர். இந்தத் துறை, ஆண்டுக்கு 71 சதவிகிதம் என்ற அளவில் அசுர வளர்ச்சி அடைந்து, 2008 வாக்கில் 20 லட்சம் பேரை வேலைக்கு வைத்திருக்கும்; 25 பில்லியன் டாலர் வருமானம் ஈட்டும்; இந்தியாவின் ஜி.டி.பியில் 3 சதவிகிதம் பங்களிக்கும் என்று மதிப்பிடப்படுகிறது.[12]

மேற்கத்திய நாடுகளிலிருந்து அனுப்பிவைக்கப்படும் வேலைகள் பலவிதமான வடிவங்களை எடுக்கத் தொடங்கியுள்ளன. கேரளத்தின் ஆங்கில ஆசிரியர்கள் இணையம்மூலம் அமெரிக்கக் குழந்தைகளுக்கு இலக்கணமும் கட்டுரையும் கற்பிக்கின்றனர். அமெரிக்க, கனேடிய கத்தோலிக்கப் பாதிரியார்கள் இந்தியப் பாதிரியார்களுக்கு வழிபாட்டு வேண்டுதல்களை அனுப்பிவைக்கிறார்கள். நன்றி அறிவிப்பு வேண்டுதல்களை இந்தியாவில் ரூபாய் 40-க்கு (சுமார் 1 டாலர்) செய்யலாம். இதுவே அமெரிக்க தேவாலயங்களில் ஐந்து மடங்கு கூடுதலாகச் செலவாகும்.[13]

1990-களின் சீர்திருத்தங்கள், வானளாவ இல்லாவிட்டாலும் ஓரளவுக்காவது உற்பத்தித் துறையிலும் சில விளைவுகளை ஏற்படுத்தின. அதிகரிக்கும் போட்டிகளும் அந்நிய நிறுவனங்களின் வருகையும், உற்பத்தியைப் பெருக்கி,

விலையைக் குறைத்ததால், உள்நாட்டு நுகர்வோர் பயன் பெற்றனர். சில இந்தியத் தொழில்கள், வெளிநாட்டுச் சந்தை விரிவால் கிடைத்த வாய்ப்புகளைப் பயன்படுத்திக்கொண்டன. போலோ, டாமி ஹில்ஃபிகர், காப் போன்ற உயர்வகை துணி நிறுவனங்கள் இந்தியாவில் ஆடைகளை உற்பத்தி செய்தன. இந்தியா இப்போது 5 லட்சம் மோட்டார் வாகனங்களையும் அதற்கான உதிரி பாகங்களையும் ஒவ்வோர் ஆண்டும் ஏற்றுமதி செய்கிறது. (இரண்டு அமெரிக்க டிரக்குகளில் ஒன்றின் ஆக்ஸில் இந்திய நிறுவனத்தால் தயார் செய்யப்பட்டது.) வளர்ந்துவரும் மற்றொரு துறை மருந்துத் தயாரிப்பு. 2003-ல் 1,000 மில்லியன் டாலர் மதிப்புக்கு இந்திய மருந்துகள் ஏற்றுமதி ஆகின. இவற்றில், நவீன அல்லோபதி மருந்துகளும் இந்தியாவின் பாரம்பரிய ஆயுர்வேத மருந்துகளும் அடங்கும்.[14]

திறந்த இந்தியப் பொருளாதாரத்தால், அந்நிய நிறுவனங்களுக்கும் இந்தியச் சந்தையைப் பயன்படுத்திக்கொள்ள வாய்ப்பு கிடைத்தது. 1991-க்கும் 2000-க்கும் இடையே, இந்திய அரசு, 10,000-க்கும் அதிகமான அந்நிய முதலீடுகளை அனுமதித்தது. அவை அனைத்தும் செயல்படுத்தப் பட்டிருந்தால் 20 பில்லியன் டாலர் முதலீடு வந்திருக்கும். அவை தொலைத்தொடர்பு முதல் ரசாயனம் வரை, உணவு பதப்படுத்துதல் முதல் காகிதப் பொருள்கள் வரை இருந்தன. நிறைவு பெற்ற திட்டங்களில் மிக முக்கியமானவை, நுகர்பொருள் துறையில் இருந்தன: ஃபோர்டு, ஹோண்டா கார்கள், சாம்சங் டிவிகள், நோக்கியா ஃபோன்கள், பெப்ஸி, கோக கோலா பானங்கள் ஆகியவை. அவற்றின் விளம்பரங்களும் விற்பனைக் கூடங்களும் இந்தியாவின் அனைத்துப் பெரு நகரங்களிலும் உள்ளன. சற்றுக் குறைவான அளவில் காணக்கூடியவை ஃபிலிப்ஸ், மைக்ரோசாஃப்ட், ஜெனரல் எலெக்ட்ரிக் ஆகியவை. இவை இந்தியாவில் ஆய்வுக்கூடங்களை நிறுவியுள்ளன. அவற்றில் உள்நாட்டுப் பொறியாளர்களும் வெளிநாடுகளில் பணியாற்றி வந்திருக்கும் இந்தியப் பொறியாளர்களும் வேலை செய்கின்றனர். அவர்கள் உலகச் சந்தைக்கு ஏற்ற வகையில் படு நவீனத் தொழில் நுட்பங்களை உருவாக்குகிறார்கள்.[15]

1990-களில் இந்தியப் பொருளாதாரத்தில் அந்நிய வர்த்தகத்தின் முக்கியத்துவம் அதிகரித்துக்கொண்டே வந்துள்ளது. ஏற்றுமதி, ஜி.டி.பியில் 4.9 சதவிகிதம் என்பதிலிருந்து 8.5 சதவிகிதம் என்று உயர்ந்துள்ளது. இறக்குமதி, ஜி.டி.பியில் 7.9 சதவிகிதம் என்பதிலிருந்து 11.6 சதவிகிதத்துக்கு உயர்ந்துள்ளது. எனினும் ஒட்டுமொத்தத்தில் இந்தியா, மூடிய பொருளாதாரமாகவே இருக்கிறது. 1980-ல், உலக வர்த்தகத்தில் இந்தியாவின் பங்கு 0.57 சதவிகிதமாக இருந்தது. 20 ஆண்டுகளுக்குப் பிறகு இது, 0.71 சதவிகிதமாக மட்டுமே உயர்ந்துள்ளது.[16]

IV

அண்மைக்காலப் பொருளாதார வரலாற்றில் அதிகம் வெளியில் தெரியாத ஒன்று, தொழில்முனைவோர் வர்க்கத்தில் இருக்கும் சமூகத்தினர் பற்றிய

தகவல். ஒரு காலத்தில் இந்தியாவின் மிகப் பெரும் முதலாளி வர்க்கம், தொழில் சமூகத்திலிருந்தே வந்தது: மார்வாடிகள், ஜெயின்கள், பனியாக்கள், செட்டியார்கள், பார்சிகள். ஆனாலும் கடந்த முப்பது ஆண்டுகளில் விவசாயச் சாதிகளும் தொழில்துறையில் நுழைய ஆரம்பித்தனர். சமீபகாலத்தில் வெற்றிகரமாக இயங்கும் தொழில்முனைவோர் சிலர், கடந்த காலத்தில் நிலத்தில் உழைத்துவந்த சாதியினரான மராத்தியர்கள், வேளாளர்கள், ரெட்டியார்கள், நாடார்கள், ஈழவர்கள். இன்ஃபோசிஸ் போன்ற வெற்றிகரமான மென்பொருள் நிறுவனங்கள் பிராமணர்களால் ஆரம்பிக்கப் பட்டன. அந்தச் சாதியினர் பாரம்பரியமாக, கல்வி, அரசு வேலை ஆகிய வற்றிலேயே ஈடுபட்டனர். தொழில்துறையை கேவலமாகவே பார்த்தனர். சில முஸ்லிம் தொழில்முனைவோரும் வெற்றி அடைந்துள்ளனர். உதாரணம், மென்பொருள் தொழிலில் மாபெரும் நிறுவனமான விப்ரோவை உருவாக்கியுள்ள அஸீம் ப்ரேம்ஜி.[17]

இதற்கிடையே, பொருளாதார வளர்ச்சி, இந்திய நடுத்தர வர்க்கத்தின் அளவையும் செல்வாக்கையும் அதிகரித்தது. இந்த வர்க்கத்தின் எழுச்சி, இந்தியாவின் வர்க்க அமைப்பைப் பெரிதும் மாற்றியுள்ளது; ஒரு சிறு மேட்டுக்குடி வர்க்கம், ஒரு பெரும் வறுமைக் கூட்டம் என்று இருந்த நிலை மாறி, இன்று இடைப்பட்ட வர்க்கம் பெரிதாக ஆகியுள்ளது என்கிறார் அரசியல் விஞ்ஞானி இ. ஸ்ரீதரன். இந்த இடை வர்க்கம் எவ்வளவு பெரிது என்பது வரையறைகளைப் பொருத்தது. ஆண்டு வருமானம் (1998-99 விலைவாசிப்படி) 70,000 ரூபாய்க்கும் அதிகம் என்று வரையறை செய்தால், மிக விரிவாக, மத்திய வர்க்கத்தினர், 25 கோடி பேர் இருப்பார்கள். ஆண்டுக்கு 1,40,000 ரூபாய்க்குக் கீழ் வருமானம் பெறுபவர்களை விலக்கிவிட்டுப் பார்த்தால், மிகக் குறுகிய அளவாக, 5.5 கோடி பேர் மட்டுமே இருப்பார்கள்.[18]

இந்தப் புதிய நடுத்தர வர்க்கத்தினரே, இந்தியச் சந்தைக்கு அண்மைக் காலத்தில் வந்துள்ள புதிய உற்பத்திப் பொருள்களுக்கும் சேவைகளுக்கும் இலக்கு. தற்போது, இந்தியாவில், கேபிள் தொலைக்காட்சிக்கு 5 கோடிக்கு மேல் சந்தாதாரர்கள் இருக்கிறார்கள். 10 கோடி பேர் மொபைல் செல்பேசிகளைப் பயன்படுத்துகின்றனர். இந்தப் பயன்பாடுகளின் விரிவு மேலும் வேகமாகப் பரவி வருகிறது. இதேபோலத்தான், நுகர்வோர் பொருளாதாரத்தில் மிக முக்கியமாண பங்கு வகிக்கும் மோட்டார் வாகனங்களும். உதாரணமாக பெங்களூரில், 20 லட்சம் வாகனங்களுக்கும் மேலாக சாலைகளில் செல் கின்றன. மாதம்தோறும் 20,000 புதிய வாகனங்கள் புழக்கத்துக்கு வருகின்றன.

சுதந்தரம் பெற்ற ஆரம்ப வருடங்களில் காந்திய சிக்கனம் இந்திய நடுத்தர மக்களைக் கட்டுக்குள் வைத்திருந்தது. ஏழை நாட்டில் ஒருவர் அதிமாகச் சொத்து வைத்திருப்பது ஏற்கப்படவில்லை. அப்படியே இருந்தாலும், அதை ஆடம்பரமாக வெளியே காட்டுவது ஏற்கப்படவில்லை. இன்பத்தை நாடுபவர்களுக்கும்கூட வாய்ப்புகள் இருக்கவில்லை. 1990-களில் பொருளாதாரம் திறக்கப்பட்டவுடன், நுகர்தலைக் குற்றமாகக் கருதுவது நின்று

போனது. சிகரெட்டோ, கார்களோ, விஸ்கியோ, குளிர்கண்ணாடிகளோ, முன்பு இந்தியாவில் கிடைக்காத அந்நியப் பொருள்கள் எல்லாம் எப்போது இந்தியச் சந்தையை மொய்க்க ஆரம்பித்தன. வர்த்தகத் தொலைக்காட்சிகள், இப்பொருள்களைக் கவர்ச்சிகரமான விளம்பரங்களாகக் காட்டுகின்றன. வங்கிகள், கிரெடிட் கார்டு கம்பெனிகள் ஆகியவை ஓடிவந்து, இவற்றை மக்கள் வாங்குவதற்கும் நுகர்வதற்கும் உதவி செய்கின்றன.[19] இந்த நுகர்வு, பெரு நகரங்களின் பண்பாக இருந்தாலும், இது அந்நகரங்களோடு நின்று விடுவதில்லை. சமீபத்தில், கேரள கிராமப்புறங்களில் நடந்த ஆய்வில், தாராள மயமான உலகில் நுகர்வோர் எப்படி கவனமாக, ஒரு கண்ணை தங்கள் பணத்தின்மீதும் மறு கண்ணை தங்கள் அண்டைவீட்டார்மீதும் செலுத்தி நடந்துகொள்கின்றனர் என்பது தெரியவந்துள்ளது. கேரளாவில், கிராமங்கள் நகரங்களுடன் இடைவெளியின்றி இணைந்துள்ளன; பல கேரளத்தினர் வளைகுடா நாடுகளில் வேலை செய்து சம்பாதித்த பணத்தில் எளிதாக மத்திய வர்க்கத்துக்குள் நுழைந்துள்ளனர்.

இந்தப் புதிய நுகர்வோரிடையே நாகரிகப் பழக்கங்களும் விருப்பு வெறுப்பு களும் படிநிலையில் காணப்படுகின்றன. பிராண்ட் பெயர்கள், வேறுபடுத்தும் அடையாளங்கள் ஆகின்றன. கெல்ட்ரான் (அரசு நிறுவனம்) தொலைக் காட்சிப் பெட்டி, ஒனிடாவை (இந்தியத் தயாரிப்பு) விடக் குறைந்த மதிப்புடையதாகிறது. அதுவோ, லைசென்ஸ் பெறப்பட்டு இந்தியாவில் தயாரிக்கப்படும் சோனியை விடக் குறைந்த மதிப்பு உடையதாகிறது. வெளிநாட்டில் தயாரிக்கப்பட்டு, இந்தியாவுக்கு இறக்குமதி செய்யப்படும் பொருளுக்கு மிக உயர்ந்த மதிப்பு தரப்படுகிறது. சில சமயங்களில் நுகர்பொரு ளின் பெருமையை வெளியே காட்டிக்கொள்வதற்காக, அந்தப் பொருள்கள் மீதுள்ள லேபிள்களை மக்கள் அப்படியே விட்டுவைக்கிறார்கள்.[20]

டெலிவிஷனைப் போலவே முகத்துக்குப் பூசும் கிரீம் முதல் கார்கள்வரை அனைத்துப் பொருள்களிலும் ஏகப்பட்ட தேர்வுகள் உள்ளன. ஒரு காலத்தில் இந்தியாவில் கிடைத்த கார்கள், 1950 மாடல் மாரீஸ், 1960 மாடல் ஃபியட் ஆகியவை மட்டுமே. இப்போது ஒருவரிடம் பணம் இருந்தால், லேட்டஸ்ட் மாடல் மெர்சிடிஸ் பென்ஸை வாங்க முடியும். ஒரு காலத்தில், நடுத்தர வர்க்க இந்தியர்கள் எதிர்காலத்துக்காகச் சேமிப்பதில் நாட்டம் கொண்டிருந்தனர். ஆனால் இப்போது அவர்கள் நிகழ்காலத்தையே நோக்குகின்றனர். 20 ஆண்டுகளுக்குமுன் விரல் விட்டு எண்ணக்கூடிய சில இந்தியர்களே கடன் அட்டைகள் வைத்திருந்தனர். இப்போது 2 கோடி பேர் அதை வைத்துள்ளனர். ஒரு காலத்தில் இது ஆபத்தைத் தவிர்க்கும் கலாசாரமாக இருந்தது. ஆனால் இப்போது பல லட்சம் இந்தியர்கள் ரியல் எஸ்டேட்டிலும் பங்குச் சந்தையிலும் முதலீடு செய்கின்றனர்.

உற்பத்தியிலும் நுகர்விலுமான இத்தகைய மாறுதல்கள் நகர்ப்புறங்களில் பெரும் மாற்றங்களை உண்டாக்கியுள்ளன. எளிய சராசரி வீடுகளுக்கு பதில், வசதியான அடுக்கு மாடிக் குடியிருப்புகள் தோன்றியுள்ளன. ஒற்றை மாடி

அலுவலகங்களுக்கு பதில், கண்ணாடியாலும் கான்க்ரீட்டாலும் ஆன மாபெரும் கட்டடங்கள் வந்துவிட்டன. இன்னமும் பழைய கடைவீதிகளில் தாற்காலிகக் கடைகள், பானைகளையும் தட்டுகளையும் உள்ளூர்க் காய் கறிகளையும் பழங்களையும் விற்கின்றன. ஆனால் இவற்றுடன், பெரிய மால் களில் ஒரே கூரையின்கீழ் லீவை, எஸ்டீ லாடர், சோனி, பாஸ்கின் ராபின்ஸ் போன்ற பன்னாட்டு நிறுவன பிராண்ட் பொருள்களும் விற்கப்படுகின்றன.

V

அண்மைக்காலப் பொருளாதார வளர்ச்சியின் இரண்டாவது விளைவு, அரசின் அதிகாரப்பூர்வ வறுமைக் கோட்டு வரம்புக்குக் கீழே உள்ள இந்தியர்களின் சதவிகிதத்தின் வீழ்ச்சி. இந்தியாவில் எத்தனை ஏழைகள் இருக்கிறார்கள் என்பது தொடர்பாக அறிஞர்களிடையே கடும் விவாதங்கள் நடந்து வருகின்றன. சில புள்ளிவிவரவியல் வல்லுனர்கள், வெறும் 15 சதவிகித இந்தியர்களே வறுமைக் கோட்டுக்குக் கீழே இருப்பதாக முடிவு செய்துள் ளனர். ஆனால் வேறு சிலரின் மதிப்பீட்டின்படி இது 35 சதவிகிதமாக உள்ளது.

இந்திய அரசின் மதிப்பீடு இரு முனைகளுக்கும் இடையே 26 சதவிகிதத்தில் உள்ளது. சரியான எண்ணிக்கை பற்றி விவாதங்கள் இருந்தாலும், அனைவரும் வறுமையின் அளவு, 1990-களில் குறைந்திருப்பதை ஒப்புக்கொள்கிறார்கள். அந்தப் பத்தாண்டின் தொடக்கத்தில் 40 சதவிகிதத்தினர் ஏழைகளாக இருந்தனர். ஆனால் முடிவின்போது, 10 சதவிகிதத்துக்குமேல் வறுமை குறைந்திருந்தது.[21]

இருந்தும், இப்போதும் இந்தியாவில் அதிக எண்ணிக்கையிலான ஏழைகள் இருக்கவே செய்கிறார்கள். அரசின் கணக்கை ஏற்றால் இது 30 கோடி மக்கள் என்றாகும். இதில் பலர் நகரவாசிகள். பளபளக்கும் மால்கள், ஆடம்பர அலுவலகங்கள் ஆகியவற்றைத் தாண்டினால், அழுக்கேறிய குப்பங்கள் இருக்கும். இதில்தான் பெரும்பாலான மக்கள் வசிக்கிறார்கள். இங்கு வசிப்பவர்கள்தான் நடுத்தர வர்க்கத்தினருக்கான வேலைகளைச் செய்கின்ற னர். ஆனால் அப்பிரிவினரோடு என்றும் சேர முடியாது. ‘அவர்கள் பத்திரிகை விற்கிறார்கள்; அவற்றைப் படிக்கப் போவதில்லை. துணிகள் தைக்கிறார்கள்; அவற்றை ஒருபோதும் அணியப் போவதில்லை. கார்களைத் துடைக் கிறார்கள்; ஒருபோதும் அவற்றைப் பயன்படுத்த உரிமை பெறப் போவ தில்லை. வீடு கட்டுகிறார்கள்; அவற்றில் வசிக்கப் போவதில்லை.’[22] மேலும் பல குடிசைவாசிகள், குறைந்த கூலிக்கு, நெடு நேரம், உடல் நலத்துக்குக் கேடு விளைவிக்கக்கூடிய வேலைகளைச் செய்வார்கள். உலோகத் தகடுகளை வெட்டுவார்கள், ரசாயனப் பொருள்களைப் பிரித்தெடுப்பார்கள். அவர்கள் அமைப்பு சாராத் தொழிலாளர்கள். முன்னறிவிப்பு ஏதும் இன்றி, வேலை நீக்கம் செய்யப்படுவர். அவர்களுக்குக் காப்பீடோ, ஓய்வூதியப் பயன்களோ கிடையாது.[23]

ஆனால், இந்தியாவின் பெரும்பான்மை ஏழைகள் கிராமங்களில்தான் வசிக்கிறார்கள். ஏனெனில் தாராளமயமாக்கலின் பயன்கள் இன்னும் கிராமங்களைச் சென்றடையவில்லை. 1990-களில் விவசாய வளர்ச்சி மிகக் குறைவாகவே இருந்தது. பயிர்களை விரிவுபடுத்த சில முயற்சிகள் மேற் கொள்ளப்பட்டன. வீட்டு உபயோகத்துக்குக் காய் கனிகளும், ஏற்றுமதிக்குப் பூக்களும் உற்பத்தி செய்யப்பட்டன. எனினும், உள்கட்டமைப்பு போதா மையால், இதன் வெற்றியின் அளவு குறைவாகவே இருந்தது. தானியங் களைப் பதப்படுத்த அல்லது பாதுகாத்து வைக்க, போதிய மின் வசதி இல்லை. அவற்றைச் சந்தைக்கு எடுத்துச் செல்ல சாலை வசதிகள் போத வில்லை.[24]

அடிப்படை ஆதாரமான உணவுப்பொருள் விஷயத்திலும் இருக்கவேண்டிய அளவுக்கு உற்சாகமூட்டும் சூழ்நிலை இல்லை. நாடு முழுவதுமாகப் பார்க்கும்போது உணவுப் பொருள் உற்பத்தி, சிறிது உபரியாகவே இருந்தது. அரசாங்கக் கிடங்குகளில் சில கோடி டன் உபரிக் கையிருப்பு இருந்தது. எனினும் விநியோக வசதிகள் மிக மோசமாகவே இருந்தன. பற்றாக்குறை காலத்தில், உணவுப் பொருள் தேவை இருந்த இடங்களுக்கு அவை வேகமாக எடுத்துச் செல்லப்படவில்லை. பொது விநியோக முறை, கிராமப்புறங்களை விட நகர்ப்புறங்களிலும், வசதி குறைவான மாநிலங்களைவிட, வளமான மாநிலங்களிலுமே நன்றாக இருந்தது. மேலும், ஊழல் தலைவிரித்தாடியது. ஒரு கணிப்பின்படி, பொது விநியோக முறையில் அனுப்பப்படும் உணவுப் பொருள்களில் 20 சதவிகிதம் மட்டுமே உண்மையான பயனாளிகளைச் சென்றடைந்தது. மீதமுள்ள பொருள்கள் கள்ளச்சந்தையில் விற்பனை ஆயின. பசியும் சத்துணவுக் குறைவும் நாட்டின் பல பகுதிகளில் பரவலாக இருந்தன. மழை தவறியபோது பட்டினிச் சாவுகளும் ஏற்பட்டன.[25]

நாடு முழுதும், மக்களின் உயிருக்கும் வாழ்க்கைக்கும் நீரே ஆதாரமாக உள்ளது. சுதந்தரம் அடைந்து 60 ஆண்டுகளுக்குப் பிறகும், 40 சதவிகித விளைநிலம் மட்டுமே பாசன வசதி பெற்றிருந்தது. பெரும்பான்மை விவசாயிகள் மழையின் நிச்சயமற்ற நிலையை எதிர்கொள்ள வேண்டி யிருந்தது. மறுபக்கம், நகரப் பகுதிகளுக்கு ஆண்டுமுழுதும் தண்ணீர் அளிக்க முன்னேற்பாடுகள் செய்யப்பட்டன. தில்லி, 200 மைலுக்கு அப்பால் இருக்கும் தேரி அணையிலிருந்து நீர் பெறுகிறது. பெங்களூர், 100 மைலுக்கு அப்பால் இருக்கும் காவிரி நீரைப் பெறுகிறது. பணம் படைத்தவர்களும் அதிகாரம் படைத்தவர்களும் வாழும் இடம் என்பதால், நகரங்கள், குறைந்த விலையில் அதிக உரிமையோடு நீரைப் பெறுகின்றன. பற்றாக்குறையும் பாரபட்சம் காட்டப்படுதலும் சேர்ந்து முரட்டுச் செயல்களில் முடிகின்றன. 1993-ல் தமிழ்நாட்டில் பயணம் செய்த பத்திரிகையாளர் பி. சாயிநாத், நள்ளிரவில் உழவர்கள் ரயிலை நிறுத்தி, கிடைக்கும் நீர் அனைத்தையும் எடுத்துக்கொள்வதைப் பார்த்தார். பத்து ஆண்டுகளுக்குப் பிறகு வடக்கு ராஜஸ்தானில் வறட்சி ஏற்பட்டபோது பிகானேர் இடையர்கள், தங்கள் கால்நடைகளை மரணத்திலிருந்து காப்பாற்ற, தண்ணீரை விலை கொடுத்து

வாங்க நேரிட்டது. அவர்கள் கொடுத்த விலை, தில்லி நுகர்வோர் நீருக்குக் கொடுத்த விலையைவிட 166 மடங்கு ஆகும்.[26]

20-ம் நூற்றாண்டின் கடைசி ஆண்டில் முதன்முறையாக விவசாயிகள் தற்கொலை விவரம் வெளி உலகுக்குத் தெரிய வந்தது. இது துயரம் தரத்தக்க நிகழ்வாக இருந்தது. பசியும் வறுமையும் பல நூற்றாண்டுகளாக துணைக் கண்டத்தில் இருந்துவருவதுதான். ஆனால் இதற்குமுன் கிராமவாசிகள் யாரும் தங்கள் உயிரைப் போக்கிக்கொள்ளும் அளவுக்குச் சென்றதில்லை. தற்கொலை என்பது, நவீன கால நகர வாழ்க்கையிலிருந்து அந்நியப்படுத்தப் பட்டு அடையாளம் அற்று வாழ்வதன் விளைவு என்கிறார் பிரெஞ்சு சமூகவியல் அறிஞர் எமில் தர்கைம். 19 நூற்றாண்டின் பிற்பகுதியில், பிரான்சில், குடும்பப் பாதுகாப்பிலிருந்தும் கிராம சமுதாயத்திலிருந்தும் வெளியேறி, நகரங்களுக்கு புலம் பெயர்ந்தவர்கள் இடையே இது அதிகமாகக் காணப்பட்டது. இது 20-ம் நூற்றாண்டின் பிற்பகுதியில் பெங்களூரின் கம்ப்யூட்டர் மென்பொருள் பணியாளர்களிடமும் காணப்பட்டது. மிக நீண்ட நேரப் பணி, உடன் பணியாற்றுபவர்களின் வேகமான வளர்ச்சி ஆகியவற்றால் அழுத்தத்துக்கு உள்ளாகி, இவர்கள் தற்கொலைக்குத் தூண்டப்பட்டனர்.

இந்திய மானுடவியல் அறிஞர்கள், தனித்து வாழ்ந்த மலைவாழ் மக்கள் கூட்டத்தில் மிக அதிகமான விகிதத்தில் தற்கொலைகள் நிகழ்வதாகக் கண்டனர்.[27] ஆனால் இப்போது, நன்கு வாழ்க்கையை அமைத்துக்கொண்ட விவசாய மக்களிடையே நிகழும் தற்கொலைகள் சற்றும் எதிர்பாராதவை. 1995-க்கும் 2005-க்கும் இடையே ராஜஸ்தானிலிருந்து ஆந்திரப் பிரதேசம் வரை, குறைந்தது 10,000 விவசாயிகள் தற்கொலை செய்துகொண்டுள்ளனர். சாதாரணமாக, குடும்பத்தின் ஆண் தலைவர் மட்டுமே, பூச்சிக்கொல்லி மருந்தைச் சாப்பிட்டு, தற்கொலை செய்துகொள்வார். சில சமயம், தூக்கு மாட்டிக்கொள்வது, மின்சாரம் செலுத்திக்கொள்வது என்றும் தற்கொலை நிகழும். பெரும்பாலும், இந்த முடிவை எடுக்கக் காரணம், வங்கிகளுக்கோ, கூட்டுறவுச் சங்கங்களுக்கோ, தனியாருக்கோ அவர்கள் தரவேண்டிய கடனை நீண்ட காலமாகத் திரும்ப அளிக்கமுடியாமல் போவதே. ஆனால், கடன் வாங்குவது என்பது கிராம வாழ்க்கையில் எப்போதும் நடைபெற்று வந்ததுதான். அப்படியானால் இப்போது ஏன் இந்தத் தற்கொலைகள் அதிகமாக நிகழ்கின்றன? இது தொடர்பாக விவரமான ஆய்வுகள் ஏதும் முறையாக மேற்கொள்ளப்படவில்லை. ஆனால் சில கருத்துகளை முன்வைக்கலாம். தர்கைமின் கருத்துகளின்படிப் பார்த்தால், தற்கால இந்தியாவில் ஏற்பட்டு வரும் வேகமான சமூக மாற்றம் இந்தத் தற்கொலைகளுக்குக் காரணமாகலாம் என்று தோன்றுகிறது.

தொலைக்காட்சி மூலம் கிராமங்களுக்குக் கொண்டுசெல்லப்படும் புதிய நுகர்வோர் சமுதாயத்தின் படிமங்கள், தோல்வியைவிட வெற்றிக்கு அதிக மதிப்பைத் தருகின்றன. பயிர்கள் விளையாவிட்டாலோ, உறுதி கூறப்பட்ட அளவுக்கு புது வகைப் பயிர்கள் விளைச்சல் தராவிட்டாலோ, முன்பு இருந்த

நிலையான, குற்றம் சாட்டாத சமுதாயத்தைவிட இப்போது இருக்கும் சமுதாயத்தில் தனிப்பட்ட அவமான உணர்வு அதிகமாகிவிடுகிறது.[28]

VI

இந்தியாவின் தொடர்ந்த வறுமைக்குக் காரணம், கல்வி, உடல் நலம் ஆகிய சேவைகளை மக்களுக்கு அளிப்பதில் அரசின் மோசமான செயல்பாடே. 1991-ல், சீர்திருத்தங்கள் ஆரம்பம் ஆனபோது, 39 சதவிகிதப் பெண்களும் 64 சதவிகித ஆண்களும் மட்டுமே எழுதப் படிக்கத் தெரிந்தவர்கள். இந்தியா, மேற்கின் வளர்ந்த நாடுகளை மட்டும் பின்தங்கவில்லை; ஆசியாவின் அண்டை நாடுகளையும் பின்தங்கியிருந்தது. இலங்கையில் 89 சதவிகிதப் பெண்களும், 94 சதவிகித ஆண்களும் எழுதப் படிக்கத் தெரிந்திருந்தனர். சீனாவில் 75 சதவிகிதப் பெண்களும் 96 சதவிகித ஆண்களும் எழுதப் படிக்கத் தெரிந்திருந்தனர்.

இந்தியாவின் பெரும்பான்மையான குடிமக்களுக்கு கல்வி அறிவு அளிக்க இயலாமை (அல்லது விருப்பமின்மை) சுதந்தர இந்தியாவின் மாபெரும் தோல்வி என்றே கருதப்படுகிறது.[29] ஆனால், 1990-களில் இந்தியா அனைவருக்கும் கல்வி தர, பல திட்டங்களை ஆரம்பித்தது. முதலாவது, மாவட்ட ஆரம்பக் கல்வித் திட்டம். மகளிர் கல்வியில், தேசியச் சராசரியை விடக் குறைவாக இருந்த 250 மாவட்டங்கள், இந்தத் திட்டத்தின்கீழ் தேர்ந்தெடுக்கப்பட்டன. சில காலத்துக்குப்பின், 'சர்வ சிக்ஷா அபியான்' (அனைவருக்கும் கல்வி) என்ற மாற்றுத்திட்டம் கொண்டுவரப்பட்டது. தொடக்கக் கல்விக்கு, அரசாங்கத்தின் நிதி ஒதுக்கீடு அதிகரிக்கப்பட்டது. வெளிநாட்டு நன்கொடையாளர்களிடமிருந்தும் நிதி உதவி வர ஆரம்பித்தது.

உச்ச நீதிமன்றம், சமைத்த மதிய உணவைப் பள்ளிகளில் வழங்க அனைத்து மாநில அரசுகளையும் வற்புறுத்தியது. தொடக்கக் கல்விக்காகப் பள்ளியில் சேர்ந்த பலர் உயர்நிலைக் கல்விக்குச் செல்லும் முன்னரே பள்ளிகளிலிருந்து நின்றுவிடுதல் நடைபெற்று வந்தது. இவ்வாறு நிற்போர் பலரும் பெண்களே. இவர்கள் தங்கள் வீடுகளில் சமைப்பது, சுத்தம் செய்வது, சுள்ளி விறகு பொறுக்குவது போன்ற செயல்களில் ஈடுபடுத்தப்பட்டனர். மதிய உணவு முதலில் அறிமுகம் செய்யப்பட்ட தமிழ்நாட்டில் பள்ளியின் சேர்க்கை அதிகரித்தது. இது நாடு எங்கிலும் அறிமுகம் செய்யப்பட்டால், மாணவர் சேர்க்கை அதிகமாவதோடு, மாணவர்கள் பள்ளியில் தொடர்ந்து படிக்க அனுமதிக்கப்படுவர் என்றும் நம்பப்பட்டது.[30]

அரசு சாரா அமைப்புகள் பலவும் 1990-களில் கல்விக் களத்தில் இறங்கின. ஓர் அரசு சாரா அமைப்பு, ஆந்திரப் பிரதேசத்தின் ஏழைமை நிறைந்த 400 கிராமங்களில் உள்ள ஒவ்வொரு குழந்தையையும் பள்ளியில் சேர்த்தது. அந்த அமைப்பு, காலம் தாழ்த்திப் பள்ளியில் சேரும் மாணவர்களுக்கு (பெரும்பாலும் பெண்கள்) ஒரு குறுகிய காலப் பயிற்சித் திட்டத்தை அறிமுகம்

செய்தது. ஆறு மாத தீவிரப் பயிற்சிக்குப் பின், மாணவர்கள் முறையான கல்வித் திட்டத்தில் சேர்க்கப்பட்டனர். மற்றொரு அரசு சாரா அமைப்பு, இந்தியாவின் மிகப் பெரும் நகரான மும்பையின் குடிசைவாசிகள் இடையே ஒரு திட்டத்தை அறிமுகப்படுத்தியது. 3,000 பால்வாடிகள் உருவாக்கப்பட்டு, அதில் 3 முதல் 5 வயதுக் குழந்தைகளுக்கு எழுதவும் படிக்கவும் கற்பிக்கப்பட்டது. மிக நெருக்கமாக மக்கள் வசிக்கும் இந்தப் பகுதிகளில் எல்லாவிதமான இடங்களும் பயன்படுத்தப் பட்டன. கோவில்கள், பள்ளி வராந்தாக்கள், பொதுப் பூங்காக்கள், ஏன், அரசியல் கட்சிகளின் அலுவலகங்கள்கூடப் பயன்படுத்தப்பட்டன. இச்சிறுவர்கள் பால்வாடிகளிலிருந்து நேரடியாக நகராட்சிப் பள்ளிகளுக்கு அனுப்பப்பட்டனர். 1998 வாக்கில் 55,000 சிறுவர்கள் இம்முறையைக் கடந்திருந்தனர். அப்போது, இதே முறை, வடக்கு மற்றும் மேற்கு இந்தியாவில் பரவ ஆரம்பித்திருந்தது.[31]

ஒவ்வொரு மாநிலத்திலும் கல்வியை நடைமுறைப்படுத்துவதில் நிறைய வேறுபாடுகள் இருந்தன. பிகார், உத்தரப் பிரதேச மாநிலங்களில் பள்ளிகள் மோசமாக நடத்தப்பட்டன. கரும்பலகைகளோ, நாற்காலிகளோ, பெண்களுக் குக் கழிப்பிட வசதிகளோ கிடையாது. ஆசிரியர்களிடம் அர்ப்பணிப்பு உணர்வு இல்லை. பள்ளிக்கு வராமல் இருப்போர் விகிதமும் அதிகம். பெற்றோர்கள் நிலையும் கவலைக்குரியதாகவே இருந்தது. சிறப்பாகச் செயல்பட்ட மாவட்டங்களில் தெற்கே கேரளாவும் தமிழ்நாடும், வடக்கே இமாசலப் பிரதேசமும் குறிப்பிடத்தகுந்தவை. இதில், இமாசலப் பிரதேசத்தில், கல்வி முன்னேற்றம் வேகமாகவும் எதிர்பாராத அளவிலும் அமைந்தது. இங்கு வசிக்கும் ராஜபுத்திர சாதியினர் வழிவழியாகப் பெண்களை வீட்டுக்குள்ளேயே வைத்துவந்தனர். அது ஒரு மலைப் பிரதேசமும்கூட. சிற்றூர்கள் பரவலாகச் சிதறிக்கிடந்தன. பள்ளிகளுக்கு இடம் அமைவதும் அங்கு மாணவர்கள் செல்வதும் கடினம். இந்த இயற்கை, கலாசார இடர்பாடுகளை மாநில நிர்வாகம் வெற்றி கண்டது. இந்த நிர்வாகத்துக்குத் திறம்படத் தலைமை ஏற்றவர் முதல்வர் டாக்டர் ஒய்.எஸ். பர்மார். 1960-ல், பஞ்சாபிலிருந்து இமாசலப் பிரதேசம் பிரிக்கப்பட்டபிறகு பர்மார், ஆரம்பக் கல்வியை அரசாங்கத்தின் முதுகெலும்புக் கொள்கையாகக் கொண்டார். ஆரம்பக் கல்விக்கான அரசின் நிதி ஒதுக்கீடு தேசியச் சராசரியைவிட இரண்டு மடங்காக ஆக்கப்பட்டது. ஆசிரியர் மாணவர் விகிதம் மற்ற மாநிலங்களைவிட அதிகமாக அமைந்தது. தங்கள் குழந்தைகளைப் பள்ளிக்கு அனுப்புவதன் நன்மைகளைப் பெற்றோர்களும் எளிதில் புரிந்துகொண்டனர். சம்பந்தப்பட்ட குடும்பங்களும் நிர்வாகமும் பள்ளிகள் நன்றாகப் பராமரிக்கப்படுவதைப் பார்த்துக்கொண்டனர். ஆசிரியர்களுக்கு முறையாக ஊக்கம் அளிக்கப்பட்டது. விளைவுகளும் குறிப்பிடத்தகுந்தவையாக இருந்தன. 1961-ல், இந்த மலை மாவட்டங்களில், 11 சதவிகிதப் பெண்களே படித்தவர்களாக இருந்தனர். 1998-ல், இது 98 சதவிகிதத்துக்குக் தாவிக் குதித்தது.[32]

வேறு எந்த மாநிலமும் இமாசலப் பிரதேச அளவுக்கு வெற்றி பெறா விட்டாலும், கல்வித் துறை ஒரு காலத்தில் இருந்ததுபோல் தூங்கிக்

கொண்டிருக்கவில்லை என்பதைப் புள்ளிவிவரங்கள் காட்டுகின்றன. 1990-களின் இறுதியில் தேசிய பெண்கள் எழுத்தறிவு சதவிகிதம் 39-லிருந்து 54-க்கும், ஆண்களின் சதவிகிதம் 64-லிருந்து 76-க்கும் உயர்ந்தது. இம்மாறுதல்களின் பின்னணியில் மக்களின் மனப் போக்கில் ஏற்பட்ட மாறுதலும் பெருமளவுக்கு இருந்தது. ஒரு காலத்தில் பெற்றோர்கள் தங்கள் குழந்தைகளைப் பள்ளிக்கு அனுப்புவதை விட வேலைக்கு அனுப்புவதையே விரும்பினர். இப்போது அவர்கள் தம் குழந்தைகள் நல்ல நிலைக்குச் செல்வதை விரும்புகிறார்கள். நல்ல படிப்புடன் சிறிதளவு அதிர்ஷ்டமும் முயற்சியும் துணை செய்தால், கீழான உடல் உழைப்பு சார்ந்த வேலைக்கு பதில், நவீனப் பொருளாதாரத்தில் மூளை தொடர்பான தொழில் ஒன்றை மாற்றாகப் பெற விரும்புகிறார்கள். கல்வியாளர் விமலா ராமச்சந்திரன் 2004-ல் இவ்வாறு எழுதினார்: ‘கல்விக்கான கிராக்கி முன் எப்போதும் இருந்ததைவிட இன்று அதிகம். கடந்த பத்தாண்டுகளில் மேற்கொள்ளப்பட்ட ஆய்வுகளில், அனைத்து மக்கள் பிரிவிலும் கல்விக்கு மகத்தான கிராக்கி இருக்கிறது என்பதற்கான அபரிமிதமான சாட்சிகள் உள்ளன. எங்கெல்லாம் நன்கு இயங்கும், செல்வதற்கு எளிதாக இருக்கும் பள்ளிகள் அரசால் இயக்கப்படு கின்றனவோ, அங்கெல்லாம் மாணவர் சேர்க்கை அதிகமாக உள்ளது.’[33]

கல்வி வளர்ச்சி நம்பிக்கை ஊட்டுவதாக இருந்தாலும், சுகாதாரத் துறையின் செயல்பாடு அப்படி இருக்கவில்லை. மத்திய, மாநில அரசுகள் நடத்திவந்த மருத்துவமனைகள் மோசமாகவே இருந்தன. அங்கு, கூட்டம் அதிகம், ஊழல் மிகுதி. அடிப்படை வசதிகளோ, தேர்ச்சி பெற்ற மருத்துவர்களோ இல்லை. அரசியல்வாதிகள் அக்கறை காட்டவில்லை. சுகாதாரத்துக்கான நிதி ஒதுக்கீடு குறைந்துகொண்டே வந்தது. 1990-ல் ஜி.டி.பியில் 1.3 சதவிகிதமாக இருந்தது, 1999-ல் 0.9 சதவிகிதத்துக்குக் குறைந்தது. அதே நேரம், தனியார் சுகாதாரச் சேவையில் மகத்தான முன்னேற்றம் காணப்பட்டது. 2002-ல் சுகாதாரச் செலவினங்களில் தனியார் பங்கு 80 சதவிகிதமாக இருந்தது. எனினும் இச்சேவை நடுத்தர வர்க்கத்தினருக்கே கிடைத்தது. சில பகுதிகளில், அக்கறையுள்ள அரசு சாரா அமைப்புகளால் ஏழை மக்களுக்குச் சேவை கிடைத்தது. ஆனால் பெரும்பாலும் அவர்கள் தாங்கள் அறிந்த மருத்துவ ஊழியர்களிடமோ, கிராமங்களில் போலி மருத்துவர்களிடமோதான் நோய் குணம் பெறச் செல்லவேண்டியிருந்தது.

சில புள்ளி விவரங்கள் இங்கு பொருத்தமாக இருக்கலாம். 2001-ல் சராசரி வாழ்நாள், 64 ஆண்டுகள் மட்டுமே. பல மாநிலங்களில் சிசு மரண விகிதம் அதிகமாக இருந்தது. உதாரணமாக மேகாலயாவில் இது ஆயிரத்துக்கு 89 என்று இருந்தது. உலகத் தொழுநோயாளிகளில் 60% இந்தியர்கள் (சுமார் 5 லட்சம்); 1.5 கோடி இந்தியர்கள் காசநோயால் பாதிக்கப்பட்டனர். இந்த எண்ணிக்கையில் ஒவ்வோர் ஆண்டும் மேலும் 20 லட்சம் பேர் சேர்ந்தனர். இந்தப் பழைய வியாதிகளோடு புதிய நோயான எய்ட்ஸூம் சேர்ந்து கொண்டது. 2004-ல் இந்தியாவில் 50 லட்சம் பேர் எச்.ஐ.வி பாஸிடிவாக இருந்தனர்.[34]

பொதுமக்கள் மனத்தில், எய்ட்ஸ் வைரஸால் பாதிக்கப்பட்டவர்கள் ஆப்பிரிக்க கண்டத்தில்தான் அதிகம் இருக்கிறார்கள் என்ற ஒரு கருத்து நிலவியது. 2005 ஆகஸ்ட், ஃபினான்சியல் டைம்ஸ் பத்திரிகையின் வார இதழின் முதன்மைக் கட்டுரையை எழுதிய ஒரு பிரிட்டிஷ் பத்திரிகையாளர், அந்தக் கருத்து தவறானது என்றும், உலகின் ஆறு பேரில் ஒருவர் வசிக்கும் இந்தியாவில் தான் எய்ட்ஸுக்கு எதிரான உலகப் போராட்டம் வெற்றி பெறுவதோ, தோல்வி அடைவதோ நிகழும் என்றும் எழுதினார். ஏற்கெனவே பல தொற்று நோய் பரவல்கள் இந்தியாவில் நிகழ்கின்றன. எய்ட்ஸ் அதிகரித்தால், இந்தக் கொள்ளை நோய்களின் தொற்றுதல் பயங்கர வேகமாக விரிவடையும். அது நிகழ்ந்தால், உலகப் பொருளாதார வல்லரசுகளுடன் இந்தியா சேர்வதற்கான வாய்ப்பு பறிபோய்விடும். அதிகரிக்கும் எச்.ஐ.வி/எய்ட்ஸ் என்பது பொருளாதாரத்தைப் பாதிப்பது மட்டுமல்ல. தேசியப் பாதுகாப்புப் பிரச்னையும்கூட. ஏனெனில், சிவிலியன் மக்களைவிட ராணுவத்தினருக்கே எச்.ஐ.வி தொற்று பரவ ஐந்து மடங்கு வாய்ப்புகள் அதிகம். கட்டுரையின் இறுதிப் பத்தி இப்படிச் சென்றது:

> ஆபத்தான நிதி நிலை, சுகாதாரக் கட்டமைப்புகள் போதாமை ஆகிய காரணங்களால், ஆப்பிரிக்காவின் சில பகுதிகளில் இருக்கும் கடுமையான எய்ட்ஸ் பாதிப்பைப் போன்ற ஒரு பரவல் துணைக்கண்டம் முழுதும் ஏற்பட்டால், இந்தியாவால் அதனை எதிர்கொள்ள முடியாது. எய்ட்ஸுக்கு எதிரான போராட்டத்தில் இந்தியா ஒரு திருப்புமுனையில் உள்ளது. அது தற்போது எடுக்கப்போகும் பாதை, தீர்மானமானது; தனக்காக மட்டுமல்ல, உலகின் எதிர்காலத்துக்காகவும்தான்.[35]

மேற்கத்தியப் பத்திரிக்கையாளர்கள் நெடுநாளாகச் சித்திரித்து வரும் அழிவுக் காட்சிகளில் இதுவும் ஒன்று என்று இதனை ஒதுக்கித் தள்ள ஒருவர் நினைக்கலாம். ஆனால் இம்முறை இது, இந்தியாவை அழிக்கும் பஞ்சமோ, கலவரமோ, அரசியல் படுகொலையோ அல்ல. மாறாக ஒரு கொலைகார வைரஸ். ஆனால், நாட்டில் ஒரு சுகாதாரக் கேடு அபாயம் நிலவுகிறது. இது எய்ட்ஸோடு மட்டும் நின்றுவிடுவதல்ல. எதிர்மறைச் சிந்தனையாளர் அல்லாத இந்தியப் பத்திரிகையாளர் ஒருவரின் கூற்றுப்படி, 'பொதுச் சுகாதாரம் பற்றிச் சிந்திப்பதை இந்தியா நிறுத்திவிட்டது. அதற்கான மிகப் பெரும் விலையையும் கொடுத்துள்ளது.'[36]

VII

பொருளாதாரம் தாராளமயமாக்கப்பட்டதால் பல லட்சக் கணக்கான மக்களின் வாழ்க்கை மேம்பாடடைந்தது. பல லட்சம் பேர் வாழ்க்கை தீண்டப்படவே இல்லை. ஆனால், சந்தைப் பொருளாதாரம் தாராளமயமாக்கப்பட்டதால் பல இந்தியர்களுடைய வாழ்க்கை வருத்தமுறும்வகையில் பாதிக்கவும் பட்டது.

தாராளமயமாக்கப்பட்ட பொருளாதாரத்தால் பெரிதும் பாதிக்கப்பட்டவர்கள்

ஒரிஸாவின் பழங்குடியினர் எனலாம். ஒரிஸாவின் கடற்கரைப் பகுதி சாதி இந்துக்களாலும், மலைத் தொடர்கள் நிலவும் உள்பகுதி பல்வேறு பழங்குடி இனத்தவராலும் நிரம்பியுள்ளது. ஒரிஸா மாநிலத்தில் இந்துக்கள் பெரும்பான்மையினராக உள்ளதால், அரசியல், நிர்வாக அதிகாரங்களைக் கைக்குள் வைத்துள்ளனர். 1999-ல், பிகாரைவிட ஏழை மாநிலம் என்ற நிலையை ஒரிஸா அடைந்தது. ஒரிஸாவிலும்கூடப் பழங்குடிகளே மிகவும் ஏழைகள், பாதிக்கப்படக்கூடியவர்கள். நில உடைமையிலோ, வருமானத்திலோ, சுகாதார வசதியிலோ, படிப்பறிவிலோ மாநிலத்திலேயே மிகவும் பின்தங்கியவர்கள். அவர்கள் விவசாயத்துக்குப் பருவ மழையையும் காடுகளையுமே நம்பி வாழ வேண்டியுள்ளது. காடுகள் அழிக்கப்பட்டு, மழை சில சமயம் பொய்க்கும்போது அவர்கள் வறுமையில் ஆழப் புதைகின்றனர். பட்டினிச் சாவுகள் இதனைக் காட்டுகின்றன.[37]

இந்தப் பகுதியின் செல்வம் நிலத்துக்கு அடியில் உள்ளது. நாட்டின் 70 சதவிகித பாக்சைட் படிவங்களும் கணிசமான அளவு இரும்புத் தாதுவும் ஒரிஸாவில் உள்ளன. இந்தக் கனிமப் பொருள்கள் பழங்குடியினர் பகுதிகளான ராய்கடா, கோராப்புட் மாவட்டங்களில் குவிந்துள்ளன. முன்னாள்களில் இத்தாதுகள் பொதுத்துறை நிறுவனங்களால் பயன்படுத்தப்பட்டு வந்தன. ஆனால் கடந்த சில ஆண்டுகளில், இந்திய, அந்நிய தனியார் நிறுவனங்கள் இந்தத் துறையில் புகுந்துள்ளன. மாநில அரசு, அந்நிறுவனங்களுக்கு, தாதுகளைத் தோண்டி எடுக்க, கவர்ச்சிகரமான விலையில் நிலங்களைக் குத்தகை அளித்துள்ளது.[38]

கனடா, நார்வே நாட்டு நிறுவனங்கள், ஆதித்ய பிர்லா குழுமம் ஆகியோரைப் பங்குதாரர்களாகக் கொண்ட உத்கல் அலுமினா என்ற அமைப்பு 1992-ல் மிகப் பெரும் திட்டம் ஒன்றை முன்வைத்தது. இந்தத் திட்டம், ராய்கடா மாவட்டத்தின் காஷிப்பூர் பகுதியின் பாஃப்லிமலி குன்றுகளைக் குறிவைத்தது. அங்கு 20 கோடி டன் பாக்சைட் தாது இருப்பதாகக் கணக்கிடப்பட்டது. இதை வெட்டி எடுத்து, புதிதாகக் கட்டப்படும் சுத்திகரிப்பு ஆலைக்கு அனுப்பி, அங்கு தூய்மை செய்யப்பட்ட பொருளை வெளிநாடுகளுக்கு ஏற்றுமதி செய்வதுதான் திட்டம்.

இதற்குத் தேவைப்படும் நிலத்தின் சில பகுதிகள் அரசுக்குச் சொந்தமானவை. ஆனால் சுமார் 3,000 ஏக்கர் நிலப்பரப்பு பழங்குடியினரால் விவசாயம் செய்யப் பட்டு வந்த நிலம். இந்தப் பழங்குடியினர், அரசின் திட்டத்தால் தங்களுக்கு எந்தப் பயனும் இல்லை என்று நினைத்தனர். நிலம் அவர்கள் கையை விட்டுப் போய்விடும். பதிலுக்கு அவர்களுக்கு ஒன்றும் கிடைக்காது. 1993-ல் பழங் குடிகளின் குழு ஒன்று மாநில முதல்வரைச் சந்தித்து, குத்தகை ஒப்பந்தத்தை ரத்து செய்யக் கோரியது. வேண்டுகோள் மறுக்கப்பட்டது. மாறாக நிலத்தைக் கையகப்படுத்துமுன் ஆய்வு செய்ய குழு ஒன்று அனுப்பப்பட்டது. அடுத்த சில ஆண்டுகளில், இந்தத் திட்டத்தைத் தடுத்து நிறுத்த பழங்குடிகள் பலவகையான முயற்சிகளை மேற்கொண்டனர். உத்கல் அலுமினாவின்

ஊழியர்கள் கிராமங்களுக்குள் நுழைய முடியாதபடி தடுக்கப்பட்டனர். சாலைகளில் தடைகள் அமைக்கப்பட்டன. சுரங்கத் தொழில், சுற்றுச் சூழலுக்கு எவ்விதக் கேடுகளை விளைவிக்கும் என்பதை வற்புறுத்த பேரணிகள் நடத்தப் பட்டன. புலம் பெயரும் பழங்குடிகள் மறுவாழ்வுக்கு மாதிரி இல்லங்கள் கட்டப்பட்டபோது, பழங்குடியினர் அவற்றை இடித்துத் தள்ளினர்.[39]

மறுபக்கம் நிர்வாகம், திட்டத்தை நிறைவேற்றுவதில் உறுதியாக இருந்தது. அரசின் கருவூலத்துக்கு அது வருமானம் அளிப்பதோடு அரசியல் கட்சிக்கும் அரசியல்வாதிகளுக்கும் ஆதாயம் அளிப்பதாகவும் பார்க்கப்பட்டது. 1999 மார்ச்சில் சமூக விஞ்ஞானிகள் குழு ஒன்று தில்லியிலிருந்து ராய்கடாவுக்குப் பயணம் செய்தது. அக்குழு வெளியிட்ட அறிக்கை, நிலம் கையகப்படுத்தல் தொடர்பான உள்ளூர் பழங்குடியினரின் அதிருப்தியைச் சமாதானம் செய்யா விட்டால், அது நக்ஸலைட் கிளர்ச்சியாக வெடிக்கும் என்று எச்சரிக்கை செய்தது.[40] ஒன்றரை வருடத்துக்குப்பின் பிரபல சுற்றுச் சூழல் பத்திரிகை யாளர் டாரில் டி மாண்ட் மும்பையிலிருந்து நேராகக் கள ஆய்வு செய்ய வந்தார். தங்கள் எதிர்ப்பில் பழங்குடியினர் பிடிவாதமாக இருந்ததை அவர் கண்டார். அச்சுரங்கங்கள், பாஃப்லிமலி பீடபூமியின் தாவர, உயிரின வாழ்க்கையை அழித்துவிடும் என்று அவர்கள் அவரிடம் கூறினர். அப்பிராந்தியத்துக்குள் வரும் எல்லா வாகனங்களையும் தடுக்கப் போவதாக ஒரு பழங்குடித் தலைவர் கூறினார். 'எந்த விளைவுக்கும் நாங்கள் தயார். நெருப்பு வேள்வியில் ஒவ்வொருவரும் தீக்கிரையாகத் தயாராக இருக்கி றோம்' என்று எச்சரித்தார். அரசாங்கமும் திட்டத்தை நிறைவேற்றுவதில் பிடிவாதமாக இருப்பதை டி மாண்ட் கண்டார். 'கடந்த 5 ஆண்டுகளாக, மாவட்ட நிர்வாகம், காவல்துறை, அரசியல்வாதிகள் ஆகியோர், தனியார் நிறுவனத்தின் முன்னணிக் காவல் படையாகச் செயல்படுவதாகத் தெரிந்தது.'[41]

இரு மாதங்களுக்குப் பிறகு நெருப்பு கொழுந்துவிட்டு எரிந்தது. அதில் பழங்குடிகளே பலியாயினர். 15 டிசம்பர் 2000 அன்று ஆளும் பிஜு ஜனதா தளக் கட்சி, திட்டத்துக்கு ஆதரவு திரட்ட, கூட்டம் ஒன்றைக் கூட்டியது. கோபமுற்ற கிராமவாசிகள் கூட்டம் நடத்த அவர்களை அனுமதிக்கவில்லை. மூன்று காவலர் குழுக்கள், எதிர்ப்பாளர்களைக் கலைக்க அங்கு வந்தது. அவர்களைப் பெண்கள் குழு ஒன்று தடுத்து நிறுத்தியது. பெண்களை போலீஸ் லத்தியால் அடிக்கவே அவர்களுக்கு உதவியாக ஆண்கள் வந்து சேர்ந்தனர். ஒரு கட்டத்தில் போலீஸ் துப்பாக்கிச் சூடு நடத்தியது. மூன்று பழங்குடியினர் மரணமடைந்தனர்.[42]

காஷிப்பூர் துப்பாக்கிச் சூடு மாநில அரசை எந்த வகையிலும் தடுத்து நிறுத்த வில்லை. உலக நாடுகளில் அவற்றுக்கு இருக்கும் கிராக்கியை மனத்தில் கொண்டு, மாநில அரசு, இந்திய மற்றும் அந்நிய நிறுவனங்களுடன், 300 கோடி டன் இரும்புத் தாது, 150 கோடி டன் பாக்சைட் தாது ஆகியவற்றை அடுத்த 25 ஆண்டுகளில் வெட்டியெடுக்க ஒப்பந்தங்கள் செய்துகொண்டது. சுற்றுச் சூழல், சமூக விளைவுகள் ஆகியவை பற்றி அரசு சிந்திக்கவே

இல்லை.⁴³ இந்தத் திட்டங்கள் உருப்பெற ஆரம்பித்ததும், இவையும் பொது மக்களின் எதிர்ப்பைச் சந்தித்தன. சீனச் சந்தைக்கு ஏற்றுமதி செய்ய இரும்புத் தாதுவைப் பதப்படுத்த டாடா ஸ்டீல் நிறுவனம் தொழிற்சாலை அமைக்க, அரசு சந்தை விலையைவிடக் குறைவான விலைக்கு கலிங்க நகரில் இடத்தைக் கையகப்படுத்தத் தலைப்பட்டது. உள்ளூர் கிராம வாசிகளின் எதிர்ப்பு புறக்கணிக்கப்பட்டது. நிலம் கைமாறியது. கட்டடப் பணி தொடங்கியது. 2006 தொடக்கத்தில் பழங்குடியினர் குழு ஒன்று எல்லைச் சுவரை இடித்துத் தள்ளியது. அது போலீசைத் துப்பாக்கிச் சூடு மேற்கொள்ளச் செய்தது. சம்பவத்தில் 12 பேர் மடிந்தனர். பழங்குடியினர் அந்த உடல்களைச் சாலையில் கிடத்தி ஒரு வாரம் போக்குவரத்துக்கு இடையூறு விளைவித்தனர். அவர்களுக்கு முதலில் ஆதரவு தெரிவித்தவர்கள் மாவோயிஸ்ட் தீவிரவாதிகளே.⁴⁴

VIII

தாராளப் பொருளாதாரத்தின் சாதகமான முகமாக பெங்களூரைக் காண விழைவது இயல்பே. வெளிநாட்டுச் சந்தைகள் திறக்கப்பட்டதால், அங்கு நுட்பம் சார்ந்த வேலைகள் அதிகமாகி, அபரிமிதமான செல்வம் பெரும்பான்மையான மக்களிடையே பரவியது. அதேபோல, பழங்குடிகளின் ஒரிஸாவில் தாராளமயப் பொருளாதாரத்தின் கோர முகத்தை ஒருவர் காணலாம். சுரங்கத் தொழிலில் கிடைக்கும் வருமானம் சுரங்கத்தில் வேலை செய் வோருக்கும், அவர்களுடன் கூட்டாக இருக்கும் அரசியல்வாதிகளுக்கும் போய்ச் சேரும். எந்த கிராமவாசிகளின் நிலங்களுக்கு அடியில் பாக்சைட் சுரங்கங்கள் செல்கின்றனவோ, அவர்களே இதனால் நஷ்டம் அடையப் போகிறவர்கள். அவர்கள், வீடுகளையும் சொத்துகளையும் இழப்பதோடு, திறந்த வெளிச் சுரங்கங்களால் சிதையப்போகும் இயற்கைச் சூழலையும் எதிர்கொள்ள வேண்டியிருக்கும்.

1991-க்கு முன்பாகவும் இந்தியாவில் கடுமையான ஏற்றத்தாழ்வுகள் இருந்தன. சில பகுதிகளும் சில சமூகப் பிரிவினரும் மற்றவர்களைவிட அதிகப் பணம் படைத்திருந்தனர். ஆனால் சந்தைப் பொருளாதாரச் சீர்திருத் தங்கள் இந்த ஏற்றத்தாழ்வுகளை அதிகமாக்கின. மிக ஏழை மாநிலங்களாக இருந்தவை கடந்த பத்தாண்டுகளில் மெதுவாக வளர்ச்சியடைந்தன. ஏற்கெனவே வசதியாக இருந்த மாநிலங்கள் படுவேகமாக வளர்ந்தன. 1990- களில் பிகார் ஆண்டுக்கு 2.69 சதவிகித வளர்ச்சியை அடைந்தது; உத்தரப் பிரதேசம் 3.58 சதவிகிதம், ஒரிஸா 3.25 சதவிகிதம். மாறாக, குஜராத் 9.57 சதவிகிதமும், மகாராஷ்டிரம் 8.01 சதவிகிதமும், தமிழ்நாடு 6.22 சதவிகிதமும் வளர்ச்சி அடைந்தன. பொதுவாக, சிறப்பான வளர்ச்சி பெற்ற மாநிலங்கள், நாட்டின் தெற்கிலும் மேற்கிலும் இருந்தன. சொற்பமான அளவில் வளர்ச்சி பெற்றவை, வடக்கிலும் கிழக்கிலும் இருந்தன. மிக அடிமட்டத்தில் இருந்தவை மிக அதிக மக்கள் தொகையை உடைய பிகாரும் உத்தரப்

பிரதேசமும் ஆகும். 1993-ல், இந்த இரு மாநிலங்களும் இந்திய ஏழைகளில் 41.7 சதவிகிதத்தினரையும், 2000-ல் 42.5 சதவிகிதத்தினரையும் கொண்டிருந்தன.[45]

இந்தப் பொருளாதாரச் சாதனை, முக்கியமாக மனித வளத்தையும் கட்டமைப்பு வசதிகளையும் நம்பியிருந்தது என்று தோன்றுகிறது. நல்ல பள்ளிகளும் மருத்துவமனைகளும் கொண்ட மாநிலங்களில்தான் ஆரோக்கியமான மனித வளம் இருந்தது. இதே மாநிலங்களில்தான் சீரான சாலைகள், சிறந்த மின் வசதி, குறைவான ஊழல் கொண்ட நிர்வாகம் ஆகியவையும் இருந்தன.[46] இயல்பாகவே, இத்தகைய இடங்களுக்கே, முதலீடுகளும் கிடைத்தன. சீர்திருத்தங்களுக்கு முந்தைய காலகட்டத்தில் மத்திய அரசு, பின்தங்கிய பகுதிகளிலேயே தொழில்களைத் தொடங்க விரும்பியது. ஆனால் தனியார் முதலீட்டாளர்களுக்கு அப்படி எந்தக் கட்டுப்பாடும் இல்லை. அவர்கள் தங்கள் முதலீட்டுக்கு ஏற்ற பயன் கிடைக்கும் இடங்களையே தேர்ந்தெடுத்தனர். இவை தெற்கு, மேற்கு மாநிலங்களாக இருந்தன. அதனால் அவை பெரும் வளர்ச்சியும் பெற்றன.

இருந்தும், வளமான மாநிலங்களில்கூட மக்கள் அனைவரும் பயன்பெற்றதாகக் கூற முடியாது. கர்நாடக, ஆந்திரப் பிரதேச மாநிலங்களின் தலைநகர்கள் பெங்களூரும் ஹைதராபாத்தும் மென்பொருள் தொழிலில் முதன்மை வகித்தன. ஆனால் அம்மாநிலங்களின் உள்பகுதிகள் மிகவும் பின்தங்கியிருந்தன. 1994-க்கும் 2000-க்கும் இடையே தனிநபர் நுகர்வோர் செலவு கிராமப்புற கர்நாடகத்தில் ஆண்டுக்கு 9.5 சதவிகிதம் உயர்ந்தது. ஆனால் கர்நாடக நகர்ப்புறங்களில், ஆண்டுக்கு 26.5 சதவிகிதம் என்ற அளவில் உயர்ந்திருந்தது. ஆந்திரப் பிரதேசத்தில் இதற்கு இணையான வளர்ச்சி, 2.8 சதவிகிதம், 18.5 சதவிகிதம் என்று இருந்தது. இந்தியா முழுமைக்கும் எடுத்துக்கொண்டால், கிராமப்புறங்களில் 8.7 சதவிகிதமும் நகர்ப்புறங்களில் 16.6 சதவிகிதமும் வளர்ச்சி இருந்தது.[47]

பொருளாதார அறிஞர் டி.என். சீனிவாசன், இந்த வேறுபாடுகள் பற்றிக் கூறும்போது,

> இந்தியாவில் ஒருவர் ஏழையாக இருந்தால்... அவர் கிராமப் பகுதிகளில் வசிப்பவராக இருப்பார். அட்டவணை சாதி அல்லது பழங்குடியினராக, அல்லது பிறபடுத்தப்பட்டவராக இருப்பார். அவருக்குச் சரியான சத்துணவு கிடைக்காது; நோயாளியாக, மோசமான உடல் நிலை கொண்டவராக இருப்பார். எழுத்தறிவு அற்றவராக, அல்லது குறைந்த கல்வி உடையவராக இருப்பார். குறைந்த திறன் கொண்டவராக இருப்பதால், பெரும்பாலும் பிகார், மத்தியப் பிரதேசம், ராஜஸ்தான், உத்தரப் பிரதேசம், ஒரிஸா போன்ற மாநிலங்களைச் சேர்ந்தவராக இருப்பார்.[48]

இந்த ஏற்றத்தாழ்வுகளின் விளைவாக, வளம் குன்றிய பகுதிகளிலிருந்து வசதியான செல்வம் கொழித்த பகுதிகளை நோக்கி மக்கள் புலம்பெயரத் தொடங்கினர். முன்பு, பெரும்பான்மை இந்தியர்கள் பிறந்த இடத்துக்கு

அருகிலேயே, வளர்ந்து, வாழ்ந்து, இறந்தனர். இப்போது வாழ்க்கையைத் தேடி நீண்ட தூரம் செல்கின்றனர். ஒரிஸாவின் தொழிலாளர்கள் 1,000 மைல் தாண்டி கர்நாடக மாநிலத்தின் கூர்க் மாவட்டத்தில் காப்பித் தோட்டங்களில் வேலை செய்ய வருகின்றனர். பஞ்சாப், ஹரியானா மாநிலங்களில் கோதுமை அறுவடைக்கு பிகார், ஜார்க்கண்ட் மாநிலங்களிலிருந்து கூலியாட்கள் கொண்டுவரப் படுகிறார்கள். நகரங்களிலும் புலம்பெயர்தல் நடைபெறுகிறது.

தில்லியில் குழாய் வேலை செய்பவர்கள் ஒரிஸாவிலிருந்து வருகிறார்கள். மும்பையில் டாக்சி டிரைவர்கள் உத்தரப் பிரதேசத்திலிருந்து வருகிறார்கள். வெளி மாநிலங்களுக்கு வரும் தொழிலாளர்கள் அனைவரும் நுட்பத் திறன் குறைந்தவர்கள் அல்லர். பயிற்சி பெற்ற மருத்துவர்களும் பொறியாளர்களும் பிகாரிலிருந்து வெளி மாநிலங்களில் வேலை தேடுகிறார்கள்.[49]

தற்கால இந்தியாவில் பொருளாதார வளர்ச்சியில், பிராந்திய ரீதியாகவும் வகுப்பு ரீதியாகவும் நிறைய வேறுபாடுகள் காணப்படுகின்றன. நோபல் பரிசு பெற்ற பொருளாதார அறிஞர் அமார்த்தியா சென், இந்த வேறுபாடுகள் தீவிரமடைந்து இந்தியாவின் ஒரு பகுதி கலிபோர்னியாவைப் போலவும் மறு பகுதி சஹாரா ஆப்பிரிக்கா போலவும் ஆகிவிடும் என்று கவலைப் படுகிறார்.[50] ஏற்கெனவே, வளத்துடன் திண்டாட்டமும், தொழில்நுட்பத்துடன் மனித சீரழிவும் இணைந்து காணப்படுகின்றன. வாழ்க்கையின் இந்த முரண்கள், பிரதமருக்கும் ஒரிஸாவின் கிராமவாசிகள் சிலருக்கும் இடையே செப்டெம்பர் 2001-ல் நடந்த ஓர் உரையாடலில் வெளிப்படுகின்றன. பயிர்கள் பொய்த்ததால், மாங்கொட்டைகளைத் தின்று உயிரிழந்த காசிப்பூர் பழங்குடிகளின் உறவினர்களுடன், அடல் பிகாரி வாஜ்பாயி, தன் புது தில்லி வீட்டிலிருந்து செயற்கைக் கோள் மூலம் தொடர்புகொண்டு, ‘இன்றைய உலகில் மக்கள் விஷ உணவை உண்டு மடிவது துரதிஷ்டவசமானது’ என்றார். அவரால் மக்களோடு வீடியோஃபோன் மூலம் பேசமுடிந்தது. ஆனால் அவர்கள் வயிறார உண்ண, உணவை அளிக்க முடியவில்லை.[51]

IX

1950-களில் மேற்கொள்ளப்பட்ட பொருளாதாரக் கொள்கைகள், பல அறிஞர்கள் கூடிக் கலந்து, விவாதித்து, ஒருமனதாக ஏற்றுக்கொள்ளப்பட்ட பின் நடைமுறைக்கு வந்தவை. அப்போதும் விமர்சகர்கள் இருந்தார்கள். ஆனால், அவர்கள் எண்ணிக்கையில் குறைவானவர்கள். செல்வாக்கு அற்றவர்கள். மாறாக, 1990-கள் முதல் மேற்கொள்ளப்பட்ட கொள்கைகளுக்கு அரசியலுக்கு உள்ளிருந்தும் வெளியே இருந்தும் கடுமையான விமர்சனங்கள் எழுந்தன.

அண்மைக்கால இந்தியாவில், பொருளாதார விவாதம், இரு வேறு பிரிவுகளைச் சேர்ந்த அறிஞர்கள் இடையே நடக்கிறது. எழுத்தாளர் டி.என்.

நைனன், அவர்களைச் சீர்திருத்தவாதிகள் என்றும் வெகுஜனவாதிகள் என்றும் அழைக்கிறார்.[52] சீர்திருத்தவாதிகள் சந்தைச் சக்திகளின் கட்டுகளைத் தளர்த்தவும், மானியங்களை நிறுத்தவும், கட்டுப்படுத்தும் தொழிலாளர் சட்டங்களை அகற்றவும், முழுமையான நாணய மாற்றை அறிமுகப்படுத்த வும், மொத்தத்தில் பொருளாதாரத்திலிருந்து அரசு முற்றிலுமாகப் பின்வாங்கிடவும் கோருகிறார்கள். சிலர் சுகாதாரத்தையும் கல்வியையும்கூட முழுதும் தனியார் மயம் ஆக்கவேண்டும் என்கிறார்கள். மாறாக வெகுஜன வாதிகள், அயல்நாட்டு முதலீடுகளைக் கட்டுப்படுத்தவேண்டும், முக்கியமான தொழில்கள் தொடர்ந்து தேசியமயமாகவே இருக்கவேண்டும், தொழிலாளர் மற்றும் சிறு முதலீட்டாளர் நலன்கள் பாதுகாக்கப்படவேண்டும் என்று வற்புறுத்துகின்றனர். மேலும், அரசு நிலச் சீர்திருத்தங்களை மேற்கொள்ள வேண்டும், கிராமப்புற வறுமையை ஒழிக்கும் திட்டங்களுக்கு நிதி உதவி அளிக்கவேண்டும், நகர, கிராமப்புற ஏழைகளுக்கு உணவு, வீட்டு வசதி, மின்சாரம் ஆகியவற்றுக்கு மானியம் அளிக்கவேண்டும் என்று வற்புறுத்து கின்றனர்.

இந்த இரு பிரிவினர் இடையிலான விவாதங்கள் மிகத் தீவிரமானவை. அவை பத்திரிகைளிலும், நாடாளுமன்றத்திலும், தொலைக்காட்சிகளிலும், தெருக்களிலும் தொடர்கின்றன. விநோதமாக, ஆட்சியில் இருக்கும்போது பொருளாதாரச் சீர்திருத்தங்களுக்கு ஆதரவாக இருக்கும் அரசியல் கட்சிகளே, எதிர்க்கட்சியில் இருக்கும்போது அவற்றை எதிர்க்கிறார்கள். 1998-லிருந்து 2004-க்கு இடையே பாரதிய ஜனதா கட்சி, தாராளப் பொருளாதாரத்தை ஆதரித்து, அரசு நிறுவனப் பங்குகளைத் தனியாருக்கு விற்றது. 1991-ல் சந்தைக்கு ஆதரவான திட்டங்களை அறிமுகப்படுத்தி யிருந்த காங்கிரஸ் கட்சி, பாஜகவின் கொள்கைகளை இப்போது எதிர்த்தது. அதன் முந்தைய வரலாறை மறந்தோ (அல்லது அது இனியும் செல்லாது என்று நினைத்தோ) காங்கிரஸ் கட்சி மார்ச் 2000-த்தில் தாராளமயத்துக்கு எதிராக, குறிப்பாக மானியங்களைக் குறைப்பதற்கு எதிராக, நாடெங்கிலும் வேலை நிறுத்தம் ஒன்றை நடத்தியது.[53]

ஆளும் பாஜக, 2004 தேர்தல்களில், ‘இந்தியா பிரகாசிக்கிறது’ என்ற கவர்ச்சிகரமான கோஷத்துடன் போட்டியிட்டு, சந்தை வளர்ச்சி மூலம் அனைவருக்கும் செல்வச் செழிப்பைக் கொண்டுவருவதாக உறுதி அளித்தது. காங்கிரஸ் பிரசாரம் சாதாரண மனிதன் (ஆம் ஆத்மி) பற்றி இருந்தது. ஆனால், ஆட்சியைப் பிடித்தவுடன் காங்கிரஸ் கூட்டணி, சீர்த்திருத்தங்களின் சிற்பியான டாக்டர் மன்மோகன் சிங்கையே பிரதமராகத் தேர்வு செய்தது. அவர் தன் பங்குக்கு, இரு பிரபல சீர்திருத்தவாதிகளை நிதி அமைச்சராகவும் திட்டக் குழுவின் துணைத் தலைவராகவும் நியமித்தார். இப்போது பாஜக, ‘அநியாயம்’ என்று குரல் கொடுத்தது. அவர்கள் பழைய சுதேசி தேசியச் சிந்தனைகளைத் தூசு தட்டிக் கையில் எடுத்துக்கொண்டனர். புதிய அரசாங்கத்தின் கொள்கைகள் இந்தியாவின் தன்னாட்சி உரிமையையும் சுதந்தரத்தின் மதிப்பையும் குறைப்பதாக பாஜக காங்கிரஸைக் குற்றம் சாட்டியது.

ஆட்சியின் உள்ளேயும் வெளியேயும் இருந்த (மார்க்சிஸ்ட்) கம்யூனிஸ்டு களின் நடத்தை விநோதமாக இருந்தது. தில்லியில் ஜவாஹர்லால் நேரு பல்கலைக்கழகத்தோடு தொடர்புகொண்ட சி.பி.எம் வெகுஜனவாத அறிவுஜீவிகள், மானியங்களைக் குறைப்பது, செயல்திறன் அற்ற பொதுத்துறை நிறுவனங்களைத் தனியாருக்கு விற்பது, அந்நிய முதலீட்டை வரவேற்பது ஆகியவற்றைக் கடுமையாக எதிர்த்தனர். எப்போதெல்லாம் பொதுத்துறை நிறுவனங்கள் தனியாருக்கு விற்கப்பட்டனவோ, அப்போ தெல்லாம் சி.பி.எம் தொழிற்சங்கங்கள் வேலை நிறுத்தங்களிலும் மறியல்களிலும் ஈடுபட்டன. ஆனால், மேற்கு வங்கத்தில் சி.பி.எம் முதல்வர் புத்ததேவ் பட்டாச்சாரியா, தீவிரமாக உள்நாட்டு, வெளிநாட்டு முதலீடுகள் கோரிப் பிரசாரம் செய்ய ஆரம்பித்தார். அவர் தொழிற்சங்கங்களின் முரட்டுப் பிடிவாதங்களைக் கண்டித்தார். முக்கியமான மென்பொருள் துறையில் வேலைநிறுத்தங்களுக்குத் தடை விதித்தார். 'சீர்திருத்தம் செய் அல்லது செத்து மடி' என்று சொல்லும் அளவுக்கு அவருடைய நிர்வாகம் சென்றது.

சிறுபான்மை அரசும் கூட்டணி ஆட்சியும் நடக்கும் நிலையில் ஓரளவு விட்டுக் கொடுத்துச் செல்லவேண்டியுள்ளது. சீர்திருத்தவாதிகளுக்கும் வெகுஜனவாதி களுக்கும் இடையே பொதுவான சில உடன்பாட்டுக் காரணிகளை கண்டுபிடிக்கவேண்டிய அவசியம் ஏற்படுகிறது. அப்படிப்பட்ட ஒரு சமரச உடன்பாடுதான், 2005-ல் அறிமுகப்படுத்தப்பட்ட வேலை வாய்ப்பு உறுதித் திட்டம். வேலை வேண்டுபவர்களுக்கு அரசாங்கம், மண்வளம், நீர் சேமிப்பு, சாலை அமைத்தல் போன்ற திட்டங்களில் கட்டாய வாய்ப்பு தரும். வேலை வாய்ப்பு உறுதித் திட்டத்தை, இடதுசாரிப் பொருளாதார அறிஞர்களே போராடிப் பெற்றார்கள். இதனால், கிராமப்புற ஏழைகளுக்கு வருமானம் கிடைப்பதோடு, கிராமப்புறங்களில் மிகவும் தேவையான உள்கட்டமைப்பு வசதிகள் பெருகும் என்பது அவர்கள் சிந்தனை. ஆனால் சந்தைப் பொருளாதாரவாதிகள் அதனை எதிர்த்தனர். இது அரசாங்க நிதிச் செலவுச் சுமையை ஏற்றும்; ஊழலுக்கு வழி வகுக்கும் என்று அவர்கள் குறை கூறினார். அத்திட்டம் நாடாளுமன்றத்தால் ஏற்கப்பட்டபோது, எதிர்பார்த்தபடியே, சீர்திருத்தவாதிகள் தீவிரமானது என்று இதனை எதிர்த்தனர்; வெகுஜனவாதிகள் இது போதாது என்று குறை கூறினர்.[54]

லைசன்ஸ் பர்மிட் கோட்டா ராஜ்ஜியத்தை ஒழித்தது, ஊழல் செய்வதற்கான பல வழிகளை அடைத்துவிட்டது. இருப்பினும் தனியார்மயமாக்கல் புதிய ஊழல்களுக்கு வழி காண்பித்தது. பொதுத்துறை ஆலைகள் விற்கப்பட்ட போது, ஒரு குறிப்பிட்ட தரப்பினருக்கு முன்னுரிமை அளிக்கும்போது நிதிப் பரிமாற்றம் நடைபெற்றது. முக்கியமாக, நிலத்தைக் கையகப்படுத்தவும், அவற்றை யாருக்கு வேண்டுமானாலும் விற்கவுமான அதிகாரம் அரசின் வசம் இருந்தது. சந்தை நிலவரத்தைவிடக் குறைந்த விலைக்குத் தனியாருக்கு நிலம் விற்கப்படும்போது முறைகேடுகளுக்கு வழி வகுக்கப்பட்டது.[55]

மகாராஷ்டிரத்தில், அமெரிக்காவின் என்ரான் நிறுவனம் மின் உற்பத்தித் திட்டம் ஒன்றை ஆரம்பிக்க முனைந்தபோது, மிகப் பெரும் ஊழல் ஒன்று

நிகழ்ந்தது. 1992 ஜூனில், அப்போதைய காங்கிரஸ் அரசு, என்ரான் நிறுவனத்தோடு ஒப்பந்தம் ஒன்றில் கையொப்பம் இட்டது. அதன்படி, அந்நிறுனத்தின் முதலீட்டுக்கு 16 சதவிகிதம் லாபம் உத்தரவாதம் அளிக்கப் பட்டிருந்தது. விவரங்கள் பத்திரிகைகளுக்குக் கசிந்தன. திட்டத்தை நிறுத்து மாறு பொதுஜன எதிர்ப்பு இயக்கம் ஒன்று ஆரம்பிக்கப்பட்டது. அதற்கு எதிர்க் கட்சியான சிவ சேனையின் ஆதரவும் இருந்தது. திட்டம் தாற்காலிகமாகக் கிடப்பில் போடப்பட்டது. 1995-ல் தேர்தல்களில் சிவ சேனை ஜெயித்தபோது அது, தன் நிலையை மாற்றிக்கொண்டு, என்ரான் நிறுவனத்துடன் மீண்டும் பேச்சுவார்த்தையைத் தொடங்கியது. இதற்கு வலுத்த எதிர்ப்பில், இப்போது காங்கிரஸ் பங்கு கொண்டது.

என்ரான் திட்டம் ஆரம்பிக்கப்படவே இல்லை. எதிர்ப்பின் வேகமும், பின்னர் அமெரிக்காவில் அந்நிறுவனத்துக்கு ஏற்பட்ட சிக்கல்களும் இதற்குக் காரணமாக இருந்தது. கடைசியில் கம்பெனியே திவாலாயிற்று. எனினும் சச்சரவு உச்சத்தில் இருந்தபோது, என்ரானின் இந்தியத் தலைவர், திட்ட விளம்பரத்துக்காக 20 மில்லியன் டாலர் செலவிடப்பட்டதாக அறிக்கை விடுத்தார். இது நிச்சயமாக, சரியாக, விளம்பரச் செலவு என்ற பெயரில், கொடுக்கப்பட்ட லஞ்சத்தின் தொகை என்றே கருதப்பட்டது. பேச்சு வார்த்தை மட்டுமே இவ்வளவு பணத்தைக் கைமாறச் செய்திருந்தால், திட்டம் ஆரம்பித்து செயல்படத் தொடங்கியிருந்தால் இன்னும் எவ்வளவு தொகை கைமாறி இருக்கும் என்பதைக் கணக்கிட்டுக் கொள்ளலாம்.[56]

X

இந்தியப் பொருளாதாரம் குறிப்பிடத் தகுந்த அளவு அடைந்த வளர்ச்சி, நாட்டின் வெளியுறவுக் கொள்கையிலும் மாற்றத்தை ஏற்படுத்தியது. அதில் முக்கியமான ஒன்று அமெரிக்காவுடனான அதன் நெருக்கம். இந்தப் புத்தகத்தில் நாம் கண்டவாறு, இவ்விரு நாடுகளுக்கு இடையிலான உறவு நேசமுடையதாக இருக்கவில்லை. பனிப்போர் காலத்தில் அமெரிக்கா, குறிப்பிடத்தகுந்தவகையில் இந்தியாவின் அண்டையில் இருக்கும் பகை நாட்டின் சார்பை எடுக்க, இந்தியாவும் அமெரிக்காவுக்கு எதிர்ப்பக்கம் சாய்ந்தது.

1991-க்குப் பிறகு, சோவியத் யூனியன் தரும் குடைச்சல் நின்றது. ஆனால் பாகிஸ்தானோ தொடர்ந்தது. 1990-களின் இறுதியில்தான் அமெரிக்கா, இந்தியாவுக்கும் பாகிஸ்தானுக்கும் சம தூரத்தில் நிற்க ஆரம்பித்தது. 21-ம் நூற்றாண்டின் ஆரம்பத்தில் அது சற்றே இந்தியாவின் பக்கம் சாய ஆரம்பித்தது. இதற்கு முக்கியக் காரணம் பொருளாதாரம். தன் பொருள்களை விற்க, அமெரிக்காவுக்கு இந்தியாவில் பெரும் சந்தை திறந்திருந்தது. (1990-ல் இந்திய-அமெரிக்க வர்த்தக மதிப்பு 5.3 பில்லியன் டாலர். பத்தாண்டு முடிவில் அது மூன்று மடங்கானது.) 2000-த்தில் ஜனாதிபதி கிளிண்டன்

இந்தியா வந்தார். ஜனாதிபதி ஜி.டபிள்யூ. புஷ் 6 வருடங்கள் கழித்து வந்தார். இந்தப் பயணங்கள் அமெரிக்காவின் போக்கில் ஓர் அடிப்படை மாற்றம் ஏற்பட்டிருந்ததை உறுதி செய்தன. வெளியுறவுக் கொள்கை நிபுணர் ஸ்டீபன் கோஹன் குறிப்பிட்டதுபோல, பல பத்தாண்டுகள் நடந்த பனிப் போரில், வாஷிங்டன் இந்தியாவை முக்கியமற்ற ஒரு சதுரங்க வீரனாக நினைத்து வந்தது; ஆனால் 20-ம் நூற்றாண்டின் இறுதியில் இந்தியாவை இயல்பான ஒரு தோழனாக நினைக்கத் தொடங்கியது.[57]

இந்தியாவுக்கு புஷ் வருவதற்குமுன் வாஷிங்டனில் ஆசிய சங்கத்தில் பேசும்போது இந்தியாவை 'உலகின் தலைவர்' என்றும், 'மிக முக்கியமான கேந்திரத்தில் உள்ள பங்காளி' என்றும் 'அமெரிக்காவின் இனிய நண்பர்' என்றும் விவரித்தார்.[58] இந்த விவரணைகள், பெண்டகனுக்கு மாற்றாக அமெரிக்க காங்கிரஸ் மற்றும் வெள்ளை மாளிகையின் வெற்றியே. முன்னாள் செனட்டர் லாரி ப்ரெஸ்லர் குறிப்பிட்டதுபோல, 'பெண்டகனில் இருக்கும் அமெரிக்கத் தளபதிகள், பாகிஸ்தானுக்கு ஆயுதங்கள் விற்க விரும்புவது மட்டு மல்ல, அமெரிக்க ராணுவம் பொதுவாகவே ஜனநாயகங்களைவிட சர்வாதிகார நாடுகளையே அதிகம் விரும்பும். பாகிஸ்தானுக்குச் சென்று ஒரு தளபதியைச் சந்தித்தால் அனைத்துக் காரியங்களும் முடிந்துவிடும். மாறாக இந்தியா சென் றால், பிரதமரை, நாடாளுமன்றத்தை, நீதிமன்றங்களை, ஐயோ கடவுளே, அது மட்டுமா, சுதந்தரப் பத்திரிகைகளையும்கூடச் சந்திக்க வேண்டுமே!'[59]

இந்திய அரசாங்கமும் தன் பங்குக்கு, பனிப் போர்ச் சூழலில் இருந்து வெளியே வர உரிய நேரத்தை எடுத்துக்கொண்டது. 1998-ம் வருடத்திய அணு ஆயுதச் சோதனைகளை, கணிசமான அளவுக்கு, 'இந்தியாவின் சுதந்தரமான வெளியுறவுக் கொள்கையின் தொடர்ச்சியாகக் கொள்ளலாம்.' இருப்பினும், அமெரிக்கா, இந்தப் பின்னடைவுகளையும் முன்தீர்மானங்களையும் தாண்டி இந்தியாவின் அணு ஆயுத நிலையை ஜீரணித்துக்கொண்டதும், புது தில்லி அமெரிக்காவுடனான அதன் நல்லலுறவுகளைச் சீரமைத்துக்கொள்ள உரிய முயற்சிகளை மேற்கொண்டது. ஒற்றை துருவ உலகில், உலகின் மிகப் பெரும் சக்தி வாய்ந்த நாட்டுடன் நேய உறவை இந்தியா வளர்த்துக்கொள்வது புரிந்துகொள்ளக் கூடியதே. மாபெரும் இரு ஜனநாயக நாடுகள் இடையே இருக்கும், பொது விழுமியங்கள் குறித்து இந்தியத் தலைவர்கள் பேச ஆரம்பித்தனர். அதில் பொருளாதாரச் சுயநலமும் இருந்தது. ஏனெனில், அமெரிக்காதான் இந்திய மென்பொருள் தொழிலுக்குப் பெரும் சந்தை. எப்படியும் 2001-ல், ஆப்கனிஸ்தானுக்குப் படைகளை அனுப்பி அமெரிக்கா வுக்கு உதவத் தயாராக இருப்பதாக பாஜக வெளியுறவு அமைச்சர் சொல்லும் அளவுக்கு உறவு நெருக்கமாக இருந்தது. பிரதமர் அந்த யோசனையை ஏற்க வில்லை. ஆனாலும் அப்படி ஒரு யோசனையைத் தெரிவிக்கும் அளவுக்கு இரு நாட்டு அரசியல் உறவுகளும் அமைந்திருந்தன என்பதே கவனத்தில் கொள்ளவேண்டியது.[60]

பொருளாதாரக் கொள்கையைப் போலவே, இங்கும் முக்கிய அரசியல் கட்சிகள் பதவியில் இருக்கும்போது ஒருவிதமாகவும், இல்லாதபோது

வேறுவிதமாகவும் நடந்துகொண்டன. பாஜக அமெரிக்காவை நெருங்க முயற்சித்தபோது, எதிர்க்கட்சியில் இருந்த காங்கிரஸ், நேருவின் அணிசேராக் கொள்கையில் நின்றது. ஆனால், 2004-ல் ஆட்சிக்கு வந்த காங்கிரஸ், அமெரிக்காவுடன் வர்த்தகத் தொடர்புகளை அதிகரித்து, அணு ஆயுதத் தடை ஒப்பந்தத்தில் அதன் பக்கம் இருந்து, தன் அணு மின்சக்தி நுட்பத்தை வளர்த்துக்கொள்ள அமெரிக்க உதவியை நாடியது.

அண்மைக்கால இந்திய-அமெரிக்க நெருக்கம் இதுவரையிலான வரலாற்றின் போக்குக்கு மாறானது. ஆனால் அதைவிட ஆச்சரியம், இன்னும் அதிக வேகத்துடன் நிகழும் இந்திய சீன நெருக்கம். இங்கும்கூட மாற்றத்துக்கான சக்தி பொருளாதாரமே. 2007-ல் இந்திய-சீன வர்த்தக மதிப்பு 25 பில்லியன் டாலர். (இதற்குப் பத்தாண்டுகளுக்கு முன் இந்த அளவு பூஜ்யத்துக்கு அருகில் தான் இருந்தது.) இந்தியக் கடைகளில் சீன மின்னணுப் பொருள்கள் அதிகமாகக் காணப்பட்டன. சீனக் கடைகளில் இந்திய மருந்துகளும் அழகு சாதனங்களும் அதிகரித்தன. சீனாவும் வாஷிங்டனைப் பின்பற்றி, பாகிஸ்தானுடனான தன் நெருக்கத்தைச் சற்று குறைத்துக்கொண்டுள்ளது. 1965, 1971 பாகிஸ்தான்-இந்தியா போர்களின்போது, வெளிப்படையாக பாகிஸ்தான் ஆதரவு நிலையை எடுத்த சீனா, 1999 கார்கில் போரின்போது, நடுநிலையே வகித்தது.[61]

ஜூலை 2003-ல் பிரதமர் வாஜ்பாய், சீனாவில் ஒரு வாரம் தங்கினார். பீஜிங்கில், திபெத் சீனாவின் ஒரு பகுதி (1950-ல் கைப்பற்றப்பட்டது) என்று அங்கீகரிக்கும் ஒப்பந்தத்தில் அவர் கையெழுத்திட்டார். சீனாவும், பதிலுக்கு, சிக்கிம் (1974-ல் இணைத்துக்கொள்ளப்பட்டது) இந்தியாவின் ஒரு பகுதிதான் என்று ஒப்புக்கொண்டது. ஷாங்காயில் வாஜ்பாய், பொருளாதாரத்தை முன்னிறுத்தி, இந்தியாவின் சாஃப்ட்வேரும் சீனாவின் ஹார்ட்வேரும் ஒன்றோடு ஒன்று சேர்ந்து ஒத்துழைக்க அழைத்தார். முன்பு ஒன்றுக்கொன்று பகையாக இருந்த இரு நாடுகளும் இப்போது புதிய பாதையில், பங்காளிகளாகப் பயணம் மேற்கொள்வதாகத் தோன்றியது.[62]

இரண்டு ஆண்டுகளுக்குப் பிறகு சீனப் பிரதமர் வென் ஜியாபோ இந்தியா வந்தார். வித்தியாசமாக அவர், புது தில்லி செல்வதற்கு முன் பெங்களூருக்குச் சென்றார். அவருடன் வந்த 100 பேர் கொண்ட தூதுக் குழுவில் பெரும்பாலானோர் தொழிலதிபர்கள். பெரும்பாலான சந்திப்புகளும் வர்த்தக அமைப்புகளுடனேயே இருந்தன. பெங்களூரில் வென் ஜியாபோ, வாஜ்பாயை ஆமோதித்து, இந்திய மென்பொருளும் சீன வன்பொருளும் சேர்ந்து ஒத்துழைப்பதன்மூலம், 21-ம் நூற்றாண்டு 'ஆசிய நூற்றாண்டாக' அமையட்டும் என்றார். இந்தியாவுக்கான சீனத் தூதர், தொலைக்காட்சிக்கு அளித்த பேட்டியில், Boundary (எல்லை) அதாவது சச்சரவு என்பதில் உள்ள B-ஐவிட Business (தொழில்) அதாவது கூட்டுறவு என்பதில் உள்ள B-ஏ முக்கியமானது என்றார்.[63]

XI

2004 அமெரிக்க அதிபர் தேர்தலில், இந்தியப் பொருளாதாரம் விவாதத்துக் குரிய பொருளாயிற்று. இது முன் எப்போதும் நடந்திராதது. அதிலும், ஆச்சரியம், இது இந்தியர்களின் வறுமை பற்றியல்ல, அவர்களின் வளமை பற்றி! தேர்தல் விவாதங்களின்போது, புஷ் மீண்டும் தேர்ந்தெடுக்கப்பட்டால் மேலும் பல அமெரிக்க வேலைகள் இந்தியாவுக்குச் சென்றுவிடும் என்று டெமாக்ரடிக் கட்சி வேட்பாளர் ஜான் கெர்ரி, எரியும் நெருப்புக்கு எண்ணெய் ஊற்றினார். தான் தேர்ந்தெடுக்கப்பட்டால், ஒரு பாதுகாப்பை ஏற்படுத்தி, அமெரிக்க வேலை வாய்ப்புகள் 'பெங்களூர்' ஆகிவிடாமல் பாதுகாப்பதாக கெர்ரி உறுதி கூறினார். இதுவும் ஒரு முதலாவது. அமெரிக்க அதிபர் தேர்தல் வேட்பாளர் ஒருவர், இந்திய நகரம் ஒன்றைப் பெயரிட்டுக் குறிப்பிட்டு, அதன்மூலம் அமெரிக்க நலனுக்கு ஆபத்து என்று சொல்வது இதுவே முதல் முறை.

பிற அமெரிக்க அரசியல்வாதிகள் கெர்ரிக்கு முன்னதாகவே இச்செயலில் இறங்கிவிட்டனர். 2002-ல் ஒரு கம்ப்யூட்டர் புரொகிராமர், அவுட்சோர்சிங் முறைப்படி வேலைகள் வெளிநாட்டுக்குச் செல்வதைத் தடுக்கும் ஒற்றைக் குறிக்கோளை முன்வைத்து ஃப்ளோரிடா காங்கிரஸ் தேர்தலில் நின்றார். அதே வருடம் நியூ ஜெர்ஸி பெண் செனட் உறுப்பினர் ஒருவர், வேலைகளை வெளி நாட்டு நிறுவனங்களுக்கு அனுப்பும் செயலைத் தடை செய்யும் தீர்மானத்தைக் கொண்டுவந்தார். ஃப்ளோரிடா உறுப்பினரைப்போல இவரும் இந்திய மென்பொருள் நிறுவனங்களுக்கும் இஞ்சினியர்களுக்கும் எதிரான போக்கைக் கொண்டிருந்தார். இந்தியர்களிடம் தங்கள் வேலைகளை இழந்திருந்த, அந்த வேலைகளைத் திரும்பப் பெற விரும்பிய, எரிச்சலில் இருந்த அமெரிக்க புரோகிராமர்களுக்கு ஆதரவாக இந்த அரசியல்வாதிகள் நடந்துகொண்டனர்.[64]

2003 டிசம்பரில், அமெரிக்காவின் புகழ்பெற்ற வார இதழ் பிஸினஸ் வீக், 'இந்தியாவின் எழுச்சி' என்ற தலைப்பில் முகப்புக் கட்டுரை ஒன்றை வெளியிட்டது. சிலிகான் வேலியில் உள்ள தகவல் தொழில்நுட்பப் பொறியாளர்களைவிட அதிகமானோர் பெங்களூரில் இருக்கிறார்கள் என்றது அந்தக் கட்டுரை. அவர்களில் பெரும்பான்மையினர் அமெரிக்க வாடிக்கை யாளர்களின் வேலைகளையே செய்து வந்தனர். ஜெனரல் எலக்ட்ரிக் போன்ற மாபெரும் நிறுவனங்களின் கடினமான சிக்கல்களைத் தீர்த்துப் பொருள்களை வடிவமைத்தனர். தங்கள் வரிக் கணக்குகளை மட்டும் நிரப்பித் தர வேண்டும் கான்சாஸ் விவசாயிகளுக்கும் வேலை செய்தனர். 'இந்த அபாரத் தொழில் வளர்ச்சி, இந்தியாவுக்கு அற்புதமான வாய்ப்பு, ஆனால், அமெரிக்கர்களுக்கு ஒரு கொடுங்கனவு.' வெளிநாட்டுப் பணியாளர்களால் வேலை இழந்த உள்ளூர்க்காரர்கள் கடுமையான மாற்றத்தை எதிர்நோக்கினர். தற்போது இழந்த, அதிக வருமானம் தரும் வேலையை அவர்கள் சிலர் மீண்டும் பெறப்போவதே இல்லை. 'அமெரிக்காவில் உருவாகும் இந்தப் புயலின் மையமாக இந்தியா இருப்பதில் வியப்பு ஒன்றும் இல்லை.' மாநில சட்டமன்றங்கள்,

அவுட்சோர்சிங்கைத் தடை செய்யவேண்டிய நிர்பந்தத்தில் இருந்தனர். இந்தியானா போன்ற சில மாநிலங்கள் இதனை ஏற்றுக்கொள்ள வேண்டியிருந்தது. இந்திய நிறுவனங்களுக்கு ஏற்கெனவே அளித்திருந்த ஒப்பந்தங்களை ரத்து செய்ய வேண்டியிருந்தது.[65]

இந்தக் கவலைகளை மேற்கத்திய உலகம் முழுவதும் பங்கு போட்டுக் கொண்டன என்பதைச் சொல்லவேண்டும். இவை அமெரிக்காவின் தனிக் கவலைகள் அல்ல. பிரிட்டன், தன் ரயில்வே கால அட்டவணையைத் தயார் செய்ய இந்தியாவுக்கு அனுப்பியது, அந்நாட்டில் கடும் எதிர்ப்பை உருவாக்கியது. சிலர் மட்டும், பேரரசால் பாதிக்கப்பட்டவர்களின் பழிவாங்கல் என்று இதனைப் பார்த்தனர். 2006 கோடையில், பிரெஞ்சு, பெல்ஜிய அரசியல்வாதிகள் தங்கள் நாடுகளின் மிகப் பெரும் உருக்கு உற்பத்தியாளரான ஆர்சிலர் நிறுவனத்தை இந்தியர்கள் நடத்தும் மித்தல் நிறுவனம் வாங்க நேர்வது குறித்துக் கவலை தெரிவித்தனர். விற்பனை முடிந்தபிறகும், பொதுஜன வெறுப்பு, அரசாங்க அதிகாரம் ஆகியவற்றைக் கொண்டு, இதனைத் தடுக்கும் முயற்சிகள் மேற்கொள்ளப்பட்டன. புதிதாக வாங்கியவர்கள், கம்பெனி மற்றும் பணியாளர்களின் கலாசாரத்தைப் போதுமான அளவு மதிக்க மாட்டார்கள் என்று அஞ்சப்பட்டது.

இந்தியப் பொருளாதார வளர்ச்சியைப் பற்றி எழுதும் விமர்சகர்கள் சிலர் பயத்துடன் எழுதுகிறார்கள்; சிலர் மதிப்புடன் எழுதுகிறார்கள். 2004 ஏப்ரலில், நியூஸ் வீக் பத்திரிகை, இந்தியா ஒரு மூன்றாம் உலக ஏழை நாடு அல்ல என்பதைத் தன் வாசகர்களுக்குத் தெளிவுபடுத்தியது. அமெரிக்காவுக்கும் அமெரிக்க முதலீடுகளுக்கும் சரியானதொரு சந்தையாக அது இருக்கிறது என்று அந்தப் பத்திரிகை எழுதியது.[66] இரண்டு ஆண்டுகளுக்குப் பிறகு, ஜனாதிபதி ஜார்ஜ் டபிள்யூ. புஷ் இந்தியா வருவதையொட்டி அதே பத்திரிகை, இந்தியாவை மூச்சு விடாமல் பாராட்டி, 'ஆசியாவின் மற்றொரு சக்திக் கேந்திரம்' என்றது. 'இந்தியாவில் மக்களே மன்னர்' என்றது நியூஸ் வீக். கிரெடிட் கார்டு பயன்பாடு, ஆண்டுக்கு 35 சதவிகிதம் என்ற அளவில் அதிகரித்தது. தனி மனித நுகர்வு ஜி.டி.பியில் 67 சதவிகிதமாக இருந்தது. 'புள்ளிவிவரங்கள், என்ன நிகழ்கின்றன என்பதைச் சரியாகக் காட்டு வதில்லை. குறைந்தது, நகர்ப்புறங்களில் இருக்கும் இந்தியர்கள் ஆர்வத்துடன் இருக்கிறார்கள். இந்தியத் தொழிலதிபர்கள் தங்கள் வளமான எதிர்காலம் குறித்து ஒரு மயக்கத்தில் இருக்கிறார்கள். இந்திய வடிவமைப்பாளர்களும் கலைஞர்களும் தங்கள் செல்வாக்கு கடல் கடந்து செல்கிறது என்ற நம்பிக்கை யில் இருக்கிறார்கள்... பல கோடிக்கணக்கான மக்கள் தங்கள் ஆற்றலை வெளிப்படுத்தும் சாவியைக் கண்டுபிடித்துவிட்டார்கள் என்று தோன்றுகிறது.'[67]

2005-ல் வெளியான, பலராலும் படிக்கப்பட்ட புத்தகத்தில், நியூ யார்க் டைம்ஸ் அரசியல் எழுத்தாளர் தாமஸ் ஃப்ரீட்மன், 'இருபது ஆண்டுகளுக்கு முன் இந்தியா ஒரு பாம்பாட்டி நாடு, ஏழைகள் வசிக்கும் இடம், அன்னை தெரசா உள்ள நாடு என்றே அறியப்பட்டது. இன்று அதன் தோற்றம் மாற்றம்

அடைந்துள்ளது. இப்போது அது புத்திசாலிகளும் கம்ப்யூட்டர் மேதைகளும் நிறைந்த நாடு என்று அறியப்படுகிறது' என்று எழுதினார்.[68] அதே ஆண்டு வெளியான, பெரிதாகப் பேசப்பட்ட மற்றொரு புத்தகத்தில் கொலம்பியா பல்கலைக்கழகப் பொருளியல் அறிஞர் ஜெஃப்ரி சாக்ஸ், இந்தியா எப்படி வரலாற்றில் குறிப்பிடப்படும்வகையில் வறுமையிலிருந்து தப்பியது என்பதைப் புகழ்ந்து எழுதினார். 'சீனாவும் இந்தியாவும் உலகப் பொருளாதாரத்தில் முக்கியத்துவம் பெறுவது, 21-ம் நூற்றாண்டின் உலக அரசியலையும் சமூகத்தையும் மாற்றப் போகிறது' என்றார் அவர்.[69]

சீனா, இந்தியா என்று இருவரையும் சேர்த்துச் சொல்வது பரவலாகச் செய்யப்பட்டது. இதில், சீனாவே முன்னணியில் இருக்கும் புலி என்பதும் ஏற்றுக்கொள்ளப்பட்டது.[70] இருப்பினும் சில ராஜதந்திர ஆய்வாளர்கள், இந்தியா ஆசியாவின் புதிய புலி என்றாலும், காலப்போக்கில் அது, சீனாவைவிடப் பெரிதாகிவிடும் என்கிறார்கள். அதன் ஜனநாயக மரபுகள், இளைஞர்கள் தொகை ஆகியவற்றை வைத்துப் பார்க்கும்போது, இப்போதைக்கும் 2040-க்கும் இடையே சீனா பெரும் வெற்றியாளராக இருந்தாலும், இப்போதிருந்து வேகமாக முன்னேறி, இந்த நூற்றாண்டின் பிற்பகுதியில் இந்தியாவே எல்லாப் பரிசுகளையும் வெல்லும். அமெரிக்கா, பிரிட்டன், பிரான்ஸ், தென்கிழக்கு ஆசிய நாடுகள் ஆகிய அனைத்தும் இந்தியாவுடன் நல்லுறவை நாடுகின்றன. 'எல்லா நாடுகளும் இந்தியாவின் நட்பைப் பெறப் போட்டியிடும்போது, இந்தியாவே முடிசூட்டுபவராக, அல்லது தானே முடிசூடிக்கொள்பவராகவோ ஆகிவிடலாம்.'[71]

ஆரூடங்கள் வேகமாக வருகின்றன: அமெரிக்க, ஐரோப்பிய வேலைகளை இந்தியா எடுத்துக்கொள்ளும்; சீனாவுடன் சேர்ந்து இந்தியா புதிய நூற்றாண்டின் புதிய வல்லரசு ஆகும். இவை எல்லாம் அச்சத்தாலோ, குலைநடுக்கத்தாலோ அல்லது வியப்பாலோ, மதிப்பாலோ தோன்றினாலும் இத்தகைய ஆரூடங்கள் எழுவதே ஒருவித அதிசயம்தான்! ஏனெனில், இந்தியா, தன் வரலாறு முழுமையிலுமே, வேறு மாதிரியான ஆருடங்களேயே கேட்டுவந்துள்ளது. ஒவ்வோர் இனக்கலவரம் தோன்றும் போதும் இந்தியா பல துண்டுகளாகச் சிதறும் என்று அஞ்சப்பட்டது. ஒவ்வொரு முறை மழை பொய்க்கும்போதும் பட்டினியும் பஞ்சமும் ஏற்படும் என்று நம்பப்பட்டது. ஒவ்வொரு தலைவர் மறையும்போதும் படுகொலை செய்யப்படும்போதும் இந்தியா ஜனநாயகத்தைக் கைவிட்டுவிட்டு சர்வாதிகார நாடு ஆகிவிடும் என்று சொல்லப்பட்டது.

இந்தப் பழைய ஆருடங்கள் பலவித உள் நோக்கங்களால் எழுந்தவை. சில கவலையில் தோன்றியவை, சில அனுதாபத்தில் பிறந்தவை, சில வெறுப்பில். அவை, படித்த இந்தியர்களுக்குக் கோபமூட்டின, தர்ம சங்கடத்தை உருவாக்கின. ஆனால், சமீப கால ஆரூடங்கள் சுய எழுச்சிக்கும் பாராட்டுக்கும் வழி செய்தன. அண்மைக்காலத்தில் இந்தியப் பத்திரிகைகள், 'உலக சாம்பியன்' என்றும், 'முதலிடம் நோக்கி' என்றும் கட்டுரைகளை வெளியிடுகின்றன. ஒரு தில்லி அரசியல் எழுத்தாளர், இந்தியா மிக உறுதியாக வல்லரசு

ஆகிவிடும் என்று நம்பியதால், முன்னர் அப்படியான நாடுகள் செய்த தவறுகளை இந்தியாவும் இப்போது செய்துவிடுமே என்று கவலை தெரிவித்தார். மேற்கத்திய நாடுகள், தம் வளமான நாள்களில் காலனி நாடுகளை இரக்கமற்ற முறையில் சுரண்டின. ஆனால், அவர், இந்தியத் தொழில் அதிபர்களை மற்ற நாடுகளுடன் அன்பையும் நட்பையும் பேணி வளர்க்க வேண்டினார். இந்தியா ஒரு கொடூரமான எதேச்சாதிகார நாடு என்று எதிர்கால உலகம் பேசாமல் பார்த்துக்கொள்ளவேண்டியது முக்கியமானது என்று அவர் குறிப்பிட்டார். இந்தியா ஒரு எதேச்சாதிகாரப் பேரரசாகும் என்பது மட்டும் நிச்சயம் என்று அவர் கருதினார்.[72]

இந்தியாவின் மறைவு பற்றிய பழைய எதிர்பார்ப்புகள், மிகைப்படுத்தப் பட்டவை, ஏனெனில் நாட்டை உருவாக்கிய தந்தையர் ஏற்படுத்திய அரசியல் அமைப்புச்சட்டம், வேறுபட்ட கலாசாரங்கள் வளர்வதை அனுமதித்து, தேசக் கட்டமைப்புக்குள் அவை செழிப்பதை ஊக்குவித்தது. எனினும், இந்தியா ஒரு மிகப் பெரிய வல்லரசாக விரைவில் உயரும் என்பது முதிர்ச்சியற்ற கருத்து. புதிய பொருளாதாரத்தின் வெற்றிகள் பலவாக இருந்தாலும், பெரும் பகுதி மக்கள் வறுமையிலும் திண்டாட்டத்திலும் உள்ளனர். அரசின் குறிப்பான தலையீடு மட்டும்தான் இந்த சமத்துவமற்ற நிலையைச் சரி செய்ய முடியும். ஆனால் இப்போதுள்ள அரசாங்கம் செல்லரித்து, ஊழல் மிகுந்து, ஒரு லட்சியத் துக்காகச் செயல்பட முடியாதபடி உள்ளது. இந்தியா அதலபாதாளத்தில் சரியப்போவதாக முன்பு சொல்லப்பட்டதும் தவறு. இன்று உலகத் தலைமையுடன் உட்காரப்போவதாகக் கருதுவதும் தவறு.

30

போதுமக்களின் பொழுதுபோக்குகள்

நம் படங்கள், தேசிய வாழ்க்கைக்குள் ஊடுருவி, உண்மையான இந்தியாவைப் பிரதிபலிக்கும்வகையில் எடுக்கப்படவேண்டும்.

- வி. சாந்தாராம், பட இயக்குனர், 1940

இந்திய இசையில் மட்டுமாவது பாகிஸ்தான் இல்லை.

- டி.பி. முகர்ஜி, சமூகவியல் அறிஞர், 1945

I

இந்தப் புத்தகத்தின் அத்தியாயங்கள் இந்தியக் குடிமக்களின் கஷ்டங்களையும் போராட்டங்களையும் துருவிப் பார்த்துவிட்டன. ஆனால் அவர்கள் எவ்வாறு தங்களை மகிழ்வித்துக் கொண்டார்கள்? இந்தியர்கள் வேலை செய்யாத போதோ, சண்டை போடாதபோதோ, குடும்பத்தை நடத்தாதபோதோ என்ன செய்துகொண்டிருந்தார்கள்? இந்தக் கேள்விக்கு, மிகப் பெரும்பான்மையினரின் மிகச் சிறிய பதில், அவர்கள் சினிமாவுக்குச் சென்றார்கள் என்பதுதான்.

இந்திய மக்களின் மிகப்பெரும் விருப்பம் முழுநீளத் திரைப்படங்களே. இந்தப் புத்தகத்தில் கூறப்பட்ட பல்வேறு பிளவுகளான சாதி, வர்க்கம், பிராந்தியம், மதம், மொழி, பால் ஆகியவற்றைத் தாண்டி, மக்கள் திரைப்படங்களை விரும்பிப் பார்க்கிறார்கள். 1895-ன் கடைசி வாரத்தில் லூமியர் சகோதரர்கள் பாரீஸில் முதல் சினிமாவைக் காட்டினர். விரைவில் இந்திய திரைப்பட இயக்குனர்கள் தைரியமாக, 'பூனா பந்தயங்கள் 98', 'பம்பாய் நிலையத்துக்கு ரயில் வருகிறது' போன்ற தலைப்புகளில் படங்களை எடுத்துக் காட்டினர். 1913-ல் முதல் முழுப்படம், தாதா சாகேப் பால்கே என்ற அச்சக உரிமையாளர்

ஒருவரால் தயாரிக்கப்பட்டது. ஏசுநாதரின் வாழ்க்கைச் சித்திரத்தால் உந்தப்பட்ட அவர், 'ராஜா அரிச்சந்திரா' என்ற புராணக் கதையைத் தயாரித்து அளித்தார். 18 ஆண்டுகளுக்குப் பிறகு ஒலியுடன் கூடிய முதல் படமாக, அர்தெஷிர் இரானியின் 'ஆலம் ஆரா' திரைக்கு வந்தது.

1920-கள், 1930-களில் இந்தியப் படங்கள், ஐரோப்பாவிலும் வட அமெரிக்காவிலும் தயாரிக்கப்பட்ட படங்களோடு போட்டியிட வேண்டியிருந்தது. ஆனால் இரண்டாம் உலகப்போருக்குப் பிறகு இந்தியாவில் தயாரிக்கப்பட்ட படங்களின் எண்ணிக்கை மிக அதிகமாகியது. 1945-ல், 99 திரைப்படங்கள் தயாராயின. இரு ஆண்டுகளுக்குப் பிறகு சுதந்தரத்தின்போது இந்த எண்ணிக்கை 250-க்குத் தாவியது. இவற்றில் மூன்றில் இரண்டு பங்கு படங்களை முதல்முறை தொழிலுக்கு வந்தவர்கள் தயாரித்தனர்.[1]

ஆரம்பகாலப் படங்கள், பக்தி அல்லது காதலை முன்வைத்தன. சில, அந்தக் காலச் சமூக அரசியல் நிகழ்வுகளால் பாதிக்கப்பட்டவை. 1930-ல் தயாரான 'அசூத் கன்யா' என்ற படம், பிராமண இளைஞன் ஒருவன் தீண்டத்தகாத வகுப்புப் பெண் ஒருத்தியைக் காதலிக்கும் கதையைக் கொண்டது.

உலகப் போர்களுக்கு இடையில் எடுக்கப்பட்ட படங்களில் நாட்டுப்பற்றும் தேசிய உணர்வும் தெறிக்கும் வசனங்களும் பாடல்களும் இடம்பெற்றன. சினிமா இயக்குனர்களும் நடிகர்களும் தேசிய இயக்கத்தவரால் உந்தப்பட்டாலும், தேசிய இயக்கத்தில் இருந்தவர்கள் சினிமாவைச் சட்டை செய்யவில்லை. 'அசூத் கன்யா'-வின் தயாரிப்பாளர், தீண்டாமைக்கு எதிராகத் தன் வாழ்நாள் முழுதும் போராடிய மகாத்மா காந்தியை, அந்தப் படத்தைக் காணவைக்கக் கடும் முயற்சிகளை மேற்கொண்டார்; ஆனால் தோல்வியே கண்டார். (காந்தி பார்த்த ஒரே திரைப்படம், அதுவும் முழுதும் பார்க்கவில்லை, புராணப் படமான 'ராம ராஜ்யா'.)[2] ஜவாஹர்லால் நேருவோ, வல்லபபாய் படேலோ, மற்ற தலைவர்களோ திரை அரங்குக்குச் சென்று படம் பார்த்ததாக ஆதாரம் ஏதுமில்லை.

சில தேசியவாதிகள் திரைப்படங்களை ஒதுக்கித் தள்ளினால், வேறு சிலரோ, அவற்றுக்கு எதிராகக் கடுமையான பிரசாரத்தை மேற்கொண்டனர். இந்திய விடுதலைப் போராட்டத்தில் ஒருவிதமான கடுமையான தூய்மை உணர்வு ஓடிக்கொண்டிருந்தது. அதனால், பொதுஜனப் படங்களில் காணப்பட்ட வண்ணமயமான ஆடை அலங்காரங்கள், காதல் கதைகள், பாடல்கள், நடனக் காட்சிகள் ஆகியவற்றுக்கு எதிராக இந்தத் தேசியவாதிகளிடம் ஒருவித வெறுப்பு பரவியது. விடுதலைக்குப் பிறகு இப்படிப்பட்ட சில தூய்மைவாதிகள் பொறுப்பான பதவிகளுக்கு வந்தனர். அந்தப் பதவியில் இருந்துகொண்டு, தாங்கள் விரும்பாத அந்தத் தொழிலுக்கு எதிராக வெளிப்படையாகவே பேசினர். 1950 செப்டெம்பரில் ராஜஸ்தான் முதல்வர் திரைப்படங்களின் அழிவுப் போக்கு குறித்து வருத்தம் தெரிவித்தார். ஆனால், தான் அதுவரை ஒரே ஒரு படத்தை மட்டுமே பார்த்திருந்ததை ஒப்புக் கொண்டார். மூன்று வருடங்களுக்குப் பிறகு மதராஸ் மாநில முதல்வர்,

சினிமா படங்களில் இருக்கும் செக்ஸ், கொலை ஆகியவை இந்திய இளைஞர் களைக் கெடுப்பதாகக் குற்றம் சாட்டினார். அவர் படத் தயாரிப்பாளர்களை, 'சினிமாவில் பாலினத் தூண்டலைக் குறைக்குமாறும், வண்ணங்களில் புராணப் படங்களைத் தயாரிக்குமாறும்' வேண்டிக்கொண்டார். 'நம் இளைஞர்கள் இந்த (செக்ஸ்) விஷயங்களைப் பற்றியே நினைத்துக் கொண்டிருந்தால் மற்றவற்றில் எவ்வாறு கவனம் செலுத்தமுடியும்?' என்று குறைப்பட்டார். அவர், 'குறைந்த கூலி பெறும் ஊழியர்களை சினிமா பார்க்க வேண்டாம் என்று கேட்டுக்கொண்டார். காரணம் அவருக்கு சினிமா பிடிக்காது என்பதால் அல்ல. அவர்கள் சம்பாதிக்கும் பணத்துக்கு வேறு நல்ல பயன்கள் உள்ளன என்பதாலேயே. பணக்காரர்கள் சினிமா பார்க்கச் செலவழிக் கவும் முடியும். அவ்வாறு செய்து அவர்கள் தங்களைக் கெடுத்தும் கொள்ளலாம்.'[3]

அத்தகைய உணர்வுகள் அரசியல்வாதிகளிடம் மட்டும் இல்லை. 1952 டிசம்பரில் கல்கத்தா பல்கலைக்கழக சிண்டிகேட் அமைத்த குழு ஒன்று, தேர்வுகளில் குறைவான சதவிகிதத் தேர்ச்சிக்குக் காரணம், மாணவர்கள் அதிகமான நேரத்தை சினிமாவில் செலவழிப்பதே என்று சொன்னது.[4] இரண்டாண்டுகளுக்குப் பிறகு பிரதமருக்கு அனுப்பப்பட்ட புகார் மனு ஒன்று, 'நாட்டின் ஒழுக்க ஆரோக்கியத்தை' சினிமா அச்சுறுத்துகிறது என்றது. சினிமா தான், மக்களைக் குற்றம் செய்யத் தூண்டி, சமுதாயத்தின் நிலையற்ற தன்மைக்குக் காரணமாக உள்ளது என்றது அந்த மனு.[5] அந்த மனுவில் 13,000 இல்லத் தலைவிகள் கையொப்பம் இட்டிருந்தனர். நாடாளுமன்றத்தில், அந்தப் பிரச்னையை முன்வைத்தவர், தூய்மைவாத அரசியல்வாதியான கே.எம். முன்ஷி என்பவரின் மனைவி லீலாவதி முன்ஷி. 1954 நவம்பரில் மாநிலங்கள் அவையில் விவாதத்தை எழுப்பிய திருமதி முன்ஷி, 'சினிமாக் களால் ஒரு தலைமுறையையோ நாட்டையோ ஆக்கவோ, அழிக்கவோ முடியும்' என்றார். ஆனால் அழிவுதான் அதிகம் நடக்கக்கூடியது என்பது அவர் கருத்து. ஏனெனில் அவர் கருத்தில், சினிமாவில் காட்டப்படும் குற்றங் களையும் செக்ஸையும் இந்திய இளைஞர்கள் தங்கள் நிஜ வாழ்க்கையில் திரும்பச் செய்து பார்க்கத் தூண்டப்படுகின்றனர். 'பெண்களின் சதைகளை வெளியே காட்டி மக்களை உணர்ச்சிவசப்பட வைப்பது' அவரைக் கவலை யில் ஆழ்த்தியது. சபையில் பதில் அளித்த நடிகர் ப்ரித்விராஜ் கபூர், சுதந்தரச் சமுதாயத்தில் கலையின் கழுத்தை நெரித்துவிட முடியாது என்றார். கலைஞனின் பார்வையில், 'சூரிய ஒளியும் நிழலும் ஒன்றோடு ஒன்று இணைந்தே செல்பவை' என்றார்.[6]

இந்த ஆட்சேபங்களை எதிர்கொள்ள, சென்சார் போர்டு என்ற தணிக்கைத் துறை அமைக்கப்பட்டது. திரையிட வேண்டிய ஒவ்வொரு படத்தையும், அது வெளிவருமுன் இந்த அமைப்பு பார்த்து, அங்கீகாரச் சான்று அளிக்க வேண்டும். பாலினக் கவர்ச்சியைத் தூண்டும் காட்சிகள் தடை செய்யப் பட்டன. வன்முறைக் காட்சிகள் நிறைந்த படங்களுக்கு, வயது வந்தோருக்கு மட்டும் என்று சான்றளிக்கப்பட்டன. இருந்தும், சினிமாத் தொழில்,

சுதந்தரத்துக்குப் பிறகு அதிவேகமாக வளர்ந்தது. 1961 வாக்கில், ஆண்டுக்கு 300 படங்கள் வெளியாகி, நாடெங்கிலும் உள்ள 4,500 தியேட்டர்களில் திரையிடப்பட்டன. 1990-களில் திரையரங்குகள் இரு மடங்காயின. படங்களின் எண்ணிக்கை மூன்று மடங்குக்கும் அதிகமாயிற்று.

1950-களில் பம்பாய், இந்திய சினிமாத் தொழிலின் மையக் கேந்திரம் ஆனது. நாடெங்கிலும் பரவலாகப் புரிந்து கொள்ளப்பட்ட இந்தி மொழியில் மிகப் பிரபலமான படங்கள் வெளியாகின. ஆனால் மற்ற மொழிகளிலும் இத்தொழில் செழிப்பாக நடைபெற்றது. 1992-ல், இந்தியில் 189 படங்களும், தமிழில் 180 படங்களும், தெலுங்கில் 153 படங்களும், கன்னடத்தில் 92 படங்களும், மலையாளத்தில் 90 படங்களும், வங்காளத்தில் 42 படங்களும், மராட்டியில் 25 படங்களும் வெளியாகின.[7]

1980 வாக்கில், உலகில் மிக அதிகமான திரைப்படங்களை வெளியிடும் நாடாக, இந்தியா அமெரிக்காவைத் தாண்டியது. விவாதத்துக்கு இடமின்றி, சினிமாவுக்குப் போவதே இந்தியாவில் மிக முக்கியமான பொழுதுபோக்கு ஆகிவிட்டது. 1997-ல் சுதந்தரம் அடைந்து 50 ஆண்டுகள் கழித்து, இந்தியாவில் தினசரி சினிமாவுக்குச் செல்பவர்கள் எண்ணிக்கை 1.2 கோடியாக இருந்தது. இது ஐக்கிய நாடுகள் சபையின் பல உறுப்பினர் நாடுகளின் மக்கள் தொகையைவிட அதிகம்!

திரைப்படத் தொழிலின் வளர்ச்சி, நகர்ப்புற இந்தியாவின் அமைப்பில் பெரும் பாதிப்பைச் செலுத்தியது. சிறு நகரங்களின் மையத்தில் திரை அரங்குகளே ஆதிக்கம் செலுத்துகின்றன. மிகப் பெரும் நகரங்களில், அவை இடத்துக்கு இடம் காணப்படுகின்றன. இவற்றுக்கும் மேலாக, எங்கும் காணப்படுவன வண்ணமயமான, பலவித அளவுகளில் இருக்கும் சினிமா விளம்பரங்கள். சாலையோரக் கடைகளின் பக்கங்களில் கூட ஒட்டப்படும் அளவுக்குச் சிறிய விளம்பர சுவரொட்டிகளும், மிக பிரும்மாண்டமான அளவில் சாலைகள் மேலாக எழும்பியிருக்கும் அளவுக்குப் பெரிய விளம்பரப் பலகைகளும் வைக்கப்படுகின்றன. பிரும்மாண்டமான படங்களுக்கு, சுமார் 70,000 சுவரொட்டிகள் அச்சிடப்பட்டு, அனைத்துச் சுவர்களிலும் ஒட்டப்படுகின்றன. அந்தப் படமே ஓடுவதை நிறுத்திய பின்னரும்கூட ஒட்டப்பட்ட விளம்பரங்கள் மங்கி, அந்தச் சுவர்களில் வரலாறாகக் காணப்படுகின்றன.[8]

II

> ஒரு சராசரி இந்திப் படத்தின் உள்ளடக்கம் நன்றாகத் தெரிந்ததுதான்: வண்ணம் (ஈஸ்ட்மென்); பாடல்கள் (ஆறு அல்லது ஏழு), நன்றாக அறிந்த, நம்பக்கூடிய குரலில்; நடனம், தனியாகவோ, கூட்டமாகவோ, அதிக ஆவேசத்துடன் இருந்தால் சிறப்பு; மோசமான பெண், நல்ல பெண், மோசமான ஆண், நல்ல ஆண், காதல் (ஆனால், முத்தம் கூடாது); கண்ணீர், ஜோக், சண்டை, துரத்தல்கள், உணர்ச்சிக் காவியம்; சமுதாய வெற்றிடத்தில் வசிக்கும் பாத்திரங்கள்; ஸ்டுடியோவுக்கு வெளியே காணமுடியாத இடங்கள்; குலு, மனாலி, ஊட்டி,

காஷ்மீர், லண்டன், பாரிஸ், ஹாங்காங், டோக்கியோ போன்ற (அசாதாரணமான) லொகேஷன்கள்... மூன்றில் இரண்டு இந்திப் படங்ளில் மேலே பட்டியலிட்ட அனைத்தும் இருக்கும்.[9]

சத்யஜித் ரே அவ்வாறு எழுதினார். ரேயின் சொந்தப் படங்களில் நடனக் காட்சிகள் இருக்காது, பாடல்களும் சொற்பமே. அவர், படம் பார்ப்போரை, கதையின் பாத்திரங்கள் வாழும் வீட்டுக்கே அழைத்துச் சென்றார். அவர்கள் உண்ணும் உணவையும் உடுக்கும் உடையையும் காட்டினார். அவருடைய கதாநாயகர்கள் வாழ்ந்த வாழ்க்கை, முழுமையான, உண்மையான வாழ்க்கை. அவருடைய படங்கள், (மறுப்புக்கு இடமின்றி) மதிப்பான இடத்தில் வைத்துப் போற்றப்பட்டன. ஆனாலும், வெகுஜனத் திரைப்படத்துக்கு ஓர் இடம் இருந்தது. இந்த வெகுஜனப் படங்களின் சமூகத்தை, 'செயற்கையான, எங்கும் இல்லாத சமூகம்' என்றும் 'கற்பனையில் நம்பவேண்டிய உலகம்' என்றும் ரே ஒதுக்கித் தள்ளலாம். ஆனால், இந்தக் காரணங்களுக்காகவே, அவர்கள் சித்திரித்த உலகம் உண்மையானதல்ல என்பதனாலேயே, அந்தப் படங்கள் ஆதரிக்கப்பட்டன. இந்தப் படங்களைத் தயாரித்தவர்களுக்கும் இது தெரியும். 1970-களின் வெற்றிப்பட இயக்குனர்களில் ஒருவரான மன்மோகன் தேசாய், தன் படங்கள் பற்றிக் கூறுகையில், 'நான், என் மக்கள் தங்கள் கஷ்டங்களை மறக்கவேண்டும் என்று விரும்புகிறேன். நான் அவர்களை வறுமை இல்லாத, பிச்சைக்காரர்கள் இல்லாத, விதி கனிவாக இருக்கும், கடவுள் தம் மக்களைக் கவனிப்பதில் சுறுசுறுப்பாக இருக்கும் கனவுலகுக்கு அழைத்துச் செல்ல விரும்புகிறேன்' என்றார்.[10]

19-ம் நூற்றாண்டில் புதிதாக எழுத்தறிவு பெற்ற மக்கள், எந்தக் காரணத் துக்காக, பிரபலமானோர் பற்றியும் பணக்காரர்கள் பற்றியும் கதைகளைப் படிக்க விரும்பினார்களோ, அதே காரணத்துக்காகத்தான், சுதந்தர இந்தியாவில் விவசாயிகளும் தொழிலாளர்களும் சினிமா சென்றனர். ஜார்ஜ் கிஸ்ஸிங்கின் நாவலில் வரும் ஒரு பாத்திரம் கூறுவதுபோல, 'வேலைசெய்யும் ஆண்களும் பெண்களும் தங்கள் உலகம் பற்றிப் பேசும் கதைகளைப் படிக்க விரும்புவ தில்லை. அவர்கள், அதுவும் முக்கியமாகப் பெண்கள், முழுமையான லட்சிய வாதிகள். இந்த வர்க்கத்தினர் தங்கள் அன்றாட வாழ்க்கையின் எந்தவோர் அம்சம் பிரதிபலிப்பதையும் காண விரும்புவதில்லை!'[11]

உழைக்கும் வர்க்கத்தினருக்கு, நகைச்சுவையும் உணர்ச்சிப்பூர்வமான கதைகளுமே பிடிக்கும் என்றார் கிஸ்ஸிங். இந்தியாவிலும் அப்படித்தான். இங்கு, நகைச்சுவையும் உருக்கமான காட்சிகளும் உள்ளூருக்கு ஏற்றவகையில் பொருத்தமாக மாற்றப்படுகின்றன. அடிக்கடி வரும் சில கருத்துகள் இந்தியச் சூழலுக்கு வெளியே பொருளற்றதாக இருக்கும். உதாரணமாக, மகனுக்குத் தாயிடம் உள்ள பக்தி, மாமியாருக்கு மருமகளிடம் உள்ள சச்சரவுகள், சாதி, குடும்ப வழக்கங்களைமீறி ஒருவர் தன் வாழ்க்கைத்துணையைத் தேர்ந் தெடுப்பது ஆகியவை. ஹாலிவுட் உருக்கப் படங்களைப்போலன்றி, இந்தியப் படங்களில் மோசமான பையனும் மோசமான பெண்ணும் அளவுக்கு அதிகமான பங்களிப்பைத் தருகிறார்கள். இந்த வில்லன், வில்லி போன்ற

மோசமான பாத்திரங்களுடன் ஒப்பிடும்போது, ஹீரோவும் ஹீரோயினும் மனித இயல்புக்கு அப்பாற்பட்ட நிலையில் மிகத் தூய்மையாகத் தெரிவர்.[12]

புகழ்பெற்ற சினிமா தயாரிப்பாளர் ஒருவர், தம் படைப்புகளை 'விவசாயிகளுக்கான அலங்கார அணிவகுப்பு' என்றார்.[13] இந்தக் காட்சிகள் அனாயாசமான இடங்களில் படமாக்கப்படுபவை; இவற்றை விவசாயிகள் தங்கள் கனவில் மட்டுமே காண முடியும். இவற்றில் சில, புராணக் காட்சிகள். இவற்றில், பாத்திரங்கள் குதிரைமீது பறந்தனர். கடவுள்களுடன் பேசினர். சில காட்சிகளில், பார்வையாளர்கள் நேரில் சென்று காண முடியாத இடங்கள் காண்பிக்கப்பட்டன. இந்தியப் படங்கள், அன்றும் இன்றும், பிரெஞ்சு ஆற்றங்கரைகளிலும், சுவிட்சர்லாந்தின் ஆல்ப்ஸ் மலைகள்மீதும், தென்னாப்பிரிக்கக் கடற்கரைகளிலும் படமாக்கப்படுகின்றன. பாத்திரங்கள், அந்த இடங்களில், இந்தியாவில் அணியமுடியாத ஆடைகளை அணிந்து, இந்தியர்கள் இதுவரை ஓட்டாத கார்களை ஓட்டுவர். இந்த சினிமா முழுவதும், 'கண்டு மகிழ மட்டுமே. அப்படி மகிழப்படும் பொருள்கள், டச்சு நாட்டு டுலிப் பூக்களாக இருக்கலாம் அல்லது நவீன தொலைப்பேசிக் கருவியாக இருக்கலாம். இதன்மூலம், பார்வையாளர், யாரோவாக, எங்கோ ஓர் இடத்தில், இரண்டாவது வாழ்க்கையை வாழமுடியும்.'[14]

குறிப்பிட்ட ஒரே மாதிரியான கதைகள், கதைப்போக்குகள் ஆகியவற்றைமீறி இந்தியப் படங்களில் ஏதேனும் தனிப்பட்ட அம்சம் உள்ளது என்றால், அதுதான் அதன் இசை. பழங்காலம் தொட்டே, இந்தியக் கூத்துகளிலும் நாடகங்களிலும் ஏதோ ஒரு வகையில் பாடல்கள் இருந்தன. இந்த முறை சினிமாக்களுக்கு எடுத்து வரப்பட்டு, ஒவ்வொரு படத்திலும் அரை டஜன் பாடல்கள் இருந்தன; அவற்றை வேறு சிலர் பின்னணியில் பாட, நடிகர்கள் உதட்டை மட்டும் அசைத்தனர்.

வரலாற்றில் ஏற்பட்ட விபத்தாக, அல்லது நல்ல நிகழ்வாக, இந்தக் காதல் பாடல்களை அல்லது சோகப் பாடல்களை, அந்தந்தக் காலத்தின் மிகச்சிறந்த கவிஞர்கள் எழுதினார்கள். சுதந்தரத்தின்போது அல்லது அதற்கு ஒரு நூற்றாண்டுமுன், கவிதையின் முதன்மை மொழியாக உருதுதான் இருந்தது. பிரிவினைக்கு முன்பும் பின்பும் பல முஸ்லிம் எழுத்தாளர்களும் சில இந்துக் களும் பம்பாய் சினிமாத் தொழிலில் சரண் புகுந்தனர். அந்தக் கவிஞர்களின் புனைபெயர்களான சுல்தான்புரி, ஜெய்ப்புரி, லுதியான்வீ, ஆஸ்மி, பாதாயுனி, போபாலி போன்றவை, முன்பு முஸ்லிம்களும் இந்துக்களும் இணைந்து, நேர்த்தியாகப் பேசிய உருது மொழிக்குப் புகழ்பெற்று விளங்கிய வட இந்திய நகரங்களின் பெயர்கள்.

திரைப்படப் பாடல்கள் மிகப் புகழ்பெற்று விளங்கியதற்குக் காரணம், அப்பாடல்களின் வரிகள். இவை நேர்த்தியான சொற்களுடன், உவமை, சிலேடை ஆகியவை கொண்டு விளங்கின. இவை மிகச் சிறந்த முறையில் இசை அமைக்கவும் பட்டன. பாடல்களுக்கான இசை, இந்திய செவ்வியல் வடிவம், நாட்டுப்புற இசை ஆகியவற்றைக் கலந்து செய்யப்பட்டது.

பின்னணி இசைக் கோர்வை, மேற்கத்திய இசையிலிருந்து பெரிதும் கடன் வாங்கப்பட்டது. சிதாரும் தபலாவும், சாக்ஸஃபோனுடனும் வயலினுடனும் இயல்பாகக் கலந்தன. 'சங்கமம் (ஃப்யூஷன்) என்பது ஃபேஷனாக ஆவதற்கு வெகுகாலம் முன்னதாகவே, அது பம்பாய் சினிமா ஸ்டுடியோக்களில் இசைக்கப்பட்டது' என்கிறார் ஓர் இசை மாணவர். 'கங்கை டெல்டாவின் கிராமிய மெல்லிசையுடன், டிக்ஸீலாண்ட் ஸ்டார்ம், போர்ச்சுகீசிய ஃபாடோஸ், எல்லிங்டன் டூடில் ஆகியவை கலந்து, அனைத்தும் ஒரு ஹிந்துஸ்தானி ராகத்தின் ஸ்வரங்களுக்குள் அமைக்கப்பட்டு, கிறுகிறுக்கச் செய்யும் இசை உருவானது.'[15]

பாரம்பரியவாதிகள் திரைப்பட இசையை தரம் குறைந்த, சீரழிந்த இசை வடிவம் என்று ஒதுக்கித் தள்ளினர். ஆனால் அஷ்ரஃப் அஜீஸ் குறிப்பிடுவது போல, 'இது நாட்டுப்புற இசையும் அல்ல, செவ்வியல் இசையும் அல்ல, சினிமாவுக்கு என்று பிரத்யேகமாக உருவாக்கப்பட்ட, கதையின் போக்குக்கு ஏற்ற இசை வடிவம். அது புதிய சங்கமமாக உருவான, சங்கீதத்தின் புதிய வடிவம்.'[16] பரவலாகவும் ஆழமாகவும் நேசிக்கப்பட்ட ஒரு வடிவம் என்பதையும் சேர்த்தே சொல்லவேண்டும். ஒரு பிரபல பாடகர் இந்தப் பாடல்களை முதலில் குறை கூறியபோதிலும், பின்னர், அவை 'கல்கத்தாவின் உயர்குடிப் பெண்களின் நாக்குகளிலும் பெஷாவரின் ரிக்‌ஷா ஓட்டுனர்களின் நாக்குகளிலும் ஒரே சீராக ஒலிக்கின்றன' என்றார்.[17]

'இந்திய ரசிகர்கள், ஒரே மாதிரியான பாத்திரங்கள், எதிர்பார்க்கக் கூடிய வசனங்கள் ஆகியவற்றுக்குத் தங்களைப் பழக்கப்படுத்திக் கொண்டு விட்டார்கள்' என்கிறார் நஸ்ரீம் முன்னி கபிர் என்ற சினிமா வரலாற்றாளர். 'ஆனாலும், இந்த நைந்துபோன பழைய கதைகள், நல்ல அழகான நடிகர்களும் ஏழெட்டு பாடல்களும் இருந்தால், மீண்டும் உயிர் பெறும். பழைய கதைகள் திரும்பத் திரும்பச் சொல்லப்படுவதைக்கூட பார்வை யாளர்கள் ஏற்றுக்கொள்வார்கள். ஆனால் இசையில் புதுமை இல்லாவிட்டால் ஒதுக்கித் தள்ளிவிடுவார்கள்.'[18]

III

1940 முதல் 1980 வரையிலான ஆண்டுகளில், இரு வகையான இந்தியர்கள் சினிமா பார்த்தனர்: ஒன்று, கூட்டமாக ஆண் இளைஞர்கள் மட்டும்; இரண்டாவது, குடும்பத்தில் உள்ள அனைவரும். வட இந்தியாவில் ஆய்வு செய்த மானுடவியல் அறிஞர் ஒருவர், 'மணமாகாத பல ஆண்கள், சினிமா கலாசாரத்தில் தீவிரமாக மூழ்கியிருந்தனர். அவர்கள் சினிமா அளித்த கேளிக்கை காரணமாக அதனை விரும்பினர். குடும்ப வாழ்க்கையின் சோதனைகளிலிருந்து தப்பிக்க வாய்ப்பு அளித்ததனாலும் அதனை விரும்பினர். (வீட்டில் தடை செய்யப்பட்டிருந்தாலும்) திரையரங்குகளில் சிகரெட் பிடிக்கலாம்; நண்பர்களுடன் விளையாட்டாகப் பேசி மகிழலாம். இளம்பெண்கள் அபூர்வமாகவே சினிமாவுக்குச் சென்றனர். ஆனாலும், சில சமயங்களில், வயதானவர்கள் தங்கள் மனைவி, பெற்றோர்களை அழைத்துச்

சென்றனர். இந்த இரு பிரிவினரும் வெவ்வேறு விதமான படங்களையே விரும்பினர். இளைஞர்கள் கட்டற்ற நடனங்களையும் சண்டைக் காட்சிகளையும் விரும்பினர். ஆனால் கலவையான மற்றொரு பிரிவினர், தொல்லைகளும் மகிழ்ச்சியும் நிரம்பிய குடும்ப வாழ்க்கையைச் சித்திரிக்கும் படங்களை விரும்பினர்.[19]

சினிமா மோகம் தென்னிந்தியாவில் மிக அதிகமாக இருந்தது. அங்கு, சினிமா போகும் ஆண்கள், ஒவ்வொரு நடிகருக்கும் என பிரத்யேகமான ரசிகர் மன்றங்களை உருவாக்கி அவற்றில் இணைந்தனர். மதுரை நகரில் சுமார் 500 ரசிகர் மன்றங்கள் இருந்தன. அவற்றின் உறுப்பினர்கள், பதின்ம வயதினர் அல்லது இருபதுகளின் முற்பகுதியில் இருப்பவர்கள். அவர்களில் தையல் காரர்கள், ரிக்ஷா ஓட்டிகள், காய்கறி விற்பவர்கள், மாணவர்கள் போன்றோர் அடங்குவர். மன்றத்தின் நடவடிக்கைகளில், அபிமான நடிகர்களின் சினிமாக்களுக்குச் சுவரொட்டி ஒட்டுவது, படம் பார்க்க டிக்கட்டுகள் வாங்குவது, தனி இடங்களிலும் பொது இடங்களிலும் அபிமான நடிகர்களின் புகழ் பாடுவது ஆகியவை அடங்கும். எப்போதாவது, மன்றத்தின் நடவடிக்கைகள், பிறருக்கு உதவவும் செய்யும். தங்கள் அபிமான நடிகர் பெயரில் ரத்த தானம் செய்வது, இயற்கைப் பேரிடர் நிவாரணப் பணிகளுக்கு நிதி திரட்டுவது ஆகியவையும் அடங்கும்.[20]

முந்தைய அத்தியாயங்களில் தமிழ்நாட்டின் எம்.ஜி. ராமச்சந்திரனையும் ஆந்திரப் பிரதேசத்தின் என்.டி. ராமாராவையும் பார்த்துள்ளோம். இவர்கள் தங்கள் நட்சத்திர பலத்தால் மட்டுமே முதல்வராக ஆனவர்கள். அதே அளவுக்கு சொந்த மண்ணில் பெரிதும் போற்றப்பட்டவர் கன்னட நடிகர் ராஜ்குமார். ஆனால், அவர் தன் புகழை அரசியல் ஆதாயமாக மாற்றிக்கொள்ள விரும்பவில்லை. இந்த அளவுக்கு இந்த நடிகர்களுக்குப் புகழ் கிடைத்ததன் காரணம், இந்தியாவின் இந்தப் பகுதிகளில் திரைப்படங்கள், அந்தந்த மொழி தேசியத்தை வளர்ப்பதற்குச் சாதனமாக விளங்கியதே. தெற்கின் மக்கள், தங்கள் மொழிக்கு இந்தியால் ஆபத்து ஏற்படும் என்று அஞ்சினர். தங்கள் மொழியைக் காப்பாற்ற, அம்மொழியைச் சிறப்பாகப் பேசும் தங்கள் அபிமான நடிகர்களின் ஆதரவை நாடினர். இந்த நடிகர்கள், தங்கள் படங்களில் மனித வாழ்க்கையின் சாரத்தை - பிறப்பையும் இறப்பையும், காதலையும் துரோகத்தையும், வளத்தையும் துன்பத்தையும் - காட்டினர். அதை அன்றாட வழக்கு மொழியில், எதுகை மோனையுடன் பேசினர். எம்.ஜி.ஆரும் அவருடைய ரசிகர்களும், என்.டி.ஆரும் அவருடைய ரசிகர்களும், ராஜ்குமாரும் அவருடைய ரசிகர்களும், வார்த்தைக்கு வார்த்தை அதே மாதிரியாக, அதே மொழியில், அப்படியே பேசினர்.

இந்தி பேசும் பகுதிகளில் இந்த சினிமா விருப்பம், ஒருவருடைய சமூக அடையாளத்தோடு அவ்வளவு நெருக்கமாக ஆகிவிடவில்லை. (மற்ற மொழிகளைவிட அதிகமானவர்களால் பேசப்பட்டு வந்ததால், இந்திக்கு ஆபத்து ஏதும் இருப்பதாக உணரப்படவில்லை.) இருந்தும், அம்மொழி பரவலாகப் பேசப்பட்டதால், இந்தி நடிகர்கள், ஆழமாக இல்லாவிட்டாலும்,

பரவலாகப் பாராட்டைப் பெற்றனர். மறுப்புக்கு இடமிருப்பினும், ஒட்டு மொத்தமாக மிகப் பிரபலமான நடிகர், அமிதாப் பச்சன் என்றே சொல்லலாம். (இந்தியா மட்டுமல்ல; உலகம் முழுமைக்குமே. 2001-ல் பிபிசியின் இணையத்தள வாக்கெடுப்பில் பச்சன் மிகப் பிரபலமான நடிகராகத் தேர்ந்தெடுக்கப்பட்டார்.)

அலகாபாத்தில் 1942-ல், புகழ்பெற்ற இந்திக் கவிஞர் ஒருவரின் மகனாகப் பிறந்தவர் பச்சன். சில காலம் தொழில்துறையில் பணியாற்றியபின், திரைக்கு வந்தார். அவர் மிக உயரமானவர், நிறமும் சற்று கம்மி. இந்தவிதத்தில், அவர், தனக்கு முந்தைய நடிகர்களைவிட மாறுபட்டு இருந்தார். இந்தக் குறைகளை, தன் கம்பீரமான தோற்றத்தாலும், நடைமுறைகளாலும், அற்புதமான ஆழமான குரலாலும் வெற்றி கண்டார். நாடாளுமன்ற ஜனநாயகத்துக்கு நக்ஸலிசம், ஜெயப்பிரகாஷ் நாராயணின் பிகார் இயக்கம் ஆகியவை நெருக்கடி கொடுத்துவந்த 1970-களில், பச்சன் தன் நட்சத்திர அந்தஸ்தை அடைந்தார். அப்போது அவர் மேற்கொண்ட பாத்திரங்கள் அக்காலத்துக்கு ஏற்றவையாக இருந்தன. அவர் கோபக்கார இளைஞராக, அமைப்புக்கு எதிரானவராக, ஆனால் இறுதியில் அமைப்பை வெல்பவராக; முதலாளிக்கு எதிராகப் போராடும் தீவிரத் தொழிலாளராக; ஊழல் மேலதிகாரிக்கு எதிராகப் போராடும் நேர்மையான காவல்துறை அதிகாரியாக; அவருடைய தங்கமான மனத்தை முழுதாக மறைக்கமுடியாத கடும் குணம் கொண்ட நிழல் உலக தாதாவாகக்கூட... பல பாத்திரங்களை ஏற்று நடித்தார்.[21]

1982-ல் படப்பிடிப்பு நடக்கும்போது ஏற்பட்ட விபத்தில் பச்சன் மருத்துவமனையில் இருக்க நேரிட்டது. லட்சக்கணக்கானோர் அவர் பிழைப்பதற்காக வெற்றிகரமாகப் பிரார்த்தித்தனர். மூன்றாண்டுகளுக்குப் பின், அவரது இளம் வயது நண்பர் ராஜிவ் காந்தியின் அழைப்பின் பேரில், காங்கிரஸ் சார்பில், அலகாபாத் தொகுதி நாடாளுமன்ற உறுப்பினர் ஆனார். 'கோபக்கார இளைஞனாக அவர் இடத்தை வேறு யார் நிரப்ப முடியும்?' என்று பிரபல பத்திரிகைகள் வருத்தமுடன் கேட்டன.[22] அதிர்ஷ்டவசமாக அவரும் ராஜிவும் பிரிந்துபோனதால் நாடாளுமன்றத்திலிருந்து விலகி, திரையுலகுக்கே மீண்டும் வந்தார். வயதாக வயதாக, அவருடைய பாத்திரங்களும் மாறின. அவருடைய திறமை அளவிடற்கரியது. தன் அறுபதுகளிலும், அவரால் கண்டிப்பான தந்தையாகவும் கிறுக்குத்தனமான போலீஸ்காரராகவும் நடிக்க முடிந்தது (2005-ன் 'பண்ட்டி அவுர் பப்லி'). புதிய ஆயிரத்தின் முதல் சில வருடங்களில் 'கௌன் பனேகா கரோட்பதி?' என்ற தொலைக்காட்சி நிகழ்ச்சியில் பெரும் பங்கேற்றார். அந்த நிகழ்ச்சி மிகச் சிறப்பான வெற்றி பெற்றது. அதற்கு ஒரு காரணம், தாராளமய இந்தியாவின் சீக்கிரம் பணக்காரனாக விரும்பும் போக்கு. என்றாலும், நிகழ்ச்சியை நடத்திய பச்சனின் புகழும் தோற்றமும் அந்த வெற்றிக்குப் பெரும் துணையாக இருந்தன. பச்சன் பிரமாதமாக அந்த நிகழ்ச்சியை நடத்தினார். மாறி மாறி, கனிவாகவும் அறுக்கும் கூர்மையுடனும், இந்தி, ஆங்கிலம் என இரு மொழிகளிலும் சிறப்பாகப் பேசினார். இந்திக் கவிஞராகவும் ஆங்கில

இலக்கியப் பேராசிரியராகவும் இருந்த அவருடைய தந்தையின் புகழுக்குச் சிறிதும் சோடை போகவில்லை அவர்.

பச்சனின் 60-ம் பிறந்தநாள் விழாவின் புகழுரை ஒன்று, ‘அவரது வாழ்க்கை, உணர்வுகளையும் தலைமுறைகளையும் கடந்து பயணம் செய்தது’ என்று போற்றியது.[23] அவரைப் போலவே, அவரளவுக்கு இதனை வெற்றிகரமாகச் செய்த மற்றொருவர், பாடகி லதா மங்கேஷ்கர் எனலாம். அவருடைய தந்தையும் பலதிறன் கொண்ட பாடகர், நடிகர், பாடலாசிரியரான தீனாநாத் மங்கேஷ்கர். லதாவுக்குப் பதிமூன்று வயதாகும்போது, 1942-ல் அவர் காலமானார். ஆனால், லதா, வாழ்க்கையின் முக்கியமான பகுதியில் தன் தந்தையிடம் இசையைப் பயின்றிருந்தார். ஐந்து குழந்தைகளில் மூத்தவர் என்பதால் குடும்பத்தின் பொறுப்பை லதா சுமக்க நேர்ந்தது. முதலில் அவர் மராத்தியப் படங்களில் பாடினார். பிறகு விரைவில், பிரபலமானதும் அதிக வருமானம் அளிப்பதுமான இந்திப் படங்களுக்குப் பாடத் தொடங்கினார். அவருடைய முதல் இந்திப் பாடல் 1947-ல் பதிவுசெய்யப்பட்டது. அந்தப் பத்தாண்டின் முடிவில் இந்தியாவில் மிக அறியப்பட்ட பாடகராகவும் பலரால் நாடப்பெறும் பாடகராகவும் ஆனார். அவர் பாடல் ஒன்று இடம் பெறாமல் படம் ஒன்று வருவதை தயாரிப்பாளரோ, இயக்குனரோ நினைத்துப் பார்க்கவும் முடியவில்லை. தன் 50 ஆண்டு இசைவாழ்வில், அவர், 5,000-க்கும் அதிகமான பாடல்களைப் பாடியிருக்கிறார்.[24]

லதா மங்கேஷ்கருக்குமுன் திரைப்படங்களில் பாடிய பெண் பாடகிகளின் குரல்கள் கரகரப்பாக இருந்தன. லதாவின் குரல் உயர் ஸ்தாயியில் இருந்தது. சிலருக்கு அவர் குரல் கிறீச்சுக் குரலாகப் பட்டாலும், பிறர் அதனை மென்மையான பெண்மையின் வடிவமாகக் கண்டனர். விரைவிலேயே அவர் குரல் இந்தியாவிலேயே அதிகமாக அறியப்பட்ட ஒன்றாயிற்று: ‘அந்த இசையைக் கேட்டபடி, தில்லியின் சாலை வியாபாரிகள் தம் தொழிலைச் செய்தனர்; லாரி டிரைவர்கள் நெடுஞ்சாலைகளில் ஓட்டினர்; ராணுவ வீரர்கள், லடாக் எல்லையில் புதைகுழியில் இருந்தபடி காவல் காத்தனர்; பளபளக்கும் பிரபலங்கள் ஆடம்பர ஹோட்டல்களில் உணவருந்தினர்.’[25] வர்க்க வேறுபாடுகளையும் அரசியலையும் தாண்டி அவர் குரலுக்குச் செல்வாக்கு இருந்தது. தேசியவாதி ஜவாஹர்லால் நேரு அவருடைய ரசிகர் 1962 சீனப்போரில் வீழ்ந்த தியாகிகளுக்கு அஞ்சலி செலுத்தும் வகையில், ‘ஏ மேரே வதன் கே லோகோன்’ என்ற பாடலைப் பாடிப் பிரபலப்படுத்தியது ஒரு முக்கியமான காரணம். வெகு காலத்துக்குப்பின் பிராந்தியவாதி பால் தாக்கரேயும், மராத்தியப் பெண்மையின் நேர்த்தியான மாதிரி என்று அவரைப் போற்றினார்.

IV

சினிமாத் தொழிலின் ஓர் அம்சம் பலவித மக்களும் அதில் ஒன்றுகூடுவதே. பார்ஸி, யூத நடிகர்கள், இந்து, முஸ்லிம், கிறிஸ்தவர்களோடு போட்டியிட்டு சினிமாவில் நடித்தனர். சில மாபெரும் பட இயக்குனர்கள் வங்கத்திலிருந்தோ அல்லது தென் இந்தியாவிலிருந்தோ வந்தனர்.

சரியான எடுத்துக்காட்டு 1975-ல் வெளியான, மாபெரும் வெற்றிப்படமான 'ஷோலே'. அதன் இயக்குனர் ஒரு சிந்தி. பாடலாசிரியரும் முன்னணி நடிகர் ஒருவரும் பஞ்சாபிகள். பிற ஆண் நடிகர்கள், உத்தரப் பிரதேசம், குஜராத், வடமேற்கு எல்லை மாகாணம் ஆகிய இடங்களிலிருந்து வந்தவர்கள். (கடைசி நிமிடத்தில் நீக்கப்பட்ட மற்றொருவர் சிக்கிமைச் சேர்ந்தவர்.) இரு முன்னணி நடிகைகளுள் ஒருவர் தமிழர், மற்றவர் மத்தியப் பிரதேசத்தில் குடியேறிய வங்காளி. இசையமைப்பாளர், திரிபுராவிலிருந்து வந்த வங்காளி.[26]

பம்பாயில் மட்டும்தான் சினிமாத்தொழில் அனைத்து சமூகங்களையும் ஒன்றிணைத்தது என்றல்ல. சென்னையிலும் தமிழ் இயக்குனர் எஸ்.எஸ். வாசனின் ஸ்டுடியோவில், 'மேக்-அப் துறையில் தலைமை ஏற்றவர் வங்காளி. அவர் விலகியதும் அடுத்து வந்தவர் மகாராஷ்டிரியன். அவருடைய உதவியாளர் தார்வாடைச் சேர்ந்த கன்னடிகர், பிறகு ஒரு ஆந்திரர், சென்னையின் இந்தியக் கிறிஸ்தவர், ஆங்கிலோ பர்மியர், பிற உள்ளூர் தமிழர் கள்.' வாசனிடம் பணியாற்றிய வசனகர்த்தா ஒருவர் நினைவுகூர்ந்ததுபோல, 'இந்த தேசிய ஒருமைப்பாட்டுக் கூட்டம், அதாவது மேக்-அப் காரர்கள், எந்த நல்ல தோற்றம் உடையவரையும், ஏகப்பட்ட பூச்சுகள், உள்ளூர் சாயங்கள் ஆகியவற்றைக் கொண்டு கோரமானவர்களாக மாற்றிவிடுவர்.'[27]

அனைத்துக்கும் மேலாக, இந்தியாவின் மிகப்பெரும் சிறுபான்மையினரும் எளிதில் பாதிக்கப்படக்கூடியவர்களுமான முஸ்லிம்களுக்கு சினிமாத் தொழில் தாராளமாக அடைக்கலம் அளித்தது. முன்பே கூறியவாறு, பல பாடலாசிரியர்கள் முஸ்லிம்கள். அவ்வாறே திரைக்கதை எழுதுவோரும். சில சிறந்த பாடகர்களும் முஸ்லிம்கள். அப்படியே, சில சிறந்த இயக்குனர்களும், மேலும் ஆச்சரியமாக, சில முன்னணி நடிகர்களும். இந்தியாவின் முதல் பொதுத்தேர்தல்கள் முடிந்தவுடன், பம்பாய்ப் பத்திரிகை ஒன்று வாசகர்களை தங்களுக்குப் பிடித்த நடிகர்களைத் தேர்ந்தெடுக்குமாறு கூறியது. அவர்கள் தேர்ந்தெடுத்தவர்களில் முதலாமவர் ஒரு முஸ்லிம் ஆண். இரண்டாவது இடம் பிடித்தவர் ஒரு முஸ்லிம் பெண்.[28] சுவாரஸ்யமாக, இருவரும் முஸ்லிம் அல்லாத பெயர்களைச் சூட்டிக்கொண்டிருந்தனர். யூசுஃப் கான், இந்துப் பெயரான திலீப் குமார் என்பதையும், ஃபாத்திமா ரஷீத், நடுநிலையான நர்கிஸ் என்பதையும் வைத்திருந்தனர். முஸ்லிம் நடிகர்கள் தங்களை நிலைநிறுத்திக்கொண்டதும், புனைப்பெயர்கள் அவர்களுக்குத் தேவைப்படவில்லை. 1950-கள், 1960-களில் புகழ் பெற்ற நடிகை, வஹீதா ரஹ்மான். பல ஆண்டுகளுக்குப் பிறகு, 1990-களில் இந்தியின் முன்னணி நடிகர்கள் மூவரும் கான் என்ற இறுதிப் பெயர் கொண்ட முஸ்லிம்கள்.

நாவலாசிரியர் முகுல் கேசவன், தில்லியில் தன் இளமைப் பருவம் பற்றிக் கூறுகையில், வீட்டிலோ, பள்ளியிலோ தான் முஸ்லிம் பெயர் கொண்டவர் களைச் சந்தித்ததில்லை என்கிறார். 'முஸ்லிம் பெயர்களை நிச்சயமாகச் சந்திக்கும் ஓர் இடம், சினிமாக்களே' என்றார் அவர்.[29] குறிப்பாக, சினிமாக்களின் உள்ளடக்கமும் அமைப்பும் அவர்களுடைய பங்களிப்பைப்

பிரதிபலித்தன. பல வசனகர்த்தாக்களும் பாடலாசிரியர்களும் முஸ்லிம்களாக இருந்ததால், பம்பாய் சினிமாவின் பேச்சும் பாட்டும், சுதந்தர இந்திய அரசு வளர்க்க விரும்பிய இறுக்கமான, இலக்கணரீதியான சமஸ்க்ருத இந்திக்கு மாறாக, இந்தியாவின் இதயப்பகுதிகளில் பரவலாக அறியப்பட்ட, தெருக்களில் பேசப்பட்ட, உருது கலந்த இந்தியாக (இந்துஸ்தானியாக) அமைந்திருந்தது.[30] மேலும், பல இந்தி சினிமாக்களில் முஸ்லிம் பாத்திரங்கள் இருந்தாலும், அவர்கள் பெரும்பாலும் விரும்பத்தகாதவகையில் காட்டப்பட வில்லை. அவர்கள் விசுவாசமுள்ள வீரர்களாக, நேர்மையான நண்பர்களாக, நல்ல காவலர்களாக, நகைச்சுவை செய்யும் பதானியர்களாக, நேசமுள்ள உறவினர்களாகக் காட்டப்பட்டார்கள்.[31] ஆனாலும் இந்து-முஸ்லிம் காதல் உறவுக்கு எதிராக ஒரு எழுதப்படாத தடை இருந்தது. 1995-ல் இந்தத் தடை ஓரளவு, 'பம்பாய்' திரைப்படம் மூலம் உடைத்தெறியப்பட்டது. அதில், இந்து இளைஞன் ஒருவன் முஸ்லிம் பெண்ணை மணந்துகொள்வான். மாறாக, முஸ்லிம் ஆண், இந்துப் பெண்ணை மணக்கும் அளவுக்கு சினிமா எடுப்பது யோசிக்க முடியாததாகவே உள்ளது.

இந்தியப் படங்களில் முஸ்லிம்களுக்குக் கௌரவமான இடமே கிடைத் துள்ளது. முன்னணி மலையாள நடிகர் மம்முட்டி, 'நான் இருபத்தைந்து ஆண்டுகளாக இந்தத் தொழிலில் இருந்து வருகிறேன். முஸ்லிம் என்ற அடையாளம் எப்போதும் என் தொழிலில் குறுக்கிட்டதாக நினைவில்லை' என்றார்.[32] ஆனால், சுதந்தர இந்தியாவின் பிற துறைகள் பற்றி நாம் இதையே சொல்லமுடியுமா?

V

'போராட்டங்கள், அழுத்தங்கள், துயரங்கள் நிறைந்த இந்திய வாழ்க்கையில், தேவையானதொரு தப்பிக்கும் வழியை வெகுஜன சினிமா அளித்தது' என்று ஒரு விமர்சகர் எழுதினார்.[33] பெரும்பான்மையான படங்கள் மக்களைக் கற்பனை உலகுக்கு அழைத்துச் சென்றாலும், சில முக்கியமான யதார்த்தப் படங்களும் வெளிவந்தன. சுதந்தரம் வந்த ஆரம்ப வருடங்களில் குறிப்பாக மூன்று படத் தயாரிப்பாளர்கள், (ஓரளவு) வெகுஜனப் போக்கிலிருந்து விலகி புதிய பாதையில் வந்தனர். பிமல் ராயின் 'தோ பீகா ஜமீன்' (1953), கிராமப்புற ஏழைகளின் கஷ்டங்களைப் படம் பிடித்துக் காட்டியது. மெஹ்பூப் கான் தயாரித்த 'மதர் இந்தியா' (1957), புதிய தேசம் ஒன்றின் எழுச்சியையும் வீரத் தாயின் கதையையும் ஒன்றிணைத்தது. குரு தத், பொருளை நாடும் சமூகத்தால் புறக்கணிக்கப்பட்ட கலைஞர்களது வாழ்க்கையின் இருண்ட பக்கங்களை, தொடர்ந்து சில படங்களில் காண்பித்தார்.

இந்தியாவின் மாற்று சினிமாவின் முதன்மைப் பிரதிநிதியாக விளங்கியவர், வங்காளத்தின் மாபெரும் திரைப்படகர்த்தா சத்யஜித் ரே (1921-1992). எழுத்தாளர்களின் மகனும் பேரனுமான ரே பல திறமைகள் வாய்ந்தவர். வங்காளச் சிறுகதைகளில் சாதனை செய்தவர். இந்திய, மேற்கத்திய

செவ்வியல் இசைகளை அறிந்தவர். பல ஆண்டுகளாகக் கலைஞராகவும் வடிவமைப்பாளராகவும் வாழ்க்கை நடத்தியவர். அவருடைய முதல் படம் (மூன்று கொண்ட தொகுதியில் முதலாவது), 1955-ல் வெளியான 'பதேர் பாஞ்சாலி', அப்பு என்ற சிறுவன் மனிதனாக மாறுவதைக் காட்டும் அதே நேரம், வங்காள கிராமப்புற சமூக மாற்றத்தை வெளிக்கொணர்ந்தது. அடுத்த 30 ஆண்டுகளில், கிட்டத்தட்ட ஆண்டுக்கு ஒரு படம் என்ற ரீதியில் எடுத்தார். அதில் ஒன்று தவிர, மீதி அனைத்தும் வங்காளத்தில் நடக்கும் கதைகள். அவற்றுள் பல, ரவீந்திரநாத் தாகூருடைய கதைகள். தாகூரின் தேசியம் மீதான விமர்சனப் பார்வை, அழகியல் ஆகியவை ரேயைப் பெரிதும் பாதித்தன. 1992-ல் அவருக்கு வாழ்நாள் சாதனைக்கான ஆஸ்கர் விருது அளிக்கப்பட்டது. அதே ஆண்டில், இந்தியாவின் மிக உயரிய விருதான பாரத ரத்னா அவருக்கு அளிக்கப்பட்டது.

ரேயின் படங்கள் பல வகையான பொருள்கள் பற்றியவை. 'ஜலசாகர்' (1958), இசைக்கான புகழஞ்சலி. 'மகாநகர்' (1963), அவருடைய சொந்த நகரான கல்கத்தா பற்றிய சித்திரம். 'நாயக்' (1966), ஒரு நடிகருடைய கலைத்திறன், தனித்தன்மை ஆகியவற்றைத் தேடி அலைதல் பற்றியது. 'ஆரண்யேர் தின் ராத்ரி' (1970), நகர்ப்புற நடுத்தர மக்கள், காடுவாழ் பழங்குடியினர் ஆகியோர் வாழ்க்கையை ஒன்றின்மீது ஒன்று வைத்துப் பார்த்தது. மற்ற படங்கள் அரசியலாகாமல், அரசியலைப் பார்ப்பவை. அப்படிப்பட்ட ஒரு படம், 1905-06-ன் சுதேசி இயக்கம் பற்றியது. மற்றொன்று, 1960-களின் நக்ஸலைட் இயக்கம் பற்றியது. தன் பாட்டனாரின் கதைகளை வைத்து, அவர் சில அருமையான சிறுவர் படங்களை எடுத்தார். அதேபோல, தன் நாவல்களின் அடிப்படையில் சில துப்பறியும் படங்களையும் தயாரித்தார். அவருடைய படங்களில் பெண்கள், வலிமையான, முக்கியமான பாத்திரங்களை எடுத்தனர். அவர்கள் புத்திசாலிகள், கலைத்திறன் பெற்றவர்கள், அனைத்துக்கும் மேலாக சுதந்தரமானவர்கள்.[34]

சொந்த மாநிலமான மேற்கு வங்கத்தில் சத்யஜித் ரே மதிப்புக்கு உரியவராக இருந்தார். அவருடைய படங்கள் பத்திரிகைகளில், ரயில்களில், பேருந்துகளில் விவாதிக்கப்பட்டன. அவர் வெளிநாடுகளிலும் பெரிதும் மதிக்கப்பட்டார். அவர் படங்கள் கான் திரைப்பட விழாவிலும் பிற திரைப்பட விழாக்களிலும் திரையிடப்பட்டன. அவருடைய பணியை அகிரா குரோஸாவா போன்ற சக திரைப்பட இயக்குனர்கள் பெரிதும் பாராட்டினர். ஆனால், இந்தியாவுக்குள் அவர் படம் விமர்சனத்துக்கு உள்ளானது. நாடாளுமன்றத்தில் நடிகை நர்கிஸ் கூறியதுபோல, அவர் இந்திய வறுமையைக் காட்டி மேற்குலகைக் கவர்கிறார் என்று கண்டனங்கள் எழுந்தன. குற்றச்சாட்டு அற்பமானது. எரிச்சல் தரக்கூடியது. ரே, இந்திப்படங்கள் பற்றி வைத்த காட்டமான விமர்சனங்களால் எழுந்ததாகக்கூடக் கொள்ளலாம்.

ரே காலத்தில் புகழ்பெற்ற இரு வங்காளிகள் ரித்விக் கட்டக் (1925-1976), மிருணாள் சென் (பிறப்பு 1923). இருவரும் மாநிலத்தின் கம்யூனிஸ்ட் கொள்கைகளால் பாதிக்கப்பட்டவர்கள். அவர்களது படங்கள், தீவிர அரசியல்

நெடி கொண்ட உழவர் கிளர்ச்சி, தேசப் பிரிவினை, 1943-ன் வங்காளப் பஞ்சம் போன்றவற்றைப் பற்றி இருந்தன. அடுத்த தலைமுறை புரட்சிகரத் தயாரிப்பாளர்கள், ஷ்யாம் பெனகல் (பிறப்பு 1934) அடூர் கோபாலகிருஷ்ணன் (பிறப்பு 1941). அவர்களுடைய படங்கள், சாதிச் சீர்திருத்தம், இந்திய நடுத்தர வர்க்கத்தின் தூய்மைவாதம், இரட்டை வாழ்க்கை ஆகியவை பற்றி இருந்தன.[35]

கலைப்படம் என்று சில சமயங்களிலும், மாற்று சினிமா என்று பிற சமயங்களிலும் கூறப்பட்ட, ரே, கட்டக், பெனகல் ஆகியோரால் எடுக்கப்பட்ட படங்கள், நுட்பமானவை, சமூக யதார்த்தத்தில் கவனம் கொண்டவை. கற்பனாவாத பம்பாய்ப் படங்களிலிருந்து மாறுபட்டவை. சில கலைப் படங்கள்தான் திரையரங்குகளில் வெற்றி பெற்றன என்றபோதிலும், அவை விமர்சகர்களால் போற்றப்பட்டன. திரைப்பட விழாக்களில் பரிசுகளைக் குவித்தன. அவை எடுக்கப்பட்டு பல ஆண்டுகளுக்குப் பின்னும் பார்க்கப்பட்டன. பெரும்பாலும், கல்லூரி மாணவர்கள் திரைப்படச் சங்கங்களை ஏற்படுத்தி, தனிக்காட்சிகளில் இவற்றைக் காண்பித்தனர். இந்தியாவின் பெருநகரங்களிலும் வெளிநாடுகளிலும் இத்தகைய பல காட்சிகள் நடைபெற்றன.

VI

சினிமாவைத்தாண்டி, நேரம் இருக்கும்போது, இந்தியர்கள் பல நேரடிப் பொழுதுபோக்குகளைக் காண்கின்றனர். அப்படி ஒன்றுதான் நாடகங்கள். இந்தியா, செவ்வியல் சமஸ்கிருத நாடக மரபின் தாயகம் ஆகும். இதைத்தவிர ஒவ்வொரு பிராந்தியத்திலும் நாட்டார் கூத்துகள் இருந்தன. அவற்றில் வசனங்களுக்கு இடையில் பாடலும் ஆடலும் கலந்திருக்கும். வங்காளத்தில் ஜாத்ரா என்றும், மகாராஷ்டிரத்தில் நாட்யா என்றும், கர்நாடகத்தில் யக்ஷகானம் என்றும் அழைக்கப்பட்ட இந்த நாட்டார் கூத்துகள், நவீன உலகுக்கு ஏற்றவகையில் நன்றாக மாற்றம் அடைந்துள்ளன. உடைகளில் எந்த மாற்றமும் இல்லை; ஆனால், நாடகப் பொருள் காலத்துக்கு ஏற்றவகையில் மாற்றம் பெற்று, பெண் விடுதலை, சாதிச் சீர்திருத்தம், பொருளாதார மேம்பாடும் சுற்றுச்சூழல் பாதிப்பும் போன்றவையாக உள்ளன.

மொழிவாரி மாநில அமைப்பு, பிராந்திய நாடக அரங்குக்கு ஊக்கம் அளித்தது. இப்போது, நாடகம் நடக்கும் மொழியைச் சேர்ந்தவர்கள் சுமார் மூன்று, நான்கு கோடி பேர் இருந்தனர். உள்ளூர் மொழிச் சூழலோடு இயைந்த, அதே நேரம் பரந்த உலகக் கண்ணோட்டத்தையும் கொண்ட நாடக இயக்கங்கள் உருவாயின.

நினாசம் என்ற பெயர்கொண்ட அப்படிப்பட்ட ஒரு குழு, வடக்கு கர்நாடாகாவில், பாக்கு விவசாயி கே.வி. சுப்பண்ணா என்பவரால் 1949-ல் நிறுவப்பட்டது. சுப்பண்ணா, மைசூர் பல்கலைக்கழகத்தில் குவேம்புவிடம் (கே.வி. புட்டப்பா) கல்வி கற்றார். குவேம்பு, விவசாயத்துடன் கலையையும் இணைக்க முயலுமாறு அவரைத் தூண்டினார். அவர், தன் ஊரான

ஹெக்கோடுவுக்குத் திரும்பியதும், நாடகக் குழு ஒன்றைத் தொடங்கினார். பிறகு ஒரு பத்திரிகையையும், பதிப்பகத்தையும், சினிமாகாட்சிக்குழுவையும், நாடகப் பள்ளியையும், பின்னர் முழுமையான நாடக கம்பெனி ஒன்றையும் தொடங்கினார்.

ஆரம்பித்து ஐம்பது ஆண்டுகளுக்குப் பின்னரும் நினாசம், வெற்றிகரமாக இயங்கி வருகிறது. இப்போது அதை அவர் மகன் கே.வி. அக்ஷரா இயக்கு கிறார். இவர் தேசிய நாடகப் பள்ளியிலும் லீட்ஸ் பல்கலைக்கழகத்திலும் பட்டம் பெற்றவர். நினாசம், ஒரு கலாசார முகாமை நடத்துகிறது. அதில் விவசாயத் தொழிலாளர்கள், ஏழைக் கலைஞர்களுடன், உலக அறிஞர்கள் கலந்துரையாடுகின்றனர். நினாசம், ஒரு முழுமையான நாடகப் பள்ளியை நடத்துகிறது. அதில் பயில்பவர்கள், அவர்களுடைய நாடக கம்பெனியில் சேர்ந்து நடிக்கின்றனர்.

ஒவ்வோர் ஆண்டும், ஹெக்கோடுவில் நடத்தப்படும் கலாசார முகாமில், கன்னட பல்துறை வித்தகர் ஷிவராம கராந்த் பெயரில் உள்ள அரங்கில், மூன்று நாடகங்கள் அரங்கேற்றப்படுகின்றன. நாடகங்கள் உள்ளூர் மொழியிலேயே நடக்கின்றன. ஒன்று கன்னட மூல நாடகம். இரண்டாவது, வேறு இந்திய மொழியில் எழுதப்பட்ட நாடகத்தின் கன்னட ஆக்கம். மூன்றாவது, மேற்கத்திய செவ்வியல் நாடகம் ஒன்றின் கன்னட ஆக்கம். இப்படியாக, அந்தக் கிராம மக்கள், அடுத்தடுத்த நாள்களில் கிரீஷ் கர்னாட், மோகன் ராக்கேஷ், ஆண்டன் செக்காவ் ஆகியோரின் நாடகங்களைப் பார்க்க நேரிடலாம். இந்த நல்ல வாய்ப்பு ஹெக்கோடுவுக்கு மட்டும்தான் என்றில்லை. இங்கு அறிமுகப் படுத்தப்பட்டபின், இந்த நாடகங்களை நினாசம் குழு கர்நாடகம் முழுக்க எடுத்துச்செல்கிறது.[36]

நினாசம் குழு, ஆண்டுக்கு, சராசரியாக 150 காட்சிகளை நடத்துகிறது. சுமார் 3 லட்சம் பேர் இந்தக் காட்சிகளைக் காண்கின்றனர். இவர்கள் பெரும்பாலும் கிராம, சிறு நகர மக்கள். 'காலையில், பாக்கு, அரிசி, கரும்பு பயிரிடும் விவசாயிகளை, மாலையில் ஷேக்ஸ்பியர், சோஃபாக்லிஸ், மோலியே, இப்சன் ஆகியோரை எடைபோடுபவர்களாக மாற்றிவிடுகிறீர்கள்' என்றார் ஒருவர்.[37]

நாட்டார் கலைகளையும் செவ்வியல் வடிவத்தையும் வெற்றிகரமாக இணைத்த மற்றொருவர் நாடக இயக்குனர் ஹபீப் தன்வீர். 1940-களின் புரட்சிகர இந்திய மக்கள் நாடகச் குழுவின் தயாரிப்பான தன்வீர், பின்னர் லண்டன் ராயல் அகாடமி ஆஃப் டிரமாடிக் ஆர்ட்ஸில் பயின்றபின், தன் சொந்த ஊரான சத்தீஸ்கர் திரும்பினார். அங்கு அவர் உள்ளூர் பாடகர்களையும் நடிகர்களையும் வைத்து பல அருமையான நாடகங்களைத் தொடர்ந்து நடத்தினார். அவற்றில் வரும் ஆடல் பாடல்களைக் கொண்டு, கிராம மேட்டுக் குடியினரின் சிறு ஊழல், அரசின் கடுமையான ஊழல் ஆகியவற்றை அங்கதக் காட்சிகள் ஆக்கினார். அவருடைய நாடகக் குழுவில் உள்ளூர் மொழியில் பேசும் உள்ளூர் நடிகர்களே இருந்தனர். இருந்தும், தங்கள் இயக்குனரின் கருத்துகளை, அவர்கள் சத்தீஸ்கரையும் தாண்டி எடுத்துச் சென்றனர்.[38]

சுப்பண்ணாவை முற்போக்கானவர் என்றும் தன்வீரை தீவிரக் கொள்கைவாதி என்றும் விவரிக்கலாம். இருவரும் எந்த அரசியல் கட்சியின் அடையாளத்தையும் வெளிப்படையாக ஏற்றுக்கொள்ளவில்லை. ஆனால், வேறு சில நாடகக் குழுவினர் நேரடிப் பிரசாரத்தில் இறங்கினர். இவற்றுள், ஆந்திரப் பிரதேசத்தின் நக்ஸலைட் இயக்கத்துடன் நெருங்கிய தொடர்பு கொண்ட ஜன நாட்டிய மண்டலி அடங்கும். மண்டலியின் நட்சத்திரம், நாடோடிப் பாடகர் கத்தார். இந்த தலித், ஒரு காலத்தில் பொறியியல் மாணவராக இருந்து, பின் தீவிர இடது சாரியாக 30 ஆண்டுகளுக்கும் மேலாகச் செயல்பட்டவர். 1971-ல் ஹைதராபாத்தின் ரிக்ஷா இழுப்பவர்களைப் பற்றிப் பாடல் ஒன்றை எழுதினார். அது முதல், அவர் ஏழைகளைப் பற்றியும் அவர்களைக் கொடுமைப்படுத்துவோர் பற்றியும் பாடல்களை எழுதிப் பாடி வந்தார். இந்தப் பாடல்கள், காவலர்களின் மிருகத்தனத்துக்கு இரையானோருக்கு அஞ்சலியாகவும், விவசாயத் தொழிலாளர்கள் ரத்தம் சிந்தி வேலை செய்வதற்கும் நிலச்சுவாந்தார்களின் ஆடம்பர வாழ்க்கைக்கும் உள்ள வேறுபாட்டைச் சுட்டுவதாகவும் அமைந்தன. அவருடைய பாடல்களின் உயிரே, 'மக்கள், மக்களின் துயரம், மக்களின் ராகம்' என்றார் கத்தார். அடிக்கடி தலைமறைவாகவோ அல்லது சிறையிலோ இருப்பார். போலீசால் வெறுக்கப்பட்ட, விவசாயத் தொழிலாளர்களால் மதிக்கப்பட்ட இவர், ஆந்திரப் பிரதேசம் மட்டுமின்றி, பிற இடங்களிலும் நாயகர் அந்தஸ்து கொண்டவராக இருந்தார். அவர் பெங்களூரில் ஒரு இசை நிகழ்ச்சி நடத்தியபோது 20,000 பேர் கலந்துகொண்டனர்.[39]

VII

நவீன இந்தியாவில் அதிகமான நுட்பத்துடன் நடத்தப்படும் பொழுதுபோக்கு நிகழ்ச்சி செவ்வியல் இசையே. இது இரு பெரும் வடிவங்களில் நிகழ்த்தப்படுகிறது: இந்துஸ்தானி இசை, கர்நாடக இசை. வழிவழியாக இந்தச் செவ்வியல் இசை, கோவில்களில் நிகழ்த்தப்பட்டு, அரசவைகளில் அரசர்களாலும் நவாபுகளாலும் ஆதரிக்கப்பட்டு வந்தது. ஆங்கில ஆட்சியிலும், சுதேச அரசர்கள், பாடகர்களைத் தம் அரண்மனையில் வைத்துப் பராமரித்துவந்தனர். கூடவே, புதிய புரவலர்களாக, பம்பாய், சென்னை, கல்கத்தா போன்ற நகரங்களின் வியாபாரிகளும் தொழிலதிபர்களும் இந்த இசை வடிவங்களை ஆதரிக்கத் தொடங்கினர்.[40]

சமூக வரலாற்றில் ஏற்பட்ட மாற்றங்களால் வாழ்க்கையில் பெரும் மாற்றம் கண்ட ஒரு பாடகி எம்.எஸ். சுப்புலக்ஷ்மி. 1916-ல் மதுரையில் கோவில் தேவதாசிக் குடும்பத்தில் பிறந்த எம்.எஸ், தன் தாயால் சென்னைக்கு அழைத்துவரப்பட்டார். அவருடைய நேர்த்தியான குரலும் அழகும், சங்கீத உலகில் அவருக்குப் பெரும் செல்வாக்கை அளித்தன. 1940-ல் அவர், தொழிலதிபர் டி. சதாசிவத்தை மணந்தார். அதன்பின், சதாசிவம், தன் மனைவியின் வாழ்க்கையைத் திறமையாகக் கையாண்டார். 1940-களில் எம்.எஸ் பல படங்களிலும் நடித்தார். குறிப்பாக 'மீரா' படத்தில், மத்திய காலப் பாடகியான மீராவின் வேடத்தில் நடித்தார்.

சுப்புலக்ஷ்மி கர்நாடக இசையில், அந்நாளின் முன்னணி சங்கீத வித்வான்களிடம் தீவிரப் பயிற்சி பெற்றுவந்தபோதே, மேலும் பலவிதமான சங்கீதங்களையும் கற்றுக்கொள்ளப் பெருமுயற்சி எடுத்தார். உண்மையில், பஜன் பாடல்களைப் பாடுபவர் என்ற முறையில்தான் அவர் மகாத்மா காந்தியைக் கவர்ந்தார். மேலும் செல்வாக்குள்ள மற்றொரு ரசிகர் ஜவாஹர்லால் நேரு. அவர் புது தில்லியில் பிளாசா அரங்கில், மீரா படத்தின் முதல் காட்சியைக் கண்டார். பின்னர் அவர் எம்.எஸ்ஸை இசையின் அரசி என்று அழைத்தார். அவருடைய மற்றொரு ரசிகர், நெருக்கமான நண்பர், இந்திய கவர்னர் ஜெனரலாகவும் மதராஸ் மாகாண முதல்வராகவும் இருந்த சி. ராஜகோபாலாச்சாரி.

அத்தகைய பிரபலங்களின் அங்கீகாரம் அவருக்கு உதவினாலும், சுப்புலக்ஷ்மியின் பெருமைக்கு அவரது தனிப்பட்ட திறமையே காரணம். அவர் மிகச்சிறந்த பாடகர்; விரிவான பாடல் ஞானம் கொண்டவர்; மரியாதையான, இனிய தோற்றம் உடையவர். அவருடைய கர்நாடக மற்றும் நாட்டார் பாடல்களின் பல இசைப்பதிவுகள் அவரை இந்தியா முழுதும் பிரபலமாக்கியிருந்தன. அவர் நகரின் பிரபல ரசிகர்களுக்கு மட்டுமல்லாமல், நல்ல சமூகப்பணிகளுக்கு நிதி திரட்டி, இசை நிகழ்ச்சிகளை நடத்தி உதவினார். 1944-1987-க்கு இடைப்பட்ட ஆண்டுகளில் எம்.எஸ், நற்காரியங்களுக்காக 244 இசைநிகழ்ச்சிகளை நடத்தியதாக அறிஞர் ஒருவர் பட்டியல் இடுகிறார். எந்தெந்த இடங்களில், எந்தெந்தக் காரியங்களுக்காக அவர் இசை நிகழ்ச்சிகளை நடத்தினார் என்பது அவரது செல்வாக்கையும் அக்கறைகளையும் காட்டுகிறது: ஜாம்ஷெட்பூரில் ஒரு மகளிர் குழுவுக்காக, பம்பாயில் இந்துஸ்தானி பாடகி கேசர்பாய் கேர்கர் நினைவாக, ஹசனில் ஒரு மருத்துவமனைக்காக, சென்னையில் ஏழையரின் சிறு சகோதரிகள் என்ற கிறிஸ்தவ அமைப்புக்காக, யாழ்ப்பாணத்தில் ராமகிருஷ்ண மடத்துக்காக, திருச்சியில் ஒரு பொதுத்துறை நிறுவன ஊழியர் நலனுக்காக, தஞ்சாவூரில் மகாத்மா காந்தி பெயரிலான காச நோய் உடல்நல மனைக்காக.[41]

சுப்புலக்ஷ்மி, கர்நாடக இசையை இந்தியாவின் ஒவ்வொரு மூலைக்கும் எடுத்துச் சென்றால், இந்திய இசையைக் கடல் கடந்து மிகத் திறமையாகக் கொண்டுசென்றவர் சிதார் இசைக் கலைஞர் ரவிசங்கர். 1920-ல் காசியில், நடனக் கலைஞர் உதய சங்கரின் தம்பியாகப் பிறந்தார். அண்ணனின் நாட்டியக் குழுவில் பங்குகொண்டு, ஐரோப்பாவில் சுற்றுப்பயணம் செய்தார். பின்னர் பாடகர் அலாவுதீன் கானிடம் இசைகற்க இந்தியாவுக்கு அனுப்பப்பட்டார். அலாவுதீன், கட்டுப்பாடு மிக்கவர். அவரிடம் ஏழாண்டு காலப் பயிற்சி பெற்றபின், அடுத்த தலைமுறையின் இரு நம்பிக்கை நட்சத்திரங்களில் ஒருவராக ரவிசங்கர் ஆனார். மற்றவர், அலாவுதீனின் மகன், சரோத் இசைக் கலைஞர் அலி அக்பர் கான்.

இந்தியா சுதந்தரம் பெற்றபோது, ரவிசங்கர் கச்சேரி செய்யும் அளவுக்குச் சிறந்த இசைக்கலைஞர் ஆகிவிட்டார். அவர் வழக்கமாக, தனியாகவே சிதார் வாசிப்பார். ஆனால், அலி அக்பர் கானுடன் சேர்ந்து, அதுவரை செவ்வியல் இசையில் வழக்கத்தில் இல்லாத ஜுகல்பந்தி என்ற முறையை அறிமுகப்

படுத்தினார். எம்.எஸ். சுப்புலக்ஷ்மியைப் போலவே, அவர் தம்மை செவ்வியல் இசைக்குள் மட்டும் கட்டுப்படுத்திக் கொண்டுவிடவில்லை. எனவேதான், ஜவாஹர்லால் நேருவின் 'கண்டுணர்ந்த இந்தியா' என்ற வரலாற்று நூலின் அடிப்படையில் ஒரு கூட்டு நடன இசை நிகழ்ச்சியை அமைத்தார். மேலும், சத்யஜித் ரேயின் பல படங்களுக்கு இசை அமைத்தார்.

1956-ல் ரவிசங்கர் தன் முதல் உலக இசைப் பயணத்தை மேற்கொண்டார். அது பின்னர் ஒவ்வோர் ஆண்டும் நிகழும் வாடிக்கையானது. 1961-ல் நியூயார்க்கில் நடைபெற்ற நிகழ்ச்சி பற்றி நகர செய்தித்தாள் ஒன்று அவரைப் பெரிதும் பாராட்டி எழுதியது: 'அவருடைய இசை ஒரு நாதப் பரப்பை உருவாக்கியது. சமய தத்துவ மரபுப் பின்னணி கொண்ட, மதிப்புமிக்க இசைச் சூழலை எழுப்பியது.' இதற்குள் ரவிசங்கர், மேற்கத்திய இசைக் கலைஞர்களான ஜான் கோல்ட்ரேன், எஹூதி மெனுஹின், ஆந்த்ரே ப்ரவீண் ஆகியோரோடு சேர்ந்து நிகழ்ச்சிகளை நடத்தினார்; இசைத்தட்டுகளைப் பதிந்தார். பீட்டில்ஸ் குழுவின் ஜார்ஜ் ஹாரிசன் அவரிடம் கற்றுக்கொள்ள ஆரம்பித்து, அவரைத் தன் குரு என்று குறிப்பிட்டதும், ரவிசங்கரின் புகழ் உச்சத்துக்குச் சென்றது.

1967-ல், ரவிசங்கர் கலிபோர்னியாவில் வசிக்கத் தொடங்கினார். ஹிப்பிகளின் நாயகராக ஆனார். மான்ட்ரே போன்ற இசைவிழாக்களில் பங்கு கொண்டார். 1970-ல், புகழ்பெற்ற 'பங்களாதேஷ்' இசை நிகழ்ச்சியிலும் பங்குகொண்டார். தன் புதிய ரசிகர்களுக்கு ஏற்றாற்போல புதிய இசை வடிவங்களை, அழகான ஆங்கிலத்தில் அறிமுகம் செய்தார். முறையான பாரம்பரிய ராகங்களை மெல்லிசைவடிவங்களாக, கருத்தோடு மாற்றியமைத்தார். (இந்திய ரசிகர்கள் ஒரே ராகத்தை தொடர்ந்து நான்கு மணி நேரம்வரைகூட ரசித்து அனுபவிப்பார்கள்.) அவர் தன் இசைப்பாங்கை முற்றிலும் மேற்கத்திய உலகத்துக்கு ஏற்றாற்போல ஆக்கிக்கொண்டார். அவரைப் பின்பற்றி, பல இளம் இந்திய இசைக்கலைஞர்களும், இந்திய இசையை, அது முன்னர் கேட்டிராத இடங்களுக்கும் எடுத்துச் சென்றனர். 1990-களில் இந்தியாவுக்குத் திரும்பிவந்து தில்லியில் தங்க ஆரம்பித்தார். அவ்வப்போது மேற்கு நாடுகளுக்கும் சென்று வந்தார். தன் 90-களிலும் அவர் பளிச்சென்று, உடல் நலத்துடன் தோற்றமளிக்கிறார். இப்போதும்கூட, இரண்டு மணி நேரத்துக்கும் மேலாக உயர் தரத்திலான நல்ல இசை நிகழ்ச்சிகளை அவரால் அளிக்கமுடியும்.[42]

எம்.எஸ். சுப்புலக்ஷ்மியும் ரவிசங்கரும் அவர்களது தலைமுறையின் மிகச்சிறந்த இசைக் கலைஞர்கள் என்று சொல்லமுடியாது. அவர்கள் சிறந்த கலைஞர்களாக இருந்ததோடு, பிறரைக் கவரும் வகையிலும் நடந்துகொண்டனர்; அவர்களது பணியின்மூலம் சமூக மாற்றங்களின் போக்குகளை நம்மால் தெரிந்துகொள்ள முடிந்தது. இந்தக் காரணங்களாலேயே அவர்கள் மிக நன்கு அறியப்பட்டவர்களாக இருந்தனர். அவர்கள் தங்கள் புராதனக் கலைக்கு நேர்த்தியான தூதர்களாக இருந்தனர். பொறுமையற்ற, எளிதில் மன்னிக்காத இந்த உலகில், தங்கள் கலைகளை மாற்றி அமைத்து, அவற்றுக்குப் புகழையும் பெற்றுத்தந்தனர். தங்கள் கலைக்கான ஆதரவை விரிவாக்கினர்.

அதன் காரணமாக, தங்களுக்குப் பின்னால் வரக்கூடிய எண்ணற்ற கலைஞர்களுக்கு பெரும் உதவியும் செய்தனர்.[43]

VIII

நகரத் தொழில் சமூகத்துக்கு ஏற்ற பொழுதுபோக்கு நிகழ்ச்சி, பார்வையாளர் விளையாட்டுகளே. இந்தியாவின் பாரம்பரியமான கபடி, கோக்கோ ஆகியவற்றுடன், பிற அனைத்து விளையாட்டுகளும் இந்தியாவில் விளையாடப்படுகின்றன; பார்க்கப்படுகின்றன. ஆனால், சாதனைகள் என்று பார்க்கும் போது இரண்டு முக்கியமானவை. ஒன்று பில்லியர்ட்ஸ். இதில் இந்தியா பல உலக சாம்பியன்களை உருவாக்கியுள்ளது. இன்னொன்று ஹாக்கி. இந்த விளையாட்டில், ஒலிம்பிக் பந்தயங்களில் இந்திய அணி, 1928 முதல் 1956 வரை தோற்கடிக்கப்படாமல், தொடர்ந்து ஆறு முறை தங்கப் பதக்கங்களை வென்றது.

பார்வையாளர்களைப் பொருத்தவரை, முக்கியமான விளையாட்டுகள் கால்பந்து, கிரிக்கெட். மேற்கு நாடுகளைப்போல, இங்கும் தொழிலாளர் வர்க்கத்துக்குக் கால் பந்தே பிரபலமானது. மாபெரும் தொழில் மையங்களான பம்பாய், தில்லி, பெங்களூர் ஆகிய இடங்களில் குழுக்களுக்கு இடையிலான கால்பந்துப் போட்டிகள் நடைபெறுகின்றன. பல குழுக்களை தொழிற்சாலைகளே நடத்துகின்றன. இவ்விளையாட்டு கோவா, கேரளா, பஞ்சாப் மாநிலங்களிலும் பரவலாக விளையாடப்படுகிறது.

எனினும் இந்தியக் கால்பந்தாட்டத்தின் தலைநகரம் கல்கத்தா. இங்கு இந்த விளையாட்டுப் போட்டி, அரசியல் போட்டியோடு சேர்ந்து செல்கிறது. மூன்று முன்னணி அணிகள் உள்ளன: பாரம்பரியமாக முஸ்லிம்களைக் கொண்ட முகமதன் ஸ்போர்டிங், வங்காள மேட்டுக்குடியினரால் (பத்ரலோக்) உருவாக்கப்பட்ட மோகன் பகான் மற்றும் மாநிலத்தின் மறுபக்கத்திலிருந்து வந்த சாதாரணர்கள் உருவாக்கிய ஈஸ்ட் பெங்கால். இவையும் மற்ற அணிகளும், நகரின் இதயப்பகுதியான கல்கத்தாவின் நடுவில் உள்ள பரந்த புல்வெளி மைதானத்தில் விளையாடுவார்கள்.

1930 முதல் 1980 வரை கல்கத்தாவில், கால்பந்தாட்டமே, அரசியல், மதம் ஆகியவற்றைவிட அதிக ஆர்வத்துடன் விவாதிக்கப்பட்ட விஷயமாக இருந்தது. ஒவ்வொரு அணிக்கும் ஆயிரக்கணக்கான ரசிகர்கள் இருந்தனர். ஐரோப்பாவின் கால்பந்து அணிகளின் ரசிகர்களுக்கு இணையான ஆர்வத்துடன் இவர்கள் தங்கள் அணிகளை ஆதரித்தனர். பந்தயத்தின் போதும் பந்தயங்களுக்குப் பிறகும் வன்முறைகள் நடப்பது அசாதாரணம் அல்ல. எனினும் 1982-ல் உலகக் கோப்பை கால்பந்து ஆட்டங்கள் தொலைக்காட்சியில் காண்பிக்கப்பட்டபின் ஆர்வம் மங்க ஆரம்பித்தது. இதுதான், இந்தியாவில் முதல்முதலாக ஒளிபரப்பட்ட ஆட்டங்கள். உள்ளூர் வீரர்களுக்கும் உலகத்தரத்துக்கும் உள்ள இடைவெளி காரணமாக, ரசிகர்கள் தங்கள் அணிகளிடமிருந்து விலக ஆரம்பித்தனர். இந்தச் சரிவு தொடர்ந்தது. இருபது ஆண்டுகளுக்குப் பிறகு கல்கத்தாவில், கிரிக்கெட்டுக்கு முதலிடம் தரப்பட்டு, கால்பந்து இரண்டாவது இடத்துக்குத் தள்ளப்பட்டுள்ளது.

இந்தியாவின் பிற பகுதிகளிலும் இதுதான் நிலைமை. கிரிக்கெட் ஆட்டத்தில் உடற்கட்டு, வலு ஆகியவற்றைவிட மணிக்கட்டின் இயக்கமே முக்கிய மானது. குள்ளமாகவோ குண்டாகவோ இருப்பது வசதிக்குறைவானதல்ல. எனவே, இந்தியர்கள் உலகின் மிகச்சிறந்த அணிகளுடன் போட்டியிடலாம். அதன் மெதுவான வேகமும், இடையிடையே உள்ள இடைவெளிகளும் இந்தியர்களுக்குப் பொருத்தமாக இருந்தது. இந்த ஆட்டங்களைப் பார்க்க, அவர்கள் கூட்டம் கூட்டமாகச் செல்ல முடியும். விளையாட்டுக்கு இடையில் தங்களுக்குள்ளாகப் பேசிக்கொள்ளலாம், விளையாட்டு வீரர்களுடனும் பேசலாம்.

1983-ல் இந்தியா கிரிக்கெட் உலகக் கோப்பையை வென்றது. இந்த வெற்றியும், செயற்கைக்கோள் வழித் தொலைக்காட்சி ஒளிபரப்பும் கிட்டத் தட்ட ஒரே நேரத்தில் நிகழ்ந்தன. இதனால் இந்த விளையாட்டு, சிறு நகரங் களுக்கும் தொழிலாளர் வர்க்கத்துக்கும் சென்று சேர்ந்தது. 1980-களிலும் அதற்கப்பாலும் கிரிக்கெட்டின் செல்வாக்கு அதிகரித்துக்கொண்டே சென்றது. சுனில் காவஸ்கரும் சச்சின் டெண்டுல்கரும் ரன் குவிப்பதில் உலக சாதனைகளைச் செய்தனர். ஒரு கட்டத்தில், கபில் தேவ் உலகிலேயே அதிக விக்கெட்டுகளை எடுத்திருந்தார். விளையாட்டின் சமூக அடித்தளம் மேலும் ஆழமானது. சிறு நகரங்களிலிருந்து வந்த வீரர்கள் அதிகமான அளவில் தேசிய அணியில் இடம் பெற்றனர். பெண்களும் அதிகமான அளவில் இந்த விளை யாட்டைக் காணத் தொடங்கினர்.

புதிய நூற்றாண்டின் தொடக்கத்தில், வெகுஜனக் கவர்ச்சி என்ற அளவில் கிரிக்கெட், சினிமாவுக்குச் சரிசமமான இடத்தைப் பிடித்தது. சில கிரிக்கெட் வீரர்கள், சினிமா நடிகர்கள் அளவுக்குச் செல்வமும் செல்வாக்கும் பெற்றனர். அவர்கள் தொலைக்காட்சியில் எங்கும் எப்போதும் காணப்பட்டனர்: விளையாடிக்கொண்டோ, அல்லது பற்பசை முதல் ஆடம்பர கார் வரை யிலான விளம்பரங்களில் நடித்துக்கொண்டோ.

இந்த விளையாட்டில் தேசிய உணர்வும் கலந்துகொண்டது. இரு எதிர் அணிகள், விரும்பப்படவில்லை. ஏன், வெறுக்கப்பட்டன. பழைய காலனி ஆதிக்க நாடான இங்கிலாந்து, புதிய துணைக் கண்ட எதிரியான பாகிஸ்தான். இவை இரண்டில் எதையாவது தோற்கடித்தால், வீரர்களுக்கு ரொக்கப் பரிசுகள், மாபெரும் பொது வரவேற்பு, பிரதமருடன் சந்திப்பு ஆகியவை கிடைத்தன.

பாபர் மசூதி இடிப்பு, கார்கில் போர், காஷ்மீர் சச்சரவு ஆகியவற்றுக்குப் பிறகு இந்தியா-பாகிஸ்தான் கிரிக்கெட் போட்டிகள், விளையாட்டு வீரர்களால் மட்டுமின்றி, அதே அளவு ரசிகர்களாலும் தீவிரமாக எடுத்துக்கொள்ளப் பட்டன. இந்தியா-பாகிஸ்தான் ஆட்டத்துக்கான தொலைக்காட்சிப் பார்வையாளர் எண்ணிக்கை 30 கோடியைத் தொடும். அவர்களில் பெரும் பான்மையோருக்கு, இப்பந்தயம் துப்பாக்கி இல்லாத போராகவே இருந்தது. இதில் அருவருக்கத்தக்க விஷயம், இந்திய முஸ்லிம்கள் பாகிஸ்தான்

அணியை ஆதரிப்பதாக இந்து அடிப்படைவாதிகள் குற்றம் சாட்டியதே. 2003-ல் உலகக் கோப்பைப் போட்டியில் இந்தியா பாகிஸ்தானை வென்ற போது பெங்களூர்வாசிகள் வீதிக்கு வந்து பட்டாசு வெடித்து, கேலியாக விசிலடித்து, 'பாரத மாதா கி ஜே!' என்று உரத்த குரலில் கோஷமிட்டனர். ஆனால் அகமதாபாத்தில் இந்த வெற்றிக் கொண்டாட்டம், இனக் கலவரமாக மாறியது. இந்திய வீரர் ஒருவர் ஆட்டம் இழந்தபோது, சில முஸ்லிம் மாணவர்கள் அதைக் கொண்டாடியதாகக் குற்றம் சாட்டப்பட்டது. இதை ஒட்டிக் கலவரம் எழுந்தது.[44]

அடுத்த ஆண்டு, பொதுத் தேர்தலில் கிரிக்கெட் விநோதமான ஓர் இடத்தைப் பெற்றது. அப்போது இந்திய அணி பாகிஸ்தானில் விளையாடி அந்த அணியை வென்றிருந்தது. அவ்வணியில் முகமது கைஃப் என்ற உத்தரப் பிரதேச முஸ்லிம் இளைஞர் சிறப்பாக விளையாடியிருந்தார். நாடாளு மன்றத்தில் 79 இடங்கள் கொண்ட உத்தரப் பிரதேசம், தேர்தலில் முக்கியமான பங்கு வகித்தது. அம்மாநிலத்தில் அதிகமான எண்ணிக்கையில் உள்ள முஸ்லிம்கள் சாதாரணமாக பாரதிய ஜனதாவுக்கு வாக்களிப்பதில்லை. அக்கட்சி, தன் தீவிர இந்துத்துவத் தோற்றத்தை உதற முடிவெடுத்தபோது, கிரிக்கெட் வெற்றி, ஒரு கொடையாக வந்துசேர்ந்தது. உத்தரப் பிரதேசத்தில் பேசும்போது, பிரதமர் அடல் பிகாரி வாஜ்பாய், 'உங்கள் புதல்வர்களில் ஒருவரான முகமத் கைஃப் மிகச்சிறந்த பணி ஆற்றியுள்ளார். எதிர் காலத்தில், அவர் எத்தனை பெரிய மனிதர் ஆகப்போகிறார் என்பதைக் கடவுளே அறிவார்' என்று தன் கட்சிக்கு வாக்கு கேட்குமுன் கைஃப் பற்றி ஆரூடம் கூறினார். அவர் பாஜகவை நம்பும்படி முஸ்லிம்களை கேட்டுக்கொண்டார். 'உங்களைக் காக்கும் இடத்தில் நாங்கள் இருக்கிறோம்' என்றார்.

முடிவில் முஸ்லிம்கள், வாஜ்பாய் கட்சிக்கு வாக்களிக்கவில்லை. அது பதவி இழந்தது. ஆனால் இந்தியப் பிரதமர் ஒருவர் தன் கட்சிக்காக ஒரு கிரிக்கெட் வீரர் பெயரைப் பயன்படுத்தினார் என்பதே இந்தியாவும் இந்தியர்களும் இந்த விளையாட்டுக்கு எந்த அளவுக்கு முக்கியத்துவம் கொடுத்தனர் என்பதைக் காட்டியது.[45]

IX

இந்த வேறுபட்ட கேளிக்கை நிகழ்ச்சிகளுக்கு வானொலியும், அண்மைக் காலத்தில் தொலைக்காட்சியும் துணைநிற்கின்றன. இந்தியாவின் முதல் ஒலிபரப்பு நிறுவனங்கள் 1920-களில் தோன்றின. அரசுக்குச் சொந்தமான 'ஆல் இந்தியா ரேடியோ' ஆரம்பித்தபோது, இந்தப் பல்வேறு வானொலி நிலையங் களும் அதற்குள்ளாக இணைக்கப்பட்டன. அடுத்த பல ஆண்டுகளுக்கு அரசின் ஆல் இந்தியா ரேடியோ (ஏ.ஐ.ஆர்) மட்டும்தான் களத்தில் இருந்தது. அதன் பல்வேறு நிலையங்கள், காடுகள், பாலைவனங்கள், மலைகள் தவிர, துணைக்கண்டத்தின் அனைத்துப் பகுதிகளையும் சென்றடைந்தன.

வானொலியிடமிருந்து என்ன எதிர்பார்க்கப்பட்டது என்பதை, ஒரு முன்னணி தேசிய அரசியல்வாதி இவ்வாறு தெரிவித்தார்: '...பொழுதுபோக்கு நிகழ்ச்சி

களை அளிப்பது மட்டுமல்ல. கிராமவாசிகளுக்குப் புத்தொளியையும் மன எழுச்சியையும் தரக்கூடிய நிகழ்ச்சிகளை அளிப்பதே அதன் நோக்கம்.[46] பெரும்பான்மை நிலையங்கள் ஒலிபரப்பை சூரிய உதயத்தில், வழிபாட்டுப் பாடலுடன் தொடங்கி, நள்ளிரவில் வானிலை அறிக்கையோடு முடித்தன. இடைப்பட்ட பகுதியில், செவ்வியல், நாட்டார் மற்றும் திரை இசை, கதைகள், நாடகங்கள், பெண்கள், சிறுவர்கள், கிராமவாசிகள் ஆகியோருக்கான பிரத்யேக நிகழ்ச்சிகள், செய்தி அறிக்கைகள், செய்திச் சுருக்கம் ஆகியவை இருந்தன. கல்வி, உடல் நலம், விவசாய முறைகள் ஆகியவை பற்றிய நிகழ்ச்சிகளும் ஒலிபரப்பப்பட்டன. ஆக, நிகழ்ச்சிகள், ஒருவித கலவையாக இருந்தன. கேட்பவர்கள், தங்கள் ரசனைக்கு ஏற்றவாறு நிகழ்ச்சிகளைத் தேர்ந்தெடுத்துக் கொள்ளலாம்.

சுதந்தரம் பெற்ற 1947-ல், வானொலிப் பெட்டித் தயாரிப்பாளர்கள் வெறும் 3,000 ரேடியோ செட்களையே தயாரித்தனர். இது 1951-ல், 60,000 ஆகவும், 1956-ல், 1,50,000 ஆகவும் அதிகரித்தது. 1962-ல் ஆல் இந்தியா ரேடியோ, 30 நிலையங்களிலிருந்து ஆண்டுக்கு ஒரு லட்சம் மணி நேரம் ஒலிபரப்பு நிகழ்ச்சிகளை நடத்தியது. பத்தாண்டுகளுக்குப் பிறகு, 1.5 கோடி ரேடியோ செட்கள் இருந்ததாகக் கணக்கிடப்பட்டது. அவற்றுள் பலவற்றை, ஒன்றுக்கும் மேற்பட்டவர்கள் பயன்படுத்தினர்.[47]

சுதந்தரம் அடைந்த பத்தாண்டுகளுக்குப்பிறகு மத்திய செய்தி ஒலிபரப்புத் துறை அமைச்சராக இருந்தவர் டாக்டர் பி.வி. கேஸ்கர் என்ற நல்ல அறிஞர். அவர் பண்டைய இந்திய கலாசாரத்தில் ஆர்வம் கொண்டவர். நவீன கலாசாரத்தை வெறுத்தவர். அவர், 1953-ல் பின்வருமாறு குறிப்பிட்டார்:

> செவ்வியல் இசை வீழ்ந்துவிட்டது. அது வட இந்தியாவில் மறைந்துபோகும் நிலைக்கே வந்துவிட்டது. செவ்வியல் இசை, வெகுஜன மக்களிடமிருந்து தன் தொடர்பை இழந்துவிட்டது. இது பொது மக்களின் தவறல்ல. வரலாற்றுச் சூழல்களே காரணம். கடந்த காலங்களில் இளவரசர்களும் நிலச் சுவாந்தார்களும் அதை ஆதரித்தனர். ஆனால், அது முடிவுக்கு வந்துவிட்டது. கடந்த 150 ஆண்டுகளாக நாம் பிரிட்டிஷ் ஆட்சியின்கீழ் இருந்தோம். அவர்கள் இந்துஸ்தானி சங்கீதத்தை அறிந்துகொள்ளவும் இல்லை; ஆதரிக்கவும் இல்லை. பாடகர்களுக்கும் ஆல் இந்தியா ரேடியோவுக்கும் இப்போதுள்ள முக்கியமான சவால், செவ்வியல் இசையைப் பொதுமக்களிடம் கொண்டு சேர்க்கவேண்டியதே. அவர்கள் நம் பாரம்பரிய சங்கீதத்தை அறியுமாறு செய்வதோடு, அதனுடன் நெருங்கிவரவும் செய்யவேண்டும்.[48]

1930-களிலிருந்தே ஆல் இந்தியா ரேடியோ, செவ்வியல் இசைக் கலைஞர்களைத் தங்கள் நிலையத்தில் வேலைக்குச் சேர்க்கத் தொடங்கியிருந்தது. வயது, திறமை, அனுபவம் ஆகியவற்றின் அடிப்படையில் கலைஞர்கள் தரவரிசைப்படுத்தப்பட்டனர். தம் வீடுகளுக்கு அருகில் உள்ள நிலையங்களுக்கு அவர்கள் நியமிக்கப்பட்டார்கள். நிகழ்ச்சிகள் பற்றி ஆலோசனை கூறுவதோடு, அவ்வப்போது அவர்களும் நிகழ்ச்சிகளை அளித்தனர். 1950-

களின் பிற்பகுதியில் 10,000-க்கும் அதிகமான பாடகர்கள் அரசின் சம்பளப் பட்டியலில் இடம் பெற்றிருந்தனர். அவர்களில் இந்துஸ்தானி கலைஞர்களும் கர்நாடக இசைக் கலைஞர்களும் அடங்குவர். அவர்களுள், அக்காலத்தில் பெரும்புகழ் பெற்றிருந்த கலைஞர்களான அலி அக்பர் கான், பிஸ்மில்லா கான், மல்லிகார்ஜுன் மன்சூர், எம்மனி சங்கரசாஸ்திரி ஆகியோர் அடங்குவர்.

பெரும்பான்மை இந்திய வானொலி நிலையங்கள் பல மணி நேரங்களுக்கு செவ்வியல் இசையை வழங்கின. சனிக்கிழமை இரவில், 90 நிமிட தேசிய இசை நிகழ்ச்சியில், ஒரே கலைஞர் வாய்ப்பாட்டையோ, கருவி இசையையோ வழங்கினர். ஒவ்வோர் ஆண்டும் ஏ.ஐ.ஆர், ரேடியோ சங்கீத சம்மேளனம் என்ற நேரடி இசைக் கச்சேரி நிகழ்ச்சிகளை இந்தியாவின் சிறிய, பெரிய நகரங்களில் நடத்தியது. அப்போது செய்யப்பட்ட இசைப்பதிவுகள் ஒரு மாத காலத்துக்கு வானொலியில் ஒலிபரப்பப்பட்டன.

செவ்வியல் இசையை விரும்பிய அளவுக்கு, டாக்டர் பி.வி. கேஸ்கருக்கு திரையிசை மீதும், திரைப்படங்கள் மீதும் வெறுப்பு இருந்தது. அவர் பதவியில் இருந்த முதல் சில ஆண்டுகளில், வானொலியில் வெகுஜன இசை தடை செய்யப்பட்டிருந்தது. அதிர்ஷ்டவசமாக, அந்த எண்ணம் மாறி, ஏ.ஐ.ஆர், திரைப்பாடல்களுக்கு என்றே விவிதபாரதி என்ற தனி நிலையத்தை ஆரம்பித்தது. விரைவில் அந்த ஒலிபரப்பு, லட்சக்கணக்கான வீடுகளை அடைந்ததால், வர்த்தக விளம்பரங்கள் குவிந்தன. இதனால், அந்த நிலையம் சொந்தக்காலில் நிற்க முடிந்தது.[49]

சுதேச சமஸ்தானங்கள் ஒழிப்புக்குப் பின்னர், ஆல் இந்தியா ரேடியோ மட்டும் இல்லை என்றால் செவ்வியல் இசை பிழைத்திருந்திருக்காது. வெகுஜன கலாசாரத்தை மேட்டுக்குடிக் கலாசாரத்துடனும், பிராந்தியத்தை தேசியத் துடனும் இணைத்ததன்மூலம் ஏ.ஐ.ஆர், தேசிய ஒருமைப்பாட்டுக்கும் பரவலாக உதவியது. நிலையத்தின் கவர்ச்சியற்ற நிகழ்ச்சி, அதன் செய்தி அறிக்கையே. அது தேச, சர்வதேச நிகழ்ச்சிகளை, ஆட்சியில் இருந்தோர் பார்வையில் வழங்கியது. செய்தி வாசிப்போரின் சுவையற்ற குரல், இந்தப் பிரசாரத்தை மேலும் விரும்பத்தகாததாக ஆக்கியது.

1970-கள் தொடங்கி, கேளிக்கை நிகழ்ச்சிகள் அளிப்பதிலும் (பிரசாரங்கள் செய்வதிலும்) தொலைக்காட்சி, வானொலிக்குத் துணைநின்றது. ஆரம்பத்தில், பிரசாரமே முக்கிய நோக்கமாக இருந்தது. அரசின் தூரதர்ஷன், அரசின் சாதனைகளை முன்னிறுத்தியதோடு, உருக்கு உற்பத்தியையும் உணவு உற்பத்தியையும் அதிகரிக்குமாறு வேண்டியது. 1980-களில், அரசு நிகழ்ச்சி களுக்கு மாற்றாக, சந்தைகள் ஊக்குவிக்கும் நிகழ்ச்சிகளின் கவர்ச்சியை தூரதர்ஷன் உணர்ந்துகொண்டது. ராமாயண, மகாபாரத நெடுந்தொடர்கள் லட்சக்கணக்கான பார்வையாளர்களையும், விளம்பரங்கள் மூலம் லட்சக் கணக்கான ரூபாயையும் கொண்டுவந்தன. இவற்றைத் தொடர்ந்து, குடும்பக் கதை சீரியல்கள், 50-க்கும் மேற்பட்ட பகுதிகளாக ஒளிபரப்பாயின. (ஆரம்ப கால வெற்றித் தொடர்களில் ஒன்று, ரமேஷ் சிப்பியின் 'புனியாத்', பிரிவினைக்

குப்பின் லாகூரிலிருந்து வந்த ஒரு குடும்பம் இந்தியாவில் புதிய வாழ்வை உருவாக்கிக்கொண்டது பற்றிய கதை.) இவை, பார்ப்போருக்கு நல்ல பொழுதுபோக்காக அமைந்ததோடு, அரசின் வருமானத்தையும் அதிகரித்தன. 1975-1985-க்கு இடைப்பட்ட வெறும் பத்தாண்டுகளில் அரசின் தொலைக்காட்சி வருமானம் 60 மடங்கு உயர்ந்தது.[50]

1990-களில் வான் அலைகள் தனியாருக்கும் திறந்துவிடப்பட்டன. பண்பலை வானொலி நிலையங்கள் (எஃப்.எம்) மாநகரங்களில் தோன்றின. ஆனால், இந்த தாராளமயத்தால் பெரும் பயன் பெற்றவை தொலைக்காட்சி நிலையங்களே. இவை, அதிவேகத்தில், இந்தியாவின் அனைத்து மொழி களிலும் தோன்றத் தொடங்கின. 2000 வாக்கில் 100-க்கும் அதிகமான தனியார் தொலைக்காட்சி நிலைங்கள் இயங்கின. இவற்றுள் சில விளையாட்டு, தொழில், திரைப்படம், செய்திகள் ஆகியவற்றில் ஏதேனும் ஒன்றை மட்டுமே காட்டின. வேறு சிலவோ, அனைத்தையும் கலந்து காண்பித்தன. இந்தச் சந்தை கடுமையான போட்டியைக் கண்டது. புதிதாக வரும் பல நிலையங்கள் காணாமல் போயின. ஒரு நிலையத்தில் வேலை செய்வோரைத் தம் பக்கம் இழுக்க பிற நிலையங்கள் முயன்றன. நுகர்வோருக்கு எண்ணற்ற வாய்ப்புகள் கிடைத்தன. ஒரு காலத்தில் அரசின் ஒரே ஒரு அலைவரிசை மட்டும் இருந்த இடத்தில் இன்று ஏகப்பட்ட நிலையங்கள் காணக் கிடைத்தன.

X

சிதானந்தா தாஸ்குப்தா என்ற விமர்சகர், 'இந்திய வெகுஜன சினிமாக்கள், சினிமாவுக்குரிய உலக மொழியில் பேசாமல், உள்ளூர் மொழியில் பேசுகின்றன. அவற்றை உலகின் பெரும்பான்மை நாடுகளால் புரிந்துகொள்ள முடியாது' என்றார்.[51] இங்கு தாஸ்குப்தா, சத்யஜித் ரேயின் நண்பராகவும் வாழ்க்கை வரலாற்று ஆசிரியராகவும், சத்யஜித் ரே சார்பாக அல்லது வங்காளத்தின் சார்பாகப் பேசியிருக்கலாம். வங்காளத்தின் கலைத்தரம் பிற பகுதிகளின் தரத்தைவிட வேறுபட்டதாக (உயர்ந்ததாகவும்கூட) இருந்தது. ஆனால், ஆரம்பம் முதலே, இந்தியத் திரைப்படம், இந்தியர் அல்லாதோ ரையும் கவர்ந்தது.

இந்தியாவின் புகழ்பெற்ற சினிமாக் குடும்பத்தைச் சேர்ந்த ராஜ் கபூர், இதில் முன்னோடி. (அவருடைய தந்தை ப்ருத்விராஜ் கபூர் புகழ்பெற்ற நாடக, சினிமா நடிகர். அவருடைய இரு சகோதரர்கள் சஷி கபூரும் ஷம்மி கபூரும் புகழ்பெற்ற சினிமா நடிகர்கள். அதே பாரம்பரியத்தில், அவருடைய இரு மகன்களும், அவர்களுடைய குழந்தைகளும் சினிமா நடிகர்கள்.) ராஜ்கபூர் இந்தியாவின் சார்லி சாப்லின். அவர் தாமே இயக்கிய படங்களில் நாடோடி அல்லது பிச்சைக்காரனாக நடிப்பார்.[52] அவர், அழகு நிரம்பிய நர்கீஸுடன் ஒரு கூட்டணி ஏற்படுத்திக்கொண்டு, 17 படங்களில் ஜோடியாக நடித்தார். இருவரும் கல்கத்தாவில் ஒரு படத்தின் முதல் காட்சிக்கு வந்தபோது, அவர்

களிடம் கையெழுத்து பெற மக்கள் திரள் முண்டியடித்து மோதி அவர்களைத் திணறவைத்தது.[53] வியப்புக்குரிய வகையில் இதே வரவேற்பை அவர்கள் சோவியத் யூனியனிலும் பெற்றனர். 1954-லும், பின்னர் 1956-லும் அவர்கள் ரஷ்யாவுக்குச் சென்றபோது ஜார் காலத்து யுத்தங்களின் முன்னாள் ராணுவ வீரர்கள், அவர்கள் கைகளைக் குலுக்க வரிசையில் நின்றனர். அங்கு வந்த கருவுற்ற பெண்கள், மகன் பிறந்தால் ராஜ் என்றும், மகள் பிறந்தால் நர்கீஸ் என்றும் பெயரிடப்போவதாகக் கூறினர்.[54]

1951 இறுதியில் வெளியான 'ஆவாரா', மகத்தான வெற்றிப்படம். குடும்பச் சூழலால் குற்றம் புரியத் தூண்டப்பட்ட, அனைவராலும் விரும்பப்படும் ஒரு போக்கிரியாக ராஜ் கபூர் அதில் நடித்திருந்தார். ஒரு பிரபல ஆங்கிலச் செய்தித் தாளின் விமர்சகர், 'படத்தின் போலியான செயற்கைத் தன்மை'யையும் 'வலிந்து புகுத்தப்பட்ட சம்பவங்கள், கதையின் சாரமான பகுதிகளை இழக்க வைத்த'தையும் 'படத்தின் தரத்தைக் குறைத்த'தையும் விமர்சித்திருந்தார்.[55] ஆனால் எப்படியும், மக்கள் கூட்டம் திரண்டது. இந்தியாவில் மட்டுமல்ல. படத்தின் திரைக்கதை ஆசிரியர் ரஷ்யா சென்றிருந்தபோது, 'எல்லா இசைக் குழுக்களும் அந்தப் படத்தின் பாடல்களையே இசைத்தனர். ரஷ்ய, ஜார்ஜிய, உக்ரேனிய இளைஞர்கள் கூட்டமாக, ஆவாரா படப் பாடல்களைப் பாடிக் கொண்டிருந்தனர். ஒருவர் அப்படத்தை 20-30 தடவை பார்த்திருப்பதாகப் பெருமை பேசிக்கொண்டார். சோவியத் சினிமா வரலாற்றிலேயே வேறு எந்தப் படமும் இத்தனை செல்வாக்கு பெற்றதில்லை. எந்த சினிமா, நாடக நடிகரும் குறுகிய காலத்தில் இத்தனை புகழை அடைந்துவிடவில்லை' என்று கண்டார்.[56]

இந்திப் படங்கள் பொதுவாக ஆப்பிரிக்காவிலும், மத்தியக் கிழக்கு, தென்கிழக்கு ஆசிய நாடுகளிலும் செல்வாக்கு பெற்றிருக்கும். மலாய் கிராமத்தில் களப்பணி செய்துகொண்டிருந்த மானுடவியல் அறிஞர் ஒருவர், தன் கேள்விகளுக்கு பதில் சொல்வோரை, அவர்கள் வெறுமனே 'இந்தி' என்று சொல்லும் படத்தைக் காண ஒவ்வொரு வாரமும் அருகில் உள்ள சினிமா அரங்குக்கு அழைத்துச் செல்வார்.[57] ஜப்பானில் சிலகாலம் ரஜினி காந்த நடித்த தமிழப் படங்கள் பெரும் வரவேற்பைப் பெற்றன.

இந்தியாவைப் போன்ற அதே கலாசாரம் கொண்ட நாடுகளில் இந்திப் படங்களின் செல்வாக்கு இருப்பது வியப்புக்குரியது அல்ல. பாகிஸ்தானில் பயணம் செய்த அமெரிக்கப் பயணி ஒருவர் அரசுப் பேருந்துகளிலும் தனியார் வீடுகளிலும் மிக அதிகமாக ஒலித்தவை இந்திப் படப் பாடல்கள் என்று அறிந்தார். உள்நாட்டுத் திரைப்படங்களைப் பாதுகாக்க, பாகிஸ்தானில் இந்தியப் படங்கள் தடை செய்யப்பட்டிருந்தன. ஆனாலும், அவற்றின் பாடல்களும் முழுப் படமுமே குறுந்தட்டுகள் வழியாக பாகிஸ்தானுக்குக் கடத்திச் செல்லப்பட்டு அங்கு எளிதாகக் கிடைத்தன.[58] மேலும் மேற்கில் இருந்த ஆப்கனிஸ்தானில் எல்லாவிதமான இசைகளும் தாலிபன்களால் தடை செய்யப்பட்டிருந்தன. ஆனால் அந்த ஆட்சி வீழ்ந்ததும், தாடி மழிக்கும் நாவிதர்களுக்கும் இந்திய சினிமா நட்சத்திரங்களின் படங்களையும் இந்தி

இசைத் தட்டுகளையும் விற்கும் தெருக் கடைக்காரர்களுக்கும் மாபெரும் வர்த்தக வாய்ப்புகள் கிடைத்தன. லதா மங்கேஷ்கரின் பாடல்களும் முகமது ரஃபியின் பாடல்களும் மீண்டும் காபூல் வீடுகளில் ஒலிக்க ஆரம்பித்தன. இதைவிடத் தைரியமாக, குடும்ப வழக்கம், மரபு ஆகியவற்றை மீறி, இந்திப் படங்களால், இளைஞர்களும் யுவதிகளும் தங்கள் வாழ்க்கைத் துணையைத் தாங்களே தேர்ந்தெடுக்குமாறு ஊக்குவிக்கப்பட்டனர். தங்கள் பெற்றோரின் தடையை மீறி, மணம் செய்துகொள்ள அனுமதி வேண்டிய ஜோடிகளின் கூட்டத்தால் காபூல் நீதிமன்றம் ஒன்று முற்றுகைக்கு உள்ளானது.[59]

அண்மைக்காலத்தில் மேற்கு ஐரோப்பா, வட அமெரிக்கா ஆகிய சந்தைகள் இந்திப் படங்களுக்குக் கிடைக்க ஆரம்பித்துள்ளன. இந்தச் சந்தையை உருவாக்கியவர்கள், இங்கு வாழும் பணம் படைத்த இந்தியர்களே. 2000-ல், இங்கிலாந்தில் வெளியான படங்களின் முதல் 20 இடங்களில், நான்கை இந்திப் படங்கள் பிடித்தன.[60] மூன்று வருடங்களுக்குப் பிறகு, டைம் பத்திரிகை, இந்தியப் படங்களுக்கான உலகப் பார்வையாளர் எண்ணிக்கை ஹாலிவுட் பார்வையாளர்கள் எண்ணிக்கையை எளிதில் கடந்துவிட்டதாக அறிவித்தது. இந்தியப் படங்களை 3.6 பில்லியன் மக்கள் பார்த்தனர். இது ஹாலிவுட் பார்வையாளர்களைவிட ஒரு பில்லியன் அதிகம்.[61]

இந்தியப் படங்களுக்கான வெளிநாட்டுப் பார்வையாளர்கள் அதிகரிக்க அதிகரிக்க, படத்தின் பாத்திரங்களும் கதைப்போக்கும் நுட்பமான மாறுதல் களை அடையத் தொடங்கின. மேற்கத்திய உடைகள் இப்போது வாடிக்கை ஆகிவிட்டன. காதல் திருமணங்கள் ஏற்றுக்கொள்ளப்பட்டன. நாயகனைத் தன் பக்கம் இழுத்து வசீகரம் செய்ய இப்போது வில்லி ஒருத்தி தேவையில்லை. நாயகி தூய்மையானவளாக இருக்கவேண்டிய அவசியம் இல்லை. அவளே நாயகனைத் தன் பக்கம் இழுக்க எதை வேண்டுமானாலும் செய்யலாம். படங்கள், செல்வத்தை, வெட்கமின்றிக் கொண்டாடும் வகையில் அமைந்தன. கடந்த காலங்களில், கதாநாயகன் ஏழையாக இல்லாவிட்டாலும், வேலை அற்றவனாக இல்லாவிட்டாலும், தன்னைக் கீழ்த்தள மக்களோடு ஐக்கியப் படுத்திக்கொள்வான். இப்போது படம், பணக்காரர்களின் கோலாகலக் கொண்டாட்டம் ஆகிவிட்டது. மக்கள் தூரத்தில் இருந்து பார்த்தாலே போதும்.[62]

புதிய ஆயிரத்தின் முதல் ஆண்டுத் தொடக்கத்தில் அமிதாப் பச்சனின் மெழுகுச்சிலை, லண்டன் மேதாம் துஸ்ஸாத் மெழுகுக் காட்சியில் திறந்துவைக்கப்பட்டது. எண்ணற்ற இந்தியர்கள் வெறியுடன் இணையத்தில் வாக்களித்து, அதன் விளைவாக நூற்றாண்டின் சிறந்த நடிகராக பிபிசியால் பச்சன் தேர்ந்தெடுக்கப்பட்டதைவிட, மேதாம் துஸ்ஸாத் அளித்த கௌரவம் மேம்பட்டது. உலகமயமான அரங்கில், முன்னணிக்கு வந்தது பச்சன் அல்ல; பதிலாக இளம் தலைமுறையைச் சேர்ந்த சிலர். அவர்களில் ஒருவர், முன்னாள் உலக அழகியான, நடிகை ஐஸ்வர்யா ராய். ஜூலியா ராபர்ட்ஸாலேயே உலகின் மிகச் சிறந்த அழகி என்று பாராட்டப்பட்டவர். ராய், டைம் பத்திரிகையின் ஆசியப் பதிப்பின் அட்டைப்படத்தில் இடம் பெற்றார். பன்னாட்டுத் திரைப்பட விழாக்களின் நடுவர் குழுவில் இடம் பெற்றார்.

ஹாலிவுட் பட இயக்குனர்கள் அவரைத் தங்கள் படங்களில் நடிக்க வைக்க விரும்பினர். மற்றொருவர் ஷா ரூக் கான். அவரது தலைமுறையில் அதிக வெற்றி பெற்ற நடிகர். அவர் ஐரோப்பா, வட அமெரிக்கப் பகுதிகளுக்கு மேற்கொண்ட பயணங்கள் அனைத்துமே மகத்தான வெற்றி பெற்றன. ஆயிரக்கணக்கான இந்தியர்கள், இரானியர், ஆப்கானியர், அராபியர் ஆகியோருடன், வெள்ளை இன மக்களும் அவர் நிகழ்ச்சிகளைக் காணத் திரண்டனர்.

அடுத்து, உலக அளவில் வெற்றி பெற்றவர் இசையமைப்பாளர் ஏ.ஆர். ரஹ்மான். தன் பதின்ம வயதிலேயே ஒரு படத்துக்கு இசை அமைத்த மேதை அவர். தமிழ் சினிமாவில் பெரும் புகழ் பெற்றபின் இந்திப் படங்களுக்கு இசை அமைக்கச் சென்றார். அவர் தன் தந்தையிடம் செவ்வியல் கர்நாடக இசையில் பயிற்சி பெற்றார். அந்த இசையை அவர் உலகின் பிற பகுதிகளின் இசைக் கருவிகளோடும் இசை வடிவங்களோடும் வெற்றிகரமாக இணைத்தார். 2002-ல், ஆண்ட்ரூ லாயிட் வெபர், 'பாம்பே டிரீம்ஸ்' என்ற இசை நாடகத்துக்கு இசை அமைக்க அவரை அழைத்தார். வெஸ்ட் எண்ட், ப்ராட்வே ஆகிய இடங்களில் இந்த இசை நாடகம் பெற்ற வெற்றிக்குப் பிறகு, ஜே.ஆர்.ஆர். டோல்கியனின் 'லார்ட் ஆஃப் தி ரிங்ஸ்' கதையின் மேடைத் தழுவலுக்கு இசையமைக்க அவரும் அழைக்கப்பட்டார். இது, 27 மில்லியன் பவுண்ட் செலவில் தயாரிக்கப்பட இருந்த நாடகம். இதில் பத்தில் ஒரு பகுதி இசை அமைப்பாளர்களுக்கான சம்பளம். 2004-ல், ரஹ்மான், பர்மிங்ஹாம் சிம்ஃபனி ஆர்க்கெஸ்ட்ராவை நடத்த அழைக்கப்பட்டார். அதன் முதல் நடத்துனராக இருந்தவர் சர் எட்வர்ட் எல்கர்.[63]

ரஹ்மானின் வெற்றியில் பெருமிதம் அடைந்திருக்கக்கூடியவர் எஸ்.எஸ். வாசன். 1955-ல் தில்லியின் தூய்மைவாதிகளிடம், சினிமாமீது அவர்கள் கொண்ட வெறுப்பைக் கைவிடுமாறு அவர் கோரினார். 'உணவு, உடை, இருப்பிடம் போல நாங்கள் உருவாக்கும் பொழுதுபோக்கு நிகழ்ச்சிகளும் முக்கியமானவை. பொதுவாழ்க்கையில் உள்ளவர்கள், பொது மக்களுக்குச் சேவை செய்வதுபோல, கேளிக்கை வாழ்க்கையில் உள்ள கலைஞர்களும் பொது மக்களை மகிழ்விக்கவே பாடுபடுகின்றனர்.'[64] வாசன் கூறிய கருத்தில் அப்போது இரு பகுதிகளுமே சரியானவையாக இருந்தன. அப்போது பொது மக்கள் சேவையில் ஈடுபட்டிருந்தவர்களில் ஜவாஹர்லால் நேருவும் பி.ஆர். அம்பேத்கரும் இருந்தனர். 50 ஆண்டுகளுக்குப் பிறகு, இரண்டாவது பகுதி மட்டுமே சரியாக இருக்கிறது. பொதுவாழ்க்கையில் இருப்போர், இப்போது சுய லாபத்துக்கே மட்டுமே வேலை செய்கின்றனர். ஆனால், கேளிக்கைக் கலைஞர்கள் - இதில், பாடகர்கள், இசைக்கலைஞர்கள், நடிகர்கள்; ஆண்களும் பெண்களுமாக - அதிகரித்துவரும் ஆர்வலர்களின் மகிழ்ச்சிக்காக இப்போதும் பாடுபட்டு வருகின்றனர்.

நிறைவுரை

ஏன் இந்தியா பிழைத்துள்ளது!

சீக்கியர்கள் தனி அரசு அமைக்க முயற்சி செய்யலாம். அவர்கள் அப்படிச் செய்வார்கள் என்றே நினைக்கிறேன். அப்படி ஆகும்போது, அது, மையத்துக்கு எதிராகவும் ஒட்டுமொத்தப் பிளவுக்குத் தொடக்கமாகவும் இருக்கும். ஏனெனில், இந்தியத் துணைக்கண்டம், ஐரோப்பா அளவுக்கு வித்தியாசங்கள் கொண்ட ஒரு பகுதி. ஒரு ஸ்காட்லாந்துக்காரர் எப்படி இத்தாலியரிடமிருந்து வேறுபடுகிறாரோ, அந்த அளவுக்கு ஒரு பஞ்சாபி ஒரு மதராஸியிடமிருந்து வேறுபடுகிறார். பிரிட்டிஷார் இவற்றை ஒருங்கிணைக்க முயன்றனர். ஆனால் அவர்களால் முடிவதில்லை. பல தேசங்கள் அடங்கிய ஒரு கண்டத்தை எவராலும் ஒற்றை தேசமாக ஆக்க முடியாது.

– ஜெனரல் சர் கிளாட் ஆச்சின்லெக்,
முன்னாள் இந்திய தலைமைத் தளபதி, 1948

ரஷ்யா முதலில் விழாவிட்டால், இந்தியா எனும் இந்துஸ்தானம் கம்யூனிஸ்ட் ஆகும் தீவிர அபாயம் வெகு தூரத்தில் இல்லை.

– சர் ஃபிரான்ஸிஸ் டக்கர், முன்னாள் இந்திய படைத் தளபதி, 1950

ஆண்டுகள் செல்லச் செல்ல, இந்தியாவில் பிரிட்டிஷார் நடத்திய ஆட்சி, அஜின்கோர்ட் போரைப் போல வெகு தொலைவில் உள்ளதாகத் தெரிகிறது.

– மால்கம் மக்கரிட்ஜ், ஒலிபரப்பாளர், எழுத்தாளர், 1964

1948-ல் இந்திரா காந்தியின் இறுதிச் சடங்கைப் பார்த்துக்கொண்டிருப்போரில் வெகு சிலர்கூட இந்தியா ஒன்றுபட்டிருக்கும் என்றும் சோவியத் யூனியன் என்ற ஒன்று காணாமல் போயிருக்கும் என்றும் நினைத்திருக்கக் கூட மாட்டார்கள்.

– ராபின் ஜெஃப்ரி, வரலாற்று ஆசிரியர், 2000

I

புகழ்பெற்ற அட்லாண்டிக் மன்த்லி, தன் 1959 பிப்ரவரி மாத இதழில், பாகிஸ்தான் பற்றி, எழுதியவர் பெயர் இன்றி, ஒரு கட்டுரையை வெளியிட்டது. ஜெனரல் அயூப் கான், ராணுவப் புரட்சி மூலம் அண்மையில் ஆட்சியைப் பிடித்திருந்தார். 'பாகிஸ்தானில் இல்லாதவர்கள் அரசியல் வாதிகள்தாம்' என்று அந்த நிருபர் குறிப்பிட்டிருந்தார். 'அவர்கள் பொது வாழ்வில் பங்குபெற இயலாதபடி தடுக்கப்பட்டிருந்தனர். அவர்களுடைய பெயரைக்கூடச் சொல்ல முடியவில்லை. அரசியல் என்ற கருத்தாக்கமே மறைந்துபோயிருந்தது. சோஷலிசமா, தாராள மயமா, இடதா, வலதா என்ற வாக்குவாதங்களில்கூட மக்கள் ஆர்வமின்றி இருந்தனர். இந்த வாக்குவாதங் களும், நாடாளுமன்ற முறை, ஜனநாயகம் போன்ற கருத்துகளும், ஏதோ மேற்கிலிருந்து பெறப்பட்டவை என்றும், அவற்றை ஒதுக்கித் தள்ளிவிட்டால் ஒன்றும் குறையில்லை என்றும் அவர்கள் நினைத்தாகத் தோன்றியது.'

'பாகிஸ்தானின் விவசாயிகள், அரசு மாற்றத்தை விரும்பினர். ஏனெனில் அவர்கள் அமைதியை நாடினர்' என்று அட்லாண்டிக் நிருபர் நம்பினார். கிராமப் புறங்களில் சட்டம் ஒழுங்கு திரும்பியதையும், கடத்தல்காரர்களும் கருப்புச்சந்தையினரும் அடக்கப்பட்டதையும் அவர் கண்டார். 'பாகிஸ்தானின் நலிவுற்றவர்கள் ஏற்கெனவே ராணுவத்தை நன்றியுடன் பார்த்தனர். ஏழை நாட்டில், எந்த அரசின் வெற்றியும் அரிசி, கோதுமை விலையால் மட்டுமே நிச்சயிக்கப்படுகின்றன.' அயூப் பதவி ஏற்றபின் விலைகள் விழுந்ததை அந்த நிருபர் கண்டார்.

அயல் நாட்டு நிருபர்கள் எதையும் பொதுமைப்படுத்தத் தயங்குவதில்லை. இத்தனைக்கும் அவர்கள் அந்த நாட்டுக்கு ஒரே ஒரு சிறு பயணத்தை மட்டுமே மேற்கொண்டிருக்கலாம். அட்லாண்டிக் மன்த்லியின் நிருபரும் இந்த விதிக்கு விலக்கல்ல. பாகிஸ்தானில் அவர் பார்த்ததிலிருந்து அல்லது பார்த்ததாக நினைத்ததிலிருந்து அவர் வழங்கிய பொதுக் கருத்து இது: 'ஆசியாவிலும் ஆப்பிரிக்காவிலும் புதிதாகச் சுதந்தரம் பெற்ற நாடுகள் பிரிட்டிஷ் நாடாளு மன்ற முறையைப் பிரதியெடுக்க முயன்றன. சூடான், பாகிஸ்தான், பர்மா ஆகிய நாடுகளில் அந்தப் பரிசோதனைகள் தோல்வி அடைந்துள்ளன. இந்தியாவிலும் இலங்கையிலும் அம்முறை பெரும் இன்னல்களில் ஆட்பட்டுள்ளது. பாகிஸ்தான் பரிசோதனை (ராணுவ ஆட்சி) ஆசியாவிலும் ஆப்ரிக்காவிலும் கருத்துடன் கவனிக்கப்படும்.'

40 ஆண்டுகளுக்குப் பிறகு அட்லாண்டிக் மன்த்லி பாகிஸ்தானின் நிலைபற்றி மற்றோர் அறிக்கையை வெளியிட்டது. இந்த இடைவெளியில் நாடு சர்வாதிகாரத்திலிருந்து ஜனநாயகத்துக்கும், மீண்டும் ராணுவ ஆட்சிக்கும் தாவியிருந்தது. அத்துடன், அந்நாடு பிளவுபட்டு, அதன் கிழக்குப் பகுதி இறையாண்மை பெற்ற பங்களாதேசம் என்ற தனி நாடாகியிருந்தது. ஏழை விவசாயிகள், யார் தங்களுக்கு அமைதி அளிப்பார்கள் என்று நம்பினார்களோ, அந்தத் தளபதிகள் மூன்று போர்களையும் நடத்தியிருந்தனர்.

இந்தக் கட்டுரையை எழுதியிருந்தவர் ராபர்ட் டி கப்ளான். இவர் இனக்குழுச் சண்டைகள் நடக்கும் நாடுகளில் சுற்றுப்பயணம் செய்து, அவற்றின் சீர்குலைவுகள் பற்றி எழுதுவதில் தனித்திறன் கொண்டவர். கப்ளான், பாகிஸ்தான் பற்றி எதிர்மறையாக - அதன் சட்டம் ஒழுங்கு சீர்குலைவு, உள்நாட்டுப் போர்கள் (சுன்னி-ஷியா, மொஹாஜிர்-சிந்தி, பலூச்சி-பஞ்சாபி), பொருளாதார ஏற்றத்தாழ்வுகள், ஜிஹாதிகளுக்கு ஒசாமா பின் லேடன் வழியில் பயிற்சி அளித்தல் ஆகியவை பற்றி - சித்திரித்திருந்தார்.

பாகிஸ்தான் அறிஞர் ஒருவர் கருத்தை கப்ளான் மேற்கோள் காட்டியிருந்தார்: 'நாங்கள் எங்களை எங்கள் சொந்த முறையில் விளக்கியதே இல்லை; இந்தியாவுடன் தொடர்புபடுத்தியே விளக்கியுள்ளோம். அதுதான் எங்கள் பெரும் சோகம்.' 'பாகிஸ்தான், யூகோஸ்லேவியாவின் ஆரம்பம்போலத் தெரிகிறது. ஆனால் அணு ஆயுதங்களுடன்!' என்று கப்ளான் எழுதினார். யூகாஸ்லேவியா போலவே, 'ஒழுங்கீனமும் பகுத்தறிவின்மையும் பாகிஸ்தானில் குவிந்து பிரதிபலிப்பதைக் காண முடிகிறது.' கப்ளான் இறுதியாக முடிவுக்கு வந்தார்: 'இந்திய ஜனநாயகம் ராணுவக் கலகம் ஏதுமின்றி இயங்கிக் கொண்டிருக்கும்போது பாகிஸ்தானில் ஜனநாயகம், ராணுவ ஆட்சி இரண்டுமே தோல்வி அடைந்துவிட்டன.'[1]

40 ஆண்டுகள் முன் அவருடைய பத்திரிகையிலேயே பாகிஸ்தான் பற்றி வந்திருந்த கட்டுரையை கப்ளான் படித்திருக்கவில்லை என்பது தெளிவு. இந்தியா பற்றிய அவரது மாறுபட்ட மதிப்பீடுதான் முக்கியமானது. 1959-ல் அட்லாண்டிக் மன்த்லி, இந்தியா ராணுவ சர்வாதிகாரத்தின்கீழ் சிறப்பாக இருந்திருக்க முடியும் என்ற நிலையிலும் ஜனநாயகத்தோடு மல்லுக்கட்டுவது பற்றி வருத்தம் தெரிவித்திருந்தது. 1999-ல் அதே பத்திரிகை, ஜனநாயகம்தான் இந்தியாவைக் காப்பாற்றிய மாபெரும் வரம் என்று குறிப்பிட்டிருந்தது.

இரு ஆண்டுகளுக்குப்பின் நியூ யார்க்கின் இரட்டை கோபுரம் தகர்க்கப்பட்டது. ஆப்கனிஸ்தானிலும் ஈராக்கிலும் ஜனநாயகத்தை வலுக்கட்டாயமாகப் புகுத்த மேற்கத்திய அரசுகள் முயற்சிகளை மேற்கொண்டபோது, இந்தியா உள்ளிருந்தே ஜனநாயகத்தை வளர்க்கும் முயற்சியில் ஈடுபட்டது மேலும் புதிதாகப் பாராட்டுதல்களைப் பெற்றது. 2004 ஏப்ரலில், இந்தியா 14-ம் பொதுத் தேர்தலை நடத்தியபோது பாகிஸ்தானியர்களே இந்த வித்தியாசத்தைப் பெரிதுபடுத்திக் காட்டினர். கராச்சியின் பத்தி எழுத்தாளர் ஆயாஸ் அமீன் எழுதினார்: 'இந்தியா வாக்களிக்கச் செல்கிறது. உலகம் அதைப் பார்க்கிறது. பாகிஸ்தான் மீண்டும் ஒரு சர்வாதிகார முயற்சியில் குதிக்கிறது. அதையும் உலகம் பார்க்கிறது, ஆனால் காமாலைக் கண்களுடன். இந்த ஒப்பீடு நமக்குப் புரியாத அளவுக்கு நாம் என்ன முட்டாள்களா? நாம் எப்போது கண்களைத் திறக்கப் போகிறோம், எப்போது கற்றுக்கொள்ளப் போகிறோம்? இந்தியாவின் பரப்பளவோ, மக்கள் தொகையோ, சுற்றுலாத் திறனோ, தகவல் தொழில்நுட்பமோ நம்மைச் சிறியவர்களாகக் காட்டவில்லை; அதைச் செய்வது இந்திய ஜனநாயகம்தான் என்பது நமக்கு எப்போது புலப்படும்?'[2]

II

2004 தேர்தல்களில் சுமார் 40 கோடி வாக்காளர்கள் வாக்களித்தனர். ஆளும் பாரதிய ஜனதா கூட்டணி எளிதில் வெற்றிபெறும் என்று எதிர்பார்க்கப்பட்டது. அதனால், அது தன் இந்துத்துவத் திட்டத்தைப் புதுப்பிக்குமோ என்ற பயமும் எழும்பியது. ஆனால், காங்கிரஸ் தலைமையிலான ஐக்கிய முன்னேற்றக் கூட்டணி தேர்தல் ஆருடங்களைப் பொய்யாக்கிவிட்டு ஆட்சிக்கு வந்தது. தேர்தல் முடிவுக்கு, மதச்சார்பின்மையின் வெற்றி, பணம் படைத்தோருக்கு எதிரான பாமரனின் புரட்சி, நேரு-காந்தி வம்சம் பொதுமக்கள் சிந்தனையைத் தன் பிடிக்குள் வைத்திருப்பதன் நிரூபணம் என்றெல்லாம் விளக்கங்கள் சொல்லப்பட்டன. ஆனால், உலக வரலாற்றில் இதன் முக்கியத்துவம், அவர்கள் ஏன் அப்படி வாக்களித்தார்கள் என்பதல்ல; அவர்கள் வாக்களித்தார்கள் என்பதே. 1952 தேர்தல்கள் முதற்கொண்டே, இந்தியத் தேர்தல்கள், வரலாற்றின் மிகப் பெரும் சூதாட்டம் என்றே விவரிக்கப்பட்டன. இந்திய ஜனநாயகத்துக்கு இரங்கல் குறிப்புகள் எழுதப்பட்டே வந்தன. ஏழையான, வேறுபட்ட, பிரிவுகள் கொண்ட தேசம், சுதந்தரமான, நியாயமான தேர்தல்களைத் தொடர்ந்து நடத்திவர முடியாது என்றே சொல்லப்பட்டு வந்தது.

ஆயினும் அது நடந்துகொண்டுதான் வருகிறது. முதல் பொதுத் தேர்தலில் வாக்களித்தோர், 46 சதவிகிதத்துக்கும் குறைவு. ஆண்டுகள் செல்லச் செல்ல இது அதிகரித்துதான் வந்திருக்கிறது. 1960-களிருந்து அங்கீகரிக்கப்பட்ட வாக்காளர்களில் ஐந்துக்கு மூன்று பேர் வாக்களித்து வந்துள்ளனர். சட்டமன்றத் தேர்தல்களில் வாக்கு சதவிகிதம் இன்னும் அதிகம். இந்த எண்களைப் பிரித்து அலசிப்பார்க்கும்போது, மேலும் ஆழமான உண்மைகள் வெளிப்படுகின்றன. முதல் இரு பொதுத் தேர்தல்களில் வாக்களிக்கக்கூடிய பெண்களில் 40 சதவிகிதம் பேரே வாக்களித்திருந்தனர். 1998-ல் இது 60 சதவிகிதத்தைவிட அதிகமானது. மேலும், கள ஆய்வுகளின்படி பெண்கள், கணவன் அல்லது தந்தையின் கருத்துக்கு மாறாக, சுதந்தரமாக வாக்களித் திருந்தனர். அத்துடன், ஒடுக்கப்பட்ட பிரிவினரான தலித்துகளும் பழங் குடியினரும் அதிக எண்ணிக்கையில் வாக்களித்திருந்தனர். குறிப்பாக, வட இந்தியாவில் உயர் வகுப்பினரைவிட அதிக எண்ணிக்கையில் தலித்துகள் வாக்களித்திருந்தனர். அரசியல் ஆராய்ச்சியாளர் யோகேந்திர யாதவ் குறிப்பிடுவதுபோல, 'இன்றைய உலகில், மிகப் பெரும் ஜனநாயகமான இந்தியா ஒன்றில்தான், முன்னேறிய வகுப்பினரைவிட கீழ்நிலையில் உள்ளவர்களே அதிகமான அளவில் வாக்களிக்கின்றனர்.'[3]

வாக்களிப்பில் இந்தியர்களுக்கு உள்ள ஆர்வத்தை, ஆந்திர- மகாராஷ்டிர எல்லையில் உள்ள கிராமங்களின் எடுத்துக்காட்டு தெளிவாக்கும். இந்த இரு மாநிலங்களின் நிர்வாகங்களும் இவர்களுக்கு இரு வேறு வாக்காளர் அட்டைகளை வழங்கியிருந்தன. இதனை கிராமவாசிகள் நன்கு பயன்படுத்திக்கொண்டு ஒரு முறைக்கு இரு முறையாக வாக்களித்தனர்.[4] பிகாரில், மாவோயிஸ்டுகளின் எச்சரிக்கைகளையும்மீறி விவசாயிகள் வாக்களிக்கச் செல்வது இதனை மேலும் விளக்குகிறது. தேர்தல்கள், பூர்ஷ்வாக்

களின் இரட்டைவேடம் என்று மாவோயிஸ்டுகள் தேர்தல்களைப் புறக்கணித்தனர். தேர்தல் பிரசாரத்தில் ஈடுபடும் கிராமவாசிகளின் முகங்களில் கரியைப் பூசினர். வாக்களிக்கச் செல்வோரின் கை கால்கள் வெட்டப்படும் என்று மிரட்டினர். ஆயினும், மத்திய பிகாரில் கள ஆய்வு செய்யும் மானுடவியல் அறிஞர் ஒருவரின் கருத்துப்படி, 'தேர்தல் புறக்கணிப்பு பற்றிய மிரட்டல்களால், வாக்களிக்கச் செல்வோர் எண்ணிக்கையில் எந்த மாற்றமும் இல்லை. பல ஆண்டுகளாக மாவோயிஸ்டுகள் தீவிரமாக செயல்பட்டுக் கொண்டிருக்கும் கிராமங்களில்கூட தேர்தல் நாள் ஏறத்தாழ ஒரு பண்டிகை நாள் போலவே காணப்பட்டது. பெண்கள் பளிச்சென்று சிவப்பு, மஞ்சள் ஆடைகளை அணிந்து, தலைக்கு எண்ணெயிட்டு வாரி முடிந்துகொண்டு, சிறு சிறு கூட்டங்களாக வாக்குச்சாவடிக்குச் சென்றனர்.'[5]

அதேபோல, இந்திய அரசின் சட்டம் தாறுமாறாக நடக்கும், அல்லது செல்லவே செல்லாத வட கிழக்குப் பகுதியிலும் போராளிகளால் கிராமவாசிகளைத் தடுக்க முடிவதில்லை. தலைமைத் தேர்தல் ஆணையர் கிண்டலாகக் குறிப்பிட்டது போல, 'நாட்டின் ஒருமைப்பாட்டுக்குத் தேர்தல் ஆணையத்தின் சிறு பங்களிப்பு, ஒரே ஒரு நாளைக்காவது, அதாவது தேர்தல் நாளன்று, அப்பகுதிகளை இந்தியப் பகுதிகள் ஆக்குவதுதான்.'[6]

தேர்தல்கள் இந்தியாவில் நன்கு உள்வாங்கப்பட்டுள்ளன என்பதை, அவை எப்படி நாடெங்கிலும், அனைத்துச் சமூகங்களுக்கும் ஆழமாகவும் அகல மாகவும் பரவியுள்ளன என்பதிலிருந்தும், அவை எழுப்பும் தீவிர உணர்வு களாலும், அதைச் சுற்றி எழும் நகைச்சுவையாலும் அறிந்துகொள்ளலாம். அரசியல்வாதிகள் தரும் வாக்குறுதிகள், எப்படியாவது தேர்தலில் நிற்க இடம் பெற அவர்கள் செய்யும் செயல்கள், இன்னபிற ஆகியவற்றைக் கேலி செய்து வந்துள்ள அரசியல் கார்ட்டூன்களின் தொகுப்பு நமக்குக் கிடைக்கிறது.[7] பிற நேரங்களில் இந்த நகைச்சுவை, பிறரைக் கேலி செய்வதாக இல்லாமல் பொதுவானவையாக இருக்கும். உதாரணம், போபால் துணி வியாபாரி மோகன்லால். இவர் ஐந்து வெவ்வேறு பிரதமர்களுக்கு எதிராகத் தேர்தலில் நின்றார். தானே சூட்டிக்கொண்ட மரக்கிரீடம், மாலை ஆகியவற்றோடு அவர் தொகுதியின் தெருக்களில், மணி அடித்துக்கொண்டே நடந்து வருவார். தேர்தல் தவறாமல் அவர் தன் ஜாமீனை இழப்பார். அதற்குப் பொருத்தமாக அவர் தனக்குத்தானே சூட்டிக்கொண்ட பட்டம் 'மண்ணைக் கவ்வுபவர்' (தர்த்தி பக்கட்). தான் தேர்தலில் நிற்கக் காரணமே, 'ஜனநாயகம் என்பது எல்லோருக்கும், என்பதை அனைவரும் புரிந்துகொள்ளவே' என்றார் அவர்.[8]

தேர்தல்கள், அனைத்து இந்தியர்களும் இந்தியாவின் பகுதியினரே என்பதை உணரச் செய்தன என்பதற்கு மற்றொரு அடையாளம் கோவா. 1961-ல் அது இந்தியாவோடு வலுக்கட்டாயமாக மீண்டும் இணைக்கப்பட்டபோது, மேற்கத்தியப் பத்திரிகைகள் அதனை எதிர்த்து விமரிசித்தன. 400 ஆண்டுகள் போர்த்துக்கீசிய அரசின்கீழ் இருந்த கோவா மக்களுக்கு, அவர்களது தலைவர் களைத் தேர்ந்தெடுத்துக்கொள்ளும் உரிமை அளிக்கப்படவே இல்லை. ஆனால் புது தில்லியின் ஆட்சியின் கீழ் வந்த ஓரிரு ஆண்டுகளிலேயே,

அவர்களால் அதைச் செய்ய முடிந்தது. அரசியல் விஞ்ஞானி பெனடிக்ட் ஆண்டர்சன், இந்தியா கோவாவை நடத்தியதை, இந்தோனேசியா, தம் தேசியவாதிகள் வலுக்கட்டாயமாக இணைத்த கிழக்கு தைமோர் பகுதிகளை எவ்வாறு நடத்துகிறது என்பதுடன் ஒப்பிட்டார்:

> 1960-ல் நேரு, ஒரு துளி ரத்தம்கூடச் சிந்தாமல், தன் படைகளை கோவாவுக்குள் அனுப்பினார். அவர் மனித நேயம் உள்ளவர். சுதந்தரமாகத் தேர்ந்தெடுக்கப்பட்ட ஜனநாயக அரசின் தலைவர். கோவா மக்களுக்கு அவர் சுயேச்சாதிகாரம் உள்ள மாநில அரசை அளித்தார். அவர்கள் இந்திய அரசியலில் முழுமையான பங்குபெற ஊக்குவித்தார். ஒவ்வொரு விதத்திலும் ஜெனரல் சுஹார்த்தோ, நேருவுக்கு முற்றிலும் எதிரானவர்.[9]

இந்தியாவின் அளவைப் பார்க்கும்போது, மற்ற எந்த ஜனநாயகத்தையும் விட இந்தியாவில் அதிகமான மக்கள் வாக்களிக்கின்றனர் என்பது உண்மை. ஆசியாவின் மற்றொரு மாபெரும் நாடான சீனாவோடு ஒப்பிடும்போது இந்த விஷயத்தில் இந்தியாவின் வெற்றி பெரிதும் குறிப்பிடத்தக்கது. சீனா, இந்தியாவைவிடப் பெரிது. இந்தியாவைப்போல் வேறுபாடு கொண்டதல்ல. இந்தியாவைவிட வளமானது. எனினும் அங்கு எந்தவிதமான சிறிய தேர்தல்கூட நடைபெற்றதில்லை. இன்னும் பிறவற்றிலும் இந்தியாவைவிட சீனா குறைவான சுதந்தரத்தையே அளித்துள்ளது. செய்திகள் கடுமையாகத் தணிக்கைக்கு உள்ளாக்கப்படுகின்றன. இணையத் தேடுபொறி நிறுவனம் கூகிள், பிப்ரவரி 2006-ல் சீனாவில் தொடங்கப்பட்ட போது, அது அரசின் கட்டுப்பாடுகளுக்கு உட்படவேண்டியிருந்தது. மக்கள் நகர்தலும் கட்டுப்படுத்தப்பட்டுள்ளது. மக்கள் ஒரு நகரத்திலிருந்து இடம் பெயர்ந்து இன்னொரு நகரில் சென்று வசிக்க, அரசின் அனுமதி பெறவேண்டும். மாறாக, இந்தியாவில், பத்திரிகைகள் தாங்கள் விரும்புவதை வெளியிடலாம். குடிமக்கள், தாங்கள் மனத்தில் நினைப்பதைச் சொல்லலாம். எங்கு வேண்டுமானாலும் வசிக்கலாம். நாட்டின் எந்தப் பகுதிக்கும் செல்லலாம்.

இந்தியா-சீனா ஒப்பீடுகள் காலம் காலமாகவே அறிஞர்களின் ஆய்வுக்கு உட்பட்டுள்ளது. இன்று, உலகில் தகவல் தொடர்புகள் அதிகமான காரணத்தால், பொதுமக்கள்கூட இந்த ஒப்பீடுகளைச் செய்ய ஆரம்பித்துள்ளனர். இந்த அடிப்படையில், பொருளாதார ரீதியில் சீனா வெற்றி பெற்றாலும் அரசியல் களத்தில் அது தோல்வியைச் சந்திக்கிறது. இந்தியர்கள், தன் அண்டை வீட்டின் ஜனநாயகக் குறைபாடு பற்றி சில சமயங்களில் வெளிப்படையாகவும் சில சமயங்களில் மறைமுகமாகவும் பேசுகின்றனர். 2006-ல் உலகப் பொருளாதார அமர்வில் இந்தியா அரங்கில், இந்தியத் தூதுக் குழு தம் நாட்டைப் பற்றி, 'உலகிலேயே வேகமாக வளர்ந்துவரும் ஜனநாயகம்' என்று பேச்சிலோ, எழுத்திலோ, விளம்பரங்களிலோ விவரிக்கத் தவறவே இல்லை.

ஜனநாயகத்தின் உள்கட்டமைப்பு (ஹார்ட்வேர்) என்று பார்த்தால், இந்தியா தன்னைப் பாராட்டிக்கொள்ள முற்றிலும் தகுதியானது. இந்தியர்களுக்கு தங்கள் கருத்தை வெளியிடும் சுதந்தரமும், விருப்பம் போல் எங்கும் செல்லும்

சுதந்தரமும், வாக்குரிமையும் உண்டு. எனினும் ஜனநாயக சாஃப்ட்வேர் என்று பார்த்தால், அது அவ்வளவு உற்சாகமூட்டுவதாக இல்லை. பெரும்பான்மை அரசியல் கட்சிகள் குடும்ப நிறுவனங்கள் ஆகிவிட்டன. பெரும்பான்மை அரசியல்வாதிகள் ஊழல் பேர்வழிகள், குற்றப் பின்னணி உள்ளவர்கள். ஜனநாயகத்துக்குத் தேவையான பிற முக்கிய நிறுவனங்களும் ஆண்டுகள் செல்லச் செல்ல, மிக மோசமாகத் தேய்ந்து வருகின்றன. சுதந்தரச் சிந்தனை கொண்ட நிர்வாக அதிகாரிகளின் சதவிகிதமும், முழுதும் நியாயமாகச் செயல்படும் நீதிபதிகளின் எண்ணிக்கையும் வீழ்ந்து வருகின்றன.

இந்தியா ஓர் உண்மையான ஜனநாயகமா அல்லது போலி ஜனநாயகமா? இந்த கேள்வி கேட்கப்படும்போது, நான் புகழ் பெற்ற இந்தி நகைச்சுவை நடிகர் ஜானி வாக்கரின் அமரத்துவம் வாய்ந்த ஒரு வசனத்தில் அடைக்கலம் புகுந்து விடுவேன். கதாநாயகனின் தோழனாக வாக்கர் நடிக்கும் ஒரு படத்தில் அவரிடம் கேட்கப்படும் ஒவ்வொரு கேள்விக்கும் அவர் பிஃப்டி-பிஃப்டி *(50-50)* என்று பதில் சொல்வார். தீவிரமாகக் காதலிக்கும் பெண்ணை மணந்து கொள்வது பற்றியோ அல்லது அவர் மிகவும் விரும்பும் வேலை வாய்ப்பைப் பெறுவது பற்றியோ கேட்டால், அவர் பதிலாக, 'பிஃப்டி-பிஃப்டி' என்பார்.

இந்தியா ஒரு ஜனநாயகமா? விடை: பிஃப்டி-பிஃப்டி. தேர்தல்கள் நடத்துவது, வேண்டிய இடத்துக்கு சுதந்தரமாகச் செல்வது, கருத்துச் சுதந்தரம் ஆகிய வற்றைப் பொருத்தவரையில், விடை 'பெரும்பாலும் ஆம்' என்பதே. ஆனால் அரசியல்வாதிகளும் அரசியல் நிறுவனங்களும் நடந்துகொள்ளும் முறையைப் பார்த்தால் விடை, 'பெரும்பாலும் இல்லை' என்பதே. ஆனால், இந்தியா ஐம்பது சதவிகித ஜனநாயகம் என்பதே, பாரம்பரியம், வரலாறு, பொதுச் சிந்தனை ஆகியவற்றின் அடிப்படையில் பார்த்தால், பெரும் ஆச்சரியமே. உண்மையில், அது தன் வரலாறையும் சிந்தனையையுமே மாற்றி எழுதிக்கொண்டிருக்கிறது. எனவே, சுனில் கில்னானி, *2004* தேர்தல்களை இப்படி எழுதினார்:

> இந்தத் தேர்தல்கள், மனிதகுல வரலாற்றில், எங்கும், எப்போதும், காணப்படாத மாபெறும் ஜனநாயக முயற்சி. 2500 ஆண்டுகளுக்கு முன் ஏதன்ஸ் குன்றுப் பகுதிகளிலிருந்து வெளிவந்த ஜனநாயகச் சிந்தனை, வெகுதூரம் பயணம் செய்து, இன்று பலவிதமான அரசியல் திட்டங்களையும் அனுபவங்களையும் விவரித்துச் செல்கிறது. இப்படிப் பரவலாகப் பயணம் செய்த ஜனநாயகச் சிந்தனையின் வரலாறை, மேற்கத்திய நாடுகளின் சொந்த அனுபவங்களையும் சிந்தனை மரபுகளையும் கொண்டு மட்டுமே எழுதிவிட முடியாது.[10]

III

மேற்கத்திய அனுபவங்களின் அடிப்படையில் உருவாகியுள்ள ஜனநாயகம் பற்றிய கோட்பாடுகளில், விடுதலை பெற்ற இந்தியாவின் வரலாறு, திருத்தங்கள் செய்துள்ளது. ஆனால், அதைவிட அதிகமாக, மேற்கத்திய அனுபவங்கள் சார்ந்து எழுந்துள்ள தேசியவாதம் பற்றிய கருத்தாக்கத்துடன் நேரடியாகவே மோதியுள்ளது.

தேசியவாதம் பற்றி, தன் வாழ்நாள் முழுதும் சிந்தித்ததன் சாரத்தை, இசைய்யா பெர்லின் ஒரு கட்டுரையில் எழுதியுள்ளார். அதில், 'சமுதாயத்தின் கூட்டு உணர்வில் அல்லது குறைந்தபட்சம் அவர்களுடைய ஆன்மிகத் தலைவர்கள் சிலர்மீதாவது காயம் ஏற்படுவது தேசியவாதம் எழும்ப அவசியமான காரணம்' என்கிறார். இந்த உணர்வு பரவலான அரசியல் இயக்கமாகிப் பயன் அளிக்க மற்றுமொரு நிபந்தனையும் தேவை என்கிறார். 'உணர்ச்சிகளுக்கு ஆட்படும் ஒரு சிலர் மனத்திலாவது, ஒரு கருவாகவேனும், மொழி, ஒரே பூர்வீகம், உண்மையான அல்லது கற்பனையான ஒரு பொது வரலாறு ஆகிய ஒன்றிணைக்கும் அம்சங்களைக் கொண்ட தேசம் என்ற படிமம் இருக்க வேண்டும்.' பின்னர் அதே கட்டுரையில், பெர்லின், 19-ம், 20-ம் நூற்றாண்டு அரசியல் சிந்தனாவாதிகளின் ஆச்சரியம் தரத்தக்க ஐரோப்பிய மையவாதத் தைப் பற்றிப் பேசினார்: 'ஆப்பிரிக்க அல்லது ஆசிய மக்களை இவர்கள், ஐரோப்பியர்களின் பாதுகாப்பில் உள்ளவர்களாக அல்லது ஐரோப்பியர்களால் பாதிக்கப்பட்டவர்களாக மட்டுமே பார்த்தார்கள். சொந்த வரலாறுகள், கலா சாரங்கள், கடந்த-நிகழ்-எதிர்காலங்கள் கொண்ட தனி மக்களாக, அவற்றுக்கே உரிய பண்புகளுடனும் சூழல்களுடனும் புரிந்துகொள்ள வேண்டியவர் களாகக் காணவில்லை.'[11]

மேற்கத்திய உலகில், ஒவ்வொரு வெற்றிகரமான தேசிய இயக்கத்தின் பின்புல மாக ஒன்றுபடுத்தும் ஒரு காரணி, தேசத்தின் உறுப்பினர்களை ஐக்கியப் படுத்தும் ஒரு சக்தி, இருந்துவந்துள்ளது. அது அனைவரும் பங்கேற்கும் மொழியாகவோ, மத நம்பிக்கையாகவோ, பிராந்தியமாகவோ, எதிர்ப்பதற்கு ஒரு பொது எதிரியாகவோ அல்லது இவை எல்லாம் இணைந்தவையாகவோ இருக்கலாம். இப்படித்தான், ஒரு குளிர்த் தீவில் ஒழுங்கற்றுக் குவிந்திருந்த, பெரும்பாலும் புராடஸ்டண்ட் மதத்தைச் சேர்ந்த, பிரான்ஸை வெறுத்த மக்களை, பிரிட்டிஷ் தேசம் ஒன்று சேர்த்தது. பிரான்ஸில் மொழி, மதத்துடன் சக்திவாய்ந்த வகையில் இணைக்கப்பட்டது. அமெரிக்கர்களுக்கு, பொதுவான ஒரு மொழி, பெரும்பாலும் பொதுவான ஒரு மதத்துடனும், காலனி ஆதிக்கச் சக்திக்கு எதிரான பொதுப் பகையுடனும் ஒன்றிணைந்தது. கிழக்கு ஐரோப்பா வின் சிறு நாடுகளான போலந்து, செக், லிதுவேனியா ஆகியவற்றில் இருந்த மக்கள், பொது மொழி, பெரும்பாலும் பொது மதம், ஜெர்மானிய, ரஷ்ய அடக்கு முறை ஆதிக்கத்தின் கசப்பான வரலாறு ஆகியவற்றால் ஒன்றிணைந்தனர்.[12]

இந்த எடுத்துக்காட்டுகளுடன் இந்தியாவை ஒப்பிட்டால், பொதுவான ஒரு மொழியோ மத நம்பிக்கையோ இல்லை. பெரும்பான்மை மக்கள் இந்துக்கள் என்றாலும், இந்தியா ஒரு இந்து தேசம் அல்ல. அதன் அரசியல் அமைப்புச் சட்டமோ, அல்லது அந்தச் சட்டத்தின் பின்னணியில் இருந்த தேசிய விடுதலை இயக்கமோ, மக்களை மதம் வழியாகப் பிரித்துப் பார்க்கவில்லை. முகில் கேசவன் குறிப்பிடுவதுபோல, இந்திய தேசிய காங்கிரஸ் தோன்றிய நாள் முதலே, நோவாவின் படகுபோல, அனைத்து வகையினருக்கும் இடம் அளிப்பதாக இருந்தது.[13] காந்தியின் அரசியல் திட்டம், மத நல்லிணக்கம், இந்தியாவின் இரு பெரும் மதங்களான இந்து, முஸ்லிம் ஒற்றுமை ஆகிய

வற்றின்மீது நிர்மாணிக்கப்பட்டது. இறுதியில், அவருடைய முயற்சிகள், இந்தியப் பிரிவினையைத் தடுப்பதில் தோல்வி அடைந்தாலும், அந்தத் தோல்வியே, சுதந்தர இந்தியாவை மதச் சார்பற்ற குடியரசாக ஆக்குவதில் பிடிவாதமாக இருக்கும்படி அவரது வாரிசுகளைத் தூண்டியது. ஜவாஹர்லால் நேருவுக்கும் அவரது தோழர்களுக்கும், இந்தியா எப்படி வேண்டுமானாலும் இருக்கலாம், ஆனால் ஓர் 'இந்து பாகிஸ்தான்' ஆக மட்டும் அல்ல.

இந்திய ஜனநாயகத்தைப் போலவே, இந்திய மதச் சார்பின்மையும் வெற்றியும் தோல்வியும் கலந்த ஒன்றுதான். மதச் சிறுபான்மையினராக இருப்பதால், ஒரு தொழிலில் அல்லது வேலையில் ஈடுபடுவதில் தடை ஏதும் கிடையாது. இந்தியாவின் மிகப் பெரும் தொழிலதிபர் ஒரு முஸ்லிம்தான். மிகப் புகழ் பெற்ற சில சினிமா நடிகர்களும் முஸ்லிம்களே. மூன்று குடியரசுத் தலைவர்களாகவும் இரண்டு தலைமை நீதிபதிகளாகவும் முஸ்லிம்கள் இருந்துள்ளனர். 2007-ல், இந்தியக் குடியரசுத் தலைவர் ஒரு முஸ்லிம், பிரதமர் ஒரு சீக்கியர். ஆளும் கட்சியின் தலைவர் இத்தாலியில் பிறந்த கத்தோலிக்க கிறிஸ்தவர். பெரிதும் பிரபலமாக இருந்த வக்கீல்கள், டாக்டர்கள் கிறிஸ்தவர்களும் பார்சிகளும் ஆவார்கள்.

மறுபுறம், மதக் கலவரங்கள் அவ்வப்போது நிகழ்ந்தவண்ணம் உள்ளன. (1984-ல் தில்லியிலும் 2002-ல் குஜராத்திலும் நிகழ்ந்தவை படு மோசமானவை.) இவற்றில், சிறுபான்மையினர் கடுமையான உயிரிழப்பும் சொத்திழப்பும் அடைந்துள்ளனர். இருந்தும், பெரும்பான்மையான சிறுபான்மைச் சமூகத்தினர் ஜனநாயகத்திலும் மதச் சார்பின்மையிலும் நம்பிக்கை கொண்டவர்களாகவே உள்ளனர். மிகச் சில இந்திய முஸ்லிம்களே பயங்கரவாத, அடிப்படைவாத அமைப்புகளில் சேர்கின்றனர். பிறரைவிட, இந்திய முஸ்லிம்கள், தங்கள் வாக்குக்கும் கருத்துக்கும் உள்ள மதிப்பை உணர்ந்திருக்கின்றனர். அண்மையில் நடந்த கணக்கெடுப்பு ஒன்றில், ஒட்டுமொத்த இந்தியர்களில் 69 சதவிகிதம் ஜனநாயகத்தை ஏற்று ஆதரித்தபோது முஸ்லிம்களில் 72 சதவிகிதம் அதனை ஏற்றுள்ளனர் என்று தெரியவந்துள்ளது. முன் இருந்ததைவிட வாக்களிக்க வரும் முஸ்லிம்களின் எண்ணிக்கை இப்போது அதிகமாகியுள்ளது.[14]

ஏழைச்சமுதாயத்தில் ஜனநாயகத்தை வளர்ப்பது என்பது கடினமான செயலே. பிளவுபட்ட நாட்டில், மதச்சார்பின்மையை வளர்ப்பது இன்னமும் கடினமே. இந்திய எல்லையில் இஸ்லாமிய தேசம் ஒன்று உருவானது, அரசுடன் மதத்தை இணைக்கும் நாட்டம் கொண்ட இந்துக்களுக்கு ஒரு தூண்டுகோலாக அமைந்தது. இந்தியக் குடிமகன் என்றில்லாமல், வரலாற்றாளனாக, என் கருத்து, பாகிஸ்தான் உள்ளவரை இந்தியாவில் இந்து அடிப்படைவாதிகள் இருப்பார்கள் என்பதே. உறுதியான அரசாங்கம் அல்லது அரசியல் தலைமை இருக்கும்போது இது ஓரளவு கட்டுப்பாட்டுக்குள் இருக்கும். மாறுதல் ஏற்படும்போது அல்லது அரசியல் தலைமை தடுமாறும்போது, இவர்கள் அதிக செல்வாக்கு பெறுவார்கள்.

சமயப் பன்மை என்பது, இந்தியக் குடியரசின் அஸ்திவாரத்தின் முக்கியமான அடிக்கல். இரண்டாவது, பல மொழிகள். இங்கும், சுதந்தரத்துக்கு முன்பிருந்தே இதற்கான திட்டவட்டமான முயற்சிகள் மேற்கொள்ளப் பட்டன. 1920-களிலேயே காந்தி மாகாண காங்கிரஸ் கமிட்டிகளை மொழிவாரியாக மாற்றி அமைக்கலானார். சுதந்தரம் அடைந்தபின், மொழிவாரி மாகாணங்கள் அமைக்கப்படும் என்று காங்கிரஸ் உறுதிமொழி அளித்திருந்தது. ஆனால், 1947-க்குப் பிறகு இந்த உறுதிமொழி உடனடியாகச் செயல்படுத்தப்படவில்லை. பாகிஸ்தானின் தோற்றம், நாட்டை மேலும் பல பிரிவுக்கு உள்ளாக்கிவிடுமோ என்ற அச்சம் நிலவியதே காரணம். எனினும் பொதுமக்கள் எதிர்ப்பின் விளைவாக, அரசாங்கம் அந்தக் கோரிக்கைக்கு செவி சாய்க்க வேண்டியதாயிற்று.

கடந்த ஐம்பது ஆண்டுகளாக, மொழிவாரி மாநிலங்கள் இயங்கி வருகின்றன. இக்காலகட்டத்தில் இவை, இந்திய ஒற்றுமையை ஆழமாக வேரூன்றச் செய்து, நாட்டை ஒன்றுபடுத்தியுள்ளது. ஒவ்வொரு மாநிலத்துக்குள்ளும் பொதுவான ஒரு மொழி, திறமையான நிர்வாகத்துக்கு அடிப்படையாக அமைந்தது. அத்துடன், திரைப்படம், நாடகம், கதை, கவிதை ஆகியவற்றில் கலாசாரப் புதுமை வெளிப்படும் வகையிலும் வழிசெய்தது. எனினும், ஒருவருடைய மொழியின் பெருமை, முழுமையான தேசத்தோடு அவரை ஐக்கியப்படுத்திக்கொள்வதில் சிக்கல் எதனையும் தோற்றுவிக்கவில்லை. சுதந்தர இந்தியாவின் மூன்று பிரிவினை இயக்கங்களான, 1950-களின் நாகாலாந்து, 1980-களின் பஞ்சாப், 1990-களின் காஷ்மீர் மூன்றுமே மொழி அடிப்படையில் இல்லாமல், மத, பிராந்திய அடையாளங்களைக் கொண்டே முன்வைக்கப்பட்டன. பிறவற்றைப் பொருத்தவரை கன்னடிகர்களாகவும் இந்தியர்களாகவும், மலையாளிகளாகவும் இந்தியர்களாகவும், ஆந்திரர் களாகவும் இந்தியர்களாகவும், தமிழர்களாகவும் இந்தியர்களாகவும், வங்காளிகளாகவும் இந்தியர்களாகவும், ஒரியாக்களாகவும் இந்தியர்களாகவும், மகாராஷ்டிரர்களாகவும் இந்தியர்களாகவும், குஜராத்திகளாகவும் இந்தியர்களா கவும், அதேபோல இந்தி பேசுபவர்களாகவும் இந்தியர்களாகவும் இருக்கமுடியும், அதுதான் உண்மையில் விரும்பக்கூடியதும் ஆகும் என்பது நிரூபணம் ஆகியுள்ளது.

இந்தியாவின் ஒற்றுமையும் பன்மையும் பிரிக்க முடியாதவை என்பது இந்திய ரூபாய் நோட்டுகளில் தெளிவாக வெளியாகிறது. ஒரு பக்கம் தேசத்தந்தை மகாத்மா காந்தியின் படம். மறுபக்கம் நாடாளுமன்றத்தின் படம். ரூபாயின் மதிப்பு இந்தி, ஆங்கிலம் என்ற இரு அலுவலக மொழிகளிலும் அச்சிடப் பட்டுள்ளது. அதே நேரம், யூனியனின் பிற மொழிகளிலும் சிறு எழுத்துகளில் அச்சிடப்பட்டுள்ளது. இவ்வாறு 17 வெவ்வேறு எழுத்துகள் இடம் பெறுகின்றன. ஒவ்வொரு மொழியுடனும் ஒவ்வொரு எழுத்துடனும், ஒவ்வொரு குறிப்பிட்ட கலாசார, பிராந்திய, சமுதாய உணர்வும், முழுமையான இந்தியாவுடன் வசதியாக இடம் பெறுகின்றன.

சில மேற்கத்திய நோக்கர்கள், வழக்கமாக அமெரிக்கர்கள், மொழிகளின் எண்ணிக்கைதான் இந்தியாவை அழிக்கப் போகிறது என்கிறார்கள். தங்கள் நாட்டின் அடிப்படையில், குடியேறியவர்கள் அனைவரையும் இணைக்கும் சக்தியாக ஆங்கிலம் இருப்பதால், இந்தியாவிலும் இந்தி அல்லது ஆங்கிலம் என ஏதோ ஒன்று மட்டுமே அனைத்து மாநிலங்களிலும் பேசப்பட வேண்டும் என்கிறார்கள் இவர்கள். மொழிவாரி மாநில அமைப்பு பெரும் தவறு என்கிறார்கள் இவர்கள். 1970-ல் வெளியான ஒரு புத்தகத்தில் வாஷிங்டன் போஸ்ட் இந்திய நிருபர் பெர்னார்ட் நாஸிட்டர் ஏமாற்றத்துடன், 'பொதுக்குரல் அற்ற பேபல் நாடு' என்று இந்தியாவைக் குறிப்பிட்டிருந்தார். 'மொழிவாரி மாநிலங்கள் ஒன்றிலிருந்து ஒன்றைப் பிரித்து, உணர்ச்சிகளை மேலோங்கச் செய்து, பிரிவினைக்கு வித்திடும். இந்திய தேசம் பிறந்தது முதலே, பிரிவினைப் போக்குகளுக்கு உள்ளாகியுள்ளது. அத்துடன் பல மொழிகளும் மேலும் தொடர்வதால், பிரிவினைப் போக்கு மேலும் அதிகரித்து, எதிர்காலத்தில் இந்தியாவின் ஒற்றுமை கேள்விக்குறி ஆகிவிடும்.'[15]

ஒரு நாடு பிழைத்திருக்க, அது அவசியமாக ஒரே ஒரு மொழியைத்தான் கொண்டிருக்கவேண்டும் என்ற அமெரிக்க லிபரல் கொள்கையையே சோவியத் சர்வாதிகாரி ஜோசப் ஸ்டாலினும் கொண்டிருந்தார். 'பொது மொழி ஒன்று இல்லாத ஒரு தேசிய சமுதாயத்தை நினைத்துப் பார்க்கவும் முடியாது' என்ற கருத்தை ஸ்டாலின் வற்புறுத்தினார். 'ஒரே சமயத்தில் பல மொழிகளைப் பேசும் எந்த தேசமும் இயங்க இயலாது' என்று அவர் கருதினார்.[16] இந்த நம்பிக்கைதான், சோவியத் யூனியனின் மொழிக் கொள்கையைக் கட்டமைத்தது. இதன் அடிப்படையில், ஸ்டாலினே கூறியதுபோல, 'சோவியத் யூனியன் குடிமக்கள் அனைவரும் ஒரே மொழியில், அதாவது ரஷ்ய மொழியில், கருத்தை வெளியிடுவதை உறுதி செய்ய' சோவியத் யூனியனில் ரஷ்ய மொழி கட்டாயமாக்கப்பட்டது.[17]

பெர்னார்ட் நாஸிட்டர்போல் ஸ்டாலினும் இந்திய தேசியத்தின் எதிர்காலம் பற்றிப் பயப்பட்டிருக்கவேண்டும். ஆனால், அதற்கு எதிர்மாறாக நடந்தது. மொழிப் பன்மை வளர்ந்ததால், பிரிவினைப் போக்குகள் அடங்கியுள்ளன. அண்டை நாடுகளுடன் ஒப்பிடுவது பயனுள்ளதாக இருக்கும். 1956-ல் இந்தியா, மொழிவாரியாக மாநிலங்களை மாற்றியமைத்த அதே நேரம், இலங்கை நாடாளுமன்றம், சிங்களம் ஒன்றே நாட்டின் அரசு மொழியாக அங்கீகரிக்கப்படும் என்ற மசோதாவை அறிமுகம் செய்தது. அனைத்து அரசுப் பள்ளிகளிலும், கல்லூரிகளிலும், பொதுத்தேர்வுகளிலும், நீதிமன்றங்களிலும் சிங்கள மொழி ஒன்றையே பயன்படுத்துவதுதான் அரசின் திட்டம். இதனால் கடுமையாகப் பாதிக்கப்பட்டவர்கள், தீவின் வடக்கே வசித்த தமிழர்களே. அவர்களது பிரதிநிதிகள், நாடாளுமன்றத்தில் தம் மக்களின் உணர்வுகளை உத்வேகத்துடன் வெளிப்படுத்தினர். 'என் மொழியை நீங்கள் மறுக்கும்போது, எல்லாற்றையுமே எனக்கு மறுக்கிறீர்கள்' என்றார் ஓர் உறுப்பினர். 'நீங்கள் ஒரு பிளவுபட்ட இலங்கையைத்தான் எதிர்பார்க்கிறீர்கள். பயப்படாதீர்கள், உங்களுக்குப் ஒரு

பிளவுபட்ட இலங்கைதான் கிடைக்கும்' என்றார் மற்றொருவர். சிங்களம் பேசம் இடதுசாரிக் கட்சியினர் ஒருவர், 'அரசாங்கம் தன் மனத்தை மாற்றிக்கொள்ளாவிட்டால், ஒரு சிறிய தேசத்திலிருந்து, பிளவுபட்ட இரு ரத்தம் கசியும் நாடுகளே உருவாகும்' என்றார்.[18]

1971-ல், பெரிய அளவிலான ஒரு தேசத்திலிருந்து, இரு சிறு தேசங்கள் எழுந்தன. பிளவுபட்ட தேசம் இலங்கை அல்ல, ஆனால் பாகிஸ்தான். இங்கும், பிளவின் காரணம் மொழியே. ஏனெனில், பாகிஸ்தானைத் தோற்றுவித்தவர்கள், ஒரே மதத்தைப் பின்பற்றுவதுபோலவே அவர்கள் தேசம் ஒரே மொழியையே பேசவேண்டும் என்று விரும்பினர். கிழக்கு பாகிஸ்தான் தலைநகர் டாக்காவில் முதல்முறையாகப் பேசும்போது, ஜின்னா, அவர்கள் கூடிய விரைவிலேயே உருது மொழியை ஏற்கவேண்டும் என்றார். 'இதை உங்களுக்குத் தெளிவுபடுத்த விரும்புகிறேன். பாகிஸ்தானின் தேசிய மொழியாக உருதுவே இருக்கும். வேறு எந்த மொழியும் அல்ல. உங்களைத் திசை திருப்பும் எவரும் பாகிஸ்தானின் பகைவர்களே. ஒரு தேசிய மொழி அல்லாமல் எந்தத் தேசமும் ஒன்றாக, உறுதியுடன் இணைந்து செயல்பட முடியாது' என்று அவர் தன் வங்காள மக்களிடம் பேசினார்.[19]

1950-களில், பாகிஸ்தான் அரசு பிடிவாதமாக, எதிர்க்கும் மாணவர்கள்மீது உருதுவைத் திணிக்க முயன்றபோது ரத்தக் கலவரங்கள் தோன்றின. தாங்கள் வஞ்சிக்கப்படுகிறோம் என்ற உணர்வு தொடர்ந்து நிலவி, சுதந்தர பங்களாதேசம் உருவாவதில்தான் முடிந்தது.

பாகிஸ்தான் மத அடிப்படையில் தோன்றியது; மொழி அடிப்படையில் பிரிந்தது. இப்போது, 20 ஆண்டுகளுக்கும் மேலாக இலங்கையில் கடுமையான உள்நாட்டுப் போர் நடக்கிறது. பிராந்திய, மத அடிப்படையிலும் எதிர்ப்பு இருந்தாலும், பெரும்பான்மையாக அது மொழி அடிப்படையிலேயே இயங்கியது. இதன் மூலம் கற்கவேண்டிய பாடம்: ஒரு மொழி என்றால் இரு நாடுகள். இந்தியா முழுதும் இந்தி திணிக்கப்பட்டிருந்தால், ஒரு வேளை, 22 நாடுகள் என்று ஆகியிருக்கும்.

இந்தியர்கள் பல மொழி பேசியதும், பல மதங்களைப் பின்பற்றியதும், மேலை நாட்டவர்களை - அவர்கள் அறிஞர்களாக இருந்தாலும் சரி, பாமரர்களாக இருந்தாலும் சரி - இந்தியாவை ஒரு செயற்கை தேசமாகக் காணச் செய்தது. உண்மையில், பல இந்தியர்களும் அவ்வாறே நினைத்தார்கள். ஐரோப்பிய அனுபவ அடிப்படையில் சிந்தித்த அவர்கள், சுதந்தர இந்தியா பிழைத்து செழிக்க, இந்த வேறுபாடுகளுக்கு அடியில் ஒரு பிணைப்பை அல்லது பிணைப்புகளை உருவாக்கவேண்டும் என்று கருதினர். ஐரோப்பாவைப்போல் அந்த இணைப்பு மதத்தாலோ மொழியாலோ அல்லது இரண்டாலுமோ அமையலாம் எனக் கருதினர். அத்தகைய தேசியம் ஒன்றைத்தான் பழைய ஜன சங்கமும், புதிய வடிவில் இப்போது பாரதிய ஜனதாவும் முன்வைத்தன. இந்த தேசியம், பழந்தொல் காலத்துக்குச் சென்று, ஒரு பொது (ஆனால் பெரும்பாலும் புனைவான) ஆரியத் தொடக்கத்தையும்,

அந்நிய நாட்டவரின் (பெரும்பாலும் முஸ்லிம்களால்) படையெடுப்பால் பொதுவான கஷ்டத்துக்கு உள்ளான நிலையையும், இந்தக் கஷ்டங்களை அவ்வப்போது முடிவுக்குக் கொண்டுவந்த இந்து வீரர்களான ராணா பிரதாப், சிவாஜி ஆகியோரையும் கொண்டு கட்டமைத்ததாக இருந்தது.

பழைய ஜன சங்கத்தின் பிரபலமான கோஷம்: 'இந்தி, இந்து, இந்துஸ்தானி.' இந்திய தேசியத்தை மேலும் இயல்பானதாக ஆக்க, அனைத்து இந்தியர் களையும் ஒரே மாதிரியான மொழியைப் பேசவும், ஒரே மாதிரியான கடவுள்களை வணங்கவும் தூண்டுவதே இதன் நோக்கம். காலப்போக்கில், ஒரே மொழியைத் திணிக்கும் முயற்சி கைவிடப்பட்டது. ஆனால் பெரும் பான்மை மக்களின் மதக் கோட்பாடுகளைத் திணிக்கும் முயற்சி தொடர்ந்தது. இப்புத்தகத்தில் ஏற்கெனவே பார்த்தபடி, இந்த முயற்சி பல சச்சரவுகள், வன்முறைகள், கலவரங்கள், மரணங்கள் ஆகியவற்றில் முடிந்தை நாம் அறிவோம். குறிப்பாக, 2002-ல் நடந்த குஜராத் கலவரங்கள், மத்திய அரசால் மன்னிக்கப்பட்டு, ஓரளவுக்கு ஏற்கப்பட்டும் விட்டபிறகு, இந்தியாவின் மதச் சார்பற்ற ஜனநாயகம் பற்றிய அச்சம் வெளிப்படையாகவே பேசப்பட்டது. அலிகார் பல்கலைக்கழகத்தில் பேசும்போது, எழுத்தாளர் அருந்ததி ராய் பாஜக அரசை 'பாஸிச அரசு' என்று வர்ணிக்கும் அளவுக்குச் சென்றார். அவரது பேச்சின்போது, புது தில்லி அரசின் செயல்பாடுகளைக் குறிப்பிடுகையில், 11 முறை அவர் பாஸிசம் என்ற சொல்லைப் பயன்படுத்தினார்.[20]

இங்கும்கூட இந்திய வரலாற்றின் அனுபவங்களும் சம்பவங்களும் ஐரோப்பிய வரலாற்றிலிருந்து கடன் வாங்கப்பட்ட சொற்களைக் கொண்டு, அலட்சியப் போக்குடன் அலசப்படுகின்றன. பாஜகவை 'பாஸிஸ்ட்' என்று கூறுவதன் மூலம் இத்தாலியிலும் ஜெர்மனியிலும் அசல் பாஸிஸ்ட்கள் செய்த கொலைகாரக் கொடுமைகளின் கடுமையையும் தீவிரத்தையும் குறைத்து மதிப் பிடுவதாக ஆகிவிடும். பல பாஜக தலைவர்களிடம் அந்த அளவு கவர்ச்சியும் இல்லை. பாஜகவை பாஸிஸ்டாகப் பார்ப்பது அவர்களை அதிகமாக மதிப்பிடுவதோடு, இந்திய மக்களின் ஜனநாயக மரபுகளைக் குறைத்து மதிப்பிடுவதாகவும் அமையும். குறிப்பாக பாஜக, இப்போது பன்மொழி அமைப்பைத் தீவிரமாக மேம்படுத்த முனைகிறது. இனியும் அதன் தலைவர்கள் இந்தி பேசும் பகுதிகளிலிருந்து மட்டும் வருபவர்கள் அல்லர். இப்போது அது, தென் பகுதிகளிலும் தன் செல்வாக்கை அதிகரித்து வருகிறது. உதட்டளவிளாவது அது மதப் பன்மை பற்றியும் பேசவேண்டிய அவசியம் ஏற்பட்டுள்ளது, அதன் பொதுச் செயலர்களில் ஒருவர் முஸ்லிம். அது வெறும் அடையாளமே என்று ஒதுக்கிவிட்டுப் பார்த்தாலும் அவரும் அவருடைய கட்சியும் நேர்மறை மதச் சார்பின்மை என்ற கொள்கையை முன்வைப்பதாகக் கூறலாம். இங்கு 'நேர்மறை' என்ற பண்புச் சொல், அவர்கள் காட்டியுள்ள சலுகையைக் குறிக்கிறது. தனிப்பட்ட முறையில், பல பாஜக தலைவர்கள் இந்து தேசத்தை விரும்பினாலும், பொது மக்கள் முன்னராவது, இந்திய அரசியல் அமைப்புச் சட்டம் வகுத்துள்ள மதச் சார்பின்மை லட்சியங்களுக்கு உட்பட்டு நடந்துகொள்ள வேண்டியிருக்கிறது.

முடிவாக பாஜக எவ்வளவுதான் முயன்றாலும், இந்திய அரசின் ஜனநாயக அஸ்திவாரத்தை அதனால் அசைக்க முடியவில்லை. அருந்ததி ராய் பேசிய ஒரு மாதத்துக்குப்பின் நடைபெற்ற பொதுத் தேர்தலில் பாஜக தன் ஆட்சியை இழந்தது. அதன் தலைவர்கள் விலகிக்கொள்ள, அந்த இடத்தில் புதியவர்கள் ஆட்சிக்கு வந்தனர். எந்தக் காலத்தில் ஒரு பாஸிஸ்ட் அரசாங்கம் இத்தனை அமைதியாகப் பதவி மாற்றத்தை அனுமதித்துள்ளது?

சர்வாதிகார இயல்புடைய ஒரு தனி நபர், 1977-ல் தேர்தல்களை நடத்தியதும், ஜனநாயக நெறிகளில் அவ்வளவாக நம்பிக்கையற்ற ஒரு கட்சி ஆட்சி செய்தபோது நடத்தப்பட்ட 2004-ம் ஆண்டு தேர்தல்களும், இந்திய மண்ணில் ஆழமாக வேரோடியிருக்கும் ஜனநாயகத்தின் சாட்சிகளாக இருக்கின்றன. இந்த விஷயத்தில், நாட்டின் சிற்பிகள் அனைவரின் தன்மையும் அவர்கள் நீண்ட காலம் வாழ்ந்ததும் இந்தியாவின் அதிர்ஷ்டம் என்று சொல்லலாம். அறிவாற்றல், நேர்மை ஆகியவற்றுக்குப் புகழ்பெற்ற ஜவாஹர்லால் நேரு, வல்லபபாய் படேல், பி.ஆர். அம்பேத்கர் ஆகிய அனைவரும் ஒரே காலத்தில் வாழ்ந்து, ஒன்றாகப் பணி புரியும் அதிர்ஷ்டம் வெகு சில நாடுகளுக்கே கிடைத்துள்ளது. சுதந்தரம் பெற்ற சில ஆண்டகளுக்கு உள்ளேயே படேல் காலமானார்; அம்பேத்கர் பதவி விலகினார். ஆனால் அதற்குள்ளாக, ஒருவர் நாட்டின் பல பகுதிகளை ஒன்று படுத்தியிருந்தார். மற்றவர் ஜனநாயக முறையிலான அரசியல் அமைப்புச் சட்டத்தை உருவாக்கியிருந்தார். நேரு வாழ்ந்தவரை, அவருடன் அவரது கட்சியில் கே. காமராஜ், மொரார்ஜி தேசாய் போன்ற சிறந்த தலைவர்களும், எதிர்க் கட்சியில் ஜே.பி. கிருபளானி, சி.ராஜகோபாலாச்சாரி போன்றவர்களும் இருந்தனர்.

தெற்கு ஆசியாவில் வேறு எந்த நாட்டிலும் இல்லாதவகையில் ஜவாஹர்லால் நேரு தொடர்ந்து மூன்று முறை பணியாற்றினார். உதாரணமாக, பர்மாவில் பிரிட்டிஷார் வெளியேறுவதற்கு முன்னரேயே ஆங் சான் கொலை செய்யப்பட்டார். பாகிஸ்தான் விடுதலை பெற்ற சில ஆண்டுகளுக்குள் ஜின்னா காலமானார். பங்களாதேசம் சுதந்தரம் பெற்றுச்சில ஆண்டுகளுக்குள் முஜிபுர் ரஹ்மான் கொல்லப்பட்டார். நேபாள ஜனநாயகவாதி பி.பி. கொய்ராலா, ஓராண்டுக்குள் பதவி நீக்கம் செய்யப்பட்டு அரசரால் சிறையில் அடைக்கப்பட்டார். நேருவைப் போல் அவர்களும் அத்தனை ஆண்டுகள் பதவியில் இருந்து, அவர்களுக்கும் அதே போன்று ஆதரவான துணையும் இருந்திருந்தால் அவர்கள் என்னவெல்லாம் சாதித்திருப்பார்கள்![21]

ஆனால், இந்தியாவை ஆள்வோரிடம் நற்பண்புகள் வேகமாக, அபாயகரமாக வீழ்ச்சி அடைந்து வருவது உண்மைதான். 2003-ல் தான் வெளியிட்ட புத்தகத்தில், அரசியல் சிந்தனையாளர் பிரதாப் பானு மேத்தா, 'இந்திய அரசியல் வர்க்கத்தில் ஊழல், தகுதிக் குறைவு, ஒழுங்கீனம், பணத்துக்காக எதையும் செய்யும் போக்கு, அறமற்ற தன்மை' ஆகியவை பற்றி வருத்தத்துடன் குறிப்பிட்டிருந்தார். இந்திய அரசாங்கத்தில், 'சட்டத்துக்கும்

சட்ட மீறலுக்கும், ஒழுங்குக்கும் ஒழுங்கற்ற தன்மைக்கும், ஆட்சிக்கும் குற்றத்துக்கும் இடையே உள்ள பகுதியில் ஓட்டைகள் அதிகரித்து வருகின்றன' என்றார்.[22]

ஜவாஹர்லால் நேருவுக்கும் இந்திரா காந்திக்கும் அல்லது அம்பேத்கருக்கும் முலாயம் சிங் யாதவுக்கும் இடையில் அறிவில் அல்லது நேர்மையில் காணப்படும் இடைவெளி, ஆப்ரஹாம் லிங்கனுக்கும் ஜார்ஜ் டபிள்யூ புஷ்ஷுக்கும் உள்ள இடைவெளியைவிட அதிகம் இல்லை. ஜனநாயகத்தின் இயல்பே அதுதான். பல நேரங்களில் தொலைநோக்குப் பார்வையாளர்கள் தேவைப்பட்டாலும், அவர்கள் உருவாக்கிய அமைப்பை, சராசரிகளால்கூட நிர்வகிக்க முடியும். இந்தியாவில் கன்றுகளைப் பயிரிட தேசச் சிற்பிகள் இருந்தார்கள். அவை பெரிதாக வளரும் அளவுக்குக் கடுமையாக உழைத்தார்கள். அவர்களுக்குப்பின் வந்தவர்கள் ஜனநாயக மரத்துக்குத் தொல்லை தரலாம், தரம் தாழ்த்தலாம். முடிந்தவரை முயற்சி செய்யலாம். ஆனால் அதனைச் சாய்க்கவோ அழிக்கவோ முடியாது.

IV

இந்திய தேசியம் மொழி அடிப்படையிலோ, மத அடிப்படையிலோ, அல்லது இனக்குழு அடையாள அடிப்படையிலோ அமைந்ததல்ல. அப்படியென்றால், ஒருவேளை ஐரோப்பிய காலனி ஆதிக்கம் என்ற பொது எதிரியைக் கருத்தில் கொள்ள வேண்டும். இங்கு, இந்திய விடுதலையைப் பெற எடுத்துக்கொண்ட முயற்சிகளில்தான் சிக்கல் உள்ளது. வரலாற்று அறிஞர் மைக்கல் ஹாவர்ட், 'தேசம் என்று சொல்லும் எதுவும், போர் இன்றிப் பிறக்க முடியாது… எந்தச் சுய உணர்வுள்ள சமுதாயமும் உலக அரங்கில் புதிதாகச் சுதந்தரம் பெற்ற நாடாக, போர் இன்றி அல்லது போர் அச்சுறுத்தல் இன்றித் தோன்றிவிட முடியாது' என்கிறார்.[23] இதிலும், இந்தியா ஒரு விதிவிலக்கு என்பதைக் கருத்தில் கொள்ளவேண்டும். பிரிட்டிஷ் ஆட்சிக்கு எதிரான போராட்டம் என்பதுதான், மக்களை ஒரு குடையின்கீழ் திரள வைத்தது. ஆனால், விடுதலைக்கான அவர்களது வெற்றிபெற்ற போராட்டம், வன்முறையை விடுத்து, அகிம்சையைக் கையில் எடுத்தது. இந்தியா என்ற தேசம், ஆயுதப் போராட்டம் இன்றி, அல்லது அது பற்றிய அச்சுறுத்தல் இன்றியே உருவானது.

காந்தியும் அவருடைய நண்பர்களும், ஆயுதப் போருக்கு மாற்றாக, அமைதியான எதிர்ப்பை மேற்கொண்டதால், உலகின் பரவலான பாராட்டைப் பெற்றனர். பிரிட்டிஷ் ஆட்சி விலகியபின், அந்த ஆட்சியில் இருந்த நல்லவற்றைத் தொடர்ந்து வைத்திருந்த காரணத்துக்காக, அவர்களை அதே அளவு பாராட்டவேண்டும்.

காலனியவாதிகள், சொந்த நாட்டில் ஜனநாயகத்தை வளர்த்துக் கொண்டே, காலனிகளுக்கு அதனை மறுத்ததை, தேசியவாதிகள் கேலி செய்தனர். பிரிட்டிஷார் கடைசியில் வெளியேறியபோது, இந்தியர்கள், நாடாளுமன்ற

ஜனநாயகத்தையும் கேபினட் ஆட்சிமுறையையும் மட்டும்தான் எடுத்துக் கொள்வார்கள் என்று எதிர்பார்க்கப்பட்டது. ஆனால், காலனிய ஆட்சியின் பிரத்யேக மரபான சிவில் சர்வீஸ் ஆட்சிப் பணியையும் இந்தியா ஏற்று அனுமதித்தது, வியப்புக்குரியதே.

பிரிட்டிஷ் இந்தியாவில் மிக முக்கியமான பணி ஆற்றியவர்கள் இந்திய ஆட்சிப் பணியாளர்களே (ஐ.சி.எஸ்). கிராமப் புறங்களில் அவர்கள் அமைதியை நிலை நாட்டினர்; வரி வசூலித்தனர்; தலைமைச் செயலகத்தில் கொள்கைகளை மேற்பார்வையிட்டனர்; அரசாங்க இயந்திரத்தை இயங்க வைத்தனர். அங்கும் சில அழுகிய முட்டைகள் இருந்தாலும், இவர்கள் பெரும்பான்மையாக நேர்மையானவர்களாகவே இருந்தனர்.[24] ஐ.சி.எஸ் பணியாளர்களில் பெரும்பான்மையினர் பிரிட்டிஷ்காரர்களே என்றாலும் சுமாரான எண்ணிக்கையில் இந்திய அதிகாரிகளும் இருந்தனர்.

சுதந்தரம் வந்தபின், புதிய அரசு, இந்திய ஆட்சிப் பணியாளர்களை என்ன செய்வதென்று தீர்மானிக்கவேண்டியிருந்தது. அவர்களால் சிறை வைக்கப் பட்ட இந்திய தேசியவாதிகள், அவர்களைப் பதவி விலக்கவேண்டும், அல்லது அவர்களை உரிய இடத்தில் வைக்கவேண்டும் என்றனர். ஆனால், உள்துறை அமைச்சர் வல்லபபாய் படேல், அவர்கள் தங்கள் சம்பளம், படிகள் ஆகியவற்றுடன், அதே இடங்களிலேயே, சொல்லப்போனால், இன்னும் அதிக அதிகாரங்களுடன் வைக்கப்படவேண்டும் என்று கருதினார். இந்திய அரசியல் அமைப்புச் சட்ட சபையில் 1949-ல் இதுபற்றி ஆவேசமான விவாதம் ஒன்று நடைபெற்றது. சில உறுப்பினர்கள், ஐ.சி.எஸ் அதிகாரிகளிடம் இன்னமும் 'ஆட்சியாளர் மனப்பான்மை' ஒட்டிக்கொண்டுள்ளது என்று குற்றம் சாட்டினர். அவர்கள், 'தம் நடத்தையில் மாற்றம் எதையும் செய்துகொள்ளவில்லை', 'புதிய சூழ்நிலைக்கு ஏற்ப தம்மை மாற்றிக்கொள்ளவில்லை'. 'அவர்கள் இந்நாட்டின் பிரிக்கமுடியாத ஓர் அங்கம் என்று இன்னும் உணர்ந்து கொள்ளவில்லை' என்றார் ஒரு தேசியவாதி.

வல்லபபாய் படேல், அந்த ஐ.சி.எஸ். அதிகாரிகளால் பலமுறை சிறையில் அடைக்கப்பட்டிருந்தார். ஆனால் அதனால், அவர்கள் மீது அவருக்கு மதிப்பும் மரியாதையும்தான் இருந்தது. அவர்கள் இல்லாவிட்டால் 'பிரிட்டிஷ் அமைதி' இருந்திருக்கவே முடியாது என்பதை அவர் உணர்ந்திருந்தார். நவீன சுதந்தர இந்தியாவின் சிக்கலான இயந்திரத்துக்கு அவர்களைப் போன்ற அதிகாரிகள் மேலும் தேவை என்று அவர் நன்கு அறிந்திருந்தார். நாட்டைக் கட்டுப்பாடுடன் வைத்திருக்க, அவர்கள் இயற்றும் அரசியல் அமைப்புச் சட்டத்தைச் செயல்படுத்த, அத்தகைய அதிகாரிகள்தான் தேவை என்று படேல் அரசியல் அமைப்புச் சட்ட சபை உறுப்பினர்களுக்குத் தெளிவுபடுத்தினார். படேல், ஐ.சி.எஸ் அதிகாரிகளின் திறமைக்குச் சான்று கூறியதோடு, அவர்களுடைய வேலை மீதான அர்ப்பணிப்பு உணர்வுக்கும் உறுதி கூறினார். அந்த அதிகாரிகள் பழைய அரசுக்கும், இப்போது இன்றைய அரசுக்கும் விசுவாசமாகவும் திறம்படவும் உழைத்து வருவதை படேல் சுட்டிக் காட்டினார். 'தேசிய ஒற்றுமைக்கு இந்த அதிகாரிகளே அடிப்படை. இவர்கள்

இல்லை என்றால், நாடு முழுதும் குழப்பமான காட்சி ஒன்று மட்டும்தான் தெரிகிறது' என்பதில் படேல் தெளிவாக இருந்தார்.[25]

இந்திய சுதந்தரத்தின் அந்த ஆரம்பகாலக் கடுமையான நிலையில், வல்லபபாய் படேல் அந்த அதிகாரிகள்மீது வைத்திருந்த நம்பிக்கை சரியானதுதான் என்று அவர்கள் நிரூபித்தனர். அவர்கள், சுதேச அரசுகளை இந்திய யூனியனுடன் ஒன்றிணைக்க உதவினர்; அகதிகள் மறுவாழ்வுக்கு வழி செய்தனர்; முதல் பொதுத் தேர்தலைத் திட்டமிட்டு நடத்தினர். அவர்களுக்குத் தரப்பட்ட பிற வேலைகள், சாதாரணமானவை. ஆனால் அதே அளவுக்கு முக்கியமானவையும்கூட: மாவட்டங்களில் சட்டம் ஒழுங்கைக் காப்பது, தலைமைச் செயலகத்தில் அமைச்சர்களுடன் பணியாற்றுவது, பஞ்ச நிவாரணப் பணிகளை மேற்பார்வையிடுவது. 1950-ல் ஐ.சி.எஸ். மாதிரியிலான ஒரு புதிய ஆட்சிப் பணி அமைப்பை, ஆனால் அதன் பெயரில் காலனி ஆதிக்கச் சுவடு இல்லாமல், இந்திய ஆட்சிப் பணி (ஐ.ஏ.எஸ்) என்ற பெயரில், படேல் தொடங்கி வைத்தார்.

2008-ல், இந்திய அரசில் சுமார் 5,000 ஐ.ஏ.எஸ். அதிகாரிகள் உள்ளனர். பிரிட்டிஷ் காலத்தைப்போன்றே, ஐ.ஏ.எஸ். பணிக்கு உதவியாக, அனைத்திந்தியப் பணிகளாக, போலீஸ் (ஐ.பி.எஸ்), காடுகள் (ஐ.எஃப்.எஸ்), வருவாய்த் துறை, சுங்கவரித் துறை (ஐ.ஆர்.எஸ்) ஆகியவையும் உள்ளன. இவர்கள் மத்திய-மாநில அரசுகளுக்கு இடையிலான இணைப்புச் சக்தியாக இயங்குகின்றனர். அதிகாரிகள் குறிப்பிட்ட ஒரு மாநிலத்துக்கு என்று ஒதுக்கப் படுகிறார்கள். அந்தந்த மாநிலங்களில், தங்கள் பணிக்காலத்தில் பாதி அளவையாவது செலவிடுவார்கள். மீதிக் காலத்தில் மத்திய அரசுப் பணியில் ஈடுபடுவார். பழைய பணிகளான வரி வசூல், சட்டம் ஒழுங்கு ஆகிய வற்றோடு, பல புதிய பொறுப்புகளும் கூடுதலாக அவர்களுக்கு ஒதுக்கப் பட்டுள்ளன. தேர்தல் நடத்துவது ஒன்று. வளர்ச்சித் திட்டங்களை மேற் பார்வையிடுவது மற்றொன்று. ஐ.ஏ.எஸ். அதிகாரி ஒருவர், தன் பணிக்காலத்தில், குற்றவியல் நீதி நிர்வாகம், பாசன நிர்வாகம், மண் மற்றும் நீர் பாதுகாப்பு, அடிப்படை சுகாதாரம் ஆகிய பல்வேறு துறைகளில் ஈடுபட்டிருப்பார்.

முன்பு இருந்தவர்களைப் போலவே இப்போதும் இவர்கள் மேல்நிலை அதிகாரிகளே. இந்தப் பணியில் சேர்வதற்கான போட்டியும் கடுமையானது. 1996-ல் 1,20,712 மாணவர்கள் தேர்வு எழுதினர். அவர்களில் 738 பேர் மட்டுமே இறுதியில் தேர்வு செய்யப்பட்டனர். அவர்களுடைய அறிவுத் திறனும் செயல்திறனும் உயர்தரமானவை. எனினும் அவர்களிடம்கூட ஊழல் அதிகரித்து வருவதாகக் குற்றச்சாட்டுகள் வந்துள்ளன. அவர்கள் எளிதில் அரசியல்வாதிகளின் விருப்பத்துக்குப் பணிந்து செயல்படுவதாகச் சொல்லப்படுகிறது. ஐ.ஏ.எஸ். அமைப்பை ஒருவேளை ஒழித்துவிட்டால் நிர்வாகம் அப்படி ஒன்றும் சீர்குலையாமல் போகலாம். ஆனாலும் தற்போதுள்ள நிலையில் நிர்வாக ஒற்றுமைக்கு ஐ.ஏ.எஸ். அதிகாரிகள் பெரும்

பணி ஆற்றிவருகிறார்கள்.[26] நெருக்கடி நேரங்களில் அவர்கள் சவால்களை எதிர்கொள்ள எழுந்து நிற்கின்றனர். உதாரணமாக 2004-ல் சுனாமி துயர் துடைப்புப் பணிகளில் தமிழகத்தில் பணியாற்றிய ஐ.ஏ.எஸ். அதிகாரிகள் பெரிதும் பாராட்டப்பட்டனர்.

ஐ.சி.எஸ் அதிகாரி சுகுமார் சென் என்பவர்தான் இந்தியத் தேர்தல்களின் ஆரம்ப அஸ்திவாரப் பணிகளைச் செய்தவர். ஐ.ஏ.எஸ் அதிகாரிகள்தான் இன்று வரை தேர்தல் ஆணைய இயந்திரத்தை இயக்கிக் கொண்டிருக்கின்றனர். மாநில தலைமைத் தேர்தல் ஆணையர்கள் இந்திய ஆட்சிப் பணி அமைப்பிலிருந்து தான் தேர்வு செய்யப்படுகிறார்கள். இளநிலை அதிகாரிகள் மாவட்டங்களில் தேர்தல் பணிகளை மேற்பார்வையிடுகின்றனர். நடுநிலை அதிகாரிகள் தேர்தல் நோக்கர்களாகப் பணியாற்றி, முறைகேடுகள் பற்றி அறிக்கை அளிக்கிறார்கள். பொதுவாக, சிவில் சர்வீஸ், மக்களுக்கும் அரசுக்குமான பாலமாக உள்ளது. தம் பணியின்போது, இந்த நிர்வாகிகள், பல தரப்பட்ட மக்களை ஆயிரக்கணக் கில் சந்திக்கின்றனர். ஜனநாயகத்தில் வாழ்ந்து பணிபுரியும் அவர்கள், மக்கள் எண்ணங்களுக்கும் தேவைகளுக்கும் ஏற்ப கவனம் செலுத்த வேண்டியவர் களாக இருக்கிறார்கள். இவ்வகையில் இவர்களுடைய பணி, இவர்களுக்கு முந்தைய ஐ.சி.எஸ் அதிகாரிகளின் பணியைவிடக் கடுமையாக இருக்கிறது.

இதற்கு இணையாக முக்கியப் பணி ஆற்றியுள்ள மற்றொரு காலனிய அமைப்பு இந்திய ராணுவம். 1962 சீனப் போருக்குப் பின், அதன் புகழுக்கு இழுக்கு ஏற்பட்டது. ஆனால் அடுத்தடுத்து பாகிஸ்தானுடனான போர் களின்போது, தன் இழந்த புகழை மீட்டது. 1987-88-ல் இலங்கையின் தமிழ்ப் போராளிகளுடனான போரில் பட்ட அடிகள் வடுக்களை உண்டாக்கின. ஆனால் பத்தாண்டுகளுக்குப்பின் கார்கிலில் நடந்த பாகிஸ்தானின் அத்துமீறல்களை முறியடித்து அவர்களைத் துரத்தியதும், இழந்த பெருமை மீண்டது. போரின்போது அதன் பெருமை மேலும் கீழுமாகச் சென்றாலும், அமைதிக் காலங்களில் ஒழுங்கைப் பராமரித்து வருவதில் அதன் புகழ் மேல் நோக்கியே சென்றுள்ளது. இனக்கலவர நேரங்களில், ராணுவ வீரர்களின் வருகையே கலகக்காரர்களை ஓடச்செய்யப் போதுமானதாக இருக்கிறது. இயற் கைச் சீற்றங்களின்போது துயரத்தில் இருப்போருக்கு, வீரர்கள் நிவாரணப் பணிகள் மூலம் ஆறுதலைக் கொண்டு சேர்க்கின்றனர். வெள்ளமோ, பஞ்சமோ, புயலோ, நில்நடுக்கமோ ஏற்படும்போது களத்தில் முதலாவதாகக் காணப்படுபவர்கள் ராணுவ வீரர்களே. அவர்கள்தான் நம்பகமானவர் களும்கூட.

இந்தியப் படை, எந்தப் பிரிவையும் சாராத, பணி சார்ந்த ஒன்று. அது அரசியல் சார்பற்றதும்கூட. இந்தியா விடுதலை பெற்ற ஆரம்பம் முதலே, நிர்வாக விஷயங்களில், தேர்ந்தெடுக்கப்பட்ட அரசியல்வாதிகளுக்கு உட்பட்டே ராணுவம் செயல்படவேண்டும் என்பதை நேரு தெளிவாக்கியிருந்தார். அதிகார மாற்றம் நிகழ்ந்தபோது ராணுவத் தலைமைத் தளபதியாக பிரிட்டிஷ்காரர் ஒருவர் இருந்தார். சுதந்திர தினத்துக்கு மறுநாள் நடைபெறும் கொடியேற்று விழாவுக்கு பொதுமக்கள் யாரும் அனுமதிக்கப்பட

மாட்டார்கள் என்று அந்தத் தளபதி உத்தரவிட்டிருந்தார். நேரு அந்த உத்தரவை ரத்து செய்து, தளபதிக்கு இவ்வாறு எழுதினார்.

> நம் மூத்த பிரிட்டிஷ் மற்றும் இந்திய அதிகாரிகளின் கருத்துகளுக்கும் உணர்வுகளுக்கும் நாம் கூடிய கவனம் அளிக்க விரும்பினாலும், இந்த விஷயத்தில் தீவிரமான கருத்து வேறுபாடு இருப்பதாகத் தோன்றுகிறது. ராணுவத்திலோ, பிறவற்றிலோ மேற்கொள்ளவேண்டிய கொள்கைகளில், இந்திய அரசின் கருத்துகளும் அது விதிக்கும் கொள்கைகளுமே இறுதியில் ஏற்றுக்கொள்ளப்படவேண்டும். இதனை ஏற்காத எந்த அதிகாரிக்கும் இந்தியப் படையிலோ இந்திய நிர்வாகத்திலோ இடம் கிடையாது. இந்த நிலையிலேயே, இது முற்றிலும் தெளிவாக்கப்படவேண்டும்.[27]

ஓராண்டுக்குப்பின், ஒரு பிரிட்டிஷ் தளபதியை அவர் இடத்தில் இருக்குமாறு செய்யவேண்டிய நிலை வல்லபபாய் படேலுக்கு ஏற்பட்டது. நிஜாமுக்கு எதிராகப் படையெடுக்க அரசாங்கம் தீர்மானித்தபோது, படையின் தலைமைத் தளபதி ஜெனரல் ராய் புக்கர், ஹைதராபாத்துக்குப் படையை அனுப்பினால், பாகிஸ்தான் அமிர்தசரசைத் தாக்க நேரிடலாம் என்று எச்சரித்தார். ஹைதராபாத் நடவடிக்கையை புக்கர் எதிர்த்தால், அவர் தன் விருப்பம்போல் பதவி விலகலாம் என்றார் படேல். தளபதி பின் வாங்கி, படைகளை அனுப்ப உத்தர விட்டார்.[28]

சில காலத்துக்குப்பின் புக்கர் ஓய்வு பெற்றதும், முதல் இந்தியத் தலைமைத் தளபதியாக ஜெனரல் கே.எம். கரியப்பா பதவி ஏற்றார். பணியின் ஆரம்ப காலத்தில் கரியப்பா ராணுவ விஷயங்களில் மட்டும் ஈடுபட்டார். ஆனால் காலம் செல்லச் செல்ல, இந்தியாவின் பொருளாதார வளர்ச்சி பற்றியெல்லாம் தன் கருத்துகளைத் தெரிவிக்க ஆரம்பித்தார். 1952 அக்டோபரில் நேரு, அவரை, பத்திரிகையாளர் சந்திப்புகளைக் குறைத்துக் கொள்ளுமாறும், சர்ச்சையை உருவாக்காத விஷயங்கள் பற்றி மட்டுமே பேசுமாறும் அறிவுறுத் தினார். அந்தக் கடிதத்துடன், தன்னுடன் பணியாற்றும் கேபினட் அமைச்சர் ஒருவர் அளித்திருந்த குற்றச்சாட்டையும் நேரு இணைத்திருந்தார். அதில், கரியப்பா நாடெங்கும் பல சொற்பொழிவுகளையும் பத்திரிகையாளர் சந்திப்பு களையும் நடத்தி வருவதாகவும், அவர் ஓர் அரசியல் தலைவர் போன்ற அபிப் பிராயத்தை உருவாக்குவதாகவும் குற்றம் சாட்டப்பட்டிருந்தது.[29]

அந்த அறிவுரை எவ்வளவு தூரம் கரியப்பாவின் மனத்தில் பதிந்திருந்தது என்பது, 1953 ஜனவரியில் கரியப்பா ஓய்வு பெற்றபோது விளங்கியது. தன் பிரிவுரையில் அவர், ராணுவ வீரர்களை அரசியலிலிருந்து விலகியிருக்குமாறு கோரினார். மேலும் பேசுகையில், 'படையின் பணி, அரசியலில் தலையிட் டுக் குழப்புவது அல்ல. மாறாக, தேர்ந்தெடுக்கப்பட்ட அரசுக்குக் குறையின்றி விசுவாசம் காட்டுவதே' என்றார்.[30] எனினும் அந்தத் தளபதி ஓர் ஓட்டை வாய் என்றும், தான் கூறியதைத் தானே பின்பற்ற மாட்டார் என்றும் நேரு அறிந் திருந்தார். ஓய்வு பெற்ற மூன்று மாதங்களில் அவர் ஆஸ்திரேலியாவுக்கான இந்தியத் தூதராக நியமிக்கப்பட்டார். தளபதிக்கு அதில் முழுமையான

விருப்பமில்லை. 'தாய் நாட்டிலிருந்து உலகின் மறுமுனைக்கு, நான் எத்தனை காலம் ஆஸ்திரேலியாவில் இருக்கவேண்டும் என்று தாங்கள் விரும்புகிறீர் களோ அத்தனை காலம் இருக்கச் செல்கிறேன். ஆனால் என் மக்களோடு உள்ள நிலைத்த தொடர்பை இழக்க நேரிடும்' என்று அவர் நேருவிடம் குறைப்பட்டுக் கொண்டார். ஒரு தேர்ந்த விளையாட்டு வீரராக இருப்பதால், விளையாட்டில் தேர்ச்சி பெற்ற ஒரு நாட்டில் இந்தியாவின் பிரதிநிதியாக இருக்க மிகவும் தகுதி யானவர் அவர்தான் என்று நேரு அவருக்கு ஆறுதல் கூறினார். ஆனால் நேருவின் உண்மையான எண்ணம், இயன்றவரை கரியப்பாவை மக்களிட மிருந்து விலக்கி வெகு தூரத்தில் வைப்பதே.[31]

படையின் முதல் இந்தியத் தளபதி என்றவகையில் கரியப்பாவுக்குச் சிறப்புக் கௌரவம் இருந்தது. ஆனால், மாதம் செல்லச் செல்ல, அந்தப் புகழ் மங்க ஆரம்பித்தது. ஆஸ்திரேலியாவில் இருந்து கரியப்பா திரும்பும்போது அவர் மறக்கப்பட்டிருந்தார். ஆனால், அவ்வப்போது ஜெனரல் வெளியிட்ட அறிக்கைகளால் நேருவின் தீர்க்கதரிசனம் உறுதியாகியது. 1958-ல் அவர் பாகிஸ்தானுக்குச் சென்றிருந்தார். பிளவுபடாத இந்தியாவில் அவருடன் பணியாற்றியிருந்த ராணுவ அதிகாரிகள் அப்போதுதான் பாகிஸ்தானில் ராணுவப் புரட்சி நடத்தி, ஆட்சியைப் பிடித்திருந்தனர். 'குழப்பமான உள்நாட்டு நிலவரமே, இந்த நாட்டுப்பற்றுள்ள இரு தளபதிகளையும் சேர்ந்து நாட்டில் ராணுவச் சட்டத்தை அமல்படுத்தி, நாட்டை முழுப் பேரழிவிலிருந்து காப்பாற்றத் தூண்டியிருக்கிறது' என்று கரியப்பா அவர்களை வெளிப்படை யாகவே பாராட்டினார்.[32] பத்தாண்டுகளுக்குப் பின், இந்தியன் எக்ஸ்பிரஸ் இதழுக்கு அவர் ஒரு கட்டுரை எழுதி அனுப்பினார். அதில் அவர், மேற்கு வங்கத்தின் உள்நாட்டுக் குழப்பநிலையைக் கருத்தில்கொண்டு, குறைந்த பட்சம் ஐந்து ஆண்டு காலத்துக்கு அங்கு குடியரசுத் தலைவர் ஆட்சி நடத்தப் படவேண்டும் என்று சொல்லியிருந்தார். அது அரசியல் அமைப்புச் சட்ட உணர்வுகளுக்கு முற்றிலும் மாறானது. அதிர்ஷ்டவசமாக, ஆசிரியர் அந்தக் கட்டுரையைத் திருப்பி அனுப்பிவிட்டார். கூடவே, 'அதை வெளியிடுவது தளபதி, ஆசிரியர் இருவருக்கும் தர்மசங்கடத்தை ஏற்படுத்தும்' என்ற குறிப்பை யும் அனுப்பியிருந்தார்.[33]

ஆரம்பகாலங்களில் நிறுவப்பட்ட அதே நிலை இப்போதும் தொடர்கிறது. லெப்டினெண்ட் ஜெனரல் ஜே.எஸ். அரோரா, 'நேரு விதித்த சில நல்ல நடைமுறைகள்மூலம், ராணுவத்தில் அரசியல் புகாமல் இருந்துள்ளது. எப்படிப் பார்த்தாலும், ராணுவம் ஓர் அரசியல் விலங்கு அல்ல. குறிப்பாக ராணுவ அதிகாரிகள், உலகிலேயே அரசியல் அற்ற மனிதர்களாக இருக்க வேண்டும்' என்றார்.[34] எந்த ராணுவத் தளபதியும் தேர்தலில் போட்டியிட வில்லை என்பதே உண்மை. பங்களாதேச விடுதலையை ஏற்படுத்திக்கொடுத் திருந்த அரோராவே, தேச அளவில் நாயகத்தன்மை அடைந்திருந்தார். ஆனால், அவரோ, அவரைப் போன்ற பிற அதிகாரிகளோ, போர்க்களத்தில் வென்ற பெருமையால் ஈட்டிய புகழை அரசியல் ஆதாயமாக ஆக்கிக் கொள்ளவில்லை. ஓய்வுக்குப் பின் பொதுப்பதவியை அவர்கள் ஏற்றுக்கொண்டிருந்தால் அது

அரசின் அழைப்பின்பேரில்தான் இருந்திருக்கும். கரியப்பா போன்ற சிலர் கடல் கடந்து தூதர்களாக அனுப்பப்பட்டனர். பிறர், மாநில ஆளுநர்களாகப் பணி யாற்றியுள்ளனர்.

இந்திய ஆட்சிப் பணி அமைப்பைப் போலவே ராணுவமும் காலனி ஆதிக்க அமைப்புதான். ஆனால் அது வெற்றிகரமாக இந்தியமயமாக்கப்பட்டது. ஆங்கில மொழியைப் பற்றியும் அப்படியே கூறலாம். பிரிட்டிஷ் காலத்தில் அறிவாளிகளும் தொழில் துறையில் இருந்தோரும் தங்களுக்குள் ஆங்கிலத் திலேயே கருத்துப் பரிமாற்றம் செய்துகொண்டனர். மேட்டுக்குடியினரும் அப்படியே செய்தனர். படேல், போஸ், நேரு, காந்தி, அம்பேத்கர் ஆகியோர் தங்கள் தாய் மொழியில் பேசினர், எழுதினர். ஆங்கிலத்திலும் பேசினர், எழுதினர். தன் சொந்தப் பிராந்தியத்தைத் தவிர பிற இடங்களுடன் தொடர்புகொள்ள, ஆங்கிலம் அவர்களுக்கு இன்றியமையாததாக இருந்தது. இப்படியாக, சிந்தனையாளர்களால் பிரிட்டிஷாருக்கு எதிரான உணர்வு, பெரும்பாலும் ஆங்கில மொழி மூலமே தோற்றுவிக்கப்பட்டது.

சுதந்தரத்துக்குப்பின் ஆங்கிலத்தைத் தீவிரமாக ஆதரித்தவர்களில் சி.ராஜகோபாலாச்சாரியும் ஒருவர். 'காலனி ஆட்சியாளர்கள், சில எதேச்சையான காரணங்களால், ஆங்கிலத்தை இந்தியாவில் விட்டுச் சென்றனர்.' இப்போது அந்த மொழி வெளியேற வேண்டிய அவசியம் இல்லை. 'ஏனெனில் ஆங்கிலம் இப்போது நம்முடையது. அதை நாம் ஆங்கிலேயரோடு திருப்பி அனுப்பவேண்டிய அவசியம் இல்லை.' இந்திய மரபுப்படி இந்துக்களின் தெய்வமான சரஸ்வதிதான் உலகின் எல்லா மொழிகளையும் கொடுத்திருக்கிறாள் என்று அவர் நகைச்சுவையாகக் குறிப் பிட்டார். 'ஆங்கிலத்தைத் தோற்றுவித்தவர் சரஸ்வதி என்பதாலும் வாரிசாக அதனைப் பெற்றவர் நாம் என்பதாலும் ஆரம்பம் முதலே ஆங்கிலம் நமக்குச் சொந்தமாகி விடுகிறது.'[35]

மற்றொரு பக்கம், செல்வாக்குள்ள சில தேசியவாதிகள், ஆங்கிலத்தை பிரிட்டிஷாருடன் சேர்த்து வெளியேற்றிவிடவேண்டும் என்று கருதினர். நேரு காலத்திலேயே மாநிலங்கள் இடையிலான தொடர்பு மொழியாக, ஆங்கிலத்துக்குபதில் இந்தியைக் கொண்டுவர பல முயற்சிகள் மேற்கொள்ளப்பட்டன. ஆனால் அரசுக்கு உள்ளேயும் வெளியேயும் ஆங்கிலமே வழக்கில் தொடர்ந்தது. 1961-ல் இந்தியாவுக்கு வந்த கனடா நாட்டு எழுத்தாளர் ஜார்ஜ் உட்காக், 'இந்தியாவின் விநோத இயல்புகள், பலவிதமான பழக்கவழக்கங்கள், நிலப்பரப்பு, இயற்கை ஆகியவை அடங்கிய ஒருவித அயல்நாட்டு அமைப்பில்கூட ஒருவர் பேசுவது அருகில் உள்ள ஒருசிலரால் புரிந்துகொள்ளப்பட்டது. இந்த அமைப்பில், ஆங்கில உச்சரிப்புடன் ஒருவர் பேசினால், அவரை ஏதோ தூரத்து உறவினர்போல், சம அளவு வெறுப்பும் சந்தோஷமும் கொண்ட திருமணத்தின்மூலம் பிறந்த ஒரு குழந்தையைப் பார்ப்பதுபோல் பார்த்தார்கள்' என்றார்.[36]

நேருவின் மறைவுக்குப்பின் ஆங்கிலத்தை ஒழிக்கும் முயற்சி மீண்டும் புதுப்பிக்கப்பட்டது. தென் மாநிலங்கள் இதனை எதிர்த்தபோதும், 1965 ஜனவரி 26 முதல், மாநிலங்களுக்கான தொடர்பு மொழி, இந்தியாக இருக்கும் என்று அறிவிக்கப்பட்டது. நாம் ஏற்கெனவே பார்த்ததுபோல, அதற்குக் கடுமையான எதிர்ப்பும் மறுப்புகளும் தோன்றியதன் விளைவாக, பதினைந்து நாட்களுக்குள்ளாக அந்த உத்தரவு திரும்பப் பெறப்பட்டது. இப்படியாக, ஆங்கிலம், மத்திய அரசு, உயர் நீதிமன்றங்கள், உயர் கல்வி ஆகியவற்றின் மொழியாகத் தொடர்ந்தது.

ஆண்டுகள் செல்லச் செல்ல, இந்தியாவின் அனைத்து மேட்டுக்குடியினர் இடையேயும் ஆங்கிலம் ஆழமாக வேரூன்றி, பலம் பெற்று, தன் நிலையை உறுதிப்படுத்திக்கொண்டது. காலனி ஆட்சியாளரின் மொழி, சுதந்தர இந்தியாவில் ஆட்சி மொழியாக, அதிகாரம் மற்றும் பெருமையின் மொழியாக, தனிநபர் மற்றும் சமுதாயத்தை மேம்படுத்தும் மொழியாக ஆகிவிட்டது. வரலாற்றாளர் சர்வேபள்ளி கோபால் குறிப்பிடுவதுபோல, 'உயர்நிலையில் வேலை வாய்ப்பு பெற ஆங்கிலமே அனுமதிச் சீட்டு; செல்வத்துக்கும் அந்தஸ்துக்கும் தவிர்க்க இயலாத வழி; வெளிநாட்டுக்குக் குடிபெயர விரும்புவோருக்குக் கட்டாயத் தேவை என்பதால் சுதந்தரத்துக்குப்பின் அம்மொழியைக் கற்க மிகப் பெரும் ஆர்வம் எழுந்துள்ளது.' ஆனால், கோபால் மேலும் சொல்வதுபோல, ஆங்கிலம் ஒன்றே இந்தியாவின் பிராந்தியம் அல்லாத மொழி. 'நிர்வாகரீதியில் மட்டுமின்றி, கண்மூடித்தனமான பிராந்தியவாதத்துக்கு எதிராகவும் அது இயங்குவதால், அது நிஜமாகவே ஓர் இணைப்புமொழியாக இருக்கிறது.'[37]

நேரு, ராஜாஜி போன்றவர்கள், ஆங்கிலத்தைத் தொடர்ந்து வைத்துக்கொள்வது தேசிய ஒற்றுமையை உறுதிப்படுத்தும் என்றும் விஞ்ஞான வளர்ச்சியை மேம்படுத்தும் என்றும் உணர்ந்திருந்தனர். அதை ஆங்கிலம் சாதித்துவிட்டது. ஆனால், பெரிதும் எதிர்பாராதவிதமாக, பொருளாதார வளர்ச்சிக்கும் வித்திட்டது. ஏனெனில், அதிசயிக்கத்தக்க வகையில் மென்பொருள் தொழிலில் இந்தியா அடைந்துள்ள வளர்ச்சிக்குப் பின்னணியில் இருப்பது இந்தியப் பொறியாளர்களின் ஆங்கிலத் திறமையும்கூட!

V

இந்தியா 50 சதம் ஜனநாயக நாடு என்றால், 80 சதம் ஒற்றுமையானது என்று சொல்லலாம். காஷ்மீர் மற்றும் வடகிழக்கின் சில பகுதிகள் அரசியல் விடுதலையை நாடும் போராளிகளின் கட்டுப்பாட்டில் உள்ளன. மத்திய இந்தியாவின் காட்டு மாவட்டங்கள் சில, புரட்சிகர மாவோயிஸ்டுகளின் கட்டுப்பாட்டில் உள்ளன. இந்தப் பகுதிகள், தம்மளவில் பெரியவை என்றாலும், ஒட்டுமொத்த இந்திய தேசத்தில் நான்கில் ஒரு பங்கைவிடக் குறைவானவை.

இந்தியாவின் ஐந்தில் நான்கு பங்கு மக்கள், தேர்ந்தெடுக்கப்பட்ட ஆட்சியின் சக்தியையும் அதிகாரத்தையும் அனுபவிக்கின்றனர். இப்பகுதிகள் எங்கிலும் இந்தியக் குடிமக்கள் வாழவும், படிக்கவும், வேலை செய்யவும், தொழில்களில் முதலீடு செய்யவும் உரிமை பெற்றுள்ளனர்.

இந்தியாவின் பொருளாதார ஒருமைப்பாடு, அதன் அரசியல் ஒருமைப் பாட்டின் ஒரு விளைவே. அவை, ஒன்றுக்கொன்று உதவும் ஓர் வளையமாக உள்ளன. எவ்வளவுக்கு எவ்வளவு சரக்குகளும், மூலதனமும், மக்களும் இந்தியா எங்கும் செல்ல முடிகிறதோ அவ்வளவுக்கு அவ்வளவு, இந்தியா ஒரே நாடு என்ற உணர்வு அதிகமாகும். இந்தியா சுதந்தரம் பெற்று முதல் சில பத்தாண்டுகளில் இந்த ஒற்றுமை உணர்வை அரசின் பொதுத் துறை நிறுவனங்களே வளர்த்துவந்தன. மாபெரும் பிலாய் உருக்கு ஆலை போன்ற இடங்களில், ஆந்திரர்கள், பஞ்சாபியரோடும் குஜராத்தியரோடும் சேர்ந்து வேலை செய்தனர்; கூட வசித்தனர். இதனால், அனைவரும் ஒரே நாட்டு மக்கள் என்ற உணர்வுடன், பிறரது மொழி, சமையல், பழக்க வழக்கம் என அனைத்தையும் மதித்தனர். மானுடவியலாளர் ஜானதன் பாரி குறிப்பிடு வதுபோல, நேருவின் கற்பனையில், 'பிலாய் உருக்காலை வரலாற்றின் தீபத்தை ஏந்திச் செல்கிறது. எந்த அளவுக்கு இரும்பை அடித்து உருக் கொடுக்கிறதோ, அந்த அளவுக்கு சமூகத்தையும் உருவாக்குகிறது.' முயற்சி வெற்றி பெறாமல் இல்லை. பிலாயில் பிறந்து வளர்ந்த முதல் தலைமுறைத் தொழிலாளர்களின் குழந்தைகளிடம், பிராந்திய விசுவாசத்தைவிட, அனைத்தையும் உள்ளடக்கிய நாட்டுப்பற்றும், 'விரிந்த மனப்பாங்கு கொண்ட கலாசாரமும்' காணப்படுகிறது.[38]

அண்மைக் காலத்தில் தனியார் துறை, அப்படிச் செய்யவேண்டும் என்று யோசிக்காமலேயே, தேசிய ஒருமைப்பாட்டை முன்னெடுத்துச் சென்றுள்ளது. தமிழ் நாட்டைத் தலைமை இடமாகக் கொண்ட சிமெண்ட் நிறுவனங்கள், ஹரியானாவில் ஆலைகள் அமைத்துள்ளன. அஸ்ஸாமில் பிறந்து, வளர்ந்து, கல்வி பயின்ற மருத்துவர்கள் பம்பாயில் மருத்துவமனைகளை நிறுவியுள்ளனர். ஹைதராபாத்தின் தகவல் தொழில் நுட்பப் பொறியாளர்கள் பலரும் பிகாரிலிருந்து வந்தவர்கள். இந்தக் குடியேற்றம் உயர் கல்வி சார்ந்த தொழில்களில் மட்டுமல்ல. உத்தரப் பிரதேச நாவிதர்களும் ராஜஸ்தான் தச்சர்களும் பெங்களூரில் பணியாற்றுகின்றனர். ஆனால் இந்தப் பரவல் ஒரே சீராக இல்லை. வேகமாக வளரும் நகரங்களும் மாநகரங்களும், பன்மைக் கலாசாரம் கொண்டதாக மாறும்போது, பொருளா தாரத்தில் பின்தங்கிய மாநிலங்கள், பிராந்தியவாதத்தில் ஆழமாக வீழ்கின்றன.

VI

அரசியல், பொருளாதார அம்சங்கள் மட்டுமின்றி கலாசாரக் காரணிகளும் தேசிய ஒற்றுமைக்குத் தங்கள் பங்களிப்பைத் தருகின்றன. இதில்

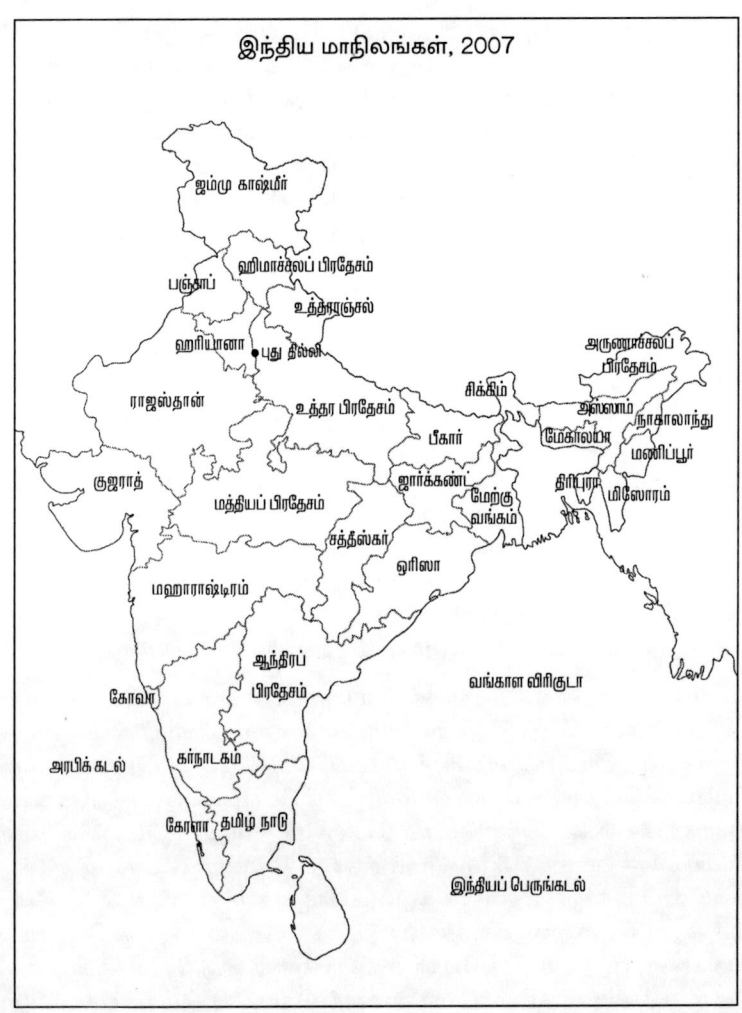

இந்திய மாநிலங்கள், 2007

முக்கியமானது இந்திப் படங்கள். இவற்றை அனைத்து இந்தியர்களும், வயது, பால், இன, வர்க்க, மத, மொழி வித்தியாசம் இன்றி, ஆர்வத்தோடு பின்பற்றுகிறார்கள்.

யூனியனின் ஒவ்வொரு மாநிலத்துக்கும் 'தனியான கலாசாரம், பழக்க வழக்கங்கள், முறைகள் ஆகியவை உள்ளன' என்கிறார் பாடலாசிரியர் ஜாவீத் அக்தர். 'குஜராத்தில் ஒருவித கலாசாரம் உள்ளது. அங்கிருந்து பஞ்சாப் செல்லுங்கள்; அங்கே மற்றொரு கலாசாரம். அதேதான் ராஜஸ்தான், வங்காளம், ஒரிஸா அல்லது கேரளாவில். இந்த மாநிலங்கள் அனைத்தையும் தவிர, மற்றொரு மாநிலமும் நாட்டில் உள்ளது. அதுதான் இந்தி சினிமா.'[39]

இந்த ஆச்சரியமான பார்வையை மேலும் விரிவாக்கவேண்டும். இந்தியாவின் தனி மாநிலமான இந்தி சினிமா, (கலாசார ரீதியில்) பிற மாநிலங்களின் புதுமைகளை எல்லாம் ஏற்றுக்கொள்ளும் இடமாகியுள்ளது. அதன் நடிகர்கள், இசைக்கலைஞர்கள், தொழில்நுட்பக் கலைஞர்கள், இயக்குனர்கள் ஆகியோர் இந்தியாவின் எல்லாப் பகுதிகளிலிருந்தும் வருகின்றனர். வெவ்வேறு பிராந்தியங்களில் நடைமுறையில் உள்ள பல்வேறு கலாசார வடிவங்களையும் அது தனதாக்கிக்கொள்கிறது. உதாரண மாக ஒரே பாடலில், பஞ்சாபி பாங்க்ராவும் தமிழ் செவ்வியல் பரதநாட்டியமும்கூட இடம் பெறலாம்.

இங்கிருந்தும், அங்கிருந்தும், எங்கிருந்தும் கடன் வாங்கிய அம்சங்களைக் கொண்டு உருவாக்கிய இந்திப் படம், யூனியனின் பிற மாநிலங்களுக்கு அனுப்பிவைக்கப்படுகிறது. இந்தியாவில் பெரிதும் மதிக்கப்படுபவர்கள் திரைப்பட நட்சத்திரங்களே. இந்தியர்கள் பொதுவாக வழிபட ஹீரோக்களைத் தரும் இடமாக மட்டும் சினிமா இருப்பதில்லை. பொதுவான ஒரு மொழி யையும் கதையாடலையும்கூட அது அளிக்கிறது. திரைப்பாடல் வரிகள், பட வசனங்கள் ஆகியவை, பள்ளிகள், கல்லூரிகள், வீடுகள், அலுவலகங்கள், தெருக்கள் என எங்கும் பயன்படுத்தப்படுகின்றன. இந்தி சினிமா ஒரு தனியான மாநிலம் ஆகிவிட்டதால், அதற்கென ஒரு சொந்த மொழி இருக்கிறது; அது அனைவராலும் புரிந்துகொள்ளவும் படுகிறது.

கடைசி வாக்கியத்தை நேரடியாகவும் எடுத்துக்கொள்ளலாம்; உருவகமாகவும் எடுத்துக்கொள்ளலாம். இந்தி சினிமாவில் சில சமூகச் சூழ்நிலைகளும் அறச் சிக்கல்களும் திரும்பத் திரும்பக் காட்டப்பட்டு, மக்களிடையே பரவலாக எதிரொலிக்கின்றன. காலப்போக்கில், இந்தி மொழியைப் புரிந்துகொள்ளாத, பேசாத மக்களுக்கு அந்த மொழியை இந்தி சினிமா புரியவைத்துள்ளது. மத்திய அரசு சட்டத்தின்மூலம் இந்தியைத் திணித்தபோது கிழக்கிலும் தெற்கிலும் மக்கள் அதனைக் கடுமையாக எதிர்த்தனர். ஆனால் சினிமா, கிறக்கத்துடன் அதனை நுழைத்தபோது, மக்கள் அதனை ஏற்றுக்கொண்டனர். பெங்களூர், ஹைதராபாத் போன்ற நகரங்களில் இரு வேறு மொழிகளைப் பேசும் மக்கள், இந்தியை முதன்மைத் தொடர்பு மொழியாக விரும்பி ஏற்றுள்ளனர். இறுதியாக, வடகிழக்கில் தீவிரவாதிகள், இந்திப் படங்கள், டிவிடிக்கள், வீடியோக்கள் ஆகியவற்றைத் தடை செய்யும் முயற்சியை, இந்திப் படங்கள் இந்தியாவை ஒன்றுபடுத்தும் ஆற்றல் கொண்டவை என்பதற்குப் பெருமையான எடுத்துக்காட்டாகக் கொள்ளலாம்.

பஞ்சாபும் மதராஸும் ஒரே அரசியல் அமைப்பில் பங்கு பெறுவதைக் கற்பனை செய்தும் பார்க்கமுடியாது என்று 1888-ல்தான் ஸ்ட்ராச்சி எழுதியிருந்தார். ஆனால், 1947-ல் அது மட்டுமின்றி, ஸ்ட்ராச்சி 'தனித்தனி தேசங்கள்' என்று கருதிய வேறு பலவும்கூட அந்தக் கூட்டமைப்பில் இணைந்தன. 1947-ல் ஒற்றுமை பெரும்பாலும் அரசியல்ரீதியாக மட்டுமே இருந்தது எனலாம். ஆனால் அடுத்த பல பத்தாண்டுகளில் இந்த இணைப்பு, பொருளாதார,

கலாசார, ஏன் உணர்ச்சிரீதியாகக் கூட ஆகியுள்ளது. ஒருவேளை பல காஷ்மீரிகளும் நாகர்களும் தங்களை அந்நியராக உணரக்கூடும். சில புரட்சிக்காரர்கள், இந்தியா என்பது பல தேசங்கள் வசிக்கும் ஒரு நிலப்பரப்பு என்று ஒருவேளை நம்பக்கூடும். ஆனால், சட்டப்பூர்வமான இந்தியக் குடி மக்களில் பெரும்பான்மையோர், தங்களை இந்தியக் குடிமக்களாக மகிழ்ச்சியுடன் நினைத்துக்கொள்கின்றனர். ஐந்தில் நான்கு பங்கு நிலப்பரப்பில் வாழும் ஐந்தில் நான்கு பங்கு மக்கள், தங்களை ஒரே தேசமாகவே கருதுகின்றனர்.

VII

சுதந்தர இந்தியாவை ஒருவர், ஐரோப்பாவின் கடந்த காலமாகவும் கருதலாம். அதன் எதிர்காலமாகவும் கருதலாம். ஐரோப்பாவின் கடந்த காலம்போல, இந்தியா, தன் சமுதாயத்தை நவீனமயம், தொழில்மயம், நகரமயம் ஆக்குவதால் ஏற்படும் மோதல்களை அப்படியே, ஆனால் மேலும் கடுமையாகவும் தீவிரமாகவும் பிரதி செய்துள்ளது. அதே நேரம், ஐரோப்பா இன்று உருவாக்க நினைக்கும் பலமொழி, பலமத, பல இனக்குழு, அரசியல் பொருளாதார சமுதாயத்தை இந்தியா, ஐம்பது ஆண்டுகளுக்கு முன்னதாகவே எதிர்பார்த்து உருவாக்கியிருந்தது.

அல்லது, நாம் இந்தியாவில் அமெரிக்காவுடன் ஒப்பிடலாம். அமெரிக்காவை, 'பூமியின் முதல் பல இனக்குழு குடியாட்சி நாடு' என்று கொண்டாடுவது நியாயமே.[40] இரு நூற்றாண்டுகளுக்குப் பிறகு தோன்றிய இந்தியக் குடியரசு, இன்று உலகின் மிகப் பெரும் பல இனக்குழு குடியாட்சி. எனினும் அதன் பல்வேறு இனக்குழுக்கள் இடையேயான தொடர்புகளை ஒழுங்குபடுத்தும் வழிகள் வேறானவை. சாமுவேல் ஹண்ட்டிங்டன் அண்மையில் வாதிட்டவாறு அமெரிக்கா ஒரு 'கொள்கைக் கலாசார'த்தால் பிணைக்கப்பட்டுள்ளது. அதன் 'முக்கியமான அம்சங்கள், கிறிஸ்தவ மதம், புராடஸ்டண்ட் விழுமியங்களும் அறநெறிகளும், உழைப்பை முன்வைக்கும் நெறி, ஆங்கில மொழி, பிரிட்டிஷ் பாரம்பரியமான சட்ட நீதி முறை மற்றும் வரம்புக்கு உட்பட்ட அரசாங்க அதிகாரம், ஐரோப்பிய கலை, இலக்கிய, தத்துவ, சங்கீத மரபுகள்' ஆகியவை. 'எப்படி, எந்தச் சில காரணங்களுக்காக, இருபதாம் நூற்றாண்டில் பாகிஸ்தானும் இஸ்ரேலும் முஸ்லிம், யூத சமுதாயங்களாக உருவாக்கப்பட்ட னவோ அதேபோல், அதே சில காரணங்களுக்காக அமெரிக்கா ஒரு புராடஸ்டண்ட் சமுதாயமாக உருவாக்கப்பட்டிருந்தது.'

அமெரிக்கா என்பது ஒரு குடியேறிகளின் தேசம். அந்த நாட்டின் பெரும் பான்மை வரலாற்றில், புதிதாக உள்ளே வந்த குழுக்கள் அதன் முதன்மைக் கலாசாரத்துடன் ஒன்றிணைந்தன. 'அமெரிக்க வரலாறு முழுவதிலும் வெள்ளை ஆங்கிலோ-சாக்ஸன் புராடஸ்டண்ட் அல்லாதோர், அமெரிக்க ஆங்கிலோ புராடஸ்டண்ட் கலாசாரத்தையும் அரசியல் விழுமியங்களையும்

தழுவியதன்மூலமே அமெரிக்கர்கள் ஆகியுள்ளனர்' என்கிறார் ஹண்ட்டிங் டன். ஆனால், இப்போதோ, புதிதாக உள்ளே வருவோர், தங்கள் பிரத்யேக அடையாளங்களைக் காத்துக் கொள்ள விரும்புகின்றனர். இவர்களுள் முக்கியமானவர்கள் ஹிஸ்பானிக் மக்கள். இவர்கள் தங்களுக்கென்ற தனிப்பகுதியில் வசிக்கின்றனர், தங்கள் உணவுகளைச் சமைத்துக்கொள் கின்றனர், தங்கள் இசையைக் கேட்கின்றனர். தங்கள் மதத்தைப் பின்பற்றுகின் றனர். அனைத்துக்கு மேலாக, தங்கள் மொழியைப் பேசுகின்றனர். இந்தச் சமுதாயங்களை விரைவில் ஒரு வழிக்குள் கொண்டுவரவில்லை என்றால், அமெரிக்கா மிக வேகமாக, இரு மொழி பேசும், இரட்டைக் கலாசாரமாக ஆகிவிடும் என்று ஹண்ட்டிங்டன் கவலைப்படுகிறார்.

பழைய அமெரிக்க மாதிரியிலான இணைப்பு, 'உருகு பாத்திரம்' என்று அழைக்கப்பட்டது. பல்வேறு குழுக்கள் அந்தப் பாத்திரத்தில் தங்கள் சுவைகளை உருக்கிக் கலந்தனர். கலந்தபின், அந்தக் கலவையிலிருந்து ஒற்றைச் சுவையுள்ள பானத்தை எடுத்துப் பருகினர். ஆனால் இப்போதோ, அந்தச் சமுதாயமும் தேசமும் 'கலவைப் பாத்திரம்' ஆகியுள்ளது. அந்தக் கலவையில் ஒவ்வொரு பிரிவும் தனித்தனிச் சுவையுடன் நிற்கின்றன.

ஹண்ட்டிங்டனுக்கு 'கலவைப் பாத்திரம்' என்ற கருத்தாக்கம் மீது பிடித்தம் இல்லை. அவரைப் பொருத்தமட்டில், அமெரிக்கா, நீண்ட காலமாகவே, 'பரந்த ஒற்றை தேசியக் கலாசாரம் கொண்ட சமுதாயம்'; அது அப்படியே தொடரவும் வேண்டும். அந்நாட்டுக்கு அபாயம் ஏற்படும்போது, அமெரிக்கர்கள் தங்களை அந்தக் கலாசாரத்துடன் முழுமையாக அடையாளப் படுத்திக்கொள்கிறார்கள் என்பதை அவர் சுட்டிக் காட்டுகிறார். போரின் விளை வாக, தேச ஒருங்கிணைப்பு மட்டுமல்ல, கலாசார ஒருங்கிணைப்பும் ஏற்படுகிறது. அமெரிக்கப் பழங்குடிகள், ஆங்கில காலனியாதிக்கவாதிகள், தென் மாகாணங்கள் ஆகியவற்றுக்கு எதிரான போர்களின்போது, ஆரம்ப அமெரிக்கக் கொள்கை உருவாயிற்று. 9/11 சம்பவங்கள், மீண்டும் நாட்டுப் பற்றையும், தேசிய ஒருமைப்பாட்டையும் முன்நிறுத்தின. இந்த ஆற்றல்கள் வீணாகிவிடும் என்று கவலைப்படும் ஹண்ட்டிங்டன், ஆரம்பக் கொள்கைக்கே முற்றிலுமாக மீண்டும் திரும்பவேண்டும் என்கிறார். அதுதான், 'என் நாட்டின் ஒற்றுமைக்கும் பலத்துக்கும் காரணம்' என்று அவர் வற்புறுத்துகிறார்.[41]

ஆஸ்திரேலியப் பிரதமர் ஜான் ஹாவர்ட் அண்மையில் வெளியிட்ட கருத்து களில், ஹண்ட்டிங்டனின் கருத்துகள் எதிரொலிக்கின்றன. அந்நாட்டிலும் தொடர்ந்து அலை அலையாகக் குடியேற்றங்கள் நிகழ்ந்துள்ளன. ஆரம்பத்தில் பெரும்பாலும் அல்லது முழுதுமே ஐரோப்பியர்கள்தான் என்றாலும், அண்மைக் காலத்தில் ஆசியர்கள் அதிகம். பல்வேறு கலாசாரங்கள் ஆஸ்திரே லியாவில் ஒன்றிணைந்து வாழ்வதை ஹாவர்ட் நிராகரிக்கிறார். 'முதன்மைக் கலாசாரம் ஒன்று இருந்தாக வேண்டும். எங்களுடையது ஆங்கிலோ-சாக்ஸன் கலாசாரம். எங்கள் மொழி, எங்கள் இலக்கியம், எங்கள் நிறுவனங்கள் எல்லாமே' என்கிறார்.[42]

ஹண்ட்டிங்டன்-ஹாவர்ட் சிந்தனையோட்டம் இந்திய வரலாறைப் படிப்போருக்கு நன்கு பரிச்சயமானதே. இதே கருத்தை எம்.எஸ். கோல்வால்கர் போன்ற அரசியல் சிந்தனையாளர்களும், ஜன சங்கம், பாரதிய ஜனதா போன்ற அரசியல் கட்சிகளும் முன்வைத்துள்ளன. இவர்கள், இந்தியாவுக்கு 'முதன்மைக் கலாசாரம் ஒன்று அவசியம்' என்கின்றனர். அதுவும், 'இந்து' கலாசாரமாக இருக்கவேண்டும் என்கின்றனர். ஆனால் இந்திய தேசத்தை உருவாக்கியவர்கள், இந்திய அரசியல் அமைப்புச் சட்டத்தை உருவாக்கிய வர்கள், சுதந்தர இந்தியாவின் முதல் சில அரசுகளுக்குத் தலைமை வகித்தவர்கள் ஆகியோர் இதனை ஏற்கவில்லை. அதனால் இந்தியா 'உருகு பாத்திர' தேசமாக ஆகவில்லை. 'கலவைப் பாத்திர' தேசமாக ஆகியது.

அது அப்படியே தொடரவும் செய்தது. ஹாவர்ட், ஹண்ட்டிங்டன் போன்றோர் எந்தப் பன்மை, தேசத்தின் ஒற்றுமைக்கும் நீடித்த இருப்புக்கும் ஊறு விளைவிக்கும் என்கிறார்களோ, அந்த வேறுபட்ட மதங்களை, மொழிகளை இந்திய தேசம் அனுமதித்துக் காக்கிறது. இஸ்ரேல், பாகிஸ்தான் போல ஒரு மதத்தைப் பின்பற்றும், ஒரு மொழியைப் பேசும் மக்களுக்கு முன்னுரிமை தரும் மாற்றுப் பாதையில் செல்வதை இந்தியா கடுமையாக எதிர்க்கிறது.

VIII

இந்தியா என்ற கருத்துக்கான மிகச் சிறந்த புகழாரத்தை, தாவரவியலாளர் ஜே.பி.எஸ் ஹால்டேனின் வெளியிடப்படாத சில கடிதங்களில் நான் பார்த்தேன். அவரது சொந்த நாடான பிரிட்டனில் அவர் கணிசமான புகழையும் பிரபலத்தையும் பெற்றிருந்தார். 1956-ல், 60 வயதைக் கடந்த ஹால்டேன், யுனிவர்சிடி காலேஜ் ஆஃப் லண்டனில் தான் வகித்த பதவியிலிருந்து விலகி, கல்கத்தாவில் வசிக்கத் தீர்மானித்தார். இந்தியப் புள்ளியியல் கழகத்தில் சேர்ந்தார். இந்தியக் குடியுரிமையைப் பெற்றுக்கொண்டார். இந்திய உடைகளை உடுத்தினார், இந்திய உணவை உண்டார். முழுச் சக்தியுடன், நாடு முழுவதும் பயணம் செய்தார். விஞ்ஞானிகள் மட்டுமின்றி, இந்தியக் குடிமக்களுடனும் உரையாடினார்.[43]

ஹால்டேன் இந்தியாவுக்கு வந்து ஐந்தாண்டுகளுக்குப் பிறகு அமெரிக்க அறிவியல் எழுத்தாளர் ஒருவர், அவரை 'உலகக் குடிமகன்' என்று விவரித்திருந்தார். அதற்கு ஹால்டேன் இவ்வாறு பதிலளித்தார்:

> சில விதங்களில் நான் ஓர் உலகக் குடிமகன் என்பதில் சந்தேகமில்லை. ஒரு குடிமகனின் முக்கியமான கடமைகளில் ஒன்று அவர் தன் நாட்டு அரசாங்கத்துக்குத் தொல்லை கொடுப்பவராக இருக்கவேண்டும் என்ற தாமஸ் ஜெஃபர்சனின் கருத்தை ஏற்பவன் நான். உலக நாடு என்ற ஒன்று இல்லாத காரணத்தால், என்னால் அதனைச் செய்யமுடியாது. மாறாக, அது மிக மெதுவாகவே வினை புரிகிறது என்றாலும்கூட, என்னால் இந்திய அரசாங் கத்துக்குத் தொல்லை கொடுக்க முடியும்; அதனைச் செய்யவும் செய்கிறேன்!

மேலும் நான் ஒரு இந்தியக் குடிமகனாக இருப்பதில் பெருமைப்படுகிறேன். அமெரிக்க, சோவியத் யூனியன், சீனா ஆகியவற்றை விடுங்கள், ஐரோப்பாவைவிடவே இந்தியா அதிக வித்தியாசங்கள் கொண்டதாக உள்ளது. எனவே எதிர்கால உலகக் கூட்டமைப்புக்கான ஒரு மாதிரியாக இந்தியா உள்ளது. இது எதிர்காலத்தில் உடையலாம். இருந்தாலும் இது ஒரு அற்புத மான சோதனை. எனவே நான் ஓர் இந்தியக் குடிமகன் என்று சொல்லிக் கொள்வதையே விரும்புகிறேன்.[44]

மற்றுமொரு சமயம் ஹால்டேன், இந்தியாவை 'சுதந்தர உலகத்துக்கு மிக நெருக்கமான மாதிரி' என்று விவரித்தார். அமெரிக்க நண்பர் ஒருவர் அதை எதிர்த்தார். 'இந்தியாவில் கணிசமான பொறுக்கிகளும், சிந்தனை அற்ற, வெறுக்கத்தக்க வகையில் அடிபணியக்கூடிய, கவர்ச்சியற்ற பலர் உள்ளனர்' என்றார்.[45] இதற்கு ஹால்டேன் இவ்வாறு பதிலளித்தார்:

ஒருவேளை ஒருவர் பொறுக்கியாக இருக்க, வேறு எந்த இடத்தையும்விட இந்தியாவில் அதிகமான சுதந்தரம் இருக்கலாம்! ஒரு காலத்தில் அமெரிக்காவில் உள்நாட்டுச் சுதந்தரம் அதிகமாக இருந்தபோது (என் கருத்தில்) ஜே கவுல்டு போன்ற பொறுக்கிகள் இருந்துள்ளனர். 'வெறுக்கத்தக்க வகையில் அடிபணிவ'தற்கும் ஓர் அளவு உண்டு. கல்கத்தா மக்கள் கலவரத்தில் ஈடுபடுகின்றனர். டிராம் வண்டிகளை ஓடாமல் செய்கின்றனர். போலீஸ் விதி களுக்குக் கீழ்ப்படிய மறுக்கின்றனர். இதைப் பார்த்தால் ஜெஃபர்சன் மிகவும் மகிழ்வார்! அவர்களுடைய செயல்பாடுகள் மிகத் திறமையானதாக இல்லை. ஆனால், நாம் இங்கு அதைப் பற்றிப் பேசப்போவதில்லை![46]

40 ஆண்டுகள் கழித்து, ஹால்டேன் சொன்ன 'அற்புதமான சோதனை' ஓரளவு என்றாலும் வெற்றி என்றே சொல்லவேண்டும். சில (ஆனால், பரந்த) பகுதிகளில் வறுமை தொடர்கிறது. ஆனாலும் இந்தியா பல ஆப்பிரிக்க நாடுகளின் வழியில் செல்லாது; பஞ்சம் ஏற்படாது என்று உறுதியாகச் சொல்லலாம். பிரிவினை இயக்கங்கள் அங்கும் இங்கும் தீவிரமாகச் செயல் பட்டு வருகின்றன. ஆனால், பழைய யூகோஸ்லாவியா போல அடிதடியின் விளைவாகப் பல துண்டுகளாகச் சிதறிவிடும் என்ற பயம் இல்லை. அரசாங்க அதிகாரம் சில நேரம் தவறுதலாகப் பயன்படுத்தப்படுகிறது. ஆனால், அண்டை நாடான பாகிஸ்தானில் நடப்பதுபோல, படைத் தளபதியே பொதுவாக ஆட்சித் தலைவராகவும் உள்ள நிலை இந்தியாவில் நடக்கும் என்று யாரும் நினைப்பதில்லை.

ஒரு நவீன நாடாக, இந்தியாவுக்கு வேறு எந்த நாட்டையும் உவமையாகக் கூறமுடியாது. அது, பிற அரசியல் மாதிரிகளான ஆங்கிலோ-சாக்ஸன் தாராள வாதம், பிரெஞ்ச் குடியாட்சி முறை, நாத்திக கம்யூனிசம், இஸ்லாமியச் மதச் சார்பு நாடு என அனைத்துக்கும் மாறாக வேறுபட்டு நிற்கிறது. 1971-ல் பங்களாதேசப் பிரச்னையின்போது இந்தியா, கம்யூனிஸ்ட் சீனா, இஸ்லாமிய பாகிஸ்தான், அமெரிக்கா ஆகியவற்றுக்கு எதிராக நின்றது. இந்தியாவின் தனித் தன்மையை ஓர் இந்திய ராஜதந்திரி இவ்வாறு கூறினார்:

பிரிவினை இயக்கங்களும் தீவிரவாத இயக்கங்களும் (1947 - 2007)

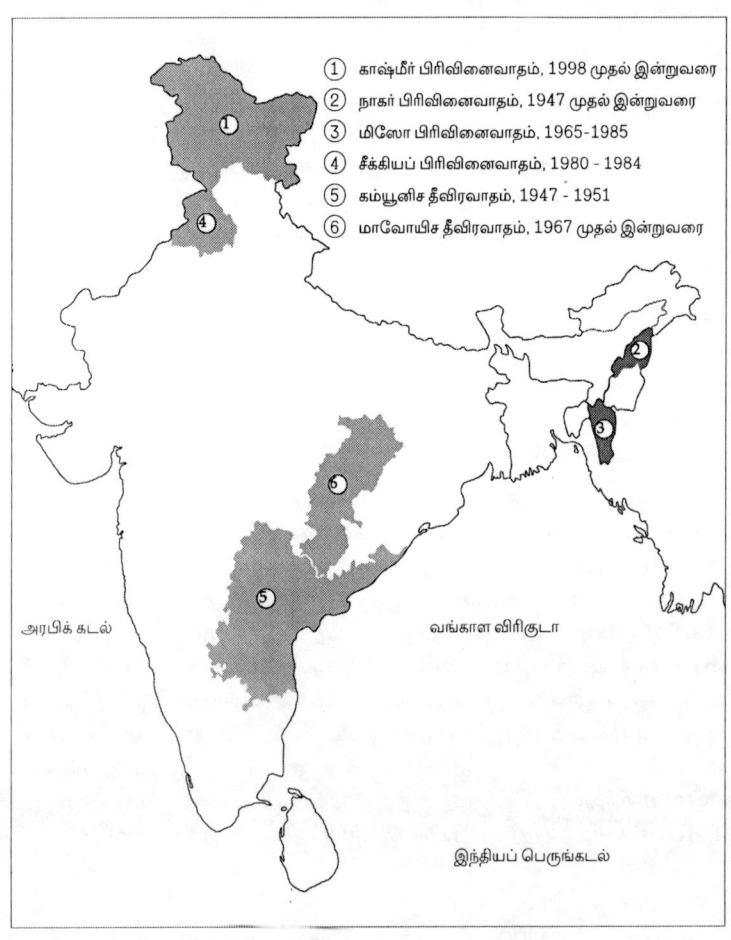

① காஷ்மீர் பிரிவினைவாதம், 1998 முதல் இன்றுவரை
② நாகர் பிரிவினைவாதம், 1947 முதல் இன்றுவரை
③ மிஸோ பிரிவினைவாதம், 1965-1985
④ சீக்கியப் பிரிவினைவாதம், 1980 - 1984
⑤ கம்யூனிச தீவிரவாதம், 1947 - 1951
⑥ மாவோயிச தீவிரவாதம், 1967 முதல் இன்றுவரை

ஏகாதிபத்தியப் போக்குக்கு எதிராக இருப்பதாலும், ‘மூன்றாம் உலகம்’ என்பதைக் கண்டுபிடித்த காரணத்தாலும், மேற்கு நாடுகள் இந்தியாவைச் சந்தேகத்துடன் பார்க்கின்றன.

ஜனநாயகம், மனித உரிமைகள் ஆகிய (நிலைகுலைய வைக்கும்) உணர்வுகளுக்கு இந்தியா மதிப்பளிப்பதால், மூன்றாம் உலக நாடுகள் இந்தியாவைச் சந்தேகத்துடன் பார்க்கின்றன. மதச் சார்பின்மை காரணமாக முஸ்லிம் உலகம் இந்தியாவைக் கோபத்துடன் காண்கிறது.

கம்யூனிசம்தான் முன்னேற்றத்துக்கு முதன்மைத் தேவை என்பதை நாம் ஏற்காததால் இந்தியாவை அபாயகரமான நாடு என்று கம்யூனிச நாடுகள் வெறுப்புடன் பார்க்கின்றன.

நாம் கடவுளின் பக்கத்தில் இருக்கிறோம். ஆனால் கடவுள் நம் பக்கம் இருக்கிறாரா?[47]

இந்தப் புத்தகத்தின் ஆரம்பத்தில் மேற்கோள் காட்டப்பட்ட 19-ம் நூற்றாண்டுக்கவிஞர்காலிப், கடவுள்உண்மையிலேயே இந்தியாவின்பக்கம் இருப்பதாகக் கருதினார். அவரைச்சுற்றிலும் சச்சரவுகளும் வேதனைகளுமே இருந்தன. ஆனால் இறுதிநாள் இன்னும் வரவில்லை. 'இறுதிச்சங்கு இன்னும் ஏன் ஒலிக்கவில்லை?' என்று காலிப், புனித நகர் காசியில் ஞானி ஒருவரிடம் கேட்டார். 'இறுதி அழிவை இயக்கப்போவது யார்?' அவருக்குக் கிடைத்த பதில் இதுதான்.

அறிவொளிச் சுடராய் அந்நரைக் கிழவன்
காசியைக் காட்டிச் சிரித்தான், சொன்னான்
சிற்பிக்கு அந்தக் கட்டடம் பிடிக்கும்
அதனால் தானே வாழ்வினில் வண்ணம்
அஃதிடிந்து வீழ்வதை அவனே விரும்பான்...

காலிபும் அவரோடு உரையாடியவரும் இந்தியா என்ற நாகரிகத்தைப் பற்றிப் பேசினர். இப்போது இந்தியா என்ற தேச அரசைப் பற்றிப் பேசும்போது, அதன் எதிர்காலம் கடவுளின் கையில் இல்லை, சாதாரண மனிதர்கள் கையில் உள்ளது என்றுதான் சொல்லவேண்டும். இந்திய அரசியல் அமைப்புச் சட்டம் உருத் தெரியாத அளவுக்குத் திருத்தப்படாவிட்டால், தேர்தல்கள் உரிய காலத்தில் முறையாகவும் நியாயமாகவும் நடத்தப்பட்டால், மதச் சார்பின்மை பெரும்பாலும் பரவியிருந்தால், நாட்டு மக்கள் தாங்கள் விரும்பும் மொழியில் பேசவும் எழுதவும் முடிந்தால், ஒருங்கிணைந்த சந்தையும், சுமார் திறமை கொண்ட ஆட்சிப் பணி அமைப்பும் ராணுவமும் இருந்தால், கூடவே, சொல்ல மறந்துவிட்டேனே, இந்திப் படங்கள் பார்க்கப்பட்டு, பாடல்கள் கேட்கப்பட்டால், அதுவரையில் இந்தியா நிலைத்து வாழும்!

நன்றி

நூலை எழுத வேண்டும் என்று தூண்டிய நண்பர் பீட்டர் ஸ்ட்ராஸ்.

டெல்லி நேரு நினைவு காட்சியகம் மற்றும் நூலகத்தின் உதவியாளர்கள் ஜீவன் சந்த், ரவ்தேலா, துணை இயக்குனர் டாக்டர் என்.பாலகிருஷ்ணன், அவரது உதவியாளர் தீபா பட்னாகர்.

லண்டனில் உள்ள பிரிட்டிஷ் நூலகம், அங்குள்ள இண்டியா ஆஃபீஸ் நூலகம் மற்றும் ஆவணப் பிரிவு
தேசிய ஆவணக் காப்பகம், புது டெல்லி
தெற்காசிய ஆய்வு மையம், கேம்ப்ரிட்ஜ்
கலிஃபோர்னியா பல்கலைக்கழகம், பெர்க்லி
ஸ்டான்ஃபோர்ட் பல்கலைக்கழகம்
கார்னல் பல்கலைக்கழகம்
மிச்சிகன் பல்கலைக்கழகம், ஆன் ஆர்பர்
ஜார்ஜியா பல்கலைக்கழகம், ஏதென்ஸ்
ஃப்ரெண்ட்ஸ் ஹவ்ஸ், யூஸ்டன்
இந்திய சர்வதேச மையம், புது டெல்லி
ஸ்காட்லாந்து தேசிய நூலகம், எடின்பரோ
இம்பீரியல் போர் அருங்காட்சியகம், லண்டன்
ஓஸ்லோ பல்கலைக்கழகம்
சென்னை வளர்ச்சி ஆராய்ச்சி நிறுவனம்
டாடா ஸ்டீல், ஜாம்ஷெட்பூர்
லால்பகதூர் சாஸ்திரி தேசிய நிர்வாகக் கல்லூரி, முசோரி.
பெங்களூரு கல்வி மற்றும் ஆவண மையம்

பல்வேறு உதவிகள் செய்த மனைவி சுஜாதா, சின்மயி அருண், காந்தி பாஜ்பாய், சுஹாஸ் பாலிகா, ருக்மிணி பானர்ஜி, நூபுர் பாசு, மில்லிசெண்ட் பென்னெட், ஸ்டான்லி ப்ராண்டிஸ், விஜய் சந்துரு, ஸ்ருதி தேபி, கனக்மணி

தீட்சித், ஜாஃபர் ஃபுதெஹல்லி, அமிதாவ் கோஷ், என்னுடைய பெற்றோர் எஸ்.ஆர்.டி குஹா, விசாலாக்ஷி குஹா, சுப்ரியா குஹா, வஜாஹத் ஹபிபுல்லா, ராஜன் ஹர்ஷே, ராதிகா ஹெர்ஸ்பெர்கெர், ட்ரெவர் ஹார்வுட், ஷ்ரேயாஸ் ஜயசிம்ஹா, ராபின் ஜெஃப்ரி, பகவான் ஜோஷ், நசரீன் முன்னி கபீர், தேவேஷ் கபூர், முகுல் கேசவன், சௌம்யா கேசவன், நயன்ஜோத் லாஹிரி, நிர்மலா லக்ஷ்மன், எட்வர்ட் லூஸ், லூசி லக், ரகு மேனன், மேரி மவுண்ட், ராஜ்தீப் முகர்ஜி, ருத்ராங்ஷு முகர்ஜி, அனில் நவ்ரியா, நந்தன் நீலெகனி, மோகன்தாஸ் பாய், ஸ்ரீராம் பஞ்சு, பிரஷாந்த் பஞ்சியார், ஷேகர் பாதக், ஸ்ரீநாத் ராகவன், நித்யா ராமகிருஷ்ணன், ரமேஷ் ராமனாதன், ஜெய்ராம் ரமேஷ், கார்திக் ராம்குமார், மகேஷ் ரங்கராஜன், அனுராதா ராய், தீர்தங்கர் ராய், ஜான் ரைல், பி.சாய்நாத், சஞ்சீவ் சையத், ராஜ்தீப் சர்தேசாய், ஜல்பா ராஜேஷ் ஷா, ராஜ்பூஷன் ஷிண்டே, கே.சிவராம கிருஷ்ணன், அரவிந்த் சுப்ரமணியன், ஆர்.சுதர்சன், நந்தினி சுந்தர், எம்.வி.ஸ்வரூப், ஷிகா திரிவேதி, சித்தார்த் வரதராஜன், ஆ.இரா.வேங்கடாசலபதி, ராஜேந்திர வோரா, ஆமி வால்ட்மேன், ஃப்ரான்சிஸ் வீன்.

தொழில்முறையிலும் தனிப்பட்ட முறையிலும் பேருதவி புரிந்த ருகுன் அத்வானி, ஆந்த்ரே பெதைல், கேஷவ் தேசிராஜு, கோபால் காந்தி, டேவிட் கில்மோர், இயான் ஜாக், சஞ்சீவ் ஜெயின், சுனில் கில்னானி.

நூலின் பிரதியைப் படித்துப் பார்த்து ஆலோசனைகள் வழங்கிய ஆந்த்ரே, டேவிட், கிருஷ்ணராஜ்.

நூலை எடிட் செய்த ஆசிரியர்கள், மேக்மில்லனின் ரிச்சர்ட் மில்னர், ஹார்ப்பெர்காலின்ஸின் டான் ஹால்பெர்ன்.

புத்தகம் வெளிவர அரும்பாடு பட்ட ஏஜெண்ட் கில் கோலெரிட்ஜ்.

குறிப்புகள்

18. போரும் வாரிசுகளும்

1   V. K. Narasimhan, *Kamaraj: A Study* (Bangalore: Myers Indmark, 1967); Duncan B. Forrester, 'Kamaraj: A Study in Percolation of Style', *Modern Asian Studies,* vol. 4, no. 1, 1970; J. Anthony Lukacs, 'Meet Kumaraswamy Kamaraj', *Illustrated Weekly of India,* 22 May 1966.

2   This account is based on Michael Brecher, *Succession in India: A Study in Decision Making* (London: Oxford University Press, 1966), chapters 2 and 3. But see also Stanley Kochanek, *The Congress Party of India: The Dynamics of One-Party Democracy* (Princeton: Princeton University Press, 1968) pp. 88f.

3   Cf. Brecher, *Succession,* pp. 115-17.

4   The *Guardian,* 3 June 1964 (editorial), clipping in Mss Eur F158/1045, OIOC.

5   Patrick Keatley, 'A Sparrow's Strength', reprinted in *The Bedside Guardian 13: A Selection from 'The Guardian' 1963-1964* (London: Collins, 1964), pp. 200-3.

6   J. H. Hutton to Charles Pawsey, 29 May 1964, in Box II, Pawsey Papers, CSAS.

7   M. Aram, *Peace in Nagaland: Eight Year Story, 1964-72* (New Delhi: Arnold-Heinemann (India), 1974), pp. 20-38: A. Paul Hare and Herbert H. Blumberg, eds, *A Search for Peace and Justice: Reflections of Michael Scott* (London: Rex Collings, 1980), chapter 11 ('Nagaland Peace Mission').

8   Narayan to J. J. Singh, dated Kohima, 11 September 1964, J. J. Singh Papers, NMML.

9   See V. K. Nuh, comp., *The Naga Chronicle* (New Delhi: Regency Publications, 2002), pp. 274ff.

10   Dr Bhabha's speech was quoted *in extenso* in the *Lok Sabha Debates,* 27 November 1964.

11   *Lok Sabha Debates,* 27 November and 11 December 1964. Both Kachwai and Shastri spoke in Hindi.

12   See K. S. Ramanathan, *The Big Change* (Madras: Higginbothams, 1967), chapter 6.

13   A. S. Raman, 'A Meeting with C. N. Annadurai', *Illustrated Weekly of India, 26* September 1965.

14   See Robert D. King, *Nehru and the Language Politics of India* (New Delhi: Oxford University Press, 1997); Mohan Ram, *Hindi Against India: The Meaning of DMK* (New Delhi: Rachna Prakashan, 1968).

15   This account is principally based on news reports in *The Hindu,* 27 January-15 February 1965. But see also the four-page photo spread on 'Language Riots in Madras', in the *Illustrated Weekly of India,* 28 February 1965.

16   Eric Stracey, *Odd Man in: My Years in the Indian Police* (New Delhi: Vikas Publishing House, 1981), pp. 209-27.

17   Cf. Morarji Desai, 'National Unity through Hindi', the *Current,* 30 January 1965.

18   See Selected *Speeches of Lal Bahadur Shastri* (New Delhi: Publications Division, 1974), pp. 119-22.

19   *Lok Sabha Debates,* 18 February 1965.

20   Ghosh to Alexander, 3 March 1965, File 60, Horace Alexander Papers, Friends House, Euston.

21 Sir Morrice James, *Pakistan Chronicle* (London: Hurst and Co., 1993), pp. 123-6; G. S. Bhargava, *After Nehru: India's New Image* (Bombay: Allied Publishers, 1966), pp. 260-3, 276, 439-41. The Kutch ceasefire agreement was signed by officials representing the respective foreign ministries - both Muslims, they were, coincidentally, first cousins, one of whom had chosen to be a citizen of India.

22 Letter of 24 May 1965, in File 60, Horace Alexander Papers, Friends House, Euston.

23 James, *Pakistan Chronicle*, pp. 128-31.

24 See the then Jammu and Kashmir chief secretary's letters of August 1965 in Nayantara Sahgal and E. N. Mangat Rai, *Relationship: Extracts from a Correspondence* (New Delhi: Kali for Women, 1994), pp. 134-9.

25 This account of the hostilities is principally based on Brian Cloughley, *A History of the Pakistan Army: Wars and Insurrections* (Karachi: Oxford University Press, 1999), pp. 68-72, 84-5, 102-6; Air Chief Marshal P. C. Lal, *My Years with the IAF* (New Delhi: Lancer, 1987), pp. 126-34; Lt. Gen. Harbaksh Singh, *In the Line of Duty: A Soldier Remembers* (New Delhi: Lancer, 2000), pp. 334-53.

26 Singh, *In the Line of Duty*, p. 353.

27 Lal, *My Years*, p. 134.

28 See C. P. Srivastava, *Lal Bahadur Shastri: A Life of Truth in Politics* (New Delhi: Oxford University Press, 1995), pp. 273-5.

29 Cf. Bhargava, *After Nehru*, pp. 300-3.

30 Herbert Feldman, *From Crisis to Crisis: Pakistan, 1962-1969* (London: Oxford University Press, 1972), p. 146.

31 John Frazer, 'Who Can Win Kashmir?', *Reader's Digest*, January 1966.

32 As told to me by K. S. Bajpai, who was Indian consul general in Karachi at the time.

33 Lt. Gen. Jahan Dad Khan, *Pakistan Leadership Challenges* (Karachi: Oxford University Press, 1999), p. 51.

34 Quoted in Feldman, *From Crisis to Crisis*, pp. 139-40.

35 Quoted in Cloughley, *A History*, p. 71.

36 For a detailed analysis, see the untitled note on Kashmir by Prem Nath Bazaz dated 24 October 1965, in Subject File 46, C. Rajagopalachari Papers, Fourth Instalment, NMML.

37 Alastair Lamb, *Kashmir: A Disputed Legacy, 1S46-1990* (Karachi: Oxford University Press, 1992), p. 263.

38 Nayantara Sahgal, 'What India Fights For', *Illustrated Weekly of India*, 3 October 1965; Anon., *The Fight for Peace* (New Delhi: Hardy and Ally (India), 1966), esp. pp. 260ff.

39 T. V. Kunhi Krishnan, *Chavan and the Troubled Decade* (Bombay: Somaiya Publications, 1971), pp. 99-115; R. D. Pradhan, *Debacle to Revival: Y. B. Chavan as Defence Minister* (Hyderabad: Orient Longman, 1999), pp. 182-7, 207-12, 238-42.

40 Shastri to Jayaprakash Narayan, 21 July 1965 (in Hindi), in Subject File 28, Brahmanand Papers, NMML.

41 The speech is reproduced in D. R. Mankekar, *Lal Bahadur: A Political Biography* (Bombay: Popular Prakashan, 1965), appendix 3. Unlike Nehru, Shastri was a practising Hindu. But when asked by an interviewer to speak about his faith, he answered that 'one should not discuss one's religion in public'. Interview in the *Illustrated Weekly of India*, 18 October 1964.

42 Singh, *Portrait of Lal Bahadur Shastri*, pp. 87-8.

43 A valuable discussion of the making of the new strategy is contained in the memoirs of B. Sivaraman - *Bitter Sweet: Governance of India in Transition* (New Delhi: Ashish Publishing House, 1987). See especially chapter 11, 'Green Revolution'.

44 John P. Lewis, *India's Political Economy: Governance and Reform* (Delhi: Oxford University Press, 1995), chapter 4; Gilles Boquerat, *No Strings Attached? India's Policies and Foreign Aid, 1947-1966* (Delhi: Manohar, 2003), chapter 15.

45 Srivastava, *Lal Bahadur Shastri*, chapter 31.

46 'Shastri's Last Journey', *Life*, 21 January 1966.

47 Letter to Dorothy Norman, 13 March 1965, in D. Norman, ed., *Indira Gandhi: Letters to an American Friend, 1950-1984* (San Diego: Harcourt Brace Jovanovich, 1985), p. 111.

48 Vijayalakshmi Pandit to A. C. Nambiar, letters of 31 July 1964 and 26 January 1966, copies in Pupuljayakar Papers, in the possession of Radhika Herzberger, Mumbai.

49 Anand Mohan, *Indira Gandhi: A Personal and Political Biography* (New York: Meredith Press, 1967), pp. 20-37.

50 Nehru to C. D. Deshmukh, 16 April 1956, in Subject File 67, C. D. Deshmukh Papers, NMML.

51 'A Fitful Improvisation', *Thought*, 22 January 1966.

52 Nirmal Nibedon, *Mizoram: The Dagger Brigade* (New Delhi: Lancer, 1980), esp. pp. 30-51.

53 Sajal Nag, *Contesting Marginality: Ethnicity, Insurgency and Subnationalism in North-East India* (New Delhi: Manohar, 2002), pp. 217-24, and 'Tribes, Rats, Famine, State and the Nation', *Economic and Political Weekly*, 24 March 2001; see also reports in *Thought* (New Delhi), 2 April 1966 and 7 and 14 October 1967.

54 Unsigned, undated letter to I. A. Bowman, postmarked 13 March 1966, in Mss Eur F229/62, OIOC.

55 Jayaprakash Narayan to Marjorie Sykes, 24 February 1966, copy in J. J. Singh Papers, NMML.. Narayan, *Nagaland Mein Shanti Ka Prayas* (The Quest for Peace in Nagaland) (Varanasi: Sarva Seva Sangh, 1966).

56 See clippings in Mss Eur Fl 58/239, OIOC.

57 Guy Wint to I. A. Bowman, 16 September 1966, in Mss Eur F229/24, OIOC.

58 Nirmal Nibedon, *Nagaland: The Night of the Guerillas* (New Delhi: Lancer, 1983), pp. 137-45.

59 Subject File 136, D. P. Mishra Papers, Third and Fourth Instalments, NMML; Nandini Sundar, *Subalterns and Sovereigns: An Anthropological History of Bastar, 1854-1996* (Delhi: Oxford University Press, 1997), chapter 7.

60 Singh, *In the Line of Duty*, p. 357.

61 See clippings in Mss Eur F158/295. The creation of the new Punjab and Haryana States was approved in March 1966, but the decision finally came into effect only in November, after the borders were delimited. Cf. *Hindustan Times*, 2 November 1966.

62 Cf. C. Subramaniam, *Hand of Destiny: Memoirs*, vol. 2: *The Green Revolution* (Bombay: Bharatiya Vidya Bhavan, 1995), chapter 11 and *passim*.

63 Mrs Gandhi's US trip is described in K. A. Abbas, *Indira Gandhi: Return of the Red Rose* (Delhi: Hind Pocket Books, 1966), pp. 147-57.

64 Chester Bowles, *Promises to Keep: My Years in Public Life, 1941-1969* (New

Delhi: B. I. Publications, 1972), pp. 525-35. Cf. also Howard B. SchafFer, *Chester Bowks: New Dealer in the Cold War* (New Delhi: Prentice-Hall India, 1994), pp. 280ff.

65 Anon., 'India's Food Crisis, 1965-67', in File 7, Box 32, Thomas J. Schonberg Files, Dean Rusk Papers, University of Georgia, Athens.

66 Memorandum to President Johnson from Orville Freeman, 19 July 1966, in File 6, Box 32, Thomas J. Schonberg Files, Dean Rusk Papers, University of Georgia, Athens.

67 This account of the 1966 devaluation is based on Rahul Mukherji, 'India's Aborted Liberalization- 1966', *Pacific Affairs,* vol. 73, no. 3, 2000, supplemented by Kuldeep Nayar, *Between the Lines* (Bombay: Allied Publishers, 1969), chapter 3.

68 Indira Gandhi to Jayaprakash Narayan, 7 June 1966, copy in J. J. Singh Papers, NMML.

69 *Thought,* 11 June 1966.

70 Jayaprakash Narayan to Indira Gandhi, 23 June 1966, Sarvodaya Ashram, Sokhodeora (Gaya), copy in J. J. Singh Papers, NMML.

71 Indira Gandhi to Jayaprakash Narayan, 6 July 1966, copy in J. J. Singh Papers, NMML.

72 *Thought,* 15 October 1966.

73 *Hindustan Times,* 31 October-5 November 1966.

74 Reports in *Hindustan Times,* 5 and 6 November 1966.

75 *Hindustan Times, 7* November 1966; *Thought,* 12 November 1966.

76 'Indians Becoming Increasingly Hostile to West', *Sydney* Morning *Herald,* 13 December 1965.

77 Ronald Segal, *The Crisis of India* (Harmondsworth: Penguin, 1965), pp. 171, 227, 255-7, 272, 309-10.

78 Ursula Belts to lan Bowman, 25 May 1966, Mss Eur F229/24, OIOC.

79 Paul Ehrlich, *The Population Bomb* (New York: Ballantine Books, 1968), Preface.

80 William and Paul Paddock, *Famine - 1975! America's Decision: Who Will Survive?* (Boston: Little, Brown and Co., 1968), pp. 60-1, 217-18.

81 S. Mulgaokar, 'The Grimmest Situation in 19 Years', *Hindustan Times, 3* November 1966.

19. இடது பக்கத் திருப்பங்கள்

1 Sol W. Sanders, 'India: A Huge Country on the Verge of Collapse', *U.S. News and World Report,* 28 November 1966.

2 Neville Maxwell, 'India's Disintegrating Democracy', in three parts, *The Times, 26* and 27 January and 10 February 1967 (emphases added).

3 Cf. Yogesh Atal, *Local Communities and National Politics* (Delhi: National, 1971); A. M. Shah, ed., *The Grassroots of Democracy* (New Delhi: Permanent Black, 2007).

4 E. P. W. da Costa, *The Indian General Elections 1967: The Structure of Indian Voting Intentions: January 1967. A Gallup* Poll *with Analysis* (New Delhi: Indian Institute of Public Opinion).

5 *Thought, 4* March 1967.

6 These paragraphs on MGR and the DMK are based on Robert L. Hardgrave and Anthony C. Neidhart, 'Films and Political Consciousness in Tamil Nadu', *Economic and Political Weekly,* 11 January 1975; N. Balakrishnan, 'The History of the Dravida

Munnetra Kazhagam, 1949-1977', unpublished PhD dissertation, School of Historical Studies, Madurai Kamaraj University, 1985, esp. pp. 278-86.

7 Narendra Subramanian, *Ethnicity and Populist Mobilization: Political Parties, Citizens and Democracy in South India* (New Delhi: Oxford University Press, 1999), pp. 204-10; Sagar Ahluwalia, *Anna - the Tempest and the Sea* (New Delhi: Young Asia Publications, 1969), pp. 51-7, 82-4.

8 Jyoti Basu, *Memoirs: A Political Autobiography* (Calcutta: National Book Agency, 1999), pp. 195-209.

9 Bhabani Sengupta, *Communism in Indian Politics* (New York: Columbia University Press, 1972).

10 Marcus F. Franda, *Radical Politics in West Bengal* (Cambridge, Mass.: MIT Press, 1971), chapter 6.

11 Cf. Rabindra Ray, *The Naxalites and their Ideology* (New Delhi: Oxford University Press, 1992).

12 *Mainstream*, 8 July 1967, quoted in Franda, *Radical Politics*, p. 171.

13 Shanta Sinha, *Maoists in Andhra Pradesh* (New Delhi: Cyan Publishing House, 1989), chapters 4-7; Sumanta Banerjee, *In the Wake of Naxalbari: A History of the Naxalite Movement in India* (Calcutta: Subarnarekha, 1980), chapter 5.

14 See clippings and papers in Subject File 3, Dharma Vira Papers, NMML.

15 Sankar Ghosh, *The Disinherited State: A Study of West Bengal, 1967-70* (Calcutta: Orient Longman, 1971), chapter 3.

16 Cf. clippings in Mss Eur F158/456, OIOC.

17 Ghosh, *The Disinherited State*, pp. 248ff.

18 See Subject File 99, P. N. Haksar Papers, Third Instalment, NMML.

19 See IB report in Subject File 212, P. N. Haksar Papers, Third Instalment, NMML.

20 See Ranjit Gupta, *The Crimson Agenda: Maoist Protest and Terror* (Delhi: Wordsmiths, 2004), pp. 105, 110-11, 157-9 etc.

21 Inder Malhotra, 'Naxalites Put City in Fear of Bombs', *Guardian*, 19 August 1970.

22 For the (very long) list of charges, see S. N. Dwivedy, *The Orissa Affair and the CBI Inquiry* (New Delhi: privately published, 1965).

23 Sunk Ghosh, *Orissa in Turmoil* (Bhubaneshwar: Bookland International, 1991), pp. 149-57; Sukadev Nanda, *Coalition Politics in Orissa* (New Delhi: Sterling Publishers, 1979), pp. 70-7.

24 Special Branch report marked 'Top Secret', 26 February 1967, Subject File 25, D. P. Mishra Papers, Second Instalment, NMML.

25 Mishra to Kamaraj, 21 June 1967, ibid.

26 See R. C. V. P. Noronha, *A Tale Told by an Idiot* (New Delhi: Vikas Publishing House, 1976), chapter 8.

27 Prem Shankar Jha, 'Telengana: Language is not Enough', *Illustrated Weekly of India*, 3 August 1969.

28 S. K. Chaube, Hill *Politics in North-East India* (Bombay: Orient Longman, 1973), chapters 7 and 8.

29 See letters and notes in Subject File 142, P. N. Haksar Papers, Third Instalment, NMML.

30 Dipankar Gupta, *Nativism in a Metropolis: The Shiv Sena in Bombay* (Delhi: Manohar, 1982), pp. 39-40, 82-3 etc.; Vaibhav Purandare, *The Sena Story* (Mumbai: Business Publications, 1999), pp. 22-4, 42-4 etc.

31 *Thought,* 11 February 1967.
32 See notes in Subject File 128, P. N. Haksar Papers, Third Instalment, NMML.
33 *Thought,* 16 March, 6 July and 19 October 1968; *Daily Telegraph,* 27 June 1968.
34 See news clippings in Mss Eur F158/239, OIOC.
35 See letters and papers in File 61, Alexander Papers, Friends House, Euston.
36 *Thought,* 7 June 1968.
37 A. G. Noorani, 'How Does a Riot Begin and Spread?', *Illustrated Weekly of India,* 9 November 1969; N. C. Saxena, 'The Nature and Origins of Communal Riots in India', in Asghar Ali Engineer, ed., *Communal Riots in Post-Independence India,* 2nd edn (Hyderabad: Orient Longman, 1991); K. D. Malaviya to Fakhruddin Ali Ahmad, 30 March 1967, in Subject File 128, P. N. Haksar Papers, Third Instalment, NMML.
38 Ghanshyam Shah, 'The 1969 Communal Riots in Ahmedabad: A Case Study', in Engineer, *Communal Riots;* untitled report on the Ahmedabad riots by a group of Congress MPs, 7 October 1969, in Subject File 142, P. N. Haksar Papers, Third Instalment, NMML.
39 Khushwant Singh, 'Learning Geography through Murder', *Illustrated Weekly of India,* 31 May 1970.
40 Editorial in *Thought,* 2 March 1968; cf. also S. E. Hassnain, *Indian Muslims: Challenge and Opportunity* (Bombay: Lalwani Publishing House, 1968).
41 This sketch is based on Bidyut Sarkar, ed., *P.N. Haksar: Our Times and the Man* (New Delhi: Allied Publishers, 1989), a conversation with Professor Andre Beteille, Delhi, February 2005 and the material in the P. N. Haksar Papers, NMML.
42 Katherine Frank, *Indira: A Life of Indira Nehru Gandhi* (London: Harper Collins, 2001), p. 314.
43 Note dated 21 January 1968, in Subject File 198, P. N. Haksar Papers, Third Instalment, NMML.
44 Speech by S. S. Dhawan, London, March 1969, copy in Subject File 197, P. N. Haksar Papers, Third Instalment, NMML.
45 Inder Malhotra, *Indira Gandhi: A Personal and Political Biography* (London: Hodder and Stoughton, 1989), pp. 108f.
46 *The Years of Challenge: Selected Speeches of Indira Gandhi, January 1966-August 1969,* 2nd edn (New Delhi: Publications Division, 1985), pp. 25-8, 34-9, 172-4, 268-9.
47 *Thought,* 8 and 29 March 1969.
48 Uma Vasudev, *Indira Gandhi:* Revolution in Restraint (Delhi: Vikas Publishing House, 1974), p. 502.
49 Malhotra, *Indira Gandhi,* p. 116.
50 *Thought,* 23 December 1967; Morarji Desai, *The Story of My Life,* vol. 2 (Delhi: Macmillan India, 1974), pp. 243f.
51 The speech is reproduced in A. Moin Zaidi, *The Great Upheaval, 1969-1972* (New Delhi: Orientalia India, 1972), pp. 103-6.
52 *Thought,* 19 July and 16 August 1969.
53 For details see Subject File 153, P. N. Haksar Papers, Third Instalment, NMML.
54 Trevor Drieberg, *Indira Gandhi: Profile in Courage* (Delhi: Vikas Publications, 1972), chapter 7.
55 S. Nijalingappa to Indira Gandhi, 11 November 1969, in Zaidi, *The Great Upheaval,* p. 231.

56 Sukumar Muralidharan and Ravi Sharma, 'A Congressman from Another Age: S. Nijalingappa, 1902-2000', *Frontline,* 1 September 2000.
57 Cf. drafts of speeches in Subject File 143, P. N. Haksar Papers, Third Instalment, NMML.
58 N(ikhil) C(hakravartty), 'Syndicate at Waterloo', *Mainstream,* 16 August 1969.
59 Nayantara Sahgal, *Indira Gandhi: Her Road to Power* (New York: Frederick Ungar, 1982), p. 53.
60 Note by P. N. Haksar dated 16 September 1967, Subject File 118, P. N. Haksar Papers, Third Instalment, NMML.
61 Subject File 121, P. N. Haksar Papers, Third Instalment, NMML; Rajinder Puri, *India 1969: A Crisis of Conscience* (Delhi: privately published, 1971), pp. 67-73.
62 See letters in Subject File 145, P. N. Haksar Papers, Third Instalment, NMML.
63 This account of the Parliamentary and judicial interventions in the privy purse controversy is based on D. R. Mankekar, *Accession to Extinction: The Story of Indian Princes* (Delhi: Vikas Publishing House, 1974), chapters 18 to 20.
64 For details see M. S. Randhawa, *A History of Agriculture in India,* vol. 4: 1947-1981 (New Delhi: Indian Council of Agricultural Research, 1986), chapters 30 to 32.
65 Don Taylor, 'This New, Surprising Strength of Mrs Gandhi', *Evening Standard,* 21 August 1969.
66 *New York Times,* 26 January 1970.
67 'Is India Cracking up?', editorial in *Thought,* 4 January 1967.
68 'The Meaning of Naxalbari', *Thought,* 17 June 1967.
69 Kathleen Gough, 'The Indian Revolutionary Potential', Monthly Review, February 1969 (based on an essay published in *Pacific Affairs,* winter issue, 1968-9).
70 Lasse and Lisa Berg, *Face to Face: Fascism and Revolution in India,* trans. Norman Kurtin (Berkeley: Ramparts Press, 1971), pp. 23-4, 28, 31, 56, 125, 162, 209-10.

20. வெற்றியின் அமிர்தம்

1 *Thought, 22* November 1969.
2 See *Election Manifestos 1971* (Bombay. Awake India Publications, 1971).
3 Rajaji to Minoo Masani, 2 January 1971, in Subject File 142, C. Rajagopalachari Papers, Fourth Instalment, NMML.
4 Indira Gandhi to Dorothy Norman, 23 April 1971, in D. Norman, ed., *Indira Gandhi: Letters to an American Friend,* 1950-1984 (New York: Harcourt Brace Jovanovich, 1985), p. 132.
5 *Thought,* 20 May 1972.
6 'A Special Correspondent', 'The Making of Fifth Lok Sabha', *Thought,* 20 March 1971.
7 Khushwant Singh, 'Indira Gandhi', *Illustrated Weekly of India,* 14 March 1971.
8 See D. R. Mankekar, *Accession to Extinction: The Story of Indian Princes* (Delhi: Vikas Publishing House, 1974), chapter 21.
9 D. N. Dhanagare, 'Urban-Rural Differences in Election Violence', in S. P. Varma and Iqbal Narain, eds, *Fourth General Elections in India,* vol. 2 (Bombay: Orient Longman, 1970).

10 This section is based on Election Commission of India, Report on *the Fifth General Elections in India, 1971-72* (New Delhi: Manager of Publications, 1973), *passim*. The CEC was named S. P. Sen Varma; his report - the mystical preface apart - was dearly modelled on the first such, written by his great predecessor Sukumar Sen.

11 This and the following paragraphs are principally based on Herbert Feldman, *The End and the Beginning: Pakistan 1969-1971* (London: Oxford University Press, 1975), chapters 7 to 9. Cf. also D. R. Mankekar, *Pak Colonialism in East Bengal* (Bombay: Somaiyya Publications, 1971).

12 Lt. Gen. A. A. K. Niazi, quoted in Muntassir Mamoon, *The Vanquished Generals and the Liberation War of Bangladesh* (Dhaka: Somoy Prakashan, 2000), p. 159.

13 R. K. Dasgupta, Revolt *in East Bengal* (Calcutta: G. C. Ray, 1971), pp. 4, 7, 9, 21, 24-5, 29, 39, 52, 61 etc. For the colonial treatment of East Pakistan by the West Punjabi elite, see also Anthony Mascarenhas, *The Rape of Bangla Desh* (Delhi: Vikas Publications, 1971).

14 Cf. reports by eyewitnesses collected in Anon., *Bangla Desh Documents* (Madras: The BNK Press, 1972), chapter 6.

15 Jyoti Sen Gupta, History *of Freedom Movement in Bangladesh, 1943-1973* (Calcutta: Naya Prokash, 1974), pp. 314-16, 325-6. The major who made the announcement was Zia-ur-Rahman, later president of Bangladesh.

16 State Department telegram dated 2 July 1971, reproduced in Roedad Khan, comp., *The American Papers: Secret and Confidential India-Pakistan-Bangladesh Documents, 1965-1973* (Karachi: Oxford University Press, 1999), pp. 613-15.

17 Maj. Gen. Hakeem Arshad Qureshi, *The 1971 Indo-Pak War: A Soldier's Narrative* (Karachi: Oxford University Press, 2002), pp. 60, 71. The sentences quoted could as easily have been penned by an Indian army commander writing about Nagaland in 1957.

18 Werner Adam, 'Pakistan's Open Wounds', *Washington Post*, 6 June 1971; report in the *New York Times*, 25 June 1971; World Bank team report in Subject File 171, P. N. Haksar Papers, Third Instalment, NMML.

19 Anon., *Bangla Desh Documents*, chapter 7.

20 K. C. Saha, 'The Genocide of 1971 and the Refugee Influx in the East', in Ranabir Samaddar, ed., *Refugees and the State: Practices of Asylum and Care in India, 1947-2000* (New Delhi: Sage Publications, 2003).

21 Iqbal Akhund, *Memoirs of a Bystander: A Life in Diplomacy* (Karachi: Oxford University Press, 1997), p. 201.

22 25-page secret report entitled 'Threat of a Military Attack or Infiltration Campaign by Pakistan', RAW, January 1971, copy in Subject File 220, P. N. Haksar Papers, Third Instalment, NMML.

23 Dhar to Haksar, 18 April 1971, ibid.

24 Cf. reports in Subject File 169, P. N. Haksar Papers, Third Instalment, NMML.

25 The letter is reprinted in F. S. Aijazuddin, ed., *The White House and Pakistan: Secret Declassified. Documents, 1969-1974* (Karachi: Oxford University Press, 2002), pp. 129-30.

26 'Record of PM's Conversation with Dr Kissinger', 7 July 1971, in Subject File 225, P. N. Haksar Papers, Third Instalment, NMML.

27 Indira Gandhi to Richard Nixon, 7 August 1971, copy in Subject File 220, P. N. Haksar Papers, Third Instalment, NMML.

28 See the documents in Louis Smith, ed., *Foreign Relations of the United States, 1969-1976*, vol. 11: *South Asia Crisis, 1971* (Washington, DC: Department of State,

2005), pp. 28, 35, 164, 167, 288-9, 303, 316, 324, 557 etc.; and the documents in Aijazuddin, *The White House*, pp. 242-6, 258-62.

29 For the broader context of India's changing relations with the superpowers in the early seventies, see T. V. Kunhi Krishnan, *The Unfriendly Friends: India and America* (New Delhi: Indian Book Co., 1974); Shashi Tharoor, *Reasons of State: Political Development and India's Foreign Policy under Indira Gandhi, 1966-1977* (New Delhi: Vikas Publishing House, 1982); and Linda Racioppi, *Soviet Policy towards South Asia since 1970* (Cambridge: Cambridge University Press, 1994).

30 This paragraph is based on letters and papers in Subject Files 163, 225 and 229, P. N. Haksar Papers, Third Instalment, NMML.

31 Top Secret Note of 5 June 1971 in Subject File 89, P. N. Haksar Papers, Third Instalment, NMML.

32 'Record of conversations between Foreign Minister and Mr A. A. Gromyko, Minister of Foreign Affairs, USSR, on 7th June 1971', in Subject File 203, P. N. Haksar Papers, Third Instalment, NMML.

33 The text of the treaty is reproduced in A. Appadorai, ed., *Select Documents on India's Foreign Policy and Relations, 1947-1972*, vol. 2 (Delhi: Oxford University Press, 1985), pp. 136-40.

34 Indira Gandhi, *India: The Speeches and Reminiscences of Indira Gandhi, Prime Minister of India* (London: Hodder and Stoughton, 1975), pp. 162-4.

35 See Aijazuddin, *The White House*, pp. 313, 336-9.

36 Robert Jackson, *South Asian Crisis: India-Pakistan-Bangla Desh* (London: Chatto and Windus, 1975), p. 102.

37 Letter of 23 November, in Aijazuddin, *The White House*, pp. 364-5.

38 Jackson, *South Asian Crisis*, pp. 106-7; Brian Cloughley, *A History of the Pakistan Army: Wars and Insurrections* (Karachi: Oxford University Press), pp. 148-9.

39 B. G. Verghese, *An End to Confrontation: Restructuring the Sub-Continent* (New Delhi: 1972), pp. 35-50.

40 Cloughley, *A History of the Pakistan Army*, p. 222.

41 Lt. Gen. A. A. K. Niazi, Tfte *Betrayal of East Pakistan* (Delhi: Manohar, 1998), p. 132.

42 Ibid., p. 114.

43 D. R. Mankekar, *Pakistan Cut to Size* (New Delhi: Indian Book Co., 1972), pp. 54-63.

44 Jackson, *South Asian Crisis*, pp. 137-8.

45 Telegram quoted in Niazi, *Betrayal*, p. 180.

46 See Aijazuddin, *The White House*, pp. 447, 449-50.

47 Niazi, *Betrayal*, pp. 187ff.

48 *Lok Sabha Debates*, 16 December 1971.

49 Living not far from the border then, I heard Yahya's speech as it was delivered, he had (as Pakistani accounts also suggest) consumed a goodly amount of whisky before taking up the microphone.

50 Air Chief Marshal P.C. Lal, *My Years with the IAF* (New Delhi: Lancer International, 1986), p. 321.

51 Smith, *Foreign Relations*, pp. 439, 499, 594, 612, 674 etc. Cf. also the letters exchanged between Mrs Gandhi and Nixon after the end of the war, reproduced in Aijazuddin, *The White House*, pp. 476-80.

52 *Time,* 3 January 1972; James Reston, 'India's Victory a Triumph for Moscow', *New York Times,* undated (?20 December 1971) clipping in Subject File 217, P. N. Haksar Papers, Third Instalment, NMML.
53 *Thought,* 29 January 1972.
54 Quoted in C. M. Nairn, *Ambiguities of Heritage: Fictions and Polemics* (Karachi: City Press, 1999), p. 139.
55 See 'India After Bangla Desh: A Symposium', *Gandhi Marg,* vol. 16, no. 2, 1972.
56 Letter of 8 December 1971, in Carol Brightman, ed., *Between Friends: The Correspondence of Hannah Arendt and Mary McCarthy, 1949-1975* (New York: Harcourt Brace and Co., 1995), p. 303.
57 A. B. Vajpayee quoted in *Thought,* 20 May 1972.
58 Ranajit Roy, *The Agony of West Bengal: A Study in Union-State Relations,* 3rd edn (Calcutta: New Age Publishers, 1973), pp. 3-4; Sajal Basu, *West Bengal - the Violent Years* (Calcutta: Prachi Publications, 1974), p. 78.
59 'Message to Mrs Gandhi from Sir Alec Douglas-Home', 20 March 1972, in Subject File 179, P. N. Haksar Papers, Third Instalment, NMML.
60 As quoted in S. R. Sen to I. G. Patel, letter dated 2 March 1972, in Subject File 225, P. N. Haksar Papers, Third Instalment, NMML.
61 Untitled note in Subject File 236, P. N. Haksar Papers, Third Instalment, NMML.
62 Sajjad Zaheer to P. N. Haksar, 23 March 1972, in Subject File 243, P. N. Haksar Papers, Third Instalment, NMML (emphasis in original). Mazhar Ali Khan was the father of the student radical and later prolific author, Tariq Ali.
63 A. Raghavan, 'Five Days that Changed History', *Blitz,* 8 July 1972.
64 Note by Dhar dated 12 March 1972, in Subject File 235, P. N. Haksar Papers, Third Instalment, NMML.
65 The text of the Simla Agreement is reproduced in Appadorai, *Select Documents,* pp. 443-5.
66 The text of the speech is to be found in Subject File 93, P. N. Haksar Papers, Third Instalment, NMML.
67 Notes in ibid.

21. போட்டியாளர்கள்

1 See Indira Gandhi, *India: The Speeches and Reminiscences of Indira Gandhi Prime Minister of India.* (London: Hodder and Stoughton, 1975), pp. 215-16.
2 As reported in *The Hindu,* 16 August 1972.
3 A. Vaidyanathan, 'The Indian Economy since Independence (1947-70), in Dharma Kumar, ed., *The Cambridge Economic History of India,* vol. 2 (Cambridge: Cambridge University Press, 1983).
4 This paragraph summarizes several longitudinal studies of rural India, as in G. Parthasarathy, 'A South Indian Village after Two Decades', *Economic Weekly,* 12 January 1963; Kumudini Dandekar and Vaijayanti Bhate, 'Socio-Economic Change During Three Five-Year Plans', *Artha Vijnana,* vol. 17, no. 4, 1975; Robert W. Bradnock, 'Agricultural Development in Tamil Nadu: Two Decades of Land Use Changes at Village Level', in Tim P. Bayliss-Smith and Sudhir Wanmali, eds, *Understanding Green Revolutions: Agrarian Change and Development Planning in South Asia* (Cambridge: Cambridge University Press, 1984).
5 These studies are usefully summarized in M. L. Dantwala, *Poverty in India: Then and Now* (Madras: Macmillan India, 1971); and M. Mukherjee, N. Bhattacharya and G.

S. Chatterjee, 'Poverty in India: Measurement and Amelioration', in Vadilal Dagli, ed., *Twenty-Five Years of Independence - A Survey of Indian Economy* (Bombay: Vora and Co., 1973). The Dandekar-Rath study was first published in the *Economic and Political Weekly* in January 1971.

6   J. P. Naik, 'Education', in S. C. Dube, ed., *India since Independence: Social Report on India, 1947-1972* (New Delhi: Vikas Publishing House, 1977); Amrik Singh, 'Twenty-five Years of Indian Education; An Assessment', in Jag Mohan, ed., *Twenty-five Years of Indian Independence* (New Delhi: Vikas Publishing House, 1973).

7   'Indian Economic Policy and Performance: A Framework for a Progressive Society' (1973), reprinted in Jagdish N. Bhagwati, *Essays in Development Economics* (Cambridge, Mass.: MIT Press, 1985).

8   Anon., 'Mummy Knows Best', *Thought*, 2 October 1971.

9   *Thought*, 5 May 1971; D. R. Rajagopal, 'Sanjay Gandhi', *Illustrated Weekly of India*, 11 July 1971.

10 Letter of 2 February 1971, Indira Gandhi Correspondence, P. N. Haksar Papers, NMML.

11 The Current, 28 July 1973.

12 *The Star*, 12 August 1973, clipping in Subject File 93, P. N. Haksar Papers, Third Instalment, NMML.

13 Note of 29 June 1971, ibid.

14 See notes and correspondence in Subject Files 242 and 243, P. N. Haksar Papers, Third Instalment, NMML.

15 Unless otherwise stated, this section is based on the synthesis report of those studies: *Status of Women in India* (New Delhi: Indian Council of Social Science Research, 1974). Much of the data quoted there, and here, are taken from the 1971 Census of India.

16 D. R. Gadgil, *Women in the Working Force in India* (London: Asia Publishing House, 1965); Bina Agarwal, 'Women, Poverty and Agricultural Growth in India', *Journal of Peasant Studies*, vol. 13, no. 2, 1985-6.

17 Radha Kumar, *The History of Doing: An Illustrated Account of Movements for Women's Rights and Feminism in India*, 1860-1990 (New Delhi: Kali for Women, 1993), chapter 6.

18 See, for more details, P. G. K. Pannikar and C. R. Soman, *Health Status of Kerala* (Trivandrum: Centre for Development Studies, 1984).

19 Ronald J. Herring, 'Abolition of Landlordism in Kerala: A Redistribution of Privilege', *Economic and Political Weekly, Review of Agriculture,* June 1980; P. Radhakrishnan, 'Land Reforms and Changes in Land System: Study of a Kerala Village', *Economic and Political Weekly, Review of Agriculture,* September 1982.

20 See Loke Sabha Debates, 30 November 1971.

21 Justice K. S. Hegde, 'Perspectives of the Indian Constitution', Rajendra Prasad Memorial Lecture, Bharatiya Vidya Bhavan Bombay, March 1972, copy in Subject File 220, P. N. Haksar Papers, Third Instalment, NMML.

22 See the letter from Indira Gandhi to Jayaprakash Narayan of 9 June 1973 and his reply of 27 June 1973, both in Jayaprakash Narayan Papers, NMML.

23 A. G. Noorani, 'Crisis in India's Judiciary', *Imprint*, January 1974.

24 Inder Malhotra, Indira *Gandhi: A Personal and Political Biography* (London: Hodder and Stoughton, 1989), pp. 152-3 etc.

25 *Thought*, 1 January 1972.

26 *Thought*, 8 July 1972.

27 The *Current*, 8 July 1972; *Thought*, 23 September 1972.

28 The minutes of these talks are unavailable, but for some clues of what might have been discussed see the material in Subject Files 183 and 235, P. N. Haksar Papers, Third Instalment, NMML.

29 These paragraphs on Nagaland in the early 1970s are based on reports in the Kohima weekly Citizens *Voice*, issues of which are in Box VIII, Pawsey Papers, CSAS.

30 *Thought*, 2 March 1974.

31 See Ajit Bhattacharjea, *Unfinished Revolution: A Political Biography of Jayaprakash Narayan* (New Delhi: Rupa and Co., 2004), pp. 193ff.

32 The previous three paragraphs draw upon Ghanshyam Shah, 'Revolution, Reform, or Protest? A Study of the Bihar Movement', in three parts, Economic and Political Weekly, 9, 16 and 23 April 1977.

33 The correspondence between Narayan and Mrs Gandhi, very rich and largely unexplored by biographers of either party, is in the Jayaprakash Narayan Papers, NMML. The correspondence between JP and Nehru - also less intensely mined than it might have been is scattered between this collection and the Brahmanand Papers, also at the NMML.

34 Quoted in Bhattacharjea, *Unfinished* Revolution, pp. 205-6.

35 See reports in Subject File 272, Jayaprakash Narayan Papers, Third Instalment, NMML.

36 English translation of speech in *Everyman's Weekly*, 22 June 1974.

37 See Robert Jay Lifton, *Revolutionary Immortality: Mao Tse Tung and the Cultural Revolution* (Penguin: Harmondsworth, 1967). I offer this comparison knowing that it will be dismissed both by Marxists, who will see JP as a lily-livered reformist in comparison with the builder of the Chinese revolution, and by the Gandhians, who will profess shock at the lumping together of a man of non-violence with one known to have been responsible for so many deaths.

38 Anon., 'Railway Strike in Retrospect', *Economic and Political Weekly*, 18 January 1975.

39 S. Nihal Singh, *Indira's India: A Political Notebook* (Bombay: Nachiketa Publications, 1978), pp. 215-16.

40 George Perkovich, *India's Nuclear Bomb: The Impact on Global Proliferation* (Berkeley: University of California Press, 1999), pp. 170-80; *Thought, 25* May 1974; Aziz Ahmad (Foreign Minister of Pakistan) to Horace Alexander, 15 June 1974, in Alexander Papers, Friends House, Euston.

41 These paragraphs are based on the letters between Mrs Gandhi and JP in the Jayaprakash Narayan Papers, NMML.

42 Bhattacharjea, *Unfinished Revolution,* pp. 21 if; *Everyman's Weekly,* 21 September 1974.

43 See correspondence between Acharya Ramamurti and JP in Subject File 273, Jayaprakash Narayan Papers, Third Instalment, NMML.

44 Letter of 14 October 1974, in Subject File 277, Jayaprakash Narayan Papers, NMML. Patil's letter - to which JP's reply, if there was one, is untraceable - is reminiscent of the warnings uttered along these lines in the Constituent Assembly by his great fellow Maharashtrian, B. R. Ambedkar.

45 Bhattacharjea, *Unfinished Revolution,* pp. 216-17.

46 *Everyman's Weekly,* 16 and 23 November 1974.

47 See B. S. Das, *The Sikkim Saga* (New Delhi: Vikas Publishing House, 1983).

48 Letter to JP dated 18 July 1974 from M. Shah, Adoni, Kurnool Dist., A. P., in Subject File 273, Jayaprakash Narayan Papers, Third Instalment, NMML.

49 See statements in Subject File 272, Jayaprakash Narayan Papers, Third Instalment, NMML.

50 For a sampling of the former view, see the pages of the *Everyman's Weekly* for 1974-5; for the latter, see the *Illustrated Weekly of India* for the same period.

51 Katherine Frank, *Indira: A Life of Indira Nehru Gandhi* (London: HarperCollins, 2001), p. 368; Christopher Andrew and Vasili Mitrokhin, *The World was Going our Way: The RGB and the Battle for the World* (New York: Basic Books, 2005), pp. 322

52 Unless otherwise indicated, the rest of this section is based on reports and comments in the *Indian Express,* 1 February to 21 March 1975.

53 Anon., 'The South Poses a Problem for JP', *Everyman's Weekly,* 4 May 1975.

54 Granville Austin, *Working the Democratic Constitution: The Indian Experience* (New Delhi: Oxford University Press, 1999), pp. 314-16.

55 *Indian Express,* 20 March 1975.

56 Unless otherwise stated, the rest of this section is based on reports in the *Indian Express,* 10 to 28 June 1975.

57 Prashant Bhushan, *The Case that Shook India* (New Delhi: Vikas Publishing House, 1978), pp. 98if.

58 Ibid., p. 94.

59 Quoted in Dom Moraes, *Indira Gandhi* (Boston: Little, Brown and Co., 1980), p. 220.

60 Danial Latin, 'Indira Gandhi Case Revisited', undated typescript in Subject File 225, P. N. Haksar Papers, Third Instalment, NMML.

22. இந்திராவின் இலையுதிர்காலம்

1 Indira Gandhi, *Democracy and Discipline: Speeches of Shrimati Indira Gandhi* (New Delhi: Ministry of Information and Broadcasting, 1975), pp. 1-2.

2 The note is reproduced in Pupul Jayakar, *Indira Gandhi: An Intimate Biography* (New York: Pantheon Books, 1993), pp. 202-3.

3 K. R. Malkani, *The Midnight Knock* (New Delhi: Vikas Publishing House, 1978), p.37.

4 Gandhi, *Democracy and Discipline,* pp. 18-19, 61 etc. This volume prints eleven interviews given in the first three months of the emergency - almost one a week - by a prime minister never known to be over-fond of the press.

5 See D. V. Gandhi, comp., *Era of Discipline: Documents on Contemporary Reality* (New Delhi: Samachar Bharati, 1976), p. 254.

6 Indira Gandhi, *Consolidating National Gains: Speeches of Shrimati Indira Gandhi* (New Delhi: Ministry of Information and Broadcasting, 1976), p. 29. The speech was originally delivered in Hindi; I have used the official translation.

7 Joe Elder, 'Report on Visit to India, August 11-22, 1975', in File 78, Horace Alexander Papers, Friends House, Euston.

8 Sharada Prasad to S. K. De, 16 September 1975, ibid.

9 P. N. Dhar, *Indira Gandhi, the 'Emergency' and Indian Democracy* (New Delhi: Oxford University Press, 2000), pp. 307-11.

10 Narayan to Sheikh Abdullah, 23 September 1975, reprinted in M. G. Devasahayam, *India's Second Freedom - An Untold Saga* (New Delhi: Siddharth Publications, 2004), pp. 351-4.
11 For the circumstances of JP's release, see ibid., chapters 29 and 30.
12 See table reproduced in K, Gangadharan, P. J.-Koshy, and C. N. Radhakrishnan, *The Inquisition: Revelations before the Shah Commission* (New Delhi: Path Publishers, 1978), p.260.
13 Note of 14 January 1976, in 'Emergency File', Hari Dev Sharma Papers, NMML.
14 Indira Gandhi to Verrier Elwin, 14 January 1963, letter in the possession of the Elwin family, Shillong.
15 See Ved Mehta, *Portrait of India* (New York: Farrar, Straus and Giroux, 1970), pp. 545-6.
16 Granville Austin, *Working a Democratic Constitution; The Indian Experience* (New Delhi: Oxford University Press, 1999), pp. 319-24.
17 Ibid., pp. 334-41.
18 *New York Times*, 30 April 1976.
19 Austin, *Working a Democratic Constitution*, pp. 373-4. Cf. also Nani Palkhivala, 'Reshaping the Constitution', *Illustrated Weekly of India*, 4 July 1976.
20 'Notes on a Meeting with Indira Gandhi, 1, Safdarjung Road, 14th March 1976', in Mss Eur F236/269, OIOC.
21 See the detailed list of forbidden subjects printed in Sajal Basu, ed., *Underground Literature During Indian Emergency* (Calcutta: Minerva Associates, 1978), pp. 102-14.
22 Prakash Ananda, *A History of the Tribune* (New Delhi: The Tribune Trust, 1986), pp. 165-6.
23 Ram Krishan Sharma to Penderel Moon, 25 November 1975, in Mss Eur F230/36, OIOC.
24 Report in the *Guardian*, 2 August 1976.
25 John Dayal and Ajay Bose, *The Shah Commission Begins* (New Delhi: Orient Longman, 1978), p. 208; Michael Henderson, *Experiment with Untruth: India under Emergency* (Delhi: Macmillan India, 1977), p. 89.
26 G. S. Bhargava, *The Press in India: An Overview* (New Delhi: National Book Trust, 2005), p. 53 etc.
27 Dayal and Bose, *Shah Commission*, pp. 280-93; Henderson, *Experiment with Untruth*,p. 89.
28 See K. K. Birla, *Indira Gandhi: Reminiscences* (New Delhi: Vikas Publishing House, 1987), pp. 50-1.
29 Bhargava, *The Press in India*, pp. 65-6.
30 Quoted in Ved Mehta, *The New India* (Harmondsworth, Penguin, 1978), pp. 63-4.
31 Report by Jonathan Dimbleby in the *Sunday Times*, reproduced in Amiya Rao and B. G. Rao, eds, *The Press She Could not Whip: Emergency in India as reported by the Foreign Press* (Bombay: Popular Prakashan, 1977), pp. 20-1.
32 Inder Malhotra, *Indira Gandhi: A Personal and Political Biography* (London: Hodder and Stoughton, 1989), p. 182.
33 Report by J. Anthony Lukacs in the *New York Times*, reproduced in Rao and Rao, eds., *The Press She Could not Whip*, pp. 186-98.
34 See Basu, *Underground Literature*, pp. 7-11.

35 P. G. Mavalankar, 'No, Sir': An *Independent MP Speaks During the Emergency* (Ahmedabad: Sannistha Prakashan, 1979), pp. 20-5, 29-30 etc.
36 *The Economist, 24* January 1976. This is almost certainly an over-estimate, and based on the figures supplied by the underground newspaper *Satya Samachar.*
37 *Satya Samachar,* 20 September 1976, in 'Emergency File', Hari Dev Sharma Papers, NMML.
38 Translated by Sugata Srinivasaraju and reproduced as an epigraph to his translation of Chi Srinivasaraju's *Phoenix and Four other Mime Plays* (Bangalore: Navakarnataka Publications, 2005).
39 Basu, *Underground Literature,* pp. 27, 29, 65; Henderson, *Experiment with Untruth,* p. 21.
40 These paragraphs on George Fernandes's activities during the emergency are principally based on C. G. K. Reddy, *Baroda Dynamite Conspiracy: The Right to Rebel* (New Delhi: Vision Books, 1977); supplemented by material in 'Emergency File', Hari Dev Sharma Papers, NMML, and in Snehalata Reddy, A Prison Diary (Mysore: Karnataka State Human Rights Committee, 1977).
41 Henderson, *Experiment with Untruth,* p. 27.
42 I regret I cannot provide a precise reference for this story. I cannot remember where I first heard or read it; whether from a friend who knew Kripalani, or in an obituary printed in the papers when he died. Sadly, as with so many remarkable characters who figure in these pages, Kripalani is yet to find a biographer.
43 'The Emergency: A Needed Shock', Time, 27 October 1975.
44 *Sydney Morning Herald,* 1 September 1976.
45 Letters in *The Times, 3* and 14 July 1976.
46 'Indira Gandhi's Year of Failure', editorial in the *Observer, 27* June 1975.
47 The only serviceable biography of Sanjay Gandhi at the time of writing remains Vinod Mehta's *The Sanjay Story: From Anand Bhavan to Amethi* (Bombay: Jaico, 1978).
48 *The* interview is reproduced in full in Uma Vasudev, *Two Faces of Indian Gandhi* (New Delhi: Vikas Publishing House, 1977), pp. 193-208. Vasudev, who conducted the interview, was editor of Surge.
49 Ibid., pp. 108-10; Dhar, *Indira Gandhi,* pp. 325-9.
50 *Illustrated Weekly of India,* 25 January 1976.
51 *Illustrated Weekly of India,* 15 August, 14 October and 7 and 14 November 1976.
52 Dayal and Bose, *Shah Commission,* pp. 189, 229; Mehta, *The Sanjay Story,* p. 139.
53 Janardhan Thakur, *All the Prime Minister's Men* (New Delhi: Vikas Publishing House, 1977), p. 57; Satyindra Singh, 'Pleasing the Crown Prince', *Sunday Pioneer,* 25 June 2000; Mehta, *The Sanjay Story,* pp. 87, 97, 165.
54 Mehta, *The Sanjay Story,* p. 81.
55 Cf. Emma Tarlo, *Unsettling Memories: Narratives of India's 'Emergency'* (Delhi: Permanent Black, 2003), pp. 80-2, 98, and map after p. 148.
56 Jagmohan, Island¹ *of Truth* (New Delhi: Vikas Publishing House, 1978), pp. 9-10, 182-3 etc.
57 Mehta, *The Sanjay Story;* Thakur, *All the Prime Minister's Men*; and Vasudev, *Two Faces,* all deal at some length with this coterie and its doings.
58 Tarlo, *Unsettling Memories,* p. 140.
59 This account of the Turkman Gate incident is principally based on John Dayal and

Ajoy Bose, *For Reasons of State: Delhi under Emergency* (Delhi: Ess Ess Publications, 1977), chapter 2. But cf. also Mehta, *The Sanjay Story*, pp. 90-5; and Inder Mohan, 'Turkman Gate, Sanjay Gandhi and Tihar Jail', PUCL Bulletin, vol. 5, no. 8, August 1985. Dayal and Bose, as well as Mehta, write that Jagmohan's determination to clear Turkman Gate was in part motivated by the fact of the residents being Muslim - he saw them, apparently, as Pakistani fifth columnists. Jagmohan's own account of the incident is in Island *of Truth,* pp. 144-9.

60 Mohammad Yunus, Persons, Passions and Politics (New Delhi: Vikas Publishing House, 1980), pp. 251-2.
61 Satya *Samachar,* 12 June 1976, in 'Emergency File', Haridev Sharma Papers, NMML.
62 There is a very extensive literature on this subject, which this bare summary by no means does justice to. For an introduction to the complexity of issues involved, see Pravin Visaria, 'Population Policy', Seminar, March 2002.
63 *Illustrated Weekly of India,* 15 August 1976.
64 Mehta, *The Sanjay Story,* p. 112.
65 Ibid., pp. 117-29; Tarlo, *Unsettling Memories,* pp. 80-2, 98, 140, 150-1.
66 Lee I. Schlesinger, 'The Emergency in an Indian Village', Asian *Survey,* vol. 17, no. 7, July 1977.
67 *Satya Samachar, 26* September 1976; news bulletin of Lok Sangharsh Samiti dated 23 November 1976, both in 'Emergency File', Hari Dev Sharma Papers, NMML.
68 Basu, *Underground Literature,* p. 36; Gangadharan et al., Inquisition, pp. 130-3.
69 The locus classicus of this view is the book written by her former Secretary P. N. Dhar on the Emergency. But shades of the argument haunt virtually all the biographies of Mrs Gandhi. See Dhar, *Indira Gandhi,* as well as the biographies by Jayakar, Malhotra, Moraes, and Vasudev cited above.
70 *The Times,* 26 August 1976.
71 John Grigg, Tryst with Despotism', Spectator, 21 August 1976.
72 See the correspondence between Alexander and Mrs Gandhi in File 78, Horace Alexander Papers, Friends House, Euston.
73 Levin's articles are reproduced in full in Rao and Rao, eds., *The Press She Could not Whip,* pp. 124-31, 268-76.
74 Dhar, *Indira Gandhi,* p. 344.
75 Henderson, *Experiment with Untruth,* p. 153; Kuldip Nayar, *The Judgement: Inside Story of the Emergency in India* (New Delhi: Vikas Publishing House, 1977), p. 55.
76 A. M. Rosenthal, 'Father and Daughter: A Remembrance', *New York Times,* 1 November 1984.
77 See Jawaharlal Nehru, *Glimpses of World History* (1934; 4th edn London: Lindsay Drummond, 1949).

23. காங்கிரஸ் இல்லாத வாழ்க்கை

1 S. Devadas Pillai, ed., *The Incredible Elections; 1977: A Blow-by-Blow Document as Reported in the Indian Express* (Bombay: Popular Prakashan, 1977), pp. 19-22, 37-8, 43.
2 Ibid., pp. 74-6, 107-11.
3 *Illustrated Weekly of India,* 6 March 1977.

4   Ajit Bhattacharjea, *Unfinished Revolution: A Political Biography of Jayaprakash Narayan* (New Delhi: Rupa and Co., 2004), pp. 282-3.
5   Pillai, *The Incredible Elections*, pp. 196, 198, 237, 244-5, 247.
6   Inder Malhotra, 'The Campaign that Was', *Illustrated Weekly of India*, 20 March 1977; Javed Alam, *Domination and Dissent: Peasants and Politics* (Calcutta: Mandira, 1985), pp. 63, 65, 98, 168-9.
7   Reports in Pillai, *The Incredible Elections*, pp. 419-22.
8   S. L. M. Prachand, *The Popular Upsurge and the Fall of Congress* (Chandigarh: Abhishek Publications, 1977).
9   Cf. Theodore P. Wright, Jr., 'Muslims and the 1977 Indian Election: A Watershed?', *Asian Survey*, vol. 17, no. 12, December 1977.
10 Indira Gandhi to Fory Nehru, 17 April 1977, copy in Pupul Jayakar Papers, Mumbai.
11 Khushwant Singh, writing in his 'Editor's Page', *Illustrated Weekly of India*, 27 March 1977.
12 Janardhan Thakur, *All the Janata Men* (New Delhi: Vikas Publishing House, 1979), p. 148.
13 See *Himmat*, 30 June 1978.
14 *New York Times*, 22 March 1977, and *Washington Post*, 19 April 1977, both quoted in Baldev Raj Nayar, 'India and the Super Powers: Deviation or Continuity in Foreign Policy?', *Economic and Political Weekly*, 23 July 1977.
15 Ajit Bhattacharjea, 'Janata's Foreign Policy', *Himmat*, 30 December 1977.
16 Cf. press clippings on Carter's visit in File 77, Horace Alexander Papers, Friends House, Euston.
17 Report in *The Times*, 7 November 1977.
18 As recalled in 'When Zia Complimented Vajpayee', *New Indian Express*, 21 February 1999.
19 Cf. report in *Himmat*, 4 November 1977.
20 *Himmat*, 20 January 1978.
21 K. A. Abbas, *Janata in a Jam?* (Bombay: Jaico Publishing House, 1978), p. 84.
22 Ajit Roy, 'West Bengal: Not a Negative Vote', *Economic and Political Weekly*, 2 July 1977.
23 Sunil Sengupta, 'West Bengal Land Reforms and the Agrarian Scene', *Economic and Political Weekly, Review of Agriculture*, June 1981; Atul Kohli, *The State and Poverty in India: The Politics of Reform* (Cambridge: Cambridge University Press, 1987), chapter 3; Prabir Kumar De, *The Politics of Land Reform: The Changing Scene in Rural Bengal* (Calcutta: Minerva Associates, 1994).
24 Narendra Subramanian, *Ethnicity and Populist Mobilization: Political Parties, Citizens and Democracy in South India* (New Delhi: Oxford University Press, 1999), pp. 283-6; K. Mohandas, *MGR: The Man and the Myth* (Bangalore: Panther Publishers, 1992), pp. 11-12, 33-4.
25 *The Guardian*, 12 November 1977.
26 D. D. Thakur, *My Life and Years in Kashmiri Politics* (Delhi: Konark Publishers, 2005), p. 277.
27 Shamim Ahmed Shamim, 'Kashmir', Seminar, April 1978. Cf. also Mir Qasim, *My Life and Times* (New Delhi: Allied Publishers, 1992), pp. 154-5.
28 Gilbert Etienne, *India's Changing Rural Scene, 1963-1979* (Delhi: Oxford University Press, 1982).

29 Useful overviews of Operation Flood are contained in Martin Doornbos and K. N. Nair, eds, *Resources, Institutions and Strategies: Operation Flood and Indian Dairying* (New Delhi: Sage Publications, 1990); Shanti George, *Operation Flood: An Appraisal of Current Indian Dairy Policy* (Delhi: Oxford University Press, 1985).
30 Ashutosh Varshney, *Democracy, Development, and the Countryside: Urban-Rural Struggles in India* (Cambridge: Cambridge University Press, 1998), chapter 4.
31 Cf. ibid, and Ashok Mitra, *Terms of Trade and Class Relations* (London: Frank Cass, 1977).
32 Neerja Chowdhury, 'Sharpening the Battle Lines', Himmat, 23 March 1979; Harry W. Blair, 'Rising Kulaks and Backward Classes in Bihar: Social Change in the Late 1970s', *Economic and Political Weekly*, 12 January 1980.
33 Kalpana Sharma, 'Bihar - the Ungovernable State?', and Rajiv Shankar, 'Why Bihar Remains Poor', both in Himmat, 6 October 1978.
34 Sachidananda, 'Bihar's Experience', Seminar, November 1979.
35 Arun Sinha, 'Class War, Not "Atrocities" against Harijans', Economic and Political Weekly, 10 December 1977; Pravin Sheth, 'In the Countryside', Seminar, November 1979.
36 Atyachar Virodh Samiti, 'The Marathwada Riots: A Report', *Economic and Political Weekly*, 12 May 1979.
37 Owen M. Lynch, 'Rioting as Rational Action: An Interpretation of the April 1978 Riots in Agra', Economic and Political Weekly, 28 November 1981.
38 Pupul Jayakar, *Indira Gandhi: An Intimate Biography* (New York: Pantheon Books, 1993), pp. 253-4, 263-4.
39 Madhu Limaye, *Janata Party Experiment: An Insider's Account of Opposition Politics*, vol. 1 (Delhi: B. R. Publishing Corporation, 1994), p. 451.
40 *New York Times,* 30 October 1977.
41 Cf. Himmat, 10 March 1978.
42 Cf. James Manor, 'Pragmatic Progressives in Regional Politics: The Case of Devaraj Urs', *Economic and Political Weekly,* annual issue, February 1980.
43 Ramesh Chandran, 'The Battle for Chikmaglur', *Illustrated Weekly of India*, 5 November 1978.
44 Granville Austin, *Working a Democratic Constitution: The Indian Experience* (New Delhi: Oxford University Press, 1999), pp. 463-4.
45 This account of the conflicts within Janata and the party's split is based on Aran Gandhi, *The Morarji Papers: Fall of the Janata Government* (New Delhi: Vision Books, 1983); Limaye, *Janata Party Experiment,* vol. 2; Terence J. Byres, 'Charan Singh, 1902-87: An Assessment', Journal *of Peasant Studies,* vol. 15, no. 2, 1987-8; and issues of the *Himmat* weekly throughout 1978 and 1979.
46 Editorial in *Opinion,* 16 October 1979.
47 Indira Gandhi to Fory Nehru, 17 April 1977, in Jayakar Papers, Mumbai. In her own biography (Jayakar, *Indira Gandhi,* p. 303), she quotes this letter but leaves out the crucial last sentence.
48 *Himmat,* 20 July 1979.
49 Jag Parvesh Chandra, *Verdict on Janata* (New Delhi: Metropolitan Book Co., 1979), pp. 26, 96; Thakur, *All the Janata Men,* pp. 148-50.
50 *Himmat,* issues of 6 January and 10 February 1978.
51 Sharad Karkhanis, quoted in Gandhi, *The Morarji Papers,* pp. 97-8.

52 Austin, *Working the Democratic Constitution*, pp. 403-4.
53 *Illustrated Weekly of India*, 6 March 1977.
54 This account is based on Austin, *Working a Democratic Constitution*, pp. 409-30. But cf. also Soli Sorabjee, 'Repairing the Constitution: The Job Remains', *Himmat*, 23 March 1979.
55 Radha Kumar, *The History of Doing: An Illustrated Account of Movements for Women's Rights and Feminism in India, 1860-1990* (New Delhi: Kali for Women, 1993), esp. chapters 6 to 8; Chhaya Datar, *Waging Change: Women Tobacco Workers in Nipani Organise* (New Delhi: Kali for Women, 1989).
56 For details see Ramachandra Guha, *How Much Should a Person Consume? Environmentalism in India and the United States* (Berkeley: University of California Press, 2006), chapter 2, 'The Indian Road to Sustainability'.
57 This account is based on my own interactions with these groups over the past three decades. Unfortunately, there is no history of the civil liberties movement in modern India or studies of its most important groups: such as the People's Union for Civil Liberties and the People's Union for Democratic Rights, both based in Delhi; the pioneering Association for the Protection of Democratic Rights, based in Calcutta; the Committee for the Protection of Democratic Rights, based in Bombay; and the Andhra Pradesh Civil Liberties Committee, based in Hyderabad. Dr Sitarama Kakarala of the National Law School in Bangalore is currently completing a book on the last-named group.
58 Anil Sadgopal and Shyam Bahadur 'Namra', eds, *Sangharh aur Nirman: Shankar Guha Niyogi aur Unka Naye Bharat ka Sapna* (Struggle and Construction: Shankar Guha Niyogi and his Dreams for a New India) (Delhi: Rajkamal Prakashan, 1993).
59 Robin Jeffrey, *India's Newspaper Revolution: Capitalism, Politics and the Indian-Language Press, 1977-99* (London: C. Hurst and Co., 2000).

24. அலங்கோலத்தில் ஜனநாயகம்

1 Walter Schwarz, 'Two-Party Democracy Faces a Test Run', *Guardian*, 14 May 1977.
2 Clipping from the *New York Times*, 4 April 1977; letter to S. K. De, dated 17 June 1977, both in Temp Mss 577/81, Horace Alexander Papers, Friends House, Euston.
3 Horace Alexander to Indira Gandhi, 8 April 1977, ibid.
4 These figures on seats and vote shares come from the statistical supplement to the *Journal of Indian School of Political Economy*, vol. 15, nos 1 and 2, 2003, this part of a special issue on 'Political Parties and Elections in Indian States: 1990-2003', edited by Suhas Palshikar and Yogendra Yadav.
5 Prabhas Joshi, 'And Not Even a Dog Barked', *Tehelka*, 2 July 2005; *India Today*, 1-15 January 1980.
6 See Mervyn Jones, *Chances: An Autobiography* (London: Verso, 1987), p. 271.
7 Moin Shakir, 'Election Participation of Minorities and Indian Political System', *Economic and Political Weekly*, annual issue, February 1980.
8 Nalini Singh, 'Elections as They Really Are', *Economic and Political Weekly*, 24 May 1980.
9 Bashiruddin Ahmad, 'Trends and Options', *Seminar*, April 1980.
10 Typescript of interview with Bobby Harrypersadh, dated 31 May 1980, in Jayakar Papers, Mumbai.
11 *India Today*, 16-31 May 1980.

12 *The Hindu,* 24 June 1980.
13 The *Tribune, 27* October 1980, copy in Pupul Jayakar Papers, Mumbai.
14 *India Today,* 16-31 August, 1980.
15 M. V. Kamath, 'Why Rajiv Gandhi?', *Illustrated Weekly of India,* 31 May 1981.
16 *India Today,* 1-15 December 1981.
17 These paragraphs on the Festival of India are based on the clippings and correspondence in Mss Eur F215/232, OIOC.
18 Rajni Bakshi, *The Long Haul: The Bombay Textile Workers Strike* (Bombay: BUILD Documentation Centre, 1986); Meena Menon and Neera Adarkar, *One Hundred Years, One Hundred Voices: The Mill-workers of Girangaon: An Oral History* (Calcutta: Seagull Books, 2004). The strike, in effect, killed the city's textile industry, with most units being declared 'sick' by the owners or the state. These mill lands are now the subject of much controversy in Bombay, with citizens asking that they be used for working-class housing or for parks, and property speculators hoping to turn them into luxury apartments and shopping malls.
19 Jan Myrdal, *India Waits* (Hyderabad: Sangam Books, 1984).
20 Mahasveta Devi, 'Contract Labour or Bonded Labour?', *Economic and Political Weekly,* 6 June 1981.
21 Darryl D'Monte, 'In Santhal Parganas with Sibu Soren', *Illustrated Weekly of India,* 8 April 1979, and 'The Jharkhand Movement' (in two parts), *Times of India,* 13 and 14 March 1979. For wider historical overviews of the Jharkhand question, see Sajal Basu, *Jharkhand Movement: Ethnicity and Culture of Silence* (Shimla: Indian Institute of Advanced Study, 1984); Susan B. C. Devalle, *Discourses of Ethnicity: Culture and Protest in Jharkhand* (New Delhi: Sage Publications, 1992); Nirmal Sengupta, ed., *Jharkhand: Fourth World Dynamics* (Delhi: Authors Guild, 1982).
22 See Shankar Guha Niyogi, 'Chattisgarh and the National Question', in *Nationality Question in India: Seminar Papers* (Hyderabad: Andhra Pradesh Radical Students Union, 1982).
23 Bertil Lintner, *Land of Jade: A Journey through Insurgent Burma* (Bangkok: White Lotus, 1990), pp. 83-4 and *passim.*
24 'Report of a Fact-Finding Team', chapter 21 in Luingam Luithui and Nandita Haksar, eds, *Nagaland File: A Question of Human Rights* (New Delhi: Lancer International, 1984).
25 Personal communication from P. Sainath, who was covering Andhra Pradesh politics at the time.
26 *Times of India,* 30 March 1982; *Sunday,* 16 January 1983.
27 See interview with NTR in *Sunday,* 12 December 1982.
28 *Times of India,* 10 January 1983.
29 M. Ramchandra Rao, 'NTR - Victim of His Own Charisma?', *Janata,* 24 April 1983.
30 *Indian Express,* 15 September 1983.
31 Myron Weiner, Sons *of the Soil: Migration and Ethnic Conflict in India* (Princeton: Princeton University Press, 1978), chapter 3; Alaka Sarmah, *Immigration and Assam Politics* (Delhi: Ajanta Books, 1999); Anindita Dasgupta, 'Denial and Resistance: Sylhet Partition Refugees in Assam', *Contemporary South Asia,* vol. 10, no. 3, 2001.
32 Amalendu Guha, 'Little Nationalism Turned Chauvinist: Assam's Anti-Foreigner Upsurge 1979-80', *Economic and Political Weekly,* annual issue, October 1980.
33 Sanjib Baruah, *India against Itself: Assam and the Politics of Nationality* (Philadelphia: University of Pennsylvania Press, 1999), esp. chapter 5; Tilotomma Misra, 'Assam and the National Question', in *Nationality Question in India;* Udayon Misra, *The*

Periphery Strikes Back: Challenges to the Nation-State in Assam and Nagaland (Shimla: Indian Institute of Advanced Study, 2000), chapters 4 and 5.

34 Chaitanya Kalbagh, 'The North-East: India's Bangladesh?', *India Today*, 1-15 May 1980.

35 *Economic Times*, 3 November 1980.

36 Quoted in the *Times of India*, 30 July 1980.

37 See T. S. Murty, *Assam, the Difficult Years: A Study of Political Developments in 3979-83* (New Delhi: Himalayan Books, 1983).

38 Devdutt, 'Assam Agitation: It Is not the End of the Tunnel', *The Financial Express*, 8 October 1980.

39 A wide-ranging and still valuable collection of essays on Sikh political history is Paul Wallace and Surendra Chopra, eds, *Political Dynamics of Punjab* (Amritsar: Guru Nanak Dev University Press, 1981).

40 There are various versions of the Anandpur Sahib Resolution. I have here used the text as authenticated by Sant Harcharan Singh Longowal and printed in *White Paper on the Punjab Agitation* (New Delhi: Government of India Press, 1984), pp. 67-90.

41 This account of the Punjab dispute draws upon the following books and articles: Robin Jeffrey, *What's Happening to India: Punjab, Ethnic Conflict and the Test for Federalism*, 2nd edn (Basingstoke: Macmillan, 1994); Chand Joshi, *Bhindranwale: Myth and Reality* (New Delhi: Vikas Publishing House, 1984); Anup Chand Kapur, *The Punjab Crisis* (Delhi: S. Chand and Co, 1985); Ram Narayan Kumar, *The Sikh Unrest and the Indian State* (Delhi: Ajanta Publishers, 1997); Mark Tully and Satish Jacob, *Amritsar: Mrs Gandhi's Last Battle* (London: Pan Books, 1985); Satindef Singh, *Khalistan: An Academic Analysis* (New Delhi: Amar Prakashan, 1982); Harjot Oberoi, 'Sikh Fundamentalism: Translating History into Theory', in Martin E. Marty and R. Scott Appleby, eds, *Fundamentalisms and the State* (Chicago: University of Chicago Press, 1996); Hamish Telford, The Political Economy of Punjab: Creating Space for Sikh Militancy', *Asian Survey*, vol. 32, no. 11, November 1992.

42 Cf. the suggestive analysis of Bhindranwale's sermons in Mark Juergensmeyer, 'The Logic of Religious Violence: The Case of the Punjab', Contributions *to Indian Sociology*, new series, vol. 22, no. 1, 1988.

43 Ayesha Kagal, quoted in Paul Wallace, 'Religious and Ethnic Politics: Political Mobilization in Punjab', in Francine R. Frankel and M. S. A. Rao, eds, *Dominance and State Power in India: Decline of a Social Order*, vol. 2 (Delhi: Oxford University Press, 1990), p. 451.

44 See profile of Bhindranwale in *India Today*, 1-15 October 1981; Murray J. Leaf, *Song of Hope: The Green Revolution in a Panjab Village* (New Brunswick: Rutgers University Press, 1984), chapter 7, 'Religion'.

45 Clipping in Mss Eur F230/36, OIOC.

46 *Indian Express*, 21 September 1981.

47 The verdicts, respectively, of Tully and Jacob, *Amritsar*, p. 71, and Joshi, *Bhindranwale*, p. 90.

48 For an insightful contemporary account of the pressures on the Akalis to become more extreme, see Gopal Singh, 'Socio-economic Bases of the Punjab Crisis', Economic *and Political Weekly*, 7 January 1984.

49 Interview with Madhu Jain in *Sunday*, 4 September 1983; Rajinder Puri, 'Remembering 1984', National Review, November 2003.

50 Anne Vaugier-Chatterjee, *Histoire Politique du Pendjab de 1947 à nos Jours* (Paris: L'Harmattan, 2001), pp. 158f.

51 On the significance of the Akal Takht, see Madanjit Kaur, *The Golden Temple: Past and Present* (Amritsar: Guru Nanak Dev University Press, 1983), pp. 268-70.

52 Paul Wallace, 'Religious and Secular Politics in Punjab: The Sikh Dilemma in Competing Political Systems,' in Wallace and Chopra, *Political Dynamics of Punjab,* pp. 1-2.

53 M. J. Akbar, *Riot after Riot: Reports on Caste and Communal Violence in India* (New Delhi: Penguin India, 1988).

54 Achyut Yagnik, 'Spectre of Caste War', Economic and Political *Weekly,* 28 March 1981; Pradip Kumar Bose, 'Social Mobility and Caste Violence: A Study of the Gujarat Riots', *Economic and Political Weekly,* 18 April 1981.

55 Quoted in Moin Shakir, 'An Analytical View of Communal Violence', in Asghar Ali Engineer, ed., *Communal Riots in Post-Independence India,* 2nd edn (Hyderabad: Sangam Books, 1991), p. 95.

56 Individual studies of these riots are contained in Akbar, *Riot after Riot;* Engineer, *Communal Riots*; in the reports of civil liberties groups and in articles published in the *Economic and Political Weekly* during these years.

57 The following paragraphs, identifying and enumerating these themes, are based on my own reading of the literature; but see also Asghar Ali Engineer, 'An Analytical Study of the Meerut Riots', PUCL Bulletin, vol. 3, no. I.January 1983.

58 George Mathew, 'Politicisation of Religion: Conversions to Islam in Tamil Nadu', *Economic and Political Weekly,* 19 June 1982.

59 See M. J. Akbar, *India: The Siege Within* (Harmondsworth: Penguin Books, 1985), pp. 197ff.

60 Cf. Balraj Puri, 'Who is Playing with National Interest?', *Economic and Political Weekly,* 11 February 1984.

61 Lt. Gen. K. S. Brar, *Operation Blue Star: The True Story* (New Delhi: UBS Publishers, 1987), pp. 35-7. Since he led the operation, and since all journalists had been evacuated beforehand, Brar's book is essential in any reconstruction of Operation Bluestar. However, it should be read alongside Tully and Jacob, *Amritsar,* this based on interviews with eyewitnesses and survivors.

62 Brar, *Operation Bluestar,* p. 91.

63 Ibid., pp. 126-7.

64 Lt. Gen. J. S. Aurora, 'If Khalistan Comes, the Sikhs will be the Losers', in Patwant Singh and Harji Malik, eds, *Punjab: The Fatal Miscalculation* (New Delhi: Patwant Singh, 1985), p. 133.

65 J. S. Grewal, *The Sikhs of the Punjab,* 2nd edn (Cambridge: Cambridge University Press, 1999), p. 227.

66 Shahnaz Anklesaria, 'Fall-out of Army Action: A Field Report', Economic *and Political Weekly,* 28 July 1984.

67 Sten Widmalm, 'The Rise and Fall of Democracy in Jammu and Kashmir, 1975-1989', in Amrita Basu and Atul Kohli, eds, *Community Conflicts and the State in India* (Delhi: Oxford University Press, 1988); B. K. Nehru, *Nice Guys Finish Second* (New Delhi: Viking, 1997), pp. 627-41.

68 *The Week,* 26 August 1984.

69 Indira Gandhi to Erna Sailer, 20 October 1984, copy in Jayakar Papers, Mumbai.

70 Pupul Jayakar, '31 October', typescript in ibid.

71 This account of the anti-Sikh riots in Delhi is based on two works deservedly regarded as classics: Anon., *Who are the Guilty? Report of a Joint Inquiry into the Cause and Impact of the Riots in Delhi from 31 October to 10 November* (Delhi:

PUDR and PUCL, 1984); Uma Chakravarti and Nandita Haksar, *The Delhi Riots: Three Days in the Life of a Nation* (New Delhi: Lancer International, 1987). I have also drawn upon conversations with friends and colleagues who were active in providing relief after the riots.

72 'The Violent Aftermath', *India Today,* 30 November 1984.
73 'Indira Gandhi's Bequest', *Economic and Political Weekly,* 3 November 1984.
74 Daniel Sutherland, 'India Seen Facing Era of Uncertainty', *New York Times,* 1 November 1984; Henry Trewhitt, 'U.S. Fears Assassination may bring Chaos in India, Rivalry in South Asia', *The Sun,* 1 November 1984.

25. இந்த மகனும் எழுகிறான்

1 *Times of India,* 4 December 1984.
2 *Times of India,* 14 December 1984.
3 Praful Bidwai, 'What Caused the Pressure Build-Up', *Times of India,* 26 December 1984.
4 Radhika Ramaseshan, 'Profit against Safety', *Economic and Political Weekly,* 22-29 December 1984; *Indian Express,* 5 December 1984. The Bhopal tragedy has had a tortured and still continuing afterlife, with the survivors and their families ranged against the government (accused of providing insufficient medical relief) and Union Carbide (accused of paying paltry amounts of compensation).
5 Hari Jaisingh, *India after Indira: The Turbulent Years (1984-1989)* (New Delhi: Allied Publishers, 1989), pp. 19-20; *Business India,* 17-30 December 1984.
6 Harish Khare, 'The State Goes-Macho', Seminar, January 1985.
7 Mani Shankar Aiyar, *Remembering Rajiv* (Calcutta: Rupa and Co., 1992), p. 53.
8 Harish Puri, 'Punjab: Elections and After', *Economic and Political Weekly,* 5 October 1985; *India Today,* 15 September and 15 October 1985.
9 *India Today,* 15 September 1985 and 15 January 1986; *Sunday,* 29 December-4 January 1986.
10 See Lalchungnunga, Mizoram: *Politics of Regionalism and National Integration* (New Delhi: Reliance Publishing House, 2002), Appendix D; report in *Sunday,* 20-26 July 1986.
11 'Mizoram: Quest for Peace', *India Today,* 31 July 1986.
12 S. S. Gill, *The Dynasty: A Political Biography of the Premier Ruling Family of Modern India* (New Delhi: HarperCollins India, 1996), pp. 394-5.
13 *Business India,* December 31 1984-January 13 1985.
14 Shubhabrata Bhattacharya, 'Rajiv Gandhi's Discovery of India', *Sunday,* 22-28 September 1985.
15 See judgment in Criminal Appeal No. 103 of 1981, decided on 23 April 1985 *(Mohd. Ahmed Khan v. Shah Bano and Others), Supreme Court Cases* (1985), 2 SCC, pp. 556-74.
16 Hutokshi Doctor, 'Shah Bano: Brief Glory', *Imprint,* May 1986.
17 See Danial Latifi, 'Muslim Law', in Alice Jacob, ed., *Annual Survey of Indian Law,* vol. 21 (New Delhi: The Indian Law Institute, 1985).
18 *Lok Sabha Debates,* 23 August 1985.
19 Ritu Sarin, 'Shah Bano: The Struggle and the Surrender', *Sunday,* 1-7 December 1985.

20 E.g. editorial in *The Statesman*, 19 December 1985.
21 *Indian Express*, 21 December 1985.
22 Vasudha Dhagamwar, 'After the Shah Bano Judgement - II', Times *of India,* 11 February 1986.
23 See Eve's *Weekly,* issue of 29 March-4 April 1986.
24 R. D. Pradhan, *Working with* Rajiv *Gandhi* (New Delhi: HarperCollins India, 1995), j pp. 130-1.
25 Peter Van der Veer, Gods on *Earth: The Management of Religious Experience and Identity in a North Indian Pilgrimage Centre* (London: The Athlone Press, 1988), especially chapter 1, and '"God Must Be Liberated": A Hindu Liberation Movement in Ayodhya', *Modern Asian Studies,* vol. 21, no. 2, 1987. Ayodhya's sister town, Faizabad, gives its name to the district. The official who passed the verdict was technically the district judge of Faizabad.
26 Saifuddin Chowdhury, quoted in *Sunday,* 9-15 March 1986.
27 See articles by Neeraja Chowdhury in *The Statesman*, 20 April and 1 may 1986, reproduced in A.G.Noorani, ed., *The Babri Masjid Question,* 31, May 1986.
28 Inderjit Badhwar, 'Hindus : Millitant Revivalism', *India Today*, 31 May 1986.
29 Sant Ramsharaan Das of Banaras, writing in May 1989, quoted in Manjari Katju, *Viswa Hindu Parishad and Indian Politics* (Hyderabad: Orient Longman, 2003) p73.
30 *India Today,* 15 March 1986; *Sunday,* 25-31 January 1987.
31 Cf. Rajni Bakshi, 'The Rajput Revival', *Illustrated Weekly of India,* 1 November 1987.
32 This figure comes from David Page and William Crawley, *Satellites over South Asia: Broadcasting, Culture and the Public Interest* (New Delhi: Sage Publications, 2001), p. 56.
33 Arvind Rajagopal, *Politics after Television: Religious Nationalism and the Reshaping of the Indian Public* (Cambridge: Cambridge University Press, 2001), p. 84.
34 Sevanti Ninan, *Through the Magic Window: Television and Change in India* (New Delhi: Penguin India, 1995), pp. 6-8.
35 Philip Lutgendorf, 'Ramayan: The Video', *Drama Review,* vol. 34, no. 2, 1990, p. 128.
36 Robin Jeffrey, 'Media Revolution and "Hindu Politics" in North India, 1982-99', *Himal,* July 2001, emphasis added.
37 Interview in *Financial Express,* quoted in Supriya Roychowdhury, 'State and Business in India: The Political Economy of Liberalization, 1984-89', unpublished PhD dissertation, Department of Politics, Princeton University, pp. 100-1. Cf. also Stanley A. Kochanek, 'Regulation and Liberalization in India', *Asian Survey,* vol. 26, no. 12, 1986.
38 H. K. Paranjape, 'New Lamps for Old! A Critique of the "New Economic Policy"', *Economic and Political Weekly, 7* September 1985.
39 Cf. reports in *India Today,* 15 March and 15 April 1985.
40 T. N. Ninan, 'Rise of the Middle Class', *India Today,* 31 December 1985. See also 'The Rising Affluence of the Middle Class', *Sunday,* 29 October-1 November 1986.
41 Roychowdhury, 'State and Business in India', pp. 73, 122.
42 T. N. Ninan and Jagannath Dubashi, 'Dhirubhai Ambani: The Super Tycoon', *India Today,* 30 June 1985; T. N. Ninan, 'Reliance: Under Pressure', *India Today,* 15

August 1986; Perez Chandra, 'Reliance: The Man Behind the Legend', *Business India*, 17-30 June 1985; Paranjoy Guha Thakurta, 'The Two Faces of Dhirubhai Ambani', Seminar, January 2003.

43 'Crony Capitalism', *Sunday*, 2-8 October 1988; Teesta Setalvad, 'Pawar, Politics and Money', *Business India*, 10-23 July 1989; Sankarshan Thakur, 'How Corrupt Is Bhajan Lal?', *Sunday*, 21-27 July 1985.

44 Indranil Banerjie, 'The New Maharajahs', *Sunday*, 17-23 April 1988.

45 Niraja Gopal Jayal, *Democracy and the State: Welfare, Secularism and Development in Contemporary India* (Delhi: Oxford University Press, 1999), pp. 46ff.; The Wretched of Kalahandi', *Sunday*, 19-25 January 1986.

46 R. Jagannathan, 'Welcome to Hard Times', *Sunday*, 6-12 September 1987.

47 M. V. Nadkarni, *Farmers' Movements in India* (New Delhi: Allied Publishers, 1987); special issue on 'New Farmers' Movements in India', Journal *of Peasant Studies*, vol. 21, no. 2, 1993-4.

48 Vijay Naik and Shailaja Prasad, 'On Levels of Living of Scheduled Castes and Scheduled Tribes', *Economic and Political Weekly*, 28 July 1984.

49 Tanka B. Subba, Ethnicity, *State and Development: A Case Study of the Gorkhaland Movement in Darjeeling* (New Delhi: Har-Anand Publications, 1992); 'Peace in the Angry Hills?', *Sunday*, 24-30 July 1988.

50 *Sunday*, 27 August-2 September 1989; *India Today*, 15 September 1989; *Business India*, 26 June-9 July 1989.

51 *Sunday*, 25-31 January 1987 and 28 August-3 September 1988.

52 Shekhar Gupta, 'Punjab Extremists: Calling the Shots', *India Today*, 28 February 1986.

53 See *India Today*, issues of 30 April 1986 and 15 September 1988; *Sunday*, 3-9 January 1986. The violation of human rights by the police in Punjab throughout the 1980s and 1990s is extensively documented in Ram Narayan Kumar et al., *Reduced to Ashes: The Insurgency and Human Rights in Punjab* (Kathmandu: South Asia Forum for Human Rights, 2003).

54 Reports in *Sunday*, 19-25 May 1985, 19-25 July 1987 and 20-26 March and 1-7 June 1988 and in *India Today*, 15 June and 31 December 1986.

55 Shekhar Gupta and Vipin Mudgal, 'Operation Black Thunder: A Dramatic Success', *India Today*, 15 June 1988.

56 Interview in *India Today*, 30 November 1986.

57 Sten Widmalm, 'The Rise and Fall of Democracy in Jammu and Kashmir, 1975-1989', in Amrita Basu and Atul Kohli, eds, *Community Conflicts and the State in India* (Delhi: Oxford University Press, 1988), pp. 167 ff.

58 *Sunday*, 9-15 July 1989.

59 For which see, among other works, A. Jeyaratnam Wilson, *Sri Lankan Tamil Nationalism: Its Origins and Development in the 19th and 20th Centuries* (London: C. Hurst and Co., 2000); Sankaran Krishna, *Postcolonial Insecurities: India, Sri Lanka, and the Question of Nationhood* (Delhi: Oxford University Press, 2000).

60 Shekhar Gupta, 'Operation Pawan: In a Rush to Vanquish', *India Today*, 31 January 1988.

61 Lt. Gen. S. C. Sardeshpande, *Assignment Jaffna* (New Delhi: Lancer, 1992), preface.

62 Krishna, *Postcolonial Insecurities*, p. 154 and *passim*.

63 See Gill, *Dynasty*, pp. 474-7.

64 See report in *India Today,* 15 June 1989.
65 Cover story on 'The Ugly Indian', *Sunday,* 12-18 July 1987.
66 See report in *Sunday,* 28 September-4 October 1988.
67 Nilanjan Mukhopadhyay, *The Demolition: India at the Crossroads* (New Delhi: Harper Collins India, 1994), pp. 260-2; Christophe Jaffrelot, *The Hindu Nationalist Movement and Indian Politics, 1925 to the 1990s* (New Delhi: Penguin India, 1999), pp. 383ff.
68 See People's Union for Democratic Rights, *Bhagalpur Riots* (New Delhi: PUDR, 1990).
69 Chitra Subramaniam, *Bofors: The Story Behind the News* (New Delhi: Viking, 1993).
70 *India Today,* 31 March and 15 October 1988; *Sunday,* 30 October-5 November 19
71 This 'Defamation Bill' is discussed in M. V. Desai, 'The Indian Media', in Marshall! M. Bouton and Philip Oldenburg, eds, *India Briefing, 1989* (Boulder: Westview Press, 1989).
72 *India Today,* 15 January 1989.
73 *Sunday,* 12-18 March 1989.
74 Indranil Banerjie, 'Mera Dynasty Mahan', *Sunday,* 1-7 October 1989.
75 See *India Today,* 31 October 1989; *Sunday,* 12-18 November 1989.
76 Vir Sanghvi, 'A Vote for Change', *Sunday,* 3-9 December 1989.
77 *Sunday,* 16-22 June 1985.
78 Kewal Varma, The Politics of V. P. Singh', *Sunday,* 19-25 April 1987.
79 T. S. Murty, *Assam, The Difficult Years: A Study of Political Developments in 1979-83* (New Delhi: Himalayan Books, 1983), p. vi.
80 Lt. Gen. K. S. Brar, *Operation Blue Star: The True Story* (New Delhi: UBS Publishers, 1987), p. 4.

26. உரிமைகள்

1 M. N. Srinivas, 'Caste in Modern India', Presidential Address to the Section of Anthropology and Archaeology, in *Proceedings of the Indian Science Congress, Calcutta, 1957,* part II, pp. 123-42.
2 The press reactions to his talk are discussed in M. N. Srinivas, *Caste in Modern India and Other Essays* (Bombay: Asia Publishing House, 1962), Introduction.
3 Cf. Andre Beteille, *Society and Politics in Modern India* (London: The Athlone Press, 1991), and 'Caste and Colonial Rule', *The Hindu,* 4 March 2002.
4 The political assertion of the backward castes during the 1960s and 70s is usefully described in Christophe Jaffrelot, *India's Silent Revolution: The Rise of the Low Castes in North Indian Politics* (Delhi: Permanent Black, 2003). See also D. L. Sheth, 'Secularisation of Caste and Making of New Middle Class', *Economic and Political Weekly,* 21-28 August 1999.
5 *Report of the Backward Classes Commission* (Delhi: Controller of Publications, 1980), vol. 1, p. 57.
6 Andre Beteille, 'Distributive Justice and Institutional Wellbeing', *Economic and Political Weekly,* special issue, March 1991; Dharma Kumar, 'The Affirmative Action Debate in India', *Asian Survey,* vol. 32, no. 3, March 1992; Norio Kondo, The Backward Classes Movement and Reservation in Tamil Nadu and Uttar Pradesh: A Comparative Perspective', in Mushirul Hasan and Nariaki Nakazato, eds, *The Unfinished Agenda: Nation-Building in South Asia* (Delhi: Manohar, 2001).

7   Jaffrelot, *India's Silent Revolution*, pp. 345-7.
8   See Paranjoy Guha Thakurta and Shankar Raghuraman, *A Time of Coalitions: Divided We Stand* (New Delhi: Sage Publications, 2004).
9   Surendra Malik, comp., *Supreme Court Mandal Commission Case, 1992* (Lucknow: Eastern Book Co., 1992), pp. 180, 196, 379, 387, 412, 424 etc.
10 'In Search of the Messiah', *Sunday*, 31 August-6 September 1988.
11 Jaffrelot, *India's Silent Revolution*, chapter 11.
12 Ghanshyam Shah, ed., *Dalits and the State* (New Delhi: Concept Publishing Co., 2002).
13 This account of Kanshi Ram and the rise of the BSP draws upon Sudha Pai, *Dalit Assertion and the Unfinished Democratic Revolution: The Bahujan Samaj Party in Uttar Pradesh* (New Delhi: Sage Publications, 2002); Kanchan Chandra, *Why Ethnic Parties Succeed: Patronage and Ethnic Head Counts in India* (Cambridge: Cambridge University Press, 2004), chapter 8.
14 Badri Narayan, 'Heroes, Histories and Booklets', *Economic and Political Weekly*, 13 October 2001.
15 Pai, *Dalit Assertion*, pp. 95-7; Shikha Trivedy, 'Mayawati', essay to be published in a forthcoming volume on Indian women politicians edited by Malavika Singh.
16 James Cameron, *An Indian Summer* (London: Macmillan, 1974), p. 122.
17 André Béteille, 'The Scheduled Castes: An Inter-Regional Perspective', *Journal of Indian School of Political Economy*, vol. 12, nos 3 and 4, 2000.
18 Hugo Gorringe, *Untouchable Citizens: Dalit Movements and Democratisation in Tamil Nadu* (New Delhi: Sage Publications, 2005), p. 112.
19 The posthumous political importance of Ambedkar awaits a serious scholarly analysis. For clues to how important he is to the Dalit consciousness today see, among other works: Chandra Bhan Prasad, *Dalit Diary: 1999-2003* (Chennai: Navayana Publishing, 2004); Fernando Franco, Jyotsna Macwan and Suguna Ramanathan, Journeys to *Freedom: Dalit Narratives* (Kolkata: Samya, 2004).
20 See the reports authored by and collected in S. Viswanathan, *Dalits in Dravidian Land* (Chennai: Navayana Publishing, 2005). Cf. also Haruka Yanagisawa, *A Century of Change: Caste and Irrigated Lands in Tamilnadu, 1860s-1970s* (New Delhi: Manohar, 1996), chapter 7.
21 People's Union for Democratic Rights, *Jhajhar Dalit Lynching: The Politics of Cow Protection in Haryana* (New Delhi: PUDR, 2003).
22 Cf. Mark Juergensmeyer, *Religion as Social Vision: The Movement against Untouchability in 20th-century Punjab* (Berkeley: University of California Press, 1982); Harish K. Puri, 'Scheduled Castes in Sikh Community: A Historical Perspective', *Economic and Political Weekly*, 28 June 2003.
23 Ronki Ram, 'Limits of Untouchability, Dalit Assertion and Caste Violence in Punjab', in Harish K. Puri, ed., *Dalits in Regional Context* (Jaipur: Rawat Publications, 2004); Surinder S. Jodhka and Prakash Louis, 'Caste Tensions in Punjab: Talhan and Beyond', *Economic and Political Weekly*, 12 July 2003.
24 Shashi Bhushan Singh, 'Limits to Power: Naxalism and Caste Relations in a South Bihar Village', *Economic and Political Weekly*, 16 July 2005.
25 Mukul, 'The Untouchable Present: Everyday Life of Musahars in North Bihar', *Economic and Political Weekly*, 4 December 1999.
26 Bela Bhatia, 'The Naxalite Movement in Central Bihar', unpublished PhD thesis, Faculty of Social and Political Studies, Cambridge University, 2000. Also Bhatia,

'The Naxalite Movement in Central Bihar', *Economic and Political Weekly*, 9 April 2005.

27 See *Labour File*, vol. 4, nos 5 and 6, 1998, p. 39.

28 Bhatia, 'The Naxalite Movement' (thesis), pp. 134, 87 (my translation).

29 C. P. Surendran, 'On the Run with the Ranvir Sena', *Sunday Times of India*, 26 February 1999.

30 See *The Hindu*, 14 November 2005.

31 People's Union for Democratic Rights, *Satpura ki Ghati: People's Struggle in Hoshangabad* (New Delhi: PUDR, 1992).

32 See Rahul, 'The Bhils: A People Under Threat', *Humanscape*, vol. 8, no. 8, September 2001; various issues of *Budhan: The Denotified and Nomadic Tribes Rights Action Group Newsletter*.

33 See Amita Baviskar, *In the Belly of the River: Adivasi Battles over 'Development' in the Narmada Valley* (New Delhi: Oxford University Press, 1995); Jean Dreze, Meera Samson and Satyajit Singh, eds, *The Dam and the Nation* (New Delhi: Oxford University Press, 1998).

34 *India Today*, 31 December 1999.

35 Manoj Joshi, *The Lost Rebellion: Kashmir in the Nineties* (New Delhi: Penguin Books, 1999), chapters 1 and 2. See also Tavleen Singh, *Kashmir: A Tragedy of Errors* (New Delhi: Viking, 1995).

36 Smita Gupta, 'The Rise and Rise of Terrorism in Kashmir', *The Telegraph* (Kolkata), 21 April 1990.

37 Victoria Schofield, *Kashmir in Conflict* (London: I. B. Tauris, 1999), p. 147.

38 These headlines are taken from various news reports filed in the Centre for Education and Documentation, Bangalore.

39 *The Telegraph* (Kolkata), 27 May 1990; Joshi, *The Lost Rebellion*, pp. 72-3.

40 See 'Urgent Action' reports of Amnesty International, nos UA 102 and 108 of 1991, copies in the files of the Centre for Education and Documentation, Bangalore.

41 V. M. Tarkunde et al., 'Report on Kashmir Situation', in Asghar Ali Engineer, ed., *Secular Crown on Fire: The Kashmir Problem* (Delhi: Ajanta Publications), pp. 210-23.

42 For which see Chandana Bhattacharjee, *Ethnicity and Autonomy Movement; Case of Bodo-Kacharis of Assam* (New Delhi: Vikas Publishing House, 1996); Sudhir Jacob George, 'The Bodo Movement in Assam: Unrest to Accord', *Asian Survey*, vol. 34, no. 10, October 1994.

43 Sanjoy Hazarika, *Strangers of the Night: Tales of War and Peace from India's* Northeast (New Delhi: Penguin Books, 1995), pp. 167-226. Cf. also Sanjib Baruah, 'The State and Separatist Militancy in Assam: Winning a Battle and Losing the War?', *Asian Survey*, vol. 34, no. 10, October 1994.

44 Anindita Dasgupta, 'Tripura's Brutal Cul de Sac', *Himal*, December 2001.

45 Bhagat Oinam, 'Patterns of Ethnic Conflict in the North-East: A Study on Manipur', *Economic and Political Weekly*, 24 May 2003; U. A. Shimray, 'Socio- political Unrest in the Region Called North-East India', *Economic and Political Weekly*, 16 October 2004.

46 These quotes are from interviews with Muivah in the *Times of India*, 2 March 2005; and in The *Hindu*, 29 April 2005.

47 See J. B. Lama, 'Naga Peace: Will the Factions Fall in?', *The Statesman*, 18 May 1999.

48 Seema Hussain, 'Manipur: Burning Anger', *The Week*, 1 July 2001.

49 R. K. Ranjan Singh, 'Refugee Problem in Manipur: A Smouldering Volcano', *Grassroots Options,* November-December 1996; Deepak K. Singh, 'Stateless Chakmas in Arunachal Pradesh: From "Rejected People" to "Unwanted Migrants"', *Social Sciences Research Journal,* vol. 9, no. 1, 2001; Walter Fernandes, 'IMDT Act and Immigration in North-Eastem India', *Economic and Political Weekly,* 23 July 2005.

50 Rishang Keishing, quoted in Ved Marwah, Uncivil *Wars: Pathology of Terrorism in India* (New Delhi: HarperCollins India, 1995), p. 295.

51 N. Lokendra Singh, 'Women, Family, Society and Politics in Manipur (1970-2000)', *Contemporary India,* vol. 1, no. 4, 2002.

52 People's Union for Democratic Rights, *Why the AFSPA Must Go* (New Delhi: PUDR, 2005); front-page photographs in *The Telegraph* (Kolkata), 16 July 2004; Sushanta Talukdar, 'Manipur on Fire', Frontline, 10 September 2004.

53 Nirmala Ganapathy, 'Billionth baby put through hell', New *Indian Express,* 12 May 2000.

54 Mahendra K.Premi, 'The Missing Girl Child', *Economic and Political Weekly,*

26 May 2001; P. N. Mari Bhatt, 'On the Trail of "Missing" Indian Females' (in two parts), *Economic and Political Weekly,* 21 and 28 December 2002.

55 Ravinder Kaur, 'Across-Region Marriages: Poverty, Female Migration and the Sex Ratio', *Economic and Political Weekly,* 19 June 2004; Prem Chowdhry, 'Crisis of Masculinity in Haryana: The Unmarried, the Unemployed and the Aged', *Economic and Political Weekly,* 3 December 2005.

56 See the data collated and analysed in Preet Rustogi, 'Significance of Gender-Related Development Indicators: An Analysis of Indian States', *Indian Journal of Gender Studies,* vol. 11, no. 3, 2004.

57 Although it was published more than a decade ago, Radha Kumar's *A History of Doing: An Illustrated Account of Movements for Women's Rights and Feminism in India, 1860-1990* (New Delhi: Kali for Women, 1993) remains the best single guide to the history of the Indian women's movement. But one must also mention the work of the magazine *Manushi,* now thirty years old, and of the publishing house Kali for Women, which has produced more than a hundred books on themes as varied as the law, the environment, social protest and the economy.

58 Quoted in the *New Indian Express,* 30 August 2005. See also Bina Agarwal, *A Field of One's Own: Gender and Land Rights in South Asia* (Cambridge: Cambridge University Press, 1994); Asha Nayar-Basu, 'Of Fathers and Sons', *The Telegraph* (Kolkata), 11 October 2005.

59 Anon., 'A Blueprint for Mizoram', Grassroots Options, monsoon 1999; Sudipta Bhattacharjee, 'How to be Thirteenth Time Lucky', *The* Telegraph (Kolkata), 30 June 1999; Nitin Gokhale, 'Meghna Naidu in Aizawl', *Tehelka,* 9 October 2004.

60 Sarabjit Singh, *Operation Black Thunder: An Eyewitness Account of Terrorism in Punjab* (New Delhi: Sage Publications, 2002), esp. chapters 22-30.

61 See Anne Vaugier-Chatterjee, 'Strains on Punjab Governance: An Assessment of the Badal Government (1997-1999)', *International Journal of Punjab Studies,* vol. 7, no. 1, 2000.

62 See The Dynamic Sikhs', cover story in Outlook, 29 March 1999.

63 Singh, Operation *Black Thunder,* p. 338.

27. கலவரங்கள்

1 Guru Golwalkar, 'Total Prohibition of Cow-Slaughter', *Hitavada, 26* October 1952

emphasis in original.
2. Richard H. Davis, 'The Iconography of Rama's Chariot', in David Ludden, ed., *Making India Hindu: Religion, Community, and the Politics of Democracy in India*, 2nd edn (New Delhi: Oxford University Press, 1996).
3. Ibid., p. 46.
4. Christophe Jaffrelot, *The Hindu Nationalist Movement and Indian Politics, 1925 to the 1990s* (New Delhi: Penguin India, 1999), pp. 420-2.
5. See Paul Brass, *The Production of Hindu-Muslim Violence in Contemporary India* (Nf Delhi: Oxford University Press, 2003), pp. 110-23.
6. See Manjari Katju, *Vishva Hindu Parishad and Indian Politics* (Hyderabad: Orient Longman, 2003), p. 65.
7. Madhav Godbole, *Unfinished Innings; Recollections and Reflections of a Civil Servant* (Hyderabad: Orient Longman, 1996), pp. 344-53.
8. See P. V. Narasimha Rao, *Ayodhya: 6 December 1992* (New Delhi: Viking, 2006), pp. 99-100.
9. Godbole, *Unfinished Innings*, p. 363.
10. Quoted in *Sunday*, 6-12 December 1992.
11. This account of the demolition of the Babri Masjid is based, in the main, on Dilip Awasthi, 'A Nation's Shame', *India Today*, 31 December 1992. But see also Harinder Baweja, Today, 10 Years Ago: What Really Happened', *Asian Age*, 6 December 2002.
12. The conversation was reported in Sunday, 13-19 December 1992.
13. K. R. Malkani, *The Politics of Ayodhya and Hindu-Muslim Relations* (New Delhi: Har-Anand Publications, 1993), pp. 3-4.
14. Quoted in Venkitesh Ramakrishnan, 'The Wrecking Crew', *Frontline*, 1 January 1993.
15. Arun Shourie, The Buckling State', in Jitendra Bajaj, ed., *Ayodhya and the Future India* (Madras: Centre for Policy Studies, 1993), pp. 47-70.
16. Francine R. Frankel, *India's Political Economy, 1947-2004: The Gradual Revolution*, 2nd edn(New Delhi: Oxford University Press, 2005), pp.714-15.
17. 'Bloody Aftermath', *India Today*, 31 December 1992.
18. Clarence Fernandez and Naresh Fernandes, The Winter of Discontent', in Dileep Padgaonkar, ed., *When Bombay Burned* (New Delhi: UBSPD, 1993), pp. 12-41.
19. Kalpana Sharma, 'Chronicle of a Riot Foretold', in Sujata Patel and Alice Thorner, eds, *Bombay: Metaphor for Modern India* (Delhi: Oxford University Press, 1999), p. 277.
20. Translated from the Marathi and quoted in Vaibhav Purandare, *The Sena Story* (Mumbai: Business Publications, 1999), p. 369.
21. Clarence Fernandez and Naresh Fernandes, 'A City at War with Itself, in Padgaonkar, *When Bombay Burned*, pp. 42-104; Sharma, 'Chronicle', pp. 278-86.
22. Behram Contractor, 'Bombay Has Lost its Character', *Afternoon Dispatch and Courier*, 10 January 1993, reprinted in 'Busybee', *When Bombay was Bombed: Best of 1992-3* (Bombay: Oriana Books, 2004).
23. Quoted in Lise McKean, *Divine Enterprise: Gurus and the Hindu Nationalist Movement* (Chicago: University of Chicago Press, 1996), p. 315.
24. Asoka Mehta, *The Political Mind of India* (Bombay: Socialist Party, 1952),p.38.
25. Taya and Maurice Zinkin, The Indian General Elections', *The World Today*, vol. 8, no. 5, May 1952.

26 Susanne Hoeber and Lloyd I. Rudolph, The Centrist Future of Indian Polities', *Asian Survey*, vol. 20, no. 6, June 1980.

27 See the evidence and testimonies in Peter Gottschalk, *Beyond Hindu and Muslim: Multiple Identities in Narratives from Village India* (New Delhi: Oxford University Press, 2001).

28 Khadar Mohiuddin, 'Birthmark', in Velcheru Narayana Rao, ed. and trans., *Twentieth Century Telugu Poetry: An Anthology* (New Delhi: Oxford University Press, 2002), pp. 221-7.

29 D. R. Goyal, *Rashtriya Swayamsevak Sangh*, 2nd edn (New Delhi: Radhakrishna Prakashan, 2000), pp. 17-18. For a fuller exposition of this ideology, and from the horse's mouth as it were, see M. S. Golwalkar, *Bunch of Thoughts* (Bangalore: Vikrama Prakashan, 1966).

30 On the growth of the RSS since 1947 see, among other works, Tapan Basu et al., *Khaki Shorts and Saffron Flags: A Critique of the Hindu Right* (Hyderabad: Orient Longman, 1993); Thomas Blom Hansen, *The Saffron Wave: Democracy and Hindu Nationalism in India* (New Delhi: Oxford University Press, 1999); Pralay Kanungo, 'Hindutva's Entry into a "Hindu Province": Early Years of RSS in Orissa', *Economic and Political Weekly*, 2 August 2003; Nandini Sundar, 'Teaching to Hate: RSS's Pedagogical Programme', *Economic and Political Weekly*, 17 April 2004.

31 Cf. Thomas Blom Hansen, *Urban Violence in India: Identity Politics, 'Mumbai', and the Postcolonial City* (Delhi: Permanent Black, 2001), p. 85.

32 Neerja Chowdhury, 'Sonia Takes a Political Dip at the Kumbh', *New Indian Express*, 20 January 2001.

33 On this last incident, see *The Telegraph* (Kolkata), 25 January 1999.

34 On the latter question see P. N. Man Bhatt and A. J. Francis Zavier, 'Role of Religion in Fertility Decline: The Case of Indian Muslims', *Economic and Political Weekly*, 29 January 2005.

35 See Ashish Sharma, 'Losing their Religion', *Express Magazine*, 9 July 2000.

36 This paragraph draws upon, among other works, M. K. A. Siddiqui, *Muslims in Free India: Their Social Profile and Problems* (New Delhi: Institute of Objective Studies, 1998); Abusaleh Shariff, 'On the Margins: Muslims in a State of Socio-Economic Decline', *Times of India*, 22 October 2004; Yogendra Sikand, 'Lessons of the Past: Madrasa Education in South Asia', *Himal*, vol. 14, no. 11, November 2001, and 'Countering Fundamentalism: The Ban on SIMI', *Economic and Political Weekly*, 6 October 2001; Arjumand Ara, 'Madrasas and Making of Muslim Identity in India', *Economic and Political Weekly*, 3 January 2004.

37 Navnita Chadha Behera, State, *Identity and Violence: Jammu, Kashmir and Ladakh* (New Delhi: Manohar, 2000), p. 179.

38 Sonia Jabbar, 'Spirit of Place', in *Civil Lines 5: New Writing from India* (New Delhi: Indialnk, 2001), pp. 28-9.

39 Cf. reports in *The Telegraph* (Kolkata), 1 April 1990; in *Frontline*, 14-27 April 1990; *Illustrated Weekly of India*, 17 June 1990; *Times of India*, 11 February 1991. See also Alexander Evans, 'A Departure from History: Kashmiri Pandits, 1990-2001', *Contemporary South Asia*, vol. 11, no. 1, 2002.

40 Cf. Praveen Swami, The Nadimarg Outrage', *Frontline*, 25 April 2003.

41 This paragraph is based on Hasan Abbas, *Pakistan's Drift into Extremism: Allah, the Army, and America's War on Terror* (Armonk, N.Y.: M. E. Sharpe, 2005), chapters 9 and 10. The Tariq Ali quote comes from his *The Clash of Fundamentalisms: Crusades, Jihads and Modernity* (London: Verso, 2002),p.196.

42 Yoginder Sikand, 'Changing Course of Kashmiri Struggle: From National Liberation to Islamist Jihad', *Economic and Political Weekly,* 20 January 2001.
43 Pamela Constable, 'Selective Truths', in S. Thakur et al., *Guns and Yellow Roses: Essays on the Kargil War* (New Delhi: HarperCollins India, 1999), p. 52; Hafiz Mohammed Saeed, interviewed by Amir Mir in *Outlook,* 23 July 2001.
44 Cf. Anil Nauriya, The Destruction of a Historic Parry', *Mainstream,* 17 August 2002; Praveen Swami, The Killing of Lone', *Frontline,* 21 June 2002.
45 News report in the *Times of India,* 24 January 1990; Joshua Hammer,'Srinagar Dispatch', *New Republic,* 12 November 2001.
46 Reeta Chowdhuri-Tremblay, 'Differing Responses to the Parliamentary and Assembly Elections in Kashmir's Regions and State-Societal Relations', in Paul Wallace and Ramashray Roy, eds, *India's 1999 Elections and 20th-century Politics* (New Delhi: Sage Publications, 2003).
47 Prabhu Ghate, 'Kashmir: The Dirty War', *Economic and Political Weekly,* 26 January 2002.
48 Jaleel, 'I Have Seen my Country Die', *The Telegraph* (Kolkata), 26 May 2002.
49 James Buchan, 'Kashmir', *Granta,* no. 57, spring 1997, p. 66.
50 See A. G. Noorani, ed., *The Babri Masjid Question,* vol. 2 (New Delhi: Tulika Books, 2003), pp. 197ff.
51 See Jyoti Punwani, 'The Carnage at Godhra', in Siddharth Varadarajan, ed., *Gujarat: The Making of a Tragedy* (New Delhi: Penguin Books, 2002).
52 Ashutosh Varshney, *Ethnic Conflict and Civic Life: Hindus and Muslims in India* (New Delhi: Oxford University Press, 2002), esp. pp. 229-30, 240-1, 275-7; Jan fireman, 'Ghettoization and Communal Politics: The Dynamics of Inclusion and Exclusion in the Hindutva Landscape', in Ramachandra Guha and Jonathan Parry, eds, *Institutions and Inequalities: Essays for Andre Beteille* (New Delhi: Oxford University Press, 1999); Udit Chaudhuri, 'Gujarat: The Riots and the Larger Decline', *Economic and Political Weekly,* 2-9 November 2002.
53 Nandini Sundar, 'A Licence to Kill: Patterns of Violence in Gujarat', in Varadarajan, *Gujarat;* Achyut Yagnik and Suchitra Sheth, *The Shaping of Modern Gujarat: Plurality, Hindutva and Beyond* (New Delhi: Penguin Books, 2005), chapter 11; report by Ashis Chakrabarti in *The Telegraph* (Kolkata), 18 May 2002.
54 Bela Bhatia, 'A Step Back in Sabarkantha', *Seminar,* May 2002.
55 Anand Soondas, 'Gujarat's Children of a Lesser God', *The Telegraph* (Kolkata), 13 March 2002; 'Gujarat Villagers Set Terms for Muslims to Come Home', *New Indian Express,* 6 May 2002.
56 Cf. Varadarajan, *Gujarat,* pp. 22f. For an insightful profile of Narendra Modi, see Sankarshan Thakur, The Man Who Could Be Prime Minister', *Man's World,* December 2002.
57 *Frontline,* 1 January 1993; *Sunday,* 13-19 December 1992; *India Today,* 31 December 1992.
58 Michael S. Serrill, 'India: The Holy War', *Time,* 21 December 1992.
59 *The Times,* 7 and 8 December 1992.
60 Geoffrey Morehouse, 'Chronicle of a Death Foretold', the *Guardian,* 10 March 2001.
61 Paul R. Brass, *The Politics of India Since Independence,* 2nd edn (Cambridge: Cambridge University Press, 1994), pp. 353-4, 365-6, 348-9.

28. ஆட்சியாளர்கள்

1 Anon., 'After Nehru...', *Economic Weekly,* special issue, July 1958.

2 When, in a column in *The Hindu* newspaper, I quoted from this prescient essay, correspondents wrote in to suggest who the anonymous writer might be. One who read the essay when it first appeared speculated that it might have been Nehru himself. Another (and in my view more likely) candidate is Penderel Moon, the ex ICS officer who worked with the government of India for a decade after Independence before retiring to All Souls College, Oxford.

3 Cf. M. P. Singh and Rekha Saxena, *India at the Polls: Parliamentary Elections in the Federal Phase* (Hyderabad: Orient Longman, 2003).

4 E. Sridharan, 'Coalition Strategies and the BJP's Expansion, 1989-2004', *Commonwealth and Comparative Politics,* vol. 43, no. 2, 2005.

5 See Rasheed Kidwai, Sonifl: *A Biography* (New Delhi: Viking Penguin, 2003).

6 Harish Khare, 'Reloading the Family Matrix', *Seminar,* June 2003.

7 E. Sridharan, 'Electoral Coalitions in 2004 General Elections: Theory and Evidence', *Economic and Political Weekly,* 18 December 2004.

8 These paragraphs on the changes in the party system draw upon, among other works: E. Sridharan, 'The Fragmentation of the Indian Party System, 1952-1999: Seven Competing Explanations', in Zoya Hasan, ed., *Parties and Party Politics in India* (New Delhi: Oxford University Press, 2002); Mahesh Rangarajan, 'Congress in Crisis', *Seminar,* January 2003; M. J. Akbar, 'Prop and Proposition', *Asian Age,* 13 July 2003; Giuseppe Flora, 'The Crisis of 1989-1992: Some Reflections', in K. N. Bakshi and F. Scialpi, eds, *India 1947-1997: Fifty Years of Independence* (Rome: Istituto Italiano per l'Africa e l'Oriente, 2002).

9 Robin Jeffrey, '"No Party Dominant": India's New Political System', *Himal,* March 2002, p. 41.

10 These studies are summarized in Sunil Jain, 'Vote Vajpayee', *Business Standard,* 16 February 2004.

11 This account of the Cauvery dispute is based on S. Guhan, *The Cauvery River Water Dispute: Towards Conciliation* (Madras: Frontline, 1993); Ramaswamy R. lyer, *Water: Perspectives, Issues, Concerns* (New Delhi: Sage Publications, 2003), chapter 3.

12 Ramaswamy R. lyer, 'Punjab Water Imbroglio', *Economic and Political Weekly,* 31 July 2004; Satyapal Dang, 'Amrinder Singh and River Water Dispute', *Mainstream,* 4 September 2004.

13 See D. Bandyopadhyay, Saila K. Ghosh and Buddhadeb Ghosh, 'Dependency versus Autonomy: Identity Crisis of India's Panchayats', *Economic and Political Weekly,* 20 September 2003.

14 For details, see Mahi Pal, 'Panchayati Raj and Rural Governance: Experiences of a Decade', *Economic and Political Weekly,* 10 January 2004.

15 See T. M. Thomas Isaac and Richard W. Franke, *Local Democracy and Development: People's Campaign for Decentralized Planning in Kerala* (New Delhi: LeftWord Books, 2000); Jos Chathukulam and M. S. John, 'Five Years of Participatory Government in Kerala: Rhetoric and Reality', *Economic and Political Weekly, 7* December 2002.

16 Rashmi Sharma, 'Kerala's Decentralisation: Idea in Practice', *Economic and Political Weekly, 6* September 2003; Pranab Bardhan and Dilip Mookherjee, 'Poverty Alleviation Efforts of Panchayats in West Bengal', *Economic and Political Weekly,* 28 February 2004; Arild Engelsen Ruud, *Poetics of Village Politics: The Making of*

West Bengal's Rural Communism (New Delhi: Oxford University Press, 2003); Nirmal Mukharji and D. Bandopadhyay, 'New Horizons for West Bengal Panchayats', in Amitava Mukherjee, ed., *Decentralization: Panchayats in the Nineties* (New Delhi: Vikas Publishing House, 1994).

17 There is a growing academic literature on these questions. See, *inter alia,* the essays by Niraja Gopal Jayal, Bishnu N. Mohapatra and Sudha Pai in the 'Democracy and Social Capital' special issue *of Economic and Political Weekly,* 24 February 2001; S. Sumathi and V. Sudarsen, 'What Does the New Panchayat System Guarantee: A Case Study of Pappapatti', *Economic and Political Weekly,* 20 August 2005.

18 Cf. the critique of Nehru's views in Jaswant Singh, *Defending India* (Bangalore: Macmillan India, 1999), pp. 29, 39, 42-3, 57-8 etc.

19 Stephen P. Cohen, *India: Emerging Power* (New Delhi: Oxford University Press, 2001), pp. 144-5.

20 Anupam Srivastava, 'India's Growing Missile Ambitions: Assessing the Technical and Strategic Dimensions', *Asian Survey,* vol. 40, no. 2, 2000.

21 George Perkovich, *India's Nuclear Bomb: The Impact on Global Proliferation* (Berkeley: University of California Press, 1999), pp. 364-76.

22 Ibid., p. 412.

23 Quoted in Raj Chengappa, *Weapons of Peace: The Secret Story of India's Quest to be a Nuclear Power* (New Delhi: HarperCollins India, 2000), pp. 51-2.

24 See Paul R. Dettman, *India Changes Course: Golden Jubilee to Millennium* (Westport, Conn.: Praeger, 2001), pp. 4lf.

25 Interview in *Newsline* (Karachi), June 1998.

26 Bhumitra Chakma, 'Toward Pokharan II: Explaining India's Nuclearisation Process', *Modern Asian Studies,* vol. 39, no. 1, 2005.

27 For the links between the 1998 tests and India's wider ambitions see Hilary Synnott, *The Causes and Consequences of South Asia's Nuclear Tests,* Adelphi Paper 332 (London: The International Institute for Strategic Studies, 1999); Ashok Kapur, *Pokharan and Beyond: India's Nuclear Behaviour* (New Delhi: Oxford University Press, 2001). The arguments of the critics of India's nuclear ambitions are collected in M. V. Ramana and C. Rammanohar Reddy, eds, *Prisoners of the Nuclear Dream* (Hyderabad: Orient Longman, 2003).

28 See the cover story in *India Today,* 1 March 1999.

29 On why and how Pakistan planned the Kargil operation, see Hasan Abbas, *Pakistan's Drift into Extremism: Allah, the Army, and America's War on Terror* (Armonk, N.Y.: M. E. Sharpe, 2005), pp. 169-74; Owen Bennett Jones, *Pakistan: Eye of the Storm* (New Delhi: Viking, 2002), pp. 87ff.; Aijaz Ahmad, The Many Roads to Kargil', *Frontline,* 16 July 1999.

30 Praveen Swami, *The Kargil War,* revised edn (New Delhi: LeftWord Books, 2000), pp. 10-11.

31 Rahul Bedi, 'A Dismal Failure', in S. Thakur et al., *Guns and Yellow Roses: Essays on the Kargil War* (New Delhi: HarperCollins India, 1999), p. 142.

32 The course of the Kargil war is described in the works cited in notes 30 and 31 above, and in Srinjoy Chowdhury, *Despatches from Kargil* (New Delhi: Penguin Books, 2000).

33 Abbas, *Pakistan's Drift into Extremism,* p. 174; interview with Nawaz Sharif in *India Today,* 26 July 2004.

34 Cf. news reports in the *Asian Age,* 4 July 1999; *The Telegraph* (Kolkata), 9 July 1999; *The Hindu,* 19 July 1999.

35 *The Asian Age*, 6 July 1999; *The Hindu*, 4 July 1999.
36 Sarabjit Pandher, 'Spirit of Nationalism Eclipses Memories of [Operation] Bluestar', *The Hindu*, 16 June 1999.
37 'Army Job Seekers Go Berserk', *The Hindu*, 18 July 1999.
38 Sonia Jabbar, 'Blood Soil: Chittisinghpora and After', in Urvashi Butalia, ed., *Speaking Peace: Women's Voices from Kashmir* (New Delhi: Kali for Women, 2002), pp. 226f.
39 There has been some dispute about the agents of the Chittisinghpora massacre. For the argument that the killers were recruited by Indian intelligence, which then sought to pin the blame on Pakistan, see Pankaj Mishra, *Temptations of the West: How to be Modern in India, Pakistan and Beyond* (London: Picador, 2006), pp. 197f. For the alternate point of view, namely, that the killers were militants who came in from Pakistan, see Praveen Swami, 'Iron Veils: Reporting Sub-continental Warfare in India', in Nalini Rajan, editor, *Practising Journalism: Values, Constraints, Implications* (New Delhi: Sage Publications, 2005).

My own conclusion that these were most likely freelancers from across the border, is guided, among other things, by a key piece of evidence provided by the survivors. This was that the killers spoke both Punjabi and Urdu. Now Urdu is spoken by many Muslims in the Indian State of Uttar Pradesh who, however, do not speak any Punjabi. And the only Punjabis who speak Urdu in the Indian State of Punjab would have had their schooling in that language before Partition. They would now be at least seventy years of age, and presumably in no position to trek over high hills to effect a mass murder. On the other hand, there are millions of able-bodied young men in Pakistan Punjab who speak both their mother tongue and the national language, Urdu.

As this book must have made quite clear by now, the Indian state has been guilty of many criminal acts in Jammu and Kashmir. But the massacre of the Sikhs in Chittisinghpora does not appear to be among them.

40 See Atal Behari Vajpayee, 'Musings from Kumarakom', *The Hindu*, 2 January 2001.
41 For a list of major terrorist strikes see the *Indian Express*, 7 April 2005.
42 *Himal South Asian*, June 2002; Michael Krepon, 'No Easy Exits', *India Today*, 10 June 2002.
43 See *Hindustan Times*, 19 May 2002.
44 James Michael Lyngdoh, *Chronicle of an Impossible Election: The Election Commission and the 2002 Jammu and Kashmir Assembly Elections* (New Delhi: Penguin Books, 2004), pp. 129, 141-2, 149-50, 180-1 etc.
45 Rekha Chowdhury and Nagendra Rao, 'Kashmir Elections 2002: Implications for Politics of Separatism', *Economic and Political Weekly*, 4 January 2003.
46 Quoted in the *Times of India*, 26 September 2003.
47 Cf. *Hindustan Times*, 20 June 2003.
48 *Hindustan Times*, 30 January 2005; the *New Sunday Express*, 30 January 2005.
49 Reported in *The Hindu*, 17 May 2005.
50 Muzamil Jaleel, writing in the *Indian Express*, 8 April 2005.
51 See 'Politics as a Vocation', in Hans Gerth and C. Wright Mills, eds, *From Max Weber: Essays in Sociology* (New York: Oxford University Press, 1946).
52 See, for a general overview of corruption in contemporary India, Shiv Visvanathan and Harsh Sethi, eds, *Foul Play: Chronicles of Corruption* (New Delhi: Banyan Books, 1998).
53 B. S. Nagaraj, 'Smokescreen Resort', *Indian Political Review*, July 2003.

54 Peter Ronald deSouza, 'Democracy's Inconvenient Fact', *Seminar,* November 2004; Prem Shankar Jha, 'Keep it Poll-ution Free', *Hindustan Times,* 2 January 2006; report in the *Times of India* (Bangalore edition), 21 January 2006.
55 *Sunday,* 2-9 March 1985.
56 Reetika Khera, 'Monitoring Disclosures', *Seminar,* February 2004. This account of the criminalization of politics also draws upon information supplied by Professor Trilochan Sastry, a founder member of the Association for Democratic Reforms, the group which filed the original PIL in the Supreme Court.
57 Samuel Paul and M. Vivekananda, 'Holding a Mirror to the New Lok Sabha', *Economic and Political Weekly,* 6 November 2004.
58 For a vivid portrait of one notorious criminal in politics, the Bihar MP Mohammad Shahabuddin, see Saba Naqvi Bhowmick, 'The Saheb of Siwan: The Tale of an Indian Godfather', in *First Proof: The Penguin Book of New Writing from India,* vol. 1 (New Delhi: Penguin Books, 2005).
59 Arild Engelsen Ruud, 'Talking Dirty about Politics: A View from a Bengali Village', in C. J. Fuller and Veronique Benei, eds, *The Everyday State and Society in India* (New Delhi: Social Science Press, 2000), pp. 116-18.
60 Report in the *International Herald Tribune,* 19 November 2004.
61 Jorge Louis Borges, *The Total Library: Non-Fiction, 1922-1986,* ed. Elliot Weinberger and trans. Esther Alien, Jill Levine and Elliot Weinberger (London: Penguin Books, 2001), p. 309; R. W. Southern, *Western Society and the Church in the Middle Ages* (Harmondsworth: Penguin Books, 1970), p. 154.
62 See, in this connection, Akhil Gupta, 'Blurred Boundaries: Corruption and the Local State', originally published in the *American Ethnologist* and reprinted in Zoya Hasan, ed., *Politics and the State in India* (New Delhi, Sage Publications, 2000); Jonathan Parry, 'The Crises of Corruption' and 'The Idea of India', in Italo Pardo, ed., *Morals of Legitimacy: Between Agency and System* (Oxford: Berghahn Books).
63 See Ashish Khetan, Taint at the Top', *Tehelka,* 23 April 2005.
64 P. S. Appu, 'The All-India Services: Decline, Debasement and Destruction', *Economic and Political Weekly, 26* February 2005.
65 M. N. Buch to the Prime Minister of India, 15 March 2003. (I am grateful to Mr Buch for sending me a copy of the letter.)
66 See Anindita Dasgupta, 'Tripura's Brutal Cul de Sac', *Himal,* December 2001.
67 As reported in Grassroots Options, February 1997.
68 Harish Khare, 'Voting the Periphery Out', *The Hindu,* 20 March 2004.
69 Andre Beteille, 'The Executive and the Judiciary', *The Hindu,* 8 May 2001.
70 These paragraphs on the judiciary are based on the outstanding work of S. P. Sathe: *Judicial Activism in India: Transgressing Borders and Enforcing Limits,* 2nd ed. (New Delhi: Oxford University Press, 2002). The Madurai example is taken from the *New Indian Express,* 23 September 2003.
71 M. P. Singh, 'To Govern or not to Govern: The Dilemma of the New Indian Party System, 1989-1991', in M. P. Singh, ed., *Lok Sabha Elections 1989: Indian Politics in the 1990s* (Delhi: Kalinga Publications, 1992), p. 202.

29. செல்வ வளங்கள்

1 Quoted in the *Current,* 22 September 1954.
2 The World this Week', *MysIndia,* 23 January 1955; Towards Totalitarianism', *MysIndia,* 8 May 1955; 'A Fatal Economic Policy', *MysIndia,* 8 November 1953.

3   Cf. Jagdish Bhagwati and Padma Desai, *India: Planning for Industrialization: Industrialization and Trade Policies since 1951* (London: Oxford University Press, 1970).

4   J. R. D. Tata, interviewed by Fatma Zakaria, *Times of India,* 12 July 1981.

5   See Dani Rodrik and Arvind Subramanian, From *'Hindu Growth' to Productivity Surge: The Mystery of the Indian Growth Transition* (National Bureau of Applied Economic Research, Washington, March 2004).

6   Anne O. Krueger and Sajjid Chinoy, 'The Indian Economy in Global Context', in Anne O. Krueger, ed., *Economic Policy Reforms and the Indian Economy* (New Delhi: Oxford University Press, 2002). For an overview of the Indian economy on the eve of the reforms, see Bimaljalan, ed., *The Indian Economy: Problems and Prospects* (New Delhi: Viking, 1992).

7   Arvind Panagriya, 'Growth and Reforms during 1980s and 1990s', *Economic and Political Weekly,* 19 June 2004.

8   Ashok V. Desai, *My Economic Affair* (New Delhi: Wiley Eastern, 1993); Kaushik Basu, 'Future Perfect?', *Hindustan Times,* 5 May 2005.

9   Dennis J. Encarnation, *Dislodging Multinationals: India's Strategy in Comparative Perspective* (Ithaca, N.Y: Cornell University Press, 1989), pp. 214-15, 225.

10 Nagesh Kumar, 'Indian Software Industry Development: International and National Perspective', *Economic and Political Weekly,* 10 November 2001; Pradosh Nath and Amitava Hazra, 'Configuration of Indian Software Industry', *Economic and Political Weekly, 23* February 2002; Arun Shourie, 'Ensuring IT remains Indian Territory', *New Indian Express,* 3 January 2004.

11 Anna Lee Saxenian, 'Bangalore: The Silicon Valley of Asia?', in Krueger, Economic Policy *Reforms,* p. 175.

12 Raj Chengappa and Malini Goyal, 'Housekeepers to the World', *India Today,* 18 November 2002; 'Outsourcing to India', The Economist, 5 May 2001.

13 Saritha Rai, 'Prayers Outsourced to India' and 'US Kids Outsource Homework to India', both originally published in The *New York Times,* reprinted in *The Asian Age* 14 June 2004 and 11 September 2005.

14 Shankkar Aiyar, 'Made in India', India *Today,* 1 December 2003.

15 R. Nagaraj, 'Foreign Direct Investment in India in the 1990s: Trends and Issues', *Economic and Political Weekly,* 26 April 2003.

16 Arvind Virmani, 'India's External Reforms: Modest Globalisation, Significant Gains', *Economic and Political Weekly,* 9 August 2003.

17 This paragraph is based on Harish Damodaran, *India's New Capitalists* (New Delhi: Permanent Black, 2008).

18 E. Sridharan, 'The Growth and Sectoral Composition of India's Middle Class: Its Impact on the Politics of Economic Liberalization', *India Review,* vol. 3, no. 4, 2004.

19 Cf. William Mazzarella, *Shovelling Smoke: Advertising and Globalization in Contemporary India* (Durham, N.C.: Duke University Press, 2003), pp. 74-6, 240, 258.

20 Filippo Osella and Caroline Osella, *Social Mobility in Kerala: Modernity and Ida in Conflict* (London: Pluto Press, 2000), p. 127.

21 See, among other works, the special issue on 'Poverty Reduction in [the] 1900's, of the *Economic and Political Weekly,* 25-31 January 2003; K. Sundaram and Sureshi Tendulkar, 'Poverty in India in the 1990s: An Analysis of Changes in 15 Major States', *Economic and Political Weekly,* 5 April 2003; Angus Deaton, ed., The *(Indian Poverty Debate* (New Delhi: Macmillan India, 2005).

22 The words of the novelist Eduardo Galeano, writing of the Latin American city which in these respects is wholly of a piece with its Indian counterpart, in 'The Other Wall', *New Internationalist,* November 1989.

23 Cf. special issue on 'Footloose Labour', *Seminar,* November 2003; Supriya Roychowdhury, 'Labour Activism and Women in the Unorganised Sector: Garment Export Industry in Bangalore', *Economic and Political Weekly,* 28 May-4 June 2005; and, for a more general overview, Ajit K. Ghose, 'The Employment Challenge in India', *Economic and Political Weekly,* 27 November 2004.

24 P. K. Joshi, Ashok Gulati, Pratap S. Birthal and Laxmi Tewari, 'Agriculture Diversification in South Asia: Patterns, Determinants and Policy Implications', *Economic and Political Weekly,* 12 June 2004; M. S. Sidhu, 'Fruit and Vegetable Processing Industry in India: An Appraisal of the Post-Reform Period', *Economic and Political Weekly,* 9 July 2005.

25 Ramesh Chand, 'Whither India's Food Policy: From Food Security to Food Deprivation', *Economic and Political Weekly,* 12 March 2005; Jean Dreze, 'Praying for Food Security', *The Hindu,* 27 October 2003; Madhura Swaminathan, *Weakening Welfare: The Public Distribution of Food in India* (New Delhi: LeftWord Books, 2000); Ashok Gulati, Satu Kahkonen and Pradeep Sharma, 'The Food Corporation of India: Successes and Failures in Foodgrain Marketing', in Satu Kahkonen and Anthony Lanyi, eds, *Institutions, Incentives and Economic Reforms in India* (New Delhi: Sage Publications, 2000); and, especially, P. Sainath, *Everybody Loves a Good Drought: Stories from India's Poorest Districts* (New Delhi: Penguin India, 1996).

26 P. Sainath, 'Trains Raided for Water in TN', *Times of India,* 14 May 1993; Sowmya Sivakumar and Eric Kerbart, 'Drought, Sustenance and Livelihoods: "Akal" Survey in Rajasthan', *Economic and Political Weekly,* 17 January 2004.

27 Verrier Elwin, *Maria Murder and Suicide* (Bombay: Oxford University Press, 1943).

28 Farmers' suicides are the subject of a remarkable series of field reports published by P. Sainath in *The Hindu,* too numerous to list individually, but easily tracked down on www.thehinduonnet.com. See also R. S. Deshpande and Nagesh Prabhu, 'Farmers' Distress: Proof beyond Question', *Economic and Political Weekly,* 29 October 2005; *Tehelka,* special issue on the farming crisis, 6 March 2004.

29 Cf. Myron Weiner, *The Child and the State in India* (Princeton: Princeton University Press, 1990).

30 Jean Dreze and Aparajita Goyal, 'Future of Mid-Day Meals', *Economic and Political Weekly,* 1 November 2003.

31 Sucheta Mahajan, 'MVF India - Education as Empowerment', *Mainstream,* 16 August 2003; Rukmini Banerji, 'Pratham Experiences', *Seminar,* February 2005.

32 See 'The PROBE Team', *Public Report on Basic Education in India* (New Delhi: Oxford University Press, 1999), chapter 9.

33 Vimala Ramachandran, 'The Best of Times, the Worst of Times', *Seminar,* April 2004.

34 Subhadra Menon, No *Place to Go: Stories of Hope and Despair from India's Ailing Health Sector* (New Delhi: Penguin Books, 2004).

35 Jo Johnson, 'The Road to Ruin', *Financial Times,* 13/14 August 2005.

36 Pamela Philipose, 'India Is Seriously Sick', *New Indian Express,* 24 January 2006.

37 Arjan De Haan and Amaresh Dubey, 'Poverty, Disparities, or the Development of Underdevelopment in Orissa', *Economic and Political Weekly,* 28 May-4 June 2005; Sanjay Kumar, 'Adivasis of South Orissa: Enduring Poverty', *Economic and*

Political Weekly, 27 October 2001; Jean Dreze, 'No More Lifelines: Political Economy of Hunger in Orissa', *Times of India,* 17 September 2001.

38 Meena Menon, 'The Battle for Bauxite in Orissa', *The Hindu,* 20 April 2005.

39 Anon., *The Struggle against Bauxite Mining in Orissa* (Bangalore: Peoples Union for Civil Liberties, 2003); Anon., *How Wrong? How Right?* (Kashipur: Agragamee, 1999).

40 Quoted in Manash Ghosh, 'Sins of Development', *The Statesman,* 9 March 1999.

41 Darryl D'Monte, 'Another Look at "Backwardness"', *Lokmat Times,* 13 October 2000, and 'Recent Memories of Underdevelopment', article posted at www.tehelka.com, 12 October 2000.

42 *The Struggle against Bauxite Mining,* pp. 15-16; reports in the *Indian Express,* 18 and -; 19 December 2000.

43 Bibhuti Mishra, 'Patnaik's Industrialisation Killing Orissa's Environment?', *Tehelka,* 19 November 2005.

44 See reports in *The Hindu,* 4 and 5 January 2006.

45 Montek S. Ahluwalia, 'Economic Reform of States in Post-Reform Period', *Economic and Political Weekly,* 6 May 2000; S. Mahendra Dev, 'Post-Reform Regional Variations', *Seminar,* May 2004.

46 Cf. K. P. Kannan, 'Shining Socio-Spatial Disparities', *Seminar,* May 2004; Jean Dreze, 'Where Welfare Works: Plus Points of the T[amil] N[adu] Model', *Times of India,* 21 May 2003.

47 Angus Deaton and Jean Dreze, 'Poverty and Inequality in India: A Re-Examination', *Economic and Political Weekly,* 7 September 2002.

48 T. N. Srinivasan, *Eight Lectures on India's Economic Reforms* (New Delhi: Oxford University Press, 2000), p. 31.

49 On migration from rural Bihar in particular, see Gerry Rodgers and Janine Rodgers, 'A Leap Across Time: When Semi-Feudalism Met the Market in Rural Purnia', *Economic and Political Weekly,* 2 June 2001; Alakh N. Sharma, 'Agrarian Relations and Socio-economic Change in Bihar', *Economic and Political Weekly,* 5 March 2005.

50 Amartya Sen quoted in an interview in *India Today,* 20 February 2006.

51 Report in *The Statesman,* 20 September 2001.

52 T. N. Ninan, 'Big Growth, Bigger Debates', *Seminar,* January 2006.

53 See Naushad Forbes, 'Doing Business in India: What Has Liberalization Changed?' in Krueger, *Economic Policy Reforms,* p. 131.

54 On the EGS debate see Jean Dreze, 'Bhopal Convention on the Right to Work: Brief Report and Personal Observations', *Social Action,* vol. 54, no. 2, 2004; Rinku Murgai and Martin Ravallion, 'Employment Guarantee in Rural India: What Would it Cost and How Much Would it Reduce Poverty?', *Economic and Political Weekly,* 30 July 2005.

55 On the links between liberalization and corruption, see Rob Jenkins, *Democratic Politics and Economic Reform in India* (Cambridge: Cambridge University Press, 1999), pp. 87, 90, 93-4, 99, 102-3.

56 See Abhay Mehta, *Power Play: A Study of the Enron Project* (Hyderabad: Orient Longman, 2000).

57 Stephen P. Cohen, *India: Emerging Power* (New Delhi: Oxford University Press, 2001), pp. xv, 285-92.

58 News bulletin on CNN/IBN, 22 February 2006.

59 Larry Pressler, 'Shun Pakistan, Favour India', first published in the *New York Times* reprinted in *The Asian Age,* 23 March 2005.
60 Cf. C. Raja Mohan, *Crossing the Rubicon: The Shaping of India's Foreign Policy* (New Delhi: Viking, 2003), chapter 4; Strobe Talbot, *Engaging India* (New Delhi: Viking Penguin, 2005).
61 Jairam Ramesh, *Making Sense of Chindia: Reflections on India and China* (New Delhi: India Research Press, 2005).
62 See cover story in *Frontline,* 18 July 2003.
63 Report in *The Asian Age,* 11 April 2005; News bulletin on NDTV, 9 April 2005.
64 Daniel H. Pink, 'The New Face of the Silicon Age', *Wired,* February 2002 (http://www.wired.com/wired/archive/ 12.02/india_pr.html).
65 Manjeet Kripalani and Pete Engardio, 'The Rise of India', *Business Week,* 8 December 2003 (http://www.businessweek.com./magazine/content/03_49/b386100l_mz001.htm).
66 Ron Moreau and Sudip Mazumdar, 'An Indian Champion', *Newsweek,* 12 April 2004.
67 Farced Zakaria, 'India Rising', *Newsweek,* 6 March 2006.
68 Thomas Friedman, *The World is Flat: A Brief History of the Globalized World in the 21st Century* (London: Alien Lane, 2005), p. 459.
69 Jeffrey D. Sachs, *The End of Poverty: How We Can Make it Happen in our Lifetime* (London: Penguin Books, 2005), pp. 185-7.
70 Cf. *The Economist, 5* March 2005; Roger Cohen, 'A New Asia's Roar is Heard', published in the *International Herald Tribune,* and reprinted in *The Asian Age,* 19 April 2005.
71 Clyde Prestowitz, *Three Billion New Capitalists: The Great Shift of Wealth and Power to the East* (New York: Basic Books, 2005), pp. 101-5, 232-5.
72 Bharat Jhunjhunwala, 'Gathering Storm of Indian Imperialism', *New Indian Express,* 10 August 2005.

30. பொதுமக்களின் பொழுதுபோக்குகள்

1 Useful histories of the Indian film industry include Erik Barnouw and S. Krishnaswamy, *Indian Film,* 2nd edn (New York: Oxford University Press, 1980); B. D. Garga, *So Many Cinemas: The Motion Picture in India* (Bombay: Eminence Designs, 1996). Since this chapter is concerned less with individual achievement and more with social history, it is somewhat parsimonious in speaking of the great actors, directors, singers and composers of Indian cinema, for which the reader is referred to the excellent *Encyclopaedia of Indian Cinema,* 2nd edn, edited by Ashish Rajadhyaksha and Paul Willemen (New Delhi: Oxford University Press, 1999).
2 As claimed in Amrit Gangar and Virchand Dharamsey, *Indian Cinema: A Visual Voyage* (New Delhi: Publications Division, 1998), p. 90.
3 The *Current, 27* September 1950; *The Hindu, 6* August 1953.
4 The *Current, 24* December 1952.
5 Garga, *So Many Cinemas, p.* 151.
6 *Rajya Sabha Debates,* 26 November and 10 December 1954: the *Current, 22* December 1954.
7 Amrit Gangar, 'Films from the City of Dreams', in Sujata Patel and Alice Thomer, eds, *Bombay: Mosaic of Modern Culture* (Bombay: Oxford University Press, 1995).

8   Cf. Ranjani Mazumdar, 'The Bombay Film Poster', *Seminar,* May 2003.
9   Satyajit Ray, *Our Films, Their Films* (Calcutta: Orient Longman, 1976),pp.90-1.
10 Manmohan Desai quoted in Peter Manuel, *Cassette Culture: Popular Music and Technology in North India* (New Delhi: Oxford University Press, 1993), p. 45.
11 George Gissing, *New Grub Street* (1891; reprint London). M. Dent, 1997), p.354.
12 The best introduction to the narrative structure of the Indian film is Nasreen Munni Kabir's *Bollywood: The Indian Cinema Story* (London: Channel 4 Books, 2001). But see also Panna Shah, *The Indian Film* (Bombay: The Motion Picture Society of India, 1950); Agehananda Bharati, 'Anthropology of Hindi Films' (in two parts) *Illustrated Weekly of India,* 30 January and 6 February 1977.
13 S. S. Vasan, quoted in Robert L. Hardgrave and Anthony C. Neidhart, 'Films and Political Consciousness' in Tamil Nadu,' *Economic and* Political *Weekly* 11 January 1975.
14 Mukul Kesavan, 'An Undergraduate History of Hindi Cinema', in B. G. Verghese, *Tomorrow's India: Another Tryst with Destiny* (New Delhi: Viking, 2006), p. 323.
15 Naresh Fernandes, 'Remembering Anthony Gonsalves', *Seminar,* November 2004. See also Vanraj Bhatia, 'Film Music', *Seminar,* December 1961; Manuel, *Cassette Culture,* chapter 3.
16 Ashraf Aziz, *Light of the Universe: Essays on Hindustani Film Music* (New Delhi: Three Essays Collective, 2003), pp. xvii-xviii.
17 Bade Ghulam Ali Khan, quoted in H. Y. Sharada Prasad, 'Ye kaun aaj aaya savere savere', *The Asian Age,* 18 May 2005.
18 Nasreen Munni Kabir, 'Playback Time: A Brief History of Bollywood Film Songs', *FilmComment,* May-June 2002, p. 41. For loving and informative sketches of the lyricists, composers and singers in Hindi film music, see Manek Premchand, *Yesterday's Melodies, Today's Memories* (Mumbai: Jharna Books, 2003).
19 Steve Derne, *Movies, Masculinity and Modernity: An Ethnography of Men's Filmgoing in India* (Westport, Conn.: Greenwood Press, 2000), chapter 2. Cf. also Narendra Panjwani, 'A Small Town Goes to the Movies', Hindi, vol. 2, no. 2, 2001.
20 Sara Dickey, *Cinema and the Urban Poor in South India* (Cambridge: Cambridge University Press, 1993), and 'Opposing Faces: Film Star Fan Clubs and the Construction of Class Identities in South India', in Rachel Dwyer and Christopher Pinney, eds, Pleasure and the Nation: *The History, Politics and Consumption of Public Culture in India* (New Delhi: Oxford University Press, 2001).
21 On Bachchan's career see, inter alia, Chidananda Das Gupta, The *Painted Face: Studies in India's Popular Cinema* (New Delhi: Roll Books, 1991), pp. 239ff.; Ashok Banker, Bollywood (New Delhi: Penguin Books, 2001), pp. 67-77.
22 E.g. *Sunday,* issue of 24 February-2 March 1985.
23 Kaveree Bamzai, 'A Legend turns 60', India Today, 21 October 2002.
24 These biographical details have been gleaned from Harish Bhimani, In Search *of Lata Mangeshkar* (New Delhi: Indus, 1995); Punita Bhatt, 'The Lata Legend', Filmfare, 1-15 June 1987.
25 Sunil Sethi, quoted in Garga, *So Many Cinemas,* p. 192.
26 Cf. Anupama Chopra, *Sholay: The Making of a Classic* (New Delhi: Penguin Books, 2000), p. 29 and *passim.*
27 Ashokamitran, *My Years with Boss: At Gemini Studios* (Hyderabad: Orient Longman, 2002), pp. 16-17.
28 The *Current,* 3 September 1952.

29 Mukul Kesavan, 'Cine Qua Non!', *Outlook*, 18 August 1997.
30 See Mukul Kesavan, 'Urdu, Awadh and the Tawaif: The Islamicate Roots of Hindi Cinema', in Zoya Hasan, ed., *Forging Identities: Gender, Communities and the State* (New Delhi: Kali for Women, 1994).
31 Jerry Pinto, 'The Woman who Could not Care', in *First Proof: The Penguin Book of New Writing from India,* vol. 1 (New Delhi: Penguin Books, 2005), pp. 49-50.
32 Mamooty quoted in Shajahan Madampat, 'Portrait of a Religious Muslim as a Secular Icon', unpublished paper kindly shown to me by its author.
33 Bunny Reuben, *Follywood Flashback: A Collection of Movie Memories* (New Delhi: Indus, 1993), p. 267.
34 Among the many studies of Ray the best are probably Andrew Robinson, *Satyajit Ray: The Inner Eye* (London: Andre Deutsch, 1989); and Chidananda Dasgupta, *The Cinema of Satyajit Ray,* 2nd edn (New Delhi: National Book Trust, 2001).
35 The work of these and other directors is discussed in Yves Thorat, *The Cinemas of India* (1896-2000) (New Delhi: Macmillan India, 2000).
36 This account draws on Rustom Bharucha, 'Ninasam: A Cultural Alternative', chapter 14 of his *Theatre and the World* (New Delhi: Manohar, 1990); various reports published by Ninasam and my own visits to Heggodu.
37 H. Y. Sharada Prasad, 'Subanna', *The Asian Age,* 19 October 2005.
38 Sudhanva Deshpande, 'Habib Tanvir: Upside-Down Midas', *Economic and Political Weekly,* 13 September 2003.
39 Gaddar's life and work is the subject of a forthcoming book by Venkat Rao. Among many articles by Rao, see especially his 'Writing Orally: Decolonization from Below', *Positions,* vol. 7, no. 1, 1999.
40 See, among other works, Bonnie C. Wade, Music in *India: The Classical Traditions* (1979; revised edn Delhi: Manohar, 2001); Mohan Nadkarni, *The Great Masters: Profiles in Hindustani Classical Music* (New Delhi: Harper Collins India, 1999); Ludwig Pesch, *The Illustrated Companion to South Indian Classical Music* (New Delhi: Oxford University Press, 1999).
41 See Indira Menon, *The Madras Quartet:* Women in *Karnatak Music* (New Delhi: Roli Books, 1999), pp. 173-8. The most recent biography of Subbulakshmi is T. J. George's *MS: A Life in Music* (New Delhi: Harper Collins India, 2004). I have also drawn here on an unpublished essay on MS by the music scholar Keshav Desiraju.
42 There is, as yet, no biography of Ravi Shankar. I have drawn here on his own autobiography, *Raga Mala* (Guildford: Genesis Publications, 1997), on conversations with music lovers and on my own thirty-year experience of listening to Ravi Shankar.
43 For more on these and other artists, the interested reader is referred to Kumar Mukherji's *The Lost World of Hindustani Music* (New Delhi: Penguin India, 2006), a quite wonderful and richly anecdotal history by a scholar-performer.
44 *Times of India* (Bangalore), 3 March 2003; *The Asian Age,* 3 March 2003.
45 The arguments in these paragraphs have been elaborated at greater length in Ramachandra Guha, *A Corner of a Foreign Field: The Indian History of a British Sport* (London: Picador, 2002). Cf. also Richard Cashman, *Patrons, Players, and the Crowd: The Phenomenon of Indian Cricket* (Bombay: Orient Longman, 1980).
46 C. Rajagopalachari, quoted in Pon. Thangamani, *History of Broadcasting in India: With Special Reference to Tamil Nadu,* 1924-1954 (Chennai: Ponnaiah Pathipagam, 2000), pp. 104-5.

47 See Mehra Masani, *Broadcasting and the People* (New Delhi: National Book Trust, 1976). Cf. also David Lelyveld, 'Transmitters and Culture: The Colonial Roots of Indian Broadcasting', *South Asia Research*, vol. 10, no. 1, 1990.

48 *The Hindu*, 19 July 1953.

49 David Lelyveld, 'Upon the Subdominant: Administering Music on All-India Radio', in Carol A. Breckenridge, ed., *Consuming Modernity: Public Culture in a South Asian World* (Minneapolis: University of Minnesota Press, 1995).

50 Ritu Sarin, 'Doordarshan: The Money Machine', *Sunday*, 18-24 August 1985.

51 Chidananda Dasgupta, 'Cinema: The Unstoppable Chariot', in Hiranmay Karlekar, ed., *Independent India: The First Fifty Years* (Delhi: Oxford University Press, 1998), p. 442.

52 See Wimal Dissanayake and Malti Sahai, 'Raj Kapoor and the Indianization of Chaplin', paper presented at a symposium on 'Humour in Cinema: East and West', Waikiki, Hawaii, 29 November-3 December, 1986.

53 The *Current*, 28 September 1955.

54 Bunny Reuben, Raj *Kapoor: The Fabulous Showman* (New Delhi: Indus, 1995), pp. 88f.

55 *Times of India*, 5 January 1952.

56 K. A. Abbas, *I Am not an Island: An Experiment in Autobiography* (New Delhi: Vikas Publishing House, 1977), p. 372.

57 Personal communication from Professor James C. Scott of Yale University.

58 Stephen Alter, *Amritsar to Lahore: Crossing the Border between India and Pakistan* (New Delhi: Penguin Books, 2000), pp. 132-3, 136, 172-3, 178.

59 'Bowled Over by Bollywood', *Guardian Weekly*, 27 May-5 June 2005.

60 'Move over LA, Here Comes Bombay', *The Times*, 22 June 2000.

61 *Time*, 27 October 2003. See also the essays in Raminder Kaur and Ajay J. Sinha, Bollywood: *Popular Indian Cinema through a Transnational Lens* (New Delhi: Sage Publications, 2005).

62 Sudhanva Deshpande, 'Hindi Films: The Rise of the Consumable Hero', *Himal South Asian*, August 2001.

63 *Times of India*, 25 February 2004.

64 S. S. Vasan, 'Film Production in India Today', in R. M. Ray, ed., *Film Seminar Report 1955* (New Delhi: Sangeet Natak Akademi, 1955), pp. 33-5.

நிறைவுரை: ஏன் இந்தியா பிழைத்துள்ளது!

1 Robert D. Kaplan, 'The Lawless Frontier', *Atlantic Monthly*, September 1999.

2 Ayaz Amir, 'The Beauty of Democracy', first published in *Dawn*, reprinted in *The Asian Age*, 17 May 2004.

3 Yogendra Yadav, 'Understanding the Second Democratic Upsurge: Trends of Bahujan Participation in Electoral Politics in the 1990s', in Francine R. Frankel, Zoya Hasan, Rajeev Bhargava and Balveer Arora, eds, *Transforming India: Social and Political Dynamics of Democracy* (New Delhi: Oxford University Press, 2002), p. 133.

4 Report in the *Deccan Herald*, 10 October 2004.

5 Bela Bhatia, 'The Naxalite Movement' in Central Bihar', unpublished PhD thesis, Faculty of Social and Political Studies, Cambridge University, 2000, pp. 114-20.

6   J. M. Lyngdoh, quoted in *Times of India*, 3 December 2003.
7   See, for instance, the collected works of R. K. Laxman, published by Penguin India. Laxman is the most prolific and (by common consent) the most original of Indian cartoonists, but there have been many other gifted practitioners, who, like him, specialize in political satire.
8   Obituary in *The Telegraph* (Kolkata), 2 January 2003.
9   Benedict Anderson, *The Spectre of Comparisons* (London: Verso, 1998), p. 132.
10 Sunil Khilnani, 'Democracy and Nationalism in India', lecture delivered at the College de France, 30 May 2005, p. 2.
11 Isaiah Berlin, 'Nationalism: Past Neglect and Present Power' (1979), in his *Against the Current: Essays in the History of Ideas,* ed. Henry Hardy (London: Pimlico, 1997), pp. 346-7, 353-4.
12 The modern literature on nationalism would fill a decent-sized library. For a sampling of relevant works see Ernest Gellner, *Nations and Nationalism* (Oxford: Basil Blackwell, 1983); Benedict Anderson, *Imagined Communities: Reflections on the Origins and Spread of Nationalism* (London: Verso, 1983); Anthony D. Smith, *The Ethnic Origin of Nations* (Oxford: Basil Blackwell, 1986); Liah Greenfeld, *Nationalism: Five Roads to Modernity* (Cambridge, Mass.: Harvard University Press, 1992); Eric Hobsbawm, *Nations and Nationalism Since 1780* (Cambridge: Cambridge University Press, 1993); Tom Nairn, *Faces of Nationalism: Janus Revisited* (London: Verso, 1997). Cf. also the classic early work of Hans Kohn: *Nationalism: Its Meaning and History* (Princeton: Van Nostrand, 1955).
13 See Mukul Kesavan, *Secular Common Sense* (New Delhi: Penguin India, 2001).
14 See Javeed Alam, *Who Wants Democracy?* (New Delhi: Orient Longman, 2004).
15 Bernard D. Nossiter, *Soft State: A Newspaperman's Chronicle of India* (New York: Harper and Row, 1970), pp. 119-23.
16 Joseph Stalin, *Marxism and the National Question* (London: Martin Lawrence, 1936), pp. 5-6.
17 Quoted in Peter A. Blitstein, 'Nation-Building or Russification? Obligatory Russian Instruction in the Soviet Non-Russian School', in Ronald Grigor Suny and Terry Martin, eds, A State *of Nations: Empire and Nation-Building in the Age of Lenin and Stalin* (New York: Oxford University Press, 2001), p. 255.
18 See Neil DeVotta, *Blowback: Linguistic Nationalism, Institutional Decay and Ethnic Conflict in Sri Lanka* (Stanford, Calif: Stanford University Press, 2004), pp. 89-91.
19 See S. M. Burke, ed., *Jinnah: Speeches and Statements 1947-1948* (Karachi: Oxford University Press, 2000), p. 150 (emphasis added).
20 Arundhati Roy, 'How Deep Shall We Dig', *The Hindu,* 25 April 2004.
21 Cf. Hugh Tinker, *Reorientations: Studies on Asia in Transition* (Bombay: Oxford University Press), pp. 71f.
22 Pratap Bhanu Mehta, *The Burden of Democracy* (New Delhi: Penguin India, 2003), pp.28, 114-15.
23 Michael Howard, quoted in Samuel Huntingdon, *Who Are We? America's Great Debate*, Indian edn (New Delhi: Penguin India, 2004), pp. 28-9.
24 Cf. David Gilmour, *The Ruling Caste: Imperial Lives in the Victorian Raj* (London: John Murray, 2005).
25 CAD, vol. 10, pp. 43-51.
26 On the history and functioning of the IAS see David C. Potter, *India's Political Administrators: From ICS to IAS* (New Delhi: Oxford University Press, 1996); K. P.

Krishnan and T. V. Somanathan, 'Civil Service: An Institutional Perspective', in Devesh Kapur and Pratap Bhanu Mehta, eds, *Public Institutions in India* (New Delhi: Oxford University Press, 2004).

27 Nehru to General Lockhart, 13 August 1947, in Group 49, Part I, Cariappa Papers, National Archives of India, New Delhi.

28 See papers in Group 21, Part II, ibid.

29 Nehru to Cariappa, 13 October 1952, in Group XLIX, Part I, Cariappa Papers.

30 Report in *The Hindu*, 14 January 1953, reproduced in the same newspaper on 14 January 2003.

31 See correspondence in Group 49, Part I, Cariappa Papers, National Archives of India, New Delhi.

32 Note of 12 December 1958, Group 33, Part I, ibid. Cariappa went on to claim that for these Pakistani generals 'war between India and Pakistan was simply unthinkable'.

33 Frank Moraes to General Cariappa, 19 December 1968, Group 49, Part I, ibid.

34 J. S. Aurora, 'If Khalistan Comes, the Sikhs will be the Losers', in Patwant Singh and Harji Malik, eds, *Punjab: The Fatal Miscalculation* (New Delhi: Patwant Singh, 1985), pp. 137-8.

35 C. Rajagopalachari quoted in Guy Wint, *Spotlight on Asia* (Harmondsworth: Penguin Books, 1955), p. 130.

36 George Woodcock, *Beyond the Blue Mountains: An Autobiography* (Toronto: Fitzhenry and Whiteside, 1987), p. 105.

37 S. Gopal, 'The English Language in India Since Independence', in John Grigg, ed., *Nehru Memorial Lectures, 1966-1991* (Delhi: Oxford University Press, 1992), pp. 202-3.

38 Jonathan Parry, 'Nehru's Dream and the Village "Waiting Room": Long-Distance Labour Migrants to a Central Indian Steel Town', paper to be published in *Contributions to Indian Sociology*.

39 See Nasreen Munni Kabir, *Talking Films: Conversations on Hindi Cinema with javed Akhtar* (New Delhi: Oxford University Press, 1999), p. 35.

40 Martin Walker, *Makers of the American Century* (London: Chatto and Windus, 2000), Preface.

41 Samuel Huntingdon, *Who Are We?* (reprint: New Delhi. Penguin India, 2004), pp. xv-xvi, 12, 40, 61, 63, 171, 232, 316 etc.

42 John Howard interviewed in *Time*, 6 March 2006.

43 Ronald W. Clark, *JBS: The Life and Work of JBS Haldane* (Oxford: Oxford University Press, 1968).

44 J. B. S. Haldane to Geoff Conklin, 25 July 1962, J. B. S. Haldane Papers, National Library of Scotland, Edinburgh.

45 J. Neyman (Professor of Statistics, University of California, Berkeley) to Haldane, 18 September 1961, ibid.

46 Haldane to Neyman, 26 September 1961, ibid.

47 D. N. Chatterjee to P. N. Haksar, 6 July 1971, Subject File 171, Haksar Papers, Third Instalment, NMML.

இந்திய வரலாறு: காந்திக்குப் பிறகு (பாகம் 1)

சுதந்தரத்துக்குப் பிறகான இந்தியாவின் கதை அதிகம் சொல்லப்படவில்லை என்னும் குறையை இந்தப் புத்தகம் நிறைவு செய்கிறது. இந்தியாவின் கதை என்பது உலகின் மிகப் பெரிய ஜனநாயக தேசத்தின் கதையும்கூட.

உலகமெங்கும் பல லட்சம் பிரதிகள் விற்பனையாகிக் கொண்டிருக்கும் India After Gandhi என்ற ஆங்கில நூலின் அதிகாரபூர்வ தமிழ் மொழிபெயர்ப்பு.